சந்தியா
பதிப்பகம்

ஜெருசலேம் ஒரு பிரபஞ்ச நகரம்; இருவேறு இனத்திற்குத் தலைநகர்; மூன்று மதங்களின் புனித பூமி. இறுதித் தீர்ப்புக்கான நிகழிடம். இன்றைய கலாச்சார மோதல்களின் போர்க்களம். எங்கோ இருக்கும் இந்தச் சிறிய நகரம் புனித நகரமானது எப்படி? உலகின் மையமாகக் கருதப்படுவது ஏன்? இன்று மத்திய கிழக்கின் அமைதிக்கான திறவுகோலானது எப்படி?

போர்கள், காதல் களியாட்டங்கள், மன்னர்கள், பேரரசிகள், தீர்க்கதரிசிகள், கவிஞர்கள், துறவிகள், வெற்றியாளர்கள் மற்றும் விலைமகளிர் ஆகியோரின் வியப்புமிகு செய்திகளின் ஊடே என்றென்றும் மாறிவரும் இந்த நகரின் கதையைப் புதிய ஆவணங்களின் வழியாகத் தனது வாழ்வை அர்ப்பணித்து எழுதியிருக்கிறார் மாண்ட்டிஃபையர்.

ஜெருசலேமை ஆக்கியவர்களும் அழித்தவர்களும் இந்த மன்னர்களும் வெற்றியாளர்களும் துறவிகளும் தீர்க்கதரிசிகளும் தான்; இவர்களே இந்த நகரின் வரலாற்றைப் பதிவு செய்தவர்கள்; இந்த நகர் மீது நம்பிக்கை கொண்டிருந்தவர்களும் இவர்களே.

மன்னர் டேவிட்டிலிருந்து பராக் ஒபாமா வரையிலும், யூத கிறித்துவ இஸ்லாமிய மதங்களின் துவக்கத்திலிருந்து இன்றைய இஸ்ரேல்–பாலஸ்தீன பிரச்சனை வரையிலும் பேசுகிறது இந்த நூல்.

3000 ஆண்டு கால நம்பிக்கைகள், படுகொலைகள், மதவெறி, மத இணக்கம் ஆகிய எல்லாம் நிறைந்த ஒரு காவிய வரலாறு. இப்படித்தான் ஜெருசலேம் தன்னை ஜெருசலேமாக நிலைநிறுத்திக் கொண்டிருக்கிறது. மண்ணிலும் விண்ணிலும் வாழும் ஒரே நகரம் ஜெருசலேம்.

சைமன் சிபாக் மாண்ட்டிஃபையர்

சைமன் சிபாக் மாண்ட்டிஃபையர் 1965இல் பிறந்தவர். கேம்பிரிஜ் பல்கலைக்கழகத்தின் வரலாற்றுத் துறையில் படித்தவர். 'கேத்தரின் த கிரேட் அண்டு போடம்கின்' என்ற இவரது நூல் சாம்வேல் ஜான்சன் பரிசுக்குப் பரிந்துரைக்கப்பட்டது. 'யங் ஸ்டாலின்' என்ற நூலுக்காக லாஸ் ஏஞ்சல் டைம்ஸ் விருது உள்ளிட்ட பல விருது களைப் பெற்றார். மாண்ட்டிஃபையரின் படைப்புகள் 35க்கும் மேற்பட்ட மொழிகளில் வெளிவந்துள்ளன. இவர் 'ராயல் சொசைட்டி ஆப் லிட்டரச்சரில்' ஓர் உறுப்பினர்; பிபிசி தொலைக்காட்சியில், 'ஜெருசலேம்: ஒரு புனித நகரின் உருவாக்கம்' என்ற தொடரை வழங்கியவர். லண்டன் மாநகரில் வசிக்கும் இவருக்கு இரண்டு குழந்தைகள். நாவலாசிரியரான சான்டா மாண்ட்டிஃபையர் இவரது மனைவி.

ஜெருசலேம்

உலகத்தின் வரலாறு

சைமன் சிபாக் மாண்ட்டிஃபையர்

தமிழில்
வழக்கறிஞர் ச. சரவணன்
அனுராதா ரமேஷ் ● சந்தியா நடராஜன்

சந்தியா பதிப்பகம்
சென்னை - 83.

ஜெருசலேம்

சைமன் சிபாக் மாண்ட்டிஃபையர்

தமிழில்

ச. சரவணன், அனுராதா ரமேஷ், சந்தியா நடராஜன்

முதற்பதிப்பு: 2014
அளவு : டெமி ● தாள் : 60 gsm ● பக்கம்: 864
அச்சு அளவு : 11 புள்ளி ● விலை: ரூ. 800/-
அச்சாக்கம் : அருணா எண்டர்பிரைஸஸ்
சென்னை - 40.

சந்தியா பதிப்பகம்
புதிய எண் 77, 53வது தெரு, 9வது அவென்யூ,
அசோக் நகர், சென்னை - 600 083.
தொலைபேசி: 044 : 24896979 98409 52919

Tamil Translation copyright
Sandhya Publications

ISBN: 978-93-84915-07-0

Jerusalem

© Simon Sebag Montefiore   2011

Tamil Translation by
S. Saravanan, Anuradha Ramesh, Sandhya Natarajan

Printed at Aruna Enterprises.,
Chennai - 40.

Published by
Sandhya Publications
New No. 77, 53rd Street, 9th Avenue, Ashok Nagar,
Chennai - 600 083. Tamilnadu.
Ph : 044 - 24896979

Price Rs. 800/-

sandhyapathippagam@gmail.com
sandhyapublications@yahoo.com
www.sandhyapublications.com

SAN-596

★
அன்பு மகள் லில்லி பாத்ஷேபாவுக்கு
★

சி. மோகன்
போப்பு

மூவர் மொழிபெயர்த்த
இந்நூலின் சீர்மைக்கும் செழுமைக்கும்
இவர்களது கடும் உழைப்பே அடித்தளம்.
இவர்களுக்கு எமது நெஞ்சார்ந்த நன்றிகள்...

பொருளடக்கம்

பகுதி - 1
ஜூடாயிஸம் (யூத மதம்)

1.	டேவிட்டின் உலகம்	57
2.	டேவிட்டின் எழுச்சி	66
3.	அரசும் ஆலயமும்	71
4.	ஜூடேயின் அரசர்கள்	87
5.	பாபிலோனின் விலைமகள்	104
6.	பாரசீகர்கள்	114
7.	மாஸிடோனியர்கள்	123
8.	மக்கபீயர்கள்	143
9.	ரோமானிய வருகை	153
10.	ஏரோதுகள்	164
11.	ஏசு கிறிஸ்து	191
12.	இறுதி ஏரோதுகள்	220
13.	யூதப் போர்கள்: ஜெருசலேமின் மரணம்	237

பகுதி - 2
பாகனிஸம்

14.	எலியா கபிடோலினா	247

பகுதி - 3
கிறித்துவம்

15.	பைசாண்டியத்தின் உயர்முனை	267
16.	பாரசீகர்களின் ஆக்கிரமிப்பு: பைசானியர்களின் அந்திமக்காலம்	289

பகுதி - 4

இஸ்லாம்

17. அரேபியர்களின் வெற்றி 303
18. உமையாக்கள்: கோயிலின் மீட்சி 318
19. அபாசித்கள்: தொலைதூரத் தலைவர்கள் 335
20. ஃபாத்திமித்கள்: சகிப்பும் பித்தும் 343

பகுதி - 5

சிலுவைப்போர்

21. படுகொலை 363
22. அவுட்டிரெம்மரின் எழுச்சி 378
23. அவுட்டிரெம்மரின் பொற்காலம் 385
24. இக்கட்டு நிலை 403
25. தொழுநோய் பிடித்த அரசன் 416
26. சலாவுதீன் 424
27. மூன்றாம் சிலுவைப் போரில் சலாவுதீனும் ரிச்சர்டும் 440
28. சலாவுதீன் வம்சம் 450

பகுதி - 6

மாம்லுக்

29. சுல்தானின் அடிமை 467
30. மாம்லுக்குகளுக்கு நேர்ந்த சரிவு 478

பகுதி - 7

ஒட்டமான்

31. வீரார்ந்த சுலைமான் 491
32. இறைஉணர்வாளர்களும் மீட்பர்களும் 496
33. குடும்பங்கள் 516

பகுதி - 8

வல்லரசு

34. புனித பூமியில் நெப்போலியன் 527
35. புத்தார்வக் கற்பனாவாதிகள்:
சாட்யு பிரையண்ட், டிஸ்ரேலி 534
36. அல்பானிய வெற்றி 546
37. நற்செய்திகளைப் பரப்பும் சமயத் திருப்பணியாளர்கள் 554
38. புதிய நகரம் 579

8

39. புதிய சமயம் 586
40. அரேபிய நகரம், பேரரசின் நகரம் 595
41. ரஷ்யர்கள் 608

பகுதி - 9

யூத தாயக இயக்கம்

42. கெய்ஸர் 617
43. ஜெருசலேம் நகரின் யாழ் இசைஞர் 632
44. உலகப்போர் 651
45. அரேபியர்களின் எதிர்ப்பும், பால்பரின் உறுதி அறிக்கையும் 663
46. கிறிஸ்துமஸ் பரிசு 685
47. வெற்றியாளர்களும் வெற்றியின் ஆதாயங்களும் 703
48. பிரிட்டிஷ் அரசாணை 716
49, அரேபியக் கிளர்ச்சி 736
50. மோசமான போர் 757
51. யூத விடுதலை, அரேபியர்களின் இழிவான முடிவு 781
52. பிளவுப்பட்டது 794
53. ஆறு நாட்கள் 806
54. முடிப்பு 823
55. வரைபடங்கள் 859–864

9

ஒரு நகரத்தின் பெயரில் வெளிப்படும் நான்காயிரமாண்டு உலக வரலாறு

●

உலக மக்களால் பரவலாக அறியப்பட்ட ஜெருசலேம் என்ற நகரநாட்டின் வரலாறு இங்கே புதினவடிவில் விரிந்து செல்கிறது. இது புனைவு அல்ல. ஆதாரங்களை அடிப் படையாகக் கொண்ட வரலாற்று நூல்தான் என்றாலும் இதன் சொல்முறை புதின மயக்கத்தைத் தருகிறது. வரலாற்றில் இடையீடு செய்யாமலே அதனைப் புதின வடிவில் கட்ட மைத்துத் தந்துள்ளார் நூலாசிரியர் சைமன் சிபாக் மாண்ட்டிஃபையர்.

கிடைக்கப்பெற்ற வரலாற்று ஆவணங்களைக் கொண்டும் கூடுதலாகத் தேடிப்பெற்ற சுவடிகள், செப்பேடுகள், கல் வெட்டுகள், பானைஓடுகள், ஓட்டுப்பொறிப்புகள், தோல் பதிவுகள், காகிதப் பதிவுகள், அரசு ஆவணங்கள், ராணுவக் கடிதங்கள், வரலாற்று ஆசிரியர்களின் பதிவுகள் எனப் பல் வேறு ஆதாரங்களைக் கொண்டும் ஜெருசலேமின் வரலாற்றைக் காலவாரியாகப் பதிந்து செல்கிறார்.

மாண்ட்டிஃபையர் அடிப்படையில் ஓர் வரலாற்றாளர், புதினப் படைப்பாளர். இன்னும் கூடுதலாக, பிறப்பால் ஜெருசலேமைச் சேர்ந்த யூதர். அவரைப் போலவே அந்நகரில் பிறந்து வளர்ந்த மற்றொரு வரலாற்றாளர் ஜோசஃப்பஸிட மிருந்து தான் பெற்ற தாக்கத்தின் விளைவாகவும், அவர் எழுதிவைத்த ஆதாரங்களைக் கொண்டும் மாண்ட்டிஃபையர் இந்நூலை எழுதிச் செல்கிறார்.

ஜோசஃபஸிற்கும், மாண்ட்டிஃபையருக்கும் பல ஒற்றுமைகள் உண்டு. ஆனால் ஒரேவொரு வேறுபாடு என்னவென்றால் ஜோசஃபஸ், மாண்ட்டிஃபையரைக் காட்டிலும் 1960 வருடங்கள் மூத்தவர்.

ஆம், ஏசுவின் மறைவில் இருந்து தொடங்குகிறது ஜோசஃபஸின் காலம். கி.பி 55க்குப் பின் காட்சிக்கு வரும் ஜோசஃபஸ், ஏசுவின் அண்ணன் புனிதர் ஜேம்ஸுடன் கொண்டிருந்த உறவு குறித்து தனது பதிவில் பெரிதாக ஒன்றும் தெளிவுபடுத்தவில்லை.

ஏனென்றால் ஏசுவாகப்பட்டவர் தன் காலத்தில் அத்தனை முக்கியத்துவம் பெற்றிருக்கவில்லை. பணத்தாசை ஒன்றையே வாழ்க்கை நெறியாகக் கொண்ட கயபஸ் கும்பலின் பிடியிலிருந்து தேவாலயத்தை மீட்க முயன்றார் ஏசு. "தேவனே உனது பெயரால் அழைக்கப்படும் இந்த இல்லம் திருடர்களின் கொட்டடியாக மாறிவிட்டதா?" என்று யூத விடுதலைத் திருநாளன்று கேளவி எழுப்புகிறார். அவரது பிரச்சாரத்திற்கு மக்கள் செவிமடுக்கிறார்கள். சீடர்களும் பெண் ரசிகர்களும் என அவரைச் சுற்றி எப்போதும் ஆதரவாளர்கள் கூட்டம் நிறைந்திருக்கிறது. ஆட்சியாளர்களுக்கு ஆபத்து நிறைந்த கலகக்காரனாகவும், அவரது சீடர்களுக்குக் குருவாகவும், குடும்பத்தினரின் பாசத்திற்குரியவராகவும் அறியப்பட்டிருந்தார் மனித குமாரன் ஏசு.

வரலாற்றாளர் ஜோசஃபஸ் ஜெருசலேமில் யூத மதகுருவின் மகனாகப் பிறந்து, தேர்ந்த வேத மாணாக்கராகவும், யூத மதப்பிரிவின் கோட்பாட்டை சோதித்தறிய பாலை வனத்தில் துறவு வாழ்க்கை மேற்கொண்டவராகவும், பின்னாளில் அரசியல் தொடர்பாளராகவும், கைதியாகவும், ஒரு பிரதேச ஆளுநராகவும், தன்னை வெற்றிகொண்ட அரசனின் ஆலோசகராகவும், மன்னன் நீரோவின் காதலி பெப்பாயாவுடன் நட்புறவு கொண்டவருமாக இருந்தார். ஜோசஃபஸ், தன் இறுதிக்காலத்தில் கி.பி 100இல் இறப்பதற்கு முன் ப்ளாவிய வம்சத்துப் பேரரசன் டைட்டஸ் வெஸ்பஸியனின் ஆதரவில் ரோமில் வசித்தார்.

அதற்குச் சில ஆண்டுகளுக்கு முன்னர் அவரது கைதியாக இருந்து, தான் கொல்லப்படப் போகும் தருணத்தில் ஒரு சாதாரணத் தளபதியாக இருந்த டைட்டஸை "நீயே எதிர்

காலப் பேரரசன்" என்று தந்திரமாக 'நற்செய்தி' கூறியதால் உயிர் தப்பியவர் ஜோசஃபஸ்.

தன் மரியாதைக்குரிய குருவான ஜோசஃபஸை, இந்நூலில் பக்கத்திற்குப் பக்கம் மேற்கோள் காட்டும் ஜோசஃபஸை ஓரிடத்தில் வஞ்சகன் என்கிறார் நம் மாண்ட்டிஃபையர்.

ஜோசஃபஸ் எப்படிப்பட்டவராகவும் இருக்கட்டும். ஆனால் கோயில் சுவடிகளைக் கொண்டும், நேரடியாகத் திரட்டிய வாய்மொழித் தகவல்களைக் கொண்டும், தானே ஒரு அனுபவசாட்சியாக இருந்தும் எழுதிய 'ஜூயிஸ் வார்ஸ்' என்ற நூலைக் கொண்டுதான் "கி.பி 41ஆம் ஆண்டு ஜனவரி 24ஆம் தேதி எகிப்தை நோக்கிப் படை அணிவகுத்தது" என்றும், "கி.பி 37ஆம் ஆண்டு டாமாஸ்கஸில் கப்பலில் பயணித்துக்கொண்டிருந்த பால் ஐச் சுற்றி தெய்வ அருள் ஒளி பரவியது" என்றும், அதற்கு முன்னர் "பால், ஸ்டீபன் மீது கல்லெறிந்தவர்களின் அங்கியைப் பற்றிக்கொண்டு நின்றவர் தான்" என்றும் இந்நூலில் மாண்ட்டிஃபையர் நமக்கு மிகத் துல்லியமாக காட்சிப்படுத்துகிறார்.

கிறிஸ்து பிறப்பிற்கு முன்னர் ஜெருசலேமில் நிகழ்ந்தவை களை சுமார் இருநூறு பக்கங்களில் உத்தேசமாக ஒவ்வொரு ஐம்பது ஆண்டுகளாகக் கட்டங்கட்டமாக விவரித்துச் செல்கிறார்.

இவர் ஒரு புதின எழுத்தாளராகவும் இருப்பதால் நிகழ்வு களை வெறும் செய்திகளாகக் கடத்தாமல் காட்சிகளாவும், உரையாடலாகவும் நிறுவுகிறார். அதனால் பக்கங்கள் நமது வாசிப்பு உழைப்பைக் கோராமல், புலனின்பமாக மாறி விடுகின்றன. நாமே காலங்கள் ஊடாகப் பின்னோக்கிப் பயணித்து விடுகிறோம்.

"ஜெருசலேம் மலைக் குன்றுகளை குளிர்காலத்தில் பனி படர்ந்தும், கோடையில் வெப்பத்தால் தகித்தும்" என்கிற போது எங்கோ தூரத்திலிருந்து மெல்லிசை படர்ந்து வந்து நம் காதுகளை வருடிச் செல்கிறது.

நிகழ்வுக் கொடிகள் சுமார் 3900 ஆண்டுகளை, வெவ்வேறு அரச பீடங்களை, அந்தப்புரங்களை, ஆளுகைப் பிரதேசங் களை, ஆசிய, ஐரோப்பா, அமெரிக்க கண்டங்களை, பாலை நிலங்களை, கடற்பரப்பை, ஆற்றுவெளியை, அலெக்ஸாண்டரின் படை இந்திய எல்லைவரை வந்து திரும்புவதை, பேரரசன்

இளவரசனுக்கும், பேரரசி அரசனுக்கும் இழைக்கும் வஞ்ச கத்தை, மன்னிப்பை, தெருக்கள் சூறையாடப்படுதலை, ஒரு நாடு ஒரே இரவில் தீக்கிரையாக்கப்படுவதை, அறுபது, எழுபதினாயிரம் மக்கள் ஒரே நாளில் கொல்லப்படுவதை (இந்த இடத்தில் ஹிட்லரும், ராஜபட்சேவும் வெட்கத்தில் அவமானமடைகிறான்கள்) புனிதத்திலும் புனிதமான இடத்தில் புறச்சமயத்தைச் சேர்ந்தவனும் கூட நெக்குறுகி நிற்பதை, மக்கள் நம்பிக்கையை அவமதிப்பதற்காக அதே புனிதத்திலும் புனிதமான இடத்தில் பன்றிகளைவிட்டு அசிங்கப்படுத்துவதை என விசித்திரத்திலும் விசித்திரமான பகுதிகளைச் சுற்றிப் பற்றிப் படர்ந்து செல்கின்றன.

ஆனால் அந்நிகழ்வுகள் அனைத்திற்கும் ஜெருசலேம் ஆதார வேராக இருக்கிறது. ஒவ்வொரு பகுதிக்குமான பக்கங்களை மாண்ட்டிஃபையர் நேர்த்தியாக அளந்து பொருத்தியிருக்கிறார். 900 பக்க வரலாறும் பெருங்குதிரை ஓட்டமாக ஓடி முடிகிறது. அதற்குக் காரணம் கவித்துவமான மொழி நடை மட்டுமல்லாமல் மாண்ட்டிஃபையர் அத்தியாயங்களைக் கட்டமைத்துள்ள விதமும் ஆகும்.

ஜெருசலேமுடன் தொடர்புடையவர்களைப் பற்றிச் சொன்னாலே அது அநேகமாக உலக வரலாறாகவும், அக்காலத்திய ஆட்சிமுறைகள் பற்றியதாகவும், மன்னர்களின், பேரரசர்களின் கட்டற்ற காமத்தையும், அவர்களது தயாள குணத்தையும், பித்தேறிய வெறியையும், சில மன்னர்களின் பல்துறை ஆர்வத்தையும், இரக்கமின்றி வரி விதித்து பெரும் பெரும் பாதுகாப்பு அரண்கள் கட்டுவதையும், உல்லாசத்தில் திளைப்பதையும் கூறுவதாக இருக்கிறது.

சீனர்களைச் சிறையிலடைத்துச் சித்திரவதை செய்து அவர்களிடமிருந்து காகிதம் செய்யும்முறையைக் கற்றதைக் கூறுகிறது. அரை எகிப்திய, அரை மங்கோலிய வம்சா வளியைச் சேர்ந்த செங்கிஸ்கானின் பாரம்பரியத்தைச் சேர்ந்த தைமூர்லேன் என்ற தைமூரின் படையணியின் பயணத்தை வாசிக்கும் போதே நம்மை குலைநடுங்கச் செய்கிறது.

அந்தப் பகுதியில் நடந்த போர்களை வாசிக்கும்போது நமக்குத் தோன்றுவது, ரத்தத்திற்கு மட்டும் உறையாத தன்மை இருந்திருக்குமானால் அதுவும் இந்நேரம் ஒரு பெருங்கடலாக அலையடித்துக் கொண்டிருக்கும். வரலாறு நெடுகிலும்

அத்தனை போர்கள். அத்தனை உயிர்ப்பலிகள். குழந்தைகள், பெண்கள், பெரியவர்கள் ஒருவருக்கும் இரக்கம் காட்ட வில்லை போர்கள்.

அடுத்த வரியை எழுதவே கை கூசுகிறது. அத்தனை பயங்கரமான கொலைகள். மக்களைக் குழுக் குழுவாகப் பிரித்துச் சிறையில் அடைத்து பட்டினி போட்டே கொன்றிருக் கிறார்கள். மரணித்தபடியே அவர்கள் எழுதிவைத்த ஓலைச் சுருள்கள் அந்த அறையில் எலும்புகளுடன் கிடக்கின்றன.

தேவாலயம் கட்டுவதற்குத் தோண்டும் இடத்தில் குளங் குளமாக எலும்புகள்.

தளபதிகளும் பணியாட்களும் தம் ராஜ விசுவாசத்தை அரசருக்கு நிரூபிக்க விரல்களை வெட்டிப் பரிசளிக்க வேண்டும். அவருக்குக் கோபம் வந்தால் மூக்கறுத்தல், காதறுத்தல், கையை, புஜத்தைத் தரித்து எறிதல் என்பது வேந்தரின் பொழுதுபோக்கு. அந்த அரண்மனையில் அங்கம் சிதைவு படாமல் முழுஉடலுடன் இருப்பவர் அரசனைத் தவிர வேறு யாரும் இல்லை என்கிறார் அந்த அரசவைக்குச் சென்றுவந்த தூதுவர்.

கலிகுலா தனது சகோதரியையே மணந்து அவளது கருப்பையிலிருந்த குழந்தையைப் பிடுங்கி எடுத்தான் என்றும் கூறப்படுகிறது. தனது ஆசைநாயகிகளின் கழுத்தில் முத்த மிட்டுக்கொண்டே “இந்த அழகான கழுத்து நான் விரும்பும் நேரத்தில் வெட்டப்படும்'' என்று கூறுவது போலவே தனது ஆலோசகர்களிடம் “என் கண்ஜாடையில் ஒற்றைத் தலைய சைப்பின் மூலம் இந்த இடத்திலேயே உங்கள் கழுத்து அறுபடும்” என்று கூறுவது வழக்கம். அவர் அடிக்கடி விரும்பி உச்சரிக்கும் வாசகம் “ரோமிற்கு ஒரே ஒரு கழுத்து மட்டும் இருந்திருந்தால்'' என்பதுதான். கி.பி 30களின் இறுதியில் இப்படிச் சொன்ன ரோமானியப் பேரரசன் கலிகுலா... தானும் சொந்த மெய்க்காவலர்களின் வாளுக்கு இரையாகித்தான் செத்தானென்று அந்தக் கதையின் சுற்றை முழுமை செய்து தன் எழுத்தில் ஒரு தனித்துவமான இடத்தை அடைகிறார் மாண்ட்டிஃபையர்.

யாரையும் விதந்தோதுவதற்காகவோ, எதையும் கீழ்மைப் படுத்தவோ எழுதப்பட்டதாக இல்லாமல் ஜெருசலேம் நகரம் ஒவ்வொரு பத்து ஆண்டுகளிலும் எப்படியிருந்தது; அதன்

அரண் மதிலை யார் கட்டினார்கள்; எந்தக் காலத்தில் யாரால் அப்பகுதி சிதைக்கப்பட்டது; முந்நொடி வரை தங்களுக்கு இன்னது நடக்கும் என்று அறியாத நிலையிலேயே மக்கள் வெட்டிச் சின்னாபின்னமாக்கப்படுவது; வீடுகள் தீக்கிரை யாவது; மதிலுக்கு அப்பால் தூக்கி வீசப்படுவது; கையில் எந்த உடைமையும் இல்லாமல் பல்லாயிரக்கணக்கான மைல்கள் தூரம் வேற்று நிலத்திற்கு நடத்தி அழைத்துச் செல்லப் படுவது; வேற்று நிலத்தில் இருந்தபடியே பூர்வ நிலத்தின் திசைநோக்கி மௌனமாக அழுவது; அவர்களது துயரப் பாடலைக் கேட்டு மொழிபுரியாத மக்களும் துக்கத்தின் பாரத்தைப் பகிர்ந்துகொள்வது என அடுத்தடுத்து காவியக் காட்சிகளாகவே பதிகிறார் மாண்ட்டிஃபையர்.

சாமான்ய மக்களின் துயரங்களுக்குக் காவிய அழுத்தம் தரும் இதே மாண்ட்டிஃபையர் ஜெருசலேமுடன் நெருங்கிய தொடர்புடைய காவிய நாயகர்களாகிய ஏசுவையும் முகமது நபியையும் சாமான்ய ஜீவிகளாக நம்முடன் உலாவச் செய்கிறார்.

தன் பிரச்சாரத்தின் மூலம் பிரலமடைந்து வரும் ஏசுவைக் கண்டு மிரண்டு அவரைக் கைதுசெய்து, ஏரோது ஆன்டிபஸிடம் அனுப்பி வைக்கிறான் பிலாத்து. ஏசுவிற்கு ஒரு அரசனுக்குரிய அங்கி அணிவித்து “நீர் யூதர்களின் அரசரோ” என்று கேலியாகச் சீண்டிப் பார்க்கிறான் ஏரோது. அவரை ஏதேனும் வித்தைகள் செய்து காட்டுமாறு கேட்கிறான். ஏற்கனவே அந்த நரிமீது எரிச்சலுற்றிருந்த ஏசு எதுவும் பேசாமல் அமைதியாக இருக்கிறார்.

ஏசுவைச் சாதாரண ஒருவராகவே மதித்து திருடர்கள் இருவருடன் சேர்த்தே விசாரித்துள்ளான்.

பிலாத்து இனம்புரியாத அச்ச மனதுடன் இருந்தான்.

ஏசு சிலுவையில் அறையப்படுவார் என்று தீர்ப்பளிக்கப் பட்டதும் பிலாத்து, நீரைக் கையில் அள்ளி மக்கள் கூட்டத் தினரிடையே கையைக் கழுவிக்கொண்டே “நான் இந்த நியாயவானின் ரத்தக்கறை படியாதவன், குற்றமற்றவன்” என்று கூறினான்.

அங்கு கூடியிருந்தோர் “அவரது ரத்தம் எங்கள் மீதும், எங்களின் பிள்ளைகள் மீதும் படியட்டும்” என்று கூவினர்.

நிசான் மாதம் 14ஆம் நாள் காலை அல்லது 33ஆம் ஆண்டு வெள்ளிக்கிழமை மூன்றாம் நாள் கசையால் அடித்து, ரத்தம் சிந்தியபடியே அழைத்து வரப்பட்டார் ஏசு.

மரணதண்டனை நிறைவேற்றத்திற்குரிய, லத்தீனில் 'பட்டி புலம்' என்றழைக்கப்படும் சிலுவையைச் சுமக்கச் செய்து மற்றுமிரு பலியாட்களுடன் ஏசு கோட்டைச் சிறைக்கு வெளியிலிருந்து மேல்நகரத்தின் வீதிகள் வழியாக அழைத்துச் செல்லப்பட்டார்.

அவரது நிலையைக் கண்ட பெண் சீடர்கள் அழுது புலம்பினர். சிலுவையைச் சுமந்து செல்ல உதவுமாறு சிரீனைச் சேர்ந்த சைரன் என்பவரிடம் கூறினர். அதற்கு ஏசு, "ஜெருசலேமின் புதல்வியரே... நீங்கள் எனக்காகக் கண்ணீர் சிந்தாதீர்கள். அழுவதானால் உங்களுக்காகவும், உங்கள் பிள்ளைகளுக்காகவும் அழுங்கள். ஏனெனில் ஊழி இறுதிநாள் நெருங்கிவிட்டது. அந்த நாட்கள் இதோ வந்து விட்டன" என்று கூறினார்.

மிகுபுனைவற்ற எதார்த்தமான பதிவு இது.

ஏசுவிற்கு முன்னும் பின்னும் எத்தனையோ சிலுவை யேற்றங்கள் நடந்திருக்கின்றன. ஸ்பார்டகஸ் எழுச்சியின் போது 6000 பேரைச் சிலுவையில் ஏற்றிக் கொன்றனர் ஆட்சியாளர்கள்.

ஆனால் ஏசு மட்டுமே சகல தரப்பினர் மத்தியிலும் தனக்கு ஆதரவாளர்களைப் பெற்றிருந்தார். அவர் யூத மதத்திற் குள்ளேயே சிற்சில சீர்திருத்தங்களைத்தான் கொண்டுவர முனைந்தார். அவரது நடவடிக்கையில் தீவிரம் இல்லை யென்றோ, பணத்திற்கு ஆசைப்பட்டோதான் காட்டிக் கொடுக்கப்பட்டார்.

ஏசுவின் பற்றாளர்கள்தான் யூத மதத்திற்கு மாற்றாகக் கிறித்துவத்தை மதநிறுவனமாக அல்லாமல் கோட்பாடாக நிறுவியுள்ளனர். பிற்காலத்தில் அக்கோட்பாடு ரோமானியப் பேரரசால் அரசியல் நோக்கங்களுக்காக அங்கீகரிக்கப்பட்ட தால் காலப்போக்கில் மதமாக மாற்றப்பட்டது. சுன்னத் செய்தல் தவிர்த்த மற்ற பல பழக்க வழக்கங்களிலும், பண்டிகைக் கொண்டாட்ட முறைகளிலும் யூத மதத்தின் கூறுகள் கிறித்து வத்திலும் பின்பற்றப்படுகின்றன என்ற உண்மை, இப்பிரதியை நுணுகி வாசிக்கையில் நமக்குப் புலனாகும்.

இஸ்லாமியர்கள் பின்பற்றும் பல அம்சங்கள் (உருவ மில்லாக் கடவுள், ஏக இறைவன், சுன்னத், பன்றியை மறுத்தல்) யூத மதத்தின் நீட்சியாக இருப்பதைக் காணமுடியும்.

மாண்ட்டிஃபையர் மதங்கள் குறித்த ஆய்விற்காக இந்நூலை எழுதவில்லை என்பதால் இம்மூன்று மதங் களுக்கும் இடையிலான ஒற்றுமை வேற்றுமைகளை நாம் முற்றிலும் தெளிவாக அறிய சாத்தியம் இல்லை. ஆனால் கிறித்துவத்திற்கும், இஸ்லாத்திற்கும் யூதம்தான் தாய் மதம் என்பதைப் புரிந்துகொள்ளலாம்.

“அழகான சுருட்டை முடியுடனும், தாடியுடனும் ஒரு ஆணழகனாகத் திகழ்ந்த முகமது காண்போரைக் கவர்ந் திழுக்கும் ஆற்றல் பெற்றிருந்தார்” என்று ஆரம்பிக்கும் இப்பகுதி முகமது தன் காலத்தில் எப்படி முக்கியத்துவம் பெற்றார். அதனை நெறிப்படுத்துவதற்கு முன்னர் அது எப்படி இருந்தது என்பதையும், யத்ரிப்பில் இருந்த இனக்குழுக்களுக்கிடையே நிலவிய பகைமையை முடிவிற்குக் கொண்டுவர முகமது தானும் அங்கே குடியேறி தனது ஆதரவாளர்களையும் குடியேற்றியதையும், ‘மதினத் உன் நபி’ என்ற இடம் மதினா என்றழைக்கப்பட்டதையும், முதலில் அவர்கள் ஜெருசலேமிய திசை நோக்கி வணங்கியதையும், நபிகள் மெக்காவைக் கைப் பற்றிய பின்னர் யூத எதிர்ப்பால் வழிபாட்டு திசையை மாற்றிக் கொண்டதையும் எடுத்துரைக்கிறார். முகமது நபி உரு வாக்கிய புதிய குடியேற்ற சமூகமான ‘உம்மா’ பிற்காலத்தில் இஸ்லாமிய மதமாக மாறுகிறது.

மதங்கள் எத்தகைய சூழலில் உருவாக்கப்பட்டு வளர்ச்சி யடைகின்றன என்பதையும், நிலைபெறுகின்றன என்ப தையும் வரலாற்றியல் பின்புலத்துடன் புரிந்து கொண்டால், மதத்திற்கும் அரசியலுக்கும் எத்தகைய உறவு இருந்தது என்பதையும், நாளை அந்தப் பிணைப்பு எந்தளவிற்கு இருந் தால் சமூகத்திற்குப் பயனளிக்கும் என்பதையும், அது எந்தக் கட்டத்தில் ஆபத்தாக மாறும் என்பதையும் ஜெருசலேம் நகரம் பட்ட அலைக்கழிப்பின் வாயிலாக நாம் உணரமுடியும்.

இன்று உலக அரசியலில் முக்கியத்துவம் பெற்ற பகுதி களான பாலஸ்தீனமும் இஸ்ரேலும் எத்தகைய வரலாற்றுப் பின்னணி கொண்டவை என்பதை இந்நூலின் குறிப்பிட்ட பகுதிகளை ஒன்றிற்கு இரண்டுமுறை வாசிக்கும்போது நம்மால் புரிந்துகொள்ள முடியும்.

2

ஜிகாத் என்ற இஸ்லாமியர்களின் புனிதப்போருக்கும், சிலுவைப்போர் என்ற கிறித்துவர்களின் பல்வேறு கட்டப் புனிதப்போர்களுக்கும் இடையிலுள்ள ஒற்றுமையையும், மதத்தின் பேரால் எத்தகைய கொள்ளையும் சூறையாடலும் வன்முறையும் நடந்தன என்பதையும், அவற்றிற்கான அரசியல் உள்நோக்கத்தையும் அறிந்துகொள்ள முடிகிறது.

அந்தப்புரக் காவலர்கள் காயடிக்கப்பட்டு அரவாணிகள் ஆக்கப்படுவதையும், பின்னர் அவர்களே பேரரசிகளின் காதல் களியாட்டங்களுக்குப் பயன்படுத்தப்பட்டு சந்தேகத் திற்கு இடமான நிலையில் கொல்லப்படுவதையும், இன்னும் மற்றொரு அரவாணி நம்பிக்கைக்குரிய தளபதியாகவும், பிற்காலத்தில் பேரரசனாகப் பதவி ஏற்றதையும் இந்நூலின் மையப்பகுதியில் பார்க்கிறோம்.

விசித்திரமான குணாதிசயங்கள், கற்பனைக்கு அப்பாற் பட்ட சம்பவங்கள், குலைநடுங்கச் செய்யும் தந்திரங்கள், வஞ்சகங்கள் எனப் பக்கங்கள் ஒன்றையொன்று விஞ்சும் படியான பதைபதைப்பையும், வலுவான வரலாற்று உண்மை களையும் கொண்டது ஜெருசலேம்.

முக்காதசி, கல்துன் போன்ற பத்துக்கும் மேற்பட்ட வரலாற்றளர்களின் நூல்களை (பலர் தாமே வரலாற்றின் பாத்திரங்களாகவும் இருந்துள்ளனர்) ஆதாரங்களாகக் கொண்ட இந்நூல் தொள்ளாயிரத்திற்கும் மேலான பக்கங் களைக் கொண்டிருந்தாலும் அத்தனையும் நம்புவதற்கரிய சம்பவங்களையும், நம்பியே தீர வேண்டிய ஆதாரங்களையும் கொண்டு விரைகிறது.

கவித்துவமிக்க மாண்ட்டிஃபையரின் ஆங்கில மொழி நடையின் அழகும், வாசக ஈர்ப்பும் சிதையாமல் வாய்த் திருப்பது நமக்குக் கூடுதல் பலனாகும். வாசித்து முடித்த கையோடு மீண்டும் ஒருமுறை வாசிக்கும்படியாகவும், கைக் கெட்டும் தொலைவிலேயே வைத்திருக்கச் செய்வதாகவும் அமைந்துள்ளது.

போப்பு

முன்னுரை

ஜூடேய மலைக்குன்றுகளுக்கிடையே அமைந்த ஏழ்மை கப்பிய பிரதேச நகரமாகிய ஜெருசலேமின் வரலாறு, உலக வரலாறாகவும் இருக்கிறது. ஜெருசலேம் உலகின் மையம் என்ற கருத்தோட்டம் இன்று பேருண்மையாகி இருக்கிறது.

ஜெருசலேம், ஆபிரகாமிய மதங்களுக்கிடையிலான போராட்டங்களின் கவன ஈர்ப்பு மையமாக விளங்குகிறது. நாளுக்கு நாள் அதிகரித்து வரும் யூத, கிறித்துவ, இஸ்லாமிய மத அடிப்படைகளின் மையமாகத் திகழ்ந்த ஜெருசலேமே இன்று ஒன்றோடொன்று இடையறாது பொருதிக் கொண்டிருக்கிற கலாச்சார போருக்கான களமாகவும் இருக்கிறது.

இறை நம்பிக்கைக்கும், இறை மறுப்பிற்கும் இடையிலான எல்லைக்கோடாக விளங்குவதும் இந்த ஜெருசலேம்தான். இது பேரூழிக் காலக் கனவின் கவர்ச்சி மையம். சதியியல் மயக்கத்தின் வேட்கைப் பொருள். இணைய தளத் தொன்ம விளையாட்டு அரங்கம். இரவும் பகலும் என 24 மணி நேரமும் செய்திப் பசியில் அலையும் இந்த யுகத்தின் ஒளிக் கருவிகளுக்குத் தீனிபோடும் மேசை. மதம், அரசியல், ஊடகத் திணவு என மூன்றும் ஒன்றையொன்று விழுங்கத்துடிக்கும் நம் காலத்தில் ஜெருசலேம், முன்னெப்போதையும் விட தீவிரத் தேடலுக்கும் ஆய்விற்கும் உள்ளாகியிருக்கிறது.

ஜெருசலேம் ஒரு புனித நகரமாகத் தோற்றம் தரும் அதேவேளையில் அது மதவெறி, மூட நம்பிக்கைகள், பகட்டு

ஆரவாரங்கள் ஆகியவற்றிற்கான பதுங்கிடமாகவும் இருந்து வருகிறது. பேரரசுகளுக்குப் பேரார்வமிக்க பரிசுப் பொருளாக நிலைத்திருந்த ஜெருசலேமிற்கு இன்று போர்முனை மதிப்பு எதுவும் கிடையாது.

பல இனங்களுக்கும் வாழ்விடமாகத் திகழும் ஜெருசலேமை ஒவ்வொரு இனமும் தத்தமக்கென்று விசேசமான வகையில் உரிமை கொண்டாடுகின்றன. இந்நகருக்குப் பாரம்பரியமான பெயர்கள் பல உண்டு. ஆனால் அவை ஒவ்வொன்றிற்கும் ஒரு இனச்சாய்வு இருப்பதால் அதன் பெயர்களில் ஒன்றை மற்றொன்று ஒப்புக்கொள்வதில்லை.

யூதப் புனித இலக்கியங்கள் ஜெருசலேமிற்குப் பெண் தன்மையைப் புனைகின்றன. அவற்றில் ஜெருசலேம் எப்போதும் புலனுணர்வு மிகுந்த ஒரு பெண்ணாகவே சித்தரிக்கப்படுகிறாள். அதிலும் சில இடங்களில் ஜெருசலேம் வெட்கம் கெட்ட காமாந்தகாரியாகவும், வேறு சில இடங்களில் காதலர்களால் கைவிடப்பட்டு மனமொடிந்த இளவரசியாகவும் தோற்ற மளிக்கிறாள்.

ஜெருசலேம், ஏக இறைக் கோட்பாட்டுக் கடவுளின் இல்லம். இருவேறு பிரிவினருக்குமான தலைநகர். மும்மதங்களுக்குமான திருக்கோயில். வானுலக மாண்பிற்குச் சற்றும் குறைந்ததல்ல இதன் இகலோகப் பெருமை.

இகலோகத்திலும், பரலோகத்திலுமாக ஜெருசலேம் உயிர்த் திருக்கிறது என்பதால் அதன் ஜீவன் உலகெங்கும், எந்த இடத்திலும் நிலைபெறலாம். எனவேதான் பிற்காலத்தில் உலகின் பல இடங்களில் புதிய ஜெருசலேம் நகரங்கள் தோற்றுவிக்கப்பட்டன.

ஜெருசலேம், பல்வேறு வகைகளில் தனித்துவம் பெற்றுள்ளது. இறைத்தூதர்கள், குலபதிகள், ஆபிரகாம், டேவிட், சாலமன், ஏசு, முகமது நபி என அனைவரின் பாதச் சுவடுகளும் இந்நகரத்துக் கற்கள் மீது பதிந்துள்ளன. ஆபிரகாமில் தொடங்கிப் பல்வேறு மதங்கள் இங்கேதான் பிறந்துள்ளன. ஊழிக்காலத்தின் தீர்ப்பு நாளன்று மடிவதாகச் சொல்லப்படும் உலகம் ஜெருசலேம்தான். ஜெருசலேமிய மக்களின் புனித நூலில் காலாந்திரமான வரலாறு பலவகைகளிலும் பதியப்பட்டுள்ளது. அதையே அடிப்படையாகக் கொண்டுள்ளது விவிலியம்.

ஜெருசலேமின் புனித நூலின் வாசகர்களாகிய யூதர்கள் முதல் தொடக்க நிலைக் கிறித்துவர்கள், இஸ்லாமிய வெற்றி யாளர்கள், சிலுவைப் போராளிகள், பிற்கால அமெரிக்க சுவிசேச ஊழியர்கள் வரை இவர்கள் அனைவரும் விவிலிய மறையின் முன்னறிவிப்பை (ஊழிக்கால இறுதித் தீர்ப்புநாள்) நிறைவு செய்யும் வகையில் ஒவ்வொருவரும் தமக்கு ஏற்ற விதமாக மாற்றி எழுதி வந்திருக்கிறார்கள்.

விவிலியம் முதலில் (அராமியத்திலிருந்து) கிரேக்கத்திற்கு மொழிபெயர்க்கப்பட்டது. அதிலிருந்து லத்தீனுக்கும், பிறகு ஆங்கிலத்திற்கும் பெயர்த்து எழுதப்பட்டது. எனவே அது பிரபஞ்ச நூலாகியது.

அது பிரபஞ்ச நூலாக விளங்கியதால் ஜெருசலேம், பிரபஞ்ச நகரமாக உருப்பெற்றது. மன்னன் டேவிட் மேன்மை யின் அடையாளமானான். பிற்கால அரசர்கள் தாங்கள் டேவிட்டைப் போலப் போற்றப்பட வேண்டுமென்று விரும் பினர். சிறப்பு மிக்கோர் யாவரும் புதிய இஸ்ரேலியர்களாக ஆயினர். சீர்மை பெற்ற நாகரீகம் கொண்ட ஒவ்வொரு நகரமும் ஜெருசலேமாயிற்று. இந்த நகரம் குறிப்பிட்ட இன்னாருக்கு சொந்தமானது என்றில்லாமல் அனைவருக்கும் உரியதாயிற்று. ஒவ்வொருவரின் கற்பனைக்குள்ளும் ஜீவிக்கத் தொடங்கியது. இந்நகரத்திற்குரிய துயரமும் இதுதான், மாய வித்தையும் இதுதான்.

இந்நகரைப் பற்றித் தமக்குள் கற்பனையாக உருவகித்து வைத்திருக்கிற ஒவ்வொருவரும் அக்கற்பனை வடிவத்துடனே 'மெய்யான ஜெருசலேமை' நோக்கி அடியெடுத்து வைக்கிறார்கள். ஏசுவின் அப்போஸ்த்தலர்கள் தொடங்கி சலாவுதீனின் வீரர்கள் வரை, விக்டோரியா காலத்து புனிதப் பயணிகள் முதல் இன்றைய பயணிகள் மற்றும் பத்திரிகை யாளர்கள் வரை எத்தனையோ வகையானவர்கள் இங்கு வருகிறார்கள். ஆனால் இயல்புலக ஜெருசலேமில் அவர்களது 'கனவு ஜெருசலேம்' கலைந்து போகிறது. அவர்கள் காண்பது கனவில் திரட்சிபெற்ற, செழுமை மிக்க புனித ஜெருசலேம் அல்ல. அதனால் ஏமாற்றமடைகிறார்கள்.

அவர்களுக்குக் காணக் கிடைத்தது எழுச்சியுற்றும், வீழ்ந்துபட்டும், மீட்டுருவாக்கம் கண்டும் மேலும் பலமுறை அழிந்துபட்டும் ஜீவித்துள்ளதுதான் இன்றைய ஜெருசலேம்.

இது அனைவருக்கும் உரிமையான பொதுச்சொத்து என்பதால் அவரவர் தம்மளவில் புனைந்துள்ள படிம ஜெருசலேமே நிறைவு தரக்கூடிய ஜெருசலேம் ஆகும். எனவே அவர்கள் தம் மனதில் உருத்திரட்டி வைத்துள்ளதை இந்நகரின் இயல்பு மீது திணித்துப் பார்க்கிறார்கள்.

கல்த்துன் என்பவர் 14ஆம் நூற்றாண்டு காலத்து வரலாற்றாசிரியர். அவர் இந்நூலில் இடம்பெற்றுள்ள பல சம்பவங்களில் பங்குபெற்றவர். அவற்றிற்கு அவரது படைப்புகளே ஆதாரம். 'வரலாறானது எல்லோரும் தேடி விழையும் ஒன்று' என்கிறார் கல்த்துன். 'வீதியில் அலைந்து திரிகிற ஒவ்வொருவரும் வரலாற்றைத் தேடுகிறார்கள். மன்னர்களும், தலைவர்களும் வரலாற்றில் இடம்பெற போட்டி போடுகின்றனர்' என்கிறார். இந்தக் கூற்று ஜெருசலேமைப் பொறுத்த வரையில் மெய்ப்பிக்கப்பட்டுள்ளது.

ஜெருசலேமானது வரலாற்றின் முதுகெலும்பு, வரலாற்றின் பற்சக்கரம், அதுவொரு பாடுபொருள் என்ற கருத்தை ஏற்காமல் இந்த நகரின் வரலாற்றை எழுத இயலாது.

கல்த்துன் காலத்தைவிட இன்றைய காலம் வரலாற்றுத் தேடல் அவசியமான ஒன்றாகும். அதிலும் இணையவழித் தொன்மவியல் திறன் மேலோங்கிய இக்காலத்தில், வளைந்த வாளும், உயர் தொழில்நுட்பப் பயன்பாடும் கூட தீவிரவாதத்திற்கு ஒரு படைக்களனாக விளங்கமுடியும் என்பதாக வளர்ந்து விட்ட இக்காலத்தில், வரலாறு குறித்த தேடல் கூடுதலான முக்கியத்துவம் பெறுகிறது.

ஜெருசலேமின் வரலாறு என்பது அதன் புனிதத் தன்மையை ஆய்விற்குட்படுத்துவதாக இருக்கவேண்டும். பொதுவாகப் 'புனித நகரம்' என்ற சொல் ஜெருசலேம் நகரத் திருக்கோயில் மீதான பக்தியைச் சுட்டுவதற்காகப் பயன்படுத்தப்படுகிறது. ஆனால் உண்மையில் புனித நகரம் என்பது எதைக் குறிக்கிறது என்றால் கடவுளும் மனிதனும் தொடர்புறுவதற்கான நிலமாக ஜெருசலேம் மாறியிருக்கிறது என்பதையே ஆகும்.

அப்படியே எடுத்துக்கொண்டால் அந்தத் தகுதியை ஜெருசலேமிற்கு வழங்க வேண்டிய கட்டாயம் என்ன என்ற கேள்வி எழலாம். இது மத்தியதரைக் கடற்கரையோர வணிகப் பாதையிலிருந்து தனித்து வெகுதொலைவிற்கு அப்பால் இருக்கிறது என்பதே அதற்கான விடை.

கோடையில் வெப்பம் தகிக்கும், குளிர் காலத்தில் வாடை வாட்டும், போதுமான குடிநீர் கிடையாது. பாதைக்கற்கள் கொப்புளங்களை உருவாக்குபவை என மனிதர்கள் வசிப்பதற்கே வசதியில்லாத இடம். இருந்தபோதிலும் அது திருக் கோயில் நகரமாகத் தேர்வு பெறுவதற்கான காரணம் ஒரு வகையில் ஒரு தனிப்பட்ட நபரின் முடிவு. மற்றொரு வகையில் ஒரு கூட்டு இணையியல் பரிணாமம். ஜெருசலேம் அத்தன் மையோடு நீண்ட காலமாக புனித பூமியாக நீடித்துவிட்டதால் அவளது அருட் தூய்மை வெகுவாகத் தீவிரமடைந்து வந்திருக்கிறது.

ஓரிடம் புனிதத் தன்மையை அடைவதென்றால் அதற்கு ஆன்மீகமும், நம்பிக்கையும் மட்டுமே போதுமானதல்ல. அதற்கென்று ஒரு பாரம்பரியமும், நெறிமுறைகளும் தேவைப்படுகின்றன. அதற்கு புதிய தரிசனத்தை வழங்குகிற, மாற்றங்களை உருவாக்குகிற இறைத்தூதர் ஒருவர் தேவைப்படுகிறார். அவர் அப்பகுதியின் கடந்து போன நூற்றாண்டுகளின் வரலாற்றை, வெளிப்பாட்டிற்கு உகந்த மொழியில் எடுத்துக் கூறி மக்கள் ஏற்கும் விதமாக நியாயம் கற்பிக்கவேண்டும். அத்தகைய தீர்க்க தரிசன வெளிப்பாடுகள் நெடுங்காலமாகப் புனிதமாகப் போற்றப்பட்டு வரும் ஒரு நிலப்பகுதியிலேயே நிகழவேண்டும். ஒரு நிலப்பகுதியைப் புனிதமாக்க வேண்டுமானால் அதற்கு ஏற்றது மதப்போட்டி ஒன்றுதான். அத்தகைய மதப்போட்டி அங்கு காலங்காலமாக நிலவி வந்துள்ளது.

ஜெருசலேமிற்கு வருகைதரும் இறை மறுப்பாளர்கள் அதன் புனிதத் தன்மையை மறுக்கிறார்கள். ஜெருசலேமை மதவெறியென்னும் தொற்றுநோயால் பீடிக்கப்பட்ட நகரம் என்றே கருதுகிறார்கள். அது வெறும் மூடநம்பிக்கை என்கிறார்கள். ஆனால் அவர்களது கூற்று மனிதனுக்கு மிக மிக அவசியமான மதம் என்ற ஒன்றை மறுதலிப்பதாக இருக்கிறது. மதநீக்கம் செய்து ஜெருசலேமைப் புரிந்துகொள்ளலாம் என்றால் அது இயலாத ஒன்று.

எளிதில் கலைந்து கரையக்கூடிய மகிழ்ச்சி குறித்தும், நீடித்து நிற்கும் கவலை குறித்தும் விரித்துரைப்பதே மத மாகும். மனித குலத்தைத் திகைப்புக்குள்ளாக்கி அச்ச மூட்டுகிற ஆற்றல் வாய்ந்த, தன்னிலும் மேலான சக்தி குறித்து அறிய விழைகிறது மனிதம். நாம் மரணத்திற்கு மரியாதை

23

செய்கிறோம். மரணத்தின் பொருளை அறிய பேராவல் கொள்கிறோம். ஜெருசலேம் கடவுளும் மனிதனும் சந்திக்கிற இடமாக இருப்பதால் அப்போகலிப்ஸில் இதற்கான விடை கூறப்பட்டுள்ளது. அதாவது யுக முடிவில் கிறித்துவின் எதிரிகள் ஏசுவிற்கு எதிராக ஒரு போரைத் தொடங்குவார்கள் என்கிறது.

காபா மெக்காவிலிருந்து ஜெருசலேமிற்கு வந்துவிடும். அப்போது இறுதித் தீர்ப்பு வழங்கப்பட்டுவிடும். மரித்தோர் உயிர்த்தெழுவர். மெசையாவின் ஆட்சி எழும். தேவ ராஜ்ஜியம் மண்ணுக்கு வரும். அப்போது புதிய ஜெருசலேம் உருவாகும்.

மூன்று ஆப்ரகாமிய மதங்களும் அப்போகலிப்ஸில் நம்பிக்கை கொண்டுள்ளன. ஆனால் மதப்பிரிவுகள் சார்ந்தும், நம்பிக்கை சார்ந்தும் அவற்றின் உள்ளீடுகள் வேறு படும். மதச் சாய்வு இல்லாதவர்கள் இவையனைத்தும் புராதன சலசலப்பு என்று ஒதுக்கிவிடலாம். ஆனால் இக்கருத்துகள் இன்றும் உயிர்த்திருக்கிறது. யூத, கிறித்துவ, இஸ்லாமிய அடிப் படைவாதம் மீளெழுச்சி பெற்றுள்ள நம் காலத்து உலக அரசியலில் அப்போகலிப்ஸ் ஜுரவேகம் பெற்றுள்ளது.

மரணம் நம்மைப் பின்தொடரும் ஒரு தோழன். மரண மடைந்த பின் கோயில் மலைக்கருகில் உள்ள கல்லறையில் புதைக்கப்பட வேண்டும் என்பதற்காகவே நீண்ட காலமாக மக்கள் தம் அந்திமக் காலத்தில் இங்கு புனிதப் பயணியாக வருகை புரிகின்றனர். இங்கு மரணித்தால்தான் அப்போக லிப்ஸின் போது உயிர்த்தெழ முடியும் என்று கருதுகின்றனர். இந்தக் கூட்டம் தொடர்ந்து அதிகரித்துக்கொண்டே இருக்கிறது.

இந்நகரம் இடுகாட்டின் மீது நிறுவப்பட்டு, இடுகாடு களால் சூழப்பட்டுள்ளது. தொன்மத் துறவிகளின் திரங்கிய உடற்பாகங்கள் போற்றிப் பாதுகாக்கப்படுகின்றன. புனிதக் கல்லறை திருச்சபையிலுள்ள கிரேக்கப் பழமைப்பற்று மிகுந்த சூப்பீரியரின் அறையில் உலர்ந்து கருத்துப் போன மேரி மக்தலேனின் வலதுகை இன்றும் காட்சிக்கு வைக்கப் பட்டுள்ளது. பல புனித இடங்களும், தனிநபர் வீடுகளும் கூடக் கல்லறையால் சூழப்பட்டுள்ளன.

மரித்தவர்களின் சடலங்கள் எழுவது ஆவிகள் மூலம் முன்னரைக்கப்படும் மாய வித்தையால் மட்டுமல்ல, பாலியல் வேட்கையாலும்தான். மரித்தவர்கள் மீட்டெழுப்பப்படுவ தற்காகக் காத்திருக்கின்றனர். எனவே அவர்கள் உயிர்த்திருப் பதாகவே கருதப்படுகிறார்கள்.

ஜெருசலேமைக் கைப்பற்ற நடக்கும் படுகொலைகள், காயப்படுத்தல்கள், போர்கள், பயங்கரவாதம், முற்றுகைகள், பேரழிவுகள் ஆகிய இடையறாப் போராட்டங்கள் இந்நகரைத் தொடர்ந்து யுத்தகளமாகவே வைத்துள்ளது.

ஜெருசலேம் மதங்களின் கொலைக்களம், எலும்புக் கிடங்கு என்று வர்ணிக்கிறார் அட்லஸ் ஹக்ஸ்லி ஃலெவ்பர்ட். இந்த நகரை இறந்த ராணுவங்கள் கைப்பற்றிய மண்டை யோடு என்கிறார் மெல்வில். ஜெருசலேம் மரணத்தை நினை வூட்டுகிறது என்பதால் தன் தந்தை அதனை வெறுத்து ஒதுக்கிய தாகக் கூறுகிறார் எட்வர்ட் சையித்.

விண்ணுலகிற்கும், மண்ணுலுகிற்கும் தெய்வமனையாக விளங்கும் ஜெருசலேம் ஒருபோதும் நற்பேற்றினால் எழுச்சி கொள்ளவில்லை. இறைத்தூதர்களுக்கு வெளிப்படும் ஒரு சிறிய ஞானத் தெறிப்பில் இருந்துதான் மதம் தோற்றுவிக்கப் படுகிறது.

மோசஸ், ஏசு, முகமது போன்ற அனைவருக்கும் இப்படித் தான் நிகழ்ந்தது. ஒரு போர்ப்படைத் தலைவனின் ஆற்றலி னாலும் அதிர்ஷ்டத்தாலும் சாம்ராஜ்ஜியங்கள் உருவாகின. நகரங்கள் வென்றெடுக்கப்பட்டன.

மன்னன் டேவிட் காலம் தொட்டே ஜெருசலேம் தனி நபர் முடிவுகளால் ஒன்றிலிருந்து இன்னொன்றாக உருமாறி வந்துள்ளது. ஒரு சிறிய ராஜ்ஜியத்தின் தலைநகராக இருந்த டேவிட்டின் கோட்டை உலகின் கவன ஈர்ப்பு மையமாக மாறியதற்கான வாய்ப்பு, அரிதான ஒன்று.

நெபுகத் நேசரின் ஜெருசலேமிய அழிப்புச் செயலே அது புனிதத்துவம் பெறுவதற்கான வார்ப்பை உருவாக்கியது. இதுவொரு நகைமுரண். இந்தப் பேரழிவு, சீயோனின் பெருமையைக் கொண்டாடும் நிலைக்கு யூதர்களை இட்டுச் சென்றது.

இந்த அரசியல் கொந்தளிப்பில் மக்கள் மறைந்து மாய மானார்கள். இருந்தபோதிலும் யூதர்களின் உணர்ச்சி மயமான உய்வும், தீவிர இறைப்பற்றும் அனைத்திற்கும் மேலாக ஜெருசலேமின் வரலாறு விவிலியத்தில் இடம் பெற்றமையும் அதன் பெருமைக்கும் புனிதத்திற்கும் அடித்தள மிட்டது. யூதர்களின் நாட்டையும், கோயிலையும் விவிலியமே பெற்றுக்கொண்டது. ஹெய்ன்ரிச் ஹெய்ன் குறிப்பிடுவது போல பைபிள் யூதர்களின் கையடக்கப் பிரதியாகவும் ஜெருசலேம் தந்தையர் பூமியாகவும் மாறியது. தனக்குரிய நூல் என்று சொல்லும் வாய்ப்பு ஜெருசலேமைத் தவிர மற்றெந்தவொரு நகருக்கும் வாய்த்ததில்லை. எந்தவொரு நூலும் ஒரு நகரின் விதியை இப்படி நடத்திச் சென்றது மில்லை.

யூதர்கள், ஜெருசலேமின் தெரிந்தெடுக்கப்பட்ட மக்களா யினர் என்பதிலிருந்துதான் இந்நகரத்தின் மீதான புனிதம் வளரத் தொடங்குகிறது. ஜெருசலேம் தனித்துவமிக்க நகரமாக ஆகிறது. பாலஸ்தீனம் தனித்துவமிக்க பூமியானது. இந்த சிறப்பம்சத்தைத்தான் கிறித்துவர்களும், முகமதியர்களும் தங்களது மரபுரிமையாகத் தழுவிக் கொண்டனர்.

ஐரோப்பிய சீர்திருத்தக் கிறித்துவக் காலமாகிய 16ஆம் நூற்றாண்டிற்கும், 1970க்கும் இடைப்பட்ட காலத்தில் யூதர் களுக்கு இஸ்ரேலை மீட்டளித்தல், மேலைநாடுகளின் சியோனிச உற்சாகப் பெருக்கு என இரண்டும் இணைந்த சமயக் கருத்து வெறி முன்னைவிடப் பலமடங்கு பெருகியது. இவ்வுணர்வு ஜெருசலேம் மற்றும் இஸ்ரேல் பற்றிய புனிதத்திலும் பிரதி பலித்தது. இது பாலஸ்தீனர்கள் ஜெருசலேமைத் தங்களது புனித நகரமாக எடுத்துரைக்கும் துன்பியல் தொடர்உரைக்கு வலுச்சேர்த்தது. இவையனைத்தும் சேர்ந்து இஸ்ரேல் பற்றிய புலன் உணர்வை நிகழ்த்துக் காட்சிகளாக மாற்றியமைத்தன.

ஒருவகையில் ஆசீர்வாதமாகவும் மறுபுறத்தில் இரண்டு பக்கமும் கூர்தீட்டிய வாளாகவும் இருக்கும் இது மேற்கத்திய நிலைப்பாடாகவும், பிரபஞ்ச உரிமையுணர்வாகவும் செயலாற்றுவதை, உலகின் வேறெந்தப் பிரச்சனையையும் விட இஸ்ரேல் - பாலஸ்தீனப் பிரச்சனை உக்கிரமாகவும், உணர்வுப் பெருக்குடனும் வெளிப்படுவதற்கான காரணத்தை இன்றைய ஜெருசலேமை ஆய்வு செய்யும்போது நம்மால் புரிந்துகொள்ள முடிகிறது.

வரலாற்றில் எந்த அம்சமும் துவக்கத்திலுள்ள அதே எளிமையுடன் தொடர்ந்து நீடிப்பதில்லை. அது மூர்க்கமான, தலைகீழான மாற்றங்களுக்கு உட்பட்டு விடுகிறது. ஆனால் ஜெருசலேமைப் பொறுத்தமட்டில் கலப்பினம் இயைந்து வாழும் பெருநகரமாகவே காட்சிப்படுத்த விரும்புகிறேன். பிற்காலச் சமயக் கட்டுக்கதைகளும், தேசிய உணர்வேற்றங் களும் மனிதர்களைக் குறுகிய எண்ணம் கொண்டவர்களாக மாற்றியிருக்கலாம். ஆனால் ஜெருசலேமின் கலப்பின மக்கள் அதற்கு இடம் தராமல் தகர்த்தெறிந்து வந்திருக்கிறார்கள். எனவேதான் இந்நகரின் வரலாற்றை முடிந்த மட்டிலும் பல்வேறு குடும்பங்களின் வாயிலாகச் சொல்ல முயன்றிருக்கிறேன்.

டேவிட்டின் மக்கள், ஹீரோதியர்கள், உமையத்துகள், பால்டுவின், சலாவுதீன் குடும்பத்தினர் என்று தொடங்கி ஹூசைன்கள், காலித்துகள், ஸ்பாஃவோட்ஸ், ரோத்சில்டு, மாண்ட்டிஃபையர் வரை எழுதிச் செல்கிறேன். இது வாழ்க்கையின் கூட்டியக்கப் பாங்கை வெளிப்படுத்துகிறது. திடீர் நிகழ்வுகளையும், வரலாற்றில் இடம்பெற்ற இனவாத தொடர்உரைகளையும் எதிர்த்து நிற்கிறது.

ஜெருசலேம் இரண்டு கூறுகளாகப் பிரிந்து நிற்பதுடன் ஒன்றுடன் ஒன்று பிணைந்தும் இருக்கிறது. அவை இரண்டிற்கும் இடையே பொதுவான கலாச்சாரக் கூறுகளும் உண்டு. பல அடுக்குப் பற்றுறுதிகளும் உண்டு. அரேபியப் பழமைவாத முஸ்லீம்கள், செபார்டிக் யூதர்கள், அஷ்கோனானி யூதர்கள், மதம் சாராத யூதர்கள், ஹராடி யூதர்கள், ஆர்மீனியப் பழமைவாதிகள், ஜியார்ஜியாவினர், செர்பியர், ரஷ்யர் போன்று பல்இனத்தால் தன் முகத்தைப் பல வண்ணங்களாக மாற்றிக் கொண்டேயிருக்கும் கலைடாஸ்கோப் ஜெருசலேம். ஒருவர் இதன்மீது பற்றுக் கொள்வதற்கான காரணங்கள் பலவாக இருக்கலாம். பற்றுறுதியின் அடையாளமும் மாறிக் கொண்டேதான் இருக்கும். ஜெருசலேமின் கற்களும் புழுதியும் இணைந்த பல்வேறு அடுக்குகளின் மனிதாயச் சமன் இந்த அடை யாளங்கள்.

இந்நகரத்திற்கான முக்கியத்துவம் ஏற்ற இறக்கமாக இருந்துள்ளது. ஆனால் ஒருபோதும் தேக்கமடைந்ததில்லை. இதன் குணாம்சமானது மாறிக்கொண்டே இருப்பதாகும்.

தனது வடிவத்தையும், வண்ணத்தையும், பருமனையும் மாற்றிக் கொண்டேயிருக்கும் ஒரு செடியைப்போல. அதேசமயம் செடி ஓரிடத்தில் வேர் கொண்டிருப்பதைப் போலவே அந்த இடத்தில் நிலைகொண்டிருக்கிறது.

இப்போது ஜெருசலேம் சரளமான வெளிப்பாட்டுத் தன்மை பூண்டுள்ளது. மூன்று மதங்களுக்குமான புனித நகர மாக, 24 மணிநேர ஊடகப் பேசுபொருளாக ஜெருசலேம் உருவெடுத்திருப்பதானது சமீபத்திய நிகழ்வு. பல நூற்றாண்டு களில் பல கட்டங்களில் ஜெருசலேம் தனது சமய மற்றும் அரசியல் முக்கியத்துவத்தை இழந்துவிடும் என்பது போலத் தோன்றியது. ஆனால் அது மீண்டும் சமய பக்தியில் ஊக்கம் பெற்றதற்கான காரணம் பல சந்தர்ப்பங்களில் அரசியல் தேவைதானேயன்றி, தெய்வீக வெளிப்பாடுகள் அல்ல.

ஜெருசலேம் மறக்கப்படலாம் அல்லது தனக்குரிய முக்கியத்துவத்தை இழந்துவிடலாம் என்று தோன்றிய போதெல்லாம் அவ்வாறு இழந்துவிடாமல் அது பாதுகாக்கப் பட்டதற்கான காரணம் உண்மை தேடும் நோக்கத்தோடு வாசிக்கும் தொலைதூர மக்களின் விவிலிய வாசிப்பேயாகும். தொலைதூர மெக்காவிலிருந்தோ, மாஸ்கோவிலிருந்தோ, மசாசுசெட்ஸிலிருந்தோ மக்கள் ஜெருசலேமின் மீதான தங்களது நம்பிக்கையை உறுதிப்படுத்திக்கொண்டே வந்துள்ளனர். இந்நகரங்கள் அனைத்தும் ஜெருசலேமின் மனநிலைக்கு அந்நியச் சாளரங்களாக விளங்கின. இது வொரு இருபுறக் கண்ணாடியாகவும் செயல் புரிந்தது. அக்கண்ணாடி ஒருபுறம் ஜெருசலேமின் அகவாழ்வைப் பிரதி பலித்தது. மறுபுறம் வெளியுலகையும் காட்டியது.

அதன் காலகட்டம் ஒவ்வொன்றும் முழு நம்பிக்கைக் குரியதாகவோ, சாம்ராஜ்ஜியங்களை நிறுவுவதாகவோ, சுவிசேச ஊழிய வெளிப்பாடாகவோ, மதச் சார்பற்ற தேசியத் தையோ, ஏதோ ஒன்றை முன்னிறுத்தியே வந்துள்ளது. அக்காலங்கள் அனைத்திலும் ஒரு குறியீடாகவோ, ஒரு பரிசுப் பொருளாகவோ ஜெருசலேம் தன்னை நிலைநிறுத்திக் கொண்டது. ஆனால் இந்தக் கண்ணாடிகள் உள்ளவாறே பிரதிபலிப்பதற்கு மாறாக விந்தைக் கண்ணாடிகள் போன்று தம் விருப்பத்திற்கேற்ப பிம்பங்களைத் திரித்துக் காட்டின.

நான் பழங்கால மற்றும் நவீன முதன்மை ஆதாரங்களை விரிவாகப் படித்தேன். இத்துறை சார்ந்த வல்லுனர்கள்,

தொல்பொருள் துறையினர், ஜெருசலேம் குடும்பங்களைச் சார்ந்தோர், ராஜ தந்திரிகள் போன்ற பலரிடமும் கலந்துரை யாடினேன். பலமுறை ஜெருசலேமிற்குச் சென்றுவந்தேன். அங்கிருந்த புனித இடங்களுக்கும், அகழ்வாராய்ச்சி செய்த இடங்களுக்கும் சென்று பார்வையிட்டேன். அவற்றின் அடிப்படையிலான ஒருங்கிணைந்த சேர்க்கையே இந்தப் படைப்பு. அரிதாகப் பயன்படுத்தியுள்ள சில ஆதாரங் களையும் இங்கே பயன்படுத்தியுள்ளேன். மேலும் சில புதிய ஆதாரங்களையும் சுயமாகக் கண்டுபிடித்தேன்.

எனது ஆய்வு மூன்று விதங்களில் எனக்கு நிறை வளித்தது. முதலாவதாக அதிகமான ஆய்வு நேரத்தை நான் ஜெருசலேமில் செலவிட முடிந்தது. இரண்டாவதாக உசாமா பின் முன்கித், இபுன் கல்துன், எவலியா செளபி, வாசிப் ஜவாஹரியா ஆகியோரின் சிறப்பான நூல்களை என்னால் படிக்க முடிந்தது. மேலும் டையரின் வில்லியம், ஜோசஃபஸ், டி.இ.லாரன்ஸ் ஆகியோரின் நூல்களையும் என்னால் படிக்க முடிந்தது. மூன்றாவதாக நான் சொல்ல விரும்புவது எனக்குக் கிடைத்த தோழமையும், உதவியும். பாலஸ்தீனர்கள், இஸ்ரேலியர்கள், ஆர்மீனியர்கள், முஸ்லீம்கள், யூதர்கள், கிறிஸ்தவர்கள் எனப் பல பிரிவைச் சார்ந்தவர்களும் அரசியல் சீற்றக் கூச்சலுக்கிடையிலும் என்மீது கருணையும் நம்பிக் கையும் காட்டினர்.

என் நாட்களின் வாழ்பொழுது முழுமைக்கும் இந்நூலை எழுதிக் கொண்டிருப்பதாகவே உணர்ந்தேன். என் குழந்தைப் பருவம் முதற்கொண்டே நான் ஜெருசலேமைச் சுற்றி வந்துள்ளேன். எனது குடும்ப உறவுகளிடையே ஜெருசலேம் என்பது முகபட வாசகமாக இருந்தது. எனது தனிப்பட்ட தொடர்புகள் ஒருபுறம் இருக்கட்டும். இதுவரை என்ன நடந்ததோ, மக்களின் நம்பிக்கை என்னவோ அந்த வரலாற்றைத்தான் இங்கே எடுத்தெழுதியிருக்கிறேன்.

நாம் மீண்டும் துவங்கிய இடத்திற்கே வருவோம். எப்போதுமே இரண்டு வகையான ஜெருசலேம்கள் இருந்து வந்துள்ளன. ஒன்று இம்மைக்குரியது. மற்றொன்று மறுமைக் குரியது. இவ்விரு ஜெருசலேம்களுமே நம்பிக்கைகளாலும், உணர்ச்சிகளாலும் மட்டுமே ஆளப்படுகிறது. இங்கே உண்மைக்கும் பகுத்தறிவிற்கும் கொடுக்கப்படுவது இரண்டாவது இடம்தான்.

எனது அணுகுமுறை எல்லோருக்கும் உவப்பானதல்ல, என்றாலும் இது என்னுடைய ஜெருசலேம் அல்லவா. என் விருப்பத்திற்கு ஏற்றவாறுதான் எழுதமுடியும். இந்நூலைத் துவக்கும்போது ஸ்டோர்ஸ் எனக்கொரு அறிவுரை சொன்னார். ஒரே நேரத்தில் யூதர்களாலும் அரபுகளாலும் கடுமையாக விமர்சிக்கப்பட்ட ஜெருசலேமின் ஆளுநர் ஸ்டோர்ஸ். லாய்ட் ஜார்ஜ், ஸ்டோர்ஸுக்கு விடுத்த எச்சரிக் கையைத்தான் எனக்கு அறிவுரையாகச் சொன்னார். அந்த அறிவுரை "எந்த ஒரு பிரிவும் உன்மீது புகார் அளிப்பதை நிறுத்திவிட்டால் உன்னுடைய பதவி பறிபோகும்."

ஜெருசலேமிற்கு வெறும் பயணிகளாக வந்தவர்களுக்கும் சரி, அதனைக் கைப்பற்றி வெற்றிவாகை சூடியவர்களுக்கும் சரி ஏமாற்றத்தையும் வேதனையையும் அளிப்பதற்குரிய வழி வகையைக் கொண்டிருந்தது. அதன் விண்ணகரக் கற்ப னைக்கும், யதார்த்த நிஜத்திற்கும் இடையிலான வேறுபாடு இங்கு கால் பதிப்போருக்கு பெரும் வாதையைத் தருவதாக இருந்தது. ஏமாற்றத்திற்குள்ளாகி இவ்வாதையில் பீடிக்கப் பட்டோர் ஆண்டிற்கு நூறு பேர்களாவது ஜெருசலேம் அகதி முகாம்களில் நோயாளிகளாக அனுமதிக்கப்பட்டனர். இத்தகைய நோய் 'ஜெருசலேம் சிண்ட்ரோம்' என்ற புதிய வகை நோய்ப் பிரிவாக வகைமை பெற்றது.

இத்தகைய நோய் பீடிக்கப்படுவதற்கான அரசியல் காரணங்களும் உண்டு. பகுத்தறிவிற்கு அப்பாற்பட்ட பேரார் வமும் மறைமுக உணர்வுகளும் கூடிய பின்னணியும், நடை முறை அரசியல் உணர்வும் எதிரெதிராக வியூகம் வகுத்து நின்றுள்ளன.

மெய்மைக்கும் அடக்கியாளும் ஆசைக்குமான போராட் டத்தில் அடையும் வெற்றி எதிர்த்தரப்பாரிடம் உள்ள புனிதத் தன்மையை தீவிரப்படுத்துகிறது. ஆசையை அதிகரிக்கச் செய்கிறது. போட்டி வலுப்பெறுகிறது. விரும்பத்தகாத பின் விளைவுகளின் சட்டம் இங்கே ஆட்சி புரிகிறது.

இதனைத் தனக்கு உரியதாக்கிக் கொள்ள வேண்டும் என்ற வேட்கையை வேறு எந்த இடமும் எழுப்புவதில்லை. என்றாலும் இந்த ஆசையே ஒரு நகைமுரண். ஏனென்றால் ஜெருசலேமின் பல புனித இடங்களும், அவை தொடர்பான கதைகளும் முன்னொரு காலத்தில் எவரிடமிருந்ததோ அவர் களிடமிருந்து ஒன்று களவாடப்பட்டது அல்லது கைப்பற்றப்

பட்டது. எனவே அதனைக் கைப்பற்றவோ, களவாடவோ மனம் விழைவது இயல்பானதே. அந்நகரைப் பற்றிய கடந்த காலமானது புனையப்பட்டதாகும். இங்குள்ள ஒவ்வொரு கல்லும் நம்புவதற்குரிய, மறந்துபோன பிறிதொரு திருக் கோவிலுக்குச் சொந்தமானதாகும். அல்லது வெற்றி கொண்ட மற்றொரு சாம்ராஜ்ஜியத்தின் வளைவை அலங் கரித்துக் கொண்டிருந்ததாகும். பெரும்பாலான வெற்றிகள் மற்ற நம்பிக்கைகளின் சுவடுகளை அழித்தொழிக்கும் உணர் வால் பெற்றவையாகும். வெற்றிபெற்றவர்களின் மரபுகளும் கதைகளும் அங்கே நிலைநிறுத்தப்பட்டன.

வெற்றியாளர்கள் அதிகமான அழித்தொழிப்பு வேலை களில் ஈடுபட்டார்கள் என்றாலும் முன்னர் இருந்ததைப் பயன்படுத்தி பலவற்றை விரிவாக்கம் செய்தும் வந்துள்ளனர். கோயில்மலை, டேவிட் நகரம், சீயோன்மலை, புனிதக் கல்லறைத் திருக்கோயில் போன்ற முக்கியமான தளங்கள் காட்சிப்படுத்துவது வரலாற்றின் தனித்தனி அடுக்குகளை அல்ல. இவை அனைத்தின் ஊடாகவும் வரலாற்று இழைகள் பல அடுக்குகளாகப் பின்னிப் பிணைந்திருப்பதைக் காணலாம்.

புனித மேன்மையை எதிராளியிடமிருந்து கைப்பற்றும் ஒருவருக்கொருவர் இடையிலான போட்டியில் சில புனித இடங்கள் ஒரே நேரத்திலோ அல்லது அடுத்தடுத்தோ மும்மதங்களுக்கும் உரியதாகிவிட்டன. அரசர்கள் பிறப்பித்த ஆணைகளால் மக்கள் செத்து மடிந்தனர். இன்று அவர்கள் மறக்கப்பட்டு விட்டனர். வரலாற்றில் அவர்களது பெயர்கள் இடம்பெறவில்லை. சீயோன்மலை யூத, கிறித்துவ, முஸ்லிம் களின் போற்றுதலுக்குரிய இடமாகிவிட்டது. ஆனால் இப்பொழுதோ அந்த இடம் கிறித்துவ மயமாகி யூதர்களும் முஸ்லிம்களும் புனிதப் பயணிகளாக மட்டுமே வந்து போகின்றனர்.

உண்மையைக் காட்டிலும் ஜெருசலேமின் மீதான தொன்மமே முக்கியத்துவம் பெறுகிறது. மிகச்சிறந்த வரலாற் றாசியர் நஸ்மி அப் ஜூபே கூறுகிறார்: "உண்மைகளைக் கொண்டு கட்டமைக்கப்பட்ட ஜெருசலேமின் வரலாற்றை என்னிடம் கேட்காதீர்கள். அதன் மீதான புனைவை நீக்கி விட்டாலோ மிஞ்சுவது ஒன்றுமில்லை." வரலாறென்பது

உக்கிரமானது. எனவே மீண்டும் மீண்டும் அது திரிக்கப் படுகிறது.

தன்னளவிலேயே தொல்பொருளியல் ஒரு வரலாற்றுச் சக்தி. சில சமயம் தொல்பொருளியல் வல்லுனர்கள் ராணுவத் திற்கு நிகரான அதிகாரம் பெற்றிருக்கிறார்கள். கடந்த காலத்தை தற்காலத்திற்கேற்றவாறு வடிவமைக்கும்படி பணிக்கப்பட்டுள்ளனர். அறிவியலையும், தம் புலனறிவையும் மூலாதாரமாகக் கொண்டியங்கும் இத்துறை இன, மத முற்சாய்வுகளை நேராக்குவதற்கும், ஏகாதிபத்தியப் பேராசை களை நியாயப்படுத்துவதற்கும் எனத் தரம் தாழ்ந்துவிட்டது. 19ஆம் நூற்றாண்டு இஸ்ரேலியரும், பாலஸ்தீனர்களும், ஏகாதிபத்திய நலன்களுக்கு ஊழியம் செய்யும் சுவிசேச ஊழியர்களும் வரலாற்று நிகழ்வுகளை தமக்கு ஏற்றவாறு தலைகீழாக மாற்றியமைக்குமாறு வரலாற்றாளர்களை நிர்பந்திக்கும் குற்றத்திற்கு ஆளாயினர். எனவே ஜெருசலேமின் வரலாறென்பது உண்மைகளும், கட்டுக்கதைகளும், புனைவு களும் கலந்த ஒன்றாகவே இருக்கிறது. ஆனால் அதனூடும் நம்மால் சில உண்மைகளைக் காணமுடியும். அவற்றை எடுத்துச் சொல்வதே இந்நூலின் நோக்கம். அந்த உண்மைகள் ஒரு சிலருக்குக் கசப்பாக இருக்கலாம்.

ஜெருசலேமின் வரலாற்றை விரிந்த பார்வையில் பொது வாசகர்களுக்குக் கொண்டு செல்வதே எனது நோக்கம். இதன் வாசகர்கள் இறை நம்பிக்கை அற்றவர்களாகவோ அல்லது இறையச்சம் கொண்டவர்களாகவோ இருக்கலாம். முகமதியராகவோ, கிறித்துவராகவோ, யூதராகவோ இருக் கலாம். ஆனால் இன்றைய நெருக்கடி மிகுந்த சூழலிலும் கூட இப்பிரதியில் அரசியல் உள்நோக்கத்திற்கு இடமில்லை என்பதை மட்டும் தெளிவுபடுத்துகிறேன்.

இக்கதையை காலவரிசைப்படி, மக்கள் வாழ்க்கையின் வாயிலாகச் சொல்கிறேன். போர்வீரர்கள், இறைத்தூதர்கள், கவிஞர்கள், அரசர்கள், விவசாயிகள், இசைக்கலைஞர்கள் ஆகியோரின் வாழ்க்கை மூலமாக இக்கதை விரிகிறது. ஜெருசலேம் நகரை உருவாக்கிய குடும்பங்களின் ஊடாக இக்கதை நகர்கிறது. இதுவே இக்கதைக்கு உயிரளிக்கச் சிறந்த வழி என்று கருதுகிறேன். இந்த நகரத்தின் சிக்கலான, எதிர் பாராத உண்மைகள் இதன் வரலாற்றின் வினைப்பயன் என்பதை எடுத்துரைப்பதற்கு ஏற்ற சொல்முறை இதுவே.

இந்தக் காலவரிசைக் கதையின் வாயிலாகத்தான் ஒருவன் தனது இன்றைய பெருவிருப்பு எனும் கண்ணாடியைக் கொண்டு கடந்த காலத்தைத் தரிசிக்க விழையும் சபலத்தி லிருந்து மீண்டு நேரிடையான வரலாற்றைக் காணமுடியும். வரலாற்று நிகழ்வுகள் ஒவ்வொன்றின் மீதும் எனக்குள்ள விருப்பு வெறுப்புகளைக் கடந்து அவற்றை அணுகியிருக் கிறேன். ஏனெனில் வரலாற்று மாற்றங்கள் ஒவ்வொன்றும் முந்தைய நிகழ்வின் எதிர்வினைதான் என்ற புரிதல் கொண்டுள்ளேன். வரலாற்றைப் பரிணாம வளர்ச்சியின் அடிப்படையில் பொருள் கொள்வதற்கு காலவரிசைப்படி சொல்வதுதான் சிறந்த வழி. மக்கள் ஏன் இப்படிச் செயலாற் றினர் என்பதற்கான விடையை இந்த முறையில்தான் சரியாகக் காணமுடியும். வாசிப்பு சுவாரஸ்யத்திற்கும் இம்முறையே சிறந்தது என்று கருதுகிறேன்.

ஹாலிவுட் மொழியில் சொல்வதென்றால், என்றைக்கு மான ஆகச்சிறந்த கதையான ஜெருசலேமின் கதையை வீணாக்குவதற்கு நான் யார்? ஜெருசலேம் குறித்து ஆயிரக் கணக்கான நூல்கள் உண்டு. ஆனால் தொடர்விவரண நூல்கள் குறைவே.

ஜெருசலேமின் வரலாறு நான்கு கட்டங்கள் கொண்டது. இதில் டேவிட், ஏசு, சிலுவைப் போர்கள் ஒரு புலம்; அதற்கு மாறாக அரபு - இஸ்ரேல் பிரச்சனை என்பது அனைவரும் அறிந்தது தான். இதற்கு மேல் பைபிளும், திரைப்படங்களும், புதினங்களும், தினச்செய்திகளும் இருக்கவே இருக்கின்றன. ஆனால் இவையனைத்தின் வாயிலாகவும் மீண்டும் மீண்டும் தவறாகவே புரிந்து கொள்ளப்பட்டுள்ளது. எனவே இவை யனைத்திலும் மறந்துபோன வரலாற்றை முன்வைக்கவே நான் பெருவிருப்பம் கொண்டுள்ளேன்.

ஜெருசலேம் எப்படி உலக வரலாற்றின் மையமாக ஆனது என்பதற்கான வரலாறு இது. அதே சமயம் ஜெருசலேமின் அனைத்து அம்சங்களுக்குமான கலைக் களஞ்சியமாக இந்நூலை நான் மாற்றவில்லை. இதன் தலை நகரிது... மாடக்குழி இது... இந்தக் கட்டடத்திற்கான வழி இது என்று காட்டும் வழிகாட்டி நூலும் அல்ல இது. இது லத்தீன் அல்லது அமெரிக்கப் பழமைவாதியினரின் வரலாறும் அல்ல. இன்னொரு பக்கம் இஸ்லாமிய சட்டப்பள்ளிகளைச் சேர்ந்த ஹனாஃபி அல்லது ஹாஃபி பிரிவினரின் நுட்பமான

வரலாறும் அல்ல. ஹசிடிக் (அ) காரைட் யூதப் பிரிவினரைப் பற்றியதும் அல்ல இது. மாம்லுக்குகளிலிருந்து மான்டேோட் வரையிலான இஸ்லாமியர்களின் நகர வாழ்க்கை ஒதுக்கப் பட்டுவிட்டது. ஜெருசலேமியக் குடும்பங்கள் பற்றி அனுபவம் மிக்க பாலஸ்தீன அறிஞர்களால் ஆய்வு செய்யப்பட்டுள்ளது. இந்த வரலாறு இன்றளவும் முக்கியத்துவம் பெற்றதாக நிலைத்துள்ளது. இதற்கான முக்கிய ஆதாரங்கள் ஆங்கிலத் திலும் உள்ளன. நான் தனியாக மொழிபெயர்ப்பு செய்த தோடு ஜெருசலேமியக் குடும்பக் கதைகளை முழுமையாக அறிய ஜெருசலேம் இனக்குழுக்களின் குடும்பத்தினரிடம் நேர்முகமாக பேட்டியும் கண்டிருக்கிறேன். இவை இந்நூலின் கூட்டு வடிவின் ஒரு பகுதி மட்டுமேயாகும்.

இது யூத, கிறித்துவ, இஸ்லாமிய சமய நூலோ அல்லது ஜெருசலேமின் இறைத் தன்மை பற்றிய ஆய்வு நூலோ அல்ல. இத்தகைய நூல்கள் பெரும் ஆய்வறிஞர்களால் ஏற்கனவே எழுதப்பட்டுள்ளன.

சமீபத்தில் கேரன் ஆம்ஸ்ட்ராங் எழுதி வெளியான 'ஒரு நகரமும் மூன்று நம்பிக்கைகளும்' என்ற நூல் மதிக்கத் தகுந்த ஒன்று. இதுவும் கூட இஸ்ரேல்–பாலஸ்தீன பிரச்சனை பற்றிய விரிவான வரலாற்று நூல் அல்ல. ஜெருசலேம் குறித்த எந்த வொரு அம்சமும் பேரார்வப் பிடிப்புடன் ஆய்வு செய்யப் படவில்லை. ஆனால் இவையனைத்தையும் அதற்குரிய அளவில் சரியாக உள்ளடக்கிப் பேசுவதே எனக்குள்ள மிகப் பெரிய சவாலாகும்.

பல்வேறு மதங்களின் மர்மங்களுக்கிடையில் அமர்ந்து தீர்ப்புரைப்பது என் வேலையல்ல. என்னுடைய திட்டம் உண்மையின் வழி செல்வதே. மூன்று மதங்களின் தெய்வீக அற்புதங்களும் புனித நூல்களும் உண்மையானவை தானா என்று தீர்மானிக்கிற உரிமையை நான் இங்கே கோரப் போவதில்லை.

பைபிளைப் படிப்பவரோ, ஜெருசலேம் குறித்து ஆய்வு செய்பவரோ உண்மை பல அடுக்குகளாகப் பொதிந்திருப் பதைப் புரிந்துகொள்ளலாம். பிற மதங்களின் நம்பிக்கைகளும், நாமறியாத காலங்களின் நிகழ்வுகளும் நமக்கு விநோதமாகப் படலாம்.

நம் காலத்தின், நமது இடம் சார்ந்த, நமக்குப் பரிச்சய மான பழக்கங்கள் நாம் ஏற்கத் தக்கதாகத் தோன்றுகின்றன.

நமது பட்டறிவிற்கும், சமயம் சாராத பகுத்தறிவிற்கும் உச்ச காலம் என்று பலரும் கருதுகிற 21ஆம் நூற்றாண்டின் வழமையான அறிவும் கூட சமயப் புராதனத் தன்மை கொண்டவையே. நம் காலத்தின் நவீன சிந்தனை நமது பேரக்குழந்தைகளுக்கு அறிவீனமாகத் தோன்றக்கூடும். ஜெருசலேம் வரலாற்றின் மீது சமயமும், சமய அற்புதங்களின் தாக்கமும் மறுக்க முடியாத உண்மையாகும். மதத்தின் மீதான மரியாதையின்றி ஜெருசலேமைப் புரிந்துகொள்ள முடியாது.

ஜெருசலேமிற்கு மிகக் குறைவானதென்றாலும் பல நூற்றாண்டு வரலாறு இருக்கத்தான் செய்கிறது. அறியப் பட்டதனைத்தும் பிரச்சனைக்குரியதாக இருக்கிறது. ஜெருசலேம பற்றி என்று வருகிறபோது தொல்பொருளியல் சார்ந்த கோட்பாட்டு ரீதியான விவாதங்கள் எப்போதும் விஷமத்தனம் மிக்கதாக, அவ்வப்போது வன்முறையானதாக இருக்கிறது. இவையே கலவரங்களுக்கும் சண்டை சச்சரவு களுக்கும் இட்டுச் செல்கின்றன. அதிலும் கடந்த அரை நூற்றாண்டு நிகழ்வுகள் பிரச்சனைக்குரியதாகவே இருக் கின்றன. எனவே அவை பல வடிவங்களைப் பெற்றுள்ளன.

துவக்க நிலையில் வரலாற்றாளர்களும், தொல்பொருள் வல்லுனர்களும், பற்று வெறியர்களும் தங்களுக்குக் கிடைத்த ஆதாரங்களை தங்களது விருப்பத்திற்கு ஏற்ப வளைத்தும் திரித்தும் வைத்துள்ளனர். ஆகவே அவர்கள் பரப்பி வந்த கோட்பாடுகள் ஒவ்வொன்றையும் முழு உறுதிப்பாடு கொண்ட நம்பிக்கையுடன் அவர்களால் முன்வைக்க முடிந்தது. நான் பல்வேறு கோட்பாடுகளையும் பரிசீலித்து மூல ஆதாரங் களைக் கொண்டே அத்தனை அம்சங்களிலும் முடிவெடுத் துள்ளேன்.

என்னை அகல் விரிவான புரிதலுக்கு உட்படுத்தியுள்ள விசயங்களைக் குறிப்பிடும் இடங்களில் 'இருக்கலாம்' 'இருந் திருக்கவேண்டும்' 'இருந்திருக்க முடியும்' போன்ற சொற் களையே பயன்படுத்தியுள்ளேன். ஒவ்வொரு வரிக்கும் பின்னால் என்றென்றும் மாறிக்கொண்டே இருக்கும் இலக்கியம் நிற்கிறது என்பதை வாசகர்கள் புரிந்துகொள்ள வேண்டும். இந்நூலின் ஒவ்வொரு பகுதியையும் கல்விக் கழக வல்லுனர்கள் வாசித்துப் பரிசோதித்துள்ளனர். இன்று பணி

யாற்றும் ஆகச்சிறந்த பேராசிரியர்கள் பலர் என்னுடைய கருத்துகளுடன் உடன்பாடு கொண்டிருப்பது என்னுடைய அதிர்ஷ்டமே.

பிரச்சனைக்குரிய விசயங்களிலேயே அதிக பின் விளைவுகளைக் கொண்டது மன்னர் டேவிட்டைப் பற்றியது. ஏனெனில் அதன் அரசியல் வெளிப்பாடுகள் தற்காலத்தில் கொந்தளிப்பானவை. டேவிட்டின் கதைக்கு மூலாதாரம் பைபிள். டேவிட்டின் வரலாற்று ரீதியான வாழ்க்கை நெடுங் காலத்திற்கு முன்னரே ஏற்றுக் கொள்ளப்பட்டுவிட்டது. ஆனால் இதன் மீதான விவாதம் மிகக் கடுமையாகவும் நாடகத் தன்மையோடும் நடத்தப்படுகிறது. இதைவிடப் பெரியதாக வேறெதும் நடந்திருக்காது என்கிற அளவில் நடந்து கொண்டிருக்கிறது.

முகமது மற்றும் கிறிஸ்துவினுடையது வேண்டுமானால் இதற்கு விதிவிலக்காக இருக்கலாம். 19ஆம் நூற்றாண்டில் கிறித்துவ ஏகாதிபத்தியம் புனித பூமியின் மீது கொண்ட ஆர்வம் தொல்பொருளியலின் டேவிட்டின் ஜெருசலேமியத் தேடலுக்கு வழிவகுத்தது. கிறித்துவத்தின் இந்த ஆய்வுப் பண்பு 1948ஆம் ஆண்டு இஸ்ரேல் என்ற நாட்டின் உருவாக்க மாகத் திசை மாற்றப்பட்டது. இஸ்ரேலுக்கு மத அரசியல் முக்கியத்துவம் கிடைத்தது. காரணம் யூத ஜெருசலேமை நிறுவியது டேவிட் என்ற கருத்தாக்கமே.

10ஆம் நூற்றாண்டில் வரலாற்றாசிரியர்கள் தங்களுக்குப் போதிய ஆதாரம் கிடைக்காததால் டேவிட்டின் ஆளுகைப் பரப்பைக் குறைவானதென்று மதிப்பிட்டனர். சிலர் டேவிட் ஒரு வரலாற்று ஆளுமையா என்ன? என்று கேள்வி எழுப் பினர். இது யூதப் பழமைவாதிகளுக்கு சினமூட்டியது. பாலஸ்தீனர்களுக்கு மகிழ்வூட்டியது. இவ்வினா யூதர்களின் கோரிக்கையைச் சாரமிழக்கச் செய்தது. 1993இல் டெல்டான் கண்டுபிடிப்பு மன்னர் டேவிட் இருந்ததை உறுதிசெய்தது. பைபிள் வரலாற்று ரீதியாக எழுதப்பட்ட ஒரு நூல் அல்ல என்றாலும் நான் இந்தக் கதையைச் சொல்வதற்குப் பைபிளைப் பெரிதும் பயன்படுத்தியிருக்கிறேன். டேவிடின் நகர விரிவாக்கமும், பைபிளின் நம்பகத் தன்மையும் இந்நூலில் விவாதிக்கப்பட்டுள்ளன. டேவிட் நகரத்தின் சர்ச்சை குறித்து அறிய முடிப்புரையைப் பார்க்கவும்.

எட்வர்ட் சைய்த் எழுதிய ‘ஓரியண்டலிஸம்’ என்ற நூலின் சாயலை உணராமல் 19ஆம் நூற்றாண்டை எழுத முடியாது. எட்வர்ட் சைய்த் ஜெருசலேமில் பிறந்த பாலஸ்தீனக் கிறித்துவர். பின்பு நியூயார்க், கொலம்பியா பல்கலைக் கழகத்தில் பேராசிரியரானார். பாலஸ்தீன தேசியத்தின் முதல் அசல் அரசியல் குரல் அவருடையதுதான். ஐரோப்பா நடு நிலைமை என்ற பெயரில் இஸ்ரேல் மக்களுக்கும் அவர்களது பண்பாட்டிற்கும் ஆதரவாக இருப்பதால் அது அரபு பண் பாட்டைத் தாழ்மைப்படுத்தி ஏகாதிபத்தியத்தை நிலை நிறுத்தியுள்ளது.

குறிப்பாக 19ஆம் நூற்றாண்டைச் சேர்ந்த பயணிகளாகிய சட்டவ் பிரயண்டு, மெல்வில், ட்வைன் ஆகியோரிடம் இப்பண்பு குடிகொண்டிருந்தது. இவர்கள் யூத ஜெருசலேமைப் பற்றியும், அரபுகளின் நிதர்சண வாழ்வைப் பற்றியும் அறிந்து கொண்டது மிகவும் குறைவு என்பதே உண்மை. இந்நாட்டு மக்களின் வாழ்க்கையைக் காட்சிப்படுத்த நான் கடுமையாக வேலை செய்திருக்கிறேன். இந்நூல் வாதம் புரிவதற்கான நூல் அல்ல. ஜெருசலேமிய வரலாற்றாசிரியன் என்பவன் இந்நகரத்தின் மீதான மேலை ஏகாதிபத்திய கலாச்சாரத்தின் தாக்கம் என்ன என்பதை எடுத்துரைக்கவேண்டும். அது தான், பெரும் வல்லரசுகள் எப்போதும் மத்திய கிழக்கின் மீது கவனம் குவித்திருப்பதேன் என்பதற்கான காரணத்தை விளக்கும்.

அதுபோலவே பிரித்தானிய சீயோன் ஆதரவு நிலையின் வளர்ச்சியைக் குறிப்பிட்டுள்ளேன். இந்த ஆதரவு நிலை பால்மர்ஸ்டன், ஷாப்ட்ஸ்பரி காலம் தொட்டு பாயிட் ஜார்ஜ், பால்ஃபர் சர்ச்சில், அவர்களது நண்பர் வெயிஸ்மன் வரை நீட்சி பெறுகிறது. இந்தக் காரணி ஒன்றுதான் ஜெருசலேம் மற்றும் பாலஸ்தீனத்தின் மீது தீர்க்கமான பாதிப்பை ஏற்படுத்துகிறது.

இந்நூலின் முக்கிய பகுதி 1967இல் முடிவடைகிறது. குறிப்பாக ‘ஆறுநாள் போர்’ இந்நிலையை உருவாக்கியது. இதுவே, இந்தக் கட்டத்தில் முற்றுப்புள்ளி வைக்கச் செய்கிறது.

முடிப்புரையானது நிகழ்கால அரசியலை மேலோட்ட மாகப் பேசுகிறது. மூன்று புனித இடங்களின் காலைப் பொழுது எப்படியிருக்கிறது என்ற வரைவோடு நூல் முற்றுப்

பெறுகிறது. ஆனால் நிலைமை மாறிக்கொண்டேயிருக்கிறது. இன்றுவரையிலான வரலாற்று விரிவாக்கத்தைத் தொடர்ந்து எழுத வேண்டுமெனில் இந்நூலுக்குத் தெளிவான முடிவே இருந்திருக்காது. அநேகமாக மணிக்கு ஒருமுறை நிகழ்வு களைச் சரிபார்த்துதான் எழுத வேண்டியிருக்கும். நான் அதற்கு மாறாக ஜெருசலேம் ஏன் அமைதி உடன்படிக் கைக்குத் தடையாகவும், தொடர்ந்து அமைதியின் சார மாகவும் இருந்து வருகிறது என்பதைக் காட்டவே முயன்றுள்ளேன்.

சைமன் சிபாக் மாண்ட்டி.ஃபையர்

முகப்பு

ஜெருசலேமின் மீதான நான்கு மாத முற்றுகைக்குத் தலைமை ஏற்றிருந்தான் ரோமாபுரிச் சக்கரவர்த்தி வெஸ்பாஸியினின் மகனான டைட்டஸ். கி.பி 70ஆம் ஆண்டு ஜூலை கடைசியில், அதாவது யூத மாதம் அப் 8ஆம் நாள் விடியற்காலையில் திருக்கோயிலைத் தாக்குவதற்குத் தயாராகுமாறு தனது ராணுவத்திற்குக் கட்டளை யிட்டான் டைட்டஸ். அதற்கு அடுத்த நாள் ஜெருசலேமை பாபிலோனியர்கள் அழித்த 500ஆவது ஆண்டு தினம்.

டைட்டஸ் நான்கு படைப்பிரிவுகளைக் கொண்ட ராணுவத் திற்குத் தளபதி. 60,000 ரோமானியப் படைவீரர்களும், உள்ளூர் துணைப்படைப் பிரிவினரும் அந்த ராணுவத்தில் இருந்தனர். இந்த ஒட்டு மொத்தப் படையும் தம்மை எதிர்த்து நிற்கும் பிளவுபட்ட ஜெருசலேமிற்கு இறுதி அடியைக் கொடுப்பதில் தீவிரமாக இருந்தது. அரண் மதிலுக்குள்ளே கடுமையான சூழலில் பசியால் வாடிக் கொண்டிருக்கும் யூதர்கள் சுமார் ஐந்து லட்சம் பேர் இருக்கலாம். அதில் சிலர் மதவெறியர்கள், சிலர் கடற் கொள்ளையர்கள் எனப் பலவாறாக இருக்கலாம். ஆனால் ஒருவருமே மரணப் பொறியில் இருந்து தப்பிக்க இயலாதவண்ணம் தம் குடும்பத்தினருடன் இருந்தனர். ஜூடேயாவிற்கு வெளியில் இருந்த யூதர்கள் மத்திய தரைக் கடற்கரையோரப் பகுதியிலும் கீழ்த்திசைப் பகுதியிலும் இருந்தனர். இந்த இறுதிக் கட்ட போர் தீர்மானிக்கப்போவது இந்நகரத்தின் விதியையும், நகர மக்களின் விதியையும் மட்டுமல்ல. ஜூடாயிசத்தின் எதிர்காலமே இந்தப் போரில் அடக்கம். கிறித்துவ வழிபாட்டைப் பின்பற்றும் சிறு யூத மரபுக்குலத்தின் எதிர்காலமும் இதில்தான் இருக்கிறது.

திருக்கோயிலின் சுவர்களுக்கு எதிரே ராணுவத்தினர் சாய்சனங் களை ஏற்படுத்தியிருந்தனர். ஆனால் அவர்களது தாக்குதல் தோல்வி யுற்றது. இந்த அந்நியத் திருக்கோயிலைக் காக்கும் முயற்சியில் எண்ணற்ற வீரர்கள் பலியாகின்றனர் என்றும் அதனால் திருக் கோயில் வாசலுக்குத் தீ வைக்குமாறும் ஆணையிட்டான் டைட்டஸ். வாயிற்கதவில் இருந்த வெள்ளியுருகி மரச் சன்னல்களுக்கும், மரத் தாலான கடை வாயில்களுக்கும் தீ பரவியது. திருக்கோயிலுக்குச் செல்லும் வழியிலிருந்த மரத் தளவாடங்களும் தீப்பற்றியெறிந்தன. டைட்டஸ் தீயை அணைக்க உத்தரவிட்டான். 'ரோமானியர் பழிதீர்க்க வேண்டியது மனிதர்களைத் தானே தவிர உயிரற்ற ஜடங் களை அல்ல' என்று அறிவித்தான். பின்னர் ஒளிரும் திருக்கோயில் வளாகத்திற்கு எதிரே அமைந்த பாதியழிந்த அன்டோனியக் கோபுரத் தலைமையகத்திற்கு உறங்கச் சென்றான்.

மதிற்சுவரெங்கும் கொடுமையான காட்சிகள். அவை பூலோக நரகமாக இருந்தன. சடலங்கள் ஆயிரக்கணக்கானவை அழுகித் தொங்கின. துர்நாற்றம் சகிக்க முடியாததாக இருந்தது. நாய்களும் நரிகளும் மனித மாமிசத்தைத் தின்று கொண்டாடிக் களித்தன. முந்தைய மாதங்களிலேயே கைதிகளையும் துரோகிகளையும் சிலுவையில் அறையுமாறு உத்தரவிட்டிருந்தான். ஆலிவ் மலைக ளெங்கும் சிலுவைகள். அந்த நகரைச் சுற்றிய ஒழுங்கற்ற பாறைக ளெங்கும் சிலுவைகள். இனி சிலுவைகளை நிறுத்த இடமென்பதே இல்லை. சிலுவைகள் செய்ய மரங்களும் இல்லை. தங்களிடம் தோல்வியுற்ற எதிரிகளை டைட்டஸின் வீரர்கள் பல்வேறு நிலை களாகச் சாய்த்து வைத்தும் விரித்து வைத்தும் ஆணி கொண்டு அறைந்து குதூகலித்தனர். ஜெருசலேமிற்கு உள்ளே இருப்போரின் நிலையைவிட தப்பியோட நினைத்தவர்களின் நிலை மேலும் பரிதாபமாக இருந்தது. தங்கள் செல்வத்தைக் காப்பதற்காக நாணயங் களை விழுங்கிக் கொண்டனர் – ரோமானியர்களிடமிருந்து தப்பிய பின்னர் அதனை வெளியே எடுத்து விடலாம் என்ற நம்பிக்கையில்.

நாணயங்களை விழுங்கியவர்கள் பஞ்சத்தில் சிக்கித் தவிப்பவர் களைப்போல, நீர்க்கோவை நோயில் சிக்குண்டவர்கள் போல வீங்கிப் பருத்திருந்தனர். கொஞ்சமாக ஏதாவது உண்டுவிட்டால் உடைந்து சிதறிப் போவார்கள். அவர்கள் வெடித்துச் சிதறினால் ராணுவத்தினருக்குக் கொண்டாட்டம். உள்ளிருக்கும் நாணயத்தை எடுத்துக்கொள்ளலாம் அல்லவா. உயிரோடு இருக்கும் கைதிகளின் வயிற்றைக் கிழித்துக் குடலைப் பிடுங்கிப் பார்த்தனர். ஆனால் இதைக் கண்டு திகைப்படைந்த டைட்டஸ், இத்தகைய மனிதக் கூறுகளைக் கொள்ளையடிப்பதைவிட வெளியே செல்வதற்குத்

தடை விதிக்க முயற்சித்தான். ஆனால் முடியவில்லை. டைட்டஸின் சிரிய துணைப்படை இந்த வேடிக்கை விளையாட்டில் திளைத்தது. சிரியர்கள் யூதர்களை வெறுப்பவர்கள். யூதர்களால் வெறுக்கப் படுபவர்களும் கூட. ரோமாபுரியினராலும், கலகக்காரர்களாலும் நிகழ்த்தப்பட்டவை யாவும் 20ஆம் நூற்றாண்டின் மிக மோசமான கொடுமைகளுக்குச் சற்றும் குறைவில்லாதவை.

ரோமானிய சக்கரவர்த்தி ஆளுநர்களின் பேராசையானது ஜூடேய பிரபு வம்சத்தினரையும் நாட்டை விட்டுத் துரத்தும் அளவிற்குச் சென்றபோது போர் தொடங்கிவிட்டது. முதலில் ரோமானியப் பேரரசிற்கு ஏற்ற யூதத் துணைத் தலைவர்களாக இருந்தவர்கள்தான், கலகக்காரர்களாகவும், மதவாத சந்தர்ப்பவாதி களாகவும் மாறியிருந்தனர். பேரரசர் நீரோவின் வீழ்ச்சியையும், அவரது தற்கொலையை அடுத்து உருவான குழப்பங்களையும் தங்களுக்குச் சாதகமாகப் பயன்படுத்திக்கொண்டனர்.

கலகக்காரர்களின் நோக்கம் ரோமானிய அதிகாரத்தை அகற்றி திருக்கோயிலை மையமாகக் கொண்ட சுதந்திரமான யூத நாட்டை உருவாக்குவதுதான். ஆனால் அம்முயற்சி தன்னைத்தானே அடித்துக் கொள்ளும் குழுச் சச்சரவாக மலிந்து விரயமானது.

நீரோவைத் தொடர்ந்து பதவிக்கு வந்த பேரரசர்கள் மூவரும் ஒரு குழப்பமான சூழ்நிலையில்தான் பொறுப்பேற்றனர். வெஸ்பெசியன் தன்னை சக்கரவர்த்தியாக நிலைநிறுத்திக் கொண்டு ஜெருசலேம் நகரை வென்றெடுப்பதற்காக டைட்டஸை அங்கு அனுப்பி வைப்ப தற்குள் ஜெருசலேம் மூன்று போர்த் தலைவர்களின் கையில் பிளவுண்டு கிடந்தது. இவர்கள் ஒருவரோடொருவர் தமக்குள் நிகழ்த்திய போரினால் திருக்கோயில் முற்றத்தில் ரத்தம் வழிந் தோடியது. நகரம் சூறையாடப்பட்டது. மேட்டுக் குடியினர் வசிக்கும் பகுதிகளுக்குள் புகுந்த கலகக்காரர்கள் வீடுகளைக் கொள்ளை யடித்து, ஆண்களைக் கொன்று குவித்து, பெண்களை மானபங்கம் செய்தனர். அந்த 'அதிகார விளையாட்டு' மமதையில், வேட்டைச் சிலிர்ப்பில், கொள்ளையிட்ட மதுபோதையில் கட்டற்ற காம வெறி யாட்டத்தில் இறங்கினர். இமைகளுக்கு வண்ணம் தீட்டிக் கொண்டனர். உடல் முழுதும் தைலம் பூசிக் கொண்டனர். பெண்டிரின் பல வண்ண ஆடைகளை அணிந்து திரிந்த குறுநிலக் கொலைஞர்கள் கண்ணில் பட்டவர்களையெல்லாம் கொன்று குவித்தனர். புதிது புதிதான வரைநெறியற்ற களியாட்டங்களைக் கண்டுபிடித்தனர். சகிக்கமுடியாத கதிக்குள்ளானது ஜெருசலேம். அதுவொரு வன்புணர்வு நகரமாகவும், வன்கொடுமை மேடையாகவும் இருந்தது.

என்றாலும் தன்னைப் புனிதத் தளமாக மீட்டுக்கொள்ளும் பொருட்டு திருக்கோயில் மட்டும் எப்படியோ இயங்கிக் கொண்டிருந்தது. அது யூதர்களுக்கான திருவிழாக் காலம். ஏப்ரல் மாதத்தில் புனிதப் பயணிகள் வரத்தொடங்கினர். பல்லாயிரக் கணக்கான மக்கள் திரண்டிருந்த அந்த சமயத்தில் ரோமாபுரியினர் அந்நகரை முற்றுகையிட்டனர். முற்றுகையில் போர் அகதிகளும் சிக்கிக்கொண்டனர். கலகக்காரர்கள் தங்களது உட்சண்டையை நிறுத்திவிட்டுப் படை வீரர்கள் 21,000 பேரும் ரோமானியப் படையை எதிர்த்து நின்றனர்.

அரண் மதிலைச் சுற்றி வந்த டைட்டஸ், ஸ்கோப்பஸ் மலை மீதேறி ஜெருசலேம் நகரைப் பார்வையிட்டான். கிரேக்க மொழியில் ஸ்கோப்பியோ என்றால் 'பார்' என்று பொருளாகும். பினியின் சொற்களில் சொல்வதானால் 'கீழ்த் திசையின் மிகவும் கொண்டாட்ட நகரமான' ஜெருசலேம் உலகின் புராதன ஆகச்சிறந்த திருக் கோயிலை மையமாகக் கொண்டு பல் இன மக்கள் வாழும் மாநகர மாகத் தழைத்தோங்கி இருந்தது. அக்கோயிலே தன்னளவில் கலை நுட்பம் வாய்ந்த ஒன்று. ஜெருசலேம் அதற்கு ஆயிரமாயிரம் ஆண்டு களுக்கு முன்பே அங்கு இருந்து கொண்டுதான் இருந்தது. இரு மலைகளின் ஜூடேயக் குன்றுகளுக்கு இடையே சுற்று மதிலும் கோபுரமுமாய் அமைந்த அந்நகரம் கி.பி 1ஆம் நூற்றாண்டைப் போல் அச்சுறுத்தக்கூடிய ஒன்றாக ஒருபோதும் இருந்ததில்லை. மக்கள் தொகை எண்ணிக்கையும் இந்தளவு இருந்ததில்லை. உண்மையில் இதற்குப் பின் மீண்டும் 21ஆம் நூற்றாண்டில்தான் இந்நகரம் மாட்சிமை மிக்க ஒன்றாக மாறவிருக்கிறது. இதன் சாதனைக்கு உரியவன் ஜூடேய நிலத்தின் மாமன்னன் ஹூரோது ஆவான். அவனது மாளிகைகளும், கோட்டைகளும் வியப்பூட்டு பவை. அவற்றை அழகுபடுத்துவதற்காக செலவிட்ட தொகை ஏராளம். 'இதனை வர்ணிப்பதற்கு எனக்குத் திறமைகள் போதா'தென்றார் வரலாற்றாளர் ஜோசஃபஸ்.

தனது தெய்வீக ஒளியால் திருக்கோயில் மற்றனைத்தையும் ஒளி குன்றச் செய்துவிட்டது. உதயசூரியன் உதிக்கும்பொழுது திருக் கோயில் முற்றமும், வண்ணப்பூச்சு செய்த வாயிலும் பிரதிபலித்த ஒளி, அதைப் பார்ப்போரின் கண்களைக் கூசச் செய்தது. அந்நகருக்குப் புதிதாக வந்த டைட்டஸிற்கும், அவனது படை வீரர்களுக்கும் அது பனி படர்ந்த மலைபோலத் தோன்றியது. மோரியோ நகரத்திற்குள் இன்னொரு நகரமெனத் திகழும் திருக்கோயிலின் முற்றத்தின் நடுவிலே புனித அறை இருப்பது

பக்திமிக்க யூதர்களுக்குத் தெரியும். யூதப் புனித உணர்வின் கவனம் குவியப் பெற்ற இடமாகிய 'புனிதத்திலும் புனிதமானது', ஏதுமற்ற வெற்றிடமாகத்தான் இருந்தது. ஆனால் அதுதான் கடவுள் உறையும் இடமென்று கருதப்பட்டது.

அது புனித இடமாக மட்டுமின்றி நகரினுள் ஊடுருவ இயலாத கோட்டையாகவும் இருந்தது. அதன் மீதான மேலதிக நம்பிக் கையின் துணையோடு யூதர்கள், டைட்டஸை எதிர்த்து நின்றனர். அவர்களது துணிவுக்கான காரணங்களில் ஒன்று, நான்கு பேரரசர்களின் ஆட்சியால் ரோமானியப் பேரரசு கண்டுள்ள பலவீனம். இரண்டு, ஜெருசலேமின் செங்குத்தான மலையரண். மூன்றாவது, ஜெருசலேமின் பாதுகாப்பு அரண்களும், திருக் கோயிலின் சிக்கலான அமைப்பும். எப்படியானாலும் ஜெருசலேமியர் ஐந்தாண்டு காலமாக ரோமானியப் படையை எதிர்த்து நின்றுள் ளனர். இத்தனை இருந்தாலும் டைட்டஸ், ஜெருசலேம் மீது அதிகார வேட்கை கொண்டிருந்தான். அவனுடைய திட்டத்திற்குத் தேவை யான திறமையும் வளமும் கொண்டிருந்ததால் அதன் வலிமையைத் தகர்க்க முயற்சித்தான்.

திருக்கோயிலின் மேற்குச் சுவருக்கு அருகில் எறிபடைப் பொறிகள் காணப்பட்டன. ரோமானியப் படையின் தாக்குதலின் தீவிரத்திற்கு அதுவொரு சான்று. ஜெருசலேமினர் தங்களது ஒவ்வொரு அங்குலத்தையும் பாதுகாக்கத் தற்கொலைக்கான தீரத்துடன் போராடினர். ஆனால் அதேசமயம் ரோமானியப்படையின் கைப் பற்றுக் கருவிகளும், கவண் பொறிகளும், பொறியியல் திறனும் முழு வீச்சுடன் வெளிப்பட்டன.

பதினைந்து நாட்கள் கடும் போராட்டத்திற்குப் பின் டைட்டஸ் முதல் சுற்றுச்சுவரை வீழ்த்துவதில் வெற்றி கண்டதும், ஆயிரம் படைப்பிரிவுகள் அதிரடியாக ஜெருசலேம் கடைவீதிகளின் வழியே புகுந்து இரண்டாம் அரண்மீது தாக்குதல் தொடுத்தன. தனது ராணுவ அணிவகுப்பைக் காட்டி ஜெருசலேமை அச்சத்தின் பிடியில் வைக்க நினைத்தான் டைட்டஸ். மின்னும் வாட்கள், காற்றில் படபடக்கும் கொடிகள், தலைக்கவசங்கள், ஆடம்பரமாக அலங்கரிக்கப்பட்ட குதிரைகள் அனைத்தும் நகரை வலம் வந்தன. அதன் அழகையும், நேர்த்தியான ஒழுங்கையும் கொத்தளங்களின் மீதமர்ந்து கண்ணுற்ற ஆயிரமாயிரம் ஜெருசலேம் மக்கள் மிரள் வியப்பெய்தினர். ஆனாலும் யூதர்களின் எதிர்ப்பு குறையவில்லை. நகரின் வழியை மூடிவிடத் தீர்மானித்தான் டைட்டஸ். அன்டோ னியா கோட்டையரண் ஜூன் மாதம் வீழ்ந்து தரைமட்டமானது.

மிஞ்சியிருந்த ஒரே ஒரு கோபுரத்தின் மீதும் டைட்டஸ் தனது கட்டுப்பாட்டு நிலையை நிறுவினான்.

கோடையின் மையப் பருவ வெப்பத்தில் கொப்பளித்த கூர் குன்றுகள் எங்கும் சிலுவையில் அறையுண்ட பிணங்களின் மீது ஈக்கள் மொய்த்துக் கொண்டிருந்தன. கண்ணெதிரே காணும் பேரழி வால் நகரம் கொடும் வாதைக்குள்ளானது. பணிய மறுக்கும் மதவெறி, துன்பத்தில் உழலும் பேருவுவகை, கொடும் பசிப்பிணி, ஆயுதம் தாங்கிய கும்பலின் உணவுக்கான சண்டை, தந்தையின் கைகளிலிருந்து உணவைப் பிடுங்கும் குழந்தைகள், குழந்தைகளின் பருக்கைகளைக் களவாடும் தாய்கள் எனக் காணும் இடமெல்லாம் கொடும் பேரழிவு. ஓரிடத்தில் கதவு மூடியிருக்கிறது என்றால் அங்கே உணவு பதுக்கப்பட்டிருக்கிறது என்று பொருள். பதுக்கிய தானியங்களைக் காட்டிக் கொடுக்குமாறு பெண்களின் ஆசன வாயில் மரக் கொம்புகளைச் செருகுகின்றனர் படைச் சிப்பாய்கள். அங்கே எதுவும் கிடைக்காவிட்டால் தாங்கள் ஏமாற்றப்பட்டதாகக் கருதி பெருங்கொடுமைகளை நிகழ்த்துவார்கள். அவர்களது உணவுக்குப் பஞ்சமில்லை. என்றாலும் தங்களின் 'பித்து வெறிக்குப் பயிற்சியாக' அக்கொடுமைகளைப் புரிந்தனர். கொலையையும் வதையையும் தங்களது இயல்பாக மாற்றிக்கொண்டனர். மக்கள் ஒருவரையொருவர் பதுக்கல்காரனென்றும், துரோகியென்றும் பழி தூற்றினர். ஜெருசலேம் சூன்யத்தின் புகலிடமாயிற்று. உலகம் உருவான நாளிலிருந்து வேறெந்த நகரமும் தனக்கு இத்தகைய கொடுமை நேர அனுமதித்ததில்லை. வேறெந்தக் கால கட்டமும் இத்தகைய கீழ்மைக்குள் சமூகத்தை உழலவிட்டதில்லை.

வீதியில் சுற்றியலைந்த இளைஞர்கள் பட்டினியில் வயிறு வீங்கி நிழல்போல மடிந்து வீழ்ந்தனர். இறந்த பிணத்தை புதைக்க முயன்ற குடும்பத்தினரும் அதே குழிக்குள் வீழ்ந்து மடிந்தனர். சுவாசம் நிற்பதறியாமல் மாண்டோர் பலர். பஞ்சம் கொத்து கொத்தாகக் குடும்பங்களைக் கொத்தித் தின்றது. திறந்த வாயோடும், உலர்ந்த கண்களோடும் தங்கள் உடன்பிறப்புகள் மடிவதைக் கண்டும் செய்வதறியாது நின்றனர் மக்கள். ஆழ்ந்த அமைதியும், மரணம் கப்பிய இரவும் நகரத்தைப் பீடித்தது. ஆனாலும் மரணித்தவர் களின் கண்கள் திருக்கோயிலின் மீதே பதிந்திருந்தன. வீதிகள் தோறும் பிணங்கள். யூத மதச் சட்ட ஆணையிருந்தும் பிணங்கள் எலும்புக் கிடங்குகளில் புதைக்கப்படாமல் கிடந்தன.

'அபோக்கலிப்ஸ்' நிகழ்வை முன்னறிவித்தபோது ஏசு கூறினார்: "மரித்தவர்கள் மரித்தவர்களைப் புதைக்கட்டும்." ஒருவேளை

இக்காட்சியை ஏசு தன் கண்ணால் கண்டாரோ என்னவோ. சில போது கலகக்காரர்கள் மரித்த சடலங்களை சுவர்களுக்கருகில் குவித்து வைத்துவிட்டு தங்களது சண்டையைத் தொடர்வார்கள். அவ்விடங்களில் சடலங்கள் அழுகி நாறும்.

தனது அம்பினால் பன்னிரண்டு யூதர்களைக் கொன்ற டைட்டஸே இப்பயங்கரத்தைக் கண்டு திகைப்புற்றான். "இது என் செயலன்று" என்று இறைவனிடம் அவனால் முணக மட்டுமே முடிந்தது.

'மனித இனத்தின் அன்புருவாகவும், ஆனந்தமாகவும் திகழ்ந்த' டைட்டஸ் பேருபகாரியாவான். தனது படைவீரர்களுக்குப் பரிசளிக் காத ஒருநாளை 'தோழர்களே இது என் வாழ்நாளில் தொலைந்து போன நாள்' என்று கூறக்கூடியவன்.

சிறந்த உடற்கட்டும், நீண்ட முகவாயும், வட்ட முகமும், அழகான வாயும் உடைய டைட்டஸ் தளபதியாகவே பிறந்தவன். பேரரசர் வெஸ்பெசியசின் மகன். டைட்டஸ் கலகக்காரர்களை வெற்றி கொள்வதற்காக, அவனது வம்சம் காத்திருந்தது.

அணி மாறிய யூதர்கள் பலரும் டைட்டஸின் சேனையில் இருந்தனர். அவர்களில் மூவர் ஜெருசலேமியர். ஒருவர் வரலாற்றா சிரியர், ஒருவர் (பிரதேச) அரசர், மற்றொருவர் இரட்டை ராணி. இந்த ராணி சீசருடனும் படுக்கையைப் பகிர்ந்து கொண்டிருப் பதாகத் தோன்றுகிறது. இந்த வரலாற்றாசிரியர்தான் நாம் அடிக்கடி குறிப்பிடும் ஜோசஃபஸ். இவர் டைட்டஸின் ஆலோசகரும் கூட. கலகக்கார யூதர்களுக்குத் தளபதியாக இருந்து, பின்னர் ரோமானியப் படைக்கு அணி மாறியவர். எனது நூல் குறிப்புகளுக்கு ஜோசஃபஸே ஆதாரம். மேற்குறிப்பிட்ட அரசர் ஹீரோது அக்ரிப்பா. இவர் ரோமாபுரியைச் சேர்ந்த யூதர். சக்கரவர்த்தி கிளாடியசின் அரண் மனையில் வளர்ந்தவர். யூதத் திருக்கோயிலின் கண்காணிப்பாளராக இருந்து வந்தவர். இக்கோயிலைக் கட்டிய இவரது பாட்டனாரின் தந்தை மகாஹீரோது. அனேகமாக இவர் ஜெருசலேம் அரண் மனையிலேயே தங்கி இருந்திருக்கலாம். அங்கிருந்தபடியே நவ இஸ்ரேலின் வடபுறம், சிரியா, லெபனான் ஆகிய வெவ்வேறு தன்மையிலான நிலப்பகுதிகளில் ஆட்சி செலுத்தி வந்தார்.

அரசரின் சகோதரி பெர்னிஸ் எப்போதும் மன்னருடனே இருந்தாள். தான் இரண்டுமுறை புரிந்துகொண்ட திருமணங்களால் அரசியானாள். சமீபத்தில் டைட்டஸின் காதலியாக இருக்கிறாள். இவளது ரோமாபுரி எதிரிகள் இவளை 'ஒரு யூத கிளியோபாட்ரா'

என்று பழித்துரைத்தனர். 'நாற்பது வயதானாலும் அழகின் உச்சத்தில் இருந்தாள்' என்கிறார் ஜோசஃபஸ்.

எதார்த்தத்தை உணர்ந்த பெர்னிஸூம் அவளது சகோதரனும் கலகக்காரர்களைத் தொடக்கத்திலேயே அடக்க முயன்றனர். அப்போது அந்த மூன்று யூதர்களும் 'ஒரு நகரத்தின் மரண வேதனையை' செய்வதறியாது பார்த்துக்கொண்டிருந்தனர். பெர்னிஸ் அந்த அழிப்பை வேலைக்காரனின் படுக்கையிலிருந்த படி பார்த்துக்கொண்டிருந்தாள்.

கைதிகளும் கட்சி மாறிகளும் நகரத்திலிருந்து செய்திகளைக் கொண்டுவந்து சேர்த்தவண்ணமிருந்தனர். தம் பெற்றோர்களே நகரத்தின் மத்தியில் சிக்கித் தவித்துக் கொண்டிருக்கும் செய்தி கேட்டு ஜோசஃபஸ் மனம் நொந்து போனார். போராளிகளுக்கும் உணவுப் பற்றாக்குறை ஏற்பட்டது. உணவுக்காகவும் பொன்னுக் காகவும் சடலங்களைச் சலித்துக் கிழித்தனர். 'வெறிநாய்களைப் போலத் தட்டழிந்தனர்.' உலர்ந்த வைக்கோல் தொடங்கி தோல் காலணி, கச்சை, பசுஞ்சாணம் இன்னும் சாப்பிட என்னென்ன உண்டோ அத்தனையும் தின்று பார்த்துவிட்டனர்.

மேரி என்ற பணக்காரி தனது பொருளையும், உணவையும் இழந்துவிட்டதால் மனப்பிறழ்வடைந்தாள். தனது மகனைக் கொன்று வறுத்தெடுத்துப் பாதி தின்று மீதியை அடுத்த நேரத்திற்கு உண்ண ஒரு பாத்திரத்தில் பாதுகாத்தாள். அந்த உணவின் நாற்றம் நகரெங்கும் வீசியது. அந்த வீட்டைத் தேடிக் கலகக்காரர்கள் முட்டி மோதியலைந்தனர். கோடாரியுடன் அலைந்த அந்தக் கொலை பாதகர்கள் கூட அச்சிறுவனின் மீந்த உடலைக் கண்டு நடுநடுங்கிய வாறு வெளியே ஓடினர்.

புனித நகரமான ஜெருசலேமை மன அச்சமும், சித்த பிரமையும் ஆட்டிப் படைத்தது. கிறித்துவப் புரோகிதர்களும், போலி தீர்க்க தரிசிகளும் நகர வீதிகளில் உலவி தெய்வத் தீர்ப்பளிப்பையும் மீட்சி யையும் உறுதிப்படுத்திக் கொண்டிருந்தனர். ஜெருசலேம் ஒரு மதம் பிடித்த மிருகத்தைப் போலிருப்பதாகவும், உண்ண உணவு கிடைக் காமல் தனது மாமிசத்தையே தனக்கு இரையாக்கிக் கொண்டிருப் பதாகவும் வர்ணித்தார் ஜோசஃபஸ்.

அது யூத 'அப்' மாதம் 8ஆம் நாள் இரவு. டைட்டஸ் உறங்கச் சென்றுவிட்டார். உருக்கி வார்த்த வெள்ளியில் இருந்து எழுந்த தீயை அணைக்கும்படி படை வீரர்களுக்கு டைட்டஸ் இட்ட

உத்தரவை நிறைவேற்றவிடாமல் தாக்கினர் கலகக்காரர்கள். அவர்களைத் திருப்பித் தாக்கி தீக்குள் தள்ளிவிட்டனர் படையினர். படையின் ஒரு பிரிவு தெய்வீகச் சீற்றத்துடன் எரி கொள்ளியை ஏந்தி தங்க ஜன்னலின் சட்டத்திற்கும், திரைச்சீலைக்கும் தீ வைத்தது. ஜன்னல்கள் கோயிலைச் சுற்றியிருந்த அறைகளில் பிணைந்தவை. எனவே ஜன்னலில் வைத்த தீ காலைக்குள் புனிதத்தின் புனித மையத்திற்குப் பரவிவிட்டது. தீக்கொழுந்துகள் அவ்விடத்திற்குத் தாவுவதைக் கண்ட யூதர்கள் கலவரமடைந்தனர். தீப்பரவலைத் தடுக்க முயன்றனர். ஆனால் காலம் கடந்துவிட்டது. தீ புனித இடத்தை அழிக்கப்போவதாக அச்சுறுத்தியது. மனத் தாக்குதலுக் குள்ளான அவர்கள் உள் முற்றத்தைச் சுற்றிலும் அமைதியில் உறைந்து நின்றார்கள்.

அன்டோனியா கோட்டைச் சிதிலங்களுக்கு மத்தியில் கண் விழித்தான். புனித இல்லம் நோக்கி ஓடித் தீயை அணைக்க முயன் றான். சேனை முழுதும் அவனைப் பின் தொடர்ந்தது. ஜோசஃபஸும், மன்னர் அக்ரிப்பாவும், பெர்னிஸும் உடன் ஓடினர்.

தீ பரவிக்கொண்டே இருக்கிறது. 'அனைவரும் அதிர்ச்சியில்'. போரில் எதிர்த்து நிற்கும் நகரமானது தங்களது அழிவிற்குரியது என்ற யுத்த விதிமுறையை ரோமானியப் படையினர் அறிவர். மறு படியும் டைட்டஸ் தீயை அணைக்க உத்தரவிட்டதாக ஜோசஃபஸ் சொல்கிறார். தனது புரவலர் மீது பழி விழாமல் காக்க ஜோசஃபஸிற்குப் பல காரணங்கள் இருந்திருக்கும்.

டைட்டஸின் உத்தரவு தங்கள் காதில் விழாதது போல் நாடக மாடினர் படை வீரர்கள். சிலர் மேலும் தீ வைக்குமாறு கூவினர். படைப்பிரிவினர் பதட்டமடைந்தனர். இந்த நெரிசலால் பலர் தீயில் கருகியும் நசுங்கியும் மாண்டனர். நெரிசலுக்குக் காரணம் தங்கம் அடைவதற்கான ஆசையும், ரத்தப் பசியும் ஆகும். இச்சூறையாடலால் தங்கத்தின் விலை குறையும். தீயை அணைக்க முடியாமற் போனாலும் இறுதி வெற்றி தனக்குத்தான் என்பது ஊர்ஜிதமாகி விட்டதால் அக மகிழ்ந்தான் டைட்டஸ்.

எரியும் கோவிலுக்குள் புகுந்த டைட்டஸ் புனிதத்திலும் புனித மான இடத்திற்கு வந்து சேர்ந்தான். உயர்நிலை மதகுரு கூட வருடத் திற்கு ஒருமுறைதான் அங்கு வர முடியும். ரோமாபுரிப் போர்வீரனும் ராஜதந்திரியுமான பாம்பே அவ்விடத்திற்கு வந்த கி.மு 63க்குப் பிறகு எந்த அந்நியனும் அதனைப் பாழ்படுத்தவில்லை. டைட்டஸ் அந்த இடத்தைப் பார்த்தான். 'அங்கிருந்த அனைத்தும் உயர் தரத்தில் இருந்தன' என்கிறார் ஜோசஃபஸ்.

அப்போதும் தீ வைத்துக் கொண்டிருந்தவர்களை அடித்துத் துரத்துமாறு ஆணையிட்டான் டைட்டஸ். ஆனால் அவர்கள் உணர்ச்சிக் கொந்தளிப்புடன் இருந்தனர். புனிதத்திலும் புனிதமான இடத்திற்குத் தீ பரவியதும் டைட்டஸ் அங்கிருந்து அகற்றப்பட்டான். அதற்குப் பிறகு படையினரின் அட்டூழியங்களைத் தடுத்து நிறுத்த யாருமில்லை.

தீக் கொழுந்துகளுக்கிடையிலும் போர் நடந்துகொண்டிருந்தது. பசியில் வாடிய ஜெருசலேமினர் எல்லாமிழந்து துயருற்று எரியும் நுழைவாயில் வழியாகத் திரிந்தனர். ஆயிரக்கணக்கான குடிமக்களும் கலகக்காரர்களும் பலிபீடத்தின் படிக்கட்டுகளில் ஏறி இறுதி வரைப் போராடவோ நம்பிக்கையிழப்பில் உயிர் விடவோ துணிந்தனர். இவர்களது குரல்வளையை வெட்டி மாபெரும் மனிதப் பலியிட்டனர், உணர்ச்சிக் கொந்தளிப்பில் இருந்த படையினர். ஒன்றன் பின் ஒன்றாக சடலங்கள் தீயில் விழுந்து குவிந்தன. தீப்பற்றியெரிந்த அத்திருக்கோயிலில் 10,000 யூதர்கள் மடிந்தனர்.

பெரும் கற்களும், உத்திரங்களும் தீயில் கருகி இடிபோல் வெடித்துச் சிதறின. திருக்கோயிலின் இறப்பை ஜோசஃபஸ் பார்த்துக் கொண்டிருந்தார்.

அங்குமிங்கும் எழுந்த தீக் கொழுந்துகளின் எரியொலி தீயில் விழுந்தவர்களின் கதறலுடன் கலந்தது. அந்தக் குன்றின் உயரத்திற்குப் பற்றியெழுந்த தீ மொத்த நகரமும் பற்றியெரிவது போன்று தோற்றமளித்தது. இதைவிடக் காதைக் கிழிக்கும் ஓசையையோ, திகிலூட்டும் காட்சியையோ யாராலும் கற்பனை செய்யக்கூட முடியாது. பாய்ந்து முன்னேறி வந்த ரோமானியப் படைப்பிரிவின் போர்க்குரல் உயர்ந்தது. வாளாலும் நெருப்பாலும் சுற்றி வளைக்கப் பட்ட கலகக்காரர்களின் ஓலமும் கேட்டது. தனித்து விடப்பட்ட மக்கள் பதறி ஓடினர். 'எதிரியின் கைகளில் வீழ்வதற்குரிய விதியின் சந்திப்பில் எழும் கூக்குரல். இத்துடன் நகரத்தினரின் அழுகையும் கூப்பாடும் கலந்தன. ஜோர்டானும் அதனைச் சுற்றியுள்ள மலைகளும் இந்த ஓலத்தை எதிரொலித்தன. எங்கு பார்த்தாலும் தீயின் திரட்சி. மலைக்குன்று அதன் அடிப்புறத்தில் இருந்து கொதித்துக் கொண்டிருப்பதாக நினைத்திருப்பீர்கள் நீங்கள்.'

ஜெருசலேம் மலைகளில் ஒன்று மோரியா. இங்குதான் அரசர் டேவிட் 'ஆர்க் ஆப் த கவனன்டை' வைத்திருந்தார். இங்குதான் டேவிட்டின் மகன் சாலமன் முதல் திருக்கோயிலைக் கட்டினார். இந்த மலையெங்கும் தீப் பற்றி எரிந்து கனன்று கொண்டிருக்கிறது. வெற்றி கண்ட வீரர்கள் சடலங்கள் மீது கால் பதித்துச் சென்றனர்.

மதகுருமார் எதிர்த்துப் போராடினர் அல்லது தீயில் விழுந்து மடிந் தனர். திருக்கோயிலின் உட்பகுதி எரிந்துவிட்டதை அறிந்த ரோமானியப் படையினர் அங்கிருந்த பொன்னையும், மரச் சாமான் களையும் பறித்து எடுத்துக்கொண்டு இன்னும் எரியாத பகுதி களுக்கும் தீவைத்தனர்.

மறுநாள் விடிந்தது. உயிர் தப்பிய கலகக்காரர்கள் ரோமானியப் படைத்தளத்தில் இருந்து தப்பி நகருக்குள் ஓடினர். அவர்கள் மீது ரோமானியப் படையினர் குதிரைப்படைத் தாக்குதல் மேற்கொண்டனர். அலெக்ஸாண்டிரியாவில் இருந்து பாபிலோன் வரையில் வசிக்கும் யூதர்கள் வழங்கிய கோயில் வரியால் நிரம்பி வழிந்த திருக்கோயில் கருவூலம் எரியூட்டப்பட்டது. இங்கே தேவ செய்தியின் அற்புதக் குறிகளை நாம் எதிர்பார்க்கலாம் என்ற ஒரு போலி இறைத்தூதரின் வாக்கை நம்பித் திரண்டிருந்த 6000 பெண்களும் குழந்தைகளும் தேவனின் வருகையை எதிர்பார்த்திருந்தனர். அப்பகுதி முழுவ தையும் தீயிட்டுக் கொளுத்தினர் படைப்பிரிவினர். அங்கிருந்த ஆயிர மாயிரம் மக்களும் தீயில் கருகினர்.

ரோமானியர் புனித மலைக்குக் கழுகுளை எடுத்துச் சென்று தங்களது கடவுளுக்குப் பலியிட்டனர். டைட்டஸே தங்களது முதன்மைத் தளபதி என்று வாழ்த்தொலி எழுப்பினர். புனிதங் களின் புனிதப் பகுதியில் பதுங்கியிருந்த மத குருக்களில் இருவர் தீக்குளித்தனர். மற்றொருவர் உள்ளிருந்த கோயில் பொக்கிசத்தின் ஒரு பகுதியைப் பத்திரமாகப் பாதுகாத்து வைத்திருந்தார். அதில் புனிதச் சடங்கு நிறைவேற்றும் பாதிரியாரின் அங்கி உட்பட காசியா சின்னமன் போன்ற தூபப் பொருட்களும், பொன்னாலான இரண்டு மெழுகுவர்த்தித் தாங்கிகளும் அடக்கம். மீதமிருந்தோர் சரண டைந்த பின்னும் அவர்கள் கொலை செய்யப்பட்டனர். திருக் கோயிலுடன் வாழ்ந்த பாதிரிமார்கள் அங்கேயே மரிப்பதுதான் பொருத்தமானது என்று டைட்டஸ் கருதியிருக்கலாம்.

ஜெருசலேம் அன்றும் இன்றும் சுரங்கங்கள் சூழ்ந்த நகர மாதலால் கலகக்காரர்கள் சுரங்கப் பாதையின் வழியாகத் தலை மறைவாயினர். மேற்குத் திசை மேல் நகரமும், கோட்டைக் காப்பரணும் அவர்கள் வசமிருந்தன. ஜெருசலேம் முழுவதையும் வென்றெடுக்க டைட்டஸிற்கு மேலும் ஒருமாதம் தேவைப்பட்டது. இப்போர் நிகழ்ந்து கொண்டிருந்தபோது ரோமானியப் படையின் துணைப் படைகளான சிரியா மற்றும் கிரேக்கப் படைகள் வீதிகள் தோறும் திரிந்து எதிர்ப்பட்ட அனைவரையும் தாறுமாறாக வெட்டி வீழ்த்தினர். தஞ்சம் புகுந்த வீடுகளையும் தீயிட்டுக் கொளுத்தினர்.

தேவாலயத்திற்கும் நகரத்திற்கும் இடைப்பட்ட பள்ளத்தாக்கிற்கு அப்பாலிருந்த போர்த்தலைவர்களுடன் பேச்சுவார்த்தை நடத்திய டைட்டஸ், அவர்கள் சரணடைந்தால் உயிர்ப்பிச்சை அளிக்கப் படும் என்றான். அவர்கள் மறுத்ததால் பிணங்கள் மட்டுமே குவிந்து கிடந்த வீடுகளைத் தீக்கிரையாக்க ஆணையிட்டான். கலகக்காரர்கள் பின்வாங்கி ஏரோதின் அரண்மனை மற்றும் கோட்டைக்கு உள்ளே புகுந்துகொண்டதால் அவற்றைத் தகர்க்கும் நோக்கத்துடன் மதில் களை எழுப்பினான். ஆகஸ்ட் மத்தியில், அதாவது யூத மாதம் எலுலின் 7ஆம் நாள் கோட்டை அரணைத் தாக்கினர். கலகக்காரர் களின் தலைவனான கிஷாலாவைச் சேர்ந்த ஜான் சரணடையும் வரை சுரங்கப்பாதை வழியாகச் சென்று தாக்குதல் நடத்தப்பட்டது. விசாரணையில் அவனுக்கு ஆயுள் தண்டனை அளிக்கப்பட்டாலும் இறுதியில் விடுவிக்கப்பட்டான். கலகக்காரர்களின் தலைவர்களில் மற்றொருவராகிய சைமன் பென் கியோரா, வெள்ளையங்கி அணிந்த வாறு தேவாலயத்திற்குக் கீழிருந்த சுரங்கப்பாதை வழியாக வெளியே வந்தார். ரோமானியர்கள் கொண்டாடிய டைட்டஸின் வெற்றி விழாவில் அவருக்கு முக்கியத்துவம் கொடுக்கப்பட்டது.

அதற்குப் பின் நடந்த தாக்குதலில் உலகமே மறைந்து போனது. ஓரிரு கணங்கள் காலம் உறைந்து போனது போலாயிற்று. வயதில் மூத்தவர்களையும், பலவீனமானவர்களையும் கூட ரோமானியர்கள் விட்டுவைக்கவில்லை. எரிந்துபோன வீட்டருகே கண்டெடுக்கப் பட்ட கையெலும்பொன்றே அப்போது எத்தகைய பீதியும் திகிலும் நிலவியது என்பதைப் பறைசாற்றும். யூதப் பகுதி மாளிகையில் அப்பியுள்ள சாம்பல் படிவம் அழிவுத்தீயின் அனலைக் காட்டும். தேவாலயத்திற்கு உள்ளே செல்லும் படிக்கட்டின் அடியில் அமைந்த கடையில் இருந்து இருநூறு வெண்கல நாணயங்கள் அகழ்ந் தெடுக்கப்பட்டுள்ளன. நகரம் வீழ்ச்சியடைந்த இறுதி மணித்துளியின் போது அந்நாணயங்கள் புதைக்கப்பட்டிருக்கலாம்.

இத்தகைய படுகொலைகளில் ரோமானியர்களே கூட சலிப் படைந்திருப்பார்கள் போலும். தேவாலயத்தின் பெண்கள் பகுதியில் ஜெருசலேமியர்கள் கைதிகளாக அடைக்கப்பட்டனர். அங்கு பிரித் தெடுத்து போர்வீரர்களைக் கொன்று, உடல் வலுவானவர்களை, அப்போது எகிப்தில் நடந்து கொண்டிருந்த சுரங்கப்பணிக்கு அனுப்பி வைத்தனர். வயதில் இளையவர்களும் அழகானவர்களும் அடிமை களாக அனுப்பி விற்கப்பட்டனர். இவர்கள் வட்டரங்குகளில் நடக்கும் சிங்கச் சண்டைக்கு அனுப்பப்பட்டனர். மற்றவர்கள் வெற்றிவிழாவின் போது பார்வைக்காக நிறுத்தி வைக்கப்பட்டனர்.

தேவாலய முற்றத்தில் நிறுத்தி வைத்திருந்த இரக்கத்திற்குரிய கைதிகள் ஐம்பது பேருக்கு நடுவில் இருந்த தன் உறவினர்களையும் நண்பர்களையும் ஜோசஃபஸ் அடையாளம் காட்ட டைட்டஸ் அவர்களை விடுவித்தான். ஜோசஃபஸின் பெற்றோர் கொல்லப் பட்டிருக்கலாம். ஆனால் அவரது நண்பர்கள் மூன்று பேர் சிலுவையில் ஏற்றப்பட்டிருந்தனர். 'மனம் நொந்த நான் டைட்டஸிடம் தெரிவிக்க' அவர்களைச் சிலுவையினின்று இறக்குமாறு ஆணை யிட்டார். மருத்துவர்கள் தீவிர சிகிச்சை அளித்தும் அவர்கள் இறந்துவிட்டனர். ஒருவர் மட்டுமே உயிர் பிழைத்தார்.

ஜெருசலேமை முற்றாக அழித்த நெபுகத் நேசரைப் போலவே டைட்டஸும் நினைத்தார். இம்முடிவிற்குக் கிளர்ச்சியாளர்களையே குற்றம் சாட்டுகிறார் ஜோசஃபஸ். கலகக்காரர்கள் நகரத்தைச் சூறை யாடியதால் அவர்களை அடக்க வந்த ரோமானியப் படையும் தன் கைவரிசையைக் காட்டியது. பேரரசன் ஏரோது நிர்மாணித்த நினைவுச்சின்னமான தொழில் நுட்பமிக்க தேவாலயத்தைத் தகர்ப்பது அவர்களுக்கு சவால் நிறைந்த செயலாக இருந்திருக்கும். அரச மண்டபத்தின் முகப்பில் பொருத்தப்பட்ட மேவு கற்கள் நடைபாதைத் தளங்களில் விழுந்து நொறுங்கின. கற்கள் சரிந்து கிடந்த நிலையிலேயே இரண்டாயிரமாண்டுகளுக்குப் பின்னர் கண்டுபிடிக்கப்பட்டது. இச்சிதைவுகள் தேவாலயக் குன்றிற்கும் மேல்நகரத்திற்கும் இடைப்பட்டக் கணவாயில் கிடந்ததால் கிட்டத் தட்ட கணவாய் மறைந்தே விட்டது. தேவாலயக் குன்றின் பிடி சுவரும், மேற்கு மதிலும் இன்றைக்கும் எஞ்சியுள்ளது. ஏரோதின் சூறையாடப்பட்ட நகரச் சிதைவுகளும், தேவாலயச் சிதைவுகளும் ஜெருசலேமில் இன்றும் அங்கங்கே காணக்கிடைக்கின்றன. ரோமானியர்கள் தொடங்கி அரேபியர்கள் வரை, சிலுவைப்போர் தொடங்கி துருக்கியர்கள் வரை பின்வந்த ஆக்கிரமிப்பாளர்கள், கட்டட வல்லுநர்கள் என அனைவரும் மீண்டும் மீண்டும் பல்வேறு வகைகளில் பயன்படுத்தி வந்துள்ளனர்.

இந்த ஆக்கிரமிப்பின்போது ஜெருசலேமில் இறந்துபட்டவர் களின் சரியான எண்ணிக்கை இதுவரை யாரும் அறியாத ஒன்று. பண்டை வரலாற்றாசிரியர்கள் எப்போதும் இந்த எண்ணிக்கை விசயத்தில் அசட்டையாக இருப்பார்கள். முற்றுகையிட்டபோது அந்நகரின் மக்கள் தொகை 600,000 என்று டாசிடஸ் கூற ஜோசஃபஸோ பத்து லட்சம் என்கிறார். எண்ணிக்கை எதுவானாலும் பெரும்பகுதி மக்கள் பசியால் மடிந்தனர் அல்லது கொல்லப் பட்டனர். அதிலும் மீந்தவர்கள் அடிமைகளாக விற்கப்பட்டனர்.

டைட்டஸ் அடைந்த வெற்றிக்கான விருந்து ஏற்பாட்டை டைட்டஸின் காதலியான பெர்னிஸும், அவளது சகோதரனான மன்னரும் தங்களது தலைநகரான சிஸேரியா பிலிப்பியில் அதாவது இன்றைய கோலன் ஹைட்ஸில் மேற்கொண்டனர். விருந்துக் கொண்டாட்டத்தில் யூதக் கைதிகள் தங்களுக்குள்ளோ, மிருகங் களுடனோ சண்டையிட்டு மடிவதை அரசவையினர் கண்டு களித் தனர். சில நாட்களுக்குப் பின்னர் சீஸரியா மார்டிமா வட்டரங்கில் நடந்த கேளிக்கையில் 2500 பேர் கொல்லப்படுவதைக் கண்டு களித்த டைட்டஸ், ரோமிற்குத் திரும்பும் வழியில் பெய்ரூட்டில் மேலும் பலர் விளையாட்டுத்தனமாகக் கொல்லப்படுவதையும் கண்டு மகிழ்ந்தார்.

படைப்பிரிவுகள் 'முழுமையான சினத்துடன் நகரத்தின் மதில் களையும், மற்ற பகுதிகளையும் தகர்த்து எறிந்தன.' 'டைட்டஸ், தனது நல்லூழின் நினைவுச் சின்னமாக மன்னன் ஏரோதுவின் கோட்டை கோபுரங்களை மட்டும் விட்டு வைத்தான். பத்தாவது படைப்பிரிவு அவற்றையே தமது தலைமையகமாகக் கொண்டு இயங்கியது.' 'மனித இனத்தின் மிகச் சிறப்பு பெற்றதும், புகழ் மிக்கதுமான ஜெருசலேம் இத்தகைய முடிவையே எட்டியது' என்கிறார் ஜோசஃபஸ்.

ஆறு நூற்றாண்டுகளுக்கு முன்னர் நெபுகத் நேசர், ஜெருசலேமை முற்றாக அழித்த ஐம்பது ஆண்டுகளுக்குப் பின் யூதர்கள் அங்கு திரும்பி மீண்டும் தேவாலயத்தைக் கட்டி முடித் தனர். ஆனால் இம்முறை கி.பி 70ஆம் ஆண்டிற்குப் பிறகு அத்தேவாலயம் மீண்டும் கட்டப்படவேயில்லை. இடையில் சிற்சில குறுங்காலங்கள் தவிர சுமார் 2000 ஆண்டுகளாக ஜெருசலேம் யூதர்களால் ஆளப்பட்டதில்லை. இருந்தபோதிலும் இப்பேரிடரின் சாம்பலுக்கிடையில்தான் நவீன யூத மதத்திற்கான விதைகள் ஜெருசலேமில் முளைவிட்டன என்பதோடு கிறித்துவ, இஸ்லாமிய மதங்களுக்கான புனிதத்துவத்தையும் ஜெருசலேமே கொண்டிருந்தது.

இப்படையெடுப்பின் துவக்கத்தில் மரியாதைக்குரிய யூத மதகுரு யோஹனன் பென் ஜக்காய் என்பவர் தன்னை ஒரு சவப்பெட்டியில் வைத்து துயரம் நிறைந்த அந்நகரத்தை விட்டு வெளியே கொண்டு செல்லுமாறு தன் சீடர்களுக்கு ஆணையிட்டதாக யூத மார்க்கக் கதையுண்டு. நவீன யூதமானது தேவாலயத்தில் பலியிடும் வழக் கத்தைக் கொண்டிருக்கப் போவதில்லை என்பதைக் குறிப்பதற்கான உருவகக் கதை இது.

ஜூடேய மற்றும் கலீலியின் நாட்டுப்புறங்களிலும், ரோமானிய மற்றும் பாரசீகப் பேரரசுகளின் சமூகங்கள் மத்தியிலும் நீண்ட காலமாக வாழ்ந்து வந்த யூதர்கள் ஜெருசலேமின் அழிவுக்காக துக்கம் அனுஷ்டித்ததோடு ஜெருசலேம் திசைநோக்கி என்றென்றும் வழி பட்டு வந்துள்ளனர். ஜெருசலேம் விவிலியத்திலும் வாய்மொழி மரபுக் கதைகளிலும் இடம்பெற்று வந்துள்ளது. என்றாலும் தெய்வாம்சம் பரலோகத்திற்குப் பயணிக்கும் முன் 'தேவாலயம் மீண்டெழுமா என்றறிவதற்காக' மூன்றரை ஆண்டுகள் ஆலிவ் குன்றில் காத்திருந்ததாகக் கூறப்படுகிறது. இந்தப் பேரழிவு கிறிஸ்தவர் களுக்கும் முடிவான ஒன்றாக இருந்தது.

ஏசுவின் ஒன்று விட்ட சகோதரன் சைமனால் வழிநடத்தப் பட்ட ஜெருசலேமின் சிறிய கிறிஸ்தவ சமூகம், ரோமானியர்கள் அங்கு வருவதற்கு முன்பே நகரத்தைவிட்டுத் தப்பிச் சென்று விட்டது. யூதரல்லாத கிறித்துவர்கள் ரோமானியக் குடியிருப்புப் பகுதியில் வாழ்ந்தபோதிலும் இவர்கள் தேவாலயத்தில் வழிபடும் யூதப்பிரிவாகவே இருந்தனர். தேவாலயம் அழிக்கப்பட்ட நிலையில் யூதர்கள் கடவுளால் கைவிடப்பட்டவர்கள் என்று கருதினர் இக்கிறித்தவர்கள். ஏசுவின் சீடர்கள் தாய்மார்க்கத்தில் இருந்து தங்களை முற்றாக விலக்கிக்கொண்டு யூதப் பாரம்பரியத்தின் வாரிசுரிமை தங்களுக்கே வழங்கப்பட வேண்டும் என்று கோரினர்.

கிறித்துவர்கள் எதிர்நோக்கியது புதிய விண்ணக ஜெருசலே மையே அன்றி ஒரு சிதைந்த யூத நகரத்தையல்ல. அழிவு நடந்து முடிந்தவுடனே எழுதப்பட்டிருக்க வேண்டும் எனக் கருதத்தக்க தொடக்க கால சுவிசேச நூல்கள், ஏசு நகரத்தின் முற்றுகையை முன்கூட்டியே அறிந்திருந்தார் என்று குறிப்பிடுகின்றன. 'ஜெருசலேம் போர்ப்படைகளால் சூழப்படுவதை நீவிர் காண்பீர்' என்றுள்ளது. தேவாலயம் அழியப்போவதையும் அவர் அறிந்திருந்தார். 'இதன் ஒரு பாறைகூட மிஞ்சியிருக்காது' என்றுள்ளது.

தேவாலயமும், யூதர்களின் வீழ்ச்சியும் புதிய திருவெளிப் பாட்டிற்கு சாட்சியாக இருந்தன. கி.பி 620இல் முகமது தனது புதிய மார்க்கத்தை உருவாக்கியபோது முதலில் யூத மரபைப் பின் பற்றி ஜெருசலேம் நோக்கித் தொழவும், யூத தீர்க்கதரிசிகளை வழி படவும் செய்தார். ஏனென்றால் அவரைப் பொறுத்தமட்டில் இறைவன் யூதர்களுக்கு வழங்கிய அருளைத் திரும்பப் பெற்று அதனை இஸ்லாமிய மார்க்கத்தின் மீது ஆசீர்வதித்ததற்கான சான்றுதான் தேவாலயத்தின் அழிவு என்று கருதினார்.

அதனை அழித்துவிட டைட்டஸ் மேற்கொண்ட முடிவு விவிலியத்தின் இருபிரிவு மக்களுக்கான புனிதத்துவ வார்ப்பாக ஜெருசலேமை மாற்றுவதற்கு உதவியது என்பது குறிப்பிடத்தக்கது. ஆரம்பத்தில் இருந்த ஜெருசலேமின் புனிதத்துவம் படிப்படியாக வளர்ச்சி பெற்ற ஒன்றல்ல. அது சிலரது தனிப்பட்ட முடிவாக நிர்ணயிக்கப்பட்டு உருவானது. இதற்கு முன்னோடியாக இருந்த ஒருவர் சுமார் கி.மு 1000ஆம் ஆண்டில், டைட்டஸிற்கு ஆயிரம் ஆண்டுகளுக்கு முன்னர் ஜெருசலேமைக் கைப்பற்றினார். அவர் தான் மன்னர் டேவிட்.

பகுதி ஒன்று

ஜூடாயிஸம்
(யூத மதம்)

இறைவனின் நகரமே! இஸ்ரேலின் புனித ஜியோனே! (பண்டைய ஜெருசலேம் நகரம்) விழித்திரு, விழித்திரு; ஜியோனே உனது வலிமையை அணிந்துகொள்; புனித நகரமான ஜெருசலேமே! உனது அழகிய ஆடைகளைப் புனைந்துகொள்.

ஏசாயா: 60.14, 52.1

ஜெருசலேம் எனது பிறப்பிடம், மிக உயரிய கடவுளின் புனித தேவாலயம் இங்குதான் உள்ளது. இந்தப் புனித நகரம், ஒரு தேசத்தின் தாய் நகரம் என்பதைவிட அருகாமையில் உள்ள பிற நாடுகள், நெடுஞ்தொலைவில் உள்ள பிற தேசங்கள், ஆசியாவின் பெரும்பகுதி மற்றும் ஐரோப்பா, யூப்ரடீஸ் போன்ற பிற நாடுகளுக்கெல்லாம் முன்னோடியானது.

முதலாம் ஏரோது அக்ரிப்பா, ஜீடேயாவின் அரசன் - ஃபிலோவின் டி ஸ்பெஷலிபஸ் லெஜிபஸ்.

ஜெருசலேமை அதன் உன்னத நிலையில் காணாத ஒருவன், மனத்துக்குகந்த எந்த நகரத்தையும் வாழ்நாளில் கண்ணுற்றதாகக் கருத இயலாது. அது போன்றே அங்குள்ள தேவாலயத்தை முழுமையாகக் கண்டிராத ஒருவன் கீர்த்திவாய்ந்த கட்டிடக்கலை எதையும் தனது ஆயுட்காலத்தில் கண்டதாய் சொல்லமுடியாது.

- பாபிலோனிய டால்மட், 'ட்ராக்டேட் ஆஃப தி டேபர்நேக்கிள்'

ஜெருசலேமே, உன்னை நான் மறந்தால், எனது வலக்கை தனது திறனை மறக்கட்டும். நான் உன்னை நினையாது இருப்பின், என் வாயின் மேலண்ணத்தில் என் நா ஒட்டிக்கொள்ளட்டும். எனது உயரிய மகிழ்ச்சியையும் மிஞ்சுவது ஜெருசலேமே!

சாம்: 137.5-6

கீழைநாடுகளில் மிகவும் புகழ்வாய்ந்த நகரம் ஜெருசலேம்.

திருச்சபைப் பணியாளர் ப்ளைனி, 'இயற்கை வரலாறு' 5.70.

1

டேவிட்டின் உலகம்

கனானடைட்களின் முதல் அரசன் டேவிட்

ஒரு தொன்மையான பகுதியான ஜெருசலேமின் ஜியான் கோட்டையை டேவிட் கைப்பற்றினான். அதுவரை ஒரு நகரமாக இருந்திராத அப்பகுதி கிறித்தவர்களின் புனித ஸ்தலம், யூதர்களின் நிலம், கனான், ஜூடா, ஜூடேயா, இஸ்ரயேல், பாலஸ்தீனம் என்று பல்வேறு பெயர்களில் அழைக்கப்பட்டது.

அதுவொரு சிறிய மலைத்திட்டு அவ்வளவுதான். நில நடுக் கடலின் (மத்தியதரைக் கடல்) தென்கிழக்குக் கரைக்கும், ஜோர்டானிய நதிக்கும் இடையே சுமார் 100 மைல் அகலமும் 150 மைல் நீளமும் கொண்ட ஒரு நிலப்பரப்பு. பச்சைப் பசும்வெளியாக இருந்தது ஜெருசலேம்.

எகிப்திய மற்றும் கீழைப் பேரரசின் படையெடுப்பாளர்களும், வணிகர்களும் பயணிக்கிற பாதைக்கு அப்பால், கடற்கரையிலிருந்து 30 மைல் தொலைவில் தனித்திருந்தது.

ஜூடேயா மலைகளின் கடும்பாறைகளும், இண்டு இடுக்குகளும், கற்கூரைச் சரிவுகளும் சூழ்ந்த அப்பகுதி சூரிய ஒளியில் பொன்னிற மாக ஜொலிக்கும். ஜெருசலேம் என்ற இந்த மலை நகரத்தைக் குளிர் காலத்தில் பனி தழுவும், கோடையில் வெப்பம் தகிக்கும். அப்படி யிருந்தாலும் ஜெருசலேம் மலையின் முகடு போதிய பாதுகாப்புடன்

விளங்கியது. மலைப்பள்ளத்தாக்கின் நீரூற்று அந்நகரத்திற்கான நீர்த்தேவையை நிறைவு செய்தது.

அந்நகரத்தைப் பற்றிய வரலாற்று உண்மைகளைக் காட்டிலும், டேவிட் உருவேற்றிய புனைவுத் தோற்றம் மிகப் பிரமாண்டமாக இருந்தது. பல நூற்றாண்டுகளாகப் படர்ந்திருக்கும் புகைப்படலத்தின் ஊடாகக் கடந்து சென்று ஜெருசலேமின் மனித வாழ்வியல் உண்மைகளைக் கண்டடைய நமக்கு வரலாற்று எச்சங்கள் இப்போது சான்றாதாரமாக உள்ளன.

பானை ஓடுகள், கல்லறைக் கிடங்குகள், சுவரின் பெயர்ந்த பகுதிகள், தொலைதூர அரச அரண்மனைக் கல்வெட்டுகள், விவிலிய மறைநூல் போன்ற பல்வேறு வரலாற்றுக் குறிப்புகள் நமக்கு சாட்சியங் களாக விளங்குகின்றன. இவற்றின் மூலமாக நாம் அறிந்திராத பல நூறு ஆண்டுகளுக்கு முந்தைய வாழ்க்கையைப் பற்றியும், மறைந்து விட்ட ஒரு சமூகத்தின் நாகரீகத்தைப் பற்றியும் அறியமுடியும்.

ஆனால் மன்னன் டேவிட்டின் காலத்தில்தான் புனிதம், பாது காப்பு, இயற்கை ஆகிய மூன்று அரண்கள் உருவாக்கப்பட்டு ஜெருசலேம் நகரம் பிறரால் எளிதில் கைப்பற்ற முடியாத ஒன்றானது.

இயற்கையான நீரூற்றுகளும் மலைகளும் பள்ளத்தாக்குகளும் மட்டுமே மாறாதிருக்கின்றன. அவையும்கூட பன்னெடுங்கால தட்ப வெப்ப மாற்றங்களாலும், மனித எத்தனங்களாலும் நிறைய மாறித் தான் போயுள்ளன.

கி.மு 5000க்கும் முற்பட்ட காலத்திலேயே ஜெருசலேமில் மக்கள் வாழ்ந்துள்ளனர். நகரங்களின் தாய் என்றழைக்கப்பட்ட தற்போதைய ஈராக்கின் உருக் நகரின் மக்கள்தொகை வெண்கலக் காலத்திற்கு முற்பட்ட கி.மு 3200இல் சுமார் 40,000.

ஜெருசலேமிய மலைகளால் அரணாகச் சூழப்பட்ட அண்டை ஜெரிக்கோ நகரத்து மக்கள் இறந்தவர்களைக் கல்லறைகளில் புதைப் பதைப் பழக்கமாகக் கொண்டிருந்தார்கள். நீரூற்றுகள் உடைய பாதுகாப்பான மலைகளின் மீது சிறிய சதுர வீடுகளைக் கட்டி சிற்றூர்களையும் உருவாக்கியிருக்கலாம். பின்னர் பல ஆண்டுகளாக இச்சிற்றூர்கள் பயன்பாடற்றுப் போயிருக்கலாம்.

பண்டைய எகிப்தியப் பேரரசர்கள் பிரமீடுகளின் வாயிலாக கட்டடக் கலையின் உச்சத்தை எட்டி, பெரும் சூரரிமாவினை (ஸ்பிங்கஸ்) அமைத்த காலத்தில் ஜெருசலேமின் இருப்பு பரவலாக அறியப்பட்டிருக்கிறது.

கிரேட்டில் நாகரீகம் வளர்ச்சி அடைதல், ஹமுராபி மன்னன் தனது சட்டத் தொகுப்பேட்டை இயற்ற முனைதல், பிரிட்டானியர்கள் ஸ்டோன்ஹென்சில் வழிபாடு மேற்கொள்ளுதல் என இந்நிகழ்வுகள் அனைத்தும் நடந்தேறிய ஒரே காலட்டமாகிய கி.மு 1900ஆம் ஆண்டிற்குச் சொந்தமான பானை ஓடுகள் எகிப்து லக்ஸருக்கு அருகே தற்போது அகழ்ந்தெடுக்கப்பட்டுள்ளன.

அவற்றில் விடிவெள்ளிக் கடவுளான சலேம் அல்லது ஷலம் என்பதன் திரிபான 'உர்சலிம்' என்ற நகரத்தைப் பற்றிய குறிப்பு களைக் காணமுடிகிறது. சலம் கண்டுபிடிக்கப்பட்டது. (கேனான் பகுதியை எகிப்திய மாமன்னர்கள் ஆள விரும்பினார்கள் என்றாலும் அவர்கள் மேற்கொண்ட முயற்சி வெற்றி பெற்றதற்கான சான்றுகள் கிடைக்கவில்லை.) தங்களது எதிரி ஆட்சியாளர்களை சபிக்கவோ அல்லது தங்களது விருப்பங்களைப் பதிவு செய்யவோ அவர்கள் அப்பானைகளில் குறியீடுகளாகப் பதித்திருக்கக்கூடும். பானைத் துண்டுக் குறியீடுகள் பற்றிய கருத்துகள் பல மாறுதலுக்குள்ளாகி இருக்கின்றன. ஆகவே அறிவியலைப் போலவே அகழ்வாராய்ச்சி முடிவுகளையும் வெவ்வேறு விதமான பொருள் கொள்ளத்தக்கது என்று எடுத்துக்கொள்ளலாம்.

மண்பானைகளையும் குவளைகளையும் உடைத்து அத்துண்டு களில் குறிக்கப்பட்டுள்ள இடங்களை எகிப்தியர்கள் சபித்தும், நிந்தித்தும் வந்துள்ளனர். அதனால் சலம் என்றால் நிந்தனைக் குறிப்புகள் என்று பொருள் கொள்ளப்பட்டிருக்கலாம்.

ஜெருசலேமில் கிஹான் நீரூற்றினை ஒட்டிய பகுதியில், குடியிருப்புத் தொகுதி ஒன்று வளர்ச்சி பெற்றது.

கனானிய மக்கள் தங்களது கோட்டை மதிலுக்கு நடுவேயிருந்த கற்பாறையைக் குடைந்து சுரங்கப்பாதை அமைக்க முயற்சிக்கும் போது இயற்கையாகவே ஒரு நீரூற்று கிடைத்தது. அச்சுரங்கப் பாதையின் வாயிலில் 3 டன் எடையும், 23 அடி உயரமும் கொண்ட திண்மையாக கோபுரம் ஒன்று பாதுகாப்பு அரணாக அமைக்கப் பட்டிருந்ததை சமீபத்திய அகழ்வாய்வின் மூலம் கண்டுபிடித் துள்ளனர்.

ஜெருசலேமிய மக்கள் கி.மு 1458இல் பாலஸ்தீனத்தைக் கைப் பற்றி எகிப்துக் குடிமக்களான பின்னர் அதற்கு அருகிலிருந்த ஜாஃபா, காசா எகிப்துக் கோட்டைகளைக் காவல்படையமைத்துக் காத்து வந்தனர்.

கி.மு 1350இல் அண்டை நாட்டு மன்னர்களாலும், நாடு கடத்தப் பட்ட கொள்ளையர்களாலும் அச்சமடைந்த ஜெருசலேமிய மன்னன் கோட்டையைப் பாதுகாக்க 'ஐம்பது வில் வீரர்களையேனும்' உதவிக்கு அனுப்புமாறு புதிய பேரரசனான அகநேதனிடம் கோரியுள்ளான்.

மன்னன் அப்திஹெப்பா தனது கோட்டைத் தலைநகரான ஜெருசலேமை 'நலமான இல்லம்' என்ற பொருள்பட 'பெய்த் ஷுல்மானி' என்றழைத்துக் கொண்டான். நகரத்தின் பெயரில் உள்ள சலம் என்ற சொல்லுக்கு ஷுல்மான் என்பது வேர்ச்சொல்லாக இருந்திருக்கக் கூடும்.

அப்திஹெப்பா அரசனின் ஆளுகைப் பிரதேசமானது, தெற்கே எகிப்தியர்களாலும், வடக்கே (இன்றைய துருக்கி) ஷிடைத்தியர் களாலும், வடமேற்கில் ட்ராய் போரினை நடத்திய மைனீசிய கிரேக்கர் களாலும் ஆளப்பட்ட பகுதிக்கு நடுவே அமைந்ததாகும். நோவாவின் மகன் ஷெம்மின் வம்சாவளியினரையும், மத்திய கிழக்கைச் சேர்ந்த பல்வேறு இனங்களையும், மொழிகளையும் உள்ளடக்கிய செமிட்டிக் இனத்தை குறிக்கும் மேற்கத்திய சொல்தான் அரசனின் முற்பெயரி லுள்ள அப்தி என்பது. எனவே அப்திஹொப்பா என்ற அரசன் வடகிழக்கிலிருந்து மத்தியதரை வரை எந்தப் பகுதியையும் சேர்ந்த வராக இருக்கலாம்.

எகிப்து அரசனின் ஆவணக்கூடத்தில் முதன்முதலாக கண்டெ டுக்கப்பட்ட ஜெருசலேமிய வாசகங்களான அவை அப்திஹெப்பாவின் முறையீடுகளாகவும், அவனை அச்சமுற்றவனாகவும், இச்சகம் பேசி அண்டிப் பிழைக்கிறவனாகவும் காட்டுகின்றன.[1]

"நான் அரசனின் காலடியில் ஏழேழுமுறை தண்டனிட்டுப் பணிந்து சொல்வதென்னவென்றால் இந்த நிலத்துக்குப் புறம்பாக மில்கிலியும், சுவர்தாதுவும் செய்த தீங்கு இது. அவர்கள் ராஜநீதிக்கு எதிராக கெசர் துருப்புகளை வழி நடத்தியுள்ளனர். மேன்மை மிக்க அரசரின் நிலம் ஹபீரு (நாடு கடத்தப்பட்ட கொள்ளையர்) வசம் சென்றுவிட்டது. தற்போது ஜெருசலேமிற்கு உரிமைப்பட்ட ஒரு நகரம் கில்டு மக்களின் உடைமையாகிவிட்டது. ராஜ விசுவாசி யாகிய அப்திஹெப்பாவின் வேண்டுகோளுக்கு மனமிரங்கி அரசர் 50 வில்லாளிகளையேனும் அனுப்பித் தருவாராக" என்கிறது அகழ் வாய்வுக் குறிப்பு.

இது பற்றிய மேல் விபரம் நமக்குக் கிடைக்கவில்லை. இருந் தாலும் ஒரு நூற்றாண்டிற்குப் பின்னர் ஒப்பெல் மலையில்

ஜெருசலேமியர்கள் கிஹான் நீரூற்றின் மீது செங்குத்தான அடுக்குத் தளக் கட்டடங்களைக் கட்டியுள்ளனர் என்பதற்கு இன்றைக்கும் காணக்கிடைக்கும் கோட்டை அல்லது கோபுரத்தின் அடித்தளம் சான்றாக நிற்கிறது.

பிற்காலத்தில் மன்னன் டேவிட்டால் கைப்பற்றப்பட்ட அந்த வலுவான மதில்களும், கோபுரங்களும், அடுக்குத்தளங்களும் கனானிய ஜியான் கோட்டையின் ஒரு பகுதியாகவே திகழ்ந்தன. ஜெருசலேமில் கி.மு பதின்மூன்றாம் நூற்றாண்டு காலத்தில் ஜெபுசைட் என்று அழைக்கப்பட்ட மக்கள் வாழ்ந்து வந்தனர். அந்தக் காலகட்டத்தில் கடற்படை என்றழைக்கப்பட்ட ஏஜியனிலிருந்து வந்த பெரும் மக்கள் கூட்டத்தால் மத்தியதரைப்பகுதி கடுமையான பாதிப்பிற் குள்ளானது.

இத்தகைய தாக்குதல்களாலும், புலப்பெயர்வுகளாலும் பேரரசு களுக்குப் பின்னடைவுகள் ஏற்பட்டன. ஹிடையர்கள் வீழ்ச்சி யுற்றனர். மைசீனியா மர்மமான முறையில் அழிந்தது. எகிப்து ஆட்டம் கண்டது. முதன் முறையாக ஹீப்ரூக்கள் (நாடோடிகள்) என்றழைக்கப் பட்ட மக்கள் தோன்றினர்.

ஜெருசலேமில் ஆப்ரஹாம்: இஸ்ரேலியர்கள்

மூன்று நூற்றாண்டுகள் நீடித்த புதிய இருண்ட காலத்தில் ஒரே கடவுளை வணங்கும் ஹீப்ரூக்கள் என்றழைக்கப்பட்ட இஸ்ரேலியர்கள், கனானில் குடியேறி தமது ஆட்சிப்பரப்பை நிறுவினர். அவர்களது வளர்ச்சி என்பது உலகத்தின் படைப்பு, அவர்களது தோற்றம், அவர்கள் கடவுளுடன் கொண்டிருந்த தொடர்பு ஆகியன பற்றிய புனைவுகளாகவே விளங்குகிறது. இவை வாய்மொழி மரபாகக் கடந்து, பின்னர் புனித ஹீப்ரு நூல்களாகப் பதியப்பட்டன. அடுத்து யூத மறையில் தானாக்கின் முதல் பிரிவான மோசஸின் பென்டா டியூக்கில் ஐந்து நூல்களாகத் தொகுக்கப்பட்டன.

புனித நூல்கள் அனைத்திலும் விவிலியமே மேலானதாகக் கருதப்பட்டாலும் அது ஒரே ஆவணமல்ல. பல்வேறு காலகட்டத்தில் பல்வேறு நோக்கங்களுக்காகப் பெயரறியா பல நூலாசிரியர்களால் பல விதமாக எழுதப்பட்டும் திருத்தப்பட்டும் உருவான ஒரு 'மறை நூலகம்' அது.

பல சகாப்தங்களாக பலரின் கை வண்ணத்தில் உருவான இப்புனித நூலில் அசைக்கமுடியாத வரலாற்று உண்மைகளும், மெய்மைக்கு அப்பாற்பட்ட புனைவுகளும், அற்புதமான கவிதைப்

பகுதிகளும், மறைபொருளாகச் சொல்லப்பட்டதினாலோ அல்லது தவறான மொழி பெயர்ப்பினாலோ பொருள் விளங்கா புதிரான உரைநடைப் பகுதி என அனைத்தும் சேர்ந்த கலவையாக அடங்கி யுள்ளது.

இதில் பல பகுதிகள் நிகழ்வுகளை விளக்குவதோடல்லாமல் ஒரு இன மக்களுக்கும் அவர்களது கடவுளுக்குமிடையிலான உறவு பற்றிய உண்மையை மேன்மைப்படுத்தும் நோக்கதுடன் எழுதப் பட்டவையாகும். இறை நம்பிக்கை உடைய ஒருவருக்கு விவிலியம் ஒரு மறையுண்மையின் வெளிப்பாட்டுக் கனி. ஒரு வரலாற்று ஆசிரியருக்கோ நம்பவியலாக் கதையின் கூறியதைக் கூறும் முரண் பாட்டுத் தொகுப்பாகத் தோன்றலாம்.

மறுபுறத்தில் விலை மதிக்கவொண்ணா அறிவுக் களஞ்சிய மாகவும் தோன்றலாம். சிலபோது ஜெருசலேம் குறித்த ஒரே மூலா தாரமாகவும், முதலும், முற்றுமான பெரும் சரிதமாகவும் இருக்கிறது அது.[2]

விவிலியத்தின் முதல் அத்தியாயமான உலகத் தோற்றத்தில் குறிப்பிட்டுள்ள ‘உர்’ (இன்றைய ஈராக்) என்ற இடத்திலிருந்து ஹெப்ரானுக்குக் குடிபெயரப் பயணிக்கும் ஏப்ரம் என்பவர்தான் ஹீப்ரூ இனத்தின் மூதாதையர் ஆவார். மக்களின் தலைவன் என்ற பொருள்பட ஆப்ரஹாம் என்று ஆண்டவரால் மறுபெயரிடப் பட்ட அவருக்கு ஆண்டவர் வாக்குக் கொடுத்த பூமிதான் கனான்.

ஆப்ரஹாமின் பயணத்தின்போது அவரை சலேமின் மதகுருவும் அரசனுமான மெல்சிஜெடெக் மிக உயர்ந்த கடவுளாகிய எல்எலியானின் பெயரால் வரவேற்றான். ஜெருசலேம் பற்றிய விவிலயத்தின் முதற்குறிப்பில் கனானிய சமயகுருவால் ஆளப்பட்ட புனிதத்தலம் என்றே குறிக்கப்பட்டுள்ளது. ‘மொரிய’ மலையுச்சியில் தன் மகன் ஐசக்கினைப் பலி கொடுக்குமாறு ஆப்ரஹாமிற்கு ஆணை யிட்டு ஆண்டவர் அவரை சோதித்தார். அது ஜெருசலேமின் புனித மலையான ‘மொரியா’ மலையைத்தான் என்று அடையாளம் காட்டு கிறார்கள்.

ஆப்ரஹாமின் போக்கிரிப் பேரனான ஜேக்கப் வாரிசுச் சொத்துரிமையை அடைய புதிய வேடந்தரித்த ஆண்டவருடன் மற்போர் புரிந்தான். என்றாலும் இறுதியில் ஆண்டவர் அவனுக்கு மீட்பு வழங்கினார். இதனால் இஸ்ரயேல் என்ற புதிய பெயர் பெற்றான். இஸ்ரயேல் என்பதற்கு இறைவனுடன் போரிட்டவன் என்பது பொருள்.

இந்த இஸ்ரயேல் தான் எகிப்தில் குடியேறிய பன்னிரண்டு இனக்குழுக்களின் தந்தை. இவ்வினக் குழுக்களின் மூதாதையர்கள் பற்றிய கதைகளில் நிறைய முரண்பாடுகள் உள்ளதால் வரலாற்றுப் பூர்வமான காலத்தைக் கணிப்பது கடினம்.

430 ஆண்டுகளுக்குப் பின்னர் இஸ்ரயேலியர்கள் எகிப்து மன்னர்களின் நகரங்களை உருவாக்கும் அடிமைகளாக ஒடுக்கப் பட்டதால், அங்கிருந்து மோசஸ் எனும் யூத இளவரசனின் தலை மையில் ஆண்டவரின் துணையோடு நம்பவியலாத வகையில் தப்பிச் சென்றதாக விவிலியம் கூறுகிறது. (இந்நிகழ்வு யூத விடுதலைத் திருவிழாவாக இன்றுவரை கொண்டாடப்படுகிறது.) சினாய் வழியாக அவர்கள் சுற்றியலைந்தபோது கடவுள் மோசஸிற்குப் பத்து கட்டளைகள் அளித்தார். இஸ்ரேலியர்கள் அந்தக் கட்டளை களைப் பின்பற்றி வாழ்ந்து வந்தால் அவர்களுக்குக் கனானிய நிலப் பகுதியை அளிப்பதாக வாக்குறுதி கொடுத்தார். அதன்படியே மோசஸ் ஆண்டவரிடம், "உங்களுடைய பெயர் என்ன?" என்று வினவிய போது "நான் என்பது எதுவோ அதுவே நான்" என்று மிரட்சியூட்டும் விதமாக கம்பீரமாகப் பதிலளித்தார். இதையே பெயரில்லா இறைவன் என்ற பொருள்பட யூத மொழியில் 'யாவே' என அழைக்கப்பட்டது, பிற்காலக் கிறித்துவர்களிடம் அது 'ஜெஹோவா' என மறுவியது.[3]

எகிப்தில் குடியேறிய செமிட்டிக் இனத்தைச் சேர்ந்த யூதர்கள் பலரைப் பேரரசன் இரண்டாம் ராம்ஸஸ் தனது நகரக்கிடங்குகளில் வேலை செய்யுமாறு நிர்பந்தித்தான். மோசஸ் என்ற பெயர் எகிப்து நிலப்பகுதிக்குச் சொந்தமானது என்பதால் அவர் அந்தப் பகுதியைச் சேர்ந்தவர் என்று கருதலாம். ஒற்றைக் கடவுள் கோட்பாட்டினை வலியுறுத்தும் சமயத்தைத் துவக்கிய மோசஸோ அல்லது அவரைப் போன்றவர்களோ தெய்வீக வெளிப்பாடு கொண்டிருந்தனர் என்பதில் எவ்வித ஐயமும் இல்லை.

ஏனெனில் சமயங்கள் தெய்வீக வெளிப்பாட்டின் வழியாகத் தான் தோன்றுகின்றன. ஒடுக்குமுறையில் இருந்து தப்பியவர்கள் செமிட்டிக் இனத்தினர் என்பது ஏற்கக்கூடியதுதான் என்றாலும் அவர்களது காலத்தை அறுதியிட்டுக் கூறமுடியாது. வாக்குக் கொடுத்த நிலத்தை எரபோ மலையில் இருந்து மோசஸ் கண்ணால் பார்த்து விட்ட போதிலும் அதில் காலடி வைத்து நுழைவதற்கு முன்பே மரணத்தைத் தழுவிவிட்டார்.

மோசஸின் வழித்தோன்றலான ஜோஷீவாதான் இஸ்ரேலியர் களை கனானுக்கு இட்டுச் சென்றார். கனானுக்குச் செல்லும்

அவர்களது பயணத்தைப் பெரும் வன்முறை நிறைந்ததாகவும், படிப் படியான குடியேற்றமாகவும் விவிலியம் சித்தரிக்கிறது. இந்தக் குடியேற்றப் படையெடுப்பிற்கான அகழ்வாராய்ச்சி ஆதாரம் கிடைக்கவில்லை என்றாலும் ஜுடேய மேட்டு நிலங்களில் குடியேறிய ஆயர்கள் பாது காப்பு மதில்கள் இல்லாத கிராமங்களைத் தோற்றுவித்தனர் என்று கருதப்படுகிறது.[4]

குறிப்புகள்:

1. உள்ளூர் குழுத்தலைவர்களால் சுட்ட மண் பலகைத் துண்டுகளில் பாபிலோனிய மொழியில் 380 எழுத்துக்களில் அன்றைய முரண் சமயக் கருத்துடைய அரசன் நான்காம் அமெனோடெப்பிற்கு (கி.மு 1356–1336) எழுதப்பட்டவை. மரபார்ந்த வழியில் எகிப்திய தெய்வங்களை வணங் காமல் சூரிய வழிபாட்டினை அறிமுகம் செய்வித்த இவன் தன் பெயரை அகநேதன் என்று மாற்றிக்கொண்டான். அவனது புதிய தலைநகரான அகநேதனில் (தற்போதைய எல்அமர்ணா) அரசனின் கடிதப் போக்கு வரத்து அறையில் இந்த ஆதாரம் கண்டெடுக்கப்பட்டது. தொடக்கால ஹீப்ருக்களாகிய இஸ்ரேலியர்களே ஹபிருகள் என்ற கருத்து ஒருபுறம் நிலவினாலும் பாபிலோனிய மொழியில் நாடோடிகளைக் குறிக்கும் இச்சொல் அந்தச் சமயத்தில் மத்திய கிழக்கில் பரவலாகக் கொள்ளையர்களைக் குறிப்பிடும் ஒன்றாக இருந்தது. ஹபிருகளின் சிறுகுழு ஒன்றில் இருந்துதான் ஹீப்ருக்கள் தோன்றியிருக்கக்கூடும்.

2. உலகின் தோற்றம் என்ற தலைப்பில் 1.1 – 2.3 மற்றும் 2.4 – 25 ஆகிய இரண்டு இடங்களில் படைப்பு பற்றிக் கூறப்பட்டுள்ளது. ஆதாமின் குடி வழி பற்றிய பட்டியல் இரண்டு விதமாகவும், ஊழிப் பெருவெள்ளம் குறித்த புனைவுகள் இருவேறு விதமாகவும், ஜெருசலேமைக் கைப்பற்றுதல் இரண்டு முறைகளிலும், ஆண்டவர் ஜேக்கப்பின் பெயரை இஸ்ரயேலாக மாற்றியது பற்றி இரண்டு விதமான கதைகளாகவும் இந்நூலில் இடம் பெற்றுள்ளன.

   பல இடங்களில் கால, இட முரண்பாடுகள் உண்டு. எடுத்துக்காட்டாக எலிஸ்தியர்களும் ஆர்மீயர்களும் கனானுக்கு வந்திராத கால கட்டத்தில் அவர்களைப் பற்றிய குறிப்புகள் உலகத் தோற்றம் பற்றிய பகுதியில் இடம் பெற்றுள்ளன. ஒட்டகங்களைப் பொதிசுமக்கப் பழக்குவதற்கு முந்தைய கட்டத்திலேயே ஒட்டகப் பயன்பாடு சித்தரிக்கப்பட்டுள்ளது. கனானிய கடவுளான 'எல்'ஐ முன்னிறுத்தி ஒரு குழுவினரும், இஸ்ரேலியரின் ஒற்றைத் தெய்வமான 'யாவே'வை முன்னிறுத்தி வேறொரு குழுவினரும் வெவ்வேறு காலங்களில் நூல்கள் எழுதியிருக்கலாம் என்று அறிஞர்கள் கருதுகின்றனர்.

3. யாவே என்ற இரண்டெழுத்துச் சொல்லை தலைமைக் குருமார் மட்டுமே ஆண்டிற்கொருமுறை ஜெருசலேம் வழிபாட்டுத்தலத்தில் உச்சரிக்கும் உரிமை பெற்றிருக்கிறார். இன்றைக்கு யூதர்கள் அச்சொல்லினை உச்சரிக்கும் தன்மையோடு அடனேய் (கடவுள்) அல்லது ஹாஷெம் (சொல்கடந்த பெயர்) என்பவற்றைப் பயன்படுத்துகின்றனர்.

4. இஸ்ரேலியர்களின் கனானிய படையெடுப்பு ஆதாரமற்ற சிக்கல் மிகுந்த புனைவுக்களம். அதேபோல ஜோஷீவாவின் எக்காள முழக்கத்தால் ஜெரிக்கோவின் மதில்கள் தகர்ந்ததாகச் சொல்லப்படுவதும் வெற்றுப் புனைவாகவே இருக்கவேண்டும். ஜெருசலேமைவிட ஜெரிக்கோ புராதனமானதாக (2010இல் பாலஸ்தீனம் 10,000ஆவது ஆண்டுவிழாவினைக் கொண்டாடினாலும் அது காலவரையறையுடன் தொடர்பில்லாதது) இருந்தாலும் ஜெரிக்கோவில் சிலகாலம் மனித சஞ்சாரம் இல்லாமலிருந்தது. மதிற் சிதைவுகளுக்கான ஆதாரம் ஏதும் கிடையாது. இதுபோன்ற சிறிய பகுதியில் அடிக்கடி போர் நடந்திருக்குமென்பதால் (ஜோஷீவாவின் நூலில் விவரித்தபடி) கைப்பற்றல் பற்றிய புனைவை அப்படியே ஏற்றுக்கொள்ள முடியாது. நீதிபதிகள் பற்றிய நூலில் காணப்படும் சில கைப்பற்றப்பட்ட நகரங்களில் ஜெருசலேமிற்கு அருகில் உள்ள பெத்தலகேம் நகரமும் உண்டு. அது உண்மையில் பதின்மூன்றாம் நூற்றாண்டில் அழிக்கப்பட்டது. இஸ்ரேலியர்கள் தங்களைப் பற்றி பிரஸ்தாபித்துக் கொள்வதைவிட அதிகமான பொறுமையும், சகிப்புத் தன்மையும் மிக்கவர்களாக இருந்திருக்கலாம்.

2

டேவிட்டின் எழுச்சி

இளைய டேவிட்

ஜெருசலேமிற்கு வடக்கே ஷெக்கேமில் தனது தலைமையகத்தை நிறுவிய ஜோஷீவா அங்கே 'யாவே' ஆலயம் ஒன்றைக் கட்டினான். ஜெபூசைட்டுகளின் இருப்பிடமான ஜெருசலேமை மன்னன் அடானிஜெடாக் ஆண்டுவந்தான். அவன் ஒரு மதகுரு மன்னன் என்பதை அவனது பெயரே எடுத்துரைக்கிறது. ஜோஷீவாவை எதிர்த்த போரில் அடானிஜெடாக் தோற்கடிக்கப்பட்டான். என்றாலும் ஜூடாவின் மைந்தர்களால் ஜெபூசைட்டுகளைத் துரத்தியடிக்க முடியவில்லை.

ஜெபூசைட்டுகள் இந்நாளில் இருப்பது போலவே அன்றும் ஜூடாவின் மைந்தர்களுடனே ஜெருசலேமில் அருகருகே வாழ்ந்து வந்தனர். கி.மு 1200 ஆண்டு வாக்கில் பேரரசன் ராம்ஸஸின் மகனும் இஸ்ரேலியர்களை விடுவிக்குமாறு மோசஸால் நிர்பந்திக்கப்பட்ட மன்னனுமாகிய மெர்னேட்டா கடல் மக்களின் தாக்குதல்களை எதிர்கொண்டான். இதனால் மத்திய கிழக்கின் பேரரசுகள் குருதியில் தோய்ந்தன. மன்னன் கனான்மீது போர் தொடுத்து அஷ்கெலானை மீட்டு நாடு திரும்பியதும் தீபியக் கோயில் சுவர்களில் தனது வெற்றியைப் பொறித்து வைத்தான். கடல் மக்களை வெற்றி கொண்டதாகவும், அஷ்கெலானை மீட்டதாகவும், வரலாற்றில் முதன் முதலாகத் தோன்றிய மக்களைக் கொன்று குவித்ததாகவும் பிரகடனப்படுத்திக்

கொண்டான். 'இஸ்ரேல் பாழடைந்து கிடக்கிறது. ஆனால் அவரது விதை அவற்றில் இல்லை'.

இஸ்ரேல் அப்போது ஒரு பேரரசாக இல்லை. தீர்ப்பு நூலில் கூறப்பட்டது போல ஏஜியனில் தோன்றிய கடல் மக்களில் ஒரு பிரிவாகிய ஃபிலிஸ்டானிய மக்கள் என்ற புதிய எதிரிகளுடன் போரிட்ட மூதாதைக் குழுக்களின் கூட்டமாக இருந்தது இஸ்ரேல். இம்மூதாதைக் குழுக்கள் கனானின் கடலோரப் பகுதியைக் கைப்பற்றித் துணிகள் நெய்தும், கருப்பு சிவப்பு மண்பாண்டங்கள் செய்தும் ஐந்து வளமிக்க நகரங்களை நிர்மாணித்து தங்களது பன்மக்கடவுள் வழிபாட்டு முறையைப் பின்பற்றி வந்தனர். கிரேக்க பாணியிலான மார்புக் கவசமும், தலைக்கவசமும் அணிந்து வலிமையான எகிப்தியர்களின் தேர்களை எதிர்க்கவல்ல நவீன போராயுதம் தரித்த நுண்மதி வாய்ந்த காலாட்படை கொண்ட ஃபிலிஸ்டைன்களுக்கு, சிறிய மலைக்கிராமங்களிலிருந்து வந்த இஸ்ரேலிய இடையர்கள் எந்த வகையிலும் சரி நிகரான எதிரிகளாக மாட்டார்கள்.

ஃபிலின்ஸ்டைன்களையும், கனானைட்டுகளையும் எதிர்த்துப் போரிட கவர்ச்சிகரமான போர்த்தலைவர்களான நீதிபதிகளை இஸ்ரேலியர்கள் தேர்ந்தெடுத்தனர். நீதிபதிகளின் நூலில் மிகவும் புறக்கணிக்கப்பட்ட வாசகம் "இஸ்ரேலியர்கள் ஜெருசலேமைக் கைப் பற்றித் தீ வைத்தனர்" என்கிறது. அப்படியானால் அவர்கள் தாங்கள் பிடித்த இடத்தைத் தக்கவைத்துக் கொள்ளவில்லை.

உத்தேசமாக கி.மு 1056இல் எபினேசர் போரில் ஃபிலின்ஸ் டைன்கள் இஸ்ரேலியர்களை அடக்கி, ஷைலோவிலுள்ள அவர்களது திருச்சின்னத்தைத் தகர்த்து யாவேயின் புனிதச் சின்னமான கூட்டு ஒப்பந்தப் பேழையைக் கைப்பற்றி, ஜெருசலேமைச் சுற்றியுள்ள மலை நாட்டினுள் முன்னேறிச் சென்றனர். ஒட்டுமொத்தமாக அழிவை எதிர்நோக்கியிருந்த இஸ்ரேலியர்கள், மற்ற நாடுகளில் உள்ள நடை முறையைப்போல கடவுளால் சுட்டிக் காட்டப்பட்ட ஓர் அரசனைத் தேர்வு செய்ய முடிவெடுத்தனர்.

அத்தேர்விற்காக வயதில் மூத்த தீர்க்கதரிசியான சாமுயேலை நாடினார்கள். தீர்க்கதரிசி என்பவர்கள் எதிர்காலத்தைக் கணிக்கும் திறன் பெற்றவர்கள் அல்ல. மாறாக நிகழ்காலத்தை ஆய்வு செய்ப வர்கள். 'ப்ரோஃபேசியா' என்றால் கிரேக்க மொழியில் கடவுளின் விருப்பத்தை விளக்குபவர் என்று பொருள். இஸ்ரேலியர்களுக்குத் தேவை ஒரு ராணுவத் தளபதி. சாமுயேல், சால் என்ற ஓர் இளம் வீரனைத் தேர்ந்தெடுக்க அவனுக்குப் புனிதத் தைலம் கொண்டு

நறுநெய் நீராட்டல் நிகழ்த்தப்பட்டது. சால் ஜெருசலேமிற்கு மூன்று மைல் தொலைவிலுள்ள கிபியன் எனும் மலையுச்சிக் கோட்டையில் (டெல் அல் ஃபுல்) இருந்து ஆட்சி புரிந்தபோது மோடைட்கள், எடோமைட்கள் மற்றும் பிலின்ஸ்டைன்களைத் தோற்கடித்து 'எனது இஸ்ரயேல் மக்களின் தலைவனாகி' சாமுயேல் தன்னைத் தேர்ந்தெடுத்ததற்கு நியாயம் சேர்த்தான். ஆனால் சால் அரியாசனத்திற்கு ஏற்றவனாக நீடிக்க முடியவில்லை. 'இறைவனிடமிருந்து வந்த ஒரு தீயசக்தி' அவனுக்கு இடையூறு செய்தது

சாமுயேல் தடுமாறும் மனம் படைத்த அரசனை எதிர்கொள்ள வேண்டியிருந்தது. தன் பார்வையை ரகசியமாக வேறு பக்கம் திருப்பினான். பெத்தலகேமைச் சேர்ந்த ஜெஸ்ஸியின் எட்டாவது மகனை மேதைமையில் பேறு பெற்றவனாகக் கருதினான். வயதில் இளையவனான டேவிட் "சிவந்த நிறத்திலான அழகிய வதனம் உடையவனாகப் பார்வைக்கு எழில் தருபவனாய்" இருந்தான். "எழுச்சி கொள் அவனுக்கு நறு நெய் நீராட்டு. ஏனெனில் அவன்தான் இது'' என இறைவன் கூறினார்.

டேவிட் வஞ்சக ஆட்டம் ஆடுபவனாகவும், பெரு வலிமை கொண்டவனாகவும், பேருக்கு ஏற்ற வீரனாகவும், மதிநுட்பத்துடன் செயலாற்றுபவனாகவும் இருந்தான். பழைய ஏற்பாட்டில் மிகவும் குறிப்பிடத் தகுந்த ஒருவனாகவும், அதில் ஒரு முழுமை பெற்ற பாத்திரமாகவும் திகழ்ந்தான். புனித ஜெருசலேமை உருவாக்கிய அவன் ஒரு கவிஞன், வெற்றியாளன், கொலைகாரன், பிறன் மனை நயப்பவன், புனித மன்னன், குறைபாடுடைய சாகசக்காரன் என அனைத்தின் சாரமாகவும் இருந்தான்.

சாமுயேல், இளைய டேவிட்டை அரசவைக்கு அழைத்து வர மன்னன் சால் அவனைத் தனது கவசந் தாங்கிகளில் ஒருவனாக நியமித்தான். மன்னன் டேவிட் மீது பித்து கொண்டு அதன் உச்ச நிலையை எட்டியபோது டேவிட் தனக்குக் கடவுளால் அருளப் பட்ட முதல் திறமையினைக் காட்டினான். யாழை மீட்டி சாலிக்குப் புத்துணர்வூட்டினான். டேவிட்டின் கவர்ச்சியாற்றலும் இசைத் திறமையில் பெரும்பங்கு வகித்தது. அவனுடையதென்று சொல்லப் படும் பல ஸ்தோத்திரப் பாடல்கள் உண்மையில் அவனுடையதாகவே இருக்கலாம்.

ஈலா பள்ளத்தாக்கிற்கு முன்னேறிய பிலின்ஸ்டைன்களுடன் சாலும், அவரது படையும் பொருதின. (பிலின்ஸ்டைன் இன மக்கள் நாகரீக வளர்ச்சி அடைந்துவிட்ட நிலையிலும் பிலின்ஸ்டைன் என்ற சொல் விவிலியத்தில் எப்படி நாகரீகமற்ற தன்மையைக்

குறிக்கிறதோ அதேபோல பேச்சுவழக்கில் இழிவுபடுத்துவதற்காகச் சொல்லப்படும் சொல்லாகும். 'காத்' என்றால் அது நாகரீக வளர்ச்சி யற்றவர்களென கிட்ஸ் என்றழைக்கப்படும் காத் இன மக்களைக் குறிப்பதாகும். பிலின்ஸ்டைன்கள் தங்களது இனத்தின் பெயரிலேயே ரோமானிய நிலப்பரப்பை பாலஸ்தீனா என்று அழைத்து வந்ததால் அதுவே பிற்காலத்தில் பாலஸ்தீனமாகியது.) காத் இனத்தைச் சேர்ந்த மாபெரும் மல்யுத்த வீரனாகிய கோலியாத்தைக் களத்தில் கொண்டுவந்து நிறுத்தினர்.

இஸ்ரேலியர்களின் அணிகலனைப் போன்ற கவசத்தில் இருந்து முற்றிலும் மாறுபட்டதாக இருந்தது பிலின்ஸ்டைன்களின் உடைக் கவசம். சால், கோலியாத்தைக் கண்டு அஞ்சிய நிலையில் அவனைத் தோற்கடிக்கத் தனக்கு ஒரு வாய்ப்பு அளிக்குமாறு கேட்டான் டேவிட்.

சாலுக்கு ஐயந்தான் என்றாலும் ஒருவகையில் மனம் நிம்மதி யடைந்திருக்கும். டேவிட் ஓடையில் ஐந்து வழவழப்பான உருண்டைக் கற்களைப் பொறுக்கியெடுத்து கவண் கொண்டு கோலியாத்தின் நெற்றிக்குக் குறி வைத்துத் தாக்கியதில் அவனது முன்னெற்றியே அமிழ்ந்து போனது. (அந்தக் காலத்தில் கவண் என்பது சிறுவர் களின் வெறும் விளையாட்டுக் கருவியல்ல. வலிமையான போர்க் கருவியாக இருந்தது. 'போர்க்களத்தில் வில்லாளிகளுக்கு அருகில் கவண் எறிபவர்கள் நின்றனர்' என்று எகிப்திய பெனிஹசன் கல்வெட்டுகள் சித்தரிக்கின்றன. பண்டையரசர்களின் போர்க்களத்தில் கவண் எறியும் குழுவொன்றும் இருந்ததாக எகிப்து, அசீரியா கல்வெட்டுகள் குறிப் பிடுகின்றன. டென்னிஸ் பந்து அளவில் விசேசமாக வழவழப்பாக்கப் பட்ட கவண் கற்களை மணிக்கு சுமார் 100 முதல் 150 மைல் வேகத்தில் எறிகிற திறன் பெற்றவர்கள் இருந்ததாகக் கருதப்படுகிறது.) வீழ்ந்த கோலியாத் மல்லனின் தலையை சால் துண்டித்தான். பின்னர் இஸ்ரேலியர்கள் பிலின்ஸ்டைனர்களை அவர்களது நகரான எக்ரான் வரை துரத்திச்சென்றதாகக் கூறப்படுகிறது. உண்மை எதுவானாலும் இந்தச் சம்பவத்தின் மூலம் டேவிட் தன்னை ஒரு மாவீரனாக அடை யாளப்படுத்திக் கொண்டான் என்கிறது இந்தக் கதை.

டேவிட் என்பது அரச பெயரா? அல்லது புனைவுப் பெயரா? என்பதைத் தெளிவாகக் கூறுவதற்கில்லை. கோலியாத்தின் கதையை விவிலியம் இரண்டு இடங்களில் குறிப்பிடுகிறது. இரண்டாவது இடத்தில் கோலியாத்தை வீழ்த்திய வீரச் சிறுவனின் பெயர் எல்ஹனன் என்றுள்ளது. ஒருவேளை அது டேவிட்டின் மெய்ஞானப் பெயராக இருக்குமோ?

அந்தப் போருக்குப் பின்னர் சால் டேவிட்டிற்குப் பதவி உயர்வு அளித்தான். எனினும் "சால் ஆயிரக் கணக்கானவர்களை வீதியில் கொன்று குவித்தான், டேவிட் பல்லாயிரக் கணக்கானவர்களைக் கொன்றான்" என்று பெண்கள் பாடல் புனைந்து பாடியுள்ளனர்.

சாலின் மகன் ஜோனாதன் டேவிட்டுடன் நட்பு பாராட்டி வந்தான். சாலின் மகள் மிக்கேல் டேவிட்டைக் காதலித்தாள். சால் அவர்கள் இருவருக்கும் மணமுடித்து வைத்தான் என்றாலும் பொறாமையுணர்வில் வெம்பினான். சால், தனது மருமகனை ஈட்டியால் கொல்வதற்கு இரண்டுமுறை முயற்சித்தான். இளவரசி மிக்கேல் டேவிட்டை அரண்மனைச் சாளரத்தின் வழியாகக் கீழே இறக்கி விட்டு அவனது உயிரைக் காப்பாற்றினாள். பின்னர் டேவிட்டிற்கு நாப் மதகுருமார்கள் அடைக்கலம் கொடுத்துதவினார்கள். டேவிடைப் பின்தொடர்ந்த அரசன் சால், குருமார்களில் ஒருவரைத் தவிர அனைவரையும் கொன்று தீர்த்தான். சாலிடமிருந்து உயிர்தப்பிய டேவிட் பின்னர் 600 கொள்ளையர்கள் கொண்ட கூட்டத்திற்குத் தலைவனாகி தலைமறைவு வாழ்க்கையை மேற்கொண்டான்.

சாலைக் கொல்வதற்கு அரண்மனைக்குள் பதுங்கிச்சென்று உறங்கிக் கொண்டிருந்த அரசனை நெருங்கிவிட்டாலும் அவனைக் கொல்லாமல் "சால் நீர் என்னிலும் நியாயவாதி" என்று கண்கலங்கி உயிருடன் விட்டுவிட்டான். இத்தகைய சம்பவம் ஒரு முறைக்கு இரண்டு முறை நிகழ்ந்திருக்கிறது.

இறுதியில் பிலின்ஸ்டைன் அரசன் காத்'திடம் தஞ்சம் புக அவன் டேவிட்டிற்கு ஜிக்லாக் என்ற நகர நாட்டினை அளித்தான். பிலின்ஸ்டைன்கள் மீண்டும் ஜூடாவைத் தாக்கி சால்'ஐக் கில்போ மலையில் தோற்கடித்தனர். போரில் சாலின் மகன் ஜோனாதன் கொல்லப்பட்டதோடு, அரசன் சாலும் வாளுக்கு இரையானான்.

3

அரசும் ஆலயமும்

டேவிட்டின் நகர அரசு

டேவிட்டின் பாசறைக்கு வந்த தூதுவன், சாலின் இறப்பு குறித்துக் கூறியது: "இறையால் உரிமையளிக்கப்பட்டவனைக் கொன்று விட்டேன்." இந்த வார்த்தைகளைச் சொன்னவனை டேவிட் மறு நொடியே கொன்று போட்டு சால் மற்றும் ஜோனாதன் இறப்பு பற்றிக் கவிதையாகப் புலம்பினான்.

"உனது உச்சி நிலங்களில் இஸ்ரேலின் அழகு சிதைந்து கிடக் கிறது. வல்லமை மிக்கோர் வீழ்ந்ததெப்படி? இஸ்ரேலின் புதல் வியரே, நீங்கள் கண்ணீர் சிந்துங்கள். உமது செவ்வாய்க்குப் பேரு வகை தந்தோருக்காகக் கண்ணீர் சிந்துங்கள். உமது அங்கிகளில் பொன் நகைகள் பூட்டிய சாலுக்காகக் கண்ணீர் சிந்துங்கள். சாலும் ஜோனாதனும் வாழ்வில் வனப்பும் மகிழ்வும் பெற்றிருந்தனர். இறப்பும் எரிக்கவில்லை அவர்களை. வேகத்தில் கழுகையும் விஞ்சுவர்; வலிமையில் சிங்கங்களையும் விஞ்சுவர். அவர்கள் வீழ்ந்துபட்டது எப்படி? போர்ப்படைக் கலங்கள் அழிந்தொழிந்தது எப்படி?"

இருள் சூழ்ந்த இந்நிலையில் ஜூடாவின் தென்மரபினர் டேவிட்டிற்கு அரசனாக முடிசூட்டி ஹெப்ரானை அவனது தலை நகராக்கத் தீர்மானித்தனர். அதேநேரத்தில் சாலின் இன்னொரு மகனான இஷ்போஷெத், இஸ்ரேலின் வடக்குப் பகுதி மரபினக் குடிகளை ஆட்சி புரிவதற்குப் பட்டமேற்றான். அவர்கள் இருவருக்கும்

ஏழாண்டுகளாக நடைபெற்ற போரில் இஷ்போஷெத் கொல்லப் பட்டு அந்தப் பிரதேசத்திற்கும் டேவிட்டே அரசனாக முடிசூட்டப் பட்டான். ஒரே அரசனின் ஆளுகையின் கீழ் இருந்தாலும் ஜூடோவுக்கும், இஸ்ரேலுக்கும் இடையே இருந்த பிளவினை டேவிட்டின் வசீகரமே சரிசெய்தது.

ஜெருசலேம் சால் மன்னின் கோட்டையான கிபியனுக்குத் தெற்கே அமைந்திருந்தது. அது அங்கு வசித்த ஜெபுசிய இன மக்களின் பெயரால் 'ஜெபஸ்' என்றழைக்கப்பட்டது. கிஹான்[1] நீரூற்றுக்கு அருகில் சமீபத்தில் கண்டுபிடிக்கப்பட்ட வலிமையான கோட்டைக்கு எதிரில் அமைந்திருந்த அன்றைய ஜியான் நகர அரணை நோக்கி டேவிட்டின் படைகள் முன்னேறின. கைப்பற்ற முடியாத கோட்டை என்று கருதப்பட்ட ஜியானை டேவிட் எப்படி வீழ்த்தினான் என்பது மிகப்பெரிய மர்மமாகும். ஜெபியர்கள் தம் கோட்டை மதில்களைக் குருடர்களையும் முடவர்களையும் கொண்டு போர்த்தி வைத்ததாக விவிலியம் கூறுகிறது.

அதனை நெருங்குவோரின் கதி இதுதான் என்று ஜெபுசியர்கள் விடுத்த எச்சரிக்கைக் குறியீடு அது. இருந்தபோதிலும் ஜின்னார் வழியாக டேவிட் கோட்டையினுள் நுழைந்தான் என்று யூதமறை கூறுகிறது. தற்போது அகழப்பட்டு வரும் ஓஃபெல் குன்றிலுள்ள நீர்ச்சுரங்கமாக ஜின்னார் இருந்திருக்கலாம். அல்லது ஜின்னார் என்பது மந்திர உச்சாடனத்தின் பெயராக இருக்கலாம். எப்படி யானாலும் "ஜியானின் கோட்டையை டேவிட் வெற்றி கொண்டான். அதுவே டேவிட்டின் நகரம்."

இந்தக் கைப்பற்றல் ஒரு அரண்மனைப் புரட்சியாகவே இருந் திருக்கும். டேவிட் ஜெபுசியர்களை அழிக்காமல் தனது தற்சார் பில்லாத அரசவையிலும், படையிலும் இணைத்துக்கொண்டான். ஜியானுக்கு டேவிட்டின் நகரம் என்ற மறுபெயர் சூட்டி அதன் மதில்களைச் சீரமைப்பதற்கான கூட்டு உடன்படிக்கைப் பேழையினை (போரில் மீட்கப்பட்டது) ஜெருசலேமிற்குக் கொண்டுவந்தான். பிரமிப் பூட்டும் பேழையின் புனிதத்தன்மை, அதனைக் கொண்டு வந்தவர் களில் ஒருவனின் உயிரைக் காவு வாங்கியது. எனவே அதனை ஓரிடத்தில் பாதுகாப்பாக வைக்கும்வரை மிகுந்த எச்சரிக்கையுடன் கொண்டு வந்தனர். "டேவிட்டும், இஸ்ரேலிய அவைப் பெருமக்கள் அனைவரும் இறைவனின் பேழையாகிய அதைக் கூக்குரலிட்டு, எக்காள ஒலியோடு கொண்டு வந்தனர்." சமய குருமாருக்குரிய அரையாடை அணிந்து "தனது சக்தியனைத்தையும் திரட்டி டேவிட்

இறைவன் முன்னிலையில் ஆடினான்." அதற்கு ஈடாக "உனது இல்லமும், அரசும் என்றென்றும் நிலைத்திருக்கும்" என்று இறைவன் டேவிட்டிற்கு உறுதி வழங்கினார். பல நூற்றாண்டுப் போராட்டத் திற்குப் பின்னர் அப்புனித நகரத்தில் 'யாவே'விற்கு ஒரு நிரந்தர இடம் கிடைத்துவிட்டதாக டேவிட் அறிவித்தான்.

சாலின் மகளான மிக்கேல், தன் கணவன் அரை நிர்வாணக் கோலத்தோடு இறைமையில் அடைக்கலமாவதை மலினமான புகழ் தேடுதல் என்று ஏளனம் செய்தாள். தொடக்ககால விவிலியமானது பல மூல உரைகளும் பிரித்தெழுதிய கதைகளும் அடங்கிய தொகுப் பாகும். சாமுயேலின் இரண்டாவது நூலிலும் மன்னர்களைப் பற்றிய முதல் நூலிலும் டேவிட்டின் தோற்றம் குறித்து வீரச்சிறப்பு வர்ண னைகள் இல்லை என்பதால் அதனை அரசவையின் வரலாற்றுக் கோவையில் இருந்து யாரேனும் எடுத்தாண்டிருக்கக் கூடும்.

டேவிட், அந்தக் கோட்டையைத் தலைநகராகத் தேர்ந்தெடுக்கக் காரணம் அது வட மரபினருக்கோ அல்லது தென் ஜூடோவிற்கோ சொந்தமானதல்ல என்பதாகும். போரில் தன்னால் வெற்றி கொள்ளப் பட்ட எதிரிகளின் பொற்கவசங்களை அவர் ஜெருசலேமிற்குக் கொண்டு வந்தார். டயரிலிருந்து இறக்குமதி செய்யப்பட்டு தனது ஃபெனீசிய நண்பர்கள் வசமிருந்த செம்மரங்களைக் கொண்டு அரண்மனை யொன்றை டேவிட் எழுப்பினார். லெபனானில் இருந்து எகிப்தின் எல்லைவரை நீண்டு கிழக்கே ஜோர்டானையும், சிரியாவையும் உள்ளடக்கிய டமாஸ்கஸில் கோட்டைக் காவல்படையையும் கொண்ட ஓர் அரசினை டேவிட் கைப்பற்றினார்.

டேவிட் குறித்து நமக்குக் கிடைத்த ஒரே மூலாதாரம் விவிலியம் மட்டுமே. கி.மு 1200 முதல் 850 வரை எகிப்து மற்றும் ஈராக் பேரரசுகள் பின்னடைவு கண்டிருந்தன. அவற்றின் அரச ஆவணங்கள் மிகவும் சொற்பமாகவே இருந்தன என்பதோடு அதிகார வெற்றிடத்தையும் விட்டுச் சென்றிருக்கிறார்கள். இந்தக் காலகட்டத்தில்தான் டேவிட் வாழ்ந்திருக்கவேண்டும். 1993ஆம் ஆண்டு வட இஸ்ரேலில் உள்ள டெல்டேன் அகழ்வாய்வில் கண்டுபிடிக்கப்பட்ட கி.மு 9ஆம் நூற்றாண்டைச் சேர்ந்த கல்வெட்டில் ஜூடோவின் அரசர்கள் டேவிட்டின் அரசர்கள் என்று அழைக்கப்பட்டதாகக் குறிப்பிடப் பட்டுள்ளது. இதன் மூலம் டேவிட்தான் அந்த அரசைத் தோற்று வித்தவர் என்பது உறுதிப்படுகிறது.

எனினும் டேவிடின் ஜெருசலேம் மிகவும் சிறியது. இன்றைய ஈராக்கான அன்றைய பாபிலோனின் தலைநகரம் 2500 ஏக்கர் பரப்பளவு கொண்டிருந்தது. அதன் அருகில் இருந்த ஹசேர் நகரம்

200 ஏக்கர்களைக் கொண்டிருந்தது. ஆனால் ஜெருசலேமோ வெறும் 15 ஏக்கருக்கு மிகாமல்தான் இருந்தது. கோட்டையைச் சுற்றிலும் வாழ்ந்த மக்கள்தொகை சுமார் 1200தான். ஒரு பேரரசின் தலை நகருக்குரிய எந்தத் தகுதியையும் ஜெருசலேம் பெற்றிருக்கவில்லை என்றாலும் முந்தைய கணிப்பைக் காட்டிலும் மிகவும் வலுவாக இருந்தது என்பதைச் சமீபத்தில் கிஹான் நீரூற்றின் மேல் அமைக்கப் பட்டிருந்த அரண் பற்றிய கண்டுபிடிப்பு நிரூபிக்கிறது.[2]

கிரேட் பிலின்ஸ்டைன் மற்றும் ஹட்டைட் கூலிப்படை யினரால் டேவிட்டின் அரசாட்சி தோற்கடிக்கப்பட்டது என்ற கூற்றும் ஒப்புக்கொள்ளக் கூடியதுதான்.

விவிலியத்தில் மிகு புனைவுபெற்ற அந்நகரம் டேவிட்டின் ஆளுமையால் ஒருங்கிணைக்கப்பட்ட பாரம்பரிய இனக்குழுக்களின் தொகுப்பேயாகும். யூதப் பேரரசுகளில் அதிகார வெற்றிடம் ஏற்படு கிற கட்டங்களில் திறமையான போர்த்தலைவர்கள் அவற்றை எளிதாகக் கைப்பற்றி வந்துள்ளனர் என்று பிற்காலத்தில் மெக்காபீஸ் கணித்தார்.

ஒரு மாலைநேரம். டேவிட் தனது அரண்மனையின் மேல் தளத்தில் இளைப்பாறிக் கொண்டிருந்தான். அப்போது அவரைத் தூய்மை செய்த மிக அழகான பெண்ணொருத்தியைக் கவனித்தான். “அவள் பாத்ஷீபா தானே” என்று விசாரித்தான். அவள் இஸ்ரேலி யரல்லாத ஹிட்டைட் இனத்தைச் சேர்ந்த அவனுடைய கூலிப் படைத் தளபதி உரியாவின் மனைவி பாத்ஷீபா தான் என்பது தெரிய வந்தது. டேவிட் அவளை அழைத்து அவளுடன் உறவு கொள்ள பாத்ஷீபா கருவுற்றாள்.

பின்னர் அப்போது போர்க்களத்தில் ஜோர்டானில் இருந்த அவளது கணவனை தளபதி ஜோசப் மூலமாக வரவழைத்தான். உரியா வந்து சேர்ந்ததும் பாத்ஷீபாவின் கால்களைக் கழுவுமாறு கட்டளையிட்டான். டேவிட்டின் உண்மையான நோக்கம், அவன் பாத்ஷீபாவுடன் உறங்கும்போது கணவன் மனைவிக்கு இடையே உறவு நிகழும். அதனால் பாத்ஷீபா தன் மூலமாகக் கருவுற்றது தெரியாமல் மறைக்கப்பட்டுவிடும் என்பதுதான். ஆனால் உரியா டேவிட்டின் ஆணைக்குப் பணியாததால் ஜோசப்பிடம் “இவனைச் சிக்கல் நிரம்பிய போர்முனையில் கொண்டுபோய் நிறுத்து. இவன் கொல்லப்படுவதாகுக” என்றெழுதிய கடிதத்தை எடுத்துச்செல்லு மாறு கட்டளை இட்டான். அவ்விதமாகவே உரியா கொல்லப் பட்டான்.

பாத்ஷீபா, டேவிட்டின் அபிமான மனைவியானாள். தீர்க்கதரிசி நாதன், அனைத்தும் பெற்ற செல்வந்தன் ஒருவன் ஏழையின் ஆட்டுக் குட்டியைத் திருடிய கதையை மன்னனிடம் கூறினான். அந்த அநீதியைக் கேட்டு அதிர்ச்சியுற்ற டேவிட் ஆட்டுக்குட்டியைத் திருடி யவன் நிச்சயம் மரிப்பான் என்றான். நாதனோ நீதான் அந்த மனிதன் என்று மன்னனைச் சுட்டிக்காட்டினான். மன்னன் தான் மிகக் கொடிய குற்றம் புரிந்துவிட்டதாக உணர்ந்தான். அந்தப் பாவத்தின் பலனாக பாத்ஷீபாவுக்கும் அவனுக்கும் பிறந்த முதல் மகவை அவர்கள் இழந்தனர். அவர்களது இரண்டாவது மகன் சாலமன் உயிர் தப்பினான்.

டேவிட்டின் அரசவையானது புனித அரசனொருவனின் அரச வையாக இருப்பதற்குப் பதிலாக, மெய்போலத் தோற்றமளிக்கும் கரடி வாழ்குழிக்கு டேவிட் தலைமை தாங்கி வந்தான். ஒரு வல்ல வனை மட்டுமே ஆதாரமாகக் கொண்டு எழுப்பப்பட்ட பிற பேரரசு களுக்கு நேர்ந்த கதிதான் டேவிட்டின் அரசவைக்கும் நேர்ந்தது. மன்னன் நோய்வாய்ப்பட்டதுமே பிளவுகள் தோன்றிவிட்டன.

அவனது மகன்கள் வாரிசு உரிமைக்காகச் சண்டையிட்டுக் கொண்டனர். மூத்தமகன் அம்னன், தான் முடிசூட்டப்படலாம் என்று எதிர்பார்த்திருப்பான். இருந்தாலும் அழகான சிகையடர்ந்த சிரசையும், நிஷ்களங்கமான உடல் வடிவையும் பெற்ற அப்சலாம் அளவிற்கு இஸ்ரேலில் வேறு யாரும் போற்றப்படவில்லை என்ற பெருமிதத்தில் அலைந்த, பேராசையும் கெடுமதியும் கொண்ட அம்மன்னின் மாற்றாந்தாய் வழியில் பிறந்த சகோதரனான அப்சலாம் தான் அரியணைக்கு உரியவனென்ற அபிமானத்தை மன்னரிடம் பெற்றிருந்தான்.

அப்சலாம்: ஒரு இளவரசனின் எழுச்சியும் வீழ்ச்சியும்

அப்சலாமின் சகோதரியான தமாரினை தனது வீட்டிற்கு வஞ்சமாக வரவழைத்துக் கற்பழித்தான் என்று அம்னனை ஜெருசலேமிற்கு வெளியே வைத்துக் கொன்றான் அப்சலாம். டேவிட் துயரத்தில் ஆழ்ந்துவிட அப்சலாம் தலைநகரை விட்டுத் தப்பிச்சென்று மூன்று ஆண்டுகளுக்குப் பின்னர் நாடு திரும்பினான். மன்னன் டேவிட்டும் அவனது அபிமானத்திற்குரிய அப்சலாமும் சமரசமானார்கள். அப்சலாம் அரியணையின் எதிரில் மண்டியிட டேவிட் அவனுக்கு முத்தமிட்டான். ஆனால் இளவரசன் அபசலாமால் தனது ஆசைக்குக்

கடிவாளமிட முடியவில்லை. தனது குதிரையிலோ தேரிலோ அமர்ந்து ஜெருசலேமில் பவனி வர அவனுக்கு முன்னே ஐம்பது பேர் ஓடிக் கொண்டிருக்க வேண்டும்.

தனது தந்தையின் அரசாங்கத்தில் அப்சலாம் கீழறுப்பு வேலைகள் செய்தான். "அப்சலாம் இஸ்ரேலின் இதயத்தைக் கொள்ளை கொண்டான்." ஹெப்ரானில் தனது எதிர்ப்பு அரச வையை உருவாக்கினான்.

எழு ஞாயிறாக இருந்த அப்சலாமை நோக்கி மக்கள் ஈர்க்கப் பட்டனர். ஆனால் டேவிட்டோ தனது பழைய எழுச்சியை சிறிதளவு மீட்டுக்கொண்டான். இறைவனின் அருள் சின்னமான பொது ஒப்பந்தப் பேழையைக் கைப்பற்றிக்கொண்டு ஜெருசலேமை இழந்து விட்டான். அப்சலாம் தன்னை ஜெருசலேமில் நிலைப்படுத்திக் கொண்டபோது மூத்த அரசன் டேவிட் தன் படைகளை ஒருங்கிணைத்தார்.

"என் பொருட்டு அந்த இளைஞனுக்குத் தயை காட்டு" என்று தனது தளபதி ஜோசப்பைக் கேட்டுக்கொண்டார். கலகக்காரர்களை டேவிட்டின் படைகள் எஃப்ரைம் காடுகளில் படுகொலை செய்த போது அப்சலாம் கோவேறுக் கழுதையில் ஏறித் தப்பிச் சென்றான். ஆனால் அவனது அழகிய சிகையே அவனுக்குப் பகையாக வாய்த்து விட்டது. பெரிய கடுவாலி மரக் கிளைகளுக்கிடையே கழுதையில் சென்று கொண்டிருந்தபோது சிகை மரக்கிளையில் சிக்கிக்கொள்ள கழுதை அங்கிருந்து நகர்ந்துவிட்டது. அவனைத் துரத்திக்கொண்டு வந்த ஜோசப், கலகக்கார இளவரசன் அப்சலாமைக் கொன்று உடலை அவன் தனக்கென நிர்மாணித்து வைத்திருந்த நினைவுத்தூணுக்கு அருகில் புதைக்காமல் சாதாரண குழியில் புதைத்து விட்டான்.[3]

அக்கலவரத்திற்குப் பின் மூத்த அரசர் டேவிட் இளைஞன் அப்சலாம் பாதுகாப்பாக இருக்கிறானா என்று பரிதாபமாகக் கேட்டான். இளவரசன் இறந்த செய்தியறிந்து "என் மகனே அப்சலாம்... என் மகனே அப்சலாம்... என் மகனே அப்சலாம்... உனக்குப் பதிலாக இறைவன் என் உயிரை மாய்த்திருக்கக் கூடாதா? என் மகனே அப்சலாம்... என் மகனே அப்சலாம்" என்று அழுது புலம்பினான்.

பஞ்சமும், கொள்ளை நோய்களும் நாடெங்கும் பரவியபோது மொரியா மலையில் நின்றுபார்த்த டேவிட்டிற்கு ஜெருசலேமை மரணதேவதை அச்சுறுத்துவதாகத் தோன்றியது. இறைவெளிப்பாடாக ஒரு அருங்காட்சி அவருக்குத் தோன்றியதும் அங்கே ஒரு பலி

பீடத்தை உருவாக்கும்படி ஆணையிடப்பட்டது. சமயகுரு அரசர்களால் அமைக்கப்பட்ட ஜெருசலேமில் ஏற்கனவே ஒரு கோயில் இருந்திருக்கக்கூடும். அந்த நகரத்தின் முதன்மைக் குடிமக்களில் ஒருவரான அரௌனா என்ற ஜெபுஸைட்டிற்கு மொரியா மலைமீது நிலமொன்று உடைமையாக இருந்தது. அதன் மூலம் ஓஃபெல்ஸில் இருந்து கூடுதலாக அண்மையில் இருந்த மலைவரை நகரம் பரவியிருந்தது என்று கருத இடமுண்டு.

"எனவே கதிரடிக்கும் தளத்தினையும், எருதுகளையும் 50 வெள்ளி ஷெக்கல்களுக்கு டேவிட் வாங்கினான். அங்கே பலிபீடம் ஒன்றை நிறுவி அதில் கொதி படையல்களையும், அமைதிப் படையல்களையும் இறைவனுக்கு சமர்ப்பித்தான். அங்கே ஒரு கோயிலையும் நிர்மாணிக்கத் திட்டமிட்ட டேவிட், டயரின் ஃபெனீஷிய அரசன் அபி பாலிடமிருந்து ஒரு தேவதாரு மரத்தினைத் தருவித்தான். கடவுளையும் மனிதர்களையும் ஒன்றாக்கியது, இஸ்ரேலையும் ஜூடோவையும் இணைத்தது, ஜெருசலேமையே புனிதத் தலைநகராக்கப் புனித நீராட்டியது ஆகியவை அவனது வாழ்நாளில் மிக உயரிய தருணங்களாக இருந்திருக்கும். ஆனால் அது நீடிக்கவில்லை. "எனது பெயரால் நீர் ஒரு வீட்டினை எழுப்புதல் கூடாது. ஏனென்றால் நீர் ஒரு போர் வீரன். குருதி வடித்திருக்கிறீர்'' என்று கடவுள், டேவிட்டிடம் கூறினார்.

அந்த நேரத்தில் டேவிட் முதுமையடைந்து நோயுற்றவராக இருந்தார். அவரது அரசவையினரும் பிள்ளைகளும் வாரிசுரிமைக்கான உட்கலகத்தில் ஈடுபட்டிருந்தனர். அவரது மற்றொரு மனைவியின் மகனான அடோனிஜாவும் அரியணைக்கான உரிமையைக் கோரினான். அந்த சமயத்தில் டேவிட்டை மயக்குவதற்காக அபிஷாக் என்ற அழகிய கன்னிப் பெண்ணைக் கொண்டு வந்தனர். ஆனால் பாத்ஷீபாவைப் பற்றிய சூழ்ச்சியாளர்களின் மதிப்பீடு குறைவானதாகி விட்டது.

சாலமனின் திருக்கோயில்

தனது மகனுக்கு அரியணையைக் கோரினார் பாத்ஷீபா. மூத்த மன்னன் டேவிட், சமயகுரு ஜடோக்கனையும், தீர்க்கதரிசி நாதனையும் அதற்கான ஏற்பாடுகளைச் செய்யுமாறு பணித்தார். அவர்கள் சாலமனைக் கோவேறு கழுதையில் ஏற்றி புனித கிஹான் நீரூற்றுக்கு அழைத்து வந்தனர். அங்கே அரச சடங்கிற்குரிய புனித நீராட்டப்பட்டது. தாரை தப்பட்டைகள் முழங்க மக்கள் விழாக்கோலம்

பூண்டனர். இதைப் பற்றிக் கேள்விப்பட்ட அடானிஜா தனக்குப் பலிபீடத்தில் உயிர்ப்பிச்சை வழங்குமாறு யாசிக்க, சாலமன் அவனது உயிருக்கு உத்திரவாதமளித்தான்.

டேவிட், இஸ்ரேலியர்கள் அனைவரையும் ஒருங்கிணைத்து ஜெருசலேமைக் கடவுளின் நகரமாக மாற்றி ஒரு மகோன்னத அரசாட்சியை உருவாக்கிக் கொடுத்துவிட்டு மறைந்தார். மொரியா மலையின்மீது தேவாலயம் ஒன்றைக் கட்ட வேண்டுமென்று அவர் சாலமனிடம் வேண்டுகோள் விடுத்திருந்தார். நான்கு நூற்றாண்டு களுக்குப் பின்னர் விவிலியத்திற்கு உரையெழுதிய உரையாசிரியர்கள் தங்களது காலத்தினரை நெறிப்படுத்துவதற்காக குறைபாடுகள் கொண்டிருந்த டேவிட்டை ஓர் உன்னத நிலைக்கு உயர்த்தினர். டேவிட் இறந்ததும் அவரது நகரத்தில் புதைக்கப்பட்டார்.[4] டேவிட் விடுத்திருந்த வேண்டுகோளினை நிறைவேற்றினார் என்றாலும் சாலமன் மாறுபட்டவராக இருந்தார். பல கணக்குகளைக் குருதி தோய முடித்து விட்டுத்தான் கி.மு 970இல் தனது அரசாட்சியைத் தொடங்கினார்.

அரச தாயான பாத்ஷீபா தனது மகனும் மன்னனுமான சாலமனிடம் அவனது மாற்று மூத்த சகோதரனான அடோனி ஜாவிற்கு மன்னன் டேவிட்டின் இளைய காமக் கிழத்தியாகிய அபிஷாக்கை மணம் முடித்துத்தர அனுமதி கோரினாள். “ஓ... அவனுக்காக அரசாட்சியும் கூட கேட்கப்படுமோ?” என்று எள்ளலாக மறுகேள்வி எழுப்பிய சாலமன், அடோனிஜாவைக் கொல்வதற்கு ஆணையிட்டு தனது தந்தை டேவிட்டின் ஆட்சிமுறையை முற்றாக நீக்கினான். இதுதான் டேவிட் அரசவை குறித்து வரலாற்று ஆசிரியர் வாயிலாக அறியப்படும் இறுதிக் கதையாகும். அதேபோல மன்னன் சாலமன் குறித்து நாம் அறியக்கிடைக்கும் முதலாவதும் ஒரே ஒரு காட்சித் துணுக்குமாகும்.

விளக்கவொண்ணா ஆற்றலுடைய மகோன்னதப் படிவார்ப் பாகிய சாலமனிடத்தில் இருந்த திறமைகள் மற்ற சாதாரண மன்னர் களிடம் காணக் கிடைப்பதைவிட மேம்பட்டதாக இருந்தது. அவனது மதிநுட்பம் குறித்து 3000 பழமொழிகளும், 1005 பாடல்களும் உருவாகின. அவனது அந்தப்புரத்தில் 700 மனைவியரும், 300 காமக் கிழத்தி யரும் இருந்தனர். மேலும் அவரது படையில் 12,000 குதிரை வீரர் களும், 1400 தேர்களும் இருந்தன. இந்த விலைமிகுந்த போர்த் திறமான காட்சிப் பொருட்கள் அவனது அணைகள் சூழ்ந்த நகரங் களான மெகிடா, கெஜர், ஹசோர் ஆகியவற்றில் இருந்தன. அதே

நேரத்தில் அவனது கடற்படையோ அகாபா வளைகுடாவில் ஏஜியன் கெபரில் நங்கூரமிட்டிருந்தன.

சாலமன், வாசனைத் திரவியங்கள், தங்கம், தேர்கள், குதிரைகள் போன்றவற்றை எகிப்து, சிலிசியா ஆகிய பகுதிகளில் வணிகமும் செய்து வந்தான். தனது நண்பனாகிய ஃபெனீசிய மன்னனும், டயரின் மன்னனாகிய ஹிரமுடன் இணைந்து சூடான் மற்றும் சோமாலியா ஆகிய நாடுகள் மீது படையெடுத்தான். ஷீபாவின் (இன்றைய ஏமனிலுள்ள சாபா) அரசி, வாசனைத் திரவியங்கள், தங்கம், ரத்தினக் கற்கள் ஆகியவற்றைச் சுமந்த ஒட்டகக் கூட்டத்துடன் ஜெருசலேமிற்கு வந்தபோது அவளுக்கு விருந்தளித்தார்.

தங்கம் ஒஃபிர் பகுதியில் இருந்தோ அல்லது ஒருவேளை இந்தியாவில் இருந்தோ கொண்டு வரப்பட்டிருக்கலாம். வெண் கலம் அவனது சொந்தச் சுரங்கங்களில் இருந்து கொண்டுவரப் பட்டது. மன்னரின் செல்வம் ஜெருசலேமிற்கு வனப்பு கூட்டியது. “ஜெருசலேமில் அத்தியும், தேவதாருக்களும், கற்களும் பெருகி யிருப்பது போல வெள்ளியும் மலிந்திருக்க மன்னர் வகைசெய்தார்.” எகிப்தின் இளவரசியை மணம் முடித்ததன் வாயிலாக சர்வதேச அளவில் மன்னர் சாலமனின் மதிப்பு உயர்ந்தது.

எகிப்து அரசர்கள் தங்களது மகள்களை ஒருபோதும் அந்நிய இளவரசர்களுக்கு மணம் முடித்துத் தருவதில்லை. அதிலும் குறிப்பாக மலையகத்தில் ஆயர்குலத்தின் குழுத் தலைவனாய் இருந்து சமீபத்தில் அரசனாக முன்னேறிய அற்ப ஜூடேயர்களுக்குத் தன் மகளை மணம் முடித்துத் தருவதாவது? என்று ஒரு காலத்தில் செருக் குற்றிருந்த எகிப்து அரச வம்சத்தினர் மன்னன் சியாமன் தலைமையில் ஜெருசலேமிற்கு அருகில் இருந்த கெஜரைச் சூறையாடிய ஒரு இழி சூழல் நிலவியது. எனவே அப்பகுதியைப் போரில் கைப்பற்றினான். தனது தலைமைப் பீடத்தில் இருந்து வெகு தொலைவிற்கு அப்பால் அரணில்லாமல் இருக்கும் கெஜர் பிரதேசத்தைப் பாதுகாப்பதற்காக அதனை சாலமனிடம் ஒப்படைத்ததோடு தன் மகளையும் மணம் முடித்துக்கொடுத்தான். இப்படியல்லாமல் வேறெந்த வகையிலும் இந்தக் கற்பனைக்கு எட்டாத நிகழ்வு நடந்தேறியிருக்க வாய்ப்பே இல்லை.

தந்தை டேவிட்டின் இறுதி வேண்டுகோளுக்கு ஏற்ப ஜெருசலேமில் தேவாலயம் கட்டியதுதான் சாலமனின் ஆகச் சிறந்த படைப்பாகும்.

விவிலியத்தில் வர்ணித்துள்ளபடி நகரத்தின் அரணுக்கு உட்புற மாக சாலமனின் அரண்மனைக்கு வலப்பக்கத்தில் இறைவனின்

இல்லம் கம்பீரமாக விளங்கியது. ஆண்டவரின் லெபானிய காட்டு இல்லமும், அரசர் நியாயத் தீர்ப்பளிக்கும் இடமாகிய தூண்களின் கூடமும், தங்கம் மற்றும் தேவதாரு மரங்களைக் கொண்டு நிர்மாணிக்கப்பட்ட அற்புதமான கூடங்களும் மாளிகைகளும் அங்கிருந்தன.

இது இஸ்ரேலியர்களால் மட்டுமே நிகழ்த்தப்பட்ட சாதனையல்ல. லெபானியக் கரையோரம் சுதந்திர அரச நகரங்களில் வாழ்ந்த ஃபெனிஷியர்கள், மத்திய தரைப்பகுதியில் வாழ்ந்த கைவினைஞர்கள், கடலோடி வணிகர்கள் ஆகியோர் கூட்டாக நிகழ்த்தியதாகும். ஊதாச் சாயத்தை உருவாக்குவதில் பெயர்பெற்ற டைரியர்கள் எழுத்துக் களையும் உருவாக்கிப் புகழ்பெற்றிருந்தனர். டயரின் மன்னன் ஹிராம் தேவாலயத்திற்கான தேவதாரு மரங்களை அளித்ததோடல்லாமல் தங்கம் மற்றும் வெள்ளி வேலைப்பாடுகளைச் செய்யக்கூடிய கை வினைஞர்களையும் அனுப்பினான். ஹிராம் தேவாலயத்திற்கு அளித்த தங்கம் யாவும் தூய தங்கமாகவே இருந்தது.

தேவாலயம் ஒரு புனிதத்தலமாக மட்டுமல்லாமல், இறைவனின் அருங்கூடமாகவும் இருந்தது. 33 அடி அகலமும் 115 அடி நீளமும் கொண்ட மதில்கள் சூழ மூன்று பிரிவுகள் ஒருங்கிணைந்த வளாகம். முகப்பு வாயிலில் மாதுளை, அல்லி மலர்களால் அலங்கரிக்கப் பட்ட போவாஜ் மற்றும் யச்சின் என்ற பெயர் கொண்ட 33 அடி உயர வெண்கலத் தூண்கள் கம்பீரமாக நின்றிருந்தன. அதனை யடுத்து அமைக்கப்பட்டிருந்த இரண்டடுக்குக் கட்டடங்கள் அரசின் ஆவணக் காப்பகமாகவோ அல்லது கருவூலமாகவோ பயன் பட்டிருக்கலாம். அதனையடுத்து முப்புறமும் உயரமான தூண்கள் சூழ்ந்த திறந்த முற்றவெளி.

கட்டட முகப்பையொட்டியவாறு இருந்த புனிதக் கூடத்தின் சுவரில் பத்துத் தங்க விளக்குகள் ஒளி பொழிந்தன. நறுமணமிக்க படையல் பீடத்திற்கு எதிரே புனித ரொட்டி வைப்பதற்குரிய தங்க மேசை ஜொலித்தது. உள்ளே செல்பவர்கள் தங்களைத் தூய்மைப் படுத்திக் கொள்வதற்கான புனித வாவியிலிருந்து இதமான குளிர்ச்சி மிதந்தலைந்தது. கிண்ண அடுக்குகளின் உச்சியில் சுழலும் நீர்க் கலசம். மற்றொரு புறத்தில் சமுத்திரம் என்றழைக்கப்பட்ட வெண் கலக் குளம். சிறகு கொண்டு வானத்திலிருந்து இறங்கி வந்த தேவ தூதர்கள் இருவர் தங்கத் தகடு போர்த்திய ஆலீவ் மரத்தாலான 17 அடி உயரத் தூண்களின் உச்சியிலமர்ந்து காவல் காத்தனர்.

தெய்வீகத் திருத்தலங்களுக்கெல்லாம் மேலான திருத்தலமாக[5] அமைந்த சிறிய கூடத்திற்கு இட்டுச்செல்ல தண்ணென்ற படிக் கட்டுகள் அமைக்கப்பட்டிருந்தன.

தேவாலயத்தை நிறுவுவதற்கு ஏழு ஆண்டுகளும், அதனிலும் பிரமாண்ட அரண்மனையைக் கட்டியெழுப்ப பதின்மூன்று ஆண்டுகளும் சாலமனுக்குத் தேவைப்பட்டது. ஆக மேன்மையிலும் மேன்மையாக சாலமனின் மகோன்னதமே முதன்மை பெற்றிருந்தது. இறைவனின் இல்லத்தில் அமைதியே தவழ வேண்டுமென்பதால் கட்டுமானப்பணி நடைபெறும்போது ஒலியெழுப்பும் சுத்தியல், கோடாரி, போன்ற இரும்புக் கருவிகள் எதுவும் பயன்படுத்தப் படவில்லை. வெகு தொலைவிலேயே அத்தகைய வேலைகள் முடித்துக் கொள்ளப்பட்டன.

தேவாலயமிற்குத் தேவையான தளவாடங்களை ஜெருசலேமிற்கு அனுப்புமுன் ஃபெனீஷியக் கைவினைக் கலைஞர்கள் கற்களில் செய்யவேண்டிய அலங்கார வேலைப்பாடுகளையும், சைப்ரஸ் மற்றும் தேவதாரு மரங்களை இழைத்து, பொருத்து காடிகள், ஆப்புகள் அமைத்து, அதற்குத் தேவையான தங்க, வெள்ளி, வெண்கலத் தகடுகள் பொருத்துகிற வேலைகளையும் டயரிலேயே முடித்து அனுப்பி வைத்தார்கள். மன்னர் சாலமன் பழைய மதிற்சுவர்களை விரிவுபடுத்தி மொரிய மலையைத் தேவாலயப் பயன்பாட்டிற்குக் கொண்டுவந்தார். கட்டுமானப் பணிகள் முடிவடைந்ததும் ஜியான் என்ற பெயர் பழைய கோட்டையையும், புதிய தேவாலயக் குன்றையும் குறிப்பதாக விளங்கியது.

கட்டுமானப் பணிகள் அனைத்தும் முடிந்த பின்னர் கூட்டு ஒப்பந்தப் பேழை எனும் கருவேல மரப்பெட்டியை டேவிட்டின் தலைநகரமான ஜியான் கோட்டையின் கூடாரத்திலிருந்து மொரியக் குன்றின் தேவாலயம்வரை மதகுருமார்கள் சுமந்துவரும் காட்சி யினை மக்கள் காணும்படி செய்தான் மன்னன் சாலமன். பலி பீடத்தில் பலியிடும் சடங்கு முடிந்த பின்னர் மதகுருக்கள் அந்தப் பேழையை தெய்வீகத் திருத்தலங்களுக்கெல்லாம் மேலான திருத் தலத்திற்கு எடுத்துச்சென்று தங்கத்தாலான இருபெரும் தேவ தூதர்களின் சிறகுகளுக்குக் கீழே அமைத்தனர். தெய்வீகத் திருத் தலங்களுக்கும் மேலான திருத்தலத்தில் தேவதூதர்களையும், கூட்டு ஒப்பந்தப் பேழையையும் தவிர வேறொன்றுமில்லை. 4 அடி நீளமும், 2.5 அடி அகலமும் கொண்ட அப்பேழையினுள்ளும் மோசஸின் சட்டம் குறித்த பட்டயத் தகடு தவிர வேறொன்றும் இல்லை. அதன்

6

தெய்வாம்சம் காரணமாக அது பொது வழிபாட்டிற்கு அனுமதிக்கப் படாததாக இருந்தது. அதன் வெற்றிடத்தில் இஸ்ரேலியர்களுக்கே உரிய கருத்தான 'யாவே'யின் கண்டிப்பான உருவமற்ற இறைத் தன்மை குடியிருந்தது.

மதகுருக்கள் திருத்தலத்தை விட்டு வெளியேறியதும் தெய்வீக இருப்பின் மேகமும், இறைகீர்த்தியும் இறைவனின் இல்லத்தில் நிறைந்துவிட்டது. தனது மக்கள் முன்னிலையில் அத்திருத்தலத்தைப் பிரதிஷ்டை செய்த சாலமன் "நீவிர் வசிப்பதற்கான வீட்டையும், என்றென்றைக்கும் தங்குவதற்கான ஒரு இடத்தையும் நான் நிச்சயத் திலும் நிச்சயமாக நிர்மாணித்திருக்கிறேன்" என்று இறைவனிடம் கூறினான்.

அன்று உருவாக்கப்பட்ட யூத நாட்காட்டியில் புனிதப் பயணங்கள் மேற்கொள்வதற்குத் தகுதி வாய்ந்த பண்டிகைகளில் முதலாவதாக அது அமைந்தது. "மன்னர் சாலமன் பலிபீடத்தில் ஆண்டிற்கு மூன்றுமுறை அவிப்பலி கொடுத்தார்." அந்தக் கணத்தில் ஜூடேயே கிறித்துவ இஸ்லாமிய உலகத்தில் புனிதத் தன்மையென்ற கோட்பாடு நீங்காத இடத்தைப் பிடித்தது. அன்றிலிருந்து தெய்வீக இருப்பு தேவாலயக் குன்றினைவிட்டு நீங்கவேயில்லை என்று யூதர்களும் பிற மக்களும் நம்புகின்றனர். இவ்வுலகில் இறைமனிதத் தொடர்பாக ஜெருசலேம் மாபெரும் இடமாக என்றென்றும் அறியப் படும்.

மன்னன் சாலமனின் வீழ்ச்சி

புதிய பழைய, மறுமை இம்மை என விவிலியத்தின் சீரிய விளக் கங்கள் அனைத்தும் சாலமனின் நகரான ஜெருசலேத்தையே அடிப் படையாகக் கொண்டு புனையப்பட்டுள்ளன. ஆனால் அதனை உறுதிப்படுத்திக்கொள்ள எந்த ஆதாரமும் இல்லை. அவரது திருக் கோயில் குறித்து விவிலிய விளக்கங்கள் தவிர்த்து வேறெந்த வகை யிலும் அறிவதற்கான ஆதாரம் கிடைக்கவில்லை.

அவ்வாறு அறியப்பட முடியாததில் ஆச்சர்யம் இல்லை. ஆராய்ச்சிக்காக தேவாலயக் குன்றினை அகழ்வது அரசியல் மற்றும் மதரீதியான காரணங்களால் சாத்தியப்படாது. ஒருவேளை இப்போது அகழ்வதற்கு அனுமதிக்கப்பட்டாலும் சாலமனின் தேவாலயத்தின் சுவடுகள் எதையும் காணமுடியாமல் போகலாம். ஏனென்றால் இருமுறையேனும் முற்றான அழிவிற்குள்ளாகிவிட்டது அக்குன்று.

ஒருமுறை அடிநிலப் பாறைவரை தரைமட்டமாக்கப்பட்டது. எண்ணற்ற முறை புதுப்பிக்கப்பட்டிருக்கிறது. விவிலிய ஆசிரியர்கள் தேவாலயத்தின் மேன்மையை மிகைப்படுத்தியிருந்தாலும் கூட அதன் அமைப்பும், நீள அகல அளவுகளும் நம்பத் தகுந்ததாகவே தோன்றுகிறது. சாலமனின் தேவாலயம் அக்கால கட்டத்தின் செவ்வியப் புனிதத்தலமாகும். சாலமனின் தேவாலயத்திற்கு ஓரளவு முன்மாதிரியாக இருந்த ஃபெனீஷியக் கோயில்கள் அதிகாரிகளால் நிர்வகிக்கப்பட்ட கூட்டுக் கழகங்களாக இருந்தன. அக்கோயில் கணிகையர்களும், அக்கோயில்களுக்கு தங்களது முடியைக் காணிக் கையாக அளிப்போரிடமிருந்து நாவிதர்களும் தமக்கான கட்டணங் களில் இருந்து பொதுவருவாய்க்குப் பங்களிப்பு செய்தனர். அந்தப் பகுதியைச் சார்ந்த சிரியன் கோயில்களின் அமைப்பையும், அவற்றில் இருந்த புனித் பொருட்களான புனிதக் கலசம் ஆகியவை குறித்த சான்றாதாரங்களையும் கொண்டு பார்க்கும்போது அவை பெரும் பகுதி சாலமன் சரணாலயத்தைப் பற்றிய விவிலிய வர்ணனை களுடன் ஒத்துப் போகின்றன.

அதில் குறிப்பிடப்பட்டுள்ள தங்கம், தந்தங்களின் மிகை அளவும் முழுமையாக நம்பத் தகுந்ததாகவே இருக்கின்றன. சாலமனின் காலத்திற்கு ஒரு நூற்றாண்டிற்குப் பின்னர் ஜெருசலேமிற்கு அருகில் சமாரியாவை ஆட்சி செய்த இஸ்ரேலிய மன்னர்களின் அரண்மனை களில் பெருமளவு தந்தங்கள் இருந்ததாக அகழ்வாராய்ச்சியில் கண்டுபிடிக்கப்பட்டன. அந்தக் காலகட்டத்தில் தங்கமும் பெரு மளவில் கிடைத்ததற்கான ஆதாரங்கள் உண்டு. எனவே சாலமன் தனது தெய்வீகத் திருத்தலத்திற்கு 500 தங்கக் கவசங்களை அளித் தான் என்ற விவிலியக் கூற்று நம்பத் தகுந்ததுதான்.

தங்கம், ஆப்பிரிக்காவிலிருந்து இறக்குமதி செய்யப்பட்டதோடு தங்கத்தை நுபியாவிலும் எகிப்தியர்கள் வெட்டியெடுத்திருக் கின்றனர். சாலமனின் இறப்பிற்குப் பின்னர் எகிப்திய அரசன் ஷெஷாங்க் ஜெருசலேமை அச்சுறுத்தியபோது திருக்கோயிலின் தங்கத்தில் இருந்து அவனுக்குத் திரை செலுத்தப்பட்டது. சாலமனின் சுரங்கங்கள் வெறும் கற்பனைகள் என்று கால காலமாகக் கருதப் பட்டு வந்தது. ஆனால் அவனது ஆட்சிக் காலத்திய வெண்கலச் சுரங்கங்கள் சமீபத்தில் ஜோர்டானில் கண்டுபிடிக்கப்பட்டுள்ளன. சாலமனுக்கு ஒரு நூற்றாண்டிற்குப் பின்னர் ஆட்சிபுரிந்த ஒரு இஸ்ரேலிய மன்னன் 2000 தேர்களை வைத்திருந்தது சாத்திய மென்று நமக்குத் தெரிய வருகிறபோது சாலமனின் படைபலமும் சாத்தியமென்றே கொள்ளலாம்.[6]

சாலமனின் மகோன்னதம் மிகு புனைவாக இருக்கலாம். ஆனால் அவனது வீழ்ச்சி மெய்யானதென்றே தோன்றுகிறது. மதிநுட்பம் கொண்ட மன்னன் ஒரு சர்வாதிகாரிக்குரிய வெறுப்பைச் சம்பாதித்ததற்குக் காரணம் மக்கள் தலையில் சுமத்திய கடுமையான வரிகளும், தண்டனைகளாக வழங்கிய சாட்டையடிகளுமே ஆகும்.

இரண்டு நூற்றாண்டுகளுக்குப் பின்வந்த ஒரு கடவுள் கோட்பாட்டில் நம்பிக்கை கொண்ட விவிலிய ஆசிரியர்கள் சாலமன் மீது கடும் வெறுப்பு கொண்டிருந்தமைக்குக் காரணம் சாலமன் யாவே மற்றும் சில உள்ளூர்க் கடவுள்களை வழிபட்டதோடு பல விந்தையான பெண்டிர்மீது இச்சை கொண்டிருந்ததும் ஆகும்.

தெற்கில் ஈடோமிலிருந்தும், வடக்கே டமாஸ்கஸில் இருந்தும் சாலமனுக்கு எதிரான கிளர்ச்சிகள் தோன்றின. அதே நேரத்தில் சாலமனின் தளபதி ஜெரோபோம் வடக்கு இனக்குழுக்களிடையே கலகம் ஒன்றினைத் திட்டமிட்டு உருவாக்கினான். ஜெரோபோமைக் கொன்றுவிட மன்னன் உத்தரவிட்ட போதும் தளபதி எகிப்திற்குத் தப்பிச் சென்று மீண்டெழுந்த லிபியப் பேரரசின் மன்னனாகிய ஷெஷாங்கிடம் தஞ்சமடைந்து விட்டதால் சாலமனின் இஸ்ரேலிய சாம்ராஜ்ஜியம் தள்ளாடத் தொடங்கியது.

குறிப்புகள்:

1. உலக வரலாற்று அகழ்வாராய்ச்சியில் கியான் மிகப்பெரிய அகழ்வுத் தளம். தற்போது பேராசிரியர் ரானிரீச் நடத்தும் அகழ்வாய்வு நீரூற்றில் பன்னிரண்டாவது முறையாக மேற்கொள்ளப்படுகிறது. இந்நூலின் முதலாம் அத்தியாயத்தில் விளக்கப்பட்ட கனானைட் அரண்கள் இவ்வாய்வு மூலமாகத்தான் கண்டுபிடிக்கப்பட்டன. சார்லஸ்வாரன் என்ற ஆங்கிலேயே அகழாய்வாளர் 1867இல் ஓஃபெல்லிலிருந்து நீரூற்றிற்குச் செல்லும் ஒரு சுரங்கப்பாதையைக் கண்டுபிடித்தார். வாரன் கண்டுபிடித்த சுரங்கப்பாதை இயற்கையானதாகும். இயற்கை நீரூற்றானது பெரும் கோபுரம் மற்றும் மதில்களால் சூழப்பட்ட செயற்கையான கற்குளத்தினுள் பாய்ச்சப்பட்டது என்பதே உண்மையாகும்.

2. டேவிட்டின் ஆட்சிப்பரப்பு, ஒரு பழங்குடித் தலைவனுக்குரிய சிறிய நகரத்தின் அளவு மட்டுமே இருந்தது என்று கூறுவோருக்கும் விவிலியக் கதைகளின்படி அது ஒரு பேரரசுக்குரிய தலைநகரமாக இருந்தது என்று கூறிக் கொள்வோருக்குமிடையே டேவிட்டின் தலைநகர் அளவு பற்றிய சர்ச்சை சமீபத்தில் எழுந்துள்ளது. டெல்டான் கல்வெட்டு கண்டுபிடிக்கப் படும் வரை டேவிட் என்று ஒரு நபரே இருந்ததில்லை என்று ஒரு தரப்பு கோடிகாட்டியுள்ளது. விவிலியப் பிரதிகள் தவிர வேறெந்த அகழ்வாய்வுச் சான்றும் கிடையாதென்று இதுவரை சுட்டிக்காட்டி வந்தனர். 2000இல் முனைவர் எய்லட் மேஜர்தான் மன்னன் டேவிட்டின் அரண்மனை கண்டு

பிடிக்கப்பட்டதாக அறிவித்தார். அது பரவலாக நம்பப்படவில்லை. ஆனால் அவரது ஆராய்ச்சி வாயிலாக பத்தாம் நூற்றாண்டைச் சார்ந்த பெரும் கட்டடம் ஒன்றும் கண்டுபிடிக்கப்பட்டது. அந்தக் கட்டடத்தோடு, கனானிய கோட்டை அரண்களையும் படிக்கட்டுப் பகுதிகளையும் இணைத்து டேவிட்டின் கோட்டையாக உருக்கொள்ளப்பட்டது.

3. கிட்ரான் பள்ளத்தாக்கில் உள்ள அப்சலாமின் தூண் என்றழைக்கப்படும் கூம்பி (பிரமிட்) முதன் முதலாக கி.பி 1170இல் மேற்கண்டவாறு டியூடேலாவின் பெஞ்சமினால் குறிப்பிடப்பட்டது. அத்தூண் கி.மு 1500ஆம் ஆண்டு கால கட்டத்தைச் சேர்ந்ததல்ல. இடைக்காலத்தில் நகரத்தி லிருந்தும், ஏன் மேற்குக் கரையில் இருந்தும்கூட ஒதுக்கியிருந்த அத்தகைய தூண்களை யூதர்கள் வழிபட்டனர். இருபதாம் நூற்றாண்டின் முற்பகுதியில் கூட அப்சலாமின் துரோகத்தின் மீதான வெறுப்பை வெளிப்படுத்தும் விதமாக யூதர்கள் அதனைக் கடக்கும்போது அதன் மேல் காறி உமிழ்ந்து, கற்களால் எறிவதை வழக்கமாகக் கொண்டிருந்தனர்.

4. பல நூற்றாண்டுகளுக்குப் பின்னர் மசாபிய மன்னனான ஜான் ஹிர்கானஸ் தன்னை வெற்றிகொண்ட வீரன் ஒருவனுக்குத் தீர்வை செலுத்துவதற்காக டேவிட்டின் கல்லறையைக் கொள்ளையடித்தான் என்று கூறப்பட்டது. அதற்கு இரண்டாயிரம் ஆண்டுகளுக்குப் பின்னர் சிலுவைப் புனிதப்போர் நடைபெற்ற சமயத்தில் ஜியான் மலைமீது ஏசு தன் கடைசி உணவை அருந்திய அறையைப் பணியாளர்கள் சீர்செய்து கொண்டிருந்தபோது அவர்கள் டேவிட்டின் கல்லறை என்று கருதப்பட்ட ஒரு இடத்தைக் கண்டுபிடித்தனர். அந்த இடம் பின்னர் யூதர்கள், கிறித்தவர்கள், இஸ்லா மியர்கள் என அனைவருக்குமான வழிபாட்டுத் தலமாக விளங்கியது. இருப்பினும் டேவிட்டின் கல்லறை எங்கு உள்ளது என்பது மர்மமாகவே உள்ளது.

5. தெய்வீகத் திருத்தலங்களுக்கெல்லாம் மேலான திருத்தலம் என்றால் அது எங்கிருந்தது? என்ற கேள்வி அரசியல்ரீதியாக ஆபத்தான ஒன்றாகும். அத்துடன் ஜெருசலேமின் மீது பங்குகோரும் சூழலில் அது இஸ்ரேலிய பாலஸ்தீனிய அமைதி நடவடிக்கையைச் சவாலுக்குள்ளாக்கும் சிக்கல். மாவீரன் ஏரோதினால் விரிவுபடுத்தப்பட்ட குன்றின் அளவு குறித்து பல விதமான கருத்துக்கள் நிலவுகின்றன. இஸ்லாமியக் குவி மாடத்தினுள் அமைந்த கற்பாறையில் அத்திருத்தலம் இருந்ததாக அறிஞர்கள் பலர் கருதுகின்றனர். கி.மு 2000இன் போது இருந்த புதைகுகைதான் மர்மமான முறையில் சிதைந்து இப்போது மஞ்சள் நிறத்தில் ஆழ்குகையாகக் காணப் படுகிறது என்றும் சிலர் வாதிடுகின்றனர். பாபிலோனிலிருந்து நாடு கடத்தப் பட்டவர்கள் இங்கு வந்து சேர்ந்தபோது ஜெபுஸைட்டான அரௌனாவின் மண்டை ஓட்டினைப் பார்த்ததாகச் சொல்லப்படுகிறது. கி.பி இரண்டாம் நூற்றாண்டைச் சேர்ந்த யூத வாய்மொழி மரபுத் தொகுப்பான மிஷ்னா அந்த இடத்தை ‘ஆழத்தில் கல்லறை இருந்திருக்கக்கூடும் என்ற அச்சத்தில்’ தோண்டப்பட்ட பாதாளச் சவக்குழி என்று குறிப்பிடுகிறது. இஸ்லா மியர்கள் அதனைக் கிணறு என்றழைக்கின்றனர். ஆதாம் அந்த இடத்தில் தோற்றுவிக்கப்பட்டான் என்றும் ஆபிரஹாம் ஐசாக்கை பலி தரத் துணிந்த இடம் என்றும் யூதர்களும் இஸ்லாமியர்களும் நம்புகின்றனர். தாங்கள்

அமைக்கவிருந்த குவிமாடத்திற்காக இந்த இடத்தை கி.பி 691இல் இஸ்லாமியர்களின் வழித்தோன்றலான காலிப் அப்த் அல் மாலிக் தேர்வு செய்திருக்கக்கூடும். யூதர்கள் இந்தப் பாறையினைத் தேவாலயத்தின் அடிக் கல்லாகக் கருதுகின்றனர்.

6. மெகிடா, கெசர், ஹசோர் ஆகிய கோட்டைகள் சாலமனின் களஞ்சிய நகரங்கள் என்று விவிலியம் குறிப்பிடுகிறது. ஆனால் இருபத்தியொன்றாம் நூற்றாண்டு ஆய்வு உரையாடல்களில் பேரா ஃபிங்கல் ஸ்டோனின் தலைமை யிலான சீராய்வாளர்கள் மேற்குறிப்பிட்டவற்றை சாலமனுக்கு நூறு ஆண்டு களுக்குப் பின்னர் கட்டப்பட்ட சிரியன் வகை அரண்மனை என்று வாதிடுகின்றனர். அப்படிப் பார்க்கப்போனால் சாலமனுக்கு எந்தக் கட்ட டங்களும் இல்லை என்று இவர்களது காலக்குறிப்பைப் பிற சீராய் வாளர்கள் மறுக்கின்றனர்.

இந்தப் பகுதியில் கிடைக்கப்பெற்றுள்ள சிவப்பு நிறத்தில் கருவண்ண மேறிய மண்கலங்கள் கி.மு பத்தாம் நூற்றாண்டைச் சேர்ந்தவை. அது சற்றேறக்குறைய சாலமனின் ஆட்சிக்காலத்தையும், அரசனின் இறப்பிற்குப் பின்னர் 9 ஆண்டுகள் கழித்து நடந்த எகிப்து மன்னன் ஷெஷாங்கின் படையெடுப்புக் காலகட்டத்தையும் ஒட்டியே அமைந்துள்ளது. அங்கிருக்கும் கட்டடங்கள் மெய்யாகவே பத்தாம் நூற்றாண்டிற்குரிய பிரமாண்டமான குதிரை லாயங்கள்தாம் என்று புதிய பரபரப்பான ஆய்வுகள் உறுதி செய்கின்றன. இவை சாலமனின் குதிரைப்படை ஆற்றலுக்கும், மத்திய தரைப்பகுதியின் குதிரைப்படை வணிக நடவடிக்கைகளுக்கும் ஆதாரங்களாக இருக்கின்றன. விவாதங்கள் மேலும் தொடர்கின்றன.

☆

4

ஜூடேயின் அரசர்கள்
கி.மு 930-626

ரிஹோபோமுக்கு எதிராக ஜெரோபோம் - பிளவு

கி.மு 930இல் சாலமன் நாற்பதாண்டு காலம் ஆட்சி புரிந்து இறந்ததும் அவரது மகன் ரிஹோபோம், தனது மரபுக் குழுக்களை ஷெக்கெமிற்கு வரவழைத்தான். தளபதி ஜெரோபோமின் தலைமையிலான வடக்கத்தியர்கள் தாங்கள் இனியும் தொடர்ந்து சாலமனின் வரிவிதிப்பை ஏற்கமுடியாது என்று அறிவித்தனர். பக்குவமில்லாத ரிஹோபோம் "நான் உங்கள் பாரத்தை மேலும் அதிகமாக்குவேன். என் தந்தை உங்களைச் சவுக்கு கொண்டு சொடுக்கினார். நான் உங்கள் மீது தேள்களை ஏவி பணிய வைப்பேன்" என்று கொக்கரித்தான். பத்து வடக்கு இனமரபினரும் ஒன்று சேர்ந்து கிளர்ந்தெழுந்து இஸ்ரேல் சாம்ராஜ்ஜியத்தின் புதிய பிரிவினைக்கு ஜெரோபோமை அரசனாக அரியணை ஏற்றினர்.

டேவிட்டின் பேரனான ரிஹோபோம் ஜூடேயின் அரசனாக, யாவேயின் இல்லமாகிய ஜெருசலேம் தேவாலயத்தைத் தன் வசம் வைத்திருந்தான். அனுபவசாலியான ஜெரோபோம், ஷெக்கெமைத் தனது தலைநகராக உருவாக்கிய பின் "இம்மக்கள் பலிச் சடங்குகள் செய்ய இறைவனின் இல்லமான ஜெருசலேமிற்குச் செல்வார்களே யானால் காலப்போக்கில் இவர்களது மனம் ஜூடேயின் அரசனான ரிஹோபோமை நாடத் துவங்கும். என்னையும் கொல்லத் துணிவார்கள்" என்று கருதினான். ஆகையால் பாரம்பரியமான கனானிய

கோயில்களான பெத்தேல் மற்றும் டானில் என்ற இரண்டு சிறு தேவாலயங்களைக் கட்டினான். ஜெரோபோமின் ஆட்சிப் பரப்பு விரிந்ததாகவும், வெற்றிகரமானதாகவும் இருந்தாலும் அவனால் ரிஹோபோமுக்கு ஈடுஇணை ஆக முடியவில்லை.

அவ்விரு இஸ்ரேலிய அரசர்களும் சில சமயம் தங்களுக்குள் போரிட்டுக் கொண்டனர். அவ்வப்போது நெருங்கிய தோழமையும் கொண்டிருந்தனர். கி.மு 900க்குப் பிறகு சுமார் நான்கு நூற்றாண்டு களாகத் திருக்கோயில் அரச நகரான ஜெருசலேமின் சிறு திமிலான ஜூடேயை டேவிட்டின் சந்ததியினர் ஆட்சிபுரிந்தனர். அதேநேரத்தில் வட பகுதியில் ரத்தக் களறிகளால் ஆட்சியைக் கைப்பற்றி சிம்மாசனத்தில் அமர்ந்த தேரோட்டித் தளபதிகளின் ஆதிக்கத்தின் கீழான இஸ்ரேலும் வளமையாகத் திகழ்ந்தது. இத்தகைய கிளர்ச்சி யாளர்களில் ஒருவன் அரச வம்சத்தைச் சேர்ந்த ஒருவரையும் விடாமல் அழித்தொழித்ததால் “ராஜ குடும்பத்தைச் சேர்ந்த ஒரு வரேனும் சுவற்றில் சிறுநீர் கழிக்கக்கூட மிஞ்சவில்லை.” இருநூறு ஆண்டுகளுக்குப் பிறகு அரசர்கள் குறித்த பதிவு நூல்கள், வரலாற்று நூலாசிரியர்கள் போன்ற எதுவும் தனிமனித விபரங்கள் மற்றும் காலக் கிரமங்கள் ஆகிய எதைப்பற்றியும் கவலை கொள்ளவில்லை.

இஸ்ரேலின் ஒரே இறைவன் கோட்பாட்டின் மீது கொள்கிற பற்றுறுதியே ஆட்சியாளர்களுக்கான சிறப்புத் தகுதியாக இருந்தது. நல்லூழால் இருண்ட காலம் முடிவுக்கு வந்திருந்ததால் விவிலியத்தின் நன்னெறி மறைக் கொள்கைகளை எகிப்தியப் பேரரசுகளும், ஈராக்கியப் பேரரசுகளும் தங்களது கல்வெட்டுக்களில் எடுத்தியம்பி வலியுறுத்தின.

சாலமனின் இருப்பிற்கு ஒன்பதாண்டுகளுக்குப் பிறகு எகிப்தின் வரலாறு ஜெருசலேமின் பக்கம் திரும்பியது. ஒருங்கிணைந்த இஸ்ரேலின் வீழ்ச்சிக்கு உந்துசக்தியாக விளங்கிய எகிப்து அரசன் ஷெஷாங் கடல்வரை முன்னேறினான். ஜெருசலேமின் நிலப்பகுதியை நோக்கித் தனது படையை அணிவகுத்தான். அந்த அணிவகுப்பை லாபகரமாக ஆக்குவதற்குரிய செல்வ வளம் தேவாலயக் கருவூலத்தில் இருந்தது. சாலமனின் தங்கத்தைக் கொண்டு ரிஹோபோம், ஷெஷாங்கை விலைக்கு வாங்கினான்.

இரண்டு இஸ்ரேலிய அரசுகளையும் தாக்கிய எகிப்து அரசன் கடலோரப் பகுதியான மெகிடாவையும் சிதைத்தெறிந்தான். தனது வெற்றிகளைச் செருக்குடன் பொறித்த கல்வெட்டின் துண்டுகள் இன்றும் அப்பகுதியில் காணக்கிடைக்கின்றன. ஷெஷாங் எகிப்தை

நோக்கித் திரும்புகையில் அமன் தேவாலயத்தில் தனது வெற்றி களைப் பெருமிதமாகப் பறைசாற்றிக் கொண்டான். எகிப்து தலை நகரான புபஸ்டிஸில் உள்ள மறைபொருள் குறியீட்டு உரையில் "ஷெஷாங்கின் வாரிசான ஓஸார்கோன் தனது தேவாலயங்களுக்கு அர்ப்பணித்த 383 டன் தங்கம் அவனது தந்தையால் ஜெருசலேமில் இருந்து களவாடியதாக இருந்திருக்கும்" என்று எழுதப்பட்டுள்ளது. விவிலியத்தில் கூறப்படும் நிகழ்வில் ஷெஷாங்கின் படையெடுப்பு தான் முதன் முதலாக அகழ்வாய்வின் மூலமாக உறுதி செய்யப் பட்டுள்ளது.

ஐம்பதாண்டுப் போருக்குப் பிறகு இரண்டு இஸ்ரேலிய அரசுகளும் சமாதானமடைந்தன. இஸ்ரேலின் அரசன் அஹாப் ஃபோனிஷிய இளவரசியை கோலாகலமாகத் திருமணம் செய்தான். இவள்தான் விவிலியம் சித்தரிக்கும் கொடும் அரக்கியான ஜெசிபல். பெரும் ஊழலாளியும், அடக்குமுறைக்காரியுமான அவள் பாலிய மற்றும் பல உருவ வழிபாடுகளை மேற்கொண்டாள். அவளும் அவளது குடும்பமும் ஃபோனிஷியாவில் இருந்து இஸ்ரேலையும், ஜெருசலேமையும் ஆட்சி செய்து இவ்விரு இடங்களுக்கும் கொடுங் கோன்மையையும், பேரழிவையும் கொண்டு வந்து சேர்த்தனர்.

வம்ச அழிப்பில் தப்பி ஒளிந்த இளவரசன்

ஜெசிபலுக்கும், அஹாபுக்கும் பிறந்த மகளான அதாலியாவை ஜூடேயின் அரசனான ஜெஹொரோவிற்கு மணமுடித்துக் கொடுத்தனர். ஜெஹொரோ ஜெருசலேம் வந்தடைந்தபோது அது வளம் கொழிக்கும் நாடாக இருந்தது. அங்கு சிரியர்கள் வணிகம் செய்து வந்தனர். ஜூடேய கப்பற்படை செங்கடலில் ஆதிக்கம் செலுத்தியது. விக்ரகங்கள் தேவாலயத்தில் இருந்து அப்புறப் படுத்தப்பட்டன. இவையெல்லாம் நடந்தாலும் ஜெசிபலின் மகள் தனது ஆட்சிக் காலத்தில் மக்களுக்கு இன்பம் அளிக்கவில்லை, நற்பெயர் பெறவில்லை.

பெரும் சக்திகள் செயலூக்கமிழந்த நிலையில் இஸ்ரேலியர்கள் செழிப்புடன் இருந்தனர். தற்போதைய இராக்கின் நின்னவேஹிற்கு அருகிருந்த அசிரியா கி.மு 854ஆம் ஆண்டு மீண்டும் எழுச்சி பெற்றது. சிரிய அரசுகளின் மீது அசிரிய மன்னன் மூன்றாம் ஷால்மனேஸா படையெடுத்தபோது அவனை எதிர்க்க ஜூடே, இஸ்ரேல் மற்றும் சிரியா அரசுகள் ஒன்றுபட்டன. அந்தப் போரில் தனது 2000 தேர்களையும், 10,000 காலாட்படை வீரர்களையும்

ஈடுபடுத்திய அரசன் அஹாப், ஜூடேய மற்றும் பல சிரிய அரசர்களின் துணையோடு அசிரியர்களைத் தடுத்து நிறுத்தினான். இருந்தாலும் பின்னர் அந்தக் கூட்டணி சிதறியது. ஜூடேயர்களும், இஸ்ரேலியர்களும் சிரியர்களோடு போரிட்டனர். சிரியக் குடி மக்களோ கிளர்ச்சியில் இறங்கினர்.[1]

இஸ்ரேலிய அரசர் அஹாப் மீது எய்திய அம்பால் அவர் கொல்லப்பட்டார். அவரது குருதியை நாய்கள் நக்கின. இஸ்ரேலில் கலகத்தில் ஈடுபட்ட ஜெஹூ என்ற தளபதி அரச குடும்பத்தைப் படுகொலை செய்தான். அஹாப்பின் மகன்கள் எழுபது பேர்களின் தலைகளைக் கொய்து சமாரியாவின் வாயிலில் குவித்தான். இஸ்ரேலின் புதிய அரசரை மட்டும் கொல்லாமல் விட்டு வைத்து, அவன் ஜூடேயின் அரசவைக்கு வந்திருந்த நேரத்தில் அங்கு வைத்துக் கொல்லப்பட்டான். இங்கே ஜெசிபல்லைப் பற்றிக் குறிப்பிட்டாக வேண்டும். அரண்மனைச் சாளரத்தின் வழியாக வெளியே வீசப்பட்ட அவள் தேர்ச் சக்கரங்களில் சிக்கி சின்னா பின்னமானாள்.[2]

ஜெசிபல்லின் சடலம் இஸ்ரேலிய நாய்களுக்கு உணவானது. ஆனால் ஜெசிபல்லின் மகளான அதலியா அரசி தன் கண்ணில் பட்ட டேவிட்டின் வம்சாவளி இளவரசர்கள் (தன் சொந்த பேரப் பிள்ளைகள்) அனைவரையும் கொன்று குவித்துவிட்டு கி.மு 841இல் ஆட்சியுரிமையைக் கைப்பற்றிக் கொண்டாள். ஒரேயொரு இளவரசன் குழந்தை ஜெஹோ மட்டும் காப்பாற்றப்பட்டான். ஜெருசலேம் அரசர்களைப் பற்றிய இரண்டாம் நூலும், புதிய சில அகழ்வாராய்ச்சிகளும் ஜெருசலேமிய வாழ்க்கை முறையைப் பற்றிய காட்சித் துணுக்குகளை நமக்கு அளிக்கின்றன.

இளவரசன் தேவாலய வளாகத்தில் ஒளிந்து கொண்டிருந்த போது ஜெசிபலின் அரை ஃபோனீசிய, அரை இஸ்ரேலிய மகளோ தனது சிறிய மலைத் தலைநகருக்கு சுய சார்பில்லாத வணிகத்தையும், பாலிய வழிபாட்டு முறைகளையும் கொணர்ந்தாள். மாதுளங்கனி மீதமர்ந்த ஒரு அங்குலத்திற்கும் குறைவான அளவுடைய புறாவின் தந்தச் சிலையொன்று ஜெருசலேமில் கண்டெடுக்கப்பட்டது. அது ஜெருசலேமிய பெரிய இல்லமொன்றின் அலங்கார அணிகலனாக இருந்திருக்கக் கூடும். அந்நாளில் தாளாகக் கருதப்பட்ட ஃபோனீசிய களிமண் முத்திரைகள் டேவிட் நகரத்தின் கீழுள்ள கற்குளத்தின் சுற்றுப் பகுதியில் கண்டெடுக்கப்பட்டன. அவற்றில் ஜெருசலேமியக் கப்பல்கள், சிம்மாசனத்தின் மீது பொறிக்கப்படும் சிறகுச் சூரியன் போன்ற குலமரபுப் புனிதச் சின்னங்கள் பதிக்கப்பட்டிருந்தன.

அவற்றுடன் கிடைத்த 10,000 மீன் முட்களும் கடல் கடந்து வணிகம் செய்துவந்த வியாபாரிகளால் மத்திய தரைப் பகுதியிலிருந்து இறக்குமதி செய்யப்பட்டிருக்கக்கூடும்.

ஆட்சிப் பொறுப்பேற்ற சிறிது காலத்திலேயே அதலியாவும், ஜெசிபல் அளவிற்கு வெறுப்பிற்குள்ளானாள். உருவ வழிபாட்டினைப் பின்பற்றிய அவளது மதகுருக்கள் பால் மற்றும் வேற்றுக் கடவுளர்களின் விக்கிரகங்களைத் தேவாலயத்தில் நிறுவினர். ஆறு ஆண்டுகளுக்குப் பின்னர் மதகுரு ஜெருசலேமின் முக்கிய நபர்களை ஒரு ரகசியக் கூட்டத்திற்கு அழைத்தார். அதுவரை ஒளித்து வைக்கப் பட்டிருந்த குட்டி இளவரசன் ஜெஹோஹாஷை அவர்களுக்கு வெளிக்காட்டியபோது அம்முக்கியஸ்தர்கள் தங்களது விசுவாசத்தினை அவர் மீது பிரதிக்ஞை செய்தார்கள். அதுவரை தேவாலயத்தில் பாதுகாத்து வைக்கப்பட்டிருந்த டேவிட் அரசனுக்குரிய ஈட்டிகள் மற்றும் வேட்டைக் கருவிகள் கவசங்கள் ஆகியவற்றைக் காவலாளிகளுக்கு அளித்து இளவரசனுக்குப் பொது அவையில் திருமுழுக் காட்டி "இவ்வரசனைக் கடவுள் காப்பாராக" என்று பிரகடனம் செய்து எக்காளங்களை ஊதினார்கள்.

காவலாளிகள், பொதுமக்கள் ஆகியோரின் ஆராவார ஒலியைக் கேட்ட அரசி, அரண்மனையிலிருந்து நகரின் உள்ளரண் வழியாக மக்கள் கூடியிருந்த இடத்திற்கருகில் உள்ள தேவாலயத்திற்கு விரைந்து வந்தாள். "இது ராஜ துரோகம்.... இது ராஜ துரோகம்" என்று கூக்குரலிட்டாள். ஆனால் காவலாளிகள் அவளைக் கைதுசெய்து நுழைவாயிலுக்கு வெளியே இழுத்துச் சென்று கொன்றனர். பாலிய மதகுருக்களும் கொல்லப்பட்டனர். வேற்று வழிபாட்டு விக்ரகங்கள் உடைத்து நொறுக்கப்பட்டன.

அனேகமாக கி.மு 841 வரை நாற்பதாண்டு காலமாக ஜெஹோஹாஷ் ஆட்சி பீடத்தில் இருந்தான். ஜெருசலேமிற்கு வந்த சிரிய அரசன் ஒருவன் தேவாலயத்தில் இருந்த தங்கம் முழுவதையும் தனக்கு அளிக்குமாறு வற்புறுத்தி நடந்த போரில் ஜெஹோஹாஷ் கொல்லப்பட்டான். அதனையடுத்து முப்பதாண்டுகளுக்குப் பின்னர் இஸ்ரேலிய அரசன் ஒருவன் ஜெருசலேமை முற்றுகையிட்டு தேவாலயத்தைச் சூறையாடினான். அப்போது முதற்கொண்டு தேவாலயத்தின் வளமான செல்வமே ஒரு கவர்ச்சியூட்டும் பரிசாக மாறிவிட்டது.

ஜெருசலேமின் தனித்துவத்திலும் மேலானது, புதிய மன்னர் தலைமையில் புத்துணர்வு பெற்ற அசிரியா. புலால் புசிக்கும் அப்பேரரசு மீண்டும் பீடுநடை போடத் துவங்கியது. அசிரியர்களைத் தடுத்து

நிறுத்த இஸ்ரேல் மற்றும் ஆரம்ப டமாஸ்கஸ் அரசர்கள் ஒன்றிணைந்து ஒரு கூட்டணியை உருவாக்க முயற்சித்தனர். ஜூடேயின் அரசர் அஹாஜ் அதில் இணைய மறுத்ததால் இஸ்ரேலியர்களும் சிரியர்களும் ஜெருசலேத்தைக் கைப்பற்றினர். புதிதாக எழுப்பப்பட்ட கோட்டையை அவர்களால் தகர்க்க முடியவில்லை. தேவாலயத்தின் கருவூலத்துடன் உதவிகோரும் வேண்டுகோளையும் மன்னன் அஹாக் அசிரியாவின் மூன்றாம் திக்லத் பிலேகலருக்கு அனுப்பினான். கி.மு 732ஆம் ஆண்டு அசிரியர்கள், சிரியாவை இணைத்துக் கொண்டு இஸ்ரேலை அழித்தனர். ஜெருசலேமில் அரசர் அஹாக் அசிரியாவிடம் சரணடைவதா அல்லது எதிர்த்துப் போரிடுவதா என்ற துயரத்தில் ஆழ்ந்தார்.

அழகியையும் கணிகையையும் போன்ற ஜெருசலேம்: இசையா

மதகுருவும், இளவரசனும், அரசியல் ஆலோசகருமான இசையா பொறுத்திருக்குமாறு மன்னருக்கு அறிவுறுத்தினான். "யாவே ஜெருசலேமைக் காப்பார்" என்று கூறினான். 'கடவுள் நம்முள்' என்ற பொருள் கொண்ட 'இமானுயேல்' என்ற பெயரில் பிறக்கும் மகன் 'வல்லான் கடவுளாகவும்' 'நீடித்திருக்கும் தந்தையாகவும்' 'அமைதியின் இளவரசனாகவும்' இருப்பான் என்றும் கூறினான்.

இசையா நூலின் ஆசிரியர்களாகக் குறைந்தது இருவரேனும் இருந்திருக்க வேண்டும். அதில் ஒருவர் 200 ஆண்டுகளுக்குப் பின் எழுதியிருப்பார். முன்னவர் ஒரு தீர்க்கதரிசி மட்டுமல்ல தொலைநோக்குடைய கவிஞருமாவார். இதன் கதி என்னவாகும் என்று தீர்மானிக்க முடியாத உக்கிரமான அசிரியர்களின் ஆக்கிரமிப்பின் உச்சத்தில் ஜெருசலேம் இருந்த நிலையிலேயே இப்பேரழிவையும் கடந்து தேவாலயத்திற்கு நற்பேறு உண்டு என்று கற்பனை செய்தவர் அவர். "அவனது அணிகளனைத்தும் கொண்டு நிரப்பிய இத்தேவாலயத்தைத் தனது உயர் பீட சிம்மாசனத்தில் அமர்ந்து இதன் மாட்சிமையை இறைவன் கைகளால் உயர்த்திப் பிடித்ததைக் கண்டேன். இவ்வில்லம் எங்கும் புகைமூட்டம் சூழ்ந்திருந்தது" என்று ஆருடம் கூறினார்.

மிகச் சரியானவற்றோடு, வாரி வழங்கும் வளப்பம் நிறைந்த ஒரு அழகிய பெண்ணைப் போலவும், ஜெருசலேம் மலைகளின் மகளாகவும் விளங்கும் புனித ஜியான் மலையை மிகவும் நேசித்தார் இசையா. இறையம்சமும் நல்லியல்புகளுமின்றி ஜெருசலேமை வைத்திருப்பது அர்த்தமற்றது. ஜெருசலேம் தன் வசமுள்ள அனைத்து

வளங்களையும் இழந்துவிட்டாலும், ஜெருசலேமே அழிந்து விட்டாலும், உயிர்கள் வாழிடம் எங்கெங்கும் அனைவருக்குள்ளும் அன்பையும் கருணையையும் போதிக்கும் ஞானார்த்த ஜெருசலேம் இருந்து கொண்டேயிருக்கும். “நன்னெறிகளால் வாழப் பழகுங்கள், நியாயத் தீர்ப்பினை நாடுங்கள், ஒடுக்கப்பட்டோரை விடுவியுங்கள், கைவிடப்பட்டவர்களுக்குக் கலிகூருங்கள், கைம்பெண்களுக்கு இரக்கம் காட்டுங்கள்” என்றார். அசாதாரண நிகழ்வுப் போக்கினை இசையா முன்னுணர்ந்தார்: “மலைகளின் உச்சியில் இறைவனின் இல்லம் நிறுவப்படும். அனைத்து நாடுகளின் கவனமும் அதன்பால் ஈர்க்கப்படும். புறக்கணிப்பிற்குள்ளான, வென்றடக்கப்பட்ட இம்மலையின் சட்டங்களும், விழுமியங்களும், கதைகளும் மீண்டெழும். அனைவரும் வாருங்கள். இறைவனின் மலைக்கும் ஜேக்கப்பினுடைய இறையில்லத்திற்கும் நாமனைவரும் செல்வோம் என்று அனைவரும் கூறுவார்கள். இறைவன் நமக்கு அவரது வழிகளைக் கற்றுத்தருவார். ஜியானிலிருந்து சட்டம் முன்செல்லும். ஜெருசலேமிலிருந்து இறைவனின் வாக்கு பரவும். அவரே நாடுகளை மதிப்பீடு செய்வார். ஞானத்தீர்ப்பு வழங்கும் நாளன்று, புனித நறுநெய் நீராட்டிய அரசனான மொசையா ஒருவர் வருவார்” என இசையா ஆருடம் கூறினார். “அவர்களது போர் வாட்கள் உழும் கலப்பைகளாகும், ஈட்டிகள் தொரட்டிகளாகும். இனியும் அவர்கள் போர் பயில மாட்டார்கள். இறந்தவர் மீண்டெழுவர். ஓநாய் ஆட்டுடன் ஜீவிக்கும். சிறுத்தை குழந்தையுடன் துயிலும்” என்றார்.

ஜெருசலேமின் வரலாற்றுப் படிப்பினைகளின் சாரமாக இறையருள் வேண்டுதல்களே ஒளிவீசும் கவிதைகளாக முதன் முதலாக வெளிப்பட்டு இன்றுவரை தொடர்ந்து ஊடாடி வருகிறது. இசையா யூதவியத்திற்கு மட்டுமல்லாமல் கிறிஸ்த்துவவியத்தை வடிவ மைக்கவும் உதவினார். ஏசு இசையாவைக் கற்றார். அவர் தேவாலய அழிவிலிருந்து கற்றுக்கொண்ட ஜெருசலேமின் பிரபஞ்ச ஞானத்தை, அவரது கடையனை மேலேற்றும் கவிதாதரிசனப் போதனைகளை இசையாவிடமிருந்து ஏசு பெற்றுக்கொண்டார். இசையா முன்னு ணர்ந்த இமானுயேல் தான்தான் என்று கருதினார் ஏசு.

திக்லத்பிலேஸரிடம் தன்னுடைய பணிவைத் தெரிவிக்க டமாஸ்கஸ் சென்ற ஜெருசலேம் அரசர் அஹாக் அங்கிருந்து தேவாலயத்திற்கான அசிரிய பாணியிலான பலிபீடம் ஒன்றைப் பெற்றுத் திரும்பினான். இந்த ஆக்கிரமிப்பாளன் கி.மு 727இல் இறந்தபோது இஸ்ரேல் கிளர்ந்தது.

அசிரியாவின் புதிய தலைநகர் சமாரியாவை மூன்றாண்டு காலமாக முற்றுகையிட்டு இஸ்ரேலைக் கபளீகரம் செய்தான். அதன்

குடிமக்கள் 27000 பேர்களை அசிரியாவிற்குத் துரத்திவிட்டு பன்னிரண்டு குழுக்களாக இருந்த பழங்குடியினரில் பத்துக் குழுக்களை முற்றாக வரலாற்றில் இருந்தே துடைத்தழித்தான்.[3]

அழிவில் இருந்து தப்பிய இரண்டு பழங்குடி இனக்குழுக்களில் இருந்து தோன்றிய நவீன யூதர்கள் ஜூடேய அரசாக வாழ்ந்தனர். இம்மானுயேலாகப் போற்றிப் புகழப்பட்ட குழந்தையான அரசன் ஹெஷேக்கியா ஒரு மெசையா அல்ல. என்றாலும் அனைத்து விதமான விலை மதிக்கவொண்ணா அரசியல் தகுதிகளையும், நல்லூழையும் பெற்றிருந்தார். அவருடைய ஜெருசலேமின் சான்றெச்சங்கள் இன்றும் நிலைத்திருக்கின்றன.

ஆட்டுப் பட்டியில் ஓர் ஓநாய்: சென்னாஷெரீப்

ஹெசாக்கியா, அசிரியாவிற்கு எதிராகப் புரட்சி செய்வதற்காக இருபது வருடங்கள் காத்திருந்தார். முதலில் வழிபாட்டு உருவங்களை அழித்தார். தேவாலயத்திலிருந்த வெண்கலப் பாம்பினை உடைத்தெறிந்தார். ஜெருசலேமை முதன்முதலாக விரிவு செய்த பகுதியான[4] மேற்கு மலைக்குச் சென்று பழைய பாணியில் யூத விடுதலைத் திருவிழாவைக் கொண்டாட மக்களுக்கு அழைப்பு விடுத்தார்.

நகரம், வீழ்ச்சியுற்ற வடக்குப் பேரரசிலிருந்து வந்த அகதிகளால் நிரம்பியிருந்தது. அவர்கள் அங்கிருந்து வரும்போது பண்டைய இஸ்ரேலிய தொல்குடிகளின் வரலாற்று, பாரம்பரியக் கதைகளின் தொல்சுருள் சுவடிகளைக் கொண்டு வந்திருக்கக்கூடும். ஜூடேய மரபுகளை வட தொல்குடிகளின் மரபோடு இணைக்கத் தொடங்கினர் ஜெருசலேம் பண்டிதர்கள். ஹோமரின் காவியக் கவிதையான இலியாட்டினைக் கிரேக்கர்கள் பதிவு செய்ததுபோல இறுதியாக இந்தச் சுருள் சுவடிகள் விவிலியமாகப் பதியப் பெற்றது.

கி.மு 705ஆம் ஆண்டு போரில் இரண்டாம் சார்களன் கொல்லப்பட்ட போது அது கொடிய பேரரசின் வீழ்ச்சியைக் குறிப்பதாக நம்பினர் இசையா உள்ளிட்ட ஜெருசலேமியர்கள். அவர்களுக்கு ஆதரவாக நிற்பதாக எகிப்தும் உறுதி கூறியது. பாபிலோனிய நகரம் கிளர்ச்சியுற்று தனது தூதுவர்களை ஹெஷேக்கியாவிடம் அனுப்பியது. தக்க தருணம் வந்துவிட்டதென்று அசிரியாவிற்கு எதிராகப் புதிய கூட்டணியை உருவாக்கிப் போருக்கு ஆயத்தமாகினர். ஆனால் ஜூடேயர்களுக்கு நேர்ந்த கேடூழாக, எல்லையில்லா தன்னம்பிக்கையோடு, மிகுந்த ஆற்றலுமிக்க பெரும் போர்வீரன் அசிரியாவின் புதிய பேரரசனாகப் பொறுப்பேற்றான். அவனது

பெயர் சென்னாஷெரீப்.

தன்னை இந்த ‘உலகின் அரசன்’ என்றும் ‘அசிரியாவின் அரசன்’ என்றும் அறிவித்துக்கொண்ட அவனுக்கு அவ்விரு பட்டங் களுமே பொருந்துவதாக இருந்தன. பாரசீக வளைகுடா முதல் சைப்ரஸ் வரையிலும் அசிரியா ஆட்சி செய்தது. தற்காலத்து இராக் நிலம் மத்திய பகுதியைச் சூழ அசிரியா வடக்கே மலைகளாலும் மேற்கே யூப்ரடீஸ் ஆற்றினாலும் பாதுகாக்கப்பட்டது. ஆனால் தெற்கும், கிழக்கும் தாக்குதலுக்குள்ளாகும் நிலையில் இருந்தது. இடையறாமல் இரையுண்டால் மட்டுமே உயிர் தரித்திருக்க முடியும் என்ற சுறாவின் நிலைக்கு ஒப்பாக இருந்தது அசிரியப் பேரரசின் நிலை.

படையெடுப்பது என்பது அசிரியர்களுக்கு தம்முடைய மதக் கடப்பாடாக இருந்தது. ஒவ்வொரு புதிய மன்னனும் தனது பதவிப் பிரமாணச் சடங்கின் போது “நான் அஷுர் தெய்வத்தின் மண்ணை விரிவு செய்வேன்” என்று உறுதிமொழி கூறுவான். அந்நாடுகளின் காப்பரண் கடவுளின் பெயரைத் தாங்கியிருந்தது. அந்நாட்டின் அரண்களாகக் கருதப்படும் மத உயர்நிலைக் குருமார்கள் 200,000 வீரர்களைக் கொண்ட வலிமையான ராணுவத்தைத் தாமே தலைமை யேற்று நடத்திச் செல்லும் தளபதிகளாக இருந்தனர். தற்காலத்திய கொடுங்கோன்மையர்களைப் போல மிரட்டல்கள் மூலமாக மட்டு மில்லாமல் சாம்ராஜ்ஜியத்தின் ஒரு முனையில் இருந்து இன்னொரு முனைக்கு மக்களை நாடுகடத்தி ஒடுக்கி வைத்திருந்தனர்.

சென்னாஷெரீபின் தந்தையின் உடல் போர்க்களத்தில் கண்டு பிடிக்கப்படவில்லை என்பதை தெய்வ நிந்தனையாகக் கருதிப் பேரரசை உடைக்க முற்பட்டனர். ஆனால் சென்னாஷெரீப் எதிர்ப் புகள் அனைத்தையும் தூள் தூளாக்கி மீண்டும் பாபிலோனி யாவைக் கைப்பற்றியபோது தலைநகரை முற்றாக அழித் தொழித்தான்.

ஆனால் நிலைமை கட்டுக்குள் வந்தபோது பிரதேசங்கள் அனைத்தையும் ஒருங்கிணைக்க முயற்சித்தான். பாசன வசதி யளிக்கும் கால்வாய்களுடன் கூடிய தோட்டங்களோடும், ஈடு இணை யில்லாத பிரமாண்டமான தனது ராஜ அரண்மனையோடும், கவர்ச் சிக்கும் போருக்குமான பெண் தெய்வமாகிய இஷ்டாரின் நகரத் தோடும், ஈடுஇணையில்லாத பிரமாண்டமான தன்னுடைய தலை நகரான நின்னவேஹ்’ஐ மீண்டும் கட்டியெழுப்பினான் சென்னா ஷெரீப். அசிரிய அரசர்கள் பெரும் விளம்பரப் பிரியர்களாக இருந்தனர். அவர்களது அரண்மனைச் சுவர்களில் தாம் பெற்ற

வெற்றிகளைப் பொறித்து வைத்தனர். தாங்கள் நிகழ்த்திய கழு வேற்றங்கள், கசையடிகள், சிரச்சேதங்கள், எதிரிகளுக்கு வழங்கிய கொடூரமான தண்டனைகள் ஆகியவற்றை அரண்மனைச் சுவர்கள் அலங்கரித்தன.

தாங்கள் வெற்றி கொண்ட மன்னர்களின் தலைகளை அரண் மனைப் பணியாளர்களின் கழுத்தில் மாலைகளாக அணிவித்து நின்னவேஹ் தெருக்களில் அழைத்துச் சென்றனர். எனினும் அவர் களது இந்த இழிசெயல்களை அவர்களது எதிரிகளினுடையதை விடக் கீழானதாகக் கருதுவதற்கில்லை. எகிப்தியர்களை எடுத்துக் கொண்டால் அவர்கள் தாங்கள் வெற்றி கொண்ட எதிரிகளின் கரங்களையும், ஆண்குறிகளையும் சேகரித்துப் பெருமைப்பட்டனர். முரண்நகையாக அசிரியர்களின் கொடுங்காலம் முடிவிற்கு வந்தது. கூடிய மட்டிலும் கலந்துரையாடுவதில் நம்பிக்கை கொண்டவனாக இருந்தான் சென்னாஷெரீப்.

மன்னன் சென்னாஷெரீப், தனது சாதனைகளைக் குறிக்கும் ஆவணங்களை அரண்மனையின் அடித்தளத்தில் புதைத்து வைத்தான். ஈராக் தொல்பொருள் ஆய்வாளர்கள் அவனது நகரங்களின் எச்சங் களைக் கண்டுபிடித்துள்ளனர். படையெடுப்புகளில் சேர்த்த செல்வத் தினாலும், வேளாண்மையாலும் வளமிக்க நாடாக இருந்ததென்றும் அந்நாட்டை நிர்வகித்த அதிகாரிகளால் அசிரியா பெருமளவு உயர்வு கண்டதென்றும் காப்பக ஆவணங்களில் எழுதப்பட்டுள்ளது. அவர்களது நூலகத்தில் அரசர் முடிவுகளை மேற்கொண்ட நிமித்தங் களின் தொகுப்பு, தெய்வங்களின் ஆதரவைத் தொடர்ந்து தக்கவைப் பதற்கான மந்திரங்கள், சடங்குகள், பாடல்கள் ஆகியவற்றுடன் கில்காமேஷின் இதிகாசம் போன்ற செவ்விலக்கியங்கள் ஆகியன இருந்தன. பல கடவுள் கோட்பாட்டுடன் அவற்றிற்குரிய மந்திர உருவங்களையும், ஆவிகளையும் தொழுது தெய்வீக சக்தியைப் பெற்ற அசிரியர்கள் மருத்துவத்தையும் கற்றிருந்தனர். அவர்கள் எழுதி வைத்த பட்டயத்தில் "ஒரு மனிதன் கீழ்க்காணும் அறிகுறியோடு அவதிப்படுகிறான் என்றால் அதற்கான காரணம் இதுதான்... கீழ்க்காணும் மருந்துகளை உட்கொள்ளுங்கள்..." என்பன போன்ற வாசகங்கள் இருந்தன.

சொந்த மண்ணிலிருந்து வெகுதூரத்திற்கு வந்த இஸ்ரேலியக் கைதிகள் பேபல் போன்ற நெடிதுயர்ந்த கோபுரங்களையும், வண்ணம் ஜொலிக்கும் அசிரிய நகர அரண்மனைகளையும் காணும் போது அவை "குருதி தோய்ந்ததாக, முற்ற முழுக்கப் பொய்கள் நிரம்பியதாக, கொள்ளைகள் மிகுந்ததாக, பலியிடுவதற்குக் குறை

வில்லாத இரையும் கோருபவையாக" தோற்றமளித்தன. தீர்க்கதரிசி நஹூம் அந்நகரங்களின் "கசைகளின் வீச்சொலியையும், உரளும் சக்கரங்களின் ஓசையையும், பாய்ந்தோடும் குதிரைகளின் குளம்படிகளையும், குலுங்கிச் செல்லும் தேர்களின் ஓசையையும்" வர்ணித்துள்ளார். எட்டு அச்சுகள் கொண்ட தேரில் ஏறி, விரிந்து பறந்த படைகளோடு ஜெருசலேமை நோக்கி அணிவகுத்து டியோட்ரோனமி உவமித்ததைப் போல கழுகாக விரைந்து சென்றார் சென்னாஷெரீப்.

ஹெசேக்கியாவின் சுரங்கப்பாதை

பாபிலோன் எத்தகைய கொடூரத்திற்கு ஆளானது என்பது ஹெஷேக்கியாவிற்குத் தெரியும். ஜெருசலேமின் புதிய குடியிருப்புகளைச் சுற்றிக் கோட்டை மதில்களை அவசரமாகக் கட்டினான். 25 அடி அகலமுள்ள கோட்டைச் சுவரின் ஒரு பகுதி இன்றும் காணக்கிடைக்கிறது. ஆனால் யூதக் குடியிருப்புப் பகுதியில் கட்டப் பட்டவைதான் மிகவும் பிரமிப்பூட்டுபவை. நகரை முற்றுகையிட, கற்பாறையை ஊடறுத்து நகரத்திற்கு வெளியே உள்ள கிஹான் நீரூற்றையும் தேவாலய மலைக்குக் கீழேயிருந்த டேவிட்டின் நகரத்திற்குத் தெற்குப்பகுதி சிலோவம் குளத்தினையும் இணைப்பதற்கு 1700 அடி சுரங்கப்பாதை ஒன்றை (இரண்டு பக்கமிருந்தும்) அமைக்குமாறு இரண்டு தொழில் திறன் குழுக்களுக்கு ஆணையிட்டான்.

டேவிட் நகரின் கோட்டைக்குள் அமைந்த புதிய சுவர்கள் ஹெஷேக்கியாவிற்கு இப்போது உதவிகரமாக இருந்தன. சுரங்கப் பாதை வெட்டிச்சென்ற இரண்டு குழுக்கள் உள்ளே சந்தித்துக் கொண்ட உற்சாகத்தைக் கல்லில் செதுக்கி வைத்தனர்.

பாதை எந்தத் திசைவழியில் செல்லுமோ அதேவிதமாகவே பாறையை ஊடறுத்துச் சென்றார்கள். எதிரெதிர் திசையிலிருந்து ஒருவரையொருவர் நெருங்குகையில் இன்னும் மூன்று முழம் இருக்கும் நிலையில் இன்னொருவர் குரலை மற்றவர் கேட்பதற்கு வசதியாக அவர்களுக்கு வலது, இடது பக்கங்களில் பிளவு இருந்தது. வெட்டிச்சென்ற கோடாரிகள் ஒன்றுக்கு எதிராக ஒன்று மோதியதும் நீரூற்றில் இருந்து அணைக்கு நீர் 1200 முழத்திற்கு பாய்ந்து சென்றது. பாறை, சுரங்கப் பணியாளர்களின் தலைக்குமேலே 100 முழ உயரத்தில் இருந்தது.[5]

ஹெஷேக்கியா தேவாலய மலைக்கு வடக்கேயுள்ள நகரத்திற்குக் கூடுதலான நீர் அளிப்பதற்காகவும், தனது படையணிகளை எந்த நேரமும் முற்றுகையிடுவதற்கும், போரிடுவதற்கும் தயார்நிலையில்

வைத்திருப்பதற்கான உணவு, திராட்சை மது, தானியங்கள் ஆகிய வற்றை விநியோகிப்பதற்கு வசதியாகவும் பெத்ஹெடா குளம் ஒன்றை நிறுவுவதற்காகப் பள்ளத்தாக்கில் அணை கட்டினார். ஜூடேயின் தளங்கள் பலவற்றில் ஜாடியின் கைப்பிடிகள் கண்டெடுக்கப் பட்டுள்ளன. அவற்றில் லம்ல்க் மன்னருக்காக என்ற முத்திரையுடன் அவரது இலச்சினையான நான்கு இறகு வண்டின் உருவம் பதிக்கப்பட்டுள்ளது.

"ஆட்டுக் கிடைக்குள் நுழைந்த ஓநாயைப்போல அசிரியர்கள் புகுந்தனர்'' என்றார் பைரன். சென்னாஷெரீபும் அவரது விரிவான படைகளும் இப்போது ஜெருசலேமிற்கு வெகுஅருகில் வந்து விட்டன. பிற அசிரிய அரசர்களைப் போலவே பேரரசனும் மூன்று குதிரைகள் பூட்டிய பிரமாண்டமான தேரில் ராஜகுடையின் நிழலில் பளபளப்பான சாய்மானங்களில், ஏராளமான அணிமணிகள் பூட்டிய குதிரைகளோடு பயணிப்பார். அரசரும் பூ வேலைப்பாடுடைய நீண்ட அங்கியணிந்து தட்டையான கூரிய நுனி கொண்ட தொப்பி தரித்து, சற்சதுரமாகப் பின்னலிட்ட நீண்ட தாடியோடு, ரோஜாப் பூக் கையணியோடு, அனேகமாகக் கையில் வில்லினை ஏந்தி சிங்க உருவம் பதித்த வாளினை இடுப்புக் கச்சையில் செறுகி, கையிலும் ஒரு வாளை ஏந்தியிருப்பார். விவிலியம் காட்டிய வல்லூறாகவோ அல்லது பைரன் கூறிய ஓநாயாகவோ தன்னைக் கருதாமல் ஒரு சிங்கமாகவே தன்னைப் பாவித்துக் கொள்வார். அசிரிய அரசர்கள் இஷ்டார் தேவாலயத்தில் பெற்ற வெற்றிகளைக் கொண்டாடும் விதமாக சிங்கத்தோலினை உடுத்தி, தங்களது அரண்மனைகளை சூரிமாவின் சிங்கங்களால் அலங்கரித்து பேரரசர்களுக்கே உரிய கேளிக்கையைக் களிப்பதற்கு சிங்க வேட்டைக்கு ஆக்ரோஷமாகச் செல்வார்கள்.

தெற்கே ஹெஷேக்கியாவின் இரண்டாம் நகரமான லட்சீஸினை முற்றுகையிடுவதற்காக சென்னாஷெரீப் ஜெருசலேமைக் கடந்து சென்றான். அவனது நின்னவேஹ் அரண்மனைச் சுவற்றில் அமைந்த புடைப்புச் சிற்பங்கள் மூலம் அவரது படை (மற்றும் ஜூடேயரு டையதும்) காட்சியளித்த விதத்தை நாம் காணமுடிகிறது. பல் திறனுடைய இராணுவத்தைக் கொண்டிருந்த அசிரியர்கள் கூந்தலைப் பின்னி, தளர்வான மேலங்கியணிந்து, இரும்புச் சங்கிலிகள் கட்டி, தலையில் கூம்புக் கவசம் தரித்து, தேர்ப்படையும், ஈட்டி வீரர்களும், வில்லாளிகளும், கவண்கல் எறிவோரும் என அணியணியாக அணி வகுத்து நின்றனர். முற்றுகை மேடை அமைக்கப்பட்டது. சுரங்கம் தோண்டுபவர்களைக் கொண்டு கோட்டை மதில்களின் அஸ்தி வாரத்தை நோண்டி அதனை பலமிழக்கச் செய்தார்கள். கூர்முனை கொண்ட பயங்கரமான முற்றுகைப் பொறியைக் கொண்டு அரணைத்

தகர்த்தெறிந்தனர். வில்லாளிகளும், கவண் எறிபவர்களும் உள்ளே நெருப்புப் பந்தங்களை வீச சென்னாஷெரீபின் காலாட்படை ஏணி களில் புயலாக ஏறி நகரத்தைக் கைப்பற்ற முனைந்தது. ஆண்கள், பெண்கள், குழந்தைகள் என 1500 சடலங்களின் எலும்புக் கூடுகள் மண்டிய பெரும் சவக்குழியொன்றை அகழ்வாராய்ச்சியாளர்கள் கண்டுபிடித்தனர்.

புடைப்பு சிற்பங்களில் விவரித்தபடி தோலுரித்தும், கழுவி லேற்றியும் கொல்லப்பட்டிருப்பார்கள். கணக்கில்லாத மக்கள் அகதி களாகத் தப்பி ஓடியிருப்பார்கள். அடுத்து என்ன நடக்கும் என்பதை ஜெருசலேம் தெரிந்துகொண்டது.

ஹெஷேக்கியாவிற்கு உதவ முன்வந்த எகிப்தியப் படைகளையும் சடுதியில் முறியடித்து ஜூடேவைச் சூறையாடி ஜெருசலேமை நெருங்கினான் சென்னாஷெரீப். ஐநூறு ஆண்டுகளுக்கு முன்னர் டைடஸ்கள் முகாமிட்ட அதே வடக்குப் பகுதியில் முகாமிட்டான்.

ஜெருசலேமிற்கு வெளியிலிருந்த அனைத்துக் கிணறுகளிலும் ஹெஷேக்கியா, நஞ்சு கலந்தான். புதிய சுவர்கள் மீது தலைப் பாகையைப் பட்டிகளால் இறுக்கிக் கட்டி, நீண்ட காதுப் பட்டையும், குட்டைப் பாவாடையும், கால் கவசமும், மூடிய பாதணிகளும் அணிவித்து காவலாளிகளை நிறுத்தி வைத்தான். முற்றுகை நீடித்த போது நகரம் பெரும் பதற்றத்துடன் இருந்திருக்க வேண்டும். எதிர்ப்பு நடவடிக்கைகளைப் பொருட்படுத்த வேண்டியதில்லை என்ற நிலை யிலும் தனது தளபதிகளை பேச்சுவார்த்தைக்கு ஹெஷேக்கியா விடம் அனுப்பினான் சென்னாஷெரீப். ஜியானின் அழிவை முன்னு ணர்ந்தான் தீர்க்கதரிசி மிக்கா. என்றாலும் “யாவே நம்மைக் காப்பார்” என்று இசையா அவர்களைச் சாந்தப்படுத்தினார்.

ஹெஷேக்கியா தேவாலயத்தில் இறைஞ்சிக் கொண்டிருக்க, தான் “ஜெருசலேமை ஒரு கூண்டுப் பறையாக்கி விட்டதாக” கொக்கரித்தான் சென்னாஷெரீப். ஆனால் இறுதியாக இசையாவின் கூற்றே மெய்யாயிற்று. ‘கடவுள் அபயமளித்தார்.’

நரகப் பள்ளத்தாக்கில் குழந்தை உயிர்ப்பலி: மானசே

கடவுளின் தேவதை தோன்றி அசிரியர்களின் முகாம் மீது தாக்குதல் நடத்தியது. “காலையில் எழுந்தபோது அவர்கள் செத்த பிணங் களாகக் கிடந்தனர்.” சட்டென்று தங்களது முகாமைக் காலி செய்தனர். கிழக்கே ஏதேனும் கலகத்தை ஒடுக்கச் செல்லக்கூடும். ‘எனவே அசிரிய மன்னர் சென்னாஷெரீபும் நீங்கினார்.’ யாவே

சென்னாஷெரீப்பிடம் "ஜெருசலேமின் மகள் உங்களை மறுதலித்து விட்டாள்" என்று கூறினார். இது ஜெருசலேமில் சொல்லப்படுவது. ஆனால் சென்னாஷெரீபின் ஆண்டு வரலாற்று ஆவணப் பதிவு சொல்வதென்னவென்றால் ஹெஷேக்கியாவின் வடித்தெடுத்த போற்றுதல்களும், 30 தோலா தங்கமும், 800 தோலா வெள்ளியும் அவனது கருவூலத்தை நிரப்பியதாகக் கூறுகிறது. இது அனேகமாக ஜெருசலேமை விட்டு நீங்குவதற்காகப் பெறப்பட்டிருக்கலாம் என்று தோன்றுகிறது. ஜூடேயை 150,200 மக்கள்தொகை கொண்ட ஜெருசலேமின் ஒரு கொள்ளைப்புற மாவட்டமாகச் சுருக்கி விட்டதாக சென்னாஷெரீப் தற்பெருமையடித்துக் கொண்டான்.

முற்றுகை முடிவுக்கு வந்த விரைவிலேயே ஹெஷேக்கியா இறந்துவிட, அதிகாரத்திற்கு வந்த அவரது மகன் மானசே சிரியாவின் விசுவாசியாகிவிட்டான். ஜெருசலேமில் அவனுக்கிருந்த எதிர்ப் பினை ஈவிரக்கமில்லாமல் அடக்கிய அவன் அரேபிய இளவரசியை மணந்து தனது தந்தையின் சீர்திருத்தங்களைத் தலைகீழாகப் புரட்டிப்போட்டான். அஷேரா கோயில்களில் சடங்கு செய்வதற்காக ஆண் விலைமக்களை நியமித்தான். வழிபாட்டிற்கு பாலிய விக்ரகங் களை நிர்மாணித்தான். நகரின் தென்பகுதியில் இருந்த ஹின்னோம் பள்ளத்தாக்கு போபெட்டில் அதிகொடூரமாகக் குழந்தைகளை நெருப்பிலிட்டு வாட்டிப் பலியிடுவதற்கு ஊக்கமளித்தான்.[6]

"அரசனே தனது மகனை அக்னி குண்டத்தில் நடக்கச் செய்தான்." மதகுருமார்கள் பிள்ளைகளை அழைத்துச் செல்லும் படி கூறப்பட்டது. பெற்றோரிடமிருந்து பறிக்கும்போது பிள்ளை களின் அழுகுரல் வெளிக்கேட்காமல் மறைக்க மத்தளச் சத்தம் எழுப்பப்பட்டது.

மானசா ஆட்சிக் காலத்தில் ஹின்னோம் மரணப் பள்ளத் தாக்காக மட்டுமல்ல. பிற்காலத்தில் ஜிகென்னாவாக யூத, கிறித்துவ, இஸ்லாமிய மொழிகளில் அழைக்கப்பட்டது. தேவாலய மலை ஜெருசலேமின் சொர்க்கம் என்றால் ஹின்னோம் அதாவது ஜிகென்னா அதன் பள்ளத்தாக்கு என்றாகியது.

பின்னர் கி.மு 626இல் நெபோபொலஸ்ஸார் என்ற சால்டிய தளபதி பாபிலோனியாவைக் கைப்பற்றி, அசிரியாவை அழிக்கத் துவங்கி தனது சூரத்தனங்களை பாபிலோனியக் குறிப்பேடுகளில் பதிந்துள்ளான். கி.மு 612ஆம் ஆண்டு பாபிலோனியர்கள், மேடேகள் கூட்டணியால் நின்னவேஹ் முற்றாக வீழ்ந்தது. மானசே தனது எட்டு வயதுப் பேரன் ஜோஸையாவை வெற்றிகரமாக அமர்த்தி யதன் மூலம் ஒரு மீட்பரின் பொற்கால ஆட்சிக்கு அச்சாரம் போடப் பட்டது.

குறிப்புகள்:

1. கலகக்கார மோபிய அரசனான மேஷாவிற்கு எதிராக இஸ்ரேலிய, ஜூடேய மன்னர்கள் ஒன்று சேர்ந்தனர். மேஷா நடுகல் ஒன்றில் அரசன் தன்னுடைய சொந்த மகனைத் தியாகம் செய்து ஆக்கிரமிப்பாளர்களை வெற்றிகரமாகத் துரத்தியதாகக் குறிப்பு ஒன்று காணப்பட்டது. சுமார் 3000 ஆண்டுகளுக்குப் பின்னர் 1868ஆம் ஆண்டு யாரோ ஒரு அரேபிய நாடோடி, கரு நிற எரிமலைப் பாறையொன்றை ஜெர்மானிய சமயப் பரப்பாளரிடம் காட்டினான். அந்நிகழ்வு பிரஷ்யா, பிரான்ஸ், இங்கிலாந்து ஆகிய நாடுகளிடையே அகழ்வாய்வுப் போட்டியைத் துவக்கி வைத்தது. இந்நாடுகளின் முகவர்கள் ராஜ வெகுமதியை வெல்வதற்கான போட்டியில் தீவிரமாக இறங்கினர். அரேபிய நாடோடிக் குழுவொன்று அக்கல்லினை அழிக்க முயற்சி மேற்கொண்டது. இறுதியாக பிரெஞ்சு அப்பாறையைக் கைப்பற்றியது.

அவர்கள் மேற்கொண்ட போட்டிக்குத் தகுதியான கல்தான் அது. விவிலியத்துடன் உடன்பட்டும், சில நேரங்களில் மறுத்தும் உரைத்த மேஷா மோபை, இஸ்ரேலை வெற்றி கொண்டது எனவும், தான் அஹாப் அரசனை எதிர்த்துக் கிளர்ச்சி செய்ததாகவும், பின்னர் இஸ்ரேலையும், ஜூடேயையும் வென்றதாகவும் அதில் குறிக்கப்பட்டிருந்தது. ஜூடேவினை டேவிட்டின் இல்லம் (சமீபத்திய மொழி மாற்றத்தின்படி) என்று குறிப்பிடுவதன் மூலம் டேவிட்டின் இருப்பை மீண்டும் உறுதிசெய்கிறார். கைப்பற்றப்பட்ட 'யாவேயின் ஆராதனைக்கட்டுகள்' இஸ்ரேலிய நகரிலிருந்து எடுத்துக் கொண்டதாகப் பெருமை பேசுகிறார். விவிலியத்தைத் தவிர்த்து இஸ்ரேலியக் கடவுளைப் பற்றிப் பேசும் முதல் குறிப்பு இது.

2. இஸ்ரேலிய மன்னன் ஜெஹூவை யாவேயைப் புனரமைத்தவர் என்றும், பாலிய விக்ரகங்களை நிர்மூலமாக்கியவர் என்றும் விவிலியம் குறிப்பிடுகிறது. இன்றைய அகழ்வாரய்ச்சி வெளிப்படுத்தும் அதிகாரப் பதவி அரசியலைவிட அவருக்குக் கடவுளுடன் இருந்த தொடர்பு குறித்தே விவிலியம் கூடுதல் அக்கறை காட்டுகிறது. ஜெஹூ டமாஸ்கஸின் உதவியைப் பெற்றிருக்கக்கூடும். ஏனெனில் கற்றாட்டு அரசன் ஹேசல் வட இஸ்ரேலில் உள்ள டெல்டேனில் நடப்பட்டுள்ள நடுகல்லில் இஸ்ரேலிய இல்லத்தையும், டேவிட்டின் இல்லத்தையும் சேர்ந்த முந்தைய அரசர்களை வெற்றி கொண்டதாகப் பெருமிதத்துடன் பொறித்து வைத்துள்ளான்.

டேவிட் என்ற அரசன் இருந்ததற்கான கூடுதல் வரலாற்றுச்சான்று இது. அசிரிய அரசன் மூன்றாம் ஹால்மனேசரின் ஊழியனாகவும் ஜெஹூ செயலாற்றியிருக்கிறான். தற்போது பிரிட்டிஷ் அருங்காட்சியகத்திலுள்ள நிம்ருட் கரிய ஸ்தூபியில் ஹால்மனேசருக்கு ஜெஹூ மண்டியிடும் காட்சி காணப்படுகிறது. அதில் ஜெஹூ பின்னப்பட்ட தாடியோடு மணிமுடி சூட்டியவண்ணம், பூ அலங்கார வேலைப்பாடுடைய அங்கியணிந்து வாள் தரித்து அசிரிய சக்தியான சிறகுக் குறியீட்டின் எதிரில் அரசவையைச் சேர்ந்த ஒருவன் ஏந்திய குடையின் கீழ் அமர்ந்திருக்க, ஹால்மனேசர் 'வெள்ளி, தங்கக் கலசம், தங்க வாள்கள், ஈயச் செங்கோல், வேட்டை ஈட்டிகள் ஆகியவற்றைப் பெற்றேன்' என்று கூறுகிறார். மண்டியிட்ட

ஜெஹூவின் தோற்றமே இஸ்ரேலியரைப் பற்றிக் கிடைத்த முதல் வரலாற்றுப் பிரதிமையாகும்.

3. இரான், இராக்கை சேர்ந்த யூத சமூகத்தினர் தங்களை, அசிரியாவில் இருந்து பாபிலோனுக்கு நாடுகடத்தப்பட்டு பின்னர் அங்கிருந்தும் துரத்தி அடிக்கப்பட்ட பத்து பழங்குடிக் குழுக்களின் வழித்தோன்றல்கள் என்று கூறிக் கொள்கின்றனர். நவீன மரபணு ஆய்வின்படி இவர்கள் பிற யூத சமூகத்தில் இருந்து *2500* ஆண்டுகளுக்கு முன்னர் பிரிந்து வந்தவர்கள் தான் என்பது நிரூபிக்கப்பட்டுள்ளது. இது ஒருபறமிருக்க தொலைந்து போன இஸ்ரேலியர்களைக் குறித்த தேடல் ஆயிரம் புனைவுகளையும், ஆயிரம் கோட்பாடுகளையும் உருவாக்கியுள்ளது. இந்த பத்து பழங்குடி இனக்குழுவின் வம்சாவழியினர் வட அமெரிக்கர்களில் *2000* பேர்கள் என அமெரிக்கர்கள் முதல் ஆங்கிலேயர்கள் வரை நம்பமுடியாத பகுதி களில் காணக் கிடைக்கின்றனர்.

4. டேவிட்டின் கோட்டை நகரத்திற்கும் தேவாலயக் குன்றிற்கும் வெளியே இரண்டு புதிய புறநகர்ப் பகுதிகள் வளர்ந்தன. மொரிய மலையின் மாக்டேஷூக்கும், மேற்குக் குன்றின் மிஸ்னேஷூக்கும் இடையே டைரோப்பிய பள்ளத்தாக்காக ஓடிக் கொண்டிருக்கிறது. அதில் மேற்குக் குன்று இன்றைய யூதப்பகுதியாக இருக்கிறது. நகரின் வெளிப்புறச் சமாதி களில் உயரதிகாரிகளின் சடலங்கள் புதைக்கப்பட்டன. சில்வன் கிராமத்துச் சமாதியொன்றில் "இவர் யாஹூ. அரசுப் பணியாள் (அவரது சமாதி) இங்கு தங்கமோ வெள்ளியோ கிடையாது. அவரது எலும்புகளும், அவரது அடிமை மனைவியின் எலும்புகளும் மட்டுமே உள்ளன. இந்த சமாதியைத் திறப்பவன் சாபத்திற்குள்ளாவான்" என்று எழுதப்பட்டுள்ளது. அந்த சமாதி சூறையாடப்பட்டு விட்டது. ஆனால் சாபம் பலிக்கவில்லை. அரசுப் பணியாளின் சமாதியைக் கட்டியதற்காக ஹெஷேக்கியாவின் சேவகன் இசையாவால் கண்டிக்கப்பட்டிருக்கலாம். அதில் குறித்துள்ள பெயரை 'ஷெப்னாயாஹூ' என்று வாசிக்க முடிந்தது. இன்று அந்த சமாதி சூறையாடப்பட்டு கோழிக்கூண்டாகப் பயன்பட்டு வருகிறது.

5. யூதர்களாக இருந்து விவிலியக் கோட்பாட்டிற்கு மாறிய பெற்றோரின் பதினேழு வயது நிரம்பிய ஜேக்கப் எலியாஹூ சிலோவம் நீர்ப் பாதையில் முக்குளித்து விளையாட தனது நண்பனை அழைத்தான். அவர்கள் இரு வரும் விவிலியத்திலுள்ள *20.20:* அரசர்கள் கதையிலும், ஹெஷேக்கியா வின் சாகசச் செயல்களிலும், மன்னர் எவ்வாறு குளத்தை வெட்டி நகரத் திற்குத் தண்ணீர் வழங்கினார் என்பது ஏன் ஜூடேயர்களின் வரலாற்று நூலில் எழுதப்படாமல் போனது? என்ற ஆய்விலும் ஈடுபாடுடையவர்கள். ஜேக்கப் ஒரு முனையில் இருந்தும் அவன் நண்பன் மறுமுனையில் இருந்தும் புராதனப் பணியாட்களின் செதுக்குத் தடயங்களைத் தடவிய படியே உள்நோக்கி நீந்திச் சென்றனர். பாறையின் வெட்டுத் தடயங்கள் மாற்றுத் திசைக்குத் திரும்பியபோது இருமுனையில் இருந்து பாறையைச் செதுக்கி வந்தவர்கள் சந்தித்துக்கொண்ட இடம் இதுதான் என்று ஜேக்கப் உணர்ந்தான். அந்த இடத்தில் கல்வெட்டையும் பார்த்தான். தன் நண்பன் நீந்தி வர இயலாமல் வெகு தொலைவிலேயே திரும்பிவிட்ட மறுமுனைக்கும் நீந்திச் சென்றான். அந்தச் சுரங்கத்தினுள் பயங்கர பிசாசோ, சிறு

தெய்வமோ இருக்குமென்று நம்பிக்கொண்டிருந்த உள்ளூர் அராபியர்கள் சுரங்க நீர்ப்பாதையை நீந்திக் கடந்த ஜேக்கப்பைக் கண்டு மிரட்சியுற்றனர். தான் கண்ட செய்தியை ஜேக்கப் தலைமையாசிரியரிடம் சொல்ல அது பரவியதில் கிரேக்க வியாபாரி ஒருவர் உள்ளே ஊர்ந்து சென்று கல் வெட்டை உத்தேசமாகப் பெயர்க்க முயன்று உடைத்துவிட்டார். ஆனால் ஒட்டாமன் போலீஸ் அதனைக் கைப்பற்றிவிட்டது. அக்கல்வெட்டு இப்போது இஸ்தான்புல்லில் இருக்கிறது. ஜேக்கப் எலீஜா, பின்னர் காலனிய அமெரிக்க நற்கோட்பாட்டில் இணைந்து காலனியத்தை நிர்மாணித்த சஃபோர்டு குடும்பத்தினரால் தத்து எடுக்கப்பட்டான். ஜேக்கப் பிற்காலத்தில் சஃபோர்டு பள்ளியில் ஆசிரியராகி அந்தச் சுரங்கப் பாதை குறித்து மாணவர்களுக்குக் கற்பித்தான் என்றாலும் அதனுள் நீந்திச் சென்று கல்வெட்டைக் கண்டு சொன்ன சிறுவன் தான்தான் என்பதை வெளிக்காட்டிக் கொள்ளவில்லை.

6. விவிலியத்தில் உலகத் தோற்றம் வெளியேற்றம் பற்றிய பகுதியில் ஆபிரகாம் தன் மகன் ஐசக்கினைப் பலியிட விருப்பம் கொண்டிருந்தது உட்பட குழந்தைப் பலி பற்றிய குறிப்புகள் உள்ளன. நரபலி கனானிய, ஃபொனீஷிய வழிபாட்டுச் சடங்குகளோடு தொடர்புறுகிறது. ஃபொனீஷியர் களின் பிற்கால மரபினரான கார்த்தஜீனியர்கள் இப்பழக்கத்தைப் பின்பற்றி வந்ததாக வரலாற்றாசிரியர்கள் குறிப்பிடுகின்றனர். 1920களின் முற்பகுதியில் டுனீசியா நிலப்பகுதியில் தாழிகளும், கல்வெட்டுக் கருவிகளும் அடங்கிய டோபெட் புதைவு, பிரெஞ்சுக் காலனிய அதிகாரிகளால் கண்டுபிடிக்கப் பட்டது தவிர வேறெந்தக் குறிப்பிடத்தகுந்த ஆதாரமும் கிடையாது. அந்த அகழ்வில் எம்எல்கே என்ற (மொலாக் காணிக்கையைக் குறிக்கும் விதமாக) எழுத்துக்கள் இருந்தன. எரிக்கப்பட்ட குழந்தைகளின் எலும்பு களோடு பலியான குழந்தைகளின் தந்தையைப் பற்றிய தெளிவான குறிப்பு களும் கிடைத்துள்ளன. 'தன்னுடைய சதையாகிய இம்மகனை பாலியக் கடவுளுக்காக போமில்கர் நேர்ந்திருக்கிறார்... ஆண்டவன் அருள் புரிவாராக.' இந்த அகழ்வுகள் மானசே காலத்துடன் ஒத்துப்போவதால் விவிலியக் கதைகளைப் பொருள் பொதிந்ததாக எடுத்துக்கொள்ளலாம். மொலோக் (காணிக்கை) என்பது விவிலியத்தில் மொலாச் என மருவி குரூரமான தெய்வ விக்ரகமாக விளக்கம் பெற்றது. பிற்காலத்தில் மேலை இலக்கியத்தில் குறிப்பாக ஜான் மில்டனின் 'இழந்த சொர்க்கத்தில்' சாத்தானின் வீழ்ந்த தேவதையாக இடம்பெற்றது. ஜெருசலேமில் இருந்த ஜெகென்னா பிற்காலத்தில் வெறும் நரகமாக மட்டும் மாறவில்லை. யூதர் தவறான வழியில் பெற்ற வெள்ளித் துண்டுகளை முதலீடு செய்த இடமாகவும், மத்திய காலத்தில் பேரளவில் எலும்புக் கூடுகளின் தொகுப்பு நிலமாகவும் அறியப்பட்டது.

☆

5

பாபிலோனின் விலைமகள்
கி.மு 586-539

ஜோசையா: புரட்சிகர மீட்பர்

கொடுங்கோல அசிரிய சாம்ராஜ்ஜியம் வீழ, அதனின்று ஜூடேய அரசு விடுதலை பெற்ற அற்புதம் நிகழ்ந்தது. அதற்குப் பின்னர் தான் ஜோசையா தனது பதினெட்டாண்டு ஆட்சியில் ஆட்சிப் பரப்பை வடக்கே இஸ்ரேலியர்களின் பழைய நிலப்பகுதிக்கும், தெற்கே செங்கடல் வரையும், கிழக்கே மத்தியதரைப் பகுதிக்கும் விரித்திருப்பார். தலைமை மதகுரு ஹில்கியா கோயில் வளாகத்தில் வைத்திருந்த மறந்துபோன ஆவணச் சுருளைத் தேடியெடுத்தார்.

தெற்குப் பகுதியிலிருந்து கொண்டுவரப்பட்டு இஸ்ரேலிய வீழ்ச்சிக்குப் பிந்திய மானசேவின் அடக்குமுறைக் காலத்தில் ரகசிய மாகத் தேவாலயத்தில் ஒளித்து வைக்கப்பட்ட ஆவணங்களில் ஒன்றாக் கருதப்படும் அச்சுருள் டியூட்டராமி நூலின் (கிரேக்கத்தின் இரண்டாவது விதிகளின் நூல்) ஆரம்பப்பிரதியின் சக்தியைப் புரிந்துகொண்டார். ஜோசையா, ஜூடேயர்களை ஆலயத்தில் கூட்டி அரசதூணின் குலமரபுச் சின்னத்திற்கு அருகில் நின்று அவ்விதி களைப் பின்பற்றுவதென கடவுளுடன் உடன்படிக்கை செய்து கொண்டதாக அறிவித்தார். அரசர் தன் காலத்திற்கு ஒளியூட்டுவ தற்காக அரசவை வரலாற்று நிபுணர்களிடம் பண்டை ஜூடேய வரலாற்றையும், மாயத் தொல்மரபையும் புனித அரசர்கள் டேவிட்,

சாலமனுடன் ஜெருசலேமின் கதையைக் கோர்த்து ஒற்றைக் கதை யாக மீட்டுரைக்கச் செய்தார். இது விவிலிய உருவாக்கத்திற்கான அடுத்த படி. உண்மையில் இவ்விதிகளுக்குப் பின்தேதியிட்டு மோசஸுடன் தொடர்புபடுத்தினர். ஆனால் சாலமன் கோயிலைப் பற்றிய விவிலியச் சித்திரம் உண்மையைத்தான் பிரதிபலிக்கிறது. ஆனால் அது பிற்கால ஜோசையாவின், புதிய டேவிட்டின் ஜெருசலேம். அந்தப் புனித மலைதான் பிற்காலத்தில் ஹீப்ருவில் ஹாமகோம் என்றானதே தவிர அதற்கு மேலாக ஒன்றுமில்லை.

அரசர் கிட்ரோன் பள்ளத்தாக்கில் தெய்வச் சிலைகளை எரித் தார், கோயில்களிலிருந்த ஆண் விலைமக்களை வெளியேற்றினார். நரகப் பள்ளத்தாக்கில் குழந்தைகளை நெருப்பில் வாட்டும் நரபலி பீடத்தை உடைத்தெறிந்து பலி குருமார்களையும் கொன்றொழித்து அவர்களது எலும்புகளைப் பொடிப் பொடியாக்கினார்.[1] ஜோசை யாவின் புரட்சி வன்முறையை, ஆவேசத்தை, அதிதூய்மையை எதிரொலித்தது. யூத விடுதலைத் திருவிழாவைக் கொண்டாடினார். 'அவருக்கு முன்னர் வேறெந்த அரசரும் அவரைப்போல இருந்த தில்லை.' இருந்தும் அவரொரு ஆபத்தான விளையாட்டில் இறங் கினார். எகிப்திய அரசன் நீக்கோவின் படைகள் கடலோரத்தில் அணிவகுத்து வந்தபோது அசிரிய ஆதிக்கத்திலிருந்து மீண்ட நாம் எகிப்திய ஆதிக்கத்திற்கு ஆட்பட்டு விடுவோமோ என்று பயந்து நீக்கோவைத் தடுக்க விரைந்தார்.

கி.மு 609இல் பாரோ ஜூடேயர்களைச் சிதைத்து மெகிடோவில் ஜோசையாவைக் கொன்றான். ஜோசையா தோற்றுவிட்டாலும் அவருடைய நம்பிக்கையும் வெளிப்படைத் தன்மையும் டேவிட் முதல் ஏசு வரை மற்றெவரையும் விட அப்பிரதேசத்தில் செல்வாக்கு பெற்றிருந்தது. எப்படியானாலும் மெகிடோவுடன் முடிவடைந்த சுதந்திரம் பற்றிய கனவு 'ஆர்மகெடன்' (இறுதிப் போர்க்களம்) விளக்கமாகிவிட்டது.

ஜெருசலேமிற்கு முன்னேறிய எகிப்து மன்னன் ஜோசையாவின் சகோதரர் ஜெஹோயகிமை அரியணையில் அமர்த்தினான். ஆனால் கிழக்குப் பேரரசின் எழுச்சியைத் தடுக்க முடியவில்லை. பதவிக்கு வந்த பாபிலோனிய அரசரின் மகன் நெபுகத்நேசர் எகிப்தியர்களை கி.மு 605இல் அழித்தொழித்தான். அசிரியா மறைந்தது. பாபிலோன் ஜூடேயாவைக் கைப்பற்றியது. ஆனால் கி.மு 597இன் மத்தியில் நிலையின்மையைக் கண்ட ஜெஹோயம், ஜூடேயாவை விடுவிப் பதற்குத் தனக்கு ஒரு வாய்ப்பு இருப்பதாகக் கருதி கடவுளின் பாது காப்பை வெற்றிகொள்ள தேசிய அளவிலான உண்ணா நோன் பிற்கு அழைப்பு விடுத்தான். இப்படிச் செய்தால் கடவுள் ஜெருசலேமை

அழித்து விடுவார் என்று முதல் ஜெரமியாடில் ஜெஹோயாமின் ஆலோசகரும், தீர்க்கதரிசியுமான ஜெரெமையா எச்சரித்தார். ஆனால் ஜெஹோயம் ஜெரெமையாவின் எழுத்துகளைத் தீயிட்டுக் கொளுத்தினான். ஜூடேயாவை எகிப்துடன் கூட்டுச் சேர்த்தான். இருந்தபோதிலும் புதிதாக வெற்றிகொண்டவன் ஜெருலேமை முற்றுகையிட்டபோது எகிப்து எந்த உதவியும் செய்யவில்லை.

தனக்குத் தானே நீதியரசர்: நெபுகத்நேஷர்

பாபிலோனிய அரசர் நெபுகத்நேஷர், ஹட்டியில் (சிரியா) காலடி வைத்து ஜூடா நகரை முற்றுகையிட்டு அடார் மாதத்தின் இரண்டாம் நாளன்று (16 மார்ச் கி.மு 597) நகரைக் கையகப்படுத்தி அரசரைப் பிடித்ததாக களிமண் தகடுகளில் பொறித்த நெபுகத்நேஷரைப் பற்றிய வரலாற்றுக் குறிப்புகள் கூறுகின்றன. தேவாலயத்தைக் கொள்ளை யடித்த அவர் 10,000 பேர் கொண்ட கைவினைக் கலைஞர்கள், இளைஞர்கள், பிரபுக்கள் ஆகியோரைப் பெருமளவில் பாபிலோனுக்கு நாடு கடத்தினார். தன்னைக் கடத்திச் சென்றவரின் அவையிலேயே அரசர் ஜெஹோக்கிமும் இணைந்துகொண்டார்.

நெபுகத்நேஷர் நியதிக்குப் புறம்பாக அதிகாரத்தைக் கைப்பற்றியவரின் மகனாக இருந்தாலும் பலம் பொருந்திய ஒரு வல்லரசை நிர்மாணித்தார். பாபிலோனின் காவல் தெய்வமான பெல்மார்டுக்கின் பூலோகப் பிரதிநிதியாகத் தன்னை பாவித்துக் கொண்டார். அச்சமூட்டும் அசிரிய பாணி அடக்குமுறையை அரச மரபுரிமையாகப் பெற்றிருந்தார். குற்றமற்ற தூய ஒழுக்கத்தின் பிரதி நிதியாகத் தன்னை அடையாளம் காட்டிக்கொண்டார். உள்நாட்டில் ‘வலியது மெலிந்ததைக் கொள்ளை கொள்ளும்.’ ஆனால் நெபுகத் நேஷரோ ‘நீதியை நிலைநாட்ட’ இரவு பகல் பாராது அயர்வில்லா ஆலோசனைகளிலும், ஆழ்ந்த ஆராய்ச்சியிலும் ஈடுபட்டார். தனக்குத் தானே அவர் சூட்டிக்கொண்ட நீதியின் அரசர் என்ற பட்டத்தை அவரிடம் பலியான ஜூடேயர்கள் அங்கீகரிக்க மாட்டார்கள்.

ஜூடேயாவில் கொண்டுவரப்பட்ட அகதிகள் வாழ்ந்த நகரத் துடன் ஒப்பிட்டால் ஜியான் ஒரு கிராமம் என்றே சொல்லலாம். ஜெருசலேமில் சில ஆயிரம் மக்கள் வசித்தபோது பாபிலோனின் மக்கள் தொகை இரண்டரை லட்சமாக இருந்தது.

பாபிலோன் நகரம் கம்பீரமான இன்பத்தில் திளைத்ததால் காதல் மற்றும் போர்த் தெய்வமான இஷ்டார் ‘விடுதிகளிலும், சந்து முனைகளிலும் தனக்குப் பிரியமானவர்களுக்கு முத்தமிட்டவாறு

தெருக்களில் கால் விரல்நுனி ஊன்றி நடைபயின்றாள்' என்பது சொல்வழக்காக இருந்தது.

நெபுகத்நேஷரும் தன் கலைத்திறனை பாபிலோனில் பதித்தார். அவருக்கு இஷ்டமான நீல வான நிறக் கட்டடங்கள் பெரிய பிரமாண்டமான யூப்ரடீஸ் கால்வாய்களில் பிரதிபலித்தன. இஷ்டார் வாயிலின் நான்கு கோபுரங்களிலும் நீல வண்ண செங்கற்கள் பதிக்கப்பட்டு அவற்றில் மஞ்சள் வண்ணத்திலும், காவி வண்ணத் திலும் காளைகள் மற்றும் வேதாளங்களின் ஓவியங்கள் வரையப் பட்டிருந்தன. கோபுரத்தைத் தொடர்ந்த அகன்ற பெரும் சாலை நகரத்தின் வெற்றிப் பேரணி செல்லும் வீதியாக இருந்தது. அவரே கூறியது போல பெரும் சிங்க உருவங்களால் அலங்கரிக்கப்பட்ட அவரது அரண்மனை 'போற்றத்தகுந்த மாளிகையாய் பளிச்சிடும் சரணாலயமாய், அரச உறைவிடமாக' இருந்தது. அவரது கோடை அரண்மனையைத் தொங்கும் தோட்டங்கள் அலங்கரித்தன. பாபிலோனின் காவல் தெய்வமான மார்டுக்கின் பெருமையைப் போற்றும் வகையில் படிகள் அமைக்கப்பட்ட ஏழு தளங்களைக் கொண்ட தட்டைக் கோபுரம் ஒன்றை நிர்மாணித்தார் நெபுகத்நேஷர். பேபலின் மெய்யான கோபுரமானது சொர்க்கத்திற்கும் பூமிக்குமான அடித்தள மேடையேயாகும். அங்கு புழக்கத்தில் இருந்த பன் மொழிகள் பாபிலோனை பக்கக்கிழக்கு முழுமைக்குமான பொதுப் பெருநகரமெனக் காட்டின.

நெபுகத்நேஷர் ஜெருசலேமில் நாடு கடத்தப்பட்ட அரசனின் மாமா ஜெடேகியாவை அரியணையில் அமர்த்தினார். ஜெடேகியா கி.மு *594*இல் நெபுகத்நேஷருக்குத் தனது பணிவன்பைத் தெரிவிப் பதற்காக பாபிலோன் வந்தார். ஆனால் திரும்பியதும், பாபிலோ னியர்கள் நகரத்தை அழித்துவிடுவாரகள் என்று எச்சரிக்கை செய்த தீர்க்கதரிசி ஜெரமையா கலகத்தில் இறங்கினார். நெபுகத்நேஷர் தனது படைகளோடு தெற்கு நோக்கிப் புறப்பட்டதும் ஜெடேகியா கலகத்தை அடக்க எகிப்தின் உதவியை நாடினார். அவர்கள் அனுப்பிய சொற்பப்படை, கலகக்காரர்களிடம் தோற்றது. ஜெருசலேமில் நிலவிய பீதியையும், பேரச்சத்தையும் கண்ட ஜெராமையா அங்கிருந்து தப்பிச்செல்ல முயன்றபோது வாயிலில் கைது செய்யப்பட்டார். அவரிடம் ஆலோசனை பெறுவதா அல்லது அவர் இழைத்த துரோகத் திற்கு சிரச்சேதம் செய்துவிடுவதா என்று இரட்டை மனநிலையில் ஊசலாடிக் கொண்டிருந்த நெபுகத்நேஷர், இறுதியாக அரண் மனைக்குக் கீழிருந்த ஜெருசலேமைப் பதினெட்டு நாட்கள் போரிட்டு இறுதி வரையிலும் துவம்சம் செய்தார்.[2]

நெபுகத்நேசர் கி.மு 587ஆம் ஆண்டு கோட்டை அரண்களும், தடுப்புச் சுவர்களும் கொண்ட ஜெருசலேமைச் சூழ்ந்துவிட்டார். “நகரத்தில் பஞ்சம் தலைவிரித்தாடியது. வீதிகள் தோறும் குழந்தைகள் பசியினால் மயங்கி விழுந்தனர். நரமாமிசம் உண்டதற்கான ஆதாரங்கள் அங்கங்கே கிடைத்துள்ளன. எமது மக்களின் புதல்வி கொடூரமாகிவிட்டாள். எமது பெண்களின் கரங்கள் தம் பிள்ளை களின் ரத்தத்தால் கறைபட்டுவிட்டன. பிள்ளைகளே தாய்களுக்கு மாமிச உணவாகினர். செல்வந்தர்களும் நம்பிக்கையிழந்தனர். வனப்பாக வளர்க்கப்பட்டவர்கள் உணவுக்காகச் சாணிமேட்டைத் தழுவினர். குருடர்களைப் போல மோதிக்கொண்டனர். படை யெடுப்புக் காலகட்டத்தைச் சேர்ந்த கழிவு நீர்க்குழாய் ஒன்றைக் கண்டெடுத்துள்ளனர். ஜூடேயர்கள், பொதுவாக கோதுமை, பார்லி போன்ற தானியங்களை உண்ணும் பழக்கமுடையவர்கள். ஆனால் அந்தக் குழாயைச் சோதித்துப் பார்த்ததில் செடிகளையும், பச்சிலைகளையும் உண்டு நாடாப்புழு நோயால் பாதிக்கப் பட்டிருப்பது தெரிகிறது.

பதினெட்டு நாட்கள் தாக்குதலுக்குப் பின் தீப்பந்தங்களாலும், தீயம்புகளாலும் தீயிட்டுக் கொளுத்தப்பட்ட நகரத்திற்குள் நெபுகத்நேஷர் கி.மு 586ஆம் ஆண்டு யூத மாதம் அப் 9ஆம் நாளன்று நுழைந்தார். (அம்பு முனைகள் புகைக்கரி, சாம்பல் மற்றும் எரிந்த மரத்துண்டுகளின் அடுக்குகள் தற்போது யூதக் குடியிருப்புப் பகுதிகளில் கண்டுபிடிக்கப்பட்டுள்ளன.) இதுபோக அரச நிர்வா கத்தின் களிமண் பலகைகளையும், அரசாங்க முத்திரைகளையும் சுட்டெடுப்பதற்காகப் பயன்பட்ட நெருப்பு ஒருபுறம் வீடுகளில் எரிந்துகொண்டிருந்தது. அந்தநேரத்தில் வீடுகளில் குடியிருப்பது மிகக் கடினமான ஒன்றாகிவிட்டது. வீழத்தப்பட்ட நகரங்களின் அனைத்து எரி துயரங்களுக்கும் உள்ளானது ஜெருசலேம். பட்டி னியால் துடித்துக் கொண்டிருந்தவர்களை விட மாண்டவர்கள் அதிர்ஷ்டசாலிகளாகி விட்டனர். பஞ்சக் கொடுமையால் எங்கள் தோல் நெருப்பில் வாட்டியதுபோல் கறுத்துவிட்டது. நகரைக் கொள்ளையடிப்பதற்காகத் தென்புறத்தில் இருந்து உள்ளுக்குள் புகுந்தவர்கள் நகரம் பட்ட கொடுமைகளில் “ஓ ஈடோம் மகளே கொண்டாடு, களிகொள், குடித்துத் திளைத்திடு, அவர்களை நிர்வாணமாக்கு” எனக் கொண்டாடிக் களித்தனர். சலோம் பாடல் 137இன்படி எடோமியர்கள் பாபிலோனியர்களுக்கு ஜெருசலேமை அழித்திடு, அடியோடு அழித்திடு, சிறுகுழந்தைகளைப் பாறைகளில் கொண்டு மோதினால் எடோமி மகிழ்ச்சி கொள்வாள் என்று

பாடி ஊக்குவித்தனர். ஜெருசலேம் நகரத்தைப் பாபிலோனியர்கள் சின்னாபின்னப்படுத்திய போது ஜெரமையா அரச மாளிகைக்குக் கீழிருந்த சிறையில் உயிர்த்திருந்தார்.

நெபுகத்நேஷர்: பேரழிவில் தனிமை

ஜெரிக்கோவிற்குச் செல்வதற்காக ஜெடேக்கியா, சிலோவம் குளத்திற்கு அருகேயிருந்த வாயிலை உடைத்துக் கொண்டிருந்த போது பாபிலோனியர்கள் அரசரைக் கைதுசெய்து நெபுகத்நேஷர் முன் கொண்டுவந்து நிறுத்தினார்கள். 'அவருக்கு தண்டனை அறிவிக்கப்பட்டது.' ஜெடேக்கியாவின் கண்ணெதிரிலேயே அவரது மகன்கள் கொல்லப்பட்டனர். கண்களைத் தோண்டியெடுத்து வெண் கலச் சங்கிலியால் பிணைத்து பாபிலோனுக்குக் கொண்டு சென்றனர்.

பாபிலோனியர்கள் ஜெரமையாவை அரச சிறையில் கண்டு பிடித்திருக்கவேண்டும். அவரை நெபுகத்நேஷர் முன்கொண்டு வந்து நிறுத்த, மன்னர் அவரை விசாரித்துவிட்டு ஜெருசலேமிற்குப் பொறுப் பேற்றிருந்த அரசவைக் காவல் தளபதி நெபுஷரேனிடம் அளித்தார். நெபுகத்நேஷர் 20,000 ஜூடேயர்களை பாபிலோனுக்குக் கடத்திச் சென்றார். அவர்களில் அனேக ஏழைகளை அங்கே விட்டுச் சென்றதாக ஜெரமையா கூறுகிறார்.

ஒரு மாதம் கழித்து 'ஜெருசலேமில் உள்ள இறைவனின் இல்லத்தையும், மன்னனின் அரண்மனையையும், அனைத்து வீடுகளையும், கோட்டை மதில்களையும் தீயிட்டுக் கொளுத்தும்படி' நகரத் தளபதி நெபுஷரடனுக்கு உத்தரவிட்டார் நெபுகத்நேஷர். தேவாலயம் அடித்து நொறுக்கப்பட்டது. தங்க, வெள்ளிப் பாத்தி ரங்கள் கொள்ளையடிக்கப்பட்டன. கூட்டு ஒப்பந்தப்பேழை முற்றிலு மாக நிர்மூலமாக்கப்பட்டது. சலம் பாடல் 74இல் கூறியது போல 'உனது சன்னதியில் தீயிட்டனர்.' மதகுருக்கள், நெபுகத்நேஷரின் கண்ணெதிரிலேயே கொல்லப்பட்டனர். கி.பி 70இல் டைட்டஸில் நடந்ததுபோல தேவாலயமும், அரண்மனையும் அடியோடு பெயர்த்து பள்ளத்தாக்கின் கீழ் எறியப்பட்டிருக்க வேண்டும். தங்கம் எப்படி மங்கியது. அதி நுட்பமான தங்கம் எப்படி மாறிப்போனது. புனித சன்னிதானத்தின் கற்கள் வீதிகள்தோறும் இறைந்து கிடந்தன.[3]

வீதிகள் வெறிச்சோடின. மக்கள் நிறைந்த அந்நகரம் எப்படித் தனித்துக் கிடந்தது. செல்வர்கள் வறுமையில் உழன்றனர். 'இன்சுவை உணவு உண்டவர்கள் தெருக்களில் உழன்றனர்.' பாழ்

பட்ட ஜியோன் மலையில் நரிகளின் ஆட்டம். தங்களது குருதிக் கசிவிற்காக ஜூடேயர்கள் துக்கம் அனுஷ்டித்தனர். ஜெருசலேம் மாதவிடாய் மங்கையைப்போல இரவெல்லாம் பட்ட வேதனையில் திரண்டு உகுத்த கண்ணீர் கன்னங்களில் தேங்கி நிற்க, அவளது காதலர்களில் ஒருவனும் இல்லை ஆற்றுப்படுத்த. தேவாலயச் சிதைவு, நகரத்தினது மட்டுமாக அல்ல ஒரு தேசத்தின் மரணமாகவே பார்க்கப்பட்டது. 'ஜியோனுக்குச் செல்லும் பாதையெங்கும் துக்கத் தால் நிரம்பியிருந்தது. ஏனென்றால் பக்திப் பெருவிழாக் கொண்டாடப் போகவில்லை எவரும். அவளது வாயில்கள் அனைத்தும் வெறிச் சோடிக் கிடந்தன. அவளது மதகுருமார்கள் அவமானப்பட்டனர். ஜியோன் மகளின் அழகுகள் அனைத்தும் அவளிடமிருந்து விடை பெற்று விட்டன. எம் மணிமுடிகள் சிரசிலிருந்து வீழ்ந்து விட்டன. இது உலகத்தின் முடிவைப்போலத் தோன்றியது. அல்லது டேனியலின் நூல் வர்ணித்தது போல 'இப்பேரழிவு தனிமையை உருவாக்கியது'. கடவுளால் கைவிடப்பட்ட மற்ற மக்களைப்போல ஜூடேயர்களும் மறைந்துபோவது உறுதி. ஆனால் எப்படியோ யூதர்கள் இவ்வழிவினை வளர்ச்சிக்கான அனுபவமாக எடுத்துக் கொண்டனர். அதனால் ஜெருசலேமின் புனிதத் தன்மை இரட்டிப் பானதோடு தீர்ப்பு நாளுக்கான எடுத்துக்காட்டாகவும் விளங்கியது. அம்மூன்று மதங்களுக்குமான ஜெருசலேம் அழிவிலிருந்து மீண்டு கடைசி தினங்களுக்கும், புனிதத் திருச்சபைக்குமான இடமாக மாறியது. இயேசு ஒரு தீர்க்கதரிசியாக வருவார் என்பதைக் குறிக்கும் வெளிப்பாடு என்ற கிரேக்க வார்த்தையை அடிப்படையாகக் கொண்ட 'அப்போக்கலிப்ஸ்' இதுதான். கிறித்தவர்களுக்கு நீண்டகால எதிர் பார்ப்பென்ற விளக்கம் பெற முகமதியர்கள் இதை நெபுகத்நேஷரை அழிப்பதற்காக இறைவனின் புனித அருள் யூதர்களிடமிருந்து திரும்பப் பெறப்பட்டதாகவும், இஸ்லாமிய வெளிப்பாட்டிற்காக வகுத்த பாதையென்றும் கருதினர்.

ஜூடேயர்கள் பாபிலோனுக்கு நாடு கடத்தப்பட்டிருந்தாலும் சிலர் கடவுளுக்கும், ஜியோனுக்கும் கடப்பாடு கொண்டிருந்தனர். அதே நேரம் ஹோமரின் பாடல்கள் கிரேக்கத்தின் தேசிய காவிய மாகி விட்டதால் ஜூடேயர்கள் தங்களுடைய சொந்த விவிலியப் பிரதியின் வாயிலாகவும், தொலைதூர நகரத்தின் வாயிலாகவும் தங்களை அடையாளம் காணத் துவங்கினர். 'ஜியோன் நினைவுகள் எப்போதெல்லாம் தோன்றுகிறதோ அப்போதெல்லாம் பாபிலோனின் நதிக்கரைகளில் அமர்ந்து, கண்ணீர் சொறிந்தோம்.' அங்கிருந்த அலரி மரங்களில் எங்கள் யாழ்களைத் தொங்கவிட்டோம். சலோம்

137இன்படி பாபிலோனியர்களேயானாலும் அவர்கள் ஜூடேயர் களின் பாடல்களைப் போற்றத் தவறியதில்லை. எங்களைக் கடத்திச் சென்றவர்களும் எங்கள் பாடல்களால் கவரப்பட்டிருந்தனர். நாங்கள் திளைத்துப் பாடுவது அவர்களுக்குத் தேவையாக இருந்தது. எங்கள் பாடல்களில் ஜியோனின் பாடல்களைப் பாடுமாறு கோரினர். அந்நிய மண்ணில் எங்கள் கடவுளின் பாடலை எப்படிப் பாட முடியும்?

இருந்தபோதிலும் விவிலியம் அங்குதான் உருக்கொள்ளத் தொடங்கியது. டேனியலைப் போன்ற இளம் ஜெருசலேமியர்கள் அரச மாளிகைகளில் பாடம் பயின்றாலும், உலகளாவிய அகதிகள் மேலும் மேலும் பாபிலோனியர்களாக மாறிக்கொண்டிருந்தாலும் தாங்கள் தனித்துவமிக்கவர்கள் என்பதைப் பறைசாற்றுவதற்காக ஜூடேயர்கள் புதிய புதிய விதிகளை வகுத்துக்கொண்டனர். ஓய்வு நாளுக்கு முக்கியத்துவம் அளித்தனர். குழந்தைகளுக்கு சுன்னத் செய்தனர். உணவுக் கட்டுப்பாட்டு விதிகளைப் பின்பற்றினர். யூதப் பெயர்களையே வைத்துக்கொண்டனர். கடவுளின் விதிகளைப் பின்பற்றாமல் போனதால் ஜெருசலேம் வீழ்ந்ததைக் கண்ணாரக் கண்டிருக்கிறார்கள். எனவே தங்களது கட்டுப்பாடுகளைத் தவறாமல் கடைப்பிடித்தனர். ஜூடாவிற்கு அப்பாற்பட்டு ஜூடேயர்கள் யூதர் களானார்கள்.[4]

நாடு கடத்தப்பட்ட அவர்கள், பாபிலோனை ஒரு விலை மகளின் தாயாகவும், பூமியில் இழிதன்மை மிக்கதாகவும் சித்தரிக் கின்றனர். இருந்தபோதிலும் அந்த அரசு வனப்புடன் திகழ்ந்தது. அவர்களது பெரும் எதிரியான நெபுகத்நேஷர் நாற்பதாண்டு காலமாக ஆட்சி புரிந்தார். அரசன் புத்தி பிறழ்ந்தவன் என்றும், மக்களிட மிருந்து துரத்தப்பட்டு கால்நடையைப்போலப் புற்களை உண்ட தாகவும், அவனுடைய நகங்கள் பறவைகளின் அலகுகள் போல் நீண்டிருந்ததாகவும், அதுதான் அவன் புரிந்த குற்றங்களுக்குப் பொருத்த மான தண்டனை என்றும் புனைவுகள் உலவின. (இக்கதைகள் வில்லியம் பிளேக்கின் ஓவியங்களுக்குப் பெரும் தாக்கத்தை அளித்தன.) பழிதூற்றல்கள் திருப்தியளிக்கவில்லையென்றால் அகதிகள் பாபிலோனிய வாழ்க்கையின் மற்றொரு முரண்பாட்டை நினைத்து மகிழ்வுறலாம். மகன் அமெல் மர்தாக் தந்தை நெபுகத்நேஷரைச் சிறையில் அடைத்தபோது மகனுடைய நண்பன் ஜெஹோயசின் என்பவன் ஒரு ஜூடேய அரசன் என்பதறிந்து அடைந்த விரக்தி இருக்கிறதே அதுதான் அந்த முரண்பாடு.

ஜெருசலேமிய தங்கத்தை வாரியிறைத்து பெல்ஷாஷரின் உல்லாசம்

அமெல் மர்தாக் பாபிலோனின் அரசனாகப் பொறுப்பேற்றதும் தனது ஜூடேய அரச நண்பனை சிறையிலிருந்து விடுவித்தான். ஆனால் கி.மு *556*இல் அரசவை தூக்கியெறியப்பட்டது. புதிய அரசன் நெபோடினஸ் பெல் மர்தாக்கை பாபிலோனின் கடவுளாக ஒப்புக்கொள்ள மறுத்து சந்திரக் கடவுள் சின்'னுக்கு ஆதரவாக இருந்தான். விசித்திரமாக அரேபியப் பாலைவனத்திற்கு வெகு தொலைவில் உள்ள டெய்மாவில் வசிப்பதற்காக நகரத்தை விட்டு வெளியேறினான். நெபோடினஸ் விபரீதமான நோய்க்கு ஆட்பட்டான் பைத்தியமாகிக் கால்நடையைப் போலப் புல்லை உண்டது அவன்தான் என்று உறுதிப்படுகிறது. (டேனியல் கூறியது போல நெபுகத்நேஷர் அல்ல.)

அரசன் இல்லாததால் அந்தப் பொறுப்பில் அரசனின் மகன் பெல்ஷாஷர் இருந்தான். விவிலியக் கூற்றுப்படி இவன் நெபுகத்நேஷர் ஜெருசலேம் தேவாலயத்தில் கொள்ளையடித்த தங்கம், வெள்ளியை வாரியிறைத்து உல்லாசமாக இருந்தான். திடீரென்று ஒருநாள் சுவற்றில் கடவுளின் வாசகமான 'மெனி மெனி டெகல் உபர்சின்' என்பதைக் கண்டான். அதன் பொருள் இந்த சாம்ராஜ்ஜியத்தின் நாட்கள் எண்ணப்படுகிறது என்பதாகும். அது விலைமகள் பாபிலோனுக்காகக் கடவுளால் எழுதப்பட்ட வாசகம் என்று நடுக்கமடைந்தான் பெல்ஷாஷர்.

கி.மு *539*இல் பாரசீகர்கள் பாபிலோனுக்குள் நுழைந்தனர். ஜேவியர்களின் வரலாறு அற்புதத் திருப்பங்கள் நிறைந்தது. ஆனால் இது முற்றிலும் விசேசமான ஒன்றாகும். நாற்பத்தியேழு ஆண்டுகளுக்குப் பின்னர் பாபிலோனிய ஆறுகளில் ஒரு மனிதனின் முடிவு ஏற்கனவே கிட்டத்தட்ட டேவிட் சொன்ன பாதையில் நிகழ்ந்தது. ஜியோன் மீண்டெழுந்தது.

குறிப்புகள்:

1. யூதக் கோட்பாட்டின் வளர்ச்சியில் ஜோசையாவின் சீர்திருத்தங்கள் முக்கிய இடம் பிடித்தன. அக்கால கட்டத்தைச் சேர்ந்த ஹின்னாம் பள்ளத் தாக்கில் இரண்டு வெள்ளிச் சுருள்கள் கண்டெடுக்கப்பட்டன. அதில் பொறித்திருந்த *6.24 – 6* இலக்கம் கொண்ட பிரார்த்தனைகள் இன்றும் யூத வழிபாட்டில் இடம் பெறுகின்றன. "யாவே தான் மீட்பர். நமது குன்று. யாவே, அவர் உனக்கு அருள் புரிவார். உன்னைக் காப்பார். தன் முகத்திற்கு ஒளி கூட்டுவார்."

2. ஆஸ்ட்ராகா எனப்படும் சிதறிய செய்தித் துண்டுகள் லக்கீஷ் நகரக் கோட்டை வாயிலில் உள்ள சாம்பல் அடுக்குகளில் புதைந்திருப்பதை அகழ்வாராய்ச்சியாளர்கள் கண்டுபிடித்துள்ளனர். அவை தடுக்க முடியாதபடிக்கு முன்னேறிச் செல்லும் பாபிலோனியப் படைகள் குறித்த மனிதக் கண்ணோட்டத்தை சுருக்கமாக அளிக்கின்றன. லக்கீஷும், மற்றொரு கோட்டை நகரமான அஜெக்காவும் தங்களுக்கிடையிலும் இருவரும் சேர்ந்தும் ஜெருசலேமிற்கு தீப்பந்த சமிக்ஞைகளைக் காட்டுவதன் மூலம் தொடர்புகளைப் பரிமாறிக் கொண்டன. லக்கீஷில் இருந்தபடி ஜூடேயத் தளபதி யாவஷ் தாங்கள் கொஞ்சங் கொஞ்சமாக சிதைக்கப்பட்டு வருவதை கோட்டையின் புறக்காவல் நிலையத்திலிருந்து அறிக்கைகள் பெற்றுக் கொண்டிருந்தான். அவனுடைய மேலதிகாரி அஜெக்காவில் இருந்து தீப்பந்த சமிக்ஞைகள் வரவில்லை என்பதைக் கவனித்து விட்டான். பின்னர் கடுமையான போரில் லக்கீஷும் அழித்தொழிக்கப் பட்டது.

3. தேவாலயத்தின் வரலாற்று ஆதாரங்கள் எதுவும் காணப்படவில்லை. ஆனால் நெபுகத்நேஷரின் அதிகாரிகள் நகர மைய வாயிலில் தலைமை யிடத்தை நிறுவுவதற்காக ஒருங்கிணைத்த ஜூடேயர்களின் பெயர்களை ஜெரமையா நூலில் துல்லியமாக எழுதியுள்ளார். பாபிலோனில் கண்டெடுத்த ஏடும் ஜெரமையாவின் பதிவை உறுதிப்படுத்துகிறது. ஒரு அரசவை அமைச்சர் ஜெடாலியாவை நெபுகத்நேஷர், ஜூடேயின் பொம்மை ஆளு நராக நியமித்தார். ஆனால் ஜெருசலேம் அழிவில் இருந்ததால் அவர் ஜெரமையாவின் ஆலோசனைப்படி மிஸாபத்திலிருந்தபடி வடக்கிற்கு ஆட்சி செய்தார். ஜூடேயர்கள் கலகம் விளைவித்து ஜெடாலியாவைக் கொன்றனர். ஜெரமையாவும் எகிப்திற்குத் தப்பியோடினார்.

4. விவிலியத்தை கி.மு 586க்கும் கி.மு 400க்கும் இடைப்பட்ட காலத்தில் எழுதிய பெயர் தெரியாத நூலாசிரியர்கள், எழுத்தாளர்கள், மதகுரு மார்கள் ஹீப்ருவில் தோரா என்றழைக்கப்பட்ட மோசஸின் ஐந்து நூல் களை செழுமைப்படுத்தித் தொகுத்ததோடு இறைவன், யாவே, எல் சார்ந்த பல்வேறு மரபுகளை ஒருங்கிணைத்தனர். புகழ்பெற்ற டுடெரோனோ மைட்டுகள் வரலாற்றை மீட்டுரைத்தனர். அரசர்களின் நிலையாமை யையும், இறைவனின் வல்லமையையும் எடுத்துக்கூறி விதிகளுக்கு புதிய மதிப்பீடுகளை உருவாக்கினர். கில்காமெஷ் காவியத்திற்கு நிகரான பாபிலோன் கதைகளில் தாக்கம்பெற்ற ஊழிப்பெருவெள்ளம், ‘உர்’க்கு அருகிலுள்ள ஆபிரஹாமின் பூர்வீகம், பாபெல் கோபுரம் தொடர்பான கதைகளை ஒருங்கிணைத்தனர். டேனியலின் கதையை எழுத நெடுங் காலமாயிற்று. அதன் சில பகுதிகள் நிச்சயமாக நாடுகடத்தலின் துவக்கத் திலேயே எழுதப்பட்டிருக்கும். மற்றவை பிற்காலத்தியவை. டேனியல் என்பது ஒரு நபரின் பெயரா அல்லது பல பாத்திரங்களின் தொகுப்புப் பெயரா என்பது நமக்குத் தெரியவில்லை. ஆனால் நிறைய குழப்பங்கள் கொண்ட வரலாற்று நூலினைப் பத்தொன்பதாம் நூற்றாண்டு பாபிலோனிய அகழ்வாய்வில் கண்டுபிடிக்கப்பட்ட சான்றுகள் மூலம் ஆய்வாளர்கள் தெளிவுபடுத்தியுள்ளனர்.

☆

6

பாரசீகர்கள்
கி.மு 539-336

சைரஸ் மாமன்னர்

மேற்கு பாரசீகத்திலுள்ள மீடியாவின் அரசர் அஸ்டிகெஸ். இவர் தனது மகள் கழிக்கும் சிறுநீர் தங்க ஓடையாக ஓடுவது போலவும், அதன் வழியாகத் தனது பேரரசு முழுமையும் பீய்ச்சி வெளியேற்றப் படுவதாகவும் கனவு கண்டார். இதன் பொருள் அஸ்டிகெஸின் பேரன் அவரது சாம்ராஜ்ஜியத்திற்கு அச்சுறுத்தலாக இருப்பான் என்பதாகும் என்று மதகுருமார்களான மாகிக்கள் கனவிற்குப் பலன் கூறினார்கள்.

பேரரசர் தனது மகளைக் கிழக்கு அயல்நாடான அன்ஷனின் அரசனுக்கு மணமுடித்துக் கொடுத்தார். இத்தம்பதிக்குப் பிறந்த கௌரோஷ்தான் சக்கரவர்த்தி சைரஸ் ஆனான். அவளது மகளின் வாளிப்பான தொடையில் இருந்து ஒரு கொடி படர்ந்து தன் தலைக்கு மேலே சென்று நிழல் தருவதாக அஸ்டிஜெஸ் மீண்டும் ஒரு கனவு கண்டார். இக்கனவு பின்னர் ஒரு அரசியல் – பாலுறவுப் பிரதியாக 'ஜாக்கும் அவரைக் கொடியும்' என்ற தலைப்பில் வெளியானது. அஸ்டிஜெஸ், தனது தளபதியான ஹார்பேகஸிடம் சிறுவன் சைரஸைக் கொல்லுமாறு ஆணையிட்டான். சைரஸ் கொல்லப்படாமல் ஒரு இடையரிடம் மறைத்து வளர்க்கப்பட்டான். ஹார்பேகஸ் சைரஸைக் கொல்லவில்லை என்பதறிந்த அஸ்டிஜெஸ், ஹார்பேகஸின் மகனை அரிந்து உணவாகச் சமைத்து தந்தைக்கே உணவாகப் படைத்தான்.

அந்த விருந்தை ஹார்போகஸ் அவ்வளவு எளிதில் மறக்கவோ, மன்னிக்கவோ முடியாது.

சுமார் கி.மு 559இல் தனது தந்தை இறந்த பிறகு சைரஸ் நாடு திரும்பி அரசாட்சியைக் கைப்பற்றினான். 'பாரசீகத்தில் எடுக்கப் படும் அனைத்து முடிவுகளையும் பாலியல் அல்லது சிறுநீர் நிமித் தங்களே தீர்மானிக்கின்றன' என்ற கிரேக்க வரலாற்று ஆசிரியர் ஹெரோடோடஸின் கூற்று மெய்யானது. சைரஸ், ஹார்போகஸின் ஆதரவோடு தனது பாட்டனாரை வென்று மேட்களையும் பாரசீகர் களையும் ஒருங்கிணைத்தான். தெற்கில் பெல்ஷெஸரின் பாபிலோனை விட்டுவிட்டு மேற்கே துருக்கியில் இருந்த லிடியாவின் செல்வாக்கு மிக்க அரசனான க்ரோயசஸ் என்ற ஆட்சியாளனுடன் மோதினான். சைரஸ் தனது ஒட்டகப் படையை விரைவு செய்து க்ரோயசஸின் தலைநகரை திடீரென்று தாக்கினான். பாய்ந்த வந்த ஒட்டகங் களின் நாற்ற நெடியைத் தாங்கமுடியாத லிடியன் குதிரைகள் தப்பி யோடின. பின்னர் சைரஸ் தன் பார்வையை பாபிலோன் பக்கம் திருப்பினான்.

நீலம் ஜொலிக்கும் நெபுகத்நேஷரின் பெருநகரம் தனது பெருங்கதவை சைரஸிற்குத் திறந்துவிட்டது. புத்திசாலியான சைரஸ் கேட்பாரற்றுக் கிடந்த பாபிலோனிய தெய்வமான பெல்மார்டுக் கடவுளுக்கு தனது மரியாதையைச் செலுத்தினான். நாடு கடத்தப் பட்டிருந்த யூதர்களுக்கு பாபிலோனியாவின் வீழ்ச்சி மிகுந்த மகிழ்ச்சியை அளித்தது. "ஓ மலைகளே... காடுகளே... காடுகளில் உள்ள மரங்களே.... நீங்கள் பாடுங்கள்... கூக்குரலிட்டுப் பாடுங்கள்..... இறைவன் இதனை முடித்துவிட்டான். இறைவன் ஜேக்கப்பினை மீட்டுவிட்டான். இஸ்ரேலில் தன்னையே மேன்மைப்படுத்திக் கொண்டான். சைரஸ் ஜெருசலேம் உள்ளிட்ட பாபிலோனியப் பேரரசை மீட்டு மரபுவழி உரிமையைப் பெற்றுவிட்டான் என்று பாடுங்கள். நான் பாபிலோனில் வீற்றிருந்தபோது ஜெருசலேம் உள்ளிட்ட இந்த மண்ணிலுள்ள அரசர்கள் ஒவ்வொருவரும் எனது காலடியில் பெரும் பொருளையும், புகழையும் சேர்ப்பித்தனர். எனது பாதங்களுக்கு முத்தமிட்டனர்" என்று கூறினார்.

தனது சாம்ராஜ்ஜியம் குறித்து சைரஸுக்குப் புதிய நோக்கு ஒன்று இருந்தது. அசிரியர்களும், பாபிலோனியர்களும் தங்களது சாம்ராஜ்ஜி யத்தைக் கட்டியெழுப்ப படுகொலைகளையும், நாடுகடத்தல்களையும் நிகழ்த்தினர். ஆனால் சைப்ரஸ் தனது அரசு, அரசியல் அதிகாரத்தை அடைவதற்காக மக்களுக்கிடையே ஒற்றுமையையும் மத சகிப்புத் தன்மையையும் முன் மொழிந்தார்.[1]

யூதர்கள் எல்லாம் ஆச்சர்யப்படும்படியான புதிய சட்டம் ஒன்றை பாரசீக மன்னர் அறிவித்தார். "இறைவன் இந்த உலகத்தில் உள்ள பேரரசுகளை எல்லாம் என்னிடம் தந்து ஜெருசலேமில் அவருக்கென ஒரு இல்லத்தை நிறுவுமாறு ஆணையிட்டார். உங்களில் யார் அந்த இல்லத்தைக் கட்டப்போவது? அவர் உடனடியாக ஜெருசலேமிற்குச் சென்று இறைவனின் இல்லத்தை நிர்மாணிக் கட்டும்."

நாடு கடத்தப்பட்ட ஜூடேயர்களைத் தத்தமது வீட்டிற்கு அனுப்பி வைத்ததோடு அவர்களது உரிமைகளுக்கும் சட்டங் களுக்கும் உத்திரவாதம் அளித்த முதல் ஆட்சியாளர் அவர்தான். ஜெருசலேமை ஜூடேயர்களிடம் அளித்து திருக்கோயிலை மீண்டும் கட்டுவதற்கு முன்வந்தார். ஜெருசலேமை ஆள முந்தைய அரசனின் மகனான ஷெஷ்பஜாரை நியமித்ததுடன் திருக்கோயிலின் பிற கலன் களையும் திருப்பியளித்தார் சைரஸ். எனவே ஜூடேய தீர்க்கதரிசி யொருவர் சைரஸை 'மெசையா' என்றழைத்ததில் வியப்பொன்றும் இல்லை. 'அவரே எனது மீட்பர். எனவே என் தேவைகள் அனைத் தையும் நிறைவேற்றுவார். ஜெருசலேமிடம் நீ கட்டப்படுவாய் என்றும், திருக்கோயிலிடம் உனது அடித்தளம் எழுப்பப்படும்' என்றும் கூறினார்.

ஷெஷ்பஜார் ஜெருசலேமின் யஹ்ட் ஜூடா மாகாணத்திற்கு 42,360 அகதிகளை அழைத்து வந்தார்.[2] பாபிலோனிய வளர்ச்சிக்குப் பிறகு அந்நகரம் வெற்றுப் பாலையாக இருந்தபோதிலும் "ஓ ஜியான் எழு.... எழு.... எழுச்சி கொள். உன் சொந்த வலிமையால் எழுந்து நில். உன் ஆடைகளை அணிந்துகொள். ஓ... புனித நகரம் ஜெருசலேமே.... உன் மீது படிந்த புழுதியை உதறு..... ஓ... திறனுடை ஜியான் மகளே எழுச்சி கொள்" என்று இசையா எழுதினார். எனினும் சைரஸின் திட்டங்களையும், நாட்டிற்குள் புகுந்த அகதி களையும் ஜூடேய, குறிப்பாக சுமேரியாவில் இருந்த உள்ளூர் வாசிகள் ஏற்றுக்கொள்ளவில்லை.

நாடு திரும்பிய ஒன்பது ஆண்டுகள் கழித்து செயலூக்கமாக இருந்தபோதே சைரஸ் மத்திய ஆசியப் போரில் கொல்லப் பட்டான். அவனை வெற்றிகொண்ட அரசன் அறுத்தெடுத்த சைரஸின் தலையை திராட்சைத் தேறலில் ஊறவைத்து பிறர் நிலத்தின் மீதான தனது பேராசையை ஆற்றிக் கொண்டான் என்று கூறப்பட்டது. சைரஸின் குல வாரிசாகிய ஒருவன் அவனது உடலைப் பொற்தாழியில் இட்டு தென் ஈராக்கின் ஒரு பகுதியாகிய பாசர் கடேயில் புதைத்தான். அந்தச் சமாதி இன்றும் நிலைத்திருக்கிறது.

சைரஸ் தன் காலத்திய தனக்கு முந்தைய காலத்திய அரசர்கள் அனைவரிலும் தனித்துவம் பெற்றுத் துலங்கினார் என்று கிரேக்கப் படைவீரர் ஒருவர் எழுதினார். ஜெருசலேம் தனது காப்பாளனை இழந்தது.

ஒரு குதிரைக் கனைப்பில் முடிவாகும் சிம்மாசனம்

அதுவரையிலான பேரரசிலேயே மிகப்பெரியதாகிய சைரஸ் பேரரசின் விதி ஜெருசலேமிற்கு அருகில் தீர்மானிக்கப்பட்டது. சைரஸின் மகன் காம்பிஸஸ் இரண்டாம் கம்பூஜியா கி.மு 525இல் பட்டத்தை வென்று எகிப்தைக் கைப்பற்றுவதற்காக காஸாவின் குறுக்கே சினாய் வழியாக அணிவகுத்துச் சென்றான். தொலைவில் பாரசீகத்தில் காம்பிஸஸின் சகோதரன் கிளர்ச்சியில் ஈடுபட்டிருந்தான். தனது அரியாசனத்தைக் காப்பதற்காக நாடு திரும்பும் வழியில் காஸா அருகே மர்மமான முறையில் கொல்லப்பட்டான். அங்கே ஏழு அரிய சதிகாரர்கள் பேரரசைக் கைப்பற்றுவதற்காக குதிரை மீதமர்ந்தபடி திட்டம் வகுத்தனர். அதில் பதவிக்கு உரியவர் யார் என்பதைத் தீர்மானிக்க முடியவில்லை. ஆகையால் யாருடைய குதிரை காலையில் முதலில் கனைக்கிறதோ அவரே அரியானத்திற்கு உரியவர் என்று முடிவு செய்தனர். உயர்குடியின் குலக்கொழுந்தாகிய காம்பஸஸின் ஈட்டியைத் தாங்கிச் சென்ற டேரியஸின் குதிரை முதலில் கனைத்தது. தனது குதிரையோட்டியை குதிரையின் யோனியில் கையை நுழைக்கச்செய்து அந்தக் கணத்தில் புகையைக் காட்டி டேரியஸ் ஏமாற்றிவிட்டதாக ஹெரோடெடஸ் குற்றம் சுமத்தினார். ஒரு கீழைக் கொடுங்கோலனின் எழுச்சிக்கு உதவியது பால்வினை ஏமாற்றுதான் என்று ஹெரோடெடஸ் உற்சாகமான கற்பிதம் செய்துள்ளார்.

தனது ஆறு சதிகாரக் கூட்டாளிகளுடன் கிழக்கு திசைநோக்கி டேரியஸ் குதிரைப் பாய்ச்சலில் சென்று பாரசீகப் பேரரசை முழுவதுமாக வென்று கலகங்கள் எழுந்த மாகாணங்களை ஒவ்வொன்றாக அடக்கினான். எனினும் டேரியஸ் ஆட்சிக்காலத்தின் இரண்டாவது ஆண்டுவரை அங்கங்கே நீடித்த உள்நாட்டுக் கலவரம் இறை இல்லத்தைக் கட்டவிடாமல் நிறுத்தியது. அனேகமாக கி.மு 520ஆம் ஆண்டில் ஜூடேயின் முந்தைய அரசனின் பேரனான ஜெருபேபலும், பழைய தேவாலயத்தின் முந்தைய மதகுருவின் மகனான மதகுரு ஜோஷ்வாவும் என இருவரும் இணைந்து ஜெருசலேமைக் காப்பதற்காக பாபிலோனில் இருந்து கிளம்பிச் சென்றனர்.

ஃபெனீஷிய தேவதாரு மரங்களை வாங்கி, கட்டடக்கலைஞர்களைப் பணிக்கு அமர்த்தி, தேவாலயத்தை மறு நிர்மாணம் செய்து

தேவாலய மலையின்மீது பலிபீடத்தை அர்ப்பணித்தனர். பேரரசின் சீர்கெட்ட நிலையால் ஊக்கம் பெற்றிருந்த யூதர்கள் மாளிகை உயர்வதைக் கண்டு வியப்புற்றனர். அதற்கு உதவவில்லையென்றாலும் புதிய பேரரசு குறித்த கனவில் சுகித்துக் கிடந்தனர். “ஓ என் ஊழியன் ஜெருபேபலே அந்த நாளில் கடவுளை ஏற்றுப்பாடிய உன்னைக் கடவுளின் சேவகனாக ஏற்று உன்னையே எனது முத்திரை யாகக் கொள்வேன்” என்று ஜெருபேபலின் பாட்டனார் தொலைத்த டேவிட் பரம்பரையின் முத்திரை மோதிரம் அவனே என்று அறிவிக்கும் விதமாக மதகுரு ஹகாய் எழுதினார். பாபிலோனிலிருந்து தங்கம் மற்றும் வெள்ளியோடு வந்து சேர்ந்த யூதத் தலைவர்கள் ஜெருபே பலை (பாபிலோனின் வித்து என்று பொருள்) “நீயே நாளை மணி முடி தரித்து மேன்மையான ஆட்சி புரியப் போகிறவன். குலக்கொழுந்து” என்று போற்றிப் புகழ்ந்தனர்.

நகரத்தைச் சுற்றிலும், சுமேரியாவிற்கு வடக்கிலும் வசித்த மக்கள் இப்போது தங்களைப் புனிதப்பணியில் இணைத்து ஜெருபே பலுக்குத் தாமாகவே உதவ முன்வந்தனர். ஆனால் வெளியேற்றப் பட்டு நாடு திரும்பிய மக்கள் புதியதொரு யூத மதத்தையே பின்பற்றினார்கள். அவர்கள் உள்ளூர் மக்களை அரைக் காட்டு மிராண்டிகளாக, ‘அம் ஹா அரெட்ஸ்’ என்று துச்சமாக மதித்தனர். ஜெருசலேமின் எழுச்சியில் எச்சரிக்கை அடைந்தோ அல்லது உள்ளூர் மக்களின் மிரட்டலுக்குப் பயந்தோ பாரசீக ஆளுநர் கட்டடம் கட்டுவதை நிறுத்தினார்.

மூன்று வருடங்களுக்குள்ளாகத் தனக்கிருந்த எதிர்ப்புகள் அனைத்தையும் வெற்றிகொண்டு டேரியஸ் புராதன உலகின் அரசர்களில் தலைசிறந்த ஒருவனாக ஆனான். மூன்று கண்டங் களைக் கடந்து சென்ற பேரரசனான டேரியஸ் தனது சாம்ராஜ்ஜி யத்தை த்ரேஸ் மற்றும் எகிப்திலிருந்து இந்து குஷ் மலைவரை விஸ்தரித்து சகிப்புத்தன்மை மிக்க ஒன்றாக உருவாக்கினான்.[3]

பெரு வீரனான அரசன் டேரியஸ் வெற்றியாளன், சிறந்த நிர்வாகி என ஒரு அபூர்வக் கலவையாக இருந்தான். அவனது வெற்றியை நினைவுகூறும் விதமாக வடிக்கப்பட்ட டேரியஸ் என்ற தரயவாஷின் கற்சிற்பத்தை வைத்துப் பார்க்கும்போது உயர்ந்த நெற்றியில் வளைந்த புருவமும், கூரிய நாசியும், 5 அடி 10 அங்குல உயரத்தில் முட்டை வடிவ ஆரம் பதிக்கப்பட்ட தங்கப் போர் மகுடம் தாங்கிய நெற்றி மீது சுருள் கூந்தல் படிய, தொங்கு மீசை முறுக்கி விடப்பட்டு, தலைமுடியைக் கொண்டை முடிந்து நீளக் கற்றைகளும், நான்கு வரிச் சுருள் முடியும் என மாறி மாறி சிரைக்கப் பட்ட சதுர தாடியும் கொண்டவனாகத் தேர்ந்தவொரு ஆரியனென்று

காட்சி தருகிறான். அவனது கம்பீரத்தைப் பறைசாற்ற கால் சட்டைமீது நீண்ட அங்கியணிந்து, வாத்துத் தலை வில்லினை ஏந்தி நிற்கிறான்.

சைரஸின் ஆணையைச் சுட்டிக்காட்டி இந்த மாபெரும் அரசனிடம்தான் ஜெருபேபல் கோரிக்கை வைத்தான். அரச ஆவணங் களில் தேடுமாறு டேரியஸ் பணித்த பின் அந்த ஆணை கண் டெடுக்கப்பட்டது. அந்த ஆணையில் "கடவுளின் இந்த இடத்தை யூதர்களின் ஆளுநர் கட்டட்டும் என்று டேரிஸாகிய நான் ஆணை யிடுகிறேன். அந்த வேலை விரைந்து முடிக்கப்படட்டும்" என்றார். எகிப்தை மீட்பதற்காக மேற்கு நோக்கிச் சென்று கொண்டிருந்த போது அதீதக் கிளர்ச்சியுற்ற யூதர்களை அமைதிப்படுத்த அனேக மாக ஜூடேயா சென்றிருக்க வேண்டும். டேவிட்டின் கடைசி அரசனாக எந்தக் காரணமும் இல்லாமல் காணாமல் போயிருப் பதை வைத்துப் பார்க்கும்போது ஜெருபேபலைக் கொன்றது டேரியஸாகவே இருக்க வேண்டும்.

இரண்டாவது கோயிலை மக்களுக்கு அர்ப்பணிக்க மத குருமார்கள் கி.மு 515 மார்ச்சில் 100 மாடுகள், 200 கிடாக்கள், 400 செம்மறியாடுகள், 12 ஆடுகள் (பன்னிரண்டு பழங்குடியினங்களின் பாவங்களைப் போக்க) ஆகியவற்றை குதூகலமாகப் பலியிட்டனர். நாடு கடத்தலுக்குப் பிறகு ஜூடேயர்கள் தங்களது விடுதலைத் திரு விழாவினை இவ்வாறாகக் கொண்டாடிக் களித்தனர். ஆனால் சாலமனின் கோயிலைப் பார்த்திருந்த முதியவர்கள் புதிய ஆர்ப் பாட்டமில்லாத கட்டடத்தைப் பார்த்துக் கண்ணீர் விட்டழுதனர். நகரமும் சிறியதாக ஆரவாரமில்லாமல் இருந்தது.

ஐம்பது ஆண்டுகளுக்குப் பிறகு டேரியஸின் பேரன் மன்னன் அர்டாசெரசஸின் கூஜா தூக்கியான நெஹமியா என்ற யூதனிடம் "மீந்த பகுதி பெரிதும் சிதைந்து கிடக்கிறது. ஜெருசலேமின் மதில்கள் உடைந்து கிடக்கின்றன" என்று ஜெருசலேமியர்கள் உதவி கோரி னார்கள். நெஹமியாவிற்கு மனம் உடைந்தது. "நான் அமர்ந்து வேதனைப்பட்டு அழுதேன்." அடுத்து பாரசீகத் தலைநகரின் அவையில் பணி புரிந்தபோது மன்னர் அர்டாசெரசஸ் "உன் முகம் ஏன் வாடியிருக்கிறது?" என்று கேட்டார். அரசவையின் யூத ஊழியனோ "மன்னர் நீடு வாழ்க... என் தந்தையரின் கல்லறை யிடமாகிய இந்த நகரம் தரிசாகக் கிடக்கும்போது நான் எப்படி அழாமலிருக்கமுடியும்? மன்னர் தயை கூர்ந்து என்னை ஜூடேயா விற்கு அனுப்பினால் நான் அதைக் கட்டுவேன்" என்று கூறி நெஹமியா மன்னரின் பதிலுக்குக் காத்திருந்த நேரத்தில் பயந்து நடுங்கினான்.

பாரசீகர்களின் வீழ்ச்சிக்கு வழிவகுத்த நெஹமியா

பேரரசர், நெஹமியாவை ஜெருசலேமிற்கான ஆளுநராக நியமித்து, போதுமான நிதியளித்து வழித்துணைக்கு ராணுவக்குழுவையும் அனுப்பினார். ஜெருசலேமிற்கு வடக்கில் இருந்த சமாரிடர்களை ஆண்டு வந்த பாரம்பரிய ஆளுநரான சான்பாலட் தூரத்து சூஸாவி லிருந்து வந்த புதிய ரகசியத் தூதரையும் நாடு திரும்பிய அகதி களுக்கான திட்டங்களையும் சந்தேகித்தார்.

ஜெருசலேமின் உடைந்த மதில்களையும், எரிந்த வாயில் களையும் சோதனையிட்ட நெஹமியா தான் கொல்லப்பட்டு விடு வோமோ என்று பயந்தார். அவருடைய நினைவுக்குறிப்பு ஒன்று தான் விவிலியத்தில் உள்ள ஒரே அரசியல் சுயசரிதை. தான் ஆளு நராக நியமிக்கப்பட்டிருப்பதை வெளிப்படுத்தும் விதமாக மதில் களைப் புனரமைப்பது குறித்துக் கூறும்போது சான்பாலட் எப்படி 'கேலியாகச் சிரித்தான்' என்பது கூறப்பட்டுள்ளது. மதிலைக் கட்டும் பணி நில உடைமையாளர்களுக்கும், மதகுருமார்களுக்கும் தனித்தனியாகப் பிரித்து அளிக்கப்பட்டது. சன்பாலட்டின் அடி யாட்களால் கட்டுமானப் பணியாட்கள் தாக்கப்படும்போது நெஹமியா சில பாதுகாப்பு நடவடிக்கைகள் மேற்கொண்டார். இதனால் டேவிட்டின் தேவாலய மலைக்குன்றையும், தேவாலயத்தின் வடபுறத்தில் உள்ள சிறிய கோட்டையையும் உள்ளடக்கிய நகரக் கோட்டைச் சுவர் ஐம்பத்தியிரண்டே நாட்களில் கட்டி முடிக்கப் பட்டது.

"இப்போது ஜெருசலேம் நகரம் மிகவும் பெரியதாகவும், சிறந்ததாகவும் ஆகிவிட்ட போதிலும் மக்கள் மிகச் சிலரே அங்கிருந் தனர்" என்று நெஹமியா கூறினார். நகரத்திற்கு வெளியே வசிக்கும் பத்துப் பெயர்களுக்குச் சீட்டெழுதிப் போட்டு அதில் ஒரு பெயரை எடுத்து அந்த நபரை நகரத்திற்குள்ளே வசிக்கலாம் என்று நெஹமியா வற்புறுத்தினார். பன்னிரண்டு ஆண்டுகளுக்குப் பின்னர் அரசருக்குச் செய்தியளிக்க பாரசீகம் சென்றார். அவர் அங்கிருந்து திரும்பி வருகையில் சன்பாலட்டின் கூட்டாளிகள் தேவாலயத்தை லாபகர மாக நடத்தி வருவதையும், யூதர்கள் உள்ளூர்க்காரர்களுடன் மண உறவு வைத்துக்கொள்வதையும் பார்க்க முடிந்தது. நெஹமியா இந்தக் குறுக்கீடுகளை ஏற்காமல் வெளியேற்றினார். கலப்பு மணத்தை எதிர்த் தார். தனது புதிய, தூய யூத மதத்தைத் திணித்தார்.

தங்களது மாகாணங்கள் மீதான கட்டுப்பாட்டினை பாரசீக அரசர்கள் இழந்தவுடன் யூதர்கள் சற்றே சுதந்திரமான மாநிலமாக

யெஹூதை உருவாக்கினார்கள். தேவாலயத்தைச் சுற்றிலும் புனிதப் பயணிகளின் எண்ணிக்கை அதிகரித்ததால் யெஹூது டோரா வழி யிலேயே ஆட்சி செய்யப்பட்டது. அரசன் டேவிட்டின் மதகுருவான ஜாடோக்கின் பரம்பரையில் வந்தவர்களென்று கருதப்பட்ட உயர் மதகுருக்கள் மூலமாக ஆட்சி நடத்தப்பட்டது. தேவாலயத்தின் கருவூலம் மறுபடியும் கவர்ச்சிகரமான பரிசாகக் கருதப்பட்டது. உயர் மதகுருமார்களில் ஒருவர் அவரது பேராசைச் சகோதரன் ஜீசஸால் (ஜோஷ்வா என்பதன் அராமிய வார்த்தை) திருக்கோவிலின் உள்ளேயே கொல்லப்பட்டார். அந்த பாவச் செயல் ஜெருசலேமிற்குச் சென்று அங்குள்ள தங்கத்தைக் கொள்ளையடிக்க வாய்ப்பளித்தது.

அரசவையினரின் கவனம் உள்குத்து வேலைகளில் திரும்பி யிருந்தபோது மாசிடோனியாவின் இரண்டாம் பிலிப் தான் பயிற்று வித்த வலிமையான ராணுவத்தைக் கொண்டு கிரேக்கத்தின் நகர அதிகாரங்களைக் கைப்பற்றி, டேரியஸும், அவனது மகன் ஸெர்ஸெஷும் மேற்கொண்ட ஆக்கிரமிப்பிற்குப் பழி தீர்க்க தன்னை ஒரு புனிதப் போருக்குத் தயார்ப்படுத்திக் கொண்டான். மன்னன் பிலிப் கொல்லப்பட்டபோது இருபது வயது நிரம்பிய அலெக்ஸாண்டர் அரியாசனத்தைக் கைப்பற்றி பாரசீகத்தின் மீது தாக்குதல் தொடுத்தான். அதுவே கிரேக்கத்தை ஜெருசலேமிற்கு இட்டுச் சென்றிருக்கும்.

குறிப்புகள்:

1. சைரஸின் ஆணை பொறிக்கப்பட்ட உருளை ஒன்று பிற்காலத்தில் கண்டுபிடிக்கப்பட்டது. இந்த ஆணையின் மூலமாக 'சைரஸ் சகிப்புத் தன்மையின் தந்தை' என்ற பெயரைப் பெற்றார். அவ்வாணையின் பொறிப்புப் பிரதி இப்போதும் நியூயார்க்கில் உள்ள ஐக்கிய நாடுகளின் சபையின் நுழைவாயிலில் உள்ளது. இந்த ஆணையைப் பிறப்பித்தார் என்பதற்காக அவரை ஒரு தாராளவாதியென்று கருத முடியாது. உதாரண மாக லிடியத் தலைநகர் சார்டிஸில் கிளர்ச்சி ஏற்பட்டபோது ஆயிரக் கணக்கான மக்களைக் கொன்று குவித்தான் சைரஸ். சிறகு பொருத்திய வாழ்க்கை, ஞானம், ஒளி ஆகியவற்றின் பாரசீகக் கடவுளான அஹுரா மஸ்டாமீது சைரஸிற்கு நம்பிக்கை இருந்தது. உண்மைக்கும் – பொய்மைக்கும், நெருப்பிற்கும் – இருளுக்கும் இடையே நடக்கும் போர்தான் வாழ்க்கை என்று ஆரியப் பாரசீக, ஜொராஸ்ட்ர தீர்க்கதரிசிகளின் பெயரால் ஆணை யிட்டான். என்றாலும் ஒரு நாட்டுக்கென்று மதம் ஒன்று இல்லை. யூத மதத்திற்கு (பின்னாளில் கிறித்துவ மதம்) சற்றும் மாறுபடாத ஒளி மற்றும் இருளைப் பற்றிய பல தெய்வ வழிபாட்டுக் கண்ணோட்டம் கொண்ட மதப்பார்வை சைரஸிற்கு இருந்தது. சொர்க்கத்தைக் குறிக்கும் பாரசீகச் சொல் பாரிடேஸா. (இதுவே பாரடைஸ் என்று மருவியது) அவர்களது

மதகுருக்கள் 'மாகி' அதாவது, மேஜிக் என்ற சொல்லை அளித்தனர். அத்தோடு மூன்று கீழை மதகுருக்கள்தான் ஏசு கிறிஸ்த்துவின் பிறப்பை முன்னறிவித்தனர்.

2. இதுவொரு விவிலிய மிகைப்படுத்துதல் ஆகும். ஈராக்கிலும், ஈரானிலும் பல்லாயிரக்கணக்கானோர் யூதர்களாக வாழ விரும்பினர். செலுசியர்கள், பார்த்திய, சசானிய எனப் பல்வேறு சமூகத்தினரின் கீழ் அப்பாசிய கால – மத்திய காலம் வரை பாபிலோனிய யூதர்கள் வலிமையும், செல்வச் செழிப்பும் பெற்றுத் திகழ்ந்தனர். மங்கோலிய ஆக்கிரமிப்பு வரை பாபிலோன் யூதத் தலைமைத்துவத்தின் மையமாகவும், ஜெருசலேம் குறித்த முக்கிய மானவற்றைக் கற்பதற்குமான இடமாகவும் இருந்தது. துருக்கியர்கள் மற்றும் ஆங்கிலேயர்களின் கீழ் அச்சமூகம் மீண்டெழுந்தது. ஆனால் பாக்தாத்தில் (அங்கு மூன்றில் ஒரு பங்கு யூதர்கள்) 1880களில் துவங்கிய அடக்குமுறை ஹஷேமிய ஆட்சியின்போது தீவிரமடைந்தது. 1948இல் ஈராக்கில் 120,000 யூதர்கள் இருந்தனர். 1979இல் ஷா பதவி இறக்கம் செய்யப்பட்டபோது ஈரானில் ஒரு லட்சம் யூதர்கள் இருந்தனர். இந்த இரண்டு நாடுகளில் இருந்தும் பெரும்பான்மை யூதர்கள் இஸ்ரேலுக்குக் குடிபெயர்ந்தனர். இன்று ஈரானில் 25,000 பேர்களும், ஈராக்கில் 15,000 யூதர்களுமே எஞ்சியுள்ளனர்.

3. காஸ்பியனுக்குக் கிழக்கே மத்திய ஆசியாவரை படையெடுத்தான். இந்தியாவையும், ஐரோப்பாவையும் கணக்கிட்டான். உக்ரைன்மீது தாக்குதல் தொடுத்து, த்ரேஸை இணைத்துக் கொண்டான். தெற்கு ஈரானில் பெர்ஸிபோலிஸில் தனது பிரமாண்டமான அரண்மனைத் தலைநகரைக் கட்டியெழுப்பினான். ஜொராஸ்டா, அஹூராமஜ்டா ஆகிய மதங்களை வளர்த்தார். உலகில் முதன்முதலாகச் செலாவணி நாயணத்தை உருவாக்கினார். சூஸாவிலிருந்து ஸார்டிஸ் வரை 1678 மைல்கள் நீளமான அரசரின் சாலையில் 15 மைல்களுக்கு ஒரு விடுதி என்று ஏற்படுத்தி முதன்முதலாக மெய்யான அஞ்சல் சேவையை உருவாக்கினார். அவரது 33 ஆண்டுகால ஆட்சியின் சாதனை அவரை பாரசீகப் பேரரசின் அகஸ்டஸாக ஆக்கியது. ஆனால் டேரியஸிற்கும் ஒரு எல்லை இருந்தது. கி.மு 490இல் அவரது மறைவிற்குச் சற்றுமுன்னர் கிரீஸிற்குள் நுழைய முற்பட்டபோது அடுத்தடுத்த தொடர்போரில் கொல்லப்பட்டார்.

☆

7

மாஸிடோனியர்கள்
கி.மு 326-166

மாவீரன் அலெக்ஸாண்டர்

தன் தந்தை கொலையுண்ட கி.மு 336க்குப் பின் மூன்றாண்டு களுக்குள் பாரசீக மன்னன் மூன்றாம் டேரியஸை இரண்டுமுறை வீழ்த்தினான் அலெக்ஸாண்டர். டேரியஸ் கீழ்திசை நோக்கிப் பின்ன டையும் முடிவினை மேற்கொண்டபோது அலெக்ஸாண்டர் டேரியஸைத் தொடர்வதற்குப் பதிலாக தன் படையை எகிப்து நோக்கி அணிவகுத்தான். தனது படையணிகளுக்கு வேண்டிய பல சரக்குப் பொருட்களை ஜெருசலேமை வழங்குமாறு உத்தர விட்டான். தலைமைகுரு அதற்குப் பணிய மறுத்தாலும் மறுப்பைத் தொடர முடியவில்லை. டயர் தன்னை எதிர்த்ததால் அந்நகரை முற்றுகையிட்டு வீழ்த்தினான். தப்பிப் பிழைத்தவர்களை சிலுவை யிலேற்றினான்.

அலெக்ஸாண்டர் 'ஜெருசலேம் செல்ல தீவிர முனைப்பு காட்டினார்' என்று பிற்கால யூத வரலாற்றாசிரியர் ஜோசஃபஸ் எழுதினார். அலெக்ஸாண்டர் அந்நகருக்குள் நுழையும்போது மத குருமார்கள் மதாச்சாரப்படி ஊதா மற்றும் அடர் சிவப்பு நிறத் தாலான தளர்வங்கி அணிந்தும், ஜெருசலேமியர்கள் வெள்ளாடை தரித்தும் வெற்றியாளருக்கு வாயிலருகே நின்று வரவேற்பு அளித்து தேவாலயத்தினுள்ளே அழைத்துச் சென்றனர். அவர் யூதக் கடவுள் களுக்குத் திருப்பலி கொடுத்தார். இந்தக் கூற்று ஆர்வ மேலிட்ட

கதையாகவும் இருக்கக்கூடும். அலெக்ஸாண்டரை அரை யூத சமாரியர் களின் தலைவர்கள் பட்டியலில் சேர்த்து ரோஷ் ஹா அயிப் கரை யோரத்தில் அவருக்குத் தலைமைக்குரு மரியாதை செய்திருக்க வேண்டும். அலெக்ஸாண்டரும் சைரஸின் வழியிலேயே அவர்களது சட்டப்படியே ஜெருசலேமில் வாழ்வதற்கான உரிமையை அங்கீ கரித்தார்.[1] பின்னர் எகிப்தை வெல்லும் முனைப்பில் அலெக்ஸாண்ட்ரியா நகரத்தை நிர்மாணித்தார். கிழக்கு திசை நோக்கி பயணித்த அவர் அதற்குப் பிறகு திரும்பவேயில்லை.

பாரசீகப் பேரரசை வீழ்த்தி தனது ஆதிக்கத்தை பாகிஸ்தான் வரை விஸ்ரிதரித்த அலெக்ஸாண்டர், மாஸிடோனியர்களையும் பாரசீகர்களையும் ஒன்றிணைத்து இந்த உலகை ஆள்வதற்குரிய உன்னதக் குழுவை உருவாக்கும் தனது திட்டத்தைத் துவக்கினார். அம்முயற்சிக்கு முழுமையான வெற்றி கிடைக்கவில்லை என்றாலும் கிரேக்க மொழி, கலாச்சாரம், கவிதை, மதம், விளையாட்டு, ஹோமரிய ஆட்சிமுறை அனைத்தும் அடங்கிய ஹெலனிக்கன் அதாவது கிரேக்கியத்தைத் தனது பாணியில் லிபியப் பாலைநிலம் முதல் ஆப்கான் மலையடிவாரம் வரை பரவச் செய்ததன் மூலம் வரலாற்றில் வேறெந்த வெற்றியாளரும் சாதித்திராத அளவிற்கு உலகைப் பெரிய தொன்றாக மாற்றினார்.

பத்தொன்பதாம் நூற்றாண்டில் ஆங்கிலேயமும், இருபதாம் நூற்றாண்டில் அமெரிக்கமும் உலக மக்களின் வாழ்க்கை முறையில் ஆதிக்கம் செலுத்துவதைப்போல அலெக்ஸாண்டர் யுகத்தில் கிரேக்கியம் மக்கள் வாழ்வில் ஊடுருவியிருந்தது. இக்காலம் தொட்டு கிரேக்கிய பாணியிலான பல தெய்வ வழிபாட்டுத் தத்துவார்த்தப் பண்பாட்டின் எதிரிகளான ஒரு தெய்வ வழிபாடுடைய யூதர்கள் கூட இந்த உலகவியலை கிரேக்கியம் என்ற கண்ணாடி ஊடாகவே தரிசிக்க வேண்டியதாயிற்று.

அதுவரை அறியப்பட்ட உலகை வென்ற அலெக்ஸாண்டர் எட்டு ஆண்டுகளுக்குப் பின்பு கி.மு 323ஆம் ஆண்டு ஜூன் 13ஆம் நாள் முப்பத்தி மூன்று வயதே நிரம்பி நிலையில் பாபிலோனில் விஷ ஜுரத்தால் மரணப்படுக்கையில் கிடந்தார். அவர்மீது பற்று கொண்ட வீரர்கள், அவரது படுக்கையையே சுற்றிச் சுற்றி வந்தனர். அரசாட்சியை யாரிடம் விட்டுச்செல்லப் போகிறீர்கள் என்ற கேள்விக்கு அவர் சொன்ன பதில்: "அதனை மிகுந்த வலிமையாக்குபவர் கையில்."

டாலமி: ஓய்வுநாளின் தோற்கடிப்பு

அலெக்ஸாண்டர் கூறிய மிக வலிமையானவரைக் கண்டுபிடிக்கும் போட்டி அவரது தளபதிகளுக்கிடையே இருபதாண்டுப் போராக நீடித்தது. 'இவ்வுலகின் தீமைகளைப் பெருக்கும்' மாஸிடோனியத் தலைவர்களால் ஜெருசலேம் பந்தாடப்பட்டது. போட்டியில் முந்திச் சென்ற போட்டியாளர்கள் இருவருக்குள் ஜெருசலேம் ஆறு முறை கை மாறியது. ஒற்றைக் கண் ஆண்டிகோனஸால் பதினைந்து ஆண்டுகாலம் ஆளப்பட்டாள் ஜெருசலேம். 301ஆம் ஆண்டுப் போரில் ஆண்டிகோனஸ் கொல்லப்பட்டவுடன் அவரை வென்ற டாலமி ஜெருசலேமின் உரிமையைக் கோரி அதன் வெளிப்புற மதில்களை அடைத்தார்.

அலெக்ஸாண்டரின் பெற்றோருக்கு உடன் பிறந்தாரின் மகனாகிய டாலமி அலெக்ஸாண்டரின் தளபதிகளில் ஒருவர். கிரீஸிலிருந்து பாகிஸ்தான் வரை போரிட்ட மாஸிடோனியக் கப்பற் படைக்குத் தலைமையேற்ற அனுபவம் உடைய டாலமி அலெக்ஸாண்டரின் மறைவுக்குப் பிறகு எகிப்தை ஆளும் உரிமையைப் பெற்றார். மாவீரர் அலெக்ஸாண்டரின் இறுதி ஊர்வலம் கிரேக்கத்தை நோக்கிச் செல்வது குறித்து டாலமிக்குத் தெரிய வந்தபோது அவர் பாலஸ்தீனம் வழியாக விரைந்து சென்று சடலத்தை தலை நகர் அலெக்ஸாண்ட்ரியாவில் அடக்கம் செய்ய எடுத்துச் சென்றார். கிரேக்கத்தின் இலட்சிய புருஷனான அலெக்ஸாண்டரின் உடலைக் காத்ததன் வாயிலாக அலெக்ஸாண்டரின் புகழ் ஒளியைப் பெற்றவராக விளங்கினார். டாலமி வெறும் போர்ப்பிரபு மட்டுமல்ல. மாறாக ஒரு படைவீரனுக்குரிய உறுதிமிக்க நாடியும், உள்ளடங்கிய நாசியும் கொண்டு, ஆட்சியாளனுக்குரிய பகுத்தறிவும், மதிநுட்பமும் உடையவரென்ற பொதுக் கருத் தோட்டத்தையும் பெற்றிருந்தார்.

யூதக் கடவுளுக்கு ஓய்வுநாள் பலி கொடுக்கத் தனக்கு அனுமதி வழங்குமாறு ஜெருசலேமியர்களிடம் கோரினார் டலாமி. அதனை உண்மையென்று கருதி அனுமதியளித்தனர். டாலமி தந்திரமாக நகரத்தைக் கைப்பற்றித் தான் ஒரு யூதமத வெறியன் என்பதைப் புலப்படுத்தினார். ஆனால் ஓய்வுநாள் சூரிய அஸ்தமனத்தின்போது டாலமியை நகரைவிட்டு வெளியேற்றப் போர் தொடுத்தனர். டாலமியின் படை ஜெருசலேம் நகரினுள்ளே சீறிப் பாய்ந்தது. "வீடுகள் சூறையாடப்பட்டன. பெண்கள் வன் புணர்விற்காளாயினர், பாதி நகரம் அடிமைப்பட்டது." தேவாலயத்திற்கு வடக்கில் உள்ள நெஹிமி யாவால் கட்டப்பட்ட பாரிஸ் கோட்டைக்குக் காவல் அரணாக மாசிடோனியக் காவல் படையை நிறுவினார் டாலமி.

ஆயிரக்கணக்கான யூதர்களை அவர் எகிப்திற்கு நாடு கடத் தினார். டாலமியின் அதியற்புதத் தலைநகரான அலெக்ஸாண்ட்ரி யாவின் கிரேக்க மொழி பேசும் யூத சமூகத்திற்குத் தொடக்கமாக அமைந்தது அது. டாலமியும், அவரது வழித்தோன்றல்களும் எகிப்தில் ஃபேரோக்களாயினர். அலெக்ஸாண்ட்ரியாவிலும், மத்திய தரைக் கடல் பகுதியிலும் அவர்கள் கிரேக்க மன்னர்களாயினர். டாலமி 'சாடர்' அதாவது மீட்பர் என்றழைக்கப்பட்டார். உள்ளூர்க் கடவுள் களாகிய ஐஸிஸ், ஒஸிரிஸ் வழிபாட்டு மரபுகளையும், எகிப்தின் அரச மரபுகளையும் பின்பற்றித் தனது அரச வம்சத்தை எகிப்தின் தெய்வ அரசர்கள் மற்றும் அரைத் தெய்வத் தன்மை கொண்ட கிரேக்க அரசர்கள் என்ற இரண்டு வகைகளில் மேன்மைப் படுத்தினார்.

அவரும் அவரது மகன்களும் சைப்ரஸ், சிரணைக்கா, அன்டோலியா, கிரேக்கத்தீவுகளின் ஒரு பகுதி ஆகிய அனைத்தையும் கைப்பற்றினர். தனக்கு அங்கீகாரம் அளிப்பது வெறும் ஆடம் பரமும் அலங்காரமும் மட்டுமல்ல, அதனுடன் இணைந்த தேர்ந்த கலாச்சாரமே பெருமை அளிக்கும் என்பதை நன்கு உணர்ந்திருந் தார். எனவே அவர் அலெக்ஸாண்ட்ரியாவை கிரேக்கத்தின் சிறந்த தலைநகராகவும் உலகிலேயே மேன்மையும் வளப்பமும் கொண்ட நகராகவும் மாற்றினார். அருங்காட்சியகத்தையும், நூலகத்தையும் தோற்றுவித்தார். கிரேக்கத்தின் சிறந்த அறிஞர்களைத் தேர்ந்தெடுத்து உலக அதிசயங்களில் ஒன்றான ஃபேரோஸ் கலங்கரை விளக்கம் அமைக்குமாறு பணித்தார். மூன்று நூற்றாண்டுகளாக நீடித்த அவரது அரசாட்சி அக்குடும்பத்தின் இறுதி வாரிசாகிய கிளியோ பாட்ரா வரை நிலைத்திருந்தது.

தனது எண்பதாம் வயதுவரை வாழ்ந்த டாலமி அலெக்ஸாண்ட்ரியாவின் வரலாற்றை எழுதினார். இரண்டாம் டாலமியான ஃபிடெல்பேர்ஸ் யூதர்களை ஆதரிப்பவராக இருந் தார். 120,000 யூத அடிமைகளை விடுதலை செய்து தேவாலயத்திற்கு அணி செய்வதற்காக தங்கத்தையும் அனுப்பினார். பகட்டான ஆடம் பரம், படோடபமான கண்காட்சியின் திறனை உணர்ந்திருந்தார். ஒயின் மற்றும் வளத்தின் கடவுளாகிய டயோனிஸஸின் பெயரால் சிறப்பு விருந்தினர்களுக்கென விசேச அணிவகுப்பு ஒன்றை நடத் தினார். அதில் 200,000 காலன் மது நிரம்பிய சிறுத்தைத் தோற்பை களும், 9 அடி அகலம் 180 அடி நீளமுடைய லிங்க உருவமும், யானை களும், அரசாட்சிக்குட்பட்ட அனைத்து மூலை முடுக்குகளில் இருந்து வந்திருந்த மக்களும் அணிவகுத்திருந்தனர்.

நூல் சேகரிப்பில் ஆர்வம் கொண்டிருந்த டாலமிக்குத் தலைமை மதகுரு இருபது டனாக்சிய நூல்களை அனுப்பியபோது அவற்றை மொழிபெயர்ப்பு செய்யுமாறு ஆணையிட்டார். அலெக்ஸாண்ட்ரிய யூதர்களின் மேதைமையைப் போற்றிய அரசர் மொழிபெயர்த்த நூல்கள் குறித்து கலந்துரையாட விருந்துக்கு விடுத்த அழைப்பில் "உங்களது பழக்கங்களுக்கு ஏற்ப அனைத்தும் பரிமாறப்படும், எனக்கும் கூட" என்று உறுதி கூறினார். எழுபது நாட்களில், எழுபது அறிஞர்கள் செய்திருந்த மொழிபெயர்ப்பு அனைத்தும் ஒரேவிதமாக அமைந்திருந்ததாகக் கூறப்படுகிறது. பழைய ஏற்பாட்டு விவிலியத்தின் கிரேக்க வடிவம் ஜெருசலேமின் வரலாற்றைப் புரட்டிப் போட்டதோடு பிற்காலத்தில் கிறித்துவம் வளரவும் வகைசெய்தது. அதுதான் முதன்முதலாக அனைவராலும படிக்கத் தகுந்ததாக மாறியது.[2]

மன்னரிடம் துடுக்குத்தனம் காட்டிய ஜோசப்

டாலமிய சாம்ராஜ்ஜியத்தினுள் ஜெருசலேமானது அரை சுதந்திரப் பிரதேசமாகவே விளங்கியது. யெஹீத் என்று பொறிக்கப்பட்ட தனக்கான நாணயத்தை வெளியிட்டது ஜூடேய அரசு. அது தனித்த அரசியல் வடிவம் மட்டுமல்ல, தலைமைக்குருக்களால் ஆளப்பட்ட கடவுளின் சொந்த நகரமும் ஆகும். ஒனியாட் வம்சாவளியைச் சேர்ந்தவர்கள் தங்களை ஜூடேயர்களின் வழித்தோன்றல்கள் என்று பிரகடனப்படுத்திக் கொண்டனர். இவர்கள் டாலமியருக்குத் திறை செலுத்துவதன் மூலம் பெரும் செல்வங்களையும், அதிகாரத்தையும் திருடும் வாய்ப்பை உருவாக்கிக் கொண்டனர்.

கி.மு 240களில் தலைமைக்குருவாக இருந்த இரண்டாம் ஓனியஸ் மூன்றாம் டாலமி யூர்கெட்டிஸுக்குச் செலுத்த வேண்டிய 20 வெள்ளி தாலந்துகளைத் தராமல் நிறுத்தி வைக்க முயற்சித்தார். மேல்மட்டத்தில் பல தொடர்புகள் கொண்டிருந்த ஒரு இளைய யூதர் அதையே ஒரு வாய்ப்பாக்கிக் கொண்டு ஜெருசலேமுடன் மற்றனைத்துப் பகுதிகளுக்கும் ஏலத்தொகையை அதிகரிக்க முயற்சி மேற்கொண்டார். இந்த சாகசக்காரர் வேறு யாருமல்ல, தலைமை மதகுருவின் சகோதரனின் மகனான ஜோசப்தான்.[3]

அரசன் திறை ஏலம் விடுவதற்கு ஏற்பாடு செய்த இடமாகிய அலெக்ஸண்ட்ரியாவுக்குச் சென்றார். தங்களது ஆட்சிப் பகுதியைத் தக்க வைக்கவும், வரிவிதிக்கும் உரிமைக்குமாக பெருந்தொகையை அளிக்க முன்வந்தனர் ஏலம் கோருபவர்கள். ஜோசப் ஏலத்திற்கு நிற்பது முட்டாள்தனமானது என்று இகழ்ந்தனர். ஆனால் ஜோசப்

அவர்கள் அனைவரையும் எள்ளி நகையாடிவிட்டு மன்னரைச் சந்தித்தார். முதல் சந்திப்பிலேயே மன்னரைக் கவர்ந்தார். எதைச் சமர்ப்பிக்கப் போகிறீர்கள் என்று மூன்றாம் டாலமி கேட்டபோது எதிலும் முந்திக்கொள்கிற ஜோசப் தன்னுடைய எதிராளிகளைக் காட்டிலும் அதிகத் தொகையை கோயல், சிரியா, ஃபெனீஷியா, ஜூடே, சமாரியா ஆகிய பகுதிகளுக்குத் தான் அளிப்பதாக உறுதி கூறினார். திறைத் தொகைக்கு உரிய வழக்கமான பிணைத் தொகையை ஜோசப்பிடம் அரசர் கோரியபோது அந்தத் துடுக்கான ஜெருசலேமியர் "மன்னா உனக்குப் பிணையாக அளிப்பதற்கான மதிப்புமிக்க பொருட்கள் உன்னையும், உன் மனைவியையும் தவிர வேறில்லை" என்று கூறிய பதிலுக்கு ஜோசப் தூக்கிலிடப்பட்டிருக்க வேண்டும். ஆனால் டாலமி நகைத்தபடியே ஏற்றுக்கொண்டார்.

ஜோசப் 2000 எகிப்தியப் படையினருடன் ஜெருசலேம் திரும்பினார். அவரிடம் போதிய நிருபணங்கள் இருந்தன. தனது வரித்தொகையைக் கட்ட மறுத்த அடிகொலனின் முதன்மைக் குடி மக்கள் இருபது பேரைக் கொன்றார் ஜோசப். அடிகொலன் உடனடியாக வரித்தொகையைக் கட்டியது.

விவிலியத்தின் தோற்றம் பற்றிய பகுதியில் காணப்படும் தனது பெயருடைய ஜோசப்பைப் போலவே எகிப்தில் மிகப்பெரிய விளையாட்டை நடத்தி அதில் வெற்றியும் பெற்றார். அரசனோடு சகஜமாக அளவளாவி வந்த அவர், அலெக்ஸாண்ட்ரியாவில் இருந்த ஒரு நடிகையின் மீது காதல் வயப்பட்டார். அவளை மயக்குவதற்காக அவர், செய்த ஏற்பாட்டில் நடிகைக்குப் பதிலாகத் தன் மகளைக் கொண்டு வந்து நிறுத்தினார் ஜோசப்பின் ஒன்றுவிட்ட சகோதரர். மது மயக்கதில் இருந்த ஜோசப்பிற்கு பெண்ணை வேறுபடுத்தி அடையாளம் காண இயலவில்லை. மது மயக்கம் தெளிந்த பின்னும் தான் காதலுறவு கொண்ட பெண்ணையே காதலிக்கத் துவங்கினார். அவர் செய்துகொண்ட திருமணம் ராஜ வம்சத்திற்கு வலுச் செய்தது. இருந்தாலும் ஜோசப்பிற்குப் பிறந்த மகன் ஹிர்கானிஸ் அவரைப் போலவே ஒரு போக்கிரியாக வளர்ந்தான். படோடாபமாக வாழ்ந்து வன்முறையுடன் ஆட்சி புரிந்த ஜோசப், மக்கள் மீது அளவிற்கதிகமான வரிச்சுமையை ஏற்றினார். எனினும் மதிநுட்பம், நீதி, நெறி பிறழாத தன்மை ஆகியவற்றிற்காகப் பெரிதும் போற்றப்பட்டார். மிகுந்த 'பெருந்தன்மை கொண்ட நல்ல மனிதர்' என்று அவரைப்பற்றி வரலாற்றாசிரியர் ஜோசஃபஸ் குறிப்பிடுகிறார். வறுமையிலும், கீழ்மையிலும் உழன்ற யூதர்களை உயர் நிலைக்கு இட்டுச் சென்றவர் ஜோசப்.

மாஸிடோனிய வம்சத்தினராகிய செலுசியர்களுடன் எகிப்திய அரசர்கள் தொடர்ந்து போரிட வேண்டியிருந்ததால் தோபிய ஜோசப் அவர்களுக்கு மத்தியில் முக்கியமானவராகத் திகழ்ந்தார். மூன்றாம் டாலமி தனது எதிரிகளை வென்றபின்னர் சுமார் கி.மு 241இல் ஜெருசலேமிற்கு பயணித்து ஜோசப் ஏற்பாடு செய்திருந்த தேவாலய நிகழ்வின்படி மிகவும் பணிவுடன் திருப்பலியளித்து தனது நன்றியுணர்வை வெளிப்படுத்தினார். அரசர் இறந்ததும் அடக்க வியலாத குறிக்கோளை உடைய பதின்ம வயது செலுசிட் அரசனின் சவாலை எகிப்தியர்கள் எதிர்கொள்ள நேர்ந்தது.

மேகத்தினூடே தோன்றும் விடிவெள்ளி: மாவீரர் ஆன்டியோகஸ்

ஆசியாவின் மாஸிடோனிய அரசர் மூன்றாம் ஆன்டியோகஸ் பலவிதமான சவால்களையும் எதிர்கொண்டார். நிலையற்ற மன நிலை கொண்ட பதினெட்டே வயது நிரம்பிய ஆன்டியோகஸ் வாரிசுரிமை எனும் பெருமதியான பட்டத்திற்கும், சிதைந்து கொண்டிருந்த பேரரசிற்கும்[4] பொறுப்பேற்றார். எனினும், பேரரசை அழிவினின்று மீட்கும் திறன் அவரிடம் இருக்கவே செய்தது. அலெக்ஸாண்டரின் வழித்தோன்றலாகத் தன்னைக் கருதிக்கொண்ட ஆன்டியோகஸ் மற்ற மாஸிடோனிய மன்னர்களைப் போலவே அப்பல்லோ, ஹெர்குலிஸ், அகில்லஸ் குறிப்பாக ஜியஸ் ஆகியோருடன் தன்னைத் தொடர்புறுத்திக் கொண்டார்.

இந்தியா வரையிலான பேரரசைத் தொடர் போர்களின் மூலமாக மீட்ட ஆன்டியோகஸ், 'மாவீரன்' என்ற பட்டத்தைப் பெற்றார். பலமுறை பாலஸ்தீனத்தை முற்றுகையிட்டார் என்றாலும் டலாமிகள் அவரைக் கடுமையாக எதிர்கொண்டனர். வயோதி கத்தை அடைந்து விட்டபோதும் தோபியா ஜோசப், ஜெருசலேமைத் தொடர்ந்து ஆட்சி புரிந்துகொண்டிருந்தார். ஆனால் அவரை வஞ்சித்த போக்கிரியான அவரது மகன் ஹிர்கானஸ் நகரத்தின் மீது தாக்குதல் நடத்தினான். தான் இறப்பதற்குச் சில மாதங்களுக்கு முன்னர் ஜோசப் தன் மகனைத் தோற்கடித்தார். இன்றைய ஜோர்டானின் மத்திய பகுதியில் தனக்குரிய ஆட்சிப் பகுதியை நிறுவிக்கொண்டார்.

தனது நாற்பதாம் வயதை எட்டிய கி.மு 201இல் பெரும் வெற்றி களுக்குப் பின்னர் நாடு திரும்பினார். அப்போது ஜெருசலேம் புயலில் சிக்கிய கலம்போல அலைக்கழிப்பிற்குள்ளானது. இறுதியாக

ஆன்டியோகஸ் எகிப்தியர்களை நிர்மூலமாக்கியதும் ஜெருசலேம் தனது புதிய தலைவருக்கு வரவேற்பு அளித்தது. “நாங்கள் அவர் களது நகரினுள் நுழைந்தபோது மிக அருமையான வரவேற்பினை நல்கினர். அவர்களது ஆட்சிக்குழு எங்களைச் சந்தித்தது. எகிப்திய காவல்படையைத் துரத்தியடிக்க யூதர்கள் எங்களுக்கு உதவி புரிந்தனர்'' என்று ஆன்டியோகஸ் குறிப்பிட்டார்.

செலுசிட் அரசனும் அவனது படையும் ஒருங்கே நிற்கும் காட்சி மிகவும் அற்புதமானது. ஆன்டியோகஸ் அரசகுலத்திற்குரிய மணி முடி தரித்து, தங்க வேலைப்பாடுடன் கூடிய செந்நிற சரிகை இழை யோடும் காலணி அணிந்து, அகன்ற விளிம்புடைய தொப்பியும், தங்க நடசத்திரங்கள் பதித்து கழுத்தருகே செந்நிற ஊக்கினால் இறுக்கப்பட்ட கருநீல அங்கியும் அணிந்திருந்தார். ஜெருசலேமியர்கள் ஏற்பாடு செய்த அவரது பன்னாட்டுப் படையணியில் நீண்ட ஈட்டிகள் தாங்கிய மாஸிடோனிய பேலங்ஸ் படையமைப்பும், கிரீடைச் சேர்ந்த மலைப்போராளிகளும், சிலிசிய காலாட்படையும், திராசிய கவண்கல் எறிவோரும், மைசிய வில்லாளிகளும், லிடிய நாட்டு குத்தீட்டி வீரர்களும், பாரசீக வில்லாளிகளும், குர்திய காலாட் படையினரும், இரானிய வண் கவசம் பூண்டு போர்க்குதிரைகளில் அரோகணித்த கவச வீரர்களும் என அனைவரும் பங்கு பெற்றிருந் தனர். அந்த அணிவகுப்பில்தான் ஜெருசலேமில் முதன்முதலாக யானை இடம்பெற்றிருந்தன.[5]

திருக்கோயிலையும், மதில்களையும் செப்பனிட்டுத் தரவும், அந்நகரத்தை மக்கள் நிரம்பியதாக்கவும், யூத மூதாதையரின் சட்டங்களுக்கு உட்பட்டு அவர்கள் தம்மைத் தாமே ஆட்சி செய்யும் உரிமையை அளிப்பதாகவும் ஆன்டியோகஸ் உறுதியளித்தார். வெளி நாட்டினர் திருக்கோவிலினுள் நுழையத் தடை விதித்ததோடு, “குதிரைகள், கோவேறு கழுதைகள், காட்டு அல்லது வீட்டுக் கழுதைகள், சிறுத்தைகள், நரிகள், முயல்கள் போன்ற மிருக இறைச்சியை நகரத்தினுள் கொண்டு வருவதையும் தடை செய்தார். இப்படியான சலுகைகளை அள்ளி வழங்கும் ஆட்சியாளரை ஜெருசலேம் இதற்கு முன்னர் கண்டதேயில்லை. தலைமைக்குரு சைமன் சரியான அணியைத்தான் தேர்வு செய்திருந்தார். ‘மேகத்தினூடே தோன்றும் விடிவெள்ளியை’ ஒத்த அருமையான தலைமையின் கீழ் தாம் ஆளப் படும் பொற்காலத்தில் இருப்பதாக ஜெருசலேமியர்கள் தங்களைக் கருதினர்.

மதத்திற்கெதிரான குற்றங்களுக்கு மரண தண்டனை

சைமன்[6] தன்னைப் புனிதத்திலும் புனிதமான தலத்தில் பரிகார நாளன்று இணைத்துக் கொண்டதும், தலைமை மதகுரு பலி பீடத்திற்கு மேலேறிச் செல்கையில் அதன் மேன்மைக்கு ஏற்ற உடையணிந்திருந்தார். ஜூடேயை ஆண்ட தலைமைக் குருவானவர் மன்னர், போப், ஆயோதுல்லா ஆகிய மூன்றையும் ஒருங்கிணைத்து முடி சூட்டப்பட்டவராக இளவரசர்களில் ஈடிணையற்றவராகத் திகழ்ந்தார். தங்கத்தால் மெருகூட்டிய அங்கியும், பளபளக்கும் மார்புக் கவசமும், ஜூடேய மன்னர்களின் தலையணியின் நினைவுச் சின்னமும் வாழ்வு மற்றும் வீடுபேற்றின் சின்னமுமான பொன் மலராகிய நெஸர் பதித்த கிரீடம் போன்ற தலைப்பாகை அணிந்திருந்தார். "இந்தக் காட்சி சைப்ரஸ் மரங்கள் நெடிதுயர்ந்து மேகக்கூட்டத்தில் நுழைவது போலிருந்தது" என்று படம்பிடித்துக் காட்டுகிறார், இதனை முதன்முதலாக எழுத்தில் வடித்த எழுத்தாளரும், எக்லியஸ்டிகஸ் என்ற நூலின் ஆசிரியருமான ஜீசஸ் பென் சிரா.

ஜெருசலேம் 'கடவுளின் இறையாட்சியாக' மாறியிருந்தது. அச்சொற்றொடரை வரலாற்று ஆசிரியர் ஜோசஃபஸ் 'அனைத்து அதிகாரங்களும், அரசுரிமையும் கடவுளின் கையில் ஒப்படைக்கப் பட்ட குறுநிலம்' என்ற பொருளில் பயன்படுத்தினார். அரசியலுக்கும், மதத்திற்கும் வேறுபாடு கிடையாதென்பதால் அதிகாரத்தின் கடுமையான விதிகள் மக்கள் வாழ்வின் ஒவ்வொரு அம்சத்தையும் தீவிரமாகக் கட்டுப்படுத்தின. ஜெருசலேமில் புனிதச் சிலைகளோ, செதுக்கப்பட்ட உருவங்களோ எதுவும் கிடையாது. ஓய்வுநாள் என்பது பெரும் கொள்கைப்பிடிப்போடு வெறித்தனமாகப் பின் பற்றப்படும் நாளாக இருந்தது. மதத்திற்கு எதிராக இழைக்கப்படும் குற்றங்கள் ஒவ்வொன்றிற்கும் விதிக்கப்படும் தண்டனை மரணம் என்பதாகவே இருந்தது. கல்லெறிதல், எரிக்கப்படுதல், சிரச்சேதம், கழுத்து நெறிக்கப்படுதல் எனத் தண்டனை நிறைவேற்றும் முறையில் வேறுபாடுகள் இருந்தாலும் தண்டனை என்னவோ மரண மாகவே இருந்தது. பிறன்மனை நயந்தவன் கல்லெறிந்து கொல்லப் படுவான். இந்தத் தண்டனையை மொத்தச் சமூகமும் கூட்டாக நிறைவேற்றியது. (குற்றம் சுமத்தப்பட்டவன் முதலில் மலையுச்சியில் இருந்து தள்ளப்படுவதால் கல்லெறியப்படுவதற்கு முன்னர் அவன் சுயநினைவிழந்தவனாகவே இருப்பான். தந்தையை அடிக்கும் மகன் குரல்வளை நெறிக்கப்பட்டான். மகன் தாயுடனோ, தந்தை மகளுடனோ தகாத உறவு கொண்டானெனில் அவன் தீயிலிட்டு எரிக்கப் படுவான்.

தேவாலயம் யூத வாழ்வின் மையமாக இருந்தது. தலைமைக் குருவும் அவரது சபையான 'சன்ஹெட்ரினும்' தேவாலயத்தில் கூடுவர். ஒவ்வொரு காலை வேளையிலும் தொழுகைக்கு அழைப்பு விடுக்கப் படுவது போல முதல் இறைவணக்கத்தை அறிவிக்க எக்காளங்கள் முழங்கப்படும். வழிபாட்டாளர்கள் தேவாலயத்திற்கு வந்து நெடுஞ் சாண் கிடையாக விழுந்து வணங்குவதற்காக விடிவெள்ளி எக்காளங்கள் அன்றாடம் நான்குமுறை அழைப்பு விடுக்கும். காலையும் மாலையும் என இரண்டுமுறை அன்றாடம் ஆட்டுக்கிடா, பசு, புறா ஆகியவற்றை நேர்த்தியாகப் பலியிட்டு, வாசனைத் திரவியங் களையும், நறும்புகையையும் தேவாலயப் பலிபீடத்தில் காணிக் கையாக அளிப்பது யூத வழிபாட்டு முறையில் ஒரு முக்கிய சடங் காகும். 'மேலேறுதல்' என்ற பொருளைக் குறிக்கும் யூதச் சொல்லாகிய 'ஓலர்' என்பதில் இருந்து கிளைத்த 'ஹோலகாஸ்ட்' என்ற பதமானது ஒரு முழு விலங்கினைத் தீயிலிட்டு அதில் எழும் புகை மேலே செல்லும்போது அது கடவுளிடம் 'மேலேறுதல்'ஐக் குறிக்கிறது. திருக்கோயிலின் பலிபீடத்தில் எரியும் உடலின் வாசத் தோடு இணைந்த இலவங்கமும், கறிப்பட்டையும் சேர்ந்த நறுமணம் தூபக் கலசங்களின் நறுமணமாக அந்நகரம் முழுதும் பரவியிருக்க வேண்டும். எனவே அதனைச் சமன் செய்ய பலவிதமான வாசனைக் களிம்புகளையும், திரவியங்களையும் தங்கள் மீது பூசிக் கொள்ளும் வாடிக்கை மக்களிடம் இருந்ததில் வியப்பில்லை.

திருவிழாவிற்காகப் புனித யாத்ரிகர்கள் பெருமளவில் ஜெருசலேமிற்கு வருகை புரிந்தனர். தேவாலயத்திற்கு வடபுறமுள்ள செம்மறியாட்டு வாயிலில் பலியிடுவதற்கென தயார் நிலையில் செம்மறியாடுகளும், கால்நடைகளும் திரளாக நிறுத்தப்பட்டிருக்கும். யூத விடுதலைத் திருவிழாவின் போது 200,000 செம்மறியாடுகள் பலியிடப்பட்டன. எனினும் கூடாரப் பண்டிகையின்போது கொளுத்திய தீப்பந்தங்களை ஏந்தியவாறு ஆண்களும் பெண்களும் தேவாலய முற்றத்தில் நாட்டியமாடியும், பாட்டுகள் பாடியும், விருந்து களில் களித்தவாறும் இருப்பர். பனையோலைகளையும், மரக்கிளை களையும் சேகரித்து தங்களது வீட்டு மாடிகளிலும், பொதுவிடங் களிலும், தேவாலய முற்றத்திலும் குடிசைகளை உருவாக்குவார்கள்[7]. அந்த ஒரு வார காலத்திற்கு ஜெருசலேம் உணர்ச்சிப்பிழம்பாகத் திகழும்.

எனினும் தூய சைமனின் ஆட்சிக்காலத்தில் உயர் நகரம் என்றழைக்கப்பட்ட மேற்குப் பகுதியில் கிரேக்க மாளிகை போன்ற வசதியான மாளிகைகளில் உலகளாவிய யூதர்கள் வசித்து வந்தனர்.

மதவெறி பிடித்த யூதப் பழமைவாதிகள் எதனை வேற்று சமயக்கேடு என்று வெறுத்து ஒதுக்கினார்களோ அதையே பொதுநோக்கர்கள் நாகரீகமாகக் கருதினார்கள். இதுவே புதிய ஜெருசலேம் அமைப்பின் துவக்கமாகும். அது எந்தளவிற்குப் புனிதம் பெற்றிருந்ததோ அதே அளவிற்குப் பிளவுண்டும் போனது. ஒரு குடும்பச் சண்டைக்குரிய அண்டை வெறுப்போடு மிக அக்கம் பக்கமாக இரண்டு விதமான வாழ்க்கை முறைகள் அமைந்தன. அந்நகரமும், அதில் யூதர்களின் இருப்பும் நெபுகத்நேஷரின் காலத்திற்குப் பின்னர் மிகமோசமான அரக்கனின் அச்சுறுத்தலுக்குள்ளானது.

கோயில் கொள்ளையில் கொலையுண்ட மன்னன்: ஆன்டியோகஸ்

ஜெருசலேமின் புரவலராகிய மாவீரர் ஆன்டியோகஸால் ஓய்ந்திருக்க முடியவில்லை. அவர் இப்போது ஆசியா மைனர் மற்றும் கிரேக்கத் தினைக் கைப்பற்றும் முயற்சியில் இறங்கினார். தனது அதீத நம்பிக் கையின் காரணமாக ரோமானியக் குடியரசின் வளரும் ஆற்றலைக் குறைத்து மதிப்பிட்டுவிட்டார். ஹானிபாலையும், கார்தேஜையும் வீழ்த்தி மேற்கு மத்திய தரைப்பகுதியில் ஆதிக்கம் செலுத்திக் கொண்டிருந்த ரோம், மன்னன் ஆன்டியோகஸின் முயற்சியை முறித்துப் போட்டதால் பேரரசர் தனது கப்பல் படையையும், யானைப் படையையும் சரணடையச் செய்து தன் மகனையும் ரோமிற்குப் பிணைக்கைதியாக அனுப்ப நேர்ந்தது. கிழக்கு முகமாகப் பயணித்து தனது பெட்டகத்தை மீள் நிரப்புவதற்காக ஒரு பாரசீகக் கோயிலைக் கொள்ளையடிக்கையில் மன்னர் ஆன்டியோகஸ் கொல்லப் பட்டார்.

இச்சமயத்தில் பாபிலோன், அலெக்ஸாண்ட்ரியாவில் இருந்த யூதர்கள் தமது வருமானத்தில் பத்தில் ஒரு பங்கை திருக்கோயிலுக்கு வரியாகச் செலுத்தி வந்தனர். ஆகையால் ஜெருசலேம், மிகுந்த செல்வ வளப்பத்துடன் திகழ்ந்தது. அதன் பெருஞ்செல்வம் யூதத் தலைவர்களுக்கிடையிலான பலப்பரிட்சைக்குத் தூண்டுகோலாக இருந்ததல்லாமல் மாஸிடோனிய மன்னர்களையும் கவர்ந்திழுக்கத் துவங்கியது. தனது தந்தையின் பெயரையே தாங்கியிருந்த ஆசியாவின் புதிய மன்னன் ஆன்டியோகஸ், ஆன்டியோக்கில் உள்ள தலை நகருக்குச் சென்று அங்கு ஆட்சியதிகாரத்தில் பங்கு கோரிய குடும்பத் தினரைக் கொன்றொழித்து அரியணையைத் தன் வசப்படுத்திக் கொண்டான். ரோமிலும், ஏதென்ஸிலும் வளர்ந்த நான்காம் ஆன்டி யோகஸ் தன்னிகரில்லாது மின்னும் ஆற்றலைத் தந்தையிடமிருந்து

வாரிசுரிமையாகப் பெற்றிருந்த போதிலும் அவரது கொக்கரிக்கும் அச்சுறுத்தலும், பித்தேறிய ஆர்ப்பாட்டமும் காலிகுலா மற்றும் நீரோவின் ஆராவாரப் பித்திற்கு நிகராகவே இருந்தது.

மகத்தான அரசனின் மகனாக இருந்து கீழ்நிலைக்குத் தள்ளப் பட்ட அவர், அங்கீகாரம் பெற பெரும்பாடு படவேண்டியிருந்தது. எவ்வளவு அழகுடன் திகழ்ந்தாரோ அதே அளவிற்கு ஒருநிலையற்ற மனமும் கொண்டிருந்தார். அரசவைச் சடங்குகளின் ஆடம்பர அணிவகுப்பை ஆன்டியோகஸ் பெருமளவு ரசித்தாலும் அதன் கட்டுப்பாடுகளில் மிகவும் சலிப்புற்றார். தான் வியப்பூட்டும் உரிமை பெற்றவன் என்று தன்னகங்காரத்தோடு கருதிக்கொண்டார். ஆன்டி யோக்கின் இளம் அரசனான அவர் பொதுச் சதுக்கத்தில் போதையில் மயங்கிக் கிடப்பார். பொது இடங்களில் விலையுயர்ந்த திரவியங் களை உடலில் பூசி தசையிளக்கம் செய்து தன்னைக் குளிப்பாட்டச் செய்தார். குளிப்பாட்டும் பணியாளர்களுடனும் கூலிக்காரர் களுடனும் மிகவும் நட்புறவு கொண்டிருந்தார். அளவுக்கதிகமான நறுமணப் பிசினை அவர் பூசிக்கொள்வதாக வேடிக்கை பார்த்த ஒருவர் புகார் எழுப்ப அவர் தலையில் அப்பானையைப் போட்டு உடைக்கும்படி உத்தரவிட்டார். விலை மதிப்புமிக்க அத்திரவியத்தைக் கைப்பற்றும் முயற்சியில் கும்பலிடையே கலவரம் வெடிக்க அதைக் கண்டு பித்துக்குளித்தனமாகச் சிரித்தார். பகட்டலங்காரத்தில் பெரு விருப்பம் கொண்ட அவர் பொன்னிற அங்கியும், ரோஜாக்களால் ஆன கிரீடமும் சூட்டி வீதிகளில் வலம் வருவார். ஆனால் அவரை வெறித்துப் பார்க்கும் குடிமக்கள் மீது கல்லெறிவார். ஆன்டியோக் நகர சந்து பொந்துகளில் இரவு நேரங்களில் மாறுவேடம் பூண்டு அலைவார். அறிமுகமற்றவர்களிடமும் நட்பு பாராட்டும் அவரது கொஞ்சல்கள் சிறுத்தையின் வருடலைப் போன்றதாகும். ஏனென்றால் அவர் எந்தளவிற்கு அன்பு பாராட்டுகிறாரோ அந்த அளவிற்கு இரக்கமற்ற கொடூரனாகவும் மாறக்கூடியவர்.

அக்காலத்திய ஆட்சியாளர்கள் தங்களை ஹெர்குலிஸ் மற்றும் பிற கடவுளர்களின் வழித்தோன்றல்கள் என்று கூறிக்கொள்வது வாடிக்கைதான். ஆனால் ஆன்டியோகஸ் அவர்களுக்கெல்லாம் ஒருபடி மேலே சென்று தன்னை ஒரு எபிஃபேன்ஸ், அதாவது கடவுளின் வெளிப்பாடு என்றே கூறிக்கொள்வார்.

அவரது குடிகளோ அவரை எபுமேன்ஸ், அதாவது பைத்தியக் காரன் என்று கூறினர். ஆனால் அவர் ஒரு காரியப் பைத்தியம். ஒரு நாடானது ஒரு மன்னனை, ஒரு கடவுளை வழிபடுவதன் மூலம்

தனக்குள் ஐக்கியத்தை உருவாக்கும் என்ற நம்பிக்கை கொண்டிருந் தார். அவரது குடிமக்கள் உள்ளூர்த் தெய்வங்களை வழிபடுவதுடன் அதனை கிரேக்க பலதெய்வ வழிபாட்டுடனும், அவரது சொந்தக் கலாச்சாரத்துடனும் இணைப்பார்கள் என்று எதிர்பார்த்தார். ஆனால் யூதர்களின் நிலையோ வேறு.

கிரேக்கப் பண்பாட்டை அவர்கள் காதல் – மோதல் என்ற உறவு முறையில் அணுகினர். கிரேக்க நாகரீகத்தின்மீது நாட்டம் கொண்டிருந்தாலும் அதன் ஆதிக்கத்தை ஒப்புக்கொள்பவர்களாக இல்லை. யூதர்கள் கிரேக்கர்களை உதவாக்கரைகளாகவும், மனம் போன போக்கில் வாழ்பவர்களாகவும், மேனாமினுக்கிகள் எனவும் கருதியதாக ஜோசஃப்பஸ் எழுதுகிறார். இருந்தபோதிலும் அனேக ஜெருசலேமியர்கள் கிரேக்கப் பெயர்களையும், யூதப் பெயர் களையும் பயன்படுத்திக் கொண்டு ஒரே நேரத்தில் இரண்டுமாக இருக்கமுடியும் என்பதைக் காட்டும் நவநாகரீக வாழ்க்கை முறையைப் பின்பற்றி வந்தனர். யூதப் பழைமைவாதிகளைப் பொறுத்த மட்டில் கிரேக்கர்கள் வெற்று உருவ வழிபாடு செய்பவர்கள் என்ற கருத்தைத்தான் கொண்டிருந்தனர். எனவே அவர்களை ஒப்புக் கொள்வதே இல்லை. கிரேக்கர்களின் திடல் நிர்வாண விளை யாட்டுகள் அவர்களுக்கு வெறுப்பூட்டின.

ஒருவரையொருவர் முந்திக்கொண்டு ஜெருசலேமின் அதிகா ரத்தைக் கைப்பற்றுவதற்காக ஆன்டியோக்கிற்கு விரைந்து செல்வ திலேயே யூதக் கனவான்கள் கவனம் செலுத்தினர். பணம் மற்றும் அதிகாரம் சார்ந்த குடும்பப் பகையே இந்த நெருக்குதலுக்குக் காரணி. தலைமைக் குருவான மூன்றாம் ஓனியஸ் தனது கோரிக்கையை மன்னரிடம் வைத்துக் கொண்டிருந்தபோது ஓனியஸின் சகோதரர் ஜேசன் ஜெருசலேமை ஒரு கிரேக்க நகரமாக மாற்றும் திட்டத்தை முன்வைத்ததோடு எண்பது தாலந்துகளையும் கூடுதலாகக் கொடுத்து தலைமைக் குரு பதவியைப் பெற்று நாடு திரும்பினார்.

பின்னர் அத்திட்டத்தின்படி மன்னரின் கீர்த்தியை எடுத்தியம்பும் வகையில் ஜெருசலேமிற்கு ஆன்டியோக் – ஹீரோலிசமா (ஜெருசலேமின் நாயகன் ஆன்டியோக்) என்று மறுபெயரிட்டு டோராவின் மதிப்பைக் குறைத்தார். அதே எண்ணத்துடன்தான் தேவாலயத்தைப் பார்த்த முகமாக உள்ள மேற்கு மலையில் கிரேக்க உடற்பயிற்சிக் கூடத்தை உருவாக்கியிருக்கக்கூடும். ஜேசனின் சீர்திருத் தங்கள் மிகவும் புகழ்பெற்றவை. யூத இளைஞர்கள் உடற்பயிற்சிக் கூடத்தில் நாகரீகமாகத் தோற்றமளிக்கப் பெருமுயற்சி மேற்கொண்ட

தோடு அங்கே கிரேக்கத் தொப்பி மட்டும் அணிந்தபடி நிர்வாண மாக உடற்பயிற்சி செய்தனர். இறைவனிடம் ஏற்படுத்திக்கொண்ட உடன்படிக்கையின் குறியீடாகிய சுன்னத் சடங்கு முறையை தங்களது விருப்பத்திற்கு ஏற்ப மாற்றிக்கொண்டனர். ஆனால் ஜோசனும் ஜெருசலேமிற்கு ஏற்றவனாக இல்லை. அரசருக்குத் திறைத் தொகையை அளிக்குமாறு தனது கையாளான மெனிலோஸை ஆன்டியோக் கிற்கு அனுப்பினார். மெனிலோஸோ கொடுத்த பணியை நிறை வேற்றுவதற்குப் பதிலாக கோயில் பணத்தைக் கொள்ளையடித்ததும் அல்லாமல், அவன் ஐடோக்கிய வம்சாவளியைச் சேர்ந்தவனில்லை என்றபோதும் ஜெருசலேமின் தலைமைக் குரு பதவியைக் கைப்பற்றினான். அவனுக்கு அத்தகுதி கிடையாது என்று தங்களது எதிர்ப்பைத் தெரிவிக்கச் சென்ற தூதுக்குழுவினரை அரசர் தூக்கி லிட்டதோடு முன்னால் தலைமைக் குருவாகிய ஒனியாஸைக் கொல்வதற்குக் கொலையாளியை ஏற்பாடு செய்ய மெனிலோஸுக்கு அனுமதியும் அளித்தார்.

தனது பேரரசை மீண்டும் கைப்பற்றுவதற்குத் தேவையான பணத்தைத் திரட்டுவதிலேயே குறியாக இருந்த ஆன்டியோகஸ், டாலமிய செலுசிய பேரரசுகளை இணைப்பதற்குரிய மிகப்பெரிய வல்லடியில் இறங்கத் தயாராகிக் கொண்டிருந்தார். கி.மு 170இல் ஆன்டியோகஸ் எகிப்தைக் கைப்பற்றினார். ஆனால் அவரது வெற்றியைக் குறைத்து மதிப்பிட்ட ஜெருசலேமியர்கள் பதவியிழந்த ஜோசன் தலைமையில் கிளர்ச்சியில் இறங்கினர். அந்தப் பைத்தியக் கார அரசன் மீண்டும் படையை அணிவகுத்து சினாயைக் கடந்து சென்று ஜெருசலேமைத் தாக்கி 10,000 யூதர்களை நாடு கடத்தினார்[7]. தேவாலயத்தின் புனிதத்திலும் புனிதமான இடத்திற்குள் தனது கையாளான மெனிலோஸுடன் நுழைந்தார். அங்கிருந்த விலை மதிக்கவொண்ணாத கலைப்பொருட்களான பொன் பலிபீடம், ஒளி துலங்கும் மெழுகு விளக்குத் தம்பம், திருக்காட்சி அப்ப மேசை ஆகியவற்றைக் களவாடி மன்னிக்கமுடியாத பாவத்தைச் செய்தார். அதற்கும் மேலாக அவரைக் கடவுளின் வெளிப்பாடாக ஏற்று அவர் முன்னிலையில் யூதர்கள் பலியிடல் சடங்கு செய்யவேண்டும் என்று உத்தரவிட்டார்.

முன்பே கிரேக்கக் கலாச்சாரத்தின்பால் ஈர்ப்பு கொண்டிருந்த யூதர்களின் விசுவாசம் இதனால் சோதனைக்குள்ளானது. தேவாலயத்தின் தங்கத்தைத் தன் பையில் நிரப்பிக்கொண்டு, எகிப்தில் ஏதேனும் எதிர்ப்பு தோன்றியிருக்குமானால் அதை அடக்கு வதற்காகச் சென்றார்.

ரோமானியரைப் போலத் தன்னைக் காட்டிக்கொள்ள விரும்பிய ஆன்டியோகஸ் முழு நீள அங்கியணிந்து ஆன்டியோகின் முன் மாதிரித் தேர்தல்களை நடத்திக்கொண்டே மறுபுறத்தில் தடை செய்யப்பட்ட கப்பல் மற்றும் யானைப் படைகளை ரகசியமாக உருவாக்கினார். கிழக்கு மத்திய தரைப்பகுதியில் ஆதிக்கம் செலுத்த விரும்பிய ரோமாபுரியால் ஆன்டியோகஸின் புதிய பேரரசைப் பொறுத்துக்கொள்ள முடியவில்லை.

ஆன்டியோகஸ் அலெக்ஸாண்ட்ரியாவில் மன்னரைச் சந்தித்த போது ரோமானியத் தூதரான பாப்பில்லியஸ் லேனஸ், ஆன்டியோகஸைச் சுற்றி மணலால் ஒரு சட்டகமிட்டுத் துடுக்காக "இந்த மணல் கோட்டினை விட்டு வெளியேறுவதற்கு முன் எகிப்தை விட்டுத் திரும்பச் செல்வதற்கு ஒப்புக்கொள்ள வேண்டும்" என்று கூறினார். ஆன்டியோகஸ் மனக்கசப்போடு புலம்பியவாறு ரோமானிய சக்திக்கு அடிபணிந்தார். இந்தச் சம்பவத்தைக் கொண்டுதான் 'மணலில் ஒரு கோட்டினை வரைதல்' என்ற சொற்றொடர் உருவானது.

ஒரு கட்டத்தில் தங்களது கடவுளை ஆன்டியோகஸுக்குப் பலிதர மறுத்துவிட்டனர் யூதர்கள். ஜெருசலேம் மூன்றாம் முறையாகக் கிளர்ந்து விடக்கூடாது என்பதை உறுதி செய்வதற்காக யூத மதத்தையே வேரறுக்க முடிவு செய்தான் அந்தப் பித்தேறிய அரசன்.

ஆன்டியோகஸ் எபிஃபேனஸ்: மற்றுமோர் பாடழிவு

ஆன்டியோகஸ் கி.மு *167*ஆம் ஆண்டு ஒரு ஓய்வுநாளில் (அனைவரும் ஓய்வு எடுத்துக் கொண்டிருக்கும்போது) ஜெருசலேமைத் தந்திரமாகக் கைப்பற்றி, ஆயிரக்கணக்கானோரைக் கொன்று, அந்நகரத்தின் மதில்களை அழித்து புதிய கோட்டையான அக்ரேயை உருவாக்கினான். அந்நகரின் அதிகாரத்தை ஒரு கிரேக்க ஆளுநரிடமும் தன் கையாளாகிய மெனிலோஸிடமும் அளித்தான்.

அடுத்து, தேவாலயத்தில் பலிகொடுத்தல் உட்பட எந்த நடவடிக்கையும் மேற்கொள்ளக்கூடாதென்று தடைசெய்து சுன்னத் வழக்கத்தையும் மரண தண்டனைக்குரிய குற்றமாக்கித் தடுத்ததோடல்லாமல் பன்றி மாமிசத்தைக் கொண்டு தேவாலயத்தை மாசுபடுத்தினார். டிசம்பர் *6*ஆம் நாளன்று அம்மாநிலத் தெய்வமான ஒலிம்பிய ஜியஸின் புனிதத்தலமாக தேவாலயம் நேர்ந்து விடப்பட்டது. பாடழிவின் இழிநிலையாக புனித இடத்திற்கு வெளியே இருந்த பலிபீடத்தில் தெய்வீக அரசனுக்குப் பலிபீடத்தில் பலியொன்று

கொடுக்கப்பட்டது. அனேகமாக அரசனுக்கு எதிரிலேயே பலி கொடுக்கப்பட்டிருக்கும். புனித இடங்களில் பொது மகளிரோடு உறவு கொண்டு, களித்து மகிழ்ந்த வேற்று இனத்தவரின் கலகத்தாலும், கேளிக்கையாலும் தேவாலயம் நிறைந்தது. மெனிலோஸும் இதற்கு உடன்பட்டார். மக்கள் கோவைக்கொடி கிரீடம் அணிந்து ஆலயத்தினுள் வலம் வந்தனர். பிரார்த்தனைகள் முடிந்த பின்னர் பல மதங்களைச் சேர்ந்த குருமார்களும் உடற்பயிற்சிக் கூடத்திற்கு இறங்கி வந்து அங்கு நடந்த நிர்வாண விளையாட்டுகளைப் பார்வையிட்டனர்.

ஆன்டியோக்கிற்குத் திரும்பிய ஆன்டியோகஸ் தான் பெற்ற வெற்றிகளில் இருந்த குறைபாடுகளை ஒரு பண்டிகைக் கொண்டாட்டத்தின் மூலம் களைந்தார். தங்கக் கவசமணிந்து வாள் ஏந்திய குதிரை வீரர்கள், இந்திய யானைகள், வாள் வீரர்கள் மற்றும் தங்கக் கடிவாளங்கள் பூண்ட நிசாசயிய குதிரைகள் ஆகியவை நகரில் அணிவகுத்தன. அவற்றைத் தொடர்ந்து தங்கமுலாம் பூசிய கிரீடம் அணிந்த விளையாட்டு வீரர்கள், பலியிடுவதற்குரிய எருதுகள் ஆயிரம், சிலைகளைத் தாங்கிய மிதவைகள், கூட்டத்தினரை நோக்கி நறுமணத் திரவங்கள் தெளிக்கும் பெண்கள் ஆகியோர் வந்தனர். வாள்வீச்சு வீரர்கள் சுற்று வட்டரங்கில் சண்டையிட்டனர். மன்னர் தனது அரண்மனையில் ஆயிரம் விருந்தினர்களை உபசரிக்க, ஒயின் ஊற்றுகள் பீறிட்டு செம்மயமானது. பித்தேறிய அரசர் அனைத்தையும் பார்வையிட்டார். யானையில் அரோகணித்து ஊர்வலத்தின் முன்னும் பின்னும் பயணித்து, விகடர்களுடன் நகையுரையாடிய வண்ணமிருந்தார். விருந்தின் முடிவில் விகடர்கள் துணியால் சுற்றப்பட்ட ஒரு உருவத்தைத் தூக்கி வந்து அங்கே தரையில் கிடத்தினர். பன்னிசையின் முதல் ஓசை எழுந்ததும் துணிகளை உதறி எழுந்து நிர்வாண நடனமாடியபடி மன்னர் வெளித்தோன்றினார்.

மட்டற்ற பித்துப் பிடித்த ஒழுங்கீனமான இந்நிகழ்வுகள் இடம் பெற்றபோதே அதற்குத் தென்திசையில் ஆன்டியோகஸின் தளபதிகள் அவரது அடக்குமுறை ஆணைகளை நிறைவேற்றிக் கொண்டிருந்தனர். ஜெருசலேமிற்கு அருகில் உள்ள மோடின் என்ற கிராமத்தில் வாழ்ந்த ஒரு மூத்த மதகுருவாகிய மட்டதியாஸுக்கு ஐந்து மகன்கள். இனி ஒரு யூதரும் கிடையாது என்பதற்கு ஆதாரமாக ஆன்டியோகஸுக்குப் பலிகொடுக்க வேண்டுமென ஆணையிடப்பட்டார். அவர் "அரசரின் ஆளுகையின் கீழ் உள்ள அனைத்து

நாடுகளும் அரசரின் உத்தரவை ஏற்றுக்கொண்டாலும், நானும் எனது மகன்களும் எமது தந்தையரின் கூட்டு ஒப்பந்தத்தை மீற மாட்டோம். அதன்படியே நடப்போம்" என்று கூறினார். பலி கொடுக்க முன் வந்தபோது உத்வேகம் பெற்ற மட்டதியாஸ் தனது வாளினை உறுவி துரோகியையும், ஆன்டியோகஸின் தளபதியையும் வெட்டி வீழ்த் தினார். பலிபீடத்தையும் தகர்த்தெறிந்தார். "யாரொருவர் கூட்டு ஒப்பந்தத்தின் வழி நடக்கிறார்களோ அவர்கள் என் வழியைப் பின் தொடரட்டும்" என்று கூறி அவரும் அவரது மகன்களும் மலை களை நோக்கித் தப்பிச்சென்றனர். நியாயவான்களால் ஹசிடிஷம் என்றழைக்கப்பட்ட பெரும் பக்தி கொண்ட யூதர்களும் அவர் களைப் பின்தொடர்ந்தனர். தொடக்கத்தில் பெரும் பக்திமான் களாக இருந்த அவர்கள் போரின்போது கூட ஓய்வு நாளைப் பின்பற்றினர். (இதன் விளைவாகப் பேரழிவே நிகழ்ந்தது.)

கிரேக்கர்கள் அனைத்துப் போர்களையும் சனிக்கிழமைகளில் நடத்தினார்கள் என்பது மெய்யென்றே உறுதியாகிறது.

மட்டத்தியாஸ் சிறிது காலத்திலேயே இறந்துவிட்டார் என்றாலும் அவரது மூன்றாவது மகன் ஜெருசலேமைச் சுற்றியுள்ள மூன்று குன்றுகளுக்குத் தலைமையேற்று அடுத்தடுத்து போர் தொடுக்க வந்த மூன்று சிரியப் படைகளையும் தோற்கடித்தான். யூதக் கலகத்தைப் பொருட்படுத்தாத ஆன்டியோகஸ், ஈராக் மற்றும் பாரசீகத்தைக் கைப்பற்றுவதற்காகப் படைகளைக் கிழக்கு நோக்கி அணி வகுத்துச் சென்றான். கலகக்காரர்களை அடக்குவதற்குத் தனது ஆளுநராகிய லிசியஸை நியமித்தான் ஆன்டியோகஸ். ஆனால் ஜூடா, ஆளுநரையும் வெற்றி கொண்டான்.

ஜூடாயின் அடுத்த வெற்றிகள் தனது பேரரசிற்கு அச்சுறுத் தலாக விளங்குவதாகக் கருதினான் தூரத்துப் பாரசீகப் போரில் ஈடுபட்டிருந்த ஆன்டியோகஸ். சன்ஹேத்ரினின் கிரேக்கம் சார்ந்த உறுப்பினர்களிடம் "இந்த யூதர்கள் தங்களது சொந்த தசை பலத்தைப் பயன்படுத்தவேண்டும். தங்களுடைய சொந்த விதிகளைப் பின்பற்றுதல் வேண்டும்" என்று எழுதியனுப்பினார். ஆனால் அதற்குள் காலம் கடந்துவிட்டது. ஏனென்றால் அடுத்த சில நாட்களிலேயே ஆன்டியோகஸ், எபிஃபேன்ஸ் வலிப்பு கண்டு தனது தேரில் இருந்து கீழே விழுந்து இறந்தான்.

தனது வம்சத்தின் பெயராக விளங்கும் ஒரு வீரமான செல்லப் பெயரை ஏற்கனவே ஜூடா பெற்றிருந்தார். அப்பெயர் 'சம்மட்டி'.

குறிப்புகள்:

1. புதிய பாபிலோனிய அரசாட்சி அறிமுகமாவதற்கு முன்பே யூதயிசத்தை அடிப்படையாகக் கொண்டு சமாரியர்கள் அரை–யூத வழிபாட்டு முறையை உருவாக்கி வைத்திருந்தனர். சமாரியா பாரசீக சன்பல்லட் வம்சத்தினரின் ஆளுநர்களின் ஆட்சிக்கு உட்பட்டிருந்தது. சமாரியர்கள் ஜெருசலேமின் புறக்கணிப்பிற்குள்ளானதால் தங்களுக்கான திருக்கோயில் ஒன்றை கெரிஜிம் குன்றின் மீது அமைப்பதற்கு ஊக்கமாக அமைந்தது. யூதர்கள் மற்றும் ஜெருசலேமின்மீது பால் சமாரியர்கள் பகைமை பாராட்டினர். பிற குடும்பப் பகைமையைப் போலவே இதுவும் வேறுபாடுகளில் தோன்றிய வெறுப்பாகவே இருந்தது. யூதர்களால் மாற்று மதத்தவர் என்று வெறுத்து ஒதுக்கப்பட்ட சமாரியர்கள் இரண்டாம் தரக் குடிமக்களா யினர். இயேசுவின் வியத்தகு வெளிப்பாடு 'நல்ல சமாரியன்' என்று சொல்லப்படுவது. இஸ்ரேலில் இன்றும் சுமார் ஆயிரம் சமாரியர்கள் உள்ளனர். யூத வழிபாட்டில் பலி கொடுக்கும் முறை ஒழிந்த இந்த இருபத்தியோராம் நூற்றாண்டிலும் சமாரியர்களின் கெரிஜம் குன்றில் ஆண்டு தோறும் நடைபெறும் யூத விடுதலைத் திருவிழாவின் போது ஆட்டுக் குட்டியைப் பலியிடுதல் தவறாமல் இடம்பெறுகிறது.

2. டனாக்சிய என்பது சட்டம், தீர்க்கதரிசிகள், படைப்பு ஆகியவற்றின் முதலெழுத்துப் பெயராகும். இந்நூல்களையே பின்னாளில் கிறித்துவர்கள் பழைய ஏற்பாடு என்றழைத்தனர்.

3. ஜோசப்பின் குடும்பம் யூதக் கலப்பினத்தைச் சார்ந்தது. அவர்கள் நெஹோமியாவை எதிர்த்த அம்மானியர்களின் வம்சாவளியைச் சேர்ந்தவர் களாக இருக்கக்கூடும். ஜோசப்பின் தந்தை இரண்டாம் டாலமிக்கு நெருக்கமான செல்வந்தராவார். ஜெனான் எனும் காப்பகத்தில் உள்ள அரசு ஊழியரின் ஓலைத்தாள் ஆவணம் தோபையா அரசருடன் செய்து வந்த வர்த்தகத்தைச் சித்தரிக்கிறது. தோபையா அம்மானில் (இன்றைய ஜோர்டான்) உள்ள பெரும் தோட்டங்களைத் தனது கட்டுப்பாட்டில் வைத்திருந்தார்.

3. மாவீரன் அலெக்ஸாண்டரின் பேரரசை உருவாக்கிய தளபதிகளில் ஒருவனின் வாரிசு ஆன்டியோகஸ். முதலாம் டாலமி எகிப்தின் அரசாட் சியைக் கைப்பற்றியபோது அவர் பாபிலோனைக் கைப்பற்றுவதற்காக அலெக்ஸாண்டரின் அதிகாரியும், ஆன்டியோகஸின் முன்னோருமான செலியூகஸை ஆதரித்தார். டாலமி போலவே திறமைமிக்கவரான செலுயுகஸ் அலெக்ஸாண்டரின் ஆசிய ஆட்சிப் பகுதிகளைப் பெருமளவு கைப்பற்றியதால் ஆசியாவின் அரசர் என்ற செலுசிட் பட்டத்தைப் பெற்றார். கிரேக்கம் முதல் இந்துகுஸ் வரை ஆட்சிபுரிந்த செலுயுகஸ் தனது உச்சநிலையில் இருந்தபோது கொலை செய்யப்பட்டார். அவரது குடும்பத்தினருக்கு கோயல் சிரியா பகுதிகள் அளிக்கப்படும் என்று அறிவிக்கப்பட்ட போதிலும் டாலமி அதனைத் தர மறுத்த விட்டார். அதன் விளைவுதான் நூற்றாண்டு காலச் சிரியப் போர்.

4. போர்ப்படைகளில் யானை முக்கியத்துவம் பெற்ற காலம் அது. அலெக்ஸாண்டர் தனது போர்க் கடமைகளை முடித்துவிட்டு பெரும்

யானைக் கூட்டத்துடன் நாடு திரும்பிய பின்னர் இந்தத் தோல் கவச முடைய விலங்கினை தன் வசம் வைத்திருப்பதை சுய மரியாதைக் குரியதாக ஒவ்வொரு மாசிடோனியனும் கருதினான். யானை பெருமைக் குரிய விலை மதிப்புமிக்க ஆயுதமாகக் கருதப்பட்டது. எதிரிகளின் காலாட் படையை அழிப்பதற்குப் பதிலாக யானைகள் தங்களது சொந்தப் படை யினரையே மிதித்ததுதான் பெரும்பாலும் நிகழ்ந்தது. அதே நேரத்தில்தான் மேற்கில் டயரில் இருந்து வந்த ஃபொனீஷியர்களின் வழித் தோன்றல் களான கார்த்தேஜினியர்களும், ரோமானியர்களும் மத்திய தரைப்படையின் உரிமைக்காகத் தங்களுக்குள் சண்டையிட்டுக் கொண்டிருந்தனர். திறமிக்க கார்த்தேஜினியத் தளபதியான ஹானிபால் யானைகள் அணிவகுக்க ஆல்ப்ஸைத் தாண்டி இத்தாலி மீது படையெடுத்தார். ஆன்டியோகஸிட மிருந்தது இந்திய யானைகள். ஹானிபால் பயன்படுத்தியது மொராக்காவில் உள்ள அட்லஸ் மலைகளைச் சேர்ந்த தற்காலத்தில் அழிந்து விட்ட யானை இனமாகிய சிறிய வகை யானைகள்.

5. சைமன், முதலாம் டாலமியின் கீழ் ஆட்சி புரிந்தார் என்று கருதுகின்றனர் சில வரலாற்று ஆசிரியர்கள். மூல ஆதாரங்களில் முரண்பாடுகள் இருந்த போதும் கோட்டையரண்களை மீண்டும் கட்டி, தேவாலயத்தைப் புனர மைத்து தேவாலயக் குன்றில் மிகப்பெரிய நீர்த்தொட்டியை அமைத்த மாவீரன் ஆன்டியோகஸின் சமகாலத்தவராகவே இரண்டாம் சைமன் இருந்திருக்க வேண்டும். பாலஸ்தீனிய ஷேர் ஜராவிற்கு அருகில் உள்ள பழமையான நகரத்திற்கு வடக்கில் சைமனின் சமாதியுள்ளது. துருக்கிய நூற்றாண்டுகளின்போது ஆண்டுதோறும் 'யூத இன்பச் சுற்றுலா' கொண்டாடப்பட்டு வந்துள்ளது. தேசியவாதம் என்ற கருத்தாக்கம் உருவாவதற்கு முன்னர் முகமதியர்கள், யூதர்கள், கிறித்தவர்கள் ஆகிய அனைத்துப் பிரிவினரும் இணைந்து கொண்டாடக்கூடிய பண்டிகை களில் இதுவும் ஒன்று. யூதக் குடியிருப்பு கட்டும் திட்டத்தில் மையமாக யூதப் புனிதத் தலமாகிய அந்தச் சமாதி இடம்பெறுகிறது. ஜெருசலேமில் உள்ள பல புனிதத் தலங்களைப் போல அந்தச் சமாதியும் ஒரு புராணக் கதையே. அது யூதர்களுக்கான இடமுமல்ல, நீதிமான் சைமனின் ஓய்விடமும் அல்ல. குறிப்பிட்ட காலத்திற்கு 500 ஆண்டுகளுக்குப் பின்னர் கட்டப் பட்ட ஜீலியா சபீனா என்ற ரோமானிய சீமாட்டியின் சமாதியாகும்.

6. யூதர்களின் முக்கிய பண்டிகைகளான யூத விடுதலைத் திருவிழா, வாரப் பண்டிகை, கூடாரத் திருவிழா ஆகியவை அப்போதுதான் வளர்ச்சி பெற்று வந்தன. பழம்பெரும் பண்டிகைகளாகிய துண்டாடப்படாத ரொட்டித் திருவிழா, பெருந்திரள் மக்களின் வெளியேற்றம் பற்றிய கதையின் படியான யூத விடுதலைத் திருவிழா ஆகிய இரண்டின் ஒருங்கிணைந்த வசந்தத் திருவிழாதான் கூடாரப் பண்டிகை. இது இன்றும் சுக்கோட் என்ற பெயரில் கொண்டாடப்படுகிறது. இத்திருவிழாவின்போது சிறுவர்கள் அறுவடைத் தாள்களால் குடிசைகள் அமைத்து பழங்களைக் கொண்டு அலங்கரிக்கிறார்கள். தேவாலயப் பணிகள் லெவிப் பழங்குடியினரின் வழித் தோன்றல்களான லெவியர்களுக்கும், மதகுருக்களுக்கும் (லெவியரின் உட்பிரிவான மோசஸின் சகோதரர் ஆரோனின் வம்சாவளியினர்) சுழல்முறையில் பகிர்ந்தளிக்கப்பட்டன.

7. ஜேசன், மீண்டும் அங்கிருந்து தப்பிச்சென்று தனது ஆதரவாளரான தோபியா இளவரசர் ஹிர்கானிஸிடம் தஞ்சம் அடைந்தார். ஹிர்கானிஸ் ஜோர்டானை நாற்பதாண்டுகளாக ஆட்சி புரிந்ததோடு டாலமிகள் ஜெருசலேமை இழந்த நிலையிலும் அவர்களுடன் தோழமையைப் பராமரித்தார். அராபியர்களுக்கு எதிராகப் படையெடுப்புகள் நடத்திய அவர், அராக் ஈஃஎமிரில் அழகிய ஓவியங்களும், அலங்காரத் தோட்டங்களும் உடைய சொகுசுக் கோட்டையை நிர்மாணித்தார். ஆன்டியோகஸ் எகிப்தை வென்று மீண்டும் ஜெருசலேமைக் கைப்பற்றியதும் வேறு வழியேதும் தெரியாத கடைசி தோபியரான ஹிர்கானிஸ் தற்கொலை புரிந்து கொண்டார். அவரது அரண்மனையின் சிதிலமடைந்த எச்சங்கள் தற்போது ஜோர்டானின் சுற்றுலாத் தளமாக விளங்குகிறது.

☆

8

மக்கபீயர்கள்
கி.மு 164-66

சம்மட்டி ஜூடா

ஆன்டியோகஸினால் புதிதாகக் கட்டப்பட்ட அக்ரே கோட்டையைத் தவிர மற்ற அனைத்து ஜூடேய, ஜெருசலேமியப் பகுதிகளையும் சம்மட்டி என்றழைக்கப்பட்ட ஜூடா கி.மு 164ஆம் ஆண்டு குளிர்காலத்தில் கைப்பற்றிவிட்டார். களை மண்டிப் பாலையாகக் கிடந்த தேவாலயத்தைக் கண்டு மனம் வெதும்பினார். புனிதத்திலும் புனிதமான இடத்தில் நறுமணம் ஏற்றி மீண்டும் அர்ப்பணித்து, டிசம்பர் 14 அன்று தன் தலைமையில் பலியிடலைத் துவக்கினார். சூறையாடப்பட்ட அந்நகரத்தில் ஒளியூட்டும் எண்ணைக்கே தட்டுப்பாடுதான் என்றாலும் மெழுகு தாங்கியில் ஏற்றுவதற்கான மெழுகுவர்த்திகள் இல்லாமல் போகவில்லை. தேவாலய மீட்பும், மீள் புனிதப்படுத்துதலும், ஹனுக்கா எனும் அர்ப்பணிப்பும் யூதப் பண்டிகையாக இன்றைக்கும் கொண்டாடப் பட்டு வருகிறது.

சம்மட்டி என்றழைக்கப்பட்ட ஜூடா, அராமிய மொழியில் மக்காபா என்ற ஜோர்டான் நெடுக படையெடுத்ததோடு கலீலியில் உள்ள யூதர்களைக் காப்பாற்றுவதற்காக தனது சகோதரர் சைமனை அனுப்பினார்.[1] அங்கு ஜூடா இல்லாததால் யூதர்கள் தோற்கடிக்கப் பட்டனர். திருப்பித் தாக்கிய மக்கபீயர் ஹெப்ரான் மற்றும்

ஈடோமைக் கைப்பற்றி ஜெருசலேமில் உள்ள அக்ரேவை முற்றுகை யிடும் முன்னர் வேற்றுச் சமயக் கோயில்களைத் தகர்த்தனர். பெத்தலகேமிற்கு தெற்கேயுள்ள பெத்ஜக்கரியாவில் செலுயிட் மன்னர் மக்கபீயர்களைத் தோற்கடித்து ஜெருசலேமை முற்றுகை யிட்டார். ஆன்டியோக்கில் எழுந்த கலகம் ஒன்றை அடக்குவதற்காக ஜெருசலேமில் இருந்து திரும்பிச் செல்லும்வரை முற்றுகை தொடர்ந்தது. யூதர்கள் தங்களது சொந்தமான சட்டங்களின்படி வாழும் உரிமையும், தங்களது தேவாலயத்தில் வழிபடும் உரிமையும் வழங்கப்பட்டன. யூதர்களின் சுதந்திரம் நெபுகத் நேஸருக்கு நான்கு நூற்றாண்டுகளுக்குப் பின்னர் மீட்கப்பட்டது.

எனினும் யூதர்கள் முழுமையான பாதுகாப்பைப் பெறவில்லை. உள்ளூர்க் கலகங்களால் செலுசியர்கள் எண்ணிக்கையில் சுருங்கி விட்ட போதிலும் திறன்மிக்கவர்களாக இருந்ததால் யூதர்களை அடக்கிப் பாலஸ்தீனத்தைக் கைப்பற்ற முயன்றனர். இந்தக் கடுமை யான, சிக்கல்கள் மிகுந்த போர் இருபது வருடங்கள் நீடித்தது. ஒரே மாதிரியான பெயரை வைத்துக்கொண்ட போலி செலுசிய மக்கபீயர்கள் பலர் இருப்பதை நாம் ஆராய வேண்டியதில்லை. எனினும் மக்கபீயர்கள் பல தருணங்களில் அழிவை நெருங்கியிருக் கிறார்கள் என்பதை நினைவில் கொள்ள வேண்டியுள்ளது. முடி வில்லா திறன்பெற்ற அவ்வம்சம் எந்த வகையிலும் மீண்டெழுந்து போராடும் ஆற்றல் பெற்றிருந்தது.

தேவாலயத்திற்கு எதிரேயிருந்த அக்ரே கோட்டை பிளவுண்ட ஜெருசலேமைப் பீடித்த பிணியாகவே இருந்தது. “தங்களது திருப்பலிச் சடங்கைத் தொடங்குவதன் அடையாளமாக மதகுருமார்கள் துந்துபி முழங்கியதும் அக்ரே கோட்டையினுள் இருக்கும் வேற்று சமய கூலிச் சிப்பாய்களும், கட்சி மாறிய யூதர்களும் வேகமாக ஓடி வந்து தேவாலயத்தில் இருந்து வெளியே செல்பவர்களைக் கொன்றழித்தனர்” என்று குறிப்பிடுகிறார் வரலாற்றாசிரியர் ஜோசஃபஸ். அனைத்துத் தீமைகளுக்கும் காரணகர்த்தா தலைமைக் குருவான வெனலாவோஸ் தான் என்று ஜெருசலேமியர்கள் அவரைத் தூக்கிலிட்டுப் புதிதாக ஒருவரைத் தேர்ந்தெடுத்தனர்.

மீண்டும் செலுசியர்கள் ஒருங்கிணைய அவர்களது தளபதி நிக்கனார் மறுபடியும் ஜெருசலேமைக் கைப்பற்றினார். அந்தக் கிரேக்கர் பலிபீடத்தைச் சுட்டிக்காட்டி “ஜூடாவையும் அவரது காப்பாள ரையும் இப்போது என் கைகளில் ஒப்படைக்காவிட்டால் இந்த இடத்தை எரிப்பேன்” என்று மிரட்டினார்.

உயிருக்குப் போராடிய ஜூடா, கிரேக்கப் பேரரசின் எதிரியாகிய ரோமிடம் முறையிட்டதும் ரோம், யூதர்களின் ஆட்சி உரிமையை உறுதிபட அங்கீகரித்தது. கி.பி 161ஆம் ஆண்டு நிக்கனாரை வீழ்த்திய சம்மட்டி, நிக்கனாரின் கரத்தையும், சிரத்தையும் வெட்டி ஜெருசலே மிற்குக் கொண்டு வருமாறு ஆணையிட்டார். அந்தப் பயங்கரத்தை மக்களின் பார்வைக்காக தேவாலயத்தில் வைத்தார். மிரட்சியூட்டிய வெட்டுண்ட உறுப்புகள் பறவைகளுக்காகத் தொங்கவிடப்பட்டன. தலை, கோட்டை உச்சியில் வீசப்பட்டது. நிக்கனார் கொல்லப் பட்ட நாளை ஜெருசலேமியர்கள் மீட்பு நாளாகக் கொண்டாடினர். பின்னர் செலுசியர்கள் மக்கபீயர்களைத் தோற்கடித்து ஜூடாவைக் கொன்று மெடின்னில் புதைத்தனர். அனைத்தும் கை விட்டுப் போனதாகத் தோன்றினாலும் அவரது சகோதரர்கள் ரூபத்தில் மக்கபீ உயிர்த்திருந்தார்.

மக்கபீயர்களின் வெற்றியாளன்: மாவீரன் சைமன்

இரண்டு வருடங்கள் கடந்தன. ஜூடாவின் சகோதரர் ஜோனாதன் பாலைவனத்தை விட்டு வெளியேறினார். செலுசியர்களை வென்று தம் கட்டுப்பாட்டில் வைத்திருந்த கிரேக்கர்களின் ஜெருசலேமிற்கு வடக்குப் பகுதியான மைக்மஸ் என்ற இடத்தில் தனது அவையை நிறுவினார் ராஜதந்திரி என்று பெயர்பெற்ற ஜோனாதன். எதிரி மன்னர்களாகிய சிரியா – எகிப்து நாடுகளுக்கிடையே தந்திரமான வேலைகளைச் செய்து அவர் ஜெருசலேமைக் கைப்பற்றினார். சுற்று மதில்களைப் புனரமைத்து திருக்கோயிலுக்கு மீண்டும் புனிதத் தன்மை ஏற்றினார். 153ஆம் ஆண்டு தங்கமுலாம் பூசிய அரசனின் நண்பர் என்ற பட்டத்தையும், தலைமைக்குரு பதவியையும் தனக்கு அளிப்பதற்கு செலுசிய மன்னனை இணங்க வைத்தார். பெரும் ஆரவாரமிக்க கூடாரப் பண்டிகையின் போது புனித நறு நெய்யூட்டப் பட்ட அந்த மக்கபீயருக்கு ராஜ மலர்கள் சூட்டி மதகுருவிற்குரிய அங்கி அணிவிக்கப்பட்டது. ஜூடேயாவுடன் அவருக்கு எந்தத் தொடர்பும் இல்லையென்றாலும் ஒரு மாகாணத்தின் வழித் தோன்றல்கள் அவரை 'கொடிய மதகுரு' என்றாவது கருதினர்.

ஜோனாதனை முதன் முதலாக எகிப்திய அரசர் ஆறாம் டாலமி பிலோமீட்டா ஆதரித்தார். அவர் ஜோனாதனைச் சந்திக்க ஜெருசலேமிற்கு அருகிலுள்ள துறைமுகப்பகுதியான ஜாஃபாவிற்கு வந்தபோது அரசருக்குரிய ஆடை அணிகலன் அலங்காரம் பூண்டிருக்க ஜோனாதனும் மதகுருருவிற்குரிய மேன்மையான தோற்றத்தில் இருந்தார். மாவீரன் அலெக்ஸாண்டருக்குப் பிறகு

ஒவ்வொரு கிரேக்க அரசனுக்கும் இருந்து வந்த கனவை ஃபிலோ மீட்டர் சாதித்தார். எகிப்து, ஆசியா ஆகிய பகுதிகளின் பேரரசராகத் தனக்கு டோலமைஸில் (தற்போது அக்ரே) முடிசூட்டிக் கொண்டார். அந்த வெற்றிகரமான தருணத்தில் அவர் அமர்ந்திருந்த குதிரை செலுசிய யானைகளைக் கண்டு மிரண்டதில் கொல்லப் பட்டார்.[2]

செலுசியர்களின் எதிரிகள் அதிகாரப் போட்டியில் இருந்த போது ராஜ தந்திரி ஜோனாதன் அணிக்கு அணி மாறி மாறித் தாவிக் கொண்டிருந்தார். செலுசியப் போலிகளில் ஒருவர் ஆன்டியோக் அரண்மனையை முற்றுகையிட ஜோனாதனிடம் ராணுவ உதவி கோரினார். உதவிக்குக் கைமாறு செய்யும் விதமாக யூதர்களின் முழுசுதந்திரத்திற்கு உத்திரவாதம் அளித்தார். ஜோனாதனும் ஜெருசலேமிலிருந்து தனது படைவீரர்கள் 2000 பேரைத் திரட்டிக் கொண்டு இன்றைய இஸ்ரேல், லெபனான், சிரியா ஆகிய பகுதி களை ஊடுருவி ஆன்டியோக்கில் அணிவகுத்தார். தீயில் வெந்து கொண்டிருந்த நகர வீடுகளின் கூரைக்குக் கூரைத் தாவி உள்ளே புகுந்த யூத வீரர்கள் அரண்மனைக்குள்ளிருந்த வீரர்களை வெளி யேற்றி, அரசனை மீட்டனர். ஜூடேயாவிற்குத் திரும்பிய ஜோனாதன் அஷ்கொலன், காஃஜா, பெஜீர் ஆகியவற்றைக் கைப்பற்றியதுடன் ஜெருசலேமில் உள்ள அக்ரே கோட்டையையும் முற்றுகையிட்டார். டாலமியர்களுக்கு ஆசையூட்டுவதற்காக மெய்க்காவலர்கள் துணையின்றி தனது கிரேக்கக் கூட்டாளியைச் சந்திக்கச் செல்ல கூட்டாளி ஜோனாதனைக் கைது செய்து ஜெருசலேமிற்கு இட்டுச் சென்றார்.

மக்பீ குடும்பம் அப்போதும் சளைத்து விடவில்லை. இன்னும் ஒருவர் மிச்சமிருந்தார். ஜெருசலேமை முற்றுகையிட படைதிரட்டிய சைமன்தான் அந்த ஒருவர். திடீரென்று பனிப்புயல் சூழ்ந்ததால் கிரேக்கர்கள் பின்வாங்க நேர்ந்தது. என்றாலும் முற்றுகையிட்ட சைமனின் சகோதரனாகிய ஜோனாதனைக் கொன்று பழிதீர்த்துக் கொண்டனர். கி.மு 141ஆம் ஆண்டு வசந்தத்தில் அக்ரேயினைத்[3] தகர்த்துக் குன்றில் இருந்த நகரத்தையே தரைமட்டமாக்கினான். அதனைக் கொண்டாடும் விதமாக பனையோலைச் சுவடியில் போற்றிப் பாடப்பட்டது. யாழ், கிண்கிணி நரம்பிசைக் கருவிகளுடன் துதிப் பாடல்கள் பாடப்பட்டன. 'வேற்று மதத்தவரின் நுகத்தடியிலிருந்து இஸ்ரேல் விடுவிக்கப்பட்டது.' சைமனை மரபு வழி அரசர் என்று அவையினர் மாபெரும் புகழ்ந்துரைகள் தந்ததுடன் அரசருக்குரிய அடர் ஊதா ஆடை அணிவித்து பொன்னால் அலங்காரம் செய்து

முடி சூடிய மன்னராகவே கௌரவித்தது. மக்களும் தங்களது ஒப்பந்தப் பத்திரங்களில் 'தலைமை மதகுருவும், தலைமைத் தளபதியும், யூதர்களின் தலைவருமான மாவீரர் சைமனின் முதலாம் ஆண்டில்' என்ற துவக்க வாசகங்களை எழுதத் தலைப்பட்டனர். (ஏதொன்றும் எழுதும்போது துவங்கும் 'உ' போன்ற முதல் வாசகம்.)

பேரரசின் சிற்பி: ஜான் ஹிர்கானஸ்

அது மாவீரர் சைமன், புகழின் உச்சத்தில் இருந்த நேரம். கி.மு 134ஆம் ஆண்டு. தனது மருமகனால் இரவு உணவுக்கு விருந்திற்கு அழைக்கப் பட்ட சைமன் விருந்தின் முடிவில் கொல்லப்பட்டார். மக்கபீய முதல் தலைமுறையின் கடைசி அரசரையும் கொன்ற மருமகன் அவரது மனைவியையும், இரு மகன்களையும் கைது செய்தார். அரசரின் மற்றொரு மகனான ஜானை, ஹீப்ரு யெஹோஹனில் பிடிக்க முயற்சித்தனர். ஆனால் ஜான் தப்பி ஜெருசலேமிற்கு வந்து அந்நகரைக் கைப்பற்றினான்.

ஜான், அனைத்துப் பக்கங்களிலிருந்தும் தோன்றிய எதிர்ப்பைச் சமாளிக்க வேண்டியிருந்தது. சதியாளர்களைப் பின்தொடர்ந்து சென்ற இடத்தில் அவனது தாயும் சகோதரர்களும் கண்ணெதிரே கொல்லப்படுவதைக் காண நேர்ந்தது. சைமனின் மூன்றாவது மகனான ஜான், அரியணையேற எதிர்ப்பேதும் இல்லையென்ப தோடு, யூத ஆதர்ச ஆட்சியாளனுக்குரிய பாரம்பரிய ஆற்றல்கள் அனைத்தும் அவனிடம் இருந்தன. 'கவர்ச்சியும், மீட்பாளனுக்குரிய குணநலன்களும்' கொண்டிருந்தான். "கடவுள் ஜானுக்கு ஆட்சியுரிமை, தலைமை மதகுரு பதவி, தொலைநோக்குத் திறன் ஆகிய மூன்று மகத்தான சிறப்புச் சலுகைகளை வழங்கியிருந்தார்'' என்று வரலாற்றாளர் ஜோசஃபஸ் குறிப்பிடுகிறார்.

செலுசிய மன்னனான ஏழாம் ஆன்டியோகஸ் சிடெடிஸ், யூத உள்நாட்டுக் கலவரத்தைப் பயன்படுத்தி பாலஸ்தீனத்தைத் திரும்பப் பெற்று ஜெருசலேமை முற்றுகையிட்டார். ஜெருசலேமியர்கள் பசியால் வாடத்துவங்கும் வேளையில், கூடாரப் பண்டிகை விருந்திற்கு 'மிகப் பிரமாண்டமான பலியிடலுக்கு' தங்கக் கொம்புகள் கொண்ட எருது களை அனுப்புவதன் மூலமாகத் தான் பேச்சுவார்த்தைக்குத் தயார் என்று அரசர் சிடெடிஸ் சமிக்ஞை காட்டினார். அமைதியை விரும்பிய ஜான் மக்கபீயர்கள் ஜூடேயாவிற்கு வெளியே கைப்பற்றிய வைகளைத் திரும்ப ஒப்படைக்கவும், 500 வெள்ளித் தாலந்துகள் அளிக்கவும், மதில்களை இடிக்கவும் ஒப்புக்கொண்டார்.

ஈரான், ஈராக்கில் சக்திமிக்கவர்களாக வளர்ந்து வரும் பார்த்தியர்களுக்கு எதிராக சிடெடிஸ் நடத்தும் போரை தனது புதிய தலைவன் என்றவகையில் ஜான் ஆதரிக்க வேண்டியிருந்தது. அந்தப் படையெடுப்பு கிரேக்கர்களுக்குப் பேரழிவாகவும் யூதர் களுக்கு வரமாகவும் அமைந்தது. நிறைய யூதக் குடிகளைக் கொண்டிருந்த பார்த்திய மன்னனிடம் ஜான் ரகசிய உடன்படிக்கை செய்து கொண்டிருக்கக்கூடும். ஒரு வழியாகக் கிரேக்க அரசர் கொல்லப்பட்டதும் புதைகுழியிலிருந்து தப்பிய ஜான் முழுமையான சுதந்திரத்தைப் பெற்றுத் திரும்பினார்.[4]

பெரும் சக்திகள் அனைத்தும் தங்களது கவனத்தை உட்பூசல்களின் பக்கம் திருப்பியிருந்ததால் ஜான் தொடர் படை யெடுப்புகள் நடத்த வசதியாயிற்று. மன்னன் டேவிட் காலத்திற்குப் பின் மற்ற யாரும் மேற்கொள்ளாத படையெடுப்புளை ஜான் மேற்கொண்டார். நகைமுரணாக ஜானின் படையெடுப்பு ஏற்பாடு களுக்கு ஆதாரமாக இருந்தது டேவிட்டின் செல்வம்தான். பழைய நகரில் இருந்த டேவிட்டின் வளமிக்க கல்லறையைக் கொள்ளை யடித்தார் ஜான். ஜோர்டானைக் கடந்து மடாபாவை வெற்றி கொண்டவர் இடோமியர்களின் (இவர்கள் தாம் பிற்காலத்தில் இடுமியர் என்றழைக்கப்பட்டவர்கள்) மாற்றத்தை வலியுறுத்த சமாரி யாவை அழித்துப் பின்னர் கலீலியைக் கைப்பற்றினார். வளர்ந்து வரும் நகரத்திற்கு வெளியே 'முதல் சுவர்' என்று பெயரிட்ட மதிலைக் கட்டினார்.[5] மத்தியதரைப் பகுதியில் வளர்ச்சி பெற்ற சமூகங்கள் தங்களது அன்றாட வழிபாட்டினை உள்ளூர் யூதக் கோயில்களில் நடத்திக்கொண்டனர் என்றாலும் ஜானின் அரசு ஒரு பிராந்திய சக்தியாகவும், அதன் தேவாலயம் யூத வாழ்வின் மையமாகவும் திகழ்ந்தது. இந்தப் புதிய நம்பிக்கைக்குரிய காலத்தில்தான் இருபத்தி நான்கு நூல்கள் யூதப் பழைய ஏற்பாட்டில் ஏற்றுக் கொள்ளப்பட்ட வையாக ஆகியிருக்கும்.

ஜானின் இறப்பையடுத்து அவரது மகன் அரிஸ்டோபுலஸ் ஜெருசலேமில் கி.மு 586க்குப் பிறகு தன்னை முதல் மன்னனாகவும், ஜூடேயாவின் அரசனாகவும் அறிவித்துக்கொண்டு இன்றைய வடக்கு இஸ்ரேலின் இடூரியா, தெற்கு லெபனான் ஆகிய பகுதி களை வெற்றி கொண்டான். ஆனால் மக்கபீயர்களோ கிரேக்க மற்றும் ஹீப்ரூ பெயர்களை வைத்துக்கொண்டு கிரேக்கர்களாகவே மாறியது மல்லாமல், கிரேக்கக் கொடுங்கோலர்களுக்குரிய ஆக்ரோசத்துடன் நடந்துகொள்ளத் துவங்கினர். அரிஸ்டோபுலஸ் தனது தாயைச் சிறையில் அடைத்து, மிக்க புகழுடன் விளங்கிய தன்னுடைய

சகோதரரைக் கொன்ற குற்றவுணர்வில் பைத்தியமானார். அவர் ரத்தம் கக்கி இறக்கும்போது உயிருடன் இருந்த அவருடைய முரட்டுச் சகோதரர் அலெக்ஸாண்டர் ஜன்னேயஸ் மக்கபீயர்களை அழிக்கப் போகும் கொடூரன் என்று அச்சம் கொண்டான்.

த்ரேசிய அலெக்ஸாண்டர்: சீற்றம் கொண்ட இளஞ்சிங்கம்

மன்னர் அலெக்ஸாண்டர் (ஜன்னேயஸ் என்பது கிரேக்க வடிவம். ஹீப்ருவில் அப்பெயர் யெஹோநட்டன்) ஜெருசலேமைத் தன் வயப் படுத்தியதும் தனது சகோதரனின் விதவை மனைவியை மணந்து கொண்டு, யூதப் பேரரசைக் கைப்பற்ற முனைந்தார். கெட்டுச் சீரழிந்த அலெக்ஸாண்டரை அவரது மோசமான பண்பினால் மக்கள் வெறுக்கத் தொடங்கினர்.

கிரேக்கப் பேரரசுகள் சரியத் தொடங்கின. ரோமானியர்கள் இன்னமும் கால் பதிக்காத நேரம். தனது அடுத்தடுத்த தோல்வி களையும் சமாளித்து நிற்பதற்கான அதிர்ஷ்டத்தை[6] அளித்த சாத்தானுக்கு அவர் நன்றி கூற வேண்டும். அவரது கொடூர வன் குணத்திற்காகவும், அவர் வசமிருந்த கிரேக்கக் கூலிப்படைக்காகவும் யூதர்கள், அவருக்கு த்ரேசியன் என்ற புனைபெயரைச் சூட்டினர்.

எகிப்து எல்லையில் காஜா, ரஃபியா பகுதிகளையும், வடக்கே கௌலாட்டினஸ்(கோலான்)ஐயும் அலெக்ஸாண்டர் வெற்றி கொண்டார். மோஆபில், நபேட்டில் அரேபியர்கள் அவரை ஒளிந் திருந்து தாக்குவதை எதிர்கொள்ள முடியாமல் ஜெருசலேமிற்கு ஓடி வந்தார்.

கூடாரப் பண்டிகை விருந்தில் தலைமை மதகுருவாக பொறுப் பேற்றபோது மக்கள் அவர்மீது அழுகிய பழங்களை வீசினர். மதப் பற்று மிக்க பர்சீக்களால் ஊக்குவிக்கப்பட்ட அவர்கள், தாயைச் சிறையில் வைத்த அலெக்ஸாண்டர் மதத் தலைமை குருவாவதற்குத் தகுதியற்றவர் என்று இடித்துரைத்தனர். அவர்களுக்குப் பதிலடி கொடுக்க ஏவி விடப்பட்ட கிரேக்கக் கூலிப்படை 6000 மக்களைத் தெருவில் கொன்று குவித்தது. அப்போதிருந்த கலவரமான நிலையை செலுசியர்கள் தங்களுக்குச் சாதகமாகப் பயன்படுத்தி ஜூடேயாவைத் தாக்கினர். அலெக்ஸாண்டர் மலைகளுக்குள் தப்பி ஓடினார்.

செலுசியர்களைப் பழிவாங்கும் தருணத்திற்காகக் காத்திருந்த அலெக்ஸாண்டர், ஜெருசலேமிற்குத் திரும்பியதும் தனது 50,000 குடிமக்களையே கொன்று குவித்தார். அங்கு நடந்த விழாவொன்றில் தனது காமக் கிழத்திகளுடன் சல்லாபித்தபடியே வெற்றியைக்

கொண்டாடி மலைகளைச் சுற்றி 800 பேரைச் சிலுவையில் அறையும் காட்சியைக் கண்டு களித்தார். சிலுவையில் அறையப்படுவோரின் மனைவி, குழந்தைகளின் கழுத்துகள் அவரது கண்ணெதிரிலேயே அறுக்கப்பட்டன. 'சீற்றம் கொண்ட இளஞ்சிங்கம்' என்று எதிரிகளால் அழைக்கப்பட்ட அவர் குடிப்பழக்கத்திற்கு அடிமையாகி மாண்டபோது இன்றைய இஸ்ரேல், பாலஸ்தீனம், ஜோர்டான், சிரியா, லெபனான் ஆகிய பிரதேசங்களைக் கொண்ட யூதப் பேரரசைத் தன் மனைவி சலோமி அலெக்ஸாண்ட்ராவுக்கு விட்டுச் சென்றார். ஜெருசலேமை முழுமையாகக் கைப்பற்றும் வரை தன் மரணத்தைப் படைவீரர்களுக்கு அறிவிக்க வேண்டாமென்றும் அதனைப் ஃபரிசீக்களின் உதவியுடன் ஆளவேண்டுமென்றும் மனைவிக்கு அறிவுறுத்தினார்.

ஜெசிபலின் மகளுக்குப் பிறகு ஜெருசலேமை ஆண்ட முதல் பெண்ணாக சலோமி திகழ்ந்தாலும் அந்த வம்சத்திற்குரிய மேதைமை களைப்புற்றுவிட்டது. இரண்டு அரசர்களின் விதவையாகிய கூர்மதி கொண்ட சலோமி அலெக்ஸாண்ட்ரியா (சலோமி என்பது ஷலோம் ஜியான் என்பதன் கிரேக்க வடிவம். ஜியோனின் அமைதி என்று பொருள்.) தனது அரசை ஃபரிசீக்களின் உதவியுடன் திறமையாக ஆட்சி புரிந்தாலும் இரண்டு மகன்களையும் கட்டுப்பாட்டில் வைத்திருக்க முடியாமல் அவதியுற்றார். மூத்தவனாகிய தலைமை மதகுரு இரண்டாம் ஜான் ஹிர்கானிஸுக்கு ஆற்றல் கிடையாது. இளையவன் அரிஸ்டோபுலஸோ திறமை மிக்கவனாக இருந்தான்.

வடக்கே மத்தியதரைப் பகுதியைச் சுற்றி முன்னேறிய ரோம் முதலில் கிரீஸைத் தன் வசமாக்கியது. அடுத்து ரோமானிய சக்தியை போண்டஸின் கிரேக்க மன்னன் மித்ரிடேடஸ் எதிர்த்த இடமான தற்போதைய துருக்கியையும் கைப்பற்றியது. மித்ரிடேடஸை அகற்றியதால் உண்டான வெற்றிடத்தை நோக்கித் தென்திசையில் ரோமானியத் தளபதி பாம்பே கி.மு 66இல் நகர்ந்தார். ரோம் ஜெருசலேமை நோக்கி முன்னேறியது.

குறிப்புகள்:

1. அவரது குடும்பம் ஹஸ்மோனியா வம்சம் என்றழைக்கப்படுவது சரிதான் என்றாலும், இந்நூலில் எளிமைக்காக மக்கபீயர்கள் என்றே அடையாளப் படுத்தப்படுகின்றனர். மக்கபீயர்கள், மன்னர் ஆர்தர் மற்றும் சார்லமெய்னுக்கு நிகராகக் கிறித்துவ (சிலுவைப்போர்) வீரமரபின் இடைக்கால மூல முன் மாதிரிகளாகப் பார்க்கப்பட்டனர். கி.பி 732ஆம் ஆண்டு போர்ப் பயணத்தில் அராபியர்களை வெற்றி கொண்ட சம்மட்டி சார்லஸ் மார்டெல் பன்னிரண்டாம் நூற்றாண்டைச் சேர்ந்த அரிமா இதயம் கொண்ட

ரிச்சர்ட் மற்றும் முதலாம் எட்வர்ட் (1272–1303) ஆகியோர் தங்களைப் பிற்கால மக்கபீயர்களாக முன்னிறுத்திக் கொண்டனர். ரூபன் மக்கபீ, ஜூடாவை ஓவியத்தில் தீட்டினார். ஹாண்டல் ஒரு நாடகத்தை அவருக்காக அரங்கேற்றினார். அனைத்திற்கும் மேலாக இஸ்ரேலுக்கு உத்வேகம் அளித்ததற்காக கால்பந்தாட்டக் குழுக்கள் மக்கபீயர்கள் பெயரையே தங்களுக்குச் சூட்டிக் கொள்கின்றன. ஹனுக்காவின் நாயகர்களான அவர் களை, ஹிட்லர் எனும் பெருங் கொடுங்கோன்மைக் கொலைகாரனை எதிர்த்துப் போரிட்ட விடுதலை வீரர்களாகவே யூதர்கள் பொதுவாகக் கருதுகின்றனர். ஆனால் வேறு சிலரோ அமெரிக்க ஜனநாயகத்திற்கும் ஜிகாத்துகளின் பயங்கரவாதத்திற்கும் இடையிலான போராட்டத்தில் இன்றைய பயங்கரவாதிகள் நாகரீக கிரேக்கர்களுக்கு எதிராகப் போராடிய மத அடிப்படைவாதிகளான மக்கபீயர்களின் சாயலைப் பெற்றுள்ளனர்.

2. ஃபிலோமீட்டரின் வெற்றியை யூதர்கள் வரவேற்றனர். ஏனென்றால் ஓனியாஸும், அலெக்ஸாண்ட்ரிய யூதர்களும் ஃபிலோமீட்டரை ஆதரித்து வந்தனர். அலெக்ஸாண்டிரிய கும்பலால் பருத்தவன் என்று இகழப்பட்ட எட்டாம் யூர்ஜெடாஸ் அவரது குடும்பத்தினரின் தகுதிக்கு ஏற்பவே கொடூரமானவராக இருந்தார். எகிப்தில் இருந்த யூதர்களையெல்லாம் ஒன்று திரட்டி ஓரிடத்தில் நிற்க வைத்து யானைகளைக் கொண்டு மிதிக்கச் செய்து பழிதீர்க்க நினைத்தார். ஆனால் இறை சங்கற்பமாக மேற்படி யானைகள் யூர்ஜெடஸின் படைகளையே மிதித்துத் துவைத்தன. குரூரங் களின் உச்சமாக, அவரை முழுமையாக நம்பியிருந்த அவரது பதினான்கு வயது மகனைக் கொன்று, சிறுவனின் தலை, கை, கால்களை வெட்டி அவனது தாயான இரண்டாம் கிளியோபாட்ராவுக்கே அனுப்பி வைத்தார் அந்தப் பருத்தவர். அக்குடும்பத்தைச் சேர்ந்தவரும், சிரியாவின் அரசர் இரண்டாம் டெமிட்ரியஸை மணந்தவருமான கிளியோபாட்ரா தியா தனது மகனைக் கொல்லும் நோக்கத்துடன் விஷம் நிரப்பிய கோப்பையை அவனிடம் நீட்டினார். அவனோ வல்லடியாக அந்த விஷத்தைத் தாயின் வாய்க்குள் புகட்டிவிட்டான். இப்படித்தான் இருந்தது டாலமிகளிடையே நிலவிய குடும்ப உறவு.

3. அக்ரே கோட்டையின் தடயம் இதுவரை எதுவும் கிடைக்கவில்லை. அது தேவாலயக் குன்றிற்குத் தெற்கே இருந்திருக்கவேண்டுமென அறிஞர்கள் சிலர் கருதுகின்றனர். மாவீரர் ஏரோது தேவாலயக் குன்றை விரிவுபடுத்தி விட்டதால் தரை மட்டமாக்கப்பட்ட அக்ரே குன்று தற்போதுள்ள அல் அக்ஸா மசூதி மேடைக்கு அடியில் இருந்திருக்கலாம். மன்னன் டேவிட் போன்றோரின் ஆட்சியின் தடயங்களை மிகச் சொற்பமாகவே காண முடிகிறது. ஏனென்றால், பிற்காலத்தில் மிக பிரமாண்டமாக எழுப்பப்படும் கட்டடங்கள் பழைய தடயங்களை அகழ்வாய்விற்கு விட்டுச் செல்வ தில்லை என்பதுதான். அதற்குச் சரியான எடுத்துக்காட்டு, அக்ரே கோட்டை அழிப்பும் அதன் மீதெழுந்த அல்அக்ஸா மசூதியும்.

4. காஸ்பியனில் உள்ள ஹிர்கானியாவை ஜான் அடைந்திராத போதும், பார்த்திய வீர பராக்கிரமங்களுக்காக ‘ஹிர்கானிஸ்’ என்ற பட்டப் பெயருடன் திரும்பினார். வெளிநாட்டில் ரோமானியர்களுடன் கூட்டுச் சேர்ந்த அவர் ஜடோக் இல்லத்தின் வாரிசு என்பதால் சடுசிக்கள் என்று பெயர்பெற்ற

செல்வாக்கு மிக்க தேவாலயப் பிரமுகர்களின் ஆதரவுடன் ஜெருசலேமிலும் தனது ஆற்றலையும், அதிகாரத்தையும் பெருக்கிக் கொண்டார்.

5. நகரத்தின் மதில் தேவாலயக் குன்றில் தொடங்கி, சிலோஅம் குளம் வரையிலும் நீண்டிருந்தது. கோபுரத்தின் அடித்தளம் இன்றும் காணக் கிடைக்கிறது. மக்கபீய ஜெருசலேமின் சிறிய வீடுகளும், கோட்டையும் மதில்கள் வரை விரிந்திருந்தன. ஜானின் மதில்களின் சில பகுதிகள் இன்றும் நிலைத்துள்ளன. ஹெசிக்கியாவின் பெரிய கற்களில் மிகவும் பிற்காலத் தியவை பைசாந்தியப் பேரரசி யூடோசியாவினுடையதாகும். ஜானின் மதிலுக்கருகே ஜியான் மலையின் தெற்குச் சரிவில் கத்தோலிக்க இடு காட்டிற்கு மேற்கே ஜான் மற்றும் மக்கபீயர்களால் நிர்மாணிக்கப்பட்ட நிலத்தடிக் கால்வாயும், பெரிய குளம் ஒன்றும் 1985ஆம் ஆண்டு இஸ்ரேலிய அகழ்வாய்வாளர்களால் கண்டுபிடிக்கப்பட்டது. 1870இல் வியா டோலோரோஸாவில் ஜியானின் கன்யாஸ்திரிகள் மடம் கட்டிய போது வெட்டப்பட்ட மாபெரும் ஸ்ட்ரூதியக் குளம் பத்தொன்பதாம் நூற்றாண்டைச் சேர்ந்த ஆங்கிலேய, ஜெர்மானிய, பிரெஞ்சு ஆய்வாளர் களால் கண்டுபிடிக்கப்பட்டது. இதுபோன்ற பல ஆய்வுகள், வரலாற்று உண்மைகளை நிரூபிக்கின்றன.

6. கிரேக்க நகரம் டாலிமையை அவர் முற்றுகையிட்டபோது சைப்ரஸை ஆண்டு கொண்டிருந்த ஒன்பதாம் டாலம் ஸோஓடர் போரில் தலை யிட்டு அலெக்ஸாண்டரைத் தோற்கடித்தான். எனினும் அவருக்கிருந்த யூதத் தொடர்பால் காப்பாற்றப்பட்டார். ஜூடேயாவில் தன் மகனின் பலத்தைக் கண்டு அஞ்சி தனது தாயான எகிப்து அரசி மூன்றாம் கிளியோ பாட்ராவுடன் ஸோடர் போரில் ஈடுபட்டார். அப்போது கிளியோ பாட்ராவுக்குத் தளபதியாக இருந்தவர் முன்னால் தலைமைக்குரு ஓனியஸின் மகனான யூத அனானியஸ். ஜூடேயாவை தனது சாம்ராஜ்ஜியத்தில் இணைக்கும் விருப்பம் கிளியோபாட்ராவுக்கு இருந்தது. ஆனால் தளபதி அதற்கு உடன்படாமல் போகவே அங்கிருந்த போர்ச் சூழல் அலெக்ஸாண்டருக்குச் சாதகமாக அமைந்தது.

☆

9

ரோமானிய வருகை

கி.மு 66-40

மென்மையான கன்னம், வெட்கங்கெட்ட இதயம் கொண்ட பொம்பேய்

அரசி சலோமி இறந்ததும் அவளது மகன்கள் தங்களுக்குள் சண்டையிட்டுக் கொண்டனர். ஜெரிக்கோவிற்கு அருகே இரண்டாம் ஹைர்கானஸ் தனது சகோதரன் இரண்டாம் அரிஸ்டோபோலஸால் தோற்கடிக்கப்பட்டான். அவர்கள் இருவரும் சமாதானமடைந்து கோவிலில் ஜெருசலேமியர்கள் முன்னிலையில் ஒருவரையொருவர் தழுவிக் கொண்டனர்.

அரிஸ்டோபோலஸ் அரியணையேற, ஹைர்கானஸ் ஓய்வை நாடினான் என்றாலும் ஆன்டிபேட்டர் என்ற அந்நிய சதிகாரன் அவனைத் தன்னுடைய கட்டுப்பாட்டில் வைத்திருந்தான். பிற்காலத்தில் இந்த இடுமியனே[1] வலுப்பெற்றான். அவனது மகனே ஏரோது அரசனாகத் திகழ்ந்தான். வஞ்சகமும் கீழ்மையும் கொண்ட அக்குடும்பம் நூறாண்டுகளுக்கும் மேலாக ஜெருசலேமைத் தன் ஆளுகையில் வைத்திருந்தது. இவர்கள்தான் இன்றைய மேற்குச் சுவர், தேவாலயக்குன்று ஆகியவற்றின் உருவாக்கத்தில் முக்கிய பங்கு வகித்தனர்.

ஹைர்கானஸ், பெட்ராவிற்குத் தப்பியோடவும், அரபு நபாட்டிய தலைநகரின் தொன்மையில் பாதி வயதுடைய அந்நகரை சிவப்பு

நகராக்கவும் உதவிய ஆன்டிபேட்டர், தனது அராபிய மனைவி வாயிலாகக் கிடைக்கப் பெற்ற இந்திய மசாலப்பொருள் வணிகத்தின் மூலம் கொழுத்த பணக்காரனான மன்னன் அரெடஸின் (அராபியில் ஹறித்) உதவியோடு அரிஸ்டோபோலஸை ஜெருசலேம் வரை துரத்திச் சென்று தோற்கடித்தான். தேவாலயக் கோட்டைக்குள் இருந்த அரிஸ்டோபோலஸை அராபிய மன்னன் அரெடஸ் முற்று கையிட்டான்.

ஆனாலும் இத்தனை பெரிய ஆரவாரங்களால் குறிப்பிடத் தக்க மாற்றங்கள் ஏதும் இல்லை. ஏனென்றால் வடக்கே பொம் பேய் தனது தலைமையிடத்தை டமாஸ்கஸில் நிறுவியிருந்தான். நேயஸ் பொம்பேய் ரோமில் ஒரு பலமான ஆள். தன்னிச்சையாக ஆட்டிப் படைப்பவன். அதிகாரப் பதவியில் இல்லாமலே இத்தாலி, சிசிலி, வட ஆப்பிரிக்கா பகுதிகளில் நடந்த ரோமானிய உள்நாட்டுப் போரில் வெற்றி கண்டவன். இரு பெரும் வெற்றிகளுக்காகவும், விரிந்து பரந்த செல்வத்திற்காகவும் கொண்டாடப்படுபவன். தெய் வாம்ச முகம் கொண்ட துடிப்பான படைத்தலைவன். 'பொம் பேயின் கன்னங்களைவிட மென்மையானது வேறொன்றுமில்லை. ஆனால் அது ஒரு ஏமாற்று' என்று வரலாற்றாசிரியர் சல்லஸ்ட், பொம்பேய் பற்றி எழுதினார். 'கண்ணியமான முகம், வெட்கங் கெட்ட இதயம்' என்றார். உள்நாட்டுப்போரில் அவன் காட்டிய குரூரமும், பேராசையும் 'இளம் கசாப்புக்காரன்' என்ற பட்டப் பெயரைப் பெற்றுத்தந்தது. ரோமைத் தலைமையிடமாகக் கொண்டி ருந்ததால் தன்னை வலுவான ரோமானியனாகத் தன் வெற்றிகள் மூலம் புதுப்பித்துக் கொள்ள வேண்டியிருந்தது. மகத்தானவன் என்ற பொருளுடைய மேக்னஸ் என்ற பட்டப்பெயர் ஒரு பகுதி எள்ளலாகவும் இருந்தது.

அவன் தனது இளமைக்காலத்தில் மாவீரன் அலெக்ஸாண்டரை காவிய நாயகனாகக் கொண்டிருந்தான். அம்மாவீரனின் புகழும், வீரம் செறிந்த அரசாட்சியும், வெல்ல முடியாத மாகாணங்களும், கீழைத்தேசங்களில் அவர் பெற்றிருந்த அசைக்கமுடியாத வெற்றியும் ஒவ்வொரு ரோமானியனுக்கும் ஊக்க சக்தியாக இருந்தது.

பொம்பேய் கி.மு 64இல் செலுசிட் அரசைத் தூக்கியெறிந்தான். சிரியாவைத் தன் ஆளுகையில் இணைத்துக்கொண்டான். போரிடும் யூதர்களிடையே சமரசம் ஏற்படுத்துவதை மகிழ்ச்சிகரமாகச் செய்தான். ஜெருசலேமில் சண்டையிட்டுக் கொண்ட இரண்டு சகோதரர்களின் தூதுக்குழுக்களும், மறுபுறம் மகாபியர்களிடமிருந்து தங்களைக் காப்பாற்றுமாறு பாரசீகர்களும் பொம்பேயிடம் வந்திருந் தனர். இரண்டு இளவரசர்களையும் தனது தீர்ப்பிற்குக் காத்திருக்கு

மாறு வேண்டினான் பொம்பேய். ஆனால் ரோமின் சக்தியை அறியாத அரிஸ்டோபலஸ் அவரைக் காட்டிக் கொடுத்தான்.

பொம்பேய் ஜெருசலேமின்மீது படையெடுத்து, அரிஸ்டோ பலஸைக் கைது செய்தான். ஆனால் மகாபியர்களின் ஆதரவாளர்கள் கோட்டைக் கோயில் மலையை ஆக்கிரமித்து நகரத்திற்கும் கோட் டைக்கும் இடையிலான இணைப்புப் பாலத்தைத் துண்டித்து விட்டனர். பெத்ஷேடா குளத்திற்கு வடக்கே முகாம் அமைத்த பொம்பேய், தேவாலயத்தை மூன்று மாதங்களாக முற்றுகையிட்டுத் தொடர்ந்து கவண் கொண்டு தாக்கினான். யூதர்களின் பக்தி யுணர்வைச் சாதகமாக்கி ஓய்வுத் திருநாளும், விரத நாளும் இணைந்த ஒரு நாளில் ரோமானியர்கள், பலிபீடத்தைக் காவல் காத்த மத குருமார்களின் கழுத்தை அறுத்து வடக்கில் இருந்து கோயிலைத் தாக்கினர். தங்கள் வீடுகளுக்குத் தாங்களே தீ வைத்துக் கொண் டார்கள் யூதர்கள். மிச்சமிருந்தவர்கள் தாங்களாகவே யுத்தகளத்தில் இறங்கினர். போரில் பன்னிரண்டாயிரம் பேர் கொல்லப்பட்டனர். பொம்பேய் கோட்டையைத் தகர்த்து, அரசாட்சியை நிர்மூல மாக்கினார். மகாபிய அரசின் பெரும்பகுதியைக் கைப்பற்றினார். ஹைர்கனஸை மதகுருவாக நியமித்து, ஆன்டிபேட்டரைத் தனது அமைச்சராக்கி ஜூடேயாவை ஆட்சி புரிந்தார்.

புனிதத்திலும் புனிதமாகிய அதன் அகத்தைக் காணும் வாய்ப்பை பொம்பேயால் மறுக்க முடியவில்லை. கீழை நாடுகளின் சமயச் சடங்குகள் மீது ரோமானியர்கள் ரகசிய ஆர்வம் கொண் டிருந்த போதும் தங்களது பல கடவுள் வழிபாடு குறித்த கர்வமும் அவர்களுக்கு உண்டு. யூதர்களின் ஒரு கடவுள் வழிபாட்டை பண்டைய மூடப் பழக்கமென்று இகழ்ந்தனர். யூதர்கள் தங்கக் கழுதையை ரகசியமாக வழிபடுவதையும் மனிதர்களைக் கொழுக்கச் செய்து நரபலியிட்டு உண்பதையும் கிரேக்கர்கள் இகழ்ந்து வந்தனர்.

ஆண்டிற்கு ஒரே ஒருமுறை மட்டுமே உள்ளே செல்லக்கூடிய புனிதத்திலும் புனிதத்தினுள்ளே புகுந்து சொல்லொண்ணா தெய்வக் குற்றத்தை பொம்பேயும் அவரது படையும் நிகழ்த்தியது. சந்நிதானத்தினுள்ளே நுழைந்த யூதரல்லாத இரண்டாம் (நான்காம் ஆன்டியோகஸுக்கு அடுத்த) நபர் அந்த ரோமானியரே ஆவார். என்றாலும் அந்தத் தங்க மேசையையும், புனித மெழுகுவர்த்தித் தண்டினையும் பக்தியுடனே ஆராய்ந்தார். ஆழ்ந்த புனிதம் என்பதைத் தவிர இறைமையோ அல்லது மற்றெதுவோ அங்கில்லை என்பதை உணர்ந்தார். அங்கிருந்து வேறெதையும் எடுத்துச் செல்லவும் இல்லை.

தனது ஆசிய வெற்றிவாகையைக் கொண்டாடிக் களிக்க ரோமிற்கு விரைந்தார் பொம்பேய். அரிஸ்டோபலஸ் மற்றும் அவரது மகன்களின் எழுச்சியால் ஹைர்கானஸ் மிகவும் துன் புற்றார். இருந்தாலும் மெய்யான அமைச்சரான ஆன்டிபேட்டரிடம் அதிகாரத்தின் ஊற்றுக்கண்ணாகிய ரோமின் ஆதரவைப் பெறும் கூர்மதியிருந்தது. அப்படியிருந்தும் ரோமானிய அரசியல் சூழலால் அந்த மதிக்கூர்மைமிகு அரசியல்வாதியும் பாதிப்பிற்குள்ளானார்.

கிரேஸஸ், சீசர் ஆகிய இருவருடன் இணைந்து மூவர் அணியாக அதிகாரத்தைப் பங்கிட்டுக் கொள்ளுமாறு பொம்பேய் நிர்பந்திக்கப்பட்டார். இந்த அணியில் இருந்த சீசர் பிற்காலத்தில் பண்டைய பிரெஞ்சுப் பகுதியை வெற்றி கண்டார். மற்றொரு ரோமானியப் படைத்தலைவரான கிரேஸஸ் கி.மு 55இல் தனது எதிரிகளின் வெற்றியை முறியடித்துப் பெரும் புகழுடையும் எதிர் பார்ப்போடு கிழக்கே சிரியா வந்தடைந்தார்.

சீசரும் கிளியோபாட்ராவும்

ரோமின் டிவஸ் (செல்வந்தன்) என்றழைக்கப்பட்ட கிரேஸஸ் அவனது பேராசைக்காகவும், குரூர புத்திக்காகவும் அவப்பெயர் பெற்றிருந்தான். பலரது செல்வத்தை அபகரிப்பதற்காகவே கொடுங் கோலன் சுல்லாவின் மரண பட்டியலில் பலரது பெயரைச் சேர்த்து உயிர்ப்பலிகள் செய்வான். ஸ்பார்டகஸ் கலகத்தை ஒடுக்க 6000 அடிமைகளைச் சிலுவையில் அறைந்ததை ஆப்பியன் வழியில் கொண்டாடியவன். இன்றைய ஈரான், ஈராக்கில் இருந்த பாரசீக, செலுசிய ஆட்சிகளை அழித்து நிறுவப்பட்ட பார்த்திய ஆட்சியைக் கைப்பற்ற ஒரு புதிய படையெடுப்பிற்குத் திட்டமிட்டான்.

பொம்பேய் ஜெருசலேம் தேவாலயத்திற்குள் புகுந்தபோது தொடாமல் விட்டுச் சென்ற 2000 திறனாளர்களையும், புனிதத் திலும் புனிதமான இடத்தில் நிறுவப்பட்டிருந்த கெட்டியான தங்க உத்திரத்தையும் கிரேஸஸ் திருடிக் கொண்டுவந்து தன்னுடைய படையெடுப்பிற்கு நிதியாகப் பயன்படுத்திக் கொண்டான். ஆனால் கிரேஸஸையும், அவனது படையையும் பார்த்தியர்கள் நிர்மூல மாக்கினர்.

பார்த்திய அரசன் இரண்டாம் ஒரட் ஒரு அரங்கில் பார்த்துக் கொண்டிருந்த நாடகக் காட்சி மேடையில் கிரேஸஸின் தலை உருட்டியெடுக்கப்பட்டது. கிரேஸஸின் வாயில் உருக்கிய தங்கத்தை ஊற்றி 'உனது வாழ்வின் இச்சை தீர்ந்ததா?... இப்போது திருப்தி கொள்' என்று கூறினார் ஒரட்.

ரோமானிய அரசின் இரு ஜாம்பவான்களும் தங்களில் பெரியவன் யார் என்ற பலப்பரிட்சையில் ஈடுபட்டிருந்த காலம் அது. கி.மு 49இல் சீசர், காலில் இருந்து ரூபிகனைக் கடந்து இத்தாலியை ஆக்கிரமித்தார். அடுத்த பதினெட்டாவது மாதத்தில் பொம்பேயைத் தோற்கடித்தார். பொம்பேய் எகிப்திற்குத் தப்பி யோட, ரோமின் தேர்ச்சிபெற்ற சர்வாதிகாரி சீசர் துரத்திக்கொண்டு போக, எகிப்தியர்கள் பொம்பேயைக் கொன்ற இரண்டு நாட்களுக்குப் பின்னரே அவர் எகிப்தை அடைந்தார்.

சீசரின் வருகைக்குப் பரிசாக பொம்பேயின் பதப்படுத்திய தலை அளிக்கப்பட்டபோது சீசர் அதிர்ச்சியடைந்தாலும், சமாதான மடைந்தார். இதே கிழக்கில் சீசர் முப்பதாண்டுகளுக்கு முன்னர் படைகளை ஒருங்கிணைத்துக் கொண்டிருந்தார். இப்போது மன்னர் பதின்மூன்றாம் டாலமிக்கும் அவனது பங்கு மனைவி ஏழாம் கிளியோபாட்ராவுக்கும் இடையே கிழக்கின் வளமான செல்வ மாகிய எகிப்தைக் கைப்பற்ற நடக்கும் கடும் போரில் அந்நாடு இரண்டாகப் பிளவுபட்டுக் கிடப்பதைப் பார்க்கிறார். இருந்தாலும் அரியணையை இழந்து நெருக்கடியில் தவிக்கும் அவள் தனது தேவைக்காக எத்தகைய முடிவும் எடுப்பாள் என்பதை அவர் எதிர் பார்க்கவே இல்லை.

ரோமானியப் பேரரசர் சீசருடன் ரகசிய சந்திப்பிற்கு அனுமதி கோரினாள் கிளியோபாட்ரா. முற்ற முழுதான பாலியல் அரசியலின் சூத்திரதாரியான அவள் தன்னை ஒரு சலவைப்பையினால் (விரிப்பு கூட அல்ல) சுற்றிக் கொண்டு சீசரின் அரண்மனைக்குள் கொண்டு செல்ல ஏற்பாடு செய்தாள். இதுபோன்ற ஒரு நாடகீயமான கிளர்ச்சிக்கு சீசர் ஆட்படுவார் என்று சரியாகவே யூகித்தாள். போர்க் களங்களிலேயே நாட்களைக் கழித்து சலித்துப் போயிருந்த, தலை நரைத்த கேயஸ் ஜூலியஸ் சீசர் தன் ஐம்பத்திரண்டாம் வயதில் வழுக்கைத் தலை காரணமாக கூச்சத்திற்கு ஆட்பட்டிருந்தார்.

ஆனால் கிளர்ச்சி கொண்ட, ஜிலுஜிலுப்பு ஆற்றல் உடைய, போர்த்திறனும், எழுத்தாற்றலும், அரசியல் சாதுர்யமும் ஒருங்கே பெற்று ஒரு இளைஞனுக்குரிய பதற்றமின்றி இருந்த பாலியல் சாகசக்காரரான அவர் ஏற்கனவே கிரேஸஸ் மற்றும் பொம்பேய் இருவரது மனைவியருடனும் படுக்கையைப் பகிர்ந்திருக்கிறார். அப்போது கிளியோபாட்ராவுக்கு வயது இருபத்தியொன்று. அவளுடைய அழகிற்கு இணையில்லாமல் இல்லை. ஆனால் அவளுடைய உடல் ஈர்ப்பும், சுண்டியிழுக்கும் கவர்ச்சியை வெளிப் படுத்தும் விதமும் வெறியூட்டும் சக்தி வாய்ந்தது.

நாணயங்களும், சிலைகளும் சுட்டும் விதமாக சற்றே வளைந்த நாசியும், அவளுக்கே உரித்தான கூர் நாடியும் கொண்டிருந்தாள். அவள் மீட்டு மேலெடுத்துச் செல்வதற்கான சாம்ராஜ்ஜியம் ஒன்று இருந்தது. சாகச அரசியல் பள்ளியில் பயிலும் தேர்ந்த மாணாக்கர்களாக சீசரும், கிளியோபாட்ராவும் இருந்தனர். அவர்களது உறவின் விளைவாக சீசேரியன் என்ற மகனை ஈன்றாள். ஆனால் அதைவிட முக்கியம், சீசர் அவளுக்கு ஆதரவு காட்ட வேண்டியிருந்தது.

எகிப்தியர்கள் கிளியோபாட்ராவையும், அவளது ரோமானியக் காப்பாளனையும் எதிர்த்துக் கிளர்ச்சி செய்தபோது சீசர் அலெக்சாண்டிரியாவில் சிக்கிக்கொண்டார். இதுதான் சமயமென்று ஜெருசலேமிலிருந்த ஆன்டிபேட்டர், சீசரின் நன்மதிப்பைப் பெற முயற்சித்தான்.

3000 யூத வீரர்களுடன் எகிப்தை அடைந்த அவன் எகிப்திய யூதர்களையும் தன்னோடு இணைத்துக்கொண்டு கிளர்ச்சியாளர்களைத் தாக்கினான். வெற்றிபெற்ற சீசர், கிளியோபாட்ராவை மீட்டார். சீசர் ரோமிற்குத் திரும்பும் முன் தனது நன்றியைக் காட்டும் விதமாக ஹைர்கனேஸை யூதர்களின் தலைமை மதகுருவாகவும் ஆட்சியாளராகவும் நியமித்து ஜெருசலேமியக் கோட்டைச் சுவர்களை மீண்டும் சீரமைக்க அனுமதியளித்தார். மறுபுறம் ஜூடேயின் முகவராக ஆன்டிபேட்டரை நியமித்து ஆட்சி உரிமைகள் அனைத்தையும் அளித்தார். ஆன்டிபேட்டரின் மூத்த மகன் ஃபேப்சலை ஜெருசலேமிற்கும், இளைய மகன் ஏரோதை கலீலிக்கும் ஆளுநர்களாக நியமித்தார்.

பதினைந்தே வயதான ஏரோது, மதவெறியுடைய யூதர் குழுவைக் கண்டுபிடித்துக் கொன்றதன் மூலமாக தனது எழுச்சியைப் பறைசாற்றினான். ஜெருசலேமில் இளைய ஏரோதின் படுகொலைகளை ஒப்புக்கொள்ள முடியாமல் சினங்கொண்ட யூத உயர்மன்றம், ஏரோதுவை விசாரணைக்கு அழைத்தது. என்றாலும் இந்தக் கட்டுக்கடங்காத மக்களைச் சமாளிக்க ஆன்டிபேட்டர் மற்றும் அவனது மகன்களைப் போன்றவர்கள் தேவை என்பதை உணர்ந்த ரோமானியர்கள், சிரியாவின் ரோம ஆளுநரை விடுதலை செய்ததோடல்லாமல் அவனுக்குக் கூடுதல் அதிகாரமும் அளித்தனர்.

ஏரோது, அப்போது தனிச்சிறப்பு பெற்றவனாய் விளங்கினான். அவனது ‘தோற்றம், உடல் உள்ளம் அனைத்தும் ஆற்றலுடையவை’ என்று ஜோசஃபஸ் குறிப்பிட்டார். புகழ் பெற்றவன் என்ற பெயர் கொண்ட ஏரோது அக்காலத்திய ரோமானியர்களைக் கவர்ந்து

வசப்படுத்தும் ஆற்றல் பெற்றிருந்தான். ஜோசஃபஸ் குறிப்பிட்டது போல 'தன்னுணர்விற்கு அடிமையாகி பாலுறவு வேட்கை கொண்டவனாக' இருந்தாலும் பண்பற்றவனல்ல. கட்டடக்கலையில் ஆர்வம் கொண்டிருந்த அவன், கிரேக்க, லத்தீன், யூத கலாச்சாரத்தைப் பயின்றதுடன் அரசியலிலும், களியாட்டத்திலும் செலவிட்ட நேரம் போக மற்ற நேரங்களில் வரலாறு, தத்துவ விவாதங்களில் இன்பம் கண்டான்.

அனைத்திலும் மேலாக அதிகாரமே அவனுடைய இலக்காக இருந்தது. அதிகார தாகமே அவனுடைய அனைத்துத் தொடர்பு களையும் நஞ்சாக்கிவிட்டது.

யூத மதத்திற்கு மாறிய இரண்டாம் தலைமுறையைச் சேர்ந்த இடுமியத் தந்தைக்கும், அரேபியத் தாய்க்கும் (அதனால் அவரது சகோதரன் ஃபசேல் பைசல் என்றழைக்கப்பட்டார்) பிறந்த ஏரோது ரோமானிய, கிரேக்க, யூத என மூன்று இனமும் கலந்த பொதுப் பண்புடையவனாக இருந்தான். அவனது கலப்பின பூர்வீகத்தை மன்னித்து ஏற்க யூதர்கள் தயாராக இல்லை.

செல்வ வளமிருந்தாலும் மிகுந்த கண்டிப்பும் முரட்டுத்தனமும் கொண்ட குடும்பச் சூழலில் வளர்க்கப்பட்டார். தங்களுக்கு நெருக்கமான குடும்பத்தினரின் அழிவையும், அதிகாரம் உடைந்து நொறுங்குவதையும், வன்முறையின் சாதகங்களையும் இளம் வயதிலேயே கண்டறிந்திருந்தார். மரணம் ஒரு அரசியல் கருவியாகப் பயன் படுவதைக் கண்டு பழக்கப்பட்டவர். தவறான நம்பிக்கைகளும், கிட்டத்தட்ட பித்து எனும் அளவிற்கான மிகுந்த நுண்ணுணர்வும் கொண்ட முரட்டு இளைஞன் மிருகப் பண்பின் மொத்த உருவமாகவும் அதே சமயத்தில் அதிக புரிந்துணர்வும் உடைய அவன், ஆதிக்கத்தில் நீடிக்க சமயத்திற்கேற்ற சாதுர்யங்கள் புரிந்தான்.

சீசர் கி.மு 44இல் கொல்லப்பட்ட பிறகு சிரியாவை ஆட்சி செய்ய கேசியஸ் (சீசரைக் கொன்றவர்களில் ஒருவன்) வந்தான். ஏரோதின் தந்தை ஆன்டிபேட்டர் அணி மாறுகையில் தான் விரித்த வஞ்சக வலையில் தானே வீழ ஜெருசலேமைக் கைப்பற்றிய அவனது போட்டியாளனால் விஷம் ஊற்றிக் கொல்லப்பட்டான். விஷமூட்டியவனும் பின்னர் ஏரோதால் கொல்லப்பட்டான். கேசியஸும் சீசரைக் கொன்ற கூட்டுக் கொலையாளி புரூட்டஸும் பிலிப்பியில் தோற்கடிக்கப்பட்டனர். வெற்றி கொண்ட சீசரின் சகோதரனின் மகனும், வளர்ப்பு மகனுமான இருபத்தியிரண்டு வயது ஆக்டோவியனும், முரட்டுத்தளபதி மார்க் ஆண்டனியும் பேரரசைப் பங்கிட்டுக் கொண்டனர்.

கிழக்குப் பகுதியைப் பெற்ற ஆண்டனி சிரியா நோக்கி நகர்ந்தான். இரண்டு எதிரெதிர் விருப்பங்களுடன் இரண்டு திறமைசாலிகள் ரோமானிய வல்லாளனைச் சந்தித்தனர். அதில் ஒருவன் யூத அரசாட்சியை மறு கைப்பற்ற விரும்பினான். மற்றவன் அதைத் தன் முன்னோர்களின் பேரரசுடன் இணைத்துக்கொள்ள நினைத்தான்.

ஆன்டனியும் கிளியோபாட்ராவும்

தனது முன்னோர்களின் பிரதேசங்களை அளிக்கவல்ல டைனிசிஸஸை இசிஸ்அப்ரோடைட்டாகச் சந்திக்கவுள்ள ஆன்டனியைப் பார்க்க, உலகின் அதி மகோன்னதமிக்க சாம்ராஜ்ஜியமாக அறியப்பட்ட தாலமி வம்சத்தின் குலக்கொழுந்தும், தனது கவர்ச்சியின் உச்சத்தில் நின்ற நம் அரசியுமான கிளியோபாட்ரா சென்றாள்.

அந்த சந்திப்பு இருவருக்குமே மிக முக்கியமான நிகழ்வாகும். ஆன்டனி அவளை விடப் பதினான்கு வயது மூத்தவனென்றாலும், தன்னூக்கத்தோடு இருந்தான். மிடாக் குடியனாக, தடித்த கழுத்தும், திரண்ட மார்பும், தொங்கும் தாடையும், தனது சதை பருத்த கால்கள் மீதான பெருமிதத்துடனும் இருந்தான். கிளியோபாட்ரா மீதான மோகத்தில் சொக்கிக் கிடந்தான். கிரேக்கக் கலாச்சாரத்தைத் தழுவுவதிலும், கிழக்கின் உல்லாசத்தைத் துய்ப்பதிலும் பெரும் நாட்டம் கொண்டிருந்தான்.

ஹெர்குலிஸின், டையோனிசிஸின் பாரம்பரியத்தைச் சேர்ந்த தன்னை அலெக்ஸாண்டரின் வாரிசென்றும் கருதினான். ஆனாலும் தன்னுடைய பார்த்தியப் படையெடுப்பிற்கு எகிப்தியப் பணமும் வசதிகளும் தேவைப்பட்டன. அந்த வகையில் இருவருக்கும் பரஸ்பரத் தேவையிருந்தது.

பல நேரங்களில் தேவைகளே காதலைப் பிறப்பிக்கிறது. ஆன்டனியும் கிளியோபாட்ராவும் தங்களது கூட்டணியையும், கிளியோபாட்ராவின் சகோதரி (இவள் ஏற்கனவே தன் சகோதரனைக் கொன்றிருந்தாள்) கொலை விவகாரத்தையும் துய்த்துக் களித்தனர்.

ஏரோதும் ஆன்டனியிடம் விரைந்து வந்தான். ஆன்டனி எகிப்தில் இளம்தளபதியாக இருந்தபோது ஏரோதின் தந்தையால் வளர்த்து ஆளாக்கப்பட்டவன். ஆகவே ஆன்டனி ஏரோதையும், அவனுடைய சகோதரனையும் ஜூடேயின் மெய்யான ஆட்சியாளர்களாக்கியதோடு, தலைமைக்குரு ஹைர்கானஸை பெயரளவிலான

பொம்மையாக்கினான். தனது பலம் அரச பந்தத்தால் உயர்வது கண்டு மகிழ்ச்சியில் திளைத்தான். ஏரோதுவுக்கு நிச்சயிக்கப்பட்ட பெண் மரியம். அவள் இரண்டு அரச குடும்பங்கள் கொடுத்து எடுத்து மணம் புரிந்தவகையில் உதித்த மகாபிய இளவரசியாவாள். அவளது முகத்தைப் போலவே அவளுடைய உடல் அழகானது என்று ஜோசஃபஸ் எழுதினார். இந்த உறவு ஜெருசலேமில் பாலுறவுச் சிதைவாக நடந்தேறிவிட்டது.

ஆன்டனி, இரட்டையர்களைச் சுமந்த கிளியோபாட்ராவுடன் அவளது தலைநகர் அலெக்ஸாண்ட்ராவிற்குச் சென்றான். ஆனால் ஏரோதின் வளர்ச்சி உறுதிப்படுவதாகத் தோன்றியதால் பார்த்தியர்கள் சிரியாவை முற்றுகையிட்டனர். ஹைர்கானஸின் உறவினனாகிய மகாபிய இளவரசன் ஆன்டிகோனஸ் ஜெருசலேமைக் கைவிடுவதற்கு ஈடாக 1000 தலாந்துகளையும் 500 அந்தப்புரப் பெண்களையும் பார்த்தியர்களுக்கு அளித்தான்.

பக்கோரஸ்: பார்த்திய வீச்சு

ரோமின் கைப்பாவைகளான ஏரோது மற்றும் அவனது சகோதரன் ஃபாசல் இருவருக்கும் எதிராக யூத நகரம் கிளர்ந்தெழுந்தது. ஆலயத்திற்கு எதிரிலிருந்த அரண்மனையில் கிளர்ச்சியாளர்களைத் தோற்கடித்தனர். ஆனால் பார்த்தியர்களின் விவகாரம் இதிலிருந்து மாறுபட்டது. விரத வாரங்களில் ஜெருசலேம் புனித யாத்ரிகர்களால் நிரம்பியது. அதேநேரத்தில் மக்கபீய ஆதரவாளர்கள் பார்த்திய இளவரசன் பகோரஸுக்கும்,[1] அவனது முன்னோடி ஆன்டிகேனஸுக்கும்[2] வாயிலைத் திறந்துவிட்டனர்.

பார்த்தியர்கள் தங்களை ஏரோதுக்கும், ஆன்டிகேனஸுக்கும் இடையில் உண்மையான தரகர்களாக நாடகமாடினர். ஏரோதுவின் சகோதரன் ஃபாசலை மாய வலையில் சிக்க வைத்தனர். நகரத்தை அழித்து ஆன்டிகேனஸை ஜூடேய அரசனாகவும், தலைமை மத குருவாகவும் பதவியில் அமர்த்தியபோது ஏரோதுவுக்கு அழிவு துவங்கிவிட்டது. அவனது தந்தையின் சகோதரன் ஹைர்கானஸின் காதுகளை அறுத்தெறிந்து அவனை மதகுரு பீடத்திற்குத் தகுதியற்றவனாக்கினான். ஏரோதுவின் சகோதரன் ஃபாசிலோ ஒன்று கொல்லப்பட்டிருக்கலாம் அல்லது தானாகவே மண்டையை மோதி மூளை சிதறி இறந்திருக்கலாம்.

ஏரோது ஜெருசலேமையும், தனது சகோதரனையும் இழந்து ரோமானியர்களுக்கு ஆதரவாக இருந்தான். ஆனால் மத்திய

1

கிழக்கையோ பார்த்தியர்கள் ஆக்கிரமித்துக் கொண்டனர். அவன் வெற்று நெருக்கடிக்குள் சிக்கிக்கொண்டவன். மன அழுத்தத்திற்கு ஆளானவனாக இருக்கவேண்டும் அல்லது கண்டிப்பாக உளவியல் சிக்கலுக்குள்ளாகி இருக்கவேண்டும். ஆனால் அதிகாரத்தைக் கைப்பற்றும் திறமையும், கூர்மையான நுண்ணறிவும், உயிர் மீது பேரிச்சையும், சமாளித்து செல்வதற்குரிய அபாரமான உள்ளாற்றலும் கொண்டிருந்தான். முற்றாகக் குமைந்து போகும் சூழலில் தனது நடுக்கத்திலிருந்து மீண்டுவர முடிந்தது. ஒரு இரவில் தனது ஆதரவாளர் களுடன் தப்பிக்க முயற்சித்ததோடு, அதிகாரத்தைக் கைப்பற்றவும் முயற்சித்தான்.

கிளியோபாட்ராவிடம் தப்பியோடிய ஏரோது

ஏரோது 500 காமக்கிழத்தியர், தனது தாயார், சகோதரி குறிப்பாகத் தனக்கு நிச்சயிக்கப்பட்ட மகாலி இளவரசியான மரியம் ஆகியோரைக் கொண்ட பரிவாரத்துடன் சடுதியில் ஜெருசலேம் நீங்கி, வறண்ட ஜூடேய மலைகளை அடைந்தான். தனது காமக் கிழத்தியருடன் சென்றதை அறிந்த மன்னன் ஆன்டிகேனஸ் (அவர்கள் பார்த்தியர்களுக்கு அளிப்பதென்று உறுதி செய்யப்பட்டவர்கள்) அவர்களைப் பின்தொடருமாறு தனது குதிரைப் படையினருக்கு ஆணையிட்டான். மலைகளினூடாக தப்பிய ஏரோது மீண்டும் மனமுடைந்து தற்கொலை செய்ய முயன்றான். ஆனால் அவனது காவலாட்கள் ஏரோது மேலுயர்த்திய வாளைப் பார்த்துவிட்டனர். சிறிது நேரத்திலேயே ஆன்டிகேனஸின் குதிரைப்படை ஏரோதின் வண்டியை நெருங்கியது. தனது நம்பிக்கையை மீட்டெடுத்து அவர் களை வீழ்த்தினான் ஏரோது. தகர்க்கமுடியாத மலைக்கோட்டை யான மசாடாவில் தனது பரிவாரத்தை விட்டுவிட்டு தான் மட்டும் எகிப்திற்குத் தப்பிச் சென்றான்.

ஆன்டனி ரோமிற்குச் சென்றுவிட்டதால் அரசி கிளியோபாட்ரா ஏரோதினை வரவேற்று, அவனை அலெக்ஸாண்ட்ரியாவில் நிரந்தர மாகத் தக்கவைக்கப் பணி ஒன்றையும் அவனுக்கு அளித்தாள். இருந் தாலும் தனக்கு நிச்சயிக்கப்பட்டவளின் தம்பியும், ஜூடேய அரியா சனத்திற்கான மகாபிய இளவரசனுமான ஜோனாதனுடன் ஏரோது ரோமிற்குக் கடல் வழியாகப் பயணித்தான்.

பார்த்தியர்களைத் துரத்துவதற்குத் திட்டமிட்ட ஆன்டனி அது சாதாரணமான வேலையில்லை என்றும் ஏரோதுவின் இரக்கமற்ற ஆற்றல் அதற்குத் தேவைப்படும் என்றும் உணர்ந்தான்.

ஆன்டனியும், பேரரசின் சக ஆட்சியாளனுமாகிய ஆக்டோவியனும் ஏரோதுவை ஆட்சி மன்றத்திற்கு இட்டுச்சென்று அவனை ரோமானிய நண்பனாகவும், ஜூடேய அரசனாகவும் அறிவித்தனர். 'ரோமானியரின் தோழர், நட்பு அரசர்' இருபுறமும் உலகின் இரு பெரும் தூண்களான ஆக்டோவியன் மற்றும் ஆன்டனி சூழ ஆட்சி மன்றத்தை விட்டு வெளியே வந்த நேரம் ஈடோம் மலைகளிலிருந்து தோன்றிய பாதி யூதனும், பாதி அரேபியனுமான ஏரோதுக்கு மிக உன்னதமான கண்டமிருந்தது. அவ்விருவருடன் கொண்டிருந்த உறவே அவனது நாற்பது வருட கொடுங்கோன்மை ஆட்சிக்கு அடித்தளமாக இருந்தது. ஆனாலும் ஒருபோதும் வல்லமைமிக்க ஆட்சியை அவன் பெற்றிருக்கவில்லை. கிழக்கை பார்த்தியர்கள் ஆள, ஜெருசலேமை ஆன்டிகேனஸ் ஆண்டுவந்தான். யூதர்களைப் பொறுத்த மட்டிலும் ஏரோது ஒரு ரோமானியக் கைக்கூலி. இடுமியக் கலப்பினத் தான். அவன் தனது ஆட்சிப்பரப்பின் ஒவ்வொரு அங்குலத்திற்கும் போராட வேண்டியிருந்தது. அதேபோல ஜெருசலேமிற்காகவும் மல்லுக்கட்ட வேண்டியிருந்தது.

குறிப்புகள்:

1. பகோரஸ் கிராஸஸைத் தோற்கடித்த அரசர்களின் அரசன் இரண்டாம் ஓரடின் மகனும் அர்சாசிட்டின் வாரிசுமாவான். காஸ்பியனுக்குக் கிழக்கில் இருந்த சொந்த மண்ணிலிருந்து பரவிய பார்த்தியர்கள் ரோமானிய அரசுக்கு எதிரான தங்களது அரசை உருவாக்குவதற்காக சுமார் கி.மு 250இல் செலுசியர்களிடமிருந்து பிரிந்தனர். பகோரஸின் படைக்குத் தலைமையற்ற பஹ்லவன் போர்வீரர்கள் உறுதிவாய்ந்த கவசமும், தளர்ந்த கால்சராயும் அணிந்து 12 அடி நீள ஈட்டியும், கோடாரியும், தண்டமும் தாங்கி யோராகும். முழுமையான கவசம் பூண்ட இவர்கள் உக்கிரமாகப் போரிட்டு கர்ரேயில் ரோமானியப் படையை அழித்தனர். புகழ்பெற்ற 'பார்த்தியன் வீச்சு' எனப்படும் வைத்த குறி தப்பாமல் மிக விரைவாக எறியும் வில்லாளி களின் ஆதரவு அவர்களுக்குப் பெரும்பலமாக இருந்தது. ஆனால் பார்த்தி யாவின் நிலப்பிரபுத்துவ ஆட்சிமுறை பலவீனமாக இருந்தது. பார்த்திய அரசர்கள் அதன் அசைக்க முடியாத சக்திவாய்ந்த நிலவுடைமையாளர் களின் கருணையில் காலம் தள்ளினார்கள்.

2. ஆன்டிகேனஸ். காலஞ்சென்ற அரசன் இரண்டாம் அரிஸ்டோபலஸின் மகன். தனக்கு யூத கிரேக்கப் பெயர்களைப் பயன்படுத்தினான். அவனது நாணயங்களில் மெழுகுவர்த்தித் தூணும், 'மன்னன் ஆன்டிகேனஸ்' என்ற வார்த்தையும் காணப்படுகிறது. பின்புறத்தில் காண் அப்ப மேசையுடன் ஹீப்ருவில் 'உயர் மதகுரு மட்டாதியாஸ்' என்ற வாசகமும் காணப்படுகிறது.

☆

10

ஏரோதுகள்

கி.மு 40-கி.பி 10

மக்கபீயர்களின் கடைசி நபரான ஆன்டியோகஸின் வீழ்ச்சி

கப்பலில் பயணித்து டாலமைசை சென்றடைந்த ஏரோது ஒரு படையைத் திரட்டி தனது அரசை மீட்க முயன்றான். கலீலியில் உள்ள நுழையமுடியாத ஆழக்குகைகளில் ஒழிந்திருந்த கிளர்ச்சியாளர் களை, ஏரோதுவின் படைவீரர்கள் தங்கள் மார்பைச் சங்கிலியால் பிணைத்து மேலிருப்பவர்கள் உதவியுடன் படுக்கைக் கிடையாக ஆழ்குகைக்குள் இறங்கி கொக்கியால் பள்ளத்தாக்குகளில் உருட்டி விட்டனர். கலகத்தை அடக்கிவிட்ட போதிலும் ஜெருசலேமைக் கைப்பற்ற ஏரோதுக்கு ஆன்டனியின் ஒத்துழைப்பு தேவைப் பட்டது.

ரோமானியர்களைப் பார்த்தியர்கள் துரத்தியடித்தனர். கி.மு 38இல் சமோஸட்டாவில் (தென்கிழக்கு துருக்கி) ஆன்டனி ஒரு பார்த்தியக் கோட்டையை முற்றுகையிட்டபோது, வடக்கு நோக்கி அணிவகுத்த ஏரோது ஆன்டனியுடன் பரஸ்பர உதவிக்குத் தயாரானான். பார்த்தியர்கள் ஆன்டனியை மறைந்திருந்து தாக்கிய போது ஏரோது, பார்த்தியர்கள் மீது எதிர்தாக்குதல் நடத்தி ஆன்டனியின் சரக்கு வண்டித் தொடரைப் பாதுகாத்தார். வெற்றியில் இறுமாந்த நிலையில் வரவேற்கப்பட்ட ஆன்டனியை ஏரோது,

படையினர் முன்னிலையில் ஆரத்தழுவி ஜூடேயாவின் இளைய மன்னன் என்ற மரியாதையுடன் ஊர்வலமாக அழைத்துச் சென்றான்

நன்றியுணர்வுக்கு ஆட்பட்ட ஆன்டனி, ஏரோது சார்பாக ஜெருசலேமை முற்றுகையிட 30,000 காலாட்படை வீரர்களையும், 6000 குதிரை வீரர்களையும் அனுப்பினார். தேவாலயத்திற்கு வடக்கே ரோமானியர்கள் கூடாரமைத்திருந்தபோது பதினேழு வயதான மரியத்தை மணந்தார் ஏரோது. முற்றுகையிட்ட நாற்பது நாட்கள் கழித்து வெளிமதிலைத் தகர்த்தனர் ரோமானியர்கள். அடுத்த இரண்டு வாரம் கழித்து தேவாலயத்திற்குள் நுழைந்த அவர்கள் பைத்தியக்காரக் கும்பலைப்போல நகரத்தைச் சூறையாடியதோடு குறுகிய தெருக்களில் கண்ணில் கண்ட ஜெருசலேமியர்களை வெட்டிக் கொன்றனர். படையணியினர் நடத்தும் இந்தப் படுகொலைகளை நிறுத்துவதற்கு ஏரோது ரோமானியர்களுக்குக் கையூட்டு தரவேண்டியிருந்து.

சிறைப்பிடிக்கப்பட்ட ஆன்டியோகஸை ஆன்டனி எதிரில் கொண்டுவந்து நிறுத்தியதும், அந்த மக்கபீய கடைசி மன்னனைச் சற்றும் தயங்காமல் சிரச்சேதம் செய்தான் ஆன்டனி. பின்னர் அந்த ரோமானிய வல்லாளர் தனது 100,000 படை வீரர்களுடன் பார்த்தியா மீது போர் தொடுக்கச் சென்றார். அவரது ராணுவ பலம் மிகைக் கூற்றாக இருக்கலாம்.

தனது படையில் மூன்றிலொரு பாகத்தை இழந்து தோல்வியைத் தழுவிய நிலையில் எஞ்சிய படைக்கு கிளியோபாட்ரா அளித்த உணவுதான் உயிரூட்டியது. அதற்குப் பின்னர் ஆன்டனி தன் புகழை ரோமில் மீட்டுக்கொள்ளவே முடியவில்லை.

ஏரோது மன்னர் சன்ஹெத்ரின் உறுப்பினர்களில் எழுபத்தியொருவரில் நாற்பத்தி ஐந்து பேர்களை ஒழித்துக்கட்டி வெற்றிக் களிப்பெய்தினார். தேவாலயத்திற்கு வடக்கில் இருந்த பாரீஸ்க் கோட்டையைத் தகர்த்துவிட்டு நான்கு மணிக் கோபுரங்கள் கொண்ட சதுரமான கோட்டையரணைக் கட்டினார். அவரது புரவலரான ஆன்டனியா பெயரைத் தாங்கி நிற்கும் அது நகரைக் காட்டிலும் பிரமாண்டமாக இருந்தது.

இன்று ஆன்டோனியாவில் மிச்சமாக இருப்பது அடித்தளக் கல் செதுக்குகள் மட்டுமே என்றாலும் ஏரோதுவின் கோட்டைகள் பலவற்றைக் காணும்போது அதன் பிரமாண்டத்தை நம்மால் கற்பனை

செய்துகொள்ள முடியும். அவரது ஒவ்வொரு மலை வல்லரண்களும் ஊடுருவ முடியாத பாதுகாப்பையும், பெரு வசதி இன்பங்களையும் ஒருங்கே கொண்டிருந்தன.[1] இத்தனையிருந்தாலும் அவர் தான் பாதுகாப்பாக இருப்பதாக உணரவில்லை. தனது அரச மனைவிகளாகிய மரியம், கிளியோபாட்ரா ஆகிய இருவரின் சூழ்ச்சிகளிலிருந்தும் தனது அரசைக் காப்பாற்ற வேண்டிய பொறுப்பும் அவருக்கு இருந்தது.

நீச்சல் குளத்தில் மூழ்கடிக்கப்பட்ட தலைமை மதகுரு

பிறருக்கு அச்சமூட்டுபவராகக் கருதப்பட்ட ஏரோது மக்கபீயர்களிடம் மிகுந்த எச்சரிக்கையுடன் நடந்துகொண்டார். அவரது எச்சரிக்கைக்கு உரியவர்களில் ஒருவர், அவருடன் படுக்கையைப் பகிர்ந்துகொண்ட, பண்பும் ஒழுக்கமும் கர்வமும் ஒருங்கிணைந்த காதல் மனைவி மரியம். மரியத்தின் தாயார் அலெக்ஸாண்ட்ரா, நரக மாமியாருக்கு உயிர்ச் சான்றாக விளங்கினாள். ஏரோதை அழிக்க கிளியோபாட்ராவுடன் இணைந்து சதியாலோசனை செய்தாள்.

மக்கபீயப் பெண்கள் தங்களது வம்சாவளி குறித்த கர்வம் கொண்டவர்கள். தன் மகள் கலப்பின ஏரோதுவிற்கு மனைவியானதை விரும்பவில்லை மாமியார். முதலாம் நூற்றாண்டின் பண்படாத அரசியல் சூழலில் மனநிலை பிறழ்ந்த ஏரோதுவுடன் மோதுவதற்குக் கூடத் தன்னிடம் போதிய ஆற்றல் இல்லை என்பதை அவள் உணரவில்லை.

காயப்பட்ட வயது முதிர்ந்த ஹர்கானஸால் தேவாலயப் பணிகளில் ஈடுபட முடியாத நிலையில் அவ்விடத்தில் தனது பதின்ம வயது மகனாகிய மரியமின் தம்பி ஜோனாதனை மதகுருவாக நியமிக்கவேண்டும் என்று அலெக்ஸாண்ட்ரா விரும்பினாள். அரை அரேபிய, இடுமிய அற்பனாகிய ஏரோதுவால் அத்தகைய உயர்வை அளிப்பது தொடர்பாக நினைத்துப் பார்க்கவே முடியாது. ஜோனாதன் உரிமையுள்ள மன்னனாகத் திகழ்ந்தது மட்டுமல்லாமல் அவனது அழகான தோற்றம் இறையருளை பிரதிபலிப்பதாகவும் நம்பப் பட்டது. அசரவைக்கும் அழகு மிக்கவனாகத் திகழ்ந்தான். அவன் எங்கு சென்றாலும் அங்கு மக்கள் கூட்டம் அவனைச் சூழ்ந்தது. அப்பதின்ம வயதுப் பாலகனைக் கண்டு அஞ்சிய ஏரோது, யாருமறியாத ஒரு பாபிலோனிய யூதரைத் தலைமைக்குருவாக நியமித்து பிரச்சனைக்குத் தீர்வு கண்டார்.

அதனால் அலெக்ஸாண்ட்ரா ரகசியமாக கிளியோபாட்ராவின் உதவியைக் கோரினாள். லெபனான், கிரீட், வட ஆப்பிரிக்காவின் பகுதி என பல நிலப்பகுதிகளை இணைத்து கிளியோபாட்ராவின் ஆளுகைப் பிரதேசத்தை விஸ்தரித்த ஆன்டனி, ஏரோதின் மிகவு யர்ந்த உடைமையாகிய ஜெரிக்கோவின் பால்ஸம் மற்றும் பேரீச்சம் பழத் தோப்புகளை அளித்தார்.[2] ஏரோது சிலவற்றைத் திரும்பப் பெற்றுக் கொண்டபோதும், அவரது மூதாதையரின் நிலமாகிய ஜூடேயா மீது கிளியோபாட்ராவுக்குப் பெருவிருப்பம் இருப்பது தெள்ளத் தெளிவாகத் தெரிந்தது.

அழகிய ஜோனாதனின் ஓவியத்தை ஒரு ஆசையூட்டும் சுவைப் பண்டத்தைப் போல மரியமும், அவளது தாய் அலெக்ஸாண்ட்ராவும் ஆன்டனிக்கு அனுப்பி வைத்தனர். பெண்ணின் அழகைப் போற்றுவதுபோல அக்கால வழக்கப்படி ஆணின் அழகையும் போற்றினர். ஆன்டனி அரசனாகும்போது அவனது முயற்சிக்கு ஆதரவு தருவதாக கிளியோபாட்ரா உறுதியளித்தாள். எனவே அப்பாலகனை அனுப்புமாறு ஆன்டனி கேட்டபோது, அச்சம் கொண்ட ஏரோது அனுப்ப மறுத்தான். ஏரோது தனது மாமியாரை ஜெருசலேமில் பலத்த காவலில் வைத்ததால் கிளியோபாட்ரா அலெக்ஸாண்ட்ராவிற்கும், அவளது மகனுக்கும் பாதுகாப்புத் தர முன் வந்தாள். தங்களை அரண்மனையில் இருந்து ரகசியமாகக் கடத்துவதற்கு இரண்டு சவப்பெட்டிகளை அலெக்ஸாண்ட்ரா ஏற்பாடு செய்தாள்.

மக்கபீயப் புகழுக்கு அஞ்சி எதிர்க்க இயலாத ஏரோது, தனது மனைவியின் கோரிக்கைகளுக்கு உடன்பட்டார். கூடாரப் பண்டிகையின் போது ஜோனாதனைத் தலைமைக் குருவாக நியமித் தார். மிக வனப்பான அங்கியையும், அரச மதகுருவிற்குரிய தலை அணிகலன்களையும் அணிந்த ஜோனாதன் பலிபீடத்தில் ஏறும் போது ஜெருசலேமியர்கள் அவனது புகழை உரத்துக் கூவினர். ஏரோது தன் பிரச்சனைக்கு தன் வழியிலேயே தீர்வு கண்டார்.

புதிய தலைமை மதகுருவை ஜெரிக்கோவில் உள்ள தனது வளமான அரண்மனைக்கு வருமாறு அழைப்பு விடுத்தார் ஏரோது. மதகுருவும் வந்தார். ஏரோது அவரைக் கனிவுடன் வரவேற்றார். அதுவொரு வெப்பமான இரவென்பதால் புதிய மதகுரு ஜோனாதன் நீச்சலுக்கு உந்தப்பட்டார். மகிழ்வுக் குளத்தில் இறங்கி நீந்த ஏரோதுவின் கையாட்கள் அழகான ஜோனாதனைத் தண்ணீருக்குள் அழுத்தினர். காலையில் சிறுவனின் சடலம் நீரில் மிதந்தது. மரியமும், அவளது தாயும் மனமொடிந்தனர். சினமுற்றனர். ஜெருசலேமே

சோகத்தில் ஆழ்ந்தது. ஜோனாதனின் இறுதிச் சடங்கு முழுவதும் ஏரோதும் கண்ணீர் உகுத்தார்.

இக்கொலையைப் பற்றி அலெக்ஸாண்ட்ரா, கிளியோபாட்ரா வுக்கு செய்தி அனுப்பியதும் அவள் காட்டிய பரிவு முற்றிலும் அரசியல் சார்பானது. அப்படிச் சொல்வதற்கான காரணம் கிளியோ பாட்ராவே இரண்டு, மூன்று உடன்பிறந்தாரைக் கொன்றவள். அவளுக்காவது பரிவு தோன்றுவதாவது.

ஏரோதுவை சிரியாவிற்கு வரவழைக்குமாறு ஆன்டனியை வற்புறுத்தினாள் கிளியோபாட்ரா. அவள் நினைத்தது மட்டும் நடந்துவிட்டால் ஏரோது நாடு திரும்பமாட்டார். ஆபத்து மிகுந்த சந்திப்பிற்காகத் தன்னைத் தயார்படுத்திக் கொண்டார். மரியம் பேரில் தனக்கிருந்த அன்பை தனக்கேயுரிய கொடூரமான வழியில் காட்டினார். தான் நாட்டில் இல்லாதபோது மரியத்தைப் பாது காக்கும் பொறுப்பை தனது மாமன் மகன் ஜோசப்பிடம் விட்டுச் சென்றார் ஏரோது. தான் ஒருவேளை ஆன்டனியால் கொல்லப் பட்டால் உடனே மரியத்தையும் கொன்றுவிட வேண்டும் என்று ஜோசப்பைக் கேட்டுக்கொண்டார். அரசர் அந்தளவிற்கு மரியத்தை விரும்பினார். அதனால்தான் அவர் இல்லாத உலகில் மரியம் இருக்க வேண்டாம், கொன்று விடுவதே மேல் என்று அவர் நினைத்ததாக ஏரோது சென்றபின் ஜோசப் மீண்டும் மீண்டும் மரியத்திடம் கூறிக் கொண்டேயிருந்தார். மரியம் அதிர்ச்சியுற்றாள். ஏரோது இறந்து விட்டதாக வதந்தியால் ஜெருசலேமே பரபரத்துக் கிடந்தது. குரூர அரசவையின் ஆட்டக்காரர்களில் ஒருத்தியான அரசனின் சகோதரி சலோமியை மரியம் நிந்தித்துக் கொண்டிருந்தாள்.

ரோமானிய ஆளுநர்களைக் கையாளுவதில் தேர்ந்த நிபுணராகிய ஏரோது, லோடிஷியாவில் ஆன்டனியைத் தன் வயப் படுத்திக் கொண்டான். ஆன்டனியும் ஏரோதுவை மன்னிக்க இரு வரும் இரவுபகலாகக் கேளிக்கையில் திளைத்தனர். ஏரோது நாடு திரும்பியதும் தங்களது மாமன் மகன் ஜோசப், மரியத்தை எவ்வாறு மயக்கினான் என்றும் மாமியார் கலகத்திற்குத் திட்டமிட்டதையும் சலோமி தன் சகோதரனிடம் கூறினாள். எனினும் ஏரோதும், மரியமும் சமரசமாயினர். அவள்மீது தான் கொண்டிருந்த காதலை எடுத்து ரைக்க, 'கண்ணீர் மல்கிய இருவரும் ஆரத்தழுவினர்.' அவளைக் கொல்ல அவன் திட்டமிட்டதைத் தான் தெரிந்துகொண்டு விட்ட தாக அவள் கூறும் வரைதான் அந்தத் தழுவல் நீடித்தது. பொறா மையில் உந்தப்பட்ட ஏரோது மரியத்தை வீட்டுச்சிறையில் வைத்து ஜோசப்பைக் கொன்றான்.

ஆன்டனி, பார்த்திய ஆர்மீனியாவை வெற்றிகரமாகக் கைப்பற்றியதன் மூலம் தனது முந்தைய தோல்விகளைக் கடந்து மீண்டும் ரோமானிய பலத்தை நிரூபித்தார். ஆன்டனியுடன் கிளியோபாட்ராவும் யூப்ரடீஸுக்குச் சென்றாள். திரும்பும் வழியில் இருவரும் ஏரோதுவைப் பார்த்தனர்.

ஏரோது, ஆன்டனி என்ற இருபெரும் வஞ்சகர்கள் ஒருபுறம் உல்லாசமாகப் பொழுதைக் கழித்துக்கொண்டே மறுபுறம் ஒருவரை யொருவர் எப்படிக் கொல்லலாம் என்று ரகசியத் திட்டம் தீட்டிக் கொண்டிருந்தனர். கிளியோபாட்ரா தன்னை மயக்க முயற்சிக் கிறாள் என்று ஏரோது குற்றம் சுமத்தினார். தனக்கு ஏதேனும் உதவி செய்யக்கூடிய எந்த ஆண்மகனிடமும் நடந்து கொள்வதைப் போலவே வழக்கமான முறையில் ஏரோதுவிடமும் நடந்திருப்பாள். அதுமட்டுமின்றி அது பயங்கரமான பொறியாகும். ஆனால் அதற்குச் சிக்காத ஏரோது பழைய நைலின் அரவத்தைக் கொல்லத் திட்டம் தீட்டினார். அவரது ஆலோசகர்கள் அதற்குக் கடுமையான எதிர்ப்பு தெரிவித்தனர்.

எகிப்திய அரசி அலெக்ஸாண்ட்ரியாவிற்குத் திரும்பினாள். அங்கு நடைபெற்ற விழாவில் ஆன்டனி, கிளியோபாட்ராவை 'அரசர்களின் அரசி' என்று புகழ்ந்தார். சீசருக்கும் அவளுக்கும் பிறந்த மகன் பதின்மூன்று வயது சீசரியனை அவளுடன் சக அரசனாக ஆக்கினார். தனக்கும் கிளியோபாட்ராவிற்கும் பிறந்த மூன்று மகன்களை ஆர்மீனியா, ஃபொனீஷியா, சைரீன் ஆகிய பகுதிகளுக்கு அரசர்களாக்கினார். ரோமில் இத்தகைய கீழைநாட்டு நடைமுறைகள் இல்லையென்பதால் இச்செயல் ஆண்மையற்ற மூடத்தனமாகக் கருதப்பட்டது. ஆன்டனி எழுதியதாகக் கருதப்படும் அவரது 'மது அருந்துதல் பற்றி' என்ற உரையில் தனது கீழை களி யாட்டங்களை நியாயப்படுத்தினார்.

ஆக்டோவியனுக்கு எழுதிய கடிதத்தில் "நீ ஏன் மாறி விட்டாய்? நான் அரசியைப் புணர்கிறேன் என்பதாலா? நீ எங்கே யாரைப் புணர்கிறாய் என்பது ஒரு பொருட்டே அல்ல. ஆனால் கிளியோ பாட்ரா 'அழிவின் அரக்கியாகப்' பார்க்கப்படும்போது அது முக்கியத்து வமானதுதான்" என்று குறிப்பிடுகிறார். அவர்கள் இருவருக்குமான கூட்டு முறிந்த பின்னர் ஆக்டோவியன் கூடுதல் பலம் பெற்றவனாக ஆனான். அரசவை ஆன்டனியின் ஏகபோக உரிமையைக் குறைத்தது. அடுத்து ஆக்டோவியன் கிளியோபாட்ரா மீது போர் தொடுத்தான். இருதரப்பும் கிரீஸில் பொருதின. ஆன்டனியின் காலாட்படையும், கிளியோபாட்ராவின் எகிப்திய ஃபொனீசியக் கப்பல்படையும் கைகோர்த்தன. அது உலகைக் கைப்பற்றுவதற்கான போராகிவிட்டது.

தன்மீதே விரியன் பாம்பினை ஏவிய கிளியோபாட்ரா

அப்பெரும் போரில் வெற்றி பெறுவது யாரோ அவரை ஆதரிக்கக் காத்திருந்தார் ஏரோது. கிரீஸில் ஆன்டனி பக்கம் இணைய விருப்பம் கொண்டிருந்த வேளையில் ஜோர்டானில் இருந்த அரேபிய நட்டேயர்களைத் தாக்கவேண்டும் என்ற உத்தரவு அவருக்கு வந்தது. ஏரோது திரும்பியபோது ஆன்டனியும், ஆக்டோவியனும் ஆக்டித்தில் மோதிக்கொண்டிருந்தனர். ஆக்டோவியனின் தளபதியான மார்கஸ் அக்ரிப்பாவின் திறனுக்கு ஆன்டனியால் ஈடுகொடுக்க முடிய வில்லை. மறுபுறம் கடற்போரும் பெருந்தோல்வியைத் தழுவியது. ஆன்டனியும் கிளியோபாட்ராவும் எகிப்திற்குத் திரும்பி ஓட்டமெடுத்தனர். ஆன்டனியின் ஜூடேய அரசையும் அழித்து விடுவானோ ஆக்டோவியன்?

ஏரோது, மீண்டும் தன்னை மரணத்திற்குத் தயார்படுத்திக் கொண்டு அரச பொறுப்பை தன் சகோதரர் ஃபேரோரஸ்ஸிடம் ஒப்படைத்தார். பாதுகாப்புக் கருதி வயதான ஹிர்கானிஸையும் கழுத்தை நெறித்துக் கொன்றார். தனது தாயையும் சகோதரியையும் மசாடாவில் வைத்த அவர், மற்றொரு மலை அரணான அலெக்ஸாண் டிரியம் என்ற இடத்தில் மரியமையும் அலெக்ஸாண்ட்ராவையும் வைத்தார். அசம்பாவிதமாக தனக்கு ஏதும் நேரிட்டால் மரியமும் இறந்துவிட வேண்டும் என்று மீண்டும் உத்தரவிட்டார். தன் வாழ்வின் முக்கியமான சந்திப்பிற்காகக் கப்பலேறினார்.

ஆக்டோவியன், ஏரோதுவை ரோட்ஸில் சந்தித்தான். அந்தச் சந்திப்பை ஏரோது வெளிப்படையாகவும் சாதுர்யமாகவும் கையாண்டார். தனது கிரீடத்தை ஆக்டோவியன் பாதத்தில் பணி வுடன் வைத்தான். ஆன்டனிக்கு எதிராகப் பேசுவதற்குப் பதிலாக தான் 'யாருடைய நண்பனாக' இருந்தேன் என்பதைவிட 'எத்தகைய நண்பனாக' இருந்தேன் என்பதை ஆக்டோவியன் புரிந்துகொள்ள வேண்டும் என்று கோரினான். தன் பாதத்தில் இருந்த கிரீடத்தை எடுத்து ஏரோதுவிடம் கொடுக்க வெற்றியுடன் ஜெருசலேம் திரும்பினார் ஏரோது. பின்னர் ஏரோது எகிப்துவரை ஆக்டோவியனுடன் சென்று அலெக்ஸாண்ட்ரியாவை அடைந்தபோது அங்கே ஆன்டனி கத்தியாலும், கிளியோபாட்ரா விரியன் பாம்பு கொண்டு தன்னைக் கொத்தவிட்டும் தற்கொலை செய்து கொண்டனர்.

முப்பத்தி மூன்றே வயது நிரம்பிய ஆக்டோவியன், அகஸ்டஸ் என்ற பெயரைச் சூட்டிக்கொண்டு முதல் ரோமானியப் பேரரசைக் கட்டி எழுப்பினான். ஆசார அனுஷ்டானங்களில் தேர்ந்த அகஸ்டஸ் மென்மையும் இரக்கமற்ற கண்டிப்பும் கொண்டிருந்ததோடு

ஏரோதுவின் நம்பிக்கைக்குரிய புரவலராகத் திகழ்ந்தான். பேரரசனும் அவனது சகாவான மார்கஸ் அக்ரிப்பாவும் ஏறத்தாழ சக ஆட்சி யாளர்களாகத் திகழ்ந்தனர். தளபதி மார்கஸ் பேரரசனிடம் வெளிப் படையாகப் பேசும் உரிமை பெற்றிருந்தான். இவ்விருவரும் ஏரோது விடன் நெருக்கமாக இருந்தனர். அக்ரிப்பா, சீஸருக்கு அப்பால் ஏரோதுவைத் தவிர வேறெவரையும் நண்பனாகக் கருதவில்லை என்கிறது ஜோசஃபஸின் சொற்றொடர்.

நவீன இஸ்ரேல், ஜோர்டான், சிரியா, லெபனான் ஆகியவற்றின் சில பகுதிகள் ஆகிய அனைத்தையும் இணைத்து ஏரோதுவின் ஆட்சிப்பரப்பை விரிவுபடுத்தினார் அகஸ்டஸ். இப்போது அகஸ்டஸைப் போலவே ஏரோதும் நெகிழ்ச்சியற்ற செயல்திறமிக்க நிர்வாகி. பஞ்சம் வந்தபோது தனது சொந்தத் தங்கத்தை விற்று எகிப்திலிருந்து தானியங்கள் வாங்கி ஜூடேய மக்களைப் பட்டி னியில் இருந்து காத்தார் ஏரோது. அழகிய அலிகளும், காமக் கிழத்தி களும் நிறைந்த அரைக்கிரேக்க, அரையூத அரசவைக்குத் திறமிக்க தலைமை வகித்தார். அவரது அவையில் பெரும்பாலானோர் கிளியோபாட்ராவிடமிருந்து வந்தவர்கள். கிளியோபாட்ரா குழந்தை களுக்கு ஆசிரியராக இருந்த டமாஸ்கஸைச் சேர்ந்த நிக்கோலஸை[3] அவரது செயலாளராக நியமித்தார். அவளது சொந்த மெய்க்காவலர் களாக இருந்த 400 காலாட்டியர்களைத் தனது மெய்க்காவல் படையில் ஜெர்மானியர்கள் மற்றும் கிரேஸியர்களுடன் இணைத்துக் கொண்டார். பொன்னிறக் கூந்தல் கொண்ட அம்முரடர்கள் உலகப் பொதுப்பற்றாளரான மன்னருக்காக சித்திரவதை, கொலைக் கூடங்களில் செயலாற்றினர்.

ஃபோனிஷிய வம்சாவளியைச் சேர்ந்த ஏரோது, ஒரு கிரேக்கக் கலாச்சார விரும்பி. பிறப்பிடத்தைப் பொறுத்தமட்டில் இடுமியர். ரோமானியக் குடியுரிமை கொண்டவர். இருப்பால் ஜெருசலேமியர். அவரும் மரியமும் ஜெருசலேமில் அன்டோனியக் கோட்டையில் வசித்தனர். அங்கே யூத அரசனாக இருந்தவர், ஏழு வருடங்களுக்கு ஒருமுறை தேவாலயத்தில் விவிலியத்தின் பழைய ஏற்பாட்டில் ஐந்தாம் ஏட்டுப் பிரிவை வாசித்து தலைமை மதகுருவுக்கு பதவிப் பிரமாணம் செய்வித்து சடங்கு அங்கிகளை அன்டோனியாவில் பாதுகாத்து வைப்பவர். ஆனால் ஜெருசலேமிற்கு வெளியே அவர் வள்ளல் தன்மைமிக்க கிரேக்க மன்னர். மிகப்பெரிய கோயில் வளாகங்கள், தேரோட்டப் பந்தயச் சதுக்கங்கள், அரண்மனைகள் ஆகியவை அடங்கிய புறச் சமய நகரங்களை உருவாக்குபவராக, குறிப்பாக கரையோரம் உள்ள சீஸரா, சமேரியப் பகுதிகளில் செபஸ்டே

(அகஸ்டஸின் கிரேக்கப் பதம்) ஆகியவற்றை நிறுவியவராக அறியப்
பட்டார். அகஸ்டஸ் வெற்றியின் அடையாளமாக ஜெருசலேமிலும்
விளையாட்டரங்கங்கள், காட்சியரங்குகள் போன்றவற்றை
நிர்மாணித்தார்.

இன்னமும் தொடர்கிறது மரியம் மீதான ஏரோதுவின் காதல்

ஏரோது இல்லாத வேளையில் தன்னைப் பற்றி அவர் போட்டு
வைத்த திட்டத்தைத் தனது காப்பாளர் மூலமாக அறிந்துகொள்கிற
சாகசம் மரியத்திற்குத் தெரிந்திருந்தது. தனிப்பட்ட முறையில்
மரியத்தின் மீது பெரும் மோகம் கொண்டிருந்தாலும் அரசியல்
ரீதியாக அவளை அழிவுதரும் நஞ்செனக் கருதினார் ஏரோது.
தனது தம்பியைக் கொன்றுவிட்டதாகப் பகிரங்கமாக அவர்மீது
குற்றம் சாட்டிய அவள் அவருடன் உடலுறவிற்கு மறுத்து விட்டதாக
அனைவரிடமும் கூறி அவமதித்துக் கொண்டிருந்தாள்.

பொதுவாக மற்ற நேரங்களில் சமாதானம் பாராட்டி மிகவும்
நெருக்கமாக இருந்தனர். அவரது இரண்டு மகன்களுக்குத் தாயான
போதும் ஏரோதுவை வீழ்த்தத் தொடர்ந்து திட்டம் தீட்டிக் கொண்டே
யிருந்தாள். ஏரோதுவின் சகோதரியை அவளொரு சாமான்யள்
என்று எப்போதும் இகழ்ந்து கொண்டிருப்பாள். காதலுக்கும் காழ்ப்
பிற்கும் இடையே சிக்கித் தவித்தார் ஏரோது. அவரது மற்றொரு
பேரார்வமான அதிகாரம் இவற்றுடன் கலந்திருந்தபடியால் அவரது
வெறியுணர்வு தீவிரத்தன்மை பெற்றிருந்தது.

மரியத்திடம் அவர் வசப்பட்டிருப்பதற்குக் காரணம் மந்திர
ஏவலாக இருக்கும் என்று ஏரோதுவின் சகோதரி சலோமி கருதி
னாள். மரியத்தின் குற்றங்களைத் தெரிவிக்குமாறு அவளது அலிகள்
துன்புறுத்தப்பட்டனர். ஏரோது இல்லாதபோது மரியத்தின் காப்பாளர்
கொல்லப்பட்டார். மரியமும் சிறையிலடைக்கப்பட்டு விசாரணைக்
குள்ளானாள்.

சலோமியால் மரியம் மரண தண்டனைக்குள்ளானபோது
தன்னைத் தற்காத்துக்கொள்ள சொந்த மகள் மரியத்தைப் புறக்
கணித்தாள் அலெக்ஸாண்ட்ரா. மக்கள் கூட்டம் அலெக்ஸாண்ட்
ராவுக்கு எதிராகக் கூக்குரல் எழுப்பியது. மரியத்திற்கு மரண
தண்டனை அளிக்கப்பட்டு அதனை நிறைவேற்ற அழைத்துச் செல்லப்
பட்டபோது தனது ஆன்ம பலத்தை அவள் அற்புதமாக வெளிப்
படுத்தினாள். கழுத்து நெறிபட்டு இறந்திருக்க வேண்டிய மரியம்
மக்கபீயர்களுக்கே உரிய வகையில் முகத்தில் அச்சத்தைக் காட்டாமல்
உயர்குடிப் பண்பிற்கேற்ப நயமாக நடந்துகொண்டாள்.

துயரத்தில் தத்தளித்த ஏரோது தன்னை அழிப்பதற்கு இறைவன் காட்டும் வழிதான் மரியம்மீது தான் கொண்டிருக்கும் அன்பு என்று கருதினார். அரண்மனை முழுதும் அவளது பெயரைக் கூவிக் கூவி அழைத்த ஏரோது எங்கிருந்தாலும் அவளைக் கண்டுபிடித்துத் தருமாறு பணியாட்களுக்கு ஆணையிட்டு விட்டுத் தன்னை மறக்க கேளிக்கைகளில் மூழ்கினார். ஆனால் முடிவில் மரியத்திற்காகத் தேம்புவதுதான் நடந்தது. ஏரோது நோய்வாய்ப்பட்டு கொப்புளங் களால் அவதியுற்றபோது மரியம் அதிகாரத்தைக் கைப்பற்ற இறுதி முயற்சி மேற்கொண்டாள். அதற்காக அவளைக் கொல்ல ஏற்பாடு செய்த அரசர் அழகான அவளது நான்கு நண்பர்களையும் கொன்றார். மரியத்தின் நினைவுகளை விட்டு அகல முடியாத ஏரோது அவளது உடலைத் தேனில் பதப்படுத்தியதாக டால்மட் நூலில் எழுதப் பட்டுள்ளது. இச்செய்தி உண்மையாக இருக்கலாம்.

மரியத்தின் இறப்பிற்குப் பின்னர் அவரது தலைசிறந்த படைப் பாகிய ஜெருசலேமின் மீது தனது கவனத்தை முழுமையாகச் செலுத்தினார். தேவாலயத்திற்கு எதிரேயிருந்த மக்கபீய அரண் மனை அவரது விருப்பத்திற்கு ஏற்ப பிரமாண்டமாக அமையவில்லை. கி.மு 23இல் புதிய கோபுரம் தாங்கிய நகர் அரண்மனை வளாகத்தைக் கட்டுவதன் மூலம் தனது மேற்கு அரணை விரிவுபடுத்திக் கொண்டார். உணர்வுபூர்வமான ஈடுபாட்டுடன் கட்டப்பட்ட மூன்று கோபுரங் களைக் கொண்ட அந்த அரண் 45 அடி உயர மதிலால் சூழப்பட்டி ருந்தது. அவற்றில் உயரமான ஹிப்பிக்கஸ் (போரில் கொல்லப்பட்ட நண்பனின் பெயர்) கோபுரம் 128 அடி உயரமும் 45 அடி சதுர அடித்தளமும் உடையது. மற்றவை ஃபேஷல் (இறந்த சகோதரன்) மற்றும் மரியம்.[4] ஆன்டனியாவின் தேவாலயத்தை விஞ்சியபோது புதிய அரண் நகரத்தை ஆட்சி செய்தது.

நகர அரணுக்குத் தெற்கே ஏரோது சொகுசு அரண்மனை ஒன்றைக் கட்டினார். அவரது புரவலர்களான அகஸ்டஸ், அக்ரிப்பா இருவரின் பெயர்களையும் தாங்கிய மிக விசாலமான குடியிருப்பு களைக் கொண்ட அப்பகுதி, பளிங்குச் சுவர்கள், முற்றங்கள், நீரூற்றுகள், பச்சைப் புல்வெளிகள், பசுஞ்சோலைகள் என அனைத்து வசதிகளையும் கொண்டு கட்டப்பட்டது. ஏரோதின் க்ரோசிய செல்வத்தால் இது சாத்தியமானது. பல அரசர்களுக்குப் பிறகு மத்தியதரைப் பகுதியிலேயே ஏரோது செல்வந்தராகத் திகழ்ந்தார்.[5] அரண்மனையின் பரபரப்பு, எக்காள ஒலி, தொலைவில் இருந்து வந்த நகரத்தின் இரைச்சல் என அனைத்து ஒலிகளையும், பறவை களின் கூவல்களும் நீரூற்று ஒலியும் மட்டுப்படுத்தியிருக்க வேண்டும்.

ஆனால் அவரது அரசவையில் அமைதி தவழவில்லை. அவரது சகோதரர்கள் சதிகாரர்களாக இருந்தனர். சகோதரி சலோமியோ ஈடிணையில்லாத அரக்கி. அந்தப்புரப் பெண்டிரோ அரசனைப் போலவே பேராசையும், பெரும் சந்தேகமும் உடையவர்கள். ஏரோதின் கட்டுக்கடங்காத ஈடுபாடுகள் அரசியல் நிலையை நாளுக்கு நாள் சிக்கலாக்கியது. ஜோசஃபஸ் அவரை 'நாட்டங்களின் மனிதர்' என்று குறிப்பிடுகிறார். மரியத்திற்குப் பின்னர் அவர் டோரிஸ் என்ற பெண்ணை மணந்தார். அவளுக்குப் பின்னரும் காம வயப்பட்டு, அல்லது அன்பின்பாற்பட்டு எட்டு பெண்களை மணந்தார் என்றாலும் அவர்களுக்குப் பிறந்த யாருக்கும் வாரிசுரிமை வழங்கவில்லை. 500 பேர்களைக் கொண்ட அந்தப்புரத்தைத் தவிர அவரது கிரேக்க ரசனை, இல்லத் துணைச் சிற்றாள்கள், அலிகள், ஆகியோர்வரை நீடித்தது. பாதி கெடுக்கப்பட்ட, மீதி புறக்கணிக்கப்பட்ட மகன்கள் என விரிந்து கொண்டேயிருந்த அவரது குடும்பம் சாத்தானின் வழித் தோன்றலாகவே இருந்தது. பெரும் பொம்மலாட்ட வித்தகராகிய அவராலேயே இந்த வெறுப்பையும், பொறாமையையும் சமாளிக்க முடியவில்லை. எனினும் அவருக்குப் பிடித்தமான அரசவை ஈடு பாட்டில் இருந்து தன் கவனத்தை அவர் திருப்பவேயில்லை. ஜெருசலேமின் புகழ் தன்னுடையதுடன் பின்னிப் பிணைந்திருப்பதை உணர்ந்த ஏரோது, தான் சாலமனுக்கு நிகராக ஆக வேண்டும் என்று முடிவு செய்தார்.

ஏரோதுவின் தேவாலயம்

அப்போதிருந்த இரண்டாம் தேவாலயத்தை இடித்துவிட்டு அந்த இடத்தில் உலக அதிசயம் ஒன்றைக் கட்டினார். பழைய கோயிலை இடிக்கும் அவர் புதிய தேவாலயத்தைக் கட்டி முடிக்கமாட்டாரோ என்ற அச்சம் யூதர்களுக்கிருந்தது. எனவே அவர்களைச் சமாதானப் படுத்துவதற்காக கட்டட விபரங்கள் அனைத்தையும் தயாரித்துக் கொண்டு நகரக் கூட்டம் ஒன்றிற்கு அழைப்பு விடுத்தார்.

ஆயிரம் போதகர்கள் கட்டுமானப் பயிற்சி பெற்றார்கள். லெபனானியக் காட்டு அகில் மரங்கள் அறுபட்டுச் சரிந்து கடற் கரையில் மிதந்தன. ஜெருசலேமைச் சுற்றியுள்ள கல் குவாரிகளில் பெரிய அஷ்லார் கற்களும், பளபளப்பான மஞ்சள் நிற, வெள்ளை நிற சுண்ணாம்புக் கற்களும் குறியிட்டு வெட்டப்பட்டன. அவற்றை ஏற்றிச் செல்ல அணி வகுத்த ஆயிரம் வண்டிகள் வியப்பூட்டின. ஆனால் கற்கள் அதனினும் பிரமாண்டமாக இருந்தன. தேவாலயக் குன்றின் சுருங்கையை ஒட்டிய ஒரு கல்லின் நீளம் 44.6 அடி, 11 அடி

உயரம், 600 டன் எடை. ஆனால் சுத்தியலடிக்கும் சத்தம் கோயிலின் அமைதிக்கு பங்கம் விளைவிக்காதபடிக்கு வேற்றிடங்களில் கற்களில் காடியறுத்து எடுத்து வந்து கட்டடத்தில் பொருத்தப்பட்டன. புனிதங்களின் புனிதம் இரண்டே ஆண்டுகளில் தயாராகிவிட்டது. ஆனால் வளாகம் முழுமையாக நிறைவடைய எண்பது ஆண்டுகள் ஆயின.

ஏரோது கட்டடத்தை மேலெழுப்ப அடித்தளப் பாறைவரை தோண்டியதால் அதில் கிடைக்கப்பெற்ற சாலமன், ஜெருப்பேபல் தேவாலயங்களின் எச்சங்களையும் கட்டுமானத்திற்குப் பயன் படுத்தியிருக்கக்கூடும். கிழக்குப் பக்கத்தில் பள்ளத்தாக்கின் காரணமாக வளாகத்தின் விஸ்தீரணத்தைக் குறுக்கி அதற்கு ஈடாகத் தெற்குப் பக்கத்தில் நீட்டித்துக்கொண்டார். அனைத்து வகையான இயற்கை இடர்பாடுகளையும் தன் முயற்சியால் சமனாக்கி தேவாலயத்தின் பிரமாண்டம் குறையாமல் பார்த்துக்கொண்டார்.

சன்னிதான அளவு அதிகரித்ததால் வெளி முற்றத்தின் அளவு சுருங்கிவிட்டது. யூதர்களும், யூதரல்லாதவர்களும் முன் முற்றத்தின் வழியாகக் கோயிலுக்குள் செல்லலாம். ஆனால் பெண்கள் நுழை வதற்கான முற்றத்தின் வெளிச்சுவற்றில் எச்சரிக்கை வாசகங்கள் பொறிக்கப்பட்டிருந்தன:

> *அந்நியர்களே! இரும்புத் தடுப்பைக் கடந்து உள்ளே வராதீர்.*
> *கோயிலைச் சுற்றியுள்ள பிரிவில் பிடிக்கப்படுபவன்*
> *அக்குற்றத்திற்கும், அடுத்து வரும் மரணத்திற்கும்*
> *ஆளாக நேரிடும்.*

ஐம்பது படிகளைக் கடந்தபின் உள்ள இஸ்ரேலிய வாயிலில் யூத ஆண்கள் அனுமதிக்கப்படுவார்கள். அது மத குருமார் அரங்கிற்கு இட்டுச் செல்லும். அதையடுத்து சன்னிதானத்தில் ஹெக்கலை உள்ள டக்கியுள்ளது புனிதத்திலும் புனிதக் கருவறை. அதே பாறையில் தான் ஆபிரகாமிடம் ஐசக்'கை பலியிடுமாறு கூறப்பட்ட இடமும், டேவிட் பலிபீடத்தைக் கட்டிய இடமும் அமைந்துள்ளன. எரிந்த காணிக்கை பீடத்தின்மீது பலியிடல்கள் நிகழ்த்தப்படும். இந்த இடம் பெண்கள் அரங்கு, ஒலிவமலை முகமாக அமைந்திருந்தது.

ஏரோதின் வடபுறத்து ஆன்டோனியா கோட்டை கோயில் மலையைப் பாதுகாத்தது. அதில்தான் தேவாலயத்தினுள் செல்வ தற்கான ரகசியச் சுரங்கப் பாதையை அமைத்தார் ஏரோது. தெற்கி லிருந்து இரட்டை மற்றும் மூன்று கதவுகள் ஊடாக தேவாலயத் திற்குள் செல்லும் படிப்பாதையின் இருபுறமும் புறாக்களும் மலர் களும் கொண்டு சித்திர அலங்கார வேலைப்பாடுகள் செய்யப்

பட்டிருந்தன. மேற்கில் பள்ளத்தாக்கின் குறுக்கே தேவாலயம் வரை செல்வதற்கான பிரமாண்டமான பாலம் நீண்டிருந்தது. அது நீர்த் தேக்கங்களுக்கு நீர் செல்லும் கால்வாயாகவும் அமைந்திருந்தது. உயர் பூசகர் மட்டுமே பௌர்ணமி ஆராதனைக்கும், ஆபூர்வ காணிக்கையான செங்கன்னிப் பசுவின் புனிதப் பலியிடலுக்கும் ஒலிவ மலைக்குச் செல்வதற்குப் பயன்படுத்தும் சூசன் வாயில், கிழக்குச் சுவற்றில் அமைந்திருந்தது.[6]

தேவாலயத்தின் நாற்புறமும் தூண்களுடன் கூடிய முற்றம் அமைக்கப்பட்டுள்ளன என்றாலும், அனைத்தையும் விஞ்சிப் பரந்திருப்பது நெடுமாடக் கோயிலின் அரச முற்றம் ஆகும். ஏரோதின் நகரில் 70,000 மக்கள் வசித்து வந்தனர். ஆனால் விழாக்காலங்களின் போது பன்னூறாயிரம் பேர் புனித யாத்ரிகர்களாகத் திரள்கின்றனர். வளைவுகள் நெடுகிலும் இருந்த சுறுசுறுப்பான கடைவீதியில் புதுப் பயணிகள் பொருட்களை வாங்கிக் கொண்டு தேவாலயத் தரிசனத் திற்குச் செல்லும் முன் தெற்கு வாயில்களைச் சுற்றியுள்ள மிக்வா சடங்குக் குளங்களில் புனித நீராடிச் செல்வார்கள்.

தென்கிழக்கு மூலையில் கிட்ரான் பள்ளத்தாக்கு முகடும் நெடிதுயர்ந்த மதில்களும் ஒருசேர செங்குத்தான மலையாகக் காட்சியளித்தது. இந்த இடத்தில்தான் சாத்தான் ஏசுவிற்கு ஆசை யூட்டிச் சோதித்தான் என்கின்றன திருமறைநூல்கள். திருவிழாக் காலத் துவக்கத்தையும், வெள்ளிக் கிழமை ஓய்வு நாள் அறிவிப் பையும் மத குருக்கள் தெற்கு மூலையில் இருந்து வளமான மேல் நகரத்தை நோக்கி எக்காள ஒலியெழுப்பி அறிவிப்பார்கள். அந்த எக்காள ஒலி தனித்து நிற்கும் மலையிடுக்குகள், பள்ளத்தாக்குகள் எங்கும் எதிரொலித்திருக்கக்கூடும். கி.பி 76இல் டைடஸ் போரின் போது பிடுங்கி எறிந்த கல்லில் ‘எக்காளமிடும் இடம்’ என்ற வாசகம் பொறிக்கப்பட்டுள்ளது.

மன்னரும், பேரறியா கட்டடக் கலைஞர்களும் கட்டுமானத்தைக் கண்காணித்த மாதிரி உருவரை (ஒரு எலும்புக் கலத்தில் தேவாலயக் கட்டுனர் என்று பொறிக்கப்பட்டிருந்தது) தேவாலயத்தின் இடப் பரப்பு மற்றும் அரங்கம் குறித்த அறிவுத் திறனை வெளிப்படுத்து கிறது. சுடரும் மதிப்பு மிக்க ஏரோதின் தேவாலயம் “முழுவதும் பொன் தகடுகளால் வேயப்பட்டு காலைச் சூரியோதயத்தின் போது ஒளிப் பிழம்பாகக் காட்சியளித்தது. பார்ப்போரைத் திரும்பச் செய்யும் அளவிற்கு அதன் பிரகாசம் கண்களைக் கூசச் செய்தது. ஒலிவ மலையில் இருந்து ஜெருசலேமிற்குப் பரவிய ஒளி பனியைப் போலப் படர்ந்திருந்தது. ஏசுவால் அறியப்பட்டதும் இந்த தேவாலயம்தான்.

டைட்டஸின் தகர்ப்பிற்குள்ளானதும் இத்தேவாலயம்தான். ஏரோதின் கோட்டை மைதானத்தில், குறிப்பாக யூதர்கள் வணங்கும் மேற்கு மதிலில் ஒளிர்ந்து கொண்டிருக்கும் ஏரோதியக் கற்களால் தாங்கப் பட்டு இஸ்லாமிய ஹரம் அல்ஷெரிப் என்ற உருவில் இன்றுவரை நிலைத்திருக்கிறது.

புனித வழிபாட்டிடமும், கோட்டை மைதானமும் கட்டி முடிக்கப்படும் வரை பகல் வேளைகளில் மழையே பெய்யாததால் கட்டுமானப் பணியில் தாமதமேற்படாமல் தொடர்ந்து நடந்து வந்தது. தான் ஒரு மத குருவாக இல்லாத காரணத்தால் புனித அறைக்குள் நுழைய முடியாத ஏரோது 300 காளை மாடுகளைப் பலி கொடுப்பதன் மூலம் கட்டுமானப் பணி நிறைவின் மகிழ்ச்சியைக் கொண்டாடி, தொட வேண்டிய உச்சத்தைத் தொட்டுவிட்டார். முற்காலத்தில் செய்த குற்றங்கள், அவரது பிற்கால வாரிசுகளால் திருப்பி வந்து தாக்கியது. யாராலும் மறுக்க முடியாத அவரது மேன்மை, சொந்தப் பிள்ளைகள் மூலமாகவே எதிர்ப்புக் குள்ளாகியது.

ஏரோதின் இளவரசர்கள்: குடும்ப சோகம்

ஏரோது தன் பத்து மனைவியர் மூலம் பன்னிரண்டு பிள்ளை களையாவது பெற்றிருக்கவேண்டும். அவர்களில் மரியத்தின் மூலம் பிறந்த அலெக்ஸாண்டர், அரிஸ்டோபுலஸ் ஆகிய இருவர் மட்டுமே வாரிசுமை பெறத் தகுதியான அரை மக்காபியர்களாகவும், அரை ஏரோதியர்களாகவும் இருந்தனர். அவர்களைத் தவிர மற்றனைவரையும் புறக்கணித்துவிட்டார் ஏரோது. அரச வாரிசுகள் இருவரையும் ரோமிற்கு அனுப்பி அகஸ்தனீஸ் மேற்பார்வையில் கல்வி பயிலச் செய்தார். ஐந்தாண்டுகளுக்குப் பின்னர் பதின்ம வயதை எட்டிய இருவருக்கும் திருமணம் செய்விக்க வீட்டிற்கு அழைத்து வந்தார். கப்படோசியா மன்னரின் மகளை அலெக்ஸாண்டருக்கும், ஏரோதுவின் உடன் பிறந்தார் மகளை அரிஸ்டோபுலோஸுக்கும் மணமுடித்து வைத்தார்.[7]

ஏரோதின் ஜெருசலேமைக் காண மார்கஸ் அக்ரிப்பா கி.மு 15இல் வருகை புரிந்தார். அவரது புது மனைவியும், அகஸ்டஸின் மகளு மான பெரும் காமம் கொண்ட ஜூலியா அவருடன் வந்தாள். அகஸ்டஸின் கூட்டாளியும், ஆக்டமின் வெற்றியாளருமான அக்ரிப்பா, முன்னமே தனக்கு நண்பராதலால் ஏரோதுவே பெருமையுடன் ஜெருசலேமைச் சுற்றிக் காட்டினார்.

12

மலைக்கோட்டையில் அவருக்கான முதன்மை மாளிகையில் தங்கியிருந்த அக்ரிப்பா, ஏரோதுவின் கீர்த்தியை மெச்சும் வகையில் விருந்திற்கு ஏற்பாடு செய்தார். தினமும் தேவாலயத்தில் நடக்கும் 'யாவே' பலியிடலுக்காக அகஸ்டஸ் பணம் அளித்துள்ளார் என்றாலும், அக்ரிப்பா தன் சார்பாக 100 காளைகளைப் பலியிட ஏற்பாடு செய்தார். மிகவும் சாதுர்யமாக நடந்துகொண்டதால் அவர்மீது வெறுப்பு கொண்டிருந்த யூதர்கள்கூட அவர் நடந்து சென்ற பாதையில் பனையோலைகள் பரப்பி பெருமைப்படுத்தியதோடு, ஏரோதியர்கள் தங்கள் குழந்தைகளுக்கு அக்ரிப்பாவின் பெயரைச் சூட்டினர்.

பின்னர் இருவரும் தத்தமது படைகளுடன் கிரீஸுக்குச் சுற்றுப் பயணம் மேற்கொண்டனர். கிரேக்கத்தில் தமக்கு இழைக்கப்படும் அடக்குமுறை குறித்து யூதர்கள் முறையிட்டபோது அக்ரிப்பா யூத உரிமைக்கு ஆதரவு அளித்தார். ஏரோது, அக்ரிப்பாவுக்கு நன்றி கூறியதும் இருவரும் சமநிலையாளர்களாய்த் தழுவிக்கொண்டனர். ரோமானிய ஆளுநருடன் குலாவி மகிழ்ந்து ஊர் திரும்பியபோது, ஏரோதுவை சொந்தப் பிள்ளைகளே எதிர்த்தனர்.

ரோமானியக் கல்வியில் மெருகேறிய இளவரசர்கள் அலெக்ஸாண்டர், அரிஸ்டோபுலஸ் இருவரும் தமது பெற்றோரிட மிருந்து உருவச் சாயல்களோடு செருக்கையும் பெற்றிருந்தனர். தங்கள் அன்னையின் முடிவிற்குத் தந்தைமீது குற்றம் சுமத்திய அவர்கள் அவளைப் போலவே கலப்பின ஏரோதியர்கள் மீது வெறுப்பைக் காட்டினர். குறிப்பாக அலெக்ஸாண்டர் அரசனின் மகளை மணந்த தால் போலிப் பகட்டாளராக இருந்தார். அவருடன் அரிஸ்டோ புலோஸும் இணைந்து தன் ஏரோதிய மனைவியைக் கேலி செய்த தன் மூலம் அவளது தாயும், தங்களது அத்தையுமான ஆபத்தான சலோமியைச் சிறுமைப்படுத்தினர். தாங்கள் அரசர்களாகி விட்ட பின்னர் ஏரோதுவின் பிற மனைவியரை அடிமைகளைக் கொண்டு கருத்தரிக்கச் செய்து அப்பிள்ளைகளை எழுத்தர்களாகப் பயன் படுத்துவோம் என்று பெருமை பேசினர்.

இதையெல்லாம் சலோமி ஏரோதுவிடம் தெரிவித்ததும் சினம் கொண்ட அரசர் இளவரசர்களின் நன்றியின்மையின்பால் எச்சரிக்கை அடைந்தார். தன் முதல் மனைவி மூலம் பிறந்த ஆன்டிபேட்டரை தவிர்த்து வந்த ஏரோது இப்போது அவனை நினைவு கூர்ந்தார். அவனை ரோமிற்கு அழைத்துச் செல்லுமாறு அக்ரிப்பாவைக் கோரி அரசு முத்திரையிட்ட ஆவணத்தை அனுப்பி வைத்தார். தனது வாழ்விறுதி விருப்ப ஆவணத்தில் உரிமை பெற்றிருந்த இரு

மகன்களையும் வாரிசுரிமையில் இருந்து நீக்கி ஆன்டிபேட்டரை அரசாட்சிக்கு உரிமை உடையவனாக்கினார்.

ஆனால் இருபதுகளின் மத்திய வயதை எட்டிய ஆன்டிபேட்டர் பெற்றோரின் புறக்கணிப்பாலும், சகோதரப் பொறாமையாலும் மனக்கசப்புற்றிருந்தார். அவரும், அவரது தாயும் உரிமை மறுக்கப்பட்ட இளவரசர்கள் மீது ராஜதுரோகக் குற்றம் சுமத்தி அழிப்பதற்கான சதியில் இறங்கினர்.

ஏரோது, அம்மூன்று இளவரசர்கள் குறித்து மதிப்பீடு செய்யு மாறு அட்ரியாட்டிக்கில் அகிலியாவில் தங்கியிருந்த அகஸ்டஸிடம் கோரினார். அகஸ்டஸ் தந்தைக்கும் மகன்களுக்கும் இடையே சமரசம் செய்து வைத்தார். ஏரோது நாடு திரும்பி தேவாலயத் திருச்சபைக் கூட்டத்தைக் கூட்டி தனது அரசாட்சியை மூன்று மகன்களும் பங்கிட்டு கொள்வார்கள் என்று அறிவித்தார். டோரிஸ், ஆன்டிபேட்டர், சலோமியா மூவரும் தம் சொந்தக் காரணங்களால் முன்னர் ஏற்றுக்கொண்ட சமரசத்தில் இருந்து பின்வாங்கினர். இதற்கு அவர்களது செருக்கும் ஒரு காரணமாகும்.

தனது தந்தை இளமையாகத் தோற்றமளிக்க தலைக்கு மை பூசுவதாகவும், வேட்டையில் அவரை மகிழ்விப்பதற்காகவே தான் வைத்த குறியைத் தவறவிட வேண்டியிருப்பதாகவும் ஏரோது பற்றி அலெக்ஸாண்டர் பலரிடமும் கூறிக்கொண்டிருந்தார். மன்னருக்கு உடைமையான திருநங்கைகள் மூவரைத் தன் வயப்படுத்தி அவர்கள் மூலமாக மன்னரின் ரகசியங்களைப் பெற முயன்றார் இளவரசர் அலெக்ஸாண்டர்.

அலெக்ஸாண்டரை உளவறிந்த ஏரோது, அவரது பணியாட் களைப் பிடித்து சித்திரவதை செய்தபோது அலெக்ஸாண்டர் மன்னரை வேட்டையில் கொல்ல சதிசெய்த உண்மை புலப்பட்டது. அச்சமயம் அலெக்ஸாண்டரின் மாமனார் கப்படோசிய மன்னர் அங்கு வருகை தந்திருந்தார். அவர் மீண்டும் மன்னருக்கும் மகன் களுக்கும் இடையே சமரசம் செய்துவைத்தார். அச்சமரசத்திற்குக் கைமாறாக ஏரோதியப் பரிசு ஒன்று சம்பந்திக்கு வழங்கப்பட்டது. அப்பரிசு இரவு முழுதும் என்ற அர்த்தத்தைப் பெயராகக் கொண்ட 'பன்னிகஸ்' எனும் அரசவை அணங்கு.

என்றாலும் அச்சமரசம் வெகுகாலத்திற்கு நீடிக்கவில்லை. அலெக்ஸாண்டரியக் கோட்டைத் தளபதிக்கு அலெக்ஸாண்டர் எழுதிய கடிதம் பணியாளிடமிருந்து ஒரு சித்திரவதையின் வாயிலாகப் பெறப்பட்டது. அதில் "எங்கள் முயற்சியை எட்டிய பின்னர் நாங்கள்

உங்களிடம் வருகிறோம்'' என்று எழுதியிருந்தது. பின்னர் அலெக்ஸாண்டர் தன்னை நோக்கிக் கட்டாரியை உயர்த்திக் கொண்டு வருவதாக ஏரோது கனவு கண்டார். அக்கனவு நிஜத்தைப் போலத் தத்ரூபமாக இருந்ததால் பிள்ளைகள் இருவரையும் கைது செய்து விசாரித்ததில் அவர்கள் தப்பிச் செல்லத் திட்டமிட்டிருந்ததாக ஒப்புக்கொண்டனர்.

குறும்புக்காரப் பேரரசில் வாரிசுரிமைச் சதிகளும், சூழ்ச்சிகளும் புதியனவல்ல என்றாலும் அன்றாடம் அவற்றைச் சந்தித்து அயர்ச்சியுற்ற ஏரோது, ஆலோசனைக்காக பழைய நண்பன் அகஸ்டஸிடம் மீண்டும் கலந்துரையாடினார். உரையாடலின் முடிவில் ஏரோதுக்கு எதிராகப் பிள்ளைகள் சதி செய்தார்கள் என்பது உண்மை என்றால் அவர்களுக்குத் தண்டனையளிக்க முழு உரிமையும் ஏரோதுக்கு உண்டு என்று அகஸ்டஸ் தீர்ப்பளித்தார்.

அரசரின் நீதியதிகார வரம்பிற்கு வெளியே உள்ள பெரிடஸ் (பெய்ரூட்)இல் விசாரணை நடத்தினார் ஏரோது. எனவே விசாரணை நியாயமாக நடந்திருக்க வேண்டும். ஏரோதுவின் விருப்பப்படியே அவரது மகன்களுக்கு மரண தண்டனை விதிக்கப்பட்டது. அந்நகரைத் தன் பெருந்தன்மையால் தன் அணியில் சேர்த்திருந்தார் என்பதால் அப்படிப்பட்ட தீர்ப்பு எதிர்பார்க்கப்பட்ட ஒன்றுதான். ஏரோதுவின் ஆலோசகர்களில் சிலர் மன்னர் பிள்ளைகளுக்குக் கருணை காட்ட வேண்டுமென்று கேட்டுக்கொண்டாலும், அவர்களில் ஒருவர், பிள்ளைகள் ராணுவத்தைக் கைப்பற்ற முயற்சித்தவர்கள் என்று கோடி காட்டியதும், மன்னர் 300 அதிகாரிகளின் அதிகாரத்தைப் பறித்தார்.

இளவரசர்கள் ஜூடேயாவிற்கு அழைத்துச் செல்லப்பட்டு அங்கு கழுத்து நெறித்துக் கொல்லப்பட்டனர். மரியன்னையின் அவலமும், மக்கபீயர்களின் சாபமுமாக அச்சுற்று முழுமை பெற்றது. இதனால் அகஸ்டஸ் மகிழ்ச்சி கொள்ளவில்லை. மாறாக, "ஏரோதுவின் மகனாக இருப்பதைவிட பன்றியாக இருப்பது உத்தமம்'' என்று வெறுப்புடன் கூறினார். ஏனென்றால் யூதர்கள் பன்றிக்கறி புசிப்பதை விலக்கியவர்கள் என்பது அவருக்குத் தெரியும். இது ஏரோது பேரரச வீழ்ச்சியின் ஒரு துவக்கமேயாகும்.

ஏரோதுவின் மூன்றாம் உயில்

அரசர் அறுபது வயதாகி நோய்ப்பட்டு அச்சம் பீடித்திருந்தார். ஆன்டிபேடஸ்தான் அறிவிக்கப்பட்ட வாரிசென்றாலும் பேரரசின்

வாரிசுரிமை பெற்ற மகன்கள் பலர் இருந்தனர். ஏரோதின் சகோதரி சலோமி, அவர்களுக்கெதிரான சதியில் ஈடுபட்டிருந்தாள். ஏரோதுவை விஷ மருந்தேற்றிக் கொல்ல ஆன்டிபேடஸ் திட்டமிட்டிருப்பதாகக் கூறும் பணியாள் ஒருவனைத் தன் பிடியில் வைத்துக்கொண்டாள்.

அகஸ்டஸைச் சந்திக்க ரோமிற்குச் சென்ற ஆன்டிபேட்டர் தன் தந்தையைச் சந்திக்க நாலுகால் பாய்ச்சலில் திரும்பிக் கொண்டிருந்தான். ஆனால் அவனை இடைமறித்துக் கைதுசெய்து நடத்திய விசாரணையின்போது, சந்தேகத்திற்குரிய மருந்தினை சோதித்துப் பார்க்க தண்டனைக் கைதியொருவனுக்கு ஊட்டிய போது அவன் அந்த இடத்திலேயே சுருண்டு இறந்தான்.

அகஸ்டஸின் மனைவியும், விஷ நிபுணியுமான பேரரசி லிவியாவின் யூத அடிமை ஒருவன் சலோமியை நெருக்கடிக்குள்ளாக்கு வதற்காக கடிதம் ஒன்றை தயாரித்தான் என்பது கடும் சித்திர வதைகளுக்குப் பிறகு வெளிப்பட்டது.

அதற்குரிய ஆதாரங்களை அகஸ்டஸுக்கு அனுப்பிய ஏரோது தனது மூன்றாவது உயிலைத் தயாரித்தார். அதன்படி தனது மற்றொரு மகனான ஆன்டிபஸிடம் அரசாட்சியை ஒப்படைத்தார். இந்த ஆன்டிபஸ்தான் பிற்காலத்தில் ஞான ஸ்நானகனாகிய ஜானையும், ஏசுவையும் சந்திக்கவிருப்பவன். ஏரோதுவின் உடல் நலக்குறைவு அவரது முடிவுகளைப் பாதித்ததோடு அவரது யூத எதிர்ப்பின் இறுக்கத்தையும் தளர்த்தியது. தேவாலயத்தின் பெருமைமிகு முகப்பில் பொன் முலாமிட்ட வெண்கலக் கழுகினை நிறுவினார். அக்கழு கினை மாணவர்கள் சிலர் கூரைமீதேறி வெட்டிச் சாய்த்து, மக்கள் கூடியிருந்த முற்றத்தினுள் இறங்கினார்கள். அன்டோனியாக் கோட்டைப் படைவீரர்கள் அவர்களைச் சிறைப்பிடித்து, நோய்ப் படுக்கையில் கிடந்த ஏரோது முன் கொண்டுவந்து நிறுத்தினார். டோராவின் மீதான தன் பணிவன்பை உறுதிசெய்ய மன்னர் அம்மாணவர்களை உயிருடன் கொளுத்த உத்தரவிட்டார்.

முற்றிலும் உருக்குலைந்த மன்னரின் உடல்நிலை தாங் கொண்ணாது அரிக்கத் தொடங்கியது. உணவுக் குழலின் உட்புறத்தில் எரிவு உண்டாகி பாதங்களும், வயிறும் வீங்கின. பெருங்குடல் புண்ணானது. உடலெங்கும் தெளித்த திரவம் வழிய அவரால் மூச்சு கூட விடமுடியவில்லை. உடலில் இருந்து துர்நாற்றம் வெளிப் பட்டது. ஆண்குறி விகாரமாக வீங்கி, அழுக அதிலிருந்தும் விதைப்பை யிலிருந்தும் புழுக்கள் வெளிவரத் தொடங்கின.

தனது அழுகிக் கொண்டிருக்கும் உடல் ஜெரிக்கோ அரண் மனைக் கதகதப்பில் தேறிவிடும் என்ற நம்பிக்கை கொண்டிருந்தார்.

ஆனால் வேதனை அதிகரித்துக் கொண்டிருந்ததால் கலிர்ஹோவில் உள்ள கந்தகக் குளத்திற்கு எடுத்துச் செல்லப்பட்டார். இன்றுவரை வீர்யம் குன்றாதிருக்கும் சாக்கடலின் கந்தகம் மன்னரின் கொடுந் துயரை மேலும் அதிகரிக்கவே செய்தது.[8] சூடான எண்ணையால் அவருக்குச் சிகிச்சை அளித்தபோது மயக்கமடைந்ததால் மன்னர் மீண்டும் ஜெரிக்கோவிற்குக் கொண்டு செல்லப்பட்டார். அங்குள்ள குதிரைப் பந்தய மைதானத்தில் அடைத்து வைக்கப்பட்டிருந்த ஜெருசலேமைச் சேர்ந்த தேவாலயப் பிரமுகர்களை அழைத்து வரச் செய்தார். அதன் நோக்கம் அவர்களைக் கொல்வதாக இருந்திருக் காது. பிரச்சனைக்குரியவர்களை அடைத்து வைப்பதன் மூலம் வாரிசுரிமைச் சிக்கலை இலகுவாக்கலாம் என்று நினைத்திருப்பார்.

அந்தக் கால கட்டத்தில்தான் ஜோஷ்வா பென் ஜோசப் என்ற (அராமிய மொழியில்) ஏசு என்ற குழந்தை பிறந்தது. அதன் பெற்றோர் கலீலியில் உள்ள நஸ்ரேத் என்ற இடத்தைச் சேர்ந்த ஜோசஃப் என்ற தச்சரும் அவருக்கு நிச்சயிக்கப்பட்ட பதின்ம வயது மேரியும் ஆவர். தச்சராகிய பெற்றோர் உழவர்கள் அளவிற்கு செல்வம் உடையவர்கள் அல்லர் என்றாலும் அவர்கள் டேவிட் மன்னனின் வம்சாவளியைச் சேர்ந்தவர்கள் என்று கூறப்பட்டது.

அவர்கள் நஸ்ரேத்தில் இருந்து பெத்தலஹேமை வந்தடைந்த போதுதான், ‘எமது மக்கள் இஸ்ரேலை ஆளப்போகிற’ ஏசு என்ற குழந்தை அவர்களுக்குப் பிறந்தது. பிறந்த குழந்தைக்கு எட்டாம் நாள் சுன்னத் செய்த பிறகு ‘ஜெருசலேமிற்குக் கொண்டு வந்து, இறைவனின் பார்வைக்கு வைத்து’ சம்பிரதாயப்படி செய்யவேண்டிய பலி கொடுக்கப்பட்டது என்று புனித லூக்கா குறிப்பிடுகிறார். பணக்காரக் குடும்பத்தைச் சேர்ந்தவர்களாக இருந்தால் புனிதப் பலிக்கு செம்மறியாட்டையோ, ஒரு பசுவையோ அளித்திருப்பார்கள். ஆனால் ஏசுவின் பெற்றோர் கொடுத்ததென்னவோ இரண்டு மணிப் புறாக்களோ அல்லது வெறும் புறாக்களோதான்.

மீட்பாளர் குறித்து நிறைய வதந்திகள் உலவிக் கொண்டிருந்ததால், டேவிட் வம்சத்து நகல் யாரேனும் தோன்றக்கூடும் என்று ஏரோது அஞ்சியிருக்கலாம். அதனால் டேவிட் வம்சத்தைச் சேர்ந்த அக்குழந்தையைக் கொல்வதற்காக அப்போது பிறந்த அனைத்துக் குழந்தைகளையும் கொல்லுமாறு ஏரோது இறக்கும் தறுவாயில் தனது படையினருக்கு ஆணையிட்டதாக மத்தேயுவின் நற்செய்தி குறிப்பிடுகிறது. எப்படியானாலும் ஏரோது இறக்கும் வரையில் ஜோசஃப் எகிப்தில் தஞ்சமடைந்துவிட்டார். ஏசு குறித்து அரசர் கேள்விப்பட்டார் என்பதற்கோ ஏதுமறியாத குழந்தைகளைக் கொன்ற

தற்கோ எவ்வித ஆதாரங்களும் இல்லை. செய்யாத குற்றத்திற்காக அவர் அரக்கனாக நினைக்கப்படுகிறார் என்பது முரண்நகையாக இருக்கிறது. நஸ்ரேத்தின் இந்தக் குழந்தை குறித்து இன்னும் முப்பது வருடங்களுக்கு வரலாற்றில் நமக்கு எந்தச் செய்தியும் இல்லை.[9]

ஆர்கிலாஸ்: தீர்க்கதரிசிகளும் படுகொலைகளும்

'ஏரோது, லிவியாவின் அடிமையை அடித்துக் கொல்லலாம், இளவரசர் ஆன்டிபேட்டரைத் தண்டிக்கவும் எந்தத் தடையும் இல்லை' என்று பேரரசர் அகஸ்டஸ் பதில் கடிதம் எழுதினார். மிகுந்த துன்பத்தில் உழன்ற ஏரோது தன்னையே கொன்று கொள்ள கட்டாரியை உயர்த்தினார். இந்த அமளியை பக்கத்துச் சிறையறையில் இருந்து கேட்ட ஆன்டிபேட்டர் முதிய கொடுங்கோலன் செத்தொழிந்தான் என்றே கருதினான். ஆக இறுதியாக இந்த ஆன்டிபேட்டர் தான் யூதர்களின் அரசன் என்பது உறுதியாகிவிட்டதா? 'சிறைக் கதவைத் திறந்து விடு' என்று பேருவகையுடன் ஆன்டிபேட்டர் சிறையதிகாரியை அழைக்க, சிறையதிகாரி அரசவைக்கு விரைந்து சென்று பார்க்கையில் அரசர் இறந்திருக்கவில்லை. பித்தேறிய மனநிலையில் இருந்தார். அவர் கையிலிருந்த கட்டாரியை பணியாட்கள் கைப்பற்றிவிட்டனர். ஆன்டிபேட்டரின் துரோகத்தைச் சிறையதிகாரி தெரிவித்ததும், சீழ்பிடித்த நடைப்பிணமான மன்னர் தலையிலடித்துக் கொண்டு, உடனடியாகத் தன் மகனைக் கொல்லுமாறு கூக்குரலிட்டார். தனது உயிலைத் திருத்தியெழுதி அரசுரிமையைத் தனது மூன்று பதின்ம வயது மகன்களுக்குப் பிரித்தளித்தார். ஜூடேயா மற்றும் ஜெருசலேமை ஆர்கிலாஸிற்கு உரிமையாக்கினார்.

முப்பத்தியேழு ஆண்டுகள் ஆட்சி புரிந்து 'பத்தாயிரம் ஆபத்துகளைக் கடந்து வந்த மன்னர் மாவீரர் ஏரோது, கடைசி உயிலையெழுதி ஐந்து நாட்களுக்குப் பின்னர் கி.மு 4ஆம் ஆண்டு மார்ச் மாதம் மரணமடைந்தார். அவரது மரணத்தைத் தந்தையின் இழப்பாகக் கருதாத பதினெட்டு வயது ஆர்கிலாஸ் யாரோ ஒரு எதிரியின் மரணத்தைப் போல ஆடிப்பாடிக் களித்தான். இந்தக் காட்சியைக் கண்டு ஏரோதின் விசித்திரமான குடும்பமே அதிர்ச்சியடைந்தது.

கிரீடமணிந்து செங்கோலை ஏந்தியிருந்த அரசரின் பூத உடல் மீது ஊதநிற அங்கி போர்த்தப்பட்டு, பொன்னால் அலங்கரித்து சவ ஊர்தியில் எடுத்துச் செல்லப்பட்டது. ஆர்கிலாஸ் முன்செல்ல அவனைத் தொடர்ந்து ஜெர்மானிய, த்ரேசிய காவலாளிகள் அணிவகுத்துச் சென்றனர். ஐநூறு பணியாட்கள் வாசனை திரவியங்

களை (மன்னர் உடலின் துர்நாற்றம் தாங்க முடியாததாக இருந் திருக்கும்) ஏந்திச் சென்ற அந்த சவ ஊர்வலம் 24 மைல்களுக்கு அப்பால் இருந்த ஹரோடிய மலைக்கோட்டைவரை சென்றது. மன்னரின் உடல் 2000 ஆண்டுகளாகக் கண்டுபிடிக்கப்பட முடியாத கல்லறையில் புதைக்கப்பட்டது.[10]

ஜெருசலேமைப் பாதுகாக்க விரும்பிய ஆர்கிலாஸ் தேவாலயத்தின் தங்க சிம்மாசனத்தில் அமர்ந்து தன் தந்தை விதித்த கடுமையான கட்டுப்பாடுகள் தளர்த்தப்படும் என்று அறிவித்தான். அப்போது யூத விடுதலைத் திருவிழாவிற்காக வந்திருந்த புனிதப் பயணிகளால் நகரம் நிறைந்திருந்தது. அவர்களில் பலர் மன்னரின் மரணம் அருள் வெளிப்பாடு, மீட்பின் துவக்கம் என்ற உறுதியான நம்பிக்கையில் தேவாலயத்தினுள் கட்டுத்தறியின்றி ஓடினர். ஆர் கிலாஸின் காவலாளிகள் கல்லால் தாக்குண்டனர். அடக்குமுறை தளர்த்தப்படும் என உறுதி கூறப்பட்ட அதேவேளையில் ஆர்கிலாஸின் குதிரைப் படையினரால் 3000 பேர் கொல்லப்பட்டனர்.

பதின்ம வயதுக் கொடுங்கோலன், தனது கட்டுதிட்டான சகோதரன் பிலிப்பிடம் ஆட்சிப்பொறுப்பை ஒப்படைத்து விட்டு அரசுரிமையை அகஸ்டஸிடம் உறுதிப்படுத்த ரோமிற்குக் கடற் பயணம் மேற்கொண்டான். ஆனால் அவனது இளைய சகோதரன் ஆன்டிபஸோ பேரரசைத் தான் கைப்பற்றுவதற்காக ரோமிற்கு விரைந்தான். ஆர்கிலாஸ் ஜெருசலேமை விட்டகன்றதும் அகஸ்டஸின் உள்ளூர்ப் பொறுப்பாளரான சபினஸ், ஏரோதினால் ஜெருசலேம் அரண்மனையில் மறைத்து வைக்கப்பட்ட செல்வத்தைக் கண்டு பிடிக்க நடத்திய சூறையாடலில் கலவரம் மேலும் பரவியது. சிரியாவின் ஆளுநர் வாரஸ் அமைதியை நிலைநாட்ட அங்கு படை யினரைக் குவித்த போதும் அறுவடைத் திருவிழாவிற்காக அங்கு வந்திருந்த கலீலிய, இடுமியக் கும்பல்கள் தேவாலயத்தைக் கைப்பற்றிக் கொண்டதுடன் தங்கள் கண்ணில் பட்ட அனைத்து ரோமானியர்களையும் படுகொலை செய்தனர். பினஸ், ஃபேஸலின் கோபுரத்தில் ஒளிந்துகொண்டான்.

முந்தைய அடிமைகளான கலகக்காரர்கள் மூவர் ஜெருசலேமிற்கு வெளியே தங்களை மன்னராக அறிவித்துக்கொண்டு ஏரோதின் அரண்மனைகளை எரித்துக் கட்டற்ற வெறிகொண்டு சூறையாடினர். தங்களுக்குத் தாங்களே முடிசூட்டிக் கொண்ட அவர்கள் போலி தீர்க்கதரிசிகளாகத் திகழ்ந்தனர். ஆகையால் மதரீதியாகக் கடுமை யான யூகநிலை நிலவிய இந்தக் கட்டத்தில்தான் ஏசு தோன்றினார் என்று தெரிகிறது. ஏரோது ஆட்சியின்போது கதியற்றுத் தலைவர்

களின் தோற்றத்திற்காகக் காத்திருந்த யூதர்கள் மத்தியில் இத்தகைய மூவர்கள் திடீரென்று தோன்றினர். அந்த மூவரையும் வென்று கொன்றொழித்தார் வாரஸ்.[11] எனினும் அப்போது முதல் இத்தகைய போலி தீர்க்கதரிசிகள் தோன்றியவண்ணமும், ரோமானியர்கள் அவர்களைக் கொன்று குவித்தவண்ணமாகவும் இருந்தனர். ஜெருசலேமைச் சுற்றி சுமார் 2000 கலகக்காரர்களை வாரஸ் சிலுவையில் அறைந்தார்.

அறுபது வயதையடைந்து ரோமில் இருந்த அகஸ்டஸ் ஏரோதியர்களின் சச்சரவுகளுக்குச் செவிமடுத்து ஏரோதின் உயிலை நிறைவேற்றும் உறுதி கொண்டிருந்தார். ஆனால் மன்னர் பதவியை நிறுத்தி வைத்துவிட்டு, ஆர்கிலாஸை ஜூடேயா, கனரியா, இடுமியா பகுதிகளுக்கு ஆளுநராகவும், ஆன்டியாஸை கலீலி, பெரியா (இன்றைய ஜோர்டானின் ஒரு பகுதி) மண்டல ஆளுநராகவும், அவர்களது தந்தையின் மனைவியின் மகன் ஃபிலிப்பை எஞ்சிய பிற பகுதிகளுக்கு ஆளுநராகவும் நியமித்தார்.[12] ஆர்கிலாஸின் ஆளுகையின் கீழிருந்த ஜெருசலேமிய ரோமானியக் குடியிருப்பில் வாழ்ந்த செல்வந்தர்களின் வாழ்வு சீர்கெட்டதாகவும், யூத வழி பிறழ்ந்து பெரிதும் கிரேக்கத் தன்மை வாய்ந்ததாகவும் இருந்தது.

இரண்டாயிரம் ஆண்டுகளுக்குப் பின்னர் 1911ஆம் ஆண்டு ஒரு அமெரிக்க அரும்பொருள் சேகரிப்பாளரால் கண்டெடுக்கப் பட்ட வெள்ளிக் கோப்பையில் ஓரினச் சேர்க்கை சித்திரம் தீட்டப் பட்டிருந்தது. அதன் ஒருபுறத்தில் ஒரு சிறுவன் மீது ஆடவன் உருளையின் உதவியால் படர்வது போலவும், அந்தக் காட்சியை ஒரு வக்கிர அடிமை எட்டிப் பார்ப்பது போலவும், மறுபுறம் மஞ்சம் ஒன்றில் வளையும் தன்மையுள்ள சிறுவர்கள் பின்னிப் பிணைவது போலவும் சித்திரம் தீட்டப்பட்டிருந்தது. ஆர்கிலாஸ் துர்குண மிக்கவனாக, தகாத பண்புள்ளவனாக, ஊதாரியாக இருந்ததால் அகஸ்டஸ் பத்து வருடங்களுக்குப் பின்னர் பதவியைப் பறித்து ஆர்கிலாஸை நாடு கடத்தினார். ஜூடேயா ரோமின் ஒரு மாநில மாக்கப்பட்டு கடலோரப் பகுதியான சீசரியாவில் இருந்த கீழ்நிலை ஆட்சியாளர்கள் பலரால் ஜெருசலேம் ஆளப்பட்டது. அச்சமயத்தில் தான் வரி கொடுப்போரைப் பதிவு செய்வதற்காக மக்கள்தொகை கணக்கெடுக்கப்பட்டது. ரோமானிய அதிகாரத்திற்கு அடிபணிந்து கிடப்பதை அவமானமாகக் கருதியதால் புரட்சிக் குழுவொன்று உருவானது. ஏசுவின் குடும்பம் பெத்தலகேம் வந்ததற்குக் காரண மாக இக்கணக்கெடுப்பை லூக்கா குறிப்பிட்டது தவறாக இருந் திருக்கலாம்.

ஏரோது ஆன்டிபஸ் முப்பது வருடங்களாக கலீலியை ஆண்டுகொண்டே தான் வாரிசுரிமை பெற்ற தன் தந்தையின் பேரரசை ஆளப்போகும் நாளைக் குறித்த கனவில் வாழ்ந்து கொண்டிருந்தார். ஞான ஸ்நானகரான ஜான் என்ற ஒரு தீர்க்கதரிசி பாலை வனத்தில் இருந்து வெடித்துக் கிளம்பி ஆன்டிபஸை ஏளனம் செய்து வம்பிக்கிழுக்கும் வரை அவரது ஆட்சி நீடித்துக் கொண்டிருந்தது.

குறிப்புகள்:

1. மாதுளை மற்றும் முட்செடிகளின் இலை வடிவங்கள் பொறித்த சன்ஹெத்ரின் கல்லறையை பழைய நகரத்திற்கு வடக்கே இன்றும் காணலாம். கொலை செய்யப்பட்ட அவரது ஆலோசகர்களும் அங்கேயே புதைக்கப்பட்டிருக்கலாம். அம்மலை வல்லரண்களைப் பொறுத்த மட்டிலும் பின் வருபவை மிகவும் புகழ்பெற்றவையாகும். கி.பி 73இல் ரோமானியர் களுக்காகப் போரிட்ட யூத வீரர்கள் மொத்தமாகத் தற்கொலை செய்து கொண்ட இடமாகிய மசாடா, ஏரோதுவின் மகன்களில் ஒருவனான ஜான் சிரச்சேதம் செய்யப்பட்ட இடமாகிய மக்கரேஸ், ஏரோதும், அவரது மகன்களும் புதைக்கப்பட்ட செயற்கை மலையான ஹெரோடியம் ஆகியன.
2. பண்டைய மத்தியதரைப் பகுதிகளின் மதிப்புமிக்க பொருட்களாகும் இவை. ஜெரிக்கோ ஈச்சம் பழங்களையும், ஈச்சை மதுவையும் உற்பத்தி செய்தன. பால்ஸம் தோப்புகளில் விளைந்த கிளியாட்டின் பால்ஸம் தலை வலி மற்றும் கண்புரைக்கான மருந்துகளுக்குப் பெயர்பெற்றதோடு விலை உயர்ந்த வாசனைத் திரவியமாகவும் விளங்கியது. ஜோப்பா (ஜாஃபா) உட்பட்ட கடலோரப் பகுதிகள் கிளியோபாட்ரா வசம் சென்றுவிட்டதால் ஏரோது வசம் சார்ஜா துறைமுகம் மட்டுமே மிச்சமிருந்தது.
3. சிரிய கிரேக்க அறிஞரான நிக்கோலஸ் ஏரோதுவின் நம்பிக்கைக்குரிய வராகவும், அகஸ்டஸிற்கு நெருங்கிய நண்பராகவும் திகழ்ந்தார். கிளியோபாட்ரா மற்றும் ஏரோதின் கொலைகார அவைகளில் உயிர்தப்பிப் பிழைத்ததைக் கொண்டு பார்க்கும்போது நிச்சயம் ஆற்றல்மிக்கராகவே இருந்திருப்பார். பிற்காலத்தில் ஏரோது, அகஸ்டஸ் வாழ்க்கை வரலாற்றை எழுதினார். இந்நூல்கள் இன்றைக்கு இல்லையென்றாலும் வரலாற்றாளர் ஜோசஃபஸிற்கு அவையே ஆதாரமாக அமைந்தன. அவற்றைவிட சிறப் பான நூல்களைக் கற்பனைகூட செய்யமுடியவில்லை. நிக்கோலஸின் அரச மாணவர்களைப் பொறுத்தவரையில் சீஸர், கிளியோபாட்ராவின் மகனான சீசரியனை அகஸ்டஸ் கொலை செய்தார். அரசரின் முன்னாள் மனைவியும் ஆன்டனியின் சகோதரியுமான ஆக்டோவியாவையும் மற்ற மூன்று பிள்ளைகளையும் ரோமில் வளர்த்து வந்தார். மகன்கள் என்னவானார்கள் என்பது தெரியவில்லை. மகளாகிய கிளியோபாட்ரா, ஸெலின் மொரடேனி யாவின் அரசனான இரண்டாம் ஜீபாவை மணந்தாள். அவர்களது மகன் டாலமி, கலிகுலாவால் கொல்லப்பட்டார். மாவீரன் அலெக்ஸாண்டருக்கு 363 ஆண்டுகளுக்குப் பின்னர் டாலமியப் பேரரசு முடிவுற்றது.

4. இது பிந்தைய மனைவியின் பெயர். அவரும் மரியம் என்றே அழைக்கப் பட்டார். அவருக்கும் மற்றவர்களுக்கும் மரியத்தின் நினைவாக வைக்கப் பட்டிருக்கக் கூடும். டேவிட்டுடன் எந்த சம்பந்தமும் இல்லாத இன்றைய டேவிட் கோபுரம் ஏரோதின் ஹிப்பிக்கஸ் போன்றே உருவாக்கப்பட்டது. டைட்டஸ் நகரத்தை அழித்துவிட்ட பிறகும் ஏரோதின் நகர் அரண் ஜெருசலேமின் முக்கிய வல்லரணாக துருக்கியர் காலம்வரை திகழ்ந்தது. ஜெருசலேம் நகரத்தின் முன்னேற்றத்தை பின்னல் இழைபோல வெளிப் படுத்த வல்ல கட்டடம் வேறெதுவும் இல்லை. இங்கு ஜூடேய, மக்கபீய, ஏரோதிய, ரோமானிய, அரேபிய, சிலுவைப் போரினுடைய, மம்லுக், துருக்கிய என அனைத்துவிதமான இடிபாட்டு எச்சங்களையும் அகழ்வாய்வாளர் களால் காணமுடியும்.

5. மத்திய கிழக்கில் அவருக்கிருந்த நிலப்பகுதியில் இருந்து ஏரோதுக்குச் செல்வம் குவிந்து கொண்டிருந்தது. இந்நிலங்களில் செம்மறியாடுகள், கால்நடைகள், கலீலி, ஜிடேயாவில் இருந்து வந்த கோதுமை, பார்லி, மீன், ஆலிவ் எண்ணெ, மது, பழங்கள், லில்லி மலர்கள், அஷ்கோனிலிருந்து வந்த வெங்காயம், வடக்கே கெபாவிலிருந்த வந்த மாதுளைகள், ஜெரிக் கோவில் இருந்து வந்த ஈச்சை மற்றும் பால்ஸம் ஆகியவை கிடைத்து வந்தன. தனது அரசில் பாதி முதல் மூன்றில் இரண்டு பங்குவரை ஏரோதுக்குச் சொந்தமானது. நபோடிய வாசனைப் பொருட்களுக்கு வரி விதித்து ஏற்றுமதி செய்தார். சைப்ரஸில் உள்ள செம்புச் சுரங்கங்களின் பாதி உரிமைக்காக அகஸ்டஸிடமிருந்து 300 தாலந்துகளைப் பெற்று சுரங்கச் செல்வந்தராகவும் இருந்தார். தனது உள்ளூர் மதுவை ஏற்றுமதி செய்வார். ஆனாலும் இத்தாலியில் இருந்து இறக்குமதியாகும் மதுவைத்தான் பருகு வார். தன் வாழ்நாள் முழுதும் நிர்மாணப் பணிகள் மேற்கொண்டு வந்தா ரெனினும் இறக்கும்போது 1000 தாலந்துகளையும், பத்து லட்சம் ட்ராக்மாக்களையும் அகஸ்டஸிற்கு விட்டுச் சென்றார். தன் குடும்பத்திற்கும் அதைவிடப் பல மடங்கு விட்டுச் சென்றார்.

6. மோசஸிடமும், ஆரோனிடமும் கடவுள் சொல்கிறார், ''மாசுமருவற்ற கன்றீனாத இளம்பசுக்கள் 19 எண்ணிக்கையில் கொண்டு வரும்படி இஸ்ரேலியப் பிள்ளைகளிடம் கூறு'' என்று. செவ்வகிலும், ஹிஸ்ஸோப் செடியும் அடுக்கப்பட்ட சிதையில் செம்பசுவைப் பலியிட்டு, அதன்மீது அடர் செந்நிறக் கயிற்றை வைத்து அதனுடன் சாம்பலும், புனிதநீரும் கலக்கப்பட வேண்டும். மிஷ்னாவின்படி இவ்வாறு ஒன்பதுமுறை நடந்துள்ளது. பத்தாவது முறை வரும்போது மீட்பர் தோன்றுவார். 1967இல் ஜெருசலேமை இஸ்ரேலியர்கள் கைப்பற்றிய இந்நூற்றாண்டின் மிகுந்த பரபரப்பான நிகழ்வைக் கொண்டு, அடிப்படைவாத கிறித்துவ சுவிசேச பிரச்சாரகர் களும், யூத மீட்புவாதிகளும், ஊழியிறுதி மற்றும் மீட்பரின் வருகைக்கான (அல்லது கிறித்துவர்களுக்கான இரண்டாம் வருகை) மூன்று முன் நிபந்தனைகளில் இரண்டு நிறைவேறி விட்டதாகக் கருதினர். ஒன்று இஸ்ரேல் மீட்கப்பட்டது, இரண்டு ஜெருசலேம் யூதமயமானது. மூன்றாம் முன் நிபந்தனை தேவாலயத்தைப் புனரமைப்பது. கன்றீனாத இளம் பசுவைப் பலியிட்டு தேவாலயக் குன்றினைப் புனிதப்படுத்தும் போதுதான் இது நிறைவேறும் என்று கிறித்துவ அடிப்படைவாதிகள், யூத ஆசார மீட்பு வாதக் குழுக்கள், தேவாலய நிறுவனத்தினர் ஆகியோர் கருதுகின்றனர்.

எனவேதான் இன்றும் ஜோர்டான் பள்ளத்தாக்கின் நெப்ராஸ்காப் பண்ணையில் இருந்து இறக்குமதி செய்யப்பட்ட 500 உருப்படிகள் கொண்ட சிவப்பு ஆங்கஸ் மந்தை மூலம் செந்நிற மலட்டுப் பசுக்களை உற்பத்தி செய்ய முனைந்து வருகின்றனர். இம்முயற்சியை மிசிசிபியைச் சேர்ந்த பெந்தகோஸ்து பிரச்சாரகர் க்லைட்லாட்'டும் தேவாலய நிறுவனத்தின் ரஃபி ரிச்மேன் என்பவரும் இணைந்து மேற்கொண்டுள்ளனர். இவர்கள் இம்மலட்டுப் பசுக்கள் இந்த உலகத்தையே மாற்ற வல்லவை என்ற நம்பிக்கை கொண்டுள்ளனர்.

7. தங்களுக்குள் உள்ள வேறுபாடுகளைக் களைய ஏரோதிய மக்காபிய குலங்களுக்கிடையே மட்டுமே மீண்டும் மீண்டும் திருமணமும், இரண்டாம் மணமும் செய்துகொண்டு வந்ததால் ஏரோதின் குடும்ப மரபுக் கிளை வழி சிக்கல் மிகுந்ததாக இருக்கிறது. தனது சகோதரன் ஃபரோராஸை மரியமின் சகோதரிக்கும், தனது மூத்த மகன் ஆன்டிபேட்டரை அரசன் ஆன்டிகேனஸின் (மன்னரின் வேண்டுகோளின்படி ஆன்டனியால் சிரச்சேதம் செய்யப்பட்டவர்) மகளுக்கும் மணமுடித்து வைத்தார். இந்தத் திருமணங்களுக்கு இடையிலும் படுகொலைகள் நடக்கவே செய்தன. சலோமியின் முதல் இரண்டு கணவன்மார்களும் ஏரோதுவால் கொல்லப் பட்டனர். ரோமானிய ஆதரவாளர்களான கப்படோஷியா, எமிசா, பாண்டஸ், நபேடியா, சிலிஸியா ஆகிய அரச குடும்பங்களுடன் மண உறவு கொண்டிருந்தனர். யூத மதத்திற்கு மாற மறுத்ததாலும், சுன்னத் செய்ய மறுத்ததாலும் இரண்டு திருமணங்களாவது நின்று போயிருக்கக் கூடும்.

8. அரசரின் நோய்க்குறிகள் குறித்து மருத்துவர்கள் பலவிதமாக விவாதித் தனர். நாடி தளர்ந்து, நரம்புகள் இறுக்கமடைந்ததால் புவியீர்ப்பு விசையும் மன்னரின் உடல்நிலையை மேலும் மோசமாக்கியிருக்கக்கூடும். கல்லீரல் பாதிப்படைந்து ரத்தம் ஓட்டம் நின்றுபோனதால் சிறுநீரகங்களும் செயலிழந்து அழுகத் துவங்கியிருக்கும். விதைப்பையிலும் பிறப்புறுப்பிலும் புழுக்கள் வெளிவந்ததாகக் கூறப்படும் செய்தி கொடிய அரசனை வஞ்சம் தீர்க்கும் இறைச்செயல் என்ற எதிர்மறையான பரப்புரையாக இருந் திருக்கக்கூடும். இத்தகைய விதைப்பையும், குடலும் வெடித்துப் புழுக்கள் மொய்த்த கோரமான முடிவு நான்காம் ஆன்டியோகஸ், எஃபிபேனஸ், ஏரோதின் பேரன் முதலாம் அக்ரிப்பா போன்ற பாவிகள் பலருக்கும் நேர்ந்திருக்கிறது.

9. ஏசுவின் பிறப்பு வரலாற்றுரீதியாக அறுதியிடப்படவில்லை. சுவிசேசங்களும் முரண்படுகின்றன. அந்தத் தேதி குறிப்பாக இன்னதென்று யாருக்கும் தெரியாது. உத்தேசமாக ஏரோதுவின் இறப்பிற்கு நான்கு ஆண்டுகள் முன்பாக (கி.மு 4) இருக்கக்கூடும். கி.பி 29–30களில் ஏசு சிலுவையில் அறையப்பட்டார் என்றால் முப்பது ஆண்டுகளுக்கு முன் பிறந்திருக்க வேண்டும். சிலுவையில் அறையப்பட்டது கி.பி 36 என்றால் அப்போது ஏசுவின் வயது நாற்பதாக இருந்திருக்கலாம். ஏசுவின் குடும்பம் பெத்தலகேமிற்கு வரவழைக்கப்பட்டது என்பதற்கான மக்கள்தொகைக் கணக்கு வரலாற்றுப்பூர்வமானது அல்ல. ஏனெனில் குரினியாஸின் மக்கள்தொகைக் கணக்கு ஏசு பிறந்த பத்து வருடங்களுக்குப் பிறகு, ஏரோதின் வாரிசு

ஆர்கிலேயஸ் பதவி இழந்த பின் கி.பி 6இல் எடுக்கப்பட்டது. பெத்தலகே மிற்கான பயணத்தையும், ஏசு, டேவிட்டின் வம்சாவளி பற்றிக்கூறும் மத்தேயுவின் சுவிசேசம் "தீர்க்கதரிசியால் இவ்வாறு எழுதப்பட்டது" என்று தீர்க்க தரிசனம் மெய்ப்பிக்கப்பட்டதாக ஏசுவின் பிறப்பு குறித்துக் கூறுகிறது. அப்பாவிகளின் படுகொலைகளும், ஜோசஃப் எகிப்திற்குத் தப்பிச் சென்று பிழைத்ததும் யூத விடுதலைத் திருவிழாக் கதையினை ஒட்டியே எழுதப்பட்டுள்ளது. அதில் ஏசு பிறப்பு பற்றிய குறிப்பு இல்லை. பத்துக் கொள்ளை நோய்களில் ஒன்று தலைமகவின் கொலையாகும். ஏசுவின் பிறப்பிடம் எதுவாக இருந்தாலும் அக்குடும்பம் பலியிடலுக்காக தேவாலயம் சென்றிருக்க சாத்தியம் உண்டு. ஏசுவின் தொட்டிலான அல்அக்ஸா மசூதிக்குக் கீழிருந்த தொழுகையிடத்தில் ஏசு வளர்ந்தார் என்று சிலுவைப் போராளிகளால் நீட்டிக்கப்பட்ட இஸ்லாமிய மரபு கருதுகிறது. ஏசுவின் குடும்பம் பற்றிய தகவல்கள் மர்மமாக இருக்கின்றன. ஏசு பிறப்பிற்குப் பிறகு ஜோசஃப் சுவிசேசங்களில் இருந்து காணாமல் போகிறார். மேரி கன்னியாகவே நீடித்திருந்தார் என்றும், கடவுள்தான் ஏசுவின் தந்தை என்றும் மத்தேயுவும், லூக்காவும் குறிப்பிடுகின்றனர். இதே கருத்துதான் ரோமானிய மற்றும் கிரேக்க இறையியலிலும், இம்மானுவேலின் இசை யாவின் தீர்க்கதரிசனத்திலும் எதிரொலிக்கிறது. ஆனால் ஏசுவிற்கு ஜேம்ஸ், ஜோசஸ், யூதாஸ், சைமன் ஆகிய சகோதரர்களும், சலோமியா என்ற சகோதரியும் இருந்ததாக மத்தேயு, மார்க், ஜான் ஆகியோர் குறிப்பிடு கின்றனர். மேரியின் கன்னித் தன்மையானது கிறித்துவின் சமயக் கோட் பாடு ஆகிவிட்டதால் ஏசுவின் உடன் பிறந்தார் இருப்பு அசௌகர்யமாகி விட்டது. கிளியோபஸின் மனைவி மேரி என்கிறார் ஜான். ஜோசஃப் இளம் வயதிலேயே இறந்துவிட்டதால் மேரி, கிளியோபஸை மணந்து மற்ற பிள்ளைகளைப் பெற்றிருக்கலாம். ஏனெனில் ஏசுவின் சிலுவை யேற்றத்திற்குப் பின்னர் அவரது சகோதரர் ஜேம்ஸும், கிளியோபஸின் மகன் சைமனும் தலைமையிடத்திற்கு வருகின்றனர்.

10. பேராசிரியர் யெஹீத் நெட்ஸர் 2007ஆம் ஆண்டுதான் ஏரோதுவின் அக்கல்லறையைக் கண்டுபிடித்தார். ஏரோதுவை எதிர்த்த கிளர்ச்சியாளர் களால் கி.பி 66–70ஆம் ஆண்டுகளில் அடித்து நொறுங்கிய நிலையில் மலர்கள் பொறித்து பகட்டாக அலங்கரிக்கப்பட்ட செந்நிறக் கல் சவப் பெட்டி கண்டுபிடிக்கப்பட்டது. அதேபோல மலர்கள் பொறித்த மற்ற இரு அலங்காரமான கல்லறைகள் ஏரோதுவின் மகன்களுடையதோ? ஏரோதின் மற்றொரு அற்புதம் ஏரோடியக் குவிமாடக் குளியல் இல்லம், கோபுரங்கள், மேல்மண்டப ஓவியங்கள், குளங்களைக் கொண்ட மேல்தள சொகுசு மாளிகை 210 அடி குறுக்களவுடைய ஒரு செயற்கை மலையாகவே கட்டப்பட்டிருந்தது. மலைக் கோட்டையின் கிழக்குக் கோபுரத்திற்குக் கீழ் ஏரோடியக் குன்றின் மீது கட்டப்பட்டிருந்த ஏரோதின் கூர் கோபுரக் கல்லறையும் கி.பி 66 – 70ஆம் ஆண்டுகளில் அழிக்கப்பட்டது.

11. இந்த மூன்று அரசர்களில் ஒருவனான ஏரோதுக்கு உரிமையான பருத்த அடிமை சைமன் சிறிது காலத்திலேயே ரோமானியர்களால் சிரச் சேதம் செய்யப்பட்டான். தெற்கு ஜோர்டானில் கண்டெடுக்கப்பட்ட கல்வெட்டில் காணப்படுகிற கேப்ரியேலின் திருவெளிப்பாட்டின்படி 'இளவரசர்களின் இளவரசனான' சைமன் கொல்லப்பட்ட பின்னர் 'மூன்று நாட்களில்'

மீண்டும் உயிர்த்தெழும்போது 'நீதி தீவினையை அழித்திடும்' என்பதை நீங்கள் அறிவீர்கள். காப்ரியேலாகிய நான் ஆணையிடுகிறேன், 'நீங்கள் மூன்று நாட்களில் உயிர்த்தெழுவீர்கள்' என்று சொல்லப்பட்டிருந்தது. அதில் குறிக்கப்பட்ட சைமன் இவராக இருக்கக்கூடும். தீர்க்கதரிசி ஒருவரின் இறப்புக்கு மூன்று நாட்களுக்குப் பின் உயிர்த்தெழுதல், தீர்ப்பு ஆகிய விபரங்கள் ஏசு சிலுவையில் அறையப்படுவதற்கு முப்பதாண்டுகளுக்கும் முந்தையவை. சைமனைக் கொன்றபிறகு பப்ளியஸ் குவின்டிக்ளியஸ் வாரஸ் ஜெர்மன் எல்லைப்புறத்தை ஆட்சிசெய்தார். சுமார் பத்தாண்டு களுக்குப் பின்னர் கி.பி 9ஆம் ஆண்டு மறைந்திருந்து தாக்கப்பட்டதில் தனது மூன்று படைப்பிரிவுகளை இழந்தார். இந்தப் பேரழிவு அகஸ்டஸின் இறுதி நாட்களில் அவருக்குக் கடுமையான மனப் பாதிப்பை ஏற்படுத்தி யதால் "வாரஸ் எனது படைப்பிரிவுகளை என்னிடம் திரும்பக் கொடு...." என்று கூச்சலிட்டபடி அகஸ்டஸ் தனது அரண்மனையில் அலைந்ததாகச் சொல்லப்படுகிறது.

12. ஏரோதுவின் மூன்று மகன்களும் ஏரோதுவின் பெயர்களையே கொண்டிருந்ததால் சுவிசேசங்களில் பெருங்குழப்பம் மிஞ்சியது. ஆர்கிலாஸ் மணம் முடித்திருந்த போதிலும் அலெக்ஸாண்டரின் மனைவியும், கப்படோஷியாவின் மன்னரின் மகளுமான கிளாஃபைராவின் மீது காதல் கொண்டிருந்தார். அலெக்ஸாண்டர் கொல்லப்பட்டதும் கிளாஃபைரா மொரிடானியாவின் மன்னர் ஜூடாவை மணந்தாள். அவரும் இறந்த பிறகு கப்படோஷியவிற்குத் திரும்பி ஆர்கிலாஸை மணந்தாள்.

☆

11

ஏசு கிறிஸ்து
கி.பி.10-40

ஞானஸ்நானகரான ஜானும் கலீலியின் நரியும்

ஜானின் பெற்றோர்களாகிய தேவாலய மதகுரு ஜக்காரியாஸும், எலிசபெத்தும் ஜெருசலேமிய நகரத்திற்கு வெளியே கெரம் என்ற கிராமத்தில் வசித்து வந்தனர். தேவாலய உயர் பதவியாளர்கள் போலல்லாமல் ஜக்காரியாஸ் தேவாலயத்தின் பல பணிகளைச் செய்து குலுக்கல் சீட்டு முறையில் மதகுரு பதவியைப் பெற்ற எளிமை யான ஊழியர்களில் ஒருவராக இருந்திருக்கக் கூடும். சிறுவனாகப் பலமுறை தேவாலயத்தை அவர் கண்டிருப்பார். நல்ல யூதராக நீடிக்க அவருக்குப் பல வழிகள் இருந்தாலும் ‘பாலைவனத்தில் யாவேயின் வழியை ஆயத்தப்படுத்து’ என்ற இசையாவின் தூண்டு தலுக்கு ஏற்ப பாலைவனத்தில் கடும் துறவு வழியை மேற் கொண்டார்.

ஜெருசலேமிற்கு அருகில் உள்ள பாலைவனத்தில் கி.பி இருபதுகளின் பிற்பகுதியில் முதன்முதலாகச் சில தொண்டர்களை ஈட்டத் தொடங்கினார். ஜான் ஒரு கிறித்துவரா இல்லையா? என்றே முதலில் அனைவரும் யோசித்தார்கள். ஆனால் பின்னர் அவரது குடும்பத்தினர் வசித்த ஏரோது ஆன்டிபஸின் ஆளுகைக்குட்பட்ட கலிலீயின் வடக்குப் பகுதியிலும் அவருக்குப் பற்றாளர்கள் உருவா யினர். ஏசுவைக் கருவுற்றிருந்த சமயத்தில் மேரி, ஜானின் பெற்றோருடன்

வசித்து வந்தார். மேரி, ஜானின் தாயாருக்கு அம்மான் மகள் ஆவார்.

சற்றுப் பெரியவனான பின்னர் தன் மாமன் மகன் ஆற்றும் சொற்பொழிவைக் கேட்பதற்காக நசரேத்திலிருந்து வந்திருந்தார் ஏசு. ஜான், அவருக்கு ஜோர்டானில் ஞானஸ்நானம் செய்வித்தார். பின்னர் பரஸ்பர மாமன் மகன்களாகிய இருவரும் இணைந்து பிரசங்கம் செய்தனர். யூத சடங்கான குளிப்பாட்டுவதில் இருந்து புதிய ஞானஸ்நான சடங்கொன்றை உருவாக்கி பாவ மன்னிப்பு வழங்கி வந்தனர். மறுபுறம் ஜான், ஏரோது ஆன்டிபஸைப் பகிரங்கமாகக் கடுமையான கண்டனம் செய்து வந்தார்.

மக்களின் வெறுப்பிற்கு ஆளான தண்டல்காரர்களிடம் நிதி பெற்றுவந்த கலீலியின் மண்டல ஆளுநர், பெரும் மாட்சிமையுடன் ஆடம்பரமாக வாழ்க்கை நடத்தி வந்தார். அகஸ்டஸின் மாற்றுரிமை மகனான புதிய ரோமானிய மன்னன் டைபீரிஸிடம் ஆன்டிபஸ், தன் தந்தையின் ஆட்சிப் பகுதி முழுவதையும் தன்னிடம் ஒப்படைக்கு மாறு தொடர்ந்து முறையிட்டு வந்தார். அகஸ்டஸின் கைம்பெண்ணும், டைபீரிஸின் தாயும், தன் குடும்ப நண்பருமான லிவியஸின் பெயரைத் தனது தலைநகருக்கு இட்டார். பின்னர் கி.பி 18இல் கலீலி கடற் கரையருகே டைபீரிஸ் என்ற புதிய நகரத்தை உருவாக்கினார். பணத் தாசை பிடித்த தூர்த்தனும், ரோமானியக் கைக்கூலியுமான ஆன்டிபஸை, ஜானைப்போலவே ஏசுவும் வெறுத்தார். ஆன்டிபஸைக் குறிப் பிடும்போது 'அந்த நரி' என்றே கூறுவார்.

யூதர்களுக்கும், அராமிய அயலாருக்கும் இடையே நல்லிணக்கத்தை உருவாக்கும் நோக்கத்துடன் ஆன்டிபஸ், நவாடிய அரபு அரசன் நான்காம் அரீட்டஸின் மகளை மணம் முடித் திருந்தார். தனது சிறிய சிம்மாசனத்தில் முப்பதாண்டுகளாக அமர்ந் திருந்த ஆன்டிபஸ் தனது மாமன் மகள் ஹெராடியஸின் மீது பெரிதும் காதல் வயப்பட்டார்.

பேரரசர் ஏரோதுவின் தூக்கிலிடப்பட்ட மகனாகிய அரிஸ்டோபுலஸின் மகள்தான் ஹெராடியஸ். ஏற்கனவே தனது மாற்று சகோதரனை மணந்திருந்த அவள், தன் காதலைப் பெற வேண்டுமானால் ஆன்டிபஸ் தனது அரேபிய மனைவியை மண விலக்கு செய்ய வேண்டுமென்று நிபந்தனை விதித்தாள். ஆன்டிபஸ் மூடத்தனமாக ஒப்புக்கொண்ட போதிலும் நவாடிய இளவரசி மண விலக்கிற்கு இணங்கவில்லை. கூடா ஒழுக்கம் மேவிய காதலர்கள் இருவரையும் ஞானஸ்நானக்காரனாகிய ஜான், ஆஹப் என்றும்

ஜெசிபல் என்றும் இகழ்ந்து பேச, ஆன்டிபஸ், ஜானைக் கைதுசெய்ய உத்தரவிட்டார். தீர்க்கதரிசி ஜான் ஜோர்டான் சாக்கடலில் இருந்து 2300 அடி உயரத்தில் உள்ள ஏரோது பேரரசரின் மெக்ரோரஸ் கோட்டையில் சிறைவைக்கப்பட்டார். அந்தச் சிறைக் கிடங்கில் வைக்கப்பட்டது ஜான் மட்டுமல்ல. அவருடன் இன்னொரு முக்கியஸ் தரும் இருந்தார். அவர்தான் ஆன்டிபஸின் அரேபிய மனைவி.

ஆன்டிபஸ், தன் பிறந்தநாளை தனது அவையினர், ஹெராடியஸ், ஹெராடியஸின் மகளும் மண்டல ஆளுநர் பிலிப்பின் மனைவியுமான சலோமி ஆகியோருடன் மெக்கேரஸ் விருந்துக் கூடத்தில் கொண்டாடினார். (அக்கூடத்தின் மொசைக் தரை இன்றளவும் பெரிய அளவில் பழுதுபடாமல் இருக்கிறது. அதற்கடியில் சிறை அறைகளும் உள்ளன.) சலோமி 'அதில் கலந்துகொண்டு நடனமாடி ஏரோதினை மகிழ்வித்தாள்.' அவள் ஆடியது ஏழு திரைகள் பூண்ட துகிலவிழ் நடனமாக இருந்திருக்கும்.[1] அவளது எழில் நடனத்தில் மயங்கிய ஆன்டிபஸ் பரிசாக நீ எதைக் கேட்டாலும் அளிப்பேன் என்று கூற தன் தாயின் தூண்டுதலின் பேரில் சலோமி கேட்டது, தீர்க்கதரிசி ஜானின் தலை. அடுத்த சிறிது நேரத்திலேயே சிறையில் இருந்து அறுத்து விருந்தரங்கிற்குக் கொண்டு வரப்பட்ட ஜானின் தலை ஒரு தட்டில் வைத்து அந்த நங்கைக்கு அளிக்கப்பட, அவள் அதைத் தன் தாயிடம் அளித்தாள்.

ஜான் கொல்லப்பட்டதால் தனக்கும் ஆபத்து நேரக்கூடும் என்றஞ்சிய ஏசு, பாலைவனத்திற்குத் தப்பிச் சென்றார். ஆனால் அவ்வப்போது ஜெருசலேமிற்கும் சென்று பார்வையிட்டார். மூன்று மதங்களைத் தோற்றுவித்த ஆபிரஹாமிய நிறுவனர்களில் அந்நகரத் தெருக்களில் அடிக்கடி பாதம் பதித்தவர் ஏசு மட்டுமே. தன்னைப் பற்றிய உள்முக நோக்கில் ஏசுவின் மனதில் அந்நகரமும், வழிபாட்டுத் தலமும் முதன்மையான இடத்தைப் பெற்றிருந்தன. தீர்க்கதரிசிகளைப் பற்றிய கூராய்விலும், மத விதிகளைப் பின்பற்றுவதிலும், ஜெருசலேமிற்குப் புனிதப்பயணம் மேற்கொள்வதிலும்தான் யூத வாழ்க்கையின் அடிப்படை அடங்கியுள்ளது. அந்நகரைப் 'பேரரசரின் நகரம்' என்றே அவர் குறிப்பிடுவார். ஏசு வாழ்வின் முதல் முப்பதாண்டு களைப் பற்றி நாம் ஏதும் அறிய முடியவில்லை என்றாலும் அவருக்கு யூத மறை குறித்த ஞானம் இருந்ததும், அம்மறையின் தீர்க்கதரி சனத்தை அடைவதற்கான செயல்களையே அவர் செய்துவந்தார் என்பதும் உறுதி.

ஏசுவிற்குப் பன்னிரண்டு வயதானபோது அவரது பெற்றோர் அவரை யூத விடுதலைத் திருவிழாவிற்காகக் கோயிலுக்கு அழைத்துச்

3

சென்றனர். அவர்கள் தேவாலயத்திற்குள் சென்றதும் ஏசு பெற்றோரை விட்டுப் பிரிந்துவிட்டார். கவலையுடன் மூன்று நாட்களாகத் தேடி யலைந்த பின் முடிவில் அவர் 'திருச்சபையின் நெறிமுறை வல்லுனர் களின் விளக்கங்களைக் கேட்டுக் கொண்டிருப்பதையும், அவர் களிடம் கேள்விகள் எழுப்பிக் கொண்டிருப்பதையும்' கண்டனர் என்று லூக்கா வர்ணிக்கிறார். 'சைத்தான் அவருக்கு ஆசை ஊட்டிய போது அவர் தேவாலயத்தின் உச்சியில் நின்று கொண்டிருந்தார்.' சீடர்களிடம் குறிக்கோளை எடுத்துரைக்கையில் தனது எதிர்கால நிகழ்வுகள் ஜெருசலேமில் தான் நிகழும் என்று அழுத்தந்திருத்த மாகக் கூறினார். அப்போது முதல் தான் ஜெருசலேமிற்குச் சென்று சில இன்னல்களை எதிர்கொள்ள வேண்டியிருக்கும் என்பதையும், தான் கொல்லப்பட்டு மூன்றாம் நாள் உயிர்த்தெழுவேன் என்றும் ஏசு சீடர்களுக்கு எடுத்துக் காட்டினார். "ஆனால் அதற்கான தண்டனையை ஜெருசலேம் அனுபவித்தே தீரும். ஜெருசலேம் படைகளால் சூழப்படுவதைக் காணும்போது அதற்குப் பாழ்நிலை அண்மித்து விட்டது என்றறிக. புறக்குடியினரின் காலம் முடியும் வரையில் அது புறக்குடியினரால் ஒடுக்கப்படும்" என்றார்.

தனது பன்னிரண்டு திருத்தூதர்களின் (தனது சகோதரர் ஜேம்ஸ் உட்பட) சொந்த பூமியான கலீலிக்கு மீண்டும் பிரவேசித்தார் ஏசு. தென்திசை நோக்கிப் பயணித்த அவர் குறிப்பிட்ட 'நற்செய்தியை' நுட்பமான எளிய நீதிக்கதைகள் மூலம் எடுத்துரைத்தார். ஆனால் அது உயிர்த்துடிப்பு மிக்கதாக நேரிடையாக இருந்தது. "வருந்துங்கள்..... பரலோக சாம்ராஜ்ஜியம் பக்கத்தில் உள்ளது" என்றார். தனது கருத்துக்களை ஏசு எழுத்தாக வடிக்கவில்லை. அவரது போதனைகள் தொடர்ந்து ஆராயப்பட்டன. அவரது ஊழியத்தின் சாரம் உடனடி யாக வரப்போகிற இறைவனின் அருள் வெளிப்பாடான தீர்ப்பு நாள் குறித்த எச்சரிக்கையும், பரலோக சாம்ராஜ்ஜியம் குறித்தும்தான் என்பதை அவரது நான்கு சுவிசேசங்களும் வெளிப்படுத்துகின்றன.

மனித குமாரனாகிய ஏசு, அமானுஷ்ய அரை தீர்க்கதரிசனத்தில் மையமான பங்காற்றுவதற்குத் தன்னகத்தே கொண்டிருந்த அருவடைய பார்வை மிகவும் புரட்சிகரமானதாகும். "மனித குமாரன் தேவதூதர்களை அனுப்பி தன் சாம்ராஜ்ஜியத்தில் உள்ள அனைத்துத் தீங்குகளையும் திரட்டி உலைத்தீயில் இடச்செய்வார். கூப்பாடு களும், பற்கள் நெறிபடுதல்களும் நேரும். அதனையடுத்து தன் தந்தையின் ராஜ்ஜியத்தில் நீதிமான்கள் கதிரவனைப்போல ஒளி பொழிவர். மனித உறவுகள் அனைத்தும் சிதையும் என்பதை முன் கூட்டியே உணர்ந்திருந்தார்." "சகோதரனே தன் சகோதரனை மரணத் திற்கு இட்டுச் செல்வான். தந்தையும், மகனும் அதுபோலவே

திகழ்வர். பிள்ளைகள் பெற்றோருக்கு எதிராகக் கிளர்ந்தெழுந்து அவர்களது இறப்பிற்குக் காரணமாக இருப்பர். ஆகவே இந்த பூமிக்கு சமாதானத்தை அனுப்ப வரவில்லை. மாறாக, நிலைபெறச் செய்யவே நான் வாளுடன் வந்துள்ளேன்'' என்ற சொற்றொடர்கள் இசையா, டேனியல் ஆகியோரிடமிருந்து எடுத்தாளப்படுகின்றன.

இதுவொரு தேசிய அல்லது சமுதாயப் புரட்சியல்ல. இறுதித் தீர்ப்பு நாளுக்குப் பிறகு உலகின் நிலை என்ன என்பதில் ஏசு பெரிதும் அக்கறை கொண்டிருந்தார். இகவுலகத்தை விட மறுமைக் கான சமூக நீதியையே அவர் போதித்தார். "ஆன்மாவில் வறியவர்கள் அருளப்பட்டவர்கள். பரலோக ராஜ்ஜியம் அவர்களுடையது.'' கடவுளின் ராஜ்ஜியத்திற்குள் கனவான்களுக்கும், மதகுருக்களுக்கும் முன்பாக வரி வசூலிப்பாளர்களும், பொதுப்பெண்டிரும் அனுமதிக் கப்படுவர். பழைய சட்டங்கள் இனி செல்லுபடியாகாது என்பதைக் காட்டுவதற்காக தேவ அருள்பாட்டை அதிர்ச்சியூட்டும் வகையில் சுட்டிக்காட்டினார். "இறந்துபட்டவர்கள் தங்கள் இறப்பைப் புதைக் கட்டும்.'' உலகம் அழிகிற நாளில் மனிதகுமாரன் தனது மேன்மை மிகு அரியணையில் வீற்றிருப்பான். அனைத்து நாடுகளும் தீர்ப் பிற்காக அவன் எதிரே காத்துநிற்கும். தீமைக்கு முடிவற்ற தண்ட னையும், நியாயவான்களுக்கு நித்திய ஜீவனும் வழங்கப்படும்'' என்றார்.

இருந்தபோதிலும் ஏசு பல அம்சங்களில் யூத விதிகளுக்கு உட்பட்டிருப்பதில் கவனமாக இருந்தார். உண்மையில் அவரது சபையினர் அனைவரும் தாங்கள் அவரது விவிலியத்தின் தீர்க்க தரிசனங்களை நிறைவேற்றுவதாகவே வலியுறுத்தி வந்தனர். "பழைய விதிகளையும், தீர்க்க தரிசனங்களையும் அழிப்பதற்காக நான் வந்திருக்கிறேன் என்று கருதவேண்டாம். நான் அழிப்பதற்காக வர வில்லை. நிறைவேற்றுவதற்காக வந்துள்ளேன். யூத விதிகளை மட்டுமே பின்பற்றுவது போதுமானதல்ல. எழுத்தர்கள் மற்றும் ஃபாரிஸீக் களினுடையதை விட உங்களுடைய நியாயத் தன்மை அதிகமாக இல்லாத பட்சத்தில் அது பரலோக ராஜ்ஜியத்தில் நுழைவதற்கு வாய்ப்பில்லை.'' இவ்வாறு அவர் கூறியபோதிலும் ரோமானியப் பேரரசையோ, ஏரோதையோ நேரிடையாகப் பகைக்கும் தவறை அவர் செய்யவே இல்லை. தனது போதனைகளில் இறை வெளிப் பாடு பெருமளவு இடம்பெற்ற நிலையில் தனது புனிதத் தன்மைக்கு சாதகமான ஆதாரங்களை அளித்தார். நோய்களைக் குணப்படுத்தும் ஆற்றல் பெற்றிருந்த அவர், முடவர்களுக்கு நிவர்த்தியளித்து இறந் தோரை உயிர்த்தெழச் செய்தார். அவரைச் சுற்றிலும் மக்கள் பெருந் திரளாகக் கூடினர்.

ஜானின் கூற்றுப்படி, ஏசுவின் ஜெருசலேம் இறுதி வருகைக்கு முன் யூத விடுதலைத் திருவிழா போன்ற பிற பண்டிகைகளுக்காக மூன்று முறையேனும் வருகை தந்தவர்; இரண்டுமுறை நல்வினை யாகத் தப்பிப் பிழைத்தார். கூடாரப் பண்டிகையில் போதித்துக் கொண்டிருந்தபோது சிலர் அவரை தீர்க்கதரிசி என்றும், சிலர் கிறிஸ்து என்றும் புகழ்ந்தனர். எனினும் இறுமாப்பு கொண்ட ஜெருசலேமியர்கள், கிறிஸ்து கலீலியை விட்டு வெளியே வருவாரா? என்று ஏளனம் செய்தனர். அவர் அதிகாரிகளுடன் விவாதித்த போது மக்கள் கூட்டம் அவரிடம் சவால் விட்டது. அவர் மீது எறிய கற்களை எடுத்தபோது அவர் தன்னை மறைத்துக் கொண்டு கும்பலூடாகவே தேவாலயத்தை விட்டு நீங்கினார். அர்ப்பணிப்புத் திருவிழாவான ஹனுக்காவிற்காகத் திரும்ப வந்தவுடன் "நானும் என் தந்தையும் ஒருவரே" என்று அவர் அறிவித்தபோது யூதர்கள் அவர் மீது கற்களை எறிந்தபோதும் ஏசு தப்பிப் பிழைத்தார். ஜெருசலேமிற்குச் செல்வதால் என்ன விளையும் என்பதை அறிந்து கொண்டார்.

அதே காலகட்டத்தில் கலீலியில் ஆன்டிபஸின் கைவிடப்பட்ட அரேபிய மனைவி மக்கோஸ் சிறையில் இருந்து தப்பி நடாடியாவின் செல்வாக்குமிக்க அரசனான தன் தந்தை நான்காம் அரிடாஸின் அரசவைக்கு வந்துசேர்ந்தாள். அரிடாஸ் தான் மிக அற்புதமான காஸ்நே ஆலயத்தையும், அரச கல்லறையையும், இளஞ்சிவப்பு நிற பெட்ரோவில்லையும் நிர்மாணித்தவர். ஆன்டிபஸ் மீது சினங் கொண்ட அரிடாஸ் அவனது மாகாணத்தை முற்றுகையிட்டார். முன்னர் தீர்க்கதரிசியின் மரணத்திற்குக் காரணமான ஹெரோடியஸ் இப்போது ஆன்டிபஸ் தோல்வியுற்ற யூத – அரேபியப் போர் துவங்குவதற்கும் காரணமாக இருந்தாள். ரோமானியக் கூட்டாளிகள் தனிப்பட்ட முறையில் போர் புரிய அனுமதிக்கப்படுவதில்லை. மூப்படைந்த நிலையிலும் வயது வரம்பில்லாமல் சிற்றின்பக் கேளிக் கையில் ஈடுபாடு கொண்ட பேரரசர் டைபீரியஸ் ஆன்டிபஸின் முட்டாள்தனத்தைக் கண்டு எரிச்சலடைந்திருந்தாலும் அவனுக்கு ஆதரவு அளித்தார்.

இவர் யார் என்று வியந்த மக்களில் சிலர், அவர் ஞான ஸ்நானகர் ஜான் என்றும், சிலர் எலியாஸ் என்றும், வேறு சிலரோ தீர்க்கதரிசி என்றும் பலவிதமாகக் கருதிக் கொண்டிருக்கும்போது பீட்டர், ஏசுவை மீட்பர் என்று உறுதியாக நம்பினார். அந்த நிலையில் தான் ஏரோது ஆன்டிபஸ் ஏசு குறித்துக் கேள்விப்பட்டார். ஏசு பெண்கள் மத்தியில் பிரபலம் பெற்றிருந்தார். அப்பெண்களில் பலர் ஏரோதியர்கள். ஏரோது மேலாளரின் மனைவியும் ஏசுவின்

தொண்டர்களில் ஒருவர். அவருக்கு ஸ்நானகருடன் தொடர்பிருப்பது ஆன்டிபஸுக்குத் தெரியவந்தது. அந்த ஸ்நானகர் அவரால் சிரச் சேதம் செய்யப்பட்ட ஜான். அவர்தான் கொல்லப்பட்ட பின் உயிர்த் தெழுந்து வந்துள்ளார். ஆன்டிபஸ் ஏசுவைக் கைது செய்வதாக அச்சுறுத்திய போதும் ஏசுவுடன் நட்பு கொண்டிருந்த ஃபாரிஸீக்கள் ஏசுவிடம், உடனே இங்கிருந்து சென்று விடுங்கள். இல்லையேல் ஏரோது உங்களைக் கொன்று விடுவான் என்று எச்சரிக்கை செய்தனர்.

அச்சமடைவதற்கு மாறாக, தன்னை எச்சரித்த பெண்மணியிடம் ஏசு எதிர்த்துக் கூறினார். அவர் குணமாக்குவதையும், போதிப் பதையும் இன்னும் இரண்டு நாட்களுக்குத் தொடர்வார் என்று சொல். மூன்றாம் நாள் ஒரு யூத குமரன் தன் ஊழ்வினையை நிறை வேற்றும் இடத்திற்கு இவர் வருவார் என்று சொல். ஒரு தீர்க்கதரிசி ஜெருசலேமை நீங்கி அழிந்தான் என்று இருக்கலாகாது'' என்று ஏசு தேவாலயத்தை நிர்மாணித்த மன்னனின் மகனுக்கு கவித்து வமாக அனுப்பிய உண்மைச்செய்தியில் அழிவிற்குரிய அந்நகரத்தின் மீது ஏசு கொண்டிருந்த அன்பு வெளிப்படுகிறது. "ஓ ஜெருசலேமே! உன்னிடம் அனுப்பப்படும் தீர்க்கதரிசிகளைக் கொல்கிறாய். அவர்கள் மீது கல்லெறிகிறாய். கோழி தன் இறக்கையை விரித்துக் குஞ்சுகளைக் காப்பது போல் எத்தனைமுறை நான் உன் பிள்ளை களைத் திரட்டிப் பாதுகாத்திருப்பேன். உனது இல்லம் பாழுற்ற நிலையில் உன்னிடமே தனித்து விடப்பட்டது'' என்று கூவினார்.

நாசரேத்தின் ஏசு: ஜெருசலேமில் மூன்று நாட்கள்

கி.பி 33இல் நடந்த யூத விடுதலைத் திருவிழாவின் போது ஏசுவும், ஆன்டிபஸும் ஒரே நேரத்தில் ஜெருசலேமிற்கு வந்தனர்.[2]

தேவாலயமுள்ள பனிபடர்ந்த மலையில் பளிச்செனக் காட்சி தரும் ஆலிவ் மலைக்குன்றான பெத்தானிக்கு ஏசு ஒரு ஊர்வலத்தை நடத்திச் சென்றார். நகரத்திற்குள் சென்று ஒரு கழுதையைக் கொண்டு வருமாறு தனது திருத்தூதர்களைப் பணித்தார். அவர்கள் தேடிய கழுதை சாதாரண ஒன்றல்ல. அரசர் அமரத் தகுந்த திண்ணிய கழுதை. அதைத் தேடியலைந்த மூன்று நாட்களில் என்ன நடந்தது என்பதற்கான ஆதாரமாகிய சுவிசேசங்கள் ஒன்றிற்கொன்று மாறு பட்ட கூற்றையே பதிவு செய்துள்ளன. "தீர்க்கதரிசிகளின் வேதங்கள் நிறைவேற்றப்படவேண்டும் என்பதால் இவையனைத்தும் செய்யப் பட்டன'' என்று விளக்குகிறார் மத்தேயு.

கழுதையில் அமர்ந்து மீட்பர் நகரத்தினுள் நுழைவார் என்று தீர்க்க தரிசனம் கூறுகிறது. ஏசு அவ்வாறு வரும்போது அவரது சீடர்கள் ஒரு பனையை அவர் முன் கிடத்தி இவன் டேவிட்டின் மகன் எனவும், இஸ்ரயேலின் அரசன் எனவும் புகழ்ந்தனர். பிற வருகையாளர்களைப் போலவே ஏசுவும் சிலோவம் குளத்தின் அருகேயுள்ள தெற்கு வாயிலில் நுழைந்து ராபின்சன் வளைவின் பெரிய படிக்கட்டுகள் வழியாகத்தான் தேவாலயத்தை அடைந் திருக்க வேண்டும். கலீலியவாசிகளான அவரது சீடர்கள் அந்நகரை அதுவரை பார்த்திராததால் தேவாலயத்தின் பிரமாண்டத்தைக் கண்டு பேரச்சம் கொண்டனர். குருவே இங்கே எத்தகைய கற்களும், எவ்விதமான கட்டடங்களும் உள்ளன என்று வியந்தார்கள். தேவாலயத்தை முன்னரே கண்டிருந்த ஏசு "நீங்கள் காணும் இப்பெரிய கட்டடங்கள் கீழே வீழ்த்தப்படாமல் எந்தக் கல்லும் மற்றொன்றின் மீதிரா" என்று பதிலுரைத்தார்.

ஜெருசலேமின் மீது கொண்ட அன்பையும், ஏமாற்றங்களையும் ஏசு வெளிப்படுத்திய போதும் அதன் பாடழிவின் இழிவை முன்னு ணர்ந்திருந்தார். தீர்க்கதரிசனங்கள் என்பவை இடைச் செறுகல் களாக இருக்கவேண்டும் என்று வரலாற்றாளர்கள் கருதுகின்றனர். ஏனென்றால் டைட்டஸ் தேவாலயத்தை அழித்த பின்னரே சுவிசே சங்கள் எழுதப்பட்டன. எனினும் அதற்கு முன்பே ஜெருசலேம் இடிக்கப்பட்டும், புனரமைக்கப்பட்டும் வந்திருப்பதால் பிரபலமான தேவாலய எதிர்ப்புமரபு பற்றி ஏசு கருத்துரைத்தார்[3] எனலாம்.

"இந்த தேவாலயத்தை அழித்திடுங்கள். மனிதக் கரம் படாத ஒன்றை நான் நிர்மாணிக்கிறேன்" என்று அவரது தீர்க்க தரிசனத் திற்குத் தூண்டுதலாக இருந்த இசையாவின் கூற்றைப் பிரதிபலிக் கிறார். மெய்யான நகரத்திற்கு அப்பால் இவ்வுலகையே உலுக்கும் சக்தி வாய்ந்த ஒரு பரலோக ஜெருசலேமை அவர்களிருவரும் கண்டனர். தேவாலயத்தை மூன்றே நாளில் நான் நிர்மாணிப்பேன் என்று கூறியதன் வாயிலாகத் தான் எதிர்ப்பது புனித இல்லத்தை அல்ல, மாறாக அதில் நிலவும் ஊழலைத்தான் என்று ஏசு உணர்த்தி யிருக்கக் கூடும்.

பகலில் போதனைகள் செய்ததுடன் நோயுற்ற மக்களுக்கு தேவாலயத்திற்கு வடக்கேயுள்ள பெத்தெஸ்டா குளத்திலும், அதற்குத் தெற்கேயுள்ள சிலோஅம் குளத்திலும் சிகிச்சை வழங்கினார். யாத்ரிகர்கள் புனித இல்லத்தில் நுழையும் முன்பு தங்களைத் தூய்மைப் படுத்திக் கொள்ளும் இவ்விரு இடங்களிலும் ஏசு, பெரும் மக்கள் கூட்டத்தினிடையே காணப்பட்டார். இரவில் பெத்தெனியில்

இருந்த தம் நண்பர்களின் வீட்டிற்குத் திரும்புவார். திங்கள் காலையில் நகரத்தினுள் நுழைந்து தேவாலய அரச முற்றத்தை அடைந்தார்.

யூத விடுதலைத் திருவிழாவின்போது கூட்ட நெரிசலில் ஆபத் தான இடமாக அது இருக்கும். பணம், பதவி, ரோமானியர் களுடனான தொடர்பு ஆகியவற்றைப் பொறுத்தே அதிகாரபலம் கிடைக்கும். ஆனால் யூதர்கள் ரோமானியர்களைப் போல ராணுவத் திறனையோ, ரொக்கப்பணத்தையோ பெரிதாகக் கருதவில்லை. ஜெருசலேமில் ஒருவரின் மதிப்பானது அவரது குடும்பம் (தேவாலய முக்கியஸ்தர்கள் மற்றும் ஏரோதிய இளவரசர்கள்), கல்வித்திறம் (ஃபாரீஸி ஆசிரியர்கள்) மற்றும் இறையருள் கிளர்ச்சி என்ற எதிர் பாராத நிகழ்வு ஆகியவற்றைப் பொறுத்தே அமைந்தது. தேவாலயத் திலிருந்து குறுக்கே பள்ளத்தாக்கின் மேல் நகரத்தில் யூத அம்சங் களுடன் கூடிய ரோமானிய கிரேக்க மாளிகைகளில் பெரும் கனவான்கள் வசித்து வந்தனர். அகழ்வாராய்ச்சிகளில் கண்டு பிடிக்கப்பட்ட அரண்மனைக் குறிப்புகளில் விசாலமான வரவேற் பறைகளும், மிக்வாக்களும் கொண்ட குடியிருப்புகள் இருந்ததாகத் தெரிகிறது. இவ்விடத்தில்தான் ஆன்டிபஸ் மற்றும் மதத் தலைமைக் குருவான கையஃபஸ் ஆகியோரின் அரண்மனைகள் இருந்தன. ஜெருசலேமின் மெய்யான ஆட்சியதிகாரம், ஆட்சித் தலைவரான பான்டியஸ் பிலாத்திடம் தான் இருந்தது. சீஸராவில் உள்ள தனது கடலோர மாகாணத்தில் இருந்தபடி ஆட்சி புரிந்த அவர் யூத விடுதலைத் திருவிழாவினை மேற்பார்வையிட வரும்போது ஏரோதின் மலைக்கோட்டையில் தங்குவது வழக்கம்.

ஜெருசலேமில் இருந்த யூத வம்சாவளியைச் சேர்ந்தவர்களில் ஆன்டிபஸ் மட்டுமல்ல, இன்றைய வடக்கு ஈராக்கில்[4] இருந்த அடியபீன் சிற்றரசின் அரசி ஹெலனா'வும் யூத மதத்தைத் தழுவி ஜெருசலேமில் வசித்து வந்தார்.

டேவிட் நகரத்தில் அரண்மனையை உருவாக்கி அதில் வசித்து வந்த அவர், தேவாலயக் கருவறைக் கதவின் மேல் வைக்கக்கூடிய மெழுகுவர்த்தித் தண்டினை பரிசாக அளித்ததோடு, விளைச்சல் பாதித்த காலத்தில் உணவுப் பொருட்களையும் அளித்தாள். ஜெருசலேமில் சமீபத்தில் கண்டெடுக்கப்பட்டதைப் போன்ற நகை களை அணிந்துகொண்டு அரசி ஹெலனா, யூத விடுதலைத் திரு விழாவில் கலந்துகொண்டிருக்கக் கூடும்.

யூத விடுதலைத் திருவிழாவில் சுமார் இருபத்தைந்து லட்சம் யூதர்கள் கூடியிருப்பார்கள் என்று ஜோசஃபஸ் யூகிக்கிறார். அது மிகையென்று கொண்டாலும் பார்த்தியா, பாபிலோனியா முதல்

க்ரீட், லிபியா வரை பல்வேறு நாடுகளிலிருந்து வந்து குவிகிற மக்களை நாம் கற்பனை செய்வதென்றால் கூட ஹஜ் யாத்திரையின் போது மெக்காவைக் கண்டிருக்க வேண்டும்.

யூத விடுதலைத் திருவிழாவின்போது ஒவ்வொரு குடும்பமும் ஒரு ஆட்டுக் குட்டியைப் பலியிட வேண்டுமென்பதால் அந்நாளில் நகரின் காற்றில் ஆட்டுக்குட்டிகளின் கதறல் நிரம்பியிருக்கும். 250,600 ஆடுகள் பலிக்குத் தயாராக இருந்த நிலையில் ஒவ்வொரு யாத்ரிகரும் மிக் வாயில் குளத்தில் தலை முழுகி எழுந்து அரசவை முற்றத்தில் ஆடுகளை பெற்றுச் செல்ல வேண்டியிருந்தது. அனைவரும் நகரத்தில் தங்க இயலாது என்பதால் ஆயிரக்கணக்கான மக்கள் ஏசுவைப்போல சுற்றுப்புறக் கிராமங்களில் தங்கியிருந்தனர். அல்லது மதிலுக்கு வெளிப்புறத்தில் கூடாரமிட்டனர்.

தேவாலயத்தை மையமிட்டு சமைக்கப்படும் மாமிசத்தின் மணமும், வாசனைப் பத்திகளின் கிறங்கடிக்கும் வாசமும், துந்துபிகளின் முழக்கமும், பிரார்த்தனை, பலியிடலுக்கான அறிவிப்புகளும் என நகரத்தில் எங்கும் கூச்சல் ஒலி எதிரொலித்துக் கொண்டிருப்பதை ரோமானிய வீரர்கள் அன்டோனி மலைக்கோட்டையில் இருந்து பதட்டத்துடன் பார்த்துக் கொண்டிருந்தனர்.

அப்போது நெடிதுயர்ந்த அரச முற்றத்தினுள் ஏசு நுழைகிறார். யாத்ரிகர்கள் நண்பர்களைச் சந்திக்கவும், பலியாடுகள் புறாக்கள், பணக்காரர்களுக்கான பலி எருது வாங்குவதற்கு டையரிய வெள்ளியைப் பணமாக மாற்றவும் என கூடுகைப் பகுதியில் பரபரப்பாக இருக்கின்றனர். எங்கும் ஒரே வண்ணமயமான காட்சி. அந்தப் பகுதி இப்போது தேவாலயமாகவோ, அரச உள் அரங்காகவோ இல்லை. பொதுமன்றமாக வடிவெடுத்துள்ளது. ஏசு அந்த இடத்தில் நின்று தேவாலயக் கட்டமைப்பைத் தாக்கிப் பேசினார். "தேவனே உனது பெயரால் அழைக்கப்படும் இந்த இல்லம் திருடர்களின் கொட்டடியாக மாறி விட்டதா?" என்று கேள்வி எழுப்பிய அவர் ஜெராமையா, ஜக்காரியா, இசையா ஆகியோரின் தீர்க்கதரிசனங்களைச் சுட்டிக்காட்டினார். செலாவணியர்களின் நிலையைத் தலைகீழாகப் புரட்டிப் போட்டார். அவரது குரல் ஓரளவு மக்களின் கவனத்தை ஈர்த்தது என்றாலும் தேவாலயக் காவலர்களோ, ரோமானியப் படை வீரர்களோ தலையிட வேண்டிய அவசியம் ஏற்படவில்லை.

பெத்தேனியலில் இரவுப் பொழுதைக் கழித்துவிட்டு அடுத்தநாள் காலையில் தனது எதிர்ப்பாளர்களுடன் விவாதம் செய்வதற்காக[5]

தேவாலயத்திற்கு வந்தார் ஏசு. சுவிசேசங்கள் ஃபரிஸீக்களை எதிரிகளாகச் சித்தரிக்கின்றன என்றாலும், அவர்களில் ஒரு பிரிவினரினுடையது ஏசுவின் போதனைகளை ஒத்திருக்கின்றன. அவர்கள் ஏசுவுடன் நெருக்கமாகவும், இணக்கமாகவும் இருந்திருக்கக் கூடும். சுவிசேசத்தில் கூறப்பட்ட நிலைமை அதனை எழுதிய ஆசிரியர்களின் காலத்தினுடையதாக அதாவது ஏசுவிற்கு ஐம்பது ஆண்டுகளுக்குப் பிறபட்ட கால நிலைமையாக இருக்கலாம். ஏசுவின் மெய்யான எதிரிகள் தேவாலயத்தைச் சேர்ந்த மேட்டுக்குடியினர்தாம். ஏரோதியர்கள் ரோமிற்கு வரி செலுத்துவது குறித்து அவர்கள் ஏசுவிடம் எதிர்ப்பு தெரிவித்தனர். அதற்கு அவர் "சீஸரினுடைய பொருளை சீஸரிடமே கொடுத்துவிடுங்கள். இறைவனின் பொருளை இறைவனிடம் கொடுங்கள்" என்று அறிவு பூர்வமாக பதிலளித்தார்.

யூதக் கோட்பாட்டின் அடிப்படையான ஏக இறைவனுக்குரிய பிரார்த்தனையைக் குறிக்கும் ஹெமா மற்றும் சக மனிதன் மீதான அன்பை வலியுறுத்தும் விதமாகத் தன்னை அவர் பீட்டர் என்று கூறிக் கொள்ளவில்லை. ஆனால் அவர் யூதர் என்பது எல்லோரும் அறிந்ததுதான். அதேசமயம் ஜெருசலேமில் விரைவில் நடைபெறவுள்ள இறைவனின் அருள் வெளிப்பாட்டிற்காக உணர்ச்சி வயப்பட்டிருந்த கூட்டத்திற்கு அவர் எச்சரிக்கை விடுத்தார். "இறைவனின் சாம்ராஜ்ஜியத்தில் இருந்து நீங்கள் வெகு தொலைவில் இல்லை" என்றார். மீட்பரின் வருகை குறித்து யூதர்கள் பலவிதமான கருத்துக்களைக் கொண்டிருந்தார்கள் என்றாலும், உலகத்தின் முடிவு கடவுளின் தலைமையில் நடைபெறும், அதனைத் தொடர்ந்து ஜெருசலேமில் மீட்பரின் ராஜ்ஜியம் அமையும் என்பதை அனைவரும் ஒப்புக் கொண்டனர். "புனிதர்களை ஜியானுக்கு அழைக்க துந்துபிகளை முழங்குங்கள். இஸ்ரயேலின் தெய்வம் கருணை மயமானது என்றால் நற்செய்தி தரும் குரலை ஜெருசலேமில் முழங்குங்கள்" என்று ஏசு இறந்த உடனே எழுதப்பட்ட சாலமனின் கீதங்கள் அறிவிக்கின்றன. ஏசுவின் சீடர்கள் அவரிடம் "உங்களது வருகையையும், உலகத்தின் முடிவையும் காட்டும் அறிகுறி என்ன?" என்று கேட்டபோது "உங்கள் கடவுள் எப்போதும் வருவார் என்பதால் கவனமாக இருங்கள்" என்றார். ஆனால் இறைவெளிப்பாட்டு நிகழ்விற்கான வருகைபற்றி அவர் விளக்கினார். "ஒரு நாடு மற்றொன்றின் மீது படையெடுக்கும். ஒரு ராஜ்ஜியம் மற்றொன்றின் மீது பாயும். பஞ்சங்களும் கொள்ளை நோய்களும் நில நடுக்கமும் ஏற்படும். மனித குமாரன் சொர்க்கத்தின் மேகங்களினூடே பெரும் பலத்துடனும், புகழுடனும் வந்து கொண்டிருப்பதைக் காணும்முன் நான் சொன்னவை நடக்கும்"

என்ற ஏசுவின் உணர்ச்சியூட்டும் வார்த்தை மொழிவுகள் ரோமானிய ஆளுநர்களுக்கும், தலைமைக்குருக்களுக்கும் அச்சமூட்டியிருக்கும். இறுதிநாட்களில் அவர்களுக்கு எவ்விதக் கருணையும் காட்டப்பட மாட்டாது. "அரவங்களே, விரியன் பாம்புக் குட்டிகளே மீளா நரகத்திலிருந்து நீங்கள் எவ்விதம் தப்புவீர்கள்" என்று அவர் எச்சரிக்கை விடுத்தார்.

பொதுவாக யூத விடுதலைத் திருவிழாவின்போது ஜெருசலேம் பதட்டமாகத்தான் இருக்கும். ஆனால் அந்த முறை அதிகாரிகள் வழக்கத்தைவிடக் கூடுதலான பதட்டத்துடன் இருந்தார்கள். சிலோவம் கோபுரத்திற்கு அருகே பதினெட்டு கலீலிக்களைக் கொன்று ஜெருசலேமில் ஏற்பட்ட கலீலியப் பரட்சியை அடக்கினான் என்று கவனிக்கப்படாத இரண்டு செய்யுள்களில் மார்க்கும், லூக்காவும் குறிப்பிட்டுள்ளனர்.

தப்பிப் பிழைத்த கலகக்காரர்களில் ஏசுவும் ஒருவர். அவரைச் சந்திக்கப் போகிறவனான பராபஸ் "ஆட்சி மாற்றத்தின் போது ஒரு கொலை புரிந்துவிட்டார்" என்றார். இறையருள் வெளிப்பாடு பற்றி முன்னரே அறிவிக்கப்பட்டுவிட்டது. இன்னொரு கலீலியனிடம் எந்த ஒரு நல்வாய்ப்பையும் எதிர்பார்க்கவியலாது என்று மதத் தலைமைக்குரு முடிவு செய்துவிட்டார். பலம் மிகுந்த முன்னால் தலைமைக் குருக்கள் அடுத்து என்ன செய்வது என்பது குறித்து கையாபஸிடமும், அன்னாஸிடமும் கலந்தாலோசித்தனர். "மக்கள் அனைவருக்குமாக, ஒரு முழு நாடும் அழியக்கூடாதென்பதற்காக ஒரு மனிதன் தன் உயிரைக் கொடுப்பது மிகவும் நல்லது" என்று ஜானின் சுவிசேசம் கூறுகிறது.

அடுத்த நாள் ஏசு, ஜெருசலேமில் மேற்குக் குன்றில் உள்ள (பின்னர் ஜியான் மலையில் என்று குறிப்பிடப்பட்டுள்ளது) செனக்கில் அல்லது கோயில்குளம் எனப்படும் மேல் அறையில் இறையருள் வெளிப்பாட்டிற்குத் தயாரானார். 30 வெள்ளிக் காசுகளுக்காக தனது சீடரான யூதாஸ் இஸ்னரியட் தன்னைக் காட்டிக் கொடுத்துவிட்டான் என்பதை இரவு உணவின் போதே ஏசு எப்படியோ அறிந்துகொண்டார் என்ற போதிலும், ஜெத்சமானே தோட்டத்திலுள்ள அமைதி தவழும் ஆலிவ் தோப்பிற்கு நகரத்தைச் சுற்றி, கிட்ரான் பள்ளத்தாக்கைக் கடந்து செல்லும் பழைய திட்டத்தை அவர் மாற்றிக்கொள்ளவில்லை. யூதாஸ் அங்கிருந்து தப்பிச் சென்றான். அவன், ஏசு மிகத் தீவிரமாக இருக்கிறார் அல்லது போதிய தீவிரத்துடன் இல்லை என்ற கொள்கை மாறுபாட்டின்

அடிப்படையில் காட்டிக் கொடுத்தானா அல்லது பேராசையால், பொறாமையால் துரோகம் இழைத்தானா என்பது தெரியவில்லை.

மூத்த குருமார்களும், தேவாலயக் காவலர்களும், ரோமானியப் படை வீரர்களும் அடங்கிய பெருங்கும்பலுடன் யூதாஸ் திரும்பினான். அரையிருட்டில் ஏசுவைத் தெளிவாகக் காட்டித் தர முடியாதென்பதால் யூதாஸ் ஏசுவைக் கட்டிப்பிடித்து, முத்த மிட்டு அடையாளம் காட்டி தனக்குரிய வெள்ளியைப் பெற்றுக் கொண்டான். தீப்பந்த வெளிச்சத்தில் நடந்த நாடகத்தில் குழப்ப முற்ற சீடர்கள் தங்கள் வாட்களை உருவினர். தலைமைக் குருமாரின் பணியாளின் காதினை அறுத்தெறிந்தார் பீட்டர். பெயரறியா அச்சிறுவன் இரவின் இருட்டுக்குள் நிர்வாணமாக ஓடி மறைந்தான். அச்சம்பவம் விவரிக்கப்பட்ட விதம் விசித்திரமாக இருப்பதால் அது மெய்யாகவே நடந்திருக்கும் என்று தோன்றுகிறது.

ஏசுவை அடையாளம் கண்டுகொண்ட ரோமானியப் படைக் காவலர்கள் அவரைக் கைது செய்தபோது அவருக்குப் பக்கத்தில் இருந்த சீடர்களனைவரும் சிதறியோடி விட்டனர். தூரத்தில் இருந்த இருவர் மட்டும் அவரைப் பின்தொடர்ந்தனர்.

அது நள்ளிரவை நெருங்கிய நேரம். ரோமானிய வீரர்களின் பிடியில் இருந்த ஏசு, மேல் நகரத்தில் உள்ள முக்கியஸ்தரான அன்னாஸின் மாளிகையை நோக்கி சிலோவம் வாயில் வழியாக தெற்கு மதிலைச் சுற்றி அழைத்துச் செல்லப்பட்டார்.[6]

தேவாலயக் குடும்பங்களோடு இறுக்கமான வலைப்பின்னல் பிடிப்புகொண்ட, முறைகேடுகளின் மொத்தவடிவமான அன்னாஸ், ஜெருசலேம் மீது ஆதிக்கம் செலுத்தி வந்தார். முன்னாள் தலைமைக் குருவான அவர் இந்நாள் தலைமைக் குருவான கையஃப்ஸின் மாமனாரும் ஆவார். அவரது மகன்கள் ஐவரும்கூட மத அமைப் பின் தலைமைப் பீடத்தில் இருந்தனர். பணம் சம்பாதித்தல் ஒன்றே அவர்களது வாழ்க்கை நெறியாக இருந்தது. எனவே பணத்தாசை பிடித்த கொள்ளைக் கூட்டாளிகள் என யூதர்கள் பலரின் வெறுப் பிற்கு ஆளாகியிருந்தனர். அவர்களது வேலையாட்களைக் கோலால் அடித்ததாக யூதாவில் குறிப்பிடப்பட்டுள்ளது. அதிகாரத்தில் உள்ளோர் சொந்த மதத்தினராலும் வெறுக்கப்பட்டு வந்த நிலையில் ஏசு அனைவராலும் விரும்பப்பட்டவராகப் புகழ்பெற்று விளங் கினார். சன்ஹெட்ரினருக்கு இடையிலும் கூட ஏசுவை விரும்பக் கூடியவர்கள் உண்டு. அந்தளவிற்குப் பிரபலமான, அச்சமற்ற பிரச்சாரகர் மீதான விசாரணை ஏதோ பணிமுறை மாற்றம்போல நடத்தவிருந்தனர்.

வெளிச்சத்திற்காகக் காவலாளிகள் நெருப்பு மூட்டிக் கொண்டிருந்த நேரம் நள்ளிரவைத் தாண்டிவிட்டது. அடையாளம் காட்டக் கேட்டபோது இயேசுவின் சீடரான பீட்டர் இவர் யாரெனத் தெரியாது என்று மூன்று முறை மறுதலித்து விட்ட பின், அன்னீஸும், அவரது மருமகனும் தங்களது நம்பிக்கைக்குரிய சன்ஹெட்ரின் உறுப்பினர்களை ஒருங்கிணைத்தனர். ஆனால் அவர்களிலும் அனைவரும் அங்கே கூடவில்லை. ஏனெனில் சன்ஹெட்ரினில் உள்ள ஜோசபின் அரிமத்தியா ஏசுவின் பற்றாள ராக இருந்தார். அவர் ஏசு கைது செய்யப்படுவதை ஏற்கவில்லை.

கோயிலை அழித்துவிடுவதாகவும், மூன்றே நாட்களில் மறுநிர்மாணம் செய்வதாகவும் மிரட்டினாரா? தானே இறைத்தூதன் என்று கூறிக் கொண்டாரா? என்று தலைமைக் குருக்களால் ஏசு விசாரிக்கப்பட்டார். இந்தக் கேளவிகளுக்கெல்லாம் ஏசு எதுவும் பதிலளிக்காமல் "ஆம்... மனித குமாரன் அதிகாரத்தின் வலக்கர மாக அமர்ந்திருப்பதையும், சொர்க்கத்தின் மேகங்களால் அவன் பாதுகாக்கப்படுவதையும் நீங்கள் பார்க்கத்தான் போகிறீர்கள்..." என்று மட்டும் கூறினார்.

"அவர் தெய்வ நிந்தனையாகப் பேசிவிட்டார்" என்றார் கையஃபஸ்.

அந்த இரவிலும் அங்கு கூடியிருந்த கூட்டமோ "மரணக்குற்றம் புரிந்தவர் அவர்" என்று மறுமொழி கூறியது. மறுநாள் காலையில் முக்கியமான சம்பவங்கள் நடைபெறும் வரையில் ஏசுவின் கண்ணைக் கட்டி வைத்தனர். பலரும் அவரைத் திட்டிக்கொண்டே இருந்தனர். அந்த இரவு நேரத்தை முற்றத்திலேயே கழித்தார். பிலோத்து அங்கேயே இருந்தார்.

பாண்டியஸ் பிலோத்து: ஏசு மீதான விசாரணை

ரோமானிய ஆட்சித்தலைவர் தன்னுடைய உதவிப்படையினர் சூழ உயரமான மேடையில் அமர்ந்திருந்தார். ரோமானிய தலைமை யகமான ஏரோதின் கோட்டைக்கு வெளியே, ஜாபா வாயிலுக்கு அருகே இருந்த அந்த மேடையில் ப்ரெட்டோரியத்தில் அவை யினை நடத்தினார். மிகவும் அடாவடிக்காரராக, அனாவசியமான கண்டிப்பு காட்டக்கூடியவரான பான்டியஸ் பிலோத்து, ஜூடேயாவில் தன்னிலை மறந்தவராகச் சித்தம் கலங்கியிருந்தார். பொறுப்பற்ற தன்மை, வன்முறை, திருட்டுத்தனம், கணக்கில்லாப் படுகொலைகள், கொடுந்தாக்குதல்கள், வெறி ஆகியவற்றின் மொத்த உருவமாக

இருந்த பிலோத்து ஏற்கனவே ஜெருசலேமினரின் வெறுப்பிற்குள்ளாகி இருந்தார். ஏரோதிய இளவரசர்களில் ஒருவரே அவரை 'மிகுந்த சினம் கொண்ட பழிவெறியாளர்' என்று கூறியுள்ளார்.

அரசரின் உருவம் பொறித்த கேடயங்களைச் சுமந்தபடி அணிவகுத்து வரவேண்டும் என்று உத்தரவிட்டிருந்தமைக்காக யூதர்களின் சினத்திற்கு ஆளாகியிருந்தார். மேற்படி உத்தரவைத் திரும்பப் பெறவேண்டும் என்று கோரும் குழுவினருக்கு ஏரோது தலைமையேற்றுச் சென்றார். எப்போதும் போலவே இணக்கமான பதில் அளிக்காமல் குரூரமாக நடந்துகொள்ளும் பிலோத்து ஏரோதுவின் கோரிக்கையை ஏற்க மறுத்ததுமல்லாமல் பேச்சுவார்த்தைக்கு வந்தவர்கள் மீது தனது காவலர்களைக் கட்டவிழ்த்து விட்டார். பின்வாங்காத தூதுக்குழுவினர் மண்ணில் படுத்துத் தம்மைக் கொல்வதற்குக் கழுத்தைக் காட்டினர். வேறுவழியின்றி கேடயத்தில் பொறித்த உருவங்களை அகற்ற வேண்டியதாயிற்று.

சமீபத்தில்தான் கலீலிய கலகக்காரர்களைக் கொன்று ரத்தக் களரி ஏற்படுத்தியிருந்தார். அத்தகைய பிலோத்து ஏசுவிடம், "நீர் யூதர்களின் அரசரா?'' என்று கேட்டார். ஏனென்றால் ஏசு ஜெருசலேமில் நுழைந்தபோது அவரது ஆதரவாளர்கள் அவரை 'அரசர்' என்று கூவி ஆர்ப்பரித்தனர். அதை மனதிற்கொண்டே பிலோத்து அப்படிக் கேட்க ஏசு, "நீர்தான் அவ்வாறு கூறுகிறீர்'' என்பதற்கும் மேலாக வேறெதையும் கூறவில்லை.

ஏசு கலீலியர். தன் அதிகார எல்லைக்குக் கட்டுப்பட்டவர் என்பதைத் தெரிந்து கொண்டதும் ஏசுமீது சிறப்புக்கவனம் வைத்துள்ள கலீலியின் ஆட்சியாளரிடம் மரியாதை நிமித்தமாக தன்னுடைய கைதியான ஏசுவை ஆன்டிபஸிடம் அனுப்பிவைத்தார் ஏரோது. அங்கிருந்து ஆன்டிபஸின் மாளிகை கூப்பிடு தூரம்தான்.

புனித நீராட்டாளரான ஜானின் வழித்தோன்றலைச் சந்திக்க நீண்டகாலமாகவே ஆர்வம் காட்டி வந்த ஏரோது ஆன்டிபஸ் "ஏசு நிகழ்த்தும் அற்புதத்தைக் காண ஆவலுடன் இருந்ததால்'' தானும் காண விரும்புவதாகக் கூறினார் என்று லூக்கா குறிப்பிடுகிறார். ஆனால் ஜானைக் கொன்ற 'நரி'யான ஆன்டிபஸ் மீது ஏசு வெறுப் புற்றிருந்ததால், அவருடன் பேசக்கூட விரும்பவில்லை.

ஆன்டிபஸ் ஏசுவை விளையாட்டாகச் சீண்டி ஏதேனும் வித்தைகள் செய்துகாட்டுமாறு கூறினார். பின்னர் அரச அங்கியை ஏசுவிற்கு அளித்து 'அரசரே' என்று அழைத்தார். புனித நீராட்டாளரான ஜானின் வழித்தோன்றல் என்பதால் ஏசுவைக் காப்பாற்ற

அவர் முயற்சிக்கப்போவதில்லை. ஆனால் ஏசுவை விசாரிப்பதற்குக் கிடைத்த வாய்ப்பில் மகிழ்ச்சியடைந்தார்.

பிலோத்தும், ஏரோதும் முன்னர் எதிரிகளாக இருந்தனர். ஆனாலும் இப்போது நண்பர்களாகத் திகழ்கின்றனர். என்ன இருந் தாலும் ஏசு ஒரு ரோமானியப் பிரச்சனை என்பதால் ஆன்டிபஸ் ஏசுவை பிரெட்டோரியத்திற்கு அனுப்பி வைத்தார்.

பிலோத்து அங்கு ஏசுவையும், மற்ற இரண்டு திருடர்களையும், அன்று கொலப்படப்போகிறவர்களையும், பாரபஸையும் விசாரித் தார். இவர்கள் அனைவருமே கலகக்காரர்கள் என்பதால் ஒன்றாகப் பிணைக்கப்பட்டுக் கிடந்தனர் என்று மார்க் கூறியுள்ளார். இதிலிருந்து தெரிவது என்னவென்றால் ஏசுவைச் சாதாரணமாக மதித்து இரண்டு திருடர்களுடன் சேர்த்து விசாரித்துள்ளனர்.

கைதிகளில் ஒருவரை விடுதலை செய்ய விரும்புவதுபோல் போக்குக் காட்டினான் பிலோத்து. சிலர் பாரபஸ்ஸின் பெயரைக் கூச்சலிட்டனர். சுவிசேசச் செய்தியின்படி பாரபஸ் விடுவிக்கப் பட்டார் என்ற செய்தி நம்ப முடியாததாக உள்ளது. ஏனெனில் ரோமானியர்கள் கொலைகாரக் கலக்காரர்களை விட்டுவைக்க மாட்டார்கள்.

ஏசு சிலுவையில் அறையப்படுவார் என்று தீர்ப்பளிக்கப் பட்டதும் பிலோத்து, நீரைக் கையில் அள்ளி மக்கள் கூட்டத் தினரிடையே கை கழுவிக்கொண்டே, “நான் இந்த நியாயவானின் ரத்தக்கறை படியாதவன், குற்றமற்றவன்” என்று கூறினான்.

அங்கு கூடியிருந்தோர் “அவரது ரத்தம் எங்கள் மீதும், எங்களின் பிள்ளைகள் மீதும் படியட்டும்” என்று கூவினர்.

நிலையற்ற மனமும், தடுமாற்றமும், வறட்டுப் பிடிவாதமும் கொண்ட பிலோத்து, அப்போது வழக்கத்திற்கு மாறாக இருந்தார். படுகொலைக்கு முன்பு ஒருபோதும் கைகழுவ வேண்டும் என்று அவருக்குத் தோன்றியதில்லை. யூதர்களுடன் சச்சரவு ஏற்பட்ட போது தனது ராணுவ ஆட்களை சாதாரண மக்களுக்கு நடுவே சாதாரண உடையில் வாளுடன் நிறுத்தித் தன் கண்ணசைவில் பலரைக் கொன்று குவித்து தெருவையே நிர்மூலமாக்கியவன் பிலோத்து.

அந்த வாரத்தில்தான் பிலோத்து பாரபஸின் கலகத்தை எதிர் கொண்டிருந்தான். ஏரோதுவின் மரணம் முதற்கொண்டு ஜூடேயாவைப் பீடித்திருந்த ‘மன்னர்கள்’ மற்றும் ‘போலி தீர்க்கதரிசிகளின்’ எழுச்சி

குறித்து அச்சம் கொண்டிருந்தான். ஏசு தனக்கே உரியவகையில் உணர்ச்சியைத் தூண்டிவிடக் கூடியவர் என்ற கூற்றில் மிகையில்லை.

பல ஆண்டுகளாக ஃபாரிஸியாக இருந்த ஜோசஃபஸ் ஏசுவை ஒரு மதிநுட்பமிக்க ஆசிரியர் என்று குறிப்பிடுகிறார்.

எனவே மரண தண்டனை அளித்த தீர்ப்பு பற்றிய மரபார்ந்த செய்தி உண்மையைப் போல் ஒலிக்கவில்லை. மரணதண்டனை விதிக்கும் அதிகாரம் தமக்கு இல்லையென்று மதகுருமார்கள் கூறியதாக சுவிசேசங்களில் சொல்லப்பட்டுள்ளது. என்றாலும் அது உண்மைதானா என்பது உறுதிப்படுத்தப்படவில்லை. சச்சரவிற்கு இடமான வழக்குகளில் குற்றம் நிரூபிக்கப்பட்டால் குற்றவாளியை மதகுருமார் கண்டிப்பது வழக்கம் என்கிறார் ஜோசஃபஸ். தேவாலயம் அழிக்கப்பட்ட 70களுக்குப் பிறகு எழுதப்பட்ட, திருத்தப் பட்டிருக்கிற சுவிசேசங்கள், பேரரசிற்கு விசுவாசம் காட்டுவதற்காக யூதர்களைப் பழிதூற்றி, ரோமானியர்களைக் குற்றமற்றவர்களென விடுவித்தன. என்றாலும் ஏசுவின் மேல் சுமத்தப்பட்ட குற்றங்களும் அதன்பொருட்டு அளிக்கப்பட்ட தண்டனைகளும் தமக்கேயுரிய புனைவுகளைக் கொண்டிருக்கின்றன. இவையனைத்தும் ரோமானியக் கைங்கரியமேயாகும்.

சிலுவைக்கு இரையான மற்ற பெரும்பாலானோரைப் போலவே ஏசுவும் உலோக அல்லது எலும்புப் பிடிகொண்ட தோல் சாட்டை யால் அடிக்கப்பட்டார். மிகவும் முரட்டுத்தனமான அந்த அடியின் வேதனையே ஒரு உயிரைப் போக்கிவிடும். சிரிய, கிரேக்கப் படை யினரை உள்ளடக்கிய, ரோமானியப் படைவீரர்களால் தயாரித்து, கழுத்தில் தொங்கவிட்ட ‘யூதர்களின் அரசர்’ என்ற அட்டையைச் சுமந்துவர ராணுவத்தினர் அவரைக் கசையால் அடித்துக் கொண்டே வந்தனர். நிசான் மாதம் 14ஆம் நாள் காலை அல்லது 33ஆம் ஆண்டு வெள்ளிக்கிழமை மூன்றாம் நாள் கசையால் அடித்து, ரத்தம் சிந்தியபடியே அழைத்துவரப்பட்டார் ஏசு.

மரண தண்டனை நிறைவேற்றத்திற்குரிய, லத்தீனில் ‘பட்டிபுலம்’ என்றழைக்கப்படும் சிலுவையைச் சுமக்கச் செய்து மற்றுமிரு பலி யாட்களுடன் ஏசு கோட்டைச் சிறைக்கு வெளியிலிருந்து மேல் நகரத்தின் வீதிகள் வழியாக அழைத்துச் செல்லப்பட்டார்.

அவரது நிலையைக் கண்ட பெண் சீடர்கள் அழுது புலம்பினர். சிலுவையைச் சுமந்துசெல்ல உதவுமாறு சிரீனைச் சேர்ந்த சைரன் என்பவரிடம் கூறினர். அதற்கு ஏசு “ஜெருசலேமின் புதல்வியரே...

நீங்கள் எனக்காகக் கண்ணீர் சிந்தாதீர்கள். அழுவதானால் உங்களுக்காகவும், உங்கள் பிள்ளைகளுக்காகவும் அழுங்கள். ஏனெனில் ஊழி இறுதிநாள் நெருங்கிவிட்டது. அந்த நாட்கள் இதோ வந்து விட்டன" என்று கூறினார்.

ஜெருசலேமை விட்டு இறுதி முறையாகக் கடந்துசென்ற ஏசு, ஜென்னத் (தோட்ட) வாயிலைக் கடந்து இடப்பக்கம் திரும்பி மலைத்தோட்டங்கள், கல்சமாதிகள் ஆகியவை உள்ள கோல்கொத்தா என்று பொருத்தமான பெயரில் அழைக்கப்பட்ட ஜெருசலேமின் மரணதண்டனைக் குன்றினை அடைந்தார்.⁷

ஏசு கிறிஸ்துவின் பேருணர்ச்சி

கொடூரமான காட்சி ஒரு பொது இடத்தில் நடைபெறும்போது அது மக்களின் கவனத்தைப் பெரிதும் ஈர்க்கக் கூடியதாக இருக்கும். அத்தகையப் பொதுக் காட்சியான ஏசுவின் மரணதண்டனை நிறை வேற்றத்தைக் காண அவரது நண்பர்களும் எதிரிகளும் அடங்கிய பெருங்கூட்டம் வீதி வழியாக நகரத்தைக் கடந்து அவரைப் பின் தொடர்ந்து வந்தது.

தண்டனை நிறைவேற்றப்படும் இடத்தை அவர் வந்தடைந்த நேரம் காலைக்கதிரவன் உதித்தெழுந்தான். அங்கே முன்பே பல முறை பயன்படுத்தப்பட்ட உயரமான தண்டனைக் கம்பம் அவருக்காகக் காத்திருந்தது. அவருக்குப் பின்னரும் அக்கம்பம் பயன்படப் போகிறதுதான். தண்டனை பெறுவோரின் உணர்ச்சித் துடிப்பைக் கட்டுப்படுத்துவதற்காக சம்பிரதாயமாக வழங்கப்படும் மதுவும், வெள்ளைப் போளமும் அவருக்கு அளித்தபோது ஏசு அதனை மறுதலித்துவிட்டார்.

ஏசு, சிலுவையில் அறையப்பட்டு தண்டக் கம்பத்தில் ஏற்றப் பட்டார்.

பலியிடப்படுவோரை பொது இடத்தில் அவமதிப்பதற்காக உருவாக்கப்பட்ட தண்டனைதான் 'பெருந்துயர் இறப்பு'⁸ சிலுவை யேற்றம் என்று குறிப்பிடுகிறார் ஜோசஃபஸ்.

'யூதர்களின் அரசன்' என்ற அட்டையை ஏசுவின் சிலுவை யோடு இணைக்குமாறு பிலோத்து ஆணையிட்டார். பலியிடப் படுபவர்கள் சிலுவையுடன் சேர்த்துக் கட்டப்படுவதுண்டு, அல்லது ஆணியால் அறையப்படுவார்கள். ஆனால் ரத்தம் சிந்தாமல் இறப்பதே தேர்ந்த முறையென்று கருதப்படுகிறது. ஆணி அறைவதானால் முன்னங் கைகளிலும் கணுக்காலிலும் அறைவார்கள். உள்ளங்கைகளில்

அல்ல. வடஜெருசலேமில் உள்ள கல்லறை ஒன்றில் சிலுவையில் அறையப்பட்ட எலும்புக் கூடு கண்டெடுக்கப்பட்டுள்ளது. அந்த எலும்புக்கூட்டின் கணுக்காலில் *4.5* அங்குல ஆணி கொண்டு சிலுவையில் அறையப்பட்டுள்ளது. சிலுவையில் இறந்தவர்களின் ஆணிகளைக் கழுத்தில் கட்டித் தொங்கவிட்டால் அது நோயை விரட்டும் மந்திரத் தாயத்தாக செயலாற்றும் என்ற நம்பிக்கை யூதர் களிடமும், புறச் சமயத்தினர் மத்தியிலும் பரவலாக இருந்துள்ளது. எனவே சிலுவையேற்ற கிறித்துவ திருச்சின்னங்களை வழிபடும் முறை பிந்தைய காலத்தில் தோன்றியதல்ல, நீண்ட பாரம்பரியத்தின் தொடர்ச்சிதான் அது. பொதுவாகப் பலியிடுவோரை சிலுவையில் நிர்வாணமாக அறைவதுதான் வழக்கமாக இருந்த்து. ஆண்களை மார்பு திறந்தநிலையிலும், பெண்களை உட்புறம் பார்த்தவாறும் சிலுவையில் அறைவது வழக்கம்.

மரணத்தின் வலியை நீட்டிக்கச் செய்யவும், குறுகிய காலத்தில் இறக்கச் செய்யவும் தெரிந்தவர்களாக இருந்தனர் தண்டிப்பாளர்கள். ஆனால் ஏசுவைப் பொறுத்தமட்டில் மரணத்தின் வலியை நீட்டிப்பது தான் அவர்களது நோக்கம். ரோமானிய அதிகாரத்தை எதிர்ப் பவர்கள் எத்தகைய இன்னலைச் சந்திக்க நேரும் என்பதை மற்றவர் களுக்கு உணர்த்த வேண்டும் எனபதை ஏசுவின் தண்டனை மூலமாக அறிவிக்க விரும்பினார்கள்.

கிறித்துவ ஓவியங்களில் காணப்படுவதுபோல் கைகள் விரித்து நீக்கப்பட்ட நிலையில் அவரது புட்டத்திற்கு அடியில் உடலைத் தாங்கும்படி செடில் எனப்படும் சிறு ஆப்பும், பாதத்திற்கு அடியில் ‘சுப்படேனியம்’ எனும் ஆதாரப் பாளமும் அடித்து சிலுவையில் அறைந்திருக்க வேண்டும்.

இந்தவிதமாக சிலுவையில் பல மணிநேரம் அல்ல, பல நாட்களுக்கும் கூட உயிருடன் நீடித்து இருந்திருக்கலாம். கால்களை உடைப்பதுதான் பலியாளின் இறப்பைத் துரிதப்படுத்துவதற்கான வழி. உடலின் மொத்த பாரத்தையும் கைகள் தாங்கும்படி அறையப் பட்டால் பலியாள் பத்து நிமிடங்களுக்குள் மூச்சுத் திணறி இறக்க நேரிடும்.

ஏசு சிலுவையில் அறையப்பட்டு பல மணி நேரம் கடந்தது. எதிரிகள் எட்ட நின்று பரிகசித்தனர். கடந்து செல்வோர் எள்ளி நகையாடி விட்டுச் சென்றனர். ஆனால் அவரது தோழி மக்டலாவின் மேரி, ஏசுவின் அன்னை மரியாளுடனும், அவர்மீது அன்பு கொண்ட பெயரறியாத அவரது சீடருடனும் (சகோதரர் ஜேம்ஸாக இருக்கலாம்) பக்கத்திலேயே எச்சரிக்கையாகக் காவல் இருந்தார்.

ஏசுவின் ஆதரவாளரான அரிமத்தியாவைச் சேர்ந்த ஜோசஃபும் அவரைக் காண வந்திருந்தார். அந்நாளின் வெப்பம் உயர்ந்து அடங்கிவிட்டது. "நான் தாகமாயிருக்கிறேன்" என்று ஏசு கூற அவரது பெண் சீடர்கள் ஏசு உறிஞ்சுவதற்கு ஏற்ற வகையில் புளிக்காடியும், ஹிஸ்ஸப் எனும் மூலிகைச்சாறும் தோய்த்த பஞ்சினை உறிஞ்சுவதற்கு ஏற்றவகையில் நாணலில் கட்டி உதட்டிற்கு நேராக உயர்த்தினர்.

ஏசு அவ்வப்போது விரக்தியுற்றுக் காணப்பட்டார். "என் தேவனே...... என் தேவனே...... ஏன் என்னைக் கைவிட்டீர்" என்று மிகச்சரியாக வேதாகமத்தை (சங்கீதம் 22ஆவது வசனம்) உரைத்தார். கடவுள் அவரைக் கை விட்டதாகக் கூறியதன் மூலம் ஏசு உணர்த்த விரும்பியது என்ன? இறுதி நாட்களுக்கு இறைவன் வழி வகுப்பான் என்று ஏசு எதிர்பார்த்திருப்பாரோ....?

சோர்வடைந்த தருணத்தில் தனது அண்ணனைப் பார்த்தார். "உன் மகனைப் பார்" என்று கூறிவிட்டு அன்புமிக்க தன் சீடரிடம் தாயினைப் பார்த்துக் கொள்ளுமாறு கோரினார். சொல்லப்பட்டது அவரது சகோதர் ஜேம்ஸாக இருந்திருந்தால் அவர் சொன்னது பொருள் பொதிந்த ஒன்றாக இருந்திருக்கும். ஏனெனில் சகோதரர், மரியாளை இளைப்பாற்ற அழைத்துச் சென்றிருந்தார்.

சுற்றியிருந்த கூட்டம் கலைந்து சென்றிருக்கும். இரவு கவிந்து கொண்டிருந்த்து. வெப்பக் காற்று வீசியது. பசி, மூச்சுத் திணறல், அயர்வு, தாகம் இவற்றின் வாதனைகளோடு மெல்லக் கொல்வதே சிலுவையேற்றத்தின் நோக்கம். சவுக்கடியிலேயே ஏசுவின் ரத்தம் முழுதும் வடிந்திருக்க வேண்டும். திடீரென பெருமூச்செறித்த அவர் "முடிந்தது" என்று கூறியவாறு உணர்விழந்தார்.

ஜெருசலேமில் அன்றிருந்த பதற்றநிலை, அடுத்து உடனே வர விருக்கும் ஓய்வுநாள், அதனையடுத்து விடுதலைத் திருநாள் விடுமுறை ஆகியவற்றைக் கருத்தில் கொண்டு பிலோத்து, மரணதண்டனை நிறைவேற்றங்களை விரைந்து முடிக்குமாறு ஆணையிட்டிருக்க வேண்டும்.

தண்டிப்பாளர்கள், கொள்ளைக்காரர்கள் அல்லது கலகக்காரர்கள் இருவரின் கால்களை உடைத்து குருதி வெளியேறச் செய்து மூச்சுத் திணறடித்தனர். அவர்கள் ஏசுவிடம் வந்தபோது அவர் ஏற்கனவே இறந்துவிட்டது போலத் தோன்றியதால் 'படைவீரர்களில் ஒருவன் ஈட்டி கொண்டு பக்கவாட்டில் குத்தியபோது குருதியும்,

நீரும் வழிந்தது.' உண்மையில் ஏசுவைக் கொன்றது அந்த இறுதி ஈட்டிக் குத்தாகத்தான் இருக்க வேண்டும்.

அரிமத்தியாவைச் சேர்ந்த ஜோசஃப், ஏசுவின் உடலைக் கோருவதற்காக பிலோத்துவின் கூடாரத்திற்கு விரைந்தார்.

தண்டனையாக பலியிடப்பட்டவர்களை சிலுவையிலேயே அழுகவிட்டு உடலின் சதையை வல்லூறுகளுக்கு இறையாக்குவது தான் வழக்கம். என்றாலும் யூதர்கள் பலியான தம் உறவினரின் உடலை புதைக்கவே விரும்பினர். பிலோத்தும் தரச் சம்மதித்தார்.

முதலாம் நூற்றாண்டு காலத்தில் யூதர்களின் இறந்த உடல்களை மண்ணுக்குள் புதைக்கிற வழக்கம் இல்லை. சடலத்தின்மீது சவப் போர்வை போர்த்தி கல் சமாதியில் கிடத்துவார்கள். வெறும் உணர்விழப்பு மட்டும் தானா.... அல்லது உண்மையிலேயே இறந்து விட்டார்களா என்பதை ஒன்றிற்குப் பலவகைகளிலும் சோதிப் பார்கள். 'இறந்தவர்' மறுநாள் விழிப்பது எப்போதாகிலும் நடப்பதும் உண்டு. இறப்பை உறுதிப்படுத்திய பின் உடலை ஒரு வருட காலம் உலரச்செய்து எலும்புகளைச் சேகரித்து ஒரு பெட்டியில் வைத்து அப்பெட்டி மீது இறந்தவரின் பெயரைப் பொறித்துக் கல் சமாதியில் வைப்பது வழக்கம்.

பிலோத்தின் அனுமதி கிடைத்ததும் ஜோசஃபும், அவரது குடும்பத்தினரும், அவரது தொண்டர்களும் சடலத்தைத் துரிதமாகக் கீழே இறக்கினர். அருகில் ஒரு தோட்டத்தில் காணப்பட்ட பயன் படுத்தாத கல்சமாதியில் கிடத்தினர்.

நகர மதிலுக்குச் சற்றுத் தெற்கிலிருந்த குருதிக் களச் சமாதி அது. சடலத்திற்கு விலையுயர்ந்த வாசனைத் திரவியங்களால் மண மூட்டி உரோமக் கற்றையிலான சவப்போர்வை கொண்டு போர்த் தினர். அந்தப் போர்வை முதலாம் நூற்றாண்டைச் சேர்ந்ததைப் போலிருந்தது. (கி.பி 1260–1390ஆம் காலகட்டத்தில் பிரபலமடைந்த டூரின் சவப் போர்வையினைப் போன்றதல்ல.) இன்றைய புனிதக் கல்லறைத் தேவாலயம் அமைந்துள்ள இடம்தான் மெய்யான சிலுவையேற்ற இடமாகவும், சமாதியை உள்ளடக்கிய இடமாகவும் இருந்திருக்க வேண்டும். ஏனென்றால் அடுத்த மூன்று நூற்றாண்டு களுக்கு உள்ளூர் கிறித்துவர்கள் அந்த இடத்தின் பாரம்பரியத்தை உயிர்ப்புடன் பாதுகாத்து வந்துள்ளனர்.

"இரவுப் பொழுதில் ஏசுவின் சீடர்கள் வந்து அவரது சடலத் தைத் திருடிச்சென்று ஏசு உயிர்த்தெழுந்துவிட்டார் என்று அறிவிக்கக்கூடும்" என்று கருதியதால் மன்னர் கையஃபஸ் கேட்டுக்

கொண்டதற்கிணங்க, பிலோத்து ஏசுவின் சமாதியைச் சுற்றிலும் காவல் காக்கப் படைவீரர்களை நியமித்தார்.

இலத்தீன் வேர்ச்சொல்லான (patior) ‘அவதிப்படுதல்’ என்பதில் இருந்து தோன்றிய ஏசுவின் பேருணர்ச்சி பற்றிய கதை இதுவரை நமக்கு சுவிசேசங்களின் மூலம் தெரியவந்துள்ளது. ஆனால் தீர்க்க தரிசியும், விந்தையாளருமான ஒருவரின் வாழ்வைப் பற்றியும், மரணம் குறித்தும் நம்புவதற்கு தனித்த இறைநம்பிக்கையொன்றும் தேவை யில்லையே.

லூக்காவின் கூற்றுப்படி ஞாயிற்றுக்கிழமை காலையில் அதாவது சிலுவையில் அறைந்த மூன்று தினங்கள் கழித்து ஏசுவின் குடும் பத்தைச் சேர்ந்த பெண்களும், அவரது சீடர்களும் (இதில் ஏசுவின் அன்னையும், ஏரோது ஆன்டியஸின் பணியாளரின் மனைவியான ஜோஆனாவும் உண்டு) சமாதிக்குச் சென்றனர். கல்லறை மீதிருந்த கல் உருண்டு கிடப்பதைக் கண்டனர். அருகில் சென்று பார்க்கையில் ஏசுவின் உடல் சமாதியில் இல்லை. என்னவாகியிருக்கும் என்று குழம்பி நின்றபொழுது பளீரிடும் வண்ண ஆடையணிந்த இருவரை அங்கு காண முடிந்தது. அவர்கள் அஞ்சி நிற்கும் குடும்பத்தினரைப் பார்த்து, “உயிருடன் இருப்பவரை ஏன் இறந்தவர்கள் நடுவே தேடு கிறீர்கள். அவர் இங்கில்லை. உயிர்த்தெழுந்துவிட்டார்” என்று கூறினர்.

ஏசுவிற்குத் தண்டனை அளிக்கப்பட்டதால் அச்சமடைந்த அவரது சீடர்கள் யூத விடுதலைத் திருவிழாவின் போது ஆலிவ் மலையில் ஒளிந்திருந்தனர். அவர்கள் முன்னிலையிலும், தமது அன்னையின் எதிரிலும் ஏசு பலமுறை காட்சியளித்து “அஞ்சாதீர்” என்று கூறினார். அவரது உயிர்த்தெழலை தாமஸ் சந்தேகித்தபோது தனது கைகளிலும், பக்கவாட்டிலும் இருந்த (ஈட்டியால் குத்தப் பட்ட) காயங்களைக் காட்டினார்.

சில நாட்களுக்குப் பிறகு அவர்கள் அனைவரையும் ஆலிவ் மலைக்கு அழைத்துச்சென்று அங்கிருந்தபடியே ஏசு பரலோகத்தில் மேவினார்.

இழிவான ஓர் மரணம், இறப்பில்லா வாழ்வின் வெற்றியாக உருமாறிய உயிர்த்தெழல்தான் கிறித்துவ நம்பிக்கையில் மிக முக்கியமான தருணம் ஆகும். இதுதான் ஈஸ்டர் ஞாயிறாகக் கொண்டா டப்படுகிறது.

இந்த நம்பிக்கையில் தம்மை ஐக்கியப்படுத்திக் கொள்ளா தவர்கள் அதன் பொருண்மையை உறுதிப்படுத்திக் கொள்ளுவது

கடினம். இந்நிகழ்வின் காலத்தில் நிலவிய மாற்றுக்கருத்தினை மத்தேயு கூறுகிறார்: "ஏசுவின் சமாதியைக் காவல் காக்கவிருந்த படைவீரர் களுக்குக் தலைமை மதகுருமார்கள் பணம் கொடுத்துச் சொன்னது என்னவென்றால் நாங்கள் (காவலர்கள்) உறங்கும்போது ஏசுவின் சீடர்கள் வந்து அவரது சடலத்தைத் திருடிச் சென்றுவிட்டனர் என்று அனைவரிடமும் பரப்புமாறு ஆணையிட்டிருக்கிறார்கள். இதுதான் இன்றுவரை யூதர்களிடம் பரவலாக நிலவும் கருத்தாக இருக்கிறது."

ஏசுவின் உடலை அங்கிருந்து அகற்றிய அவரது நண்பர்கள் மற்றும் குடும்பத்தினர் ஜெருசலேமை ஒட்டிய பகுதியொன்றில் கல் சமாதியில் புதைத்திருக்கலாம் என்று கூறுகின்றனர் அகழ்வாராய்ச்சி யாளர்கள். அவர்கள் ஆய்வு செய்த கல்லறைகளில் 'ஏசுவின் சகோதரர் ஜேம்ஸ், ஜோசஃபின் மகன் ஏசு' என்றும் கூட பெயர் தாங்கிய எலும்புக் கலன்கள் கிடைத்துள்ளன.

இச்செய்தி ஊடகங்களில் தலைப்புச் செய்தியாகப் பரவலாக அறியப்பட்டது. இந்த ஆய்வுகள் சில போலியானவை என்பது நிரூபிக்கப்பட்டு விட்டாலும், அக்கல்லறைகளில் பல முதலாம் நூற்றாண்டைச் சேர்ந்தவை என்பது உண்மைதான். அவற்றின் எலும்புக் கூடுகளில் காணப்பட்ட பெயர்கள் பரவலான யூதப்பெயர்கள் என்பதற்கும் மேலாக அவற்றிற்கும் ஏசுவிற்கும் எந்தத் தொடர்பும் இல்லை.[9]

ஜெருசலேம் யூத விடுதலைத் திருவிழாவைக் கொண்டாடியது. யூதாஸ் தன்னிடமிருந்த வெள்ளிப் பணத்தை நகரத்திற்குத் தெற்கே இருந்த நரகப் பள்ளத்தாக்கில் (அதுதான் மிகப்பொருத்தமானது) உள்ள அல்கெடாமில் குயவர் வெளியில் வீட்டுமனைத் தொழிலில் முதலீடு செய்தான். அங்குதான் அவனது உடலின் இடைப்பகுதி வெடித்து, குடல் வெளியில் சரிந்தது.[10]

சீடர்கள் மறைவில் இருந்து வெளிப்பட்டு அறுவடைத் திருவிழாவிற்காக ஜியான் மலையில் சந்தித்தபோது திடீரென வானத்திலிருந்து பலத்த வேகத்துடன் காற்று வீசியது. அந்தப் பரிசுத்த ஆவி ஏசுவின் பெயரால் நோய்களை சொஸ்தப்படுத்த ஜெருசலேமில் வாழ்ந்த பிற நாட்டினருக்கு அவர்களது மொழியிலேயே அனுமதி கூறியது.

பீட்டரும், ஜானும் தங்களது அன்றாட வழிபாட்டிற்காக தேவாலயத்தில் நுழைந்தபோது அவர்களிடம் முடவன் ஒருவன் கையேந்த "எழுந்து நட" என்று கூறினார்கள். அவனும் அவ்வாறே எழுந்து நடந்தான்.

ஏசுவின் சகோதரரைத் திருத்தூதர்கள் நசரீனர்கள் என்றழைக்கப்பட்ட யூதச் செயலாளர்களின் தலைவராக அதாவது 'ஜெருசலேமின் கண்காணிப்பாளராகத்' தேர்ந்தெடுத்தனர். அந்தப் பிரிவு வளர்ச்சி பெற்றிருக்க வேண்டும். ஏனெனில் ஏசுவின் மரணத்தை அடுத்து 'ஜெருசலேமின் தேவாலயத்திற்கு எதிராகப் பெரும் அடக்குமுறை ஏவி விடப்பட்டது.' ஏசுவின் சீடர்களில் கிரேக்க மொழி பேசுபவரான ஸ்டீபன் தேவாலயம் பற்றி "கைகளால் கட்டப்பட்ட கோயில்களில் மேன்மை தங்குவதில்லை" என்று அறிவித்து (அதாவது மனிதக் கை ஆதிக்கம் செலுத்தும் இடத்தில் தெய்வீக மேன்மைக்கு இடமில்லை என்றார்) தேவாலயத்தைப் புறக்கணித்தார்.

தலைமை மதகுருவிற்கு மரணதண்டனை அளிக்கும் அதிகாரம் உண்டு என்பதற்கு ஆதாரமாக ஸ்டீபன் யூத அவையினரின் விசாரணைக்குள்ளாகி மதிலுக்கு அப்பால் ஒரு இடத்தில் கல்லெறிந்து (மரண தண்டனையில்) கொல்லப்பட்டார். அந்த இடம் இன்றைய டமாஸ்கஸ் வாயிலின் வடக்குப் பகுதியாக இருந்திருக்க வேண்டும். ஸ்டீபன்தான் கிறித்துவத்தின் முதல் புனிதத் தியாகி. 'சாட்சி' என்ற ஆங்கிலப் பதத்திற்கு நிகரான பொருள்தரும் கிரேக்கச் சொல் martyr 'தியாகத்தின்' அடையாளமாகிவிட்டது.

அதற்குப் பின்னரும் ஏசுவின் விசுவாசிகளாகவும், யூத மதத்தைப் பினபற்றுபவர்களாகவும் இருந்தனர் ஜேம்ஸும், அவரது நசரீனர்களும். ஏசுவின் யூத சமயம் அவருக்கு முன்னும் பின்னும் இருந்த எத்தனையோ பிரச்சாரகர்களின் நெறிமுறைகளில் இருந்து எந்த வகைகளிலும் விசேசத் தன்மையோ, முரண்பாடோ கொண்டிருக்கவில்லை.

ஏசுவின் சிலுவையேற்றத்திற்குப் பின்னர் அவரது எதிரிகள் சிறப்படையவில்லை. தான் மோசஸின் சவ எலும்புகளை ஜெரிசிம் மலையில் கண்டுபிடித்து விட்டதாகப் பிரசங்கம் செய்து மக்கள் மத்தியில் கிளர்ச்சியை ஏற்படுத்திய சமேரியப் போலித் துறவியின் பரபரப்பால் பிலோத்துவின் அதிகாரம் தொலைந்துபோனது. ஜெருசலேம், ஆளுநர் பிலோத்து மீதான ஆத்திரத்தில் கொந்தளித்துக் கொண்டிருந்தது. அந்த நேரத்தில் கல்வாரியில் உள்ள சமேரியத் துறவியின் சீடர்களை நசுக்குவதற்குப் படையனுப்பியதால் சமேரியர்களின் வெறுப்பிற்கும் ஆளானான் பிலோத்து.

ஜெருசலேமில் அமைதியை நிலைநிறுத்த வேண்டிய நெருக்கடியில் இருந்தார் சிரியாவின் ஆளுநர். எனவே கையஃபஸையும், பிலோத்துவையும் அதிகாரத்தில் இருந்து அகற்றி பிலோத்து

ரோமிற்குப் போகட்டும் என்றார். இந்நடவடிக்கைக்கு ஜெருசலேமியர்கள் மத்தியில் பேராதரவு இருந்தது. ரோமானிய ஆளுநரை உற்சாகத்துடன் வரவேற்றனர். பிலாத்து வரலாற்றினின்று மறைந்தான்.

அதேசமயம் ஏரோது ஆன்டிபஸ் மீது எரிச்சலுற்றிருந்தார் டைபீரியஸ். ஆனாலும் ஏரோது வம்சம் முடிவை எட்டவில்லை. ரோமானியப் பித்தேறிய பேரரசருடன் நட்புறவை வளர்த்துக் கொண்டு ஜெருசலேமைக் கைப்பற்றும் வல்லமைமிக்க யூத சாகச இளவரசர்களால் மீட்சியை அனுபவிக்கும் எதிர்காலம் ஏரோதியர்களுக்குக் காத்திருந்தது.

குறிப்புகள்:

1. நடனக்காரி சலோமியின் பெயர் வரம்பற்ற சல்லாபத்திற்கும், ஒழுங்கில்லா பெண்மைக்கும் எடுத்துக்காட்டுப் பெயராக விளங்கியது. மார்க், மத்தேயு ஆகிய இருவரது திருமறையிலும் சலோமியின் பெயர் இடம் பெறவில்லை. வரலாற்றாளர் ஜோசஃபஸ் மற்றொரு நிகழ்வில் ஹெராடியஸின் மகளைப் பற்றி குறிப்பிட்டார் என்றாலும் விருந்து நடனமோ, தூண்டுதலோ பற்றிய குறிப்பு இல்லாமல், ஆன்டிபஸ் ஜானுக்கு மரணதண்டனை அளித்ததாகக் கூறுகிறார். நடன அரங்கில் ஏழு திரைகள் என்பது பிற்கால விளக்கமாகும். ஏரோதிய காலத்தில் சலோமிகள் அனேகம். (ஏசுவின் சகோதரியின் பெயரும் சலோமியாதான்.) ஆனால் நடனமாடியவள் ட்ராக்கேனிட்டிஸின் மண்டல ஆளுநராகிய பிலிப்பின் மனைவி சலோமியாகவே இருக்க வேண்டும். பிலிப்பின் மரணத்திற்குப் பின்னர் சலோமி மணந்துகொண்ட மற்றொரு உறவுக்காரன் பின்னாளில் சிரிய ஆர்மீனியாவின் மன்னனாக நியமிக்கப்பட்டான். அந்த வகையில் நடனக்காரி, இறுதியில் அரசியானாள். ஜானின் தலை மதிப்புமிக்க கிறித்துவ நினைவுச் சின்னமாகக் கருதப்பட்டது. குறைந்தபட்சம் ஐந்து திருச்சபைகளேனும் தங்களிடம் இருப்பதே உண்மையான ஜானின் தலை என்று கூறிக் கொள்கின்றன. டமாஸ்கஸ் உமையாத் மசூதியிலுள்ள ஜானின் தலையை முகமதியர்கள் வழிபடுகின்றனர்.

2. ஏசு எப்போது ஜெருசலேமிற்கு வந்தார் என்று யாருக்கும் சரியாகத் தெரியாது. ஏசுவின் சமய குருமார் தொகுதியை அவருக்கு ஜானால் ஞானஸ்நானம் செய்யப்பட்ட கி.பி 28–29 முதல் என்று எழுதத் தொடங்கும் லூக்கா, அதில் ஏசுவிற்கு வயது சுமார் 30 இருக்கும் என்று குறிப்பிட்டு அவரது மரணம் கி.பி 29 முதல் 33க்குள் நிகழ்ந்திருக்கும் என்று கூறுகிறார். அவரது திருச்சபை ஓராண்டே இருந்ததாக ஜான் குறிப்பிடுகிறார். ஆனால் மூன்றாண்டுகள் நீடித்ததாக மார்க், மத்தேயு, லூக்கா மூவரும் ஒரே மாதிரியாகக் குறிப்பிடுகின்றனர். ஏசு கொல்லப்பட்டது 30, 33 அல்லது 36ஆவது வயதாக இருக்கக்கூடும். அவரது இருப்பை உறுதிப்படுத்துவது சுவிசேசங்கள் மட்டுமல்ல. ஜானைப்பற்றி டாஸிஸ், ஜோசஃபஸ் இருவருமே குறிப்பிடுகின்றனர். குறைந்தபட்சம்

பிலாத் ஆட்சித் தலைவராக வருகை தந்த பின்னர் (26) அவரது புறப் பாட்டிற்கு முன் (36) டைபீரியஸ் (37இல் மறைவு) மற்றும் ஆன்டிபஸின் (39க்கு முன்னர்) ஆட்சிகாலத்தின் போதும் கையஃபஸ் தலைமைக் குருவாகப் பொறுப்பேற்றிருந்த போதும் (18–36) சற்றேறக்குறைய 29 முதல் 33 வயது வரை ஏசு யூத விடுதலைத் திருவிழாவின் போது ஜெருசலேமிற்கு வந்ததாகத் தெரியவருகிறது. ஜோசஃபஸ் மற்றும் அலெக்ஸாண்ட்ரி யாவைச் சேர்ந்த ஃபிலோ ஜூடேயஸ் ஆகியோரால் பிலாத்தின் பண்பு உறுதிப்படுத்தப்படுகிறது. சீஸரியாவில் கிடைத்துள்ள கல்வெட்டும் அவரது இருப்பை ஊர்ஜிதப்படுத்துகிறது.

3. கி.பி ஒன்றாம் நூற்றாண்டு யூதப் பிரிவுகளில் ஒரு சாரர்தான் மக்கபீயர்களை ஆரம்ப கட்டத்தில் ஆன்மீக ரீதியாக ஆதரித்த ஹசிடிம்'இன் வழித் தோன்றலாகிய எஸ்ஸனீக்கள் என்கிறார் ஜோசஃபஸ். 1947–56ஆம் ஆண்டுகளில் சாக்கடலுக்கு அருகே கும்ரனில் உள்ள பதினேழு குகை களில் கண்டெடுக்கப்பட்ட சாக்கடல் ஏடுகள் வாயிலாகப் பல செய்திகளை நம்மால் அறிய முடிகிறது. அவ்வேடுகளில் விவிலியப் புத்தகங்களின் முந்தைய ஹீப்ரூ பதிப்புகளும் இருந்தன. விவிலிய ஏட்டுப் பழைய ஏற்பாட்டின் கிரேக்க வடிவத்திற்கும் (கி.மு மூன்று முதல் ஒன்றாம் நூற்றாண்டிற்குள் தொலைந்துபோன ஹீப்ரூ மூலத்தில் இருந்து கிரேக்கத்திற்கு மொழி மாற்றம் செய்யப்பட்டதும், கிறித்துவப் பழைய ஏற்பாட்டிற்கு அடிப்படை யானதும் ஆகும்) ஹீப்ரூவில் தற்போது கிடைக்கப்பெறுவதில் மிகவும் தொன்மையானதற்கும் (கி.பி ஏழு முதல் பத்தின் இறுதி அல்லது பதினொன்றாம் நூற்றாண்டைச் சேர்ந்த மஸோரெடிக்) இடையிலான வேற்றுமைகள் பல காலமாக விவாதிக்கப்பட்டு வருகிறது. அலெப்போ கோடெக்ஸ் ஆனது பழைமையான மஸோரெடிக் ஏடாகவும் முழுமை யாகக் கிடைக்கப் பெறாததாகவும் உள்ளது. 1008ஐச் சேர்ந்த புனித பீட்டர்ஸ்பர்க் கோடெக்ஸ் ஏடுகள் பழைமையானதும் முழுமையானது மாகும். அதில் பல வேறுபாடுகள் காணப்பட்டாலும் மஸோரெடிக் ஏறத்தாழ துல்லியமானதாகும். ஏசுவின் காலம் வரையிலும் கூட பல்வேறு விவிலியப் பிரதிகள் புழக்கத்தில் இருந்தனவென்று சுருள்கள் உறுதி செய்கின்றன. யூதர்களாகிய எஸ்ஸனீக்கள் ஜெரமையா மற்றும் டேனியலின் இறை வெளிப்பாட்டுக் கருத்துக்களை வளர்த்தெடுத்தனர். இவ்வுலக மானது நன்மைக்கும் தீமைக்கும் இடையிலான போராட்டக் களம் என்று கருதிய அவர்கள் அதன் முடிவானது போர் மற்றும் தீர்ப்பு என்று நம்பினர்கள். அவர்களது தலைவர் ஞானார்த்த 'நீதி நெறியின் குரு' எதிரி மக்கபீயர்களில் ஒருவரான 'வஞ்சக மதகுரு' கிறித்துவ சமயத்தின் தோற்றம் குறித்துப் பல கிறுக்குத்தனமான கோட்பாடுகளைக் கொண்டிருந்தார்கள். இருந்தபோதிலும் ஸ்நானகர் ஜான் இவர்களுடன் பாலைவனத்தில் வாழ்ந்திருக்கக் கூடும் என்றும் அவர்களது தேவாலய எதிர்ப்பு மற்றும் இறை அருள் வெளிப்பாட்டுக் காட்சிகளால் ஏசு எழுச்சி ஊட்டப்பட்டிருக்கக்கூடும் என்றும் நாம் கூறலாம்.

4. ஈராக்கிய சாம்ராஜ்ஜியம் அடுத்த நூற்றாண்டு வரை யூதர்களினுடையதாகவே இருந்தது. ஜெருசலேமின் பழைய நகருக்கு வெளியே மூன்று கூர் கோபுரங்களின் அடியில் அரசி ஹெலனோ மற்றும் அவளது மூன்று மகன்களின் உடல்கள் புதைக்கப்பட்டன. அமெரிக்கக் காலனி உணவ

கத்தைக் கடந்து செல்லும் நேப்ளஸ் சாலையில் டமாஸ்கஸ் வாயிலுக்கு வடக்கே அரசரின் அழகிய கல்லறை இன்றும் உள்ளது. பத்தொன்பதாம் நூற்றாண்டில் அகழ்வாய்வு செய்த பிரெஞ்சு ஆய்வாளர் அவ்விடம் மன்னர் டேவிட்டிற்குச் சொந்தமானது என்று அறிவித்தார். அந்தப் பகுதியில் யூத ஆட்சிக்கு உட்பட்ட இடம் அடியபீன் மட்டுமாக அல்லாமல் அதனுடன் பார்த்தியா, அஸினியேல், அனிலேயஸ் ஆகியவையும் இருந்தன. பாபிலோனைசை சுற்றி சுதந்திர யூத மாநிலம் ஒன்றையும் உருவாக்கினார். அது பதினைந்து ஆண்டுகளுக்கும் மேலாக நிலைத்திருந்தது.

5. ஏசு சம்பிரதாய பூர்வமாக நுழைய வேண்டிய வாயில் பொன் வாயிலாகும். யூத, கிறித்துவ, முகமதிய மறைஞானத்தின்படி மீட்பர் ஜெருசலேமினுள் அந்த வழியாகத்தான் நுழைவார். ஆனால் ஏசு அவ்வாயிலில் நுழைந் திருக்க முடியாது. ஏனென்றால் இதற்கு 600 ஆண்டுகளுக்குப் பின்னும் பொன்வாயில் கட்டப்படவில்லை. அருகில் இருந்த ஷூஷன் வாயில் பொதுமக்களுக்காகத் திறந்து வைக்கப்படவில்லை. தலைமை மதகுரு மட்டுமே எப்போதாவது அதனைப் பயன்படுத்துவார். மேற்கில் உள்ள தற்போதைய பாப் அல்சில்லிலா(சங்கிலிக் கதவு)க்கு அருகில் அழகிய வாயில் வழியே உள்ளே நுழைந்தார் என்று மற்றொரு கிறித்துவ மரபு கூறுகிறது. எனினும் ஏசுவின் இறப்பிற்குப் பிறகு ஜானும், பீட்டரும் அற்புதம் நிகழ்த்திய இடம் அதுதான். பொன்வாயில் என்பதே அழகிய என்பதன் மறுவாக இருக்கக்கூடும். ஏனென்றால் லத்தீனில் பொன் என்பது ஆரியா என்றும், கிரேக்கத்தில் அழகிய என்பது ஓரியா என்றும் கிட்டத்தட்ட ஒரே விதமான ஒலி வடிவமாக உள்ளது. ஜெருசலேமின் புனிதத்துவம் இவ்வாறான தப்பெண்ணங்களால் கிளைத்துள்ளது.

6. இக்கதையின் நிகழ்வுகள் ஒவ்வொன்றும் ஜெருசலேமின் நிலவியலுக்கு ஏற்றவாறு வளர்த்தெடுக்கப்பட்டு விட்டன. இருந்தாலும் பல வரலாற்று ரீதியாக தவறாகும். சியோன் மலைமீதுள்ள மேலறையானது இறுதி மேன்மையின் பாரம்பரியத் தளமாக விளங்குகிறது. ஆனால் மெய்யான தளம் சிலோவம் குளத்திற்கு அருகேயுள்ள மட்டமான வீடுகளுக்குப் பக்கத்தில் இருந்திருக்க வேண்டும். இன்றும் நீர்க்குவளை ஏந்திய மனித உருவம் அதற்கு அடையாளமாக விளங்குகிறது. இறுதி மேன்மைத் தள மரபு பதினைந்தாம் நூற்றாண்டுக்குப் பின்னர் சிலுவைப் போராளிகளால் பலப்படுத்தப்பட்டிருக்க வேண்டும்.

7. டோலேரோஸா வழியாகச் செல்லும் பாரம்பரியமான பாதையில் இருந்து முற்றிலும் வேறுபட்டது ஏசு அழைத்துச் செல்லப்பட்ட பாதை. ஜோசஃபஸ் கூறும் ஜென்னத் வாயில் என்பது முதல் மதிலின் பகுதியில் அமைந்திருக்கும் யூதக் குடியிருப்பிற்கு வடபகுதியில் உள்ளது. இந்த இடத்தை இஸ்ரேலிய அகழ்வாராய்ச்சியாளர் நஹ்மான் அவிகாடால் அடையாளம் கண்டிருக்கிறார். பிலோத்து தீர்ப்பளித்த முகமதியர் காலத்து பிரிட்டோரியத்தை கிறித்துவர்கள் அன்டோனியாக் கோட்டை என்று தவறாகக் கருதிவிட்டனர். அன்டோனியாக் கோட்டையில் இருந்து புனிதக்கல்லறை தேவாலயம் வரையிலான பாதையை இடைக்கால பிரான்சிஸ் மதகுருக்கள் தவறாக டோலேரோஸா வழியாகத் தொடர்ந்து எடுத்துச்சென்று தவறான மரபையே உறுதிப்படுத்திவிட்டனர்.

'மண்டையோடு' என்ற சொல்லுக்கான அராமிய பதத்தில் உருவானது 'கோல்கொத்தா'. மண்டையோட்டிற்கான லத்தீன் சொல்லான 'கல்வா' என்பதிலிருந்து உருவானது 'கல்வாரி.'

8. கி.மு 74இல் இளம் ஜூலியஸ் சீசர் கடற்பயணத்தின் போது கடற் கொள்ளையரிடம் பிடிபட்டார். பிணையத்தொகை கட்டி மீண்டு வந்து, பின்னர் திரும்பச்சென்று அவர்களைக் கைது செய்து சிறையிலிட்டார். எனினும் கண்ணியமான நடவடிக்கையால் அவர் அளிக்கும் தண்டனையைக் கூடுமானவரையில் மனிதத் தன்மையுடன் நடத்த விரும்பினார். எனவே சிலுவையில் ஏற்றுமுன் குரல்வளையை அறுத்து உயிரைப் போக்கினார். சிலுவையில் அறைந்து தண்டிக்கும் முறை கீழைத்தேசங்களில் தோன்றியது. அதனைக் கிரேக்கர்கள் பின்பற்றினர். மாவீரன் டேரியஸ் பாபிலோனியக் கலகக்காரர்களை சிலுவையில் அறைந்தார். மாவீரர் டேரியர்களை சிலுவையில் அறைந்த செய்தி நாம் அறிந்ததுதான். கலகக்கார ஜெருசலேமியர் களை ஆன்டியோகஸ் எஃபினேஸூம், யூதமன்னர் அலெக்ஸாண்டர் ஜன்னேயஸூம் சிலுவையில் அறைந்தனர். கார்த்தேஜியகர்களும் தங்க ளுக்குக் கீழ்படியாத தளபதிகளைச் சிலுவையில் அறைந்து கொன்றனர். ஸ்பார்டகஸ் தலைமையில் அடிமைகள் கிளர்ச்சியுற்றபோது ரோமானிய அடக்குமுறையின் காரணமாகப் பெரும் சிலுவையேற்றங்கள் நடந்தேறின. இன்றைய இஸ்ரேலின் நெஸ்ஸிட்டிற்கு அருகில் உள்ள அரணமைந்த சிலுவை மடாலயப் பகுதியிலிருந்து சிலுவைகளுக்கான மரம் பதினொன்றாம் நூற்றாண்டில் கொண்டு வரப்பட்டதாகக் கூறப்படுகிறது. ஜெருசலேமில் ஜார்ஜிய மரபினரின் தேவாலயத் தலைமையகமாக சிலுவை மடாலயம் நீண்டகாலமாகத் திகழ்ந்துள்ளது.

9. ஏசுவின் உடல் கல்லறையில் இருந்து அகற்றப்பட்டது குறித்த மர்மக் கதைகளை உள்ளடக்கி இயற்றப்பட்டதுதான் பீட்டரின் சுவிசேசம். இரண்டாம் அல்லது மூன்றாம் நூற்றாண்டில் அவர் உருவாக்கிய சமரச மறையியல் ஞானக் கோட்பாட்டின் அடிப்படையில் வகுக்கப்பட்ட விதிக் கோவைதான் மேற்படி சுவிசேசம். இவை எகிப்தில் பத்தொன்பதாம் நூற்றாண்டில் செய்யப்பட்ட அகழ்வாய்வில் வெளிப்பட்டது. ஏசுவின் மறைவிற்கு நாற்பதாண்டுகளுக்குப் பின்னர் சுமார் கி.பி 80ஆம் ஆண்டில் எழுதப்பட்ட மார்க்கின் சுவிசேசம் ஏசுவைக் கல்லறையில் கிடத்து வதுடன் முடிவடைகிறது. இதுதான் இதுவரை கிடைத்த ஆதாரங்களில் மிகப் பழமையானது. மார்க்கின் சுவிசேசத்தில் ஏசு உயிர்த்தெழுதல் பற்றிக் குறிப்பிடவில்லை. உயிர்த்தெழுதல் பற்றிய குறிப்பு, பின்னிணைப்பாகும். கி.பி 80இல் மத்தேயு, மார்க், லூக்கா என இம்மூவராலும் எழுதப்பட்ட சுவிசேசங்கள்தான் 'சினாப்டிக்ஸ்' என்று கிரேக்க மொழியில் கூறப் படுகிறது. அதாவது ஒன்றுதிரட்டப்படவை (சுருக்கவடிவம்) என்று பொருள் பட அழைக்கப்படுகிறது. இவர்களுடைய படைப்புகளோடு பெயரறியா இன்னொருவரின் படைப்பும் உண்டு. ஆனால் அது மூல வகையைச் சேர்ந்தது என்பதால் மேற்படி மூவரின் படைப்புடன் சேர்க்கப்படாமல் தனித்து இருக்கிறது. ஏசுவின் உயிர்த்தெழலில் அவரது குடும்பத்தினரின் பங்கினை லூக்கா குறுக்கினார். ஆனால் மார்க்கின் எழுத்து இக்கதை களைத் திருத்தூதர்களின் பகுதியில் கூறுகிறது.

10. அதேசமயம் மத்தேயு இதை இன்னொரு விதமாகக் கூறுகிறார். ஏசுவைக் காட்டிக் கொடுத்தது தவறு என்றுணர்ந்த ஜூடாஸ் அதற்குக் கூலியாகப் பெற்ற வெள்ளிப் பணத்தை தேவாலயத்தில் தூக்கி எறிந்திருக்கிறான். அது பாவப்பணம் என்பதால் மதகுரு, அதனை தேவாலயக் கருவூலத்தில் சேர்க்கவிரும்பவில்லை. எனவே அந்நியர்களைப் புதைக்கும் குயவர்களின் களத்தில் அதைப் போட்டுவிட்டான். பின்னர் யூதாஸ் தூக்கில் தொங்கி னான். குருதிக் களமான அகெல்டாமா இடைக்காலத்திலும் புதை யிடமாகவே திகழ்ந்தது.

☆

12

இறுதி ஏரோதுகள்
கி.பி 40-66

கலிகுலாவின் நண்பர்: ஏரோது அக்ரிப்பா

ரோமின் அரச குடும்பத்தில் ஒருவராக வளர்ந்து வந்த இளம்வயது அக்ரிப்பா, பேரரசர் டைபீரியஸின் மகனான ட்ரூஸ்ஸுக்கு நண்பனானான். மாவீரன் ஏரோது மரியமின் பேரனும், அவர்களது கொலையுண்ட மகன் அரிஸ்ட்டோபுலசின் மகனுமாகிய டைபீரியப் பேரரசர், வெளியுலகப் பகட்டு நடவடிக்கைகளில் பெரிதும் ஈடுபாடு கொண்டவர். தன்னுடைய பகட்டார்வத்தினாலும், மகனின் மேல்தட்டு நண்பர்களுக்கு ஈடுகொடுத்ததிலும் பெரும் கடன்காரராகி விட்டார்.

தனது மகனைச் சிறுவயதிலேயே கி.பி 23இல் இழந்துவிட்ட டைபீரியஸ் பேரரசரால் தன் மகனின் நண்பர்களைச் சமாளிக்க இயலவில்லை. எனவே பலவீனமடைந்த ஏரோது அக்ரிப்பா, தன் சகோதரி ஏரோதியஸின் கணவர் ஆன்டிபஸ் ஆட்சிபுரிந்த கலீலிக்குச் சென்றார். ஆன்டிபஸ் தனது மைத்துனர் ஏரோதுவிற்கு டைபீரியஸில் சலிப்பூட்டும் வேலையொன்றை அளித்தார். சலிப்பூட்டும் எதையும் அக்ரிப்பாவால் ஒப்புக்கொள்ள முடியாது. எனவே அங்கிருந்து தனது குடும்பத்தின் சொந்த ஊரான இடுமியாவிற்குத் தப்பிச் சென்றார். தற்கொலை விளிம்பிற்கே சென்றுவிட்ட போதிலும் அந்த ஊதாரிப் போக்கிரிக்கு ஏதோ ஒரு நன்மை விளையத்தான் செய்தது.

ஏசு சிலுவையில் அறையப்பட்ட சமயத்தில் ஏரோது குடும்பத்தின் வடபகுதி நிலங்களின் ஆளுநர் பிலிப் மரண மடைந்தார். எனவே அந்தப் பகுதியையும் தன்னுடைய ஆளுகைப் பகுதியாக விரிவாக்கிக் கொள்ளுமாறு டைபீரியஸைக் கேட்டுக் கொண்டார் ஆன்டிபஸ். டைபீரியஸ் தன்மீது அன்பு பாராட்டு பவர் என்பதால் ஏரோது அக்ரிப்பா தனது உரிமையை நிலை நாட்டவும், தந்தையின் சகோதரரின் அதிகாரத்தைக் கீழிறக்கவும் இந்த சந்தர்ப்பத்தைப் பயன்படுத்த நினைத்தார்.

டைபீரியஸின் இருப்பிடமான ஜூபிடர் மாளிகைக்குச் சென்ற போது அவர் துக்கித்துக் கிடப்பதைப் பார்த்தார். 'டைபீரியஸ் சோர்வுற்ற சமயங்களில் தன் மாளிகை நீச்சல் குளத்தில் நீந்தியபடி 'மின்னோ' (சிறுமீன்கள்) என்றழைக்கப்படும் பையன்களுடன் பாலுறவுக் களிப்படைந்து தன்னை உற்சாகப்படுத்திக் கொள்வார்' என்கிறார் வரலாற்றாளர் ஸீடோனியஸ்.

மத்தியதரைக் கடல் பகுதி முழுவதிலும் சுற்றிச்சுற்றி கடன்களை ஏற்றி வைத்திருப்பது தெரியாமல் அக்ரிப்பாவை உற்சாகமாக வர வேற்றார் டைபீரியஸ். பின்னர் அது தெரியவந்ததும் அக்ரிப்பா மீது ஆத்திரம் கொண்டார்.

தன் தாயின் நண்பரான அன்டோனியா வாயிலாக பேரரசரைக் கடன் பெற சிபாரிசு செய்யுமாறு நெருக்கடி கொடுத்தார் அக்ரிப்பா. கறார் பேர்வழியும், கட்டுப்பாடு மிக்கவருமான மார்க் ஆன்டனியின் மகளான அன்டோனியாவை ரோமானிய மேற்குடியின் லட்சிய வடிவமாக மதித்து வந்தார் டைபீரியஸ். அன்டோனியாவின் சிபாரிசை ஏற்று யூதப் போக்கிரி அக்ரிப்பாவை மன்னித்தார். ஆனால் அக்ரிப்பா தான் பெற்ற அந்தப் பணத்தைக் கொண்டு தன் கடன்களை அடைக்காமல் மற்றொரு ஓட்டாண்டி இளவரசரான கலிகுலாவிற்குப் பெரிய பரிசொன்றை அளித்து மகிழ்வித்தார். அக்ரிப்பாவின் காலஞ்சென்ற நண்பனின் மகன்களாகிய கெமல்லஸும், கலிகுலாவும் டைபீரியஸின் வாரிசுகள். எனவே கெமல்லஸை கவனிக்க அக்ரிப்பாவை நியமித்தார் டைபீரியஸ்.

ஆனால் தன்னலமிக்க காரியவாதியான அக்ரிப்பா தனக் களித்த கடமையை நிறைவேற்றாமல் தன்னைப் போலவே ஊதாரி யான கலிகுலாவுடனான நட்பில் பொழுதைப் போக்கிக்கொண்டு திரிந்தான். தளபதி ஜெர்மானிகஸின் மகனாகிய கலிகுலா மிக இளம் வயதிலேயே ராணுவச் சீருடையணிந்து அடையாளச் சின்ன மாகப் பெயர் பெற்று விளங்கியவன். பூட்கின்ஸ் (காலணியணிந்த செல்லம்) என்று பெயர் சூட்டும் அளவிற்குச் செல்லப்பிள்ளையாக

விளங்கியவன். வாரிசுரிமையைப் பெறும் பொறுமையில்லாமல் ஒழுக்கக் கேடுகளுக்குப் பெயர் பெற்றவனாக விளங்கினான். அக்ரிப்பாவின் சகோதரிகளின் ஒழுக்கநெறிகளுக்குப் பல லட்சம் மைல்கள் அப்பால் வாழ்ந்தான்.

கலிகுலாவும், அக்ரிப்பாவும் காத்திருந்தபடியே டைபீரியஸின் மரணம் நடந்தேறியது. வாரிசுப் பங்காளி கெமல்லீஸைக் கொன்று கலிகுலா பேரரசனானது அக்ரிப்பாவின் களியாட்டத்திற்கு ஏதுவா யிற்று. பல அதிகார மாற்றங்களுக்குப் பின்னர் ஆன்டிபஸ் இறக்கும் போது தன் நிலங்களையெல்லாம் அக்ரிப்பாவிற்கு அளித்துவிட்டு இறந்தார்.

வீரதீர சாகசங்களில் ஆர்வம் கொண்ட கலிகுலா, பிற்காலத்தில் பெரும் அடக்குமுறையாளனாக மாறினான். புனிதத்திலும் புனித மான இடத்திலும் தன் உருவத்தை வைத்து வணங்க வேண்டு மென்று ஆணையிட்டான். ஜெருசலேமிய யூதர்கள் அதற்குப் பணிய மறுத்தனர். இதுபோன்ற தெய்வநிந்தனை செய்ய வேண்டுமென்றால் இந்தக் கலிகுலா தன் மொத்த சாம்ராஜ்ஜியத்தையும் பலியிட நேரும் என்று சிரியா ஆளுநரிடம் தங்கள் பிரதிநிதிகள் வாயிலாகத் தெரி வித்துக் கலகத்திற்குத் தயாரானார்கள்.

கிரேக்கர்களுக்கும், யூதர்களுக்குமிடையே அலெக்ஸாண்டிரி யாவில் பெரும் இனக்கலவரம் வெடித்தது. தனது ஆணையை நிறைவேற்றி ஜெருசலேமை ஒடுக்குமாறு சிரிய ஆளுநர் பெட்ரோனி யஸீக்குக் கட்டளையிட்டான் கலிகுலா. ஆனால் அதிர்ஷ்டவசமாக அவனது நண்பன் அக்ரிப்பா யூத ஆதரவாளனாக மாறி மலைப் பூட்டும் கடிதம் ஒன்றைக் கலிகுலாவிற்கு எழுதினான்:

"நான் பிறப்பால் யூதனென்றும், மிக உயர்ந்த புனிதத்தலம் இருக்கும் இடமான ஜெருசலேம் நான் பிறந்த ஊர் என்பதும் தங்க ளுக்குத் தெரியும். மெய்யான கடவுளின் இருப்பிடம் இது என்ப தால் கயஸ் பிரபுவே இந்த ஆலயம் மனிதர்களால் உருவான எந்த வடிவத்தையும் என்றுமே ஏற்றுக்கொண்டதில்லை. உங்களது பாட்டனாரும், அகஸ்டஸும் இங்கு வந்து மரியாதை செலுத்தி யுள்ளனர். நீங்கள் எனக்கு நிறைய உதவிகள் செய்துள்ளீர்கள். ஆனால் அவை அனைத்திற்கும் மேலாக நான் வேண்டுவது ஒன்றே ஒன்று தான். தேவாலயத்தின் பாரம்பரியம் குலைக்கப்படக் கூடாது. என் சுற்றத்தாருக்கு நான் துரோகியாகி விடக்கூடாது என்றால் நான் உங்களது நண்பனாக நீடிக்க முடியாது. அது தவிர வேறெந்த வழியும் இல்லை."[1]

தேவாலயத்தில் மன்னரின் உருவம் வைக்க வேண்டாம் என்ற அக்ரிப்பாவின் கோரிக்கையை கலிகுலா ஏற்றுக்கொண்டான்.

படுகொலைக் கீர்த்தி மகுடத்தில் நெளியும் புழுக்கள்

விசித்திரமான நோயிலிருந்து மீண்ட பேரரசர் கி.பி 37ஆம் ஆண்டின் பிற்பகுதியில் புத்தி சுவாதீனத்தை இழந்தார். பிற்காலத்தில் தன்னுடைய சகோதரிகள் மூவருடனும் உடலுறவு கொண்டிருந்த கலிகுலா அவர்களைப் பிற ஆடவர்களுக்குப் பரத்தைகளாக்கினான் என்றும், தனது குதிரைக்குத் தண்டலர்களாக ஆக்கினான் என்றும் சொல்லப்படுகிறது. இது உண்மையா வதந்தியா என்பதை உறுதி செய்வது கடினம் என்ற போதிலும் ரோமானிய மேல்தட்டினரை அதிகாரத்தில் இருந்து அந்நியப்படுத்தி அச்சுறுத்தினான் என்பது உண்மை. தனது சகோதரியையே மணந்து அவளது கருப்பை யிலிருந்த குழந்தையைப் பிடுங்கி எடுத்தான் என்றும் கூறப்படுகிறது.

தனது ஆசைநாயகிகளின் கழுத்தில் முத்தமிட்டுக்கொண்டே "இந்த அழகான கழுத்து நான் விரும்பும் நேரத்தில் வெட்டப்படும்" என்று கூறுவது போலவே தனது ஆலோசகர்களிடம் "என் கண் ஜாடையில் ஒற்றைத் தலையசைப்பின் மூலம் இந்த இடத்திலேயே உங்கள் கழுத்து அறுபடும்" என்று கூறுவதும் வழக்கம்.

அவர் அடிக்கடி விரும்பிக் கூறும் வாசகம், "ரோமிற்கு ஒரே ஒரு கழுத்து மட்டும் இருந்திருந்தால்" என்பதுதான். தனது ஆளுமை யான பிரிட்டோரியப் பாதுகாவலர்களையும் குழூவுச் சொற்களின் மூலம் துடுக்குத் தனமாகக் கேலி செய்வார். ஆனால் அந்த நிலை வெகுநாட்களுக்கு நீடிக்கவில்லை.

கி.பி 41ஆம் ஆண்டு ஜனவரி 24ஆம் தேதியன்று நாடக அரங்கினை விட்டு கலிகுலா தன் நண்பன் அக்ரிப்பாவுடன் மூடிய சுரங்கப் பாதை வழியாக வெளியேறிக் கொண்டிருந்தபோது பிரிட் டோரியக் காவலன் ஒருவன் தன் வாளினை உருவி "இந்தா இதைப் பெற்றுக்கொள்" என்று ஆவேசமாகக் கூவினான். அந்த வாள் கலிகுலாவின் தோளைப் பிளந்து ஏறக்குறைய இரண்டு துண்டாக ஆக்கியது. ஆனால் கலிகுலா "நான் இன்னமும் உயிரோடிருக்கிறேன்" என்று உரத்து முழங்கியதும் சதிகாரர்கள் "மீண்டும் தாக்கு" என்று கூறி அவனது கதையை முடித்தனர். அவனது ஜெர்மானியக் காவலர்கள் வீதி முழுதும் சூறையாடினர். பிரிட்டோரியக் காவலர் களோ பாலன்டைன் குன்றில் உள்ள அரச மாளிகையைச் சூறை யாடி கலிகுலாவின் மனைவியைக் கொன்று அவனது குழந்தையின் மூளையைச் சிதறடித்தனர்.

அவ்வேளையில் ஆட்சி மன்றம் கூடி குடியரசை மீட்டெடுக்கும் முனைப்பில் கொடுங்கோன்மைப் பேரரசை முடிவிற்குக் கொண்டு வந்தனர்.

கலிகுலாவின் உடலைக் கைப்பற்றிய ஏரோது அக்ரிப்பா, பிரிட்டோரியப் படைப்பிரிவை அரண்மனைக்கு இட்டுச் சென்றார். பேரரசர் இன்னமும் உயிருடன்தான் இருக்கிறார் என்று வெளி யுலகிற்கு அறிவித்து ஒரு அவகாசத்தை ஏற்படுத்திக் கொண்டார்.

திரைமறைவில் என்ன நடக்கிறது என்பதைக் கண்டபோது அரச குடும்பத்தினர் கிளாடியஸைப் பேரரசனாக்க முயற்சிப்பது தெரிந்தது. கலிகுலாவின் தந்தையின் சகோதரனும், அக்ரிப்பாவின் குடும்பத்தோழி அன்டோனியாவின் மகனுமான கிளாடியஸ், கால் ஊனமுற்றவன், பேசுவதற்குத் திக்கித் திணறக் கூடியவன். குடியரசுக் கொள்கைமீது ஆர்வமுடைய கிளாடியஸ், சிறந்த அறிஞனாகவும் விளங்கினான். திரைக்குப் பின்புறமிருந்த அரச குடும்பத்தினர் அனைவரும் சேர்ந்து கிளாடியஸைப் பேரரசனாக அறிவித்து விட்டு, அவனைக் கேடயத்தில் அமர்த்தி தங்கள் கூடாரத்திற்குத் தூக்கிச் சென்றனர்.

இந்த அறிவிப்பில் விருப்பம் இல்லாத கிளாடியஸ் அதை ஏற்க மறுத்தபோதிலும் கிரீடத்தை ஏற்குமாறு யூத மன்னர் அவனுக்கு அறிவுறுத்தியதோடு தனக்கு ஆட்சி மன்றத்தில் பதவியளிக்குமாறும் வற்புறுத்தினார். யூத நடைமுறையில் அந்த அளவிற்கு அதிகாரம் வாய்ந்த பதவியை பெற்றவர் அவருக்கு முன்னரும், அவர் காலத் திலும், அவருக்குப் பின்னரும் எவரும் இருந்ததில்லை.

தேர்ந்த முறையில் நிலையான ஆட்சி நடத்திய கிளாடியஸ் ஜெருசலேமையும், மகத்தான ஏரோதின் ஆட்சிப் பிரதேசம் முழுவ தையும் தனது நண்பனின் காலடியில் வைத்தான். அவருக்குத் தண்டளர் பதவியும் அளித்தான். அக்ரிப்பாவின் சகோதரனுக்கும் ஆட்சிப் பகுதி கிடைத்தது.

கையில் சல்லிக் காசும் இல்லாமல் ஜெருசலேமை விட்டு வெளியேறிய ஏரோது அக்ரிப்பா இப்போது ஜூடேய மன்னனாகத் திரும்பினான். தேவாலயத்தில் பலியொன்றைக் கொடுத்த அக்ரிப்பா அங்கு கூடியிருந்த மக்கள் முன்னே கடனேயென்று விவிலியப் பழைய ஏற்பாட்டின் ஐந்தாம் ஏட்டுப்பிரிவை மட்டும் வாசித்து வைத்தார். தனது கலப்பின வேர் குறித்து கண்ணீர் வடித்தபோதும், தனது நல்லூழின் சின்னமாக கலிகுலாவின் பொன் விலங்குகளைத் தேவாலயத்திற்குக் காணிக்கையாக அளித்தபோதும் யூதர்கள் மிகவும் உணர்ச்சி வயப்பட்டனர்.

ஜெருசலேமை, ஐரோப்பா மற்றும் ஆசிய நாடுகள் அனைத்திலும் உள்ள யூதர்களின் தலைநகரமாகவும் புனித நகரமாகவும் கருதியதால் இப்புதிய ஏரோதுவைக் கண்டு அந்நகரமே நெகிழ்ச்சியுற்றது. அவரது நாணயங்களில் 'பேரரசர் அக்ரிப்பா' என்றும் 'சீஸரின் நண்பர்' என்றும் அவரைப் பற்றிக் குறிக்கப்பட்டிருந்து. ஜெருசலேமிற்கு வெளியே கிரேக்க ரோமானியராய் அடையாளம் காணப்பட்ட அவர் ஜெருசலேமிற்குள் யூதராகவே இருந்தார். அங்கு யூதனாக வாழ்ந்து தன்னுடைய ஒவ்வொரு நாளையும் தேவாலயத்திற்காகத் தியாகம் செய்தார்.

விரிவாக்கம் பெற்றுவந்த ஜெருசலேமை அழகு செய்தும், அரண் அமைத்தும் மகிழ்ந்தார். புதிய பெஜந்தா என்ற ஒரு புறநகர்ப் பகுதியை உள்ளடக்கிய மூன்றாம் மதில் ஒன்றைக் கட்டினார். அதன் வடபகுதி மட்டுமே தற்போது அகழ்வாய்வு செய்யப்பட்டுள்ளது.

ஆனாலும் ஜெருசலேமின் நெருக்கடியைச் சமாளிக்க அக்ரிப்பாவும் போராட வேண்டியிருந்தது. இரண்டு வருடங்களுக்குள்ளாகவே மூன்று தலைமை மதகுருக்களை நியமித்த அவர் யூத கிறித்துவர்களின் நலன்களுக்கு எதிராகச் செயல்பட்டார். ஜேம்ஸ் (ஏசுவின் சகோதரர் அல்ல) என்ற சீடரின் தலையைக் கொய்ததுடன் விடுதலைத் திருவிழாவிற்குப் பின் கொல்வதற்காக பீட்டரையும் கைது செய்தார். ஆனால் பீட்டர் தப்பிப் பிழைத்தார். அந்நிகழ்வைக் கிறித்துவர்கள் ஒரு அற்புதம் என்றே போற்றுகின்றனர். ஆனால் மக்களுக்கு அளிக்கும் பரிசாக மன்னர் பீட்டரை விடுவித்தார் என்று சில ஆதாரங்கள் தெரிவிக்கின்றன.

பேரரசர்களை உருவாக்குபவர் என்ற செருக்குடன் ரோமானிய அரசின் அனுமதி பெறாமலே டைபீரியஸில் உள்ளூர் அரசர்களின் கூட்டத்தைக் கூட்டினார். அதனால் அதிர்ச்சியடைந்த ரோமானியர்கள் பிரதேச அரசின் அதிகாரங்களைப் பறித்தனர். கிரேக்க அரசவையில் பொன்பத்தி அங்கியை அணிந்து தெய்வீக அரசனைப் போல வீற்றிருந்த அக்ரிப்பாவிற்குத் திடீரென்று வயிற்று வலி ஏற்பட்டது. 'புழுக்களால் அவர் உண்ணப்பட்டார்' என்று திருத்தூதர்களின் காட்சிப் பகுதிகள் குறிப்பிடுகின்றன. யூதர்கள் சாக்கு உடை தரித்துப் பிரார்த்தித்த போதும் பலனளிக்கவில்லை. யூத மிதவாதிகள், யூதப் பெரியவர்கள் மற்றும் ரோமானியர்கள் ஆகிய அனைவருக்குமான ஒன்றிணைந்த தேவையாக இருந்தார் அக்ரிப்பா. தான் மட்டுமே ஜெருசலேமைக் காப்பாற்ற முடியும் என்ற நிலையிலிருந்த அக்ரிப்பா இறுதியாக மரணத்தைத் தழுவினார்.

நீரோவின் நண்பன்: இரண்டாம் அக்ரிப்பா

மன்னரின் மரணம் கலகங்களைக் கட்டவிழ்த்து விட்டது. அக்ரிப்பாவின் மகனும் அவரது பெயரைக் கொண்டவனுமாகிய இரண்டாம் அக்ரிப்பா பதினேழு வயது மட்டுமே நிரம்பியவனாக இருந்த போதிலும் கிளாடியஸ் அவனையே அரியணை ஏற்ற விரும்பினார். அச்சிறுவனால் அரச உரிமையைக் காப்பாற்ற முடியாது என்பதால் மன்னர் கிளாடியஸ் ஜெருசலேமில் ரோமானிய முகவர்களின் நேரடி அதிகார ஆட்சிமுறையை அமுல்படுத்தினார். மறைந்த அக்ரிப்பாவின் உறவினனான சால்லீஸின் மன்னன் ஏரோதுவை தலைமை மதகுருவாக நியமித்து, தேவாலயத்தை நடத்துவதற்கான அதிகாரத்தை அளித்தார். அடுத்த கால் நூற்றாண்டு காலமாக ரோமானிய முகவர்கள், மதகுருமார்கள் இருவருக்கும் இடையிலான தெளிவற்ற கூட்டணியால் ஜெருசலேம் திக்குமுக்காடியது. யூதர்களுக்கும், ரோமானியர்களுக்கும் இடையில் ஏற்பட்ட இனச் சிக்கல்களை அவர்களால் தீர்த்து வைக்க முடியவில்லை.

ஏசுவின் சகோதரர் ஜேம்ஸினால் வழிநடத்தப்பட்ட யூத கிறித்துவர்களான நஸ்ரின்கள் மற்றும் அவர்களது மூதாதையராகிய 'பிரிஸ்பிடராய்' ஆகியோர் உண்மையான வழிபாடு நடத்தி ஜெருசலேமில் வாழ்க்கையை ஓட்டிக்கொண்டிருந்தனர். ரோமானிய வழிமுறைக்கு எதிரான பிரச்சாரம் ஏசு கிறிஸ்துவுடன் முடிவடைந்து விடவில்லை. அவருக்குப் பின்னும் அடுத்தடுத்து பல போலி தீர்க்கதரிசிகள் கிளம்பி வந்தனர் என்று ஜோசஃபஸ் பட்டியலிடுகிறார். அதிலும் பலர் ரோமானியர்களால் கொல்லப்பட்டனர்.

ரோமானிய முகவர்களின் ஆட்சி மக்களைக் கசக்கிப் பிழியக் கூடியதாக இருந்தாலும் அப்போலி தீர்க்கதரிசிகளின் தொண்டர்களைக் கொன்று குவிப்பதில் வெறித்தனமாக இருந்தனர்.

ஒரு ஆண்டு யூத விடுதலைத் திருவிழாவின் போது தங்களது பின்னணியைக் காட்டுவதற்காக அனுப்பி வைக்கப்பட்ட ரோமானிய வீரர்களால் யூதர்கள் மத்தியில் கூட்ட நெரிசல் ஏற்பட, பல்லாயிரக் கணக்கானவர்கள் குறுகிய தெருக்களில் சிக்கிக்கொண்டனர். அடுத்த சில ஆண்டுகளில் யூதர்களுக்கும் சமேரியர்களுக்கும் இடையே மூண்ட கலகத்தில் சமேரியர்கள், அனேக யூதர்களைச் சிலுவையில் ஏற்றினர். இரு தரப்பினரும் ரோமப் பேரரசிடம் முறையிட்டனர். சமேரியர்களுக்குத்தான் ஆதரவு கிட்டியிருக்கக்கூடும். ஆனால் ரோமனில் கல்வி பயின்ற இளைய ஏரோது அக்ரிப்பா, கிளாடியஸின் பலம் வாய்ந்த மனைவியை தன் வயப்படுத்தியிருந்தார். எனவே பேரரசர் யூதர்களுக்கு ஆதரவளித்தார்.

ரோமானியர்களைக் குற்றவாளிகளெனத் தீர்ப்பளித்து அவர்கள் ஜெருசலேமில் அவமானகரமாகக் கொல்லப்பட வேண்டும் என்று உத்தரவிட்டார். தனது தந்தை கலிகுலாவிடம் செல்வாக்கு பெற்று விளங்கியது போலவே இரண்டாம் அக்ரிப்பாவும் கலி குலாவின் வாரிசான நீரோவின் அன்பிற்குப் பாத்திரமாக இருந்தார். தனது தந்தையின் ஒன்று விட்ட சகோதரனாகிய சல்லீஸின் ஏரோது மரணமடைந்தபோது அவரது ஆளுகையில் இருந்த லெபனா னுக்குக் குறுநில மன்னனாக நியமிக்கப்பட்டதுடன் ஜெருசலேமிய தேவாலயத்தின் சிறப்புரிமையையும் பெற்றார் இரண்டாம் அக்ரிப்பா.

வயதால் முதிர்ந்து தளர்ச்சியுற்றிருந்த கிளாடியஸை,[2] அக்ரிப்பா தட்டுநிறைய நஞ்சேறிய நாய்க்குடைக் காளானை உண்ண வைத்துக் கொன்றார்.

பதின்ம வயதுப் பேரரசர் நீரோ, கலீலி, சிரியா, லெபனான் ஆகிய பகுதிகளை இரண்டாம் அக்ரிப்பாவிற்குப் பரிசாக அளித் தான். அக்ரிப்பா தனது தலைநகரான சீஸாரியா பிலிப்பிக்கு (நீரோவை நினைவுறுத்த) நெரோனியஸ் என்று பெயரிட்டு அவர் வெளியிட்ட நாணயங்களில் 'ஃபிலோ சீஸர்' என்று பொறித்து தனது நன்றியுணர்வை பிரபலப்படுத்திக் கொண்டார். மறுபுறம் நீரோவின் முகவர்கள் ஊழல் பேர்வழிகளாகவும், செயல் திறனற்றவர் களாகவும் இருந்தனர்.

அதிலும் மிக மோசமானவன் கிரேக்க அடிமையாயிருந்து விடுதலை பெற்ற பணத்தாசை பிடித்த ஆன்டோனியஸ் ஃபெலிக்ஸ். அடிமைகளுக்கே உரித்தான குரூரமான இச்சை உள்ளுணர்வோடு தன் உச்சபட்ச அதிகாரத்தில் நின்றாடினான். ஃபெலிக்ஸின் மூத்த சகோதரர் கிளாடியஸுக்கு செயலாளராக இருந்ததைப் போலவே ஃபெலிக்ஸும் சிறிது காலம் நீரோவிற்குச் செயலாளராக இருந்தான். அதனால் ஃபெலிக்ஸைப்பற்றி யூதர்கள் ரோமில் யாரிடமும் புகார் கூற முடியாமல் போனது. அவரது சகோதரிகள் மேல்தட்டு வர்க்க ஊழலின் மொத்த உருவமாகத் திகழ்ந்தனர்.

உலகப் பெண்கள் அனைவரையும் தன் அழகால் வெல்லும் ஆற்றல் கொண்ட ட்ரூசில்லா, அரேபிய அரசர் அஜீஸருக்கு மணம் முடித்துத் தரப்பட்டார். ஆனால் அவளது சகோதரன் ஃபெலிக்ஸ் அவள்மீது பாலியல் கிளர்ச்சி கொண்டிருந்தான். மற்றொரு சகோதரி யான சிலீஸிய அரசியான பெர்னிஸ் தன் கணவரை விட்டுப் பிரிந்து சகோதரன் ஃபெலிக்ஸோடு சேர்ந்து வாழத் துவங்கினாள்.

சகோதர, சகோதரிகளிடையே தகாத உறவு இருப்பதாக ரோமானிய நாடெங்கும் வதந்திகள் உலவின.

ஃபெலிக்ஸ், பணத்திற்காக ஜூடேயாவைக் கசக்கிப் பிழிந்து கொண்டிருக்கையில் 'புதிய கொள்ளையினம்' ஜெருசலேமிய யூத உயர்குடியினரை விழாக்களின் போது படுகொலை செய்யத் துவங்கினர். மூத்த மதகுருமார்களைக் கொன்றதுதான் அவர்களது முதல் வெற்றியாகும். போலி தீர்க்கதரிசிகளாலும், இனப் படுகொலை களாலும் அலைக்கழிப்பிற்குள்ளான ஃபெலிக்ஸ் தன்னை வளப் படுத்திக்கொண்டே அமைதியை நிலைநாட்டவும் போராட வேண்டியிருந்தது.

ஊழியிறுதிக் கொந்தளிப்புமிக்க இச்சூழலில்தான் புதிய உலக சமயத்தை நிறுவத் தகுதியானவரும், கிறித்துவிற்கான எதிர்காலத்தை வடிவமைப்பவருமான ஒருவர் அமைதி நிலைநாட்ட ஜெருசலேமிற்கு வந்தார்.

கிறுத்துவத்தைத் தோற்றுவித்த டார்ஸ்ஸின் பால்

எகிப்திலிருந்து ஜெருசலேமிற்கு வந்த அந்த யூதர், மக்களைப் பெரும் கும்பலாகத் திரட்டி அரண் மதிலைத் தகர்த்து ஆலிவ் மலைக் குன்றின் மீதேறி ஜெருசலேமைக் கைப்பற்றப் போவதாக அறிவித் தார். இப்போலி தீர்க்கதரிசி நகரத்தை முற்றுகையிட முயற்சித்த போது, அவரையும், அவரது ஆதரவாளர்களையும் எதிர்க்க ஜெருசலேமி யருடன் ரோமானியர்களும் கை கோர்த்தனர். ஃபெலிக்ஸின் படைப் பிரிவும் அவர்களைக் கொன்று குவித்தது. ஜெருசலேம் பற்றி நன்றாக அறிந்து வைத்திருந்த பால் நகரினுள் நுழைந்தபோது 'சூனியக் காரனைப் பிடிக்கப்போவதாக' அங்கே ஒரு நரவேட்டை நடந்து கொண்டிருந்தது.

பார்ஸியரான பாலின் தந்தை, ரோமானியக் குடிமகனாகும் அளவிற்குச் செல்வச் செழிப்புடன் இருந்தவர். ஏசு பிறந்த அதே காலகட்டத்தில் சிலிசியாவில் பிறந்தவர் பால். பாலின் தந்தை தன் மகன் மதக்கல்வி கற்க வேண்டுமென்பதற்காக ஜெருசலேம் தேவாலயத்திற்கு அனுப்பி வைத்தார்.

ஏசு சிலுவையில் அறையப்பட்டபோது அங்கு நிகழ்ந்த அச்சுறுத்தல்களையும், படுகொலைகளையும் ஆதரித்த பாலின் பெயர் அப்போது 'சால்'. ஸ்டீபன் மீது கல்லெறிந்தவர்களின் அங்கியைப் பற்றிக்கொண்டு ஏசுவின் இறப்பினை ஆமோதித்தார். கூடாரம் அமைப்பதைத் தொழிலாகக் கொண்ட இந்த ரோமானியப் பார்ஸி அப்போது உயர் மதகுருவின் முகவராக விளங்கினார்.

கி.பி 37ஆம் ஆண்டு டமாஸ்கஸ் செல்லும் வழியில் தெய்வ அருள் வெளிப்பாடு தன்னுள் நிகழ்ந்ததாக உணர்ந்தார். திடீரென அவரைச் சுற்றி பரலோக ஒளி வீசியது. "சால்..... சால்..... என்னை ஏன் வாட்டுகிறாய்'' என்று ஒரு அசரீரி அவரைக் கேட்பது நன்றாகக் காதில் விழுந்தது. தான் உயிர்த்தெழுந்தபோது புறச்சமயத் தினரிடையே நற்செய்தியைப் போதிப்பதற்காக ஏசு தன்னைப் பதின்மூன்றாவது சீடராக நியமித்ததாகக் கூறிக்கொண்டார் பால்.

இந்தப் புதிய கட்சி மாறியை ஜேம்ஸும் மற்ற கிறித்துவர்களும் சந்தேகக் கண்ணோடு பார்த்ததில் வியப்பொன்றும் இல்லை. பால் தனக்கேயுரிய ஆற்றலுடன் கருத்துக்களைப் பரப்பும் பணியை மேற்கொண்டார். இறைவனின் சகோதரரான ஜேம்ஸ், பாலைத் தன் சகாவாக பின்னர் ஏற்றுக்கொண்டார். கட்டுப்படுத்த முடியாத பற்றியெரியும் தீயைப் போன்ற பால், அடுத்த பதின்மூன்று ஆண்டு களாகத் தொடர்ந்து பணியாற்றியதன் மூலம் யூதர்கள் ஏற்க மறுக்கும் ஏசுவின் சுவிசேசத்தை அவர்கள் மத்தியில் பரப்பி வந்தார். "நாம் இறைவனின் நீதிப்பண்புடன் விளங்க வேண்டுமென்பதற்காக ஒரு பாவமும் அறியாத ஏசு, தன்னையே ஒரு பாவ காணிக்கையாக அர்ப்பணித்தார்'' என்பது அவரது நம்பிக்கை. உயிர்த்தெழுதல் என்பது மனித வாழ்விற்கும், இறைநிலைக்கும் ஒரு பாலமாக இருப் பதாகக் கருதினார். பாலைப் பொறுத்தமட்டில் ஜெருசலேமானது உண்மையில் ஏசுவின் பரலோக ராஜ்ஜியம் என்று கருதினார். உலகம் தற்போது கொண்டுள்ள கடினப்பண்பிற்கு மாறாக அது காதல், சம உரிமை ஆகியன நிரம்பியதாக இருக்கவேண்டும் என்று நினைத்தார். கிரேக்கர்கள், யூதர்கள், ஆண்கள், பெண்கள் ஆகிய அனைவருமே ஒன்றுதான். கிறித்துவின் மீது நம்பிக்கை கொண்டால் மட்டுமே மனிதர்கள் வீடுபேறு பெற முடியும் என்றார். பாலின் பெரும்பான்மையான எழுத்துகள் புதிய ஏற்பாட்டில் இருந்து எடுத் தாளப்பட்டவை ஆகும். அனைவரையும் மதமாற்றம் செய்யுமள விற்குக் கட்டிற்ற பேரார்வம் கொண்டிருந்தார்.

யூதரல்லாதவர்கள் மத்தியில் ஏசுவிற்குத் தொண்டர்கள் உண்டு. ஆனால் பால் யூத மதக் கொள்கைகளை ஏற்றுக்கொண்டு சுன்னத் செய்யாதவர்கள் மத்தியிலும், இறை நம்பிக்கையைக் கண்டு அஞ்சுபவர்கள் மத்தியிலும் மிகுந்த வரவேற்பைப் பெற்றிருந்தார். சிரிய இன மதமாறிகள்தான் பாலின் கிறித்துவர்கள் என்று முதன் முதலாக அடையாளம் காணப்பட்டனர். யூதரல்லாதவரை கிறித்து வத்தில் இணைக்கவேண்டும் என்று ஜேம்ஸையும் பீட்டரையும் கேட்டுக்கொள்வதற்காக கி.பி 51ஆம் ஆண்டு பால் மீண்டும் ஜெருசலேம்

வந்தார். அவர் கூறுவதை ஜேம்ஸ் முதலில் ஒப்புக்கொண்டார் என்றாலும் யூத மூதாதை மோசஸிற்கு எதிராக யூதர்களைப் பால் தூண்டிவிடுகிறார் என்பதைப் பிந்தைய ஆண்டுகளில் புரிந்து கொண்டார்.

தீவிர சமயச் சீர்திருத்தவாதியான பால், திருமணம் செய்து கொள்ளவில்லை. தனது பயணங்களின்போது கப்பல் தகர்வுகள், வழிப்பறிகள், கல்லெறிகள் எனப் பலவகையான அனுபவங்களைப் பெற்றார். என்றாலும் இவையெதுவும் அவரது கலீலிய யூதக்குடிகளை மதம் மாற்றும் முயற்சிக்கோ, பரலோக சாம்ராஜ்ஜியத்திற்குத் திரும்பும் இரண்டாவது வருகைக்கோ தடையாக இருக்கவில்லை.

ஒருவேளை அவர் ஜெருசலேமிற்கு ஐந்து முறைகூட வந்திருக்கலாம். யூத மதத்தை ஜெருசலேமின் பொது எதிரியாகவும் முன்னிறுத்தினார். கிரேக்க பிற மதத்திலிருந்து கிறித்துவத்திற்கு மாறிய தெஸலோனியர்களுக்கு எழுதிய கடிதத்தில் ஏசுவையும், மற்ற தீர்க்கதரிசிகளையும் கொன்றதற்காக யூதர்களுக்கு எதிராக வசைபாடினார். அக்கடிதங்கள் ஆரம்ப கிறித்துவ ஏடாக அறியப்படுகின்றன.

சுன்னத்து செய்தல் யூதர்களின் கடமை. மற்றபடி அதற்கும் பிற மதத்தினருக்கும் தொடர்பெதுவும் கிடையாது என்றார். “நாய்களிடம் விழிப்புடன் இருங்கள். சதையை அறுப்பவர்களிடம் கவனமாக இருங்கள். ஏசு கிறிஸ்துவின் இறையாவியையும், கீர்த்தியையும் வணங்கும் நாம்தான் உண்மையான யூத இனம்” என்று சுன்னத்து செய்வது பற்றி யோசித்துக்கொண்டிருந்த யூதரல்லாத கிறித்துவர்களிடம் முழங்கினார்.

பால் பிரபலமடைந்து வந்ததைக் கண்டு ஜேம்ஸூம், ஜெருசலேமின் முதியவர்களும் பால்மீது எரிச்சல் கொண்டிருந்தனர். அவர்களுக்குக் கிறிஸ்துவைப் பற்றித் தெரியும் என்றாலும் பால், “நான் கிறிஸ்துவுடன் சிலுவையில் அறையப்பட்டவன். இப்போது நான் உயிர்த்திருப்பதற்குக் காரணம் ஏசு என்னுள் வாழ்கிறார் என்பதால் ஆகும்” என்று கூறினார். மேலும் “ஏசு என்மீது பதித்த சுவடுகளை நான் சுமந்து வந்துள்ளேன்” என்று அழுத்தந் திருத்தமாகக் கூறினார். புனிதராகிய ஜேம்ஸ் யூத மதத்தை மறுதலிப்பதாகக் குற்றம் சாட்டினாலும் பால், ஏசுவின் சகோதரரைப் புறக்கணிக்க முடியவில்லை. கி.பி 58இல் ஏசுவின் சாம்ராஜ்ஜியத்துடன் சமரச உடன்படிக்கை செய்துகொள்ள விழைந்தார்.

நியாயவான் ஜேம்ஸின் மரணமும் ஏசுவின் சாம்ராஜ்ஜியமும்

பால், தன்னைப் புனிதப்படுத்திக்கொண்டு யூத தேவாலயத்தில் வழிபாடு செய்வதற்காக ஜேம்ஸுடன் நுழைந்தார். அந்தக் காட்சியைக் கண்ட யூதர்கள், கடற் பயணத்தின்போது இவர் கிறித்துவத்தைப் போதனை செய்தவராயிற்றே என்று பாலை அடையாளம் கண்டுகொண்டனர். நெறிமுறையை மீறியதற்காக அளிக்கப்படும் தண்டனையிலிருந்து ரோமானிய நூற்றுவரின் தளபதிதான் பாலைக் காப்பாற்ற வேண்டியிருந்தது.

பால் மீண்டும் தன் போதனைகளைத் துவக்கியபோது அவரை எகிப்திய மந்திரக்கார அகதி என்று ரோமானியர்கள் கருதினர். எனவே அவரைச் சங்கிலியில் பிணைத்து, சாட்டையால் அடிப்பதற்காக அன்டோனியா மாளிகைக்கு இழுத்துச் சென்றனர். "ஒரு ரோமானியரைச் சாட்டையால் அடிப்பதற்கு அழைத்துச் செல்லுதல் சட்டத்திற்கு உட்பட்டது தானா?" என்று பால் கேள்வி எழுப்பினார். இவர் நீரோவிடம் முறையிடுவதற்கு உரிமை பெற்ற ரோமானியர் என்று கருதி அதிர்ச்சியடைந்த நூற்றுவர் தளபதி, சினமடைந்த மக்கள் கூட்டத்தின் முன்னிலையில் யூத மதகுருவின் விசாரணைக்கு உட்படுத்தினார். விசாரணையின்போது பால் அடாவடித்தனமாகப் பதில் அளித்ததால் மக்கள் ஆத்திரமடைந்து தாக்குதல் தொடுக்க முயன்றனர். தளபதி அவர்களை அமைதிப்படுத்தி பாலை சீஸரியாவிற்கு அனுப்பினார். பாலின் செயல்பாடுகள் யூத கிறித்துவர்களுக்குக் கேடாக முடிந்தது.

ஏசுவிற்குத் தண்டனை அளிப்பதற்கு முன் விசாரித்த அன்னாஸின் மகனும் புதிய மதகுருவுமாகிய இரண்டாம் அன்னாஸ் கி.பி 62ஆம் ஆண்டு ஜேம்ஸைக் கைது செய்து, மேலுயர்வு மன்றத்தில் விசாரித்து மரண தண்டனை அளித்தான். ஜேம்ஸின் சகோதரர் (ஏசு) பிசாசு ரூபத்தில் தன் வயப்படுத்த முயன்ற தேவாலயக் குன்றின் மதில் மீதிருந்து தூக்கியெறியப்பட வேண்டும் என்று ஆணை பிறப்பிக்கப்பட்டது. கல்லால் அடித்து இழுத்துச் செல்லப்பட்ட ஜேம்ஸிடம் மரச் சம்மட்டி ஒன்று அளிக்கப்பட்டது.[3]

ஜெருசலேமில் வசித்த ஜோசஃபஸ் மரணதண்டனை அளித்ததற்காக அன்னாஸைக் காட்டுமிராண்டி என்று கண்டித்ததோடு யூதர்கள் பலரும் அதிர்ச்சியுற்றதாகத் தெரிவிக்கிறார். மேலும் அவர் கூறுவது "ஏசுவின் சகோதரர் அனைவராலும் மதிக்கப்பட்டவர். எனவே இரண்டாம் அக்ரிப்பா அன்னாஸை உடனடியாகப் பணி நீக்கம் செய்தார். கிறித்துவர்கள் ஒரு குடும்ப சாம்ராஜ்ஜியமாகவே

திகழ்ந்தனர். ஏசுவிற்கு அடுத்து ஜேம்ஸும், ஜேம்ஸை அடுத்து அவரது ஒன்றுவிட்ட சகோதரனாகிய சைமனும் என அப்பாரம் பரியம் தொடர்ந்தது.

சீஸரியாவிற்குக் கைதியாக வந்து சேர்ந்த பால்'ஐ பெலிக்ஸ், மன்னர் இரண்டாம் அக்ரிப்பாவிடம் அனுப்பி வைக்க அக்ரிப்பா வின் மனதைப் பால் தனக்குச் சாதகமாக மாற்றிக்கொண்டார் என்றாலும் அவர் பேரரசர் நீரோவின் தீர்ப்பிற்காகக் காத்திருக்க வேண்டியிருந்தது.

யாழிசைத்த நீரோ

மன்னர் நீரோவின் தீர்ப்புக்காகக் காத்திருந்தது யூதர் பால் மட்டு மல்ல. தேவாலயத்திலிருந்த பரிதாபத்திற்குரிய மதகுருமார்கள் சிலரை யும் மன்னரிடம் அனுப்பியிருந்தார் ஃபெலிக்ஸ். தன் நண்பர் களாகிய இம்மத குருமார்களைக் காப்பாற்றுவதற்காகக் கடல் கடந்து ரோமிற்கு வந்திருந்தார் இருபத்தியாறு வயது நிரம்பிய ஜோசஃபஸ் பென் மத்தியாஸ். ஜோசஃபஸ் என்றழைக்கப்படும் இவர் புரட்சித் தளபதி, ஏரோதிய இளம் மாணாக்கர், மன்னரின் அவையைச் சேர்ந்தவர், ஜெருசலேமின் மிக உயர்ந்த வரலாற்றாளர் என்று பன்முகம் கொண்டவர்.

குருமார் ஒருவரின் மகனாகிய ஜோசஃபஸ், மக்கபீயர்களின் வழி வந்த ஜூடேய நிழக்கிழாராகவும் இருந்தார். ஜெருசலேமிலேயே வளர்ந்த அவர் தன் கல்வித் திறத்தாலும், மதியூகத்தாலும் பரவ லாகப் போற்றப்பட்டார். பதின்ம வயதிலேயே மூன்று முக்கிய யூத மதப்பிரிவுகள் குறித்து ஆய்வு மேற்கொண்ட அவர் ஜெருசலே மிற்கு வருமுன் சிறிது காலத்தை கடுந்துறவிகளுடன் பாலைவனத்தில் கழித்திருந்தார்.

பொல்லாத நடிகனான மன்னர் நீரோவைச் சந்திக்கும் முன் அவருக்கு நெருக்கமான யூத நடிகர் ஒருவரைச் சந்தித்தார். மென்மை யான வெண் சருமமும், செந்நிறக் கூந்தலும் உடைய பொப்பாயா என்ற பேரழகி மீது (இவள் வேறொருவரை மணம் முடித்தவள்) மையல் கொண்ட மன்னர் நீரோ அவளுக்காகத் தன் மனைவியைக் கொலை செய்துவிட்டார். அரசியாகிவிட்ட பிறகு தனது தாயாகிய கொடிய அக்ரிப்பினாவையே கொல்லும் அளவிற்குத் துணிச்சல் பெற்றிருந்த பொப்பாயா, தன்னை நீரோவிற்கு அளித்தவள்தான் என்றாலும் தான் ஒரு அரை யூதராக 'கடவுளுக்கு அஞ்சுபவர்களில்' ஒருவராக இருந்தாள்.

தனது நடிக நண்பனின் மூலம் அரசி பொப்பாயாவை அணுகிய ஜோசஃப்பஸ், அவர் உதவியுடன் மதகுரு நண்பர்களை விடுவித்தார். ரோமானியர்களிடம் நன்மையே பெற்றிருந்தாலும் ஜோசஃப்பஸும், அவரது நண்பர்களும் திரும்பியபோது ஜெருசலேம் ரோமானியர்களுக்கெதிராக கிளர்ந்தெழும் நிலையில் இருப்பதைக் கண்டனர். மறுபுறம் பொப்பாயாவுடனான ஜோசஃப்பஸின் நட்புறவு ஜெருசலேமிற்கும், ரோமிற்கும் இடையிலான இணைப் பாகத் தொடர்ந்துகொண்டிருந்தது.

ஆன்டோனியாவில் ஒரேயொரு துணைப்படைப் பிரிவுதான் (600லிருந்து 1200 பேர் வரையிலான வீரர்கள் கொண்டது) இருந்தது என்றாலும் அந்நகரில் நடைபெறும் திருவிழாக்களுக்கு பெரும் எண்ணிக்கையில் யூதர்கள் வந்து போனார்கள் என்றாலும் சச்சரவின் சிறுசாயல் கூட அங்கு விழவில்லை. யூத மன்னரால் நியமிக்கப் பட்ட, தலைமை மதகுருவால் நிர்வகிக்கப்பட்ட அத்தேவாலய நகரம் 'அமைதியும், வளமும் மிக்கதாகத் திகழ்ந்தது.' திருக்கோவிலின் பணி நிறைவுற்ற நிலையில் 18000 கட்டடத் தொழிலாளர்கள் வேலை யின்றி இருந்தனர். எனவே அவர்களுக்கு அக்ரிப்பா புதுத் தெருக் களை உருவாக்கும் வேலைவாய்ப்பினை அளித்தார்.

அது சாதாரண நேரமாக இருந்திருந்தால் அங்கு யூதப் பிரிவு களுக்கிடையே ஒற்றுமையைக் கொண்டு வந்திருக்கலாம். ஆனால் ரோமில் ஏற்பட்ட பொருளாதாரச் சரிவு, நீரோவின் செயல்திறக் குறைபாடு ஜூடேயா வரையிலும் பரவியது. ஜெருசலேமில் புதிதாகப் பதவியேற்ற கருவூல அதிகாரி, போக்கிரிக் கும்பல் ஒன்றையே பாதுகாப்புக் காவல் என்ற பெயரில் வழி நடத்தி வந்தார்.

இன்னொரு தீர்க்கதரிசி என்றும் மற்றொரு ஏசு என்றும் கருதப் பட்ட ஜோசஃப்பஸ் ஜெருசலேமிற்குப் பெருங்கேடு வந்துள்ளதாக முழங்கினார். எனவே மனநிலை பிறழ்ந்தவரென்று அறிவிக்கப்பட்டு கசையடி தண்டனை அளிக்கப்பட்டாலும் அவர் கொல்லப்பட வில்லை. இத்தனை கடுமையான சூழலிலும் ஜோசஃப்பஸ் ரோமானிய எதிர்ப்பு நிலையை மென்மையாகவே காட்டுகிறார்.

கி.பி 64ஆம் ஆண்டு ரோம் நகரம் தீப்பற்றியது. உண்மையில் மன்னர் நீரோ தீயணைப்புப் பணிகளைப் பார்வையிட்டு மக்கள் தஞ்சமடைவதற்காகத் தனது பூங்காவினைத் திறந்து விட்டிருக்க வேண்டும். ஆனால் தனது மாளிகையில் அமர்ந்து யாழை மீட்டிக் கொண்டிருந்ததால் புதிய மாளிகை கட்டுவதற்காக அவர்தான் தீ வைக்க சதி செய்தார் என்று கோட்பாட்டாளர்கள் கருதினர்.

ஆனால் நீரோவோ தன்னால் உயிருடன் கொளுத்தப்பட்ட, விலங்குகளால் கொத்திக் குதறப்பட்ட, சிலுவையில் ஏற்றப்பட்ட அரையூதப் பிரிவினரே இத்தீச்செயலுக்குக் காரணம் என்று குற்றம் சாட்டினார். இவரால் பாதிக்கப்பட்டவர்கள் இருவர். ஒருவர் பீட்டர். தலைகீழாகச் சிலுவையில் ஏற்றப்பட்டார். மற்றவர் பால். சிரச்சேதம் செய்யப்பட்டார். இவ்விரு கொலைகள் பற்றியும் கிறித்துவ விவிலியப் புதிய ஏற்பாட்டில் குறிப்பிடப்பட்டுள்ளது. அதில் கூறப் படும் சாத்தானிய 'மிருகங்கள்' எனப்படுபவர்கள் ரோமானியப் பேரரசர்கள் தாம். மிருகங்களுக்கான குறியீட்டு எண் 666 நீரோவைக் குறிப்பதாக இருக்கலாம். நீரோ சீஸர் என்பதை கிரேக்கத்தில் ஒலிபெயர்த்து அதன் கூட்டுத் தொகையைக் கணக்கிட்டால் கிடைக்கும் எண் 666. எனவே அது நீரோவைக் குறிப்பதாகவே கருதப்படுகிறது.

ரோம் நகரின் அரண் மதிலுக்கு வெளியே மறைவான ஓரிடத்தில் போப்பாண்டவரின் அகழ்வாய்வாளர்கள் மேற்கொண்ட ஆராய்ச்சியின்போது பிரசித்தி பெற்ற பாலின் கல்லறை கண்டு பிடிக்கப்பட்டது. அதில் கிடைக்கப்பெற்ற எலும்புகள் பாலினுடை யவையாக இருக்கக்கூடும் என்று நம்பப்படுகிறது.

கிறித்துவர்களுக்காக நீரோ உருவாக்கிய 'நேர்த்தியான கொடூரங்கள்' நீரோவைக் காப்பாற்றவில்லை. கருவுற்றிருந்த பேரரசி பொப்பாயாவை அவர் எட்டி உதைத்ததில் எதிர்பாராத விதமாக அரசி மாண்டாள். தனது நடிப்புத் தொழிலை மேம்படுத்தி தனது மெய்யான மற்றும் கற்பனையான எதிரிகளைக் கொன்று வீழ்த்தினார் பேரரசர் நீரோ.

அவரது கருவூல அதிகாரியான ஜெஸ்ஸியஸ் ஃப்ளோரஸ், நீரோவின் கொடுஞ்செயல்களை தேசத்தின் ஒரு அங்கமாகவே மாற்றினார். சிரியர்கள் ஒரு யூத வெளிப்பாட்டுத் தலத்திற்கு வெளியே விடைச்சேவல் ஒன்றைப் பலியிட்டபோது யூதர்கள் அதற்கு எதிர்ப்பு தெரிவித்தனர். இந்த விவகாரத்தில் தங்களை ஆதரிக்கும் பொருட்டு யூதரல்லாத பிற இனத்தவர்கள் ஃப்ளோரஸிற்குக் கையூட்டு அளித்தனர்.

ஃப்ளோரஸ் ஜெருசலேமிற்குப் படை அணிவகுத்துச் சென்று தேவாலயத்திற்கு 17 தாலந்துகள் வரியாக விதித்தார். 66ஆம் ஆண்டு இளவேனிற் காலத்தில் ப்ளோரஸ் ரோமானிய ஆளுநரின் இருப் பிடத்திற்குச் சென்றபோது, யூத இளைஞர்கள் தாங்கள் சேகரித்து வைத்த சில்லறைகளை பண வெறியனான அவர் மீது எறிந்தனர்.

அதற்குப் பதிலடியாக ஃப்ளோரஸின் கிரேக்க, சிரியப் படைகள் இளைஞர்கள் மீது தாக்குதல் நடத்தின.

தப்பியோடிய கலவரக்காரர்களைத் தன்னிடம் ஒப்படைக்கு மாறு ஃப்ளோரஸ், தேவாலயப் பிரமுகர்களைக் கேட்டதற்கு அவர்கள் ஒப்படைக்க மறுத்தனர். எனவே படைவீரர்கள் ஜெருசலேமின் ஒவ்வொரு வீட்டிற்குள்ளும் புகுந்து இளைஞர் களைக் கைதுசெய்து வந்தனர். ரோமானியக் குடிமக்கள் உட்பட யூதப் பிரமுகர்களையும் ஃப்ளோரஸ் கசையால் அடித்து சிலுவையில் அறைந்தார்.

ரோமானிய அரசில் இனி நமக்குப் பாதுகாப்பில்லை என்பதை உணர்ந்தனர் ரோமானிய உயர்குடிகள். ஃப்ளோரஸின் உள்ளூர் துணைவர்களின் கொடுஞ்செயல் யூதர்களைச் சினம் கொள்ளச் செய்தது.

அவரது குதிரைப்படை பேரிரைச்சலுடன் பித்தேறிய நிலையில் சாலையைக் கடந்தபோது மன்னர் அக்ரிப்பாவின் சகோதரியான அரசி பெர்னிஸைக்கூடத் தாக்கியது. அரசியின் காவலர்கள் அவரைப் பாதுகாப்பாக மக்கபீய மாளிகைக்கு இட்டுச் சென்றார்கள். இருந்தாலும் அவர் ஜெருசலேமிற்கு விடுதலை தேட உறுதி பூண்டார்.

குறிப்புகள்:

1. தான் ஒரு மக்கபீயன் மற்றும் ஏரோதியன் என்ற முறையில் அக்ரிப்பா எழுதுகிறார்: “எனது பாட்டனாரும், முன்னோர்களும் இங்கு மத குருமார் களாக இருந்தது மட்டுமல்லாமல் அரச பதவியென்பது தலைமை மத குருப் பதவிக்குக் கீழானதென்றே கருதி வந்தனர். நானும் மன்னனாக இருப்பதைக் காட்டிலும் மதகுருவாக இருப்பதே சிறந்ததென்று கருது கிறேன். ஏனென்றால் மனிதர்களைவிட கடவுள் உயர்ந்தவர். ஒன்று இறைவனை வழிபடும் பணி, மற்றது மனிதர்களை நிர்வகிக்கும் பணி. இவ்வாறு தேசம், நகரம், தேவாலயத்தில் என்னுடைய வாழ்க்கைக்கான வாய்ப்பு இருப்பதால் நான் இவையனைத்தையும் உங்களிடம் வேண்டு கிறேன்.

2. கிளாடியஸ் செய்துகொண்ட நான்கு திருமணங்களும் துரதிர்ஷ்டமாகவே அமைந்துவிட்டன. ஒழுக்கம் கெட்ட தன் பதின்ம வயது மனைவி மெஸல்லினாவை தேசத்துரோகக் குற்றம் சாட்டிக் கொன்றார். அடுத்து கலிகுலாவின் சகோதரிக்கும், தன் சகோதரனுக்கும் மகளான ஜூலியா அக்ரிப்பினாவை மணக்க அவள் மற்றொருவனுக்குப் பெற்ற மகனான நீரோவை அரச வாரிசாக முன்னிறுத்தினாள். கிளாடியஸ், தான் பிரிட்டனை வெற்றி கொண்டதைக் குறிக்கும்வகையில் தனக்குப் பிறந்த மகன் பிரிட்டானிக்

கஸை இணை வாரிசாக நியமித்தான். ஆனால் அரச வாரிசான நீரோ பிரிட்டானிக்கஸைக் கொன்றான். ஜூலியா அக்ரிப்பினா, கிளாடியஸைக் கொன்றாள்.

3. மற்றொரு ஜேக்கோலியத் தலைவரான முதலாம் அக்ரிப்பாவால் கொல்லப் பட்ட புனிதர் ஜேம்ஸின் தலைக்கு அருகிலேயே இந்த ஜேம்ஸின் தலையும் புதைக்கப்பட்டது. இருவரின் தலைகளும் ஒரேயிடத்தில் புதைக்கப் பட்டதால் புனிதர் ஜேம்ஸ்களின் தேவாலயம் என்று அந்த இடம் அழைக்கப்பட்டு, ஆர்மீனியப் பகுதியின் தேவாலயமாக விளங்கியது. ஐரோப்பியாவின் நினைவுச் சின்னப் பேழையில் பல புனிதர்களின் சிரசுகள் இடம்பெற்று எண்ணிக்கை பெருகியவண்ணம் இருந்தது. மற்றொரு சடலமும் புனிதச் சீடர் ஜேம்ஸின் பெயரில் பத்தாம் நூற்றாண்டில் ஸ்பெயினில் கண்டுபிடிக்கப்பட்டு 'சாண்டியாகோ (புனித ஜேம்ஸ்) டி காம்போஸ்டெலா' என்று பக்தி ஈடுபாட்டுடன் வழிபடப்படுகிறது.

☆

13

யூதப் போர்கள்: ஜெருசலேமின் மரணம்
கி.பி 66-70

வெறுங்கால் ராணி பெர்னிஸ்: புரட்சி

பெரினிஸ் ராணி பிரெட்டோரியத்திற்கு காலில் அணி எதுவும் அணியாமல் வெறுங்காலுடன் நடந்து சென்றாள். முப்பதாண்டு களுக்கு முன் ஏசுவும் ஹெரோட்டிலிருந்து பைலட்வரை இந்த வழியாகத்தான் நடந்து சென்றிருப்பார். அழகுராணி பெர்னிஸ் ஒரு ராஜகுமாரியாவாள். அரசர்களின் உடன்பிறப்பு, இருமுறை பட்டத்து அரசி.

நோய்வாய்ப்பட்டிருந்த போது கடவுளுக்கு நேர்ந்து கொண்டி ருந்தாள். ஆகையால் பெர்னிஸ், கடவுளுக்கு நன்றி சொல்ல. முப்பது நாட்கள் உண்ணா நோன்பிருந்து, மொட்டையடித்து, ஜெருசலே மிற்குப் புனிதப் பயணம் மேற்கொண்டாள். ரோமானியப் பிரதேச மான ஹெரோத்தில் மொட்டையடித்துக் கொள்ளுதல் ஆச்சரிய கரமான ஒன்று.

இப்போது ஃப்ளோரஸ் முன்பு தரையில் பணிந்து வேண்டி னாள். ஆனால் ஃப்ளோரஸோ பழி தீர்ப்பதிலும், கொள்ளையடிப் பதிலுமே பெரு விருப்பு கொண்டிருந்தான். அவனது படைகள் ஜெருசலேமை நெருங்கிக்கொண்டிருந்தன. இந்நிலையில் யூதர் களிடையே ஒரு பிளவு ஏற்பட்டது. அதில் ஒரு பிரிவினர் ரோமானியர்

களுடன் சமரசம் செய்துகொள்ள விரும்பினர். இன்னொரு பிரிவினர் அவர்களுடன் சண்டைக்குத் தயாரானர்கள். குறைந்தபட்சமாக அரைகுறை விடுதலையாவது அடையவேண்டும் என்பது அவர்களது எண்ணம்.

கலகக்கார இளைஞர்களை ஒருங்கிணைக்க திருக்கோயிலில் இருந்த மதகுருமார்கள் ஒன்று கூடினர். புனிதப் பாத்திரங்கள் அவர்களுக்கு எதிரில் வைக்கப்பட்டன. தங்கள் தலைமுடியின்று துக்கத்துகள் வெட்டி பாத்திரத்தில் தெளித்தார்கள் (முடியை அளித்தல் ஒரு சடங்கு). ரோமானியப் படைப்பிரிவை வாழ்த்துவதற்காக யூதர்கள் அணிவகுத்து வந்தனர். ஆனால் ஃப்ளோரசின் உத்தரவுப்படி குதிரைப் படை அவர்களை வீழ்த்திவிட்டுச் சென்றது. கூட்டம் வாயிலை நோக்கி ஓடியது. நெரிசலில் பலருக்கு மூச்சு திணறியது. கோயில் மலையை நோக்கி ஃப்ளோரஸ் முன்னேறிச் சென்றார். அவரது நோக்கம் அந்தோனியா கோட்டையைக் கைப்பற்றுவது. அதற்குப் பதிலடியாக யூதர்கள் அவர்மீது தாக்குதல் தொடுத்தனர். கூரைகள் மீதிருந்து அம்புகள் பாய்ந்தன. அந்தோனியா யூதர்கள் வசமானது. திருக்கோயிலைப் பிணைத்திருந்த பாலத்தைத் தகர்த்தனர். அந்த இடம் அவர்களுக்குக் காவல் அரணாயிற்று.

ஃப்ளோரஸ் அங்கிருந்து புறப்பட்ட அதேசமயம் எரோது அக்ரிப்பா அலெக்ஸான்டியாவிலிருந்து வந்து சேர்ந்தார். அரசர் தனது மாளிகைக்குக் கீழ்புறத்திலிருந்த அப்பர் சிட்டியில் ஜெருசலேமியர்களை ஒன்று திரட்டினார். அக்கூட்டம் நடக்கும் காட்சியை பெர்னிஸ் மேல்மாடத்தில் இருந்து பார்த்துக் கொண்டிருந்தார். கலகத்தை உடனடியாக நிறுத்துமாறு, 'ஒட்டு மொத்தமாக ரோமானிய சாம்ராஜ்ஜியத்தை எதிர்க்கத் துணியாதீர்கள். போர் துவங்கிவிட்டால் நிறுத்துவது எளிதல்ல. மனிதக் காலடிபட்ட இடமெங்கும் ரோமானிய ஆளுகையின் வலிமை கண்ணுக்குத் தெரியாமல் நிறைந்திருக்கிறது. உங்களது பெண்கள் குழந்தைகளுக்காக என்றில்லாவிட்டாலும், இந்த நகரத்திற்காகவாவது திருக்கோயிலை விட்டு வையுங்கள்' என்று அக்ரிப்பா யூதர்களை மன்றாடிக் கேட்டுக்கொண்டார். அக்ரிப்பாவும், அவரது சகோதரியும் வெளிப்படையாகவே கண்ணீர் வடித்தனர். "நாங்கள் ஃப்ளோரன்ஸைச் சந்தித்தாக வேண்டும் அதுதான் எங்கள் விருப்பம்" என்று மக்கள் குரல் எழுப்பினர். தமது வணக்கத்தைத் தெரிவிப்பதற்காக அவர்களைத் திருக்கோவிலுக்கு அழைத்துச் சென்றார். அவர்களும் உடன்பட்டனர். ஆனால் கோவிலுக்குச் சென்றபின் மக்கள் ஃப்ளோரன்ஸிற்குப் பணிந்தாக வேண்டும் என்று அக்ரிப்பா வலியுறுத்தினார்.

திருக்கோவிலில் ஜோசஃபஸ் உள்ளிட்ட மதகுருமார்கள் அனைவரும் கூடியிருந்தனர். ரோமாபுரிச் சக்கரவர்த்திக்காக திருக் கோவிலில் அன்றாடம் பலிபூஜை நடைபெறும். ரோமப் பேரர சருக்கு நாங்கள் விசுவாசிகள் என்பதைக் குறிப்புணர்த்துவதற்காக நடைபெறும் சடங்கு அது.

அந்தச் சடங்கை நிறுத்திவிடலாமா என்று கலந்தாலோசணை நடந்தது. கலக நடவடிக்கைக்கு அதிகாரபூர்வமாக அங்கீகாரம் வழங்கப்பட்டது. 'ரோமானியப் போரின் அடித்தளம்' என்று எழுது கிறார் ஜோசஃபஸ். இந்தப் புரட்சியில் ஜோசஃபஸும் தன்னை இணைத்துக்கொண்டார். திருக்கோயில் கலகக்காரர்கள் வசமா யிற்று. 'அப்பர் சிட்டி' மிதவாதிகளாகிய மேட்டுக்குடியினர் வசமா யிற்று. இரண்டு எதிரெதிர் யூதப் பிரிவினர் வேல் கம்பு போன்ற ஆயுதங்களால் தங்களுக்குள் தாக்கிக்கொண்டனர்.

3000 பேர் கொண்ட குதிரைப்படை வீரர்களை மிதவாதி களுக்குப் பக்கபலமாக நிறுத்திவிட்டு அக்ரிப்பாவும், பெர்னிஸும் ஜெருசலேமை விட்டு வெளியேறினர். வெற்றிக்கனி கலகக்காரர்கள் கைகளில் விழுந்தது. திருக்கோயிலைச் சுற்றி முகாமிட்டிருந்தது சிலாட் என்ற பிரபலமான ஒரு குழு. சிகாரி என்றால் குறுவாள் ஏந்திய கொள்ளைக்கூட்டம் என்று பொருள். இவ்விரு குழுக்களும் அப்பர் சிட்டியை முற்றுகையிட்டு அக்ரிப்பாவின் படைவீரர்களைத் துரத்தின. உயர்நிலைக் குருமார்களின் மாளிகைகள் தீயிட்டுக் கொளுத்தப்பட்டன. மக்கபீயர்களின் மாளிகைக்கும் அதுதான் கதி. கடன் பத்திர ஆவணக் காப்பகமும் கருகிப் போனது. இந்தக் கும்பலின் கொடூரமான தலைவன் ஒரு குறுகிய காலத்திற்கு ஜெருசலேமை ஆட்சி செய்தான். ஆனால் குருமார்கள் அவனைக் கொன்று விட்டனர். சிகாரி குழுத்தலைவன் சாக்கடலுக்கு அருகேயுள்ள மசாடா கோட்டையரணுக்குத் தப்பி ஓடினான். முற்றுகைக்கு முற்றுப் புள்ளி விழ, ஜெருசலேம் வீழ்ந்தது.

இப்போது ஜெருசலேம் ஓரளவு குருமார்கள் கட்டுப்பாட்டிற்கு வந்துவிட்டது. ஆனால் பிளவுண்ட குழுக்களும், அவர்களது குலத் தளபதிகளும் கொடூரமான குழப்பம் நிறைந்த உள்நாட்டுப் போரில் இறங்கிவிட்டனர். போர் தீக்கனல் அடங்காமல் இருக்க சாகசவாதி களும், பிராந்திய சந்தர்ப்பவாதிகளும் விசிறிவிட்டுக் கொண்டே இருந்தனர். இந்தக் குழுக்களை உருவாக்கியது யார்? எந்த நம்பிக் கையின் அடிப்படையில் அவர்கள் ஒன்றிணைந்தனர் என்று நமக்குச் சான்றாதாரமாக விளங்கும் ஜோசஃபஸால் கூட தெளிவு படுத்த முடியவில்லை.

ரோமானியர்களுக்கு எதிரான இந்தக் கலகங்களுக்கு மதரீதியான பகையுணர்வு எங்கிருந்து தொடங்குகிறது என்பதை அலசி ஆராய்ந்த ஜோசஃபஸ் மாமன்னர் ஏரோதின் மரணத்தை யொட்டி எழுந்த கலீலியக் கலகங்களில் இருந்துதான் தொடங்கு கிறது என்கிறார். "அவர்கள் விடுதலையின்பால் பற்றார்வம் மிக்கவர்கள். தங்களது ஒரே தலைவன் கடவுள் மட்டுமே என்று உறுதியாக நம்புவதால் அவர்களை யாராலும் வெல்லமுடியாது." அவர்கள் விதைத்த இந்த விதையினின்றுதான் அவர்களது வாழ்க்கை முளை விட்டு எழுந்து நிற்கிறது. அடுத்த சில ஆண்டுகளாகவே கொலைக் கூட்டத்தினரைப் போல யூதர்கள் ஒருவரையொருவர் தாக்கிக் கொண்டிருந்தனர்.

மாமன்னர் ஏரோதின் கோட்டைக் கொத்தளங்களைத் தங்கள் கட்டுப்பாட்டில் வைத்திருந்த 600 படைவீரர்கள் பாதுகாப்பாக நகரத்தை விட்டு வெளியேறியிருந்தனர். தங்கள் உயிருக்கு உத்திர வாதம் அளித்தால் ஆயுதங்களை ஒப்படைக்கத் தயாராக இருந் தனர். ஆனால் ஏராளமான அப்பாவி யூதர்களைக் கொன்று குவித்த இந்த சிரியக் கிரேக்கச் சிப்பாய்கள் கண்மூடித்தனமாகக் கொல்லப் பட்டனர்.

தற்போது அரசர் அக்ரிப்பா சமரச முயற்சிகளைக் கைவிட்டு ரோமுடன் நேசக்கரம் நீட்டினார். ரோமானியப் பேரரசின் சிரியா ஆளுநராகிய அக்ரிப்பா தனது நட்பரசர்களின் துணையோடு அன்டியாக்கிலிருந்து கி.பி 66ஆம் ஆண்டு படை நடத்திச் சென்றார். ஜெருசலேம் நோக்கி முன்னேறிய அப்படை திடீரெனப் பின் வாங்கியது. காரணம் கையூட்டாக இருக்கும் என்று நம்பப்படுகிறது. யூதர்கள் தொடுத்த மூர்க்கமான தாக்குதலில் 5000 ரோமானிய வீரர்கள் உயிரிழந்தனர்.

ரோமானியர்களின் கர்வம் பழிவாங்கப்பட்டது. பகடை உருண்டது. விடுதலை பெற்ற இஸ்ரேலின் தலைவராக கலகக் காரர்களால் முன்னாள் உயர்மதகுரு அனாஸ் தேர்ந்தெடுக்கப் பட்டார். புதிய தலைவர் நகரத்தின் அரண் மதிலுக்கு வலுக் கூட்டினார். கவசங்களும், ஆயுதங்களும் அடிக்கவும், வளைக்கவு மான சத்தம் பட்டறைகளில் இடையறாது ஒலித்துக்கொண்டே இருந்தது. தளபதிகள் நியமிக்கப்பட்டனர். கலீலியன் ஆளுநராக ஜோசஃபஸ் நியமனமானார். எதிர்கால வரலாற்றாசிரியரான இவர் ஜெருசலேமை விட்டுக் கிளம்பினார். அங்கு ரோமானியப் படைக்கு எதிராகப் போரிடுவதைவிட கிஸ்லாவின் ஜான் என்ற போர்த் தளபதியை எதிர்த்து நிற்கவே அவருக்கு நேரம் சரியாக இருந்தது.

‘சியோன் விடுதலை’ ‘புனித ஜெருசலேம்’ ஆகிய வாசகங்கள் பொறிக்கப்பட்ட புதிய நாணயங்கள் புழக்கத்திற்கு வந்தன. என்றாலும் அந்த விடுதலை பலராலும் விரும்பப்படாதது போலவே தோன்றியது. அழிவிற்குக் காத்திருந்தது போலவே அந்நகரம் காட்சியளித்தது. அவரது பாடல்கள் அரங்கேறவும், ஒலிம்பிக் ரதப் போட்டியில் பங்கேற்பதற்காகவும் நீரோ கிரீஸில் இருந்தார். (பந்தயத்தின்போது ரதத்தில் இருந்து விழுந்துவிட்டார் என்றாலும் வெற்றி பெற்றார்.) அப்போதுதான் இஸ்ரேலின் கலவரச் செய்தி அவர் காதுகளை எட்டியது.

ஜோசஃபஸின் தீர்க்க தரிசனமும், முலெட்டிர் எனும் புதிய சக்கரவர்த்தியும்

நீரோ, பழைய வெற்றித்தளபதிகள் மீது கிலி கொண்டிருந்தார். அதனால் யூதப்போருக்குத் தளபதியாக பிடிவாத குணமிக்க அனுபவ சாலியான ஒருவனை நியமிக்க விரும்பினார். அத்தகையவன் தான் டைட்டஸ் ஃப்ளாவியஸ் வெஸ்பாஸியனஸ். பட்டப் பெயர் முலெட்டிர். ஐம்பது வயது நிரம்பிய முலெட்டிர், நீரோவின் மேடை நிகழ்வுகளின்போது தூங்கிப்போய் அவரைச் சங்கடத்திற்கு உள்ளாக்குவான். பிரிட்டனை வென்ற போரினால் பிரபலம் அடைந் தவன். ஆரவாரமற்ற விசுவாசத்திற்குப் பேர்போன இத்தளபதி, ராணுவத்திற்குக் கழுதைகள் விற்பனை செய்ததன் மூலம் பணச் செழிப்புடனும் திகழ்ந்தான்.

யூதப் போருக்காகத் தன் மகன் டைட்டஸை அலெக்ஸாண்டி யாவிற்கு அனுப்பி 60,000 போர்வீரர்கள் கொண்ட படையைத் திரட்டினான். அரேபிய வில்லாளிகளும், அரசர் ஏரோது அக்ரிப் பாவின் குதிரைப் படையும் என பெரும்படை தயாரானது. டாலமைஸ் (அக்ரே) என்ற கடலோரப் பகுதிக்கு படை நகர்ந்தது. கலீலியை மீட்டெடுக்க மிகச் சரியாகத் திட்டமிட்டு கி.பி 67இல் புறப் பட்டான்.

ஜோசஃபஸும், கலீலியினரும் கடுமையான எதிர்ப்பைக் காட்டினர். ஆனால் இறுதியாக முலெட்டிர், ஜோசஃபஸை ஜோட பாடா என்ற கோட்டையில் சிறைப்பிடித்தான். சிதைந்த சுவர் களினூடே தவழ்ந்து சென்று டைட்டஸ் நகரத்தைக் கைப்பற்றி னான். யூதர்கள் இறுதி மூச்சுவரை போராடினர். முடியாத பலர் தற்கொலை செய்துகொண்டனர்.

எஞ்சிய சிலரும், ஜோசஃபஸும் ரோமானியர்கள் கையில் சிக்கினால் தங்களை மாய்த்துக்கொள்வது என்ற முடிவுடன் ஒரு

16

குகையில் ஒளிந்திருந்தனர். யார் யாரைக் கொல்வது என்பதைத் தீர்மானிப்பதற்காக சீட்டுக் குலுக்கி தேர்ந்தெடுத்தனர். கடவுள் கிருபையால் (அல்லது மோசடி செய்து) குலுக்கலில் இறுதியான வராகி குகையிலிருந்து உயிர் தப்பினார் ஜோசஃபஸ்.

தன்னிடம் சிக்கிய ஜோசஃபஸை நீரோவுக்குப் பரிசுப் பொருளாகத் தர நினைத்தான் முலெட்டிர். அது கொடிய மரணத் திற்கான ஒரு உத்தி. ஜோசஃபஸ் தளபதி எதிரில் பேசுமாறு கேட்டுக் கொள்ளப்பட்டார். தளபதி வெஸ்பசியன் (முலெட்டிர்) மற்றும் அவரது மகன் டைட்டஸ் முன்னின்று, “வெஸ்பசியனே...... நான் மாபெரும் செய்தியை அறிவிப்பதற்காக இங்கு உன் முன் நிற்கிறேன். என்னையா நீ நீரோவிடம் அனுப்பப் போகிறாய். நீயும் உன் மகனும் சீஸராகவும், சக்கரவர்த்தியாகவும் இருக்கிறீர்கள். இருக்கப் போகிறீர்கள்” என்றார். இந்த நற்செய்தியைக் கேட்டதும் முலெட்டிர் ஜோசஃபஸைச் சிறையில் வைத்திருந்து அவருக்கு வெகுமதிகள் அனுப்பி வைத்தான். ஜோசஃபஸ் தன் சம வயதினான டைட் டஸூடன் நெருங்கிப் பழகி வந்தார்.

முலெட்டிரும், டைட்டஸூம் ஜூடேயா நோக்கிப் புறப்பட்ட போது ஜோசஃபஸின் எதிரியான கிஸ்சாலாவின் ஜான் அங்கிருந்து தப்பி ஜெருசலேமிற்குச் சென்றான். அப்போது ஜெருசலேம் ஆளுநர் இல்லாத நகரமாக இருந்தது. அங்கு சுய அழிப்புக் கொலைவெறி பொங்கி வழிந்துகொண்டிருந்தது.

கொடுங்கோலர்கள் ஜான், சைமன் பிடியில் பரத்தையர் விடுதியான ஜெருசலேம்

ஜெருசலேமின் வாயிற் கதவுகள் யூதப் புனிதப் பயணிகளுக்காகத் திறந்தே இருந்தன. போரினால் மனம் வறண்டு இறுகிய கொலை காரர்களும், மதவெறியர்களும், ஆயிரக்கணக்கான அகதிகளும் நகருக்குள் நுழைந்தவண்ணமாகவே இருந்தனர். கலகக்காரர்கள் தங்கள் சக்தியை கோஷ்டிச் சண்டைகளில் விரயமாக்கிக் கொண்டி ருந்தனர். சிற்றின்பக் களியாட்டங்களில் கழித்தனர். துரோகிகளுக்கு சூன்யம் வைக்கும் வேலைகளில் இறங்கினர்.

இளம் வயதுக் கொள்ளையர்கள் குருமார்களின் அதிகாரத்தை எதிர்க்கத் துணிந்தனர். திருக்கோயில் கைப்பற்றப்பட்டது. உயர் நிலைக் குரு தூக்கியெறியப்பட்டார். அந்தப் பதவிக்கு நாட்டுப்புற மூர்க்கன் ஒருவன் குலுக்கல் முறையில் தேர்ந்தெடுக்கப்பட்டான். மன்னரால் நியமிக்கப்பட்ட அனானஸ் ஜெருசலேமியர்களைத்

திரட்டித் திருக்கோயில்மீது தாக்குதல் நடத்தினார். என்றாலும் கோயிலின் உள்ளரங்கிலும், புனிதத்திலும் புனிதமான பகுதியிலும் நுழையத் தயக்கம் காட்டினார்.

ஜானும், அவனது கலீலிய வீரர்களும் நகரத்தைக் கைப்பற்று வதற்குத் தங்களுக்கு வாய்ப்பு இருப்பதாகக் கருதினர். ஜெருசலே மிற்குத் தெற்கேயுள்ள இடுமீயருக்கு அழைப்பு விடுத்தனர். ரத்த வெறிபிடித்த காட்டுமிராண்டி இடுமீயர்கள், நகரத்திற்குள் புகுந்து கோயிலின்மீது தாக்குதல் தொடுத்தனர். ரத்தம் ஆறாகப் பெருக் கெடுத்து ஓடியது. 12000 பேர் கொல்லப்பட்டனர். தெருக்கள் சூறையாடப்பட்டன. அனானஸும், குருமார்களும் கொல்லப் பட்டனர். அவர்களது உடைகளை அகற்றி நிர்வாணச் சடலங்கள் மீது குதியாட்டம் போட்டது கொலைவெறிக் கும்பல். பின்னர் அச்சடலங்கள் மதிலுக்கு அப்பால் தூக்கியெறியப்பட்டு நாய்களுக்கு இரையாயின. ஜோசஃபஸ் சொல்கிறார்: "பேரழிவின் தொடக்கமாக அனானஸின் மரணமே அமைந்தது. இடுமீயர்கள் ரத்த தாகம் தீர்த்து, சூறையாடிய பொருட்களுடன் ஜெருசலேமை விட்டுப் புறப் பட்டுச் சென்றனர். நகரத்தின் அதிகாரம் கிஸ்சாலாவின் ஜான் எனும் பராக்கிரமசாலியின் கைக்குள் வந்தது."

ரோமானியர்கள் பக்கத்தில்தான் இருந்தனர். என்றாலும் கலீலியர்களும், ரோமானிய எதிர்ப்புக் கூட்டத்தினரும் அவர்களது பரிசுப் பொருளை அனுபவித்துக்கொள்ள முழு சுதந்திரம் அளித் தான் ஜான். புனித இல்லம் பரத்தையர் கூடாரமாயிற்று. ஜானின் ஆதரவாளர்களே அவன்மீது நம்பிக்கையிழந்தனர். அவர்களில் பலர் நகருக்கு வெளியே உருவாகி வளர்ந்த சைமன் பக்கம் தாவினர். சைமன் ஜானைப்போன்ற கபட வேடதாரியல்ல. ஆற்றலும் வேகமும் கொண்டிருந்த அவனைக் கண்டு, ரோமானியர்கள் மீதுள்ளதைக் காட்டிலும் அச்சம் கொண்டிருந்தனர் மக்கள்.

ஜான் எனும் கொடூரனிடமிருந்து தம்மைக் காத்துக்கொள்ள சைமன் எனும் இன்னொரு கொடூரனை வரவேற்றனர் ஜெருசலே மினர். விரைவிலேயே நகரம் முழுதும் சைமன் வசமாயிற்று. திருக் கோயில் மட்டும் ஜான் வசமிருந்தது. ரோமானிய எதிர்ப்புக் கூட்டத் தினர் ஜானுக்கு எதிராகக் கிளர்ந்து கோவிலின் உட்புறத்தைக் கைப்பற்றினர். டாசிட்டாஸின் சொற்களில் கூறுவதானால், "அங்கே மூன்று தளபதிகள் இருந்தனர். மூன்று படைப்பிரிவுகள் ஒன்றை யொன்று தங்களுக்குள் தாக்கிக் கொண்டன, ஒரு நகரத்திற்காக." அத்தனைக்கும் மேலே ரோமானியப்படை ஜெருசலேமை நெருங்கி வந்துகொண்டிருந்தது. பக்கத்துப் பகுதியான ஜெரிக்கோ, வெஸ்ப

சியஸின் கைக்கு வந்தது. இப்போது மூன்று யூதக் குழுக்களும் தங்களுக்கிடையிலான சண்டையை நிறுத்திவிட்டு ஜெருசலேமைப் பாதுகாக்க ஐக்கியமாயினர். படுகுழிகள் தோண்டப்பட்டன. வடக்குப் பகுதியில் இருந்த மூன்றாவது மதில் பலப்படுத்தப்பட்டது. ஜெருசலேமைக் கைப்பற்றும் முயற்சியிலிருந்த வெஸ்பசியன் திடீரென தன் முயற்சியைக் கைவிட்டான்.

ரோமாபுரியில் நடந்துகொண்டிருந்த உள்நாட்டுக் கலகங்களால் மன்னன் நீரோ கி.பி 68ஆம் ஆண்டு ஜூன் 9ஆம் தேதி தற்கொலை செய்துகொண்டான். ரோம் தலைமை இல்லாமல் இருந்தது. தன் தற்கொலைக் குறிப்பில் நீரோ, "என்னை இழந்ததால் உலகம் எத்தனை பெரிய கலைஞனை இழந்துவிட்டது" என்று எழுதி யிருந்தான்.

வெகு விரைவிலேயே மூன்று சக்கரவர்த்திகளுக்கு முடிசூட்டிப் பார்த்த ரோம், அம்மூவரின் அழிவையும் கண்டது.

ஒரு நீரோ போதாதென்று மூன்று போலி நீரோக்கள் உருவாகி ரோமை வலம் வந்தனர். இறுதியாக ஜூடேயா, எகிப்து ஆகிய பிரதேசங்களின் சக்கரவர்த்தியாக வெஸ்பசியன் அங்கீகரிக்கப் பட்டார். ஜோசஃபஸின் நற்செய்தியை நினைவு கூர்ந்த வெஸ்பஸியன் அவரைச் சிறையில் இருந்து விடுதலை செய்தார். அவருக்குக் குடி யுரிமை வழங்கியதோடு தனக்கு ஆலோசகராகவும் நியமித்துக் கொண்டார் முலெட்டிர்.

ரோமாபுரியின் சிம்மாசனத்தைக் கைப்பற்றுவதற்காக பெர்னிஸ் தனது நகைகளை அடகு வைத்தார். புதிய சக்கரவர்த்தி டைட்டஸ் ஃப்ளோரியஸ் வெஸ்பசினஸ் முடிசூட்டிக் கொள்ள ரோமாபுரி நோக்கிப் புறப்பட்டான். அவரது மகன் டைட்டஸ், தனது 60,000 படை வீரர்களுடன் புனித நகரை நோக்கிச் சென்றான்.

தன் வம்சம் தழைப்பதும், வீழ்வதும் ஜெருசலேமின் விதியைப் பொறுத்தது என்ற உண்மையை அவன் நன்கு உணர்ந்திருந்தான்.

☆

பகுதி இரண்டு

பாகனிஸம்
(பல தெய்வ வழிபாடு)

மக்கள் நிறைந்த நகரம், எப்படி இவ்வாறு தனித்தானது! கைம்பெண்ணைப் போன்று எங்ஙனம் ஆனாள்! தேசங்களுள் சிறந்தவளாயும், மாநிலங்களின் இளவரசியாயும் திழ்ந்த இவள், எப்படி உபநிலமாய் போனாள்! இரவில் அவள் சிந்தும் அவலக் கண்ணீர் அவளது கன்னங்களில் வழிகின்றது: அவளைத் தேற்றுவதற்கு அவளது காதலர்கள் எவரும் இலர்.

ஒரு ஞானியின் புலம்பல், 1.1-2

ஜெருசலேம் நிலைத்திருந்த காலத்தின்போதும், யூதர்கள் நம்முடன் அமைதி பூண்டபோதிலும், அவர்களது புனிதச் சமயச்சடங்குகள், நமது பேரரசின் கீர்த்திக்கும், நமது மூதாதையரின் பழக்கவழக்கங்களுக்கும் முரணானதாய் இருந்தன.

சிஸரோ, 'ப்ரோ எல். ஃப்ளாக்கோ'

இஸ்ரேலுக்கு வெளியே, யூதர்கள் நிறைந்த நகரத்தில் வாழ்வதைவிட, யூதர்களே இல்லாத இஸ்ரேல் நகரத்தில் வாழ்வது நன்று. அங்கு புதைக்கப்படுபவன், ஜெருசலேமில் பிறந்ததாகவே கருதப்படுவான். ஜெருசலேமில் புதைக்கப்படுபவன், கீர்த்தி ஆட்சியின் கீழ் தோன்றியவனாகவே கருதப்படுவான்.

ஜூடோ ஹநாசி, 'டால்மட்'

பூமியின் மீது சொறிந்த பத்துப்பங்கு எழிலில் ஒன்பது பங்கு ஜெருசலேமை அடைந்தது. ஒரு பங்கு மட்டுமே உலகின் பிற பகுதிகளைச் சேர்ந்தது.

மிட்ராஷ் தன்ஹூமா, 'கெடோசிம்' 10

ஜெருசலேமின் விடுதலைக்காக.

சைமன் பார் கோச்பா, 'நாணயங்கள்'

சனியின் தினத்தில்தான் ஜெருசலேம் இவ்வாறு அழிந்தது; அந்நாளை இப்போதும் கூட யூதர்கள் போற்றுதலுக்குரியதாக வணங்குகிறார்கள்.

டியோ கேஸியஸ், 'ரோமானிய வரலாறு'

14

எலியா கபிடோலினா
கி.பி 70-312

டைட்டஸின் வெற்றி: ரோமின் கட்டுப்பாட்டில் ஜெருசலேம்

நகரத்தை நிர்மூலமாக்கி, அந்த ரத்தக் களரியை ஒரு சுற்று பார்வை யிட்டு முடித்த சில வாரங்களுக்குப் பின்பு, டைட்டஸ் மீண்டும் ஜெருசலேமைக் கடந்து செல்லும் வழியில் அதன் துயரம் கப்பிய இடிபாடுகளையும், துடைத்தழிக்கப்படுவதற்கு முன்னிருந்த எழிலையும் ஒப்பிட்டுப் பார்த்தார். தான் கைப்பற்றிய யூதத் தலைவர் களையும், தனது அரச மனைவி பெர்னிஸையும், தனக்கு இஷ்ட பூர்வமான வஞ்சகன் ஜோசஃபஸையும் உடனழைத்துக் கொண்டு கோயில் செல்வங்களையும் எடுத்துக்கொண்டு ஜெருசலேமைக் கைப் பற்றிய வெற்றியைக் கொண்டாட ரோமிற்குக் கடல் மார்க்கமாகப் பயணமானார் டைட்டஸ். ரோமின் வரலாற்றில் இதுவரை காணாத வெற்றியைக் கண்டதற்காக வெஸ்பாஸியனுக்கும், டைட்டஸுக்கும் பச்சிலை மகுடம் சூட்டி, ஊதா நிற அங்கி அணிவித்து அவர்களுக்கு வாழ்த்துக்கள் வழங்கி, வெற்றியைப் பரிசளிக்க இசிஸ் கோவிலில் இருந்து அரசவையில் அவர்களது ஆசனத்திற்கு அழைத்துச் செல்லப்பட்டனர்.

தெய்வச் சிலைகளும், அலங்கார ஊர்திகளும், மூன்று அல்லது நான்கு மாடி உயரத்திற்குக் குவித்து வைக்கப்பட்ட செல்வமும் பார்ப்பவர்களுக்கு கண்கொள்ளாக் காட்சியாகவும், மகிழ்ச்சியையும்

ஆச்சர்யத்தையும் அளிக்கக் கூடியதாகவும் இருந்தது. ஜோசஃபஸ் முரண்நகையாக 'மகிழ்ச்சியான நாடு வெட்டியாக உறைந்து கிடந்தது போலக் காணப்பட்டது' என்று குறிப்பிடுகிறார்.

மிதவை ஊர்திகள் ஒவ்வொன்றிலும் சிப்பாய்கள் மக்களைத் தாக்குவதும், யூதர்களைக் கூட்டுக்கொலை செய்வதும், நகரங்களைக் கைப்பற்றிய தளபதிகள் நிற்கும் கம்பீரக் காட்சியும் ஜெருசலேமின் வீழ்ச்சி என அனைத்தும் பாவனையாக நிகழ்த்திக் காட்டப் பட்டது. அதைத் தொடர்ந்து கொள்ளையடிக்கப்பட்ட புனிதத்திலும் புனிதமான தங்க மேசை, மெழுகுவர்த்தித் தாங்கிகள் ஆகியவை அணி வகுத்தன. ஜோசஃபஸ் தனக்குக் கொடூரமாகத் தோன்றிய அனைத்தையும் எடுத்து வைக்கிறார். அந்த ஊர்வலத்தில் நட்சத்திரக் கைதியான சைமன் பென் ஜியோரா கழுத்தில் சுறுக்குக் கயிறு போட்டு அழைத்துச் செல்லப்பட்டான்.

ஊர்வலம் ஜூபிடர் கோயிலில் முடிவுற்றதும் சைமனும், கலகத்தில் முன்னணியில் நின்றவர்களும் கொல்லப்பட்டபோது மக்கள் ஆரவாரித்தனர். பலியிடல் அறிவிக்கப்பட்டது. ஜெருசலேமின் பழைமையோ, பெருஞ்செல்வமோ, உலகம் முழுதும் பரந்து வாழும் அதன் மக்களோ, மகத்தான மேன்மைமிக்க மதச் சடங்குகளோ அதனை அழிவினின்று பாதுகாக்கும் ஆற்றலுடன் இல்லை. ஜெருசலேம் செத்துவிட்டது என்ற முடிவிற்கு வருகிறார் ஜோசஃபஸ்.

வெற்றியை நினைவு கூர்கிற வகையில், இன்றளவும் ரோமில் நிலைத்து நிற்கக்கூடிய டைட்டஸ் வளைவு கட்டப்பட்டது. ஜெருசலேமிய பரிசுகள் காட்சிக்கு வைக்கப்பட கலோசியத்திற்கும், அமைதிக் கோயிலுக்கும் அளிக்கப்பட்டன. யூதச் சிதைவுகளும், யூதச் சட்டப் பதிவுகளும், புனிதத்திலும் புனித ஊதா அங்கிகளும் ராஜ அரண்மனையில் வைக்கப்பட்டன. மத்திய ரோமை மறு சீரமைத்து புதிய சாம்ராஜ்ஜியத்தை உருவாக்கிய கொண்டாட்டமாக மட்டுமல்லாமல் ஜூடாயிசத்தின் மீதான வெற்றியை பேரரசிற்கு மறு அர்ப்பணிப்பு செய்வதாகவும் இருந்தது. பிஸ்கஸ் ஜூடாயிஸ்கஸ் கோயிலுக்கு வரி கட்டிக்கொண்டிருந்த யூதர்களின் பணம் இட மாற்றம் செய்யப்பட்டு அந்தப் பணம் ஜூபிடர் கோயிலை மீள் கட்டுமானம் செய்வதற்கான நிதியாக மாற்றப்பட்டது. இந்த மாற்றத்தை ஏற்றுக்கொள்ளுமாறு நிர்பந்திக்கப்பட்டார்கள். இருந்த போதிலும் பெரும்பாலான யூதர்கள் ஜூடேயாவிலும், கலிலீயிலும் வசித்து வந்தனர். மத்திய தரைப்பகுதியிலும், பாபிலோனியாவிலும் எப்போதும் போல பிரபலமான சமூகங்களாகவும் ரோமானிய அல்லது பார்த்திய அதிகாரத்திற்குப் பணிந்தும் வாழ்ந்து வந்தார்கள்.

ஆனாலும் யூதப்போர் முற்றாக முடிவிற்கு வந்து விடவில்லை. மஸாடா கோட்டைக்கு அருகே ரோமானியப் படை ஒரு சரிவை எழுப்பி மதிலைத் தகர்க்கும்வரை அது கலீலியனாகிய எலீசரின் கட்டுப்பாட்டில் இருந்தது. தனது பிடி தளரும் கட்டத்தில் தன் ஆட்களுக்கும் அவர்களது குடும்பத்தினருக்கும் இருண்ட எதார்த்ததை விளக்கினான் எலீசர். "கடவுள் வசிப்பதாக நம்பப் பட்ட அந்நகரம் எங்கு போனது? ஜெருசலேம் நம் கையை விட்டுப் போகிறது. அடிமை நிலையை எதிர்நோக்கி இருக்கிறோம்.

என் இனிய நண்பர்களே கடவுளைத் தவிர்த்து ரோமானியர் களுக்கோ மற்ற யாருக்குமோ நாம் ஒருபோதும் சேவகர்களாக இருந்த தில்லை. முதன் முதலாக நாம்தான் ரோமானியர்களுக்கு எதிராகக் கிளர்ச்சி செய்துள்ளோம். அவர்களுடனான நம்முடைய இறுதிப் போரை நிகழ்த்திக் கொண்டிருக்கிறோம். நான் எதிர்பார்க்காத, யூகிக்க முடியாத சகாயத்தை இறைவன் நமக்கு வழங்கியிருக்கிறான். ஆம்... சுதந்திரமான நிலையில், மேலான முறையில் அன்பான நண்பர்கள் அனைவரும் ஒன்றாக கம்பீரமாக இறக்கும் சக்தியைப் பெற்றிருக்கிறோம். நம் மனைவியர்கள் சீரழிக்கப்படுவதற்கு முன், நம் பிள்ளைகள் அடிமைகளாவதைக் காண்பதற்கு முன் இறக்க விடுவோம்."

எனவே நூற்றுக் கணக்கானவர்கள் தங்கள் மனைவியரை தழுவிக்கொண்டனர். பிள்ளைகளைக் கைகளுக்குள் இறுக்கி கண் களில் கண்ணீருடன் நீண்ட முத்தத்தை அளித்தனர். ஒவ்வொரு மனிதனும் தன் மனைவியையும், குழந்தைகளையும் கொன்றான். பத்து பேரை மொத்தமாகக் கொல்லும்வரை விட்டுவைத்து மற்ற 960 பேரும் இறந்தனர்.

யூதர்கள் மதத் தீவிரவாதத்திற்குத் தங்களை ஒப்புக்கொடுத் தவர்கள் என்பதை இந்த மஸாடா தற்கொலைகள் பெரும்பாலான ரோமானியர்களுக்கு உறுதிப்படுத்தியது. இந்த சம்பவம் குறித்து டாசிடஸ் முப்பதாண்டுகளுக்குப் பின்னர்தான் எழுதினார் என்றாலும் யூதர்களின் மத அடிப்படைவாதக் கண்ணோட்டத்தை தெளிவாக வெளிப்படுத்துகிறார். ரோமானியக் கடவுள்களைக் கடுமையாக வெறுக்கும் யூதர்கள் கண்மூடித் தனமானவர்களாகவும், தீவிர மதப் பற்றாளர்களாகவும், தமது நம்பிக்கைகளை விட்டுக் கொடுக்காமல் கலகம் செய்பவர்களாகவும், ஏக இறைக் கொள்கை, சுன்னத் செய்தல் போன்றவை உட்பட விசித்திரமான பழக்கங்களைப் பின்பற்றுபவர் களாகவும் இருக்கிறார்கள். ஜோசஃபஸ், மஸாடா தற்கொலை சம்பவத்தில் தப்பி உயிர்த்திருந்தவர்களிடம் நிறைய விவரங்களைத்

திரட்டியுள்ளார். அத்துடன் யூதர்களின் துணிச்சலைப் போற்றும் தன் உணர்வை அவர் மறைக்கவில்லை.

பெரினிஸ்: ஒரு யூத கிளியோபாட்ரா

ஜோசஃபஸ் ரோமில் உள்ள வெஸ்பானியனின் பழைய வீட்டில் வசித்து வந்தார். இவர் தனது 'ஜூவிஸ் வார்' என்ற முதல் நூலை எழுதிமுடிக்க டைட்டஸ் அவருக்குக் கோயில் சுவடிகள் சில வற்றையும், ஒய்வூதியமும், ஜூடேயாவில் சிறிதளவு நிலத்தையும் வழங்கினார். ஜோசஃபஸிற்கு ஆதரவாக இருந்தது பேரரசரும், டைடஸும் மட்டுமே அல்ல.

'நீ என்னிடம் எப்போது வரப்போகிறாய் இனிய நண்பனே. நீ இங்கு வந்தால் நான் உனக்கு அற்புதமான விசயங்கள் நிறைய அளிப்பேன்' என்று அரசர் எரோது அக்ரிப்பா, ஜோசஃபஸிற்குக் கடிதம் எழுதினார். ஆனால் ஜோசஃபஸ், 'எனக்கு அளிக்கப்படும் சலுகைகள் பொறாமையையும், ஆபத்துகளையுமே விளைவிக்கும்' என்ற எதார்த்தத்தை உணர்ந்தே இருந்தார்.

தனது எதிரிகளைக் கொல்வதில் உற்சாகம் கொள்ளும் டொமிட்டியன் ஆட்சி உள்ளவரை ஜோசஃபஸிற்கு அரச பாதுகாப்பு அவசியமாக இருந்தது. என்றாலும் தனது கடைசிக் காலத்தில் நிறைய ஃப்ளாவிய சகாயத்தைப் பெற்றார். கோயில் மீண்டும் கட்டப் படும் என்ற நம்பிக்கை அவருக்கு இருந்தது. நாம் இந்த உலகிற்கு நிறைய அழகான சிந்தனைகளை வழங்கியுள்ளோம், எதிரியைத் தாக்காதே என்ற அடிப்படை உணர்வைக் காட்டிலும் வேறென்ன அற்புதமான சிந்தனையிருக்கிறது? சட்டத்திற்குப் பணிவதைக் காட் டிலும் மேலான நீதி வேறென்ன? போன்ற யூதக் கோட்பாடுகள் மனிதனை நாகரீகமுடையவனாக்கும் என்ற பெருமிதத்துடன் கி.பி 100ஆம் ஆண்டு வாக்கில் ஜோசஃபஸ் மரணமடைந்தார்.

ஹரோடிய அரசியான பெரினிஸ், டைட்டஸுடன் ரோமில் வசித்து வந்தாள் என்றாலும் ரோமானியர்களை உக்கிரமாக எதிர்ப் பவளாக இருந்தாள். தன்னுடைய சகோதரனுடன் பாலியல் உறவு கொண்டிருப்பவளாகக் கதைகள் உலவின. டைட்டஸுடன் இணை வாழ்க்கை மேற்கொண்டு அரண்மனையிலேயே வசித்தாள். டைட் டஸின் மனைவிக்குரிய விதமாக நடந்துகொண்டிருந்த பெரினிஸுக்கு டைட்டஸ் தன்னை மணப்பார் என்ற எதிர்பார்ப்பு இருந்தது. பெரினிஸ் மீது ஈடுபாடு கொண்டிருந்ததற்காகத் தன் தளபதி காசினா'வை டைட்டஸ் கொன்றதாகவும் சொல்லப்பட்டது... டைடஸிற்கு பெரினிஸ் மீது காதல் உண்டு... ஆனால் ரோமானிய

மக்கள் பெர்னிஸை, ஆன்டனி மீது ஆதிக்கம் செலுத்திய கிளியோபாட்ராவுடன் ஒப்பிட்டனர். அதிலும் இப்போது யூதர்கள் மீதான வெறுப்பாலும் தோற்கடிப்பாலும் டைட்டஸ் பெரினிஸை வெளியேற்ற வேண்டியதாயிற்று. தன் தந்தையை டைட்டஸ் வென்ற கி.பி 79ஆம் ஆண்டு பெரினிஸ் ரோமிற்குத் திரும்பினாள். இப்போது அவளுக்கு ஐம்பது வயதாகி விட்டது என்றாலும் அவளுக்கு எதிராக எழுந்த கூப்பாட்டினால் தன் அரியணையைக் காப்பாற்ற மீண்டும் டைட்டஸ் யூத கிளியோபாட்ராவிடமிருந்து வெகுதூரம் விலகியிருக்க வேண்டியதாயிற்று. தன் சகோதரனுடன் மீண்டும் இணைந்து கொண்டாள் என்றாலும், கிட்டத்தட்ட அதுவே ஹரோடியன்களுக்கு முடிவாயிற்று.

டைட்டஸின் ஆட்சி சிறிது காலமே நீடித்தது. இரண்டு ஆண்டுகளுக்குப் பின்னர் "நான் ஒரே ஒரு தவறிழைத்து விட்டேன். அது ஜெருசலேமை அழித்ததுதான்" என்ற இறுதி வாக்கியத்துடன் இறந்தான். அவனது அற்ப ஆயுளுக்குக் காரணம் கடவுளின் தண்டனைதான் என்று யூதர்கள் கருதினர். ஜூடேயா மீண்டும் இறுதிப் பேரழிவு என்ற அளவிற்கு வெடித்துச் சிதறும் முன் நாற்பதாண்டு கால ஆட்சியில் ஜெருசலேம் பதற்றத்தில் களைத்துப் போயிருந்தது.

மறந்துபோன ஏசுவின் சிலுவையேற்றம்: சாம்ராஜ்ஜிய மரணம்

ரோமானியப் பத்தாம் படைப்பிரிவின் தலைமையகமாக இருந்தது ஜெருசலேம். அவர்களது படைமுகாம் ஏரோதின் மூன்றடுக்குக் கண்காணிப்பு கோபுரத்திற்கு அருகே இன்றைய ஆர்மீனியக் குடியிருப்பு உள்ள இடத்தில் அமைக்கப்பட்டிருந்தது. ரோமானியர்களின் இறுதித் தளமான கோபுரத்தின் சிதைவுகள் இன்றும் காணக் கிடைக்கிறது. படைப்பிரிவுக் கட்டடத்தின் மேல்தள ஓடுகளிலும், செங்கற்களிலும் யூத எதிர்ப்பு இலச்சினைக்கள் பொறிக்கப்பட்டிருந்தன. நகரமெங்கும் காட்டுப் பன்றிகள் காணப்பட்டன. ஜெருசலேமில் முற்றிலும் மக்களே இல்லாமல் போய்விடவில்லை. காலங்காலமாக யூத வெறுப்புணர்வு கொண்ட சிரிய மற்றும் கிரேக்க முதியவர்கள் அங்கு வசித்து வந்தனர். பிரமாண்டமான மலை முகடுகளின் வறண்ட வெளி அச்சுறுத்தக் கூடியதாக இருந்திருக்கும். ஆனால் தங்கள் கோயில் முன்பிருந்தது போல மீண்டும் கட்டப்பட்டுவிடும் என்ற நம்பிக்கையில் இருந்திருப்பார்கள் யூதர்கள்.

மத்திய தரைப்பகுதி யாவ்னேக்கு யூத மதச் சட்டங்கள் கற்பிக்கச் சென்ற யூத சட்டபோதகர் யோஹனான் பென் ஜக்காயை,

ஒரு சவப்பெட்டி மூலமாகத் தப்பிச்செல்ல வழி வகுத்தார்கள் ஜெருசலேமிய வெஸ்பேசியர்கள். ஜெருசலேமில் யூதர்கள் சட்டரீதியாகத் தடை செய்யப்பட்டிருக்கவில்லை.

ஜோசஃபஸ், அக்ரிப்பா ஆகியோரைப் போன்ற பல பணக்கார யூதர்கள் தங்களை ரோமானியர்களுடன் இணைத்துக்கொண்டார்கள். ஆயினும், அவர்கள் கோயில் மலைக்கு அனுமதிக்கப்படுவதில்லை. புனிதப் பயணிகள் கோயிலில் துக்கம் அனுஷ்டிப்பதற்குப் பதிலாக கிட்ரன் பள்ளத்தாக்கில் உள்ள ஜெக்காரிய மாடத்தை அடுத்துள்ள பகுதியில் பிரார்த்தனை செய்து வந்தார்கள். கடவுளின் ராஜ்ஜியத்தை மீட்டளிக்க ஒரு பேரழிவு ஏற்படும் என்ற நம்பிக்கை சிலருக்கு இருந்தது. ஆனால் பென் ஜக்காயாவைப் பொறுத்தமட்டில் மாய அரூப சக்தி நகரத்தைத் தாக்கியிருப்பதாகக் கருதினார். நகரத்தின் சிதைவுகளைப் பார்வையிட்ட அவரது கண்ணின் மணியும் கலங்கியது. “இது பெருந்துயரம்தான். ஆனால் முழு இழப்பாக இருக்காது” என்றுரைத்தார் அந்த மதபோதகர். (பல நூற்றாண்டுகளுக்குப் பின்னர் டால்மட் கொடுத்த அறிக்கையின்படி அவரது கூற்று இது.) “நமக்கு மாற்றுக் கடமை இருக்கிறது. அது அன்பை நேசிக்கச் செய்யும்.” இந்த நேரத்தில் யாரும் அதைப் புரிந்துகொள்ள மாட்டார்கள். ஆனால் அதுதான் கோயிலற்ற நவீன ஜூடாயிசத்தின் துவக்கம்.

யூத கிறித்துவர்கள் சிலோபஸின் மகன் சைமனால் வழி நடத்தப் பட்டனர். ஏசுவின் அரை சகோதரன் அல்லது மைத்துனனுமான சைமன், இன்றைய ஜியான் மலையான மேல் மாடத்திற்குரிய மரியாதையைத் துவக்குவதற்காக ஜெருசலேமிற்குத் திரும்பினான். இன்றைய கட்டடத்திற்கு அடியில் அமைந்துள்ள யூத அரங்கைக் கோயில் சிதைவுகளைக் கொண்டு கட்டியிருக்க வேண்டும். இருந்தபோதிலும் மத்தியதரைப் பகுதியில் அதிக எண்ணிக்கையில் வளர்ந்து வரும் மேல்தட்டு கிறித்துவர்கள் மெய்யான ஜெருசலேமிற்குத் திரும்பப் போவதில்லை.

யூதர்களின் தோல்வி அவர்களைத் தாய் மதத்திலிருந்து பிரித்து, ஏசு முன்னுரைத்த உண்மையையும், புதிய வெளிப்பாட்டின் வெற்றியையும் நிரூபித்துவிட்டது. ஜெருசலேம் நம்பிக்கைத் தோல்வியின் காடாகிவிட்டது. கோவிலின் இடத்தில் வெளிப்பாட்டுப் புத்தகத்துடன் கிறிஸ்துவின் ஆட்டுக் குட்டியும் வைக்கப்பட்டது. இறுதி நாட்களில் தங்க நகை பூட்டிய ஜெருசலேம் சொர்க்கத்திலிருந்து இறங்கி வரும்.

இப்பிரிவினர் எல்லாம் மிகவும் எச்சரிக்கையுடன் இருக்க வேண்டியிருந்தது. மெஸ்ஸானிய ராஜ்ஜிய அறிகுறிகள் தென்படு கிறதா என்று பார்த்து ரோமானியர்கள் அதற்கு எதிராக எச்சரிக்கை யுடன் இருக்க வேண்டியிருந்தது. வெற்றியாளர் டைட்டஸின் சகோதரர் டொமிட்டியன் யூதர்களுக்கு எதிரான வரியையும், கிறித்துவர்களுக்கு எதிரான அநீதிகளையும் கையாண்டு வந்ததால் தன் சொந்த ஆட்சி யின் பலத்திற்கு வெளியிலிருந்து ஆதரவு தேட வேண்டியிருந்தது. தான் கொல்லப்பட்டு, அமைதிக்குப் பங்கம் நேர்ந்து விடக்கூடா தென்பதற்காக மூத்த பேரரசர் நெர்வா பிரதிநிதித்துவத்தையும், யூதர்களின் வரிகளையும் தளர்த்தினார்.

இருந்தபோதிலும் அது தவறாக விடிந்தது. நெர்வாவிற்கு மகன்கள் இல்லையென்பதால் இருப்பதிலேயே ஆபத்தற்ற தளபதி களில் ஒருவனான ட்ராஜனை வாரிசாகத் தேர்ந்தெடுத்தார். ட்ராஜன், உயரம், கட்டுடல், உறுதி என ஒரு பேரரசனுக்குரிய அனைத்து லட்சணங்களும் பொருந்தியிருந்தார். சொல்லப்போனால் அகஸ்ட கஸிற்குப் பின் மகத்தானவராகவும் இருந்தார். ஆனால் புதிய பகுதி களை ஆக்கிரமிப்பவனாகவும், பழைய மதிப்பீடுகளை மீட்டெடுப் பவனாகவும் அவருக்கே தோன்றியது. அவரது வருகை கிறித்துவர் களுக்குக் கெட்ட செய்தியாகவும், யூதர்களுக்கு மோசமாகவும் அமைந்தது. ஜெருசலேமைக் கண்காணித்து வந்த சைமன், ஏசுவைப்போல அரசன் டேவிட்டின் வாரிசுரிமையைக் கோரிய தால் சைமனைச் சிலுவையேற்ற உத்தரவிட்டார் ட்ராஜன். சைமனுடன் ஏசுவின் வம்சாவளி முடிவிற்கு வந்துவிட்டது.

டைட்டஸின் கீழ் யூதர்களுக்கு எதிராகப் போரிட்டு பிஸ்கஸ் ஜூடயாகஸை மீட்கும் பெயரைத் தனக்கு வழங்கியதற்காக ட்ராஜன் பெருமிதம் கொண்டிருந்தார். ஆனால் அவரும் அலெக்ஸாண்டரைப் பின்பற்றக் கூடியவராகவே இருந்தார்.

பார்த்தியாவுடன் போரிட்டு ரோமானிய அதிகாரத்தை பாபிலோனிய யூதர்களின் பூர்வ பகுதியான ஈராக்கிற்கு விரிவு படுத்தினார். அந்தச் சண்டையின்போது ட்ராஜன் ஈராக்கினுள் முன்னேறி வரும்போது ஆப்ரிக்கா, எகிப்து, சைப்ரஸ் ஆகிய பகுதியைச் சேர்ந்த யூதர்கள் 'கலக அரசர்களின்' தலைமையில் ஆயிரக்கணக் கான ரோமானியர்களையும், கிரேக்கர்களையும் படுகொலை செய்தார்கள். இந்தப் பழிவாங்கும் செயலை அனேகமாக பார்த்திய யூதர்கள் ஒருங்கிணைத்திருக்க சாத்தியம் உண்டு.

ஈராக்கினுள் முன்னேறிச் செல்லும்போது யூதர்கள் தனக்குப் பின்புறத்தில் சூழ்ச்சி செய்வார்கள் என்றும், பாபிலோனிலிருந்து

அவர்கள் தாக்கக்கூடும் என்றும் ட்ராஜனுக்கு பயம் இருந்தது. 'முடியுமானால் இந்த தேசத்தையே மொத்தமாக அழித்துவிடவேண்டும் என்று தீர்மானித்தார்.' ஈரானில் இருந்து எகிப்துவரை யூதர்கள் கொல்லப்பட வேண்டும் என்று ட்ராஜன் உத்தரவிட்டான். வரலாற்றாளர் ஆப்பியன் எழுதும்போது குறிப்பிடுகிறார்: "ட்ராஜன் யூத இனத்தையே மொத்தமாக அழித்துக் கொண்டிருந்தார்." இப்போது யூதர்கள் ரோமானியப் பேரரசில் வேண்டத் தகாதவர்களாக இருந்தனர். டாசிடஸ் எழுதினார்: "எங்களைப் பொறுத்தமட்டில் புனிதத்துவமல்லாத ஒவ்வொன்றையும் புனிதப்படுத்தினோம். அவர்கள் அனுமதிக்கப்பட்டபோது எங்களுக்குக் கடும் வெறுப்பு ஏற்பட்டது."

ரோமானிய யூதர்களின் பிரச்சனைக்கு ட்ராஜனின் மைத்துனியை மணந்துகொண்ட சிரியாவின் புதிய ஆளுநர் ஏலியஸ் ஹாட்ரியன் சாட்சியமாக இருந்தார். வாரிசுரிமை இல்லாத நிலையில் ட்ராஜன் எதிர்பாராத விதமாக இறந்தபோது அவர் மரணப் படுக்கையில் ஒரு மகனைத் தத்தெடுத்ததாகப் பேரரசி அறிவித்தார். புதிய பேரரசர் ஹாட்ரியன் யூதப் பிரச்சனைக்கு உடனடியாகவும், பின் எப்போதைக்குமாகவும் ஒரு முடிவு கட்டினார். ஜெருசலேமை உருவாக்கியவர்களிலும், யூத வரலாற்று முதன்மைக் கொடூரர் களிலும் குறிப்பிடத்தக்கவராக விளங்கினார் ஹாட்ரியன்.

ஹாட்ரியன்: ஜெருசலேமிற்கு அளித்த தீர்வு

பேரரசர் கி.பி 130ஆம் ஆண்டு தன் இளம் காதலி அன்டினியஸுடன் ஜெருசலேமிற்கு வருகை தந்தபோது அந்நகரைப் பெயரே தெரியாத அளவிற்கு அழித்துவிட முடிவு செய்தார். பழைய தளத்தில் தனது குடும்பத்திற்கு உரிய கிரகமான புதனைக் குறிக்கும் 'அலீனா கேப்பிடோலீனா' என்ற பெயரில் நகரை நிர்மாணிக்க உத்தரவிட்டார். யூதர்களைக் கடவுளுடன் இணைக்கும் மரண வலி தரும் சடங்கான சுன்னத்தைத் தடைசெய்தார். பேரரசர் எகிப்திற்குச் செல்லும் வேகத்தைப் பார்த்தால் இடிக்கப்பட்ட தங்களது கோயில் மீண்டும் கட்டப்பட மாட்டாது என்ற உண்மையைப் புரிந்துகொண்டார்கள் யூதர்கள்.

ஆலிவ் எண்ணை உற்பத்தி செய்யும் பணக்கார ஸ்பெயின் குடும்பத்தில் பிறந்த ஹார்டியனுக்கு வயது இப்போது ஐம்பத்தி நான்கு. ஒரு பேரரசை ஆள்வதற்காகவே உருக்கொண்டவரைப் போலிருப்பார். துல்லியமான ஞாபகத்திறன் பெற்றவர். சுயமாகக் கட்டடத்தை வடிவமைக்கும் ஆற்றலும், கட்டட அமைப்பு குறித்துக்

கவனமாக எடுத்துரைக்கவும், ஆலோசனை கூறவும் ஆற்றல் பெற்றிருந்தார். கவிதையெழுதி அதனைப் பாடலாக இசையமைக்கும் திறமையும் உண்டு.

தனது பேரரசை மறுசீரமைப்பு செய்யவும், அதனை ஒருமுகப்படுத்தவும் ஓய்வில்லாமல் தொடர்ந்து அலைந்துகொண்டே இருந்தார். டாஸியா, ஈராக் ஆகிய ட்ராஜானின் பகுதிகளில் இருந்து ஆக்கிரமிப்பை வாபஸ் பெற்றதற்காகக் கடுமையான வசைக்குள்ளானார். தனது பேரரசை நிலைக்கச் செய்வதற்குப் பதிலாக கிரேக்கக் கலாச்சாரத்தின் மூலம் அதனை ஐக்கியப்படுத்துவது குறித்து தீவிரமாக ஆலோசித்து கிரேக்க மயப்படுத்துதலுக்கு ஒரு புனைபெயரையும் சூட்டினார். (அவரது கிரேக்கத் தாடியையும், தலைமுடியையும் விசேசப் பயிற்சி பெற்ற அடிமைகள் இரும்புச் சுருள்களால் அலங்கரித்தனர்.) தனது ஆசியா மைனர் பயணங்களின் போது 123இல் தன் வாழ்க்கைக் காதலான கிரேக்கச் சிறுவன் ஆன்டனியஸைச் சந்தித்தார். ஆன்டனியஸ் அவருக்கு மிகவும் இணக்கமாக இருந்தான்.[1] பேரரசருக்குரிய குணாம்சங்கள் அனைத்தும் நிரம்பிய அவரது விருப்பார்வம் யூகத்திற்கு அப்பாற்பட்டது. ஒரு முறை ஆத்திரத்தின் உச்சத்தில் பேனாவைக் கொண்டு ஒரு அடிமையின் கண்ணை நோண்டினார்.

ஜெருசலேமின் யூத நகரத்தின் அழிவின் மீது அற்புதமான ரோமானிய நகரத்தையும் அதனைச் சுற்றி ரோம, கிரேக்க, எகிப்தியக் கடவுள்களின் வழிபாட்டுத் தலங்களையும் உருவாக்கத் திட்டமிட்டார் ஹாட்ரியன். விசாலமான வாயில்களுடனும், அலங்கார வேலைபாடுகள் கொண்ட உத்திரங்களுடனும் ஹரிடியக் கற்களைக் கொண்டு பிரமாண்டமான திறந்தவெளிக் கோயில்களையும் கட்டினார். யூதக் கிறித்துவர்களுக்கு புனித சன்னிதானம் ஏதும் இல்லாமல் மறுக்கும் திட்டத்துடன் ஏசு சிலுவையில் ஏற்றப்பட்ட அதே பாறையில் ஹாட்ரியன், தனது சூரியக் கடவுளுக்கான கோயிலைக் கட்டி அதற்கு வெளிப்புறத்தில் பாலுணர்வுக் கிளர்ச்சியூட்டும் சிலைகளை வைத்தார். அதனினும் மோசம் கோயில் மலையின் சன்னிதானத்தின்மீது தான் குதிரையில் அமர்ந்திருப்பது போன்ற பிரமாண்டமான சிலையொன்றை நிறுவத் திட்டமிட்டார்.[2] கிரேக்கர்களின் மற்றொரு கவர்ச்சி நாயகன் ஆன்டியோகஸின் சிலையை நிறுவவும், தனது திட்டத்திற்கு மறுவடிவம் கொடுத்து ஏதென்ஸில் ஒலியம்பியக் கோவில் கட்டவும் அவர் ஆய்வு மேற்கொண்டதும் உண்மையே.

ஹாட்ரியன் தன் போக்கில் பாதுகாப்பாகச் செல்லத் தொடங்கியதும் இஸ்ரயேலின் இளவரசராக அறியப்பட்ட விசித்திரமான தலைவர் பயங்கரமான யூதப் போரை ஆரம்பித்தார்.

நட்சத்திரத்தின் புதல்வன்: சைமன் பார் கொச்பா

ரோமானியர்கள் முதலில் யூதர்களைப் பொருட்படுத்தாமல்தான் இருந்தார்கள். ஆனால் நட்சத்திரத்தின் புதல்வன் என்றும், இஸ்ரயேலின் இளவரசன் என்றும் தனக்குத் தானே அறிவித்துக் கொண்ட திறமைமிக்க தளபதி சைமன் பார் கொச்பாவின் தலைமையின் கீழ் யூதர்கள் தங்களைச் சிறப்பாகத் தயார்படுத்திக்கொண்டனர். ஏசு பிறந்தபோது அவரது ராஜ்ஜியத்திற்குரியதைப் போன்ற அமானுஷ்ய அறிகுறி தென்பட்டதாகவும், ஜக்கோபில் இருந்து நட்சத்திரம் ஒன்று தோன்ற இருப்பதாகவும், இஸ்ரேலுக்கு கொள்ளை அழிவு ஏற்பட்டு அதனின்று அது மீட்புபெறும் என்றும் பல்வேறு விதமான யூகங்கள் கிளம்பின. இவர்தான் புதிய டேவிட் என்றே பலரும் கொண்டாடினார்கள். இவர்தான் நற்செய்தியின் அரசன் என்று மரியாதைக்குரிய மதகுரு அகிபா (நான்காம் நூற்றாண்டைச் சேர்ந்த டல்மட்) கூறினார். ஆனால் பலர் அதை ஏற்றுக்கொள்ளவில்லை. அப்படியானால் உன் கன்னத்தில் முடி முளைத்திருக்க வேண்டும், டேவிட்டின் மகன் வெளியில் காட்சியளிக்கமாட்டான் என்று இன்னொரு மதகுரு பதிலடி கொடுத்தார். கொச்பாவின் உண்மையான பெயர் பார் கொசிபா. அதனால் பலர் பார் கொஷிபா அதாவது பொய்யின் மகன் என்று கேலி பேசினார்கள்.

சைமன் விரைவிலேயே ரோமானிய ஆளுநரையும், அவர்களது இரண்டு படைத் தளபதிகளையும் கொன்றார், ஜூடேய குகையைக் கண்டுபிடிக்க உத்தரவிட்டார். ரோமானியர்களை எதிர்கொண்டு முறியடிப்பேன் என்று கூறியதோடு படைகள் முழுவதையும் துடைத்தழித்து தனது ஆற்றலை வெளிப்படுத்தினார். முதலில் சற்றுப் பின்வாங்கினாலும் பின்னர் எதிரிகளைத் துரத்தியடித்துப் பலரையும் கொன்றார். இளவரசர் மிகவும் சகிப்புத்தன்மையற்றவராக இருந்தார். டெக்காவ் மற்றும் பிற இடங்களில் உங்களுடன் இருப்பவர்களை உடனடியாகத் தாமதமின்றி என்னிடம் அனுப்பி வைக்க வேண்டும். இல்லையென்றால் தண்டிக்கப்படுவார்கள் என்று சைமன் பார் கொசிபா, யஹோனாடன் மற்றும் மசாபலாவிற்கு எச்சரிக்கை விடுத்தார். சுய மதாபிமானத்துடன் ஏசு கடவுளின் தூதுவர் என்ற அக்கால கிறித்துவர் ஜஸ்டின் கூற்றை ஏற்கவில்லையானால் அவர்களைக் கடுமையாகத் தண்டிக்க உத்தரவிட்டார். அவர் ரோமானியர்களை எதிர்க்கும்போது அவருக்கு ஆதரவளிக்காத கிறித்துவர்களைக் கொன்றொழித்தார். "கொலைகாரனாகவும் கொள்ளைக்காரனாகவும் அறியப்பட்டு வந்தாலும் அடிமைகளுக்கு ஒளி வழங்கி

256 ᏅᏕ ஜெருசலேம்

யவராக அறியப்பட்டார்" என்று கிறித்துவராகிய ஈசுபியஸ் எழுதி னார். தனக்காகப் போராடுவது உண்மையென்றால் அவர்களின் விரல்களில் ஒன்றை வெட்டி தனக்கு அர்ப்பணிக்கவேண்டும் என்று அவர்களைச் சோதித்துப் பார்த்தார்.

நட்சத்திர குமாரனான ஹாட்ரியன் தனது இஸ்ரேல் மாகாணத்தை ஜெருசலேமிற்குத் தெற்கில் இருந்த ஹர்டியம் கோட்டையில் இருந்தபடி ஆட்சி புரிந்தார். இவருடைய நாணயம் 'முதலாம் ஆண்டு' என்ற பெயரில் இஸ்ரேல் மீட்சிக்காக வெளியிடப் பட்டது. ஆனால் அவர் கோவிலை மறுபடியும் மக்களுக்கு அர்ப் பணித்தாரா, மீண்டும் பலியிடலை நடைமுறைப்படுத்தினாரா? அவருடைய நாணயத்தில் 'ஜெருசலேம் விடுதலைக்கு' என்ற வாசகமும், கோவில் வடிவமும் பொறிக்கப்பட்டிருந்தது. ஆனால் அந்த நாணயம் எதுவும் கண்டெடுக்கப்படவில்லை. வாய்ப்பு கிடைத்தால் கண்ணில் படுகிற அத்தனையையும் உடைத்து நொறுக்கு மாறும், கலகக்காரர்களை அழித்தொழிக்குமாறும், கோயில் மலையின் பீடத்தையும், வழிபாட்டுத் தலத்தையும் முற்றுகை இடுமாறும் பத்தாம் படைப்பிரிவிற்கு உத்தரவிட்டிருந்தார். இந்த ஹாட்ரியன் ஜெருசலேமை அழித்தொழிப்பதில் டைட்டஸுக்கு நிகரானவர் என்று வரலாற்றாளர் அப்பியன் எழுதுகிறார். ஆனால் அவ்வாறு நடந்ததாகத் தெரியவில்லை.

ஹாட்ரியன் விரைவிலேயே ஜூடேயாவிற்குத் திரும்பிச் செல்ல, அவருடைய ஆகச் சிறந்த தளபதி ஜீலியஸ் பிரிட்டனிலிருந்து வர வழைக்கப்பட்டார். யூதர்களுக்கு எதிராக ஆறு அல்லது ஏழு படைப் பிரிவுகள் அனுப்பி வைக்கப்பட்டன. அவர்கள் நடத்தும் வெறி யாட்டத்தில் எந்த ஈவு இரக்கமும் கிடையாது. அறியப்படாத இந்தப் போரைப்பற்றி வரலாற்றாளர் காசியஸ் டியோ கூறுவது:

"தளபதி ஜீலியஸ் ஆண், பெண், குழந்தைகள் என பேதம் ஏது மில்லாமல் அத்தனை பேரையும் ஆயிரக்கணக்கில் கொன்று குவித் தான். போர்ச் சட்டத்தின்படி எதிரி பூமி அடிமையானது. ஜீலியஸ் வந்து இறங்கியதும் யூத உத்திகளையே கையாண்டான். சிறு குழுக் களாகத் துண்டித்து, தனித்தனியாகப் பட்டினிச் சிறையில் வாட விட்டான். அதன்மூலம் எளிதில் அடக்கி வெளியேற்றி விடலாம் என்பது திட்டம். ரோமானியப் படை நெருங்க நெருங்க படைக்குள் கட்டுப்பாட்டைக் கொண்டுவர கோட்ச்பா பெரும் அச்சுறுத்தல் களை மேற்கொள்ள வேண்டியிருந்தது. 'உன்னுடன் இருக்கும் கலீலியர் களை முறையாகக் கையாளாவிட்டால் அப்லுல்லுக்கு நேர்ந்த கதி தான் உனக்கும். கால்கள் விலங்கிடப்படும்' என்று ஒவ்வொரு படைத் தலைவனையும் எச்சரிக்க வேண்டி வந்தது."

யூதர்கள் ஜூடேயா குகைக்குத் திரும்பச் சென்றனர். ஆகையால் தான் அங்கு சைமனின் கடிதங்களும் முக்கிய உடைமைகளும் கண்டெடுக்கப்பட்டன. அகதிகளும், போர்வீரர்களும் கைவிடப் பட்ட வீடுகளுக்குச் சாவிகளுடன் சென்றனர். அவர்களுக்கு அளிக்கப் பட்ட உடைமை ஒரே ஒரு கண்ணாடி, ஒரு அணிகலப் பேழை அவ்வளவுதான். அவர்கள் உள்ளேயே செத்து மடிய அந்த எலும்பு களுக்கு அருகிலேயே எலும்புகள் கிடந்தன. அங்கே சிதைந்து கிடந்த கடிதங்கள் அந்தப் பேரழிவிற்குச் சான்றுரைக்கின்றன. இறுதிவரை நம்பிக்கைக்கு இடமில்லை. தெற்கிலிருந்த சகோதரரகள் அவர்களின் வாளுக்கு இரையானார்கள்.

கோட்ச்பாவின் இறுதி கோட்டையரணுக்குள் ரோமானியர் நுழைந்தனர். சைமன் பெதாரில் இறந்தார். யூதக் கதையின்படி அவர் இறக்கும்போது சைமனின் கழுத்தைப் பாம்பு சுற்றியிருந்ததாகச் சொல்லப்படுகிறது. 'அவனது சடலத்தை என்னிடம் கொண்டு வாருங்கள்' என்றார் ஹாட்ரியன். சைமன் தலையையும், அந்தப் பாம்பையும் பார்த்து நெகிழ்ந்தான் ஹாட்ரியன். 'கடவுள் இவனைக் கொல்லாமல் போனால் யார்தான் கொல்லமுடியும்' என்று கூறினான். அப்போது ரோமிற்குத் திரும்பியிருக்க வேண்டும். எப்படியானாலும் வரும்போதும் போகும்போதும் இனப்படுகொலை செய்வதற்குரிய வெறியோடுதான் இருந்தான்.

காசியஸ்டியோ மேலும் கூறுவது: "தப்பிப் பிழைத்தவர்கள் ஒரு சிலரே... 50 புறக்காவல் நிலையங்களும், 958 கிராமங்களும் தரை மட்டமாயின. போரில் மாண்டவர்கள் மொத்தம் 58,000 பேர். பட்டினியால் செத்தவர்களுக்கும், நோயால் மாண்டவர்களுக்கும், தீயில் வெந்தவர்களுக்கும் கணக்கில்லை. நன்கறியப்பட்ட 75 யூதக் குடியிருப்புகள் மாயமாக மறைந்து போயின. மிஞ்சிய யூதர்கள் அடிமை களாயினர். ஹெப்ரான் அடிமைச்சந்தையில் ஒரு அடிமை குதிரையைக் காட்டிலும் குறைவான விலைக்கு விற்கப்பட்டான்."

தப்பியோடிய யூதர்கள் நாட்டுப்புறத்தில் வசிக்கத் தொடங்கினர். ஹாட்ரியனின் அழிவிலிருந்து ஜூடேயா கூட மீளவில்லை. யூதர்கள் சுன்னத் செய்வதற்கு ஹாட்ரியன் தடை விதித்தான். மரணவாயிலில் வதைபடும் யூதர்கள் ஏலியாவிற்குச் செல்வதும் தடைசெய்யப்பட்டது. ஜெருசலேம் மறைந்துபோனது. வரைபடத்திலிருந்து ஏலியா அழித் தொழிக்கப்பட்டது. ஏலியாவிற்குத் திட்டமிட்டு பாலஸ்தீனா என்று பெயர் மாற்றப்பட்டது. பாலஸ்தீனர்கள் யூதர்களுக்குப் புராதன எதிரிகள் என்பதே இப்பெயர் மாற்றத்திற்குக் காரணம்.

'ஹாட்ரியன் இம்பரேட்டர்' என்ற பகட்டுப் பேரொலி முழங்கியது. இம்பரேட்டர் என்றால் சக்கரவர்த்தி, ரோமானியப் படைத்தளபதி என்று பொருள். ஆனால் இம்முறை அவர் வெற்றி யாளராகத் திரும்பவில்லை. ஜூடேயாவின் அழிவு அவரது ஆளு மைக்குப் பங்கம் விளைவித்தது. அவருக்கும் அயர்ச்சி ஏற்பட்டு விட்டது. செனட்டிற்கு உத்திரவாதமான செய்தி அளிக்கவில்லை. அவர் சொன்னது ஒன்றே ஒன்றுதான்: 'நான் நலமாக இருக்கிறேன். நமது படைகளும் அப்படியே.' ஹாட்ரியன் நீர்க்கோவை நோயால் அவதிப்பட்டார். அவரது காது மடல்கள் பிளவுட்டு இருந்தன. சிலையிலும் கூட அப்படித்தான் காணப்படுகிறது. தனது பதவியை அடையும் சாத்தியம் உள்ளவன் என நினைத்த அத்தனை பேரையும் கொலை செய்தான். "மரணம் அவருக்கு நேசிப்பிற்கு உரிய ஒன்றாக இருக்கும் போதே சாகமுடியாமல் தவிக்கட்டும்" என்று 90 வயது மைத்துனர் அவரை சபித்தார். அந்த சாபம் பலித்தது. ஹாட்ரியன் தற்கொலைக்கும் கூட முயற்சித்தான். அதுவும் கைகூடவில்லை. மரணத்தைப் பற்றி இத்தனை நகைமுரணோடும், துயரத்தோடும் எந்த ஒரு சக்கரவர்த்தியும் எழுதி வைக்கவில்லை.

ஆன்மாவானது ஒரு திரிந்தலையும் ஒன்று...
அவன் ஓர் வசீகரன்
உடலுக்குத் துணைவன், விருந்தினன்.
இப்போது எங்கே நீ அடியெடுத்து வைப்பாய்?
இருளுக்கா?... மனச் சோர்வு தரும் இடங்களுக்கா...?
வாடிக்கையாக நீ பேசும்
நகைச்சுவைப் பேச்சிற்கு இனி இடமேது...?

இறுதியில் அனைவரின் வெறுப்பிற்கும் ஆளான நிலையில் மரணமடைந்தான் ஹாட்ரியன். செனட் அவனுக்கு தெய்வீக மரியாதை அளிக்க மறுத்துவிட்டது. அவனது எலும்புகள் நரகத்தில் அழுகட்டும் என்ற வாசகம் ஹாட்ரியன் பற்றிப் பேசுகிற அனைத்து யூத இலக்கியங்களிலும் இடம்பெறுகின்றன.

அவனுக்குப் பின் அன்டோனியஸ் பையஸ் பதவிக்கு வந்தார். யூதர்கள் மீதான வன்முறை வெறியைக் குறைத்தார். சுன்னத் அனுமதிக் கப்பட்டது. கோயில் மலையில் அவரது சிலை ஹாட்ரியன் சிலைக்கு அருகில் நிறுவப்பட்டது. திருக்கோயில் அங்கே மீண்டும் உருவாக் கப்படாது என்பதற்கான அடையாளமே இச்சிலைகளை நிறுவுதல். கிறித்துவர்கள் முற்றிலும் யூதர்களிடமிருந்து விலக்கி வைக்கப் பட்டனர். கிறித்துவர்களிடமிருந்து எந்த உதவியும் பெறமுடியாத நிலை.

கிறிஸ்டியன் ஜெஸ்டியன் என்பவர் அன்டோனியஸுக்கு எழுதிய கடிதத்தில் 'புனித இல்லம் ஒரு சாபமாகிவிட்டது. நமது முன்னோர்கள் ஆசீர்வதித்தளித்த பெருமை தீயுடன் எரிந்து போயிற்று' என்கிறார். அடுத்த ஒரு நூற்றாண்டு காலத்திற்கு நிலைத்த ஹாட்ரியன் கொள்கையில் மாற்றம் ஏற்படுத்துவதை யாரும் தவிர்க்கவே செய்தனர். இதுவொரு யூத கெடுவினை.

ஏலயா பிடோலினா என்பது ஒரு சிறிய ரோமானியக் காலனி. சுவரற்ற அந்நாடு அதிகபட்சமாக 1000 பேர்களை மட்டுமே மக்கள் தொகையாகக கொண்டிருந்தது. இன்றைய டமாஸ்கஸ் வாயிலில் இருந்து கேட் ஆப் செயின் வரை பரவியிருந்தது.

யூதர்களால் அச்சம் என்ற நிலை அங்கில்லை. எனவே கொஞ்சம் கொஞ்சமாகப் பத்தாவது படைப்பிரிவு ஜெருசலேமை விட்டு அகன்றது. யூதர்கள் எரிச்சலூட்டும் ஜென்மங்கள் என்ற நிலை தான் அங்கிருந்தது. சக்கரவர்த்தி மார்கஸ் அரேலியஸ் எகிப்திற்குச் செல்லும் வழியில் துர்நாற்றம் வீசும் நேர்த்தியில்லாத யூதர்களைக் கண்டு எரிச்சலுற்றார். யூதர்கள் குறித்து மற்ற கலகப் பண்புடைய குழுக்களுடன் ஒப்பிட்டு அவர் வேடிக்கையாகக் குறிப்பிட்டது: "ஓ... சமாரியர்களே... ஓ... காதிகளே... உங்களைவிட நெறியற்ற மக்களை நான் கண்டுகொண்டு விட்டேன்."

ஜெருசலேம் அப்போது எதையும் வழங்கும் இடமாக இல்லை. பத்தாவது படைப்பிரிவும் அங்கிருந்து வெளியேறிய பின்னர் அது வெறும் களர் நிலமாகி விட்டது.

ரோமாபுரியில் ராஜ சிம்மாசனத்தில் ஏறும் மரபுரிமை மாற்றம் சிக்கலில்லாமல் நடந்து வந்தது. ஆனால் தொடர்ந்து நீடிக்க வில்லை. கி.பி 193இல் மகுடத்திற்காக ஒரு உள்நாட்டுப் போர் நடந்தது. மத்தியதரைக் கடலோரமும் அதனைச் சார்ந்த பகுதிகளிலும் யூதர்கள் இதுதான் சமயமென்று கலகம் செய்தனர். அல்லது இறுதியாகச் சிம்மாசனத்தை வென்றெடுக்க செப்டிமஸுக்கு ஆதரவாகக் கிளர்ச்சி செய்தனர். இதனால் யூத எதிர்ப்பின் பிடி தளர்ந்த்து. கி.பி 201இல் புதிய சக்கரவர்த்தியும் அவரது மகன் காரகல்லாவும் ஏலியாவிற்கு வருகை புரிந்தனர். இளவரசர் யூதத் தலைவர் என்றழைக்கப்பட்ட ஜூடா ஹாநாசியைச் சந்தித்ததாகத் தெரிகிறது. கராகல்லா பதவிக்கு வந்ததும் ஜெருசலேமிற்கு அருகில் உள்ள கோலன் மற்றும் விட்டா பகுதிகளை ஜூடாவிற்கு வழங்கினார். சமயச் சச்சரவுகளைத் தீர்த்து வைக்கும் அதிகாரமும் அவருக்கு வழங்கப்பட்டது. யூத குலபதி அதிகாரமும் வழங்கப்பட்டது.

செல்வச்சீமானான ஜூடா யூத வேதாகம மேதைமையை ஏகாதிபதிக்குரிய சொகுசு வாழ்க்கையுடன் பிணைத்தார். அவரது ராஜசபை மெய்க்காப்பாளர்களுடன் கலீலியில் கூடத் தொடங்கியது. ஜூடாயிசத்தின் வாய்மொழி மரபுகளைத் தொகுத்தார். அதற்கு மிஷ்னா என்று பெயரிட்டார்.

காலப்போக்கில் ஜூடாவின் உறவினர்கள் காவலர்களுக்குக் கையூட்டு வழங்கி கிட்ரான் பள்ளத்தாக்கிலோ ஆலிவ் மலையிலோ சிதைந்துபோன தங்களது கோயில்கள் முன்பு வழிபாடுகளை நடத்தினர். ஷேக்கினா எனும் புனித ஆவி அங்கு தங்கியுள்ளதென்ற நம்பிக்கை அவர்களுக்கு இருந்தது. ஜெருசலேமில் சிறிய எண்ணிக்கையிலான யூத சமூகம் வாழ்க்கை நடத்த ஜூடா உரிமை பெற்றுத் தந்தார். இன்றைய சீயோன் மலையில் கூட வழிபட முடிந்தது. ஆனால் செவரஸ் பாரம்பரியத்தினர் ஹாட்ரியனின் கொள்கையில் பெரிய மாற்றம் எதையும் கொண்டு வர விரும்பவில்லை.

இருந்தாலும் ஜெருசலேமின் மீதான யூதப் பேரார்வம் குறைந்த பாடில்லை. அடுத்த முன்னூறு ஆண்டுகளாக உலகில் யூதர்கள் எங்கு வாழ்ந்தாலும் ஒவ்வொரு நாளும் மூன்று வேளையும் தொழும் போதும் அவர்களது பிரார்த்தனை இதுதான்: 'திருக்கோயில் எங்கள் காலத்தில் மீண்டும் கட்டியெழுப்பப்பட வேண்டும் என்பது உனது விருப்பமாக இருக்கட்டும்.' திருக்கோயில் மீட்டுருவாக்கத்திற்காக கோயிலில் நடைபெற வேண்டிய சடங்குகள் குறித்து மிஷ்னாவில் தொகுத்தளிக்கப்பட்டுள்ளது. "ஒரு பெண் எத்தனை நகைகள் வேண்டுமானாலும் அணிந்து கொள்ளலாம் ஆனால் கோயிலின் நினைவாக ஒன்றே ஒன்றை மட்டும் தவிர்க்க வேண்டும்" என்று டோசிப்டா என்ற யூத மத வாய்மொழித் தொகுப்பு நூல் கூறுகிறது.

ஒவ்வொரு முறை யூத விடுதலைத் திருநாளின் விருந்து முடியும் போதும் 'அடுத்த ஆண்டு ஜெருசலேமில்' என்ற வாசகம் உச்சரிக்கப்படும். எப்போதாவது ஜெருசலேமைக் காண நேர்ந்தால் அந்த அழிந்த நகரத்தைக் கண்ணில் கண்டதும் அழிவின் அடையாளமாக தங்களது ஆடைகளைக் கிழித்துக்கொள்ளும் சடங்கு ஒன்றினை உருவாக்கினார்கள். ஜெருசலேமிற்கு வெகு தொலைவில் வாழும் யூதர்கள் கூட தங்களது மரணத்திற்குப் பின் உடல் ஜெருசலேமில் புதைக்கப்பட வேண்டும் என்று விரும்பினர். ஏனென்றால் தீர்ப்பு நாளின்போது முதலில் மீண்டெழுபவர்கள் அவர்களாகத்தான் இருப்பார்கள். இப்படியாகத்தான் ஆலிவ் மலையில் யூதக் கல்லறை உருவாகத் தொடங்கியது.

திருக்கோயிலை முன்பிருந்தபடியே மீட்டுருவாக்குவதற்கான வாய்ப்புகள் அனைத்தும் உருவாயின. ஆனால் ஜெருசலேமில் யூத சமூகம் தடைசெய்யப்பட்ட ஒன்றாகவே இருந்தது. அதே சமயம் ரோமாபுரிக்கு கிறித்துவ சமூகமே ஆபத்தானதாக விளங்கியது.

ரோம சாம்ராஜ்ஜியம் கி.பி 235இலிருந்து நெருக்கடியில் சிக்கித் தவித்தது. கீழ்த்திசையில் உதயமான பெர்ஸியா சாம்ராஜ்ஜியம் ரோமாபுரிக்கு சவாலாக விளங்கியது. இந்த நெருக்கடியான கட்டத்தில் சக்கரவர்த்திகள் கிறித்துவர்களை நாத்திகர்கள் என்றும், கடவுளுக்குப் பலி கொடுக்க மறுப்பவர்கள் என்றும் பழி தூற்றினர்.

அதனால் கிறித்துவர்கள் அரசின் கொடுமையான வதைகளுக்கு ஆளாயினர். கிறித்துவம் பல்வேறு புராதனக் கூறுகளை உள்ள டக்கி இருந்தது. ஏசுவின் அபயம் பெற்றவர்கள் மரணித்த பின்னும் வாழ்வார்கள், மீட்பு பெறுவார்கள் என்ற கருத்தாக்கங்கள் யூத மதத்தின் தீர்க்க தரிசனங்களை மறு உறுதி செய்வதாகவே உள்ளன.

ஏசுவை ஒரு கலகக்காரனாக அடையாளப்படுத்தி அவரைக் கொன்றது ரோமானியர்கள்தான். ஆனால் பின்னாட்களில் அவர் களது பகைமையுணர்வு மதரீதியாக யூதர்கள் பக்கம் திரும்பியது. ரோமர்கள் மீது கிறித்துவர்களுக்குப் பகைமை இல்லை. எனவே ரோமாபுரி புனித நகரமானது. பாலஸ்தீனத்தில் இருந்த கிறித்து வர்கள் பலர் சிசரியா கடற்புரத்தில் வாழ்ந்து வந்தனர். ஜெருசலேம் ஒரு சொர்க்கபுரியாக மாறியது. ஏசு மரித்த நகரமான ஏலியா வரலாற்றில் இருந்து மறைந்துபோனது என்றாலும் ஏசு பிறந்த இடம், மறைந்த இடம், அவர் மீண்டெழுந்த இடம் ஆகியவை உள்ளூர் கிறித்துவர்களால் மரபுரீதியாகப் பேணப்படுகிறது. அந்த இடங்கள் ஹாட்ரியனின் ஜூபிடர் ஆலயத்திற்கு அடியில் புதையுண்டு கிடக் கின்றன. அவற்றின் உள்ளே நுழைந்து வழிபடவும், சுவர்ச் சித்திரங் களை வழிபடவும் செய்கிறார்கள்.

கி.பி 260இல் ரோமாபுரி உச்சநிலையில் இருந்தபோது அதனை பெர்ஸியா சாம்ராஜ்ஜியம் கைப்பற்றியது. அந்த சமயத்தில் சுவரற்ற நகரமாக இருந்த ஏலியா உட்பட அனைத்துக் கீழ்திசை நாடுகளும் பால்மைரா சாம்ராஜ்ஜியத்தின் பிடிக்குள் வந்தது. ஆனாலும் சிறிது காலமே நீடித்த அதனைப் பேரரசி செனோபியா என்பவள் ஆண்டு வந்தாள். ஆனால் அடுத்த பன்னிரண்டு ஆண்டுகளில் ரோமாபுரி மீண்டும் கீழ்த்திசை நாடுகளை வென்றது. டியோகிளெட்டியன் என்ற பேரரசர் மீண்டும் ரோமாபுரியை நிலை நிறுத்தினார். பழைய கடவுள் வழிபாடும் மீண்டும் வழக்கத்திற்கு வந்தது. அப்பேரரசின் எழுச்சியைக் கிறித்துவர்கள் குறைத்து மதிப்பிட்டுவிட்டனர்.

கி.பி 299இல் சிரியாவில் நடந்த அணிவகுப்பில் டியோ கிளடியன் கடவுளுக்குப் பலிச் சடங்கு நிகழ்த்திக்கொண்டிருந்தான். அப்போது கிறித்துவர்கள் சிலுவைக் குறியிட்டனர். புறச்சமயத் தினர் இறைத்தன்மை பொய்த்துவிட்டதாக அறிவித்தனர். டியோ கிளட்டின் மாளிகை எரிக்கப்பட்டதால் அதற்கு அவர் கிறித்துவர்கள் மீது பழி சுமத்தினார். வன்முறை கட்டவிழ்த்து விடப்பட்டது. கிறித்துவர்கள் வீரமரணம் எய்தினர். திருச்சபைகள் அழிக்கப் பட்டன. கிறித்துவமத நூல்கள் எரியூட்டப்பட்டன.

டியோகிளட்டின் கி.பி 305இல் பதவி துறந்தான். அவனது சாம்ராஜ்ஜியம் இரண்டாகப் பிரிக்கப்பட்டது. கீழ்த்திசைப் பகுதிக்கு கலெரியஸ் என்பவர் அரசரானார். அவரது ஆட்சியின் கீழ் கிறித்து வர்கள் கோடாரியால் கொலை செய்யப்பட்டனர். கிறித்துவர்கள் மீதான வதை தீவிரமடைந்தது. வெட்டுப்பட்டவர்களை நெருப்பி லிட்டு வாட்டினர். வீழ்ந்த உடல்கள் சிதைக்கப்பட்டன. மேற்குப் பகுதியின் சக்கரவர்த்தியான க்ளோரஸ் விரைவிலேயே உடல் நலி வுற்று மரணமடைந்தார்.

கி.பி 306இல் அவரது மகன் கான்ஸ்டன்டைனை பேரரசராக வரவேற்றது ஆங்கிலப் படைப் பிரிவு. இளைஞரான இவர் மேற் கினை வென்றெடுக்க 15 ஆண்டுகள் ஆகலாம். அதற்குப் பின்னர் கீழ்த்திசையில் தனது கவனத்தைத் திருப்பவேண்டும். ஆனால் மன்னர் டேவிட்டைப் போல கான்ஸ்டன்டைன் உலக வரலாற்றை மாற்றியமைப்பார். அந்த ஒற்றை நபரின் முடிவு ஜெருசலேமின் விதியை மாற்றியமைக்கும்.

குறிப்புகள்:

1. இது ரோமானியர்களுக்கு விரும்பத்தகாத ஒன்று. கிரேக்கக் காதலானது பன்மைப் பாலுடன் தொடர்புடையது. காதல் பெண்மையுடன் மட்டுமே சம்பந்தப்பட்டதல்ல. சீஸர், ஆன்டனி, டைட்டஸ், ட்ராஜன் இவர்கள் அனைவரையும் நாம் இரட்டைப் பாலுறவுக்காரர்கள் என்றழைக்கலாம். இருந்தபோதிலும் இந்த நியாயங்கள் இன்று தலைகீழாகிவிட்டன. சிறுவர் களுடன் கொள்ளும் பாலுறவு ஏற்புடையதென்றும், ஆனால் வயதில் முதிர்ந்தவர்களுடன் கொள்வது ஒப்புக்கொள்ள முடியாததென்றும் கருது கின்றனர் ரோமானியர்கள். அப்படியேயானாலும் ஆன்டனியஸ் முழு ஆணாக ஆன பின்னரும் ஹாட்ரியன் மனைவியைப் புறக்கணித்து காதலன் ஆன்டனியஸையே தன் வாழ்க்கைத் துணையாகக் கருதினார்.

2. ஹார்டியன் கட்டடங்கள் இன்றும் சில இடங்களில் நிலைத்திருக்கின்றன. எண் 9 ஹான்ஷெய்த் தெருவில் உள்ள ஷெலடிமோவின் இனிப்புக் கடையின் ஒரு பகுதி ஹார்டியனின் சூரியக் கோவிலின் எஞ்சிய பகுதி

யுடன் சேர்த்துக் கட்டப்பட்டது. இக்கடை ஒட்டாமானின் ராணுவச் சேவகரான முகமது ஷெலடிமோவால் 1860இல் திறக்கப்பட்டது. பாலஸ் தீனிய கேக் சாம்ராஜ்ஜியமாக விளங்கும் அந்தக் கடை இன்றைக்கும் அவரது வம்சாவளியினரால் நடத்தப்பட்டு வருகிறது. ஹர்டியனின் சுவர்களில் ஒன்று மற்றொரு பாலஸ்தீன வியாபாரக் குடும்பத்தைச் சேர்ந்த அபு அசாப்பின் பழச்சாறுக் கடையாகத் தொடர்கிறது. இன்னொன்று ரஷ்யரின் அலெக்ஸாண்டர் நெவ்ஸ்கி தேவாலயமாக இருக்கிறது. டோர்ஸா விற்குச் செல்லும் வழியில் உள்ள ஹர்டியனின் வளைவுப் பாதையின் ஒரு சிறிய பகுதியை அதுதான் 'எக் ஹோமோ' (அந்த மனிதன் இங்கே) என்ற வாசகம் பொறித்த பைலேட்'ஐ ஏசு மக்கள் கும்பலிடம் அளித்த இடம் என்று கிறித்துவர்கள் தவறாக நம்பிக் கொண்டிருக்கிறார்கள். உண்மையில் அந்த வளைவு வாயில் நூறாண்டுகளுக்கு முன்னர் வரை நிலைத்திருக்கவில்லை. டமாஸ்கஸின் நுழைவாயிலின் அடித்தளத்தை அகழ்ந்தபோது அதில் ஹர்டியனின் மேன்மை வெளிப்பட்டது. ஹர்டியனின் கார்டோவுக்குச் செல்லும் வழியைத் தொடர்ந்து செல்கிறது இன்றைய முக்கிய தெருவாகிய ஹிகாய் அல்லது எல்வாட். இந்தப் பகுதி மேற்குச் சுவர் மாளிகையில் அகழ்ந்தெடுக்கப்பட்டுள்ளது.

பகுதி மூன்று

கிறித்துவம்

ஜெருசலேம் – மாபெரும் மன்னனின் நகரம் அது.

இயேசு, புனித மத்தேயு, 5.35

ஓ ஜெருசலேமே! ஜெருசலமே! உன்னிடம் அனுப்பப்படும் இறைத்தூதர்களைக் கொல்கிறாய், அவர்கள் மீது கல்லெறிகிறாய்.

இயேசு, புனித மத்தேயு, 23.37

இந்த தேவாலயம் அழிக்கப்படட்டும். இதனை மூன்று நாட்களில் நான் எழுப்புவேன்.

இயேசு, புனித ஜான், 2:19

பிற மாநிலங்களில் ஜூடேயா சிறந்து இருப்பதைப் போன்று, ஜெருசலேம் ஜூடேயாவில் உயர்வானதாய் உள்ளது.

புனித ஜெரோம், (விவிலியப் பகுதி) கடிதங்கள்.

உலகத்தின் அனைத்து பகுதிகளுக்குமான ஒரு புகலிடமாய் ஜெருசலேம் உருவாக்கப்பட்டுள்ளது. இருபாலாரும் இங்கு பெருங்கூட்டமாய் புனிதப் பயணம் மேற்கொள்வதால், எல்லாவிதமான இச்சையூட்டலும் இங்கு ஒன்றிணைந்து காணப்படுகிறது.

புனித ஜெரோம் (விவிலியப் பகுதி) கடிதங்கள்

15

பைசாண்டியத்தின் உயர்முனை
கி.பி 312-518

மகா கான்ஸ்டாண்டின்: வெற்றிக் கடவுள் கிறிஸ்து

312ஆம் ஆண்டு கான்ஸ்டாண்டின் இத்தாலியை ஆக்கிரமித்து. ரோமிற்குச் சற்று வெளிப்புறத்தில் தன்னுடைய எதிராளி மெசன்டீஸைத் தாக்கினார். சண்டைக்கு முந்தைய நாள் இரவு 'வானில் சிலுவைக் குறி ஒளியைக் கண்டார். சூரிய ஒளியின் மீது புடைத்துத் தோன்றிய வாசகம்: "இந்த ஒளிக்குறிப்பைக் கண்டதால் நீ வெற்றி பெறுவாய்" என்பது. எனவே தனது படை வீரர்களுக்கு 'கிறி' என்ற இரண்டெழுத்து பொறித்த கேடயத்தை வழங்கினார். 'கிறி' என்பது கிரேக்கம் என்ற ஆங்கிலச் சொல்லில் கிறிஸ்துவைக் குறிக்கும் முதல் இரண்டெழுத்தாகும். அடுத்த நாள் மில்வியன் பாலத்தில் நடந்த போரில் மேற்கு நாட்டினை வெற்றி கொண்டார். சகுனம், முன்னனு மாணம் போன்றவற்றிற்கு முக்கியத்துவம் அளித்த அந்தக் காலத்தில் கிறித்துவ 'முதன்மைக் கடவுள்' வசமிருந்து வலிமை பெறுகிற ஆற்றல் தனக்கு இருப்பதாக கான்ஸ்டாண்டின் நம்பினார்.

புனித முன்னனுமாணம் கொண்ட கான்ஸ்டாண்டின் ஒரு முரட்டு ராணுவ வீரர். கண் மூடித்தனமான கொலைகாரன். தான் பெற விரும்பும் அதிகாரத்திற்குக் குறுக்கே நிற்பவர்களை அரசியலின் பெயரால் வெட்டிச் சாய்ப்பவன். ஆனால் மனிதாய முதன்மைக் கூர் நுனியில் ஒரு சாம்ராஜ்ஜியமானது, 'ஒற்றை மதம், ஒற்றைப்

பேரரசன்' என்ற அடிப்படையில் ஐக்கியப்பட்டிருக்க வேண்டும் எனும் இலட்சிய நோக்கு கொண்டிருந்தார்.

முரண்பாடுகளின் மொத்த உருவமாகத் திகழ்ந்தார். தடித்த கழுத்தும், நுனி வளைந்த மூக்கும் உடைய அவர் திடீர் திடீரென்று நண்பர்களையும், உறவினர்களையும் கொல்வதன் மூலம் தன் மன விகாரத்தைத் தணித்துக்கொண்டார். தலைமுடியைத் தோள்களில் புரள விட்டுக்கொண்டு, பளீர் நிறத்தில் கை வளையங்கள் அணிந்து, அங்கம் முழுதும் நகைகளைப் பூட்டிக்கொள்வார். தனது அதிகாரக் கொண்டாட்டம், தத்துவவாதிகளுடன் விவாதங்கள், பிஷப்கள் மற்றும் அழகான கட்டடத் திட்டங்கள், மதத் துணிவுகள் ஆகியவற்றில் களிப்படைபவர்.

முரட்டு நம்பிக்கை கொண்ட பலரைப் போல இவரும் தனக்கு முன்பே மதம் மாறிய தனது தாய் ஹெலினாமீது பேரன்பு கொண்டிருந்தாலும் அந்த நேரத்தில் ஏன் கிறித்துவத்தைத் தழுவினார் என்பது யாருக்கும் விளங்காததாக இருந்தது. அவரது தனிப்பட்ட மத மாற்றம் டமாஸ்கஸுக்குச் செல்லும் சாலையில் பால்'க்கு நடந்ததைப் போல நாடகீயமாக இருந்ததென்றால் அவர் அரசியல் ரீதியாகக் கிறித்துவத்தைத் தழுவுதல் படிபடியாகவே நடந்தேறியது. போரில் கிறிஸ்து அவருக்கு வெற்றியை அளித்ததும், கிறிஸ்துவின் ஆட்டுக்குட்டி வெற்றிக் கடவுளாக மாறியது என்பதை அவர் ஒரு மொழியாகப் புரிந்துகொண்டதும் மிக முக்கியமானதாகும். கான்ஸ்டாண்டின் தன்னை ஆட்டுக்குட்டியாகக் கருதவில்லை. வெகுவிரைவில் தன்னை ஏசுவின் சீடர்களுக்கு நிகரான ஒருவராகவே மாற்றிக்கொண்டார்.

இறைப்பாதுகாப்புடன் அவர் ராணுவ தலைமைப் பீடத்திற்கு தன்னை உயர்த்திக்கொண்டதில் சிறப்பித்துக் கூற எதுவும் இல்லை. கிரேக்க அரசர்களைப் போலவே ரோமானியப் பேரரசர்களும் தங்களை ஆன்மீகப் புரவலர்களாக அடையாளப்படுத்திக் கொள்வார்கள். கான்ஸ்டாண்டினின் சொந்தத் தந்தை பெருமதிப்பிற்குரிய மனிதர். நெருங்க முடியாத சூரியன், ஒற்றைக் கடவுள் வழிபாட்டு முறையை நோக்கி அவர் நகர்ந்தார். ஆனால் அவர் கிறித்துவத்தை தேர்ந்தெடுப்பது தவிர்க்க முடியாததாக இருந்தது. அது முற்றிலும் தூய்மையாக கான்ஸ்டாண்டினின் தனிப்பட்ட விருப்பமாக இருந்தது. 312ஆம் ஆண்டில் மானிச்சானிசமும், மித்ராயிசமும் கிறித்துவத்தின் அளவிற்குப் பிரபலமாகவே இருந்தது. ஐரோப்பா வேண்டுமானால் மானிச்சானிசத்தையோ அல்லது மித்ராயிசத்தையோ தேர்ந்தெடுக்கலாம். ஆனால் கான்ஸ்டாண்டின் அந்த மூன்றில் எதை விரைவாகவும், எளிதாகவும் தேர்ந்தெடுக்க முடியுமோ அதைத் தேர்ந்தெடுக்க வேண்டிய நிலையில் இருந்தார்.

கான்ஸ்டாண்டினும், கிழக்குப் பேரரசர் லிஸினியசும் வெளியிட்ட 313ஆம் ஆண்டு மிலன் அறிக்கையில் கிறித்துவத்தின் மீது சகிப்புணர்வையும், சலுகைகளையும் அறிவித்தனர். ஆனால் அதற்கு அடுத்த ஆண்டு 314இல்தான் கான்ஸ்டாண்டின் தனது ஐம்பத்தியோராம் வயதில் லிஸினிய்யைத் தோற்கடித்து அவரது ஆட்சிப் பரப்பைத் தன்னுடைய பேரரசில் ஐக்கியப்படுத்தினார்.

தனது ஆளுகைக்குட்பட்ட பகுதியில் கிறித்துவ பாலுறவு முறையை அமலாக்க முயற்சித்தார். பிற மத பலியிடல், புனித விபச்சாரம், மதக் கலவி, சாகச சண்டைக் காட்சிகள் ஆகியவற்றிற்குத் தடை விதித்தார். அவற்றிற்குப் பதிலாகக் குதிரை வண்டிப் பந்தயத்தை அறிமுகப்படுத்தினார்.

அதே ஆண்டில் தனது தலைநகரை பைசாந்தியம் என்றழைக்கப்பட்ட போஸ்பரஸிற்கு மாற்றினார். இது ஆசியாவிற்கும் ஐரோப்பாவிற்கும் இடைப்பட்ட ஒரு நுழைவாயிலாக இருந்தது. அந்நகரம் விரைவிலேயே அவரது சொந்தப் பெயரில் கான்ஸ்டாண்டின் நோபிள் என்றறியப்படலாயிற்று.

இப்போது அவர் ரோமானிய பிஷப் குழுவில் இணைந்து அலெக்ஸாண்ட்ரியா, ஆன்டியோக் ஆகிய இடங்களுக்கு கிறித்துவ ஆளும் சக்தியாக விளங்கிய தலைமைப் பாதிரிகளில் ஒருவரானார். இந்தப் புதிய நம்பிக்கை கான்ஸ்டாண்டினின் புதிய பாணியிலான அரசத்துவத்திற்கு சரியாகப் பொருந்தியது. ஜேம்ஸின் துவக்க காலத்தில் இருந்தே கிறித்துவம் ஜெருசலேமைக் கண்காணித்து வந்தது. இப்போது அது மூத்தோர் படிநிலையாகவும், பிஷப்புகள் மண்டலவாரியாகப் பொறுப்பேற்று கண்காணிப்பவர்களாகவும் வளர்ச்சி பெற்றுள்ளது. கான்ஸ்டாண்டின் கிறித்துவத்தின் படிநிலையோடு ரோமானியப் பேரரசிற்கு நிகராகப் பிற்காலத்தில் அமையவிருக்கிற ஒற்றைப் பேரரசர், ஒற்றை அதிகாரம், ஒற்றை நம்பிக்கை என்ற அமைப்புமுறையை ஒப்பிட்டுப் பார்த்தார்.

எனினும், தனது மேன்மையை ஒப்பிலா உயர்வுகொண்ட மதத்துடன் பிணைப்பதல்லாமல் ஏன் கிறித்துவம் பிளவுண்டு கிடக்கிறது என்பதைக் கண்டறிவதிலேயே வேகம் காட்டினார். ஏசுவிற்கு இயற்கை மற்றும் கடவுளுடனான உறவு குறித்த கிறித்துவ போதனைகள் தெளிவற்று இருக்கின்றன. ஏசு தெய்வீக குணமுடைய மனிதனா? அல்லது மனித உருவில் வசிக்கும் கடவுளா? இப்போது தேவாலயம் நிறுவப்பட்டுவிட்டது. கிறித்துவம் அனைத்திலும் மேலான வலிமை

பெற்றுவிட்டது. வாழ்க்கையைக் காட்டிலும் முக்கியத்துவம் வாய்ந்த ஒன்றாகிவிட்டது கிறித்துவம். ஒரு மனிதன் தன் இக துன்பங்களில் இருந்து விடுதலை அடைந்து, சொர்க்கத்தில் அடி யெடுத்து வைக்கப் போகிறானா இல்லையா என்பதைத் தீர்மானிப் பதுதான் கிறித்துவத்திற்கான சரியான பொருளாகும். மதச்சகிப்புத் தன்மை பரவியுள்ள நம் காலத்தில் அணு ஆயுத ஒழிப்பும், புவி வெப்பமடைதலும் ஒன்றிற்கொன்று குறைவில்லாத ஆபத்தான தாகவும், அச்சுறுத்தலாகவும் இருந்து வருகின்றன. கண்மூடித்தன மான நம்பிக்கை கொண்ட அந்தக் காலகட்டத்தில் கிறித்துவம் வெகு மக்கள் மதமாக பிரபலமடைந்து வந்தது. முன் சொன்ன கேள்விகள் எல்லாம் மக்களால் தெருக்களிலும், அறிஞர்களால் அரசவையிலும் விவாதிக்கப்பட்டு வந்தன. அலெக்ஸாண்ட்ரிய மதப் போதகர் ஏரியஸ், 'ஏசுவானவர் கடவுளுக்கு மாற்று. அதனாலேயே அவர் தெய்வம் என்பதைக் காட்டிலும் மிகுதியாக மனிதத் தன்மை உடையவர்' என்ற கருத்தை பெரும் பெரும் மக்கள் கூட்டத்திற்கு மத்தியில் பரப்பி வந்தார். இது ஏசு மனிதனல்ல, கடவுள் என்ற நம்பிக்கை கொண்ட கும்பலுக்கு ஆத்திரமூட்டியது. உள்ளூர் ஆளுநர் ஏரியஸை ஒடுக்க முயன்றபோது அவரது ஆதரவாளர்கள் அலெக்ஸாண்டிரிய தெருக்களில் கலகம் செய்தனர்.

இந்த தெய்வீகக் குழப்பம் கான்ஸ்டாண்டினுக்கு ஆத்திரத் தையும் கலக்கத்தையும் ஏற்படுத்தியது. 325ஆம் ஆண்டு நிகாயே திருச்சபையைச் சேர்ந்தவர்களை வரவழைத்து மேற்படி குழப்பத் திற்கான தனது தீர்வை முன்வைத்தார். அவருடைய கருத்து என்ன வென்றால் ஏசுவானவர் தந்தையுடன் கூடிய 'ஒரே அம்சத்தில்' மனிதன், கடவுள் என்ற இரண்டு கூறுகளாக இருக்கிறார். நிகாயேவில் (தற்போதைய துருக்கியில் இஸ்னிக்) உள்ள நகரத்தின் பிஷப்பாகிய மகாரியஸ் ஏலியா கேப்டலினா (ஒரு காலத்தில் ஜெருசலேம்) என்று அழைக்கப்பட்ட புறக்கணிப்பிற்குள்ளான அச்சிறிய நகரகத்தை கான்ஸ்டாண்டினின் கவனத்திற்குக் கொண்டு வந்தார். கான்ஸ் டாண்டின் எட்டு வயதுச் சிறுவனாக இருந்தபோது பேரரசர் டையோக்லெடியனுடன் சென்ற நீள் பயணத்தில் ஏலியாவிற்கும் வந்திருக்கக்கூடும். இப்போது தனது பேரரசின் புனித மேன்மையை நிகாயேவில் கொண்டாடும் முனைப்புடன் அந்நகரை மீட்டுரு வாக்கம் செய்து யூசேபியஸ் (காசாரியாவின் பிஷப்பும், பேரரசரின் வாழ்க்கை வரலாற்று எழுத்தாளருமாவார்) கூறியது போல, 'பழைய பிரபலமான ஜெருசலேமிற்கு எதிராக புதிய ஜெருசலேமை' உரு வாக்கத் தீர்மானித்தார். கான்ஸ்டாண்டின் நிர்மாணித்த தேவாலயம்

நற்செய்தி செய்தி தவழும் ஜெருசலேமிற்குப் பொருத்தமாக அமைந்தது. ஆனால் அந்தக் கட்டுமானப் பணி பேரரசரின் கொலைகார உள்சிக்கலால் தூண்டப்பட்டது.

மகா கான்ஸ்டாண்டின்: குடும்பக் கொலைகள்

கான்ஸ்டாண்டின் வெற்றியடைந்த வெகு சில நாட்களிலேயே அவரது மகன் (முந்தைய மண உறவில் பெற்ற மகன்) கிறிஸ்பஸ் தன்னிடம் தவறாக நடக்க முயன்றதாக அவரது மனைவி ஃபாஸ்டா பாலுறவுக் குற்றம் சாட்டினாள். கான்ஸ்டாண்டினின் கிறித்துவ புதிய பாலியல் ஒழுக்கத்தை சீண்டுவதற்காக அவ்வாறு குற்றம் சுமத்தினாளா அல்லது கிறிஸ்பஸ் மெய்யாகவே வன் புணர்ச்சியாளன் தானா? ஒருவேளை இருவரும் உடன்பட்டு பயின்ற அவ்வுறவு புளித்துவிட்டதால் அவ்வாறு கூறினாளா? ஒருவேளை அப்படி இருந்தாலும் மாற்றாந்தாய் ஃபாஸ்டாவுடன் இத்தகைய உறவு கொள்ளும் முதல் இளைஞன் கிறிஸ்பஸுமல்ல, அவனே கடைசி நபராகவும் இருந்துவிடப் போவதுமில்லை. ஆனால் இந்த விசயத் தில் உண்மை எதுவாக இருந்தாலும் கான்ஸ்டாண்டின் ஏற்கனவே கிறிஸ்பஸின் ராணுவ வெற்றிகள் மீது பொறாமை கொண்டிருந் தார். தன்னுடைய சொந்த மகன்களின் உயர்விற்குத் தடையாக இருக்கும் எதையும் ஃபாஸ்டா கண்டிப்பாக விரும்பமாட்டாள்.

உண்மை எதுவாக இருந்தாலும் தன் மகனின் ஒழுக்கக் கேட்டிற்கு எதிராகக் கான்ஸ்டாண்டிற்குக் கோபம் பீறிட்டது. கிறிஸ்பஸைச் சிரச்சேதம் செய்ய ஆணையிட்டார். பேரரசரின் கிறித்துவ ஆலோசகர்களும் இந்த விசயத்தில் கடும் எதிர்ப்பில் இருந்தனர். அவரது வாழ்க்கையில் அதிமுக்கிய பெண்மணியான பேரரசரின் தாயார் ஹெலினா அதில் தலையிட்டார். ஹெலினா ஒரு பித்னீய மதுவிடுதிச் சேவகியாக இருந்தவள். எனவே அவள் அவரது தந்தையை மணந்திருக்க வாய்ப்பில்லை. ஆனால் அவள் ஏற்கனவே கிறித்துவத்திற்கு மதம் மாறிவிட்டவர் என்பதோடு இப்போது தனது சொந்த உரிமையின்படியும் தலையிட்டாள்.

இதில் கான்ஸ்டாண்டின் ஏமாற்றப்பட்டு விட்டதாகவும் உண்மையில் ஃபாடஸ்டா தான் கிறிஸ்பஸுடன் பாலுறவு கொள்ள விரும்பியவள் என்றும், அவனுடைய குற்றமில்லை என்றும் கூறி மகனைத் தனக்கு இசைவாக மாற்றினாள். தவறான தண்டனைக்குத் தீர்வு மெய்யான குற்றவாளியைத் தண்டிப்பதுதான் என்று கூற கான்ஸ்டாண்டின் தன் மனைவியைச் சிரச்சேதம் செய்ய உத்தர

விட்டார். ஃபாஸ்டாவின் வயது கருதி கொதிக்கும் நீரில் மூழ் கடித்துக் கொல்வதா அல்லது அதிவெப்ப நீராவியில் மூச்சடக்கிக் கொல்வதா என்று கிறித்துவம் சாராத ஒருவரின் மரணம், கிறித்து வமற்ற பெரும் தடுமாற்றத்தில் சிக்கித் தவித்தது. ஆனால் இந்த இரட்டைக் கொலையில் (ஃபாஸ்டா – கிறிஸ்பஸ்) ஜெருசலேம் பலன் அடையும் என்று கிறித்துவப் பற்றாளர்கள் இகழ்ச்சியாகப் பட்டும் படாமல் குறிப்பிட்டுள்ளனர்.

இச்சம்பவத்திற்குப் பிறகு ஹெலினா கிறிஸ்துவின் நகரத்தை அலங்கரிக்க பூரண சுதந்திரம் பெற்றாள். கான்ஸ்டாண்டினின் பாவமன்னிப்புதான் அவளுக்கு மேன்மையாக இருந்திருக்கும்.

ஹெலினா: முதல் அகழ்வாராய்ச்சியாளர்

ஹெலினா, இளமைக்கு உரிய அனைத்து ஆற்றல்களுடனும் ஏலியாவிற்கு வந்து சேர்ந்தாள். அலங்காரப் பிரி புறளும் நெற்றி, தலைமுடியை இறுக்கிய பட்டி என கூர் முகம் கொண்டவளாகக் காட்டுகிறது அவளது பேரரசின் நாணயம். ஜெருசலேமை முக்கிய நினைவுச் சின்னமாக்குவதற்கு தாராள நிதி ஒதுக்கிய இப்பேரரசி பிரமிக்கத்தக்க வெற்றிகரமான அகழ்வாராய்ச்சியாளர் ஆவார்.

ஏசு தண்டிக்கப்பட்ட இடத்தையும், புதைக்கப்பட்ட இடத்தையும் ஹார்டினியக் கோவிலுக்கு அடியில் அப்ரோடைட் எனும் கெட்ட ஆவியின் சிலையோடு, உயிர்ப்பற்ற சின்னங்களின் இருண்ட புனிதத்தலம் ஈசிபியஸ் வைத்தபடியே புதைந்திருப்பது கான்ஸ்டாண்டினுக்குத் தெரியவந்தது. அந்த இடத்தைப் புனிதப் படுத்தவும், வேற்று மதக் கோயிலை இடிக்கவும், பூர்வமான கவிகை மாடத்தை அகழ்ந்தெடுத்து பிரமாண்டமான தேவாலயத்தை அழகான வடிவ நேர்த்தியுடன், சலவைக்கல் பதித்து, தங்க அலங்கார வேலைப் பாடுகளுடன் கட்டுங்கள். அதுவே உலகில் ஆகச் சிறந்த ஒன்றாக இருக்கவேண்டும் என்று பிஷப் மகாரியஸிற்கு ஆணையிட்டார்.

ஹெலினா மெய்யான கவிகை மாடத்தைக் கண்டுபிடிக்கத் தீர்மானித்தார். வேற்று மதக் கோயில் இடிக்கப்படவேண்டும். அதன் மீது பாவிய கற்களைத் தூக்கிவைத்து நிலத்தை அகழ்ந்து புனிதத் தலம் அடையாளம் காணப்பட வேண்டும். ஏலியா என்ற அச்சிறிய நகரத்தில் பேரரசியின் வேட்கை ஆச்சர்யகரமானதாகவும், லாபகர மான தேடலாகவும் இருந்திருக்கவேண்டும். அந்நகரில் இன்னமும் இருந்து வரும் யூதர்களில் ஒருவன் உருவாக்கிய ஆவணம் ஒரு குகையைக் கண்டுபிடிக்கவும், அதுவே ஏசுவின் மாடம் என்று அறிவிக்

கவும் வழி வகுத்தது. ஹெலினா, ஏசு தண்டிக்கப்பட்ட இடம் சிலுவை உட்பட வேண்டும் என்றார்.

ஆய்வாளர்கள் யாரும் அரசியை வெற்றியுடன் அணுகவில்லை. குறுக்கு மரச்சட்டங்கள் மூன்றையும், 'நசரேத்தின் ஏசு, யூதர்களின் அரசன்' என்ற வாசகம் பொறிக்கப்பட்ட ஒரு பலகையையும், மெய்யாகவே அறையப்பட்ட ஆணியையும் கண்டுபிடித்தாள். ஆனால் அதில் ஏசு அறையப்பட்ட சரியான சிலுவை எது? இந்த மரத்துண்டுகளைக் கொண்டு போய் ஒரு இறந்த பெண்ணுக்கு அருகில் வைக்கவேண்டும் என்று பேரரசிக்கும், பிஷப்பிற்கும் சொல்லப்பட்டது. அவ்வாறு மூன்றாவது சட்டம் கொண்டுபோய் வைக்கப்பட்டபோது பிணம் சட்டென்று கண்களைத் திறந்து உயிர்பெற்று துள்ளி எழுந்தது. ஹெலினா அந்தச் சிலுவையின் ஒரு பகுதியையும், ஆணிகளையும் தன் மகன் கான்ஸ்டாண்டினுக்கு அனுப்பி வைத்தாள். பேரரசர் அதனைத் தன் குதிரைக்குக் கடிவாளமாக மாற்றிக் கொண்டார். அந்த நாள் முதற்கொண்டு கிறிஸ்தவர்கள் அனைவருக்கும் சிலுவை விருப்பத்திற்குரிய புனிதச் சின்னமாயிற்று. உயிர் வழங்கும் அம்மரம் மெய்ச்சிலுவைத் தக்கைக் குவியலுக்கு ஆதார மரமாயிற்று. அதற்கு முன்னர் கிறித்துவர்களின் சின்னமாக விளங்கிய 'ஷிரோ'வின் இடத்தை சிலுவை பிடிக்கத் தொடங்கியது.

ஹெலினாவின் கண்டுபிடிப்பில் சிலுவை புதிய ஒன்றாக இருக்கலாம். ஆனால் அந்நகரத்தை என்றென்றைக்குமாக மாற்றிவிட்டது என்பது உறுதி. ஹெலினா ஆலிவ் மலைகளில் அசென்சன் மற்றும் எலியோனா தேவாலயங்களைக் கட்டினார். அவர் தனது மூன்றாவது தேவாலயமான புனிதக் கல்லறையைக் கட்டுவதற்குப் பத்தாண்டுகள் எடுத்துக்கொண்டார். அது வெறுமனே ஒரு கட்டடமாக மட்டுமில்லாமல் மூன்று பகுதிகளை உள்ளடக்கிய வளாகமாக இருந்தது. அப்புதிய தேவாலயம் நேர்த்தியான பக்க அமைப்புகளோடு, தூண் அணி வகுப்புகளால் ஆன அழகுகளின் அற்புதமாக இருந்தது. வேற்று மதப் புனிதத் தலங்களை மண்ணோடு மண்ணாக நிரவி, யூதக் கடவுளின் தோல்விக்கு அடையாளமாக அவ்விடங்களை குப்பை கொட்டும் பகுதியாக மாற்றுமாறு உத்தரவிட்ட ஹெலினா கோயில் மலையை இகழும் விதமாக ஜெருசலேமின் புனித வெளியைத் தேவாலயத்திற்காகத் தாராளமாக ஆக்கிரமித்திருந்தார்.

சில ஆண்டுகளுக்குப் பின்னர் 333இல் அங்கு வந்த புனிதப் பயணிகளில் அனாமதேயர் ஒருவர், ஏற்கனவே குத்திட்டு நிற்கும் கிறித்துவக் கோயில் நகரமாக ஏலியா மாற்றப்பட்டுவிட்டது என்றார்.

அதிசய தேவாலயம் முடிக்கப்படவில்லை. ஆனால் வேகமாக உயர்ந்து கொண்டிருந்தது. எனினும், ஹாட்ரியன் சிலை கோயில் மலையின் சிதைவுகளுக்கு மத்தியில்தான் நின்றிருக்கிறது என்பதைக் கண்டார்.

ஏசு வாழ்ந்திருந்த அனைத்து இடங்களையும் பார்வையிட்ட பேரரசி, ஜெருசலேமிற்கு வரும் புனிதப் பயணிகள் கொஞ்சம் கொஞ்சமாக விசேச தெய்வீக உணர்வை அனுபவிக்கும் வகையில் பயணப் பாதையை அமைத்தார். ஹெலினாவிற்கு இப்போது வயது எண்பதை நெருங்கிவிட்டது. தன் மகன் சிலுவையின் ஒரு பகுதியை வைத்திருக்கும் கான்ஸ்டாண்டி நோபிளுக்குத் திரும்பி சிலுவையின் ஒரு துண்டினையும், வாசகம் பொறித்த பலகையையும் சாண்டக் ரோஸில் உள்ள பொருத்தமான பெயர் கொண்ட ரோமானிய தேவாலயத்திற்கு அனுப்பி வைத்தார்.

காசர்யேவின் பிஷப் யேசுபியஸ், ஜெருசலேமின் புதிய தேவாலயத்தின் பிரபல்யத்தில் பொறாமை அடைந்தார். ஏசு ரத்தம் சொட்டத் தண்டிக்கப்பட்ட இடம் நமக்கு எப்படிப் புனிதத் தலமாக அமையும் எனக் கேள்வி எழுப்பினார். மூன்று நூற்றாண்டு கால மாகவே ஜெருசலேம் சிறிதளவுதான் கிறித்துவர்களின் கவனத்தைப் பெற்றுள்ளது. இதற்கிடையில் தேவ புனிதம் யூதர்களின் பாரம் பரியப் பகுதியில் உள்ள புனிதத் தலத்திற்குத் திசை திருப்புவதாக கான்ஸ்டாண்டின்மீது முரண்பாடுகள் எழுப்பப்படுகிறது.

ரோமானியர்கள் பல கடவுள் வழிபாடுடையவர்கள் என்பதால் பிறரை ஏற்றுக்கொள்ளும் மனோபாவம் இருந்தது. ஆட்சியாளர் களுக்கு அவர்கள் அச்சுறுத்தலாக விளங்கவில்லை. ஆனால் ஒற்றைக் கடவுள் வழிபாடுடையவர்கள் ஓர் உண்மை, ஒரு கடவுள் கொள் கையை ஏற்குமாறு நெருக்கடி கொடுத்தனர். கிறிஸ்துவைக் கொன்ற வர்கள் என்ற அவர்கள் மீதான குற்றச்சாட்டு கிறித்துவ உண்மை அவசியமாகி வருவதை நிரூபித்தது. யூதர்கள் கிறித்துவத்திற்கு மாறு வதை யூதர்கள் யாரேனும் தடுத்தால் அவர்கள் உடனடியாக எரிக்கப் படுவார்கள் என்று அறிவித்தார்.

எனினும், ஒரு சிறிய யூதர்கள் குழுவொன்று ஜெருசலேமில் வசித்தபடி ஜியான் மலையில் கூட்டு அரங்கில் பிரார்த்தனை செய்து வந்தனர். அவர்களைக் கான்ஸ்டாண்டின் ‘வெறுக்கத்தக்க யூதக் கும்பல்’ என்று வர்ணித்தார். ஜெருசலேமிற்குள் தடை செய்யப் பட்ட அவர்கள் ஆண்டிற்கொரு முறை செல்ல அனுமதிக்கப்படும் கோயில் மலையில் துக்கத்தோடு தங்கள் உடைகளைக் கிழித்து துளையிட்ட கற்கள், மீது எறிந்ததை போர்டேயக்ஸ் புனிதப்பயணி

ஒருவர் பார்த்திருக்கிறார். கோயிலின் அடித்தளக்கற்கள் இன்று பாறைக் குவியலாகக் கிடக்கின்றன.

கான்ஸ்டாண்டின், ஜெருசலேமிற்கு வந்த முப்பதாவது ஆண்டைக் கொண்டாடத் தீர்மானித்தார். ஆனால் பிரச்சனைக் குரிய துறவி ஏசுபியஸ் கிளப்பிய முரண்பாடுகளைக் கட்டுப்படுத்த முடியாமல் போராடிக் கொண்டிருந்தார். இத்தனைக்கும் அவர் ஒரு குடல் வெடிப்புச் சம்பவத்தின் மூலம் இந்த உலகத்தை விட்டே அனுப்பப்பட்டுவிட்டார். 'தேவாலயத்தை அபவாதத்தில் இருந்து விடுவிக்கவும், என் மீதான கோபத்தைத் தணிக்கவும்' கான்ஸ் டாண்டின் திருச்சபை பேராளர்களின் கூட்டத்திற்கு அழைப்பு விடுத்தார். ஏரியன்கள் மீண்டும் அவரை அவமதித்து விட்டனர். உலகம் முழுவதிலும் இருந்து பிஷப்புகள் வந்திருந்த ஜெருசலேமின் முதல் விழாவினை முக்கியத்துவம் மிக்க ஒன்றாக மாற்றினர். ஆனால் உடல் நலக்குறைவால் பேரரசர் அக்கூட்டத்தில் கலந்து கொள்ள முடியவில்லை. இறுதியாகத் தன் மரணப்படுக்கையில் கழுவாய் தேடும் பொருட்டு 337இல் பேரரசைத் தன் மகன்களுக்கு மூன்று பங்கும் ஒன்று விட்ட மகன்களுக்கு இரண்டு பங்கும் என பிரித்தளித்தார்.

அவர்கள் ஒப்புக்கொண்ட ஒரேயொரு நல்லம்சம் தமது ஆளுகையைக் கிறித்துவப் பேரரசாகவே தொடர்வது என்பது தான். யூத எதிர்ப்புச் சட்டங்களை அறிவித்து, அவர்களால் நாகரீக மற்ற, அருவருக்கத்தக்க, அவமரியாதைக்குரியவர்கள் என்று கருதப் பட்ட யூதர்கள் பிறருடன் திருமணம் புரிவதை 339ஆம் ஆண்டு தடை செய்தனர்.

கான்ஸ்டாண்டின் வாரிசுகள் தொடர்ந்து இருபது ஆண்டு களாக நடத்திய உள்நாட்டுப் போரில் இறுதியாக அவரது இரண்டாவது மகன் கான்ஸ்டாண்டியஸ் வெற்றி பெற்றார். இந்தப் பிரச்சனை தீர்வு காணாத பாலஸ்தீனமாக நீடிக்கிறது. ஜெருசலேமில் 351இல் ஏற்பட்ட நில நடுக்கம் அனைத்து கிறித்துவர்களையும் புனிதக் கல்லறை தேவாலயத்தில் அச்சத்தால் முற்றுகையிடச் செய்தது. மெஸ்ஸினிய அரசர் தலைமையில் கலிலிய யூதர்கள் கலகத்தில் இறங்கியபோது அவர்களைப் பேரரசரின் மைத்துனன் கல்லஸ் காசர் வேண்டுமென்றே படுகொலை செய்தான். அது ரோமானியர் களை மேலும் பலவீனப்படுத்தியது. இருந்தும் யூதர்களுக்கு வியப் பூட்டும் வகையில் எதிர்பாராத இடத்தில் இருந்து அனுதாபம் கிடைத்தது. பேரரசர் கிறித்துவத்தில் இருந்து மனம் திரும்பி யூதக் கோயிலை மறுகட்டுவித்தார்.

ஜூலியன் அப்போஸ்தலர்: ஜெருசலேம் புனரமைக்கப்படுதல்

கான்ஸ்டாண்டின் மருமகனான புதிய பேரரசர் ஜூலியன் 19 ஜூலை 362ஆம் ஆண்டு பாரசீகம் மீது போர் தொடுக்க ஆன்டியோக் வழியாகச் சென்று கொண்டிருந்தபோது தன்னைச் சந்தித்த யூதப் பிரதிநிதியிடம் கேட்டார், "நீங்கள் ஏன் இப்போது பலியிடல் சடங்கு நடத்துவதில்லை?"

"நாங்கள் அனுமதிக்கப்படுவதில்லை. நகரத்தை மீட்டு கோயிலையும், பலிபீடத்தையும் புனரமைத்துக் கொடுங்கள்" என்று அவர் பதிலளித்தார்.

"அதி உயர்வான கடவுளின் கோயிலை நிர்மாணிக்க நான் பெரு விருப்பத்துடன் முயற்சி மேற்கொள்கிறேன்." அரசரின் இந்த மகிழ்வதிர்ச்சியூட்டும் பதிலுடன் அரசர் தெரிவித்த வாழ்த்தினால் 'அவர்களுடைய சாம்ராஜ்ஜியம் ஏற்கனவே வரப்பெற்றது போல்' யூதர் உள்ளக் கிளர்ச்சி கொண்டார்.

ஜூலியன், ஹாட்ரினிய, கான்ஸ்டாண்டினியனின் அநீதிகளைத் திரும்பப் பெற்றார். ஜெருசலேமையும் அவர்களது உடைமைகளையும் மீண்டும் யூதர்கள் கைகளில் அளித்தார். யூதர்களுக்கு எதிரான வரிகளை வாபஸ் வாங்கினார். வரி விதிக்கவும், மதத்தலைமை பீடத்தின் பதவிக்குரியவர்களை நியமிக்கும் அதிகாரத்தையும் வழங்கினார். ரோமிலும், பாரசீகத்திலும் வசிக்கும் யூதர்கள் ஜெருசலேமில் வந்து குவிந்து இந்த அதிசயத்தைக் கொண்டாட வேண்டும் என்றார். யூதர்கள் கோயில் மலையைப் பெற்று, அகற்றப்பட்டுக் கிடந்த ஹாட்ரியன், அன்டோனியஸ் சிலைகளை நிறுவினர். போர்டியக்ஸ் புனிதப்பயணி சுற்றிலும் கிடந்த கற்குவியல் என்று கூறிய ஹெஸேக்கியா அரசரின் இல்லமான பிரார்த்தனை அரங்கை எழுப்புவதற்கான ஏற்பாடுகளைச் செய்தனர்.

கூச்ச சுபாவமும், உணர்ச்சிவயப்படும் தன்மையும் உடைய ஜூலியன் அருவருப்பான தோற்றம் உடையவர். ஒரு பக்கச் சார்புடைய இக்கிறித்துவர் தன் நினைவுகளை ஒன்றுகூட்டும் சமயங்களில் கழுத்தை விசித்திரமாக தளர்த்திக் கொள்வார். முன் சரிந்த தோள்களைத் திருகிக் கொள்வார். கொடூரமாக மின்னும் கண்கள், இறுமாப்புடன் மூச்சு விடும் அந்த மூக்கு மிகவும் பிரசித்தி பெற்றது. கட்டில்லாமல் தளர்ந்து சிரிக்கக்கூடியவர். தலையை எப்போதும் உலுக்கியபடி பேசும் இவர் அவ்வப்போது பேச்சை நிறுத்திவிடுவார். ஆனால் தாடி வைத்த, கட்டுமஸ்தான இப்பேரரசர் தடுமாறாத

மனத்துடன் தீர்க்கமான முடிவு எடுக்கக் கூடியவர். மாற்று மதத்தைப் புனரமைத்து தெய்வீகப் புரவலர்களின் குடும்பத்தினருக்கு அனுசரணையாக நடந்துகொண்டார். யூதக்கோயில் பலிபீடத்தில் மரபான பலியிடல்களை ஊக்குவித்தார். ரோமானிய மதிப்பீடுகளுக்கு எதிரான பிறரைச் சிறுமைப்படுத்தும் கலிலிய (கிறித்துவர்களை அப்படித்தான் அழைப்பார்) போதனையாளர்களை புறக்கணித்தார்.

யூதக் கோயில்களைக் கட்டிக்கொடுத்தது தனது சகிப்புத் தன்மையின் அடையாளமாக மட்டுமல்ல; இஸ்ரேலிய பாரம்பரியக் கிறித்துவப் பெருமைகளை பெருக்கிக் கொள்ளவும், கோயில்கள் வீழ்ந்துபடும் என்ற டேனியலின், ஏசுவின் முற்கூற்றை மீள் நிறைவேற்றுவதற்காகவும், தன் மாமாவின் பணியை மேலெடுத்துச் செல்வதன் அறிகுறியாகவும் மேற்படி செயலைச் செய்தார். தான் திட்டமிட்டுள்ள பாரசீகப் போருக்கு பாபிலோனிய யூதர்களின் ஆதரவு கிடைக்கும் என்ற நம்பிக்கையிலும் இதைச் செய்தார். கிரேக்க பாகானிசத்திற்கும் யூதர்களின் ஏக இறைக் கொள்கைக்கும் இடையே முரண்பாடு ஏதும் இல்லையென்று கருதினார். கிரேக்கர்கள் அதி உயர்வான கடவுளாக ஜீயஸை வணங்குவது போலவே யூதர்கள் யாவேயை வணங்குகின்றனர், யூதர்களுக்கென்று விசேச அம்சம் ஏதும் இல்லை என்று கருதினார்.

யூதக் கோயிலை மீள் கட்டுமானம் செய்வதற்கு பிரிடெய்னின் பிரதிநிதியாக அலிபியஸை நியமித்தார். அதிக நன்மை செய்வது கண்டு இது உண்மைதானா என்று சன்ஹெட்ரினுக்கு சந்தேகம் ஏற்பட்டது. அவர்களது சந்தேகத்தைப் போக்குவதற்காக பாரசீக அணியை அமைத்து 'யூத சமூகத்தினருக்குக்' கடிதம் எழுதி தனது வாக்குறுதியை மறு உறுதி செய்தார். ஜெருசலேமில் மன எழுச்சி பெற்ற யூதர்கள் கட்டுமானப் பணிக்காகத் திறமையான கைவினைஞர்களைத் தேடினர். கட்டுமானப் பொருட்களைச் சேகரித்தனர். வேலையைச் சீக்கிரமாகத் துவக்குவதற்காக நிலத்தைச் சுத்தம் செய்தனர். பெண்கள் மண் கட்டிகள் சுமந்தனர். செலவை ஈடுசெய்ய தங்களது கழுத்தணிகளைக் கழற்றிக் கொடுத்தனர். பிரபலமான சாலமனின் தொழுவத்தில் கட்டுமானப் பொருட்கள் சேகரமாயின. முந்தைய கட்டடத்தின் சிதைவுகளை அகற்றும்போது அவர்கள் அடித்தளத்தை அகற்றினர்.

ஜெருசலேமை யூதர்கள் தங்கள் கைகளில் எடுத்துக் கொண்டதும் ஜூலியன் 65000 துருப்புகளுடன் பாரசீகம் மீது படையெடுத்தார். ஆனால் மே 27ஆம் நாள் ஜெருசலேமை நில

நடுக்கம் தாக்கியதில் கட்டுமானப் பொருட்கள் சிலவற்றில் தீப்பற்றிக் கொண்டது.

அதனால் கிறித்துவர்கள் பெரிதும் மகிழ்ச்சியடைந்தார்கள். நெருப்பு மேலும் பற்றியெரிவதற்கும் துணை புரிந்திருக்கலாம். அலிபியஸினால் கட்டுமானப் பணிகளைத் தொடரமுடிந்தது. ஆனால் ஜூலியன் ஈராக்கினுள் புக டைக்ரீஸ் ஆற்றைக் கடந்து விட்டதால் ஜூலியன் வரும்வரை ஜெருசலேமில் வேலைகளை நிறுத்தி வைப்பதென்று அலிபியஸ் முடிவு செய்தார்.

எப்படியானாலும் பேரரசர் போரில் ஏற்கனவே பின்வாங்கி யிருந்தார். ஜூன் 26ஆம் நாள் கிர்மிஷ் அருகே சமாராவில் குழப் பமான சூழலில் ஒரு அரேபியப் படைவீரன் (அனேகமாக கிறித்து வனாக இருக்கக்கூடும்) மன்னரின் விலாவில் குத்திய ஈட்டி ஈரலைத் துளைத்துவிட்டது. ஈட்டியை வெளியே இழுக்க முயன்றதில் அவர் கையில் சிம்பு ஏறிவிட்டது. அவர் இறக்கும்போது 'விசிஸ்டி கலீலில்' அதாவது 'ஆக்கிரமித்துவிட்டான் கலீலியன்' என்று கூவியதாக கிறித்துவ எழுத்தாளர்கள் கூறிக் கொண்டனர். கிறித்துவத்தை மீண்டும் நிலை நிறுத்திய அவருக்கு மெய்க்காவலனாக இருந்த தளபதியால் ஜூலியன் வெற்றி கொள்ளப்பட்டார். ஜூலியன் கொண்டு வந்த அனைத்துப் புதிய சட்டங்களையும் திருத்தினான். மீண்டும் யூதர் களுக்கு ஜெருசலேமில் தடை விதித்தான். அப்போது முதல் மீண்டும் ஒரு மதம், ஒரு நம்பிக்கை என்ற கோட்பாடு அமுலுக்கு வந்தது. 391ஆம் ஆண்டு தியோடோஸியஸ்மி கிறித்துவத்தை ஆட்சி மதமாக அறிவித்து தீவிரமாக அமல்படுத்தினான்.

புனித நகரில் பாவ்லாவுடன் பாலுறவில் திளைத்த துறவி ஜெரோம்

ஜெரோம் என்ற ரோமானியப் பேராளர் 384ஆம் ஆண்டு ஒரு தவறான நோக்கத்துடன் ஒரு பணக்காரக் கிறித்துவப் பெண்மணி யுடன் சக பயணியாக ஜெருசலேம் வந்தடைந்தார். மதச் சிந்தனை யாளர்கள் என்று தங்களைக் காட்டிக் கொள்வதற்குப் பதிலாக கள்ள பாலுறவு மோகத்தில் திளைப்பதற்காக அவர்கள் பயணம் செய்தனர் என்றே கூறலாம்.

முப்பதுகளின் இறுதியை எட்டிய இல்லியன் ஜெரோம் ஒரு பிரமச்சாரியாக சிரியப் பாலைநிலத்தில் சதா பாலியல் விருப்பங் களுடன் உழன்று கொண்டிருந்தார். "என்னுடைய கூட்டாளிகள் நட்டுவாக்காலிகள் தான் என்றாலும் நான் நாட்டியப் பெண்களிடம்

என் வசமிழந்தேன். என் மனம் விருப்பங்களால் துடித்துக் கொண்டிருந்தது'' என்றார்.

பின்னர் ஜெரோம், ரோமில் கிறித்துவத்தைத் தழுவி அங்கேயே பிஷப்பாக இருந்த டாமாஸ்கஸின் செயலாளராகப் பணியாற்றி னார். ரோமின் பிஷப் தெய்வீகக் கருணையில் நேரடியாக அப்போஸ் தலருடன் சேவையாற்றினால் அது பிற்கால வளர்ச்சிக்கு உதவியாக இருக்கும் என்று கருதி அவ்வாறே அறிவித்தார். தங்களது திரை மறைவு வேலைகள் ரகசியமாக இருப்பதாகக் கருதியிருந்தனர். ஆனால் இப்போது தேவாலயமோ திருச்சபையின் மேலிட ஆதரவுடன் இருந்து வந்தது. டமாஸ்கஸ் ஒரு பெண்ணுடன் தவறான உறவில் இருப்பதாகக் குற்றம் சுமத்தப்பட்டார். ஜெரோம், கிறித்துவத்தைத் தழுவிய பெண்களில் ஒருவரான பணக்கார விதவை பாவ்லாவுடன் உறவு கொண்டிருப்பதாகச் சொல்லப்பட்டது. தாங்கள் உலகளாவிய சிக்கலில் மாட்டிக்கொண்டதாக நினைத்தனர் ஜெரோமும், டமாஸ்கஸும். ஜெரோம் மீதான நீண்ட விசாரணைக்குப் பின் அவர் குற்றமற்றவர் என்று விடுவிக்கப்பட்டார். ஆனால் ரோமை விட்டு வெளியேற வேண்டுமென்பது நிபந்தனை. எனவே பாவ்லாவின் மகள் ஈஸ்டோச்சியமையும் அழைத்துக்கொண்டு ஜெருசலேமிற்கு வந்துவிட்டனர்.

கண்ணில் படுகிற அனைத்தையும் பாலியல் கண்ணோட் டத்துடன் கண்டு அதன் ஆபத்தான பகுதிகளை எழுதும் பணியில் ஈடுபட்டிருந்த ஜெரோமிற்கு அருகில் ஒரு பதின்ம வயதுக் கன்னிப் பெண்ணின் இருப்பு காமத் தீயைப் பற்ற வைத்திருக்கவேண்டும். அவர் எழுதுகிறார்: 'காம வேட்கை உணர்வுகளை நிமிண்டிவிட்டது, புலனின்பத்தின் மெல்லிய நெருப்பு இதமான ஒளியில் பற்றிப் படர்ந்தது.'

ஜெரோமும் அவரது பெரும் பணக்காரக் காதல் கிழத்தியும் ஜெருசலேமிற்குள் நுழைந்ததும் அப்புதிய நகரம் ஆன்மீகம், வணிகம், வியாபார உறவு, பாலியல் என அனைத்திற்கும் பொருத் தமாக இருப்பதைக் கண்டனர். காமத் துறவி மெலானியா (இவளது ஆண்டு வருமானம் 120,000 பவுண்டுகள்) அங்குள்ள பெண்மணி களிலேயே பெரும் பணக்காரியாகவும், சக்தி வாய்ந்தவளாகவும் திகழ்ந்து ஆலிவ் மலையில் தனக்கென ஒரு சாம்ராஜ்ஜியத்தை நிறுவினாள்.

ஆனால் மதவேட்கைக்கென்றே உருவான ஒரு தலத்தில், உணர் வதிர்ச்சிக்கு நடுவே புதிய அந்நிய ஆண்கள், பெண்கள் கும்பலுடன் காமக் களிப்பு கொள்வதற்கு அளிக்கப்பட்ட வாய்ப்பு அவருக்கு

மிரட்சியூட்டியது. "இங்கே அனைத்து உணர்வெழுச்சிகளும் தொகுக்கப் பட்டுள்ளன; விபச்சாரிகள், நடிகர்கள், கோமாளிகள் என மனித இனத்தின் அனைத்துப் பகுதியினரும் இங்கு திரண்டுள்ளனர்" என்று எழுதினார். அதே நேரம் தாங்கள் அனுபவிக்க விரும்பாதவற்றைக் காணும்போது அதில் துளியும் வெட்கம் இல்லை. துறவு மனம் கொண்ட எதையும் கூர்மையாக அவதானித்த புனிதப்பயணி நைஸாவைச் சேர்ந்த கிரிகோரி எழுதுகிறார்: 'ஏமாற்று, வரையற்ற பாலுறவு, திருட்டு, துதிபாடுதல், வெறி, கைகலப்பு, கொலை அனைத்தும் இங்கு அன்றாட நிகழ்வுகள்.'

அரசவை ஆதரவு, தெய்வீகச் சிறப்புக் கட்டடங்கள், புனிதப் பயணிகளின் திரளான வருகை அனைத்தும் சேர்ந்து இப்போது நகரமெங்கும் நடக்கக்கூடிய மதச்சடங்கு விழாக்களின் முடிவில் ஈஸ்டர் கொண்டாடும் வகையில் புதிய காலண்டரையும், ஏசுத் தலங்களின் அடிப்படையில் ஜெருசலேமின் ஆன்மீகப் புவியி யலையும் உருவாக்கியுள்ளனர். பெயர்கள் மாற்றப்பட்டன. பழைய மரபுகள் களைத்துப் போடப்பட்டன. ஆனால் இவையனைத் தையும் உள்ளடக்கிய ஜெருசலேம் பற்றி நாம் எதை நம்புகிறோமோ அதுதான் உண்மை.

ஜெருசலேமின் மற்றொரு முன்னோடி மாது எஜேரியா. 380 களில் ஜெருசலேமிற்கு வந்த ஸ்பானிய கிறித்துவ ஊழியரான இவர் புனிதக் கல்லறையில் உள்ள புனிதச் சின்னங்களின் காட்சியகத்தில் உள்ள சாலமன் அரசனின் மோதிரமும், டேவிட் பூசிய நறும் எண்ணை வைக்கப்பட்ட கொம்பும் தொடர்ந்து விரிந்துகொண்டே இருந்தது என்று கூறினார். பின்னர் அத்துடன் ஏசுவின் முள் கிரீடமும், அவரது விலாவைத் துளைத்த ஈட்டியும் சேர்ந்தது.

புனித மெய்ச்சிலுவையை முத்தமிடும் பயணிகள் அதைக் கடித்து மெல்ல முயற்சிக்கிறார்கள் என்பதால் அதனைக் கண் காணிக்க சிறப்புக் காவலர்கள் போடப்பட்டனர். புனிதச் சின்னக் காட்சியகத்தின் இதுபோன்ற கட்டுப்பாடுகளில் எரிச்சலுற்றவர்கள் புனிதத் தலங்களையும், மற்ற காட்சி அரங்குகளையும் நோக்கித் திரும்பினர்.

தொட்டாற்சிணுங்கியான ஜெரோம் ஜெருசலேமின் நாடகீய மான வெறிக் கூச்சல்களில் வெறுப்புற்று, தனது மகத்தான எழுத்துப் பணியான விவிலியத்தை ஹீப்ரூவில் இருந்து லத்தீனுக்கு மொழி பெயர்க்கும் பொருட்டு பெத்தலகேமிற்கு இடம் பெயர்ந்தார். ஆனால் அடிக்கடி ஜெருசலேமிற்கு வந்து 'ஜெருசலேமைப் போலவே பிரிட்டனிலும் சொர்க்கத்திற்குச் செல்லும் வழியை எளிதாகக் கண்டு

பிடித்துவிடலாம்' என்று ஆபாசமான பிரிட்டிஷ் பயணிகளின் கும்பலிடம் தன் பேச்சை நோக்கி ஈர்க்கும்படியான கருத்துக்களை முன்வைக்கத் தயங்கியதில்லை.

தனது தோழி பாவ்லா புனிதத் தோட்டத்தில் சிலுவை எதிரே கசிந்துருகி பிரார்த்தனை செய்வதைப் பார்த்த அவர் துடுக்குத் தனமாகக் "கடவுள் சிலுவை மீது நிஜமாகவே தொங்கிக் கொண்டிருப் பதைப் போலப் பார்க்கிறாள். நீண்ட நாட்கள் தாகத்தில் காத்திருப் பவன் தனக்குக் கிடைத்தத் தண்ணீரைப் பருகுவதுபோல புனிதக் கல்லறை மாடத்திற்கு முத்தமிடுகிறாள். துயர் பெருக்கும் கண்ணீருடன் அழுது உரத்துக் கூவும்போது அவள் யாரை அழைக்கிறாள் என்பது, ஜெருசலேமின் மக்கள் அனைவருக்கும், ஏன் கடவுளுக்கே கூடத் தெரியும்" என்று கூறினார்.

இருந்தாலும் ஜெரோம் பாராட்டும்படியான நிகழ்வொன்று கோயில் மலையில் நடந்தது. ஏசுவின் தீர்க்க தரிசனங்களைப் பொறித்து வைத்திருந்தார்கள். ஒவ்வொரு மாதமும் 9ஆம் தேதியன்று ஜெரோம் யூதர்கள் சிதைந்த கோயிலுக்கு மரியாதை செய்வதை மிகுந்த மகிழ்ச்சியுடன் பார்த்துக்கொண்டிருப்பார். கடவுளின் ஊழியரைக் கொன்ற நம்பத்தகாத மக்கள் வஞ்சிக்கப் பட்ட கும்பல் ஒன்று கூடி, உயிர்த்தெழுதலின் தேவாலயம் மிளிரும் போதும், ஆலிவ் மலையிலிருந்து அவரது சிலுவை ஒளிவிடுவதற்கு முன்னரும் அப்பாவப்பட்ட மக்கள் கோயில் சிதைவுகளின் மீதிருந்து விம்முவார்கள். அவர்கள் சற்றுநேரம் கூடுதலாக அழுவதற்கு அனு மதிக்க காவல்படைச் சிப்பாய் பணம் கேட்பான். ஜெரோம் சரள மாக ஹீப்ருவை அறிந்திருந்த போதிலும், அவர் யூதர்களை வெறுத் தார். தம் பிள்ளைகளைப் 'புழுவைப் போல' வளர்ப்பவர்கள் என்று கருதினார். ஏசுவின் வெற்றிகரமான உண்மையை உறுதிப்படுத்தும் சுய திருப்தி விசித்திரக் காட்சியைக் கண்டு களிப்பார்கள். நெருக் கடியும், துயரமும் நிறைந்த நாளின் காட்சியைப் பார்க்கும் போது யாருக்காவது சந்தேகம் தோன்றுமா? யூதர்களின் இப்பெருந்துயர் ஜெருசலேம் மீதான காதலை இரட்டிப்பாக்கும். இந்தக் காட்சி ராப்பி பெரேக்ஹவிற்கு வருத்தமான அதே நேரத்தில் புனிதமான சடங்கு. அவர்கள் அமைதியாக வருகிறார்கள், அமைதியாகச் செல் கிறார்கள். அழுதுகொண்டே வருகிறார்கள், அழுதுகொண்டே செல்கிறார்கள். இரவின் இருட்டில் வருகிறார்கள். இருட்டிலேயே திரும்பி விடுகிறார்கள்.

எனினும், இப்போது அவர்கள் ஜெருசலேமை ஆளப்போகும் பேரரசின் மூலம் தாங்கள் வளர்ச்சியடைவோம் என்று நம்பிக் கொண்டிருக்கிறார்கள்.

நிலநடுக்கம் தன் வலிமையென்ற துறவி பார்சோமா

ஆணாதிக்கக் குணமுள்ள வரலாற்றாளர்கள் இப்பேரரசியைப் பற்றி எழுதியிருப்பதைப் படித்தால் அவள் அருவருக்கத் தக்கவள் என்றோ, கொடூரமான வேசியென்றோ, சாந்தமான துறவியென்றோ விதவிதமாக யூகிப்பார்கள். ஆனால் பேரரசி ஈடோசியாவின் அசாதாரணமான புத்தெழில் மிகுந்த தோற்றமும், இயற்கையான கலையுணர்வும் போற்றத் தகுந்ததாக இருந்தது.

இரண்டாம் திடோஸியஸ் எனும் பேரரசனின் மனைவியான ஈடோசியா 438ஆம் ஆண்டில் ஜெருசலேமை வந்தடைந்ததும் யூதர்களுக்கு எதிரான சட்டங்களைத் தளர்த்தினாள். அதே சமயத்தில் யூத நெறிமுறைகளில் புடம் போடப்பட்ட நிசிபிசைச் சேர்ந்த, பார்சோமா என்ற எல்லைக் காவல் படையைச் சேர்ந்த ஆக்ரோசமான துறவி தன் குழுவினருடன் ஜெருசலேமிற்குப் புனிதப் பயணமாக வந்தடைந்தார்.

பேரரசி ஈரோசியா பாகன்களையும், யூதர்களையும் காப்பவளாக விளங்கினாள். காரணம் அவளே ஒரு பாகன் என்பதுதான். திறமையாக வாதம் புரிவதிலும், கல்வி கேள்விகளிலும் தேர்ந்த ஏதேனியனின் அழகு மகளாகிய இவள், தனது வாரிசுரிமை சொந்தச் சகோதரனால் பறிக்கப்பட்டதைப் பேரரசரிடம் முறையீடு செய்வதற்காக கான்ஸ்டாண்டிநோபிள் வந்தாள். பணிவன்பு மிக்கவனாகிய இரண்டாம் திடோசியஸை அவனது ஈவு இரக்கமற்ற அக்கா பல்ச்சேரியா ஒரு கைப்பொம்மையாக வைத்திருந்தாள். அவள் தன் தம்பியை ஈடோசியாவுக்கு அறிமுகம் செய்வித்த உடனே அவன்மீது காதல் வயப்பட்ட ஈடோசியா அவனைத் திருமணம் செய்து கொண்டாள்.

பல்ச்சேரியா, தம்பியின் ஆட்சியின்மீது ஆதிக்கம் செலுத்தினாள். ராணுவத்தில் இருந்தும் பொதுவாழ்வில் இருந்தும் புறக்கணிக்கப்பட்டு இரண்டாம் தரக் குடிமக்களாக ஆக்கப்பட்ட யூதர்களுக்கு நெருக்கடி அளித்தாள். அதிகமான யூதக் கூட்டரங்குகளைக் கட்டுவதற்கு உத்தரவிட்டதற்காக, தண்டனை பெற்ற யூதர்களின் கடைசி மத குருவாகிய நான்காம் காமலியலுக்கு 423ஆம் ஆண்டு தியோடோசியஸ் மரண தண்டனை தீர்ப்பளித்தான். யூத மதத் தலைமை நிர்வாகத்தை முற்றிலுமாகத் தடை செய்தான். இதற்கிடையே ஈடோசியா தன் அதிகாரத்தைக் கொஞ்சம் கொஞ்சமாகப் பெருக்கிக் கொண்டாள். தியோடோசியஸும் அவளைத் தன் சகோதரி அகஸ்டாவிற்கு நிகராக உயர்த்தினான்.

கான்ஸ்டாண்டிநோபிள் தேவாலயத்தில் கண்டெடுக்கப்பட்ட வண்ணக் கற்சிலையொன்று கருங்கூந்தல், கூரிய நாசி, கட்டழகான கம்பீரம் ஆகியவற்றுடன் கூடிய அவளது அரச ஒயிலை நமக்கு எடுத்துக்காட்டுகிறது.

கான்ஸ்டாண்டிநோபிள் மூலமாக ஜெருசலேமில் கடுமையான அடக்குமுறைகளை சந்தித்த யூதர்கள், தாங்கள் அடிக்கடி புனித நகரத்திற்கு செல்வதற்கு அனுமதிக்கப்பட வேண்டும் என்று ஈடேசியா விடம் வைத்த கோரிக்கை உடனடியாக ஏற்கப்பட்டதோடு, முக்கிய மான திருவிழாக்களைக் கோயில் மலையில் வெளிப்படையாகக் கொண்டாடவும் அனுமதிக்கப்பட்டனர். அந்த அற்புதமான செய்தியைக் கேட்ட யூதர்கள், “நமது ராஜ்ஜியம் அமைக்க விருந்துக் கூடாரத்திற்கு விரைந்து வரவேண்டும்” என்று அனைத்து யூதர் களுக்கும் அழைப்பு விடுத்தனர்.

எனினும், ஜெருசலேமிற்கு வந்த மற்றொரு பயணியான, புதிய வகை போர்க்குணமிக்க மதத் தலைவர்களில் ஒருவரான நிசிபிஸைச் சேர்ந்த சிரியத் துறவி பார்சோமாவின் வருகையால் யூத மகிழ்ச்சியின் இயல்பு திரிந்தது. உலக சமூகத்தால் ஒப்புக் கொள்ளப்பட்ட மதிப் பீடுகள், அலுவலார்த்த படிநிலைப் பிரமாண்டம், பாலை வனங்களில் உருவான மத அமைப்புகள் ஆகியவற்றிற்கு எதிராக வினையாற்று வதற்காகவும் ஆரம்பகால கிறித்துவ மதிப்பீடுகளுக்குத் திரும்புகிற நோக்கத்துடனும் இத்தகைய குறிப்பிட்ட ஒழுக்கவாதம் நான்காம் நூற்றாண்டில் முன்வைக்கப்பட்டது.

கிரேக்க வார்த்தைக்குரிய பொருளில் ‘காட்டுமை’யில் துறவறம் மேற்கொள்வது மட்டுமே கிறித்துவத்திற்கு சரியான அர்த்தத்தைத் தந்துவிடாது. சடை திரிய, மதாச்சார எளிமையுடன் எகிப்திய, சிரியப் பாலைவனங்களில் வாழ்வதே முழுமையான பொருளாகும் என்றனர் துறவிகளில் ஒருசாரார். தம்மைச் சுயமாக வருத்திக் கொள் வதற்கான துணிச்சல்தான் புனிதமானதென்று கொண்டாடுகிற பண்பு பரவலாகிக் கொண்டிருந்தது. அத்தகையவர்களின் வாழ்க்கை வரலாறுகள் (முதல் துறவு வழிபாட்டு இலக்கியங்கள்) எழுதப் பட்டன.

அவர்களது பர்ணசாலைகளைப் பலரும் சென்று பார்த்தனர். அவர்களது எளிமையே அற்புதங்களின் ஆதாரமாகக் கருதப்பட்டது. புனிதச் சீமோன்கள் இருவர் முப்பதடி உத்திரங்களின் உச்சியில் சில பதின் ஆண்டுகளாகவே வசித்து வந்தனர். இத்தகைய துறவிகள் உண்மையில் ஆன்மீகப் புனிதத்தைக் காட்டிலும் அற்பத்தனங்களில்

தான் ஆர்வமாக இருப்பதாகக் கருதினார் ஜெரோம். ஆனால் இவர்கள் அமைதிக்கு வெகுதொலைவில் இருந்தனர். இப்போது தமக்கே உரிய மத அமைப்புகளை உருவாக்கி வைத்துள்ள தெருச் சண்டைப் போராளிகளின் கருணையால் சூழப்பட்டிருந்தது ஜெருசலேம்.

உட்காரவும் செய்யாத, படுக்கவும் விரும்பாத புனிதத்துவம் மிக்கவரென்று கருதப்பட்ட பார்சோமா தப்பிப்பிழைத்த யூதர் களாலும், சமரேத்திய வழிபாட்டாளர்களாலும் தாக்கப்பட்டார். அவர்கள் தங்களுக்கான பாலஸ்தீனத்தைத் தூய்மைப்படுத்துவதில் தீர்மானகரமாக இருந்தனர். பார்சோமாவும், அவரது சக துறவி களும் யூதர்களையும் யூத வழிபாட்டுத் தலங்களையும் தீயிட்டுக் கொளுத்தினர். இதுபோன்ற காரணங்களுக்காகப் பேரரசர் வன் முறையைத் தடைசெய்திருந்தார்.

ஆனால் பார்சோமா அரசரின் ஆணையைப் பொருட்படுத்த வில்லை. இப்போது ஜெருசலேம் பார்சோமாவின் கையில் இருந்தது. அவரது அதிரடிப்படையினர் துறவிகளின் அங்கியினுள் ஆயுதங்களையும், வாள்களையும் ஒழித்துவைத்து கோயில் மலையிலுள்ள யூதர்கள் மீது திடீர்த் தாக்குதல் தொடுத்து, கல்லால் எறிந்து பலரையும் கொன்று அவர்களது உடல்களை தண்ணீரிலும், முற்றவெளிகளிலும் தூக்கி வீசினர். யூதர்களும் எதிர்ச்சண்டை யிட்டனர். தங்கள் மீது தாக்குதல் தொடுத்தவர்கள் பதினெட்டு பேரைக் கைது செய்து இவர்கள்தாம் கொலையாளிகள் என்று குற்றம் சுமத்தி பைசாந்திய ஆளுநரிடம் ஒப்படைத்தனர். 'கலகங்கள் புரிந்த மதிக்கத்தக்க பண்புள்ள துறவிகள் புனிதப் பயணியான பேரரசி ஈடோசியாவிடம் அழைத்து வரப்பட்டு கொலை செய்தவர்களெனக் குற்றம் சுமத்தப்பட்டனர். ஆனால் தன்மீது குற்றம் சுமத்தப்பட்ட போது, எரித்த பின்னும் மெய்யான கிறித்துவர்களுக்கு மரணமில்லை என்று வதந்தியைப் பரப்பினார் பார்சோமா. மக்கள் கூட்டம் அவருக்கு ஆதரவாகத் திரும்பியது. தன்னுடைய வாதங்களை முன் வைத்தபோது நில அதிர்வு ஏற்பட்டதால் இது தன் கூற்றை தெய்வமே ஏற்றுக்கொண்டதற்கான சமிக்ஞை என்று சாதித்தார்.

பேரரசி தங்களைக் கொல்லத் திட்டமிட்டால் 'பேரரசியையும் அவளுடன் அனைத்தையும் தீயிட்டுக் கொளுத்துவோம்' என்று அறைகூவல் விட்டனர் பார்சோமாவும் அவரது பற்றாளர்களும். பார்சோமாவின் பயங்கர வாதத்திற்குத் துணைபோன அலுவலர்கள் இறந்த யூதர்களின் உடலில் காயங்கள் இல்லை. எனவே கொல்லப் படவில்லை. அவர்களது மரணம் இயற்கையானதுதான் என்று

284 ❧ ஜெருசலேம்

சாட்சியம் அளித்தனர். மீண்டும் ஒரு நிலநடுக்கம் ஏற்பட எங்கும் அச்சம் பரவியது. நகரம் கட்டுப்பாட்டை இழந்தது. ஈடோசியா பார்சோமாவிற்கு உடன்படுவதைத் தவிர வேறுவழியே இல்லாமல் போனது.

ஐநூறு பேர் கொண்ட எல்லைக்காவல் துறவிகள் படை நகரக் கண்காணிப்பில் ஈடுபட்டது. 'சிலுவை வென்றது' என்று பார் சோமா அறிவித்தார். அந்த அறிவிப்பு 'அலைகளின் கர்ஜனை போல' நகரமெங்கும் மீண்டும் மீண்டும் ஒலித்தது. அவரது பற்றாளர்கள் பார்சோமாவிற்கு விலையுர்ந்த நறுமணத் தைலம் பூசிவிட, கொலையாளிகள் விடுவிக்கப்பட்டனர்.

இத்தனை வன்முறைகளுக்குப் பின்னும் ஈடோசியா ஜெருசலேமின் மீது ஈடுபாடு கொண்டிருந்தாள். புதிய தேவாலயங் களை நிர்மாணம் செய்ய உத்தரவிட்டாள். பின்னர் புதிய நினைவுச் சின்னங்களுடன் கான்ஸ்டாண்டின் நோபிளுக்குத் திரும்பினாள். ஆனால் மைத்துனி பல்ச்சேரியா அவளை அழிக்கத் திட்டம் போட்டிருந்தாள்.

அரசவையில் சுற்றிக்கொண்டிருந்த ஆப்பிள்

பேரரசர் தியோடோசியஸ் ப்ரைஜிய ஆப்பிள் ஒன்றைத் தன் மனைவி ஈடோசியாவிற்கு அனுப்பி வைத்தார். அவள் அதைத் தனது அலுவலக ஆலோசகர் பாலினஸிற்கு அனுப்பிவைக்க, பாலினஸ் அதே ஆப்பிளை பேரரசருக்கே பரிசாக அளித்தான். இந்த சம்பவம் தியோடோசியஸிற்கு வேதனையளித்தது. இது குறித்து ஈடோசியஸிடம் விவாதித்தார். அவர், தான் அந்த ஆப்பிளை வேறு யாருக்கும் அளிக்கவில்லை என்றும் தானே தின்றுவிட்டதாகவும் அவள் ஒரு பொய் கூறி சாதித்தாள்.

தன் கூற்றிற்கு ஆதாரமாக தியோடோசியஸ் அந்த ஆப்பிளையே அவளுக்கு எதிரில் வைத்தார். ஈடோசியாவுக்கும் பாலினஸுக்கும் கள்ள உறவு இருப்பதாகத் தன் அக்கா முணுமுணுத்து வருவது உண்மைதான் என்பதை அவளது பொய் வெளுத்துப்போனதை வைத்து தியோடோசியஸ் உறுதிப்படுத்திக் கொண்டார்.

இந்த ஆப்பிள் கதையின்மூலம் வாழ்க்கைக்கும் பாலுறவிற்கும் ஆப்பிள் ஓர் தொன்மக் குறியீடாகிவிட்டது. ஆனால் விரும்பத் தகாத எதேச்சதிகாரம், அரசவைச் சூழலில் நிகழும் எதேச்சையான சம்பவங்களை பல்வேறு விதமாக நுணுகிப் பிணைக்க அது மோசமான முடிவிற்கு இட்டுச் சென்றது. பாலினஸ் 440ஆம் ஆண்டு தூக்கிலிடப்

பட்டான். ஆனால் ராஜ தம்பதிகள் தங்களுக்குள் சுமூகமாகப் பேசியதை அடுத்து, ஈடேசியா தலைநகரை விட்டு கௌரவமாக வெளியேறினாள். மூன்றாண்டுகளுக்குப் பிறகு ஈடேசியா, பாலஸ் தீனத்தைத் தன் சொந்த அதிகாரத்தின் கீழ் ஆட்சி புரிய ஜெருசலேம் வந்தடைந்தாள்.

அதற்குப் பின்னரும்கூட ஈடேசியாவைக் கொன்றழிப்பதற்காக இரண்டு கொலையாளிகளை அவளுடன் பயணம் செய்த அரச மெய்க்காவலர்களுடன் அனுப்பி வைத்தாள் பேரரசரின் அக்கா பல்ச்சேரியா. விரைவில் அவர்கள் கொலையாளிகள் என்பதைப் புரிந்துகொண்டு, தன்னைக் கொல்ல வந்த கொலையாளியையே கொன்று தனக்கான பாதையை வகுத்துக்கொண்டாள்.

தனக்கான அரண்மனைகளையும், நகர பிஷப்பிற்கான விடுதியையும் கட்டினாள். அவை பல நூற்றாண்டுகளாக நிலைத்திருந்தன. ஜியான் மலையையும், டேவிட் நகரத்தையும் சுற்றி டைட்டஸ் காலம் தொட்டு இருந்து வரும் முதல் அரண் மதிலைக் கட்டினாள். அந்த இரண்டு இடங்களிலும் அவள் கட்டிய மதிலின் சில பகுதிகளை இன்றளவும் காணமுடிகிறது. சிலோவம் குளத்தருகே அவள் கட்டிய பல அடுக்கு தேவாலயத்தின் தூண்கள் இன்றும் நீரில் நிலைத்து நிற்கின்றன.[1]

இப்போது பொறி கிளம்பிய கிறித்துவவிய சிக்கலால் பேரரசு மீண்டும் இடையூறுக்குள்ளாகியது. ஏசுவும், தந்தையும் 'ஒன்றின் இரு கூறுகள் என்றால்' கிறித்துவம் எப்படி தெய்வாம்சம் மற்றும் இயற்கையான மனிதன் இரண்டும் சேர்ந்த கலவையாக இருக்க முடியும்? 428ஆம் ஆண்டு கான்ஸ்டாண்டிநோபிளின் புதிய மதத் தலைமைக் குரு நெஸ்டோரியஸ், கன்னி மேரியை கடவுளைச் சுமந்தவராகக் கருத வேண்டியதில்லை, ஏசுவைச் சுமந்த கிறித்துவராகவே கருதவேண்டும் என்று கூறியதன் மூலம் ஏசுவின் மனிதப் பக்கத்தையும் இரட்டை இயற்கைப் பண்பையும் தேவையற்ற நெருக்கடிக்குள்ளாக்கினார்.

அவரது எதிரிகளான ஒற்றையியவாதிகள் கிறிஸ்து ஒற்றைப் பண்புடையவர் என்று வலியுறுத்தினர். இரட்டைத் தன்மைவாதிகள், ஒற்றைத் தன்மைவாதிகளுக்கு எதிராக ஜெருசலேம் மற்றும் கான்ஸ்டாண்டிநோபிள் அரசவையிலும், வெளியில் தெருக்களிலும் அனைத்து விதமான வன்முறைகளோடும் உதைபந்தாட்ட அடியாட்களுக்குரிய வெறியோடும் சண்டையிட்டனர்.

ஒவ்வொருவரும் வெவ்வேறு கருத்துக் கொண்டிருந்தனர். ஒரு மாறுதலுக்காக ஒருவனை நிறுத்தி விசாரித்தால் உங்கள் கேள்விக்கு

அவன் 'பெறப்பட்டது, பெறப்படாதது' என்பது குறித்ததொரு தத்துவ விளக்கம் கொடுப்பான். ஒரு துண்டு ரொட்டியின் விலையைக் கேட்டால் கூட 'தந்தை மகத்தானவன், மகன் கீழானவன்' என்றொரு பதிலைக் கூறுவான். 'குளித்தாகிவிட்டதா?' என்றால் அதற்கும் கூட 'ஒன்றுக்கும் உதவாததற்குப் பிறந்தவன்தான் மகன்' என்ற பதிலே உங்களுக்குக் கிடைக்கும் என்கிறார் நியாசாவின் கிரிகெரி.

தியோடோஸிஸ் மரணமுற்றபோது அவரது மகாராணிகள் இருவரும் இக்கிறித்துவப் பிரிவினையின் எதிரெதிர் பக்கத்தில் இருந்தனர். கான்ஸ்டாண்டிநோபிளின் அதிகாரத்தைக் கைப்பற்றி யிருந்த பல்ச்சேரியா இரட்டையியல்வாதிகளை ஆதரித்தார். எடோசி யாவோ பிற கீழைக் கிறித்துவர்களைப் போல ஒற்றையியல்வாதியாக இருந்தாள். அதனால் எடோசியாவை திருச்சபையில் இருந்து வெளி யேற்றினார் அதிகாரத்தில் இருந்த பல்ச்சேரியா. அப்போது ஜெருசலேமின் ஆயராக இருந்த ஜீவெனஸும் பல்ச்சேரியாவை ஆதரித்தார். அதனால் ஜெருசலேமியாவைச் சேர்ந்த ஒற்றையியல் வாதிகள் தங்களது மதகுருத் தாக்குதல் படையை ஏவி ஜீவெனஸை நகரத்தை விட்டே துரத்தியடித்தனர். கிறித்துவம் காலங்காலமாக ரோம் மற்றும் பிற கிழக்கத்திய குலபதி மையங்களான நான்கு பெருநகர ஆயங்களின் ஆளுகைக்கு உட்பட்டிருந்தது. ஆனால் ஜெருசலேமிய ஆயரோ தன்னைக் குலபதியாக உயர்த்திக் கொள்வ தற்காகத் தொடர்ந்து போராடி வந்தார். ஜீனெவஸ் இப்போது தன் விசுவாசத்திற்கு விலையாக குலபதி எனும் பரிசை வென்றார். அதுவே அவரது உயிருக்கு வினையாக முடிந்தது.

இறுதியாக 451இல் பல்ச்சேரியா, சால்ஸ்டேன் மன்றத்தில் 'ஏசு முற்றும் தெய்வாம்சம் பொருந்தியவராகவும், முழுமையான மனிதத் துவம் மிக்கவராகவுமே இருந்தார் என்ற இரண்டு இயற்கையியலின் சங்கமிப்பிற்கு' உடன்படுமாறு நிர்பந்தித்தாள். எடோசியா அதனை ஏற்றுக்கொண்டு பல்சேரியாவுடன் இணக்கமடைந்தாள். இந்த உடன் பாடு மரபுவாத கத்தோலிக்கக் கிறித்துவர்களுக்கும், சீர்திருத்தத் திருச்சபைக்கும் இடையே இன்றுவரை நீடிக்கிறது என்றாலும் ஒற்றை யியல்வாதிகளும், இரட்டையியல் நெஸ்டோரியன் கோட்பாட்டாளர் களும் சில நுட்பமான காரணங்களுக்காக ஒருபோதும் ஒருவரை யொருவர் ஏற்றுக் கொள்வதில்லை. பண்டைக் காலந்தொட்டே தனித்தே நிற்கின்றனர்.[2]

மேற்கு ரோமானியப் பேரரசு தனது வீழ்ச்சிக் கட்டத்தின் போது அட்லியாவையும் ஜுன்னையும் பயங்கரமாகத் தாக்கிய நேரத்தில் வயது முதிர்ந்த எடோசியா கிரேக்கக் கவிதைகள் எழுதிக் கொண்டும்,

தன்னுடைய புனித ஸ்டீபன் நெடுமாடத்தைக் கட்டிக்கொண்டும் இருந்தாள். டமாஸ்கஸ் வாயிலுக்குச் சற்று வடக்கே இருந்த அந்த மாடம் இன்று முற்றாக அழிந்துவிட்டாலும் அந்தத் தியாகத் தூண் களுக்கு அருகே முதன்முதலாக 460இல் புதைக்கப்பட்ட தியாகி எடோசியா தான்.

குறிப்புகள்

1. ‘உன் நன் மகிழ்வில் ஓர் நன்மையைச் செய்’ என்ற தோத்திரப் பாடல் எண் 51இல் தாக்கம் பெற்ற எடோசியா, புகழ்மிக்க ஆர்மீனியத் துறவி எபூமியஸிடம் இருந்து ஆலோசனைகள் பெற்று வந்தாள். இவரது வழிபாட்டுத்தலம் ஜெருசலேமிற்கு வெகு அருகில் உள்ள ஜூடேய மலை களுக்கிடையே பிற்காலத்தில் கண்டுபிடிக்கப்பட்டது. அந்த இடத்தில் இப்போதும் ஆன்மீகத் துறவிகள் இருபதுபேர் வசித்து வருகின்றனர். தொன்மக் கதையில் கூறப்படும் எடேசாவின் அரசர் அப்காருக்கு அடுத்து முதன் முதலாக 301இல் கிறித்துவத்திற்கு மதம் மாறிய கக்காஸியத்தின் ஆர்மீனிய அரசர் இவர்தான். இவரைத் தொடர்ந்து ஆர்மீனியாவின் அண்டைப் பிரதேசமான அப்போதைய இபேரியா, இப்போதைய ஜியார் ஜியாவின் அரசர் 327இல் கிறித்துவத்திற்கு மாறினார். இபேரியாவின் அரசரின் மகனான ஜியார்ஜிய பீட்டரிடம் எடோசியா, தானாகவே மாணாக்கியாகச் சேர்ந்தாள். ஜெருசலேமில் அன்று துவங்கி இன்றுவரை கக்காசிய இருப்பு நீடிக்கிறது.

2. நெஸ்டோரிய இரட்டையியல் கோட்பாடு, கீழை அசிரியத் திருச்சபை மூலமாகப் பிரபலமடையத் துவங்கியது. இத்திருச்சபை பெர்சியாவின் சசானித்’தை சேர்ந்த பணக்காரக் குடும்பத்தினரையும், பிற்காலத்தில் செங்கிஸ்கான் குடும்பத்தினரையும் கிறித்துவத்திற்கு மத மாற்றம் செய்வித்தது. அதே காலகட்டத்தில் கீழை கிறித்துவ ஒற்றையியல்வாதிகள் பாபிலோனிய கால்டியத்தைப் புறக்கணித்து எகிப்திய கோப்டியத்தையும், சிரிய மரபியத்தையும், எதியோபியத் திருச்சபையையும் உருவாக்கினர். எதியோப்பியத் திருச்சபை பிற்காலத்தில் ஜூடேயிசத்துடன் சிறப்புத் தொடர்பு கொள்ளும் அளவிற்கு வளர்ச்சி பெற்றது. ‘ஜூடேய சிங்க’த்தின் பெற்றோர், அரசன் சாலமன் மற்றும் செபாவின் கூட்டிணைவு எனப் போற்றும் ‘தி புக் ஆப் குளோரி ஆப் கிங்ஸ்’ என்ற நூலை எதியோபாவிற்குக் கூட்டு ஒப்பந்தமாகக் கொண்டு வந்தார் அரசர் மெனிலிக். இந்தத் தொடர்பு பிற்காலத்தில் பதினான்காம் நூற்றாண்டு முதற்கொண்டே இருந்த எத்தியோப்பிய கருப்பு யூதர்கள் இஸ்ரேலியத் திருச்சபையை உருவாக்கும் அளவிற்குச் சென்றது. 1984ஆம் ஆண்டு இஸ்ரேலை மிக உயரமான தளத்திற்கு எடுத்துச் சென்றனர் இஸ்ரேலியர்கள்.

☆

16

பாரசீகர்களின் ஆக்கிரமிப்பு பைசானியர்களின் அந்திமக்காலம் கி.பி 518-630

பைசாந்திய ஜெருசலேம்: ஜஸ்டினியர்களும், பேரரசியெனும் காட்சிப் பதுமையும்

தன்னுடைய முப்பத்தி ஐந்தாம் வயதில் 518ஆம் ஆண்டு மாமா ஜஸ்டின் அரியணையேற்றிய போதுதான் அவர் கிழக்கு சாம்ராஜ்ஜியத்தின் மெய்யான ஆட்சியாளர் என்பது ஜஸ்டினியனுக்குத் தெரிய வந்தது. வயதில் மூத்த புதிய பேரரசர் கல்வியறிவு அற்றவர். த்ரேசிய விவசாயியான அவர், தன்னுடைய பெயருடன் ஜஸ்டினியனைச் சேர்த்துக்கொண்ட மதிநுட்பம் உடைய மருமகன் பீட்டரைச் சார்ந்திருக்க வேண்டியிருந்தது.

ஜஸ்டினியன் (பீட்டர்) அதிகாரத்திற்கு வரும்போது தனித்து வந்துவிடவில்லை. தன்னுடன் குதிரை வண்டி பந்தயக் குழுவிற்குப் பயிற்சியளிப்பவனாக இருந்து, பயிற்சியாளர்களிடமிருந்து தன்னை உயர்த்திக்கொண்டு, கான்ஸ்டாண்டிநோபிள் பந்தய மைதானத்தில் ரத்தக்களரிகள் செய்து கீழ்த்தரமான பெயர்பெற்றவனின் மகளாகிய தியோடராவையும் தன்னுடன் அதிகாரத்திற்குக் கொண்டு வந்து சேர்த்தான்.

ஒரே நேரத்தில் மூன்று பேருடன் கலவி கொள்ளுமளவு பாலியல் வெறி கொண்ட தியோரடா உடல் வன்மையில் வரம் பெற்றவளாகத்

19

திகழ்ந்தாள். இவளைப் பற்றிய விவரணைகளை தன்னாதாயத்தில் கட்டுண்டு பகல்நேர வேலைகளின் மீது ரகசிய வெறுப்பு கொண்டிருந்த அரசவை வரலாற்றாளர் மிகைப்படுத்தியிருப்பார் என்பதில் எந்த சந்தேகமும் கிடையாது.

உண்மை எது என்பது ஒருபுறமிருந்தாலும் தியோரடாவின் கட்டுக்கடங்காத உயிராற்றலைக் கண்டுகொண்ட ஜஸ்டினியன் அவளை மணமுடிப்பதற்காக விதிகளையே மாற்றினான். அவளுடைய ரகசிய உறவுகள் ஜஸ்டினியனின் வாழ்க்கையை நெருக்கடிக்குள்ளாக்கியதோடு பெரும் பின்னடைவிற்கும் காரணமாக இருந்தது. 'நிகா' கலவரத்தால் கான்ஸ்டாண்டிநோபிளை இழந்து தப்பியோடும் நிலையில் ஜஸ்டனியன் தன்னுடைய தளபதிகளை அனுப்பி கலகக்காரர்களைக் கொல்வதை விடுத்து தன் உயிரைக் காப்பாற்றுவதை விட தான் செத்துவிடுவதே மேலென்று கூறினாள்.

ஜஸ்டினியன் தியோரடா யதார்த்தச் சித்திரங்கள் வரையப்பட்ட ரவென்னா சான் விடலே தேவாலயத்திற்கு நாம் நன்றிக்குரியவர்கள். ஜஸ்டினியன் செந்நிறக் கூர் முகத்தில் நம் கவனத்தைக் குவிக்கவிடாமல், அந்த ஓவியத்தில் தியோடோராவோ மென்வெளிர் நிற சருமத்தில் ஒளிர்கிறாள். சிமிட்டும் கண்களுடன் நம்மைப் பார்க்கும் அவள் மார்பிலும் தலையிலும் முத்து நகைகள் அறுந்து உதிர்கின்றன. அரசியலில் மிக உயர்ந்த இடத்தில் இருந்த இரட்டையர்களான அவர்கள் பிறப்பால் எந்த வம்சத்தவர்களாக இருந்தபோதிலும் பேரரசிலும், மத விசயங்களிலும் தகுதிக் குறைவானவர்களாகவும், ஈவு இரக்கமற்றவர்களாகவும் இருந்தனர்.

ஜஸ்டினியன் பிறப்பதற்குச் சிறிது காலத்திற்கு முன்புதான் ரோமின் இறுதிப் பேரரசர் நகரத்தில் இருந்து ஜெர்மானியத் தலைவனால் துரத்தியடிக்கப்பட்டார். எனவே கிழக்கு சாம்ராஜ்ஜியத்தில் லத்தீன் மொழிபேசும் கடைசிப் பேரரசர் ஜஸ்டினியன் ரோமை மீட்டு கிறித்துவ நாடுகளை மறுஐக்கியப்படுத்துவதைத் தன் வாழ்வின் லட்சியமாகக் கொண்டிருப்பார் என்று நம்பப்பட்டது.

ஆனால் அதற்கு முரணாக ரோமின் பிஸப்புகளின் கௌரவத்தை உயர்த்தியதால் வெகுவிரைவில் அவர்கள் போப்பாகவும், கிழக்கிற்கும் மேற்கிற்கும் இடையிலான வேறுபாடாக அறியப்பட்டவர்களாயினர். ஜஸ்டினியன் போர், மதநம்பிக்கை, கலை ஆகியவற்றின் மூலமாக தனது பேரரசை சர்வதேச கிறித்துவப் பேரரசாக உயர்த்துவதை வெற்றிகரமாகச் சாதித்து அதிர்ச்சியூட்டினார்.

ஜஸ்டினியன் மறுபடியும் இத்தாலி, வடக்கு ஆப்பிரிக்கா, தெற்கு ஸ்பெயின் ஆகிய பகுதிகளை ஆக்கிரமித்தார். இதனிடையே அவர்

அனேக கிழக்குப் பகுதிகளைக் கடந்து வந்த பாரசீகர்களின் படை யெடுப்பையும் அடிக்கடி எதிர்கொள்ள வேண்டியிருந்தது. இந்த ஏகாதிபத்திய தம்பதியர் தங்களது கிறித்துவப் பேரரசை 'மனித குலம் முழுமைக்கும் முதல் மகத்தான ஆசீர்வாதங்களாக' ஓரினச் சேர்க்கையை, மதத் தற்பெருமையாளர்களை, மதப் பழமைக்கு எதிரான வர்களை, சமாரிடன்களை, யூதர்களை ஒடுக்கும் பேரரசாக உயர்த்தி னார்கள். ஜஸ்டினியன் ஜூடாயிசம் பெற்றிருந்த மதத்திற்குரிய தகுதியை நீக்கி ஈஸ்டரில் விழுந்து வணங்குவதைத் தடைசெய்து, யூத வழிபாட்டுத் தலங்களை தேவாலயமாக மாற்றி, யூதர்களுக்கு வல்லடியாக புனித நீராட்டினார். யூத வரலாற்றைக் கேலி செய் தார். 537இல் அவர் கான்ஸ்டாண்டிநோபிளில் ஹாஜியா சோபியா தேவாலயத்தை அர்ப்பணித்தபோது, 'சாலமன் நான் உன்னையும் விஞ்சிவிட்டேன்' என்ற சொற்கள் அவர் காதுகளில் எதிரொலித் திருக்கும். ஆகவே அவர் சாலமன் கோயிலில் மண்டியிட ஜெருசலே மிற்குத் திரும்பினார்.

ஜஸ்டினியனும், தியோடோராவும் 543இல் கடவுளின் தாயான புனித மேரிக்கு பிரமாண்டமான புதிய தேவாலயம் ஒன்றைக் கட்டினர். இது 400 அடி நீளமும், 187 அடி உயரமும் உடையது. அதன் சுற்றுச் சுவரின் தடிமன் 16 அடி. சாலமனை மிஞ்சியதாகவும், தொலைவில் இருந்து கோயில் மலையை நோக்கும்படியான முகப்பு உடையதாகவும் வடிவமைக்கப்பட்டது. ஜஸ்டினியனின் தளபதி யாகிய பெலிசாரியஸ், கார்த்தகேயின் தலைநகரை ஆக்கிரமித்த பேரழிவின்போது டைட்டஸ் கோவில் கொள்ளையில் இருந்து மெழுகு ஸ்தம்பம் ஒன்றைக் கண்டெடுத்தான். பெலிசாரியஸ் தனது வெற்றியைக் கொண்டாட கான்ஸ்டாண்டிநோபிளில் ஒரு படை யணி வகுப்பை நடத்திய பின்னர் அந்த மெழுகு ஸ்தம்பத்தை ஜெருசலே மிற்கு அனுப்பினான். அதைத்தான் ஜஸ்டினியன் தனது புதிய தேவாலயத்தில் நிறுவியிருக்கக்கூடும்.

அப்புனித நகரம் பழைமைக் கிறித்துவ சடங்குகளைக் கொண்டு ஆளப்பட்டது. புனிதப் பயணிகள் ஹாட்ரியன் வடக்கு வாயில் வழியாகப் புகுந்து நடந்துசெல்லும் கனமான உத்திரங்களால் மேற்கூரை யிட்ட, வாகனங்கள் செல்லுமளவிற்கு 40 அடி அகலமுடைய இரண்டு பக்கங்களிலும் கடைகள் வரிசை கட்டிய கார்டோ தெரு புதிய தேவாலயம் வரையிலும் நீட்டிக்கப்பட்டது. மிகவும் வசதியாக வாழ்வதற்கு கோயில் மலைக்கு தெற்கிலும், தென்மேற்கிலும் மைய வெளியைச் சுற்றி இரண்டடுக்கு மாளிகைகள் கட்டப்பட்டன. "அந்த இல்லத்தில் வசிப்பவர்கள் மகிழ்ச்சியுடன் இருந்தார்கள்'' என அங்கு வசித்த ஒருவர் எழுதினார். தேவாலயங்களும், வீடுகளும்,

கடைகளும் கூட மொசைக் வேலைப்பாடுகளால் அலங்கரிக்கப் பட்டன. இந்த அலங்காரங்களை ஆர்மீனிய அரசர்கள் செய்து கொடுத்திருக்கக்கூடும். மொசைக் வேலைப்பாட்டுச் சித்திரங்கள் பல நூற்றாண்டுகளைக் கடந்தும் நிலைத்திருந்தன. தேவாலய புனித சிற்பத்தின் தங்க மாதிரியில் அலங்கரிக்கப்பட்ட தங்க மோதிரம் ஒன்று அகழ்ந்தெடுக்கப்பட்டுள்ளது.

நகரம் அங்கு வரும் பல்லாயிரக்கணக்கான புனிதப் பயணிகளை வரவேற்கும் விதமாக அமைக்கப்பட்டிருந்தது. முன்னோர்கள் நாட்டுப் பற்றுடன் அங்கு வசித்தனர். 900 படுக்கை வசதி கொண்ட ஜஸ்டினியன் விடுதியில் வறிய புனிதப் பயணிகள் தங்கினர். தூய ஒழுக்கவாதிகள் சுற்றுப்புற மலைகளில் உள்ள குகைகளிலும், யூத மாடங்களிலும் வசித்தனர். பணக்காரர்கள் இறந்துவிட்டால் புதைப் பதற்குரிய கல்லறைகளில் தீய ஆவிகளை விரட்டும் மணியலங்காரம் செய்யப்பட்டிருந்தது. ஏழைகளின் சடலங்கள் ரத்தச் சகதி தோய்ந்த தலங்களில் எவ்வித அடையாளமுமின்றி ஒட்டு மொத்தமாகப் புதைக்கப்பட்டன. ஜெரோமியர்களின் உற்சாகமூட்டும் களியாட்டங் களுக்கு ஒருபோதும் குறைவில்லை. பரந்த மைதானங்களில் குதிரை வண்டிப் பந்தயங்கள் நடந்தன. பந்தயங்கள் நடக்கும்போது பச்சை, ஊதா என்று ஆதரவாளர்கள் இரண்டு அணிகளாகப் பிரிந்து “அதிர்ஷ்ட ஊதா வெல்லட்டும்” என்று உற்சாகக் கூச்சல் எழுப்பு வார்கள். ஜெருசலேமில் “நீடு வாழ்க” என்ற கல்வெட்டு கண்டெடுக்கப் பட்டுள்ளது.

புதிய தேவாலயம் கட்டி முடிக்கப்பட்ட விரைவிலேயே தியோடோரா புற்று நோயால் மரணமடைந்தாள். ஆனால் ஜஸ்டினியன் ஐம்பதாண்டுகள் ஆட்சி நடத்தி தனது எண்பத்தைந்தாம் வயதில் 565 ஆண்டுவரை வாழ்ந்த அவர் அகஸ்டஸ், ட்ராஜன் தவிர்த்து வேறு யாரையும்விட தனது சாம்ராஜ்ஜியத்தை பெரிய அளவில் விரிவுபடுத்தினார். ஆனால் அந்நூற்றாண்டு முடிவில் பேரரசு விரிவாக் கத்தை இழந்து அடிக்கடி தாக்குதலுக்குள்ளாகி வந்தது. பேரரசரின் மறைவிற்குப் பின்னர் 602இல் அரியணையைக் கைப்பற்றிய தளபதி தனது எதிரிகளை ஆதரிக்கும் பச்சை அணியினரைத் தாக்குவதற்கு ஊதா அணியைப் பயன்படுத்தி வந்தார். யூதர்களை வல்லடியாக மதம் மாற்றினார். பச்சை, ஊதா அணிகள் விளையாட்டு ரசிகர் களாகவும், ஜெருசலேமிற்காக அடித்துக்கொள்ளும் அரசியல் குண்டர்களாகவும் செயல்படும் ஆபத்தான சக்திகளாக விளங்கி வந்தனர். தீமைகளையும், வன்முறைகளையும் செய்யும் கும்பல் குற்றங் களாலும், கொலைகளாலும் நகரை நிரப்பி வைத்திருந்தது. பச்சை

அணி வென்றது என்றாலும் மீண்டும் பைசாந்தியர்கள் நகரத்தைக் கைப்பற்றித் தங்களது எதிரிகளை நசுக்கிவிட்டனர்.

ஜெருசலேமின் நெருக்கடியைக் கண்ட பாரசீக ஷா'வான இரண்டாம் குஷ்ராவிற்கு அதன்மீது அடங்காத வேட்கை ஏற்பட்டது. ஆனால் ஒரு சிறுவனான அவரது அரியணை பைசாந்தியப் பேரரசர் மௌரிஸால் ஆதரிக்கப்பட்டு வந்தது. மௌரிஸ் கொல்லப்பட்டதும் தனது பழைய ஆசையை நிறைவேற்றிக் கொள்ள கிழக்குப் பகுதியைக் கைப்பற்றும் நம்பிக்கையில் கான்ஸ்டாண்டிநோபிளை பின்னெப்போதும் மீண்டெழ முடியாதளவிற்கு நிர்மூலமாக்கினார். ஜெருசலேம் சுழல் சக்கரத்தின் கதிக்குத் தள்ளப்பட்டது. அடுத்த இருபத்தைந்து ஆண்டுகளில் கிறித்துவ, ஜொராஸ்டிய, யூத, இஸ்லாமிய என நான்கு வெவ்வேறு மத ஆட்சியாளர்களால் ஆளப்படுவதைக் காணவிருந்தது.

ஷாவும் கட்டுக்கடங்கா ராஜ மிருகங்களின் வெறியாட்டமும்

பாரசீகர்கள், ரோம ஈராக்கைக் கைப்பற்றுவதற்காக முதலில் பலமான காலாட்படையை சிரியா வழியாக அனுப்பி வைத்தனர். நீண்ட காலமாக பைசாந்தியர்களின் துன்புறுத்தலுக்கு உள்ளாகியிருந்த ஆன்டியோக்கில் யூதர்கள் கலகத்தில் இறங்க, அவர்களுடன் டிபேரியஸ் யூதர்களும் இணைந்துகொண்டனர். மதிநுட்பம் கொண்ட பாரசீகப் படைத் தளபதி கட்டுக்கடங்கா ராஜ விலங்கு என்று பெயர்பெற்ற ஷாகர்பராஷ் தலைமையில் மொத்தம் 20,000 பேர் ஜெருசலேமை முற்றுகையிட்டனர். கோட்டைக்குள்ளிருந்த நாட்டுப் பற்றுமிக்க ஜஹாரியாக்கள் பேச்சுவார்த்தை நடத்த முயற்சி மேற்கொண்டபோது தெருக்களில் ஆதிக்கம் செலுத்திய பந்தயக் குதிரை குண்டர்கள் நிராகரித்து விட்டனர். ஒரு வழியாக பாரசீகர்களும், யூதர்களும் மதில்களைத் தகர்த்து நகரத்தினுள் புகுந்தனர்.

ஜெருசலேமும், மெய்யான கிழக்கு ரோமானியப் பிரதேசம் முழுவதும் இப்போது பாரசீக மன்னர்களின் மன்னனாகிய இளம் ஷாஇன்ஷா இரண்டாம் குஸ்ராவின் ஆளுகையில் இருந்தது. இவர் தனது புதிய பேரரசை ஆப்கானில் இருந்து மத்தியதரைப் பகுதி வரையிலும் விரிவுபடுத்தினார். இந்த ஷா, ஜஸ்டினியன் ஆட்சிக் காலத்தில் ஆன்டியோகைத் தீயிட்டுக் கொளுத்திய மகத்தான சசானிய ஆட்சியாளரின் பேரன் ஆவார்.

ஆனால் இவர் தனது வேதனை மிகுந்த இளமைப் பருவத்தில் ராஜ குடும்பப் பங்காளிகளிடம் தவறான நம்பிக்கைகள் ஊட்டப்

பட்டு பெரும் மனப்பிரமைகளுடன் வளர்க்கப்பட்டார். அவரது ஆட்சிக் கட்டிலின் பதாகை 130 அடி நீளமும், 20 அடி அகலமும் உடைய புலித்தோலினால் தயாரிக்கப்பட்டிருந்தது. தனது அரச வையைத் தங்க இழைகளால் நெய்த 10000 சதுர அடி சுருள் கம்ப ளத்தில் நடத்தினார் என்று வர்ணிக்கப்படுகிறது.

அவரது ஷாபஸ்டன் எனும் அந்தப்புரமானது 3000 அடிமைகளுடன் குளிர்ச்சியான நிலவறையில் அமைக்கப் பட்டிருந்தது. தனது தலைநகரான டெஸ்டிபோனில் (இன்றைய பாக்தாதிற்கு அருகில்) மிக அதிகமான பார்வையாளர்கள் அமரும் வசதி கொண்ட உலகின் மிகப்பெரிய அரங்கு கொண்ட சுரங்க அரண்மனையை அவர் கட்டினார் என்பதும், தங்க இழைகளால் நெய்த அங்கியணிந்து, அணிகலன்கள் பூட்டி, தங்கக் கவசம் அணிந்து, தங்க முலாம் பூசிய வாளேந்தி நள்ளிரவில் பயணித்தார் என்று கூறப்படுவதும் உண்மையாய் இருக்க சாத்தியம் உண்டு.

ஜொராஸ்டியரான மன்னர் ஷா'விற்கு யூத, கிறித்துவ மதங்கள் உட்பட பல்வேறு துறைகளில் ஆர்வம் உண்டு. ஆனால் அவர் நெஸ்டோரிய கிறித்துவராகிய தன் அன்பிற்குரிய ஸ்ரினைத்தான் மணந்தார். அவளை அடைவதில் தன்னுடன் போட்டிக்கு நின்ற வனை, ஒருக்காலும் செய்து முடிக்க சாத்தியமற்ற சாதனையான புகுஸ்டன் மலைப் படிக்கட்டுகளில் பொறிப்பு வேலைசெய்ய அனுப்பியதாகப் புனைவொன்று சொல்லப்படுகிறது.

ஜெருசலேமைக் கைப்பற்றியதும் ஷா'வின் தளபதியான ராஜமிருகம் எகிப்தைக் ஆக்கிரமிக்கச் சென்றுவிட்டது. அவன் சென்ற வேகத்திலேயே ஜெருசலேமியர்கள் பாரசீகர்களுக்கும், யூதர் களுக்கும் எதிராகக் கலகத்தில் இறங்கிவிட்டனர். ராஜமிருகம் தன் குதிரையின் ஓட்டத்தைத் திருப்பி ஜெருசலேமை மீண்டும் இருபது நாட்களாக முற்றுகையிட்டான். ஆலிவ் மலைகளிலும், கெஸ்தமனே மலைகளிலும் இருந்த தேவாலயங்களை அழித்தான்.

பாரசீகர்களும், யூதர்களும் தமக்கு எப்போதும் தொல்லை கொடுத்து வந்த வடகிழக்கு மதில்களுக்குக் கீழேயிருந்து நோண்டி அதனைச் சாய்த்தனர். இருபத்தோயோராம் நாளில் 614ஆம் ஆண்டு மே மாதத் துவக்கத்தில் தூண்டப்பட்ட மிருகம் போல வெறியோடு நகருக்குள் புகுந்தனர். அந்தக் காட்சியை நேரடியாகக் கண்ட ஸ்டேட்ரகாஸ் துறவி, 'தேவாலயத்தில் ஒளிந்திருந்த மக்களை பல்லைக் கடித்து கட்டுக்கடங்காத வெறி கொண்ட மிருகம் போல தாக்கி அழித்தனர். அவர்கள் அனைவரும் பைத்தியம் பிடித்த நாயைப் போலக் காணப்பட்டனர்' என்று வர்ணித்தார்.

மூன்றே நாளில் ஆயிரக்கணக்கான கிறித்துவர்கள் நெரிசலில் மாண்டனர். ஜெருசலேமியப் பற்றாளர்களும், கிறித்துவர்களும் என 17,000 பேர் பாரசீகத்திற்கு நாடு கடத்தப்பட்டனர். தப்பிப் பிழைத் தவர்கள் ஆலிவ் மலைமீது நின்றபடி பார்த்துக் கொண்டிருந்தபோது 'ஜெருசலேம் உலைக்களம் போல எரிந்து, அங்கிருந்து எழுந்த புகை மண்டலம் மேகக் கூட்டத்தை துயரத்தாலும், சோகத்தாலும் நிரப்பி', அவர்கள் தலைமுடிமீது சாம்பலைப் பொழிந்தது. தேவாலயத்தின் புனிதக் கல் மாடத்தையும், புதிய தேவாலயத்தையும், ஜியான் மலைத் தேவாலயத்தையும், ஆர்மீனியப் புனித ஜேம்ஸ் களின் தேவாலயத்தையும் நெருப்பு விழுங்கியது. கிறித்துவப் புனிதச் சின்னங்களான ஈட்டி, சிலுவை போன்றவை குஷ்ரவிற்கு அனுப்பி வைக்க, அவர் அவற்றை அரசி சிரினிடம் வழங்கினார். அவர் அவற்றைத் தன் டெசிபோன் தேவாலயத்தில் பாதுகாத்து வந்தார்.

டைடஸ் கோயிலை அழித்து 600 ஆண்டுகள் கழிந்த பின்னர் ஜெருசலேமை ராஜமிருகம் யூதர்களுக்கு அளித்தது.

நெஹேமியா இரண்டாம்: யூத பயங்கரம்

பல நூற்றாண்டு அடக்குதலுக்குள்ளான யூதர்கள், கடந்த சில வாரங்களுக்கு முன்னர்வரை தங்களைக் கொடுமைப்படுத்திய கிறித்துவர்களை நிழலுருமான நெஹேமியா தலைமையில் பலி வாங்கத் துடித்துக்கொண்டிருந்தனர். கிறித்துவர்களை மதம் மாற்றுவது அல்லது நீரில் மூழ்கடித்துச் சாகடிப்பது என்ற இரண்டில் ஒன்றைத் தேர்ந்தெடுப்பதற்காக அவர்களை மிகப்பெரிய மமில்லா நீர்த்தேக்கத் திற்கு அருகில் கொண்டு வந்து நிறுத்தி, ஆயிரக்கணக்கான மதிப்பற்ற கைதிகளை பாரசீகர்கள் சிறையில் அடைத்தனர். சில துறவிகள் ஜூடாயிசத்திற்கு மாறினர். மற்றவர்கள் கொல்லப்பட்டனர்.[1] மகிழ்ச்சியில் குதூகலித்த யூதர்கள் ஜெருபேபல் நூலின் தாக்கம் பெற்று பலியிடலுக்காகவும், யூத உலகின் வாயிலாக மெசானிய வேட்கை அதிர்வை உருவாக்கவும் மலைக்கோயிலை மறு நிர்மாணம் செய்யத் துவங்கினர்.

பாரசீக ஷா கான்ஸ்டாண்டின்நோபிள் செல்லும் வழி நெடுக எகிப்து, சிரியா, ஈராக், ஆசியா மைனர் ஆகிய பகுதிகளை ஆக்கிர மித்தார். யூதத் தளபதி நெஹேமியாவின் கைப்பற்றுதலுக்கு உத்தர விடப்பட்ட டையர் நகரம் மட்டும் இன்னும் பாரசீகர்களை எதிர்த்து நின்றது.

யூத ராணுவம் தான் கொண்டிருந்த இலக்கை நிறைவேற்ற முடியாமல் தோல்வியுற்று நகரை விட்டுத் தப்பியோடியது. ஆனால்

கிறித்துவர்கள் எண்ணிக்கையில் அதிகமாக இருந்தால் அதனால் விளையும் பலன்களும் அதிகமாக இருக்கும் என்பதை பாரசீகர்கள் முன்பே அறித்திருப்பார்கள் என்பது உறுதி. யூதர்கள் மூன்றாண்டு காலம் ஜெருசலேமை ஆட்சி செய்ய அனுமதித்த பின்னர் 617இல் அவர்களை அங்கிருந்து வெளியேற்றியது ராஜமிருகம். வெளியேற மறுத்த நெஹேமியா தோற்கடிக்கப்பட்டு ஜெருசலேமிற்கு அருகில் உள்ள எம்மாஸ் என்ற இடத்தில் சிரச்சேதம் செய்யப்பட்டார்.

இப்போது நகரம் மீண்டும் கிறித்துவர்கள் கைக்கு வந்தது. இந்த முறை துயரத்திற்குள்ளாக வேண்டிய சுற்று, யூதர்கள் பக்கம் வந்தது. முன்னர் கிறித்துவர்களைக் கிழக்கு வாயில் வழியாக வெளி யேற்றியதுபோல் இப்போது யூதர்கள் ஜெரிக்கோவை நோக்கிச் சென்றுகொண்டிருந்தார்கள். தங்களது புனித நகரம் முற்றாகச் சிதைந்து கிடப்பதைக் கண்டனர் கிறித்தவர்கள். தலைமைப் பாதிரியார் இல்லாதபோது அந்தப் பொறுப்பை ஏற்றிருந்த மொடஸ்டோஸ் சிதைந்து கிடந்த புனிதக் கல்லறையை மீட்டுருவாக்கம் செய்தார். ஆனால் கான்ஸ்டாண்டின் மற்றும் ஜஸ்டினியன் காலத்தைய நகரத்தைப் போன்ற பிரமாண்டத்தை அது அடைய முடியவில்லை.

டைட்டஸ் காலம் தொட்டு யூதர்கள் மூன்று முறை மட்டுமே கோயில் குன்றுகளின் மீது சுதந்திரமான பிரார்த்தனை புரியும் தருணங்களைப் பெற முடிந்தது. ஒன்று அனேகமாக அது கொச்பா காலமாக இருந்திருக்கலாம். மற்ற இரண்டு முறை ஜூலியன் மற்றும் குஷ்ராவ் காலங்களில் என்பது மட்டும் உறுதி. ஆனால் யூதர்கள் அடுத்த 1350 ஆண்டுகளுக்குக் கோயிலைத் தங்கள் கட்டுப்பாட்டில் கொண்டுவரப் போவதே இல்லை. பாரசீகர்கள் தங்கள் வெற்றிக் காக பைசாந்தியப் பேரரசின் பெயருகேற்ற தகுதியுடைய புதிய துடிப்புமிக்க இளம் ஹெரக்ளியஸை எதிர்கொள்ள வேண்டியிருந்தது.

ஹெராக்ளியஸ்: முதல் புனிதப் போராளி

மென்னொளிர் சருமத்துடன், பழுப்புநிற கேசத்தில், உயரமாக ஏக சாம்ராஜ்ஜியத்தின் ஒரு பகுதியைக் காப்பவனுக்குரிய தோற்றத்தில் இருந்தார் ஹெராக்ளியஸ். ஆர்மீனிய வம்சாவளியைச் சேர்ந்த ஆப்பிரிக்க ஆளுநரின் மகனாகிய இவர், கிழக்குப் பிரதேசங்கள் முழுவதும் பாரசீகர்கள் கையில் இருந்த நேரமான 610இல் அரியணையைக் கைப்பற்றினார். ராஜமிருகம் சிரியாவையும், எகிப்தையும் ஆக்கிரமிப்பதற்கு முன் கான்ஸ்டாண்டிநோபிளைத் தாக்கியபோது எதிர்த்தாக்குதல் தொடுத்த ஹெராக்ளியஸ் ராஜமிருகத்தால் தோற் கடிக்கப்பட்டார். அமைதிக்குக் குந்தகம் விளைவித்ததற்காக

ஹெராக்ளியஸ் தண்டனைக்குள்ளானார். அந்த அவகாசத்தைப் பயன்படுத்தி பைசாந்திய வலிமையை மீட்டுக்கொள்ளவும், பலி வாங்கலுக்குத் திட்டமிடவும் பயன்படுத்திக் கொண்டார்.

622ஆம் வருடம், திங்கட்கிழமை, ஈஸ்டர் பண்டிகை நாளன்று ஹெராக்ளியஸ் தனது படையோடு கராக்கஸிற்குக் கிளம்பினார். கருங்கடல் மார்க்கமாக இல்லாமல் யாரும் எதிர்பார்க்காத மத்திய தரை ஜோனியன் கடற்கரை வழியாக குடாவைச் சுற்றிக்கொண்டு இஸஸ் வந்து சேர்ந்தார். நிலத்தில் காலூன்றிய வேகத்தில் ராஜ மிருகத்தைத் தோற்கடித்தார். கான்ஸ்டாண்டிநோபிளை மிரட்டிக் கொண்டிருந்த போதும் பாரசீகர்களின் சொந்த நாட்டின் மீதே போர் தொடுத்தார் ஹெராக்ளியஸ்.

அடுத்த வருடம் மீண்டும் அதே தந்திரத்தைக் கையாண்டார். குஷ்ராவின் அரண்மனையுள்ள கான்ஸாக் ஊடாகத் தன் படையை ஆர்மீனியா, அஜர்பைசானை நோக்கி அணிவகுத்தார். 625ஆம் ஆண்டு குளிர்காலத்தை ஆர்மீனியாவில் கழித்த ஹெராக்ளியஸ் தனது படையைக் கொண்டு மூன்று பாரசீகப் படைகளையும் ஒருங் கிணைய விடாமல் போக்குக்காட்டி அவற்றை ஒவ்வொன்றாகத் தோற்கடித்தார்.

உலகைக் கைப்பற்றும், கொடிய விளையாட்டாக இருந்த அப்போரில் மன்னர் ஷா மீண்டும் ஒருமுறை தனது பட்டியல் களைத் திருப்பிப் போட்டார். ஈராக்கைக் கைப்பற்ற ஒரு படை யணியை அனுப்பினார். ராஜமிருகம், உதிரியாக அலையும் மேய்ச்சல் பழங்குடியினரான அவார்'களுடன் இணைந்து கான்ஸ்டாண்டி நோபிளைப் பிடிக்குமாறு அனுப்பினார்.

'தான் கடவுளர்களிலேயே உன்னதமானவன், பூமி முழுமைக்கும் தானே அரசன், தானே எஜமானன்' என்று கூறிக்கொண்ட மன்னர் ஷா, ஹெராக்ளியஸிற்கு இவ்வாறு எழுதினார்: 'நீ கடவுள் மீது நம்பிக்கைக் கொண்டிருக்கிறாயே அவன் ஏன் கேசாரியா, ஜெருசலேம், அலெக்ஸாண்டியா ஆகியவற்றை எனக்கில்லாமல் மற்றவர் கைகளில் அளிக்கவில்லை? கான்ஸ்டாண்டிநோபிளை அழிக்கமுடி யாதா என்னால்? கிரேக்கர்களாகிய உங்களை அழிக்கவில்லையா நான்?'

ஹெராக்ளியஸ் தனது ஒரு படையை ஈராக்கில் போர் புரியவும், மற்றொன்றைத் தனது தலைநகரைப் பாதுகாக்கவும் அனுப்பினார். தன் தலைமையில் மூன்றாவது படையை உருவாக்க 40,000 நாடோடிக் குதிரைக்காரர்களைக் கூலிக்கு அமர்த்திக்கொண்டார்.

கான்ஸ்டாண்டிநோபிளில் பாரசீகர்களும், அவார்'களும் போஸ்பராஸின் இரண்டு பக்கத்திலும் முற்றுகையிட்டனர். ஆனால் மன்னர் ஷாவிற்கு ராஜ மிருகத்தின்மீது பொறாமை உண்டாகி விட்டது. இந்த உலகில் விதவிதமான கொடூரங்களின் ஒட்டுமொத்தக் குத்தகைதாரரான ஷா, தனது சொந்த வல்லாள கண்டனை முன்பே ஒதுக்கித்தான் வைத்திருந்தார். இப்போது அவனைக் கொன்று தளபதிப் பொறுப்பை ஏற்றுக்கொள்ளுமாறு ராஜமிருகத்தின் உதவி யாளனுக்குக் கடிதம் எழுதினார் ஷா. கடிதத்தை மறித்துப் படித்த ஹெராக்ளியஸ், ராஜமிருகத்தைச் சந்திக்க அழைப்பு விடுத்தார். அக்கடிதத்தைக் காட்டி அவனுடன் ரகசிய உடன்படிக்கை ஏற்படுத்திக் கொண்டார். கான்ஸ்டாண்டிநோபிள் பாதுகாக்கப்பட்டது.

ராஜமிருகம் சிரியா, பாலஸ்தீன், எகிப்தை ஆட்சி செய்வதற்காக அலெக்ஸாண்டிரியாவை வாபஸ் வாங்கினான். ஹெராக்ளியஸ் கருங்கடல் வழியாக கராகஸஸிற்குத் தன் படையுடன் சென்று கஸார் குதிரை வீரர்களின் உதவியோடு பாரசீகத்தில் புகுந்தார். பாரசீகப் படையினரைத் தந்திரமாக வளைத்துப் போட்டு, பாரசீகச் சாம் பியன்கள் மூன்று பேரை ஒத்தைக்கு ஒத்தைப் போட்டியில் கொன்றார். பின்னர் முக்கிய படையையும் தோற்கடித்து, ஷாவின் தலைநகருக்கு வெளியே நிறுத்தினார். மன்னர் குஷ்ராவின் வஞ்சகத்திற்குப் பலி யானார். கைதாகி அடைக்கப்பட்ட அருவருப்பான இருட்சிறையில் கண்ணெதிரே அவரது மகன் குத்திக் கொல்லப்பட்டான். மன்னரும் சித்திரவதைக்குள்ளாகி மாண்டார். பாரசீகர்கள் ஹெராக்ளியஸின் அதிகாரத்தை ஏற்றுக்கொள்ள, ராஜமிருகம் ஹெராக்ளியஸின் மைத்துனியை மணந்துகொண்டான். புனித சிலுவை மறைத்து வைக்கப்பட்ட இடத்தில் இருந்து எடுக்கப்பட்டது. ராஜமிருகம் பாரசீக அரண்மனையைக் கைப்பற்றிக் கொண்டாலும் விரைவிலேயே கொல்லப்பட்டான்.

ஹெராக்ளியஸ் 629ஆம் ஆண்டு தனது மனைவி மற்றும் மைத்துனியுடன் கான்ஸ்டாண்டிநோபிளை விட்டு புனிதச் சிலுவையை திருப்பியளிப்பதற்காக ஜெருசலேம் வந்தார். பயண வழியில் தன்னை கிறித்துவத்திடமிருந்து மறைப்பதற்காக தன்னுடன் அழைத்து வந்த பணக்கார யூதராகிய பெஞ்சமின் மாளிகையில் ஹெராக்ளியஸ் தங்கியிருந்தபோது டிப்பிரியாஸ் யூதர்களுக்கு மன்னிப்பு வழங் கினார். யூதர்கள் ஜெருசலேமில் வசித்தால் அவர்கள் பலி வாங்கப் படமாட்டார்கள் என்று வாக்குறுதி அளிக்கப்பட்டது.

மார்ச் 21ஆம் நாள் 630ஆம் ஆண்டு, இப்போது ஹெராக்ளி யஸிற்கு வயது ஐம்பது. உடல் தளர்ந்து, தலை நரைத்துவிட்டது.

தன்னுடைய விசேச வைபவத்திற்காகக் கட்டிய தங்க வாயிலுக்குச் சென்றுவிட்டார்.[2] இந்தக் கண்கவர் நுழைவாயில் மெசையாவின் தீர்ப்பு நாள் வருகைக்கான ஜெருசலேமின் அதி ஆன்மீகத்திறன் மிக்க நுழைவுப் பாதையாக மூன்று அப்ராஹமிய மதங்களுக்கும் மாறிவிட்டது. மெய்ச்சிலுவையை ஜெருசலேமிற்குள் கொண்டு செல்வதற்காகப் பேரரசர் இறக்கி வைத்தார். ஹெராக்ளியஸ் தனது பைசாமிய அங்கியுடன் செல்ல முயலும்போது அந்த நுழைவாயிலானது சுவராக மாறிவிட்டது என்றும், ஆனால் அதன் முன்னிலையில் மன்னிப்பு கோரியதும் அவரது அரச அணிவகுப்பிற்குக் கம்பளம் விரித்து, நறுமணப் பொடிகள் தூவி வழி விட்டதாகவும், ஹெராக்ளியஸ் மெய்ச்சிலுவையை புனிதக் கல்மாடத்திற்கு வழங்கியதும் மதக் குருமார்களால் அந்த இடம் தூய்மையாக்கப் பட்டதாகவும் சொல்லப்படுகிறது. இறுதிப் பேரரசர் கிறித்துவ எதிரிகளை நிர்மூலமாக்கி அதிகாரத்தை தீர்ப்புநாள் வரையிலும் ஆட்சி செய்யப்போகிற ஏசுவிடம் அளிப்பார் என்ற நம்பிக்கைக்கு மாறாக பேரரசு நடந்து கொள்ளுமானால் அது வீழ்ந்து பெரும் துயரங்களைச் சந்திக்கும் என்பது இறைவாக்கு.

யூதர்களைப் பழி தீர்க்குமாறு ஹெராக்ளியஸிடம் கிறித்துவர்கள் கோரி வந்தனர். தனது உறுதிமொழியை மீறியதால் ஏற்பட்ட பாவத்தைக் குருமார்கள் ஏற்று உடனே யூதர்கள் மீது செலுத்தும் வரை மறுத்து வந்தார். அதன் பின்னர் ஹெராக்ளியஸ் யூதர்களை மதம் மாறுமாறு உத்தரவிட்டார். மாறாமலிருப்பர்களை நகரை விட்டு வெளியேற்றினார். பலர் மொத்தமாகக் கொல்லப்பட்டனர்.

தொலைதூரத் தெற்கு வரையிலும் அராபியர்கள் ஹெராக்ளியஸின் பலவீனத்தைப் பார்த்த அளவிற்கு அவனது வெற்றியைப் பார்க்கவில்லை. அரேபியப் பழங்குடியினரை ஒருங்கிணைத்து முகமது நபி தனது உண்மைகளின் வெளிப்பாடாகிய புனித நூல் குர்ரானில் 'ரோமானியர்கள் தோல்வியுற்றிருக்கின்றனர்' என்று அறிவித்தார். ஹெராக்ளியஸ் ஜெருசலேமில் இருந்தபோது முகமது அரசனின் பெருவழியில் பைசானியப் படைகள் இருக்கின்றனவா என்று சோதனையிடச் செய்தார். அராபியர்கள் பைசானியப் பிரிவுகள் மீது தாக்குதல் தொடுத்தனர். ஆனால் அவர்கள் விரைவிலேயே திரும்பியிருக்கவேண்டும்.

ஹெராக்ளியஸ் போதிய அளவு எச்சரிக்கப்பட்டிருக்கவில்லை. அரேபியப் பழங்குடிகள் பாலஸ்தீனத்தில் பல நூற்றாண்டுகளாகச் சுற்றியலைந்து கொண்டிருந்தார்கள். பாரசீகர்களும், பைசாந்தியர்களும் பேரரசுகளுக்கு இடையில் அராபியப் பழங்குடிகளை பாரந்

தாங்கிகளாக கூலிக்கு அமர்த்தியிருந்தனர். ஹெராக்ளியஸ் தனது ராணுவத்தைப் பெரிய எண்ணிக்கையில் அராபிய காலாட்படையைக் கொண்டு நிரப்பி இருந்தார்.

அடுத்த ஆண்டு முகமது ஒரு பைசானியப் பகுதியைத் தாக்குவதற்கு ஒரு சிறிய படைப் பிரிவை அனுப்பினார். ஆனால் இப்போது ஹெராக்ளியஸ் வயதாகி வாழ்வின் முடிவை எதிர்நோக்கிக் கொண்டிருந்தார். ஜெருசலேமை விட்டு கான்ஸ்டாண்டிநோபிளுக்குத் திரும்பினார்.

அங்கு அவ்வளவாக அச்சப்படத் தேவையில்லை போலத் தோன்றியது.

குறிப்புகள்:

1. யூதர்களால் கொல்லப்பட்ட கிறித்துவர்களின் எண்ணிக்கை 10,000லிருந்து 90,000 வரை இருக்கும் என்றும் அவர்களைப் புதைத்தது தாமஸ் என்றும் கூறுகின்றனர். தப்பிப் பிழைத்தவர்கள் தங்களை ஒரு சிங்கம் வந்து காப்பாற்றும் வரை குகையில் மறைந்திருந்ததாகவும், அதனால் அந்தக் குகை சிங்கக்குகை என்று பெயர் பெற்றதாகவும் கிறித்துவப் புனைவொன்று கூறுகிறது. யூதர்கள் இதற்கு நேர்மாறாக, கிறித்துவர்கள் யூதர்களைப் பெருமளவில் கொலை செய்ய முயன்றபோது சிங்கம் தங்களைக் காப்பாற்றியதாகக் கூறிக் கொள்கின்றனர்.

2. இந்தப் பிரமாண்ட வளாகம் நீண்ட காலத்திற்கு முன்பே அழிந்துவிட்டது. ஆனால் யூதக் குடியிருப்பில் இருந்து நீண்டு செல்லும் அதன் அடித்தளம் பழைய நகரத்திற்கு வெளியே தற்போதைய மதில்களுக்கு அடியில் அகழ்வாய்வாளர் நஹ்மன் அவிகாடால் 1971ஆம் ஆண்டு அகழ்ந்தெடுக்கப்பட்டுள்ளது. அடித்தளத்தின் பாரத்தைத் தாங்கும் விதமாக ஜஸ்டினியன் அடுத்தடுத்துப் பலமுறை சரிவைக் கட்டியுள்ளார். 'எமது மேன்மை தங்கிய அதிஉன்னத பேரரசர் ஃப்ளாவியஸ் ஜஸ்டினியஸ் அவர்களால் இது கட்டுவிக்கப்பட்டது' என்ற கல்வெட்டும் அகழ்வாய்வில் கண்டுபிடிக்கப்பட்டுள்ளது. (ஜோர்டான்) மடாபா என்னுமிடத்தில் பைசாந்திய தேவாலயத் தரையில் பல வண்ண மொசைக் வேலைப்பாடுகள் கொண்ட தரை அமைக்கப்பட்டிருப்பது 1884இல் கண்டுபிடிக்கப்பட்டது. ஜெருசலேமின் புனித நகரை பைசாந்திய நோக்கில் ஆறு முக்கிய நுழைவாயில்களையும், தேவாலயங்களையும், கோயில் மலையையும் காட்டும் முதல் ஜெருசலேமின் வரைபடம் பொறிக்கப்பட்டிருப்பது அரிய மதிப்பு வாய்ந்ததாகும். இருந்தாலும் கோயில் மலை முற்றிலும் வெறுமையாகி விடவில்லை. கட்டடவியலாளர்களால் அகழ்வாய்வு செய்யப்பட்டது. ஆனால் பிரிட்டிஷ் பொறியாளர்கள் 1940இல் மேலும் கூடுதலாக இஸ்லாமியப் புனிதத் தலங்களையும், பைசாந்திய எச்சங்களையும் மீட்டுள்ளனர். இவை பேரரசர் ஜூலியனால் கட்டி முடிக்கப்படாத யூதக் கோயிலாக இருக்கலாம் என்று நம்பிக்கையாளர்கள் கருதுகின்றனர்.

☆

பகுதி நான்கு

இஸ்லாம்

வழிபாட்டுக்குரிய புனிதத் தலத்திலிருந்து, மிகத் தொலைவான வழிபாட்டுத் தலத்திற்கு, தனது ஊழியனை இரவில் பயணிக்கச்செய்த இறைவனுக்கு கீர்த்தி உண்டாவதாக.

குரான், 17.1

அல்லாவின் இறைத்தூதர், கேப்பிரியலுடன் ஜெருசலேமிற்கு அனுப்பப்பட்டபோது, அவர் ஆபிரகாமையும், மோசஸையும் மற்ற பிற இறைத்தூதர்களையும் கண்டார்.

இபின் இஹாக், 'சிரத் ரசூல் அல்லாஹ்'

ஒரு அரசன் மெக்காவின் புனித மசூதியையும் ஜெருசலேமின் மசூதியையும் நிர்வகிக்காதவரை, காலிஃப் ஆக (முகமது நபியின் வழித் தோன்றல்) கருதப்படுவதில்லை.

சிபானி, 'ஃபதாயில்'

ஜெருசலேமில் ஒரு நாள் என்பது ஆயிரம் நாட்களைப் போன்றது, ஒரு மாதம் என்பது ஆயிரம் மாதங்களைப் போன்றது. ஒரு ஆண்டு என்பது ஆயிரம் ஆண்டுகளைப் போன்றது. அங்கு மரணிப்பது, சொர்க்கத்தின் முதல் நிலையில் இறப்பதற்கு சமம்.

காப் - அல்-அஹ்பார், 'ஃபதாயில்'

ஜெருசலேமில் இழைக்கப்படும் ஒரு பாவச் செயல் ஆயிரம் பாவங்களுக்கு சமமானது. அதேபோன்று அங்கு செய்யப்படும் நற்செயல் ஆயிரம் நற்செயல்களுக்கு ஈடாகும்.

காலித் பின் மதேன் அல்-கலை, 'ஃபாதாயில்'

ஜெருசலேமின் பொருட்டு, அல்லாஹ் புகழப்படட்டும். நீதான் எனது ஏடன் தோட்டம். உன்னதமான, தேர்ந்தெடுக்கப்பட்ட நிலம்.

காப் அல்-அஹ்பர், 'ஃபதாயில்'

ஓ ஜெருசலேமே! உன்னை புனர்நிர்மாணித்து, அணிசெய்ய எனது ஊழியன், அப்த் அலி –மாலிக்கை நான் அனுப்புகிறேன்.

காப் அல்-அக்பர், 'ஃபதாயில்'

17

அரேபியர்களின் வெற்றி
கி.பி 630-660

முகமது: இரவுப் பயணம்

முகமது பிறந்தபோதே தந்தை உயிருடன் இல்லை. ஆறு வயதானபோது தாய் மரணமடைந்தார். முகமதுவின் மாமா அவரை தத்து எடுத்துக்கொண்டார். வியாபார ரீதியாக சிரியாவின் பஸ்ராவுக்குப் பயணம் மேற்கொள்கிறபோதெல்லாம் முகமதுவையும் அவர் உடனழைத்துச் செல்வார். அங்கு ஒரு கிறித்துவ துறவியால் முகமதுவிற்குக் கிறித்துவம் கற்பிக்கப்பட்டது. கிறித்துவ, யூத புனித நூல்களைக் கற்றுத் தேர்ந்த அத்துறவி உலகின் ஆகச்சிறந்த புனிதத் தலங்களில் ஒன்றாகிய ஜெருசலேமிற்கு வழிபட வருவார்.

முகமதுவிற்கு *20* வயது ஆனபோது அவரைவிட வயதில் மூத்த வரான சீமாட்டி கதீஜா, தனது வணிக வண்டிகளை நிர்வகிக்க முகமதுவைப் பணியில் அமர்த்திக்கொண்டார். சிறிது காலம் கடந்த பின்னர் கதீஜா முகமதுவை மணம் புரிந்து அவர்கள் மெக்கா விலேயே வாழ்ந்து வந்தனர். புறச்சமயக் கடவுளின் புனிதச் சின்ன மாகிய கருநிறக் கல் 'காபா'வின் தாயகம் மெக்கா. இந்நகரம் வணிகத் தாலும் புறச்சமயப் பயணிகளாலும் தழைத்தோங்கியிருந்தது. முகமது 'குரெஷி' என்ற வகுப்பைச் சார்ந்தவர். முன்னணி வணிகர்களும் புனித இடத்தின் காப்பாளர்களும் இவ்வகுப்பைச் சேர்ந்தவர்களே. ஆனால் ஹெஷ்மைட் என்ற அவரது இனக்குழு வலிமைமிக்க ஒன்றல்ல.

சுருட்டை முடியும் தாடியும் கொண்ட ஆணழகனென்று வர்ணிக்கப்பட்ட முகமது அனைவரையும் வியக்கவைக்கும் ஆளுமையும், கண்டோரைக் கவர்ந்திழுக்கும் ஆன்மிக ஆற்றலும் பெற்றிருந்தார். அவர் ஒருவருடன் கைகுலுக்க கரம் பற்றுகையில் மற்றவரின் கரம் விலகும் வரையில் தன் பிடியின் இறுக்கத்தைத் தளர்த்த மாட்டார்.

அவரது நேர்மையும் விவேகமும் அனைவராலும் வியந்தோதப் பட்டது. 'எங்களில் ஆகச்சிறந்தவர் அவரே' என முகமதுவின் போர்வீரர்கள் பின்னாட்களில் கூறியுள்ளனர். அவர் அல்-அமீன், அதாவது 'நம்பத்தகுந்தவர்' என்றறியப்பட்டார்.

மோசஸ், தாவீது அல்லது இயேசுவைப் போன்றே முகமது நபியின் வெற்றிக்கான அவரது சாரத்தை நம்மால் இப்பொழுது யூகித்தறிய முடியாது. ஆனால் அவர்களைப் போலவே முகமதுவும் தேவைப்பட்ட தருணத்தில் தோன்றினார். முகமது நபியின் போர் வீரர் ஒருவர் கூறுவது

> "நபி எங்களிடம் வந்தடையும் வரை இந்த உலகில் எங்களை விட அதிக அவலத்தில் உழன்றவர் எவருமில்லை. ஒருவரை ஒருவர் கொன்று சூறையாடுவதுதான் எமது கோட்பாடாக இருந்தது. தம் உணவை மகள் சாப்பிட்டு விடுவாளோ என்று அவர்களை உயிருடன் புதைக்கக் கூடிய பெற்றோர் எம் கூட்டத்தில் இருந்தனர். அந்த நிலையில்தான் கடவுள் எல்லாம் அறிந்த ஒரு மனிதனை எங்களுக்கு அனுப்பிவைத்தார்."

மெக்காவுக்கு வெளியே இருந்த ஹீரா மலைக்குகையில்தான் முகமது தியானம் செய்வார். கி.மு 610ஆம் ஆண்டு தலைமை தேவதை முகமதுவுக்கு தரிசனமாகி ஏக இறைவனின் முதல் இறைவாக்கை மொழிந்தாள். தனது இறைவாக்கை அறிவிப்பவராகவும், இறைத்தூதராகவும் ஏக இறைவன், முகமதுவைத் தேர்வு செய்தார்.

இறைத்தூதர் ஏக இறைவனின் அருளைப் பெற்றபோது அவரது முகம் சிவந்தது; மௌனியானார்; அவரது உடல் தரையில் விழுந்து துவண்டது; முகத்தில் வியர்வை பெருக்கெடுத்தது; காட்சிகளும் சப்தங்களும் அவரை ஆக்ரமித்தன. இந்த நிலையில்தான் கவித்துவ மிக்க தெய்வீக இறைவாக்குகளை முகமது ஓதினார். தொடக்கத்தில் இம்மனநிலை அவருக்கு அச்சுறுத்தலாக இருந்தது. ஆனால் முகமதுவின் இறைப்பணியில் கதீஜா நம்பிக்கை கொண்டிருந்ததால் முகமதுவும் இறை மார்க்கத்தை உபதேசிக்கத் தொடங்கினார்.

அந்நாளில் ஆயுதங்களில் நம்பிக்கை கொண்ட இளைஞர்களும் ஆடவர்களும் தமது போர்ச் சமூகத்தின் முரட்டுத்தனமிக்க வரலாற்றினை உரைநடையில் பதிவு செய்வதில்லை; மாறாக, செறிவான கவிதையாகப் பாடுகிற மரபு உண்டு. மரியாதைக்குரிய வீரர்களையும், உணர்ச்சிமிகு காதலர்களையும், பயமறியாத வேடர்களையும், போற்றிக் கொண்டாடியது அவர்களது இலக்கியம். முகமதுவும் இக்கவிதை மரபையே பின்பற்ற வேண்டியிருந்தது. 1140 சூராக்களும் (அத்தியாயங்களும்) திருக்குரானாகத் தொகுக்கப்படுவதற்கு முன்பு தொடக்கத்தில் வாய்மொழியாகவே ஓதப்பட்டு வந்தன.

இந்த முற்றோதல் அழகிய கவிதைகளின், புனித மறைபொருளின் தெளிவான ஆக்கினைகளின், மயக்க முரண்களின் வடிவில் தொகுப்பாக இருந்தது.

முகமது எழுச்சியூட்டும் ஒரு தீர்க்கதரிசியாக இருந்தார். பிர பஞ்ச மீட்சிக்கு இஸ்லாம் என்ற ஏக இறைக்கொள்கையை உபதேசித்தார். அவரது பரப்புரையின் உட்பொருள் சமத்துவம், நீதி பற்றிய மதிப்பீடுகள், தூய வாழ்க்கை, வாழ்வு-மரணம் ஆகியவற்றில் எளிதில் பின்பற்றக்கூடிய சடங்குகள் மற்றும் விதிகள் ஆகியனவாக இருந்தன.

அவர் மதம் மாறுபவர்களை வரவேற்றாலும், பைபிளின் மீதும் மரியாதை கொண்டிருந்தார். தாவீது, சாலமன், மோசஸ் மற்றும் இயேசு ஆகியோரை அவர் இறைத்தூதர்களாகக் கருதினார். ஆனால் அவரது இறைவாக்குகள் அதற்கு முந்தைய இறைவெளிப்பாடுகளை புறந்தள்ளின. இறைத்தூதர் அப்போகலிப்சின் வருகையை அழுத்தமாக எடுத்துரைத்தார் – இதைத் தீர்ப்புநாள் என்றும் இறுதிநாள் என்றும் அதுதான் அதற்குரிய நேரம் என்றும் கூறினார். இந்தத் தொடக்ககால நெருக்கடி இஸ்லாத்தின் துரிதச் செயல்பாட்டிற்கு எழுச்சியூட்டியது.

முகமது இரவு நேரத்தில் காபாவுக்கு அருகில் உறங்கிக் கொண்டிருக்கும்போது அவருக்கு ஒரு தரிசனம் கிட்டியதாக அவரது சீடர்கள் கருதினர். தலைமை தேவதையான ஜிப்ரியல் அவரை எழுப்பி 'புராக்' என்ற மனித முகத்துடன் கூடிய சிறகுகள் கொண்ட போர்க் குதிரையில் வெகுதொலைவில் உள்ள புனித இடத்திற்குச் செல்ல ஒரு இரவுப் பயணத்தை மேற்கொண்டது. சொர்க்கத்திற்கு ஒரு ஏணியின் வழியே முகமது ஏறிச்செல்வதற்கு முன்பாக ஆதாம், ஆபிரகாம் என்ற 'தந்தையர்'களையும் மோசஸ், ஜோசப் மற்றும் இயேசு ஆகிய 'சகோதரர்'களையும் சந்தித்தார்.

இயேசுவைப் போலன்றி முகமது, தன்னை ஒரு இறைத்தூதராக மட்டுமே வெளிப்படுத்திக் கொண்டார். அவர் தன்னிடம் மாய

சக்திகள் இருப்பதாக அறிவிக்கவில்லை. இஸ்ரா என்றழைக்கப் படும் இரவுப் பயணமும் 'மிராஜ்' என்ற மேலேறுதலும் மட்டுமே அவர் நிகழ்த்திய அற்புதங்கள். உண்மையில் ஜெருசலேம் ஆலயம் எங்கும் குறிப்பிடப்படவில்லை. ஆனால் தொலைதூரப் புனித இடம் என்பது மலைக்கோயில் என்று முஸ்லிம்கள் நம்பத் தொடங்கினர்.

முகமதுவின் மனைவியும், மாமாவும் இறந்தபின்னர் மெக்காவின் பணக்காரக் குடும்பங்கள் முகமதுவை இறைத்தூதராக ஏற்க மறுத் தன. அவர்கள் பிழைப்புக்கு காபாவைச் சார்ந்திருந்ததால் முகமதுவைக் கொலை செய்யவும் முயன்றனர். யூதப் பழங்குடியினரால் மெக்காவுக்கு வடக்கே நிறுவப்பட்ட ஈச்சமர பாலைவனச் சோலையாகிய யத்ரிப் என்ற இடத்தைச் சார்ந்த ஒரு குழுவினர் முகமதுவைத் தொடர்பு கொண்டனர்.

யத்ரிப் புறச்சமய கைவினைஞர்கள் மற்றும் விவசாயிகளின் தாயகமாக இருந்தது. அங்கிருந்த இனக் குழுக்களுக்கிடையே நிலவிய பகைமையைக் களைந்து அமைதியை ஏற்படுத்த முகமது விடம் விண்ணப்பித்துக் கொண்டார்கள். முகமதுவும் அவரது இறையச்சம் கொண்ட உள்வட்டத்தினரும் மெக்காவிலிருந்து யத்ரிப்பிற்குக் குடிபெயர்ந்தனர். இந்நகரமே 'மதினத் உன் நபி' அதாவது இறைத்தூதரின் நகரம், அதாவது மதினா என்றழைக்கப்படலாயிற்று. அங்கு முகமது தனது முதல் தோழர்களையும், குடியேறியவர் களையும், புதிய தோழர்களையும், உதவியாளர்களையும் அவர்களது யூதச் சார்பினரையும் ஒருங்கிணைத்து 'உம்மா' என்ற புதிய சமூகத்தை உருவாக்கினார். இது நிகழ்ந்தது கி.பி 622இல். இதுவே இஸ்லாமியம் தொடங்கிய வருடம்.

மனிதர்களையும் கருத்துகளையும் ஒருங்கிணைப்பதில் முகமது தேர்ச்சி பெற்றார். அப்போது மதினாவில் யூத இனக்குழுக்களுடன் சேர்ந்து அவர் முதல் மசூதியை நிறுவினார். (மஸ்ஜித் என்ற சொல்லி லிருந்து mosque என்ற சொல் உருவானது.) ஜெருசலேம் கோயிலின் திசை நோக்கித் தொழுகையை அமைத்துக்கொண்டார். ஒரு வெள்ளிக்கிழமை சூரியன் மறையும் வேளையில் அவர் தொழுகை மேற்கொண்டார். அது யூத சபாத் தினம். அந்நாளில் உண்ணா நோன்பிருந்தார்; பன்றி இறைச்சியைத் தடை செய்தார்; சுன்னத் செய்யும் முறையை நடைமுறைப்படுத்தினார்.

முகமதுவின் ஏக இறைக் கொள்கையானது கிறித்துவின் கடவுள், தேவகுமாரன், புனித ஆவி என்ற டிரினிட்டி கொள்கையை நிரா கரித்தது. தொழுகை விரிப்பில் செய்யும் தொழுகைச் சடங்குகள்

உள்ளிட்ட முகமதிய சடங்குகள் கிறித்துவ மடாலயங்களுக்குக் கடன்பட்டிருக்கின்றன. முகமதுவின் மினார்கள், ஸ்டைலைட்டுகள் எழுப்பிய தூண்களின் பாதிப்பில் தோன்றியதாக ஒருவேளை இருக் கலாம். ரம்ஜான் பண்டிகை கிறித்துவர்களின் லென்ட் காலத்தை ஒத்திருக்கிறது. இருப்பினும் இஸ்லாம் தனித்துவம் பெற்றிருந்தது.

சில சிறப்புச் சட்டங்களுடன் முகமது ஒரு சிறிய அரசை உருவாக்கினார். அதன் பொருட்டு முகமது மதினாவிலிருந்தும் தனது பழைய தாயகமான மெக்காவிலிருந்தும் எதிர்ப்பை சந்திக்க வேண்டியிருந்தது. அவரது புதிய அரசு தன்னைக் காத்துக்கொள்ள ஜிகாத் என்ற புனிதப் போரை மேற்கொண்டது. அதுவே பிற் காலத்தில் ஜிகாத் என்பது அகமேலாண்மை என்றும் வெற்றிக்கான புனிதப்போர் என்றும் பொருள் கொள்ளப்பட்டது. இறைநம்பிக்கை இல்லாதவர்களை அழிப்பதை திருக்குரான் ஆதரித்தது. ஆனால் அதே சமயம் அதனை ஏற்றுக்கொள்பவர்களிடம் சகிப்புத்தன்மை காட்டியது.

முகமதுவின் இறைவாக்குகளையும் அவரது கட்டுப்பாடு களையும் யூத இனக்குழுக்கள் எதிர்த்தன. எனவே முகமது யூதர் களின் வழிபாட்டிற்கு மாறாக தொழுகைத் திசையை மெக்காவை நோக்கி மாற்றி அமைத்தார்.

மெக்காவுக்கு எதிராகப் போர் தொடுத்தபோது, மதினாவில் எவ்வித துரோகச் செயலையும் அவரால் சகிக்க முடியவில்லை. அதனால் முகமது பல யூதர்களை வெளியேற்றிவிட்டு ஒரே யூத இனக்குழுவாக மாற்றினார்: 700 யூதர்களின் தலைகள் வெட்டி எறியப்பட்டன. பெண்களும் குழந்தைகளும் அடிமைகளாக்கப் பட்டனர். கி.பி 630ஆம் ஆண்டு மெக்கா முகமதுவின் வசமானது.

ஏக இறைக் கொள்கையானது மதமாற்றத்தின் மூலமாகவும், பலவந்தமாகவும் அரேபியா எங்கும் பரப்பப்பட்டது. இறுதி தீர்ப்புக் காகத் தங்களைத் தயார் செய்ய முகமதுவின் பற்றாளர்கள் ஒழுக்கத் துடன் வாழக் கடுமையான பயிற்சியைப் பின்பற்றினார்கள். அதனால் அவர்களின் போர்க்குணம் என்றுமில்லாத அளவுக்கு அதிகரித்தது. அரேபியாவை வென்றெடுத்த பின் அதன் எல்லைக்கு அப்பாலுள்ள இறையச்சம் இல்லாத சாம்ராஜ்யங்களின் மீது போர் தொடுத்தனர். முகமது தனது முன்னாள் எதிரிகளையும், திறமையான சந்தர்ப்ப வாதிகளையும் ஒரே விதமான உற்சாகத்துடன் வரவேற்றார். அப்போது முகமதுவின் அகவாழ்க்கையில் இஸ்லாமிய மரபு படிந் திருந்தது.

அவரது கூட்டாளியான அபுபக்கரின் மகள் ஆயிஷா முகமதுவின் நேசத்துக்குரியவராக இருந்தார். அழகிய யூத மற்றும் கிறித்துவப் பெண்கள் உள்ளிட்ட எண்ணற்ற பெண்கள் அவரது அகவாழ்க்கையில் இடம் பெற்றிருந்தனர். அவருக்குப் பல குழந்தைகள் இருந்தனர். அவர்களில் மிக முக்கியமானவர் பாத்திமா என்கிற மகள் ஆவார்.

கி.பி 632இல் தனது 62ஆவது வயதில் முகமது மரண மடைந்தார். முகமதுவின் மாமனார் அபுபக்கர் முகமதுவின் இயக்கத் திற்குத் தலைவரானார். இறைநம்பிக்கையாளர்களின் (அமீர் அல் முமினின்) தளபதி[1] என்ற பாராட்டைப் பெற்றார். முகமதுவின் மறைவுக்குப் பின் அவரது பேரரசு சிதைவுற்றது. ஆனால் அபு பக்கர் அரேபியாவில் எப்படியோ அமைதி நிலைபெறச் செய்தார். பிறகு தளபதியின் கவனம் பைசாந்திய மற்றும் பாரசீகப் பேரரசு களின் பக்கம் திரும்பியது. இந்தப் பேரரசுகளை ஊழலும் பாவச் செயல்களும் மலிந்த, சிதையும் பேரரசுகளென்று முஸ்லிம்கள் கருதினர். இராக்கின் மீதும் பாலஸ்தீனத்தின் மீதும் போர் தொடுக்க போர்ப் படைகளை ஒட்டகங்களில் அனுப்பினார் தளபதி.

இஸ்லாத்தின் போர்வாள்: காலித் இபுனு வலித்

பாதிரியாராகப் பணிபுரிந்த தாமஸ் என்ற தனித்துவமிக்க கிறித்துவ வரலாற்றாசிரியர்தான் முதன்முதலாக கி.பி 640இல் இறைத் தூதரைப்[2] பற்றிக் குறிப்பிடுகிறார். தாமஸ் எழுதுகிறார்: 'ரோம் வீரர்களுக்கும் முகமதுவை சார்ந்த நாடோடிகளுக்கும் இடையே காசாவுக்கு அருகில் நடந்த போரில் ரோம் வீரர்கள் புறமுதுகிட்டனர். ஆனால் சிரியாவில் தங்கியிருந்த சக்கரவர்த்தி ஹெராக்கிளியஸ் அரபுப் படைகளைத் தாக்க முனைந்தார். அரபுப் படைகள் தங்களுக்கு படைபலம் வேண்டி அபுபக்கரை அணுக, அபுபக்கர் இராக்கை முற்றுகையிட்டிருந்த காலித் இபுனு வலித் என்கிற தனது மிகச்சிறந்த தளபதியை வரவழைத்தார். வறண்ட பாலைவனத்தில் ஆறுநாட்கள் பயணம் செய்து காலித் பாலஸ்தீனத்தைக் குறித்த நேரத்தில் வந்தடைந்தார்.

காலித், மெக்கா நகரின் பிரபுக்களில் ஒருவர். அவர் முகமதுவுக்கு எதிராக மோதியவர் என்றாலும் இறுதியில் இஸ்லாத் திற்கு மாறினார். இறைத்தூதரும் பேராற்றல் கொண்ட இத்தள பதியை இஸ்லாத்தின் போர்வாள் என்று வரவேற்றார். தங்களின் அரசியல் தலைவர்களின் ஆணைக்குக் கட்டுப்படாத தளபதிகளில் ஒருவர் காலித். இவர் தொடர்பான நிகழ்வுகள் தெளிவற்று உள்ளன.

ஆனால் அவர் ஏனைய அரபு போர்தளபதிகளுடன் இணைந்து தலைமையேற்று ஜெருசலேமின் தென்மேற்குப் பகுதியில் பைசாந் தியப் படைகளைத் தோற்கடித்தார். டமாஸ்கஸ் நகரத்தின் தாக்கு தலுக்கு முன் நடைபெற்ற நிகழ்வு இது. மெக்காவிற்குத் தென் புலத்தில் அபுபக்கர் இறந்தார். அபுபக்கரின் இடத்தை இறைத் தூதரின் நம்பிக்கைக்குரியவரும் நெருக்கமானவரும் முதல்நிலையில் மதமாற்றம் அடைந்தவர்களில் ஒருவருமான உமர் நிரப்பினார். இறை நம்பிக்கையாளர்களின் புதிய தளபதி காலித் மீது நம்பிக்கை இல்லை என்பதால் காலித் மெக்காவுக்குத் திரும்ப அழைக்கப் பட்டார்.

அரபுப் படைகளைத் தடுத்து நிறுத்த ஹெராக்கிளியாஸ் ஒரு ராணுவப் பட்டாளத்தை அனுப்பினார். உமர், அபு உபைதா என்ற புதிய தளபதியை நியமித்தார். காலித் மீண்டும் புதிய தளபதியின் கீழ் பணியாற்றப் படையில் சேர்ந்தார். சிற்சிறு சண்டைகளுக்குப் பின்னர் இன்றைய ஜோர்டான், சிரியாவுக்கும் இஸ்ரேலிய கோலன் பகுதிக்கும் இடையே யார்முக் நதியின் யாரும் நுழைய இயலாத ஒடுங்கிய பகுதிக்கு அரேபியர்கள் பைசாந்திய வீரர்களைக் கவர்ந்து இழுத்தனர். காலித் தனது வீரர்களிடம் சொன்னார்: "இது கடவுளின் யுத்தங்களில் ஒன்று." கி.பி 636 ஆகஸ்டு 20ஆம் நாள் இறைவன் ஒரு தூசிப்புயலை உண்டு பண்ணினார்; தூசிப்படலத்தில் குருடர் களான கிறித்துவர்கள் அஞ்சியோடி அங்குமிங்கும் யார்முக் நதியின் முகடுகளில் அலை மோதினர். அவர்களின் பின்னோக்கிய நகர்வும் காலித்தால் முடக்கப்பட்டது.

அச்சண்டையின் இறுதியில் கிறித்துவர்கள் துவண்டு போயினர். போர்க் களத்தில் நீள அங்கியோடு சுருண்டு கிடந்தனர். அரேபியர் களின் கண்களுக்குத் தங்களைப் பலி கொடுக்கத் தயாராகிவிட்டது போலத் தோன்றினர். பேரரசரின் சகோதரன் கூட கொலையுண் டான். இத்தோல்வியிலிருந்து ஒருபோதும் ஹெராக்ளியஸால் மீள முடியவில்லை. இது வரலாற்றில் மிகத் துல்லியமான முடிவு ஏற்பட்ட சண்டைகளில் ஒன்று. சிரியாவும் பாலஸ்தீனமும் வீழ்ந்தன. பாரசீகப் போரால் வலுவிழந்திருந்த பைசாந்திய ஆட்சி, அட்டை களாலான வீடெனச் சரிந்தன. அரபுகளின் இந்த வெற்றியானது தொடர் தாக்குதல் நடத்தியதால் கிடைத்தது எனத் தெளிவாகக் கூறமுடியாது. அந்த வெற்றியின் தீவிரத்தன்மை எத்தகையதானாலும், அது ஒரு வியத்தகு சாதனையே. ஒட்டகங்களில் சென்ற அரேபியப் படை வீரர்களின் எண்ணிக்கை சில ஆயிரமே என்றபோதிலும் அவர்கள் கிழக்கு ரோமின் சேனைகளைத் தூள் தூளாக்கினர்.

தொடர்ந்து இறைநம்பிக்கையாளர்களின் தளபதி ஓய்வின்றி மற்றொரு ராணுவத்தை பாரசீகத்தை வென்றெடுக்க வடதிசைக்கு அனுப்பினார். பாரசீகமும் அரபுகளின் வசம் வந்தது.

பாலஸ்தீனத்தில் சபைத்தலைவன் சோப்ரோனியஸின் கீழ் ஜெருசலேம் மட்டுமே நிலைத்திருந்தது. 'சீயோன், பிரபஞ்சத்தின் ஒளிர்விடும் சீயோன்' என்று ஜெருசலேமைப் புகழ்ந்து கவிதை இயற்றிய சோப்ரோனியஸ் ஒரு கிரேக்க அறிவுஜீவி. கிறித்துவர்களைச் சூழ்ந்துள்ள பேரபாயத்தை அவரால் நம்பமுடியவில்லை. கல்லறைத் திருச்சபையில் உபதேசித்துக் கொண்டிருந்த அவர் கிறித்துவர்களின் பாவச்செயல்களையும் அரபுகளின் அக்கிரமங்களையும் வன்மையாகக் கண்டித்தார்.

"எமக்கு எதிரான இப்போர்கள் எப்போது வருகின்றன? காட்டுமிராண்டிகளின் படையெடுப்பு பல்கிப் பெருகுவது எப்போது? கடவுளற்ற நாத்திகர்களின் சக்தி பெத்தலகேமைக் கைப்பற்றிவிட்டது. அவர்கள் நமக்கு எதிராக மிருகபலத்துடன் எழுந்துவிட்டனர். அதற்குக் காரணம் நமது பாவங்களே. நம்மை நாமே திருத்திக் கொள்வோமாக" என்பதாக இருந்தது அவரது பிரசங்கம்.

ஆனால் அதற்குரிய காலம் கடந்துவிட்டது. இலியா என்ற இடத்தில் அரேபியர்கள் குவிந்துவிட்டனர் (ரோம மொழியில் ஏலியா). ஜெருசலேமை முற்றுகையிட வந்த முதல் தளபதி அமீர்பின் அல்-அஸ் என்பவர். மெக்காவின் உயர்குடியைச் சார்ந்த அவர் காலித்துக்கு அடுத்த நிலையிலிருந்த மிகச்சிறந்த தளபதி; எவராலும் அடக்கமுடியாத, உருவத்தை மீறிய கீர்த்தி பெற்ற சாகசக்காரர்.

ஏனைய அரபுத் தலைவர்களைப் போல அமீருக்கு அப்பிரதேசம் அத்துப்படி. அதனருகில் அவருக்குச் சொந்தமான நிலங்களும் இருந்தன. இளவயதில் ஜெருசலேம் கூட சென்றிருக்கிறார். ஆனால் இந்த முற்றுகையின் நோக்கம் கொள்ளையடிப்பது அல்ல.

'அந்த மணிப்பொழுது நெருங்கிவிட்டது' என்கிறது திருக்குரான். ஆரம்பகால முஸ்லிம் நம்பிக்கையாளர்களின் போர்க்குணத்துடன் கூடிய தீவிர மதப்பற்றை இறுதித் தீர்ப்பின் மீதான அவர்களது நம்பிக்கை கிளர்ந்தெழச் செய்தது. திருக்குரான் இதைக் குறிப்பிட்டுச் சொல்லவில்லை. ஆனால் இந்நிகழ்வு ஜெருசலேமில் நடைபெறும் என்று யூத மற்றும் கிறித்துவ இறைத்தூதர்கள் வாயிலாக அவர்கள் அறிந்திருந்தார்கள். 'அந்த மணிப்பொழுது' அவர்களிடம் வரும்போது ஜெருசலேம் அவர்களுக்குத் தேவைப்படுகிற ஒன்று.

காலித்தும் மற்ற தளபதிகளும் ஜெருசலேம் மதில்களைச் சுற்றிச் சூழ்ந்தனர். அந்த நகரத்தை ஆவேசமாய் தாக்கக்கூடிய அளவிற் கில்லை அரேபியப் படைகள். அங்கு பெரிய அளவில் சண்டை எதுவும் நிகழ்ந்ததாகத் தெரியவில்லை. இறைநம்பிக்கையாளர்களின் தளபதியிடமிருந்து சகிப்புத்தன்மைக்கான ஒரு உறுதிமொழியை நேரடியாகப் பெறாமல் சாப்ரோனியஸ் சரணடைய மறுத்து விட்டார். காலித்தை தளபதியாக அனுப்பி இப்பிரச்சனைக்குத் தீர்வு காண அமீர் யோசனை சொன்னார். ஆனால் அவரை அடையாளம் கண்டுகொண்டதால் மெக்காவிலிருந்து உமர் அழைக்கப்பட்டார்.

அந்தத் தளபதி ஏனைய அரபுப் படைகளை கோலானிலுள்ள ஜபியா என்ற இடத்தில் ஆய்வு செய்தார். அநேகமாக ஜெருசலே மினர் அத்தளபதியை சரணடைதல் சம்பந்தமாகப் பேச்சுவார்த்தை நடத்த அங்கே சந்தித்திருப்பார்கள். பாலஸ்தீனத்தில் பெரும்பான்மை யாக இருந்த மோனோபிஸைட் கிறித்துவர்களுக்கு பைசாந்தியத்தின் மீது வெறுப்புணர்வு இருந்தது. ஆரம்பகால முஸ்லிம் இறைநம்பிக் கையாளர்கள் சக ஓரிறைக்[3] கொள்கையுடைய கிறித்துவர்களுக்கு வழிபாட்டுரிமை அளிப்பதற்கு முன்வந்தனர் என்றே தோன்றுகிறது. திருக்குரானின்படி 'திம்மா' என்ற சரணடைதலுக்கான ஓர் உடன் படிக்கையை உமர் ஜெருசலேமிற்கு அளித்தார். இந்த உடன் படிக்கை கீழ்ப்படிவதற்கான ஜிஸ்யா வரி செலுத்தப்படும்போது கிறித்துவர்களுக்கு மதரீதியான சகிப்புத்தன்மைக்கு உத்தரவாதம் அளித்தது. இது ஒப்புக்கொள்ளப்பட்டவுடன் ஒட்டுப் போட்ட கந்தலாடையில் கோவேறு கழுதையில் சவாரி செய்தபடி – ஒரே பணியாளுடன் – ஒரு அசுரனாக உமர் ஜெருசலேமிற்குப் புறப் பட்டார்.

நீதிமான் உமர்: கோயில் மீட்பு

உமர் ஸ்கோபஸ் மலையிலிருந்து ஜெருசலேமைக் கண்டவுடன் தனது மோதினாரை தொழுகை அழைப்பு ஓதுமாறு கூறினார். தொழுகை முடிந்ததும் உமர் ஒரு புனிதப்பயணிக்கான வெண்ணிற உடைகளை அணிந்துகொண்டார்; ஒரு வெள்ளை ஒட்டகத்தின் மீதேறி சோப்ரோனியஸை சந்திக்க பயணித்தார். பைசாந்திய தலைமை மதகுருமார்கள் வெற்றிவாகை சூடிய உமருக்காகக் காத்திருந்தனர்.

உமரின் தூய எளிய தோற்றத்திற்கு மாறாக பைசாந்தியர்கள் அணி கலன்களோடு கூடிய ஆடைகளில் பகட்டாகக் காட்சியளித்தனர். இறைநம்பிக்கையாளர்களின் தளபதியாகிய உமர், அவரது வாலிபப்

பருவத்தில் ஒரு மல்யுத்த வீரனாக இருந்தவர். எப்போதும் ஒரு சாட்டையை ஏந்தி வரும் உமர் சமரசம் அறியாத கடுங்துறவியாக இருந்தார். பொதுவாக ஒரு அறையில் நுழையும்போது அங்கிருக்கும் ஆடவரும் குழந்தைகளும் அவர்களது உரையாடல்களையோ சிரிப்பையோ நிறுத்துவதில்லை. ஆனால் உமரைப் பார்த்த மாத்தி ரத்தில் அவர்கள் வாய்மூடி மௌனிகளாகி விடுவார்கள். உமர்தான் திருக்குரானை முறைப்படுத்தத் தொடங்கியவர்; அவரேதான் இஸ்லாமிய வருடாந்தர நாட்காட்டியையும், இஸ்லாமிய சட்டத்தையும் உருவாக் கியவர். இறைத்தூதரை விட பெண்களுக்கான கடுமையான விதி களை உமர்தான் அமல்படுத்தியவர். மதுபோதையிலிருந்ததற்காகத் தன் மகனுக்கே 80 கசையடிகளைத் தண்டனையாக விதித்தார். இக்கசையடிகளால் அவரது மகன் மரணமடைந்தான்.

சோப்ரோனியஸ் புனித நகரத்தின் திறவுகோல்களை உமரிடம் வழங்கினார். தலைமை மதகுரு உமரையும் அரேபியக் கந்தலா டையில் அலையும் அவரது ஒட்டக வீரர்களையும் குதிரைவீரர் களையும் பார்த்தபோது, 'இது அழிவின் அறுவறுப்பு' என்று முணு முணுத்தார். அவர்களில் பெரும்பாலானோர் ஹிஜாஸ் மற்றும் ஏமன் பகுதிகளைச் சார்ந்த இனக்குழுவினர். நீண்ட மேலங்கியும் தலைப்பாகையும் அணிந்திருந்த அவர்கள் ஒட்டக முடியை ரத்தத் துடன் அரைத்து சமைத்த இல்ஹிஸ் என்ற உணவை உண்பதைப் பழக்கமாகக் கொண்டவர்கள்.

இலகுவாகவும் வேகமாகவும் பயணிக்கக் கூடிய அவர்களின் தளபதிகள் மட்டுமே தலைக்கவசம் அணிந்திருப்பர்; மற்றவர்கள் குட்டையான குதிரைகளில் கரடுமுரடான பாதையில் செல் வார்கள். அவர்கள் வாள்கள் தீட்டப்பட்டதாக இருந்தாலும் அழுக் கேறிய துணி உறைகளில் இடப்பட்டிருந்தன. அவர்கள் அம்பு களையும் வேல்களையும் ஏந்தி வந்தனர். அவை ஒட்டக நரம்பு களால் பிணைக்கப்பட்டிருந்தன. அவர்களது சிவப்புநிறப் பசுத் தோல் கேடயங்கள் ஒரு கெட்டியான சிவப்பு நிற ரொட்டித்துண்டைப் போலிருந்தன. அவர்கள் தங்களது அகன்ற வாள்களை மிகவும் நேசித்தார்கள். அவர்களின் சயீப்கள் வாள்களுக்குப் பெயர் சூட்டி அவற்றைப் பற்றிக் கவிதையும் பாடினர்.

அவர்கள் தங்களது ஒழுங்கின்மையில் பெருமிதம் கொண்டனர். நான்கு முடிக்கற்றைகளை ஆட்டுக் கொம்புகள் போல அமைத்துக் கொண்டனர். விலையுயர்ந்த தரை விரிப்புகளைப் பார்த்தால், ஓடிச் சென்று தங்களுக்கான வேல் உறைகளைத் தயாரிக்க அவற்றைத்

துண்டு போடுவார்கள். மனிதர்களோ பொருள்களோ எதுவானாலும் கொள்ளைப் பொருள்களைக் கண்டால் பெருமகிழ்ச்சி கொள்வார்கள்.

ஒருவர் எழுதுகிறார்: "திடீரென அங்கு ஒரு மனித உருவம் இருப்பதை உணர்ந்தேன். அதில் நான் கண்டது என்ன தெரியுமா? ஒரு அரேபியப் பெண்மானைப் போன்ற ஒரு பெண் – சூரியனைப் போல ஒளிர்ந்தாள். நான் அவளையும் அவளது ஆடைகளையும் எடுத்துக்கொண்டேன். ஆடைகளைக் கொள்ளைப் பொருளாகக் கொடுத்தேன். ஆனால் அந்தப் பெண்ணை எனக்குக் கொடுத்து விட வேண்டும் என்றேன். அவளை எனது ஆசைநாயகியாக ஆக்கிக் கொண்டேன். அரபு சேனைகளிடம் போர் நுணுக்கம் கிடையாது. ஆனால் அவர்களிடம் போர்வெறி இருந்தது.[3]

பிற்காலத்திய வரலாற்றுப் பதிவுகள், 'தளபதி அந்தப் புனித இடத்தை வியப்பதோடல்லாமல் முழுமையாகக் கட்டித் தழுவுவார்' என்ற நம்பிக்கையில் சோப்ரானியஸ் புனிதக் கருவறைக்கு அழைத்துச் சென்றார் என்று சொல்கின்றன.

உமரின் மோதினார் தனது வீரர்களைத் தொழுகைக்கு அழைத்தபோது, சோப்ரானியஸ் தளபதியை அந்தப் புனித இடத்தி லேயே தொழுமாறு அழைத்தார். அச்செயல் அந்த இடத்தை இஸ்லாமிய வழிபாட்டு இடமாக்கிவிடும் என்று எச்சரித்து அவரது அழைப்பை தளபதி நிராகரித்ததாகத் தெரிகிறது. தாவீது மீதும் சாலமன் மீதும் முகமதுவுக்கு மரியாதை உண்டு என்பதை உமர் அறிந்திருந்தார்.

'தாவீதின் புனித இடத்திற்கு என்னைக் கொண்டு செல்லுங்கள்' என்று சோப்ரானியஸுக்கு ஆணையிட்டார். அநேகமாக தென் திசையிலிருக்கும் இறைத்தூதர்களின் வாயில் வழியாக உமர் தனது போர் வீரர்களுடன் மலைக்கோயிலுக்குள் நுழைந்திருக்கவேண்டும். யூதர்களை அவமதிப்பதற்காக அந்த இடத்தைக் கிறித்துவர்கள் சாணக் குவியலால் அசிங்கப்படுத்தி வைத்திருப்பதைக் கண்டார்.

'புனிதங்களில் மேலான புனித இடத்தை' காண்பிக்குமாறு உமர் கேட்டுக்கொண்டார். ராபி என்று அறியப்பட்ட காப் அல் அஹ்பர் என்ற மதம் மாறிய யூதர் ஒருவர், "தளபதி இந்த மதிலை எழுப்பினால் நான் இந்தக் கோயிலின் சிதிலங்கள் இருக்கு மிடத்தைக் காட்டுவேன்" என்றார் (அவர் குறிப்பிட்டது மேற்கு மதில் உள்ளிட்ட பழைய ஏரோதிய சிதிலங்களாக இருக்கலாம்). அந்தக் கோயிலின் அஸ்திவாரக் கல்லை காப் உமருக்குக் காட்டினார். இந்தப் பாறையை அரேபியர் சாக்ரா என்றழைத்தனர்.

தனது படையினரின் உதவியோடு அந்த சிதிலங்களை அப்புறப் படுத்தி தொழுவதற்குரிய இடமாக உமர் உருவாக்கினார். அஸ்தி வாரக்கல்லின் வடதிசையில் இவ்விடம் அமையட்டும் என காப் யோசனை சொன்னார். ஏனெனில் இதன் மூலம் மோசஸுக் குரியதாகவும் முகமதுவுக்கு உரியதாகவும் இரு தொழுகைத் திசைகள் உண்டு பண்ணிவிடலாம். "இன்னும் உனக்கு யூதர்கள் மீது மனச் சாய்வு இருக்கிறது, காப்" என்று சொல்லி தனது முதல் தொழுகைக் கூடத்தை அப்பாறையின் தென்திசையில் அமைத்தார். எனவே அக்கூடம் மிகத் தெளிவாக மெக்காவை நோக்கி அமைந்திருந்தது. அநேகமாக இன்று அல்-அக்சா மசூதி உள்ள இடத்தில் அத்தொழுகைக் கூடம் அமைந்திருந்தது.

புராதன புனித இடத்தை மீட்டெடுத்து இணையுரிமை கோரி இந்த யூதப் புனித இடத்திற்கு முஸ்லிம்களை சட்ட ரீதியான வாரிசு களாக ஆக்கி கிறித்துவர்களைப் புறந்தள்ள வேண்டும் என்ற முகமதுவின் விருப்பத்தை உமர் பின்பற்றினார்.

ஒரு நூறாண்டு காலம் கடந்துவிட்ட பின்னர் இஸ்லாம் தனது சடங்குகளை ஏனைய யூத கிறித்துவ வழிமுறைகளிலிருந்து முற்றிலும் மாறுபட்டதாக உருவாக்கிக்கொள்ள முடிந்தது. உமரைப் பற்றிய புனைவுகள் எல்லாம் இக்காலக்கட்டத்தில் தான் உருவாயின. இருப் பினும் காப் கதையும் இதர யூதர்களின் கதைகளும் இஸ்ரலியத் எனப்படும் இஸ்லாமிய இலக்கிய மரபை உருவாக்கின. இவை யனைத்தும் ஜெருசலேமின் மேன்மையைப் போற்றின. பல யூதர் களும் அநேகமாய் கிறித்துவர்களும் இஸ்லாத்தைத் தழுவினார்கள் என்பதற்கு இப்புனைவுகள் ஆதாரங்களாக உள்ளன.

ஆரம்பப் பத்தாண்டுகளில் என்ன நடந்தது என்பதை மிகச் சரியாக ஒருபோதும் நம்மால் அறிந்துகொள்ள முடியாது. ஜெருசலே மிலும் மற்ற இடங்களிலும் நிலவிய சகஜமான அமைப்புமுறைகள் அந்தப் புனித நூலுக்குரிய மக்கள்[4] ஒருவரோடு ஒருவர் கலப்பதும் பங்கு கொள்வதும் ஒரு வியத்தகு முறையில் இருந்திருக்கலாம் என்ற யூகத்தை வெளிப்படுத்துகின்றன.

பல நூற்றாண்டு பைசாந்திய தாக்குதல்களுக்குப் பின்னர் யூதர்களும் அரேபியர்களை வரவேற்கவே செய்தார்கள். முஸ்லிம் படைகளோடு யூதர்களும் கிறித்துவர்களும் சென்றார்கள் என்று சொல்லப்படுகிறது. கோயில் மலை மீது உமருக்கு இருந்த ஆர்வம் யூதர்களின் நம்பிக்கைகளை தீவிரப்படுத்தியிருக்கலாம். ஏனெனில் இறைநம்பிக்கையாளர்களின் தளபதி கோயில் மலையை பராமரிக்க யூதர்களுக்கு அழைப்பு விடுத்ததோடு அல்லாமல் அந்த இடத்தில்

முஸ்லிம்களோடு யூதர்கள் பிரார்த்தனை செய்யவும் அனுமதித் தார். முப்பதாண்டுகளுக்குப் பின்னர் நன்கறிந்த ஆர்மீனியப் பேராய ரான செபியோஸ் 'சாலமன் கோயிலைக் கட்ட யூதர்கள் திட்ட மிட்டனர் என்றும் புனிதத்திலும் புனிதமான இடத்தைக் கண்டு பிடித்து அந்தக் கோயிலைப் பீடமில்லாமல் கட்டினார்கள்' என்றும் எழுதினார். மேலும் ஜெருசலேமின் முதல் கவர்னராக உமர் காலத்திலிருந்தவர் ஒரு யூதரென்றும் அவர் தெரிவிக்கிறார். டைபீரிய யூத சமூகத்தின் தலைவர், கான் மற்றும் 70 யூத குடும்பங்களை ஜெருசலேமிற்கு திரும்பிவருமாறு அழைத்தார் என்பது நிச்சயம். கோயில் மலையின் தென்புலத்தில் அவர்கள் குடிய மர்த்தப் பட்டார்கள்.

பாரசீக தாக்குதல்களுக்குப் பிறகு ஜெருசலேம் இன்னும் கூடுதலாக ஏழ்மையும் பிளேக் நோயும் பரவிய நாடாக மாறியது. பல ஆண்டுகளாகக் கிறித்துவமே மேலோங்கியிருந்தபோதிலும் அங்கு அரேபியர்களும் உமரால் குடியமர்த்தப்பட்டனர். குறிப்பாக பாலஸ்தீனத்தையும் சிரியாவையும் நேசித்த நாகரிகமடைந்த குரேஷி இனத்தவர் குடியேறினர். இறைத்தூதரின் வழிவந்தவர்கள் என்றறியப் பட்ட சிலர் ஜெருசலேம் வந்தனர். தீர்ப்பு நாளுக்கான பொன் வாயிலுக்கு வெளிப்புறமிருந்த முஸ்லிம்களின் முதல் கல்லறையில் அடக்கமாயினர். இருபத்தி ஒன்றாம் நூற்றாண்டு வரையில் நிலவும் இந்தக் கதைகளில் வரும் ஜெருசலேமைச் சேர்ந்த இரண்டு பிரபல மான குடும்பங்கள் இந்த ஆரம்பகால அரேபியப் பெருந்தகைகளின்[5] வழித்தோன்றல்களாக அறியப்படுகின்றனர்.

உமர் ஜெருசலேமிற்கு வருகையில் தன்னுடைய தளபதிகளான காலித் மற்றும் அமீர் படை சூழ வருவதோடு அவருடன் மகிழ்ச்சியை நாடும் தகுதிமிக்க இளைஞனாகிய மு ஆவியா இபுனு அபி சுஃபி யானையும் அழைத்து வருவார். சாட்டை ஏந்தி வரும் உமருக்கு ஏற்ற அவன் அபு சுஃபியானின் மகன்களில் ஒருவன். முகமதுவுக்கு எதிரான படைக்குத் தலைமையேற்ற மெக்காவைச் சேர்ந்த இந்த அபு சுஃபியான் ஒரு பிரபு.

மு ஆவியானின் தாய், உகு போருக்குப்பின், முகமதுவின் மாமா ஹம்சாவின் கல்லீரலைத் தின்றவள். மெக்கா இஸ்லாத்திடம் சரண டைந்தபோது மு ஆவியானை தனது செயலாளராக உமர் நியமித்துக் கொண்டு அவனது சகோதரியை மணம் முடித்துக் கொண்டார். முகமதுவின் மரணத்திற்குப் பின் உமர் மு ஆவியானை சிரியாவின் ஆளுநராக நியமித்தார். தளபதி சொன்னார்: 'மு ஆவியா அரேபியர் களின் சீசர்.'

குறிப்புகள்:

1. முகமதுவிற்குப் பின்வந்தவர்கள் இறைநம்பிக்கையாளர்களின் தளபதி என்ற பட்டத்தைப் பயன்படுத்தினர். பின்னர் அரசுகளின் தலைவர்கள் காலிஃபத் ரசூல் அல்லா (இறைத்தூதரின் பின்வந்தவர் அல்லது காலிஃபு) என்று அறியப்பட்டனர். அபுபக்கர் இப்பட்டத்தைப் பயன்படுத்தியிருக்கலாம். பின்னர் அடுத்த 70 ஆண்டுகளுக்குப் பின்வந்த அப்துல் மாலிக் ஆட்சிக் காலம் வரை வேறு எவரும் இப்பட்டத்தைப் பயன்படுத்தியதற்கான சான்று எதுவும் இல்லை. பிற்காலத்தில் இப்பட்டம் முந்தைய காலத்த வருக்கும் பயன்படுத்தப்பட்டது. முதலில் வந்த நான்கு ஆட்சியாளர்களும் சீரிய காலிப் என்றழைக்கப்பட்டனர்.

2. ஆரம்பகால முஸ்லிம்கள் தங்களை இறைநம்பிக்கையாளர்கள் என்று அழைத்துக்கொண்டது போல் தெரிகிறது. இச்சொல் திருக்குரானில் 1000 முறைகளும் முஸ்லிம் என்ற சொல் 75 முறைகளும் வருகின்றன. நாம் ஜெருசலேமில் காண இருப்பதுபோல் முஸ்லிம்கள் தங்களுக்கு இணையான ஏகஇறைக் கொள்கையர்களான யூதர்களிடமும் கிறித்துவர் களிடமும் நிச்சயமாக பகைமை பாராட்டவில்லை. பேராசிரியர் பிரட். எம். டோனர் சொல்கிறார்: ‘இந்த இறைநம்பிக்கையாளர்கள் தங்களை ஒரு புதிய அல்லது தனித்த மதக்கூட்டமாகக் கருதினர் என நினைப்பதற்கு எவ்விதக் காரணமும் இல்லை. ஆரம்பகால இறைநம்பிக்கை யாளர்களில் சில கிறித்துவர்களும் யூதர்களும் இருந்தனர்.’ பேராசிரியர் டோனர் ஆரம்பகால இஸ்லாம் பற்றிய ஒரு அறிஞர்.

3. ‘கடவுளைத் தவிர வேறெந்தக் கடவுளும் இல்லை’ என்ற ஷகாதா எனப் படும் முஸ்லிம்களின் இறை நம்பிக்கையைப் பற்றிய புராதன வாக்கு மூலத்தில் யூதர்களுக்கும் பெரும்பாலான கிறித்துவர்களுக்கும் எவ்வித பிரச்சனையும் இருந்திருக்காது. கி.பி 685 வரை முகமதுவை இறைத்தூதர் என்பதில் அவர்கள் இணைத்துக்கொண்டிருந்தனர். ஜெருசலேமிற்கான யூதப்பெயர்களும் முஸ்லிம் பெயர்களும் ஒன்றுடன் ஒன்று தொடர்பு கொண்டுள்ளன. யூத கிறித்துவ மரபின்படி முகமது பாலஸ்தீனத்தை ‘புனித பூமி’ என்றார். யூதர்கள் அந்தக் கோயிலை புனித இல்லம் என்ற ழைத்தனர். இதைத் தழுவி முஸ்லிம்கள் ஜெருசலேம் நகரத்தையே அவ்வாறு அழைத்தனர். யூதர்கள் மலைக்கோயிலை புனித இல்லத்தின் மலை என்றனர். ஆரம்பநிலையில் முஸ்லிம்கள் இதைப் புனித இல்லத்தின் மசூதி என்றனர். பின்னர் போற்றுதலுக்குரிய புனித இடம் என்றனர். இறுதியாக முஸ்லிம்கள் ஜெருசலேமிற்கு 70 பெயர்களை சூட்டினார்கள். யூதர்களால் ஜெருசலேம் 17 பெயர்களில் அழைக்கப்பட்டது. பல்கிப் பெருகும் இப்பெயர்கள் மேன்மையின் ஒரு அடையாளம் என்று இருசாராரும் ஒப்புக்கொண்டனர்.

4. உமரின் ‘கிறித்துவர்களுடனான ஒப்பந்தம்’ என்ற மரபான பிரதி ஜெருசலேமில் யூதர்களுக்கு தடை விதிக்க உமர் ஒப்புக்கொண்டிருந்தார் என்று கூறுகிறது. இது கிறித்துவர்களின் இச்சைமிகு எண்ணம் அல்லது பின்னாளைய மோசடி. ஏனெனில் யூதர்களை உமர் ஜெருசலேமிற்குத் திரும்பிவர அழைத்ததையும், அவரும் ஆரம்பகால கலிபாக்களும் மலைக்

கோயிலில் யூத வழிபாட்டை அனுமதித்திருந்தனர் என்பதையும் நாம் அறிவோம். இஸ்லாமிய ஆட்சி நிலவிய வரையில் யூதர்கள் ஜெருசலேமை விட்டு அகலவில்லை என்பதையும் நாம் அறிவோம். இதற்கு முன்பே ஆர்மீனியர்கள் ஒரு திரளான கிறித்துவ சமூகமாக அவர்களுக்கென ஒரு பேராயரைக் கொண்டு ஜெருசலேமில் வாழ்ந்து வந்தனர். அவர்கள் முஸ்லிம் களுடன் நெருங்கிய தொடர்புகளை ஏற்படுத்தி தங்களுக்குள் ஒரு உடன் பாடும் கொண்டிருந்தனர். அடுத்த ஆயிரத்து ஐநூறு ஆண்டுகளுக்கு கிறித்துவர்களும் யூதர்களும் ஒருவருக்கொருவர் இணக்கமாக வாழ்ந்து வந்தனர். சில நேரம் தரமற்ற மக்களாகவும், சில நேரம் விஷத்தனமாக சிரச்சேதம் செய்து கொண்டும் வசித்து வந்தார்கள்.

5. வெற்றிவீரர் காலிதை பணி ஓய்வில் செல்லுமாறு உமர் ஆணையிட்டார். மது ஊற்றப்பட்ட குளியல் தொட்டியில் நிகழ்ந்த களியாட்டங்களையும் தளபதியின் வீரதீரச் செயல்களையும் போற்றிப் பாடியதை உமர் கேள்விப் பட்டதால் ஏற்பட்ட விளைவு இது. இறுதியில் காலித் பிளேக் நோயால் மரணமடைந்தார். ஆனால் இன்றைய காலித் குடும்பத்தினர் தம்மை காலித்தின் வழித்தோன்றல்கள் என்று சொல்லிக்கொள்கிறார்கள். முகமதுவின் தொடக்க கால ஆதரவாளர்களில் நுஸைபா என்ற ஒரு பெண் இருந்தாள். அவர் இறைத்தூதருக்காகப் போராடியதில் தனது இரண்டு மகன்களையும் தனது ஒரு காலையும் இழந்தார். அப்போது நுஸைபாவின் சகோதரர். உபதா இபுனு அல் சமீத் உமருடன் வந்தார். அவர் உமரை ஜெருசலேமில் ஒரு நீதிபதியாக நியமித்தார். புனித கல்லறைக்கும், அதன் பாறைக்கும் பாதுகாவலராகவும் ஆனார். இன்றும் – 2010இல் – புனிதக் கல்லறையின் பாதுகாவலர்களாக நுஸைபா குடும்ப வழித்தோன்றல்களே இருந்து வருகின்றனர்.

☆

18

உமையாக்கள்: கோயிலின் மீட்சி
கி.பி 660-750

முஆவியா: அரேபிய சீசர்

முஆவியா நாற்பது ஆண்டுகள் ஜெருசலேமை ஆட்சி செய்தார். முதலில் சிரியாவின் ஆளுநராக இருந்தார். பிறகு அரேபிய சாம்ராஜ்யத்தின் மன்னரானார். அப்போது அந்த சாம்ராஜ்யம் கிழக்கிலும் மேற்கிலும் வெகுவேகமாக விரிவாக்கம் பெற்று வந்தது. இந்த வெற்றிகளுக்கு மத்தியிலும் பதவிப்போட்டியில் எழுந்த உள்நாட்டுப் போரில் இஸ்லாம் அநேகமாக அழிந்துபோனது. இதனால் உருவான பிளவு இன்றுவரை இஸ்லாமைப் பிரித்து வைத்துள்ளது.

கி.பி 644இல் உமர் கொலையுண்டார்: அதற்குப் பின் உதுமான் பதவிக்கு வந்தார். இவர் முஆவியாவிற்கு சகோதர முறையாகும். பத்து ஆண்டுகளுக்கு மேலாகவும் உதுமான் ஆட்சியில் அவரது உறவினர்களே அதிகார மையமாக இருந்தனர். அதனால் மக்களின் வெறுப்புக்குள்ளான உதுமானும் கொலை செய்யப்பட்டார்.

பிறகு இறைத்தூதரின் சகோதரரும் அவரது மகள் பாத்திமாவின் கணவருமான அலி இறைநம்பிக்கையாளர்களின் தளபதியாகத் தேர்வு செய்யப்பட்டார். உதுமானைக் கொலை செய்தவர்களை தண்டிக்க வேண்டும் என்று முஆவியா, அலியை வற்புறுத்தினார். ஆனால் அக்கோரிக்கையை புதிய தளபதி புறக்கணித்துவிட்டார். தனது அதிகாரத்திற்குட்பட்ட சிரியாவில் உள்ள பகுதியை இழந்து

விடுவோம் என்று முஆவியா அச்சம் கொண்டார். தொடர்ந்து நிகழ்ந்த உள்நாட்டுப்போரில் முஆவியா வெற்றி பெற்றார். அலி இராக்கில் கொலை செய்யப்பட்டார். இத்துடன் நேர்மைமிகு கலிபாக்களின் கடைசி கண்ணி முற்றுப்பெற்றது.

கி.பி 661 ஜூலை மாதத்தில் அரேபிய சாம்ராஜ்யத்தின் பெருமக்கள் ஜெருசலேமின் கோயில் மலையில் திரண்டனர். முஆவியாவை இறைநம்பிக்கையாளர்களின் தளபதியாக ஏற்கவும் பயா[1] என்ற அரபு மரபு வழியில் தங்களின் ஆதரவுக்கான உறுதி ஏற்கவும் அக்கூட்டம் திரண்டது. அதன்பிறகு புதிய தளபதி புனிதக் கல்லறைக்கும் கன்னி மேரி அடக்கமான இடத்திற்கும் விஜயம் செய்தார். அவர் ஒரு புனிதப்பயணியாக அங்கு செல்லவில்லை. மதங்களின் தொடர் செயல்பாடுகளை வெளிக்காட்டவும் புனித இடங்களின் பாதுகாவலராகத் தான் ராஜ்ய பரிபாலனம் செய்வதைக் காட்டவுமே அவர் அங்கு சென்றார். அவர் டமாஸ்கஸிலிருந்து ஆட்சி புரிந்தார். ஆனால் ஜெருசலேமைப் போற்றினார். அவரது நாணயங்களில் இலியா பாலஸ்தீன் என்ற எழுத்துக்களை ஜெருசலேமைப் போற்றும் வகையில் பொறித்திருந்தார்.

ஜெருசலேமைத் தலைநகராக்கிக் கொள்ள முஆவியா பெருவிருப்பம் கொண்டிருந்தார். கோயிலுக்குத் தென்புறமிருந்த சொகுசு அரண்மனைகள் ஒன்றில் அவர் அடிக்கடி தங்குவதுண்டு. அதை அவரே உருவாக்கியிருந்திருக்கலாம். தீர்ப்பு நாளன்று ஒன்று கூடுதலும் புத்துயிர்ப்பும் ஏற்படுகிற பூமி ஜெருசலேமே என்று அறிவிக்கக் கூடியதாகக் கோயில் மலையைப் பற்றிய யூத மரபுகளை முஆவியா ஏற்றுக்கொண்டிருந்தார்.

அவரது ஆட்சியை நேர்மையும் அமைதியும் சகிப்புணர்வும் கொண்ட ஆட்சி என்று கிறித்துவ எழுத்தாளர்கள் போற்றினார்கள். அவரை 'இஸ்ரேலின் காதலன்' என்றார்கள். அவரது ராணுவத்தில் கிறித்துவர்களும் இருந்தனர். ஹெராக்கிளிஸின் வழிவந்த கிறித்துவ அதிகாரி மன்சூர் இபுனு சன்ஜீன் மூலமாக அவர் ஆட்சி புரிந்தார். முஆவியா அரேபிய யூதர்களோடு இணைந்து வளர்ச்சி முகம் கண்டார். அவர்களது குழு ஒன்று முஆவியாவைப் பார்க்க வந்த போது ஹரிஸ் என்ற உணவை அவர்கள் சமைத்து தரமுடியுமா? என்பதுதான் முஆவியா கேட்ட முதல் கேள்வி என்று சொல்லப்படுகிறது. முஆவியா ஜெருசலேமில் மேலும் மேலும் யூதர்களைக் குடியமர்த்தினார். புனிதங்களின் புனிதமான இடத்தில் அவர்கள் பிரார்த்தனை செய்ய அனுமதித்தார். கோயில் மலையில் உள்ள

7ஆம் நூற்றாண்டு காலத்திய ஏழு இலை விளக்குத் தாங்கிகளின் (மெனோரா) அடையாளங்கள் இதற்குச் சான்றாக உள்ளன.

இன்றைய இஸ்லாமியக் கோயில் மலையை உருவாக்கியவர் முஆவியாகத்தான் இருக்க வேண்டும். அங்கே முதன்முதலாக ஒரு மசூதியை எழுப்பியவரும் அவரே. பழைய அந்தோனிய கோட்டை கொத்தளங்களின் பாறைகளை சமன் செய்து திறந்தவெளி நடை பாதையை அகலப்படுத்தி 'டோம் ஆப் த செய்ன்' என்கிற அறுங் கோண வடிவத்தில் திறந்தநிலை கட்டடத்தையும் சேர்த்து இந்த மசூதி அமைக்கப்பட்டது. இது எதற்காக இப்படி நிறுவப்பட்டது என்பது யாருக்கும் தெரியவில்லை. கோயில் மலையின் சரியான மையப்பகுதியில் இது அமைந்ததால் இதை உலகின் மையமாகக் கொண்டாடப்படுவதாகக் கருத இடமுண்டு.

'முஆவியா, மோரையா மலையை சரிப்படுத்தி புனித பாறையின் மீது ஒரு மசூதியைக் கட்டுகிறார்' என அக்காலத்தவர் ஒருவர் எழுதுகிறார். காலிக் பேராயர் ஆர்கல்ஃப் ஜெருசலேமிற்கு வருகை புரிந்தபோது, 'அந்தக் கோயில் இருந்த இடத்தில் பாலைவன நாடோடிகள் 3000 பேர்கள் அமரக்கூடிய பெரிய உத்தரங்களைக் கொண்ட மரச்சட்டங்களால் வேயப்பட்ட பெரிய தொழுகைக் கூடத்திற்கு அவர் அடிக்கடி வந்து செல்வதைக் கண்டார். இருந்தாலும், அதை ஒரு மசூதியாக அடையாளம் காண்பது கடினமே. ஆனால் இன்று அது அல் அக்சா இருக்குமிடத்தில் இருந்திருக்கவேண்டும்.[2]

இருந்தபோதிலும் இந்நிலை முஆவியாவின் அரசாட்சியில் மாறி விட்டதென்று எழுதுகிறார் வரலாற்றாசிரியர் இபுனு கல்தூன். எகிப்திய ஆளுநர் தளபதி அமீர் எகிப்தில் அவரது மசூதியில் புதிய மின்பரை கட்டினார். முஆவியா தனது வெள்ளிக்கிழமை பிரசங் கத்திற்கு இதை பயன்படுத்தத் தொடங்கினார். கொலையாளி களிடமிருந்து தன்னைப் பாதுகாத்துக் கொள்வதற்காக இதனைச் சுற்றி ஒரு பாதுகாப்பு அரணை நிறுவினார்.

அரபு இனக்குழுத் தலைவர்களின் அறிவுக்கும் பொறுமைக்கும் ஓர் இலக்கணமாகத் திகழ்ந்தார் முஆவியா. அவர் சொல்கிறார்: "என் சவுக்கடி போதுமென்றால் நான் என் வாளைப் பயன்படுத்து வதில்லை. எனது வாய்ச்சொல் போதுமென்றால் நான் சவுக்கைத் தொடுவதில்லை. எனது சகமனிதர்களுடன் ஒரே ஒரு முடிதான் என்னை பிணைத்திருக்குமெனில் அந்த முடிகூட அறுபட விட மாட்டேன். அவர்கள் இழுக்கும்போது நான் தளரவிடுவேன்.

அவர்கள் தளர விடும்போது நான் இழுத்துக் கொள்வேன்." இதுவே அநேகமாக ஒரு ராஜதந்திரி என்பதற்கான வரையறை. எல்லையற்ற அதிகாரம் எப்போதுமே எல்லையற்ற ஊழலாக மாறி விடுவதில்லை என்பதற்குரிய ஈடு இணையற்ற எடுத்துக்காட்டாக விளங்கிய, அரபு களின் மன்னராட்சியை உருவாக்கிய, உமையது வம்சத்தின் முதல் மன்னரான முஆவியா பெரிதும் புறக்கணிக்கப்பட்டவர். தனது ஆட்சி எல்லையை கிழக்கு பாரசீகம், மத்திய ஆசியா மற்றும் வட ஆப்ரிக்க பகுதிகளுக்கு அவர் விரிவுபடுத்தினார். சைப்ரஸும் ரோட்ஸும் அவர் வசம் வந்தன. அவரது புதிய கடற்படை ஒரு கடல்சார் சக்தியாக உருவெடுத்தது. ஒவ்வொரு ஆண்டும் கான்ஸ் டாண்டிநோபிள் மீது தாக்குதல் நிகழ்த்தினார். ஒருமுறை கடல் மற்றும் தரைவழியாக முற்றுகையிட்டு மூன்றாண்டுகளுக்கு கான்ஸ்டாண்டிநோபிளைக் கைப்பற்றி வைத்திருந்தார்.

இருப்பினும் முஆவியா தன்னைத்தானே பகடி செய்து கொள்ளும் பண்பை ஒருபோதும் கைவிட்டதில்லை. அது அரசியல் வாதிகளுக்கு ஒரு அரிய பண்பு; அப்படியெனில் மாவீரர்களைப் பற்றி என்ன சொல்ல? அவர் மிகப்பருத்த உடம்புக்காரராக இருந் தார். (ஒரு வேளை இதன் காரணமாகவே சிம்மாசனத்தில் அமர்ந்த நிலையை தவிர்த்து சாய்ந்த நிலையில் காணப்பட்ட முதல் அரபு மன்னர் இவர்தான்.)

இன்னொரு குண்டான கிழப்பிரபுவை முஆவியா கேலி செய்தார்.

"உனது கால்களைப் போன்ற கால்களைக் கொண்ட ஓர் அடிமைப் பெண்ணை நான் விரும்புகிறேன்" என்றார் முஆவியா.

அந்தக் கிழவன் சொன்னான்: "தளபதியே! அவளது பிருஷ்டம் உங்களது பிருஷ்டத்தை ஒத்திருக்கவேண்டும்."

"உண்மைதான் – ஒன்றைத் தொட்டுவிட்டால் அதன் தொடர்ச்சியையும் ஏற்றுக் கொண்டுதான் ஆகவேண்டும்" என்று சொல்லி சிரித்தார் முஆவியா. தனது பாலியல் பராக்கிரமங்களைப் பற்றிய கட்டுக்கதைகளில் பெருமிதம் கொள்ள அவர் ஒருபோதும் தவறியதே இல்லை. இதிலும் கூட தன் மீதான கிண்டலை, கேலியை அவரால் ஏற்றுக்கொள்ள முடிந்தது.

ஒருமுறை அவர் ஒரு குரசானி பெண்ணுடன் தனது அந்தப்புரத்தில் கும்மாளமிட்டுக் கொண்டிருந்தார். அப்போது அவருக்கு மற்றொரு பெண் அளிக்கப்பட்டாள். அவளையும் எந்த சலனமும் இன்றி ஏற்றுக்கொண்டார். அவள் புறப்பட்டுச் சென்ற

பின் குரசானிப் பெண் பக்கம் திரும்பினார். சிங்கத்தை ஒத்த தன் செயல்பாட்டில் அவர் பெருமைப்பட்டார்.

சிங்கம் என்பதைப் பாரசீக மொழியில் எப்படிச் சொல்வாய் என்று அந்தப் பெண்ணிடம் கேட்டார்.

அவள் அதற்கு ‘கப்தார்’ என்றாள். தனது அரசபையினரிடத்து ‘நான் ஒரு கப்தார்’ என்று சொல்லிப் பெருமிதம் கொண்டார் – கப்தார் என்றால் என்ன என்று தெரியுமா? என்று ஒருவர் அவரைக் கேட்க, ‘சிங்கம்’ என்றார் முஆவியா.

‘இல்லை, ஒரு நொண்டிக் கழுதைப்புலி’ என்றார் மற்றவர். அவளுடையதை எப்படி திரும்பப் பெறமுடியும் என்பது அந்த குரசானிப் பெண்ணுக்குத் தெரியும் என்று சொல்லிச் சிரித்தார்.

தனது எண்பதாம் வயதில் முஆவியா இறந்தபோது அவரது வாரிசு யாசிட் மலைக்கோயிலில் தளபதியாக ஏற்றுக்கொள்ளப் பட்டார். பாலியல் பரவசம் நாடும் யாசிட், ஒரு குரங்கை செல்லப் பிராணியாக எப்போதும் வைத்திருப்பார். தளபதியான பிறகு அவர் அரேபியாவிலும், இராக்கிலும் இரண்டு கலகங்களைச் சந்திக்க நேர்ந்தது. இது இஸ்லாத்தின் இரண்டாவது உள்நாட்டுப் போரின் தொடக்கமாக இருந்தது. மதுவின் யாசித், காமக்கார யாசித், நாய்களின் யாசித், குரங்குகளின் யாசித், மதுவில் மயங்கும் யாசித் போன்ற பெயர்களை அவருக்குச் சூட்டி அவரைக் கோபமூட்டி னார்கள் அவரது பகைவர்கள்.

முகமதுவின் பேரன் ஹுசைன் தனது தந்தை அலியின் சாவுக்குப் பழி தீர்க்கக் கலகம் செய்தான். ஆனால் அவன் இராக்கில் கர்பாலா என்ற இடத்தில் வெட்டிக் கொலை செய்யப் பட்டான். அவனது உயிர்த்தியாகம் இஸ்லாத்தின் பெரும்பான்மை யான சன்னி சமூகத்திற்கும் அலியின் குழுவான ஷியா சமூகத்திற்கு மிடையே மிகப்பெரிய பிளவை உருவாக்கியது.[3] கி.பி 683இல் யாசித் தன் இளம்வயதிலேயே இறந்துவிட்டார். அவரது மதியூகியும், உறவினருமான முதியவர் மார்வான் அடுத்த தளபதியாக பொறுப் பேற்க, சிரியாவின் படைகள் அழைக்கப்பட்டன. கி.பி 685இல் மார்வான் மரணமடைந்தார். அவரது மகன் அப்த் அல் மாலிக், டமாஸ்கஸ் மற்றும் ஜெருசலேம் பகுதிகளின் தளபதியாக பொறுப் பேற்க அழைக்கப்பட்டார். அவரது சாம்ராஜ்யம் நிலையில்லாமல் தடுமாறியது. மெக்கா, இராக் மற்றும் பெர்சியா கலகக்காரர்களின் கட்டுப்பாட்டில் இருந்தன. இருந்தாலும் இஸ்லாமிய ஜெருசலேமின் மகுடத்தில் மணி சூட்டியவர் அப்த் அல் மாலிக்தான்.

அப்த் அல் மாலிக்: பாறையின் மாடம்

அப்த் அல் மாலிக் முட்டாள்களிடம் கோபப்படுவார். ஒரு துதிபாடி அவரைப் புகழ்ந்துரைத்த போது, “உன்னைவிட என்னை நான் நன்கறிவேன். என்னைத் துதிபாடாதே” என்று கூறி அந்த துதி பாடியின் புகழுரைக்கு முற்றுப்புள்ளி வைத்தார். அவரது நாணயங் களில் இடம்பெற்றுள்ள உருவத்தைக் கொண்டு பார்க்கும்போது அவர் மிகக் கடுமையானவராகவும், மெலிந்து வளைந்த மூக்கு கொண்டவராகவும் காணப்படுகிறார். தோள்வரை நீண்ட சுருள் முடியுடன் இருந்தார்; சரிகை வேலைப்பாடுடைய நீண்ட அங்கி களை அணிந்திருந்தார். அவரது கச்சையில் ஒரு வாளிருக்கும். பின்னாட்களில் அவரது விமர்சகர்கள் அவரை அகன்ற கண்களும் ஒன்று சேர்ந்த புருவங்களுடனும் துருத்திய மூக்கும் பிளந்த உதடு களும் உடையவராகக் காட்சிப்படுத்துகின்றனர். துர்நாற்றம் வீசும் அவரது சுவாசம் தீங்கிழைக்கக் கூடியது என்றும் கூறியுள்ளனர். அவருக்கு ‘ஈ அடியாச்சான்’ என்ற பட்டப்பெயரும் கொடுத்தனர். இச்சையில் லயிக்க விழையும் ராஜ காதலன் இவன்: “காமக் களி யாட்டத்திற்கு ஓர் அடிமைப் பெண்ணைத் தேர்வு செய்வதானால் பெர்பர் பெண்ணை நாடட்டும். குழந்தை பெற பாரசீகப் பெண் ணையும், வீட்டு வேலைக்கு பைசாந்தியப் பெண்ணையும் தேர்ந்து கொள்ளட்டும்” என்பது இவரது புகழ்பெற்ற சொற்றொடர்.

அப்த் அல் மாலிக் ஒரு சீரற்ற பள்ளியில் வளர்த்தெடுக்கப் பட்டார். தனது பதினாறாம் வயதில் பைசாந்தியர்களுக்கு எதிராக ஒரு படைக்குத் தலைமையேற்று நடத்தினார். தனது ஒன்றுவிட்ட சகோதரனான இறைநம்பிக்கையாளர்களின் தளபதி உதுமானின் கொலையை நேரில் கண்டவர்; ஒரு புனித மன்னராக பண்பட்டி ருந்தவர்; தனது கரங்களின் தூய்மையைக் களங்கப்படுத்திக் கொள்ள ஒருபோதும் அஞ்சாதவர். மீண்டும் இரானையும் இராக் கையும் வென்றெடுக்கத் தொடங்கினார். ஒரு முன்னாள் கலகக் காரன் பிடிபட்டபோது அவனை டமாஸ்கஸ் பொதுமக்கள் முன் பாக சித்ரவதை செய்தார். அந்தக் கலகக்காரனின் கழுத்தில் ஒரு வெள்ளி வளையமிட்டு ஒரு நாயைப் போல சுற்றி இழுத்து வந்தார்; பின்னர் நெஞ்சைப் பிளந்து கொலை செய்தார். வெட்டுண்ட தலையை அவனது ஆதரவாளர்களை நோக்கி வீசி எறிந்தார்.

அச்சமயம் மெக்கா அவரது கட்டுப்பாட்டுக்குள் இல்லை; ஆனால் ஜெருசலேம் அவர் வசமிருந்தது. முஆவியாவைப் போல ஜெருசலேமை மிகவும் போற்றினார். இந்த இரண்டாவது உள்

நாட்டுப் போரின் விளைவாக சிரியா – பாலஸ்தீனத்தை மைய மாகக் கொண்டு ஒரு ஐக்கிய இஸ்லாமியப் பேரரசை உருவாக்க அப்த் அல் மாலிக் விருப்பம் கொண்டிருந்தார்.

ஜெருசலேமிற்கும் டமாஸ்கஸுக்கும் இடையே ஒரு நெடுஞ்சாலை அமைக்கத் திட்டமிட்டார். ஏழாண்டு எகிப்திய வருவாயை ஒதுக்கி கல் மாடத்தை உருவாக்கினார். இந்தத் திட்டம் அப்போது அழகிய எளிய திட்டம்: 65 அடி விட்டமுள்ள கவிகை மாடம் எண்கோண சுவர்களின் மீது அமைக்கப்பட்டிருந்தது. இந்த மாடத்தின் அழகுக்கும் சக்திக்கும் எளிமைக்கும் நிகராக அதன் மீது மர்மமும் படிந்திருந்தது. அப்த் அல் மாலிக் எதற்காக இதை நிறுவினார் என்பது நமக்குச் சரியாகத் தெரியாது. அதை அவரும் சொன்னது இல்லை. உண்மையில் அது ஒரு மசூதி இல்லை. ஒரு புனித இடம் மட்டுமே. அதன் எண்கோண அமைப்பு ஒரு கிறித்துவ தியாகிகள் நினைவிடத்தை ஒத்திருந்தது. புனிதக் கல்லறை மற்றும் கான்ஸ்டாண்டிநோபிளின் ஹாகிய சோபியாவின் எதிரொலிகளை இந்தக் கவிகை மாடம் எதிரொலித்தது. அதை வலம் வருவதற்கான வட்டப்பாதை மெக்காவின் காபாவை நினைவுபடுத்தியது.

இந்தப் பாறை ஆதாமின் சொர்க்க பூமி; ஆபிரகாமின் பலிபீடம். இந்த இடத்தில்தான் தாவீதும் சாலமனும் தங்களின் கோயிலை நிறுவ திட்டமிட்டிருந்தனர். தனது இரவுப் பயணத்தின் போது முகமது விஜயம் செய்த இடம் இது. அப்த் அல் மாலிக் இஸ்லாம் என்ற இறைவனின் உண்மை வெளிப்பாட்டிற்காக இந்த யூதக் கோயிலை மீண்டும் கட்டியெழுப்பினார்.

இக்கட்டடத்திற்கு மைய அச்சு எதுவுமில்லை; ஆனால் மூன்று சுற்றுகளைக் கொண்டிருந்தது. முதல் சுற்று வெளிப்புற மதில் களாலும், பின்னர் அறுங்கோண சுவர்களாலும், அதையடுத்து மாடத்தின் நேர்கீழாகக் கற்களாலும் அமைக்கப்பட்டிருந்தது. இக்கட்டடம் சூரிய வெளிச்சத்தில் மிதந்தது; இந்த இடம்தான் உலகின் மையம் என்று அறிவிக்கப்பட்டது. இந்தக் கவிகை மாடமே சொர்க்கமாக இருந்தது. மனித கட்டடக்கலைக்கும் இறைவனுக்கு மான இணைப்பாக இந்த மாடம் விளங்கியது. பொன்னாலான மாடமும் அலங்கரிப்புகள் மின்னும் வெண்ணிறப் பளிங்குக் கற்களும் நானே புதிய ஈடன் என்று அறிவித்தவண்ணமிருந்தது; அப்த் அல் மாலிக்கும் அவரது உமையத் வம்சமும் கடைசி நாட் களின் மணிப்பொழுதில் தங்களது சாம்ராஜ்யத்தை கடவுளுக்கு அர்ப்பணிக்கும்போது இறுதித் தீர்ப்புக்கான இடம் என்று அறிவிக் கப்பட்டது இந்த இடம்தான். இக்கட்டடத்தில் பல்கிப் பெருகி

இருந்த படிமங்கள் – ஆபரணங்கள், மரங்கள், பழவகைகள், மலர்கள் மற்றும் மகுடங்கள் – முஸ்லிம் அல்லாதவர்களுக்குக் கூட இதை ஒரு மகிழ்வுக்குரிய இடமாக்கியது. இந்தப் படிமங்கள் டேவிட் சாலமனின் மேன்மையையும் ஈடன் தோட்டத்து உணர்ச்சிகளையும் இணைத்துக்கொண்டிருந்தன.

எனவே மாடம் தரும் செய்தியும் ஒரு ராஜ ரீதியில் இருந்தது: மெக்காவை மீட்டெடுக்காதிருந்ததால் இதன் மூலம் அவர் தனது வம்சத்தின் நிலைத் தன்மையையும், மாண்பையும் இஸ்லாமிய உலகத்திற்கு அறிவித்துக் கொண்டே இருந்தார். அவர் மீண்டும் காபாவை வென்றெடுக்காதிருந்தால் அநேகமாக இம்மாடத்தை தனது புதிய மெக்காவாக அறிவித்திருப்பார். இந்தப் பொன்மாடப் பெருமை அவரை ஒரு இஸ்லாமிய சக்ரவர்த்தியாக முன்னிறுத் தியது. ஜெஸ்டீனிய ஹெகியர் சோஃபியா கான்ஸ்டாண்டிநோபிளில் சாலமனைப் பின்னுக்குத் தள்ளி வளர்ந்ததைப்போல ஜெஸ்டீனி யனையும் வென்றார்; மாபெரும் கான்ஸ்டன்டைன் கூட இவருக்கு இணையாக முடியவில்லை. அங்கு இருந்த மொசைக் வேலைகள் பைசாந்திய கைவினைஞர்களின் கைவண்ணமாக இருந்திருக் கலாம். இக்கைவினைஞர்கள் இரண்டாவது ஜெஸ்பீயனால் அமைதி நிலவிய காலத்தில் தளபதியாருக்கு அளிக்கப்பட்டவர்களே.

கி.பி 691/2இல் இம்மாடம் நிறைவுற்றபோது ஜெருசலேம் முன்பிருந்ததைப் போன்ற நகரமாக இல்லை. மலைமேல் கட்டி எழுப்பிய இம்மாடம் ஜெருசலேமின் வான்வெளி வனப்பை இஸ்லாத் திற்கு உரிய ஒன்றாக மாற்றிவிட்டது. இது அப்த் அல் மாலிக்கின் அதிசயிக்க வைக்கும் தீர்க்கமான பார்வை. இந்நகரத்தை ஆட்சி செய்த பைசாந்தியர்களின் வெறுப்புக்கு ஆளானது இம்மாடம். இது ஜெருசலேமை ஆட்கொள்கிற ஒரு கட்டடமாக வியாபித் திருந்தது. புனிதக் கல்லறை தேவாலயம் இம்மாடத்தின் அளவால் சிறுத்துப்போனது. இது அப்த் அல் மாலிக்கின் நோக்கம் என்று பின்னாளில் வந்த எழுத்தாளர் அல் முகாத்தசி போன்ற ஜெருசலே மினர் நம்பினர்.

இதற்குப் பின் 21ஆம் நூற்றாண்டு வரை புனிதக் கல்லறை தேவாலயம் முஸ்லிம்களின் கேலிக்குள்ளானது. இதை 'குமாமாஹ்' என்று அழைத்தனர். அதாவது சாணக்குவியல் என்று அர்த்தம். இந்த மாடம் எதிரியை வீழ்த்தவும் செய்தது. பாராட்டவும் செய்தது. யூதர்கள் கிறித்துவர்கள் இரு தரப்பினரும் இதற்கு உரிமை கோரிக் கொண்டிருந்தனர். இவ்விரு சமூகத்தினரையும் மாலிக் இஸ்லாத்தின் உயர்வான புதுமைக்கு எதிரிகளாகக் கருதினார். அவர் இந்தக்

கட்டடத்தைச் சுற்றி 800 அடிக்கு கல்வெட்டுகளில் வாசகங்களைப் பொறித்தார். அவை நேரடியாக இயேசுவின் தெய்வீகக் கருத்தாக் கத்தை இகழ்வதாக இருந்தன. ஏக இறைக்கொள்கையைக் கொண்ட இவ்விரு சாராருக்கும் இடையிலான நெருங்கிய உறவை எடுத்து ரைத்தன. இவ்விரு சாராருக்கும் பொதுப்பண்புகள் அதிகம் இருந்தும் கூட முழுமைக் கொள்கை ஏற்கப்படவில்லை; இந்த கல்வெட்டுகள் நம்மைக் கவரும் விதத்தில் உள்ளன. ஏனெனில் இங்குதான் குரானின் பிரதியை முதன் முதலாகக் காணமுடிந்தது. குரான் தொகுப்பின் இறுதிவடிவத்தை அப்த் அல் மாலிக்தான் செய்துள்ளார்.

ஆட்சி அதிகாரத்தைப் பொறுத்தவரையில் யூதர்கள் முக்கியத் துவம் பெறவில்லை. என்றாலும் இறையியல் சார்ந்து அவர்கள் முக்கியத்துவம் பெற்றிருந்தனர். பத்து கிறித்துவர்களாலும் 20 யூதர் களாலும் 300 கருப்பு அடிமைகளாலும் இம்மாடம் பராமரிக்கப் பட்டு வந்தது.

எந்த நம்பிக்கையில் யூதர்கள் இந்த மாடத்தைப் பார்க் கிறார்கள்? இது என்ன அவர்களின் புதிய கோயிலா? இருந்த போதிலும் அவர்கள் அங்கே வழிபாடு நடத்த அனுமதிக்கப்பட்டனர். ஆனால் கோயில் சடங்குகளில் – புனிதப்படுத்தும் சடங்குகளில், கல்லைச்[4] சுற்றிவரும் சடங்குகளில் உமையத்துகள் ஒரு இஸ்லாமியத் தன்மையை புகுத்தியிருந்தனர்.

இவற்றையெல்லாம் கடந்து அந்த மாடத்திற்கு ஒரு சக்தி இருக்கத்தான் செய்தது. காலங்களைக் கடந்து நிற்கும் மகோன்னத கட்டடக் கலைகளில் ஒன்று எனும் தகுதியை அந்த மாடம் பெற்றிருந்தது. ஒருவன் ஜெருசலேமில் நிற்கும்போது அந்த மாடத்தின் மின்னும் ஒளி அவன் கண்களைக் கொள்ளை கொள்ளும். அந்த மாடம் ஒரு ரகசிய அரண்மனையைப் போலக் காற்று வெளியில் பிரகாசிக்கிறது. அந்த அமைதியான திறந்த வெளி நடைபாதை சூழ ஒரு மாபெரும் திறந்த வெளி மசூதியாக அதைச் சூழ்ந்த வெளியனைத்தையும் புனிதமாக்கியபடி நிற்கிறது அந்த மாடம். உடனடியாக – இன்றும் கூட – மலைக்கோயில் ஓய்வுக்கும் உற்சாகத் திற்குமான இடமாகிவிட்டது. பேரமைதியையும் இவ்வுலக இன்பங் களையும் ஒன்று சேர்த்த ஒரு பூலோக சொர்க்கத்தை இந்த மாடம் உருவாக்கியிருந்தது.

அதன் ஆரம்பகாலத்தில் கூட இபுனு அசாக்கிர் என்பவர், 'பாறை மாடத்தின் நிழலில் இருந்து ஒரு வாழைப்பழத்தை உண்பதை விட பேரானந்தம் வேறோன்றில்லை' என்று எழுதிச் செல்கிறார்.

வெற்றிகரமாகக் கட்டி முடிக்கப்பட்ட புனித ராஜ கட்டடங்களில் ஒன்றாக, சாலமனும் ஏரோதும் கட்டிய கோயில்களுக்கு இணையாக தரவரிசை கண்டுள்ளது. இந்த இருபத்து ஒன்றாம் நூற்றாண்டில் இறுதியான மதச்சார்பற்ற சுற்றுலாச் சின்னமாக இது நிலவுகிறது. எழுச்சிபெற்ற இஸ்லாத்தின் புனித இடமாகவும் பாலஸ்தீன தேசியத்தின் ஒரு குலக்குறியாகவும் ஜெருசலேமை வரையறுக்கிறது.

இந்த மாடம் கட்டி முடிக்கப்பட்ட உடனே அப்த் அல் மாலிக்கின் சேனை மெக்காவை மீண்டும் கைப்பற்றியது; பைசாந்தியத்திற்கு எதிராக இறையாட்சியைப் பரப்பவும், தியாகம் புரியவும் சித்தமாக இருந்தது. அவர் இந்த சாம்ராஜ்யத்தை மேற்கு முகமாக வட ஆப்ரிக்கா வரையிலும், கிழக்கு நோக்கி சிந்து அதாவது இன்றைய பாகிஸ்தான் வரையிலும் விரிவாக்கினார். அவரது அரசாட்சியில் இஸ்லாமிய உலகத்தை ஐக்கியப்படுத்த முகமதுவை ஒரு தனித்துவம் மிக்க முஸ்லிமாக முன்னிறுத்த வேண்டியிருந்தது.

அல்லாவைத் தவிர வேறு தெய்வமில்லை. முகமதுவே இறைத் தூதர் என்ற இவ்விரு ஷகாதாக்களும் பல்வேறு கல்வெட்டுகளில் பொறிக்கப்பட்டன. இறைத்தூதரின் உரைகள் (ஹதிஸ்) சேகரிக்கப் பட்டன. அப்த் அல் மாலிக்கால் முழுமையாய் தொகுக்கப்பட்ட திருக்குரான் அதிகார பூர்வமான புனித மறை நூலானது. சடங்குகள் மிகவும் கறாராக வரையறுக்கப்பட்டன. செதுக்கப்பட்ட சிற்ப வடிவங்கள் தடை செய்யப்பட்டன. தனது உருவம் தாங்கிய நாணயங்கள் தயாரிப்பதை அப்த் அல் மாலிக் தடுத்து நிறுத்தினார். அதன் பிறகு, தன்னை காலிபத் அல்லா – கடவுளின் துணையாளர் என அப்த அலி மாலிக் அறிவித்துக் கொண்டார். இதற்குப் பின் இஸ்லாமிய ஆட்சியாளர்கள் கலிபாக்கள் என்றழைக்கப்பட்டனர்.

முதன்முதலாக எழுதப்பட்ட முகமதுவின் அதிகாரபூர்வ சரிதமும் இஸ்லாமிய ஆக்கிரமிப்பும் இஸ்லாத்திலிருந்து யூதர் களையும் கிறித்துவர்களையும் புறக்கணித்தன. நிர்வாகம் அரபு மயமாக்கப்பட்டது. கான்ஸ்டன்டைன், ஜோசையா மற்றும் புனித பால் ஆகிய மூவரின் ஒற்றை வார்ப்பான அப்த் அல் மாலிக், இப்பிர பஞ்ச சாம்ராஜ்யம் முழுமைக்கும் ஓர் இறை, ஒரே சக்கரவர்த்தி என்ற கோட்பாட்டின்பால் நம்பிக்கை கொண்டிருந்தார். முகமதுவின் சமூகமாக இருந்ததை இன்றைய இஸ்லாமாகப் பரிணாமம் பெறும் அளவிற்குக் கண்காணித்து வந்ததில் அவருக்கு அப்பால் மற்றொருவர் கிடையாது.

வாலித்: அருள் வெளிப்பாடும் இன்பப் பெருவாழ்வும்

ஜெருசலேம் நகரில் திருக்கோயில் இருந்தது. ஆனால் மேன்மைமிக்க ஒரு மசூதி இருந்ததில்லை. எனவே அப்த் அல் மாலிக்கும் அவருக்குப் பின் பட்டத்திற்கு வந்த அவரது மகன் வாலித்தும் அல் அக்சா என்ற மசூதியைக் கட்டினார்கள். இந்த மசூதி மலைக்கோயிலின் தெற்கு எல்லையில் அமைக்கப்பட்டு, அது வெள்ளிக்கிழமை தொழுகைக்கான ஜெருசலேமின் மசூதியாகத் திகழ்ந்தது. ஏரோது காலத்திலிருந்ததைப் போல ஜெருசலேம் நகரத்தின் மையம் மலைக் கோயில் என்று கருதினர் கலிபாக்கள். கி.பி 70க்குப் பின் முதன் முறையாக புனிதப் பயணிகள் மேற்கிலிருந்து மலைக்கோயிலுக்குச் செல்வதற்கு பள்ளத்தாக்கின் குறுக்கே புதிய 'மாபெரும் பாலத்தை'க் கட்டினர். இன்றைக்கு இது 'கேட் ஆப் செயின்' எனப்படும் வில்சன் வளைவுக்கு மேல் உள்ளது. தென்திசை வழியாக மலைகோயிலுக்குள் நுழைய மாடங்களுடன் கூடிய இரட்டை வாயில்கள் நிறுவப் பட்டன. அழகிலும் அமைப்பிலும் இவை பொன்வாயிலுக்கு நிகரானவை.[5]

இது ஒரு விறுவிறுப்பான காலக்கட்டம் ஆகும். ஒரு சில ஆண்டு களில் கலிபாக்கள் இந்த மலைக்கோயிலை இஸ்லாமியர்களின் புனித இடமாக மாற்றினர். உமையத் வம்சத்தின் ராஜ நகரமாக ஜெருசலேம் மாறியது. மீண்டும் புனித இடங்களுக்கான கடும் போட்டி ஆரம்பமானது. ஜெருசலேமின் தன்மையைக் கூறும் கதை களும் புனையப்பட்டன. கிறித்துவர்களின் மைய புனித இடமான கல்லறையில் யூத தொன்மங்கள் கிறித்துவர்களால் நிலைநிறுத்தப் பட்டன. மாடமும் அல் அக்சா மசூதியும் கட்டி எழுப்பப்பட்ட வுடன் பழைய தொன்மங்கள் மீண்டும் புத்துயிர் பெற்றன. அது வரை கிறித்துவ புனிதப் பயணிகளுக்கு கிறித்துவின் சுவடாகக் காட்டப்பட்டு வந்த பாறையில் பதிந்திருந்த ஒரு காலடிச்சுவடு இப்போது முகமதுவின் காலடிச்சுவடாக ஆக்கப்பட்டது. உமையத் வம்சத்தினர் மலைக்கோயிலுக்குப் புதிய மாடங்களை நிறுவினர்.

இவையனைத்தும் ஆதாம் ஆபிரகாம் காலத்திலிருந்து தாவீது சாலமன் காலம் ஊடே கிறித்துவின் காலம் வரையான வேதாகம மரபோடு தொடர்புபடுத்தப்பட்டன. காபா ஜெருசலேம் வரும் நாளில் இறுதித் தீர்ப்பின் காட்சி மலைக்கோயிலில் நிகழும். இது ஒரு வெறும் மலைக்கோயிலாக மட்டும் இல்லை. தாவீதுடன் தொடர்புடைய அனைத்தையும் இஸ்லாமியர் போற்றினர். தாவீதின் கோபுரம் என்று கிறித்துவர்களால் அழைக்கப்பட்ட நகர் அரண் இஸ்லாமியர்களால் தாவீதின் மிஹரப்பாகக் கருதப்பட்டது.

உமையத் வம்சத்தினரால் இது கடவுளுக்காக மட்டுமின்றி அவர்களுக்கும் சேர்த்தே நிறுவப்பட்டது.

'ஒவ்வொரு ஆன்மாவும் மரணத்தை உணரும். புத்துயிர்ப்பு நாளன்று மட்டுமே உங்களுக்குரியவை முழுவதுமாக அளிக்கப் படும்' என்கிறது திருக்குரான். ஜெருசலேமை ஒட்டி கடவுளின் அருள்வெளிப்பாடு நிகழும் இடங்களை இஸ்லாமியர்கள் உருவாக் கினர். தீய சக்திகள் பொன்வாயிலில் அழிந்து போகும். மஹ்தி அதாவது தேர்ந்தெடுக்கப்பட்டோர் (ark of covenant) அவர்கள் முன்பு வைக்கப்படும் போது மாண்டு போவார்கள். அந்த ark தென்படும் போது யூதர்கள் இஸ்லாத்திற்கு மதம் மாறி வருவார்கள்.

மெக்காவுக்கு புனிதப் பயணம் சென்று திரும்புகையில் மெக்காவின் காபா ஜெருசலேமிற்கு வரும். சொர்க்கம் மலைக்கோயிலுக்கு வந்தி றங்கும்; நரகம் ஹின்னாம் பள்ளத்தாக்கில் விழும். புண்ணியர்கள் அல் சஹிரா சமவெளியில் பொன் வாயிலுக்கு வெளியில் வந்து கூடுவர். இஸ்ரஃபில் என்ற மரணத்தின் தேவதை (மாடத்தின் வாயில் களில் ஒன்று இஸ்ரஃபில் பெயரால் வழங்கப்படுகிறது) தனது இசைக் கருவியால் ஒலி எழுப்புகிறது. மரணமுற்றோர் (குறிப்பாக, பொன் வாயிலுக்கு அருகே அடக்கமானவர்கள்) உயிர்த்தெழுந்து வாயிலைக் கடந்து இறுதிநாளுக்குச் செல்வார்கள். இங்குள்ள வளைவில் மேல் மாடம் கொண்ட கருணை வாயில், மன்னிப்பு வாயில் என்ற இரு சிறு வாயில்கள் உண்டு.

அரை அல்லது முழு நிர்வாணப் பெண்களையும், விளையாட்டு வீரர்களையும், குழல் ஊதும் கரடியையும் ஓவியங்களாகத் தீட்டி அவை அலங்கரிக்கப்பட்டிருந்தன. ஆறு மன்னர்கள் கொண்ட சுவரோவியத்தில் முதலாம் வாலித் தோன்றுகிறார். சைனா மற்றும் கான்ஸ்டாண்டிநோபிள் சக்கரவர்த்திகளைப் போன்ற உமையத் களால் தோற்கடிக்கப்பபட்ட மாமன்னர்கள் அந்த சுவரோவியத்தில் இடம்பெற்றுள்ளனர். இந்த தரங்கெட்ட ஹெல்லனிய ஓவியங்கள் இஸ்லாத்துக்கு எதிரானவை என்பது தெளிவான ஒன்று. ஆனால் அவர்கள் பொது வாழ்க்கையில் ஏரோதியர்களைப் போல வேறு விதமாக இருந்திருக்கலாம்.

முதலாம் வாலித் டமாஸ்காஸ் கிறித்துவர்களுடன் செய்திருந்த உடன்பாடுகளை முடிவுக்குக் கொண்டு வந்தார். பெருமைக்குரிய உமையத் மசூதி அங்கே உருவாக்கப்பட்டது. கிரேக்க மொழிக்குப் பதிலாக அரேபிய மொழி அரசாங்க மொழியாக மாறியது. இருந் தாலும் ஜெருசலேமில் மட்டும் கிறித்துவம் தழைத்து வந்தது. கிறித்துவர் களும் முகம்மதியர்களும் சகஜமாக ஒன்று கலந்து வாழ்ந்தனர்.

இருசமூகத்தினரும் புனிதக் கல்லறை அர்ப்பணிப்பு விருந்தை செப்டம்பர் மாதத்தில் கொண்டாடினர். இந்நிகழ்வுக்கு ஒரு மாபெரும் கூட்டம் ஜெருசலேமில் திரண்டது. வீதிகள் முழுதும் ஒட்டகங்களும், குதிரைகளும், கழுதைகளும் எருதுகளும் நிறைந்து காணப்படும்.

பண்புமிக்க கலிபாக்கள் இன்பத் துய்ப்பில் நாட்டம் கொண்டவர்களாகவும் இருந்தனர். இது அரபு சாம்ராஜ்யம் உச்ச நிலையை அடைந்த காலக்கட்டம். ஸ்பெயினும் கூட அவர்கள் வசமிருந்தது. டமாஸ்காஸ் அவர்களது தலைநகரமாக இருந்தாலும் அவர்கள் ஜெருசலேமில்தான் வசித்து வந்தனர்.

மலைக்கோயிலுக்குத் தெற்கே ஒன்றாம் வாலித்தும் அவரது மகனும் ஒரு அரண்மனை வளாகத்தைக் கட்டினார்கள். 1960இல் அகழ்வாய்வு செய்யும் வரையில் அறியப்படாத அவை குளிர்ந்த திறந்தவெளியால் சூழப்பட்ட மூன்று அல்லது நான்கு அடுக்குகள் கொண்ட கட்டடங்களாக இருந்தன. கலிபாக்கள் மேல் மாடியி லிருந்து அல் அக்சாவுக்குச் செல்ல ஒரு பிரத்யேக நுழைவு வாயில் இருந்தது. கிடைத்த வரையிலான காவிய எச்சங்கள் மூலமாக நாம் அரண்மனைகளின் பரப்பளவைத் தவிர வேறேதையும் அறிய முடியவில்லை. ஆனால் இங்கு எத்தகைய சொகுசு வாழ்க்கையை அவர்கள் வாழ்ந்திருக்கிறார்கள் என்பதை அறிய முடிகிறது.

மிகச் சிறந்த பாலைவன சொகுசு அரண்மனை இன்றைய ஜோர்டானில் அம்ரா என்ற இடத்தில் இன்னும் இருக்கிறது. இங்கு தான் கலிபாக்கள் தங்களின் அந்தப்புரங்களிலும் குளியலறைகளிலும் ஓய்வு எடுத்துக்கொள்வார்கள். இதன் தளங்கள் மொசைக் கற்களா லானவை. தற்போது இங்கு கிரேக்க கிறித்துவர்களைவிட ஆர்மினியா மற்றும் ஜியார்ஜிய கிறித்துவப் புனிதப்பயணிகள் அதிகமாக வரு கின்றனர். இவர்கள் அநேகமாக இஸ்லாமியத் தலங்களைப் பார்ப்ப தில்லை. அதேபோல் யூதர்களும் கிறித்துவர்களைப் பற்றிக் குறிப்பிடுவ தில்லை. புனிதப்பயணிகள் தங்களின் மதத்தைத் தவிர மற்றவற்றில் ஆர்வம் காட்டுவதில்லை.

கி.பி 715இல் வாலித்தின் சகோதரர் சுலைமான் பாராட்டுப் பேரொலியோடு மலைக்கோயிலின் பதவிக்கு வந்தார். இப்புதிய கலிபாவுக்குத் தரப்பட்டது போன்ற ஆடம்பர வரவேற்பை இதற்கு முன் வேறேவரும் பார்த்ததில்லை. மேடைக்கு அருகே அலங்கார மாக இருந்த ஒரு மாடத்தின் கீழ் அவர் வீற்றிருந்தார். கடல் போன்று விரிக்கப்பட்டிருந்த தரை விரிப்புகளில் மக்கள் அமர்ந்திருந்தனர். தனது போர்வீரர்களுக்கு அளிப்பதற்காக அவரைச் சுற்றிலும் செல்வம் குவிக்கப்பட்டிருந்தது. கான்ஸ்டாண்டிநோபிள் மீது இறுதியாக

முழுவீச்சுடன் தாக்குதல் தொடுத்தவரான சுலைமான் (அநேகமாக கான்ஸ்டாண்டிநோபிளைக் கைப்பற்றியிருந்தார்) ஜெருசலேமைத் தனது தலைநகராக்கிக் கொண்டு அங்கேயே வசிப்பது என்ற திட்டத்தைத் தன் மனதில் உருவாக்கி வைத்திருந்தார். போதுமான அளவு மக்களைக் கொண்டுவரவும் தனது செல்வங்கள் அனைத்தையும் அங்கே தருவிக்கவும் திட்டமிட்டிருந்தார். ரம்லா என்ற நகரைத் தோற்றுவித்து அதைத் தனது நிர்வாக மையமாக்கினார். ஆனால் திட்டங்களை நிறைவேற்றும் முன்னரே அவர் மரணமடைந்துவிட்டார்.

மலைக்கோயிலின் தென்புறம் யூதர்கள் கூட்டாக வசிக்கத் தொடங்கினர். இவர்களில் பெரும்பாலானவர்கள் இரானிலிருந்தும், இராக்கிலிருந்தும் வந்தவர்கள். மலைக்கோயிலில் வழிபடுவதற்குத் தக்க வைத்திருந்த உரிமை ஒரு நூற்றாண்டுக்கு நீடித்தது. பின்னர் கி.பி 720இல் புதிய கலிபாவாக வந்த இரண்டாம் உமர் அங்கு யூத வழிபாட்டைத் தடை செய்தார். இவர் சீர்மை கெட்ட ஒரு வம்சத்தைச் சேர்ந்தவரென்றாலும் இஸ்லாமிய பழமைவாத பிடிப்புக் கொண்ட துறவியாக இருந்தார். இவர் ஏற்படுத்திய தடை, எஞ்சிய இஸ்லாமிய ஆட்சிக் காலம் முழுவதும் நிலவியது.

யூதர்களோ மலைக்கோயிலின் நான்கு சுவர்களைச் சுற்றியும், குகை என்றறியப்பட்ட ஹா-மெரா என்ற யூதக் கோயில் ஒன்றிலும் வழிபட ஆரம்பித்தனர். புனிதங்களின் புனித இடத்திற்கு அருகில் மலைக்கோயிலின் கீழே வாரன்ஸ் வாயிலில் ஒரு யூதக் கோயில் இருந்தது.

உமையத் வம்ச கலிபாக்கள் தங்கள் ஹெலனிய அரண்மனைகளில் நடனக்காரிகளோடு களித்துக் கொண்டிருந்த சமயத்தில், ஸ்பெனியிலிருந்த இஸ்லாமியப் படைகள் பிரான்சின் மீது கண் வைத்தன.

ஆனால் கி.பி 732இல் சார்லஸ் என்ற பிரெஞ்சு பிரபு டூர்ஸ் என்ற இடத்தில் நிகழ்ந்த இஸ்லாமியத் தாக்குதலை முறியடித்தார். சார்லஸ் பிரபு மெராவின்கிய மன்னர்களின் அரண்மனை மேயராக இருந்தவர். மெக்காபி என்று பாராட்டப்பட்ட அவர் தி ஹெம்மர் என்ற பட்டப்பெயரோடு சார்லஸ் மார்டெல் என்று அழைக்கப்பட்டார்.

இபுனு கல்தூன் என்ற அரபு வரலாற்றறிஞர், 'தனிமனிதர்களுக்கு வாழ்நாள் காலம் இருப்பது போல் வம்சங்களுக்கும் உண்டு' என்கிறார். சீர்கெட்டுப் போய் லௌகீகத்தில் மூழ்கிய உமையது வம்சத்தினரும் தங்களின் இறுதிக்காலத்தை அடைந்துவிட்டனர்.

இறைத்தூதரின் மாமா அப்பாஸின் வழித் தோன்றல்கள் நீண்ட காலமாக உமையதுகளின் ஆட்சியை ரகசியமாக எதிர்த்து வந்தனர். முகமதுவுடன் எவ்விதத்திலும் தொடர்புடையவர்கள் இல்லை உமையதுகள். 'உமையாக்களின் இல்லம் துயரடையட்டும்' என்று அவர்களது தலைவர் அபு அல் அப்பாஸ் அறிவித்தார். "நிலையான வற்றிக்குப் பதிலாக நிலையற்றவற்றில் அவர்கள் பெரிதும் நாட்டம் கொண்டிருந்தனர்; அவர்கள் மீது குற்றம் கவிந்திருந்தது. விலக்கப் பட்ட பெண்டிர்களை அவர்கள் வசப்படுத்தி இருந்தனர்." அதிருப்தி வேகமாகப் பரவியது. விசுவாசமிக்க சிரியாவின் இனக்குழுக்கள் கூட கலகம் செய்தனர் – கலகத்தில் இருந்து ஜெருசலேமும் தப்ப வில்லை.

ஜெருசலேமில் ஒரு நிலநடுக்கம் ஏற்பட்டது. அதனால் அல் அக்சாவும் அரண்மனைகளும் சேதமடைந்தன. இது உமையது களின் மீது இறைவன் கொண்ட சினம் போலத் தோன்றியது. கிறித்துவர் களுக்கும் யூதர்களுக்கும் இது கடவுளின் அருள் வெளிப்பாடாகக் கனவில் தோன்றியது. முஸ்லிம்களுக்கும் அவ்விதமாகவே நிகழ்ந்தது. ஆனால் உமையதுக்கான உண்மையான அபாயம் வெகுதூரக் கீழ்த்திசையிலிருந்து வந்தது.

கி.பி 748இல் முகமதுவின் வழித்தோன்றல்களில் ஒருவரே மன்னராக இருக்க வேண்டும் என்று அபு முஸ்லிம் என்பவர் வற்புறுத்தினார். இன்றைய இரான் மற்றும் ஆப்கான் அடங்கிய பகுதியான கோரசானில் இறையுணர்வு பெற்ற இவர் எவரையும் எளிதில் கவரக்கூடியவராக இருந்தார் எல்லைப்பகுதி புதிய இஸ்லாமியர்கள் இவரது தூய்மைப் படையில் இணைந்தனர். கருப்பு உடையணிந்து கருப்புக் கொடிகளுடன் அணிவகுத்துச் செல்லும் இந்தப் படையினர், இஸ்லாத்தை மீட்டெடுக்க ஒரு இமாம் வருவார் எனவும் அவர் மஹ்திக்கு முன்னோடியாக வருவார்[6] என்றும் முன்னுரைத்தனர்.

அபு முஸ்லிம் தனது வெற்றிப்படையை மேற்கு நோக்கி நடத்திச் சென்றார். ஆனால் தனது ஆதரவை அலியின் குடும்பத்திற்கு அளிப்பதா அல்லது அப்பாஸின் குடும்பத்திற்கு அளிப்பதா என்று அவர் முடிவு செய்யவில்லை. இன்னும் பல உமையது இளவ ரசர்கள் அங்கு இருந்தனர். உமையது வம்சத்தின் கடைசி மன்னரை தோற்கடித்தவரும் அபு அல் அப்பாஸ்தான். இவரே இந்தப் பிரச் சனையை ஒருவாறு தீர்த்து வைத்தார். அதனால் அவருக்கு ஒரு பட்டப்பெயரும் உருவானது.

குறிப்புகள்:

1. பயா என்றால் கைகுலுக்குதல். இதற்கு தனது பணிவை தெரியப்படுத்தும் ஒரு ஒப்பந்தம் என்று பொருள் Baa என்ற சொல்லிலிருந்து வருகிறது. Baa என்றால் விற்க என்று பொருள்.

2. நவீனகால மசூதியில் மெக்காவை நோக்கிய தொழுகைக்கான ‘மிஹ்ரப்பும்’ ஒரு மின்பரும் உண்டு. முஆவியாவின் தொழுகைக் கூடத்தில் மிஹ்ரப் இருந்தது. ஆனால் மின்பர் இருந்ததில்லை.

3. இரான் ஒரு ஷியாப்பிரிவு இறைச்சமூகமாகவே உள்ளது. ஷியாப்பிரிவினர் இராக்கில் பெரும்பான்மையினராகவும் லெபனானில் பெரிய சிறு பான்மைச் சமூகமாகவும் உள்ளனர். ஹூசைனின் சகோதரர் ஹசன் இபுனு அலி பணி ஓய்வில் இருந்தார். இருப்பினும் அவர் கூட கொல்லப்பட்டிருக் கலாம். அவரது வாரிசுகளில் இன்றைய மொராக்காவின் அலோயிட் ராஜ குடும்பத்தினரும் ஜோர்டனின் ஹேஷ்மைட் மன்னர்களும் அடங்குவர். பன்னிரண்டு ஷியா இமாம்களும் பாத்மித் வம்சமும் ஆகா கான்களும் ஜெருசலேம் குடும்பத்தினரும் ஹீசைன்களும் தங்களின் வேராக ஹூசை னையே அடையாளம் காண்கின்றனர். அவர்களது வம்சா வழியினர் அஷ்ரப் என்று அறியப்படுகிறார்கள். அதன் ஒருமைப்பெயர் ஷெரிப் என்பதாகும். வாய்மொழியில் சயீது என்றழைக்கப்படுகின்றனர்.

4. ‘புனிது நூலின் மக்களே! உங்கள் மதத்தின் எல்லையைத் தாண்டாதீர். உண்மையைத் தவிர இறைவனைப் பற்றி ஏதும் உரையாதீர்;’ மாடத்தில் இப்படியான வாசகங்கள் பொறிக்கப்பட்டிருந்தன. ‘உண்மையில் மேரியின் மைந்தனான இயேசு இறைவனின் ஒரு தூதர் மட்டுமே. இறைவனிடமும் இறைத்தூதர்களிடமும் நம்பிக்கை வைப்பீர். “மூன்று” என்பதை உரை யாதீர்..... இறைவன் ஒரு மகனை ஏற்பதில்லை’ இது மொத்த கிறித்து வத்தின் மீதான தாக்குதல் என்பதைவிட முழுமைத் தத்துவத்தின் மீதான தாக்குதலாகவே தோன்றுகிறது. யூதர்களைப் பொறுத்த வரையில் வாரம் இருமுறை வழிபாடென்பது யூதக் கோயிலுக்கான ஒன்றாகவே குறிப் பிடப்படுகிறது. ஒவ்வொரு செவ்வாய் மற்றும் வியாழக்கிழமைகளில் குங்குமப் பூவை வருவித்து அவற்றுடன் மஸ்க் மற்றும் சந்தனமும் பன்னீரும் சேர்த்து ஒரு கலவை தயாரிக்கின்றனர். இதனை அங்குள்ள யூத மற்றும் கிறித்துவ ஊழியர்கள் உண்டு தங்களைத் தூய்மையாக்கிக் கொள்ள குளிக்கச் செல்கின்றனர். பிறகு ஆடைகளுள்ள இடத்திற்குச் சென்று புதிய நீலம் மற்றும் சிவப்பு நிற ஆடைகளை உடுத்திக்கொண்டு பெல்ட் அணிந்து வெளியே வருவார்கள். பிறகு கல்லை நோக்கிச் சென்று கல்லுக்கு எண்ணெய்க் காப்பு செய்வார்கள்.’ அன்டரியாஸ் காப்லோனி என்ற அறிஞர் இப்படிச் சொல்கிறார்: “இது ஒரு இஸ்லாமிய இறைப் பணியாக இருந்தது. ஆலயப்பணி இப்படி இருக்கவேண்டும் என்று முஸ்லிம்கள் கருதினர். இக்கதையை சுருக்கிச் சொல்ல வேண்டுமெனில் இது முந்தையக் கோயிலின் மறுநிர்மாணம். திருக் குர்ஆன் ஒரு புதிய டோரா. இஸ்ரேலின் உண்மையான மக்கள் முஸ்லிம்களே.”

5. அக்சாவில் பயன்படுத்தப்பட்ட உத்தரங்கள் ஒரு கிறித்துவ இடத்திலிருந்து கொண்டு வரப்பட்டவை. அவற்றில் ஆறாம் நூற்றாண்டு யூத குடியின்

குலபதி ஒருவரின் பெயர் கிரேக்க மொழியில் குறிப்பிடப்பட்டுள்ளது. (இப்போது இவை ராக் பெல்லர் மற்றும் ஹாரம் அருங்காட்சியகங்களில் உள்ளன.) கிழக்கில் உள்ள பொன் வாயிலுக்குத் தகுந்தபடி தென்திசையிலுள்ள இரட்டை வாயிலும் மூவழி வாயிலும் ஜெருசலேமில் உள்ள எழில்மிகு வாயில்கள் ஆகும். இவை யாவும் இப்பொழுது மூடப்பட்டுள்ளன. இவை பழைய ஏரோதிய மற்றும் ரோம கட்டடங்களின் கற்களைக் கொண்டு கட்டப்பட்டவை. அவற்றின் சுவர்களில் சக்கரவர்த்தி அந்தோனியஸ் பையஸ்க்கான தலைகீழான கல்வெட்டுகள் உள்ளன.

6. இமாம் என்பவர் ஒரு மசூதி அல்லது சமூகத்தின் தலைவராவார். ஆனால் ஷீயா வகுப்பில் இமாம்கள் இறைவனால் தெரிவு செய்யப்பட்ட ஆன்மீகத் தலைவர்களாக இருக்க முடியும். இரானின் ஷீயாத் முகம்மதுவின் மருமகனார் அலி – மகள் பாத்திமாவின் வழித் தோன்றல்களே முதல் பன்னிரெண்டு இமாம்களாக வருவார்கள் என்று நம்பினார். பன்னிரெண்டாவது இமாம் கண்ணுக்குத் தெரியமாட்டார் என்றும் இறுதித் தீர்ப்பு நாளன்று தெரிவு செய்யப்பட்ட மஹ்தி மீட்பராக வருவார் என்றும் நம்பினார்; இந்த ஆயிரமாண்டு எதிர்ப்பார்ப்பின் அடிப்படையில் தான் இரான் இஸ்லாமியக் குடியரசு அய்யத்துல்லா கொமேனியால் தோற்றுவிக்கப்பட்டது.

☆

19

அபாசித்கள்: தொலைதூரத் தலைவர்கள் கி.பி 750-969

கலிபா ஆட்டு சூப்பில் நரமாமிசம்

அபு அல் அப்பாஸ் தன்னை கலிபா என்று அறிவித்துக்கொண்டார். அமைதியை விரும்புவதே தனது நோக்கம் என்று பகிரங்கமாக அறிவிப்பதற்காக உமையதுகளை ஒரு விருந்திற்கு அழைத்தார். விருந்து நடந்து கொண்டிருக்கையில் விருந்து பரிமாறக் காத்திருந் தோர், குருவாள்களையும் வாள்களையும் உருவி அந்தக் குடும்பம் முழுவதையும் வெட்டி வீழ்த்தி வெட்டுண்ட உடலை ஆட்டு சூப் களில் கலந்தனர். பின்னர் இந்தக் கொலைகாரனும் கொஞ்ச காலத்தில் மரணமடைந்தான். பிறகு அவனது சகோதரன் மன்சூர் என்ற வெற்றி வீரன் அலித் குடும்பத்தினரை திட்டமிட்டுக் கொன்றான். வல்லமை வாய்ந்த அபு முஸ்லிம் ஒழிக்கப்பட்டான். தனது மறைவுக்குப் பிறகே திறக்கப்பட வேண்டுமென்றிருந்த ஒரு ரகசியமான பொருட்காப்பு அறையின் திறவுகோல்களை மன்சூர் எப்படி பாதுகாத்து வைத்திருந்தான் என்பது குறித்து அவனுக்கு நறுமணத் தைலம் தயாரித்தளித்த ஜம்ரா என்பவன் பின்னாட் களில் கூறியதை வைத்து மன்சூரின் மகன் அங்கிருந்த சடலங்களைக் கண்டுபிடித்தான். ஒவ்வொரு சடலத்திலும் பெயர் பொறிக்கப் பட்டிருந்தது.

இந்த சடலங்கள் யாவும் மன்சூர் கொன்ற அலி குடும்பத்தினரின் குழந்தைகள் முதல் முதியவர்கள் வரையிலான நபர்கள். இவை சூடான உலர்ந்த காற்றில் பாதுகாக்கப்பட்டு வந்தன.

மன்சூர், அபாசித் வம்சத்தின் உண்மையான தந்தையாக இருந்தான். வாடிய தோலுடன் தலைக்கு சிவப்பு நிறச் சாயம் பூசிக் கொண்டிருப்பான். அபாசித் வம்சத்தின் ஆட்சி பல நூற்றாண்டுகளாக நீடித்தது. ஆனால் மன்சூர் கீழ்த் திசையிலிருந்து தனது தலைநகரை பாக்தாத்திலிருந்த அவனது புதிய வட்ட நகருக்கு மாற்றிக் கொண்டான்.

அதிகாரத்தைக் கைப்பற்றியவுடன் மன்சூர் ஜெருசலேமிற்குச் சென்றான். அங்கு சேதமடைந்திருந்த அக்சா மசூதி அவனால் சீரமைக்கப்பட்டது. அப்த் அல் மாலிக் அளித்திருந்த மாடத்தின் வெள்ளி மற்றும் தங்கக் கதவுகளை உருக்கி சீரமைப்புப் பணிகளுக்கு செலவு செய்தான். மன்சூருக்குப் பின்வந்தோர் யாரும் ஜெருசலேம் செல்ல எத்தனிக்கவில்லை. இஸ்லாமிய உலகின்[1] நினைவில் மறைந்து கொண்டிருந்த நிலையில் ஜெருசலேம் மீதான கிறித்துவ ஈர்ப்புக்கு ஒரு மேற்கத்திய சக்கரவர்த்தி மீண்டும் புத்துயிர் அளித்தான்.

பேரரசரும் கலிபாவும்: சார்லிமேக்னியும் ஹருண் அல் ரஷித்தும்

சார்லிமேக்னி என்ற பிரெஞ்சு சக்கரவர்த்தியான மாவீரன் சார்லஸ், நவீன பிரெஞ்சு நாட்டையும் இத்தாலி, ஜெர்மனி நாடுகளையும் ஏகபோகமாக ஆட்சி செய்து வந்தார். கி.பி 800இல் ரோமில் கிறிஸ்துமஸ் நாளன்று போப்பாண்டவர் இவருக்கு ரோமபுரியின் பேரரசராக முடி சூட்டினார். இவ்விழா போப்பாண்டவர்களிடம் ஒரு புதிய நம்பிக்கையை தோற்றுவித்தது. அவர்களது கிறித்துவம் மேற்கத்திய லத்தீன் சார்ந்த கிறித்துவமாக இருந்தது. பின்னர் அது கத்தோலிக்க கிறித்துவமானது. கிரேக்கமொழி பேசுகிற கான்ஸ்டாண்டிநோபிளின் பழமைவாத கிறித்துவர்கள் மீது இவர்கள் மத்தியில் பகைமை வளரத் தொடங்கியது.

இரக்கமற்ற வீரனான சார்லிமோக்னி மன்னன் தனது அதிகாரத்தை விரிவுபடுத்த மேலும் மேலும் புதிய உத்திகளை வகுத்துக் கொண்டேயிருந்தார். ஆசை கொண்ட அளவிற்கு அவரது அர்ப்பணிப்பு உணர்வும் மிகுதியாகவே இருந்தது. வரலாற்றிலும் பேரார்வம் கொண்டிருந்தார். இறைப்பணியில் கான்ஸ்டன்டைன்

மற்றும் ஜஸ்டீனியன் ஆகியோரின் வாரிசாகத் தன்னை வரித்துக் கொண்டு தான் உலகளாவிய தூய ரோம சக்கரவர்த்தியாக வேண்டு மென்று விரும்பினார். பின்னாட்களில் மன்னர் தாவீதாக இருக்க விரும்பினார். இவ்விரண்டு எண்ணங்களும் அவரைப் புனித நகருக்கு இட்டுச் சென்றன. ஒரு கிறிஸ்துமஸ் நாளில் புனிதக் கல்லறையின் திறவுகோல்களை அவரிடம் அளிப்பதற்காக ஜெருசலேமின் குலபதி குழு ஒன்றை அனுப்பி வைத்ததாகக் கூறப்படுகிறது.

இது ஜெருசலேமைக் கைப்பற்றுவதற்கான முயற்சி அல்ல. ஏனெனில் அந்தக் குலபதி ஜெருசலேமின் மன்னர் ஹாருண் அல் ரஷீத்தின் ஆசிகளைப் பெற்றவராவார். அபாசித்துகளின் சாம் ராஜ்யத்தில் இவரது ஆட்சிக் காலம்தான் உச்ச கட்டத்தை அடைந்தது. 'ஆயிரத்தொரு இரவுகளில்' இவரது ஆட்சிகாலம் குறித்த குறிப்புகள் உண்டு. சார்லிமேக்னியும், அந்தக் கலிபாவும் மூன்றாண்டுகளாக தங்களது தூதர்களை பரஸ்பரம் அனுப்பி வந்தனர். ஹாருன் தனது கான்ஸ்டாண்டிநோபிள் எதிரிகளுக்கு எதிராக பிரெஞ்சுக் காரர்களை மோதவிடுவதில் கவனமாக இருந்தார். ஜெருசலேம் கிறித்துவர்களுக்கு சார்லிமோக்னியின் உதவி தேவைப்பட்டது.

கலிபா, சார்லிமேக்னிக்கு ஒரு யானையை வழங்கினார். மேலும் வானவியல் நீர்க்கடிகாரம் ஒன்றும் அவருக்கு அளிக்கப்பட்டது. இந்த நூதனக் கருவி இஸ்லாமிய மேன்மையை வெளிப்படுத்தக் கூடியதாக இருந்தது. அவை சைத்தான்களை ஏவிவிடக்கூடியவை யென்று பூர்வகுடி கிறித்துவர்கள் அச்சம் கொண்டனர். இவ்விரு பேரரசர்களும் அரசு ரீதியான ஒப்பந்தம் எதிலும் கையெழுத் திடவில்லை. ஆனால் கிறித்துவ சொத்துக்கள் பட்டியலிடப்பட்டு பாதுகாக்கப்பட்டன. அதேநேரம் ஜெருசலேம் நகர கிறித்துவர் களுக்கான முழு தேர்தல் வரியும் சார்லிமாக்னியால் செலுத்தப் பட்டது. முழுவரித் தொகை 850 தினார்கள். இதற்குக் கைமாறாக ஹாருன் புனிதக் கல்லறையை சூழ்ந்த இடத்தில் ஒரு கிறித்துவப் பகுதியை உருவாக்கிக்கொள்ள அனுமதி அளித்தார்.

அப்பகுதியில் ஒரு கன்னிகா மாடமும், நூலகமும் பயணிகள் விடுதியும் 150 துறவிகள் மற்றும் 17 கன்னிகாஸ்திரிகளுடன் இருக்க ஏற்பாடாயிற்று. கிறித்துவர்களுக்கு இடையே இப்படியொரு அணுக்கம் நிலவியது என ஒரு புனிதப்பயணி குறிப்பிடுகிறார். இந்தத் தாராள குணத்தால் சார்லிமாக்னி ஜெருசலேமிற்கு ரகசியமாக வருகை புரிந்ததாக ஒரு கதை எழுந்தது. இக்கதை ஹெராக்ளியசின் வாரிசாக அவரை நிறுவியது.

இறுதிப் பேரரசின் இறுதிநாட்கள் குறித்து கூறப்படுபவன அனைத்தும் ஆன்மிகக் கட்டுக்கதைகளுடன் பின்னிப் பிணைந் துள்ளன. சார்லிமோக்னியின் ஜெருசலேம் வருகை பற்றிய கதை குறிப்பாக சிலுவைப்போர் நடந்த காலக்கட்டங்களில் பரவலான நம்பிக்கையை பெற்றது. ஆனால் சார்லிமோக்னி ஜெருசலேமிற்கு வந்ததே இல்லை.

ஹாருன் இறந்தபின் அவரது மகன்களுக்கிடையிலான உள்நாட்டுப் போரில் மாமுன் வெற்றி பெற்றார். இந்தப் புதிய கலிபா அறிவியலில் பேரார்வமிக்க மாணவராக இருந்தார். இவர் அறிவகம் என்றழைக்கப்பட்ட புகழ்வாய்ந்த இலக்கிய அறிவியல் கழகத்தை நிறுவினார். உலக வரைபடம் ஒன்றை உருவாக்கவும் உத்தரவிட்டார். புவிப்பந்தின்[2] சுற்றுவட்ட அளவைக் கணக்கிட அவரது வல்லுனருக்கு ஆணையிடப்பட்டது.

இவர் கி.பி 831இல் கான்ஸ்டாண்டிநோபிளுக்கு எதிராக போர் தொடுக்க சிரியாவுக்கு வந்தபோது ஜெருசலேமிற்கும் வந்திருக்கக் கூடும். அப்போது மலைக்கோயிலுக்குப் புதிய வாயில்களை உருவாக் கினார். ஆனால் அப்பாசித்களின் உயர்நிலைக்கு வலுச்சேர்க்க மாடத்திலிருந்த அப்த் அல் மாலிக்கின் பெயர் அழிக்கப்பட்டது. அவர் பெயர் மட்டும் நீக்கப்படவில்லை. மாடத்திலிருந்து தங்கம் பறிக்கப்பட்டதால் ஆயிரமாண்டுகளாக அம்மாடம் வெளிறிய நிறத்தில்தான் காணப்படுகிறது. 1960இல்தான் மீண்டும் அம்மாடம் பொன்மாடமானது. ஆனால் அழிக்கப்பட்ட அப்த் அல் மாலிக்கின் பெயர் அழிக்கப்பட்டதுதான். இன்றுவரை மாமுனின் பெயரே அங்கே நிலைத்துள்ளது.

இந்த மோசடியால் அபாசித்துகளின் அதிகார நசிவைத் தடுக்க முடியவில்லை. இரண்டே ஆண்டுகளில் மூன்று மதத்தினராலும் விவசாயக் கலகக்காரர்களின் தலைவன் ஜெருசலேமிற்கு வர வேற்கப்பட்டான். அந்த நகரம் சூறையாடப்பட்டது. அங்கிருந்த பெரும்பாலோர் தப்பி ஓடினர். குலபதி லஞ்சப் பணம் கொடுத்து கல்லறையை மட்டும் காப்பாற்றினார். அரபு கலிபாக்களின் பிடி தளர்ந்தது. எகிப்து ஆட்சியாளன் அகமது இபுனு துலூன் 877இல் கலிபாவின் ஆதரவோடு ஜெருசலேமைக் கைப்பற்றினான்.

நறுமணம் கமழும் அரவாணி கபூர்

துருக்கிய அடிமையின் மகனாகிய இபுனு துலுன் இஸ்லாமிய சாம் ராஜ்யத்தின் அதிகாரத்தை மெல்ல மெல்ல அரபுக்களிடமிருந்து

கைப்பற்றினான். குலாம் என்றழைக்கப்பட்ட அடிமைச் சிறுவர்களைப் பணிக்கு அமர்த்தத் தொடங்கினான். இவர்கள் மத்திய ஆசியாவின் வில் ஏந்தும் துருக்கிய முஸ்லிம் குதிரை வீரர்களிலிருந்து தெரிவு செய்யப்பட்டனர். ஆசியத் தோற்றமுடைய இவர்கள் முதலில் ரோம அரசர்களின் மெய்க்காப்பாளர்களாக இருந்தார்கள். பின்னர் கலிபாக்களின் மெய்க்காப்பாளர்களாக ஆனார்கள்.

இபுனு துலுனின் மகன் அரவாணிகளால் கொல்லப்பட்டான். அதன் பிறகு மத்திய ஆசியாவின் பட்டத்திற்கு வந்த இளவரசர் அல்இக்ஷித் என்றழைக்கப்பட்டார். துருக்கியின் வலிமை வாய்ந்த முகமது இபுனு துக்ஜ் ஜெருசலேமையும் எகிப்தையும் ஆட்சி செய்தார்.

நிலையற்ற ஆட்சியால் மதப்போட்டிகள் வலுத்தன. கி.பி 935இல் புனிதக் கல்லறையைச் சேர்ந்த ஒரு பகுதி வல்லட்டியாக மசூதியாக மாற்றப்பட்டது. இதற்கு மூன்று ஆண்டுகளுக்குப் பின் 'பாம் சன்டே' கொண்டாடிக் கொண்டிருந்த கிறித்துவர்கள், முஸ்லிம்களால் தாக்கப்பட்டனர். திருச்சபை சூறையாடப்பட்டது. யூதர்கள் இரு பிரிவாயினர். ஒரு பிரிவினர் மரபு வழி வந்த ரப்பானிகள் எனப்பட்டனர். இவர்கள் காவான்கள் என்ற அறிஞர்கள், நீதிமான்கள் தலைமையின் கீழ் செயல்பட்டனர். இரண்டாவது பிரிவு காரைட்ஸ் என்பவர்கள் தோராவைத் தவிர மற்ற அனைத்துச் சட்டங்களையும் மறுப்பவர்களாக விளங்கினர்.

காரைட்டுகள் என்றால் வாசிப்பவர்கள் என்று பொருள். இவர்கள் சீயோனுக்கு³ திரும்புவதில் நம்பிக்கை கொண்டவர்கள். துருக்கிய மன்னர்கள் காரைட்டுகளை ஆதரித்தனர். கசார் என்ற மற்றொரு புதிய பிரிவு உருவாகி இந்தப் பிரச்சனையை மேலும் சிக்கலாக்கியது.

கருங்கடலிலிருந்து மத்திய ஆசியா வரை உள்ள பகுதிகளை ஆண்டு வந்த துருக்கிய நாடோடிகளாகிய கசார்கள், இஸ்ரேல் உருவாவதற்கு முந்தைய கடைசி யூத நாட்டைத் தோற்றுவித்தனர். சுமார் கி.பி 805இல் இவர்களது அரசர்கள் யூதமதத்தைத் தழுவினர். தங்களுக்கு மானசெஹ், ஆரோன் என்பது போன்ற பெயர்களை வைத்துக் கொண்டனர். ஜெருசலேம் எழுத்தாளர் முக்காதசி, கசாரியா வழியாகச் சென்றபோது, ஆட்டு மந்தையும், தேனும், யூதர்களும் அங்கே பேரளவில் இருப்பதை அவதானித்துள்ளார். சுமார் ஒன்றரை நூற்றாண்டு யூத ஆளுகை கி.பி 960 வாக்கில் சரியத் தொடங்கியது.

இந்த துருக்கிய இனக்குழுக்களின் வழித்தோன்றல்கள்தான் இன்றைய ஐரோப்பிய யூதர்கள் என்று கூறுகின்றனர் எழுத்தாளர் ஆர்தர் கோஸ்லரிலிருந்து இன்றைய எழுத்தாளர் ஷலாமோ சான்ட் வரை. ஆனால் நவீன மரபணுஇயல் இந்தக் கோட்பாட்டை மறுக்கிறது. அது உண்மையெனில் சியோனிஸத்தைக் குலைத்துவிடும். சமீபத்தில் நடந்த இரண்டு மதீப்பிடுகள், நவீன யூதர்களில் (செபாரீடிய மற்றும் அவுகெனாசி) 70 விழுக்காட்டினர் 3000 ஆண்டுகளுக்கு முந்தைய மத்திய கிழக்கின் மரபினர் என்றும் 30 விழுக்காட்டினர் ஐரோப்பிய வகையறாவை சேர்ந்தவர்கள் என்றும் சொல்கின்றன.

இவர்களது கோயில் யூதப் பகுதியிலிருந்தது. இக்ஷித் தனது அறுபத்து நான்காவது வயதில் கி.பி 946இல் இறந்தபோது ஜெருசலேமில் அடக்கம் செய்யப்பட்டார். அவருக்குபின் ஒரு நீக்ரோ அலி அதிகாரத்திற்கு வந்தார். வாசனைத் திரவியங்களிலும் ஒப்பனைகளிலும் இக்ஷித் கொண்டிருந்த ரசனை இவரையும் தொற்றிக் கொண்டது.

அபுல் மிஸ்க் கபூர் என்ற இந்த அரவாணி ஒரு எத்தியோப்பிய அடிமை. குழந்தையாக இருந்தபோதே இக்ஷித்தால் விலைக்கு வாங்கப்பட்ட இவர், எகிப்து பாலஸ்தீனம் மற்றும் சிரிய பகுதிகளை இருபதாண்டுகளாக ஆட்சி செய்தார். அவர் வெள்ளை சர்பூரத்தையும், கருப்பு மஸ்க்கையும் அள்ளி இறைப்பவனாக இருந்ததால் அவனது எஜமானர் அவற்றை அவனுக்குப் புனைபெயராக வைத்தார். இக்ஷித்திடம் அபூர்வ விலங்குகள் வந்து சேர்ந்தபோது வளர்ச்சி மேம்பட்டது. மற்ற பணியாளர்கள் புகழுரைக்காக தாம் தூமென்று விரைந்துகொண்டிருக்க அந்த ஆப்ரிக்க அடிமை மட்டும் வைத்த கண் எடுக்காமல் எஜமானின் உத்தரவை எதிர் நோக்கியிருந்தான்.

இக்ஷித், அவரைத் தனது மகன்களுக்கு ஆசிரியராக நியமித்தார். பாலஸ்தீனம் மற்றும் சிரியாவை வென்ற பின் அடுத்த படைகளுக்குத் தளபதி ஆக்கினான்; பிறகு மாஸ்டர் என்ற பட்டத்தையும் அளித்தான். பதவிக்கு வந்த பின்னர் இந்த அலி, இஸ்லாமிய இறையுணர்வை வளர்த்துக்கொண்டார். கலைகளைப் பேணி வளர்த்தார்.

இருப்பினும் அடுத்து வந்த சக்கரவர்த்திகளால் பைசாந்தியர்கள் புத்தெழுச்சி பெற்றனர். இந்தச் சக்கரவர்த்திகள் சிரியாவை நோக்கிப்

படையெடுத்து ஜெருசலேமைக் கைப்பற்றி விடுவதாக அச்ச மூட்டினர். இதன் விளைவாக கிறித்துவர்களுக்கு எதிரான கலகங்கள் தோன்றின. கி.பி 966இல் கபூரின் ஆளுநர் கிறித்துவர்களை நெருக்கி குலபதி ஜானிடம் என்றுமில்லாத அளவுக்கு பெருந் தொகையைக் கேட்டனர். ஆனால் ஜான், கான்ஸ்டாண்டிநோபிளுடன், கடிதத் தொடர்பு வைத்திருப்பது கண்டுபிடிக்கப்பட்டது. ஆகை யால் யூத ஆதரவு பெற்ற ஆளுநர் கல்லறையைத் தாக்கி அந்தக் குலபதி ஜானை எரித்துவிட்டார்.

கெய்ரோவில் வசித்து வந்த அலி தற்போது நலிவுற்றிருந்தார். , இக்ஷித்தின் கடைசி வாரிசின் மறைவுக்குப் பின் கபூர், தன் முயற்சியால் சிம்மாசனத்திற்கு வந்தார். ஒரு அடிமையாய் பிறந்த இஸ்லாமிய அரசரான இவர் முதல் அலி அரசனும் ஆவார். ஒரு யூதரை தனது அமைச்சராக ஆக்கிக்கொண்டார். அந்த அமைச்சர் ஒரு இஸ்லாமிய புரட்சியையும், ஜெருசலேமில் ஒரு புதிய சாம்ராஜ் யத்தையும் உருவாக்கினார்.

குறிப்புகள்:

1. மெக்காவின் வளர் முகத்தால் ஜெருசலேமின் முக்கியத்துவம் குறையத் தொடங்கியது. அல் கத்ரியின் ஹதிஸ் சொல்கிறது: "மெக்கா, மதினா, அல் அக்சா ஆகிய மூன்று மசூதிகளுக்கு மட்டுமே நீங்கள் ஹஜ் யாத்திரை செல்லலாம்." ஜெருசலேமிற்கு செல்வது ஒரு ஆன்மிகப் பயணம்; அதாவது 'சியாரா' என்ற அளவில் சரிந்துவிட்டது.

2. அபாசித்துகள் குறிப்பாக மாமுன், பிளாட்டோ, ஹிப்போகிரட்டஸ், காலன், யூக்ளிட், டாலமி ஆகியோரின் கிரேக்க செவ்விலக்கியப் பிரதிகளை பைசாந்தியர்களிடமிருந்து கேட்டுப்பெற்று தனது அடுத்த தலைமுறைக் காகப் பாதுகாத்து வைத்தார். அரேபியர்கள் அறிவியல் சார்ந்த கலைச் சொற்கள் அனைத்தையும் புதிதாகப் புகுத்தினர். அல்கஹால், அலம்பிக் அல்கெமி, அல்ஜிப்ரா, அல்மணாக் போன்ற வார்த்தைகள் அப்படி உள்வாங்கியவற்றில் சில. அல் நாடிமின் புகழ்பெற்ற அட்டவணை, 6000 புதிய நூல்கள் தயாரிக்கப்பட்டன என்பதைக் காட்டுகிறது. மிருகங்களின் தோல் சுருள்களுக்குப் பதிலாகக் காகிதம் பயன்படுத்தப்பட்டது. சீன தாங் வம்சப் பேரரசர்களின் படையெடுப்பை அபாசித்துகள் தோற்கடித் தனர். போர் வரலாறுகளில் பிரசித்தமுடைய ஒரு போர் இது. மத்திய கிழக்கு என்பது இஸ்லாமியர்களுடையது. இங்கே சீனத்திற்கு இடமில்லை என்பதை உறுதிப்படுத்தியது. இப்போரின் போது சீன காகிதத் தயாரிப்பாளர்களின் ரகசியங்களும் கைப்பற்றப்பட்டன.

3. உலகின் யூத சமூகங்கள் அனைத்தும் தலைமுறை தலைமுறையாக வரும் இரண்டு காவான்களால் ஆட்சி செய்யப்பட்டன. இவர்கள் ஜெருசலேம் அகாடமி அல்லது பாபிலோனிய அகாடமியைச் சேர்ந்தவர்கள். இவர்

களது தலைமைப் பீடம் பாக்தாத்தில் இருந்தது. காரைட்டுகள் யூத உல கெங்கும் பரவினர்; கிரிமியாவிலிருந்து லித்துவேனியா வரை மகத்தான யூத சமூகத்தை உருவாக்கினர். அவர்களில் பலரது வம்சாவளியினர் ஹிட்லரின் பேரழிவிற்கு ஆட்படும் வரை வாழ்ந்து வந்தனர். நாஜிகளின் அடக்குமுறை பேதங்களில் இதுவும் ஒன்றானது. கிரிமியாவில் சில காரைட்டுகள் செமிட்டிக் பூர்வீகத்தினர் என்பதைக் காட்டிலும் துருக்கிய பூர்வகுடிகள் என்றே கருதப்பட்டனர். எனவே நாஜிபடை இந்தப் பிரிவு யூதர்களைப் பாதுகாக்குமாறு உத்தரவிட்டது.

20

ஃபாத்திமித்கள்: சகிப்பும் பித்தும்
கி.பி 969-1099

இபுனு கில்லிஸ்: மதங்களும், தேசங்களும் தாவிய இபுனு கில்லிஸ்

இபுனு கில்லிஸ் என்ற யாகுப் பென் யூசுப், பாக்தாத்தில் வசித்த ஒரு யூத வியாபாரியின் மகன் ஆவார். போலி மருத்துவராக இருந்து திவாலாகி எகிப்தில் கபூரின் நிதி ஆலோசகராக உயர்ந்தார். 'இவன் ஒரு இஸ்லாமியனாக இருந்ததால், தலைமை அமைச்சராவதற்கு இவனே பொருத்தமானவன்,' என்று கபூர் சொன்னதற்காக இஸ்லாத்திற்கு மாறினார் இபுனு கில்லிஸ். கபூர் இறந்து, அவனது சடலம் ஜெருச லேமில் அடக்கம் செய்யப்பட்டதும்[1] இபுனு கில்லிஸ் சிறைபிடிக்கப் பட்டான். ஆனால் இபுனு சிறையதிகாரிகளுக்கு லஞ்சம் கொடுத்து அங்கிருந்து தப்பித்து மேற்கு நோக்கி ரகசியமாகப் பயணித்து பாத்திமித் குடும்பம் அரசாண்ட நவீன டுனீசியாவிற்குச் சென்றான். டுனீசியா ஒரு ஷியா அரசாக இருந்ததால் தயக்கமின்றி ஷியா பிரிவிற்கு மாறிக்கொண்டான். எகிப்தைக் கைப்பற்ற இதுவே சரியான தருணம் என்று பாத்திமித் கலிபாவான முய்ஸ் என்பவருக்கு இபுனு கில்லிஸ் ஆலோசனை கூறினான். கி.பி 969 ஜூன் மாதத்தில் முய்ஸ்ஸின் தளபதி ஜவஹர் அல் சிக்கிலி, எகிப்தை வென்று ஜெருசலேமைக் கைப்பற்ற வடக்கு நோக்கிப் படையெடுத்தார்.

யூத மருத்துவ இளவரசர்களும், வாழும் இமாம்களும்.

பாத்திமித்துகள் ஜெருசலேமின் புதிய தலைவர்கள் ஆனார்கள். அவர்கள் மற்ற இஸ்லாமிய வம்சத்தினர் போலல்லாமல் தங்களை கலிபாக்களாக அறிவித்துக் கொண்டது மட்டுமின்றி புனிதம் நிறைந்த மன்னர்களாகவும், வாழும் இமாம்களாகவும் இருந்தனர். மனித னுக்கும் சொர்க்கத்திற்கும் இடைப்பட்டவர்களாக இருந்தனர்.

அவர்களது அரசவைக்கு வரும் நபர்கள் கண்ணைப் பறிக்கும் ஆடம்பரமிக்க அரசவாயில் வழியாகச் செல்லவேண்டும். அங்கே தங்கத் திரையிட்ட சிம்மாசனத்தின் முன் விழுந்து வணங்கிய பிறகு திரை அகலும். அங்கே வாழும் இமாம் பொன்னாடைகளில் காட்சி தருவார். இவர்களது குலம் ரகசியமானதாகவும் இவர்களது நம்பிக் கைகள் அனுபூதித் தன்மை கொண்டதாகவும் இருந்தது.

அவர்கள் அதிகாரத்திற்கு வந்த விதம் மர்மமானதாகவும் வஞ்சகம் நிறைந்த சாகசங்களுடனும் இருந்தது. சிரியாவின் பணக் கார வியாபாரியான உபைது அல்லா கி.பி 899இல் தன்னை ஒரு வாழும் இமாம் என்று அறிவித்துக்கொண்டார்.

பாக்தாத்தின் போலி அப்பாசித்களை தூக்கியெறிந்து உலகை உய்விப்பதே நோக்கமாக இருந்தது. கி.பி 973இல் கலிபா முய்ஸ் வடஆப்ரிக்கா, சிசிலி, எகிப்து, பாலஸ்தீனம் மற்றும் சிரியா நாடு களின் தலைவரானார். இவர் தனது தலைநகரை இன்றைய கெய்ரோ வுக்கு (வெற்றி நகரம் – அல் கஹிரா அல் முய்ஸியா) மாற்றிக் கொண்டார்.

அவருக்குப் பின் வந்த அஸிஸ் இபுனு கிலிஸ்ஸை தனது தலைமை அமைச்சராக்கினார். அஸிஸ் தனது மரணம் வரை ஏறக்குறைய இருபது ஆண்டுகள் ஆட்சி செய்தார். பெரும் செல்வத்தில் திளைத்த அவரிடம் 8000 பெண் அடிமைகள் இருந்தனர். ஒரு அறிஞராகத் திகழ்ந்த அவர் யூத மற்றும் கிறித்துவ குருமார்களுடன் சமய விவாதங்களில் ஈடுபட்டார். பாத்திமித்துகள், யூதர்கள், கிறித்து வர்கள் ஆகியோருடன் நல்லிணக்கம் கொண்டிருப்பதாகக் கருதினர் ஜெருசலேமியர். ஜெருசலேமிய யூதர்களோ நம்பிக்கையிழந்த ஏழைகள். அதேசமயம் எகிப்திய யூதர்கள் பாத்திமித்துகளின் ஆட்சியில் வளம் பெற்றவர்களாக இருந்தனர். அவர்கள் கெய்ரோவிலிருந்த கலிபாக் களுக்கு மருத்துவர்களைத் தந்தனர். இம்மருத்துவர்கள் அரசவை யில் வெறும் மருத்துவர்களாக மட்டுமல்லாமல் அறிவார்ந்த வியாபாரி களாகவும் செயல்பட்டனர்.

ஆண்டாண்டு காலமாக அப்பாசித்துகளின் புறக்கணிப்பையும் துருக்கிய ஆட்சியாளர்களின் நிலையற்ற ஆதரவையும் பெற்று வந்த ஜெருசலேம் தொடர்ந்து ஏற்றத் தாழ்வாகவே நீடித்தது. கெய்ரோ கலிபாக்களுக்கும் பாக்தாத் கலிபாக்களுக்கும் இடையே நிகழ்ந்த அடுத்தடுத்த போர்களால் ஜெருசலேமிற்குப் புனிதப் பயணியர் களின் வருகை குறையத் தொடங்கியது. அவ்வப்போது நாடோடி களும் இந்த நகரத்தின்மீது தாக்குதல் நடத்தி வந்தனர். கி.பி 974இல் பேராற்றல் கொண்ட பைசாந்திய பேரரசர் ஜான் டிமிஸ்கஸ், டமாஸ் கஸ்ஸைக் கைப்பற்றினார். பின்னர் அங்கிருந்து கலீலிக்கு விரைந் தார். 'நமது இறைவரான கிறிஸ்துவின் புனிதக் கல்லறையை முஸ்லிம்களின் பிடியிலிருந்து மீட்பதே எனது நோக்கம்' என்று அறிவித்து ஜெருசலேமை நெருங்கினார். ஜெருசலேம் அவருக்காகக் காத்திருந்தது. ஆனால் அவரது வருகையின் எண்ணம் ஈடேற வில்லை.

ஜெருசலேம் மசூதிக்கு புனிதப் பயணம் மேற்கொள்ளும் தங்கள் சக சமூகத்தினரான இஸ்மாயில்களையும் ஷியா பிரிவினரையும் பாத்திமித்துகள் வரவேற்றனர். ஆனால் பாக்தாத்துக்கு எதிரான போர்களினால் சன்னி முஸ்லிம்கள் ஜெருசலேமினின்று முற்றிலும் விலக்கப்பட்டிருந்தனர். தனிமைப்படுத்தப்பட்ட ஜெருசலேமின் புனிதம் ஒருவிதமாக எழுச்சி பெற்றது. 'படாயில்' என்ற ஜெருசலேம் பற்றிய நூல்கள் இஸ்லாமிய எழுத்தாளர்களால் தற்பொழுது தொகுக்கப்படுகின்றன. அவை ஜெருசலேமிற்குப் புதிய பெயர்களை வழங்குகின்றன. இன்னமும் ஜெருசலேம் இலியா, பய்த் அல் மக்திஸ், புனித இல்லம் என்ற பெயர்களால் அழைக்கப் படுகின்றது. இன்று அல் பாலத் அதாவது அரண்மனை என்ற பெயர் ஜெருசலேமிற்கு வந்து சேர்ந்துள்ளது.

ஆளும் இஸ்லாமியர்களைவிட கிறித்துவப் புனிதப் பயணி களின் எண்ணிக்கை அதிகமாக ஆனதால் கிறித்தவர்களின் வளம் பெருகியது. ஐரோப்பியாவிலிருந்து பிரெஞ்சு நாட்டினர் வரத் தொடங்கினர். எகிப்திலிருந்து ஒவ்வொரு ஈஸ்டருக்கும் வணிக வண்டிகள் வந்தவண்ணமிருந்தன.

யூதர்கள் கெய்ரோவிலிருந்த தங்களது ரட்சகர்களின் கையை எதிர்பார்த்திருந்தனர். அங்கிருந்த பால்டியல், நலிவுற்ற நிலையில் இருந்த காவளனுக்கும் ஜெருசலேம் அகாடமிக்கும் உதவும்படி கலிபாவை வற்புறுத்தினார். ஆலிவ் மலையில் ஒரு யூதக் கோயிலை நிறுவுவதற்கான உரிமையையும் பெற்றுத் தந்தார். அப்சலாமின் தூணுக்கருகில் கூடவும் மலைக்கோயிலின் கிழக்குச் சுவரில் உள்ள

பொன் வாயிலில் வழிபாடு நடத்தவும் உரிமை பெற்றனர். விழாக் காலங்களில் பழைய கோயிலை ஏழுமுறை வலம் வரவும் அனுமதிக்கப் பட்டனர். மேற்கு மதிலில் உள்ள புனித இடத்தின் உள்பலிபீடமே அவர்களின் பிரதான வழிபாட்டுத் தலமாக இருந்தது. அது குகை என்று அழைக்கப்பட்டது.

அப்பாசித்துகள் அநேகமாக யூதர்களை சகித்துக் கொள்ளவே இல்லை. இரண்டு நூற்றாண்டுகளாக ஏழையாக இருந்து வந்த யூதர்கள் தற்போது அதிக சுதந்திரத்தை அனுபவித்தனர். துயரம் என்னவென்றால் பாத்திமிதுகளின் ஆதரவு பெற்ற ரப்பானியரும், காரையரும் ஆலிவ் மலையில் தனித்தனி வழிபாடு நடத்தி வந்தனர். இது சச்சரவுகளுக்கு இடமளித்தது. புழுதி படிந்த அந்தக் கோயில் களில் நைந்துபோன அறிஞர்கள் ஒருவரோடு ஒருவர் சண்டை யிட்டுக் கொண்டனர். அச்சண்டைகள் ஜெருசலேமின் நிலவறை யிடங்களான புனிதக் குகைகளிலும் தொடர்ந்தன. இவர்களுக்கு விடுதலை அளிக்கப்பட்ட செய்தி முஸ்லிம்களுக்கு மனச் சோர்வை அளித்தது.

கி.பி 1011இல் மரணமடைந்த பால்டியலின் சடலத்தை ஜெருசலேமில் புதைப்பதற்காகக் கொண்டுவந்தார் அவரது மகன். சவஊர்வலம் இஸ்லாமிய போக்கிரிகள் சிலரால் தாக்கப்பட்டது. பால்டியலுக்குப் பின்பும் கூட அகாடமியின் வளர்ச்சிக்காக கெய்ரோ யூதர்கள் வணிக வண்டிகள் மூலம் பணம் அனுப்பி வைததனர். இஸ்ரேலின் மீட்புக்காக பிரார்த்தனை செய்து வந்த 'மோனர்ஸ் ஆப் சியான்' என்ற இறையுணர்வாளர்களுக்கும் இந்த நிதி அளிக்கப் பட்டது. ஆனால் உதவி போதுமானதாக இல்லை. "இந்த நகரம் விதவையாக; அனாதையாக; வெற்று பூமியாக; ஏழ்மையுற்ற நிலையில் இருந்தது. ஒரு சில அறிஞர் மட்டுமே எஞ்சி நின்றனர்" என்று நிதி உதவி கோரும் ஒரு கடிதத்தில் எழுதினார் ஜெருசலேம் யூதர் ஒருவர். தொடரும் அக்கடிதத்தின் வாசகங்கள்:

"இங்கு வாழ்வது மிகவும் கடினமாகிவிட்டது. உணவுப் பஞ்சம்; உதவுங்கள்; காப்பாற்றுங்கள்; எங்களை மீட்பீர். இப்போது யூத இனம் அடிக்கடி துயருக்கு ஆளாகும் ஒரு பரிதாபக் கூட்டமாகி விட்டது" என்றிருந்தது.

இருப்பினும் இறைஅச்சம் இல்லாத கூட்டத்தின் அளவுக் கதிகமான சுதந்திரம் சன்னி முஸ்லிம்களை அதிகப்படியான அவ தூறுகளுக்குள்ளாக்கியது. 'எங்கும் யூதர்கள் மற்றும் கிறித்துவர்

களின் கை ஓங்கியிருந்தது' என்று நொந்து கொள்கிறார் முக்கதசி என்ற பயண எழுத்தாளர். முக்கதசி என்றால் 'ஜெருசலேமில் பிறந்தவர்' என்பது பொருள்.

ஜெருசலேம் முக்கதசி

ஜெருசலேம் வீதிகள் ஒரு நாளும் புதியவர்களைக் காணா திருந்ததில்லை.

கி.பி 985இல் பாத்திமிதுகளின் ஆட்சியில் உயர்வான கட்டத்தை அடைந்திருந்தபோது முகமது இபுனு ஷாம்ஸ் அல்தின் அல் முக்காதசி தனது தாயகமான ஜெருசலேமிற்கு வந்திருந்தார். இந்த நகரத்தை அவர் 'அல் குத்ஸ்' என்றழைத்தார். அல் குத்ஸ் என்றால் புனிதம். அப்போது அவருக்கு 40 வயது. அவர் 'ஞானத் தேடலுக்காக' இருபது ஆண்டுகளாகத் தொடர்ந்து பயணித்துக் கொண்டே இருந்தார். பயணித்தல் என்பது இஸ்லாமிய அறிஞர் களுக்குரிய ஒரு பயிற்சி முறையாகும். இறைப்பற்றை அறிவுபூர்வமாக அணுகும் நோக்குடன் அறிவுலகைச் சேர்ந்தவர்களிடம் பயிற்சி பெறுவார்கள். முக்காதசியின் மிகச்சிறந்த படைப்பான, 'The Soundest Divisions for Knowledge of the Regions' என்ற நூலில் தனது கட்டுக் கடங்காத ஆர்வத்தையும் சாகச உணர்வையும் அவர் வெளிப் படுத்துகிறார்:

"பயணிகளுக்கு நேராதது இதுதான் என்றில்லை. பிச்சை எடுப்பது, பெரும் பாவங்கள் செய்வது தவிர மற்றனைத்தையும் நான் எதிர்கொண்டிருக்கிறேன். சில சமயங்களில் நான் இறைப் பற்றோடு இருந்திருக்கிறேன். சில நேரங்களில் தூய்மையற்ற உண வையும் உட்கொண்டிருக்கிறேன். நெடுஞ்சாலைகளில் எனது வண்டி வழிமறிக்கப்பட்டுள்ளது. நான் முற்றாக அழியும் நிலைக்கும் ஆளாகியிருக்கிறேன்; மன்னர்களிடத்திலும் அமைச்சர்களிடமும் பேசியிருக்கிறேன்; ஒற்றன் என்றும் குற்றம் சாட்டப்பட்டிருக்கிறேன்; சிறைப்பட்டிருக்கிறேன்; இறையனுபூதி பெற்றவர்களோடு கஞ்சியும் குடித்திருக்கிறேன். மாலுமிகளோடு களியும் விழுங்கியிருக்கிறேன். பைசாந்தியர்களுக்கு எதிரான கப்பல்போர்களையும் பார்த்திருக் கிறேன்; திருச்சபையின் மணிகள் முழங்கும் ஓசையை ராப்பொழுது களில் கேட்டிருக்கிறேன். அரசர்களின் மரியாதைக்குரிய அங்கி களை அணிய வாய்க்கப்பெற்ற நான், சிலசமயம் கைவிடப்பட்ட அநாதையாகவும் இருந்ததுண்டு. அடிமைகள் சூழ கம்பீரமாகச் சென்ற நான் ஒற்றையாளாக தலைச்சுமையைத் தூக்கிக்கொண்டு

அலைந்ததும் உண்டு; நான் பெற்ற மரியாதைதான் என்ன? அடைந்த பெருமைகள்தான் என்ன? எதுவும் கிடையாது. இருந்த போதிலும் என்னைக் கொல்ல பலமுறை சதிகளும் தீட்டப்பட்டன."

முக்காதசி எங்கிருந்தாலும் ஜெருசலேமில் அவர் புகழ் குறைந்த தில்லை. அவர் மேலும் கூறுவது:

"ஒருமுறை பஸ்ரா நீதிமன்றத்தில் அமர்ந்திருந்தபோது எகிப்து பற்றிக் கேட்டனர். எகிப்தில் மேன்மைமிகு நகரம் எது என்று என்னிடம் கேட்டபோது 'நமது நகரம்' தான் என்றேன்; எது இனிமை என்று கேட்டனர்; 'நம்முடையது தான்' என்றேன். 'எது நல்லது' என்ற கேள்விக்கும் 'நம்முடையதே' என்றேன். 'மிக்க வளம் நிறைந்தது எதுவென' அவர்கள் கேட்க அதற்கும் 'நம்முடையது தான் வளம் மிக்கது' என்று சொன்னேன். நீதிமன்றம் எனது பதிலில் அதிர்ச்சி யடைந்தது. 'நீ ஒரு தற்பெருமைக்காரன். நீ சொல்பவற்றை நாங்கள் ஏற்க முடியாது. ஹஜ் யாத்திரையில் ஒட்டக உரிமையாளனைப் போன்றவன் நீ' என்று சொன்னார்கள்."

ஆனாலும் ஜெருசலேமின் குறைகளையும் நேர்மையோடு குறிப் பிட்டார் முக்காதசி. 'அங்கே தொல்லைக்குள்ளான எளியோர் பணக்காரர்கள் மீது பொறாமை கொண்டார்கள். இப்புனித நகரத்துக் குளியல் அறைகள் போன்ற மோசமானவற்றை உலகில் வேறேங்கும் காணமுடியாது. அதற்குரிய கட்டணமும் மிக அதிகம்' என்கிறார். ஆனால் உயர்ரக உலர்திராட்சைகளும், வாழைப்பழங்களும், பைன் மரக் கொட்டைகளும் ஜெருசலேமில்தான் தயாரிக்கப்பட்டன. இறையச்சம் கொண்டோரை தொழுகைக்கு அழைக்க கணக்கற்ற மோதினார்கள் இருந்த ஜெருசலேம் நகரத்தில் பாலியல் தொழில் விடுதிகள் எதுவுமில்லை; அங்கு தண்ணீர் கிடைக்காத இடமென்று எதுவுமில்லை. தொழுகைக்கான அழைப்போசை கேட்க முடியாத இடம் என்றும் எதுவுமில்லை.

மலைக்கோயிலில் மேரி, யாக்கோப் மற்றும் அனுபூதி பெற்ற ஞானி கிதர்[2] ஆகியோருக்கு அர்ப்பணிக்கப்பட்ட இடங்களையும், புனித இடங்களையும் முக்காதசி வர்ணித்துள்ளார். அல் அக்சா புனிதக் கல்லறை திருச்சபையைக் காட்டிலும் அழகுடன் மிளிர்ந்தது. மாடத்தின் அழகுக்கு இணையேதுமில்லை:

'விடியலில் சூரிய ஒளி மாடத்தின் மீது விழும்போது அந்தக் கட்டடம் எழில்மிகுந்த ஒன்றாகக் காட்சியளிக்கிறது. இதற்கு இணை யான ஒன்றை இஸ்லாமியர்கள் காலம் முழுவதிலும், ஏன் புறச்

சமயத்தினர் காலத்திலும் கூட நான் பார்த்ததில்லை.' முக்காதசி மட்டுமே தான் இருவகையான ஜெருசலேமில் வாழ்ந்ததாக உணர்ந் திருந்தார். ஒன்று லௌகீக ஜெருசலேம்; மற்றது தெய்வீக ஜெருசலேம். ஜெருசலேம் கடவுளின் அருள் வெளிப்பாட்டிடமாகவே இருந்தது. இம்மை மறுமை இவ்விரண்டின் அனுகூலங்களையும் இணைப்பது ஜெருசலேம் அல்லவா? இறுதித் தீர்ப்பு நாளின்போது அணிவகுத்து நடத்திச் செல்லும் சஹிரா இதுவல்லவா? ஒன்றுகூடுவதும் இத்தீர்ப்பு நாளின் போதுதானே. மெக்காவும் மதினாவும்தான் உண்மையில் உயர்ந்தது என்றாலும் தீர்ப்பு நாளின்போது அவை ஜெருசலேமிற்கு வந்துவிடும். அவற்றின் மேன்மைகள் அனைத்தும் இங்கே சங்க மித்துவிடும்.

முக்காதசி, சன்னி முஸ்லிம்களின் மந்தத் தன்மையையும் அதே போல் யூதர்கள் மற்றும் கிறித்துவர்களின் நம்பிக்கை ஆரவாரத் தையும் குறைகூறி வந்தார்: "அறிஞர்கள் மிகச் சிலரேயானாலும் அவர்களில் கிறித்துவர்களின் எண்ணிக்கைதான் அதிகம். ஆனால் அவர்கள் பொது இடங்களில் மூர்க்கர்கள்." பாத்திமித்துகளோ பல்வேறு பிரிவினராய் பிளவுண்டு கிடக்கின்றனர். உள்ளூர் இஸ்லா மியர்கள், கிறித்துவப் பண்டிகைகளில் கூட கலந்துகொண்டனர். ஆனால் இவையனைத்தும் அதிர்ச்சியூட்டும் அளவிற்கு மாற்றத்திற் குள்ளாயின. கி.பி 1000இல் முக்காதசி தனது *50ஆவது வயதில்* மரணமடைந்தார். இமாமின் சிம்மாசனத்திற்கு ஒரு குழந்தை பட்டத் தரசனாக வந்தது. அக்குழந்தை கிறித்துவ மற்றும் யூத ஜெருசலேம் அழிவைக் காண விரும்பியது.

மணி முடிக்காக மாறும் இயல்பு

மரணத் தருவாயில் இருந்த கலிபா அசீஸ் தன் மகனை அழைத்துக் கன்னத்தில் முத்தமிட்டு விளையாடப் போகுமாறு கூறினார். அவர் இறந்துவிட்ட பிறகு பதினொரு வயது நிரம்பிய சிறுவன் இமாமை யாராலும் கண்டுபிடிக்க முடியவில்லை. தீவிரமாகத் தேடினார்கள். அவன் ஒரு அத்தி மரத்தின் உச்சியில் இருக்கக் கண்டனர். 'சிறுவனே! கீழே வா' என்று அரச சபையினர் கெஞ்சினர். 'இறைவன் உன்னையும் எங்களையும் காப்பாற்றட்டும்!' என்றார்கள்.

"ஒளிரும் பகட்டாடைகளில் இருந்த அரச சபையினர் அந்த மரத்தடியில் கூடினர். நான் கீழிறங்கி வந்தேன். அரச சபையினர் எனக்கு மணிகள் பதித்த கிரீடத்தைச் சூட்டினர். என் எதிரில் நிலத்தில் முத்தமிட்டு, 'இறைவனின் கருணையோடும் ஆசிகளோடும் இறையச்சம் உடையவர்களின் தளபதி வாழ்க!' என்று கோஷ

மிட்டனர். அந்த உடையில் நான் வழிநடத்தப்பட்டேன். வெளியிலிருந்த மக்கள் அனைவரும் என்னைக் கண்ட பின்பு தரையை முத்தமிட்டு எனக்கு வணக்கம் தெரிவித்து என்னை கலிபாவாக ஏற்றுக்கொண்டனர்.”

ஹக்கீம் ஒரு கிறித்துவ தாய்க்குப் பிறந்தவர். அவரது அன்னையின் உடன்பிறந்தோர் இருவரும் குலபதிகளாக இருந்தனர். ஹக்கிம் அகன்ற தோள்களை உடைய இளைஞனாக வளர்ந்தார். அவருடைய நீல விழிகளைச் சுற்றி பொற்துகள்கள் மின்னின. தொடக்கத்தில் அவரது அமைச்சர்களின் ஆலோசனைப்படி தனது குலம் சார்ந்த இஸ்மாயிலி பிரிவைப் பின்பற்றினார். யூதர்களோடும் கிறித்துவர்களோடும் நல்லிணக்கம் காண்பவராக இருந்தார். கவிதையை ஆராதித்தார்; வானியல் மற்றும் தத்துவம் சார்ந்த படிப்புக்காக அறிவகம் என்ற ஒரு அமைப்பை கெய்ரோவில் நிறுவினார். தனது துறவறத்தில் பெருமிதம் கொண்டிருந்தார்; தனது வைர மகுடத்தை நீக்கிவிட்டு சாதாரண தலைப்பாகை தரித்துக் கொண்டார். வீதிகளில் ஏழைகளோடு மிக இயல்பாக நகைச்சுவை பேச்சுகளில் ஈடுபடுவார். ஆனால் அவர் நேரடியாக அதிகாரம் செலுத்தத் துவங்கியதும் தன்னை மாற்றிக்கொள்ள வேண்டியதாயிற்று. இறையுணர்வு கொண்ட மன்னர் மனம் தடுமாறினார். எகிப்தில் உள்ள நாய்களையும், அடுத்து பூனைகளையும் கொல்ல உத்தர விட்டார். திராட்சைக் கனிகளும், நீர்வளர் கீரைகளும், செதிளற்ற மீன்களும், உண்ணத் தடைவிதிக்கப்பட்டது. ஹக்கீம் பகலில் தூங்கி இரவில்தான் பணியாற்றுவார்; இந்த விநோதப் பழக்கத்தை கெய்ரோ நகர மக்களும் பின்பற்ற வேண்டுமென உத்தரவிடப்பட்டது.

கி.பி 1004இல் ஹக்கீம் கிறித்துவர்களைக் கைது செய்து தூக்கிலிட்டார். தேவாலயங்களை மசூதிகளாக மாற்றினார். ஈஸ்டர் விழாவிற்குத் தடை விதிக்கப்பட்டது. மது அருந்துவதும் தடை செய்யப்பட்டது. இந்த நடவடிக்கைகள் யூதர்களையும் கிறித்துவர் களையும் குறிவைத்து எடுக்கப்பட்டவை. ‘தங்கக் கன்றுக்குட்டியை’ யூதர்களுக்கு நினைவூட்டுவதற்காக பசு சின்னம் தாங்கிய மரத்தாலான கழுத்தணியை அணியவேண்டும் என்று ஆணையிட்டார்; மேலும் அவர்கள் கழுத்தில் மணிகள் அணிய வேண்டும். யூதர்கள் மதம் மாற வேண்டும் அல்லது நாட்டை விட்டு ஓடட்டும் என்றார். ஜெருசலேமிலும் எகிப்திலும் இருந்த யூதக்கோயில்கள் அழிக்கப் பட்டன. ஜெருசலேமின் ஈஸ்டர் அதிசயத்தைக் கொண்டாட மேற்திசை நாடுகளிலிருந்தும் கீழ்த்திசைகளிலிருந்தும் கிறித்துவர்கள் புனிதப் பயணம் மேற்கொள்வது வழக்கம். இந்த அதிசயம் ‘புனிதத்

தீயின் வருகை' என்றழைக்கப்பட்டது. இந்தச் சடங்கின் வளர்ச்சி ஹக்கிமின் கவனத்தை ஜெருசலேம் பக்கம் திருப்பியது.

புனித வெள்ளிக்குப் பிந்தைய புனித சனியன்று ஆயிரக் கணக்கான கிறித்துவர்கள் அன்றைய இரவைப் புனிதக் கல்லறை திருச்சபையில் கழிப்பார்கள். இரவில் அந்த இடம் மூடப்பட்டு விடும்; எல்லா விளக்குகளும் அணைக்கப்பட்டிருக்கும். இருளில் அமானுஷ்ய எழுச்சியூட்டியபடி குலபதி கல்லறைக்கு வருவார். ஒரு நீண்ட இடைவெளி விட்டு எதிர்பார்ப்பை உருவாக்கிய பின்பு ஒரு தீப்பொறி வானிலிருந்து கீழிறங்கும். அக்காட்சி காண்போரது தண்டுவடத்தை சிலிர்க்கச் செய்யும்; ஒரு தீப ஒளி தோன்ற வெளிச்சம் பரவும். குலபதி ஒரு அபூர்வ விளக்குடன் பிரசன்னமாவார். இந்த புனித தீபம் கூட்டத்தினூடே புகுந்து ஒவ்வொரு மெழுகுவர்த்தியாக ஒளி ஏற்றும். கூட்டத்தினர் மகிழ்ச்சி பேரொலி எழுப்புவார்கள். பித்தேறிய உணர்வு கட்டுக்கடங்காது பெருகும். இந்தப் புதிய சடங்கை கிறித்துவர்கள் இயேசுவின் புத்துயிர்ப்புக்கான தெய்வீக சாட்சியாகக் கருதினர். இந்தச் சடங்கு விபரங்களை புனிதப் பயணி ஒருவர் கி.பி 870இல் பதிவு செய்துள்ளார்.

ஜெருசலேம் நோக்கிச் செல்லும் வணிக வண்டிகளின் செல்வச் செழுமையை மனதிற்கொண்டு கெய்ரோவின் யூதப் பகுதிகளுக்கு தீ வைக்க உத்தரவிட்டான் ஹக்கீம். புனிதக் கல்லறை தேவாலயத்தை முழுமையாக அழிக்க உத்தரவிட்டான். கி.பி 1009இல் அந்த தேவாலயத்தின் அழிக்க முடியாத பகுதிகளைத் தவிர மற்ற பகுதிகள் அனைத்தும் ஒவ்வொரு கல்லாகத் தகர்த்து முற்றிலும் அழித் தொழிக்கப்பட்டது. அந்நகரின் யூதக் கோயில்களையும் கிறித்துவ தேவாலயங்களையும் நிர்மூலமாக்கினர்.

கலீபாவின் தொன்மையான பொருட்களும், கடவுளின் மறு உருவமும் ஹக்கீமிடம் இருப்பதாக சில இஸ்மாயிலிகள் நம்பினர். புதிய மதம் ஹக்கீமின் புனித வெளிப்பாட்டு வேகத்தைத் தளர்வுறச் செய்யவில்லை. மாறாக முஸ்லிம்களை வதைக்கத் தொடங்கினார். ரம்ஜான் தடைசெய்யப்பட்டது. ஷியாக்களும் சன்னி பிரிவினரும் அச்சத்தில் உறைந்தனர். கெய்ரோ நகர யூத, கிறித்துவர்களின் ஆதரவை நாடி நிற்க வேண்டியளவிற்கு ஹக்கீமுக்கு எதிரான முஸ்லிம்களின் வெறுப்பு அதிகரித்து வந்தது. மீண்டும் தேவாலயங்களையும் யூதக் கோயில்களையும் கட்டுவதற்கு அனுமதி அளித்தான் ஹக்கீம்.[3]

இந்த பித்தேறிய கலீபா கெய்ரோ நகர வீதிகளில் மெய்மறந்து அலைந்தான்; மருத்துவர்கள், அவனுக்கு அளவுக்கு அதிகமாக மருந்துகளைக் கொடுத்து சிகிச்சை அளித்தனர்.

சைமன் சிபாக் மாண்ட்டிஃபையர் ∞ 351

அவன் அரசவையில் களையெடுக்கத் தொடங்கினான். தனது ஆசான்களையும், நீதிபதிகளையும், சமையல்காரர்களையும், சகோதரர்களையும் கொல்லும்படி உத்தரவிட்டான். தனது பெண் அடிமைகளின் கைகளைத் தானே வெட்டினான்.

ஹக்கிமின் மறைவு

கி.பி 1021இல் பிப்ரவரி மாதம் ஒரு நாள் இரவில் இப்படி உருக் குலைந்த கலீபா கெய்ரோவை விட்டு வெளியேறி மலைப்பகுதிக்குச் சென்று மர்மமாக மறைந்துவிட்டார். அப்போது அவருக்கு வயது முப்பத்தியாறுதான் ஆகியிருந்தது. 'ஹக்கிம் ஒரு பெண் மூலம் பிறந்தவரல்ல, எனவே அவர் மரணமடையமாட்டார்' என்றும் நம்பினர். அவரது கழுதையும் சில ரத்தம் தோய்ந்த கந்தலும் கண்டெடுக்கப்பட்ட பின்னர்தான் ஹக்கீமை, அநேகமாக அவரது சகோதரி தன் மகன் சாஹிர் பதவிக்கு வருவதற்காகக் கொலை செய்திருக்கலாம் என்று கருதினர். ஹக்கீமின் தொண்டர்கள் பாத்திமித் படைகளால் கொலை செய்யப்பட்டனர். அவர்களில் சிலர் தப்பிப் பிழைத்து Druze of Lehanon என்ற புதிய பிரிவை உருவாக்கினர். இப்பிரிவு இன்று வரை நீடித்து வருகிறது.

புத்தி சுவாதீனமிழந்த ஹக்கிம் ஜெருசலேமில் உண்டுபண்ணிய காயங்கள் இன்றுவரை ஆறாமல் நிலைத்திருக்கிறது. கான்ஸ்டன்டைன் தேவாலயம் மீண்டும் அதன் பழைய வடிவத்தை அடையவே இல்லை.

ஹக்கிம் அப்படியொரு கெட்டவன் இல்லை என்று கருதும் அளவிற்கு 1033இல் ஒரு மோசமான நிலநடுக்கம் ஏற்பட்டு அந்நக ரத்தைச் சீரழித்தது; பைசாந்திய சுவர்கள் சரிந்தன; உமையது அரண்மனைகளும் அப்படியே; பழைய உமையது அக்சா குலைந்து சிதிலமானது. யூதக் குகையும் பாதிப்பிற்குள்ளானது.

ஜெருசலேமைப் போற்றிய கலிபா சாஹிர், தங்கள் முன்னோர் களின் சகிப்புத்தன்மையை மீண்டும் நிலைபெறச் செய்தார். யூத மதத்தின் இருபிரிவினருக்கும் பாதுகாப்பை உத்திரவாதப்படுத் தினார். கோயில் மலையில் மீண்டும் அல் அக்சாவைக் கட்டி யெழுப்பினார். நுணுக்கமும் அழகும் கொண்ட வெற்றிவிழா வளைவில் ஹக்கிமை தொடர்புபடுத்தியும் அவரது ஜெருசலேமைப் பற்றியும் இறைத்தூதரின் இரவுப் பயணத்தைப் பற்றியும் வாசகங்கள் பொறிக்கப்பட்டன. ஆனால் அந்த மசூதி, பழைய மசூதியை விட மிகச் சிறியதாக இருந்தது. நகரின் மதிற்சுவர்கள் மீண்டும் எழுப்பப்

பட்டன; ஆனால் இப்போது சியான் மலையையும் உமையது அரண் மனைகளையும் மதிற்சுவர்களுக்கு வெளியில் வைத்தது நகரைச் சிறியதாக்கிவிட்டது.

திருச்சபையை மீண்டும் கட்டியெழுப்ப சாஹிரும் அவருக்குப் பின் வந்தவர்களும் பைசாந்தியத்தின் நிதி உதவியை நாடினார்கள். ஒன்பதாவது கான்ஸ்டன்டைன் மோனோமச்சூஸ் பேரரசர் ஒரு புதிய புனிதக் கல்லறையை உருவாக்கினார். இது 1048ஆம் ஆண்டு முடிவடைந்தது. அதன் வாயில் தற்போது தெற்கு நோக்கியுள்ளது. "8000 பேர் அமரக்கூடிய இந்த மசூதி வண்ண சலவைக் கற்களால் திறம்பட கட்டப்பட்டது. பைசாந்திய தங்கத்தாலான கை வேலைப் பாடுகளும் படங்களும் நிறைந்திருந்தன" என்று நசீர்–ஐ–குசூரு என்கிற பாரசீக புனிதப்பயணி எழுதியுள்ளார்.

ஆனால் இந்த மசூதி பைசாந்திய பசிலிக்காவை (பொதுக்கூடம்) விட அளவில் சிறியது. டுஸ்தாரி என்கிற கெய்ரோவின் யூத தலைமை அமைச்சர் ஜெருசலேம் வாழ் யூத சமூகத்திற்கு ஆதரவு நல்கினார். இருந்தபோதிலும் யூதர்கள் அழிந்துபோன தமது கோயில்களை மீண்டும் கட்டியெழுப்ப முயற்சிக்கவில்லை.

ஹக்கிம் நிகழ்த்திய வாதைகள் ஜெருசலேமில் ஒரு புதிய எழுச்சியை ஏற்படுத்தியது. தற்போது அது 20,000 புனிதப்பயணிகள் வருகை தரும் வளமிக்க நகரமானது. "கிரேக்கத்திலிருந்தும் மற்ற நாடுகளிலிருந்தும் கிறித்துவர்களும் யூதர்களும் பெரும் எண்ணிக்கையில் வந்தார்கள்" என்று குறிப்பிடுகிறார் நசீர். ஒவ்வொரு ஆண்டும் 20,000 முஸ்லிம்கள் மெக்காவிற்கு ஹஜ் பயணம் போவதற்குப் பதிலாக மலைக்கோயிலுக்கு வந்தார்கள். பிரான்சி லிருந்தும், இத்தாலியிலிருந்தும் யூத புனிதப் பயணிகள் வருகை புரிந்தனர்.

கிறித்துவத்தில் ஏற்பட்ட மாறுதல்கள் கிழக்கில் கிரேக்கர் களையும் மேற்கே பிரெஞ்சுக்காரர்களையும் ஜெருசலேம் நோக்கி கவர்ந்திழுத்தன. ரோமாபுரியின் கத்தோலிக்க போப்பாண்டவர் களின் தலைமையிலிருந்த லத்தீனிய கிறித்துவமும் கான்ஸ்டாண்டி நோபிளின் பேரரசர்கள் மற்றும் குலபதிகளுக்குக் கட்டுப்பட்டிருந்த பழமைவாத கிரேக்கர்களும் அதிசயிக்கத்தக்க வகையில் வேறுபட் டிருந்தனர்; அவர்களின் வழிபாட்டுமொழி வேறுபட்டிருந்தது என்பது மட்டுமல்ல; கோட்பாட்டு ரீதியாகவும் முரண்பட் டிருந்தனர். பழமைவாதம் தனது சின்னங்களோடும், சடங்குகளோடும் பேரார்வமிக்க இறைத்தன்மை கொண்டிருந்தது. பாவம் பற்றிய

கருத்தாக்கத்தில் தோய்ந்த கத்தோலிக்கம் மனிதனுக்கும் கடவுளுக்கு மிடையே பெரும் இடைவெளி இருப்பதாக நம்பியது.

1054 ஜூலை 16ஆம் நாள் ஹாகியா சோபியாவில் திருச்சபை நடவடிக்கை நடைபெற்றுக் கொண்டிருந்தபோது பைசாந்திய குலபதி விலக்கப்பட்டார். ஆவேசமடைந்த அக்குலபதி போப் பாண்டவரை விலக்கி வைத்தார். கிழக்கு மேற்காகப் பிளவுபட்டு ஜெருசலேமைக் கைப்பற்றும் போட்டி இன்றுவரை நீடித்துக் கொண்டிருக்கிறது.

திருச்சபையைச் சுற்றி கிறித்துவப் பகுதி ஒன்றை பைசாந்திய பேரரசர் பத்தாம் கான்ஸ்டன்டைன் டௌகாஸ் முதன்முதலாக நிறுவினார். உண்மையில் ஜெருசலேமில் பல பைசாந்திய புனிதப் பயணிகளும் கைவினைஞர்களும் ஏற்கனவே இருந்தனர். கான்ஸ்டாண்டிநோபிளின் பேரரசர் யார் கண்ணிலும் படாமல் ஜெருசலேமில் இருக்கிறார் என்று நம்பினர். சார்லிமாக்னிக்குப் பின்னர் அவர்களை 'பிராங்கு' என்று முஸ்லிம்கள் அழைத்தனர். உண்மையில் அவர்கள் ஐரோப்பாவின் பல பாகங்களிலும் இருந்து அங்கு வந்தவர்கள். அமால்பித் வணிகர்கள் அவர்களுக்குத் தங்கு மிடங்களையும் மடங்களையும் கட்டித்தந்தனர். போரின் பாவங் களிலிருந்து புனிதப் பயணங்கள் மீட்சிதரும் என்று பரவலாக நம்பப்பட்டது.

இங்கிலாந்தை ஆண்டு வந்த அஞ்சிவின் வம்சத்தை தோற்று வித்த அஞ்சவ் பிரபு சுமார் கி.பி 1001இல் ஜெருசலேமிற்குப் புனிதப் பயணம் மேற்கொண்டார். ஒரு வாத்து மேய்ப்பவனுடன் கள்ள உறவு வைத்திருந்தாள் என்று தனது மனைவியை அவளது திருமண உடையிலேயே உயிருடன் எரித்துக் கொன்றவர் அவர். இவர் மூன்று முறை புனிதப் பயணம் மேற்கொண்டார். இந்த நூற்றாண்டின் இறுதியில் இங்கிலாந்து அரசர் ஹெரால்டின் சகோதரர் சுவைன் காட்வின்சன் என்ற பிரபு நடைப்பயணமாக வெற்றுக் காலுடன் ஜெருசலேமிற்குப் பயணமானார். எட்விகா என்ற கன்னிகாஸ்திரியை கற்பழித்ததற்கு பரிகாரம் தேடும் பயணமாகும் அது.

நார்மண்டி ட்யூக் ராபர்ட்டும் கல்லறையில் வழிபாடு செய்வ தற்காக தனது பதவியைத் துறந்தார். இவர் மாவீரன் வில்லியமின் தந்தை. இந்த மூவரும் பயண வழியிலேயே மாண்டு போனார்கள். புனிதப் பயணத்தால் வாழ்நாளை நீடித்துக்கொள்ள முடியவில்லை.

பாத்திமித்துகள் பாலஸ்தீனத்தைத் தக்க வைத்துக்கொள்ளவே பெரும்பாடு படும்போது ஜெருசலேமைக் காப்பது எப்படி? கொள் ளையர்கள், புனிதப்பயணிகளின் மீது தாக்குதல் நடத்தி வந்தனர்.

மரணம் சர்வசாதாரணமாகிவிட்டது. புனிதப்பயணிகளுக்கு மகதேசி என்ற பட்டத்தை அர்மீனியர்கள் உருவாக்கியிருந்தனர். வழி நெடுக மரணத்தை கண்ணுற்று வரும் இவர்களது பயணம், முஸ்லிம்களின் ஹஜ் யாத்திரைக்கு ஒப்பானது.

கி.பி 1064இல் பாம்பெர்க் பிஷப்பின் தலைமையில் வந்த 7000 ஜெர்மானிய மற்றும் டச்சு புனிதப்பயணிகள் கொண்ட ஒரு வளமிக்க வணிகக்குழு ஜெருசலேமை நெருங்கியபோது, மதில் சுவர்களுக்கு வெளியிலேயே பீடோய்ன் நாடோடிகளால் தாக்கப் பட்டனர். பயணிகளில் சிலர் தம்மிடமிருந்த தங்கத்தைக் கொள்ளையரிடமிருந்து மறைத்துக்கொள்ளும் பொருட்டு அவற்றை விழுங்கிவிட்டனர்.

5000 புனிதப்பயணிகள் கொல்லப்பட்டனர். கடந்த நான்கு நூற்றாண்டுகளாக ஜெருசலேம் முஸ்லிம்களின் கைகளிலிருந்தாலும் இத்தகைய அட்டூழியங்கள் புனிதக் கல்லறை திருச்சபைக்கு ஆபத்து விளைவிப்பதாகத் தோன்றியது.

கி.பி 1071இல் கிழக்குப் பகுதி தளபதி அல்ப் அர்ஸ்ஸான், பைசாந்திய பேரரசரை மன்ஸிகர்ட் என்ற இடத்தில் தோற்கடித்துக் கைது செய்தார்.[4]

அல்ப் அர்ஸ்ஸான் செல்ஜீக்குகளின் தலைவராக இருந்தார். பாக்தாத் கலீபா அரசின் மீது ஆதிக்கம் செலுத்த வந்த துர்கோமான் குதிரைவீரர்களே செல்ஜீக்குகள். அதிகாரம் என்ற பொருள்படும் சுல்தான் என்ற பட்டம் அல்ப் அர்ஸ்ஸானுக்கு வழங்கப்பட்டது. கஷ்கரிலிருந்து நவீன துருக்கி வரை பரந்திருந்த பேரரசை வென்ற சாகசசிங்கம் அல்ப். அவர் தனது தளபதி அட்ஸிஸ் இபுனு அவாக் அல் – குவாரஸ்மியை பீதியுற்றிருந்த ஜெருசலேமை நோக்கிப் பாய்ந்து செல்ல அனுப்பி வைத்தார்.

அட்ஸிஸ்:

கோன்களும், யூதர்களில் பெரும்பாலானவர்களும் ஜெருசலேமை விட்டு பாத்திமித்துகளின் வலிமைவாய்ந்த இடமான டையருக்கு ஓடினார்கள். பாத்திமித்கள் இவர்களை நன்றாகவே போஷித்தனர்.

ஜெருசலேமின் சுவர்களுக்கு வெளியில்தான் அட்ஸிஸ் முகாமிட்டிருந்தார். ஆனால் இறைபக்தி மிகுந்த சன்னி முஸ்லிமான அட்ஸிஸ் ஜெருசலேமிற்கு எந்த குந்தகமும் செய்யமாட்டேன் என்று வாக்குக் கொடுத்தார். 'ஜெருசலேம் கடவுளின் சரணாலயம். அதற்கு எதிராகப் போரிடமாட்டேன்' என்று தானே முன்வந்து

சொன்னார். ஆனால் தனது வாக்குறுதிக்கு மாறாக கி.பி 1073 ஜூனில் ஜெருசலேமை அடிபணிய வைத்தார். பின்னர் தெற்கு நோக்கி எகிப்திற்குப் படையெடுத்தார். அங்கு அவர் தோற்கடிக்கப் பட்டார். இந்நிகழ்வு ஜெருசலேம்காரர்களை கலகம் செய்யத் தூண்டியது. அர்ஸ்ஸின் கோட்டை கொத்தளத்திலிருந்த டர்கோமான் வீரர்களையும் அவரது அந்தப்புரத்தையும் அவர்கள் முற்றுகை யிட்டனர்.

அட்ஸிஸ் திரும்பி வந்து தாக்க முனைந்தபோது அவரது கணிகையர்கள் கோட்டையிலிருந்து வெளியேறி ஒரு வாயிலை அவனுக்காகத் திறந்துவிட்டனர். அவனது மத்திய ஆசியப்படை மசூதிகளில் மறைந்திருந்த முஸ்லிம்கள் உட்பட 3000 பேரைக் கொன்று குவித்தது. மலைக்கோயிலில் தங்கியிருந்தவர்கள் மட்டுமே உயிர் பிழைத்தனர். “அவர்களால் கிடங்குகள் சூறையாடி கொள்ளை யடிக்கப்பட்டன; எண்ணற்றோர் கொலை செய்யப்பட்டனர். விநோதமான கொடூரமான மனிதர்களாக இருந்த அவர்கள் பல வண்ண ஆடைகள் அணிந்திருந்தனர். கருப்பு—சிவப்பு நிறத்தில் தலைக் கவசம் அணிந்திருந்த அவர்களிடம் அம்பும் ஈட்டியும் இருந்தன” என்று எகிப்தில் அட்ஸிஸின் ஆட்களைக் கண்ட ஒரு யூதக் கவிஞர் குறிப்பிட்டுள்ளார். அட்ஸிஸின் குதிரைப்படை ஜெருசலேமை சூறையாடியது.

“குவிக்கப்பட்டிருந்த சோளம் எரியூட்டப்பட்டது. மரங்கள் வெட்டி வீழ்த்தப்பட்டன. திராட்சைத் தோட்டங்கள் சேதப் படுத்தப்பட்டன; கல்லறைகளும் அழிவுக்குள்ளானது. எலும்புகள் விசிறியடிக்கப்பட்டன; அவர்கள் மனிதர்களாக இல்லை; மிருகங் களை ஒத்திருந்தனர். காமுகர்களாக இருந்தனர். எதிர்படும் ஆண் களைக் கண்டு ஆத்திரமடைந்தனர். அவர்களின் காதுகளையும் மூக்குகளையும் அறுத்தனர்; அவர்களது உடைகள் களவாடப்பட்டு நிர்வாணக் கோலத்தில் இருந்தார்கள்.

சாகச சிங்கத்தின் சாம்ராஜ்யம் அடுத்தடுத்து பிளவுபடலா யிற்று. ஏனெனில் அட்ஸிஸின் குடும்பத்தினரும் தளபதிகளும் தத்தம் எல்லைகளைத் தாக்கிக் கொண்டனர். அட்ஸிஸ் கொலை செய்யப்பட்டார். ஜெருசலேம் மற்றொரு துருக்கிய போர்த் தளபதியின் கையில் விழுந்தது. அவன் பெயர் ஓர்டுக் பின் அக்சாப்.

அக்சாப் ஜெருசலேமை வந்தடைந்தவுடன் தனது தலைமையை அறிவிப்பதற்காக கல்லறை மாடத்துக்குள் ஒரு அம்பை ஏவினான். ஆனால் ஆச்சரியப்படும் வகையில் தான் சகிப்புத் தன்மைமிக்கவன்

என்பதை நிரூபித்துக் காட்டினான். ஒரு ஜக்கோபைட் கிறித்துவனை ஆளுநராக நியமித்தான். சன்னி அறிஞர்களை மீண்டும் ஜெருசலேமிற்குத் திரும்புமாறு அழைப்பு விடுத்தான்.[5]

ஓர்முக்கின் புதல்வர்களான சுக்மாரும் இல்காசியும் ஜெருசலேமின் வாரிசுகள் ஆனார்கள். இபுனு அல் அரபி என்ற ஸ்பானிய அறிஞர் இப்படி எழுதுகிறார்: "யாரோ ஒருவன் ஆளுநருக்கு எதிராகக் கலகம் விளைவித்தான். தாவீது கோபுரத்தில் தன்னை வலுவாக நிலைநிறுத்திக் கொண்டான். ஆளுநர் தனது வில்லாளிகளைக் கொண்டு அவனைத் தாக்க முயற்சித்தார்." டர்கோமன் வீரர்கள் வீதியெங்கும் சரிநிகர் சண்டைகளில் ஈடுபட்டார்கள். "ஆனால் இச்சண்டைகளை யாரும் பொருட்படுத்தவில்லை. எந்தச் சந்தையும் இயங்காமல் இல்லை. அக்சா மசூதியின் துறவிகள் எவரும் தமது இடம்விட்டு அகலவில்லை. விவாதங்கள் தொடர்ந்தன."[6] ஆனால் பைசாந்திய பேரரசனின் தோல்வியும், டர்கோமன் வீரர்களிடம் ஜெருசலேம் வீழ்ச்சியடைந்ததும் புனிதப் பயணிகள் கொலை செய்யப்பட்டதும் கிறித்துவ உலகைக் கலக்கமடையச் செய்தன. புனிதப்பயணம் ஆபத்து மிகுந்த ஒன்றாயிற்று.

கி.பி 1098இல் வலிமைமிக்க ஐரோப்பிய கிறித்துவப் படை ஒன்று புனித பூமியை நோக்கிப் படையெடுத்து வருவதாக அறிந்த எகிப்தின் தலைவர் திடுக்குற்றார். இப்படையினர் பைசாந்தியப் படைகளாக இருக்கலாம் என்று அனுமானித்தார். எனவே செல்ஜீக் பேரரசின் ஒருபகுதியை அவர்களுக்கு விட்டுக் கொடுத்தார்.

ஐரோப்பிய படை புகுந்த காலம் திட்டமிட்ட ஒன்றல்ல; தற்செயலானது. அரேபியர்கள் தங்களது பேரரசை செல்ஜீக்களிடம் இழந்திருந்தனர். அபாசித் வம்ச அரசுகளின் பெருமை நினைவின் எங்கோ ஒரு ஓரத்தில்தான் இருக்கும் ஒன்றானது. இஸ்லாமிய உலகம் சிற்சிறு அரசுகளாக சிதறுண்டு துருக்கிய தளபதிகளின் கட்டுப்பாட்டிற்கு வந்துவிட்டது. அவர்கள் அடாபெக்குகள் என்றழைக்கப்பட்டனர். கிறித்துவப்படைகள் தெற்கு நோக்கி நகர்ந்த போது ஒரு செல்ஜீக் இளவரசர் அரசர் ஜெருசலேமைத் தாக்கினார். ஆனால் எதிர்தாக்குதலால் பின்வாங்கினார். இதற்கிடையில் அன்டியோக் என்ற மாநகரம் ஐரோப்பியர்களிடம் வீழ்ந்தது. அவர்கள் படை கடற்புரம் நோக்கி நகர்ந்தது.

கி.பி 1099இல் ஜூன் 3ஆம் நாள், ஐரோப்பிய படை ரம்லாவை வென்றெடுத்து, ஜெருசலேமை நெருங்கிவிட்டது. ஆயிரக் கணக்கான முஸ்லிம்களும் யூதர்களும் புனித நகரின் சுவர்களுக்குள் தஞ்சமடைந்தனர். ஜூன் 7ஆம் நாள், செவ்வாய்க்கிழமை காலையில்

ஐரோப்பிய மாவீரர்கள், சாமுவேல் இறைத்தூதரின் கல்லறையை அடைந்தனர். அது ஜெருசலேமின் வடக்கே நான்கு மைல் தூரத்தி லிருந்தது. மேற்கு ஐரோப்பாவிலிருந்து இத்தனை தூரம் பயணித்து வந்த அவர்கள் 'மகிழ்ச்சி மலை'யிலிருந்து அரசர்களின் அரசரின் நகரமான ஜெருசலேமைப் பார்த்திருந்தனர். இரவு முடிவதற்குள் அவர்கள் ஜெருசலேமைச் சுற்றி முகாமிட்டிருந்தனர்.

குறிப்புகள்:

1. ஜெருசலேமில் சமீபகால மன்னர்கள் கூட அங்கேதான் அடக்கம் செய்யப் பட்டனர். யூதர்களைப் போலவே, ஜெருசலேமில் அடக்கம் செய்யப் படுபவர்கள் தீர்ப்பு நாளன்று முதலில் உயிர்தெழுவர் என்று நம்புகின்றனர். மலைக்கோயிலுக்கு எவ்வளவு அருகாமையில் அடக்கமாகின்றனரோ அவ்வளவு விரைவில் மீண்டும் உயிர்த்தெழுவர். இக்ஷித் கல்லறைகள் இதுவரை கண்டுபிடிக்கப்படவில்லை என்றாலும் அவை மலைக்கோயிலின் வடக்குப் பக்க விளிம்பில் இருந்ததாக நம்பப்படுகிறது. இந்த மூன்று மதங்களுமே தங்களின் புனிதத்திற்கு வலுவூட்டும் அரசியல் காரணங் களுக்காக வரலாற்றை எப்படிக் காண்கின்றனர் என்பதை ஒரு பாலஸ்தீன வரலாற்றாசிரியர் இந்நூலாசிரியருக்குக் காட்டினார். மலைக்கோயிலுக்கு வடக்கே இஸ்ரேலியர்கள் கட்டடம் பற்றி பேச்சு எழுந்தவுடன் அந்த வரலாற்றறிஞர் இக்கட்டடத்தை இக்ஷித்தர்களின் கல்லறை இடம் என்று ஒரு அறிவிப்பு பலகை வைக்க யோசனை அளித்தபோது அக்கூட்டமே புனித இடமாக ஏற்றுக்கொண்டு விட்டதால் புதிய கட்டடம் கட்டுவது நின்று போனதாகவும் கூறுகிறார்.

2. ஜெருசலேமுடன் நெருங்கிய தொடர்புடைய இஸ்லாமிய ஞானிகளில் மிகவும் வசீகரமானவர் கிதர். ஜெருசலேமில் ரம்ஜான் பெருநாளை அவர் கொண்டாடுவார் என்று சொல்லப்படுகிறது. பச்சை மனிதன் என்ற கிதர் என்றும் இளமை மாறாத அநுபூதி நிலை எய்தியவர். வெண்தாடி யுடைய கிதர் மோசஸின் வழிகாட்டி என்று திருக் குரானில் (18.65) கூறப்பட்டுள்ளது. இஸ்லாமிய மெய்யுணர்வு மார்க்கமான சூபியிஸத்தின் வழிகாட்டி கிதர்; புனிதப்பாதைக்கு ஒளியூட்டுபவர். Sir Gawain and the Green Knight என்ற ஆர்த்துரிய காவியத்தில் கிதர் பச்சை மாவீரனுக்கு புத்தெழுச்சியூட்டியாகத் தோன்றுகிறார். யூதர்களின் எலிஜாவுடனும் கிறித்துவர்களின் புனித ஜார்ஜுடனும் பிரதானமாக அடையாளப் படுத்தப்படுகிறார். புனிதர் ஜார்ஜ் ஒரு ரோம அதிகாரியாக இருந்து டையோகிளிட்டியனால் தூக்கிலிடப்பட்டவர். பெத்தலகேம் அருகிலுள்ள பெய்ட் ஜாலா என்ற இடத்தில் உள்ள அவரது புனித இடம் யூதர்கள், கிறித்துவர்கள் மற்றும் இஸ்லாமியர்களால் இன்றும் போற்றப்படுகிறது.

3. எல்லா யூதக் கோயில்களும் அழிக்கப்பட்டுவிடவில்லை. பழைய கெய்ரோவிலுள்ள புஸ்டாட் நகர யூதக்கோயில் மத்திய காலத்தின் முக்கிய வரலாற்று ஆதாரங்களை தன்னகத்தே பெற்றிருந்தது. அந்தக் காலங்களில்

புனித நூலின் மக்கள்களான மூவருமே புனிதமொழி எழுதப்பட்ட காகிதங் களைப் போற்றினர். ஏனெனில் மக்களைப் போன்றே சொற்களுக்கும் ஆன்மிக உயிர் உண்டு. யூதக் கோயில்களில் செலுத்தப்படும் காகிதங்களை யூதர்கள் ஜெனிசா எனப்படும் கருவூல அறையில் ஏழாண்டுகள் வரை வைத்திருப்பார்கள். பின்னர் அவை ஒரு கல்லறைத் தோட்டத்தில் புதைக்கப் படும் அல்லது ஒரு பிரத்யேக இடத்தில் வைக்கப்படும். 900 ஆண்டுகள் வரையில் கெய்ரோ ஜெனிஸாவிலிருந்து எதுவும் அகற்றப்படவில்லை. எகிப்திய வாழ்க்கையும், ஜெருசலேமுடனான எகிப்திய தொடர்பும் மத்திய கடற்கரை உலகத்தின் எல்லா அம்சகளும் பதிவான பத்தாயிரம் காகி தங்கள் அங்கே பாதுகாக்கப்பட்டன. கி.பி 1864இல் இப்படி மூடி முத்திரை யிடப்பட்டு மறந்துபோன காகிதங்களை ஒரு ஜெருசலேம் அறிஞர் முதன் முறையாகப் பார்வையிட்டார். 1890களில் ஜெனிசா ஆவணங்கள் வரத் தொடங்கின; இவற்றை ஆங்கில அமெரிக்க மற்றும் ரஷ்ய அறிஞர்கள் விலை கொடுத்து வாங்கினர். கி.பி 1896இல் தான் இரண்டு நிலைகொள்ளாத ஸ்காட்டிஷ் பெண்கள் சில ஜெனிசா ஆவணங்களை பேராசிரியர் சாலமன் ஷீட்சரிடம் காட்டினார்கள். அவர் அவை பென் கிராவுக்குரிய சில ஆரம்பகால ஷீப்ரு பிரதிகள் என்று அடையாளம் கண்டார்.

4. வாகை சூடிய அல்ப் அர்ஸ்ஸான் முன்பு, கைதான பேரரசன் கொண்டு வரப்பட்ட போது அர்ஸ்ஸான் கேட்டான்: ‘உன் முன்பாக நான் ஒரு கைதியாகக் கொண்டுவரப்பட்டு நிறுத்தப்பட்டால் நீ என்ன செய்வாய்? அதற்கு ரோமனோஸ் ‘உன்னை நான் கொன்றிருப்பேன். அல்லது கான்ஸ்டாண்டிநோபிள் தெருக்களில் உன்னை ஊரறியச் செய்திருப்பேன்’ என்றான். ‘ஆனால் எனது தண்டனை இன்னும் மோசமானது’ என்றான் அல்ப் அர்ஸ்ஸான். ‘உன்னை மன்னித்து விடுவிக்கிறேன்’ என்றான். ஆனால் அவன் முடிவு நெடுநேரம் நீடிக்கவில்லை. ஒரு கொலைகாரன் அவனை நெருங்குவதைக் கண்டவுடன் தன்னைத் தாக்க வந்தவனை வீழ்த்தி தனது வில்லாற்றலை வெளிப்படுத்துவதற்காக தனது மெய்க்காப்பாளர்களை ஒதுங்கிச் செல்லும்படி கையசைத்தான். ஆனால் அவன் கால் இடறிவிழ கொலைகாரன் அவனைக் குத்திக்கொன்றான். அவன் சாகும்போது தனது மகன் மாலிக் ஷாவிடம், ‘அனுபவத்தில் கற்றவற்றை உன் நினைவில் வைத்திரு. உன் கர்வம் கூர்மதியைக் கடந்துசெல்ல அனுமதிக்காதே’ என்று எச்சரித்தான். அவனது கல்லறை வாசகம் இந்த நகை முரணுடன் உள்ளது. “ஓ வானளவு மாட்சி பெற்ற அல்ப் அர்ஸ்ஸானைக் கண்டவர்களே! இதோ பாருங்கள் அவன் இந்தக் கரிசல் மண்ணுக்குக் கீழ் கிடக்கிறான் இப்போது!”

5. பாத்துமித் வம்சத்தின் பதவிப்போட்டி கொலைபாதர்களாக இருந்த இஸ்மாயிலில் ஷீயைட் பிரிவின் வளர்ச்சிக்கு வழிகோலியது. இப்பிரிவின் தலைவர் ஹசன் அல்–சபா. அவரும் அவரது நிசாரிகளும் பாரசீகத்துக்கு ஓடினர். பாரசீகத்தில் அலாமட் மலைக் கோட்டையையும் பின்னர் லெபனானின் கோட்டைகளையும் கைப்பற்றினார். அவரது சன்னி எதிரி களுக்கு எதிராக ஒரு வியத்தகு பயங்கரவாதத் தாக்குதலை மேற்கொண்டார். ஒரு நூற்றாண்டுக்கு மேலாக மத்திய கிழக்கை ஒரு பயங்கரவாதப்பிடியில் வைத்திருந்த அவரது கொலைகாரப் படையினர் ஓப்பியத்தின் பாதிப்பில்

இருந்திருக்கலாம் என்று அறியப்படுகிறது. இவர்கள் ஹெஷிஷிம் அல்லது கொலைகாரர்கள் என்று அழைக்கப்பட்டனர். முஸ்லிம்கள் இவர்களை பாட்னி என்றழைத்தனர்.

6. கி.பி 1095இல் சன்னி தத்துவஞானி அபு ஹமீது அல் கசாலி என்பவர் கொலைகாரர்களிடமிருந்து தப்பிக்க ஜெருசலேமில் அடைக்கலம் தேடினார். "பாறை மாட வளாகத்தில் நான் மறைந்துகொண்டேன். நான் பதுங்கிய இடம் தங்க வாயிலுக்கு மேலுள்ள ஒரு மிகச்சிறிய அறை" என்று அவர் சொல்கிறார். 'Revirification of the Science of Religion' என்ற நூல் எழுதுவதற்காக அங்கு புகலிடம் பெற்றிருந்தார். இந்நூல் சமய உண்மையின் தெய்வீக வெளிப்பாட்டினின்று தத்துவ ஞானத்தின் தர்க்க விஷயங்களை தனியே பிரித்து சன்னி இஸ்லாமியத்திற்கு புத்துணர்ச்சி ஊட்டியது. அதே நேரம் இவ்விரு விஷயங்களுக்கும் அவற்றுக்குரிய இடத்தை அளிக்கத் தவறவில்லை. இறுதியாக அறிவியலின் காரணம் மற்றும் விளைவுக் கோட்பாட்டை இவர் தகர்த்து தெய்வீக வெளிப்பாட்டின் பக்கம் சாய்த்தார். இது பாக்தாத்தில் அரேபியக் கல்வியின் பொற்காலத்தை முடிவுக்கு கொண்டு வந்து அரேபியர்களின் அறிவியல் மற்றும் தத்துவக் கருத்துகளைக் குலைக்கத் தொடங்கியது.

☆

பகுதி ஐந்து

சிலுவைப்போர்

ஏசுவின் புனிதக் கல்லறைக்குச் செல்லும் சாலையில் நுழையுங்கள்; அந்தக் கொடிய இனத்திடமிருந்து அந்நிலத்தை பறித்து, நமதாக்குங்கள்.

இரண்டாம் போப் அர்பன், கிளர் மாண்டில் ஆற்றிய வுரை.

ஜெருசலேம் நமக்கான ஒரு வழிபாட்டுத்தலம். நம் இனத்தின் கடைசி மனிதன் இருக்கும்வரை நம்மால் அதனை விட்டுக் கொடுக்க இயலாது.

மனவலியன் ரிச்சர்ட்: சலாடினுக்கு எழுதிய கடிதம்.

ஜெருசலேம் உங்களுடையதைப் போலவே, எங்களுக்கும் உரியது. உண்மையாகவே எங்களுக்கு அது புனிதமானது.

சலாடின், மனவலியன் ரிச்சர்டுக்கு எழுதிய கடிதம்.

இறைவனின் புனித இடத்தைப் பாரம்பரியமாக நாம் காப்பாற்றி வருகிறோமா?

அப்படியாயின் இறைவனின் புனித மலையை எப்படி மறக்க இயலும். நமது விருப்பத்திற்கேற்ப நம்பிக்கைக்குரிய அதிக வழிகளைக் கொண்ட, சொர்க்கத்தின் அனைத்து வழிகளும் திறக்கப்பட்டிருக்கும் இந்த இடத்தை விட்டு நமக்கு கிழக்கிலோ, மேற்கிலோ வேறு இடம் உண்டோ?

ஜூடா ஹலேவி

எனது கருத்தை நான் கூறியபோது ஸ்பானிஸிலிருந்து வெளியேறிய ஜியன், எனது ஆன்மா சொர்க்கத்தை நோக்கிப் பறந்து, எனது பிறப்பு முதல் நான் விரும்பிய, இறைவனின் குன்றைக் கண்ணுற்ற அந்நாளை அது பெரிதாய் கொண்டாடியது.

ஜீடா அல்-ஹரிஸி.

21

படுகொலை

1099

கோமகன் காட்ப்ஃரே: முற்றுகை

ஜீடோ மலைப்பகுதியின் 1099ஆம் ஆண்டின் வறண்ட கடுங் கோடைக் காலமது. அந்தப் புனித நகரம் எகிப்திய துருப்புக்களால் நன்கு பாதுகாக்கப்பட்டு வந்தது; ஜெருசலேம் நகர யூத, கிறித்துவ ராணுவமும் இதற்குப் பக்கபலமாக இருந்தது. அவர்களுக்குத் தேவையான உணவுப்பொருட்களும் சேமிக்கப்பட்டிருந்தன. நீர்த் தொட்டிகளில் நீர் நிரம்பியிருந்தது. ஆனால் வறட்சிமிகு நாட்டுப் புறக் கிணறுகளில் விஷம் கலக்கப்பட்டுவிட்டது. ஜெருசலேமிலிருந்து கிறித்தவர்கள் 30,000 பேர் வெளியேற்றப்பட்டனர். எகிப்திய முதல்வர் தமது ஆயுதமேந்திய வீரர்களோடு வடபுலம் நோக்கி அந்த குடிமக்களை மீட்க படையெடுத்து வருகிறார் என்பதறிந்து தங்களைத் தாங்களே தேற்றிக்கொண்டனர். அவர்களிடம் அழல் வீசும் ஆயுதங்கள் இருந்தன. அவை 'கிரேக்க தீ' என்றழைக்கப்பட்ட நெருப்பு பொழியும் ஆயுதங்களாகும். ஜெருசலேமின் வலிமையான மதிற்சுவருக்கு பின்புறத்திலிருந்த அவர்களைப் பகைவர்கள் குறைத்து மதிப்பிட்டிருக்கலாம்.

மேலை ஐரோப்பிய ராணுவம் அளவில் மிகச் சிறியதே. மதிற் சுவரைச் சுற்றிச் சூழ்வதற்கு அவர்களிடம் 1200 வீரத்திருத்தகைகளும் 12000 வீரர்களும் மட்டுமே இருந்தனர். திறந்த வெளி சண்டையில்

மேலை ஐரோப்பிய வீரத்திருத்தகைகளின் பயங்கரத் தாக்குதலைச் சாதாரண கவசமணிந்திருந்த அரபுப் படையினராலும், துருக்கிய குதிரை வீரர்களாலும் எதிர்கொள்ள முடியவில்லை. இந்த வீரத்திருத் தகைகள் வலிய போர்க்குதிரைகளில் எஃகு கவசமணிந்த புஜபலத் தோடு காணப்பட்டனர். ஒவ்வொரு வீரத்திருத்தகையும் தலைக் கவசமணிந்து தண்டாயுதமும், கேடயமும் தாங்கியிருந்தான். அவன் பஞ்சடைத்த மிருதுவான உள்ளாடை அணிந்து ஈட்டியையும் அகன்ற வாளினையும் ஏந்தியிருந்தான்.

ஜெருசலேமில் மக்கள்தொகை 70,000 என்று பொதுவாக கூறப் பட்டு வந்தது. ஆனால் இது ஒரு பொருத்தமற்ற மிகைக் கூற்று. பதினொன்றாம் நூற்றாண்டில் கான்ஸ்டாண்டிநோபிளில் வசித் தவர்கள் 6,00,000 பேர். இஸ்லாமியப் பெருநகரங்களான பாக்தாத் மற்றும் கெய்ரோவில் வசித்தவர்களின் எண்ணிக்கை ஏறக்குறைய 30,000; பாரிஸ் மற்றும் லண்டனில் வாழ்ந்தோர் 20,000 பேர்.

கடவுளின் தீக்கொழுந்து எனப்படும் கிரேக்க தீக்கொழுந்து ஒருமுறை கான்ஸ்டாண்டிநோபிளை காப்பாற்றியிருக்கிறது (கிரேக்கத் தீக்கொழுந்து என்பது கவான் குழாய் வழியாக பெட்ரோலியம் எரிபொருள் கொண்டு வெடிக்கச்செய்யும் ஒரு ஆயுதம்). இருப் பினும் அவர்களது மேற்கத்திய குதிரைகள் வெகுநாட்களுக்கு முன்பே பசித்த ராணுவத்திற்கு இரையாகிவிட்டன. இச்சூழலில் ஜெருசலேமைச் சுற்றிய பகுதியில் தாக்குதல் நடத்த முடியாமல் போய்விட்டது. குதிரைகள் பயனற்றுப் போயின. கவசங்கள் வெப்பத்தில் தகித்தன. சக்தியிழந்த மேலை ஐரோப்பியப் படைகள் காலாட்படைகளாகவே போரிட வேண்டியிருந்தது; இது இப்படியிருக்க, தலைவர்களோ அடிக்கடி ஒருவரோடு ஒருவர் சண்டையிட்டுக் கொண்டிருந்தனர். அவர்களுக்கு ஆற்றல் வாய்ந்த தளபதி ஒருவருமில்லை. அவர்களில் டௌலௌஸின் உயர்குடிமகன் ரேமாண்ட் ஒருவரே சிறப்பு மிக்கவராகவும், பணபலம் உடையவராகவும் இருந்தார். அவர் துணிச்சல் மிக்கவர் என்றாலும் எழுச்சியானவர் என்று கூறுவதற் கில்லை. அடங்காத மூர்க்கர். தந்திரமறியாதவர். ஆரம்பத்தில் மேற்திசையில் கோட்டைக்கு எதிரில் முகாமிட்டிருந்த அவர் சில நாட்களுக்குப் பிறகு சியான் வாயிலைக் கைப்பற்ற தென்திசை நோக்கிப் புறப்பட்டார்.

எப்போதுமே ஜெருசலேமின் வடபுலம் பலவீனமான மையமாக இருந்தது. இப்பொழுது ஜெருசலேமின் அனுபவமிக்க புனிதப் பயணி, உயர்குடிமகன் ப்ளான்டர்ஸின் மகன் ராபர்ட் டமாஸ்கஸ் வாயிலுக்கெதிரே முகாமிட்டிருந்தார். அவர் ஆற்றல் மிக்க இளைஞர்.

வெற்றியாளர் வில்லியமின் மகனும் நார்மன்டியின் உயர்குடியைச் சேந்தவருமான ராபர்ட் ஹிராட், டமாஸ்கஸ் வாயிலைக் காத்து வந்தார். அவருக்கு கர்த்தோஸ் என்ற பட்டப்பெயரும் உண்டு. ஆனால் இவர்களின் ஆவேச சக்தியாக இயங்கியவர் காட்ஃப்ரே. இவர் லோயர் லோனரனின் உயர்குடிமகன். ஆணழகனாகிய அவர் 39 வயது நிரம்பிய பிறகும் திருமணம் செய்துகொள்ளவில்லை; அவரது பக்தியையும் ஒழுக்கத்தையும் கண்டு அனைவரும் வியந்து பாராட்டினர். வடபுல வீரத்திருத்தகைகளுக்கு எடுத்துக்காட்டு இவர். இன்றைய ஜாஃபா வாயிலருகே தனது படைகளுடன் நிலை கொண்டிருந்தார். நிலைமை இவ்வாறு இருக்கையில், தனக்கென ஒரு பகுதியை வென்றெடுப்பதே அவரது ஆசையாக இருந்தது. இருபத்தைந்து வயதே ஆன நார்மன் டான்கிரட் பெத்தலகேமைக் கைப்பற்ற விரைந்தான். அவன் திரும்பி வந்தபோது நகரின் வட மேற்கு முனையிலிருந்த காட்ஃப்ரே படையுடன் தன்னை இணைத்துக் கொண்டான்.

மேலை ஐரோப்பியப் படைகள் பெரும்பகுதி வீரர்களை இழந்து விட்டன. அந்தப் படை வீரர்கள் புனித நகரை அடைய ஐரோப் பாவிற்கு விரைந்து ஆசியா வழியாக வருவதற்காக ஆயிரக்கணக் கான மைல்கள் பயணம் செய்து களைத்திருந்தனர். இவற்றை முதல் சிலுவைப்போரின் உச்சகட்டமாக அல்லது கொள்கை வழி பாடாக, பிரதிஷ்டையாக அனைவரும் கருதினர்.

இரண்டாவது போப்பாண்டவர் அர்பன்: கடவுளின் விருப்பம்

சிலுவைப்போர் என்பது ஒரு தனி மனிதனின் கருத்தாக்கமே ஆகும். 1095ஆம் ஆண்டு நவம்பர் 27இல் கிளர்மான்ட்டில் பிரபுக்களும் சாதாரண குடிமக்களும் கலந்துகொண்ட கூட்டத்தில் இரண்டாம் போப் அர்பன் ஜெருசலேமை வென்றெடுப்பது பற்றியும் புனிதக் கல்லறை திருச்சபையின் விடுதலை பற்றியும் பேசினார்.

கத்தோலிக்க திருச்சபையின் மாண்பையும், அதிகாரத்தையும் மீட்டெடுப்பதே தனது வாழ்நாள் கடமையாகக் கருதினார் அர்பன். கிறித்துவத்திற்கும் போப்பின் அருளாட்சிக்கும் எழுச்சியூட்டும் ஒரு புதிய கோட்பாட்டை உருவாக்கினார். அதுதான் புனித சிலுவைப் போர். கடவுள் மறுப்பாளர்களை அழித்தொழிப்பதற்காக பாவங் களைப் போக்கும் கழுவாய் இந்தப் புனிதப்போரென்று நியாயம் கற்பித்தார். அதுவரை இதற்கு முன்மாதிரி ஒன்றும் கிடையாது.

இஸ்லாமிய ஜிகாத்தின் கிறித்துவ வடிவமே இந்தப் புனிதப் போர். இத்திட்டம் ஜெருசலேமின் மீது மக்கள் கொண்டிருந்த

பக்தி வெறிக்கு நிகராக இருந்தது. புனித சின்னங்களின் காலத்தில், மதஉணர்வு ஓங்கிய காலத்தில், ஜெருசலேம் கிறிஸ்துவின் நகரமாக இருந்தது; ஜெருசலேம் ஆகச் சிறந்த லாயமாகவும், தேவராஜ்ய மாகவும் கருதப்பட்டது; அனைத்து கிறிஸ்தவர்களுக்கும் ஏற்புடை யதாகவும் இருந்தது. புனிதப் பயணங்களின்போது கதைகளாலும், உணர்வுபூர்வமான நாடகங்களாலும், ஓவியங்களாலும் பிரசங்க எழுச்சியூட்டப்பட்டது. புனிதப் பயணிகளின் படுகொலைகளையும் டர்க்கோமன் அக்கிரமங்களையும் எடுத்துரைத்து, புனிதக் கல்லறை யைப் பாதுகாத்தல் அச்சத்திற்குள்ளாகி இருப்பதாகத் தீவிரமாகத் தூண்டிவிட்டார் அர்பன்.

அர்பனின் அழைப்பிற்கேற்ற தருணம் கனிந்தது; ஆயிரக் கணக்கான மேல்தட்டு மற்றும் கீழ்த்தட்டு என மக்களில் அனைத்துத் தரப்பினரும் அர்பனின் ஆணைக்கு அடிபணியத் தயாராக யிருந்தனர். "தேசங்கள் அனைத்திலும் வன்முறை தலைதூக்கியிருந்தது. மோசடியும் துரோகமும் ஏமாற்றமும் எங்கும், எதிலும் நீக்கமற நிறைந்திருந்தது" என்று ஜெருசலேம் வரலாற்றாசிரியர் டயரின் வில்லியம் அவதானித்தார். "எல்லா அறங்களும் மதிப்பிழந்தன. அனைத்து வகை பாலியல் ஒழுக்கங்களும் ஒளிவு மறைவின்றி வரம்பு மீறியிருந்தன. ஆடம்பரம், மதுமயக்கம், சந்தர்ப்பவாதம் தலை தூக்கியிருந்தன.

வீட்டில் புழுங்கிக் கிடந்த மக்கள் வெளியில் வர ஒரு வாய்ப் பாக அமைந்தது சிலுவைப்போர். இதன் காரணமாக இன்னல் தரும் ஆயிரக்கணக்கான சிப்பாய்களும் வீரத்திருத்தகைகளும் கொள்ளையர்களும் அப்புறப்படுத்தப்பட்டனர். கொடூரமான முறையில் பணம் ஈட்டிக் கொழிக்க ஒரு வாய்ப்புதான் இச்சிலுவைப் போர்கள் என்ற நவீன கருத்தாக்கம் ஹாலிவுட் திரைப்படங்களாலும் 2003இல் நிகழ்ந்த இராக் போரின் பேரழிவுகளுக்குப் பிந்தைய விளைவுகளாலும் வளர்த்தெடுக்கப்பட்டது. இது ஒரு தவறான கருத்தாக்கம் ஆகும். ஒரு சில இளவரசர்கள்ால் மட்டுமே தங்களுக் கென்று புதிய குறுநில ராஜ்ஜியங்களை உருவாக்கிக்கொள்ள முடிந்தது. சில போராளிகள் மட்டுமே தங்களுக்கான தொழிலாக அதை ஏற்படுத்திக் கொண்டனர். ஆனால் அதற்கு அவர்கள் அளித்த விலை ஒரு தண்டனையைப் போன்றது. இந்த அபாயகரமான விந்தை முயற்சியில் பலர் தங்கள் இன்னுயிரையும் செல்வத்தையும் இழந்துவிட்டனர். இது புனிதப் பணி என்ற கருத்தே மிஞ்சி நின்றது.

நாமறியாத ஒரு காலத்தில் நிகழ்ந்த இவ்வெழுச்சியைப் புரிந்து கொள்வது நவீனகால மக்களுக்கு எளிதல்ல. கிறித்துவர்கள் தங்களின்

எல்லா பாவங்களுக்கும் விமோசனம் பெற ஒரு நல்வாய்ப்பென புனிதப்போரைப் பற்றி எடுத்துரைக்கப்பட்டது. சுருங்கச் சொன்னால் இறைப்பற்று மிக்க புனிதப் பயணிகள்தான் யுத்த பூமியில் கடவுளின் மீட்சியை நாடும் தீவிர போர் வீரர்களானார்கள்.

கிளர்மான்ட்டில் திரண்டிருந்த கூட்டம் போப் அறைகூவிய போது "ஆம். கடவுள் இதை விழைகிறார்" என்று பதிலளித்தது. டௌலஸ் நகரத்து ரேமாண்ட் சிலுவை சுமக்க முன்வந்தவர்கள் 80,000 பேர் சிலுவைகளை ஏற்றனர். இவர்களில் சிலர் இளவரசர் களின் கட்டுக்கோப்பான படையினர்; சிலர் சாகச விரும்பிகளின் தலைமையிலான கட்டுப்பாடற்ற கும்பல்களைச் சேர்ந்தவர்கள்; ஏனையோர் புனிதத் துறவிகளைப் பின்பற்றி வந்த மதவாதிகள் மற்றும் விவசாயக் கூட்டத்தினர். கான்ஸ்டாண்டிநோபிளை நோக்கி சீறி எழுந்தது முதல் ஐரோப்பாவைக் கடந்ததுவரை ஆயிரக் கணக்கான யூதர்கள் இவர்களால் மதம் மாற வற்புறுத்தப்பட்டனர்; மறுத்தவர்கள் படுகொலை செய்யப்பட்டனர்; இது இயேசுவின் கொலைக்கான பழிதீர்ப்பாக அமைந்தது.

இந்த லத்தீன் கொடூரக் கும்பலால் பாதி கதிகலங்கியிருந்த பைசாந்திய மாமன்னர் அலெக்ஸியாஸ் அவர்களை வரவேற்று ஜெருசலேம் நோக்கி விரைந்து செல்ல துரிதப்படுத்தினார். அனடொலி யாவில் ஒருமுறை துருக்கியர்களால் எண்ணற்ற ஐரோப்பிய விவசாயிகள் கொலை செய்யப்பட்டனர். ஆனால் அமைப்பு ரீதியான அனுபவமிக்க அர்ப்பணிப்பு உணர்வுள்ள பிரதான படையின் வீரத்திருத்தகைகள் செலுஜீக்குகளை முற்றிலுமாக வீழ்த்தினர். அது அனுபவத்தையும் அறிவையும் கடந்து நம்பிக்கைக்குக் கிடைத்த வெற்றி. புனிதப் போராளிகளின் எழுச்சி துவக்கத்திலிருந்தே பீறிட்டு, புனித பூமியை நெருங்க நெருங்க அதன் வீச்சு உயர்ந்தோங்கியது. இந்த ராணுவ நடவடிக்கைகள், தெய்வீகக் காட்சிகளாலும் தேவதை களின் வருகைகளாலும், துருக்கியர்களாலும், புனிதச் சின்னங்களின் கண்டெடுப்புகளாலும் வழிகாட்டப்பட்டு உற்சாகம் பெற்றன. அதிர்ஷ்டவசமாக ஐரோப்பியர்களின் தாக்குதலுக்குள்ளான பகுதி கடுமையாக மோதிக்கொண்டிருந்த கலிபாக்களுக்கும், சுல்தான் களுக்கும், அமீர்களுக்குமிடையே பிளவுபட்டுக் கிடந்தது. துருக் கியர்களும் அரபுக்களும் இஸ்லாமிய ஒன்றிணைவை விட தங்களது பகைமைக்கு முதலிடம் தந்தனர்.

அன்டியாக்கின் வீழ்ச்சிதான் சிலுவைப் போராளிகள் பெற்ற உண்மையான முதல் வெற்றி; ஆனால் நகரத்திற்குள் நுழைந்தவுடன் அவர்கள் சுற்றி வளைக்கப்பட்டதால் பசியில் உழன்று, முன்னேற்றம்

காணமுடியாத போராளிகளின் நிலைமை முடிந்துவிட்ட ஒன்றாகவே இருந்தது.

அன்டியாக்கில் நிலவிய நெருக்கடி உச்சம் பெற்றிருந்த நிலையில் ரேமான்ட்டின் படையிலிருந்த பீட்டர் பார்த்தோலோமே புனித ஈட்டி, ஒரு திருச்சபையின் கீழ் புதையுண்டிருப்பதாகக் கனவு கண்டார். அவ்விடத்தைத் தோண்டி அவர்கள் ஈட்டியைக் கண்டெடுத்தது உத்வேகமான எழுச்சிக்கு ஊக்கமளித்தது. ஆனால் பார்த் தோலோமே ஒரு ஏமாற்றுக்காரர் என்ற குற்றச்சாட்டு எழுந்தபோது, அவர் ஒன்பது அடி நீளம் கொண்ட அனலில் சிவந்த இரும்புக் கம்பியின் மீது நடந்து அக்னி பரீட்சையை எதிர்கொண்டார். அதில் நடந்து சென்று பாதிப்பின்றி மீண்டதாகக் கூறினார். ஆனால் அந்த சோதனைக்குப் பின்னர் 12ஆம் நாள் பார்த்தோலோமே மாண்டு போனார்.

சிலுவைப் போராளிகள் தங்களது படையெடுப்பைத் தென் திசையை நோக்கித் தொடர்ந்தனர். அப்போது துருக்கியரும் திரிபோலியின் பாத்மித் அமீர்களும் சிசேரியாவும் அக்ரேவும் இந்தப் போராளிகளுடன் சமரசம் செய்து கொண்டனர். பாத்மித்கள் ஜாஃபாவை விட்டுக்கொடுத்தனர். சிலுவைப் போராளிகள் நேரடி யாக ஜெருசலேமிற்குச் சென்றனர். இவர்களின் படைகள் ஜெருசலேம் சுற்றுச் சுவரைச் சூழ்ந்து முகாமிட்டு நிலை கொண்டபோது ஆலிவ் மலையிலிருந்து ஒரு துறவி தாக்குதலை உடனே துவங்கும்படி போராளிகளுக்கு அருள்வாக்குக் கூறினார். அவருக்கு ஒரு தரிசனம் கிடைத்ததாம்! ஜூன் 13ஆம் தேதி அரண்களைத் தாக்க முயற்சி மேற்கொண்டனர். ஆனால் எதிர்தாக்குதல் தீவிரமாக இருந்தது. சிலுவைப் போராளிகள் பேரிழப்புக்கு ஆளானார்கள்.

வெற்றிக்கு சரியான திட்டமிடுதலும், அதிக ஏணிகளும், கவண் களும், கை ஏந்தும் கருவிகளும் தேவையென்பதை இளவரசர்கள் புரிந்து கொண்டனர். மரக்கட்டைகள் போதிய அளவிற்கு அவர் களின் கை வசம் இல்லை. ஆனால் அதிர்ஷ்டம் திசை திரும்பியது. 17ஆம் தேதியன்று ஜெனோஸ் மாலுமிகள் ஜாஃபா துறைமுகத்திற்கு வந்து தங்களின் உடைந்த கப்பல்களிலிருந்து பெற்ற மரக்கட்டை களைக் கவண்கள் தயாரிப்பதற்காகக் குவித்தனர்.

அதற்கு முன்பே அழிவின் எச்சங்களுக்காக இளவரசர்கள் சண்டையிட்டுக் கொண்டிருந்தனர். அவர்களில் வலிமைவாய்ந்த இருவர் பெரும்பங்கை வளைத்துக்கொண்டனர். டாரன்டோவின் போகி மாண்ட்டின் வசம் அன்டியாக் விடப்பட்டது. காட்ப்ஃரேயின் சகோதரர் பால்டுவின் எடிசாவை கைப்பற்றிக்கொண்டார்.

பேராசைக்காரன் டான்கிரட் தனக்கு பெத்தலகேம் வேண்டுமெனக் கோரினான். ஆனால் திருச்சபையோ இயேசுவின் பிறப்பிடத்திற்கு உரிமை கோரியது. தட்பவெட்பமோ ஏறுக்குமாறாக இருந்தது. தணியாத வெட்பம்; தூசிப்புயல் சரோகோவின் வீச்சு; தண்ணீருக்குத் தட்டுப்பாடு. தப்பிப் பிழைத்த மனிதர்களும் கொஞ்சம்தான். அவர்களின் மனஉறுதியோ குலைந்து போயிருந்தது. மறுபுறம் எகிப்தியர்கள் நெருங்கி வருகிறார்கள்; கிஞ்சிற்றும் தாமதிக்க நேரம் இல்லை.

அன்றைய தினத்தைக் காத்தளித்தது ஒரு இறைச் செய்தி. ஜூலை 6ஆம் நாள் ஒரு பாதிரி தனது தீர்க்க தரிசனத்தை அறிவித்தார்: "அன்டியாக்கில் உயிர்நீத்த போற்றுதலுக்குரிய பிலிப் லீ பு வின் அத்ஹிமார் என்ற பாதிரியாரின் புனித ஆவியின் தரிசனம் எனக்குக் கிட்டியது. இது முதன்முறை அல்ல. அந்தப் புனித ஆவி ஐரோப்பியப் படைகள் மதிற்சுவரைச் சுற்றி ஒரு அணி வகுப்பு நடத்தவேண்டும் என்று வற்புறுத்தியது. ஜரிக்கோவைச் சுற்றித்தான் ஜோஷ்வா இருக்கிறார்."

இராணுவம் மூன்று நாட்களுக்கு உண்ணா நோன்பிருந்தது. ஜூலை 8ஆம் நாள் குருமார்கள் தலைமையில் போராளிகள் ஜெருசலேம் மதிற்சுவரைச் சுற்றி வெறுங்காலுடன் அணிவகுப்பு நடத்தினர். பதாதைகளும் போர்க்கருவிகளும் ஏந்தி எக்காளமிட்ட படி வந்த சிலுவைப்படிமங்களின் போராளிகளைப் பகடியாடி கேலி செய்தனர் ஜெருசலேமினர். ஜோஷ்வாவின் வட்டப்பாதை முடிவடைந்தது. போராளிகள் ஆலிவ் மலைமீது கூடினார்கள். மதகுருமார்கள் சிலுவைப் போராளிகளுக்கு மத்தியில் உரை நிகழ்த்துவதற்குத் தயாராக இருந்தனர். போர்த் தளபதிகளிடையே ஒரு சமரச ஏற்பாடும் நடந்துகொண்டிருந்தது. ஏணிகளும் கல்லெறிக் கவண்களும் கை ஏந்தும் கருவிகளும் கட்டுமானப் பணிக்கான தடுப்பு உருளைகளும் அம்புகளும் தயாரிக்க வேண்டியிருந்தது.

அனைவரும் இரவும் பகலும் பணியில் ஈடுபட்டனர். பெண்களும் முதியோரும் கை ஏந்தும் கருவிகளுக்கான விலங்குத்தோல்களைத் தைக்கும் பணியில் தங்களை இணைத்துக்கொண்டனர். மரணம் அல்லது வெற்றி இரண்டுமே புனித நகரின் மதிலுக்கு மேல் நின்றது.

டான்கிரட்: கோயில் மலைமீது அழிப்பு வேலைகள்

ஜூலை 13ஆம் நாள் இரவு சிலுவைப் போராளிகள் தயாராக இருந்தனர். மதகுருமார்கள் அவர்களுக்கு உபதேசம் செய்தனர்.

இந்த உபதேசம் மூர்க்கமான போலி புனித உணர்வுக்கு அவர்களை திடப்படுத்தியது. எறிகருவிகளிலிருந்து ஏவுகணைகளும் தீப்பந்துகளும் மதில்மீது வீசப்பட்டன. எதிரிகளோ மதிலைச் சுற்றி பஞ்சும், வைக்கோலும் நிரம்பிய பொதிகளைத் தொங்கவிட்டிருந்தனர். இதனால் தாக்குதலின் தாக்கம் மட்டுப்படும். இஸ்லாமியர் தங்களின் சொந்த எறி கருவிகளை வெடிக்கச் செய்தனர்; கிறிஸ்தவர்கள் தங்கள் அணியில் ஒரு ஒற்றனைக் கண்டுபிடித்தவுடன் உயிரோடு எறிகருவியில் வைத்து மதில்மீது அவனை வீசினர்.

சிலுவைப் போராளிகள் இரவு முழுவதும் வேலை செய்து மூன்று கை ஏந்தும் கருவிகளைப் பிரித்து எடுத்து வந்து அவற்றில் ஒன்றை சியான் மலையிலிருந்த ரேமாண்டுக்கு அளித்தனர். மற்ற இரண்டையும் வடதிசைக்குக் கொண்டு வந்தனர். மதில் தாக்குதலுக்கு முதன்முதலாக கை ஏந்தும் கருவி நிலைநிறுத்தப்பட்டது. ரேமாண்ட் தெற்கு பிராந்தியத்திற்கு தலைமையேற்றிருந்த எகிப்திய ஆளுநர் உறுதியான எதிர்தாக்குதலை ஆரம்பித்தார். இறுதிக் கட்டத்தில் எதிராளிகளின் பலவீனமான இடத்தை காட்ஃப்ரே அடையாளம் கண்டுகொண்டார். ராக்பெல்லர் அருங்காட்சியகத்துக்கு எதிரே இன்றுள்ள ஹெராட் வாயிலுக்குக் கிழக்கேயுள்ள இடம்தான் பலவீனமான பகுதி. நார்மண்டி டியுக்கும் பிளான்டர்ஸ் பிரபுவும் டான்கிரட்டுடன் சேர்ந்து தங்கள் படைகளை வடகிழக்கு மூலைக்கு நகர்த்தினர். காட்ஃப்ரே தானே தனது கை பற்றும் கோபுரத்தின்மீது ஏறினர். அக்கோபுரம் சரியான இடத்திற்கு முன் நகர்த்தப்பட்டது. அவர் அக்கோபுரத்தின் உச்சியை அடைந்த நிலையில் இராணுவம் அம்புமழை பொழிந்தது. எறிகருவிகள் மதில் மீது தமது ஏவுகணைகளை வீசத் தொடங்கின. விசை அம்புக் கருவியை இயக்கியபடி காட்ஃப்ரே காட்சியளித்தார்.

நண்பகல் பொழுதில் காட்ப்ஃரேயின் எந்திரம் மதிலை நெருங்கிவிட்டது. ஐரோப்பியர்கள் மரக்கட்டைகளை வீசியபடி இருந்தனர். அந்த இரண்டு சகோதரர்களும் நகரத்திற்குள் நுழைந்துவிட்டனர். காட்ஃப்ரே அவர்களைப் பின்தொடர்ந்தார். இறந்துபோன பிஷப் அத்ஹிமர் அவர்களோடு இணைந்து போரிட்டதைப் பார்த்ததாக அவர்கள் சொன்னார்கள். முதலில் மதில் மீது ஏறியது அவரே என்று பலரும் சாட்சியளித்தனர்! மாண்டு போன அவரே டமாஸ்கஸ் வாயிலைத் திறக்க ஆணையிட்டாராம்! டான்கிரட்டும் அவரது நார்மன்களும் குறுகிய தெருக்களில் தெறித்து ஓடினர். சியான் மலையின் தென்புலத்தில் மகிழ்ச்சிக் கூச்சல். இதை செவிமடுத்த ரேமாண்ட் ‘ஏன் இப்படி அலைந்து கொண்டிருக்கிறீர்கள்? இன்னும் ஐரோப்பியர்கள் நகருக்குள்தான் இருக்கின்றனர்’ என்று தமது

370 ☙ ஜெருசலேம்

படையினைக் கடிந்து கொண்டார். ரேமாண்ட்டின் படை ஜெருசலேமிற்குள் நுழைந்தது. ஆளுநரைத் தொடர்ந்து கோட்டை காவற் படையினரையும் துரத்தியடித்து நகர் அரணை அடைந்தது. தனது காவற்படையினரையும் உயிருடன் திருப்பி அளிக்க உறுதி செய்தால் தான் சரணடையத் தயார் என்று ஆளுநர் ஒப்புக்கொண்டார்.

நகர மக்களும், வீரர்களும் கோயில் மலை நோக்கி ஓடினர். இவர்களைப் பின் தொடர்ந்தனர் டான்கிரட்டும் அவரது படையினரும். இந்த யுத்த களத்தில் ஜெருசலேமினர் கோயில் மலையின் வாயிற்கதவுகளை மூடிவிட்டு எதிர்த்தாக்குதலில் இறங்கினர். ஆனால் டான்கிரட்டின் போர்வீரர்கள் அனைத்தையும் மோதித் தகர்த்து செய்வதறியாது திகைத்து நின்றிருந்த கூட்டத்தினர் இருந்த புனித அகலிடம் நோக்கிச் சென்றனர்.

இந்தக் கடுமையான சண்டை பல மணி நேரம் நீடித்தது. ஐரோப்பியர்களுக்குக் கோபம் தலைக்கேறி தெருக்களிலும் சந்துகளிலும் கண்டவர்களையெல்லாம் வெட்டி வீழ்த்தினர். தலைகள் மட்டும் அல்ல கைகளும் கால்களும் கூட துண்டாடப்பட்டன. பொங்கி வரும் புறச்சமயத்தினரின் ரத்தத்தைத் தூய்மையாக்குவதில் பெருமிதம் கண்டனர். ஆவேச தாக்குதலுக்குள்ளான நகரத்தில் படுகொலைகள் நடந்ததற்கு முன்னுதாரணம் இல்லாமல் இல்லை.

ஆனால் இப்படுகொலைகள் பற்றிப் பெருமைப்பட்ட இந்தக் கொலைகாரர்களின் பதிவுகள்தான் வரலாற்றில் முன்னுதாரணமற்றது. 'அற்புதமான பார்க்கப்பட வேண்டிய காட்சிகள்' என்று உற்சாகப்படுத்துகிறார் ஒரு நேரடி சாட்சி. "எமது படையினர் எதிரிகளின் தலைகளைக் கொய்தார்கள். ஏனையோர் அவர்கள் மீது அம்பு எய்தினார்கள். ஆக எதிரிகள் கோபுரங்களிலிருந்து வீழ்ந்தார்கள், மற்றவர்கள் சரிந்த எதிரிகளைத் தீயிலிட்டுக் கொடுமைப் படுத்தினர். மனிதத் தலைகளும், கால்களும், கைகளும் தெருக்களில் குவியல் குவியலாகக் கிடந்தன. மனித சடலங்களையும் குதிரை உடல்களையும் விலக்கியபடியேதான் ஒருவர் தனது பாதையை வகுத்துக்கொள்ள வேண்டியிருந்தது" என்று ரேமாண்ட்டும் டௌலௌஸ் பிரபுவின் இராணுவ மதகுருவும் தெரிவித்தனர்.

தாய்மாரிடமிருந்து குழந்தைகளைப் பிடுங்கி அவற்றின் தலைகளைச் சுவற்றில் மோதி நொறுக்கினார்கள். காட்டுமிராண்டித் தனம் உச்சத்தைக் கடந்தது. "சாரசன்களும் அரேபியரும் எத்தியோப்பியரும் அடங்கிய பாத்மித் இராணுவத்தின் கருப்பு சூடானிய வீரர்கள் அல்அக்சா மற்றும் பாறை மாடக் கூரைகளின்மீது தஞ்சமடைந்தனர். அவர்கள் சண்டையிட்டபடி மாடத்தை நோக்கி

நகரத்தொடங்கியதும், வீரத்திருத்தகைகள் கோட்டை அகலிடத்தில் நெருங்கிக் கூடியிருந்த மனிதர்களை வெட்டி மனித சதைகளைப் பிளந்து வழி ஏற்படுத்திக்கொண்டு அல்அக்சா வரையில் கடிவாளம் தொட்டுச் செல்லும் ரத்தவெள்ளத்தில் சவாரி செய்தனர். இந்த இடம் இறைநம்பிக்கையற்றோரின் ரத்தத்தால் நிரப்பப்பட வேண்டும் என்பது உண்மையில் மிகச்சிறந்த நேர்மையான கடவுளின் தீர்ப்பு."

கோயில் மலையில் கொல்லப்பட்டவர்கள் மட்டும் பத்தாயிரம் பேர். அல்அக்சாவில் அடைந்து கிடந்தவர் மூவாயிரம் பேர். பல முஸ்லிம் மதகுருமார்களும் சூஃபி ஞானிகளும் இதில் அடங்குவர். "அல்அக்சா மேற்கூரையிலிருந்த முஸ்லிம்களை எங்கள் விற்போர் வீரர்கள் அம்பெய்திக் கொன்றனர். இன்னும் விவரிக்க என்ன இருக்கிறது? யாரையும் உயிரோடு விட்டுவைக்கவில்லை; பெண்களும் குழந்தைகளும் கூட மரணத்திலிருந்து தப்பவில்லை" என்று எழுதுகிறார் வரலாற்றாசிரியர் சார்ட்ரஸைச் சேர்ந்த ஃபுல்ச்சர். ஆனால் அல்அக்சா மேற்கூரையில் மிச்சமிருந்த 300 பேர்களுக்குப் பாதுகாப்பு வழங்குவதாக அறிவிப்பதற்கான அறிவிப்பு தொகையை அனுப்பினார். டான்கிரட் கொலைச் செயல்களைத் தடுத்து நிறுத்தி, மிகமுக்கிய சிலரை சிறைபிடித்தார். கோயில் மலை கருவூலங்கள் அவருக்குக் காண்பிக்கப்பட்டன. அங்கிருந்த புனித ஆலயங்களில் தொங்கிய தங்க விளக்குகளைக் கொள்ளையிட்டார். யூதர்கள் தங்களது கோயில்களில் அடைக்கலம் புகுந்தனர். ஆனால் கோயில்கள் சிலுவைப் போராளிகளால் தீயிடப்பட்டன. யூதர்கள் உயிரோடு எரிக்கப்பட்டனர். இயேசுவின் பெயரால் எரித்து அர்ப்பணிக்கப் பட்ட காணிக்கை இது. காட்ஃப்ரே தனது வாளை உருவியபடி ஒரு சிறு படையுடன் ஜெருசலேமைச் சுற்றிவந்து வழிபட்டார். பின்னர் அவரது சேனை புனிதக் கல்லறைக்குப் புறப்பட்டது.

மறுநாள் காலை ரேமாண்ட்டின் வீரர்கள் அல்–அக்சா கூரை மீதேறி அங்கிருந்த முஸ்லிம்களுக்குத் திகைப்பூட்டினர். அங்கிருந்த ஆடவர் பெண்டிர் அனைவரின் தலைகளையும் வெட்டி வீழ்த்தினர். மற்றுமோர் கொலை வெறியாட்டம் அது. முஸ்லிம்களில் சிலர் தாமாகவே தீயில் பாய்ந்து மரணத்தைத் தழுவினர். வெர்சியாவிலுள்ள ஷிராஸ் நகரத்தின் மதிப்புக்குரிய பெண் அறிஞர் ஒருவர் 'டோம் ஆப் த செயின்' (Dome of the chain) என்ற இடத்தில் கூடியிருந்த பெண்கள் கூட்டத்தில் அபயம் புகுந்தார். அங்கிருந்த கூட்டத்தினரும் வெட்டி வீழ்த்தப்பட்டனர். பலியான எதிரிகளின் உடலைத் துண்டாடுவதில் பினந்திண்ணும் பேய்களாக பேருவகை கொண்டனர்.

இந்தச் செயலை அவர்களின் நெஞ்சார்ந்த புனிதச் சடங்காகக் கருதினார்கள். “எல்லா இடங்களிலும் மனித உடலின் பகுதிகள், தலையற்ற முண்டங்கள், சிதைக்கப்பட்ட உறுப்புகள் திசைக ளெங்கும் சிதறிக்கிடந்தன.” கோரக் கண்களோடும் உறைந்த ரத்தத் திவலைகளோடும் காணப்பட்ட சிலுவைப் போராளிகளையும் அந்தக் கோரக்காட்சிகள் அச்சுறுத்தின. தலைமுதல் கால்வரை ரத்தம் வழிந்தோடுகிற காட்சிகள், காண்போரைப் பீதியுறச் செய்தன; கடைத்தெரு வீதிகளில் ஆட்டை வெட்டுவதுபோல் கண்டவர் களையெல்லாம் இழுத்து வந்து கொலைசெய்ய தேடித் திரிந் தார்கள். வாளும் கேடயமும் பதித்த வீடுகள் அவ்வேலையைச் செய்தவனுக்கு சொந்தமாகும் என்று சிலுவைப் போராளிகளுக்கு உறுதியளிக்கப்பட்டது. “இதைத் தொடர்ந்து புனிதப் போராளிகள் அந்த நகர மக்களைத் தேடித்தேடி கொலை செய்தார்கள். இந்தக் கொலைச் செயலில் அவர்களது தைரியமும் முனைப்பும் கலந் திருந்தன. மனைவி, மக்கள் என அனைவரும் சிதைக்கப்பட்டனர். பலர் ஜன்னல்கள் வழியே தலைக்குப்புற விழுந்தனர்.[1]

பின்னர் வந்த இஸ்லாமிய வரலாற்றாசிரியர்கள் 70,000 பேர் அல்லது ஒரு லட்சம் பேர்கள் கூட கொல்லப்பட்டிருக்கலாம் என்று கூறுகிறார்கள். ஆனால் சமீபத்திய ஆய்வுகள் 10,000 பேர்கள் மட்டுமே கொல்லப்பட்டிருக்கலாம் என்று தெரிவிக்கின்றன. இந்த படுகொலைகளைக் குறைந்த அளவில் காட்டி பின்னாட்களில் எடிஸ்ஸா மற்றும் அக்ரே போன்ற இடங்களில் முஸ்லிம்களால் கொல்லப்பட்டவர்களின் எண்ணிக்கையைவிட புனிதப் போராளி களால் பலியானவர்கள் குறைவுதான் எனக் கூறுகிறது.

இபுன் அல் அரபி என்ற வெகுவாக மதிக்கப்படும் அறிஞர் 1099இல் எகிப்தில் வாழ்ந்தவர். அவர் அல்அக்சாவில் கொலை யுண்டவர்களின் எண்ணிக்கை 3000 என்கிறார். ஒட்டுமொத்த யூதர்களும் ஒழிக்கப்படவில்லை. உயிரோடு விட்டுப்போன யூதர் களும் முஸ்லிம்களும் இருந்தனர். பதிவு செய்தவர்கள் பரப்புரைக் காகவும் மதநோக்கங்களுக்காகவும் தங்களின் குற்றச் செயல்களின் அளவை பெருமளவுக்கு மிகைப்படுத்தியிருப்பதாகவே தோன்று கிறது. இப்படித்தான் இருந்திருக்கிறது இந்தப் புனிதப்போர்.

17ஆம் தேதியன்று இந்தப் புனிதப் பயணிகள் (இந்தக் கொலை காரர்கள் அப்படித்தான் தங்களை அழைத்துக் கொண்டனர்) தங்களின் கொலைச் செயல்களில் திருப்தியுற்றவர்களாய் ‘அவர் களுக்குப் பெருமளவில் தேவைப்பட்ட ஓய்விலும் உணவிலும் களைப்பு நீக்கி புத்துணர்வு பெற்றனர்.’ இளவரசர்களும் மதகுருக்களும் புனித

கல்லறைக்குச் சென்று கிறிஸ்துவைத் துதித்துப் பாடினார்; மகிழ்ச்சி பொங்க கைதட்டினர்; பலிபீடம் அவர்களது ஆனந்தக் கண்ணீரால் அபிஷேகம் செய்யப்பட்டது. பின்னர் தேவனின் கோயிலுக்கு (dome of the rock) செல்லும் பாதையில் அணிவகுத்துச் சென்றனர். சாலமன் கோயில் பாதையிலும் இவர்களது அணிவகுப்பு நிகழ்ந்தது. அந்தப் பாதைகளிலும் சிதறிக்கிடந்த மனித உறுப்புகள் கோடை வெப்பத்தில் அழுகிக் கிடந்தன. தப்பிப் பிழைத்த யூதர்களையும் முஸ்லிம்களையும் எஞ்சிக்கிடந்த சிதிலங்களை அப்புறப்படுத்தி எரியூட்டும்படி இளவரசர்கள் கட்டாயப்படுத்தினர். இறுதியாக எரியூட்டியவர்களும் கொலை செய்யப்பட்டனர்.

பொன்னும் மணியும் வெள்ளியும் ஆடையும் நிறைந்த ஒரு கருவூலமாக இருந்தது ஜெருசலேம். இதற்கும் மேலாக மதிப்புமிக்க கைதிகள். ஐரோப்பியர்கள் இருநாட்களுக்கு அடிமைகளை ஏலம் விட்டனர். மீட்புப் பணம் அளித்து சில மரியாதைக்குரிய முஸ்லிம்கள் காப்பற்றப்பட்டனர். ஷபி அறிஞர் ஷேக் அப்துல் சலாம் அல்–அன்சார்க்கு மீட்புப் பணமாக ஆயிரம் தினார் விதிக்கப்பட்டது. அந்தத் தொகையைச் செலுத்த யாரும் முன்வராததால் அவர் கொலை செய்யப்பட்டார். உயிர்தப்பிய யூதர்களும் 300 ஹீப்ரு புத்தகங்களும் எகிப்திய யூதர்களிடம் விடுதலைக்கான பணயமானது. கைதிகளைப் பணயமாக்கும் தொழில் ஜெருசலேம் சாம்ராஜ்யத்தின் மிக அதிக லாபம் ஈட்டும் தொழில்களில் ஒன்றானது.

சிதைந்த மனித சதைப்பிண்டங்கள் முழுமையாக சேகரம் ஆகவில்லை. ஜெருசலேமில் இந்நிகழ்வுக்குப் பின்னரும் பலகாலம் அழுகிய நாற்றம் வீசிக்கொண்டிருந்தது. ஆறுமாதம் கடந்த பின்னர் புல்ச்சர் அங்கே திரும்பி வந்தார். அவரது குறிப்புகள்: “வேட்டையாடப்பட்டு வீழ்ந்து கிடந்த சாரசன்களின் உடல்கள் அழுகியதால் மதிலுக்கு உட்புறத்திலும் வெளிப்புறத்திலும் பிணவாடை வீசியது. எத்தகைய துர்நாற்றம் அது.” இன்னும் ஜெருசலேமில் பாதுகாப்பு முற்றிலும் நிலைநாட்டப்படவில்லை. எகிப்திய இராணுவம் ஜெருசலேம் நோக்கிப் படையெடுத்து நெருங்கியது. சிலுவைப் போராளிகளுக்கு ஒரு தளபதி தேவைப்பட்டான். அதாவது ஜெருசலேம் முதல் மன்னனைத் தேர்வு செய்யும் அவசியம் எழுந்தது.

காட்ஃப்ரே: புனிதக் கல்லறையின் காப்பாளர்

அரச பதவிக்குரிய தகுதியுடையோரின் நன்னடத்தையையும் ஒழுக்கத்தையும் விசாரிக்கும் பணி தொடங்கியது. உயர்குடி பிரபுக்களும் திருச்சபை மதகுருமார்களும் மூத்த இளவரசரான

மக்கள் செல்வாக்கில்லாத ரேமாண்ட்டிடம் அரச பதவியை அளித்தாக வேண்டும் என்றுணர்ந்தனர். இந்த முடிவைக் கசந்த மனத்துடன்தான் எடுத்தனர். ஆனால் ரேமாண்ட் இயேசுவின் நகரத்தில் மன்னராக இருக்க இயலாது என்று உறுதிபடக் கூறி அரச பதவியை மறுதலித்தார். பிறகு அவர்களின் உண்மையான, தேர்ந்த ஒழுக்கமும் மதிப்புமிக்க காட்ஃப்ரே ட்யூக்கிற்கு அரசபதவியைத் தர முன் வந்தனர்; அவரும் அதற்கிசைந்து புதிதாக அவருக்காகப் புனையப்பட்ட 'புனிதக் கல்லறையின் காப்பாளர்' என்ற பட்டத்தை ஏற்றார்.

தன்னைத் தந்திரமாக தவிர்த்துவிட்டதாக சினங்கொண்ட ரேமாண்ட், டேவிட் கோபுரத்தின் கட்டுப்பாட்டைப் பேராயர்கள் தலையிட்டு சமரசம் செய்யும் வரை விட்டுக்கொடுக்க மறுத்து விட்டார். இயேசுவால் ஆளப்பட்ட நகரத்தை ஆயுதங்களால் வெற்றி கண்ட இந்தப் புனிதப் போராளிகளுக்கு அறத்தையும் ஒழுக்கத்தையும் நிலைநாட்டுவது அவ்வளவு எளிதான ஒன்றல்ல. நார்மன் மதகுரு அர்னால்ப் இன முதல்வராகத் தேர்வானர். ஆனால் அவரும் கள்ள உறவு மற்றும் ஒரு அரேபியப் பெண் மூலம் ஒரு குழந்தைக்குத் தகப்பன் என்ற பழிகளிலிருந்து தன்னை விடுவித்துக்கொள்ள வேண்டியிருந்தது.

அர்னால்ப், தேவாலயங்களில் மணிகளை அமைத்தார். தேவாலய மணி ஓசை முன்னர் முஸ்லிம்களால் தடை செய்யப் பட்டிருந்தது. ஜெருசலேம் லத்தீன் கத்தோலிக்க மயமானது. கிரேக்க குலபதிகளும் மதகுருமார்களும் துரத்தியடிக்கப்பட்டனர். அவர்களுக்குப் பதிலாக புனிதக் கல்லறையின் பொறுப்பாளர்களாக லத்தீன் குருமார்கள் பதவி ஏற்றனர். இதனால் அர்னால்ப் கிறித்துவ பிரிவுகளிடையே சச்சரவுகளையும் முரண்பாடுகளையும் தொடங்கி வைத்தார். இன்றுவரை இப்பிரச்சனை அவதூறுகளுக்கு இடமளிக்கிறது. இருப்பினும் அர்னால்ப்பினால் மெய்ச்சிலுவை இருந்த பிரதான பகுதியைக் கண்டுபிடிக்க முடியவில்லை. பழைமைப் பற்றாளர்களாயிருந்த மதகுருமார்கள் அந்த மறைவிடத்தைத் தெரிவிக்க மறுத்துவிட்டனர். இனமுதல்வன் அர்னால்ப் அவர்களைக் கொடுமைப்படுத்தினான். ஆயுள் அளிக்கும் விருட்சத்தைப் பெறுவதற்காக ஒரு கிறித்துவன் ஏனைய கிறித்துவர்களை வதைத்த செயல் இது. இறுதியில் அவர்கள் அர்னால்ப்புக்கு அடிபணிந்தனர்.

ஆகஸ்ட் 12ஆம் நாள் சிலுவைப் போராளிகளுக்குத் தலைமையேற்று காட்ஃப்ரே, அஷ்க்கேலான் நோக்கிச் சென்றார். ஜெருசலேமின் பாதுகாப்புக்கென்று யாரும் விட்டுச் செல்லப்படவில்லை. அஷ்க்

கேலானில் எகிப்தியர்கள் தோற்கடிக்கப்பட்டனர். அஷ்க்கேலான் ரேமாண்ட்டிடம் சரணடைய முன்வந்தபோது, தன்னோடு இணைத்துக் கொள்ளாத வரை சரணடைதலை ஏற்க மறுத்து விட்டார். அஷ்க்கேலானை இழக்க நேரிட்டது. ஜெருசலேம் தலைவர் களின் உட்பூசலால் நேர்ந்த, தனக்குத் தானே ஏற்படுத்திக் கொண்ட பல காயங்களில் முதல் காயம் இது. ஆனால் ஜெருசலேமிற்கு எந்த குந்தகமும் ஏற்படவில்லை. அந்நகரம் வெறிச்சோடிக் கிடந்தது.

நார்மண்டி ட்யூக்கும், பிளான்டர்ஸ் பிரபுவும், சிலுவைப் போராளிகள் பலரும் தாயகம் திரும்பினார். காட்ஃப்ரே தூய்மையற்ற, நிலைகுலைந்த அந்த நகரத்தில் விடப்பட்டார். அப்போது அந்த நகரத்தில் 300 வீரர்களும் 2000 காலாட் படையினரும் மட்டுமே இருந்தனர். குடியிருப்புகள் காலியாகக் கிடந்தன. குடியமர்த்த போதிய நபர்கள் இல்லை. இறுதியாக, சிணுங்கிக்கொண்டிருந்த ரேமாண்ட் தன் ஊடலிலிருந்து விடுபட்டார். லெபனான் கடற்கரை ஆட்சிப்பகுதியைக் குறைத்துக்கொண்டு திரிபோலியில் தனது வம்ச ஆட்சியைத் தோற்றுவித்தார். அப்போது சிலுவைப் போராளி களுக்கு நான்கு மாகாணங்கள் இருந்தன. அன்ட்டியாக், எடிசா, திரிபோலி குறுநிலப் பகுதிகள் மற்றும் ஜெருசலேம் ராஜ்ஜியம். இவர்களுக்குள் நிகழ்ந்த மோதல்களால் உருவான இடம், ‘அவுட்டிரம்மரின் நிலம்’ என்று அறியப்படலாயிற்று. அதற்கு ‘கடலைத் தாண்டி’ என்று பொருள்.

இஸ்லாமிய உலகமோ பிளவுண்டு கிடந்தது. ஒரு புறம் வலு விழந்த பாக்தாத் கலிபாக்கள். இவர்கள் சன்னிப் பிரிவைச் சேர்ந்தவர்கள். மறுபுறம் ஷியா பிரிவினரைக் கொண்ட கெய்ரோ. இந்த இஸ்லாமிய உலகம் புறநிகழ்வுகளைக் கண்டுகொள்ளாமல் மௌனித்துக் கிடந்தது ஆச்சரியம்தான்! ஒரு சில முஸ்லிம் உபதேசிகள் மட்டும் ஜெருசலேமை மீட்க ஒரு புனிதப் போருக்கு அழைப்பு விடுத்தனர். அதற்கு, வலிமை பெற்றிருந்த துருக்கிய அமீர்களிடத்தில் எந்த எதிர்வினையும் இல்லை. அவர்களோ தங்களின் தனிப்பட்ட சச்சரவுகளில் முனைப்புடன் ஈடுபட்டிருந்தனர்.

டிசம்பர் 21ஆம் நாள் காட்ஃப்ரேயின் சகோதரர் பால்டு வின்னும் அன்ட்டியாக்கின் இளவரசர் போகிமாண்ட்டும் கிறிஸ்துமஸ் கொண்டாட்டத்திற்காக ஜெருசலேமிற்கு வந்தனர். பால்டுவின் எடிசாவின் பிரபு. ஆனால் திருச்சபைக்கு எதிராகத் தன்னைப் பாதுகாத்துக்கொள்ள காட்ஃப்ரேயிடம் போராட வேண்டியிருந்தது. அப்போது அர்னால்ப்க்குப் பதிலாக டைம்பர்ட்

என்பவர் இனமுதல்வராக நியமிக்கப்பட்டிருந்தார். போப்பாண்டவரின் பிரதிநிதியான இவர் தனது தலைமையில் ஒரு சமய ஆட்சியை உருவாக்க முனைந்திருந்தார். காட்ஃப்ரேயை அவரது நகரையும் ஜாஃபாவையும் திருச்சபையிடம் ஒப்படைக்கும்படி கூறினார். கி.பி 1100ஆம் ஆண்டு ஜூன் மாதம் காட்ஃப்ரே டைபாய்டு காய்ச்சலில் இறந்தார். 5 நாட்களுக்குப் பின் ஜூலை 18ஆம் நாள் அடக்கம் செய்யப்பட்டார். புனிதக் கல்லறை திருச்சபை வளாகத்தில் கல்வாரி மலையின் அடிவாரத்தில் இவருக்குப் பின் பதவிக்கு வந்தவர்களின் கல்லறைகளும் உள்ளன.

டைம்பர்ட் ஜெருசலேமைத் தன் கட்டுக்குள் கொண்டு வந்தார். ஆனால் காட்ஃப்ரேயின் வீரத்திருத்தகைகள் நகர் அரண் கோட்டையை அளிக்க மறுத்தனர். மாறாக, அவரது சகோதரர் பால்டுவின்னுக்கு அழைப்பு விடுத்தனர். எடிசா பிரபு வடசிரியாவைக் காக்கப் போராடினார். அக்டோபர் 2ஆம் நாள் 200 வீரர்களுடனும் 700 துருப்புகளுடனும் பால்டுவின் கிளம்பினார். ஜெருசலேம் வரை போராடிச் செல்லவேண்டும் என்பதை உணர்ந்தார். போகு மிடமெல்லாம் இஸ்லாமிய அதிரடி தாக்குதல்களை எதிர்கொள்ள வேண்டியிருந்தது. நவம்பர் 9ஆம் தேதி புனித நகருக்குள் நுழைந்தார். அப்போது அவரிடமிருந்த படையில் பாதிதான் மிஞ்சி யிருந்தது.

குறிப்பு:

1. கசப்பானதொரு முற்றுகைக்குப் பின்னர் குடியிருப்புப் பகுதிகளைக் குறிவைக்கக்கூடாது என்று போர் விதிமுறைகள் கூறுகின்றன. ஆனால் நேரில் கண்ட ஐரோப்பிய சாட்சிகள் படுகொலைகளை விளம்பரப் படுத்தியதோடு தங்களின் தாக்குதலில் தப்பிபிழைத்தவர் எவருமில்லை என்று பெருமைப்பட்டுக் கொண்டனர். வெளிப்பாட்டு நூல் (Book of revelation) இந்த விவரிப்புகள் சிலவற்றிற்கு நேரடி உந்துசக்தியாக இருந்துள்ளது. போராளிகள், பலியானோரின் எண்ணிக்கையைக் குறிப் பிடவில்லை.

★

22

அவுட்டிரெம்மரின் எழுச்சி
1100-1131

பால்டுவின்: முதல் அரசர்

இரண்டு நாட்களுக்குப் பின் பால்டுவின் அரசரானார். அவரது இப்பதவியேற்பை அங்கீகரிக்குமாறு டைம்பர்ட் நிர்ப்பந்திக்கப் பட்டார். பால்டுவின் பதவியேற்ற உடனே எகிப்தின்மீது படை யெடுக்கக் கிளம்பினார். எகிப்திலிருந்து திரும்பியதும் 'ஜெருசலேமில் லத்தீன்களின் மன்னர்' என்ற பட்டம் சூட்டப்பட்டது. இனமுதல்வர் டைம்பர்ட், பெத்லகேமில் உள்ள 'நெட்டிவிட்டி' திருச்சபையில் அவருக்கு முடிசூட்டினார்.

ஜெருசலேமில் முதல் அரசராகிய அவருடைய சகோதரரின் அளவிற்கு பால்வின் உத்தமரல்ல என்றாலும் திறமையானவர். மிருது வான சருமமும் கருகருவென்ற முடியும் தாடியும் உடைய அவரது மூக்கு கழுகுனுடையதைப் போன்றிருந்தது. சரிந்த முகவாய்; மேலு தடு முன்புறமாகத் துருத்திக் கொண்டிருக்கும். சிறு வயது முதலே சமயக் கல்வி கற்று வந்தார். சமயப்பணி சார்ந்த மதகுருவின் சாயல் அவர்மீது படிந்திருந்தது. எப்போதும் மத உடைகளையே அணிந் திருப்பார். அரசியல் தேவைகளுக்காகத் திருமணம் செய்துகொண்டவர்; சூழ்நிலைக்காக இருதார மணமேற்க வேண்டிய ஆபத்தும் வந்து சேர்ந்தது. நிறைவான மணஉறவு சாத்தியமற்றதால் அவருக்குப் பிள்ளைகள் இல்லாது போயிருக்கலாம். 'உடல் சார்ந்த காம

வேட்கை பாவங்களுக்கு எதிராகக் கடுமையாகப் போராடித் தோற்றுப் போய் ஒழுக்கக் கேடுகளில் மிகுந்த எச்சரிக்கையோடு ஈடுபட்டார். அவர் ஓரின சேர்க்கையில் விருப்பம் கொண்டவர் என்று சிலர் கூறினர். அவர் மீதான படிமம் மர்மம் நிறைந்தது.

பால்டுவின் போர் நடவடிக்கைகளில் அயராத ஈடுபாடு கொண்டிருந்தார். மதகுரு அவரை 'மக்களின் கரங்கள்' என்றும் 'எதிரிகளின் கிலி' என்றும் புகழ்ந்தார். அசாதாரண ஆற்றல் பெற்ற இந்தப் போர் வீரன் அரசை தக்கவைக்கவும் விஸ்தரிக்கவுமே தன்னை அர்ப்பணித்துக்கொண்டார். ரமல்லாவுக்கு வெளியே இருந்த எகிப்தியர்களுடன் அடிக்கடி போரிட வேண்டி வந்தது. ஒருமுறை எகிப்தியர்களால் அவர் தோற்கடிக்கப்பட்டபோது கஸலா என்ற தனது குதிரையில் ஏறி தப்பிச் சென்று ஆங்கிலேய கடற் கொள்ளையர்களின் உதவியுடன் கடல் வழியே ஜாஃபாவைச் சென்றடைந்தார்.

மீண்டும் தனது வீரத்திருத்தகைகளை ஒன்று திரட்டி எகிப்தியர் களுடன் போரிட்டு அவர்களை நிர்மூலமாக்கினார். இத்தனைக்கும் அவரிடமிருந்தது 1000 வீரத்திருத்தகைகளையும் 5000 வீரர்களையும் கொண்ட சிறுபடையே. டர்கோபோல் என்ற உள்ளூர் துணைப் படையினரை (சில முஸ்லிம்களும் இருந்திருக்கலாம்) தேர்வு செய்திருந் தார். நெளிவு சுளிவு கொண்ட சாணக்யத்தனம் பெற்ற அவர் ஜெனோ, வெனிசீய, ஆங்கிலேய கடற்படைகளுடன் நட்புறவு கொண்டு, முஸ்லிம் தலைவர்களிடையே நிலவிய பகைமையைப் பயன்படுத்தி சசேரியாவிலிருந்து அக்ரே மற்றும் பெய்ரூட் வரையிலான பாலஸ் தீனக் கடற்பகுதியை வெற்றி கொண்டார்.

ஜெருசலேமில் டைம்பர்ட் தான் பால்டுவினுக்கு சவாலாக விளங்கினார். எனவே டைம்பர்டை குலபதி பதவியிலிருந்து நீக்கி விட்டார். சிலுவைப் போராளிகள் ஜெருசலேம் மக்களை முற்றிலு மாக அழித்தொழித்தனர். ஆனால் புனித இடங்களான அல்குத்தைப் பரந்த மனதுடன் விட்டுவைத்தனர்; ஏனெனில் அவை விவிலிய மூலங்கள் என்று அவர்கள் நம்பியதுதான். டேவிட் கோபுரம் என்று கிறித்துவர்களால் அழைக்கப்பட்ட கோட்டையை பால்டுவின் வலுப்படுத்தினார். அதுவே மாளிகையாகவும், கருவூலமாகவும், சிறையாகவும், இராணுவப் பகுதியாகவும் அமைந்தது. மீண்டும் 1110இலும் 1113இலும் எகிப்திய படையெடுப்புகள் ஜெருசலேமை அச்சுறுத்தி வந்தன. மக்கள் ஆயுதம் ஏந்த டேவிட் கோபுரத்தி லிருந்து எக்காளம் முழங்கியது. கி.பி 1104இல் பால்டுவின் அல் அக்சா மசூதியை ராஜமாளிகையாக மாற்றினார்.

சிலுவைப் போராளிகளில் பலர் மாடமும் அல்அக்சாவும் மன்னர் சாலமானால் கட்டப்பட்டவை அல்லது குறைந்தபட்சம் மாவீரன் கான்ஸ்டன்டைனால் கட்டப்பட்டிருக்கலாம் என்று நம்பினார்; ஆனால் சிலர் அவை இஸ்லாமிய சார்புடையவை என்று முழுமையாக அறிந்திருந்தனர். பாறை மாடத்தின் உச்சியில் சிலுவை ஏறிய பகுதி தேவாலயம் என்று அழைக்கப்படுகிறது. ஜெருசலேமைக் கைப்பற்றிய முன்னவர்களைப் போலவே ஐரோப்பியரும் முன்பு நிறுவப்பட்டிருந்த இடங்களை தங்களின் நினைவுச் சின்னங்களாக மாற்றியமைத்தனர். பால்டுவின் தனது அக்சா மாளிகையின் கூரையைப் பிரித்து புனிதக் கல்லறைக்குப் பயன்படுத்தினார்.

கி.பி 1110ஆம் ஆண்டில் நார்வே அரசரான சிகுர்து தனது 60 கப்பல்களுடன் அக்ரேயில் வந்திறங்கினார். பதின்பருவத்தில் இருந்த அவர் மத்தியதரைக்கடல் வழியே புறச் சமயத்தவரைக் கொன்று குவித்தபடி வந்தார். சிகுர்தை பால்டுவின் வழிநடத்தி வந்தார். சைடோன் மீது படையெடுக்க தனக்கு சிகுர்து அவரது கடற்படையைக் கொடுத்துதவினால் அவருக்கு ‘உண்மையான சிலுவை’யின் சிம்பு ஒன்றை அளிப்பதாக வாக்குறுதி கொடுத்தார். சைடோன் வீழ்ந்தது.

டமாஸ்கஸ் மோசுலின் துணைத் தளபதிகளின் தாக்குதல்களைப் பால்டுவின் எதிர்கொண்டார். வாழ்க்கை முழுதும் அவருக்கு முடிவற்ற யுத்தமாகவே இருந்தது. வஞ்சக நரித்தனமும், மதிநுட்பமும் மிகவும் இயல்பாகவே அவருக்கு வாய்க்கப் பெற்றிருந்தன. ஆர்மீனியா ஆளுநரின் மகள் அர்டாவைத் தன் வாழ்க்கைத் துணையாக்கிக் கொண்டார். இந்த உறவு எடிசாவைக் கைப்பற்ற உதவியது. அர்டாவின் மிகைக் குணம் காரணமாகப் புனித கன்னி மடாலயத்தில் முடக்கி வைக்கப்பட்டாள்.

அர்டா, அன்டியாக் செல்லும் வழியில் அரேபியக் கொள்ளைக்காரர்களுடன் களியாட்டம் போட்டாள் (அல்லது அவர்களது வன்புணர்ச்சிக்கு ஆளானாள்) என்று சொல்லப்பட்டது. பிறகு கான்ஸ்டான்டிநோபிளுக்கு தனது முகாமை மாற்றியபோது முன் கூற்றே உண்மையெனத் தெரிய வந்தது.

சிசிலி நாட்டின் நார்மன் பிரபுவின் பணக்கார விதவை அபிலைடை மறுமணம் செய்துகொண்டார் பால்டுவின். இந்தத் திருமண ஒப்பந்தம் லாபகரமாக இருந்தது. அபிலைடுனான மண உறவில் அவர்களுக்குப் பிள்ளைப்பேறு இல்லாமல்போனால் (பால்டுவின் முதுமை காரணமாக பிள்ளைப்பேறு சாத்தியம் இல்லை)

அபிலைடின் மகன் சிசிலியின் இரண்டாம் ரோஜர் ஜெருசலேமின் மன்னராக்கப்படுவான் என்று அவளுக்கு உறுதியளித்தார். கடல் பயணத்தின்போது அபிலைடின் மிதவை கொள்ளையர்களின் தாக்குதலுக்கு உள்ளானது. இறுதியில் அக்ரேயிட்டிற்கு கிளியோ பாட்ராவைப் போல வந்திறங்கினாள் அபிலைட்.

நார்மன் சிசிலியின் செல்வங்கள் காட்சிக்கு விரித்து வைக்கப் பட்டன. ஏழு கப்பல்கள் நிறைய தங்கமும் அணிகலன்களும், தலா 500 வீரர்கள் கொண்ட இரு போர் கலன்களும் அணி வகுத்தன. அவளுடைய கப்பலில் மின்னும் பாய்மரங்களும், வில்லேந்திய சராசன் வீரர்களுமிருந்தனர். அவளுடைய சிறப்புமிகுந்த இத்தகைய படை அணிவகுப்பை அவுட்டிரம்மர் இதற்கு முன்னர் கண்ட தில்லை. களிப்பில் திளைத்த வயது முதிர்ந்த கிளியோபாட்ராவை ஜெருசலேம் நகரில் பால்டுவின் வழிநடத்தி வந்தபோது நகரின் தெருக்கள் கொடிகளால் அலங்கரிக்கப்பட்டிருந்தன. தரையெங்கும் விரிப்புகள் போடப்பட்டிருந்தன. இருந்தாலும் அவளது செருக்கிற்கு ஒரு இடையூறு நேர்ந்தது. குன்றாத செல்வம் படைத்த அடிலைடின் பொலிவு குன்றியது. தலைநகருக்குரிய சொகுசுகளற்ற நாட்டுப்புற ஜெருசலேமை அவள் வெறுத்தாள். பால்டுவின் உடல்நிலை மோச மானபோது இருதார மணம் அவரைச் சங்கடப்படுத்தியதால் மகா ராணியை மீண்டும் சிசிலிக்கே அனுப்பிவைத்தார்.

பால்டுவின், அடிலைடை முற்றாக ஒதுக்கினார். அப்போது அவளுடைய மகன் இரண்டாம் ரோஜரை அரியணையில் அமர்த்து வதாக அளித்திருந்த சத்தியத்தையும் மீறினார். இச்செயல் என்றைக் குமாக ஜெருசலேமின் மீதும் அதன் மக்கள் மீதும் கடுமையான வெறுப்பை ரோஜரின் அகமெங்கும் பரவச் செய்திருந்தது.

இந்நிகழ்வுகளினிடையே மன்னர் ஜெருசலேமின் வெறுமைக்கு ஒரு தீர்வு காண கி.பி 1115இல் ஜோர்டான் மீது படையெடுத்து அங்கு கோட்டைகளைக் கட்டினார். அவரது எதிர்ப்பு ஏழ்மை யுற்றிருந்த சிரியா கிறித்துவர்கள் மீதும் ஆர்மீனிய கிறித்துவர்கள் மீதும் திரும்பியது. இருந்தாலும் அவர்களை ஜெருசலேமில் வந்து குடியேறும்படி அழைத்தார். இவர்களே இந்நாளைய பாலஸ்தீன கிறித்துவர்களின் மூதாதையர்கள்.

ஜெருசலேமின் சிலுவைப் போராளிகள் எந்த யூகத்திற்கும் வர முடியாமல் பலவீனமாக இருந்தனர். தங்களின் எல்லைகளை வட திசை நோக்கி சிரியா இராக் பகுதிகளுக்கு விரிவுபடுத்துவதா அல்லது எகிப்தில் தெற்கு நோக்கி செல்வதா என்பதைத் தீர்மானிக்க முடிய

வில்லை. பால்டுவின்னும் அவரைப் பின்பற்றிய வழித்தோன்றல்களும் இந்தப் பகுதிகளில் ஏதேனும் ஒன்றை வென்றெடுக்க வேண்டும் என்று கருதினர். சிரியாவும் எகிப்தும் ஒன்று சேர்வது அவர்களுக்குக் கொடுங்கனவாக அமையும். எனவே கி.பி 1118இல் பால்டுவின் எகிப்தின்மீது தாக்குதல் தொடுத்தார். பால்டுவின் நைல் நதியில் மீன்பிடிக்க முகாமிட்டிருந்தபோது உடல்நிலை மோசமானது. நோயாளி படுக்கையில் வைத்து சுமந்து செல்லப்பட்டபோது கரையோர நகரமான எல் அரிவு என்ற இடத்தில் இறந்துபோனார். அங்குள்ள காயல் பகுதிக்கு அவரது பெயர் சூட்டப்பட்டது. பால்டுவின் இயல் பிலேயே ஒரு சாகசக்காரன். ஆச்சரியம் என்னவென்றால் அவருக் காக சிரியா நாட்டினரும் ஐரோப்பியரும் ஏன் சாரசன்கள்கூட துக்கம் அனுஷ்டித்தனர்.

குருத்தோலைத் திருநாளன்று ஜெருசலேம் மக்கள் கித்ரான் சமவெளியில் குருத்தோலை தாங்கி ஊர்வலமாகச் சென்றபோது எடிசாவின் பிரபு வடதிசையினின்று வருவதைப் பார்த்து மகிழ்ந் தனர். நெருங்கியபோது தான் துக்கித்த படை சூழ மாண்டுபோன மன்னரின் சவ ஊர்வலம் தென்திசையிலிருந்து ஜூடா மலைகளைத் தாண்டி வருவதைப் பார்த்தனர்.

சிறுவன் இரண்டாம் பால்டுவின்

மன்னர் திருச்சபைக் கல்லறையில் அடக்கம் செய்யப்பட்டதும் பட்டத்துரிமை குறித்து பரிசீலினை நடந்தது. ஒரு பிரிவினர் எடிசா பிரபுவைத் தேர்ந்தெடுத்து ஜெருசலேமைக் கைப்பற்றினர். பால்டு வின்னின் பெயர்கொண்ட சிறுவன் தேர்வு செய்யப்பட்டது ஜெருசலே மிற்குக் கிடைத்த நற்பேறு. இறந்துபோன அரசனுக்கு சகோதர உறவு இரண்டாம் பால்டுவின். தொடர் யுத்தங்களுக்கிடையில் அவர் பதினெட்டு ஆண்டுகள் எடிசாவை ஆட்சி புரிந்தார். இறுதியாக துருக்கியர்களிடம் பிடிபட்டு நான்கு ஆண்டுகள் சிறைபட்டுக் கிடந் தார். மார்பு வரை நீளும் தாடியுடன் திகழ்ந்த அவர் நான்கு மகன்களையுடைய ஆர்மீனிய செல்வச் சீமாட்டி மார்ஃபியாவை மணம் புரிந்தார்.

இரண்டாம் பால்டுவின் ஒரு புனிதரைப் போல் வாழ்ந்தார். மண்டியிட்டுத் தொழுது தொழுது அவர் முழங்கால்கள் உணர்ச்சி யற்றுப் போயின. பால்டுவின் நடுநிலக்கடல் கீழ்க்கரை நாடுகளைச் சேர்ந்தவர். மேலும் அவர் ஒரு ஐரோப்பிய மன்னரும் கூட. மத்திய கிழக்கு நாடுகள் அவருக்குத் தாயகம் போலாயின. அரச ஆசனத்தில்

கால்களை மடித்தமர்ந்தபடி அலங்கார உடையில் தனது தர்பாரை நடத்திவந்தார். முஸ்லிம்கள் அவரை முதிர்ந்த அனுபவம் கொண்டவராகவும் ராஜபரிபாலனத்தில் கைதேர்ந்தவரென்றும் நல்லுணர்வு கொண்டவரென்றும் கருதினர்.

ஜெருசலேமில் சிறுவன் பால்டுவின் சாலமன் கோயிலை இறைப்பற்று மிகுந்த, கருணையுள்ளம் கொண்ட ஒரு புதிய இராணுவ அமைப்பிடம் ஒப்படைத்தார். இவர்கள் என்றைக்கும் ஏழ்மையிலும், ஒழுக்கத்திலும், கீழ்ப்படிதலிலும் வாழ்க்கை நடத்தத் தம்மை நேர்ந்து கொண்டவர்கள். டெம்ளர்கள் எனப்பட்ட அவர்கள் ஜாஃபாவிலிருந்து செல்லும் புனிதப் பயணிகளின் வழியைப் பாதுகாக்கும் ஒன்பது காவலர்கள் ஆனார்கள். பின்னர் 300 வீரத்திருத்தகைகள் கொண்ட மத ராணுவ அமைப்பாக வளர்ச்சி பெற்று, போப்பாண்டவரால் அளிக்கப்பட்ட சிகப்பு சிலுவை அணிந்திருந்தனர்.

அவர்கள் ஆயிரக்கணக்கான காலட்படையினருக்கும் நூற்றுக் கணக்கான தலைவர்களுக்கும் தளபதியானார்கள். டெம்ளர்கள் முஸ்லிம்களின் புனித இடமான அல் ஷரிஃபை கிறித்துவர்களின் உறைவிடமும், படைக்கொட்டிலும், தேவாலயமும் கொண்ட ஒரு தொகுதியாக மாற்றியமைத்தனர்.[1] அதற்கு முன்பே அந்தப் பகுதி அல் அக்சா அறைகளாகவும் குடியிருப்புகளாகவும் பிரிக்கப்பட்டு விட்டது. அல் அக்சாவின் மேல் தளத்தில் எண்ணற்ற தோட்டங்களும், இடைக்கூடமும், இடைவழிக்கூடமும், மழை நீர்த் தொட்டிகளும் உருவாக்கப்பட்டிருந்தன என்று கி.பி 1172இல் வருகை புரிந்த ஜெர்மானிய துறவி தியோடரிக் கூறுகிறார்.

ஜெருசலேமெங்கும் பிரெஞ்சு, ஜெர்மன், இத்தாலி என பல மொழிகள் எதிரொலித்த வண்ணமிருந்தன. வெனிசியர்களுக்கு வியாபார உரிமைகளை அளித்தார் பால்டுவின். முஸ்லிம் வியாபாரிகள் ஜெருசலேமிற்குள் அனுமதிக்கப்பட்டனர். ஆனால் கிறித்துவின் தலைநகரில் இரவில் தங்குவதற்கு அனுமதி கிடையாது.

இதற்குப் பிறகு முன்னாள் ஜெருசலேம் ஆட்சியாளரும் தற்போதைய அலெப்போவின் தலைவருமான காசி என்பவர் அன்டியாக்கைத் தாக்கி அந்நாட்டின் இளவரசரைக் கொன்றார். மன்னர் பால்டுவின் உண்மைச் சிலுவையை ஏந்தியபடி வடதிசை நோக்கி விரைந்து காசியைத் தோற்கடித்தார். ஆனால் கி.பி 1123இல் காசியின் உடன்பிறந்தார் மகன் பாலாக் என்பவரால் சிறை பிடிக்கப்பட்டார்.

பால்டுவின், ஓர்துக் குடும்பத்தினரின் கைதியாக இருந்தபோது சிலுவைப் போராளிகள் டையரைக் கைப்பற்றினர். எகிப்தியர்கள் அவுகெலானிலிருந்து மன்னரும் படையுமற்ற ஜெருசலேமைக் கைப்பற்றிவிடலாம் என்ற நம்பிக்கையில் படையெடுத்து வந்தனர்.

குறிப்பு:

1. சாலமன் கட்டயதாக நம்பப்படும் பாறை மகுடத்தை மாதிரியாகக் கொண்டே கி.பி 1185இல் ஜெருசலேம் குலபதி ஹெராக்கிளியசால் புனித மாக்கப்பட்ட லண்டன் தேவாலயம் வடிவமைக்கப்பட்டுள்ளது. 'டா வின்சி கோட்' நாவலில் இந்த தேவலாயம் புகழ்பெற்றுள்ளது.

23

அவுட்டிரெம்மரின் பொற்காலம்
1131-1142

மெலிசென்டே இளம் பருவத் தோழன்

ஜெருசலேம் மக்கள் கிரெனியரின் யுஸ்டஸ் தலைமையின் கீழ் எகிப்தியர்களை இருமுறை வெளியேற்றினர். மீட்புப்பணம் அளித்து பால்டுவின் விடுவிக்கப்பட்டார். கி.பி 1125ஆம் ஆண்டு ஏப்ரல் 2ஆம் நாள் விடுதலையடைந்த மன்னரை வரவேற்க முழு நகரமும் திரண்டது. பால்டுவின் தனது சிறையனுபவத்தால் வாரிசைத் தேர்வுசெய்வதில் கவனம் குவித்தார். அவரது மகள் மெலிசென்டேதான் அவரது வாரிசு. அவள் திறமையும் அனுபவமும் மிக்க ஃபுல்க் என்பவரை மணந்தாள். ஃபுல்க், அன்ஜோ பகுதியின் பிரபு. கருப்பரான ஃபுல்க் என்ற தொடர் புனிதப்பயணியின் வழித் தோன்றல். கலகக்காரனின் மகனாகிய ஃபுல்க், ஒரு தேர்ந்த சிலுவைப் போராளியும் ஆவார்.

கி.பி 1131இல் பால்டுவின் ஜெருசலேமில் நோய்வாய்ப்பட்டார். குலபதியின் மாளிகையில் தனது மரணம் நேரிடவேண்டும் என்பது பால்டுவின்னின் விருப்பம். மெலிசென்டே, அவர்களது மகன் – எதிர்கால மூன்றாம் பால்டுவின் – ஆகியோருக்கு வழிவிட்டு ஃபுல்க், தனது பதவியைத் துறந்தார். மெலிசென்டேக்கு முடிசூட்டும் சடங்கு களுக்கு ஜெருசலேம் தயாரானது. ஃபுல்க்கும் மெலிசென்டேயும் ஆடம்பரமாக அலங்கரிக்கப்பட்ட குதிரைகள் மீதேறினர். இருவரும்

கைவேலைப்பாடுகள் கொண்ட திருச்சபை சிறப்பு நிகழ்ச்சிகளுக்கான நீண்ட தளர் அங்கியும், தோள்பட்டியும், கிரீட அணி களும் அணிந்து சாலமன் தேவாலயம் நோக்கி வந்தனர்.

மன்னரின் வாளேந்தி ராஜாங்க உயரதிகாரி வழிநடத்திச் செல்ல, மாளிகைக் காவலர் செங்கோல் ஏந்திப் பின்தொடர, மகிழ்ச்சி பொங்கும் நகரத் தெருக்களின் வழியே இருவரும் பவனி வந்தனர். புனிதக் கல்லறை மாடத்தில் முடிசூட்டப்பட்ட முதல் ஜெருசலேம் சக்கரவர்த்திகள் இவர்களே.

குலபதி, அரசு ரீதியான பிரமாணச் சடங்கை செய்வித்தார். பிறகு இவர்கள் சட்ட ரீதியான வாரிசுகள் என்று மும்முறை உறுதிசெய்யுமாறு கூட்டத்தினரை கேட்டுக்கொண்டார் குலபதி. 'ஆம்' என்று உரக்க ஒலித்தது கூட்டம். பலிபீடம் நோக்கி இரண்டு கிரீடங்கள் கொண்டு வரப்பட்டன.

ராஜா ராணி இருவரும் நறுநெய் சாற்றி புனிதமாக்கப்பட்டனர். பிறகு ஃபுல்க்குக்கு கடமைக் கணையாழியும், பாவிகளைத் தண்டிக்க செங்கோலும், போர்புரிய, நீதியுரைக்க வாளும் வழங்கப்பட்டன. அதனையடுத்து இருவருக்கும் குலபதி முடிசூட்டி முத்தமிட்டார். கல்லறைக்கு வெளியே வந்தபின் காவலன் உதவியோடு குதிரை மீதேறி ஃபுல்க் மலைக்கோயிலுக்குத் திரும்பினார். பிறகு நடந்த விருந்தின்போது மன்னர் தனது மகுடத்தைத் திருப்பித் தருவதாகக் கூறி பெற்றுக்கொண்டார். இது இயேசுவின் சுன்னத் கதையின் அடிப்படையிலான மரபு. மேரி இயேசுவை தேவாலயத்திற்குக் கொண்டுவந்து கடவுளுக்கு அர்ப்பணித்தார். பிறகு இரண்டு புறாக் களைக் கொடுத்து மீண்டும் விலைக்கு வாங்கினார். இந்தக் கதையை ஒட்டிய மரபு அது. விருந்தில் உணவும் ஒயினும் கொண்டு வரப்பட்டன. மாளிகைக் காவலரும் ராஜாங்க உயர் அதிகாரியும் ராஜகுடும்பத்திற்குப் பரிமாறினார்கள். மார்ஷல் பதாகையை தூக்கிப்பிடித்திருந்தார். ஆடல் பாடல் இசையென ஆரவாரம் பொங்க அரசரும் அரசியும் காவலனால் அவர்கள் வசிப்பிடத்திற்கு அழைத்துச் செல்லப்பட்டனர்.

மெலிசென்டே அரசனின் மனைவியல்ல. ஆட்சி நடத்தும் உரிமை பெற்ற அரசியாக இருந்தாள். தொடக்கத்தில் ஃபுல்க் நேரடி யாக அரசாட்சி செய்வான் என்ற எதிர்பார்ப்பு இருந்தது. ஃபுல்க் உயரத்தில் குள்ளன். உருவத்தில் பருத்தவன். நாற்பது வயது நிரம்பிய வீரன் – இத்தகைய ஃபுல்க் டையர் நகர வில்லியம் சொல்வதுபோல் மன்னர் டேவிட்டைப் போலக் காட்சியளித்தான்.

தனது ஆட்சியைத் தானே ஆளப் பழகிவிட்டிருந்த ஃபுல்க் தனது அரசியை மயக்க இயலவில்லை என்பது மட்டுமல்ல; அவளைக் கையாள்வதும் அவனுக்குக் கடினமான செயலாயிற்று. மெலிசென்டே கரிய நிறத்தவள், மெல்லிய தேகம் கொண்டவள்; நுண்ணறிவு பெற்றவள். அவளுக்கு பிள்ளைப் பருவத்து தோழன் ஒருவன் உண்டு. அவனோ ஆணழகன். அவன்தான் ஜெருச லேமின் மிகப் பெரிய செல்வச்சீமான். ஜாஃபாவின் பிரபுவாகிய அவனோடுதான் பெரும்பொழுதைக் கழித்து வந்தாள். இவருக்கும் கள்ள உறவு இருப்பதாக ஃபுல்க் குற்றம் சாட்டினான்.

இராணி மெலிசென்டே பெற்ற பரிசு

மெலிசென்டேயின் காதல் விளையாட்டுகள் ஆரம்பத்தில் வதந்தியாகப் பரவி விரைவிலேயே ஒரு அரசியல் சிக்கலாக முடிந்தது. அவள் ராணி என்பதால் தண்டனையளிப்பது சாத்திய மில்லை. ஆனால் ஐரோப்பிய சட்டப்படி ஓர் ஆணும் பெண்ணும் தகாத பாலியல் உறவு கொண்டிருந்த குற்றம் நிரூபணமானால் பெண்ணின் மூக்கு பிளக்கப்படும்; ஆண் ஆண்மை நீக்கத்திற்கு ஆளாவான்.

ஒருவன் தன்னைக் குற்றமற்றவன் என்று நிரூபிக்க ஒரே வழி தான் இருந்தது. அவன் மல்யுத்தத்தில் வெற்றி பெறவேண்டும். இச்சமயத்தில் ஒரு வீரத்திருத்தகை தன்னுடன் மோதி தன்னை அப்பாவி என்று நிரூபித்துக் கொள்ளட்டும் என்று ஷீயுக் பிரபுக்கு சவால்விட்டான். ஆனால் ஷீயுக் எகிப்து நாட்டிற்குத் தப்பியோ டினான். திருச்சபை அவனுக்காக சமரச முயற்சியில் இறங்கியது. அவன் நாட்டை விட்டு வெளியேறி மூன்றாண்டு காலம் வசிக்க வேண்டும் என்று உடன்பாடானது. அவனும் அப்படியே எகிப்தில் தங்கியிருந்தான்.

ஜெருசலேம் திரும்பிய பிறகு ஷீயுக் ஒரு நாள் ஃயுரியர் வீதியி லிருந்த ஒரு விடுதியில் அமர்ந்து பகடையாடிக் கொண்டிருந்தபோது அவனை பிரான்சைச் சேர்ந்த பிரிட்டனிய மாகாண பழங்குடி வீரத்திருத்தகை ஒருவன் கத்தியால் குத்தினான். ஆனால் அவன் உயிர்பிழைத்துக் கொண்டான். இந்தக் கொடுஞ்செயல் கண்டு ஜெருசலேம் ஆடிப்போனது. ஒரு பெருந்திரள் கூடியது. ஃபுல்க் தான் எதிரியைக் கொல்ல ஆணையிட்டதாக வதந்தி பரவியது. தற்போது அரசன் தன்னை அப்பாவி என்று நிரூபித்துக் கொள்ளவேண்டிய கட்டாயத்தில் இருந்தான். அந்த பிரிட்டனியன் விசாரணைக்கு ஆட்பட்டான். இறுதியில் அவன் தேகம் துண்டாடப்பட வேண்டு

மென்று தண்டனை அளிக்கப்பட்டது. அவனது நாக்கு அறுத்தெறியப்பட வேண்டும் என்பது ஆணை. பிரிட்டனியன் துண்டாடப்பட்டான். மிஞ்சியது தலையும் நாக்கும் மட்டுமே. அப்போதும் அவன் ஃபுல்க் குற்றமற்றவன் என்று உறுதிபடக் கூறினான்.

வெளிப்படையான அவுட்டிரெம்மரின் ஒழுக்கங்கெட்ட அரசியல் ஐரோப்பாவில் இழிபுகழைத் தேடிக்கொண்டது என்பதில் வியப்பு ஒன்றும் இல்லை. ஜெருசலேமை ஆள்வது ஒரு சவாலான காரியம். அரசர்கள் சரிநிகரானவர்களுக்கு மத்தியில் முதன்மையானவர்கள் என்பதற்கும் மேலாக வேறொன்றும் இல்லை. சிலுவைப் போராளிகளை, பேராசை கொண்ட பெருஞ்செல்வர்களை, கொலை சாகசக்காரர்களை, ஐரோப்பாவிலிருந்து வரும் யாதுமறியாத புதியவர்களை, தனித்த மதம் சார்ந்த இராணுவ அமைப்புகளை, திருச்சபையினரை என எல்லோரையும் சமாளித்துத் தன்னை நிலைப்படுத்திக் கொள்பவனே அங்கு அரசன். அதற்கும் மேல் தங்களுடைய இஸ்லாமிய எதிரிகளையும் அரசன் சந்தித்தாக வேண்டும்.

அரச குடும்பத்து திருமணம் கடுமையாக உறைந்துபோய் விட்டது. ஆனால் மெலிசென்டே தன் காதலை இழந்து விட்டாலும் அதிகாரத்தைக் கைப்பற்றிக் கொண்டாள். அரசியை இளக வைக்க ஃபுல்க் அவளுக்கு ஒரு சிறப்புப் பரிசு ஒன்றை அளித்தான். அதில் அவளது பெயர் பொறிக்கப்பட்டிருந்தது. அரசு தனது பொற்காலத்தில் திளைத்துக் கொண்டிருந்தபோது, மறுபக்கம் இஸ்லாம் தன்னை ஒருங்கிணைத்துக் கொண்டிருந்தது.

குருதி வெறியன் சான்கி

சிலுவைப் போராளிகள், கி.பி 1137இல் சான்கியின் நகரமாகிய அன்டியாக்கையும் பிறகு இஸ்லாமிய நகரமான டமாஸ்கஸ்ஸையும் தாக்கினர். சான்கி, மோசுல்–அலெப்போ பகுதியின் ஆளுநராக இருந்தார். இப்பகுதி இன்றைய இராக், சிரியா அடங்கிய பிரதேசம். இவ்விரு நகரங்களில் ஏதேனும் ஒன்றை இழந்தாலும் அது ஜெருசலேமிற்குப் பேரிடியாகிவிடும். நாற்பது ஆண்டுகளுக்கு ஜெருசலேமின் இழப்பு ஆச்சரியப்படும் வகையில் இஸ்லாமிய உலகத்தின் மீது யாதொரு பெரும் தாக்கத்தையும் ஏற்படுத்திவிடவில்லை. இஸ்லாமிய உலகம் பிளவுண்டு கிடந்ததும், கவனம் பிறழ்ந்து கிடந்ததும் ஒரு காரணம். ஜெருசலேமின் வரலாற்றில் எப்போதும் போல் மத ஆர்வமானது அரசியல் தேவைகளால் எழுச்சி பெற்று வந்திருக்கிறது. ஜெருசலேமின் இழப்பில் மூண்டெழுந்த மத, அரசியல்

சினத்தைக் கிளறிவிடத் தொடங்கினான் சான்கி. ஜிகாத் போராளி என்றும் இறைமறுப்பாளர்களை அடக்குபவன் என்றும் திருச் சபைக்கு எதிரானவர்களைத் தீர்த்துக்கட்டுபவன் என்றும் சான்கி தன்னை அறிவித்துக்கொண்டான்.

இஸ்லாமிய பெருமிதத்தை மீண்டும் நிலைநாட்டியவன் என்பதற்காக இந்த துருக்கி ஆளுநருக்கு கலிபா 'அமீர்களின் அரசன்' என்ற பட்டத்தை அளித்தார். அரபிகளிடத்தில் தன்னை 'விசுவாசத் தூண்' என்றழைத்துக் கொண்டான் சான்கி.

துருக்கியர்கள் இவனை ராஜாளி இளவரசன் என்றனர். கவி ரசனை கொண்ட அச்சமூகத்தில் ஒவ்வொரு ஆளுநருக்கும் கவிஞர்கள் மிகமுக்கிய அணிகலனாகத் திகழ்ந்தார்கள். எனவே சான்கியை புகழ்ந்துரைக்க கவிஞர்கள் பட்டாளம் குவிந்தவண்ணமிருந்தது. ஆனால் மிருகத்தன்மை கொண்ட சான்கியோ ஒரு கொடுங்கோலனாக இருந்தான். அவன் முக்கிய எதிரிகளின் உச்சிக்குடுமியைக் கிழித் தெடுப்பான்; அவர்களின் தோலையும் உரித்தெடுப்பான். சிறிய எதிரிகளைத் தூக்கிலிடுவான்; பயிர்களில் கால் பதித்து சிதைத்த வீரர்களை சிலுவையிலறைவான். தனது இளம் ஆண்காதலர்களின் அழகைத் தக்கவைத்துக்கொள்ள அவர்களுக்கு ஆண்மை நீக்கம் செய்துவிடுவான். தனது தளபதிகளை நாடு கடத்துகிறபோது தனது அதிகாரத்தை அவர்களுக்கு எடுத்துக்காட்ட தளபதிகளின் மகன் களுக்கு ஆண்மை நீக்கம் செய்துவிடுவான்.

மதுவின் வெறியால் பித்துப்பிடித்த நிலையில் தனது மனைவிகளில் ஒருத்தியை விவகாரத்து செய்தான். பிறகு தனது குதிரை லாயத்துப் பணியாளர்களைக் கொண்டு கூட்டு வன் புணர்ச்சிக்கு அவளை ஆளாக்கி அக்காட்சியைப் பார்த்துக் கொண்டிருந்தான். தன்னைவிட்டு ஓடிப்போன வீரனைப் பிடித்து வந்து அவன் அருகிலிருக்கும் இருவரைக் கொண்டு அவனை சரி பாதியாக வெட்டிச் சாய்க்கும்படி ஆணையிடுவான் என்று சான்கியிடம் பணியாற்றிய அதிகாரி உசாமா பின் முன்கித் நினைவு கூர்கிறார். அவனது கொடூரச் செயல்கள் இஸ்லாமிய ஆவணங்களில் பதிவாகியுள்ளன. சிலுவைப் போராளிகள் இவனுக்கு 'குருதிவெறி சான்கி' என்று பட்டப் பெயரிட்டனர்.

சான்கியை எதிர்கொள்ள ஃபுல்க் விரைந்தான். ஆனால் ஜெருசலேமினர் சான்கியிடம் தோற்றுப்போயினர். அருகிலுள்ள கோட்டை ஒன்றில் ஃபுல்க் சிறை வைக்கப்பட்டான். உண்மைச் சிலுவையை (True cross) தாங்கியபடி ஜெருசலேமின் குலபதி வில்லியம்ஸ் ஃபுல்க்கை மீட்பதற்காக படைநடத்திச் சென்றார்.

சான்கியோ அக்கோட்டையை விட்டுக் கொடுத்தால் ஃபுல்க்கை விடுவிப்பதாகக் கூறினான். இத்தகைய அரிய விடுதலைக்குப் பின் ஃபுல்க்கும், மெலிசென்டேயும் ஒருவருக்கொருவர் விட்டுக்கொடுத்து சமரசம் கண்டனர்.

அப்போது சான்கிக்கு வயது ஐம்பது. அவனது பிடி மேலும் வலுப் பெற்றது. சிலுவைப் போராளிகளின் நகரங்களாகிய அன்ட்டியாக்கிற்கும் எடிசாவிற்கும் மட்டும் அச்சமூட்டவில்லை; டமாஸ்கஸ் மீதும் தன் தாக்குதலைத் தொடர்ந்தான். ஆபத்தை உணர்ந்த அரசன் யுனுர் இறைப்பற்று இல்லாத ஜெருசலேமுடன் கைகோத்துக் கொண்டான்.

கி.பி 1140இல் டமாஸ்கஸ்ஸின் ஆளுநர் யுனுர் ஜெருசலேமிற்குப் புறப்பட்டார். அவருடன் சிரியா நாட்டு ஆளும் வர்க்கத்தினரான அவருடைய உலக ஆலோசகர் ஒருவரும் வந்தார். அவரே அந்த நூற்றாண்டின் மிகச் சிறந்த முஸ்லிம் எழுத்தாளர் ஆவார்.

உசாமா பின் முன்கித்: மாபெரும் நிகழ்வுகளும் பேரழிவுகளும்

வரலாறு ஏதோ ஓர் இடத்தில் அல்லது ஏதோ ஒரு கால கட்டத்தில் தன் நிகழ்வுகள் அனைத்திற்கும் நாயகமான ஒருவனை அறிந்து வைத்திருக்கும். அப்படி எங்கும் நிறைந்த ஆட்டக்காரர்களில் ஒருவராக விளங்கினார் உசாமா பின் முன்கித். தனது நீண்ட பணிக் காலத்தில் இந்த செலிகெஸ்க் அரசவைக்காரரும், வீரரும், எழுத் தாளருமாகிய முன்கித் அந்த நூற்றாண்டின் அனைத்து இஸ்லாமியத் தலைவர்களிடமும் தொண்டனாக இருந்தார். சான்கியிலிருந்து பாத்மித் கலிபாக்கள் வரை அவரது சேவை தொடர்ந்தது. சலாவுதீனிடமும் குறைந்தபட்சம் இரண்டு ஜெருசலேம் அரசர்களிடமும் அவர் பணியாற்றி இருந்தார்.

உசாமா, சிரியாவில் ஷைசார் என்ற படையரண் காவல் வம்சத்தைச் சேர்ந்தவர். ஆனால் உசாமா இந்த வம்சத்தின் வழித் தோன்றலாகப் பதவியேற்க முடியவில்லை. பின்னர் ஒரு நிலநடுக் கத்தில் அவரது குடும்பம் முற்றிலுமாக அழிந்துபோனது. அப்போது அவருக்கு வயது 45. இந்த இழப்புகளுக்குப் பின் அவர் ஒரு வீரத் திருத்தகையாக உருவெடுத்தார். தன் வீரத்தை வெளிப்படுத்த மிகச் சிறந்த வாய்ப்புகளை உருவாக்கித் தரும் மன்னர்களின் கீழ் பணி யாற்ற முன்வந்தார். டமாஸ்கஸ்ஸின் யுனுரிடம் சேர்ந்தார். அவர் மூன்று விஷயங்களுக்காக உயிர் வாழ்ந்தார். அவை வேட்டை,

போர் மற்றும் இலக்கியம். அதிகாரம், செல்வம், புகழ் ஆகியவற்றை நோக்கிய அவரது முயற்சிகளில் கொடூரமும் நகைப்பும் பின்னிப் பிணைந்திருந்தன.

அவரது நினைவுக்குறிப்புகளில் 'மற்றுமோர் பேரழிவு' என்ற சொற்றொடர் அடிக்கடி கையாளப்பட்டுள்ளது. அவரது நினைவுக் குறிப்புகளுக்கு 'மாபெரும் நிகழ்வுகளும் பேரழிவுகளும்' என்று தலைப்பிடப்பட்டிருக்கிறது. ஆனால் இயல்பிலேயே அவர் ஒரு வரலாற்று நிகழ்வுகளின் தொகுப்பாளராக இருந்தார். அவருடைய திட்டங்கள் குலைந்துபோனாலும் அவை அறிவார்ந்த கூர்மையான துயரமிகு படைப்புகளுக்கு வித்தாகும் என்று அழகுணர்ச்சி மிக்க இந்த அரேபிய குயிக்ஸாட் அறிந்திருந்தார். அவர் பெண் இன்பம் பற்றியும், காமக்கலை பற்றியும், போர் முறை பற்றியும், ஆடவரின் செயல்வகைகள் பற்றியும் கவிதைகள் எழுதினார்; நூல்கள் இயற்றினார். அரேபியப் பேரிலக்கியத்தின் ஈடுஇணையற்ற இலக்கியச் செல்வராகத் திகழ்ந்தார். அவரைப் பொறுத்தவரையில் 'ஊன்று கோலின் வரலாறு' என்பது முதுமையடைதலைப் பற்றிய கட்டுரையே.

தற்போது ஆளுநர் யுனுர் தனது கிளர்ச்சிமிகு அரசவைக் கவி உசாமாவுடன் ஜெருசலேமிற்கு வந்து சேர்ந்தார். 'தற்காலிகப் போர் நிறுத்தத்தின்போது ஐரோப்பியர்களின் அரசரைப் பார்த்து வருவ தற்காக அடிக்கடி பயணம் மேற்கொள்வதுண்டு' என்று உசாமா எழுதியுள்ளார். அதிசயிக்கும் வகையில் ஃபுல்குடன் உசாமா நல்லுறவு கொண்டிருந்தார். அரசரும், வீரத்திருத்தகையும் சாகசத் தன்மையைப் பற்றி வேடிக்கையாகப் பேசிக் களித்தனர்.

'நீ ஒரு மாபெரும் வீரத்திருத்தகை' என்றார் ஃபுல்க். 'உண்மை யில் நான் இக்கூற்றை நம்பவில்லை. அரசே! எனது இனத்திற்கும் மக்களுக்கும்தான் நான் ஒரு வீரத்திருத்தகை' என்றார் உசாமா. உசாமாவின் தோற்றத்தைப் பற்றி நமக்கு எதுவும் தெரியவில்லை. இருப்பினும் ஐரோப்பியர்களை அவரது தோற்றம் கவர்ந்திருந்தது என்றே தோன்றுகிறது.

ஜெருசலேம் செல்லும்போதெல்லாம், சிலுவைப் போராளி களின் தரம் குறைந்த நிலையைக் கண்டு மனம் மகிழ்ந்தார் உசாமா. இவர்களை 'தைரியமும் போர்க்குணமும் கொண்ட மிருகங்கள்' என்றே அவர் கருதினார். அதேநேரம் பல இஸ்லாமிய மரபுகள் ஆதிநிலை காட்டுமிராண்டித் தன்மையை ஒத்திருந்ததாக அவரது படைப்புகள் வெளிப்படுத்துகின்றன. ஒரு தேர்ந்த பத்திரிகை யாளனைப் போல அவர் எதிரெதிரான விஷயங்களைப் பதிவு

செய்துள்ளார். இருசாராரின் நல்லம்சங்களையும், தீயம்சங்களையும் பதிவு செய்துள்ளார். சலாவுதீன் அரசவையில் வயது முதிர்ந்த நிலையில் அவர் தனது கடந்தகாலத்தைத் திரும்பப் பார்க்கிறபோது ஜெருசலேம் சிலுவைப் போராளிகளின் பேரரசு மாட்சிமையின் உச்சத்தில் இருப்பதைக் கண்டுணர்ந்து பிரதிபலித்திருக்கலாம்.

மெலிசென்டேயின் ஜெருசலேமில் மேல்தட்டு வாழ்வும் கீழ்நிலை வாழ்வும்

மெலிசென்டேயின் ஜெருசலேம் உலகின் மையம் என்று கிறித்துவர்கள் பலராலும் கருதப்பட்டது. இந்த ஜெருசலேம் நாற்பது ஆண்டுகளுக்கு முந்தைய வெறுமையும், முடை நாற்றமும் மண்டியநிலையில் ஐரோப்பியர்களால் வென்றெடுக்கப்பட்ட ஜெருசலேமிலிருந்து முற்றிலும் வேறுபட்டிருந்தது. இந்தக் காலகட்டத்திலிருந்து இந்த நகரின் வரைபடத்தில் ஜெருசலேம் ஒரு வட்டமாகக் காட்டப் பட்டுள்ளது. இந்த வட்டத்தின் மையம் புனிதக் கல்லறை திருச் சபையாகவும், நகரின் பிரதான சாலைகள் இரண்டும் சிலுவையின் இருகரங்களாகவும் வரையப்பட்டுள்ளன. அரசனும் அரசியும் தங்களது தர்பாரை டேவிட் கோபுரத்திலும் அதனருகே உள்ள மாளிகையில் இருந்தும் நடத்தினர். திருச்சபை நடவடிக்கைகளின் மையமாகக் குலபதி மாளிகை திகழ்ந்தது.

அவுட்டிரெம்மரின் ஜெருசலேமில் சாதாரண குறுநில கோமான்களின் வாழ்க்கை ஐரோப்பிய அரசர்களின் வாழ்க்கையைவிட மேம்பட்டிருந்தது. அங்கே ஆளுநர்கள் சலவை செய்யப்படாத கம்பளிகளை அணிந்திருந்தனர். வெற்றுக்கல் குடியிருப்பும், சாதாரண கம்பளி நாற்காலி போன்ற பொருட்களுமே அவர்களுக்கு வாய்த்திருந்தது. ஐபெலினினைச் சார்ந்த ஜானைப் போல சில சிலுவைப் போராளிகள் பிரம்மாண்டமான வாழ்க்கையை வாழ முடிந்தது; பெய்ரூட்டிலிருந்த ஜானின் மாளிகையே அவரது வாழ்க்கை முறையை வெளிப்படுத்தியது. மொசைக் தளங்களும், பளிங்குச் சுவர்களும், வர்ணமிகு மேற்கூரைகளும் கொண்ட செயற்கை நீருற்றுகளும், தோட்டங்களும் அந்த மாளிகையில் இருந்தன. விலையுயர்ந்த தரை விரிப்புகளும், சுவரில் தொங்கும் கலைப் பொருட்களும், சித்திர வேலைப்பாடுடைய மண்பாண்டங்களும், அலங்காரம் பொறித்த மேஜைகளும், பீங்கான் பாத்திரங்களும் மாளிகையை அலங்கரித்தன. புறநகரின் எல்லை ஒழுங்கமைவின்மை ராஜ்ய தலைநகரின் ஆடம்பரப் பகட்டு என இரண்டும் ஒன்றிணைய இருந்தது ஜெருசலேம். இந்த நகரத்தில் குலபதியின் காமக்கிழத்தியைப்

போன்ற அதிகம் மதிக்கப்படாத பெண்கள்கூட பட்டும் நகையும் அணிந்து படோடபமாய் இருந்தனர். மதிப்புமிக்க சமூகம் இவர்களின் பகட்டை ஏற்கவில்லை. 30,000 பிரஜைகளையும், இடைவிடாது வந்து சேரும் புனிதப்பயணிகளையும் கொண்ட ஜெருசலேம் ஒரு புனித நகரமாக விளங்கியது.

ஒவ்வொரு நாளும் 300 டெம்ப்ளர்கள் சாலமனின் குதிரை லாயத்திலிருந்து நகரத்தின் வெளிப்புறத்தில் பயிற்சி செய்வதற்காகச் சப்தித்தபடி வெளியே வருவார்கள். காலாட்படை கித்ரான் சமவெளியில் வில் வித்தை பயிற்சியில் ஈடுபட்டிருக்கும்.

பிரெஞ்சு, நார்வே, இத்தாலி, ஜெர்மனி ஆகிய நாடுகளின் வீரர்களும், புனிதப் பயணிகளும் ஜெருசலேமை நிறைத்திருந்தனர். இவர்களோடு கீழ்த்திசை கிறித்துவர்களும், குறுந்தாடி சிரியர்களும், கிரேக்கர்களும், ஆர்மீனியர்களும் நீண்ட தாடியும் உயர்ந்த தொப்பியும் அணிந்த ஜியார்ஜியர்களும் இருந்தனர். இவர்கள் பல சிறிய சத்திரங்களிலும் விடுதிகளிலும் தங்கியிருந்தனர். தெரு வாழ்க்கை ரோமன் கார்டோவைச் சுற்றி இருந்தது. புனித ஸ்டீபன் வாயிலில் தொடங்கி வலது புறம் உள்ள கல்லறை மற்றும் குலபதியார் குடியிருப்புப் பகுதியைக் கடந்து மூன்று மேற்கூரை கொண்ட மூன்று இணையான அங்காடித் தெருக்களில் நுழைந்தபடி செல்லும் இந்தத் தெரு வாழ்க்கையில் குறுக்கும் நெடுக்குமாய் பல சந்துகள் வந்து செல்லும். எப்போதும் சமையல் வாசனை வீசிக் கொண்டிருக்கும். தயாரிக்கப்பட்ட உணவு வகைகளையும், சர்பத்தையும் புனிதப் பயணிகள் வாங்கிச் செல்வர். முறைகேடான சமையல் தெரு என்றழைக்கப்படும் தெருவில் இவை விற்கப்படும்.

கல்லறைக்கு அருகில் உள்ள பணப்பரிமாற்ற வீதியில் செல வாணிகள் மாற்றிக் கொள்ளப்படும். லத்தீன் பொற்கொல்லர்களிடமிருந்து ஃபரியர் தெருவில் மென்மயிர் தோலாடைகளும் விலை போகும்.

'ஜெருசலேமிற்குச் செல்லும் புனிதப் பயணியர்களைப்போல் மோசமான பயணிகள் இல்லை' என்ற சொல்வழக்கு சிலுவைப் போராளிகளுக்கு முன்பே அங்கு நிலவி வந்தது. அது அவுட்டி ரெம்மர் 'கொடிய மேற்கின்' மத்தியகால வடிவமே:

கொலையாளிகளும், சாகசக்காரர்களும், விலைமகளிரும் தங்களின் வளத்தைப் பெருக்கிக்கொள்ள வெளிவந்தனர். ஆனால் ஜெருசலேமின் இரவு வாழ்க்கையைப் பற்றி நுட்பமான வரலாற்றிஞர்களின் பதிவுகள் மிகக் குறைவு. இருப்பினும் ஜெருசலேமின் கலப்பின

வீரர்களுக்கும் இரண்டாம் தலைமுறை கிழக்கின் வசப்பட்ட ஏழை லத்தீனியர்களுக்கும் (பௌலைன்) வெனிசிய ஜெனோஸ் வர்த்தகர்களுக்கும் புதிதாக வந்திறங்கிய வீரத்திருத்தகைகளுக்கும் ஒரு ராணுவ நகரத்தின் கேளிக்கை விடுதிகள் தேவைப்பட்டன. வெறிக் கூச்சலுடன் மதுக்கூடத்திற்குள் நுழைய முயலும் வீரத்திருத்த கைகளைத் தடுப்பதற்காக ஒவ்வொரு விடுதியின் நுழைவு வாசலிலும் குறுக்கே ஒரு சங்கிலி போடப்பட்டிருந்தது. வீரர்கள் கடைகளின் கதவோரங்களில் பகடைக் காய்களை உருட்டியபடி சூதாடிக் கொண்டிருப்பார்கள். அவுட்டிரெம்மரின் வீரர்களின் சேவைக்கான விலைமகளிர் ஐரோப்பாவிலிருந்து கப்பல்களில் அனுப்பி வைக்கப்பட்டனர்.

சுல்தான் சலாவுதீனின் செயலர் பின்னாட்களில் ஒரு கப்பல் முழுவதுமாக வந்த விலைமகளிர்களைப் பற்றி ஒரு இஸ்லாமியரின் பார்வையில் இப்படி எழுதுகிறார்:

"ஐரோப்பாவைச் சேர்ந்த பாவப்பட்ட அழகான பெண்கள் முடை நாற்றம் வீசும் தேகத்துடன் பொது இடங்களில் கர்வமாக உலவிக்கொண்டிருந்தனர். அவர்கள் கிழிந்து, ஒட்டுப்போட்ட உடைகளை அணிந்திருந்தனர். காம லீலைகளுக்காகத் தங்களைத் தங்கத்திற்கு விலைபேசி விற்றனர். அழகியல் நாட்டம் கொண்ட அவர்கள் தங்களின் இருதொடைகளுக்கு இடையே பெற்றிருந்ததை ஒரு புனித காணிக்கையைப் போல அர்ப்பணித்தனர். இப்பெண்களின் பின்புறம் தவழும் ஆடையைப் பின்பற்றி ஒவ்வொருவரும் சென்றுகொண்டிருந்தனர். அவர்களின் ஒளிமிகு வதனத்தில் மயங்கி ஒரு இளஞ்செடியைப் போல் அலைபாய்ந்தனர். அப்பெண்களின் ஆடையை அவிழ்ப்பதே அவர்களுக்குப் பெரும் வேட்கையாக இருந்தது."

பலர் அக்ரே மற்றும் டையர் துறைமுகங்களுக்கே வந்து சேர்ந்தனர். வீதிகள் எங்கும் இத்தாலிய வீரர்கள் வலம் வந்தனர். கிறித்துவ அறக்கொள்கைகளை அமுல்படுத்த விரும்பும் அதிகாரிகள் மூலம் ஜெருசலேம் கண்காணிக்கப்பட்டிருக்கலாம்.

புனிதப் பயணிகள் நோய்வாய்ப்பட்டால் அவர்களுக்கு மருத்துவம் பார்க்க 2000 நோயாளிகள் தங்கக்கூடிய மருத்துவ மனையில் ஹாஸ்பிடலர்கள் பணிபுரிந்தனர். ஆச்சரியப்படும் வகையில் அவர்கள் யூத இஸ்லாமிய நோயாளிகளுக்கும் சேவை செய்தனர். அவர்களுக்கான ஒரு ஹலால் உணவுச்சாலையும் அங்கிருந்தது.

ஆனால் அவ்வேசைகளுக்குப் பக்கத்திலேயே காத்துக் கொண்டிருந்தது மரணம். ஜெருசலேம் ஒரு இடுகாடாகவே இருந்தது. முதியோரும், நோய் கண்ட புனிதப் பயணிகளும் இந்த மண்ணில் மரணத்தைத் தழுவுவதில் நிறைவு கண்டனர். புத்துயிர்ப்பு நாள் வரை இங்கே புதையுண்டு கிடப்பதை அவர்கள் விரும்பினர். மமில்லா கல்லறைத் தோட்டத்திலும் நரகத்தின் சமவெளி என்றழைக்கப்படும் இடத்தில் உள்ள அகெல்டமாவிலும் ஏழைகளுக்கென இலவசக் கல்லறை எலும்புக் கிடங்குகள் இருந்தன. இந்த நூற்றாண்டில் பின்னொரு கட்டத்தில் பரவிய தொற்று நோயால் தினமும் ஐம்பது புனிதப்பயணிகள் மரணமடைந்தனர். இந்தச் சடலங்கள் மாலை நேர வழிபாடு முடிந்தவுடன் ஒவ்வொரு நாளும் வண்டிகளில் ஏற்றிச் செல்லப்படும்.[1]

ஒவ்வொரு ஆண்டும் ஜூலை 15ஆம் நாளன்று ஜெருசலேம் கைப்பற்றப்பட்ட நிகழ்வு கொண்டாடப்படுகிறது. அன்று நகரமக்கள் அனைவரையும் கல்லறையிலிருந்து கோயில் மலைக்கு ஒன்று திரட்டி நடத்திச் செல்வார் சமயக் குலபதி. சாலமன் ஆலயத்திற்கு வெளிப்புறத்தில் அவரது பிரார்த்தனை நடைபெறும். பிறகு தங்க வாயில் வழியாக அந்த ஊர்வலத்தை இட்டுச் செல்வார். இந்த வாயிலின் வழியாக முதன் முதலாக சிலுவைப் போராளி சக்கரவர்த்தி ஹெராக்கிளியஸ் ‘ட்ரு கிராஸை’ கி.பி 630ஆம் ஆண்டில் ஏந்தி வந்தார். இந்த ஊர்வலம் வடதிசை மதிற்சுவரில் ஒரு பெரும் சிலுவை பொறிக்கப்பட்ட இடத்திற்குச் சென்றது. இந்த இடத்தில்தான் காட்ஃப்ரே தாக்குதல் நடத்தி நகருக்குள் நுழைந்தான்.

ஈஸ்டர் ஒரு மனக்கிளர்ச்சியூட்டும் நிகழ்வு. குருத்தோலை ஞாயிறன்று சூரிய உதயத்திற்கு முன்பாக குலபதியும், திருச்சபை ஊழியரும் உண்மைச் சிலுவையை ஏந்தியபடி பெத்தானியிலிருந்து நகர் நோக்கிச் செல்வார்கள். அதே நேரத்தில் குருத்தோலை ஏந்திய இன்னொரு ஊர்வலம் கோயில் மலையிலிருந்து ஜெஹோஷாபாத் சமவெளியில் சமயக் குலபதியைச் சந்திக்க வரும். இவ்விரு ஊர்வலங்களும் இணைந்து தங்க வாசலைத் திறக்கும். பின்னர் ஊர்வலத்தினர் புனித எஸ்பிளனேடைச் சுற்றி கடவுளின் தேவாலயத்தில் பிரார்த்தனைக்காகக் கூடுவார்கள்.

புனித சனியன்று ஜெருசலேம் மக்கள் ‘புனிதத் தீ’க்காக திருச்சபையில் சங்கமிப்பார்கள். இந்தத் திரள் முழங்கையால் இடித்துத் தள்ளி முந்திச் செல்வதை, அழுது ஆர்ப்பரிப்பதை ஒரு ரஷ்யப் புனிதப் பயணி பார்த்ததாகப் பதிவு உண்டு. கோயில் மலையிலிருந்து மன்னர் நடந்து வருவார். அவர் வந்து சேர்கிறபோது முற்ற

மெங்கும் கூட்டம் நிரம்பி வழியும். மன்னர் வருவதற்கு வீரர்கள் கூட்டத்தை விலக்கி வழியமைக்கவேண்டும். உள்ளே நுழைந்த வுடன் கல்லறையருகே அமைக்கப்பட்டிருக்கும் மேடையில் அவர் அமர்வார். அவரது கண்களிலிருந்து கண்ணீர் கசிந்து உருகும். அவரது ராஜ சபையினரும் கண்ணீர் வடித்தபடி மன்னரைச் சூழ்ந் திருப்பார்கள். அவர்கள் அனைவரும் புனிதத் தீயைக் காண்ப தற்காகக் காத்திருப்பார்கள். மாலை வழிபாட்டின் ஜெபகீதங்களை பாதிரியார் ஜெபிக்க.... ஜெபிக்க.... ஆனந்தப் பரவசம் பொங்கிப் பெருகி இருள் சூழ்ந்த திருச்சபையில் அலைமோதும். திடீரென புனித ஒளி தோன்றி கல்லறைப் பேரொளிக்கு அழகு கூட்டும். சமயக் குலபதி தீ ஏந்தி வந்து ராஜ விளக்கை ஏற்றுவார். கூட்டத்தின் ஊடே தீ பரவும். விளக்குகள் ஒன்றன்பின் ஒன்றாகப் பிரகாசிக்கும். ஒலிம்பிக் பந்தத்தைப் போன்று நகரெங்கும் பெரிய பாலம் வழியே கடவுளின் ஆலயத்திற்கு தீ தாவித் தாவிச் செல்லும்.

மெலிசென்டே ஜெருசலேமை தெய்வீகத் தேவாலயமாகவும், அரசியல் தலைமையகமாகவும் மெருகேற்றி கலையழகு பெறச் செய் தாள். இன்று நாம் பார்க்கிற ஜெருசலேம் அவளது கைவண் ணத்தில் மெருகேற்றப்பட்டதுதான். சிலுவைப் போராளிகள் தங்களுக் கென்று ஒரு கட்டடக்கலையை உருவாக்கினர். அவர்களுடைய பாணி ரோமானிய பைசாந்திய லெவந்திய கலைகளின் கலவையாக இருந்தது. அவை வட்ட வடிவ தோரண வாயில்களோடு மாபெரும் மாடங்களில் பூ வேலைப்பாடுகள் செய்யப்பட்டவையாக இருந்தன.

புனித கைல்ஸ் என்ற ஒரு சிறிய தனிப்பட்ட பிரார்த்தனைக் கூடம் பெரிய பாலத்தின் மீது கட்டப்பட்டது. மதிற்சுவரின் வெளியே மெலிசென்டே ஜெஹோஷாபாத்தின் சீமாட்டி திருச் சபையுடன் கன்னிமேரியின் கல்லறையை இணைத்தாள். இன்றும் இந்தக் கல்லறை உள்ளது. பெத்தானி மடம் கட்டப்பட்டு அந்த மடத்தின் தலைவியாக இளவரசி யுவெட்டே நியமிக்கப்பட்டாள். கடவுளின் தேவாலயத்தில் பாறையின் பாதுகாப்பிற்கென ஒரு அழகிய உலோகத்திலான தடுப்பும் ஏற்படுத்தப்பட்டது.

அரசுமுறைப் பயணமாக ஃபுல்க்கையும் மெலிசென்டேயையும் பார்க்க உசாமா பின் முன்கித்தும் அவரது தலைவர் டமாஸ்கஸ் ஆளுநரும் வரும்போது அவர்கள் கோயில் மலையில் தொழுகை நடத்திக்கொள்ள அனுமதிக்கப்பட்டனர். இங்கேதான் அவர்கள் ஐரோப்பியர்களின் குறுகிய புத்தியையும் அயலுலகத்தினரின் கூட்டுணர்வையும் எதிர்கொண்டனர்.

உசாமா பின் முன்கித்தும் ஜூடா ஹலேவியும்

இஸ்லாமியர்கள், யூதர்கள், ஐரோப்பியர்கள், டெம்ளர்கள் சிலருடன் உசாமா நண்பரானார். அவர்கள் போர்க்காலத்திலும் அமைதிக் காலத்திலும் சந்தித்துக் கொண்டவர்கள். உசாமாவும் ஆளுநர் யுனுரும் புனித எஸ்பிளனேடு பகுதிக்கு அழைத்து வரப்பட்டனர். டெம்ளர்களின் தலைமையகமான இப்பகுதி முற்றிலும் கிறித்துவ மயமாகியிருந்தது.

இந்தக் காலகட்டத்தில் சில சிலுவைப் போராளிகள் அரபு மொழி பேச ஆரம்பித்தனர்; இஸ்லாமிய ஆளுநர்களினுடையதைப் போல முற்றமும் செயற்கை நீரூற்றுகளும் கொண்ட வீடுகளைக் கட்டினார்கள். சிலர் அரேபிய உணவைக் கூட சாப்பிட்டனர். 'ஐரோப்பியர்கள் பன்றி மாமிசம் சாப்பிடாமல் அந்த மண்ணுக்கு ஏற்ப மாறுவதை ஆதரிக்கவில்லை உசாமா. 'கடவுள் மேற்கை கிழக்கு மயமாக்கிவிட்டார். ஒரு ரோமன் அல்லது ஐரோப்பியன் தன்னைக் கலீலியனாகவோ பாலஸ்தீனனாகவோ மாற்றிக் கொண்டான்' என்றார்.

டெம்ளர்களுடன் உசாமா கொண்ட தோழமைக்கு ஒரு எல்லை உண்டு. ஒரு டெம்ளர் வீடு திரும்பிக் கொண்டிருந்தபோது உசாமா விடம் அவரது மகனை ஐரோப்பாவில் படிப்பதற்காக அழைப்பு விடுத்தார். அப்படி படித்துவிட்டுத் திரும்புகிற அவரது மகன் நல்ல பகுத்தறிவு கொண்டிருப்பான் என்றும் கூறினார். இதைக் கேட்ட உசாமாவுக்கு அவரது இகழ்ச்சியைப் பொறுத்துக்கொள்ள முடியவில்லை.

அவர்கள் பாறை மாடத்தில் தொழுகையில் ஈடுபட்டிருந்தபோது ஆளுநரிடம் ஒரு ஐரோப்பியன் வந்து இப்படிக் கேட்டான்:

'கடவுளின் இளமைக் காலத் தோற்றத்தை நீ பார்க்க விரும்புகிறாயா?'

அதற்கு யுனுர் 'ஆம்' என்று பதிலளித்தபோது அவர்களை கன்னிமேரியும் குழந்தை இயேசுவும் கொண்ட ஒரு திருவுரு முன்பு அந்த ஐரோப்பியன் அழைத்து வந்தான். கடவுள் இளமைக் காலத்தில் இப்படித்தான் இருந்தார் என்று அத்திருவுருவைக் காட்ட, நகை கலந்த வெறுப்புக்கு ஆளானார் உசாமா.

பின்னர் உசாமா சாலமன் தேவாலயத்தின் முன்பு அல்அக்கா தொழுகைக்காகச் சென்றான். அவன் 'அல்லாஹ் அக்பர்' 'இறைவன் மிகப்பெரியவன்' என்று வெளிப்படையாக ஓதிக்

கொண்டிருந்தாலும் அவனது டெம்ளர் நண்பர்கள் வரவேற்றனர். அப்போது ஒரு நிலைகுலைவு நடந்தேறியது:

ஒரு ஐரோப்பியன் ஓடிவந்து ஒருவனைப் பிடித்து அவன் முகத்தைக் கிழக்கு நோக்கித் திருப்பினான். "உனது தொழுகை இப்படி இருக்கட்டும்" என்றான்.

டெம்ளர்கள் அவனை நோக்கி விரைந்து வந்து அவனை வெளியேற்றினர். "இவன் புதியவன்; இப்போதுதான் ஐரோப்பிய பகுதிகளிலிருந்து வந்திருக்கிறான்" என்று டெம்ளர்கள் வருத்தத் தோடு எடுத்துரைத்தனர்.

முஸ்லிம்களுடன் தொடர்பு கொண்டு பழகிப்போன ஐரோப் பியர்களைவிட புதிதாக வந்திறங்கியவர்கள் அரக்கத்தனத்துடன் செயல்படுவதை உசாமா புரிந்துகொண்டார். இந்தப் 'புதிய வருகைகள்' தங்கள் இனத்தவரைத் தவிர வேறு யாருடனும் பழக முன் வராத சபிக்கப்பட்ட இனமாக இருந்தது.

மெலிசென்டேயின் ஜெருசலேமிற்கு வந்தவர்கள் இஸ்லாமியத் தலைவர்கள் மட்டுமல்ல. இஸ்லாமிய விவசாயிகள் கூட தினமும் இந்நகரத்திற்கு வந்து தங்களின் கனிவகைகளை விற்றுவிட்டு மாலையில் வீடு திரும்புவார்கள். கி.பி 1140 வாக்கில் கிறித்துவின் நகரத்தில் இஸ்லாமியர்களுக்கும் யூதர்களுக்கும் விதிக்கப்பட்டிருந்த தடைகள் தளர்த்தப்பட்டன. 'ஜெருசலேமில் நான் நீண்ட காலம் ஐரோப்பியர் காலத்தில் தங்கியிருந்தேன். புனிதத் தீ என்ற தந்திரம் எப்படி சாத்தியமாகிறது என்றறிய விரும்பினேன்' என்று அலி அல்ஹராவி என்ற பயண இலக்கிய எழுத்தாளர் கூறுகிறார். ஜெருசலேமில் இதற்கு முன்பே சில யூதர்கள் வாழ்ந்திருந்தனர். ஆனால் புனிதப் பயணம் ஆபத்து நிரம்பியதாகவே இருந்தது.

கி.பி 1141இல் ஜுடா ஹவேலி என்ற ஸ்பானிய கவிஞரும் தத்துவ ஞானியுமான மருத்துவர் ஒருவர் ஸ்பெயினிலிருந்து வந்திறங் கியதாகச் சொல்லப்படுகிறது. அவருடைய காதல் கீதங்களிலும் சமயப் பாடல்களிலும் 'அழகில் உன்னதம் சீயான்' என்று வாஞ்சை யோடு வர்ணிக்கிறார். அதன் வாதை கிறித்துவ இஸ்லாமியக் கலவரம் என்றும் சொல்கிறார்.

நாடு கடத்தப்பட்ட யூதரை 'ஒரு அறியப்படாத பூமியிலிருக்கும் புறா' என்கிறார். வாழ்நாள் முழுவதும் ஹீப்புரு மொழியில் எழுதி வந்த ஹவேலியின் பேச்சு மொழி அரபாக இருந்தது. சீயானுக்கு யூதர்கள் திரும்புவார்கள் என்று நம்பிக்கை கொண்டிருந்த அவரது பாடல்:

> ஓ உலகின் நகரமே! தூய நகரமே
> இதோ பார் தொலைதூர மேற்கிலிருந்து
> நான் உனக்காக ஏங்குவதை.
> ஓ! எனக்குக் கழுகின் சிறகுகளிருந்தால்
> உன்னிடம் பறந்து வந்துவிடுவேன்.
> கசிந்துருகும் என் கண்ணீர்துளிகள்
> உனது பூமியை ஈரமாக்கும்.

ஹவேலியின் பாடல்கள் யூத ஆலயங்களின் பக்திப் பாடல்களின் தொகுப்பில் இடம் பெற்றுள்ளன. ஜெருசலேமைப் பற்றி இதுவரை எழுதப்பட்டுள்ள அழுத்தமான துயரப் படைப்புகளுக்கு நிகராய் எழுதியுள்ளார் ஹவேலி.

> உன் சிறைநிலையிலிருந்து மீண்டு வருவதாய்
> நான் கனவு காணும் போது
> உனது பாடல்களுக்கு நான் ஒரு யாழாகிறேன்.

ஆனால் ஜெருசலேமைக் குறித்துத்தான் அவர் இதை எழுதினாரா என்பது புலப்படவில்லை. ஆனால் அவரைப் பற்றிய ஒரு கட்டுக் கதை இப்படி நிலவுகிறது. அவர் நுழைவு வாயில் வழியாக நடந்து வந்தபோது ஒரு குதிரை வீரன் அவரை இடித்துத் தள்ளிக் கொன்று விட்டானாம். அக்குதிரை வீரன் ஒரு ஐரோப்பிய வீரனாக இருக் கலாம்; ஆனால் அவரது விதியை ஒருவேளை முன்னறிந்து, "நான் உன்னுடைய பூமியில் தலைக்குப்புற விழுவேன். உனது கற்கள் எனக்கு மகிழ்வூட்டும்" என்றவர் எழுதியிருக்கலாம்.

உசாமா ஐரோப்பியச் சட்டங்கள் எத்தனை வன்மமிக்கவை என்பதை அறிந்தவர் என்பதால் ஹவேலிக்கு நேர்ந்த மரணம் அவருக்கு ஆச்சரியமளித்தது. அவர் ஜெருசலேம் சென்று கொண்டிருந்தபோது இரண்டு ஐரோப்பியர்கள் ஒரு சட்டப் பிரச்சனைக்கு மல்யுத்தம் மூலம் தீர்வு காண்பதைப் பார்த்துக்கொண்டிருந்தார். ஒருவன் மற்றவரின் மண்டையைப் பிளந்தான். 'அது அவர்களுடைய சட்ட நடைமுறையும் நீதியறிவின் சுவையும் ஆகும். புனிதப் பயணிகளைக் கொன்றதாக குற்றம் சுமத்தப்பட்ட ஒருவன் இறுகக் கட்டப்பட்டு தூக்கி நீரில் வீசப்பட்டான். அவன் நீரில் மூழ்கினால் குற்றமற்றவன். அவனோ நீரில் மிதந்ததால் குற்றவாளியாகத் தீர்மானிக்கப் பட்டான். 'அவன் கண்களின்மீது மைபோன்ற பொருளைத் தட வினார்கள். அவன் கண் பார்வையிழந்தான்' என்று உசாமா தெரி விக்கிறார்.

ஐரோப்பியர்களது பாலியல் பழக்கங்கள் குறித்து உசாமா இகழ்வாக எழுதுகிறார். 'ஒரு ஐரோப்பியன் தனது மனைவி மற்றொரு

சைமன் சிபாக் மாண்ட்டிஃபையர் ∞ 399

வனுடன் கூடியிருப்பதைப் பார்த்துவிட்டான். அந்த ஐரோப்பியன் அவனுக்கு ஒரு எச்சரிக்கை விடுத்ததோடு சரி. வேறொன்றும் செய்யவில்லை'.

இன்னொரு ஐரோப்பியன் தனது மனைவியின் மர்ம உறுப்பு ரோமங்களை அகற்றும்படி சிகைதிருத்தும் ஆடவன் ஒருவனுக்கு உத்தரவிட்டான். மருத்துவம் பற்றிக் கீழை மருத்துவரும் ஐரோப்பிய மருத்துவரும் செயல்படும் முறையை உசாமா விவரிப்பதைப் பார்க்கலாம். காலில் சீழ்கட்டி வந்தவனுக்குக் கீழை மருத்துவர் மாக்கட்டு போட்டு மருத்துவம் செய்கிறார். ஆனால் ஒரு ஐரோப்பிய மருத்துவனோ அச்சீழ்கட்டியை உடைத்துவிட்டு கோடரி கொண்டு அவன் காலைத் துண்டிக்கிறான். அப்போது அவன் கேட்கும் காலத்தால் அழிக்க இயலாத கேள்வி இதுதான்: நீ ஒரு காலுடன் வாழ விரும்புகிறாயா அல்லது இரு கால்களுடன் சாக விரும்புகிறாயா? ஆனாலும் அவன் ஒரு காலுடனே செத்துப்போனான்.

மகிழ்வற்ற மனோநிலையிலிருந்த ஒரு பெண்ணுக்குக் கீழை மருத்துவர் ஒரு பத்திய உணவைப் பரிந்துரைத்தார். ஆனால் ஐரோப்பிய மருத்துவர் அவள் தலைக்குள் பேய் இருப்பதாகக் கண்டுபிடித்து அவள் மண்டையோட்டின் மீது சிலுவையைப் பொறித்து மருத்துவம் செய்தார்.

அரபுமொழி பேசும் கிறித்துவ மற்றும் யூத மருத்துவர்களே சிறந்த மருத்துவர்களாக இருந்தனர். இக்காலத்தில் ஜெருசலேம் அரசர்களும் கிழக்கத்திய மருத்துவர்களையே விரும்பினர். இருப்பினும் உசாமா இக்கருத்தில் முழுமையாக ஒத்துப்போகவில்லை. ஐரோப்பிய மருத்துவர் விளைவித்த அற்புதமான இரண்டு நோயாளிகள் பற்றிக் குறிப்பிடுகிறார்.

சிலுவைப் போராளிகளை இஸ்லாமியர்கள் மிருகபலம் கொண்ட சூறையாடிகளாகவே கருதினர். சிலுவைப் போராளிகள் காட்டுமிராண்டிகள் என்றும் இஸ்லாமியர்கள் கலைநயம் கொண்டவர்கள் என்னும் ஒரு சொல்லாடல் உண்டு. இதை எந்த அளவுக்கு எடுத்துக் கொள்ளமுடியும்? உசாமா கொடூரன் சான்கியிடம் பணியாற்றியுள்ளார். ஆனால் அவர் விவரிக்கும் இஸ்லாமிய வன்முறைக் காட்சிகள் பற்றிய வர்ணனைகள் நவீன காலத்திற்குக் குறைவின்றி அதிர்வுறச் செய்கின்றன. வெட்டுண்ட கிறித்துவத் தலைகளின் சேகரிப்பு, தங்கள் படைவீரர்களையும், மத எதிர்ப்பாளர்களையும் கொன்று இரண்டு துண்டுகளாக வெட்டி வீசுவது, இஸ்லாமிய ஷரியத் சட்டத்தின் கீழ் அளிக்கப்படும் தண்டனைகள் என தொடர்கிறது இந்த வன்முறைக் காட்சிகள். வன்முறையும்

கொடிய சடங்குகளும் இருசாராரிடமும் இருந்தன. ஐரோப்பிய வீரத்திருத்தகைகளுக்கும் இஸ்லாமிய தளபதிகளுக்கும் சில பொதுக்கூறுகள் இருந்தன. இரண்டு பக்கங்களிலும் பால்டுவின், சான்கி போன்ற சுய சாகசக்காரர்கள் இருந்தனர்.

போர் புரிதல் அவர்களின் வம்சாவழி வந்த ஆதிகுணமாக இருந்தது. பரப்புரைக்காகவும், பகட்டுக்காகவும், கேளிக்கைக்காகவும் அரேபியர்கள் கவிதையைக் கையாண்டனர். டமாஸ்கஸ் ஆளுநரிடம் பணியாற்றியபோது உசாமா எகிப்தியர்களுடன் நடத்திய பேச்சு வார்த்தைகள் கவிதை வடிவிலேயே இருந்தன. சிலுவைப் போர் வீரத்திருத்தகைகள் தங்களின் ராஜசபை காதல்களைக் கவிதையில் வடித்தனர். வீரத்திருத்தகைகள், இஸ்லாமிய தளபதிகள் என இரு தரப்பினருக்கும் ஒரே விதமான மேன்மைக்குணங்களும் இருந்தன. மதம், போர், குதிரைகள், விளையாட்டுகள் போன்ற அனைத்தும் இருசாரரையும் ஒரேவிதமாக ஆட்டிப் படைத்தன.

உசாமாவைப் போலவே சில வீரர்களும், கதையாசிரியர்களும் போரின் அதிதீவிர உணர்ச்சி வெளிப்பாட்டை உணர்ந்திருந்தனர். உசாமாவைப் படிப்பது என்பது ஜெருசலேம் ராஜ்ஜியத்தில் நிகழ்ந்த புனிதப் போர்களின் கைகலப்புகள், எல்லைச் சண்டைகள் ஊடே பயணிப்பது போலுள்ளது.

யுத்தக்களக் காட்சிகளைப் பற்றி அவர் எழுதிய குறிப்புகளில் அவர் பெருமிதம் கொண்டிருந்தார். ஆச்சரியமளிக்கும் வகையில் தப்பித்த நிகழ்வுகள், கொடூர மரணங்கள், மின்னும் எஃகிலான படைக்கலன்கள், வியர்த்து நிற்கும் குதிரைகள், வாள் வீச்சில் பீறிடும் ரத்தம், மிக மோசமான குற்றச்சாட்டுகள், அஞ்சா நெஞ்சம் படைத்த குதிரை வீரர்கள் என்பன போன்ற ஏராளமான வர்ணனைக் குறிப்பு களில் அவர் திளைத்திருந்தார். விதியைப் பற்றிய, இறையருள் பற்றிய விஷயங்களில் அவர் தத்துவ ஞானியாக இருந்தார். 'மிக மிகச் சிறிய அற்ப விஷயங்கள் கூட அழிவுக்கு இட்டுச் செல்லும்' என் கிறார் உசாமா. 'இரு அணியினரும் போரின் வெற்றி கடவுளின் கையில்' என்பதை நம்பினார்கள் என்கிறது உசாமா வாசகம். அனைத்தும் மதமயம். ஒரு நண்பன் அவரைப் பற்றி 'அவர் ஒரு மெய்யான பேரறிஞர்; ஒரு உண்மையான குதிரை வீரன்; மிகச்சிறந்த இஸ்லாமியர்' என்று புகழ்ந்துரைக்கிறார்.

இந்தத் தருவாயில் மெலிசென்டே ஆட்சிக் காலத்தின்போது நிலைத்திருந்த ஜெருசலேமின் அமைதி இஸ்லாமியர்களும் ஐரோப்பியர்களும் ஈடுபட்டிருந்த ஒரு விளையாட்டில் ஏற்பட்ட விபத்தினால் திடீரென சீர்குலைந்தது.

குறிப்புகள்:

1. ஒரு லத்தீன் திருச்சபைக் கல்லறைக் கிடங்குகளின் மீது பழமைவாத அகெல்டாமா திருச்சபை கட்டப்பட்டது. சடலங்களைக் கல்லறைக் கிடங்கின் மேற்கூரையில் உள்ள ஒரு ஓட்டையின் வழியாக உள்ளே விழச் செய்வார்கள். அச்சடலங்கள் 24 மணி நேரத்தில் மக்கிவிடும் என்றும் எந்தப் பிணவாடையும் இருக்காது என்றும் நம்பப்பட்டது. 1829இல்தான் கடைசியாக இது பயன்படுத்தப்பட்டது. பிறகு லத்தீன் கல்லறைக் கிடங்கு மண்ணால் மூடப்பட்டது. ஆனால் கிரேக்க பழமைவாதக் கிடங்குகளை இன்றும் காணமுடிகிறது. ஒரு சிறு துவாரத்தின் வழியே வெள்ளை எலும்புகளைப் பார்க்கமுடியும். இவ்விரு திருச்சபைகளும் இன்றில்லை. ஒருக்கால் அவை சலாவுதீனால் அழிக்கப்பட்டிருக்கலாம்.

24

இக்கட்டு நிலை
கி.பி 1142-1174

அலியால் குத்துப்பட்ட சான்கி

உசாமா போர்முனையில் இல்லாதபோதும், படிப்பதில் ஈடுபடாத போதும் மான், சிங்கம், ஓநாய், கழுதைப்புலி, சிறுத்தைப்புலி, பருந்து, நாய் என பல்வேறு மிருகங்களை வேட்டையாடுவார். இந்த வகையில் சான்கியிலிருந்தோ மன்னர் ஃபுல்கியிடமிருந்தோ உசாமா மாறு பட்டவர் அல்ல. உசாமாவும் டமாஸ்கஸ் ஆளுநரும் ஃபுல்க்கை சந்தித்தபோது அவர்கள் ஒரு வல்லுனரைப் பற்றிப் புகழ்ந்து பேசினார்கள். உடனே மன்னர் அவர்களுக்கு அந்த வல்லுனரைப் பரிசளித்தார்.

கி.பி 1142ஆம் ஆண்டு நவம்பர் 7ஆம் நாள் உசாமா ஜெருசலேமிற்கு வருகை தந்த சில நாட்களில் மன்னர் ஃபுல்க் அக்ரே அருகே ஒரு குதிரையில் பயணித்துக் கொண்டிருந்தார். அப்போது ஒரு முயலைப் பார்த்ததும் அதனைக் குதிரையில் துரத்திச் சென்றார். அவரது குதிரையின் சேனம் அறுபட்டு அவர் கீழே விழ, சேனம் அவர் தலைக்கு மேல் எகிறி மண்டை உடைபட்டது. இந்நிகழ்வுக்குப் பிறகு மூன்று ஆண்டுகள் கழித்து அவர் இறந்து போனார். ஜெருசலேமினர் ஃபுல்க்கின் சவப் பெட்டியை ஊர்வலமாக எடுத்துச் சென்று புனிதக் கல்லறையில் அடக்கம் செய்தனர்.

தனது மகன் மூன்றாம் பால்டுவினுக்கு கிறிஸ்துமஸ் நாளன்று மெலிசென்டே முடிசூட்டினார். அப்போது பால்டுவினுக்கு வயது பன்னிரெண்டு. உண்மையில் மெலிசென்டேதான் ஆட்சி செய்தாள். ஆணாதிக்கம் மிகுந்த அந்தக் காலத்தில் மெலிசென்டே பேரறிவு பெற்ற பெண்ணாக இருந்தாள். அவள் ஒரு சாதாரண பெண்ணின் நிலையிலிருந்து மிக உயர்ந்த நிலைக்கு வந்தாள். தங்களது முன்னோர்களின் திறமைக்கு இணையாக அரசாட்சி செய்தாள்.[1] மிகமுக்கிய நடவடிக்கைகள் எடுக்க அவள் அஞ்சியது இல்லை.

இந்தத் தருணத்தில் பேரிடர் ஒன்று நிகழ்ந்தது. கொடூரன் சான்கி, எடிசாவைக் கைப்பற்றி ஐரோப்பியர்களைக் கொன்று குவித்தான். ஐரோப்பியப் பெண்கள் அடிமைகள் ஆக்கப்பட்டனர். ஆர்மீனிய கிறித்துவர்களுக்கு மட்டும் பாதுகாப்பு அளிக்கப்பட்டது. ஜெருசலேம் வம்சத்தின் தொட்டிலும் சிலுவைப் போராளிகளின் முதல் அரசுமான எடிசா அழிந்தது. இஸ்லாமிய உலகம் பேரு வகையில் களித்தது. ஐரோப்பியர்கள் ஒன்றும் அறியாதவர்கள் அல்ல. அவர்களது அடுத்த இலக்கு ஜெருசலேமே. 'எடிசா ஆழ் கடல் என்றால் ஜெருசலேம் கடற்கரை' என்று எழுதுகிறார் இபுனு அல் குவேசரானி. அபாசித் கலிபா சான்கிக்கு 'இஸ்லாத்தின் அணிகலன்', 'இறை நம்பிக்கையாளர்களின் தளபதிக்குத் துணைவன்,' 'இறையருள் அரசன்' என்ற பட்டங்களை அளித்தார். சான்கியின் கட்டுமீறிய குடிவெறி அவனது அந்தரங்க அறைவரை வியாபித் திருந்தது.

தான் இன்பம் பெறுவதற்காக சான்கியால் ஆண்மை நீக்கம் செய்யப்பட்டு நொந்துபோயிருந்த ஓர் அரவாணி, கடும் பாது காப்புக் கொண்ட சான்கியின் கூடாரத்திற்குச் சென்று மதுமயக் கத்திலிருந்த அவனை, படுக்கையில் இருந்த நிலையிலேயே குத்தினான். குற்றுயிராய் துடித்த மன்னனைக் கண்ட அரச பணி யாள் ஒருவன் கூறுகிறான்:

'அரசர் உயிர்பிச்சை கேட்டுக் கதறினார். ரத்தம் வடிந்து கொண்டே இருந்தது. நான்தான் அவரைக் கொல்லப்போகிறேன் என்று நினைத்து என்னைச் சுட்டி தன்னை விட்டுவிடும்படி சைகையால் கூறினார். அவர் மீதான அச்சம் கலந்த மரியாதையில் 'அரசே! உங்களுக்கு தீங்கிழைத்தது யாரென்று' கேட்டுக் கொண்டிருந்த போதே ராஜாளி இளவரசன் மாண்டுபோனான். அவனது ஊழியர்கள் சடலம் குளிர்வதற்கு முன்பே சுற்றியிருந்த பொருட்களை சூறை யாடினர். அவனது இரண்டு மகன்களும் நிலங்களைப் பிரித்துக் கொண்டனர். இளையவனான 28 வயது நிரம்பிய நூர் அல் தின்

அரசனின் கையிலிருந்த முத்திரை மோதிரத்தைப் பறித்துக் கொண்டு சிரியா எல்லைகளைக் கைப்பற்றினான்.

தனது தந்தையைவிட ஆவேசம் குறைந்த, ஆனால் திறமைமிக்க நூர் அல்தின் ஐரோப்பியர்களுக்கு எதிரான புனிதப் போரின் வீச்சை தீவிரப்படுத்தினான். எடிசாவின் வீழ்ச்சியில் அதிர்ச்சியுற்ற மெலிசென்டே, இரண்டாம் யுஜினியஸ் என்ற போப்பிடம் ஆதரவு கோரினாள். அவர் இரண்டாம் சிலுவைப் போரை அறிவித்தார்.

பாவத்தின் ரத்தங்கள்

இளைஞனும் புனிதனுமாகிய பிரான்ஸ் மன்னர் ஏழாம் லூயிஸ், அவரது மனைவி எலியநார், ஜெர்மனி மன்னர் மூன்றாம் கான்ரட் ஆகியோர் போப்பின் அழைப்பை ஏற்க முன்வந்தனர். ஆனால் அவர்களுடைய பிரெஞ்சுப் படைகளும், ஜெர்மன் படைகளும் அனடோலியாவைக் கடக்கும்போது துருக்கியர்களால் முற்றாகச் சிதறடிக்கப்பட்டன. ஒரு பயங்கரமான சண்டைக்குப் பின்னரும் ஏழாம் லூயிஸால் அன்டியாக் வரை மட்டுமே செல்லமுடிந்தது.

இராணி எலியநார் இந்தப் பயங்கர போரால் மிரண்டு போனாள். தனது பெரும்பாலான உடைமைகளை இழந்தாள். அது மட்டுமல்ல, மதப்பற்று மிகுந்த, நிகரில்லா கணவன் மீதான மரியா தையையும் தூக்கி எறிந்தாள்.

அன்டியாக்கின் இளவரசர் ரேமான்ட், அலெப்போவைக் கைப் பற்ற தனக்கு உதவுமாறு லூயிஸை வற்புறுத்தினார். ஆனால் லூயிஸோ ஜெருசலேமிற்குப் புனிதப் பயணம் மேற்கொள்வதே தனது முதல் வேலை என தீர்மானித்தார். லௌகீகவாதியான ரேமாண்ட் இளவரசர் களின் பேரழகன்; எலியநாரின் மாமனும்கூட. டையரைச் சேர்ந்த வில்லியத்தின் கூற்றுப்படி, ‘எலியநார் தனது திருமணத்தை உதறி விட்டுத் தனது கணவனுக்குத் துரோகமிழைத்தாள்.’ அவளது கணவன் ஒரு நாய்க்குட்டியைப் போன்று அவளிடம் மயங்கிக் கிடந்தான். ஆனால் மண வாழ்க்கையிலும்கூட பாலியல் என்பதைப் பாவமான இன்பத் தோய்வு எனக் கருதினான்.

எலியநாரே நுட்பமான அறிவுத்திறன் கொண்டவள்; கருநிறக் கூந்தலும் கரிய விழிகளும் கொண்டவள். ஐரோப்பாவில் மிகப் பெரிய செல்வச் சீமாட்டி; அக்விடேனியன் அரசவையில் வளர்ந் தவர். ‘பாவத்தின் ரத்தம்’ அவள் நரம்புகளில் சீறிப்பாய்ந்து கொண்டி ருந்தது. ஏனெனில் அவளது பாட்டன் வில்லியம் வரைமுறையற்ற பெண் தொடர்பு உடையவன். அத்துடன் வீரனும் கவிஞனும்

ஆவான். அவளது பாட்டியோ அவளுடைய பாட்டனின் காமக் கிழத்தி. அவளது பாட்டியின் செல்லப் பெயர் லா டேஞ்சரஸ். அவளது பாட்டன் தன் மகனுக்கு அவளது மகளை மணமுடித்துக் கொடுத்து அதன்மூலம் தனது காமக்கிழத்தியுடன் நெருக்கத்தை ஏற்படுத்திக்கொண்டான். இதன் விளைவாக வந்ததுதான் 'ஆபத் தானவள்' என்ற அந்த செல்லப் பெயர்.

ரேமாண்ட்டுடன் எலியநார் கள்ள உறவு கொண்டிருந்தாளோ இல்லையோ எலியநாரின் கணவனைத் துன்புறுத்தத் தூண்டுகிற அளவுக்குப் போதுமானதாக இருந்தது அவர்கள் நடத்தை. உலக ளாவிய அளவில் அவதூறுக்கும் இடம் கொடுத்தது. பிரெஞ்சு மன்னர் இவளைக் கடத்திச் சென்று இந்த பிரச்சனைக்குத் தீர்வு கண்டார். பின்னர் ஜெருசலேமிற்கு வருகை புரிந்திருந்த ஜெர்மன் மன்னருடன் சேர்ந்து கொள்வதற்காகப் பயணித்தார். லாயிஸீம் எலியநாரும் ஜெருசலேமை நெருங்கியபோது நகர மக்களும் மத ஊழியர்களும் அவர்களைச் சந்திக்க வந்தனர். ஜெபகீதங்களுடன் அவர்களைப் புனிதக் கல்லறைக்கு அழைத்துச் செல்ல இருந்தனர். இந்த ஐரோப் பியத் தம்பதிகள் சாலமன் தேவாலயத்தில் கான்ராட்டுடன் தங்கி யிருந்தனர். ஆனால் பிரெஞ்ச அரச சபையினர் எலியநாரைக் கண் காணித்து வந்திருக்க வேண்டும். பல மாதங்கள் அவள் அங்கேயே தங்க நேரிட்டது.

கி.பி 1148 ஜூன் மாதம் 24ஆம் நாள் மெலிசென்டேயும் அவளது மகன் மூன்றாம் பால்டுவின்னும் அக்ரேயில் ஒரு அவைக் கூட்டம் நடத்தி அடுத்த சிலுவைப் போரின் இலக்கு டமாஸ்கஸ் என்று தீர்மானித்தனர். டமாஸ்கஸ் அதுவரை ஜெருசலேமின் நேச நாடாகவே இருந்து வந்தது.

ஆனால் இந்த இலக்கு எளிதில் புரிந்து கொள்ளக்கூடியதுதான். டமாஸ்கஸ் எந்த நேரத்திலும் நூர் அல் தீன் வசம் வீழ்ந்துவிடலாம். ஜூலை 23ஆம் நாள் ஜெருசலேமின் மன்னரும், பிரான்சும், ஜெர் மனியும் டமாஸ்கஸின் மேற்குத் திசையிலிருந்த பழத்தோட்டங்கள் ஊடே போரிட்டுச் சென்றனர். ஆனால் இரு தினங்களில் அவர் களது முகாம் மர்மமான முறையில் கீழ்த்திசைக்கு மாற்றப்பட்டது. நான்கு நாட்கள் கழித்து சிலுவைப் போரில் பிளவு ஏற்பட்டது. மூன்று மன்னர்களும் மாண்பிழந்து புறங்காட்டினர்.

டமாஸ்கஸ்ஸின் ஆளுநர் யுனுர் மேற்கத்திய போராளிகள் தங்கள் சுயலாபத்திற்காக இதில் ஈடுபட்டுள்ளதாக ஜெருசலேம் பிரபுக்களை நம்பவைத்து அவர்களுக்கு கையூட்டு அளித்திருக் கலாம். சிலுவைப் போராளிகள் சான்கியின் மகன் நூர் அல் தீன்

மீட்புப் படையுடன் முன்னேறி வருவதாக அறிந்திருந்தனர். தற்போது ஜெருசலேம் இப்பேரழிவின் தாக்கத்தில் வாடிக்கிடந்தது. கான்ராட் தாயகம் திரும்பினார். லாயிஸ் தனது கழுவாய் தேடும் நோன்பில் மூழ்கி ஈஸ்டர் கொண்டாட ஜெருசலேமில் தங்கியிருந்தார். எலிய நாரின் மணஉறவும் முறிந்தது.[2]

அவர்கள் வெளியேறிய பின் ராணி மெலிசென்டே தனது வெற்றியைக் கொண்டாடினாள். அதே நேரம் தனது இழிநிலை கண்டு துயருற்றாள். 1149ஆம் ஆண்டு ஜூலை 15ஆம் நாள் மெலி சென்டே தனது மகனுடன் இணைந்து புனிதக் கல்லறையின் புதிய தேவாலயத்திற்கு புனருத்தாரணம் செய்தாள். இது சிலுவைப் போராளிகள் கண்ட ஜெருசலேமின் ஜொலிக்கின்ற ஆகச் சிறந்த புனிதப் படைப்பு எனலாம்.

கி.பி 1048இல் கட்டப்பட்டு கி.பி 1119இல் மீண்டும் புதுப் பிக்கப்பட்ட இந்தக் கட்டடத்தில் தனிவழிபாட்டுக் கூடங்களும் ஆலயங்களும் இருந்தன. இவை கடுஞ்சிக்கலான அமைப்புக் கொண்ட ஆரவாரமிக்க பகுதி. இத்தகைய சூழலில் புதுப்பிக்கும் பணியில் ஈடுபட்டிருந்த அந்தக் கட்டடக் கலைஞர்கள் இந்த சவாலை ஆச்சர்யப்படும் வகையில் தைரியத்துடன் வெற்றிகரமாக எதிர் கொண்டனர். ஆனால் மாவீரன் கான்ஸ்டன்டைனால் அது சிதைக்கப்பட்டது.

இப்போது மூன்றாம் பால்டுவினுக்கு இருபது வயது. அவனது மதியூகம் போற்றப்பட்டது. ஒரு சில தீய பண்புகள் கொண்ட ஒரு முழுமையான ஐரோப்பிய மன்னராக அறியப்பட்டான். அவன் ஒரு சூதாடியாகவும் திருமணமான பெண்களை மயக்குகிறவனாகவும் அறியப்பட்டான். ஜெருசலேமின் யுத்தகளத்தில் வீரனாக நிற்கும் மன்னன் ஒருவன் தேவை என்பதை வடபுல நெருக்கடி உணர்த் தியது. சான்கி மகன் நூர் அல்தின் அன்டியாக்குகளைத் தோற் கடித்து எலியநாரின் மாமன் ரேமாண்ட்டைக் கொன்றான்.

அன்டியாக்கைப் பாதுகாக்க பால்டுவின் வடதிசை நோக்கி விரைந்தான். அவன் திரும்பி வந்ததும், அப்போது 47 வயது நிரம் பிய தனது அன்னையிடம் ஈஸ்டர் விழாவின்போது தனக்கு முடி சூட்டவேண்டும் என்று விண்ணப்பித்தான். தாய் அனுமதிக்க வில்லை. அவளுக்கு எதிராகப் போராடத் தீர்மானித்தான்.

அன்னையும் மகனும் எதிரெதிர் நிலையில்

ஜெருசலேமைத் தன் வசம் வைத்துக்கொண்டு, வளமிக்க அக்ரே மற்றும் டையர் துறைமுகங்களைத் தன் மகனுக்குத் தர முன் வந்தாள் மெலிசென்டே. 'கனன்று கொண்டிருந்த தீ கிளறிவிடப் பட்டது'. அரசைக் கைப்பற்ற தன் படைகளைத் திரட்டினான் பால்டுவின். மெலிசென்டே நபுலஸ்ஸிலிருந்து ஜெருசலேமிற்கு ஓடினாள். பால்டுவின் அவளைப் பின்தொடர்ந்தான். அரசருக்கு ஜெருசலேமின் கதவுகள் திறந்தன. டேவிட்டின் கோபுரத்தில் இருந்து மெலிசென்டே பின்வாங்கிவிட்டாள். அவளை முற்றுகை யிட்ட பால்டுவின், ரோமானிய எறிபடைப் பொறிகளைக் கொண்டு மெலிசென்டேயைத் தாக்கத் தொடங்கினான். தாக்குதல் சில நாட்களாக நீடித்தது. இறுதியில் மெலிசென்டே அதிகாரத்தையும் ஜெருசலேமையும் கைவிட்டாள்.

அன்டியாக் நூர் அல் தீனால் தாக்கப்பட்டபோது பால்டுவின் தனது பிறப்புரிமையை நிலைநாட்டிக் கொள்ளவில்லை. அரசர் வடதிசையிலிருந்தபோது ஜெருசலேமை ஓர்டுக் குடும்பம் 1086லிருந்து 1098 வரையிலும் அரசாட்சி செய்தது. புனித நகரைக் கைப்பற்ற இராக்கிலிருந்து ஒரு படை அணிவகுத்து வந்தது; அவர்கள் ஜெரிக்கோ சாலையில் கொலை செய்யப்பட்டனர். பால்டுவின் இதில் புத்துணர்வு பெற்றான். 'ட்ரு கிராஸ்' அஷ்கெலானை நோக்கிச் சென்றது. கடும் முற்றுகைக்குப் பின் அஷ்கெலான் வீழ்ந்தது. ஆனால் வடக்கே டமாஸ்கஸ் நூர் அல் தீன் வசம் சென்றது. நூர் சிரியாவுக்கும் கிழக்கு ஈராக்கிற்கும் தலைவரானார்.

நூர் அல் தீன் உயரமானவர். கருநிற தாடி வைத்திருந்தார். ஆனால் மீசை இல்லை. அழகிய நெற்றியும் கனிவான கண்களும் உடையவர். இனிய தோற்றம் கொண்டிருந்தாலும், சான்கியைப் போல கொடூரமானவர். ஆனால் மறைநுட்பமும், சீரொழுங்கும் உடையவர். 'வீரமும் விவேகமும்' கொண்டவர் என இவரைப்பற்றி சிலுவைப் போராளிகள் கூடச் சொன்னதுண்டு. அவரது அரச சபையினர் அவரைப்போலவே அன்பைக் காட்டினர்.

இவர்களில் அரசியல் நிலையின் திசைகாட்டியான உசாமாவும் அடங்குவார். நூர் அல் தீனுக்கு போலா விளையாட்டு பிடிக்கும். இரவு நேரங்களில் மெழுகுவர்த்திகளின் வெளிச்சத்தில் விளை யாடுவார். ஐரோப்பியர்களை வெற்றிகொள்ள இஸ்லாமிய சினத்தை ஒருமுகப்படுத்தினார். இதன் விளைவாக சன்னிப் பிரிவின் எழுச்சி ஓங்கியது. ஒரு புதிய இராணுவ நம்பிக்கை எழுந்தது. 'சிலுவையால்

மாசுபட்ட ஜெருசலேமைத் தூய்மைப்படுத்த' நூர் அல் தீனின் புனிதப் போர் தூண்டியது. இது ஒரு நகை முரண். ஒரு காலத்தில் சிலுவைப் போராளிகள் இஸ்லாமியர்களைப் 'புனிதக் கல்லறையை மாசு படுத்துபவர்கள்' என்று குறிப்பிட்டனர். அந்த நகரத்தை வென் றெடுத்தபோது அல்அக்சாவில் ஒரு கலைநயம் மிக்க சமய உரை மேடை ஒன்றை உருவாக்கினார்.

பால்டுவின், நூரிடம் ஒரு இக்கட்டில் மாட்டிக்கொண்டார். இருவருக்கும் ஒரு தற்காலிக சமரச உடன்பாடு ஏற்பட்டது. அப்போது அரசர் பால்டுவின் பைசாந்திய உதவியை நாடியிருந்தார். அவர் சக்கரவர்த்தி இமானுவேலின் உடன்பிறந்தவரின் மகள் தியோடோரா என்பவளை மணந்துகொண்டார். அத்திருமணத்தின்போது மண மகள் அணிந்திருந்த தங்கமும் மணியும் முத்தும் நிறைந்த ஆடை கான்ஸ்டான்டிநோபிளின் அயலகத்துப் பேரழகைக் கொண்டு வந்திருந்தது. பால்டுவினுக்கு இத்திருமணம் மூலம் குழந்தைகள் ஏதுமில்லை. இறுதியில் அன்டியார்க்கில் பால்டுவின் உடல் நலம் குன்றி ஒரு சில வாரங்கள் கழித்து கி.பி 1162 பிப்ரவரி 10ஆம் நாள் இறந்தார்.

எப்போதும் இல்லாத அளவில் ஆழ்ந்த துயர்மிகு காட்சி களோடு அவரது சவ ஊர்வலம் பெய்ரூட்டிலிருந்து ஜெருசலே மிற்குச் சென்றது. ஜெருசலேம் அரசர்கள் அனுபவமிக்க சிலுவைப் போராளிக் குடும்பங்களைப் போல கீழைநாடுகளின் உயர்குடி களாக ஆகிவிட்டனர். 'இறையச்சம் இல்லாத ஒரு பெருந்திரள் மக்கள் மலைகளிலிருந்து இறங்கி வந்து சவ ஊர்வலத்தைப் பின் தொடர்ந்து ஓலமிட்டு வந்தனர்,' என்று டையரின் வில்லியம் எழுது கிறார். 'உலகறியாதவரைப் போன்ற ஒரு இளவரசை ஐரோப்பியர்கள் இழந்துவிட்டனர்' என்று நூர் அல் தீன் கூடச் சொன்னார்.

அமௌரியும் அக்னியும்:

ஜெருசலேம் போன்ற புனித நகருக்கு அரசி இல்லை. ஒரு பெண்ணின் இழிபுகழால் ஜெருசலேமின் மரபுரிமை தொடர்ச்சி தடமிறங்கியது. பால்டுவின்னின் சகோதரன் அமௌரி அடுத்த வாரிசாக இருந்தான். அப்போது ஜாஃபா அஷ்கெலான் பகுதி களின் கோமகனாக இருந்தான். அக்னியுடனான திருமண உறவை முறித்துக் கொண்டாலொழிய பால்டுவின்னுக்கு முடிசூட்ட இயலாது என சமயக் குரு மறுத்துவிட்டார். காரணம் இவ்விருவரும் நெருங்கிய ரத்த உறவு கொண்டவர்கள். இவர்கள் இருவருக்கும்

ஒரு மகன் இருந்தான் என்பது வேறு கதை. உண்மையான பிரச்சனை என்னவென்றால், 'அவள் புனித ஜெருசலேமிற்கு உகந்த அரசி அல்லள்' என்பதுதான் என்று ஒரு வரலாற்றறிஞர் குறிப்பிடுகிறார். வரைமுறையற்ற பாலியல் உறவுகளுக்குப் பெயர் போனவள் அக்னி என்று வரலாற்றாசிரியர்கள் கூறுவதற்குக் காரணம், அவர்கள் அனைவருமே அவளுக்கெதிரான மனச்சாய்வு கொண்டிருந்ததால் அவள் இந்த இழிபுகழுக்கு ஆளானாளா? என்பதை அறிந்துகொள்வது இயலாத ஒன்று. எப்படியானாலும் அவள் யாரும் பெரிதும் விரும்புகிற வெற்றிப் பரிசு. அவளது காதலர்களாகப் பல்வேறு கட்டங்களில் குலபதியும் மாளிகைக் காவலர்களும் நான்கு கணவர்களும் இருந்ததாகக் கூறப்பட்டது.

அமௌரி கடமையுணர்வோடு அவளை விவாகரத்து செய்துவிட்டுத் தனது 27ஆம் வயதில் முடிசூட்டிக்கொண்டான். அவனோ அலங்கோலமான தோற்றம் கொண்டவன்; திக்குவாயன், கலகலவென சிரிப்பவன். 'இளம் வயதிலேயே அவன் பருத்து கொழுத்துப் போனான். அவனது மார்புச் சதை ஒரு பெண்ணின் மார்பகங்களைப் போல இடுப்பு வரையில் தொங்கியது. வீதிகளில் ஜெருசலேம் மக்களின் நகைப்புக்கு ஆளான போதிலும் அதைக் கேட்காதது போலப் பொருட்படுத்தாமல் இருந்து விடுவான். தோற்றம் எப்படியிருந்தாலும் அவன் ஒரு அறிவாளியாக இருந்தான். பேரரசின் தொடக்க காலத்திலிருந்தே பலரிடமிருந்தும் மிகத் தீவிரமானதொரு சவாலை அவன் எதிர்கொள்ள வேண்டியிருந்தது. பால்டுவின், நூரிடம் சிரியாவை இழந்தான். ஆனால் அவனது அஷ்கெலான் வெற்றி எகிப்தின் தலை வாயிலைத் திறந்துவிட்டது. நூர் அல் தீனை எதிர்த்துப் போரிட அமௌரிக்கு அவனது முழு ஆற்றலும், கூடுதலான மனிதசக்தியும் தேவைப்பட்டது.

அந்நாளைய இழிபுகழ் கொண்ட கயவன் அன்ரோனிகோஸ் கோம்னேனோஸை அமௌரி ஜெருசலேமிற்கு வரவேற்றதற்கு இதுவும் ஒரு காரணமாகும். எண்ணற்ற வீரத்திருத்தகைகள் அன்ரோனிகோஸை சூழ்ந்து வந்தனர். முதலில் இந்த வீரத்திருத்தகைகள் ஜெருசலேமிற்கு ஆறுதல் தரும் ஆதாரப்புலமாக இருந்தனர். அன்ரோனிகோஸ் பேரரசர் இமானுவேலுக்குச் சகோதரமுறை ஆவார். அவன் பேரரசரின் உடன்பிறந்தான் மகளை மயக்கினான். அவளது சினமுற்ற சகோதரர்களால் கொலையுண்டு உயிர்போகும் நிலையில் 12 ஆண்டுகள் சிறைவைக்கப்பட்டான்.

பின்னர் மன்னிப்பு பெற்று சிலிசியாவின் ஆளுநரானான். அதன் பிறகு பொறுப்பற்ற தன்மைக்காகவும், விசுவாசம் இல்லாத

தற்காகவும் அவனுடைய பதவி பறிபோனது. அன்டியாக்கிற்கு ஓடிய அவன் அந்நாட்டு இளவரசரின் பிலிப்பா என்ற மகளுக்கு பாலியல் கவர்ச்சியூட்டினான். பின்னர் அங்கிருந்து அவன் ஜெருசலேமிற்குத் தப்ப வேண்டியதாயிற்று. அவனது நிலை 'புற்றில் உள்ள பாம்பைப் போலவோ, ஆடை வைப்பறையில் பதுங்கியிருக்கும் சுண்டெலியைப் போலவோ அலைக்கழிப்பிற்கு உள்ளாகி இருந்தது.' அமௌரியின் அரசவை எழுத்தாளர் டையரின் வில்லியம், "பரிசுகள் கொண்டு வரும்போது கூட கிரேக்கர்களைக் கண்டு அஞ்சுகிறேன் என்ற பழமொழியை நிரூப்பிப்பவனாக இருந்தான் அவன்" என்று நினைவு கூர்கிறார்.

அமௌரி அன்ரோனி மகாஸுக்கு பெய்ரூட்டின் ஆட்சி யுரிமையை அளித்தான். அப்போது 60 வயது நிறைந்த அவன் இளவரசி பிலிப்பாவை ஒதுக்கி விட்டு மூன்றாம் பால்டுவின்னின் இசைவுகூடிய விதவை தியோடோராவைக் கவர்ந்தான். இறந்த கணவனின் உரிமையைப் பெற்று ஜெருசலேமின் அரசியான அவளுக்கு 23 வயது நிரம்பியிருந்தது. ஜெருசலேம் சிதிலமடைந்திருந்ததால் அன்ரோனி மகாஸுக்குத் தப்பிச்செல்ல வழி இல்லை. தியோ டோராவைக் கடத்திக்கொண்டு டமாஸ்கஸ்ஸிலிருந்த நூரிடம் போய்ச் சேர்ந்தான். இந்த பாம்பு வெளியேறிச் செல்வதைப் பார்த்து வருத்தப்படுவோர் யாருமில்லை. அவர்களில் மிகக்குறைந்த வருத் தத்தில் தோய்ந்தவர் அமௌரியின் விருப்பத்திற்குரிய மத ஊழியரான டையரின் வில்லியம் ஆவார். அவர் ஜெருசலேமில் பிறந்தவர். இருபது வருடங்கள் பேராயராகவும் பின்னர் சான்சலராகவும் பணியாற்றியவர். ஜெருசலேமின் இடர் நிறைந்த அரசியல் நெருக்கடி ஒன்று கூடியதில் பொறுக்க இயலாத அரசாங்கத் துன்பியல் நிகழ் வுக்கு மிக நெருங்கிய சாட்சியாக இருந்தவர் வில்லியம்.

டையரின் வில்லியம்: எகிப்திற்கான போர்

அரசர் அமௌரி இஸ்லாமிய அரசுகள் மற்றும் சிலுவைப் போராளிகளின் வரலாற்றை எழுதும் திட்டத்தை வில்லியத்திடம் ஒப்படைத்தார். அவருக்கு ஓரளவு அரபு மொழி தெரியும் என்பதால் அவுட்டிரெம்மரின் வரலாற்றை எழுதுவதில் சிரமம் எதுவும் இல்லை. ஆனால் அவரால் இஸ்லாம் பற்றி எப்படி எழுத முடியும்.

இச்சமயத்தில் பாத்திமித்களின் எகிப்து பிளவுபட்டது. மதி நுட்பம் கொண்ட சந்தர்ப்பவாதிகளுக்கு மேல்வரும்படிகள் இருந் தன. எனவே உசாமா பின் முன்கித் கெய்ரோவில் இருந்தது இயல்புதான். அங்கு அதிகார ஆட்டங்கள் உயிர் பறிப்பனவாக

இருந்தாலும் வளம் தருபவை. உசாமா தனது செழிப்பை பெருக்கிக் கொண்டார். ஒரு நூலகமும் கட்டினார். தவிர்க்க இயலாதபடி ஏதோ ஒரு தவறு நேர்ந்தது. தனது உயிரைக் காப்பாற்றிக்கொள்ளத் தப்பி ஓடும்முன் தனது குடும்பத்தினரையும், சேமித்த தங்கத்தையும், தான் நேசித்த நூலகத்தையும் கப்பலில் அனுப்பி வைத்தார். ஆனால் அக்ரே அருகே அவரது கப்பல் தகர்ந்தது. அவர் தனது செல்வத்தை இழந்தார். அவரது நூலகம் ஜெருசலேம் அரசரால் பறிமுதல் செய்யப்பட்டது. "எனது பெண்டிரும் குழந்தைகளும் பாதுகாப்பாக உள்ளனர் என்ற செய்தி எனது செல்வ இழப்பை ஏற்றுக் கொள்ளச் செய்துவிட்டது. ஆனால் 4000 நூல்களின் இழப்பை என்னால் ஏற்றுக்கொள்ள முடியவில்லை. எனது வாழ்நாள் முழுதும் இந்த இதயவலி நீடித்தது" என்கிறார் உசாமா. உசாமாவின் இழப்பு வில்லியத்திற்கு லாபமானது. உசாமாவின் நூல்கள் வில்லியத்திடம் வந்து சேர்ந்தன. இஸ்லாமிய வரலாற்றை எழுத இந்நூல்களை அவர் பெரிதும் பயன்படுத்திக் கொண்டார்.

இதனிடையே அமௌரி எகிப்திற்கான போரில் மூழ்கியிருந்தான். ஐந்து முறைகளுக்குக் குறைவின்றி படையெடுப்புகளை மேற்கொண்டான். இந்தப் பந்தயத்தின் வீச்சு பெரிது. இரண்டாவது படையெடுப்பில் அமௌரி எகிப்தை வென்றுவிடுவது போல் தோன்றியது.

எகிப்தின் செல்வத்தையும் வளங்களையும் தக்கவைத்துக் கொள்வதில் அமௌரி வெற்றி பெற்றிருந்தால் ஜெருசலேம் கிறித்துவ ராஜ்ஜியமாகவே நீடித்திருக்கும்; அந்தப் பகுதியின் வரலாறும் வேறுவிதமாக இருந்திருக்கும். மாறாக பதவியிழந்த எகிப்திய ஆளுநர் நூர் அல் தீனிடம் அடைக்கலம் புகுந்தார். நூர், குர்திஷ் எகிப்தை வென்றெடுக்க தனது ஆற்றல்மிகு தளபதி ஷிர்குவை அனுப்பி வைத்தார். அமௌரி தோற்கடிக்கப்பட்டார். அலெக்சாண்டரியா ஷிர்கு வசமானது. வீழ்ந்த பகுதியை வலுப்படுத்தாமல், அவருக்கு அளித்த திறையைப் பெற்றுக்கொண்டு ஜெருசலேம் திரும்பிவிட்டார்.

எகிப்தில் பெற்ற செல்வத்தில் அமௌரியின் வளம் பெருகியது. சீயோன் மலை செனக்கிலில் உள்ள அழகிய கூர்மாட அறை இக்காலத்தில்தான் கட்டப்பட்டது. அரசர் ஒரு புதிய ராஜ மாளிகையை எழுப்பினார். டேவிட்டின் கோபுரத்திற்குத் தெற்கே அமைந்த இம்மாளிகை ஒரு சிறிய கவிமாடக் கோபுரமும் பெரிய வட்ட வடிவ முன்வாசலையும் பெற்றிருந்தது. ஆனால் எகிப்து முற்றிலுமாகப் பணிந்து போய்விடவில்லை.

இப்பெரும் மோதலில் சிக்கிய அமௌரி கான்ஸ்டான்டி நோபிளின் சக்கரவர்த்தி இமானுவேலின் உதவியை நாடினார். அவரது உடன் பிறந்தார் மகள் மேரியாவை மணம் புரிந்தார். ராணுவ உதவி கேட்டு பேச்சுவார்த்தை நடத்துமாறு தனது வரலாற்றாசிரியர் வில்லியத்தை அனுப்பினார். ஆனால் வேண்டிய உதவி கிட்டவில்லை. எகிப்திலிருந்து அமௌரியும் அவரது எகிப்தியக் கூட்டாளிகளும் கெய்ரோவை வென்றெடுக்க இருந்த தருணத்தில் மீண்டும் ஷிர்கு வந்தார்.

அமௌரிக்கு உடல்நலம் குன்றியபோது ஒரு சிறந்த மருத்துவரை அனுப்புமாறு தனது எகிப்திய கூட்டாளிகளைக் கேட்டுக் கொண்டார். அமௌரி கீழை மருத்துவத்தை விதந்தோதுபவர். எகிப்தியர்கள் இந்தப் பணியை கலிபாவின் யூத மருத்துவர்களில் ஒருவரிடம் அளித்தனர். அந்த மருத்துவர் இராணுவ உதவி கேட்டு பேச்சுவார்த்தை நடத்த அப்போதுதான் தற்செயலாக ஜெருசலேமிலிருந்து திரும்பியிருந்தார்.

மோசஸ் மைமோனிடஸ்: கலக்கமுற்றவருக்கான வழிகாட்டி

மருத்துவர் மைமோனிடஸ் சிலுவைப் போராளிகளின் அரசருக்கு மருத்துவம் செய்ய மறுத்துவிட்டார். அது ஒரு புத்திசாலித்தனமான முடிவு. அப்போதுதான் அவர் பாத்திமித்துகளின் எகிப்திற்கு வந்திருந்தார். ஜெருசலேமுடனான எகிப்தின் உறவு நீடிக்கவில்லை. மைமோனிடஸ் ஸ்பெயினில் இஸ்லாமிய தண்டனையிலிருந்து தப்பி ஓடி வந்த ஒரு அகதி. அப்போது ஸ்பெயினில் யூத–இஸ்லாமிய கலாச்சாரத்தின் பொற்காலம் முடிவடைந்திருந்தது. வடக்கில் தீவிர கிறித்துவ ராஜ்ஜியங்களும், தெற்கே இஸ்லாமும் பிரிந்து கிடந்தன. தீவிர பற்றாளர்களான அல்மொத் என்கிற பெர்பர் பழங்குடி இனம் தென்புலத்தை வென்றது. யூதர்கள் மதமாற்றம் அல்லது மரணம் என்ற இரண்டில் ஒன்றைத் தேர்வு செய்யவேண்டிய நிலை. இளைஞரான மைமோனிடஸ் மதம் மாறுவதாக நடித்தார். கி.பி 1165இல் அவர் அங்கிருந்து தப்பி ஜெருசலேமிற்கு அக்டோபர் 14இல் புனிதப் பயணம் மேற்கொண்டார்.

திஷ்ரி என்ற யூத புத்தாண்டு மாதத்தில் இது நிகழ்ந்தது. புனிதப் பயணத்திற்கு உகந்த பருவமும் அதுதான். ஆலிவ் மலையில் தனது தந்தை மற்றும் சகோதரருடன் நின்று யூத ஆலயத்தை நோக்கிப் பார்வையை செலுத்தினார். பிறகு தனது ஆடைகளை சடங்கு முறைக்கு ஏற்ப கிழித்துக்கொண்டார். ஒரு யூத புனிதப் பயணி தனது ஆடையை எத்தனை முறை கிழித்து மறுபடியும் தைக்க வேண்டும் என்பதை அவர் பின்னர் உறுதி செய்துகொண்டார்.

கிழக்கு வாயில் வழியாக நுழைந்த அவர் கண்முன்னே ஒரு கிறித்துவ ஜெருசலேம்தான் தென்பட்டது. இன்னமும் யூதர்கள் அங்கே அதிகாரபூர்வமாக நுழைவதற்குத் தடை இருந்தது. இருப் பினும் அங்கு டேவிட் கோபுரம் அருகே நான்கு சாய வேலை செய்யும் யூதர்கள் அரசு ஆதரவுடன் வாழ்ந்து வந்தனர்.[3]

'புனிதம் தவழும் தேவாலயம்' இடிபாடுகளிடையே கிடப்பது கண்டு மனம் வருந்தினார். பிறகு அந்த தேவாலயத்தில் சென்று வழிபட்டார். ஏதோ தேவாலயப் பாறையருகே அவர் வழிபட அனுமதிக்கப்பட்டது போல் இருந்தது.[4] அதற்குப் பிறகு கோயில் மலைக்குச் செல்வதை அவர் தவிர்த்து வந்தார். இந்த விதி இன்னும் சில மரபார்ந்த யூதர்களால் கடைபிடிக்கப்படுகிறது.

பின்னர் அவர் எகிப்தில் குடியேறினார். அங்கு அவர் அரேபியர்கள் மத்தியில் மூசா இபுனு மைமூன் என்று அறியப் பட்டிருந்தார். மருத்துவத்திலிருந்து யூதர்கள் சட்டம் வரை பல் வேறு நூல்களை எழுதி பல்துறை அறிஞராக புகழ்பெற்று விளங் கினார். 'கலக்கமுற்றவருக்கு வழிகாட்டி' என்பது அவருடைய ஆகச் சிறந்த நூல் ஆகும். அறிவியல், சமயம், மற்றும் தத்துவம் மூன்றும் பின்னிப் பிணைந்த நூல் அது.

அரசு மருத்துவராகவும் பணிபுரிந்தார். அமௌரி நூர் அல் தீன் ஆகிய இருவரின் பதவிப் போரில் எகிப்து குழப்பத்திலிருந்தது. அமௌரி ஓயாது போரிட்டார். ஆனால் அவருக்கு அதிர்ஷ்டம் இல்லை.

சிரியாவின் தலைவர் நூர் கி.பி 1169இல் ஜெருசலேமை சுற்றி வளைத்துவிட்டார். அவரது அமீர் ஷிர்கு, எகிப்திய போரில் வெற்றி பெற்றார். ஷிர்குவுக்கு அவரது உடன்பிறந்தார் மகன் சலாவுதீன் துணை நின்றார். பருத்துக் கொழுத்த ஷிர்கு கி.பி 1171இல் இறந்தார். எகிப்து சலாவுதீன் வசம் வந்தது. சலாவூதின், மைமோனிடஸை யூத இன முதல்வராகவும் தனது மருத்துவராகவும் நியமித்தார்.

குறிப்புகள்:

1. மெலிசென்டே ஜெருசலேமின் மூன்றாவது ராணியாவாள். அவளுக்கு முன் ஜெசிபெல்லின் மகள் அதாலியாவும் விதவை அலெக்சான்டராவும் மெக்காபிய காலத்தில் ஜெருசலேமில் ஆட்சி செய்த பெண்ணரசிகள். மெலிசென்டே மூன்று முறை முடிசூட்டிக் கொண்டாள். கி.பி 1129இல் அவர் தந்தையுடனும் பிறகு கி.பி 1131இல் ஃபுல்க்குடனும் கி.பி 1143இல் தன் மகனுடனும் மகுடம் புனைந்தவள். இரு பிரிவிலும் பெண்கள் கீழ்

நிலையே பெற்றிருந்தபோதிலும் இஸ்லாமியப் பெண்களும் சிலுவைப்போர் புரிந்த பெண்களும் ஆபத்தான தருணங்களில் கவசமணிந்து யுத்த களத்தில் எதிரிகளுடன் மோதியிருக்கின்றனர் என்று உசாமா கூறுகிறார். மெலிசென்டே தனது ஆர்மீனிய பிணைப்பை மறந்துவிடவில்லை. எடிசா வீழ்ந்த பின்னர் ஆர்மீனிய அகதிகளை அவள் ஜெருசலேமில் குடிய மர்த்தினாள். கி.பி 1141இல் ஆர்மீனியர்கள் புனித ஜேம்ஸ் கத்தீட்ரலை மீண்டும் கட்டத்தொடங்கினர்.

2. மெலிசென்டேயின் மகன் வருத்தமுற்று தனக்கு முழு அதிகாரம் வேண்டும் என்று முறையிட்டான். விடுதலை பெற்றபின் எலியநார், நார்மன்டி பிரபு ஹென்றியை மணந்துகொண்டாள். இவர் மன்னர் ஃபுல்கின் பேரன். சிறிது காலத்தில் அவன் இங்கிலாந்து அரசனாக இரண்டாம் ஹென்றி என்ற பெயரில் அரியணை ஏறினான். இவர்களுக்குப் பிறந்தவர்களில் மன்னர் ஜானும் எதிர்கால சிலுவைப் போராளி சிங்க நெஞ்சன் மன்னர் ரிச்சர்டும் அடங்குவர்.

3. ட்யூடெலாவைச் சேர்ந்த பெஞ்சமின் என்ற யூதப் பயணி மைமொனி உஸ்ஸீக்குப் பிறகு ஜெருசலேம் வந்தார். அவர் தங்கியிருந்த காலத்தில் சீயோன் மலை செனக்கிளை புதுப்பிக்கும் பணியிலிருந்தவர்கள் ஒரு மர்மமான ஆழ் கிடங்கைக் கண்டனர். அது மன்னர் டேவிட்டின் கல்லறை என்று அறியப்பட்டது. சிலுவைப் போராளிகள் அங்கே ஒரு நினை விடமும் அமைத்தனர். ஜெருசலேமின் பற்றிக் கொள்கிற மதச் சூழலில் இந்த கிறித்துவ தலம் யூதர்களுக்கும் முஸ்லிம்களுக்கும் கூட புனித இடமாக மாறியது. பெஞ்சமின் தான் இராக் சென்றதாகவும் கூறிக்கொண்டார். பாக்தாத்தில் டேவிட் அல்லது அல்ராய் என்கிற யூத இளைஞன் தன்னை ஒரு இறைத்தூதனாக அறிவித்தான் என்று நாடகமாடினார். உள்ளூர் யூதர்களை சிறகுகள் மூலம் ஏற்றிச் சென்று ஜெருசலேமை வென்றெடுக்கப் போவதாகக் கூறினார். பாக்தாத் நகர யூதர்கள் வீட்டு மேற்கூரைகளில் இதற்காகக் காத்துக் கிடந்தனர். அயலார் நகைத்தனர். அவர்களை ஏற்றிச் செல்லும் சாதனை ஒன்றும் நிகழ்ந்துவிடவில்லை. பின்னர் அல்ராய் கொலையுண்டார். பத்தொன்பதாம் நூற்றாண்டில் பெஞ்சமின் மீண்டும் ஜெருசலேம் வந்தபோது அல்ராய் என்ற ஒரு புதினத்தை எழுதத் தொடங்கினார்.

4. யூத தேவாலயம் நான்கு நூற்றாண்டுகளாக இஸ்லாத்தின் கீழ் இருந்த பின்னர் சிலுவைப் போராளிகளால் மேற்குச் சுவரை ஒட்டிய குகை மூடப்பட்டுவிட்டது. எனவே மைமோனிடஸ் அங்கே வழிபாடு நடத்தி யதற்கான வாய்ப்புகள் இல்லை.

☆

25

தொழுநோய் பிடித்த அரசன்
கி.பி 1174-1187

டையரின் வில்லியம்: அரசு குரு

அமௌரி, வில்லியத்தை தனது மகன் பால்டுவின்னுக்கு ஆசானாக நியமித்தார். இளவரசரைப் பற்றிய வில்லியத்தின் புகழுரை:

"அந்தச் சிறுவனுக்கு ஒன்பது வயதிருக்கலாம். அவன் என்னிடம் முறைசாராக் கல்விப் பயிற்சிக்காக ஒப்புவிக்கப்பட்டான். எனது மாணவனுக்காக என்னை அர்ப்பணித்தேன். அமைதியான தோற்றம் கொண்ட அவன் படிப்பில் நல்ல முன்னேற்றம் கண்டான். நல்ல குதிரை வீரன். புத்திசாலி. அவனுக்கு நல்ல நினைவாற்றலும் உண்டு. தன் தந்தையைப் போலவே வரலாற்றில் கவனம் செலுத்தினான். அவனுக்கு அறிவுரைகளை ஏற்கும் மனோபாவமிருந்தது. ஆனால் அதேபோது விளையாட்டிலும் ஆர்வம் கொண்டிருந்தான்.

விளையாட்டுத்தனமிக்க பிள்ளைகள் தொடக்கத்தில் கரங்களை நகங்களால் கிள்ளி விளையாடி வந்தனர். அவன் ஒன்றும் உணராதது போல் பொறுமையோடு அதனை சகித்துக்கொண்டான். சிலமுறை இதுபோன்ற விஷயங்கள் நடந்து முடிந்த பின் என்னிடம் சொல்லப் பட்டது. நான் அவனை அழைத்தபோதுதான் தெரிந்தது அவனது வலக்கரம் உணர்வற்றிருப்பது. எனக்கு மிகவும் இக்கட்டான ஒரு நிலை. அரசருக்கு இவ்விஷயம் அறிவிக்கப்பட்டது. மருத்துவர்கள் சோதித்தனர். நோயின் முன் அறிகுறிகளை யாதென்று நாங்கள் உணர்ந்தோம்.

கண்ணீர் சிந்தாமல் இருக்க இயலவில்லை.”

நான்காம் பால்டுவின்னின் நோய்

வில்லியத்தின் களிகூர் மாணவன் ஒரு தொழுநோயாளி.[1] *போரில் உழலும் ராஜ்ஜியத்தின் வாரிசு அவன். கி.பி 1174 மே 15இல் சிரியா மற்றும் எகிப்திற்கு வல்லவனாக இருந்த நுர் அல் தீன் இறந்தார். புதிய ஜிகாத்தின் மூளை அவர். அவரை, ‘நீதிமான் இளவரசர் என்றும் மதப்பற்று மிக்க மனிதனென்றும்’ வில்லியம் கூடப் பாராட்டினார்.*

நூர் அல் தீனின் மறைவை சாதகமாக்கிக் கொள்வதற்காக அரசர் அமௌரி வடதிசை நோக்கி விரைந்தார். ஆனால் அவர் வயிற்றுப்போக்கு நோயில் சிக்கி ஜூலை 11ஆம் நாள் அரேபிய ஐரோப்பிய மருத்துவர்கள் நோய் நீக்கும் மருந்துகளைப் பற்றி விவாதித்துக் கொண்டிருக்கையில் மரணமடைந்தார்.

அன்புக்குரிய புதிய அரசர் நான்காம் பால்டுவின் ஆசிரியர் வில்லியத்திடம் கல்வியில் சிறப்பெய்தி வந்தார். ஆனால் அவர் பல்வேறு மருத்துவ முறைகளுக்கு ஆளாக வேண்டியிருந்தது. ரத்தம் நீக்கல், தைலம் தேய்த்தல், குடல் கழுவுதல் போன்ற முறைகளின் வாதைகளை அவர் தாங்கிக்கொண்டார். அபு சுலைமான் தாவீது என்ற அரபு மருத்துவரின் மேற்பார்வையில் அவரது உடல்நலம் மேம்பட்டது. அவரது தொழுநோய் முற்றிய நிலையில் இந்த மருத்துவரின் சகோதரர் ஒற்றைக் கையுடன் சவாரி செய்யும் பயிற்சியை இவருக்கு அளித்தார். இத்தகைய சீரிய பேராண்மையும் மிடுக்கும் கொண்ட ஒரு பண்பைக் காண்பதரிது. இந்த உடல் நலம் குன்றிய இளைய மன்னர் தனது ஆசானால் கூர்ந்து கவனிக்கப்பட்டு வந்தார்.

“ஒவ்வொரு நாளும் அவரது நிலைமை மோசமாகி வந்தது. அவரது முகத்தில் நோயின் தீவிரம் தெரிந்தது. அவரது விசுவாசிகள் அவரைக் கருணையோடு பார்த்து மனம் இளகினர். அன்னையிடமிருந்து பிரிந்து வளர்ந்த அவருக்கு ஆதரவளிக்க அன்னை அக்னெஸ் திரும்பி வந்தார். அவரது படையெடுப்புகளில் அன்னையும் அவருடன் சென்றாள். மதிநுட்பம் இல்லாது அவரை அன்னை ஒரு மூர்க்க மந்திரியின் கையில் ஒப்படைத்தார். அந்த மந்திரி மாளிகைக் காவலனாக இருந்தவர். அக்ரேயில் அவர் கொல்லப்பட்டபோது சரிந்து வரும் ஒரு மாஃபியா குடும்பத்தின் தீயவிளைவுகள் ஜெருசலேமின் மீது படியத் தொடங்கின.

திரிபோலியின் மூன்றாம் ரேமாண்ட் ஆட்சிப் பொறுப்பைக் கோரி நிலைமையை கட்டுக்குள் வைத்தார். வில்லியம் சான்சலராக நியமிக்கப்பட்டார். ஆனால் ஜெருசலேமை அலைக்கழித்த தீக்கனா நனவாகியது. கெய்ரோவின் வல்லமை பொருந்திய சலாவுதீன் டமாஸ்கஸைக் கைப்பற்றினார். சிரியா, எகிப்து, ஏமென் மற்றும் இராக்கின் பெரும்பகுதி ஆகியவற்றை மெல்ல மெல்லச் சீராக ஒருங்கிணைத்தார். ஜெருசலேம் அவற்றிற்கு நடுவே சிக்குண்டு கிடந்தது. நகரம் சார்ந்த லேவன்டைன் குலத்தைச் சார்ந்த ரேமாண்ட் சலாவுதீனுடன் அமைதி உடன்படிக்கையை ஏற்படுத்திக் கொண்டு காலத்தைக் கடத்தினார். சலாவுதீனுக்கும் அது கால அவகாசம் அளித்தது.

சிரியாவுக்கும் லெபனானுக்கும் படைசெலுத்திச் சென்று பால்டுவின் தனது ஆற்றலை வெளிப்படுத்தினார். ஆனால் அவர் நோயுற்ற நிலையில் அவரது படுக்கையைச் சுற்றி பெரும் வணிகர்கள் ஒருவரோடு ஒருவர் சண்டையிட்டுக் கொண்டிருந்தனர். டெம்ளர் களின் தலைவர் அடங்காது திமிறினார். ஹாஸ்பிடலர்களோ சமயக் குலபதியுடன் ஒரு தனிப்பட்ட போரில் ஈடுபட்டிருந்தனர். புனித கல்லறைக்குள்ளேயும் அம்புகள் வீசப்பட்டன. இதனிடையே ஜோர்டானில் அனுபவமிக்க வீரத்திருத்தகை ரெனால்ட் உதயமா கிறார். இவரது வரவு ஒரு பெரும் பலமாகவும் பாதகமாகவும் இருந்தது. தீவிர நம்பிக்கையும் ஒளிவீசியது. வெறும் வீராப்பாகவும் அமைந்தது.

சலாவுதீன் தனது ராஜ்ஜியத்தை ஆய்வு செய்யத் தொடங் கினார். அஷ்கெலான் தாக்கப்பட்டது. அவர் ஜெருசலேம் நோக்கிப் படையெடுத்தார். ஜெருசலேம் மக்கள் பரிதவித்தனர். டேவிட் கோபுரத்திற்கு ஓடி ஒதுங்கினர். கி.பி 1177இல் ரேனால்டும் ஒரு சில நூறு வீரத்திருத்தகைகளும் சலாவுதீனின் 26,000 வீரர்களை ஜெருசலேமின் வடமேற்குப் பகுதியில் மான்கிசர்ட் என்ற இடத்தில் தாக்கினர். அஷ்கெலான் வீழும் நிலையிலிருந்தது. யுத்த களத்தில் புனித ஜார்ஜ் தென்பட்டதையும் ட்ரூ கிராஸ் தோன்றியதையும் கண்டு உத்வேகம் பெற்று பால்டுவின் ஆகச் சிறந்த வெற்றி பெற்றார்.

தொழுநோய் அரசனின் வெற்றி

தொழுநோய் அரசன் வெற்றி வாகை சூடித் திரும்பினான். சலாவுதீன் ஒட்டகத்திலேறித் தப்பிவிட்டார். ஆனால் எகிப்துக்கும்

சிரியாவுக்கும் சுல்தான்தான் தலைவராக இருந்தார். புதிய படைகள் திரட்டப்பட்டன.

கி.பி 1179இல் சிரியா படையெடுப்பின்போது பால்டுவின் வழிமறிக்கப்பட்டான். குதிரை துள்ளிப் பாய்ந்தது. பால்டுவின் தப்பித்தார். பழைய கான்ஸ்டபிளின் தைரியத்திற்கு நன்றி சொல்ல வேண்டும். அவன் சிறுவன் பால்டுவின்னின் உயிரைக் காக்க தன்னுயிரை இழந்தான். மீண்டும் சலாவுதீனின் போராளிகளுக்கு எதிராக தன் படைகளை ஏவினான். லித்தானி நதி அருகே குதிரை யிலிருந்து இறங்கினான். தீவிரமடைந்து வந்த அவனது பக்கவாதத் தால் அவனால் குதிரையேற முடியவில்லை. ஒரு வீரத்திருத்த கைதான் தனது முதுகில் சிறுவன் பால்டுவின்னை யுத்த களத்திற்கு தூக்கிச் சென்றான். அவனால் ஒருபோதும் இனி யாரையும் மணம் முடிக்க இயலாது. தொழுநோய் பாலியல் உறவின் மூலம் பரவும் என்ற எண்ணம் இருந்து வந்தது. இச்சமயத்தில் அவனால் படை நடத்திச் செல்ல இயலவில்லை.

தனது துயரத்தை வெளிப்படுத்தி பால்டுவின் பிரான்சின் மன்னர் ஏழாம் லூயிஸிடம் ஒரு வலிமைவாய்ந்த புதிய மன்னரின் தேவையைக் கோரினான். "கைகளின் பயன்பாட்டை இழந்த நிலையில் அரசின் பணிகளை நிர்வகிக்க ஒருவனுக்கு வேறு என்ன இருக்கிறது, 'நாமனின்' நோயை குணப்படுத்தினாலொழிய. என்னைக் குணப்படுத்த எந்த 'எலிசா'வும் இல்லை. அரபு ஆக்ரமிப்பு ஜெருசலேமை நெருக்குகிறபோது அதிகாரத்தின் பிடி வலுவற்ற கரத்தில் இருப்பது பொருத்தமற்ற ஒன்று." அரசர் நலிவடைய நலி வடைய அதிகாரத்திற்கான போட்டி வலுவடைந்து கொண்டிருந்தது. அரசரின் வீழ்ச்சி அரசியல் வீழ்ச்சியோடும் தார்மீக தாழ்ச்சியோடும் ஒன்றிணைந்தது. திரிபோலியின் ரேமான்டும், அன்டியாக் இளவரசர் பொகிமாண்டும் குதிரைப் படையினரோடு ஜெருசலேம் நகரத்தை நோக்கி விரைந்தபோது அரசர் ஒரு ராணுவக் கலகம் ஏற்படுவதாக சந்தேகித்து சினமடைந்தார். சலாவுதீனுடன் மீண்டும் ஓர் அமைதி உடன்படிக்கையை ஏற்படுத்திக்கொண்டு கால அவகாசம் பெற்றார்.

சமய குரு இறந்தபோது ராணி அக்னெஸ், அவரது காதலனாகக் கூறப்பட்ட ஹெராக்ளியஸை சமய குருவாக நியமித்தார். விலை யுயர்ந்த பட்டாடைகளையும், நறுமண வாசனாதிகளையும் அளித்து இந்த திருச்சபை சார்ந்த இணையாட்டக்காரர், துணிமணிகள் விற்பவர் ஒருவரின் மனைவி பஷியாவை தனக்கு இணையாக்கிக் கொண்டார். அவள் ஜெருசலேமிற்கு வந்து அவர் மூலம் ஒரு மகளையும் பெற்றெடுத்தாள்.

அரசரின் மரணம் நெருங்கியது. அரசபதவிக்கு அடுத்த நபரைத் தேர்வு செய்யவேண்டிய இடத்தில் இப்போது அக்னெஸ் இருந்தாள்.

முறையற்ற வாரிசு கே

அக்னெஸ், அரசரின் சகோதரி சிபில்லாவுக்கும் 27 வயது நிரம்பிய தனது சமீபத்திய காதலனின் சகோதரர் கேவுக்கும் திருமண ஏற்பாடு செய்தாள். தனது முதல் திருமணம் மூலம் ஒரு மகனைப் பெற்றிருந்த இளம் விதவையான இளவரசி சிபிலா மட்டுமே இந்த மணஉறவில் பெரும் மகிழ்ச்சியடைந்தாள். மற்ற பிரபுக்கள் அவளு டைய புதிய கணவரை அனுபவமிக்கவராகவோ ஜெருசலேமின் வாழ்க்கைச் சிக்கலைக் கையாளக்கூடிய அளவுக்கு ஒரு உயர் குடியைச் சார்ந்தவராகவோ கருதவில்லை. கே தற்போது ஜாஃபா, அஷ்கெலன் என இரண்டு பிரதேசங்களின் பிரபுவாக இருந்தார். ஆனால் போதிய அதிகாரம் பெற்றவரல்ல. ஒன்றிணைக்க வேண்டிய தருணத்தில் இருந்த ராஜ்ஜியத்தை பிளவுபடுத்தினார். கெரக்கைச் சார்ந்த ரெனால்டு, மெக்கா சென்று கொண்டிருந்த புனிதப் பயண வாகனங்களின் மீது தாக்குதல் நடத்தி அமைதி உடன்படிக்கையை முறித்தார்.

பயணிகளைப் பாதுகாப்பதைத் தவிர ஒரு இஸ்லாமிய அரச ருக்குப் புனிதமான பணி வேறொன்றும் இல்லை என்று சலாவுதீன் கொதிப்படைந்தார். ஆனால் ரெனால்டு ஒரு கடற்படையுடன் செங்கடல் வழியே படையெடுத்து மெக்கா, மெதினாவை ஒட்டிய கடற்கரையில் வந்திறங்கினார். ரெனால்டு எதிரியின் இடத்தில் யுத்த களத்தை நகர்த்திச் சென்றது ஒரு ஆர்வமூட்டும் நடவடிக்கை தான். ஆனால் அது ஒரு ஆபத்தான விளையாட்டும் கூட. நிலத் திலும், நீரிலும் நடந்த போரில் ரேமான்டு தோற்கடிக்கப்பட்டார். பிடிபட்ட ஐரோப்பிய கடற்படை வீரர்களின் தொண்டையை மெக்காவுக்கு வெளியே மக்கள் மத்தியில் அறுக்கும்படி சலாவுதீன் கட்டளையிட்டார். சலாவுதீன், விரிவாக்கிக் கொண்டிருக்கும் தனது பேரரசிலிருந்து மேலும் ஒரு படையை உருவாக்கினார்.

பால்டுவினின் நோய் கை கால்களில் பரவி அவை செயலிழந்து போயின. ஜுர நோயில் வீழ்ந்த அவர் கேயை பகர ஆளுநராக நியமித்தார். கி.பி 1183 செப்டம்பரில் சலாவுதீன் கலீலி மீது படை யெடுத்தார். கே 1300 வீரத்திருத்தகைகளையும் 15000 காலாட்படை யினரையும் செபோரியா நீரூற்றுக்கு அருகில் திரட்டினார். அது வரை அவரது எழுச்சி பற்றி பெருமிதம் கொள்ள ஒன்றுமில்லை.

ஆனால் அவரால் சலாவுதீனைத் தாக்க முடியவில்லை. அல்லது அதற்கு அஞ்சினார். இறுதியில் ஜோர்டானில் உள்ள கேரக் படை யினரை சலாவுதீன் தாக்கினார். பால்டுவின் கேரக்கிற்கு உதவ வந்துகொண்டிருப்பதை அறிவிப்பதற்காக டேவிட் கோபுரத்தின் மீது சமிக்ஞை தீபம் ஏற்றினார். நெஞ்சுடைந்த தொழுநோய் அரசர் நலிந்த நிலையிலும் கேரக்கை மீட்டெடுக்க வீரத்தோடு படைத் தலைமை ஏற்று விரைந்தார்.

அரசர் திரும்பி வந்தவுடன் கே'யின் பதவி பறிபோனது. ரேமாண்டு பகர ஆளுநர் ஆனார்.[2] சிரியாவின் மகன் ஐந்தாம் பால்டுவின்னுக்கு முடிசூட்டப்பட்டது. அப்போது அவனுக்கு எட்டு வயதுதான். முடிசூட்டு விழா முடிந்தவுடன் புனிதக் கல்லறை யிலிருந்து தேவாலயத்திற்கு இக்குழந்தை அங்கிருந்த ஒரு உயரமான பெருஞ்செல்வர் பாலியனின் தோள்களில் வைத்து தூக்கிச் செல்லப் பட்டார். ஒரு வருடம்தான் இந்தக் குழந்தை அரசனாக இருந்தது. பிறகு தேவதைகளும் முள்ளிலைகளும் கொண்ட சிற்ப வேலைப் பாடு நிறைந்த அழகிய கல் சவப்பெட்டியில் கண்ணை மூடிக் கொண்டது.

ஜெருசலேமின் படைக்குத் தளபதி பொறுப்பேற்க ஒரு இளைஞர் தேவைப்பட்டார். கே பதவிக்குத் திரும்பிவராதபடி தடுப்ப தற்காக ரேமாண்டும், கோமகன்களும் நெபுலாஸில் கூடினார்கள். ஆனால் ஜெருசலேமின் ஆட்சி சிபிலாவிடம் இருந்தது. சிபிலா கே'யைத் திருமணம் செய்திருந்ததால் தனக்கு முடிசூட்டுமாறு சமயக் குலபதியை வற்புறுத்தி வந்தாள். கே'யை விவகாரத்து செய்து விட்டு மற்றுமொரு அரசரை நியமிக்கவும் தயாராக இருப்பதாக அவள் உறுதி கூறினாள். ஆனால் முடிசூட்டு விழாவின் போது கே'யையும் வரவழைத்து தன்னோடு அவனுக்கும் அரச முடி சூட்டச் செய்தாள். அவளது மதிநுட்பம் அனைவரையும் விஞ்சியிருந்தது. ஆனால் புதிய அரசர் அரசியால் ரேமாண்டையும் டெம்ளர்களின் தலைவரையும் கட்டுப்படுத்த முடியவில்லை. இருவரும் சலாவு தீனுடன் சமர் புரிவதிலேயே குறியாக இருந்தனர். போர் நிறுத்தம் அமலில் இருந்தபோதும் டமாஸ்கஸிலிருந்து வந்த ஒரு ஹஜ் குழுவை வழிப்பறி செய்து சலாவுதீனின் சொந்த சகோதரியை ரெனால்டு கைப்பற்றினார். முகமதுவைப் பழித்து அவரது கைதிகளைக் கொடுமைப்படுத்தினார். சலாவுதீன் அரசர் கேயிடம் இழப்பீடு கோரினார். அதற்கு ரேமாண்ட் உடன்பட மறுத்துவிட்டார்.

மே மாதம் சலாவுதீனின் மகன் கலீலிமைத் தாக்கினான். டெம்ளர்களும், ஹாஸ்பிடலர்களும் அவனை மூர்க்கமாக எதிர்த் தனர் என்றாலும் அவர்கள் கிரசான் நீருற்றருகே கொலை செய்யப்

பட்டனர். டெம்ளர்களின் தலைவரும் மூன்று வீரத்திருத்தகைகள் மட்டுமே தப்பமுடிந்தது. இந்தப் பேரவலம் ஒரு தற்காலிக ஒற்றுமையை உண்டாக்கியது.

தூண்டிலில் சிக்கிய அரசர் கே

சலாவுதீன் கி.பி 1187இல் ஜூன் மாதம் 27ஆம் நாள் 30,000 வீரர்கள் கொண்ட படைக்குத் தலைமையேற்று திபெரியாவுக்குச் சென்றார். ஐரோப்பியர்களைக் கவர்ந்திழுத்து இந்தப் புனிதப்போரில் ஒரு பேரடி தர நினைத்தார்.

கலீலியில் சேபோரியா என்ற இடத்தில் 12000 வீரத்திருத்த கைகளையும் 15000 காலாட் படையினரையும் அரசர் கே திரட்டினார். ஜெருசலேம் அரசர்கள் ஒரு சிவப்புக் கூடாரத்தில் கூட்டிய சபையில் கே, அவர் எதிர்கொண்டிருக்கும், மனதுக்கு ஒவ்வாத வேறு சாத்தியங்கள் குறித்த தன் மன வேதனைகளை வெளிப்படுத் தினார். தனது மனைவி சிறையிலடைக்கப்பட்ட செய்தி கேள்விப் பட்ட போதிலும் ரேமாண்ட் நிதானமிழக்காமல் இருக்கும்படி வலி யுறுத்தினார். டெம்ளர்களின் தலைவன் ரேமான்டை துரோகி எனக் கூறி போருக்கு வலியுறுத்தினான்.

இறுதியில் கே தூண்டிலில் சிக்கி, வெப்பம் தகிக்கும் கலீலி குன்றுகள் வழியே படைநடத்திச் சென்றார். ஒருநாள் வரை சலாவுதீனின் வீரர்களின் கொடுமையை சந்தித்தார். கடும் வெப்பம் சுட்டெரித்தது. நா வறட்சி அவர்களை முடக்கியது. எரிமலை கொண்ட ருசிகர மேட்டில் முகாமிட்டுத் தங்கினார். வீரர்கள் நீர் தேடி அலைந்தனர். அங்கிருந்த கிணறு வற்றிப்போயிருந்தது. 'ஓ கடவுளே, போர் முடிந்துவிட்டது. எமது ராஜ்ஜியம் முடிந்து போய் விட்டது' என்று கூறினார் ரேமான்ட்.

ஜூலை 4ஆம் நாள் காலை சிலுவைப் போராளிகள் கண் விழித்தபோது இஸ்லாமியர்களின் தொழுகை ஒலி கேட்டது. கோடை வெப்பத்தில் அவர்கள் நா வறண்டிருந்தனர். இஸ்லாமியர்கள் புதர் களுக்கு வைத்த தீ விரைவில் அவர்களைச் சுற்றி வளைத்துக் கொண்டது.

குறிப்புகள்:

1. தொழுநோய் அதீதமானதாக இருந்ததில்லை. தொழுநோய் கண்ட வீரத்திருத்தகைகளுக்கென புனித லாசரஸ் அமைப்பு ஜெருசலேமில் இருந்தது. சிறிய அளவில் தொழுநோய் அறிகுறிகள் கொண்ட அரச

குழந்தையைப் பல மாதங்களாக ஒரு செவிலி பராமரித்து வந்திருக்க வேண்டும். சுவர்க்கத்தின் ராஜ்ஜியம் என்ற திரைப்படத்தில் முற்றிலும் சிதைந்த மூக்கற்ற முகத்தை மறைக்க பால்டுவின் ஒரு இரும்புக் கவசம் அணிந்திருப்பதாகக் காட்டப்படுவார். ஆனால் நோய் அவரைச் சிதைத்துக் கொண்டிருந்த நிலையிலும் தன்னை அவர் மறைத்துக்கொள்ள மறுத்தார்.

2. நிகழ்காலத்தின் வெறுப்பாலும் தொடர்ந்த பேரிடர்த் துயரங்களாலும் துவண்டுபோன டையரின் வில்லியம் தனது எழுதுகோலை விட்டொழிக்க முடிவெடுத்தார். துயரங்களையும் கண்ணீரையும் மட்டுமே வரவழைக்கக் கூடிய நிகழ்வுகளின் பதிவுகளைக் கல்லறைகளின் நிசப்தத்திற்கு அர்ப் பணித்தார். 'அமைதி பேண வேண்டிய நேரமிது. தொடர்வதற்கான துணி வில்லை' என்கிறார் வில்லியம்ஸ். அவரது அவுட்டிரெம்மர் வரலாறு நிலைத்துவிட்டது. அவரது இஸ்லாமிய வரலாறு தொலைந்து போய் விட்டது. சமயக் குலபதி ஹெராக்கியசுடன் தர்க்கம் செய்ததால் விலக்கி வைக்கப்பட்டார். வில்லியம் ரோமாபுரிக்கு விண்ணப்பித்துக்கொண்டார். ஆனால் இத்தாலிக்கு புறப்படும்போது அவர் மரணமடைந்துவிட்டார். அநேகமாக அவருக்கு நஞ்சூட்டப்பட்டிருக்கலாம். அவர் தொழுநோய் அரசருக்கு வாரிசைத் தேடிக் கண்டடைய முயற்சித்து கி.பி 1184இல் ஹெராக்கிளியஸ் இங்கிலாந்திலும் பிரான்சிலும் சுற்றுப்பயணம் மேற் கொண்டார். இங்கிலாந்தின் இரண்டாம் ஹென்றியை வாரிசாக்க ஆர்வம் காட்டினார். ஆனால் அவரது இளைய மகன் ஜான், ஜெருசலேம் சிம்மா சனத்திற்கு ஆசைப்பட்டான். ஆனால் அவரது தந்தைக்கு அதில் விருப்ப மில்லை. பின்னாட்களில் மென்மையான வாள் என்றறியப்பட்ட இங்கிலாந்தின் திறனற்ற மன்னர்களில் ஒருவரான ஜான் ஜெருசலேமைப் பாதுகாத்திருப்பான் என்பது நம்ப முடியாததுதான்.

☆

26

சலாவுதீன்
கி.பி 1187-1189

சலாவுதீனின் சமர்

ஐரோப்பிய அணியினரை சூழ்ந்து தாக்குவதற்கான இந்த சந்தர்ப்பத்தை வீணாக்கிவிடக்கூடாது என்ற திடசித்தத்தில் சலாவுதீன் உறக்கம் துறந்தார். இரவு முழுவதும் தனது படைகளையும் தள வாடங்களையும் ஒழுங்கு செய்தார். தனது இருபிரிவுகளையும் தாக்குதலுக்கு ஏற்றபடி தகவமைத்துக் கொண்டார். எகிப்திய - சிரியா சுல்தான் திரட்டிய குர்து, அரேபிய, துருக்கிய, ஆர்மீனிய, சூடானிய படைகள் கொண்ட அந்தப் பன்னாட்டு இராணுவத்தைப் காண்பது ஒரு கதிகலங்கும் காட்சி. இக்காட்சியில் களித்த ஆவேசக் காரனான சலாவுதீனின் செயலர் இமத் அல் தீன் குறிப்பிடுகிறார்:

"எக்களிப்பில் பெருகும் வீரர்களின் சமுத்திரம், நட்சத் திரங்களைப் போன்ற எஃகு முனை ஈட்டிகள், பிறைவடிவ வாட்கள், மஞ்சள் பதாகைகள், நீரோடை போன்ற பளபளக்கும் வாட்கள், பறவைகள் போன்று சிறகுகள் கட்டிய நீல வில்தொகுதி, பளிச்சிடும் தலைக் கவசங்கள், மார்புக் கவசங்கள் ஆகியவற்றை ஏந்தி நிற்கின்றனர்..."

பொழுது விடிகிறது. குதிரை மேலிருந்தபடி ஆணையிடுகிறார் சலாவுதீன். அவருக்கு உறுதுணை அவரது மகன் அஃப்தல். துருக்கிய அடிமை வீரர்கள் அவருக்கு மெய்க்காப்பாளர்களாக

நிற்கின்றனர். தாக்குதல் தொடங்குகிறது. ஐரோப்பிய வீரர்கள் மீது அம்புமழை பொழிகிறது. வலிமைவாய்ந்த ஐரோப்பிய வீரர்கள் போரின் போக்குக்கு ஏற்ப செயல்பட குதிரை வீரர்கள் மற்றும் வில் அம்பு சேனைகளின் பொறுப்பாளர்களுக்கு ஆக்கினைகள் பறந் தன. கே'யைப் பொறுத்தவரையில் ஏறி இயங்கும் வீரத்திருத் தகைகளைப் பாதுகாக்கும் காலாட்படையைத் தளர்வுறாது காக்க வேண்டும். சலாவுதீனின் வெற்றியோ அதைத் தகர்ப்பதில்தான் இருந்தது.

அக்ரேயின் பேராயர் ட்ரூ கிராஸை அரசர் முன்பாக உயர்த்திப் பிடித்தார். கேயின் ராணுவம் முதல் தாக்குதலை எதிர்த்து நின்றது. ஆனால் விரைவில் நா வறண்ட ஐரோப்பிய வீரர்கள் வீரத்திருத் தகைகளை விட்டுவிட்டு மேற்பகுதிக்கு ஓடி கேயின் வீரத்திருத் தகைகளைத் தாக்க ஆரம்பித்தனர். சுல்தான் படைகளை நோக்கி திரிபோலியின் ரேமான்டும் இபேலின் பாலியனும் பாய்ந்தனர். சலாவுதீன் தனது வலது அணியைப் பிளந்து வழிவிடுமாறு தனது சகோதரன் மகன் தாகி அல் தீனுக்கு ஆணையிட்டார். சிலுவைப் போராளிகள் அதனூடே பாய்ந்து வந்தவுடன் இஸ்லாமிய சேனை இருபுறமும் சூழ்ந்து இறுக்கியது. வெட்டுக்கிளிகளைப் போல அம்புக்கூட்டம் ஐரோப்பிய அணியின் குதிரைகளைத் தாக்கியது. அவர்களது வில்லாளிகளில் பலர் ஆர்மீனியர்கள். வீரத்திருத்தகைகள் செய்வதறியாத நிலையில் இருந்தனர். 'அவர்களது சிங்கங்கள் முள்ளெலிகளாயின'. தகித்துக் கொண்டிருந்த அந்த நாளில் குதிரை யிழந்து, பாதுகாப்பிழந்து தாகத்தால் வாடி தலைமை மீது நம்பிக்கை யிழந்த கேயின் வீரர்கள் தப்பி ஓடினர் அல்லது மடிந்தனர் அல்லது சரணடைந்தனர். அவர்களின் போர் வியூகம் நொறுங்கிப்போனது.

கே, ஹார்ன்ஸ் பகுதிகளில் ஓரிடத்தை நோக்கி பின்வாங்கிச் சென்று தனது சிகப்புக் கூடாரத்தை அமைத்துக்கொண்டார். இறுதிக் கட்டமாக அவரை அவரது வீரத்திருத்தகைகள் சூழ்ந்து நின்றனர். 'ஐரோப்பிய அரசர் மலையுச்சிக்குப் பின்வாங்கிச் சென்ற போது அவரது வீரத்திருத்தகைகள், இஸ்லாமியர்கள் மீதொரு தாக்குதலைத் தொடுத்து விரட்டினர்' என்று சலாவுதீன் மகன் சொல்கிறார்.

ஒரு கணம் ஐரோப்பியர்களின் வீரம் சலாவுதீனைக்கூட அச்சத்தில் ஆழ்த்தும் என்று தோன்றியது. தனது தந்தை கலக்க மடைவதை அஃப்தல் கண்டுகொண்டான்:

"அவரின் தோற்றம் மாறியது. தாடியை உருவியபடி 'அந்த பிசாசுகளை வீழ்த்துங்கள்' என்று ஆவேசமாகக் கத்திக்கொண்டு

முன்னேறினார். முஸ்லிம்கள் மீண்டும் தாக்கினர். ஐரோப்பிய அணி தப்பி ஓடியதை நான் கண்ணுற்றபோது, 'அவர்களை ஒழித்து விட்டோம்' என்று அகமகிழ்ந்து கூக்குரலிட்டேன். ஆனால் தாகத்தில் வாடிய படை மீண்டெழுந்து தாக்கியது. என் தந்தை நின்று கொண்டிருந்த இடம் வரையில் எமது படை பின்வாங்கி வந்தது. சலாவுதீன் தனது வீரர்களைத் திரட்டி விரைந்தார். கேயின் தாக்குதல் முறியடிக்கப்பட்டது. 'மீண்டும் அவர்களை நசுக்கிவிட்டோம்' என்று நான் குரலெழுப்பினேன்.

சிகப்புக் கூடாரத்தைச் சுட்டியபடி, அமைதியாயிருக்கும்படி சலாவுதீன் கூறினார். 'அக்கூடாரம் நிலைத்திருக்குமானால் நாம் இன்னும் அவர்களை வீழ்த்தவில்லை' என்றார் அவர். அந்தக் கணமே அக்கூடாரம் கவிழ்க்கப்படுவதைப் பார்த்தேன். அக்ரேயின் பேராயர் கொல்லப்பட்டார். ட்ரூ கிராஸ் கைப்பற்றப்பட்டது. அந்த ராஜ கூடாரத்தைச் சுற்றிக் கேயும் அவரது வீரத்திருத்தகைகளும் களைப்படைந்து வேறு வழியின்றி தங்கள் கவசங்களோடு தரையில் கிடந்தனர். பிறகு என் தந்தை குதிரையிலிருந்து இறங்கி மண்ணைத் தொட்டு வணங்கி இறைவனுக்கு நன்றி சொன்னார். அவரது விழிகளில் ஆனந்தக் கண்ணீர் வழிந்தது."

சலாவுதீன் தனது ஒளிவீசும் கூடாரத்தின் நுழைவாயிலில் தனது சபையைக் கூட்டினார். அவரது அமீர்கள் போர்க் கைதிகளை முன்னிறுத்தினர். சலாவுதீன் ஜெருசலேம் அரசரையும் கேரக்கின் ரேனால்டையும் அங்கு வரவேற்றார். கே வாடி உலர்ந்திருந்தான். சலாவுதீன் ஹெரான் மலை பனிக்கட்டியுடன் கூடிய ஒரு குவளை சர்பத்தை கேவுக்கு அளித்தான். அரசர் தனது தாகத்தைத் தணித்துக் கொண்டு அதை ரேனால்டிடம் கொடுத்தான். அப்போது சலாவுதீன் சொன்னார்: 'நீதான் அவனுக்கு குடிக்க கொடுத்திருக்கிறாய், நானல்ல.' அரேபியரின் விருந்தோம்பல் ரேனால்டுக்கு அளிக்கப்படவில்லை.

சலாவுதீன் தனது படையினரைப் பாராட்டவும் யுத்த களத்தைப் பார்வையிடவும் புறப்பட்டார். வீழ்ந்தவர்களின் உடற்பாகங்கள் சிதறிக்கிடந்தன. களத்தில் நிர்வாணமாக, காயமுற்றும் வெட்டுண்டும் பிடுங்கப்பட்ட விழிகளோடும் இருகூறாக வெட்டப்பட்ட தேகங்களாகவும் காணப்பட்டன. மத்திய கால யுத்தத்தின் கொடூரம் அது. சலாவுதீன் திரும்பி வந்தவுடன் அரசரை வெளியே நிறுத்திவிட்டு ரேனால்டை உள்ளே அழைத்துச் சென்றான். "உன்னை நான் வென்றுள்ளேன். இவ்வெற்றி கடவுள் தந்தது. இருக்கட்டும். நீ எத்தனை முறை உனது உறுதிமொழியை மீறினாய்" என்று கேட்டார் சலாவுதீன்?.

“எப்போதுமே இளவரசர்கள் இப்படித்தான் நடந்து கொண்டுள்ளனர்” என்றான் அடங்காத ரேனால்டு.

சலாவுதீன் ரேனால்டை இஸ்லாத்தை தழுவச் சொன்னார். ரேனால்டு ஆணவத்தோடு மறுத்தான். சுல்தான் அவன்மீது பாய்ந்து தோள்மீது வெட்ட ரேனால்டின் தலை துண்டிக்கப்பட்டது. தலையற்ற ரேனால்டின் உடல் இழுத்துச் செல்லப்பட்டு கூடாரத்தின் கதவருகே வீசி எறியப்பட்டது.

ஜெருசலேமின் அரசர் உள்ளே அழைத்து வரப்பட்டார். “பொதுவாக அரசர்களை அரசர்கள் கொல்வது மரபல்ல. ஆனால் இவன் எல்லை தாண்டிவிட்டான். அவன் அடைந்த துயர் அவனாகவே பெற்ற துயர்” என்று கூறினார் சலாவுதீன்.

காலையில் ரேனால்டின் வீரர்களான 200 டெம்ளர் மற்றும் ஹாஸ்பிடலர்களை ஆள் ஒன்றுக்கு 50 தினார் என்று விலைக்கு வாங்கினார் சலாவுதீன். இஸ்லாத்திற்கு மாறும்படி கிறித்துவ வீரர் களுக்கு அழைப்பு விடுக்கப்பட்டது. ஒரு சிலரே அந்த அழைப்பை ஏற்றனர். சூஃபி இறையாளர்களிடமும் இஸ்லாமிய அறிஞர்களிடமும் அனுப்பிவைக்கும்படி சலாவுதீன் தொண்டர்களைக் கேட்டுக் கொண்டார். அனைத்து வீரத்திருத்தகைகளையும் கொலை செய்து விடும்படி அத்தொண்டர்களுக்கு உத்தரவானது. சிலர் சலுகை கேட்டு மன்றாடினர். கொடுக்கப்பட்ட வேலையை சொதப்பிவிட்ட தாக நையாண்டி செய்யப்படுவோம் என்று பயந்து சிலர் தங்களுக்கு மாற்றாக சிலரை நியமித்துக்கொண்டனர். இக்கொலைக்களத்தை சலாவுதீன் ஒரு மேடையிலிருந்து பார்த்துக்கொண்டிருந்தார். பயிற்சி யற்ற கரங்களால் குழப்பமான நிலையில் நிகழ்ந்த படுகொலைகள் ஜெருசலேமின் மிஞ்சியிருந்த வல்லமையையும் அழித்தொழித்து விட்டன. சடலங்கள் வீழ்ந்த இடத்திலேயே விடப்பட்டன. ஓராண்டு கழிந்தும் கூட அந்த யுத்த களம் அவர்களது எலும்புகளால் நிரம்பி யிருந்தன.

சலாவுதீன் ஜெருசலேம் அரசரை ட்ரூ கிராஸுடன் டமாஸ்கஸ் ஸுக்கு அனுப்பினார். அங்கே அவர் ஓர் ஈட்டி முனையில் தலை கீழாகத் தொங்கவிடப்பட்டார். அரசருடன் எண்ணற்ற போர்க் கைதிகளும் அழைத்து வரப்பட்டனர். ஒரு கூடாரக் கயிற்றைக் கொண்டு 30 கைதிகளை ஒரே ஒருவன் இழுத்து வருவதை சலாவு தீனின் வீரனொருவன் பார்த்திருக்கிறான். ஐரோப்பியக் கைதிகள் மூன்று தினார்களுக்கு விற்பனையானார்கள். ஒருவன் ஒரு காலணிக் காசுக்குக் கூட விலைபோனான்.

அவுட்டிரெம்மரின் ஏனைய பகுதிகளை வென்றெடுக்க முனைந் தார் சுல்தான். கடலோர நகரங்களான சிடான், அக்ரே, அஷ்கெலான் ஆகியவை கைப்பற்றப்பட்டன. ஆனால் டையர் நகரம் வீழ்ச்சிய டையவில்லை. மிகமுக்கிய துறைமுகமான டையரைக் காப்பதற்கு தக்க நேரத்தில் வந்து இறங்கினான் தைரியமிக்க கான்ராட். இவனு டைய சகோதரன்தான் சிபில்லாவுடன் சில காலமாக திருமண பந்தத்தில் இருந்தவன். சலாவுதீனின் எகிப்திய வைஸ்ராயான அவரது சகோதரர் சஃபாதீன் ஜெருசலேம் கைப்பற்றப்படுமுன் நோயில் வீழ்ந்தாலும் அவரை அவசர அவசரமாக ஜெருசலேமிற்கு விரைந்து செல்லும்படி அறிவுறுத்தினார்:

"கடும் வயிற்று வலியால் நீ மரணிக்க நேரிட்டால், ஜெருசலேம் ஐரோப்பியர் வசமே இருக்கும்" என்றார் சஃபாதின்.

சலாவுதீனின் முற்றுகை: படுகொலை அல்லது சரண்?

கி.பி 1187, செப்டம்பர் 20ஆம் நாள் ஞாயிற்றுக் கிழமையன்று ஜெருசலேமை சலாவுதீன் சுற்றி வளைத்தார். மேற்கே டேவிட் கோபுரத்திற்கு வெளியே முகாம் அமைத்தார். பிறகு காட்ஃப்ரே முற்றுகையிட்ட பகுதிக்கு வடகிழக்கு திசையில் அவர் சென்றார்.

ஜெருசலேம், அகதிகளின் நகரமாயிற்று. சமயக் குலபதியின் ஆணைக்கு இணங்கிப் போரிட இரண்டு வீரத்திருத்தகைகள் மட்டுமே எஞ்சியிருந்தனர். மேலும் இரண்டு மகாராணிகள் இருந் தனர். ஒருத்தி சிபிலா. மற்றொருத்தி அரசர் அமௌரியின் விதவை மரியா. அவள் தற்போது சீமான் பாலியனின் மனைவியாகி விட்டாள். மதிற்சுவரைக் காக்க ஹெராக்ளியசுக்கு 50 வீரர்கள் கூடக் கிடைக்கவில்லை. பாலியன் தான் போரிடப்போவதில்லை என்று சலாவுதீனுக்கு உறுதியளித்திருந்தார். அதனால் அதிர்ஷ்ட வசமாக சலாவுதீனின் பாதுகாப்போடு தனது மனைவி மகாராணி மரியாவையும் தனது குழந்தைகளையும் மீட்க பாலியன் வந்து சேர்ந்தார்.

ஆனால் ஜெருசலேமின் மக்கள் பாலியனைத் தலைமை ஏற்கும் படி மன்றாடினர். அவர்கள் கோரிக்கையை அவரால் மறுக்க முடிய வில்லை. இதற்காக சலாவுதீனிடம் மன்னிப்புக் கோரினார். இந்த நம்பிக்கைத் துரோகத்தை அவர் மன்னித்தார். மேலும் மரியா வுக்கும் அவளது குழந்தைகளுக்கும் ஒரு பாதுகாவலரையும் நியமித் தார். அவர்களுக்கு ஆபரண ஆடைகள் வழங்கப்பட்டன. விருந்து உபசாரமும் நடைபெற்றது. அந்தக் குழந்தைகளை சுல்தான் தனது

மடியில் அமர வைத்திருந்தார். அப்போது சுல்தான் அழத் தொடங்கினார். ஏனெனில் அக்குழந்தைகள் ஜெருசலேமைக் கடைசியாகப் பார்த்துக் கொண்டிருக்கிறார்கள் என்பது அவருக்குத் தெரியும். ‘இந்த உலகத்தில் உள்ளது அனைத்தும் நமக்குக் கடனாக வழங்கப் பட்டவைதான்’ என்றவாறு சிந்தனையில் ஆழ்ந்தார்.

பதினாறு வயது நிரம்பிய ஒவ்வொருவரையும் மேன்மைமிகு வீரத்திருத்தகையாக அறிவித்தார் பாலியன்[1]. அனைவரும் ஆயுத பாணியானார்கள். இவர்கள் அலை அலையாகப் போர்முகம் கண்டனர். சலாவுதீனின் தாக்குதல் தொடங்கியபோது பெண்டிர் புனிதக் கல்லறையில் பிரார்த்தனையில் ஈடுபட்டிருந்தனர். சிகை நீக்கி ஜெபத்தில் ஆழ்ந்தனர். துறவியரும் கன்னிகா ஸ்திரிகளும் மதிற்சுவரின் கீழ்புறத்தில் வெற்றுக் காலுடன் அணிவகுத்துச் சென்றனர்.

அகழ்வாலர்கள் மதிற்சுவர் அழிப்பில் ஈடுபட்டனர். ஐரோப்பிய வீரர்கள் புனிதத் தியாகிகளாக மரணிக்கத் தயாராயினர். ஆனால் ஹெராக்கிளியஸ் அவர்களை ஆதரிக்கவில்லை. அவர்களது பலம் தங்கள் பெண்டிரை எதிரிகளின் அந்தப்புர அடிமைகளாக்க மட்டுமே பயன்படும் என்று எச்சரித்தார். சிரியா கிறித்துவர்கள் சலாவு தீனுக்காக வாயிற்கதவுகளைத் திறந்து வைக்க ஒப்புக்கொண்டனர். 30ஆம் தேதி இஸ்லாமியப் படைகள் ஜெருசலேமின் மீது தாக்குதல் நடத்தின. பாலியன் பேச்சு வார்த்தை நடத்துவதற்காக சலாவு தீனைச் சந்தித்தார். மதிற்சுவர்களின் மீது சுல்தானின் கொடி ஏற்றப் பட்டது. ஆனால் அவரது வீரர்கள் எதிர்ப்பைச் சந்தித்தனர்.

1099ஆம் ஆண்டு ஜெருசலேமினருக்கு நீங்கள் செய்த – கொலை, அடிமைப்படுத்தல் இன்னபிற கொடூரங்கள் என – அனைத்தையும் நாங்கள் உங்களுக்கு அளிப்போம் என்று பாலியனிடம் சலாவுதீன் சொன்னார்.

பாலியன் பதிலளித்தான்: “சுல்தான், இந்த நகரில் எண்ணற்றவர்கள் இருக்கிறோம். மரணம் தவிர்க்க முடியாததென்றால் எங்கள் குழந்தைகளையும் மனைவிகளையும் நாங்களே கொன்று விடுவோம். பாறையின் புனித இடம் நிர்மூலமாகும். அல் அக்சா மசூதி அழிக்கப்படும்.”

இதைச் சொன்னவுடன் சில நிபந்தனைகளுக்குட்பட்டு சலாவுதீன் ஒப்புக்கொண்டார். ரேனால்டின் விதவையையும் மகாராணி சிபில்லாவையும் பெருந்தன்மையோடு விடுதலை செய்தார். எஞ்சிய ஜெருசலேம் மக்கள் பணயத் தொகை செலுத்தித்தான் மீட்கப்

படவேண்டும் அல்லது அடிமைகளாக விற்கப்படுவார்கள் என்று அறிவித்தார்.

சலாவுதீன் என்கிற மனிதன்

19ஆம் நூற்றாண்டு மேற்கத்திய எழுத்தாளர்கள் சித்தரிப்பது போல சலாவுதீன் பெருந்தன்மை வாய்ந்த மென்மையானவர் அல்ல. மிருகத்தனம் கொண்ட ஐரோப்பியர்களைவிடப் பண்பில் உயர்ந்தவ ரொன்றும் இல்லை. ஆனால் மத்தியகாலப் பேரரசர்களை ஒப்பிடுகையில் சலாவுதீன் கவர்ச்சிமிகு மதிப்புக்குரியவராக இருக்கிறார். தான் ஒரு சாம்ராஜ்யத்தைக் கட்டி எழுப்பியது எப்படி என்று தன் மகனுக்குக் கூறுகிறார்: "நான் பெற்றவை அனைத்தும் மக்களை இச்சகம் பேசி சாதித்தவைதான். நான் யாருக்கு எதிராகவும் வன்மம் கொண்டதில்லை. ஏனெனில் மரணம் யாரையும்விட்டு வைக்கப் போவதில்லை. மக்களோடு நல்லுறவு கொண்டிரு."

சலாவுதீன் எவரையும் கவரும் தோற்றம் கொண்டவரில்லை. தனது பட்டாடைகளை சிதறடித்தபடி ஜெருசலேமில் உள்ள குட்டை வழியாக மன்னர் பரிவாரத்தைச் சேர்ந்த ஒருவன் சென்றதைப் பார்த்து சலாவுதீன் வாய் நிறைய சிரித்தார். "தனக்கு வெற்றிகளைக் குவித்த விதியின் திருப்பங்கள் தம்மை எளிதில் மாற்றிக்கொள்ளும் என்பதைத் தான் ஒருபோதும் மறந்ததில்லை" என்றார் சலாவுதீன். அவரது வளர்ச்சி ரத்தம் தோய்ந்தவை என்றாலும் வன்முறையை வெறுத் தார். "ரத்தம் சிந்துவதில், அப்படி அதில் ஈடுபடுவதில், அதை பழக்கப்படுத்திக் கொள்வதில் நாட்டம் கொள்ளவேண்டாம் என்று உன்னை எச்சரிக்கிறேன். ஏனெனில் ரத்தம் ஒருபோதும் உறங்குவ தில்லை" என்று தனது விருப்பத்திற்குரிய மகன் சாகிருக்கு அறிவுரை கூறுகிறார்.

ஒருமுறை ஒரு ஐரோப்பியப் பெண்ணிடமிருந்து அவளது குழந்தையை இஸ்லாமிய போராளிகள் கவர்ந்து சென்றனர். அவள் எதிரணிக்குச் சென்று சலாவுதீனிடம் முறையிட்டாள். நெகிழ்ந்து போன சலாவுதீன் கண்களில் நீர் மல்கியது. அந்தக் குழந்தையைக் கண்டுபிடித்து அவளிடம் சேர்ப்பித்தார். ஒருமுறை அவரது மகன் களில் ஒருவன் ஐரோப்பியக் கைதிகள் சிலரைக் கொல்வதற்கு அனுமதி கோரினான். தனது மகனைக் கண்டித்து அதற்கு மறுப்பு தெரிவித்தார்.

ஒரு வளமிக்க குர்திஷ் வீரனின் மகனாக யூசுப் இபுனு அயூப் திக்ரித்தில் 1138ஆம் ஆண்டு பிறந்தார். (இன்றைய இராக்கில் சதாம்

உசேன் பிறந்த இடமும் திக்ரித்தான்.) இவனுடைய தந்தையும் ஷிருக்கும் சான்கியிடமும் அவரது மகன் நூர் அல் தீனிடமும் பணிபுரிந்துள்ளனர். இந்த இளைஞன் டமாஸ்கஸ் நகரில் மதுவும் மாதுவும் சூதும் சூழ வளர்ந்தான். நூர் அல் தீனுடன் இவன் மெழுகு வர்த்தி ஒளியில் இரவில் போலோ விளையாடுவான். நூர் அல் தீன் இவனை டமாஸ்கஸின் போலீஸ் தலைமையதிகாரியாக நியமித் தார். யூசுப் திருக்குர் ஆன் படித்தவர். மேலும் குதிரைத் தொகுதி களின் வம்சாவளிகள் பற்றிய அறிவும் இருந்தது. எகிப்திய போருக்கு நூர் அல் தீன், ஷிர்குவை அனுப்பிவைத்தார். ஷிர்கு தனது உடன் பிறந்தார் மகள் யூசுப்பைத் தன்னுடன் அழைத்துச் சென்றார். அப்போது யூசுப்பின் வயது 26.

வெறும் 2000 அந்நியக் குதிரைவீரர்களை மட்டுமே கொண்ட படையுடன் கதிகலங்கச் செய்யும் இடர்களைக் கடந்து குர்திஷ் இன மாமனும் மருமகனும் ஜெருசலேம் மற்றும் பாத்திமித் படை களிலிருந்து எகிப்தை வென்றெடுத்தனர். கி.பி 1169 ஜனவரியில் எகிப்தின் தலைமையமைச்சரை யூசுப் கொன்றார். பிறகு ஷிர்கு தலைமையமைச்சர் ஆனார். ஆனால் அவர் மாரடைப்பால் கால மானார். யூசுப் மதிப்புக்குரிய பெயராக சலாவுதீன்[2] என்ற பெயரைச் சூட்டிக்கொண்டார். தனது 31ஆம் வயதில் சலாவுதீன் பாத்மித் வம்சத்தின் கடைசி தலைமையமைச்சர் ஆனார். கி.பி 1071இல் கடைசி கலிபா இறந்ததும் சலாவுதீன் எகிப்தின் ஷியா அரசைக் கலைத்தார் (அது ஒரு சன்னி அரசாகவே ஆரம்பத்திலிருந்து இருந்தது). கெய்ரோவிலிருந்த சூடானிய பாதுகாப்பு வீரர்கள் கொலை செய்யப்பட்டனர். மெக்கா, மதீனா, மூனிஷியா மற்றும் ஏமென் ஆகிய நகரங்கள் சலாவுதீனின் அரசாட்சியின் கீழ் கொண்டு வரப்பட்டன.

கி.பி 1174இல் நூர் அல்தீன் இறந்தபிறகு சலாவுதீன் வடதிசை நோக்கிச் சென்றார். டமாஸ்கஸ் வீழ்ந்தது. அவரது சாம்ராஜ்யம் மெல்லமெல்ல விரிவடைந்தது. இராக்கின் பெரும்பகுதி சுற்றி வளைக்கப்பட்டது. அப்படியே சிரியாவும் எகிப்தும் இந்தப் பெரும் பகுதியையும் டமாஸ்கஸையும் இன்றைய ஜோர்டானுடன் இணைத் திருந்தது. ஜோர்டானின் ஒரு பகுதி சிலுவைப் போராளிகளின் கட்டுப்பாட்டிற்குள் இருந்தது. ஜெருசலேமுடன் போர் என்பது சமயவியல் சார்ந்த நல்ல விஷயமாக மட்டுமல்லாமல் அது ஒரு ஏகாதிபத்திய அரசியலாகவும் இருந்தது. சலாவுதீன் டமாஸ்கஸ் மீதுதான் பெருவிருப்பம் கொண்டிருந்தார். "எகிப்து எனது கணிகை. எனது நம்பிக்கைக்குரிய மனைவி டமாஸ்கஸ்ஸிடமிருந்து என்னை பிரிக்க முயற்சித்தவள்" என்று அவர் ஹாஸ்யம் பேசுவதுண்டு.

சலாவுதீன் ஒரு சர்வாதிகாரியாக இல்லை.[3] அவரது சாம்ராஜ்யம் பேராசை கொண்ட அமீர்களாலும், கலகக்கார இளவரசுகளாலும், ஆசைகள் நிறைந்த சகோதரர்கள், மகன்கள், உடன்பிறந்தோர் மகன்களாலும் நிறைந்திருந்தது. அவர்களது விசுவாசத் திற்காகவும், அவர்கள் அளிக்கும் திறைக்காகவும், அனுப்பும் வீரர் களுக்காகவும் சலாவுதீன் அவர்களுக்கு நிலமான்யங்களை வழங் கினார். அவரது ஆளுமைதான் இவையனைத்தையும் ஒருங்கிணைத் திருந்தது. அடிக்கடி அவர் சிலுவைப் போராளிகளால் தோற்கடிக் கப்பட்டு வந்தார். எனவே அவரை ஈடுஇணையற்ற தளபதி என்று கூறுவதற்கில்லை. ஆனால் அவர் பெண்களையோ வேறு சுகங் களையோ மறுதலித்து வந்தவர். சமயப் பற்றுறுதி மிக்கவராயிருந்தார். அவருடைய வாழ்நாளின் பெரும்பகுதி சக இஸ்லாமியர்களுடன் போரிட்டத்தில் கழிந்தது. ஆனால் தற்போது ஜெருசலேம் வெற்றி என்கிற அவரது தனிப்பட்ட நோக்கம் என்பது பெருவிருப்பாக ஆட்கொண்டது. “நான் அடைய வேண்டிய இன்பம் அனைத்தையும் பெற்றுவிட்டேன். எனவே நான் லௌகீக இன்பங்களைத் துறந்து விட்டேன்” என்றார் சலாவுதீன்.

ஒருமுறை போர்க்காலத்தின்போது சலாவுதீன் கடற்கரை ஓரமாக நடந்து சென்றுகொண்டிருந்தார். அப்போது தனது அமைச்சர் இபுனு ஷத்தாத்திடம் இப்படிக் கூறினார்:

“இந்தக் கடற்கரை முழுவதையும் நான் வென்றெடுக்க கடவுள் என்னை அனுமதிக்கும்போது நான் எனது பூமியை விட்டுப் பிரிவேன். எனது இறுதி விருப்ப ஆவணத்தைத் தயார் செய்துவிட்டு இந்த பூமியில் கடவுளை மறுப்பவன் எவனுமில்லை என்கிற வரையில், அத்தகைய கடவுள் மறுப்பாளர்களை விரட்டியபடி, இந்தக் கடலில் பயணித்திருப்பேன் அல்லது அந்த முயற்சியில் மரணமடைவேன்.”

அவர் இஸ்லாத்தை பாத்திமித்துகளைவிட மிகக் கடுமையாக அமல்படுத்தினார். இஸ்லாத்தை மறுக்கும் இளைஞன் ஒருவன் அவரது மண்ணில் பிரசங்கம் செய்வதாகக் கேள்விப்பட்டதும் அந்த இளைஞனைக் கொலை செய்து பல நாட்களுக்கு உடலைத் தொங்கவிட்டிருந்தார்.

இரவில் தனது தளபதிகளுடனும் புத்திஜீவிகளுடனும் அமர்ந்து செய்தி கொணர்வோரை வரவேற்றபடி ஓதிக் கொண்டிருப்பதில் பெருமகிழ்ச்சி அடைவார். அறிஞர்களையும் கவிஞர்களையும் பாராட்டிப் புகழ்வார். உசாமா இன்றி அவரது அவை நிறை வடையாது. அப்போது உசாமாவுக்கு 90 வயது ஆகியிருந்தது. உசாமா சொல்கிறார்: “எங்கிருந்தோ இருந்து என்னை அழைத்து

வந்தார். அவரது நல்லெண்ணத்தால் நான் துரதிருஷ்டத்தின் பிடியி னின்று விடுபட்டேன். என்னை தன் குடும்பத்தினராகவே பாவிக் கிறார்." சலாவுதீன் ஊனமுற்றிருந்தார். அவர் அடிக்கடி நோய் வாய்ப்படுவதுண்டு. அவரை 21 மருத்துவர்கள் கண்காணித்து வந்தனர். அவர்களில் எட்டு பேர் இஸ்லாமியர்கள்; எட்டு பேர் யூதர்கள்; ஐந்து கிறித்துவர்கள். அவர் தொழுகைக்கு எழுந்தாலோ அல்லது மெழுகுவர்த்திகளுக்கு உத்தரவிட்டாலோ அன்றைய மாலை கழிந்ததாக அரசவையினர் குறிப்பால் உணர்வார்கள்.

சலாவுதீன் அரசவையில் நடனமகளிரும் காமத்தைத் தூண்டும் வஸ்துகளும்

அல் வஹ்ராணி என்ற அங்கத எழுத்தாளர் இப்படி எழுதுகிறார்: "இளவரசர்களின் காமக்களியாட்டங்கள் நிகழும். இவ்வேளைகளில் அவர்கள் நாய்களைப் போல் குரைத்தபடி நாற்புறமும் நிர்வாண மாக ஓடுவார்கள். பாடும் மகளிரின் தொப்புளில் மது ஊற்றி அருந்துவர். மசூதிகளை சிலந்தி வலைகள் ஆக்ரமித்தன."

டமாஸ்கஸில் அரேபியர்கள் சலாவுதீனின் ஆட்சிபற்றி குறை பட்டுக் கொண்டனர். எழுத்தாளர் இபுனு யுனைன் சலாவுதீ னுடைய எகிப்திய அதிகாரிகளைக் குறிப்பாகக் கருப்பு சூடானியர் களைக் கேலி செய்தார். "யானை போல் தலையும், பருத்த புஜங் களும், நீண்ட ஆண்குறியும் கூடிய கருப்பனாக நான் இருந்திருந் தால் எனது தேவைகள் என்னவென்று அப்போது தெரியும்." துடுக்குத் தனத்துடன் எழுதியதால் இந்த எழுத்தாளரை சலாவுதீன் நாடு கடத்தினார்.

சலாவுதீனின் உடன்பிறந்தார் மகன் தாகி அல் தீன் அவரது திறமைமிக்க தளபதியாக இருந்தார். அதேநேரம் அவரே பெரு மளவில் பேராசையும் ஒழுங்கீனமும் கொண்டவராக இருந்தார். அவரது பொழுதுபோக்குகள் இழிபுகழைப் பெற்றிருந்தன. "அரசுப் பணியிலிருந்து நீ விலகினால் எவ்வித கழிவிரக்கமும் கொள்ளாமல் மோசூலின் விலைமகளிரையும் அலெப்போவின் பாலியல் தரகர் களையும் இராக்கின் பாடகிகளையும் பெற்றுச் செல்லலாம்" என்று வஹ்ராணி நகை முரணுடன் எழுதுகிறார்.

தாகியின் கட்டுக்கடங்காத பாலியல் வலைகளால் அவர் உடல் எடையும் சக்தியும் ஆண்மையும் குறையத் தொடங்கின. அவர் தனது யூத மருத்துவரான மைமோனிடம் ஆலோசனை பெற்றார். அந்த மருத்துவர் தனது சமூகத்தினரை எல்லையற்ற உணவு, மது,

உடலுறவு ஆகியவற்றைத் தவிர்க்குமாறு அறிவுறுத்தி வந்தாலும் அவற்றால் நோயுற்ற இளவரசர்களுக்கு மருத்துவ உதவி அளித்து வந்தார். தாகிக்காகவே பிரத்யேகமாக 'பாலியல் உறவைப் பற்றி' என்ற நூலை எழுதினார். அதில் மது அருந்துவது கட்டுக்குள் இருக்க வேண்டும் என்றும் உறவு கொள்ளும் பெண்கள் வயது முதிர்ந்தவர்களாக இல்லாமலும் சிறுமிகளாக இல்லாமலும் இருக்க வேண்டும் என்றும் பரிந்துரைக்கப்பட்டிருந்தது. ஒரு தாவரமும் ஒயினும் கலந்த சாறு ஒன்றும் பரிந்துரைக்கப்பட்டவைகளில் ஒன்று. இறுதியாக மத்தியகால வயாகரா என்ற ஒரு வியப்புக்குரிய ரகசியம் கூறப்பட்டிருந்தது. செந்நிற எரும்புகள் சேர்க்கப்பட்ட தைலத்தால் உடலுறவுக்கு முன்பாக இரண்டு மணிநேரம் ராஜ ஆண்குறிகள் தேய்க்கப்படவேண்டும் என்பதே அந்த ரகசியம். உடலுறவுக்குப் பின்பும் இரண்டு மணிநேரம் ஆண்மை பலம் நீடிக்கும் என்று மைமோனிடஸ் டி வாக்குறுதி அளித்தார்.

சலாவுதீன், தாகியை மிகவும் நேசித்தார். தாகியை எகிப்தின் வைஸ்ராயாகவும் நியமித்தார். தாகி தனக்கென ஒரு நிலப்பகுதியை உருவாக்க முனைந்தபோது சினங்கொண்ட சலாவுதீன், தாகியை நொய்ந்துபோன இராக்கின் பகுதிகளை ஆட்சி செய்ய அனுப்பி வைத்தார். களிகிளர்ச்சியில் திளைக்கும் தாகியும் சலாவுதீனின் குடும்பத்தினரும் ஜெருசலேமின் மீட்சியில் திளைக்க வந்து சேர்ந்தனர்.

சலாவுதீனின் நகரம்

லத்தின் கிறித்துவர்கள் ஜெருசலேமை விட்டு என்றைக்குமாக நீங்குவதைப் பார்த்துக்கொண்டிருந்தார் சலாவுதீன். ஜெருசலேமினர் ஆடவருக்கு 10 தினார், பெண்டிருக்கு 5 தினார், குழந்தைக்கு ஒரு தினார் என்ற கணக்கில் பணயத்தொகை செலுத்தவேண்டும். கட்டிய தொகைக்குரிய ரசீது இல்லாமல் எவரும் நகரத்திலிருந்து வெளியேற இயலாது. ஆனால் சலாவுதீனின் அதிகாரிகள் லஞ்சம் பெற்றுக் கொழித்தனர். கிறித்துவர்களைக் கூடைகளில் வைத்து மதிற்சுவர்களின் மேலிருந்து கீழே இறக்கிவிட்டனர். அல்லது மாறுவேடத்தில் தப்பிச் செல்ல அனுமதிக்கப்பட்டனர். சலாவுதீனுக்குப் பணத்தின் மீது ஆசை இல்லை என்றாலும் அவருக்கு 22,000 தினார்கள் அளிக்கப்பட்டது. அப்பணத்தின பெரும்பகுதி வீணாகக் கரைந்தது.

ஆயிரக்கணக்கான ஜெருசலேமினர் பணயத்தொகை செலுத்த முடியவில்லை. அவர்கள் அடிமைகளானார்கள். அல்லது அந்தப்

புரத்திற்கு அனுப்பப்பட்டனர். பாலியன் 7,000 ஏழைகளை மீட்க 30,000 தினார் பணயத்தொகை கட்டினார். சலாவுதீனின் சகோதரர் சஃபாதின் ஆயிரம் கதியற்றவர்களைக் கேட்டுப்பெற்று அவர்களுக்கு விடுதலையளித்தார். பாலியன், குலபதி ஹெராக்கிளியஸ் இருவருக்கும் ஆளுக்கு 500 பேரை சலாவுதீன் அளித்தார். இவருள் ஹெராக்கிளியஸ் வெறும் 10 தினாரை செலுத்திவிட்டு வண்டி நிறைய தங்கத்தோடும் தரைவிரிப்புகளோடும் அந்த நகரத்திலிருந்து வெறியேறுவதைக் கண்டு இஸ்லாமியர்கள் அதிர்ச்சியடைந்தனர்.

“பாதுகாப்பாக இருந்த பெண்களில் எத்தனை பேர் அவமதிப்புக் குள்ளாயினர்! பருவமடைந்த பெண்கள் மணமுடிக்கப்பட்டனர்! கன்னிப்பெண்கள் கௌரவமிழந்தனர். கர்வமிகு பெண்கள் கற்பிழந்தனர். அழகிய பெண்களின் சிவந்த உதடுகள் முத்தமிடப்பட்டன. திமிறியவர்கள் திறனிழந்தனர். எத்தனை பிரபுக்கள் இவர்களை தங்களின் காமக்கிழத்திகளாக்கிக் கொண்டனர்! எத்தனை சிறப்புமிக்க பெண்கள் சில்லறைக் காசுகளுக்கு விலை போயினர்” என்று விவரிக்கிறார் சலாவுதீனின் செயலர் இமத் அல் தீன்.

சுல்தான் பார்த்திருக்க இரண்டு வரிசைகளில் சென்ற கிறித்துவர்கள் கடைசியாக ஒருமுறை திரும்பிப் பார்த்தனர். ஜெருசலேமின் இழப்பில் அவர்களுக்கு அழுகை பீறிட்டது. ‘மற்ற நகரங்களின் நாயகி எனப் பெயர் பெற்ற ஜெருசலேம் இன்று ஓர் அடிமையாய், கைப்பாவையாய் மாறிவிட்டது.’

அக்டோபர் 2ஆம் தேதி வெள்ளிக்கிழமையன்று சலாவுதீன் ஜெருசலேமிற்குள் நுழைந்தார். கோயில் மலை இறையச்சமற்றவர்களிடமிருந்து தூய்மைபடுத்தப்பட வேண்டுமென்று ஆணையிட்டார். ‘அல்லாஹ் அக்பர்’ என்ற பேரொலியோடு பாறைமாடத்தின் மீதிருந்த சிலுவை தூக்கி எறியப்பட்டது. அச்சிலுவை நகரத் தெருக்களின் வழியே இழுத்துச் சென்று நொறுக்கப்பட்டது. இயேசுவின் ஓவியங்கள் கிழித்தெறியப்பட்டன. மாடத்தின் வடபுறமிருந்த துறவு மடம் இடித்துத் தள்ளப்பட்டது. அக்சாவின் உள்ளே அமைந்திருந்த குடியிருப்புகள் அகற்றப்பட்டன. சலாவுதீனின் சகோதரி டமாஸ்கஸ்ஸிலிருந்து வந்தாள். சுல்தானும் தாகியும் அந்தப்புர அவையை பன்னீர் கொண்டு தூய்மையாக்கினர்.

இந்தப் பணியில் அமீர்களும் இளவரசர்களும் தங்களை இணைத்துக்கொண்டனர். அலெப்போவிலிருந்து நூர் அல் தீனுடைய வேலைப்பாடுகள் கொண்ட பிரசங்க மர மேடையை (மின்பார்) சலாவுதீன் கொண்டு வந்து அல் அக்சா மசூதியில் நிறுவினார். இந்த மின்பார் 700 ஆண்டுகளுக்கும் மேலாக நிலைத்திருந்தது.

சுல்தானின் அழிப்பு வேலைகள் முற்றிலுமாக நடைபெற வில்லை. கட்டடங்களின் இடிபாட்டில் கிடைத்த இலை வேலைப் பாடுகள், முள்ளிலை வடிவங்கள் ஆகியவற்றைக் கொண்டு புதிய கட்டடங்கள் எழுப்பப்பட்டன. பகைவனின் சின்னங்களோடு சுல்தானின் கட்டுமானங்கள் நிறுவப்பட்டன. ஆதலால் அங்கிருந்த கட்டடங்கள் சலாவுதீனுடையதா சிலுவைப் போராளிகளுடையதா என்று பிரித்துப் பார்க்க இயலவில்லை.

மதிப்புக்குரிய இஸ்லாமிய மதகுருமார்களும் அறிஞர்களும் வெள்ளிக்கிழமை தொழுகையின்போது பிரசங்கம் செய்ய விரும்பினர். ஆனால் சலாவுதீனோ இப்பணிக்கு அலெப்போவின் நீதிபதியைத் தேர்வு செய்தார். நீதிபதி அணிந்துகொள்ள ஒரு கருப்பு அங்கி வழங்கப்பட்டது. அவரது பிரசங்கம் ஜெருசலேமின் இஸ்லாமிய மேன்மையைப் புகழ்ந்தது. இஸ்லாமின் முத்திரை மோதிரம் என்ற மாடத் தொழுகைக்காக சலாவுதீன் மாடத்திற்கு நடந்து சென்றார். ஜெருசலேமுடன் அவர் கொண்டிருந்த நேசம் மலையைக் காட்டிலும் பெரியது. நகரமாக ஒரு இஸ்லாமிய ஜெருசலேமை உருவாக்குவதே அவரது நோக்கமாக இருந்தது. அவர் புனிதக் கல்லறையை அழித்து விடலாமா என்ற யோசித்தார். அவரது பெருமக்கள் அதன் அழித் தொழிப்புக்கு ஆதரவு தெரிவித்தனர். ஆனால் சலாவுதீனோ அங்கு தேவாலயம் இருக்கிறதோ இல்லையோ அந்த இடம் புனிதம் வாய்ந் ததே என்று கூறினார் நீதிமான் உமரை சுட்டிக்காட்டி. திருச் சபையை மூன்று நாட்களுக்கு மட்டும் மூடி வைத்தார்.

பிறகு அத்திருச்சபை கிரேக்கப் பழமைவாதிகளிடம் ஒப்படைக்கப் பட்டது. ஆனால் புனிதப்பயணிகளைக் கட்டுப்படுத்தும் வகையில் (வருவாய் ஈட்ட) ஒரு நுழைவு வாயிலை செங்கல் அடுக்கி மூடினார். பொதுவாகவே, அனைத்துத் திருச்சபைகள் மீதும் சகிப்புத்தன்மை காட்டினார். ஆனால் இஸ்லாமியத் தன்மையற்ற கிறித்துவக் குடி யிருப்புகளைக் குறைக்கும் நோக்கம் அவருக்கு இருந்தது. தேவாலய மணிகள் முழங்குவது தடைசெய்யப்பட்டது. கிறித்துவர்கள் மரச்சட்டங்கள் கொண்டு ஒலியெழுப்பித் தங்களது பிரார்த்தனை களுக்கு அழைப்பு விடுத்தனர். தாளங்கள் மூலமும் ஒலி எழுப்பப் பட்டது. ஒலி எழுப்பும் உரிமை 19ஆம் நூற்றாண்டு வரையிலும் காலங்காலமாக இஸ்லாமிய தொழுகை பணியிலிருப்போரின் ஏகபோக உரிமையாக இருந்தது. மதிற்சுவருக்கு வெளியே இருந்த சில தேவாலயங்களை சலாவுதீன் அழித்தார். சில பிரதான கிறித்துவ கட்டடங்களை சலாவுதீனின் சலாஹியா அறக்கொடைக்கு அளித்து விடும்படி ஆணையிட்டார். இன்றளவும் இவை அப்படியே இருந்து வருகின்றன.[4]

சலாவுதீன் பல இஸ்லாமிய அறிஞர்களையும் அனுபூதிகளையும் ஜெருசலேமிற்கு அழைத்து வந்தார். ஜெருசலேமின் மக்கள் தொகையளவை இஸ்லாமியர்களால் மட்டுமே நிறைவு செய்ய இயலவில்லை. எனவே அங்கே மீண்டும் குடியேறும்படி அர்மீனியர்களுக்கு அழைப்பு விடுக்கப்பட்டது அப்படி வந்தவர்கள் ஒரு தனித்த சமூகமாக இன்றளவும் நிலைத்துள்ளனர். (அவர்கள் தங்களை ககாகட்சி என்று அழைத்துக்கொள்கின்றனர்.) அஷ்கெலான், ஏமன் மற்றும் மொராக்காவிலிருந்த யூதர்களும் அழைத்து வரப்பட்டனர்.

சலாவுதீன் முற்றிலும் அயர்வுற்றுப் பின், இறுதி சிலுவைப் போராளிகளின் கோட்டையைப் பிடிக்க மனமின்றி ஜெருசலேமை விட்டு வெளியேறி அக்ரேயின் கடற்தளத்தைக் கைப்பற்றினார். இருந்தும் சிலுவைப் போராளிகள் முற்றிலுமாக ஒழிந்தபாடில்லை. அரசர் கேயை சலாவுதீன் விடுதலை செய்தார். ஆனால் டையரை வென்றெடுக்க முடியவில்லை. அது கிறித்துவர்களுக்கு ஒரு வலுவான கடற்தளத்தை வழங்கியிருந்தது. எதிர்தாக்குலுக்குத் திட்டமிட அத்தளம் ஏதுவாக இருந்தது.

கிறித்துவப் புலத்தின் எதிர்வினையைக் குறைத்து மதிப்பிட்டு விட்டார் சலாவுதீன். ஜெருசலேமின் வீழ்ச்சி ஐரோப்பாவை அதிர்ச்சிக்குள்ளாக்கியது. மன்னர்கள் முதற்கொண்டு போப்பாண்டவர் வரை வீரத்திருத்தகைகளும் விவசாயிகளும் அடங்கிய திறமிக்க மூன்றாவது சிலுவைப் போருக்கு படைதிரட்டும் செயலில் இறங்கினர்.

சலாவுதீன் செய்த பிழைகள் அவருக்குப் பெரும் சரிவுகளை ஏற்படுத்தின. கி.பி 1189 ஆகஸ்டு மாதத்தில் மன்னர் கே ஒரு சிறு படையைத் திரட்டி வந்து அக்ரே நகரை முற்றுகையிட்டார். சலாவுதீன் கேயைப் பெரிதாகப் பொருட்படுத்தாமல் அவனுடைய சிறிய படையை விரட்டியடிக்க தன் வீரர் பட்டாளத்தை மட்டும் அனுப்பினார். நினைத்ததற்கு மாறாக கே, சலாவுதீனின் வீரர்கள் செயலிழக்கும் வகையில் கடுமையாகப் போராடினார். சிலுவைப் போராளிகளின் போர்த்திறன் மீண்டும் எழுச்சி கொண்டது. சலாவுதீன் கேயை முற்றுகையிட்டார். ஆனால் கே அக்ரேயை முற்றுகையிட்ட நேரத்தில், ஜெர்மானிய, ஆங்கிலேய, இத்தாலிய, சிலுவைப் போராளிகள் கப்பல் கப்பலாக வந்திறங்கிகேயுடன் இணைந்தனர். எனவே சலாவுதீனின் எகிப்தியக் கடற்படை தோற்றுப்போனது.

அடுத்த இரண்டு ஆண்டுகள் நீடிக்கவுள்ள ரத்தமயமான போருக்கு இதுவொரு தொடக்கமாக அமைந்தது. விரைவிலேயே

ஐரோப்பாவின் மாபெரும் அரசர்கள் ஜெருசலேமை மீட்டெடுக்கும் உறுதியுடன் களமிறங்கினர்.

முதலில் ஜெர்மானியர்கள் வந்தனர். செந்நிற தாடி கொண்ட சக்கரவர்த்தி பிரெடரிக் பார்பரோசா, ஜெர்மானியப் படையுடன் புனித பூமியை நோக்கி வருவதைக் கேள்விப்பட்டதும் சலாவுதீன் தனது படைகளை அழைத்து ஒரு புனிதப் போரை அறிவித்தார். இதற்குப் பின் அவருக்கு ஒரு நல்ல செய்தி கிட்டியது.

கி.பி 1190இல் ஜெர்மனியப் பார்பரோசா ஒரு சிலிசிய நதியில் மூழ்கிப் போனார். அவரது மகன் சுவாபியாவின் பிரபு பிரெடரிக் அவரது உடலைக் கொதிக்க வைத்து புளிக்காடியில் ஊறவைத் தான். அவரது தசைப்பிண்டம் அண்டியாக்கில் புதைக்கப்பட்டது. பிறகு பிரடெரிக் தனது படையுடன் அக்ரே நோக்கி தனது தந்தை யின் எலும்புகளை ஜெருசலேமில் புதைப்பதற்காகச் சென்றார். இறுதி நாட்களின் சக்கரவர்த்தி ஒரு நாள் உயிர்த்தெழுவதற்காக உறங்கிக்கொண்டிருக்கிறார் என்கிற ரீதியில் பாரபரோசாவின் மரணம் குறித்து நிறைய கட்டுக்கதைகள் புனையப்பட்டன. சுவாபி யாவின் பிரபும் அக்ரேவிற்கு வெளியே மாண்டுபோனார். ஜெர்மானிய சிலுவைப் போர் முடிவுக்கு வந்தது. பல மாதங்கள் நடைபெற்ற ஆவேசமான போரில் ஆயிரக்கணக்கானோர் பிளேக் நோயில் மாண்டனர். அந்தப் பட்டியலில் ஜெருசலேமின் ராணி சிபிலாவும் சமயக் குலபதி ஹெராக்கிளியஸ்ஸும் அடங்குவர்.

இப்போது சலாவுதீனுக்கு ஒரு தீயசெய்தி வந்து சேர்ந்தது. கிறித்துவத்தின் ஈடு இணையற்ற வீரன் வந்து கொண்டிருக்கிறான் என்பதே அந்தச் செய்தி.

குறிப்புகள்:

1. 'சொர்க்கத்தின் ராஜ்ஜியம்' என்ற திரைப்படத்தின் கதாநாயகன் பாலியனின் கற்பனை வடிவம். இதில் கதாநாயகனாக நடித்தவர் ஓர்லண்டோ புளூம். இதில் மகராணி சிபிலாவுடன் கள்ள உறவு கொண்டுள்ளதாக காட்சிப் படுத்தப்பட்டுள்ளது. சிபிலாவாக எவா கிரீன் நடித்துள்ளார்.
2. சலாஹ் – அல் – தீன் என்பதைத்தான் சிலுவைப் போராளிகள் சுருக்கிய வடிவமாக சலாவுதீன் என்றழைத்தனர். சலாவுதீனின் சகோதரர் பெயர் அபுபக்கர் இபுனு அயூப். அவரை சிலுவைப் போராளிகள் சஃவாதீன் என்றழைத்தனர். அவரது மரியாதைக்குரிய பெயர் சஃபா அல் தீன் (மதத்தின் வாள்). பின்னாட்களில் அவரது அரசவைப் பெயர் அல் அடில் (நேர்மையானவர்) என்பதாகும். வரலாற்றில் அவர் அல் அடில் என்றே அறியப்படுகிறார். சலாவுதீனின் அரசவையினரில் இருவர் வரலாற்று

நூல் எழுதியுள்ளனர். ஒருவர் அவரின் செயலர் இமம் அத்–தீன். அவர் எழுதிய நூல்கள்: 'சிரியாவின் மின்னல்', 'புனித நகர வெற்றி மீதான சிசோரோவைப் போன்ற சொற்பொழிவு.' கி.பி 1188இல் பஹா அல் தீன் இபுனு வுத்தாத் என்ற இஸ்லாமியப் பேரறிஞர் ஜெருசலேமிற்கு வந்தார். அவர் ஈராக்கைச் சேர்ந்தவர். அவர் சலாவுதீனால் முதலில் அவரது படைக்கு 'காதி' (நீதிபதி)யாகவும் பின்னர் ஜெருசலேமின் மேற்பார்வை யாளராகவும் நியமிக்கப்பட்டார். சலாவுதீனின் மறைவிற்குப் பின் அவரது இரண்டு மகன்களுக்கும் தலைமை நீதிபதியாகப் பணிபுரிந்தார். அவர் சுல்தானி அனெக்டோட்ஸ் அண்ட் ஜோசப்பி வெர்ட்சுஸ் (Sultanly Anecdotes and Josephly Virtues) என்ற வரலாற்று நூல் ஒன்றை எழுதினார். அது நெருக்கடியிலிருக்கும் ஒரு போர்த் தளபதியின் சொற்சித்திரம்.

3. ஜெருசலேமில் ஒரு முதியவர் ஒரு சொத்து சம்பந்தமாக சுல்தானுக்கு எதிராக வழக்குத் தொடரும் தைரியம் பெற்றிருந்தார். வழக்கில் தன்னை சமமாக பாவிக்க தனது அரியணையிலிருந்து இறங்கி வந்து வழக்கில் வெற்றி பெற்றார்; தன்மீது வழக்குத் தொடர்ந்தவருக்குப் பரிசுகள் அளித்தார்.

4. சலாவுதீன் சில சமயங்களில் தனது அவையை மருத்துவமனையிலும் சில சமயங்களில் சமயகுலபதியின் மாளிகையிலும் நடத்தி வந்தார். இந்த மாளிகையின் மேல்மாடியில் ஒரு மரக்குடிசை உண்டு. அங்கு தனது பரிவாரங்களுடன் இரவு நெடுநேரம் வரை அமர்ந்திருக்க சலாவுதீன் விரும்புவார். சீயோன் மலையிலுள்ள செனகிள் வளாகத்தில் அவரது சகோதரர் சஃபாதீன் தங்கியிருந்தார். சலாவுதீன் குலபதி மாளிகையை தனது சலாஹியா சூஃபி துறவுமடத்திற்கு அளிக்க தீர்மானித்தார். இன்று சலாஹியா கான்கவஹ் என்று அழைக்கப்படுகிறது. அங்குள்ள சலாவுதீன் உறங்கிய படுக்கையறை இன்று ஜெருசலேமின் பிரபல குடும்பத்தைச் சார்ந்த ஷேக் அல் அலாமியின் படுக்கையறையாக உள்ளது. குலபதிகள் மாளிகையிலிருந்து புனிதக் கல்லறைத் திருச்சபை செல்வதற்கான பிரத்யேகமான வாயில்கள் இருந்தன. இவ்வழிகள் சலாவுதீனால் மூடப்பட்டன. புனித மேரி லட்டினாவும் சலாஹியா மருத்துவமனைக்குச் சேர்ந்தது. புனித ஆனி சலாஹியா மதரஸாவாக மாறியது. மீண்டும் இப்போது அது திருச்சபையாகிவிட்டது. ஆனால் இன்றும் அங்கே சலாவுதீனைப் பற்றி 'இறையச்சம் கொண்டவர்களின் சாம்ராஜ்யத்தை மீட்டெடுத்த தளபதி' என்று பொறிக்கப்பட்டுள்ளது.

☆

27

மூன்றாம் சிலுவைப் போரில் சலாவுதீனும் ரிச்சர்டும்
1189-1193

லைன்ஹர்ட்: வீரமரபும் படுகொலையும்

இங்கிலாந்து மன்னர் தீரன் ரிச்சர்டும், பிரெஞ்சு மன்னர் இரண்டாம் பிலிப் அகஸ்டஸ்ஸும் ஜெருசலேமின் மீட்சிக்காக கி.பி 1190 ஜூலை 4ஆம் நாள் மூன்றாம் சிலுவைப்போரைத் துவக்கினர். 32 வயதே ஆன ரிச்சர்டு தனது தந்தை இரண்டாம் ஹென்றியின் அன்ஜிவின் சாம்ராஜ்யத்தின் வாரிசு. அந்த சாம்ராஜ்யம் இங்கிலாந்தையும், பிரெஞ்சு தேசத்தில் பாதியையும் கொண்டிருந்தது. அவர் செந்நிற முடியும், கட்டுறுதிமிக்க உடலும், வீரமும் நிறைந்தவர். பரபரப்பானவராகவும் வெளியுலக ஈடுபாடு கொண்டவராகவும் இருந்தார். சலாவுதீன் அளவுக்குப் பொறுமையும் தன்மையும் நிறைந்தது அவரது குணம். அவர் தன் காலத்து மனிதராக இருந்தார். நாடோடிப் பாடலாசிரியராகவும், ஒரு ஆசாரமான கிறித்துவராகவும் திகழ்ந்தார். தான் இழைக்கும் பாவங்களுக்குக் கழுவாய் தேட தனது மதகுருமார்கள் முன் நிர்வாணமாக நின்று தன்னைத் தானே சாட்டையால் அடித்துக்கொள்வார்.

எலியநாரின் ஆசை மகனுக்கு சிறிதளவு கூட பெண்ணாசை இருந்ததில்லை. ஆனால் 19ஆம் நூற்றாண்டுக் குறிப்பு அவர் ஓர்

ஓரினச் சேர்க்கையாளர் என்று சொல்கிறது. அவரது உண்மையான இச்சை போர் மீதுதான் இருந்தது. தான் நடத்தப் போகும் புனிதப் போருக்காக ஆங்கிலேயர்களிடம் இரக்கமின்றி பணம் வசூலித்தார். 'வாங்குவதற்கு மட்டும் ஆளிருந்தால் போருக்காக நான் லண்டனையே விற்றிருப்பேன்' என்று அவர் விளையாட்டாகச் சொல்வதுண்டு.

புனிதப்போரின் புத்தெழுச்சி இயக்கத்தால் இங்கிலாந்து அதிர்ந்து கொண்டிருந்தபோது யூதர்கள் குறிவைத்துத் தாக்கப் பட்டனர். ஆகவே யார்க் நகரத்து யூதர்களின் வாழ்வு கூட்டங் கூட்டமான தற்கொலைகளில் முடிந்தது.

அதற்குள் ரிச்சர்ட் ஜெருசலேமிற்குக் கப்பலேறிவிட்டார். அவர் எங்கே கரையிறங்கினாலும் தன்னை ஒரு ராஜ வீரனின் மாற்றுருவாக காட்டிக்கொண்டார். எப்போதும் போர்க்களத்தில் வண்ணமயமான ஒளிர் சிவப்பு நிற ஆடை அணிந்தார். அவர் வீசுகிற வாளை 'எக்ஸ்கேலிபர்' என்று கூறிக்கொண்டார். சிசிலியில் தனது சகோதரியான விதவை ராணி ஜோனாவைப் புதிய மன்னரிடமிருந்து மீட்டார். மெஸ்ஸினா தூக்கியெறியப்பட்டார். ஒரு பைசாந்திய இளவரசரால் ஆட்சி செய்யப்பட்ட சைப்ரஸை அடைந்தவுடனே அத்தீவை வென்றெடுத்தார். பிறகு 25 போர்க் கப்பல்களோடு அக்ரேக்குச் சென்றார்.

கி.பி 1191 ஜூன் 8ஆம் நாள் பிரெஞ்சு மன்னரோடு இணைந்து கொண்டார். முற்றுகைத் தளத்தில் இரண்டு முகாம்களையும் சேர்ந்த போர்வீரர்கள் ஒருவரோடு ஒருவர் பழகி தோழமையுணர்வு கொண்டனர். சலாவுதீனும் அவரது பரிவாரங்களும் ரிச்சர்டின் வருகையைக் கண்டதும், அம்மாபெரும் வீரனின் பகட்டிலும், அவன் போர்மீது கொண்டுள்ள பேரார்வத்திலும் தன் வசமிழந்தனர்.

அந்த யுத்தபூமி பிளேக் நோய் சூழ்ந்த ராஜ கூடாரங்களும், அருவருப்பான குடிசைகளும், சமையலறைகளும், குளியலறைகளும், சந்தைகளும், விலைமாதர் விடுதிகளும் நிறைந்த முகாமாக இருந்தது. ரிச்சர்டின் முகாமைப் பார்த்து வந்த சலாவுதீனின் செயலர் இமத்தின் வர்ணனையின்மூலம் இந்த விலைமாதர்கள் இஸ்லாமியர்களை மயக்கிவிட்டது கண்கூடாகத் தெரிகிறது.

"நீல விழிகளோடும் சதை தெறிக்கும் தொடைகளோடும் வண்ணம் தீட்டிக் காட்சியளிக்கும் இந்தப் பாடகிகளின் மீதும், மேனாமினுக்கிகள் மீதும்" இமத்தின் காதல் பார்வை வீழ்ந்தபோது அவரது பரத்தமை உருவகக் களஞ்சியம் கூட வற்றிப்போய்விட்டது.

இந்தப் பரத்தையர்களின் தொழில் விறுவிறுப்பாக நடந்தவண்ண மிருந்தது. அது எப்படியெனில்: "அது வாள்களை உறைகளுக்குள் அழைத்தது. ஈட்டிகளைக் கேடயத்தை நோக்கி எழச்செய்தது. பறவைகள் தங்கள் அலகுகளால் கொத்துவதற்கு இடமளித்தது. தங்களது பொந்துகளில் சாரை சாரையாகப் பல்லிகளை விழச் செய்தது. மையூற்றுகளை நோக்கிச் செல்ல எழுதுகோல்களுக்குக் கண் சிமிட்டப்பட்டன."

ரிச்சர்டின் ஆற்றல் போரின் போக்கை மாற்றியது. ஏற்கனவே சலாவுதீன் நோய்வாய்ப்பட்டிருந்தார். விரைவில் ஐரோப்பிய மன்னர்கள் இருவருமே நோயில் வீழ்ந்தனர். படுத்த படுக்கையாய் இருந்தும்கூட ரிச்சர்ட் தனது கணையை ஏந்தி எதிரிகளின் முகாம்கள் மீது எறிகற்களை வீசினார். கப்பல் கப்பலாக ஐரோப்பிய உயர்தர வீரத்திருத்தகையினர் கூட்டங்கூட்டமாக வந்தவண்ண மிருந்தனர்.

ஆயுதங்கள் ஏதுமற்று, குதிரை மேல் அமர்ந்தபடி சலாவுதீன் தனது வீரர்களை ஜிகாத் கடமையாற்றும்படி வற்புறுத்திக் கொண்டிருந்தார். ஆனால் அவர் வீழ்த்தப்பட்டார். சமரில் அவருக்குத் தோல்விமுகம்.

பேராசைக்காரர் பிலிப் அகஸ்டஸ் விரைவிலேயே வெளி யேறினார். பிறகு ரிச்சர்ட் அதிகாரத்தைத் தனது கையில் எடுத்துக் கொண்டார். "ஆட்சி செய்வது நான். என்னை ஆள எவருமில்லை" என்பது அவரது முழக்கமாயிற்று. ஆனால் அவரது படைகளும் துயருற்றன. ரிச்சர்ட் பேச்சு வார்த்தைக்கு வந்தார். சலாவுதீன் தனது சகோதரன் சஃபாதீனைத் தனது தூதனாக அனுப்பினார். ஆனால் இந்தப் பிடிவாதக்காரர்களின் நிழல்யுத்தம் தொடர்ந்து கொண்டிருந்தது. இருதரப்பினரும் சம பலம் கொண்டிருந்தனர். ஒவ்வொரு தரப்பிலும் 20,000 வீரர்கள் இருந்தனர். ஆணைக்குக் கட்டுப்படாத பன்மொழி பேசும் வீரர்களை இணங்கவைக்க இரு தரப்பினருமே போராடிக் கொண்டிருந்தனர்.

இதற்கிடையே சரணடைவதற்கான பேச்சுவார்த்தையை அக்ரேயின் ஆளுநர் தொடங்கினார். பசலை நோய்க்கு ஆளான பெண்ணைவிட அதிக பாதிப்புக்குள்ளாயிருந்த சலாவுதீனுக்கு அக்ரே விதித்த உடன்படிக்கையை ஏற்று சரணடைவதைத் தவிர வேறு வழியில்லை. ட்ரு கிராஸைத் திருப்பி அளிக்கவும் 1500 கைதி களை விடுவிக்கவும் உறுதியளிக்கவேண்டும் என்பதே உடன்படிக் கையின் நிபந்தனைகள். ஜெருசலேமைப் பாதுகாப்பதே சலாவுதீனின் முதற்பணியாக இருந்தது. சிலுவைப் போராளிகளிடத்தில் பிளவு

களை ஏற்படுத்தி நிதிச்செலவைக் குறைத்து படையெடுப்பை தாமதப் படுத்த சலாவுதீன் திட்டமிட்டார். இதற்காக நிபந்தனைகளிலிருந்து மெல்லப் பின்வாங்க ஆரம்பித்தார். ஆனால் தீரன் ரிச்சர்டு கறாராக இருந்தார். சலாவுதீனின் கபடவேடம் கழன்றது.

ஆகஸ்டு 20ஆம் நாள், கைகள் கட்டப்பட்ட முஸ்லிம் ஆண், பெண், குழந்தைகள் அடங்கிய 3000 கைதிகளை சலாவுதீன் ராணுவத்தின் பார்வைக்குப் படும் சமவெளிப் பகுதிக்கு இழுத்துச் சென்று அத்தனை பேரையும் வெட்டிக் கொன்றான் ரிச்சர்ட். அவனது சாகசத்தைப் பற்றி எத்தனையோ கட்டுக்கதைகள் உலவின. திகிலடைந்த சலாவுதீன் தனது குதிரைப்படையை அனுப் பினார். ஆனால் அதற்குள் காலம் கடந்துவிட்டது. அதற்குப் பின்னர் அவர் தன்னிடமிருந்த அத்தனை ஐரோப்பிய கைதிகளின் தலை களையும் வெட்டி வீசினார்.

ஐந்து நாட்கள் கழித்து ரிச்சர்ட் ஜெருசலேமின் துறைமுக நகரமான ஜாஃபாவை நோக்கிப் படையெடுத்தார். 'புனிதக் கல்லறையே எங்களுக்கு உதவிடு' என்ற முழக்கத்துடன் ராணுவம் சென்றது. செப்டம்பர் 7ஆம் நாள் அர்சப் என்ற இடத்தில் சலாவு தீனும் அவரது ராணுவமும் தமது படையை எதிர்த்து நிற்பதைக் கண்டான் ரிச்சர்டு. சலாவுதீனின் தொடர்தாக்குதல், குதிரைப் படையின் பாய்ச்சல், குதிரைமீது வரும் வில்வித்தை வீரர்களின் துடிப்பு இவை யாவும், தன் ஆற்றல் அத்தனையும் இழந்து காலாட் படையைப் பயன்படுத்த வேண்டியளவிற்கு ரிச்சர்டுக்கு ஒரு சவாலாக விளங்கியது. ஒரு ஹாஸ்பிடலர் பாய்ந்து முன்னேறிச் செல்லும் வரை ரிச்சர்டு தனது படையை அடக்கி வைத்திருந்தான். அதற்குப் பின்னர்தான் இடியாற்றல் கொண்ட தனது வீரத்திருத் தகைகளின் பாய்ச்சலை நிகழ்த்த முடியும்.

பிறகு ஒட்டு மொத்தப் படையும் தாக்குதலுக்கு ஏவப்பட்டது. முஸ்லிம் படை சிதறுண்டது. நம்பிக்கையிழந்த நிலையில் சலாவுதீன் 'ரிங்' என்றறியப்பட்ட தனது அடிமைகள் கொண்ட ராஜாங்க பாதுகாப்புப் படையை நிறுத்தினார். ஆனால் அதற்குள் சுல்தானின் படை அடியோடு சாய்ந்தது. ஜெருசலேமின் பாதுகாப்புப் படையை சரியான தருணத்தில் பின்வாங்கும்படி செய்தார். ஒரு குறிப்பிட்ட நேரத்தில் சலாவுதீனுக்கு வெறும் 17 நபர்களே பாதுகாப்பளித்தனர். அதற்குப் பிறகு சலாவுதீன் முடங்கிப்போனார். சாப்பிடக் கூட மனமில்லை.

ரமலான் கொண்டாட சலாவுதீன் ஜெருசலேமிற்குப் பயண மானார். தனது பாதுகாப்பையும் பலப்படுத்த வேண்டியிருந்தது.

சலாவுதீனின் சாம்ராஜ்யமும் ராணுவமும் நிலைகுலையாமல் இருந்தால், சிலுவைப் போராளிகளால் ஜெருசலேம் கைப்பற்றப் பட்டாலும் அதைத் தக்க வைத்துக்கொள்வது முடியாத செயல் என்பதை உணர்ந்த ரிச்சர்டு உடன்பாட்டிற்குத் தயாரானார்.

"முஸ்லிம்களும், ஐரோப்பியர்களும் முடிந்து போய்விட்டனர். இருதரப்பாலும் இந்த பூமி அழிந்துவிட்டது. நாம் பேச வேண்டியது ஜெருசலேமைப் பற்றியும் ட்ரூ கிராஸைப் பற்றியும் இந்த பூமியைப் பற்றியும் மட்டுமே. ஜெருசலேம் நமது வழிபாட்டு மையம். இதை நாம் ஒரு போதும் இழக்கக்கூடாது," என்று சலாவுதீனுக்கு ரிச்சர்டு எழுதினார்:

> முஸ்லிம்களுக்கு அல்குத் என்பது என்ன என்று சலாவுதீன் விளக்கிச் சொன்னார். "ஜெருசலேம் உங்களுக்கு எப்படியோ அப்படித்தான் எங்களுக்கும். உங்களைவிட எங்களுக்கு ஜெருசலேம் ஒருபடி மேலானது. ஏனெனில் இங்கேதான் எமது இறைத்தூதர் தனது இரவுப் பயணத்தின் போது வந்தார். இதுதான் தேவதைகள் கூடுமிடம்."

ரிச்சர்டு புரிந்துணர்வு உடன்படிக்கைக்குத் தயாராக இருந்தார். ஒரு சமரச உடன்படிக்கையை அறிவித்தார். அதாவது அவரது சகோதரி ஜோஹானாவை, சஃபாதீன் மணந்துகொண்டு, கடற் கரைப் பகுதியைக் கிறித்துவர்களுக்குக் கொடுத்துவிட வேண்டும். ஜெருசலேமிற்குள் வருவதற்கான உரிமை கிறித்துவர்களுக்கு அளிக்கப்பட வேண்டும். உள்நாடு முஸ்லிம்கள் வசம் இருக்கும். ஜெருசலேம் சலாவுதீனின் இறையாண்மையின் கீழ் மன்னர் சஃபாதீனின் தலைநகராக இருக்கும்.

இதற்கு சலாவுதீன் ஒப்புதல் அளித்தார். ஆனால் ரிச்சர்டின் சகோதரி ஜோஹானா சினமடைந்தாள். "ஒரு முஸ்லிமை எப்படித் தன்னுடன் பாலுறவுக்கு அனுமதிக்க முடியும்?" என்றாள். ரிச்சர்டு ஒரு ஹாஸ்யத்திற்காகவே சொன்னதாகக் கூறினான். பிறகு சஃபாதீன் தனது உடன்பிறந்தார் மகளை மணந்துகொள்ளட்டும் என்றாள். அதற்குப் பதிலளித்த சலாவுதீன் "நாம் ஜிகாத்தின் பேரால் போர் புரியவேண்டும் அல்லது செத்து மடியவேண்டும். இதுதான் நமக்கான வழி."

பண்பார்ந்த சஃபாதீனுடன் பேச்சு வார்த்தைகளைத் தொடர்ந்தபடி ரிச்சர்ட் அக்டோபர் 30ஆம் நாள் மெல்ல மெல்ல ஜெருசலேம் நோக்கி நகர்ந்தான். இருவரும் மாபெரும் கூடாரங் களில் சந்தித்துக்கொண்டனர். பரிசுகளைப் பரிமாறிக்கொண்டனர். ஒருவர் விருந்தில் மற்றவர் பங்கேற்றனர்.

'ஜெருசலேமில் நமக்குப் பிடிமானம் இருக்க வேண்டும்,' என்று வலியுறுத்தினார் ரிச்சர்ட். அவரது பேச்சு வார்த்தைகளை சில பிரெஞ்சு வீரத்திருத்தகைகள் விமர்ச்சித்தபோது அவர் சில துருக்கிய கைதிகளின் தலையைத் துண்டாக்கி அத்தலைகளை ஏந்திக் காட்டிய படி முகாமை வலம் வந்தார்.

இந்த இடர்தரும் வேளையில் தனது உடன்பிறந்தார் மகன் தாகி அல் தீன் மரணமடைந்த கெட்ட செய்தி சலாவுதீனுக்கு வந்தது. சலாவுதீன் அந்தக் கடிதத்தை மறைத்துவிட்டு தனது கூடாரத்திலி ருந்தவர்களை வெளியேறும்படி உத்தரவிட்டார். பிறகு கண்ணீர் மல்கக் கதறி அழுதார். பன்னீரால் முகத்தைக் கழுவிவிட்டு தளபதிக் குரிய கம்பீரத்துடன் நிமிர்ந்தார். பலவீனத்தை வெளிப்படுத்து வதற்கான தருணமல்ல அது. அவர் ஜெருசலேமையும் அதன் புதிய காவல் கோட்டையையும் ஆய்வு செய்தார்.

டிசம்பர் 23ஆம் நாள் ரிச்சர்டு லத்ருனுக்குச் சென்றார். அங்கு தனது மனைவி மற்றும் சகோதரியுடன் கிறிஸ்மஸை சிறப்பாகக் கொண்டாடினார். ஆனாலும் மனதில் சஞ்சலம் அலையடித்துக் கொண்டே இருந்தது.

கி.பி 1192 ஜனவரி 6ஆம் நாள் கொட்டும் மழையிலும், குளிரிலும், சகதியிலும் நகரத்திலிருந்து 12 மைல் தொலைவிலிருக்கும் பய நுபாவுவைச் சென்றடைந்தார். எப்பாடு பட்டாவது ஜெருசலேமை வென்றெடுக்க வேண்டும் என்று பிரெஞ்சு, ஆங்கிலேய பிரபுக்கள் விரும்பினர். முற்றுகைக்குத் தன்னிடம் போதிய வீரர்கள் இல்லை என்று சொல்லி அவர்களை சமாதானப்படுத்த முயன்றார். மழையும், பனிப்பொழிவும் சிலுவைப் போராளிகளை மனமுடக்கம் செய்து விடும் என்ற நம்பிக்கையோடு சலாவுதீன் ஜெருசலேமில் காத்திருந் தார். நம்பிக்கை வீண்போகவில்லை ஜனவரி 13ஆம் நாள் ரிச்சர்ட் பின்வாங்கினார்.

இருந்தும் இக்கட்டான சூழ்நிலையே நிலவியது. சலாவுதீன் 50 கல்தச்சர்களையும் 2000 ஐரோப்பியக் கைதிகளையும் ஈடுபடுத்தி ஜெருசலேமின் அரணை வலுப்படுத்தினார். ஜெஹோஷாபட் மேரி ஆலய மேல் தளங்கள் இடிக்கப்பட்டன. இது ஆலிவ் மலை அடிவாரத் திலிருந்தது. சீயோன் மலையிலிருந்த கோயனாகுலமும் தகர்க்கப் பட்டது. இந்தத் தகர்ப்புகளில் கிடைத்த கற்கள் அரணமைக்கப் பயன்படுத்தப்பட்டன. சலாவுதீனும் சஃபாதீனும் அவர்களது மகன் களும் மதிற்சுவர் கட்டும் பணியில் ஈடுபட்டனர்.

இதனிடையே ரிச்சர்ட் அஷ்கெலானைக் கைப்பற்றி அரண மைத்தார். அஷ்கெலான் எகிப்திற்கு நுழைவாயில். ஜெருசலேமின்

ஒரு பகுதியைப் பிரித்து சலாவுதீனுக்கு வழங்கவும், டேவிட் கோபுரத்தை முஸ்லிம்கள் வைத்துக்கொள்ளவும் ரிச்சர்ட் முன்வந்தார்.

இந்தப் பேச்சு வார்த்தைகளால் ஒரு பலனும் இல்லை. 21ஆம் நூற்றாண்டில் இஸ்ரேலியர்களுக்கும் பாலஸ்தீனர்களுக்கும் நடைபெற்ற பேச்சுவார்த்தைகளின் சிக்கல்களுக்கு நிகரானவை அந்தப் பேச்சுவார்த்தைகள். இன்றும் இந்த இருதரப்பும் ஜெருசலேமை முழுமையாகக் கைக்கொள்ளும் நம்பிக்கையில் உள்ளன.

சஃபாதீனும் அவரது மகன் கமீலும் ரிச்சர்டை சந்தித்து புனிதக் கல்லறைக்குச் செல்ல அனுமதி வழங்கவும் ட்ரு கிராஸை திருப்பித் தரவும் முன்வந்தனர். தீரத்தின் பெருந்தன்மையைக் காட்டும் விதமாக ரிச்சர்ட், இளைஞன் கமீலுக்கு வீரத்திருத்தகைக்கான பட்டையை அணிவித்து அவரை வீரத்திருத்தகையாக அறிவித்தார்.

ஜெருசலேமை முற்றுகையிடக் கோரிய பிரெஞ்சு திருத்தகைகளுக்கு இந்தத் தீர நாடகம் உவப்பளிக்கவில்லை. ஜூன் 10ஆம் நாள் தனது படையைத் திரும்பவும் பயத் நுபாவுக்குக் கொண்டு சென்று அங்கு சுட்டெரிக்கும் வெயிலில் முகாம் அமைத்தார். அடுத்த கட்ட நடவடிக்கை பற்றி மூன்று வாரங்களுக்கு விவாதம் தொடர்ந்தது. வேவுப் பணிக்காக ரிச்சர்ட் வெளியே கிளம்பியதும் முகாமில் பதற்றம் குறைந்தது. மான்ட்ஜோ என்ற இடத்தை அடைந்தவுடன் தனது பிரார்த்தனைகளுக்காகக் குதிரையிலிருந்து இறங்கிய ரிச்சர்ட் கடவுளிடம் இப்படி வேண்டிக்கொண்டார்:

“கடவுளே! உனது எதிரிகளிடமிருந்து என்னால் மீட்க முடியாத உனது புனித நகரத்தை நான் பார்க்க நேரிட்டுவிடக் கூடாது என்று பிரார்த்திக்கிறேன்.” அவரது கேடயத்தை உயர்த்தி ஜெருசலேமின் மாண்பை மறைத்துக் கொண்டார்.

ரிச்சர்ட், சுல்தான் ராணுவத்தில் பல ஒற்றர்களை வைத்திருந்தார். அவர்கள் சலாவுதீனின் இளவரசர்கள் எகிப்திலிருந்து ஒரு பட்டாளத்தை வழிநடத்தி வருவதாகத் தெரிவித்தனர். அந்த வீரர்களை வழிமறித்து தாக்குவதற்காக ரிச்சர்ட் ஒரு அரேபிய நாடோடியின் உடையில் 500 வீரத்திருத்தகைகளையும் 1000 குதிரைப்படையினரையும் வழிநடத்திச் சென்றார். வீரர்கள் சிதறினர். 3000 ஒட்டகங்கள் கைப்பற்றப்பட்டன. ஜெருசலேம் அல்லது எகிப்து வரை பயணிப்பதற்குப் போதுமான பெருமளவு பொருட்களும் சிக்கின. ‘இந்நிகழ்வால் சலாவுதீனின் நெஞ்சம் ரணமாகியது. ஆனால் நான் அவரை சமாதானப்படுத்த முயற்சித்தேன்’ என்கிறார் சலாவுதீனின் அமைச்சர் இபுனு ஷதாத்.

இடரிலும் அச்சத்திலும் திணறிய சலாவுதீனைப் பேரச்சம் உலுக்கியது. அவரது மன அழுத்தம் தாங்கிக்கொள்ளும் அளவில் இல்லை. நகரத்தைச் சுற்றியுள்ள கிணறுகளில் சலாவுதீன் விஷம் கலந்தார். அவரது சிறு படைகளை தனது மகன்களின் தலைமைப் பொறுப்பில் விட்டார். அவரது படைபலம் போதுமானதாக இல்லை. அவசர அவசரமாக இராக்கிலிருந்து சஃபாதீன் திரும்ப அழைக்கப் பட்டார்.

ஜூலை 2ஆம் நாள் சலாவுதீன் போர்க்குழுவைக் கூட்டினார். ரிச்சர்டின் பிரபுக்களைப்போல சலாவுதீனின் அமீர்களும் நம்பிக்கைக் குரியவர்களாக இல்லை. கூட்டத்தை துவக்கி வைத்து இபுனு ஷத்தாத் சொன்னார்: "நாம் செய்யக்கூடிய மிகச்சிறந்த வேலை, பாறை மாடத்திலே நாம் கூடி நின்று நம்மை மரணத்திற்கு தயார்படுத்திக் கொள்வதே." எங்கும் அமைதி நிலவியது. அமீர்கள் அசைவின்றி அமர்ந்திருந்தனர். 'தலைமேல் உள்ள பறவைகள்' போல அவர்கள் இருந்தனர். தலைவர் நகரத்திற்குள்ளாக இறுதியாக ஒருமுறை நிலை கொள்ளவேண்டுமா அல்லது முற்றுகையில் சிக்கிக் கொள்வதைத் தவிர்க்கவேண்டுமா என்று சபை விவாதித்தது.

தான் இல்லையென்றால் தனது பரிவாரம் விரைவிலேயே சரணடைந்துவிடும் என்பது சுல்தானுக்கே தெரியும். இறுதியாக சலாவுதீன் பேசினார்: 'நீங்கள் இஸ்லாத்தின் படை. உங்கள் கடி வாளங்களை புறந்தள்ளினால் இந்த பூமியை ஒரு சுருளை சுருட்டுவது போல் அவர்கள் சுருட்டி விடுவார்கள். இத்தனை ஆண்டுகளாக அரசு கருவூலம் உங்களுக்கு நிதியளித்து வந்திருப்பது நீங்கள் இந்த இக்கட்டான நிலையில் கடமையாற்றுவதற்காகத்தான்."

புதிய அமீர்கள் போருக்கு ஒப்புக்கொண்டனர். மறுநாள் அவர்கள் திரும்பியபோது அக்ரே முற்றுகை போல இந்த முற்றுகை இருக்கும் என்று அஞ்சுவதாக அவர்கள் தெரிவித்தனர். மதிலுக்கு வெளிப்புறத்தில் எதிரிகளை எதிர்கொள்வது நல்லதல்லவா? அல்லது தற்காலிகமாக ஜெருசலேமை இழந்தால் என்ன? என்ற கேள்வி எழுந்தது.

அவர்களது தளபதிகள், சலாவுதீனோ அவரது மகன்களில் ஒருவரோ ஜெருசலேமில் தங்கியிருக்க வேண்டும் என்று வற்புறுத் தினர். இன்றேல் அவரது துருக்கியர்களுக்கும் அவரது குர்து களுக்கும் இடையே மோதல் ஏற்படலாம்.

சலாவுதீன் ஜெருசலேமில் தங்கினார். அவருக்கு ரிச்சர்டின் பிரச்சனைகள் குறித்து ஒற்றர்கள் தகவல் அளித்து வந்தனர். ஜூலை

*15, 1099*இல் ஜெருசலேம் கைப்பற்றப்பட்டதன் நினைவு நாள் நெருங்கிய வேளையில் சிலுவைப் போராளிகள் ட்ரு கிராஸின் மற்றுமோர் பிளவுற்ற துண்டைக் கண்டெடுத்தனர். அந்த நேரத்தில் அது அற்புதமிக்கதாயிருந்தது. படைவீரர்கள் புத்தெழுச்சி பெற்றனர்.

ஆனால் பர்கண்டி டியுக்கின் பிரெஞ்சுப் படையினரும் ரிச்சர்டின் ஆங்கிலோ அன்ஜிவின்களும் அநேகமாக உருவிய வாட்களுடன் ஒருவருக்கு ஒருவர் அற்பமான முழக்கங்களோடு ஆபாசமான பாடல் களையும் பாடினார்கள். நாடோடிப் பாடலாசிரியரான ரிச்சர்டும் ஒரு சிறுபாடலை எழுதினார்.

மனஇறுக்கம் சலாவுதீனைப் பிணியில் ஆழ்த்தியது. ஜூலை 3ஆம் நாள் வியாழக்கிழமை இரவு இபுனு ஷதாத் மிகவும் கவலை யுற்று தொழுகைக்குப் பரிந்துரைத்தார். “இந்த நாளில் நாம் எத்த கைய மிகச்சிறந்த ஆசீர்வதிக்கப்பட்ட இடத்தில் இருக்கமுடியுமோ அங்கிருக்கிறோம்” என்றார் அவர்.

வெள்ளிக்கிழமை தொழுகையின்போது சுல்தான் இருமுறை தலைகுனிந்தும் இருமுறை தரையைத் தொட்டு வணங்கியும் தொழுகை செய்யவேண்டும். சலாவுதீன் இச்சடங்குகளை இரு முறை செய்தார். பிறகு பலர் அறிய கண்ணீர் விட்டு அழுதார். இரவு முடிவதற்குமுன் ஐரோப்பியர்கள் போரை நிறுத்திவிட்டதாக ஒற்றர்கள் தகவல் அளித்தனர். ஜூலை 4ஆம் நாள் ரிச்சர்ட் பின்வாங்கினார்.

சலாவுதீன் மகிழ்ச்சியில் திளைத்தார். தனது பிரியத்திற்குரிய மகன் ஜாகிரைச் சந்திக்கப் பயணமானார்.

அவனுக்கு நெற்றியில் முத்தமிட்டு ஜெருசலேமிற்கு அழைத்து வந்தார். இளவரசர் மாஸ்டர் ஆப் ஹாஸ்பிடலர்களின் மாளிகை யில் தனது தந்தையுடன் தங்கினார். இருதரப்பினரும் சக்தியிழந்த நிலையிலிருந்தனர். இங்கிலாந்தில் தனது சகோதரன் ஜான் கலகம் செய்வதாக ரிச்சர்டுக்கு தகவல் வந்தது. தனது பூமியைத் தக்க வைத்துக்கொள்ள தாயகம் திரும்புவது அவனுக்கு அவசிய மாயிற்று.

ரிச்சர்டின் பிரச்சனைகளால் ஊக்கமடைந்து ஜூலை 28ஆம் நாள் சலாவுதீன் ஜாஃபாவின் மீது திடீர் தாக்குதல் தொடுத்தார். அதிவிரைவாக ஜாஃபாவைக் கைப்பற்றினார். சரணடையக் கோரி இபுனு ஷதாத் பேச்சு வார்த்தையில் ஈடுபட்டிருந்தார். அப்போது ஜாகீர் உறங்கிப் போய்விட்டான். திடீரென ரிச்சர்ட் கடல்வழியே சரியான நேரத்திற்கு வந்து சேர்ந்தார். சில ஐரோப்பியர்கள் இன்னும் விடாப்பிடியாக இருந்தனர்.

தனது எறிகல் கருவியை இயக்கியபடி ரிச்சர்ட் கடற்கரையில் நடந்து வந்தார். 'அவரது சிகை நிறமும் சிகப்பு; அவரது பதாகையும் சிவப்பு. அவரது ஆடையும் சிகப்பு.' தனது கடற்பயணக் காலணி களைக் கூடக் கழற்ற நேரம் வீணாக்கவில்லை; கவசமும் தரிக்க வில்லை. டேனிஷ் போர்க்கோடரி ஒன்றை ஏந்தியபடி 17 வீரத் திருத்தகைகளையும், சில நூறு வீரர்களையும் மட்டுமே கொண்டு அந்த நகரத்தை ரிச்சர்டால் மீட்க முடிந்தது. செந்தழல் போன்ற இந்த அதிர்ச்சிப்போரில் அவர் வெற்றி பெற்றார்.

வெற்றிக்குப் பிறகு சலாவுதீனின் அமைச்சரைப் பார்த்து "உமது சுல்தான் மாபெரும் மனிதர்தான். இருப்பினும் நான் வருகிறேன் என்றவுடன் அவர் தப்பி ஓடியது எப்படி? நான் அணிந்திருந் திருந்தது படகில் அணியும் காலணிகளே. மார்புக் கவசம் கூட அணியவில்லை." நையாண்டி செய்தார் ரிச்சர்ட். சலாவுதீனும் சஃபாதீனும் ஒரு அரேபியக் குதிரையை ரிச்சர்டுக்கு பரிசளித்ததாகக் கூறப்படுகிறது.

அத்தகைய பெருந்தன்மையெல்லாம் காலம் தாழ்த்தும் ஒரு தந்திரந்தான்.

ஏனெனில் விரைவிலேயே அவர் எதிர்த்தாக்குதலில் இறங் கினார். அதனை எதிர்கொண்ட ரிச்சர்ட் நேருக்கு நேரான மோதலுக்கு வரும்படி அரேபியர்களுக்குச் சவால் விட்டார். தனது ஈட்டியுடன் தனது படையினர் மத்தியில் விரைந்து சென்றார். ஆனால் அவரது ஆணைக்குப் பணிய அங்கு ஆளில்லை.

சலாவுதீன் மற்றொரு தாக்குதலுக்கு ஆணையிட்டார். ஆனால் அவரது படையினரும் மறுத்துவிட்டனர். அவருக்குக் கோபம் கிளர்ந்தது. தனது கலகக்காரத் தளபதிகளை சான்கி பாணியில் படுகொலை செய்யுமளவிற்கு ஆத்திரம் தலைக்கேறியது. இருப் பினும் தன்னைத் தானே அமைதிப்படுத்திக்கொண்டு கலகக்காரத் தளபதிகளை அழைத்து அவர்களுடன் சலாவுதீன் டமாஸ்கஸ்ஸி லிருந்து வந்த அப்ரிகாட் பழங்களைப் பகிர்ந்துகொண்டார்.

மன்னரும் சுல்தானும் போராடி ஒரு நிலைக்கு வந்தனர். "நீங்களும் நானும் ஒன்று சேர்ந்தே அழிந்து போயிருக்கிறோம்" என்று சுல்தானிடம் ரிச்சர்ட் ஒப்புக்கொண்டார். அவர்கள் இரு வரும் சமரசம் பேசினர். இரு போர்த் தளபதிகளும் நோயுற்று வீழ்ந்தனர். அவர்களது வளங்கள் வற்றிப் போயின. விருப்பங்கள் போரின் வெப்பத்தில் வெளிறிப்போய்விட்டன.

☆

28

சலாவுதீன் வம்சம்
1193-1250

சுல்தானின் மரணம்

கி.பி 1192 செப்டம்பர் 2ஆம் நாள் சுல்தானும் மன்னரும் ஜாஃபா உடன்படிக்கைக்கு ஒப்புதல் அளித்தனர். இதுவே முதல் பாலஸ்தீனப் பிரிவினை. அக்ரேயைத் தலைநகராகக் கொண்டு கிறித்துவ ராஜ்ஜியம் புத்துயிர் பெற்றது. ஜெருசலேம் சலாவுதீன் வசம் நீடித்தது. ஆனால் கிறித்துவர்கள் புனிதக் கல்லறைக்குச் செல்ல முழு அனுமதி வழங்கப்பட்டது.

ஜெருசலேம் செல்லும் வழியில் சலாவுதீன் தனது சகோதரர் சஃபாதீனைச் சந்தித்தார். சஃபாதீன் மண்ணைத் தொட்டு முத்தமிட்டு கடவுளுக்கு நன்றி சொன்னார். பின்னர் இருவரும் பாறை மடத்தில் தொழுகை செய்தனர்.

ரிச்சர்ட், இஸ்லாமிய ஜெருசலேமிற்குச் செல்ல மறுத்துவிட்டார். ஆனால் அவரது வீரத்திருத்தகைகள் புனிதப்பயணம் மேற்கொள்ள அங்கு கூடினார்கள். சலாவுதீன் அவர்களை வரவேற்றார். சுல்தான் ட்ரு கிராஸை அவர்களுக்குக் காண்பித்தார். அதற்குப் பின் அந்த வரலாற்றுச் சின்னத்தின் பெரும்பகுதி தொலைந்து போனது. என்றைக்குமாக மறைந்து போனது.[1]

ஆனால் மன்னர் ரிச்சர்ட்டின் ஆலோசகர் ஹீயுபர்ட் வால்டர் சலாவுதீன் எதிரிலேயே ரிச்சர்டுக்கு விவேகமும் அறிவும் மட்டு

என்று குற்றம் சாட்டினார். வால்டர் முயற்சியால் லத்தீன் பாதிரியார்கள் புனிதக் கல்லறைக்குச் செல்ல சலாவுதீனின் அனுமதி கிடைத்தது. இதே அனுமதியை பைசாந்திய பேரரசரர் ஐசக் பழமைவாதிகளுக்கு கோரியபோது சலாவுதீன் தன் மேற்பார்வையில் மட்டுமே அவர்களை அனுமதிக்கமுடியும் என்றார்.

ஷேக் கானிம் என்பவர் திருச்சபையின் காப்பாளராக நியமிக்கப்பட்டார். இன்று வரை இவரது வம்சாவழியினர் தான் இப்பணியைச் செய்து வருகின்றனர். இவர்கள் நுசைபெக் குடும்பத்தைச் சேர்ந்தவர்கள்.

பிறகு இவ்விரு கதாபாத்திரங்களும் ஒருபோதும் சந்திக்கவே இல்லை. அக்டோபர் 9ஆம் நாள் ரிச்சர்ட் ஐரோப்பாவுக்குக் கப்பலேறினார். ஜெருசலேமில் தனது திட்டங்களை மேற்பார்வையிட சலாவுதீன் இபுனு ஷத்தாத்தை நியமனம் செய்தார். ஷத்தாத் எழுதிய நினைவுக் குறிப்புகள் இன்று மிகமுக்கிய ஆதாரங்களாக விளங்குகின்றன.

சலாவுதீனும் டமாஸ்கஸுக்குப் புறப்பட்டுச் சென்றார். அங்கே அவர் களிப்பதற்காகக் குடும்ப வாழ்க்கை காத்திருந்தது. அவருக்கு 17 மகன்கள். தற்போது அவருக்கு வயது 54. ஆடிக் களைத்து விட்டார். ஜோகீருக்கு தனது தந்தையின் பிரிவைத் தாங்கிக்கொள்ள முடியவில்லை. மீண்டும் அவரை சந்திக்க முடியாமல்போய் விடலாம் என்பதை அவர் யூகித்திருந்திருக்கலாம். நெகிழ்ச்சியோடு அவருக்குக் கையசைத்தபடியே இருந்தார். குதிரையில் சவாரி செய்து சலாவுதீன் அருகே சென்று அவரை முத்தமிட்டார். அரண்மனையில் சுல்தான் தனது தோட்டத்து முகப்பில் தன் பிள்ளையுடன் ஆடி மகிழ்ந்திருந் ததை இபுனு ஷத்தாத் கண்டார். அதேநேரம் ஐரோப்பிய பிரபுக்களும் துருக்கிய அமீர்களும் மன்னரைக் காணக் காத்துக் கிடந்தனர்.

சில நாட்கள் கழித்து மெக்காவிலிருந்து வந்த ஹஜ் பயணியரை வரவேற்றுத் திரும்பிய பின் சுல்தான் காய்ச்சலில் (டைபாய்டாக இருக்கலாம்) வீழ்ந்தார். மருத்துவர்கள் சிகிச்சை அளித்தனர். ரத்தம் ஏற்றினர். ஆனாலும் அவரது நிலை மோசமானது. அவர் சுடு தண்ணீர் கேட்டபோது அது மிகவும் குளிர்ந்ததாக இருந்தது. 'விண்ணகமே' என்று வேதனையோடு வானத்தைப் பார்த்துக் கூவினார். "அவர் கேட்ட நீரை அப்போது அளிக்க யாருமில்லையா?" கி.பி 1193 மார்ச் 3ஆம் நாள் விடியற்காலை திருக்குரான் ஓதும் ஓசையைக் கேட்டபடி மரணமடைந்தார்.

“அவருக்காக நானும் மற்றவர்களும் எமது உயிரைக் கொடுத்திருப்போம்” என்று எழுதினார் இபுனு ஷத்தாத்,

அவரது வரிகள்:

> “எல்லாம் வெறும் கனவுகளே என இந்த ஆண்டும் அதன் நடிகர்கள் மறைந்து போயினர்.”

மற்றோர் இயேசுவான மூஅஸாம் இசா:

அடுத்த ஆறு ஆண்டு காலமும் சலாவுதீனின் மகன்கள் தங்களுக்குள் சண்டையிட்டுக் கொண்டேயிருந்தனர். அவர்களின் கூட்டணி மாறிக்கொண்டே இருந்தது. அறிவார்ந்த சஃபாதீன் தலையிட்ட பின் மூத்த மகன்கள் அஃப்தல், ஜாகீர், அஸிஸ் மூவரும் முறையே டமாஸ்கஸ், அலெப்போ மற்றும் எகிப்தைப் பெற்றனர். சஃபாதின் அவுட்ரேயையும், ஜோர்டானையும், எடிசாவையும் ஆட்சி செய்தார்.

தற்போது 22 வயது நிரம்பிய அஃப்தல் ஜெருசலேமின் வாரிசுரிமை பெற்றார். திருச்சபைக்கு அருகில் உமர் மசூதியைக் கட்டினார். மக்ரேபி குடியிருப்பில் வட ஆப்ரிக்கர்களைக் குடியமர்த்தினார். அங்கு மேற்கு மதிலுக்கு சில கஜ தூரத்தில் அஃதாலியா மதரஸாவை நிறுவினார்.

அஃப்தலிடம் திறமை இல்லாதது மட்டுமல்ல குடிகாரராகவும் இருந்தார். யாரிடமும் விசுவாசம் பெறத் தகுதியற்றவராக இருந்தார். சண்டையிடும் சகோதரர்களுக்கிடையே ஜெருசலேம் பந்தாடப் பட்டது.

அஸிஸ் போரில் வெற்றி பெற்று சுல்தானாக ஆனபோது அவர் கொலை செய்யப்பட்டார். உயிருடனிருந்த சகோதரர்கள் அஃப்தலும், ஜாகீரும் கைகோத்துக் கொண்டு சஃபாதீனுக்கு எதிராகப் போர் தொடுத்தனர். ஆனால் அப்போரில் சஃபாதினே வெற்றி கண்டு இருபது ஆண்டுகள் சுல்தானாக ஆட்சி செய்தார். ஆளுகையில் சலாவுதீனிடமிருந்து சஃபாதீன் மிகவும் மாறுபட்டிருந்தார். அவர் காலத்தவர் எவரும் அவரை நேசமிக்கவராகக் கூறவில்லை; ஆனால் ஒவ்வொருவரும் அவரை மதித்தனர். அவர் புகழ்மிகு வெற்றியாளராக இருந்தார்.

அநேகமாக அவரது குடிவழியில் ஆகச் சிறந்தவரும் அவரே. சஃபாதீன் ஜெருசலேமில் இரட்டை வாயிலை நிர்மாணித்தார். ஒன்று கேட் ஆப் த செயின் என்றும் மற்றது கேட் ஆப் டிவைன் பிரசன்ட்ஸ் என்றும் அழைக்கப்பட்டது. பின்னையது சிலுவைப் போராளிகளின் கவின்மிகு வாயில் தளமாக இருக்கலாம். இதுவே

இன்றும் பிரதான கோயில் மலைக்கு மேற்கு வாயிலாக விளங்கு கிறது. கி.பி 1198இல் அவர் சுல்தானாவதற்கு முன்பே அவரது இரண்டாவது மகன் மூஅஸாம் இசா வசம் சிரியா வந்தது. (இசா என்பதற்கு அரேபியில் இயேசு என்று பொருள்.)

கி.பி 1204இல் ஜெருசலேமைத் தனது தலைநகராக்கிக் கொண்டார் மூஅஸாம். அமௌரி மாளிகை அவரது இல்ல மானது. சலாவுதீனுக்குப் பிறகு அவரது குடும்பத்தில் மிகப் பிரபல மானவராக இருந்தார். திறந்த மனதுடையவர். எதற்கும் கவலை கொள்ளாதவர். தத்துவமும் அறிவியலும் அவருக்குப் பிடித்த துறை. அறிஞர்களிடம் பாடம் படிக்கச் செல்லும்போது ஒரு சாதாரண மாணவனைப்போல நடந்தே செல்வார். இவரைப் பற்றி வரலாற் றாசிரியர் இபுனு வாசில் சொல்கிறார்:

“நான் அவரை ஜெருசலேமில் பார்த்தேன். ஆண், பெண், சிறுவர்கள் அவரை இடித்துத் தள்ளியபடி செல்வதுண்டு. அவர் களை யாரும் இழுத்து வெளியே அகற்றுவதில்லை. துணிச்சலும், மிகுந்த மரியாதை உணர்வும் கொண்டிருப்பவர் என்றாலும் அவருக்கு பகட்டுப் பிடிக்காது. அவர் பயணிக்கிறபோது ராஜ பரிவாரங் களோடு செல்வதில்லை. அவருடன் வெகுசிலரே செல்வர். தலையில் ஒரு மஞ்சள் நிறத் தொப்பியை அணிந்துகொண்டு சர்வசாதாரண மாக சந்தைகளிலும் வீதிகளிலும் செல்வார்.

ஜெருசலேமில் ஏராளமான கட்டடங்களைக் கட்டியவர்களில் மூஆஸாமும் ஒருவர். மதில்கள் மீட்டுருவாக்கம் செய்யப்பட்டன. ஏழு கோபுரங்கள் உருவாகியது. மலைமீதிருந்த சிலுவைப் போராளி களின் கோயில் மலைக் கட்டுமானங்களை இஸ்லாமியப் புனித இடமாக மாற்றியமைத்தார்.[2]

கி.பி 1209இல் பிரான்சிலிருந்தும் இங்கிலாந்திலிருந்தும் 300 யூத குடும்பங்களை ஜெருசலேமில் குடியமர்த்தினார். ஸ்பெயின் யூதக் கவிஞரான ஜூடாஅல் ஹாரிஸி புனிதப் பயணமாக வந்த போது மூஆஸாம் மற்றும் சலாவுதீனின் வம்சத்தினரைப் புகழ்ந்து ரைத்தார். அதேநேரத்தில் தேவாலயத்திற்காகத் துயருற்றார்:

“சீயோன் குறித்து அழுவதற்காக நாங்கள் தினமும் வெளியே செல்வோம். அழிக்கப்பட்ட ஜெருசலேமின் மாளிகைகளுக்காக நாங்கள் துக்கப்பட்டோம். என்றும் நிலைத்திருக்கும் இறைவன் முன்பாக விழுந்து வணங்க நாங்கள் ஆலிவ் மலைக்குச் செல் வோம். எமது புனித சபைகள் அயலாரின் ஆலயங்களாக மாறி யிருப்பதைப் பார்க்க நேர்வது எத்தகைய கொடுமை.” திடீரென,

கி.பி 1218இல் மூஆஸாமின் சாதனைகள் நெருக்கடிக்குள்ளாகியது. ஜெருசலேமின் வெறும் பட்டம் மட்டுமே கொண்ட மன்னர் ஜான், எகிப்தை தாக்குவதற்காக ஐந்தாவது சிலுவைப் போர் படையை நடத்திச் சென்றான்.

டமைட்டா துறைமுகம் கைப்பற்றப்பட்டது. அப்போது 74 வயதான சஃபாதீன் தனது படைகளோடு சென்றார். ஆனால் டமைட்டாவின் செயின் கோபுரம் வீழ்ந்த செய்தி கேட்டதும் மரணமடைந்தார். மூஆஸாம் தனது அண்ணன் கமீலுக்கு உதவு வதற்காக ஜெருசலேமிலிருந்து எகிப்துக்கு விரைந்தார். கமீல், எகிப்தின் சுல்தானாக இருந்தார். ஆனால் இரு சகோதரர்களும் பீதியுற்று சிலுவைப் போராளிகளுக்கு ஜெருசலேமைத் தர முன் வந்தனர். எகிப்தை விட்டு அவர்கள் வெளியேற வேண்டும் என்பது நிபந்தனை. கி.பி 1219இன் வசந்த காலத்தில் தமது குடும்ப சாம் ராஜ்யம் இடருற்ற நிலையில் மூஆஸாம் இதயத்தைப் பிளக்கக்கூடிய ஒரு முடிவுக்கு வந்தார். ஜெருசலேமின் கோட்டையரண்களை முற்றிலும் அழித்துவிடுவது என்பதுதான் அந்த முடிவு. "அந்தக் கோட்டையரண்கள் ஐரோப்பியர்கள் கைவசம் வந்தால் அவர்கள் அங்கிருப்போர் அனைவரையும் கொன்றுவிடுவார்கள். அதோடு சிரியாவும் அவர்களது கட்டுப்பாட்டில் இருக்கும்" என்று தன் முடிவுக்குக் காரணம் கூறினார்.

ஜெருசலேம் எவ்விதப் பாதுகாப்புமின்றி விடப்பட்டது. நகரின் பாதியிடம் வெற்றிடமானது. மக்கள் கூட்டம் மந்தை மந்தையாக வெளியேறியது.

"பெண்டிர், மகளிர், முதியோர் அனைவரும் ஒன்று திரண்டு தங்களது உடைகளையும் முடியையும் அறுத்து எல்லாப் பக்கங் களிலும் வீசி எறிந்தனர். அந்தக் காட்சியைப் பார்க்கும்போது தீர்ப்புநாளைப் போன்று பயங்கரமாக இருந்தது."

இருப்பினும் ஜெருசலேமை விட்டுக் கொடுக்க அந்த சகோதரர்கள் முன்வந்ததை முட்டாள்தனமென்று போராளிகள் நிராகரித்தனர். இறுதியில் சிலுவைப் போராளிகளிடையே பிளவு ஏற்பட்டது.

உச்சகட்ட சிக்கலின்போது ஒற்றுமை காத்த கமீலும், மூஆஸாமும் தம் மேலாதிக்கத்திற்காக சகோதர யுத்தத்தைத் துவக் கினர். 19ஆம் நூற்றாண்டு வரையில் ஜெருசலேம் உண்மையில் மீண்டெழவில்லை. ஜெருசலேம் சுவர்களைப் பற்றிய கதைகள் அதற்கு முன்னும் பின்னும் வழங்கி வந்தாலும் முன்னூறு ஆண்டுகளுக்கு

ஜெருசலேம் மதிற்சுவர்கள் இல்லாமல் இருந்தது. இருப்பினும் நம்ப முடியாத ஒரு அமைதி உடன்படிக்கையால் ஜெருசலேம் மீண்டும் கைமாற இருந்தது.

பேரரசர் இரண்டாம் பிரெடரிக் உலக அதிசயம் - அருள் வெளிப்பாட்டின் மிருகம்

கி.பி 1225 நவம்பர் 9ஆம் நாள் பிரின்டிசியில் உள்ள திருச்சபையில் புனித ரோமப் பேரரசரும் சிசிலியின் மன்னருமான இரண்டாம் பிரெடரிக் 15 வயதான ஜெருசலேமின் ராணி யோலன்டேயைத் திருமணம் செய்து ஜெருசலேமின் மன்னர் பட்டத்தை ஏற்றார். சிலுவைப் போரைத் துவக்க தயார் நிலையில் இருந்த அவர் தனது மனைவியின் பாங்கிகளை வசீகரிக்கத் தொடங்கினார் என்றனர் அவரது எதிரிகள். அவரது அந்தப்புரத்தில் சராசன் பரத்தைகள் வேறு. இது அவரது மாமனார் பிரியனின் ஜானுக்கு வெறுப் பூட்டியது. போப்பும் மனம் நொந்துபோனார். ஆனால் ஐரோப் பாவில் பிரெடரிக் ஆகப்பெரிய சக்திவாய்ந்த மன்னராக விளங்கி னார். பின்னாட்களில் அவர் உலகின் அதிசயம் என்று வர்ணிக்கப் பட்டார். அனைத்திலும் அவருக்கென்று ஒரு தனிப் பாதையைப் பின்பற்றினார்.

பிரெடரிக் பாதி ஜெர்மன், பாதி நார்மன். சிசிலியில் வளர்ந்தவர். பலெர்மோவில் இருந்த அவரது அரசவை போன்ற ஒன்றை ஐரோப்பாவில் வேறெங்கும் காணமுடியாது. அது கிறித்துவ இஸ்லாமிய கலாச்சார கலவையில் நார்மன் அரேபிய கிரேக்க கலாச்சாரங்கள் கலந்து வியாபித்திருந்த அரச சபையாக இருந்தது. அவரது வளர் சூழலே அவரை அசாதாரண மனிதராக மாற்றியது. பகட்டு ஆரவாரமாமிக்க விசித்திர குணங்களை வெளிப்படுத்தி வந்தார். அவரது பரிவாரத்தைச் சேர்ந்த பிரதானமான சுல்தான் களுக்கு அந்தப்புரம் வழங்கப்பட்டிருந்தது. வல்லூறு வளர்ப் பவர்கள் 50 பேர் இருப்பார்கள். (பறவை வேட்டைக்கலை என்ற ஒரு நூலையும் பிரெடரிக் எழுதியுள்ளார்.) ஒரு அரேபிய மெய்க் காப்பாளரும் யூத இஸ்லாமிய அறிஞர்களும் இருப்பார்கள். அவர்களோடு ஒரு ஸ்காட்லேண்ட் மாயவித்தைக்காரனும் உண்டு.

லேவன்டைன் கலாச்சாரம் அவருக்கு நெருக்கமாக இருந்தது. ஆனால் சிசிலியில் அரேபியக் கலகக்காரர்களை மூர்க்கமாக அடக்கும்போது இந்த கலாச்சார பாதிப்பு வெளிப்பட்டதில்லை. சிறைபிடிக்கப்பட்ட கலகக்காரர்களின் தலைவனின் வயிற்றைக்

கிழிக்க தனது சொந்தக் குதிமுள்ளையே பயன்படுத்தினார். சிசிலியிலிருந்து அரேபியர்களை வெளியேற்றி அவர்களுக்கென்று லுசேராவில் ஒரு புதிய நகரத்தை உருவாக்கினார். அங்கு மசூதிகள் எழுந்தன. ஒரு மாளிகையும் கட்டப்பட்டது. அது அவரது விருப்பத்துக்குரிய மாளிகையாக இருந்தது. யூத எதிர்ப்புச் சட்டங்கள் கொண்டுவரப்பட்டன. ஆனால் யூத அறிஞர்களின் புரவலராகவும் இருந்தார். யூதக் குடியேற்றங்களை வரவேற்றார். யூதர்கள் முறையாக நடத்தப்படவேண்டும் என்று வற்புறுத்தினார்.

ஆனால் அதிகாரம் அவரை விழுங்கிக்கொண்டிருந்தது. பால்டிக்கிலிருந்து மத்திய தரைக்கடல் வரை படர்ந்திருந்த தன் பேரரசைப் பாதுகாப்பதில் வாழ்க்கையை அர்ப்பணித்தார். போப் பாண்டவர்கள் இவர் மீது பொறாமை கொண்டிருந்தனர். போப் பாண்டவர்கள் இவரை இருமுறை மதவிலக்கம் செய்தனர். அவரை கிறித்துவுக்கு எதிரானவர் என்று இகழ்ந்துரைத்தனர். அவரை ஒரு ரகசியமான கடவுள் மறுப்பாளர் என்றனர். இஸ்லாமியர் என்றனர். மோசஸ், இயேசு, முகமது ஆகிய அனைவரும் ஏமாற்றுக்காரர்கள் என்று அவர் சொன்னதாகக் கூறப்பட்டது. மத்தியகால டாக்டர் பிரென்கென்ஸ்டைனைப் போன்றவர் என்று சித்தரித்தனர். பிரென்கென்ஸ்டைன் சாகும் நிலையில் உள்ள ஒருவனை ஒரு பீப்பாயில் அடைத்து அவன் ஆன்மா எப்படி தப்பிக்கமுடியும் என்று பார்த்தவராம். ஒருவனின் செரிக்கும் திறனை சோதிக்க அவன் குடலைப் பிடுங்கி எடுத்தவராம். எப்படி மொழித்திறன் வளர்கிறது என்பதை அறிய குழந்தைகளைத் தனியறைகளில் பூட்டி வைத்தவராம்.

பிரெடரிக் ஒரு மரபொழுங்கு சார்ந்த கிறித்துவர். பைசாந்தியப் பேரரசரை முன்மாதிரியாகக் கொண்டு தான் ஒரு பேரரசர் என்ற வகையில் தானே உலகம் முழுமைக்குமான புனித மாமன்னராக இருக்கவேண்டும் என்று உறுதியாக நம்பினார். பல தலைமுறை சிலுவைப் போராளிகளின் குடிவழியாகவும் சார்லி மாக்னியின் வாரிசாகவும் இருப்பதால் ஜெருசலேமை மீட்டெடுக்க வேண்டும் என்று உறுதி பூண்டிருந்தார். இருமுறை சிலுவை ஏந்தியும் அவர் தனது புறப்பாட்டை தாமதித்து வந்தார். தன்னைப் பற்றியும் தனது குடும்ப உரிமைகள் பற்றியும் தீவிர கவனம் கொண்டிருந்தார்.

தற்போது அவர் ஜெருசலேமின் மன்னர் என்றபடியால் தனது சாகசப் பயணத்தைத் திட்டமிட்டார். தனக்கே உரிய பாணியில் தனது சூல் கொண்ட ராணியை பலெர்மோ அந்தப்புரத்தில் விட்டார். தான் சிலுவைப் போருக்குக் கிளம்பிவிட்டதாக போப்புக்கு உறுதியளித்தார்.

சலாவுதீன் இல்லத்து போட்டி பூசல்களைத் தனக்கு ஆதாயமாக்கி மன்னர் ஜெருசலேமை வெல்ல முடியும் என்று நம்பினார்.

ஜெருசலேம் மூஆஸாம் வசமிருந்தது. உண்மையில் சுல்தான் கமீல், மூஆஸாமுக்கு எதிராக தனக்கு உதவி செய்தால் அதற்குக் கைமாறாக ஜெருசலேமை அளிக்க முன்வந்தார். இறுதியாக கி.பி *1227*இல் பிரெடரிக் படை நகர்ந்தது. ஆனால் அவர் பிணியுற்றுத் திரும்பியதுதான் மிச்சம். இதனால் ஒன்பதாம் போப் கிரிகோரி இவரை மதவிலக்கம் செய்தார். இது ஒரு போராளிக்கு மிகுந்த சங்கடத்தை அளிக்கக்கூடிய செயல்.

தனது டியுடானிக் வீரத்தகைகளையும் காலாட் படையையும் முன்னேறிச் செல்லுமாறு பணித்தார். அக்ரேயில் அவர்களுடன் சேர்ந்துகொண்டார். இத்தருணத்தில் மூஆஸாம் இறந்து போனார். கமீல் பாலஸ்தீனத்தை ஆக்ரமித்துக் கொண்டார். அவர் அளித்த உறுதிமொழியைத் திரும்பப் பெற்றார்.

இருப்பினும் கமீல் ஒரே சமயத்தில் இரண்டு எதிரிகளுடன் போரிட வேண்டியிருந்தது. ஒரு புறம் மூஆஸாமின் மகன்கள். மறு புறம் பிரெடரிக்கும் அவரது படையும். இவ்விரு அபாயங்களையும் அவரால் கையாள முடியவில்லை. சுல்தானும் பேரரசரும் ஜெருசலேமிற்காகப் போரிடும் அளவிற்குப் பலமற்றவர்களாக இருந்தனர். ஆகவே இருவருக்குமிடையே ரகசியப் பேச்சு வார்த்தைகள் தொடங்கின.

கமீலும் பிரெடரிக் போலவே மரபு ஒழுங்கற்றவராகவே இருந்தார். சிறுவனாக இருந்தபோதே சஃபாதீனின் மகனை வீரத் திருத்தகையாக அங்கீகரித்தார் ரிச்சர்டு. ஜெருசலேமைப் பங்கிடுவது குறித்து பேரரசரும் சுல்தானும் பேச்சுவார்த்தை நடத்தியபோது அரிஸ்டாட்டிலின் தத்துவம் பற்றியும் அரேபிய ஜியோமெட்ரி பற்றியும் விவாதித்தனர். “ஜெருசலேமை வைத்திருப்பதில் எனக்கு உண்மையில் ஆசை இல்லை. கிறித்துவர்கள் மத்தியில் எனது மதிப்பை பாதுகாத்துக் கொள்ளவே விரும்புகிறேன்” என்று கமீலின் தூதுவரிடம் பிரெடரிக் கூறினார். “கிறித்துவம் இவருக்கு ஒரு விளையாட்டா?” என்று முஸ்லிம்கள் ஆத்திரமடைந்தனர்.

மாமன்னருக்கு சுல்தான் ‘நடன மகளிரை’ அனுப்பிவைத்தார். மாமன்னரும் தனது கிறித்துவ நாட்டியக்காரர்களைக் கொண்டு சுல்தானை மகிழ்வித்தார்.

சமயக் குலபதி ஜெரால்டு, பிரெடரிக்கின் பாடகிகளையும் செப்படி வித்தைக்காரர்களையும் மரியாதை அற்றவர்கள் என்றும் கிறித்துவர்களால் அவர்கள் உச்சரிக்கக்கூடத் தகுதியற்றவர்கள் என்றும் இகழ்ந்துரைத்தார். பேச்சு வார்த்தைகளுக்கிடையே பிரெடரிக் வல்லூறு வேட்டையிலும் புதிய மகளிரை மயக்குவதிலும் ஈடு பட்டார். நாடோடி இசைப் பாடகராக ஒரு பாடலும் எழுதினார்.

"எனது தேவியின் இனிய இருப்பை நினைத்துப் பார்க்கையில் அவளைப் பிரிந்திருப்பது ஒன்றும் கடினமானதாகத் தெரியவில்லை. இனிய பாடலே சிரியாவின் மலரைச் சென்றடைவாய். எனது மனதை சிறைபிடித்து வைத்திருக்கும் அவளிடம் செல்வாய். அவளுடைய சேவகனாகிய என்னை நினைத்திருக்கும் அவளிடம் சொல். அவனிடம் அவள் விழைவது அனைத்தையும் செய்து முடிக்கும் வரை அச்சேவகன் காதற்பிணியில் வாடுகிறான்."

பேச்சு வார்த்தைகள் தடுமாற்றம் கண்டபோது பிரெடரிக் தனது படைகளை ரிச்சர்டின் அடியொற்றி கடற்கரை வழியே ஜாஃபாவுக்கு அனுப்பினார். ஜெருசலேம் மிரண்டது. இந்த தந்திரம் பலித்தது. 1229ஆம் ஆண்டு பிப்ரவரி 11ஆம் நாள் அவன் கனவிலும் காணமுடியாத ஒன்று நிகழ்ந்தது. அமைதி என்ற நிபந்தனையின் பேரில் கமீல், ஜெருசலேமையும் பெத்தலகேமையும் கூடவே கடலுக்குச் செல்லும் பாதையையும் பத்து ஆண்டுகளுக்கு அளித் தான். ஜெருசலேமில் முஸ்லிம்கள் கோயில் மலையை தக்கவைத்துக் கொண்டனர். காதியின் தலைமையின் கீழ் அங்கு செல்லவும் தொழுகை நடத்தவும் உரிமையளிக்கப்பட்டது. இந்த ஒப்பந்தம் யூதர்களைப் புறக்கணித்துவிட்டது. (யூதர்களில் பெரும்பாலோர் ஜெருசலேமை விட்டு ஓடிவிட்டனர்.)

இந்தப் பகிர்வு இறையாண்மை உடன்படிக்கை ஜெருசலேமின் வரலாற்றிலேயே மிகமிகத் துணிச்சலான அமைதி உடன்படிக் கையாக இருந்து வருகிறது. என்றாலும் இரண்டு உலகங்களும் அதிர்ச்சியில் ஆழ்ந்தன. டமாஸ்கஸ்ஸில் மூஆஸாமின் மகன் நசீர் தாவூத் பொது துக்க நிகழ்வுக்கு ஆணையிட்டார். இந்தச் செய்தி யறிந்த மக்கள்திரள் அழுது புலம்பியது. "சில தேவாலயங்களையும் சிதைந்த வீடுகளையும்தான் நாம் விட்டுக் கொடுத்திருக்கிறோம். புனிதத் தலங்களும் போற்றுதலுக்குரிய பாறையும் நம்மிடமே உள்ளன" என்று கமீல் வற்புறுத்திச் சொன்னார். ஆனால் இந்த ஒப்பந்தம் அவருக்கு உகந்ததாயிற்று. அவரது மணிமுடியின் கீழ் சலாவுதீனின் பேரரசை ஒன்றிணைக்க முடிந்தது. பிரெடரிக்கைப் பொறுத்தவரை அவர் ஜெருசலேமிற்குள் நுழையக்கூடாது என்று

சமயக்குலபதி ஜெரால்ட் தடை செய்தார். கோயில் மலையை இழந்ததற்காக டெம்ளர்கள் அவரைப் பழித்துரைத்தனர்.

மார்ச் 17ஆம் நாள் சனிக்கிழமையன்று பிரெடரிக்கை ஜாஃபா வாயிலில் சுல்தானின் பிரதிநிதி சந்தித்தார். சுல்தானுடன் அவரது அரேபிய மெய்க்காப்பாளர்களும், அடிமைகளும், அவரது ஜெர்மானிய இத்தாலியப் படைவீரர்களும், டியுடானிக் வீரத் திருத்தகைகளும், இரண்டு ஆங்கிலேயப் பேராயர்களும் புடை சூழ்ந்து வந்தனர். அவரிடம் நபுலஸின் காதி ஷாம்ஸ் அல் தீன் ஜெருசலேமின் திறவு கோலை வழங்கினார்.

வீதிகள் வெறிச்சோடிக் கிடந்தன. முஸ்லிம்கள் வெளியேறி விட்டனர். பழமைவாத சிரியா நாட்டினர் லத்தீன் எழுச்சியில் துவண்டு போயிருந்தனர். பிரெடரிக்கிடம் ஜெருசலேம் குறுகிய காலம் மட்டுமே இருந்தது. குலபதியின் தடையை அமல்படுத்த சிரியாவின் பேராயர் வந்துகொண்டிருந்தார். ஜெருசலேமைப் போப் பாண்டவரின் தடையாணையின் கீழ் கொண்டு வருவதும் அவரது வருகையின் நோக்கமாக இருந்தது.

இரண்டாம் பிரெடரிக்கின் முடிசூட்டு விழா: ஜெர்மன் ஜெருசலேம்

மாஸ்டர் ஆப் ஹாஸ்பிடலர்ஸ் மாளிகையில் அன்றிரவைக் கழித்து விட்டு பிரெடரிக், புனிதக் கல்லறையில் ஒரு சிறப்பு வழிபாட்டை நடத்தினார். கல்வாரி பலிபீடத்தில் தனது ராஜ மகுடத்தை வைத்து எடுத்துத் தன் தலையில் சூடிக்கொண்டார். இந்தச் சடங்கானது அவரைக் கிறித்துவ ராஜ்ஜியத்தின் உலகளாவிய மாபெரும் மன்னராக முன்னிறுத்துவதற்காக வடிவமைக்கப்பட்ட ஒன்று. இங்கிலாந்தின் மூன்றாம் ஹென்றிக்கு அவர் கூறியது:

“தங்களின் மாண்புமிக்க அரியாசனத்திலிருந்து கடவுள் எங்களுக்கு அளித்த இந்த மகுடத்தை நான் ஒரு கத்தோலிக்கப் பேரரசர் என்பதால் அணிந்துகொண்டேன். அவரின் அருட்கரு ணையில் அவரது ஊழியரான டேவிட்டின் இல்லத்தில் உள்ள உலக இளவரசர்களில் உயர்ந்தவனாக எங்களை மேன்மைபடுத்தி யுள்ளார்.” தனது முக்கியத்துவத்தைக் குறைத்து மதிப்பிடுகிறவன் அல்லன் பிரெடரிக். பிறகு பேரரசர் கோயில் மலையைச் சுற்றிப் பார்த்து மாடத்தையும் அல் அக்சாவையும் கண்டு வியந்தார். அதனுடைய அழகிய மிஹ்ரப்பைப் புகழ்ந்தார். நூர் அல் தீனின் மின்பார் மீது ஏறினார். புதிய ஏற்பாட்டைக் கையில் ஏந்தியபடி

அல் அக்சாவுக்குள் ஒரு பாதிரியார் நுழைய முயன்றதைப் பார்த்த வுடன் மோதித் தள்ளினார்.

"பன்றியே! உங்களில் யாராவது ஒருவர் எனது அனுமதியின்றி இங்கு வந்தால், வந்தவனின் கண்களைப் பிடுங்கி விடுவேன்" என்று கத்தினார்.

தான் தோன்றியாகத் திரியும் இவரை என்ன செய்வதென்று இஸ்லாமியக் காப்பாளர்களுக்குத் தெரியவில்லை. "இவன் ஒரு அடிமையாக இருந்தால் 200 திராமுக்குத் தேறமாட்டான்' என்று அவர்களில் ஒருவர் சொன்னார். அன்றிரவு தொழுகைக்கான அழைப்பொலி கேட்கவில்லை என்பதை பிரெடரிக் அறிந்து கொண்டார். சுல்தானின் பிரதிநிதியிடம், "ஓ காதியே! ஏன் நேற்றிரவு தொழுகைக்கான அழைப்பு அறிவிக்கப்படவில்லை" என்றார் பிரெடரிக்.

"மன்னருக்கு மரியாதை செய்யும் பொருட்டு தொழுகைக்கான அழைப்பு அறிவிக்கப்படவில்லை" என்றார் காதி.

ஜெருசலேமில் அன்றிரவைக் கழித்ததின் நோக்கமே அந்த இரவில் அல்லாவின் புகழ்பாடும் குரல் ஒலிகளைக் கேட்கவேண்டும் என்பதற்குத்தான் என்றார் பிரெடரிக்.

அவரது எதிரிகள் இதை இஸ்லாமிய ஈர்ப்பு என்று கருதியதால் தனது தந்திரம் பலித்துவிட்டதா என்பதை உறுதி செய்துகொள்ள ஆர்வமாக இருந்தார். மோதினார் நண்பகல் தொழுகைக்கு அழைத் ததும் அவரது பணியாட்களும், அடிமைகளும், அவரது ஆசானும் மண்டியிட்டு தொழத் தொடங்கினர்.

அன்று காலை சிசரியாவின் பேராயர் தடுப்பாணையுடன் வந்திறங்கினார். டேவிட் கோபுரக் கோட்டையிலிருந்து பேரரசர் புறப்பட்டு அக்ரேவுக்குத் திரும்பினார். பிரபுக்களும் டெம்ளர்களும் அவரிடம் பகைமை கொண்டாடினர். தற்போது இத்தாலி போப்பின் தாக்குதலுக்கு உள்ளான நிலையில், பேரரசர் ரகசியமாக வெளியேற முயன்றார். ஆனால் மே 1ஆம் தேதி விடியற்காலையில் அக்ரேயிலிருந்த கும்பல், இறைச்சிக் கடை வீதிக் கழிவுகளை சேகரித்து வந்து கிழித்தெடுத்த குடல்களையும் ஈரல்களையும் வீசி அவரைத் தாக்கியது. பிரின்ட்சிக்குச் செல்லும் கப்பலில் வீடு திரும்பும் வழியில் பிரெடரிக் 'சிரியாவின் மலருக்காக' ஏங்கினார். "நான் வீட்டை விட்டுக் கிளம்பியதிலிருந்து இந்தக் கப்பலில் இருக்கும் காலத்தில் அடைந்த துயரத்தைவிட வேறு துயரம் என் வாழ்நாளில் அடைந்ததில்லை. விரைவில் அவளை சென்றடையவில்லை என்றால் நான் சாவது உறுதி என்று நம்புகிறேன்" என்று உருகினார்.

அவர் அங்கு வெகுகாலம் தங்கியிருக்கவுமில்லை. பின்னர் ஒருபோதும் திரும்பி வரவுமில்லை. பத்து ஆண்டுகளுக்கு பிரெடரிக் ஜெருசலேமின் அதிகாரபூர்வ தலைவராக இருந்தார். டேவிட் கோபுரத்தையும் அரச மாளிகையையும் டியுடானிக் வீரத்திருத் தகைகளுக்கு அளித்தார்.

புனித ஸ்டீபன் வாயிலையும் (இன்றைய டமாஸ்கஸ் கேட்) வலுப்படுத்த ஆணையிடப்பட்டது. மீண்டும் யூதர்கள் தேவால யத்தில் நுழைவதற்கு தடை விதிக்கப்பட்டது. மதிலற்ற ஜெருசலேம் பாதுகாப்பின்றி இருந்தது. சில வாரங்கள் கழிந்த பின்னர் ஹெப்ரான் இமாம்களும் நபுலஸ் இமாம்களும் 15000 விவசாயி களுடன் நகருக்குள் நுழைந்தனர். கிறித்துவர்கள் கோபுரத்தில் அச்சம் மேலிடப் பதுங்கியிருந்தனர். அக்ரே இஸ்லாமியப் படையினரை வெளியேற்ற ஒரு படையை அனுப்பி வைத்தது. ஜெருசலேம் கிறித்துவப் பிடியிலேயே இருந்தது.[3]

கி.பி 1238இல் சுல்தான் கமீல் இறந்துபோனார். சலாவுதீன் வம்சம் இன்னமும் ஒருவரை ஒருவர் அழிக்கும் போரைக் கைவிட வில்லை, கவுன்ட் தி பால்டின் தலைமையில் புதிய சிலுவைப்போர் உருவானது. சிலுவைப் போராளிகள் தோற்கடிக்கப்பட்டனர். மூஆஸாமின் மகன் நசீர் தாவுத் ஜெருசலேமிற்கு விரைந்து சென்று 21 நாட்களில் டேவிட் கோபுரத்தை முற்றுகையிட்டார். கி.பி.1239 டிசம்பர் 7ஆம் நாள் ஜெருசலேம் வீழ்ந்தது. புதிய கோட்டை யரண்கள் அழிக்கப்பட்டன. கோயில் மலையில் தங்களுக்குள் சண்டையிட்டுக் கொண்டிருந்த சலாவுதீனின் குடும்பத்தினர் அமைதிக்கான உறுதிமொழி எடுத்துக்கொண்டனர்.

மூன்றாம் ஹென்றியின் சகோதரர் ரிச்சர்ட் தலைமையில் ஓர் ஆங்கிலேய சிலுவைப் போர் உருவானது. மீண்டும் ஜெருசலேம் ஐரோப்பியர்களிடம் ஒப்படைக்கப்பட்டது. இந்த முறை டெம்ளர்கள் முஸ்லிம்களை விரட்டியடித்துவிட்டுக் கோயில் மலையை மீட்டெ டுத்தனர். மாடமும் அல் அக்சாவும் மீண்டும் தேவாலயங்களாயின. இபுன் வாசில் நினைவுகூர்வது: "துறவிகள் புனிதப் பாறையின் பொறுப்பாளர்களாக இருந்ததை நான் பார்த்தேன். திருவிருந்துக் காக ஒயின் பாட்டில்களும் இருக்கக் கண்டேன். டெம்ளர்கள் புனித நகரத்திற்கு அரணை வலுப்படுத்தத் தொடங்கினர். ஆனால் இந்தப் பணி விரைவாக நடக்கவில்லை. புதிய சுல்தான் சாலிஹ் அயூப் தனது குடும்ப எதிரிகளை எதிர்க்க கடற்கொள்ளையிடும் தார்த்தாரியர்களை நியமித்தார். புதிய மங்கோலியப் பேரரசால் இடம்பெயர்ந்த மத்திய ஆசியாவின் நாடோடிக் குதிரை வீரர்களும்

வரித்துக் கொள்ளப்பட்டனர். ஆனால் அவரால் அவர்களைக் கட்டுப்படுத்த முடியவில்லை. அக்ரேயின் கிறித்துவர்கள் திகில டையும் வண்ணம் 10,000 குவாரிஸ்மிய தார்தாரியர்கள் ஜெருசலேம் நோக்கிச் சென்றனர்.

பர்கா கானுக்கும் தார்த்தாரியர்களுக்கும் நேர்ந்த பேரழிவு

கி.பி 1244 ஜூலை 11ஆம் நாள் பர்கா கான் தலைமையில் தார்த் தாரியக் குதிரை வீரர்கள் ஜெருசலேமில் புகுந்து அலைக்கழித்து சண்டையிட்டு வீதிகளில் தங்களுக்கு வழி விலக்கியபடி அர்மீனியக் கன்னிமாடத்தைத் தகர்த்து அங்கிருந்த துறவிகளையும் கன்னி காஸ்திரிகளையும் கொன்று குவித்தனர். திருச்சபைகளும் வீடுகளும் அழிக்கப்பட்டன. புனிதக் கல்லறை சூறையாடப்பட்டது. திருவிருந்து கொண்டாடிய பாதிரிமார்களின் தலை வெட்டப்பட்டது. பலி பீடத்தில் வைத்து அவர்களது குடல் உருவப்பட்டது. ஜெருசலேம் அரசர்களின் சடலங்கள் புதைக்கப்பட்டன அல்லது எரிக்கப் பட்டன. இருந்தாலும் கல் சவப்பெட்டிகளை மட்டும் விட்டுவிட்டனர். இயேசு கல்லறைக் கதவடியில் இருக்கும் கல் நொறுக்கப்பட்டது. கோபுரத்தில் சிக்கிய ஐரோப்பியர்கள் கோட்டை காவற்படை பாதுகாப்பாக வெளியேற அனுமதிக்குமாறு நாசீர் தாவுத்தைக் கேட்டுக்கொண்டார். பர்காவை அதற்கு சம்மதிக்க வற் புறுத்தினார்.

ஆறாயிரம் கிறித்துவர்கள் ஜாஃபாவுக்குச் சென்றனர். பரங்கிகளின் போர்க் கொடிகளைக் கண்டு உதவிப் படை வந்து சேர்ந்துவிட்டதாகக் கருதி பலர் மீண்டும் திரும்பினர். அவர்களில் 2000 பேர் தார்த்தாரியர்களால் கொல்லப்பட்டனர். 300 கிறித்து வர்கள் மட்டுமே ஜாஃபாவைச் சென்றடைந்தனர். ஜெருசலேமை முற்றிலுமாக அழித்துவிட்டு தார்த்தாரியர்கள் விரைந்தோடினர்.[4] தாக்குண்டு கருகிக்கொண்டிருக்கும் இந்த ஜெருசலேம் கி.பி.1917 வரை கிறித்துவ ஜெருசலேமாக இருக்கப் போவதில்லை.

கி.பி 1248இல் மன்னர் பதினொறாம் லூயிஸ் கடைசி சிலுவைப் போரை நடத்தினார். எகிப்தை வென்றால் ஜெருசலேமை வென்று விடலாம் என்று போராளிகள் நம்பினர். கி.பி 1249 நவம்பரில் சிலுவைப் போராளிகள் கெய்ரோவை நோக்கிச் சென்றனர். அங்கு சுல்தான் சாலிஹ் அயூப் மரணத்தின் பிடியிலிருந்தார். அவரது விதவை சுல்தானா ஷாஜர் அல் டுர் தனது மாற்றுரிமை மகன் துரன் ஷாவை சிரியாவிலிருந்து வரவழைத்து தனது கட்டுப்பாட்டுக்குள் ராஜ்ஜியத்தைக் கொணர்ந்தாள். அடிமை வீரர்கள் சிலுவைப் போராளிகளை முற்றிலுமாக அழித்தனர். லூயிஸ் சிறைபிடிக்கப்

பட்டார். ஆனால் புதிய சுல்தான் துரன்ஷா தனது வீரர்களைப் புறக்கணித்தார். கி.பி 1250 மே 2இல் தனது வெற்றியைக் கொண்டாட ஒரு விருந்துக்கு ஏற்பாடு செய்தார். சிலுவைப் போராளிகளில் சிறைபிடிக்கப்பட்டோர் பலரும் அதில் கலந்துகொண்டனர். அப்போது அடிமை வீரர்கள், பாய்பர்ஸ் என்ற இராட்சத வீரனின் தலைமையில் உட்புகுந்தனர். வாட்கள் உறைகளை விட்டு வெளியேறின. அப்போது பாய்பார்ஸுக்கு வயது 27 மட்டுமே.

பாய்பர்ஸ் சுல்தானை வெட்டினான். சுல்தான் ரத்தம் சிந்தியபடி நைல் நதி நோக்கித் தப்பி ஓடினான். அடிமை வீரர்களின் அம்புகள் அவன்மீது சீறிப் பாய்ந்தன. காயமடைந்த சுல்தான் உயிர்ப் பிச்சை கேட்டு நின்றான். இறுதியாக ஒரு அடிமை வீரன் நடந்து வந்து அவனது தலையை வெட்டிச் சாய்த்துப் பிளந்தான். அவனது இதயம் வெட்டி எடுக்கப்பட்டு ஒரு விருந்தில் பிரெஞ்சு மன்னர் லூயிசுக்குக் காண்பிக்கப்பட்டது. சந்தேகமேயில்லை, அவர் பசியிழந்தார்.

இப்படியாக சலாவுதீனின் சாம்ராஜ்ஜியம் எகிப்தில் முடிவுக்கு வந்தது. இது ஜெருசலேமை ஒழித்துக்கட்டிய ஒரு வீழ்ச்சி. ஜெருசலேம் பாதி அழிந்தும், மீதி ஆட்களற்றும் இருந்தது. அதிகாரத்திற்காகப் பல்வேறு போர்த்தளபதிகளும் இளவரசர்களும் போரிட்டபடி இருக்க அடுத்த பத்து ஆண்டுகள் குழப்பமும் குளறுபடியும் மட்டுமே நிறைந்திருந்தது. அதேநேரம் மத்திய கிழக்கில் ஒரு கோர நிழல் படிந்தது. கி.பி 1258இல் அதுவரை உலகம் அறிந்திராத மாபெரும் பேரரசை வென்றெடுத்த மங்கோலியர்கள், பாக்தாத்தை தோற்கடித்து 80,000 பேரையும் அதன் கலிபாவையும் கொன்று குவித்தனர். டமாஸ்கஸை வென்று காஸா நோக்கி விரைந்தனர். போகும் வழியில் ஜெருசலேமும் புண்பட்டது. இவர்களைத் தோற்கடிக்க அசுரபலம் கொண்ட ஒரு மாவீரன் இஸ்லாத்திற்குத் தேவைப் பட்டான். இந்த சவாலை சந்திக்க முன்வந்தான் பாய்பர்ஸ்.

குறிப்புகள்:

1. கி.பி 1187இல் சலாவுதீன், அந்தச் சிலுவையின் ஒரு சிறு துண்டை ஐசக் அஞ்ஜெலோஸ் என்ற சக்கரவர்த்திக்கு ஒரு வெனிஷ் நாட்டுக் கப்பல் மூலம் அனுப்பினார். அக்கப்பல் ஃபோர்டிஸ் என்ற கடற்கொள்ளையனால் கைப்பற்றப்பட்டது. அந்தக் கப்பல் ஊழியர் அனைவரையும் கொன்றுவிட்டு அந்தப் புனித எச்சத்தை கார்சிகாவில் உள்ள போனாஃபேசியோவுக்கு எடுத்துச்சென்றான். பிறகு அது ஜேனோஸ் கொள்ளையர்களால் கைப்பற்றப்பட்டது. அதன் சில பகுதிகள் ஐரோப்பாவில் உள்ள வரலாற்று எச்சங்கள் காப்பகங்களில் உள்ளன.

2. அவரது ஆறு கோபுரங்களின் அடித்தளங்களை இன்றும் காணமுடிகிறது. கோயில் மலையில் மாட வடிவ இலக்கணப் பள்ளியையும் பெருமைக் குரிய வளைவுகளையும் அல் அக்சா நுழைவாயிலையும் அவர் கட்டினார். எண் கோணக் கவிகை மாடத்தைக் கட்டுவதற்கு சாலமன் போர்ச் சிதிலங்களைப் பயன்படுத்தியிருக்கலாம்.

3. பிரெடரிக்கும், கமீலும் நண்பர்களாகவே இருந்தனர். சுல்தான், பேரரசருக்கான ஆன கற்கள் பதித்த கோள்நிலை காட்டும் கருவி ஒன்றை அனுப்பினார். அது ஒரு கடிகாரமும் சொர்க்கங்களின் நகரும் வரை படமும் இணைந்த கருவி. ஒரு யானையையும் உடன் அனுப்பினார். பிரெடரிக், கமீலுக்கு ஒரு துருவக் கரடியை அனுப்பினார். பிரெடரிக் தனது எஞ்சிய வாழ்க்கையை ஜெர்மனி மற்றும் இத்தாலி மீது கொண்டி ருந்த வாரிசுரிமையைப் பாதுகாத்துக்கொள்ள போப்பாண்டவர்களுடன் தொடர்ந்து போரிட வேண்டியிருந்தது. போப்பாண்டவர்கள் தான் அவரை ஒரு மிருக வெளிப்பாடென்றுப் பழி தூற்றினர். அவரது மூத்த மகன் ஹென்றி பிரெடரிக்குக்கு துரோகம் இழைத்தான். தனது, மகனை வாழ்நாள் முழுமைக்கும் சிறையில் வைத்தார். கான்ராட் ஜெருசலேமின் அரசரானார். யோலன்டேவுக்கு பிறந்த அவரது மகன் வாரிசானார். பிரெடரிக் கி.பி 1250இல் வயிற்றுப்போக்கால் இறந்தார். கான்ராட் இள வயதிலேயே மரணமடைந்தார். கான்ராடின் சின்னஞ்சிறு மகன் கான்ராடின் வாரிசானார். அவரும் 16 வயதில் கொலை செய்யப்பட்டார். ஆனால் பிரெடரிக்கின் மதிப்பு ஓங்கியது. காலப் போக்கில் திறந்த உள்ளம் கொண்டோர், அவரது நவீன சகிப்புத்தன்மையைக் கொண்டாடினார்கள்; ஹிட்லரும் அவரது நாஜி இயக்கத்தினரும் கூட அவரை நீட்சேயிய மாமனிதனாகப் பாராட்டினர்.

4 ஜெருசலேம் சிலகாலம் சிரியாவிருந்தும் சிலகாலம் கெய்ரோவிலிருந்தும் ஆட்சி செய்யப்பட்டது. கெய்ரோவில் ஷாஜர் அல் டுர் சுல்தானாக ஆட்சி செய்தாள். இது இஸ்லாத்தில் தனித்துவமிக்க பெண்ணிய சாதனை. அவளைப் பற்றி பல கட்டுக்கதைகளும் புனையப்பட்டன. அதற்கு ஆதாரமும் கூட உண்டு. அவள் ஒரு இளைய காமக்கிழத்தியாக மன்னரின் பார்வை யைப் பறித்தவள். முற்றிலும் முத்துக்களால் ஆன ஆடையே அணிந் திருந்தாள். எனவே அவளுக்கு அந்தப் பெயர் உண்டாயிற்று. தற்போது அவளுக்கு ஒரு ஆண்துணை தேவைப்பட்டது. எனவே அய்பெக் என்ற அடிமை அதிகாரியை மணந்துகொண்டாள். பின்னாளில் அய்பெக் சுல்தான் ஆனார். பின்னர் இருவருக்கும் பிணக்கு ஏற்பட சுல்தானைக் குளியலறையில் குத்திக் கொல்வதற்கு இவளே ஏற்பாடு செய்தாள். எண்பது நாள் ஆட்சி செய்தபின் அவளது ஆட்சி கவிழ்ந்தது. அவள் தப்பிச் செல்வதற்கு முன்பாக அவளிடமிருந்த புகழ்பெற்ற வைரக்கற்களை இடித்துப் பொடியாக்கினாள். வேறு எந்தப் பெண்ணும் அவற்றை அணிந்து விடக்கூடாது என்பதுதான் அவள் நோக்கம். அவள் பிடிபட்டபோது ஐபெக்கின் காமக்கிழத்திகள் (அவளது அணிகலன்களைப் பெறமுடியாத சினத்தில்) அவர்களுடைய மரமிதியடிகளால் அடித்துக் கொன்றனர். ஸ்டிலெட்டோவுக்கு இணையானது அடிமை வீரர்களின் கொலைச் செயல்.

☆

பகுதி ஆறு
மாம்லுக்

இந்த உலகம் முடிவதற்குமுன் அனைத்து தீர்க்க தரிசனங்களும் நிறைவேற்றப்பட வேண்டும். இந்தப் புனித நகரம் கிறித்துவ தேவாலயத்திடம் திரும்பவும் ஒப்படைக்கப்பட வேண்டும்.

கிறிஸ்டோபர் கொலம்பஸ், மன்னர் ஃபெர்டினாண்ட் மற்றும் ஸ்பெயின் அரசி இசபெல்லாவிற்கு அனுப்பிய கடிதம்.

பாத்தின் மனைவி மூன்று முறை ஜெருசலேம் சென்றுள்ளார்.

ஜெஃப்ரி சாஸர் - 'காண்டர்பெரி கதைகள்'

மெய்யான புனித இடம் என்று அழைக்கப்படக் கூடிய ஒரு இடம்கூட ஜெருசலேமில் இல்லை.

இபுன் தாய்மிய்யா
ஜெருசலேமிற்கான புனிதப் பயணங்களுக்கு ஆதரவாய்.

'புனிதச் சுடர்' வழக்கம் போல் இன்றும் தொடருகிறது. இஸ்லாமியர்களின் கண்ணெதிரே பல விரும்பத்தகாத செயல்கள் நடைபெற்றுக் கொண்டுதான் உள்ளன.

முஜிர் அல்-தின், 'ஜெருசலேம் மற்றும் ஹெப்ரானின் வரலாறு'

நமது மிக மோசமான கொடிய எதிரிகள் கிரேக்கர்களே. கிரேக்கர்களைப் போலவே, ஜார்ஜியர்களும் மிகுந்த காழ்புணர்ச்சி கொண்டவர்கள். அத்துடன் திருச்சபைக்கு முரணான கோட்பாடுடையவர்கள். ஆர்மீனியர்கள் மிகவும் அழகானவர்கள், செல்வந்தர்கள் மற்றும் தாராள மனம் கொண்டவர்கள். ஆனாலும் கிரேக்கர்களுக்கும் ஜார்ஜியர்களுக்கும் பரம எதிரிகள்.

பிரான்ஸெஸ்கோ சுரியானோ, புனிதத் தலம் குறித்த ஆய்வுக் கட்டுரை.

நமது மகிழ்ச்சிக்குரிய, புகழ்வாய்ந்த நகரத்தைக் கண்ணுற்ற போது நம் ஆடைகளை வாடகைக்கு வாங்கினோம். ஜெருசலேம் மிகவும் சிதிலமடைந்து, இடிபாடுகளிடையே, மதில்கள் இன்றிக் கிடக்கின்றது. யூதர்களைப் பொறுத்தவரையில் மிகவும் வறியவர்கள். குப்பை மேடுகளில் வாழ்ந்து வருகின்றனர். ஏனெனில் ஒரு யூதன் தனது இடிந்துபோன வீட்டை சட்டப்படிப் புனரமைக்கக் கூடாது.

பெர்ட்டினோரோவை ரபி ஒபைத், கடிதங்கள்.

29

சுல்தானின் அடிமை
1250-1339

பாய்பர்ஸ்: சிறுத்தை

பாய்பர்ஸ் அழகிய முடியும் நீலநிற விழிகளும் உடைய மத்திய ஆசியாவைச் சேர்ந்த துருக்கியர். இவர் குழந்தைப் பருவத்திலேயே சிரியாவைச் சேர்ந்த ஒரு இளவரசனுக்கு விற்கப்பட்டவர். ஆனால் அகன்ற மார்பும் ஆஜானுபாகுவான தோற்றமும் கொண்ட அவரது ஒரு விழித்திரையின் வெண்படலத்தில் தீர்க்கமுடியாத குறைபாடு ஒன்று. இதனால் இவரது உரிமையாளர் இவரை கெய்ரோவிலிருந்த சுல்தானுக்கு விற்க நேரிட்டது. சலாவுதீனின் உறவினர் சாலிஹ் அயூப் அடிமைப்படை உருவாக்கும் நோக்கத்துடன் துருக்கிய அடிமைகளை வாங்கிக் குவித்தார். தனது குடும்பத்தினர் மீது அவருக்கு நம்பிக்கையில்லை. ஆனால் ஒரு அடிமை 300 மகன்களை விட அதிக விசுவாசம் மிக்கவன் என்று கருதினார். இந்த புறச்சமய அடிமைகளைப் போல பாய்பர்சும் இஸ்லாத்திற்கு மதமாற்றம் செய்யப்பட்டு ஒரு அடிமை வீரனாகப் பயிற்சியளிக்கப்பட்டார். எஃகினால் ஆன கருவியில் எறிகல் வீசுவதில் பெரும் தேர்ச்சி பெற்றவரானார். அர்பலேஸ்டியர் என்ற பட்டப் பெயரும் பெற்றார். பிறகு அவர் பஹ்ரியா படைப்பிரிவில் சேர்ந்தார். இந்த அதிரடி வீரர்களே சிலுவைப் போராளிகளைத் தோற்கடித்தவர்கள். அதனால் இவர்கள் 'துருக்கிய சிங்கங்கள்' என்றும் இஸ்லாமிய டெம்ளர்கள் என்றும் அறியப்பட்டனர்.

தனது தலைவனின் நம்பிக்கைக்குரியவனாக ஆனதும் பாய்பர்ஸ் அடிமைத் தலையிலிருந்து விடுவிக்கப்பட்டு பதவிப் படிகளில் முன்னேறிச் சென்றார். அடிமை வீரர்கள் எஜமான விசுவாசமுடையவர்கள். இந்த அநாதை வீரர்கள் தங்களுக்கும் இறைவனுக்கும் மட்டுமே கடன்பட்டிருந்தனர். சுல்தானின் படுகொலையில் பாய்பர்சுக்கும் பங்கிருந்தது. அதனால் அதிகாரப் போரில் அவர் தோல்வியுற்றதும் சிர்யாவுக்குத் தப்பி ஓடினார். சிரியாவில் இளவரசர்களுக்கிடையே உள்நாட்டுப் போர்கள் எழுந்தவண்ணமிருந்தன. தனது எறிகல் கருவியை அதிக விலை கோரியவருக்குத் தர முன்வந்தார். எகிப்து அதிகார மையமாக இருந்ததால் அவர் மகுடத்தைக் கைப்பற்றுவதற்காக அவரது தளபதியால் அங்கு வரவழைக்கப்பட்டார். மங்கோலியர்கள் சிரியாவின் மீது படையெடுத்தபோது அதைத் தடுத்து நிறுத்த வடக்கு நோக்கி விரைந்த முன்னணிப் படைக்குத் தலைமையேற்றார்.

கி.பி 1260 செப்டம்பர் 3ஆம் நாள் நாசரத்துக்கு அருகில் மங்கோலியப் படையை பாய்பர்ஸ் தோற்கடித்தார். மங்கோலியர் மீண்டும் ஜெருசலேமிற்குக் கூட வந்து சேரலாம். ஆனால் அவர்கள் முதன்முறையாகத் தடுத்து நிறுத்தப்பட்டனர். சிரியாவின் பெரும் பகுதி கெய்ரோவின் பிடிக்குள் வீழ்ந்தது. பாய்பர்ஸ் 'வெற்றியின் தந்தை' என்றும் 'எகிப்தின் சிங்கம்' என்றும் போற்றப்பட்டார். அதற்கு வெகுமதியாக அலெப்போவின் கவர்னர் பதவியை எதிர்பார்த்தார். ஆனால் சுல்தான் குட்டூஸ் அதற்கு உடன்பட மறுத்துவிட்டார். ஒருநாள் சுல்தான் வேட்டையாடிக் கொண்டிருந்தபோது அவரை பாய்பர்ஸ் முதுகில் கத்தியால் குத்தினார். மாமன்னரைக் கொன்றார் என்பதற்காக அடிமை ஆமீர்கள் அவருக்கு மகுடம் சூட்டினர்.

அதிகாரம் தனது கைக்கு வந்தவுடன் பாய்பர்ஸ் பாலஸ்தீனக் கடற்கரையில் எஞ்சியிருந்த சிலுவைப் போராளிகளின் ராஜ்ஜியத்தை அழிக்க முற்பட்டார். கி.பி 1263இல் போருக்குச் செல்லும் வழியில் அவர் ஜெருசலேமிற்கு வந்தார். அடிமை வீரர்கள் அந்த நகரத்தைப் போற்றினர். பாய்பர்ஸ் கோயில் மலையையும் அதைச் சுற்றியுள்ள பகுதியையும் (இன்றைய முஸ்லிம் குடியிருப்பு) தூய்மைப் படுத்தி புதுப்பிக்கும் அடிமை வீரர்களின் திருப்பணியைத் துவக்கினார். மாடத்தையும் அல் அக்சாவையும் புதுப்பிக்க உத்தர விட்டார். கிறித்துவர்களின் ஈஸ்டர் விழாவை விஞ்சும் வகையில் ஒரு புதிய திருவிழாவை வளர்த்தெடுத்தார். ஜெர்க்கோவுக்கு அருகில் இறைத்தூதர் மோசஸின் கல்லறை மீது ஒரு கவின் மாடத்தைக்

கட்டினார். இப்புதிய விழா சலாவுதீனால் தொடங்கப்பட்டிருக் கலாம். அடுத்த நூற்றாண்டுகளுக்கு ஜெருசலேமியர் நபிமூசாவுக்கு விழா எடுத்தனர். பாறை மாடத்திலிருந்து பாய்பர்ஸ் புனிதத்தலம் வரை ஊர்வலமாகச் சென்று கூடுவார்கள். அங்கு தொழுகையும் விருந்தும் உலாவும் நடைபெறும்.

பாய்பர்ஸின் மிக நெருக்கமான ஆலோசகர் ஒரு சூஃபி ஷேக். அவருடன் சேர்ந்து சூஃபி சிக்கர்களை ஆடிப் பாடுவார். அவர் இந்த ஷேக் மீது அபார நம்பிக்கை வைத்திருந்தார். அவரது ஒப்புதல் இன்றி பாய்பர்ஸ் எதையும் செய்வதில்லை.

யூத, கிறித்துவ தேவாலயங்களை சூறையாட இந்த ஷேக்கிற்கு அனுமதி கிடைத்தது. அவர்களை எந்த வரைமுறையும் இன்றி கொலைக்கு ஆட்படுத்தவும் அனுமதிக்கப்பட்டார்.[1] அது ஒரு புதிய யுகம்: அடுத்த 300 ஆண்டுகளுக்கு ஜெருசலேமை ஆள வேண்டிய பாய்பர்ஸ் மற்றும் அடிமை வீரர்களின் வாரிசுகள் மிகக் கடுமையாக நடந்து கொண்டனர். சகிப்புத்தன்மையற்ற சர்வாதிகாரிகளாக இருந்தனர். சலாவுதீனை எடுத்துக்காட்டாகக் கொண்டிருந்த இஸ்லாமிய சான்றாண்மையின் பழைய காலம் மலையேறிவிட்டது. மாம்லுக் என்கிற அடிமை வீரர்கள் துருக்கிய பெருஞ்சாதியினர். யூதர்கள் மஞ்சள் தலைப்பாகையும், கிறித்துவர்கள் நீலத் தலைப்பாகையும் அணிய வேண்டும் என்று கட்டாயப்படுத்தினர். துருக்கி பேசும் அரேபிய மாம்லுக்களைக் கூட வெறுத்தனர்.

மாம்லுக்குகள் மட்டுமே மென்மயிர் ஆடை அணியலாம். கவசம் தரிக்கலாம். நகரத்தினுள் குதிரையில் பயணிக்கலாம். அவர் களது கண்கூசும் பகட்டான அரசசபையில் தங்களது அமைச்சர் களுக்கு சுல்தான் பல்வேறு பகட்டான பட்டங்களை அளிப்பார். ராஜாங்க போலோ குச்சி தூக்குபவன், இசையுடன் கூடிய மாலைப் பாடலுக்குரிய அமீர் என்பன போன்றிருக்கும் அப்பட்டங்கள். இந்த அரசியல் விளையாட்டு லாபகரமானது. அதேசமயம் உயிர் வாங்கக்கூடியதுமாகும்.

பாய்பர்ஸின் சின்னம் ஒரு அலையும் சிறுத்தை. தனது வெற்றி களை இந்தச் சின்னத்தால் பொறித்து வைப்பார். எகிப்துக்கும் துருக்கிக்கும் இடையேயும் ஜெருசலேமிலும் உள்ள கல்வெட்டு களில் அத்தகைய சின்னம் 80 இடங்களில் கண்டுபிடிக்கப் பட்டுள்ளன. அவை இன்றும் சிங்க வாயிலில் அலைகின்றன. வெள்ளைக் கண் கொண்ட இந்தப் பயங்கர கொலைகாரனுக்கு வேறு எந்தச் சின்னமும் இந்தளவுக்கு பொருத்தமுடையதாக இருக்காது.

அடுத்து ஜெருசலேம் மீது பார்வை பதிந்ததும் அக்ரே மீது தாக்குதல் தொடுத்தார். அத்தாக்குதலை எதிர்கொண்டு நின்றது அக்ரே. அவர் பலமுறை பின்வாங்கினார்; இதற்கிடையே மற்ற சிலுவைப் போராளிகளின் நகரங்களை ஒன்றன் பின் ஒன்றாக ஆவேசமாகத் தாக்கி மனம் பிறழ்ந்த நிலையில் குரூர சந்தோஷத்துடன் படுகொலைகளை நிகழ்த்தினார். தலைபிளந்து கொலையுண்ட கிறித்துவச் சடலங்களின் பின்னணியில் ஐரோப்பியத் தூதுவர்களை வரவேற்றார். எதிரிகளின் குடுமித்தோலைக் கிழித்தெடுத்தார்.

அன்ட்டியாக்கின் இளவரசருக்கு நடுங்கவைக்கும்படி ஒரு கடிதம் எழுதினார்: "நாங்கள் என்ன செய்திருக்கிறோம் என்பதைச் சொல்கிறேன். நீங்கள் திருவிருந்து கொண்டாடும் இடத்தில் உங்களின் முஸ்லிம் எதிரிகள் மிதித்து துவைக்கப்பட்டனர். நீங்கள் பார்த்திருக்க இறந்த சடலங்களைக் குவித்து வைத்தோம். பலி பீடத்தில் துறவிகளின் தொண்டையைக் கிழித்தோம். உங்கள் மாளிகைகளில் தீ பரவியது. இவற்றைப் பார்க்க நீங்கள் அங்கு இருந்திருப்பீர்களேயானால், உயிரோடு இருந்திருக்க வேண்டாம் என்று நீங்கள் நினைத்திருப்பீர்கள்." அவரின் படை அனடோலியாவுக்குச் சென்றது. அங்கு அவர் தன்னை 'ரம்'மின் சுல்தானாக முடிசூட்டிக்கொண்டார். ஆனால் மங்கோலியர்கள் திரும்பிச் சென்றுவிட்டனர். பாய்பர்ஸ் சிரியாவைப் பாதுகாக்க விரைந்தார்.

கி.பி 1277 ஜூன் 1ஆம் நாள் தனது விருந்தினர் ஒருவருக்கு, விஷம் கலந்த புளித்துப்போன பெண்குதிரைப் பாலைக் கொடுத்து அவரைக் கொல்ல மேற்கொண்ட கொடூர சூழ்ச்சி அவரையே திருப்பித் தாக்க அதில் பலியானார். அவரே மறந்துபோய் அந்தப் பாலை அருந்திவிட்டார். அவருக்குப் பின் பதவிக்கு வந்தவர்கள் அவரது வேலையை நிறைவு செய்தனர்.

கி.பி 1291 மே 18ஆம் நாள் அடிமை வீரர்கள் ஐரோப்பியர்களின் தலைநகரான அக்ரே மீது ஆவேசத் தாக்குதல் நிகழ்த்தினர்; எதிர்த்து நின்றவர்கள் படுகொலை செய்யப்பட்டனர். எஞ்சியிருந்தவர்கள் அடிமைகளாயினர். (பெண்கள் வெறும் ஒரு ட்ராச்மாவுக்கு விலை போயினர்.) ஜெருசலேம் மன்னர் என்ற பட்டம் சைப்ரஸின் மன்னர் என்ற பட்டத்துடன் ஒன்றிணைந்தது. அந்தப் பட்டம் கண்ணைக் கவரும் ஒரு அணிகலனாகவே இருந்தது. இன்றளவும் இருந்து வருகிறது. வீழ்ந்த நகரங்களும் மதில்களும் வெட்டுண்ட தலைகளாலேயே கட்டி எழுப்பப்பட்டன. எதிரிகளின் நகரங்களுக்குள் மாறுவேடத்தில் சென்று உளவுபார்ப்பதிலும் தனது எதிரிகளுடன் மாறுவேடத்தில் பேச்சுவார்த்தை நடத்துவதிலும் சாகசக் களிப்

பெய்தினார். அவர் கெய்ரோவில் இருக்கிறபோதும் நள்ளிரவில் அவரது அலுவலகங்களுக்குச் சென்று ஆய்வு செய்வார். அமைதி யற்ற அவர் தூக்கமின்மையாலும் வயிற்று வலியாலும் அவதி யுற்றார்.

அக்ரே மட்டுமே பணியவில்லை.[2] பின்னர் அவர் அண்டியோக்கை வென்றடுக்க வடதிசை நோக்கிச் சென்றார்.

இப்படியாக முடிந்தது ஜெருசலேம் ராஜ்ஜியம்.[3] உண்மையான மதில்களற்ற பாதி வெறுமையான ஜெருசலேம் ஒரு நகரத்தின் நிலையில் இருந்து சரிந்து முதிர்வடைந்த கிராமத்தின் அளவைத் தான் ஒத்திருந்தது. மங்கோலியக் குதிரை வீரர்களால் அவ்வப் போது தாக்குதலுக்கு உள்ளாகியது ஜெருசலேம்.

கி.பி 1267இல் புனிதப்பயணியான ராம்பன் என்கிற முதிய ஸ்பானிய ராபி இருள் மல்கிய ஜெருசலேமின் வீழ்ச்சியை இப்படி துயரத்துடன் எழுதுகிறார்:

"அன்னையே! தன் மடியில் மகளின் மரணத்தைக் கண்ட பெண்ணுடன் உன்னை ஒப்பிடுகிறேன். அவள் முலைகளில் பாலிருப்பது பெரும் வாதை. தாய்ப்பாலை நாய்க் குட்டிகளுக்கு ஊட்டுகிறாள். இவற்றிற்கும் மேலாக உனது நேசர்கள் உன்னைக் கைகழுவிவிட்டனர். உனது எதிரிகள் உன்னைத் தனிமைப்படுத்தி விட்டனர். நெடுந்தொலைவுக்கு அப்பாலிருந்து அவர்கள் உன்னை நினைத்துப் புனித நகரைப் போற்றுகின்றனர்.

ராம்பன்

ராம்பன் என்பது ராபி மோசஸ் பென் நாச்மென் என்ற பெயரின் முதலெழுத்துக்களால் உருவான பெயர். ஜெருசலேமில் வாழ்வோர் எண்ணிக்கை 2000 மட்டுமே என்பதறிந்து அவர் திகைத்துப் போனார். 300 கிறித்துவர்களும் 2 யூதர்களும் மட்டுமே மிஞ்சி யிருந்தனர். இவ்விரு யூதர்களும் சகோதரர்கள். சிலுவைப் போராளி களுக்குக் கீழிருந்த யூதர்கள் போல் இவர்களும் சாயவேலை செய்பவர்கள். யூதர்களைப் பொருத்தவரையில் எந்தளவுக்கு ஜெருசலேமின் சோகம் அதிகரிக்கிறதோ அந்தளவுக்கு அது மேலும் புனிதமாகிறது. ராம்பனின் கவித்துவ வார்த்தைகளில், 'எது அதிக புனிதமானதோ அது அதிகமாகவே பாழ்படுகிறது.'

அவரது காலத்தில் ராம்பன் மிகுந்த எழுச்சியூட்டும் அறிவுஜீவிகளில் ஒருவராக இருந்தார். அவர் ஒரு மருத்துவராகவும்

தத்துவவாதியாகவும், அனுபூதிமானாகவும் தோரா அறிஞராகவும் இருந்தார். கி.பி 1263இல் டொமினியர் தெய்வக் குற்றச்சாட்டு களிலிருந்து பார்சிலோனா யூதர்களைக் காப்பாற்றினார். இதுபற்றி, ‘ஒரு தவறான செயலுக்கு மிக நேர்த்தியாக வாதிடும் ஒரு மனிதனை இதுவரை கண்டதில்லை’ என்று அரகான் மன்னர் ஜேம்ஸ் குறிப் பிட்டிருக்கிறார். ராம்பனுக்கு 300 தங்கக் கட்டிகளையும் அவர் வழங்கினார். ஆனால் டொமினியர்கள் அவருக்கு மரணதண்டனை வழங்க முயற்சித்தனர். ஒரு சமரசமாக அவர் நாடு கடத்தப்பட்டார். அவர் தனது புனிதப் பயணத்தைத் துவக்கினார். அப்போது தனது எழுபதுகளில் இருந்தார்.

யூதர்கள் ஜெருசலேமிற்காக வருந்தினால் மட்டும் போதாது. அவர்கள் திரும்பவும் வந்து குடியேறி ஜெருசலேமை மீண்டும் கட்டியெழுப்ப வேண்டும், அது மீட்பரின் வருகைக்கு முன் நடந் தேற வேண்டும் என்று நம்பினார். இதை நாம் மதரீதியான சீயானிஸம் என்று அழைப்போம். அவரது தாயகப் பிரிவுத்துயரை ஜெருசலேம் மட்டுமே நீக்கமுடியும்:

“நான் என் குடும்பத்தை விட்டு அகன்றேன். என் வீட்டைத் துறந்தேன். என் பிள்ளைச் செல்வங்களை மறந்தேன். என் மடியில் வளர்த்த என் இனிய அன்பார்ந்த குழந்தைகளிடமிருந்தும் எனது ஆன்மாவிலிருந்தும் விடுதலையானேன். இவை மட்டுமல்லாமல் மற்றெல்லா இழப்புகளும், உனது அவையில் நீ ஒருநாள் இருப்பதில் கிடைக்கும் மகிழ்ச்சிக்கு ஈடாகி விடுகின்றன. ஓ ஜெருசலேமே! நான் கதறி அழுதேன். ஆனால் எனது கண்ணீர்த் துளிகளில் மகிழ்ச்சி கொண்டேன்.”

பளிங்குத் தூண்களும் அழகிய மாடமும் கொண்ட இடிக்கப்பட்ட வீடு ஒன்றை ராம்பன் கையகப்படுத்தினார்.[4]

‘நாங்கள் பிரார்த்தனைக்காக அந்த வீட்டை கையகப் படுத்தினோம். ஏனெனில் அந்த நகரம் சிதிலமடைந்திருந்தது. இடி பாடுகளை யாரும் கைக்கொள்ளலாம்; மங்கோலியரிடமிருந்து மறைத்துவைக்கப்பட்டிருந்த தோராவின் சுருளேடுகளையும் மீட்டெடுத்தார். ஆனால் அவரது மரணத்திற்குப் பின் படை யெடுப்பாளர்கள் மீண்டும் வந்தனர்.

இந்தமுறை ஒரு வேறுபாடு அவர்களில் சிலர் கிறித்துவர்களாக இருந்தனர். 1299 அக்டோபரில் அர்மீனியாவின் கிறித்துவ மன்னர் இரண்டாம் ஹெதோம் 10,000 மங்கோலியர்களுடன் ஜெருசலே மிற்குள் நுழைந்தார். மற்றுமொரு காட்டுமிராண்டித்தனமான சூறை

யாடலால் நகரம் கதறியது. அங்கிருந்த ஒரு சிலரேயான கிறித்துவர்கள் 'பயத்தில் நிலக்குடைவுகளில் பதுங்கினர்.' மங்கோலியரான கான் சமீபத்தில் இஸ்லாத்திற்கு மதம் மாறியிருந்தார். இருப்பினும் மங்கோலியருக்கு ஜெருசலேமின் மீது ஓரளவுதான் நாட்டம் இருந்தது. கிறித்துவர்களை மீட்டெடுத்த ஹெதோமிடம் ஜெருசலேமை அவர்கள் ஒப்படைத்திருந்தனர். புனிதக் கல்லறையில் விழாக்கள் நடந்தேறியது. வெர்ஜின் கல்லறையையும் புனித ஜேம்ஸ்ஸையும் புதுப்பிக்க உத்தரவானது.

விநோதமாக இருவாரங்களுக்குப் பின்னர் டமாஸ்கஸில் தனது மங்கோலியத் தலைவனைப் பார்ப்பதற்காகத் திரும்பிச் சென்றார். இருந்தாலும் அடிமை வீரர்களுக்கும் மங்கோலியருக்கும் இடையே இருந்த ஒரு நூற்றாண்டு சண்டை முடிவுக்கு வந்தது. மீண்டும் ஒரு முறை ஜெருசலேமின் புனிதக் காந்தத்தன்மை உலகைக் கவர்ந்திழுத்தது. கெய்ரோவில் புதிதாகப் பட்டத்திற்கு வந்த சுல்தான் ஜெருசலேமை மதித்துப் போற்றினார். தன்னை சுல்தான் அல் குத்ஸ் என்றழைத்துக் கொண்டார். நசீர் முகமது தன்னைக் கழுகு என்றழைத்துக் கொண்டார். மக்கள் அவரை நேர்த்தியானவன் என்றனர். இந்தக் காலத்திய வரலாற்றிஞர், 'இவரே மாபெரும் மாம்லுக் சுல்தானாகவும் இருந்தார். அதே நேரம் மிக இழிவானவர்' என்று எழுதுகிறார்.

நசீர் முகம்மது: நேர்த்தியான கழுகு

எட்டு வயதிலிருந்தே மாம்லுக் செயலாட்சிக் குழுவின் போர்த் தலைவர்களுக்கிடையே ஒரு ராஜ பொம்மையைப் போல மனம் நோகும் அளவுக்கு பந்தாடப்பட்டார். இரண்டுமுறை சிம்மாசனத்தில் அமரும் அளவுக்கு உயர்ந்து, இருமுறையும் வாய்ப்பிழந்தார். அவர் ஒரு அடிமையின் இளைய மகன். அக்ரேயை வென்றெடுத்த அவரது மூத்த சகோதரர் கொலை செய்யப்பட்டுவிட்டார். எனவே நசீர் முகமது மூன்றாவது முறையாக தனது 26வது வயதில் ஆட்சியைப் பிடித்தபோது அதை காப்பாற்றி வைத்திருக்கத் தீர்மானித்தார். அவரது தோழர்கள் பதவி உயர்வு பெற்று வளமானார்கள். ஆனால் முன்னெச்சரிக்கை ஏதுமின்றி குரல்வளை நெரித்துக் கொல்லப் பட்டனர். இரண்டாகப் பிளக்கப்பட்டனர்; அல்லது விஷம் வைத்துக் கொல்லப்பட்டனர். நசீர் மனிதர்களைவிடக் குதிரைகளை விரும்பினார். கால் தாங்கி நடக்கும் இந்த சுல்தானுக்கு அவரது 7800 பந்தயக் குதிரைகளின் குடிவழி அனைத்தும் தெரிந்திருந்தது. சிறப்பு மிகுந்த ஒரு அடிமைப் பையனைவிட ஒரு குதிரைக்கு அதிக விலை

கொடுத்தார். செங்கிஸ்கானின் வழித்தோன்றல் ஒருவரை மணம் முடித்தார். அவருக்கு *25* குழந்தைகளும் *1200* காமக்கிழத்திகளும் இருந்தனர். அவர்கள் அனைவரும் ஜெருசலேமிற்குக் கொண்டு வரப்பட்டனர். அரசர் எதைச் செய்தாலும் மிக நுணுக்கத்துடனும் பேரளவிலுமே செய்தார்.

*1317*இல் அவர் புனிதப் பயணமாக ஜெருசலேமிற்கு வந்தார். கோயில்மலையையும் அதைச் சுற்றியுள்ள வீதிகளையும் அழகுறச் செய்வதே தளபதிகளின் புனிதக் கடமை என்று பறைசாற்றத் தொடங்கினார். தனது ஆகச் சிறந்த நண்பரான சிரியாவின் வைஸ்ராய் டான்கிஸ் உதவியோடு சுல்தான், டேவிட் கோபுரத்தை மீண்டும் வலுப்படுத்தினார். கோட்டையரணுடன் ஒரு வெள்ளிக் கிழமை மசூதியும் இணைக்கப்பட்டது. இவை யாவற்றையும் இன்றும் காணமுடியும்.

நசீர், கடவுளை அடைய சூஃபி பாதையை ஆதரித்தார். தனது மெய்யியல் அறிஞர்களுக்கென ஐந்து துறவு மடங்களைக் கட்டினார். அவர்கள் இந்தப் புதிய ஒளிரும் விடுதிகளில் தங்கியிருந்து சில புனித மாயவித்தைகளை மீண்டும் ஜெருசலேமிற்குக் கொண்டு வந்தனர். கடவுளை அடையத் தேவையான உணர்ச்சிப் பெருக்கைப் பெற ஆடிப்பாடித் தியானத்தில் மூழ்கினர். சிலசமயம் தங்களைத் தாங்களே முடமாக்கவும் செய்தனர்.

சுல்தானின் ஆட்களுக்கு அவரது மனநிலை தெரிந்துவிட்டது; "அவரும் அவரது வாரிசுகளும், அவரது ஆதரவு பெறாத அமீர்களும் ஜெருசலேமிற்கு நாடு கடத்தப்பட்டனர். அங்கே சட்டத்திற்குப் புறம்பாகச் சம்பாதித்த பணத்தை மாளிகைகளும், மதரஸாக்களும், கல்லறைகளும் அடங்கிய பெரும் வளாகங்களுக்கு செலவிடவேண்டும் என்று எதிர்பார்க்கப்பட்டது.[5]

ஜெருசலேமை, அல்லது குறைந்தபட்சம் அதன் முஸ்லிம் குடியிருப்பை, தூசியிலும் சிலந்தி வலைப் பின்னல்களிலும் கண்ட நசீர், அதைப் பளிங்கில் இழைத்த இடமாக மாற்றினார்.

இபுன் பத்தூதா அங்கு வருகை புரிந்தபோது அந்த நகரம் 'பெரிய கவர்ச்சிமிகு' நகரமாக இருந்ததைக் கண்டார். இஸ்லாமியப் புனிதப் பயணிகள் அல் குத்ஸ்க்கு வந்தவண்ணமிருந்தனர். ஜெஹென்னா நரகத்தினின்று மாடச் சொர்க்கம் வரை நாடிச் சென்றனர். ஃபாடாயில் நூல்களைப் படித்தனர். அவை ஜெருசலேமில் செய்த ஒரு பாவம் ஆயிரம் பாவங்களுக்குச் சமமானதென்றும் அங்கு செய்த நற்செயல் ஒன்று, ஆயிரம் நற்செயல்களுக்குச் சமமென்றும் கூறின.

அங்கு வாழ்வதென்பது ஒரு வீரன் புனிதப்போரில் ஈடுபடு வதைப் போன்றது. ஜெருசலேமில் மரணமடைந்தால் அது சொர்க் கத்தில் மரணிப்பதற்குச் சமம். இஸ்லாமியர்கள் ஜெருசலேமை சுற்றி வந்து பாறைக்கு முத்தமிட்டு தைலம் சாற்றினார்கள். 7ஆம் நூற்றாண்டுக்குப் பின் அப்படி செய்வது அவர்களது வழக்க மில்லை. இந்த அளவுக்கு ஜெருசலேமின் அனுபூதித்தன்மை பூத்து மலர்ந்தது. அடிப்படைவாதியான அறிஞர் இபுனு டேமியா, சூஃபி மூடநம்பிக்கைகளையும் நசீரையும் எதிர்த்தார். ஜெருசலேம் ஒரு மதம் சார்ந்த பயணத்திற்கு மட்டுமே உரியது. மெக்காவுக்கு செல்லும் ஹஜ் யாத்திரைக்கு இணையானது அல்ல என்று எச்சரித் தார். இந்த எதிர்ப்பாளரை சுல்தான் ஆறு முறை சிறையிலிட்டார். ஆனால் இபுனு டேமியா கடுமைக்குப் பெயர் போன சவுதி அரே பியாவின் வாகாபிஸத்தையும் இன்றைய ஜிகாதிகளையும் கிளர்ந் தெழச் செய்தார்.

சுல்தானுக்கு துருக்கிய மாம்லுக்குகள் மீதான நம்பிக்கை வெகுகாலம் நீடிக்கவில்லை. மாம்லுக்குகள் மேன்மக்களாகி விட்டதே இதற்குக் காரணம். எனவே ஜியார்ஜிய அல்லது சிர்காசியர் களைத் தனது மெய்க்காப்பாளர்களாக ஆக்குவதற்காக அடிமைச் சிறார்களை வாங்கத் தொடங்கினார். புனிதக் கல்லறை தேவால யத்தை ஜியார்ஜியர்களுக்கு அளித்தார். ஆனால் லத்தீனியர்கள் அத்திருச்சபையை மறந்துவிடவில்லை. 1333இல் சுல்தான் நேப்பிள் அரசர் ராபர்ட் அந்தத் திருச்சபையில் பழுதுபார்க்கும் பணிகள் செய்ய அனுமதியளித்தார். சீயோன் மலை சௌகிளையும் மன்னர் எடுத்துக்கொள்ள அனுமதி கிடைத்தது. அங்கு ஒரு பிரான்சிஸ்கன் துறவியர் மடம் துவக்கப்பட்டது.

புலியில் நோயுற்ற புலிதான் மிகவும் ஆபத்தானது. சுல்தான் நலிவுற்றார். தனது நண்பர் டான்கிஸ்சுக்கு அதிக அதிகாரமளித்து விட்டு, அதன் பொருட்டு அச்சமும் கொண்டிருந்தார். 1340இல் டான்கிஸ் கைது செய்யப்பட்டு விஷம் கொடுக்கப்பட்டார். நசீரும் ஒரு வருடத்திற்குப் பின்னர் இறந்துபோனார். அவரது மகன்கள் பட்டத்திற்கு வந்தார்கள். இறுதியாக புதிதாக வந்த சகாசிய அடிமைகள் இந்த வம்சத்தைத் தூக்கியெறிந்தனர். ஜெருசலேமில் ஜியார்ஜியர் களை ஆதரிக்கும் சுல்தான்களின் பரம்பரையைத் தோற்றுவித்தனர். இன்னொருபுறம் கத்தோலிக்க லத்தீனியர்கள் அதாவது சிலுவைப் போராளிகளின் வாரிசுகள் மாம்லுக்குகளின் அடக்குமுறையில் வாடிக் கிடந்தனர். மாம்லுக்குகளின் வன்முறையால் கிறித்துவர்களும் யூதர் களும் நடுங்கிக்கிடந்தனர். சைபிரியாட் அரசர் அலெக்சாண்டி

ரியாவை 1365இல் தாக்கியபோது திருச்சபை மூடப்பட்டது. டமாஸ் கஸில் தூய பிரான்சிஸ் மடத்தைச் சேர்ந்த துறவிகள் பொதுமக்கள் முன்னிலையில் கொல்லப்பட்டனர். பிரான்சிஸ் மடத்தினர் திரும்பச் செல்ல அனுமதிக்கப்பட்ட மாம்லுக்குகள் திருச்சபையை மறைக்கும் அளவிற்கு ஸ்தூபிகளை எழுப்பினர். ராம்பன் யூத தேவாலயம் இஸ்லாத்தின் மேலாதிக்கத்தை ஏற்க வேண்டியதாயிற்று.

1399இல் மத்திய ஆசிய மாவீரன் தாமூர்லேன் பாக்தாத்தைக் கைப்பற்றி சிரியா மீது தாக்குதல் நடத்தினார். மாம்லுக் சிறுவனான சுல்தானைப் போலவும் அவரது ஆசான் போலவும் ஜெருசலே மிற்குப் புனிதப் பயணம் மேற்கொண்டார்.

குறிப்புகள்:

1. அடிமை வீரர்களின் தளபதிகளின் மனைவி மக்கள் அனைவரையும் கற்பழிக்கச் செய்யும் அளவுக்கு பாய்பர்ஸ்ஸின் சூஃபி குரு ஷேக் காதிர் அதிகாரமிக்கவராய் இருந்தார். ஓரின சேர்க்கைக்காகவும், கள்ளஉறவு களுக்காகவும் காதிரைக் கைது செய்ய அவர் ஆணை பிறப்பிக்க வேண்டும் என்பதற்கு பாய்பர்ஸிடம் முழுமையான சாட்சியங்களை அவர்கள் அளித்த போதுதான் இந்தப் பேரச்சம் முடிவுக்கு வந்தது. அவருக்கு மரணத்தி லிருந்து மட்டும்தான் விலக்கு அளிக்கப்பட்டது. பாய்பர்ஸின் மரணம் ஷேக்கின் மரணத்தையடுத்து வெகுவிரைவில் நிகழ்ந்துவிடும் என்று அவர் முன்னறிந்து சொன்னதுதான் அதற்குக் காரணம்.

2. கி.பி 1268 வாக்கில் எஞ்சிய ராஜ்ஜியம் பெரும் ஆபத்திலிருந்தது. எனவே போப் ஒரு புதிய சிலுவைப் போருக்கு அழைப்பு விடுத்தார். கி.பி 1271 மே மாதத்தில் ஆங்கிலப் பேரரசரின் வாரிசான எட்வர்டு லாவ்ஷாங்க்ஸ் அக்ரேவுக்கு வந்தார். பாய்பர்ஸ்க்கு எதிராகப் பாதுகாப்பு அளித்தார். பாய்பர்ஸ் அவரைக் கொலை செய்ய ஆணையிட்டார். அவர் நஞ்சு தடவிய குறு வாளால் குத்தப்பட்டார். இந்தக் கொலை முயற்சியில் உயிர் பிழைத்த எட்வர்டு, ஒரு புதிய கூட்டணி அமைக்கும் முயற்சியில் வீணே செயல் பட்டார். போராளிகள் பாய்பர்ஸ்க்கு எதிராக மங்கோலியருக்கு உதவவும் அதற்குக் கைமாறாக ஜெருசலேம் திருப்பியளிக்கப்பட வேண்டும் என்ப தற்காகவும் மேற்கொள்ளப்பட்டது அம்முயற்சி. அவர் இங்கிலாந்து திரும்பிய பின்னர் தன்னை ஹாம்மர் ஆப் த ஸ்காட்ஸ் என்று மேன்மைப் படுத்திக் கொண்டார். அவருடைய வெஸ்ட்மினிஸ்டர் அறை மக்காபிய காட்சிகளால் தீட்டப்பட்டிருந்தது. இருப்பினும் ஆங்கிலேய யூதர்கள் மஞ்சள் நட்சத்திரங்களை அணிய வேண்டும் என்று கட்டாயப்படுத் தினார். இறுதியில் அவர்கள் இங்கிலாந்திலிருந்து வெளியேற்றப்பட்டனர். பின்னர் மூன்று நூற்றாண்டுகளுக்கு அந்த யூதர்கள் திரும்பி வரவே இல்லை. எட்வர்ட் மரணமடைந்த போது அவர் ஜெருசலேமின் மலர் என்று நினைவஞ்சலி செலுத்தினர்.

3. பல ஐரோப்பிய இல்லங்கள் இந்தப் பட்டத்தைக் கோரின. கி.பி 1277இல் அஞ்சோவின் சார்லஸ் அன்டியாக்கின் மேரியிடமிருந்து வாங்கி வந்தார். பிறகு சிசிலி அல்லது மேப்ல்ஸ் மன்னர்கள் அதற்கு சொந்தம் கொண்டாடினர். பின்னர் இப்பட்டம் இத்தாலிய மன்னர்களை அடைந்தது. ஸ்பானிய அரசர் இன்றும் இப்பட்டத்தைப் பயன்படுத்துகிறார். ஆங்கில மன்னர்களில் ஒரேயொருவர் மட்டும் இப்பட்டத்தைப் பயன்படுத்தினார். எட்டாம் ஹென்றியின் மகள் முதலாம் மேரி ஸ்பெயினின் இரண்டாம் பிலிப்பை மணந்தபோது அவரது மற்ற பட்டங்களோடு ஜெருசலேமின் ராணி என்றும் அறிவிக்கப்பட்டார். ஹெஸ்பர்க் பேரரசர்கள் இப்பட்டத்தை 1918 வரையிலும் பயன்படுத்தினர்.

4. ஜெருசலேமில் யூதர்களின் கதை அதன் விதியிலிருந்து தெரிகிறது. முதல் யூத தேவாலயம் சீயோன் மலையிலிருந்தது. பிறகு யூதக் குடியிருப்பு பகுதிக்கு மாற்றப்பட்டது. மாம்லுக்குகளின் ஆட்சியில் இதற்கருகில் ஒரு மசூதியும் அல் யெஹ்த் யூத மினரட்டும் கட்டப்பட்டன. 1937இல் இவை விரிவாக்கம் கண்டன. கி.பி 1474இல் யூத தேவாலயம் வீழ்ந்தது. இஸ்லாமியர்கள் அதை இடித்துத் தள்ளினர். அதை மறுபடியும் கட்டியெழுப்ப அனுமதி மறுக்கப்பட்டது. ஆனால் சுல்தான் கைட்பே என்ற மாம்லுக் அனுமதியளித்தார்.

   கி.பி 1587இல் ஒட்டமான் அரசால் அது மூடப்பட்டது. பிறகு ஒரு யூத தேவாலயம் அருகிலிருந்த கட்டடத்தில் திறக்கப்பட்டது. ராம்பனும் பக்கத்து தேவாலயமும் ஒன்றிணைய கி.பி 1835இல் மீண்டும் திறக்கப்பட்டது. 20ஆம் நூற்றாண்டின் தொடக்கத்தில் ராம்பன் முஸ்லிம்களால் கையகப்படுத்தப்பட்டது. அது ஒரு கிடங்காயிற்று. மீண்டும் தேவாலயமாகத் தலையெடுத்தது. அதை 1948இல் அரபு பேரெழுச்சி வேண்டுமென்றே அழித்தது. 1967இல் மீண்டும் திறக்கப்பட்டது.

5. மாம்லுக்குகளின் கட்டடக்கலை தனித்துவமிக்கது. இதை இஸ்லாமியக் குடியிருப்பில் காணலாம். கேட் ஆப் த செயினின் மீது கட்டப்பட்டிருக்கும் தங்கிஸியா மாளிகை மாம்லுக் பாணி கட்டடக் கலைக்குச் சான்று. இது டான்கிஸால் கட்டப்பட்டது. மொத்தம் 27 மதரஸாக்கள் உள்ளன. அவை அனைத்திலும் மாம்லுக் அமீர்களின் வீரமரபுச்சின்னங்கள் பொறிக்கப்பட்டிருக்கும். ஜெருசலேமில் உள்ள ஒரு மாம்லுக் அமீர் உருவாக்கிய வக்ஃபு என்ற அறக்கட்டளை மதரஸாக்களை கட்டிக்காத்தது; அடிக்கடி நிகழும் அதிகாரச் சண்டையில் தமது அதிகாரத்தையும் செல்வத்தையும் இழந்த வழித் தோன்றல்களுக்கு தங்க இடமும் தொழிலும் ஏற்படுத்திக் கொடுத்தது. பொதுவாகக் கல்லறைகள் கீழ்தளங்களிலேயே ஒரு அறையில் இருந்தன. அவ்விடத்தைக் கடப்பவர்களுக்கு தொழுகை ஒலி கேட்கும். இந்த கட்டடங்கள் பின்னர் ஜெருசலேமிலுள்ள அரபுக் குடும்பங்களின் வசம் ஒப்படைக்கப்பட்டன. இவை அறக்கொடைகளாக மாற்றப்பட்டன. எனவே இன்றும் அவை வீடுகளாக இருக்கின்றன.

☆

30

மாம்லுக்குகளுக்கு நேர்ந்த சரிவு 1399–1517

தாமூர்லேனும் அவரது ஆசானும்: புனிதப்பயணிகளின் நகரம்

மொராக்கோ பேரரசரிடம் பணியாற்றிய அவர், இஸ்லாமிய உலகில் மிகவும் மதிக்கப்பட்ட அறிஞராக இருந்தார். சுல்தான் அவரைத் தனது மகன் 'ஃபாரஜ்கஜினுக்கு ஆசானாக நியமித்தார். அவருக்கு 70 வயது இருக்கலாம். அவர் பெயர் கல்துன். முதலில் ஊர் சுற்றியாக இருந்து, சிலகாலம் சிறைவாசம் பெற்றார். பின்னர் டுனிஷியா மற்றும் கிரேநடா பேரரசுகளில் ஆலோசகர். மீண்டும் சிறைவாசம். பின்னர் இறுதியாக மாம்லுக் சுல்தானிடம் சேவை. இப்படியாக அதிகாரத்திலும் சிறைவாசத்திலும் மாறி மாறி வாழ்க்கையைக் கழித்ததற்கு இடைப்பட்ட காலத்திலேயே தனது மகத்தான படைப் பாகிய 'முகாதிமா'வை எழுதினார். முகாதிமா என்பது ஒரு உலக வரலாறு. இன்றுவரை மதிக்கப்படுகிற ஒரு நூல்.

ஃபாரஜ்கஜின், குழந்தையாக இருக்கும்போதே சிம்மாசனத்தில் அமர வைக்கப்பட்டார். எரிசொல் வரலாற்றாசிரியர் கல்துன், 10 வயது நிரம்பிய சுல்தானுக்கு பாடம் கற்பித்துக்கொண்டிருந்த நிலையில் டமாஸ்கஸைச் சேர்ந்த தாமூர்லேன் என்றறியப்பட்ட தைமூர் ஜெருசலேமை முற்றுகையிட்டார். இந்த தாமூர்லேன் 1370இல் மத்திய ஆசியாவில் ஒரு உள்ளூர் போர்த்தலைவனாக இருந்து

அதிகாரத்திற்கு வந்தவர். துருக்கிய மற்றும் மங்கோலிய கலப்பின வம்சாவளியைச் சேர்ந்த இந்தக் குரூரமேதை இடைவிடாத 35 ஆண்டுகாலப் போரில் அண்மைக்கிழக்கின் பெரும்பகுதியைத் தன்வசப்படுத்திக் கொண்டார். அவையனைத்தையும் குதிரை சேணத் திலிருந்தபடி ஆட்சிசெய்தார். தன்னுடைய தாய்வழிப் பாட்டனா ராகிய செங்கிஸ்கானின் வாரிசாக தன் நிலையை உயர்த்திக் கொண்டார். இடதுகால் ஊனமுற்ற தைமூர் டெல்லியில் மட்டும் 90 ஆயிரம் பேரைக் கொன்று குவித்ததாகக் கூறப்படுகிறது. இஸ்ஃபஹானில் 70,000 பேரைக் கொன்றார். 25 கோபுரங்களைக் கட்டினார். ஒவ்வொரு கோபுரமும் 1500 மனிதத் தலை எலும்பு களைக் கொண்டு உருவாகியதாகப் புனைவு உண்டு. தன் வாழ்நாள் முழுதும் போர்க்களத்திலேயே கழித்த இவர் தோல்வியைத் தழுவியதே இல்லை.

இத்தனை சாகசக் கதைகளுக்குச் சொந்தக்காரராக இருந்தாலும் தைமூர் வெறும் போர்வீரன் மட்டுமல்ல. சாமர்கண்ட்டில் அவர் உருவாக்கிய மாளிகைகளும் தோட்டங்களும் அவரது லௌகீக ரசனைக்கு எடுத்துக்காட்டாகத் திகழ்கின்றன. மேலும் அவர் ஒரு நல்ல செஸ் ஆட்டக்காரர். வரலாற்றின்மீது ஆர்வம் கொண்ட தாமூர்லேன் தத்துவஞானிகளிடம் விவாதிப்பதில் பெருமகிழ்ச்சி யடைந்தார். ஆக அவர் இபுனு கல்துனை சந்திக்க விருப்பம் கொண்டிருந்ததில் ஆச்சரியம் ஒன்றுமில்லை.

மாம்லுக்குகள் எப்போதும் பீதியிலேயே இருந்தனர்: டமாஸ்கஸ் வீழ்ந்தால் பாலஸ்தீனம் வீழும். கெய்ரோவும் வீழ்ச்சி அடையலாம். எனவே பேரரசைப் பாதுகாக்க தாமூர்லேனுடன் பேச்சுவார்த்தை நடத்த வேண்டுமென்று மாம்லுக்குகள் முடிவெடுத்தனர். பழைய ஆசானும், சிறுவன் சுல்தானும் கெய்ரோவுக்கு விரைந்தனர். இவ்விரு வரையும் சமாதானத்திற்காக சிரியாவுக்கு அனுப்ப முடிவெடுத்த அதேநேரத்தில் 'கடவுளின் கசை' என்றறியப்பட்ட காணக் கிடைக் காத கொலைவெறியன் தைமூரிடமிருந்து புனித நகரைக் காப்பது எப்படி? என்ன செய்வதென்று விவாதித்து கொண்டிருந்தனர் ஜெருசலேமினர்.

1401 ஜனவரியில் தாமூர்லேன் டமாஸ்கஸ்சுக்கு அருகில் முகாமிட்டிருந்தார். சுல்தான் ஃபாரஜ்கஜினும் இபுனு கல்துன்னும் தனக்காகக் காத்திருப்பதைக் கேள்விப்பட்டார். அவருக்கு சிறுவனைப் பார்ப்பதில் நாட்டம் இல்லை. ஆனால் இபுனு கல்துன் அவரைக்

கவர்ந்திழுத்தார். கல்துன்னுக்கு அழைப்பு விடப்பட்டது. ஒரு அரசியல்காரன் என்றவகையில் கல்துன் சுல்தானின் பிரதிநிதி. ஆனால் அவர் ஒரு வரலாற்றாசிரியர் என்பதால் அந்த யுகத்தின் மாபெரும் மனிதனாகிய தைமூரைச் சந்திக்க இயற்கையாகவே பெருவிருப்பம் கொண்டிருந்தார் கல்துன். பேச்சுவார்த்தைக்குப் போனால் அவர் உயிருடன் திரும்புவதற்கு ஒரு உத்திரவாதமும் இல்லை. என்றாலும் கல்தூன் அந்த சந்திப்புக்காக ஏங்கிக் கிடந்தார்.

இருவருக்கும் கிட்டத்தட்ட ஒரே வயதுதான். தலைநரைத்த மாவீரன் தைமூர் மரியாதைக்குரிய வரலாற்றாசிரியரைத் தனது மாளிகை போன்ற கூடாரத்தில் வரவேற்றார்.

'மன்னர்களில் எவரையும் விட வலிமையும் சிறப்பும்' கொண்ட தைமூரைப் பயம் கலந்த மரியாதையுடன் பார்த்தார் கல்துன். அவர் புத்திக் கூர்மையும் நுண்ணறிவும் மிக்கவர் என்பது தெரிந்தது. 'தனக்குத் தெரிந்ததைப் பற்றி மட்டுமல்ல தான் அறியாதவற்றைப் பற்றியும் கூடப் பேசவும் விவாதிக்கவும் பேரார்வம் கொண்டவராக காணப்பட்டார்' என்கிறார் கல்துன்.

இபுனு கல்துன் மாம்லுக் கைதிகள் சிலரை விடுவிக்குமாறு தாமூர்லேனை வற்புறுத்தினார். ஆனால் கடவுளின் கசை பேச்சு வார்த்தைக்கு உடன்படவில்லை. டமாஸ்கஸ் மீது ஆவேசத் தாக்குதல் நடந்தது. இதை 'முற்றிலும் கோழைத்தனமான வெறுக்கத்தக்க செயல்' என்கிறார் கல்துன். ஜெருசலேம் செல்லும் சாலை இப்போது திறந்துவிடப்பட்டது. நகரத்தின் இஸ்லாமிய உலா மாக்கள் நகரத்தை தாமூர்லேனிடம் ஒப்படைப்பதென்று முடிவெடுத்தனர். பாறை மாடத்தின் திறவுகோல்கள் ஒரு குழு மூலம் அனுப்பப்பட்டது. ஆனால் ஜெருசலேமியர்கள் டமாஸ்கஸ் வந்தடைந்தபோது, அனடோலியாவில் அதிகார சக்தியாக வளரும் நிலையிலிருந்த துருக்கி ஒட்டமான்களை வேரறுக்க, தைமூர் வடக்கு நோக்கிச் சென்றிருந்தார்.

1405 பிப்ரவரியில் சீனாவை வென்றெடுக்கச் செல்லும் வழியில் தைமூர் தனது அறுபத்தி எட்டாம் வயதில் குளிர் காய்ச்சலில் இறந்தார். ஜெருசலேம் மாம்லுக்குகள் வசமே இருந்தது. தாமூர்லேனின் சந்திப்புக்குப் பின் கெய்ரோ சென்று தங்கினார் கல்துன்.

பின்னர் ஓராண்டு கழித்து தனது படுக்கையிலேயே உயிர் நீத்தார். அவரது மாணவர் சுல்தான் ஃபாரஜ், சம்பவங்கள் நிரம்பிய

கலாச்சார பயணத்தை ஒருபோதும் கைவிட்டதில்லை. அவர் அடிக் கடி ஜெருசலேமிற்குத் திரும்பி வந்து கோயில் மலையில் தனது அரசவையைக் கூட்டிவந்தார். மஞ்சள் பதாகைகளுடன் கொற்றக் குடையின் கீழ் தர்பார் நடைபெறும். அரசர் ஏழைகளுக்குத் தங்கம் அளிப்பார். அந்தச் சிறிய நகரத்தில் 6000 ஜெருசலேமினர் மட்டுமே இருந்தனர். யூதக் குடும்பங்கள் 200 மட்டுமே. கிறித்துவக் குடும்பங் களின் எண்ணிக்கை 100. நிலையின்மையும் ஆபத்தும் நிறைந்ததாக இருந்தது ஜெருசலேம் நகரம். கடுமையான வரிகளை எதிர்த்து ஜெருசலேம்காரர்கள் நடத்திய போராட்டத்தில் 1405ஆம் ஆண்டு மாம்லுக்கின் ஆளுநர் நகரத்தை விட்டு விரட்டப்பட்டார்.

இஸ்லாமியப் புனிதத் தலங்களின் ஆவணக் காப்பகங்கள் நமக்கு ஜெருசலேம் வம்சத்தினரின் மத நீதிபதிகள், சூஃபி ஷேக்குகள், நாடுகடத்தப்பட்ட மாம்லுக் அமீர்கள், திருக்குரான் பயின்ற செல்வ வளமிக்க வணிகர்கள், அவர்களது புத்தக சேகரிப்பு, ஆலிவ் ஆயில் மற்றும் சோப் வியாபாரம் பற்றிய தகவல்களையும், எறிகல் கருவி மற்றும் வாள் பயிற்சி போன்ற பலதரப்பட்ட விஷயங்களையும் அவற்றைப் பற்றிய ஒரு உணர்வையும் அளிக்கின்றன.

இப்போது சிலுவைப் போராளிகளின் அச்சம் கிடையாது. வருமானத்திற்கு முக்கிய ஆதாரமாக இருப்பது கிறித்துவ புனிதப் பயணிகளிடமிருந்து கறக்கப்படும் பணம்தான். அதுவும் அவர்கள் எப்போதாவதுதான் வருபவர்களாக இருந்தனர். புனையப்பட்ட வழக்குகளின் பேரில் கிறித்துவர்கள் அடிக்கடி கைது செய்யப் பட்டனர். அவர்கள் மீது விதிக்கப்படும் தண்டத் தொகையை செலுத்தி முடிக்கும்வரை கைதிகளாகவே வைக்கப்பட்டனர்.

‘நீங்கள் ஒன்று தண்டத்தொகையை செலுத்தவேண்டும் இல்லையேல் அடித்தே கொல்லப்படுவீர்கள்’ என்று கைது செய்யப்பட்ட ஒரு கிறித்துவருக்கு, மொழிபெயர்ப்பாளர் அவரது தண்டனை பற்றி விளக்கம் அளித்தார்.

பணத்திற்கு விலைபோகிற மாம்லுக்குகள், மதிப்பிழந்த புனிதப் பயணிகள், சண்டையிடும் கிறித்துவர்கள், பேராசை பிடித்த ஜெருசலேமினர் இவர்களில் ஆபத்தானவர்கள் யாரென்று கூறுவது மிகவும் கடினமானது. பல புனிதப் பயணிகளே கூட போக்கிரித்தன மிக்கவர்களாக இருந்தனர். உள்ளூர்காரர்களும் மற்ற பயணியகளும், ‘ஜெருசலேம் செல்பவர்களிடமிருந்து உங்களைப் பாதுகாத்துக்

கொள்ளுங்கள்' என்று எச்சரிக்கப்பட்டனர். 'புனித நகரங்களில் குடியிருப்பவர்களைவிட மோசமானவர்கள் எவரும் இல்லை' என்று இஸ்லாமியரும் சொல்வதுண்டு.

காகஸ் சுல்தான்களின் கட்டுப்பாட்டில் இருந்த கெய்ரோ அரசவையில் ஊழலும் ஒழுங்கின்மையும் தலைதூக்கியது. ஜெருசலேமிய கிறித்துவர்கள் கத்தோலிக்க பிரான்சிஸ் குழுவினரின் ஐரோப்பிய ஆதரவைப் பெற்றிருந்தாலும் ஜெருசலேம் நகரம் இன்னும் ஆர்மீனிய மற்றும் ஜியார்ஜியர்களின் ஆதிக்கத்தில்தான் இருந்தது. அவர்கள் ஒருவரை ஒருவர் வெறுத்து வந்தனர். புனித ஜேம்ஸஸ்ஸை சுற்றியிருந்த தங்களது குடியிருப்புப் பகுதியை ஆர்மீனியர்கள் வெகு தீவிரமாக விரிவுபடுத்தினர். ஜியார்ஜியர்களின் பிடியில் இருந்த கல்வாரியை மீட்பதற்கு மாம்லுக்குகளுக்கு லஞ்சம் அளித்தனர். ஆனால் ஜியார்ஜியர்கள், ஆர்மீனியர்களிடமிருந்து மீண்டும் கல்வாரியை வென்றெடுத்தனர். இது வெகுகாலம் நீடிக்கவில்லை. 30 ஆண்டுகளுக்குள்ளாக கல்வாரி ஐந்து முறை கைமாறியது.

புனிதப் பயணம் ஐரோப்பா முழுவதும் பிரபலமானது. இதன் விளைவால் கையூட்டும் வருவாயும் ஏராளமாகக் குவிந்தது. சிலுவைப் போர்கள் முடிந்துவிட்டதாக ஐரோப்பியர்கள் கருதவில்லை. இஸ்லாமிய நாடாகிய ஸ்பெயின் கத்தோலிக்கமயமானது. இந்த மீட்டெடுப்பு ஒரு சிலுவைப் போர்தான். ஆனால் ஜெருசலேமை விடுவிக்க எந்த ஒரு வீரதீரப் பயணமும் நடைபெறவில்லை. என்றாலும் ஜெருசலேமிற்குச் சென்று வந்திராத கிறித்துவர்கள்கூட ஜெருசலேமைத் தாங்கள் அறிந்திருப்பதாகவே உணர்ந்தார்கள்.

பிரசங்கங்களிலும் ஓவியங்களிலும் ஓவியத் திரைச் சுருள்களிலும் ஜெருசலேம் இடம் பெற்றது. பல்வேறு நகரங்களில் ஜெருசலேம் திருச்சபைகள் உருவாயின. இவை ஜெருசலேம் சென்று வந்திருந்தவர்களால் அல்லது செல்ல இயலாதவர்களால் உருவானவை. வெஸ்ட்மின்ஸ்டர் மாளிகையில் கூட ஒரு ஜெருசலேம் சேம்பர் உருவானது. மேற்கே பாரிஸிலிருந்து பிரஷ்யா வரை கிழக்கே லித்துவேனியா வரை பல்வேறு இடங்கள் ஜெருசலேம் வழிபாட்டுத் தலங்களை அமைத்து தங்களுக்குப் பெருமை சேர்த்துக்கொண்டன. இங்கிலாந்தில் லங்காஷையரில் உள்ள ஒரு சிறிய கிராமத்தில் எழுந்த ஜெருசலேமிற்கு[1] ஒவ்வொரு ஆண்டும் ஆயிரக்கணக்கான புனிதப் பயணிகள் வருகை புரிந்தனர். ஆனால் வந்தவர்களில் பலர் புனிதத்தை இழந்து இழிபுகழையே தேடிக்கொண்டனர். சாசரின்

இலக்கியப் படைப்பில் வரும் பாத்தின் மனைவி மூன்றுமுறை ஜெருசலேமிற்குச் சென்றுள்ளார்.

ஜெருசலேமிற்குச் சென்று தேவலாயத்திற்குள் நுழைவதற்கு மட்டுமே புனிதப் பயணிகள் மாறிமாறி தண்டத் தொகையும் சுங்கமும் செலுத்த வேண்டியிருந்தது. தேவாலயத்தின் புனிதக் கல்லறை மாம்லுக்குகளின் கட்டுப்பாட்டில் இருந்தது. புனிதப் பயணிகள் விரும்பினால் பணம் பெற்றுக்கொண்டு தேவாலயத்தில் இரவு பகலாக இருக்கும் வகையில் அவர்களை தேவாலயத்திற்குள் வைத்துப் பூட்டிவிடுவார்கள். தேவாலயம் கடைவீதியில் உள்ள ஒரு முடிதிருத்தும் நிலையத்தைப் போலக் காட்சியளித்தது. தேவால யத்தில் கடைகளும், படுக்கைகளும், குவியலான மனித முடியும் திரண்டிருந்தன:

தங்களது தலையை அங்கு சிரைத்துக்கொண்டு சிரைத்த முடியைக் கல்லறையில் கொண்டு செலுத்தினால் தங்கள் நோய் தீரும் என்று பலரும் நம்பினர். தாங்கள் செல்லும் எல்லாப் புனித இடங்களிலும் தங்களின் பெயரின் சுருக்கெழுத்தைப் பொறிப்பதில் பெரும்பாலான புனிதப்பயணிகள் அதிக நேரம் செலவிட்டனர்.

கலைத்திறமிக்க இஸ்லாமியர்கள் புனித எச்சங்களைக் கையாளும் தொழிலைச் செய்து வந்தனர். பிறந்து இறந்த இஸ்லாமியக் குழந்தைகளை நறுமண மூட்டிப் பாதுகாத்து அவற்றைப் பணக்கார ஐரோப்பியர்களுக்கு நரபலி கொடுப்பதற்கு விற்றதாகப் புனிதப் பயணிகள் கூறினர்.

சில புனிதப் பயணிகள், தேவாலயத்தில் கருவுற்ற குழந்தைகள் சிறப்பாக ஆசீர்வதிக்கப்பட்டவை என்று நம்பினர். அங்கே மதுவும் புழக்கத்தில் இருந்தது. இருட் பொழுதுகள் மெழுகுவர்த்தி ஒளியில் ஜொலித்தன. எல்லை மீறிய மதுக்களிப்பில் நால்வகை பக்திப் பாடல்களுக்கிடையே அசிங்கமான சண்டைகளும் அரங்கேறின. 'கல்லறை ஒரு முழுமையான காமக்கிழத்திகளின் இடமாக இருந்தது' என்று ஒரு புனிதப்பயணி வெறுப்புடன் சொன்னார். மற்றொரு புனிதப் பயணி அர்னால்டு என்கிற ஒரு விஷமத்தனமிக்க ஜெர்மனி வீரத்திருத்தகை தனக்கு அவசியமான அரேபிய ஹீபுரு சொற் கோவைகளைக் கற்பதில் தனது நேரத்தை செலவிட்டார்:

எனக்கு எவ்வளவு தருவாய்?

உனக்கு ஒரு வெள்ளி நாணயம் தருவேன்.

நீ ஒரு யூதனா?

பெண்ணே! உன்னுடன் இன்றிரவை நான் கழிக்கலாமா.

நல்லவனே, நான் முன்னரே உன் படுக்கைக்கு வந்துவிட்டேன்.

கத்தோலிக்கப் பயணிகளை, பிரான்சிஸ் பிரிவினர் வரவேற்று வழிகாட்டினர். கிறித்துவின் அடிச்சுவட்டுப் பயணம் எனப்படுவது மாம்லுக் ஆளுநர் மாளிகைப்பகுதியில் உள்ள பிளாத்துவின் குற்றவியல் மன்றம் என்ற இடத்திலிருந்து தொடங்கியது. இந்த இடமே தேவன் பயணித்த வழியின் முதல் நிலையம். பின்னர் வருவது வையா டோலோரோசா. கிறித்துவத் தலங்கள் இஸ்லாம் மயமாக்கப் பட்டிருப்பது கண்டு கிறித்துவ புனிதப் பயணிகள் அதிர்ச்சி அடைந் தனர். கன்னிமேரியின் தாய் பிறந்த இடமான புனித ஆனி திருச் சபை சலாவுதீனின் மதரஸாவாக மாறியிருந்தது. ஜெர்மனியின் ஃபெலிக்ஸ் ஃபாபிரி இத்தலத்திற்குள் நுழைந்திருக்கிறார்.

ஹார்ப் என்பவர் மாறுவேடத்தில் கோயில் மலைக்குள் தனது உயிரைப் பணயம் வைத்து ஊடுருவியிருக்கிறார். சுவராஸ்யமான அவர்களுடைய பயணப் பதிவுகள் புதிய ஆர்வத்தைத் தூண்டக் கூடியவை.

முரட்டுத்தனமிக்க மாம்லுக்குகளின் ஆதிக்கத்தால் கிறித்துவர் களும் யூதர்களும் ஒருபோதும் பாதுகாப்பாக இருந்ததில்லை. ஜெருசலேமின் புனிதம் எவரையும் எளிதில் தொற்றிக்கொள்ளக் கூடியதாக இருந்தது. இரு பழமையான மதங்களிடையே மோதல் ஆரம்பித்ததும் சீயோன் மலை டேவிட் கல்லறை இஸ்லாமியர் களுக்குரியது என்று சுல்தான்கள் உரிமை கோரினர்.

யூதக் குடியிருப்புப் பகுதியில் 1000 பேர் கொண்ட யூத சமூகம் குடியேறியிருந்தது. அவர்கள் ராம்பன் யூத தேவாலயத்திலும் கோயில்மலை வாயிலைச் சுற்றிலும் பிரார்த்தனை செய்து வந்தனர். ஆலிவ் மலையிலும் யூதர்கள் வழிபாடு செய்தனர். இறந்த யூதர்கள் அங்குதான் அடக்கம் செய்யப்பட்டனர்.

பிரான்சிஸ் பிரிவினரின் கட்டுப்பாட்டிலிருந்த செனகில் பகுதியான கிறித்துவப் புனித இடமான டேவிட் கல்லறையைக் கிறித்துவர்கள் வழிபட்டு வந்தனர். யூதர்களுக்கு வழிவிடுவதில் கிறித்துவர்கள் சில கட்டுப்பாடுகளை விதிக்க முயன்றனர். எனவே யூதர்கள் கெய்ரோவில் முறையிட்டனர். இது இருவருக்கும் துரதி ருஷ்டமான பின்விளைவுகளை ஏற்படுத்தியது. அந்நாளைய சுல்தான் பார்ஸ்பே அத்தகைய ஒரு இடத்தைக் கிறித்துவர்கள் வைத்திருக் கின்றனர் என்பதையறிந்து சினத்துடன் ஜெருசலேமிற்குச் சென்று

பிரான்சிஸ் பிரிவினரின் சேப்பலை அழித்தார். டேவிட் கல்லறை யினுள்ளே ஒரு மசூதியைக் கட்டினார். சில ஆண்டுகள் கழித்து அவருக்குப் பின் வந்த ஜக்மக் என்கிற சுல்தான், சீயோன் மலை முழுவதையும் இஸ்லாமியர்களுக்காகக் கைப்பற்றினார். நிலைமை மேலும் மோசமானது. பழைய கட்டுப்பாடுகள் அமுலுக்கு வந்தன. புதிய விதிகள் உருவாயின. கிறித்துவ, யூத தலைப்பாகையின் அளவு குறைக்கப்பட்டது. குளியலறைகளில் ஆடவர் கால்நடைகளைப் போலக் கழுத்தில் உலோகத்திலான வளையம் அணிந்திருக்கவேண்டும். குளியல் தளங்களிலிருந்து யூதப் பெண்களும் கிறித்துவப் பெண் களும் விலக்கி வைக்கப்பட்டிருந்தனர்.[2] யூத மருத்துவர்கள், முஸ்லிம் களுக்கு சேவையாற்றக் கூடாதென்று ஜக்மக் தடைவிதித்தார்.

புயலில் ராம்பன் யூத தேவாலயம் இடிந்து விழுந்ததற்குப் பிறகு அதைத் திரும்பக் கட்டுவதற்கு 'காதி' தடை விதித்தார். அந்த இடம் பக்கத்தில் உள்ள மசூதிக்கு சொந்தமானது என்று உரிமை கோரினார். யூதர்களின் கையூட்டால் இந்த முடிவு மாறியதும் உள்ளூர் மதவாதிகள் அதை இடித்துத் தள்ளினர்.

1452 ஜூலை 10ஆம் நாள் ஜெருசலேமினர் ஒரு கிறித்துவ எதிர்ப்புப் போரைத் தொடங்கினர். கிறித்துவத் துறவிகளின் எலும்புகள் தோண்டி எடுக்கப்பட்டன. புனிதக் கல்லறையின் கைப் பிடிச்சுவர் இடித்துத் தள்ளப்பட்டது. 1391இல் பிரான்சிஸ் (கிறித்துவ) பிரிவினர் நால்வர், 'முகமது ஒரு கொலைகாரர், பெருந் தீனிக்காரர், ஒழுக்க சீலர் அல்ல' என்று அல் அக்சாவில் நின்று கத்தினார்கள். அவர்கள் சொன்ன வார்த்தைகளைத் திரும்பப் பெற அங்கிருந்த காதி ஒரு வாய்ப்பளித்தார். அவர்கள் அதை ஏற்க மறுத்ததால் கோபம் தலைக்கேறிய கலகக் கும்பல் திருச்சபை முற்றத்திலேயே அவர்களைத் துண்டு துண்டாக வெட்டி எறிந்து, மனித அடையாளமே தெரியாத வகையில் அனலில் வாட்டி எடுத் தனர்.

இருப்பினும் வெகு சீக்கிரத்திலேயே விடுதலை கைகூடியது. அதிக சகிப்புத்தன்மை கொண்ட சுல்தான் ஒருவர் பட்டத்துக்கு வந்தார். ஒரு பிரெஞ்சு தேசத்து உணவு கிறித்துவ ஜெருசலேமின் விதியையே மாற்றிப்போட்டது.

சுல்தானுக்குக் கிடைத்த கிறித்துவ ஆம்லெட்டுகள்

சிர்காஸ் நாட்டு அடிமைச்சிறுவன் காய்த்பே, மாம்லுக் தளபதியாக ஆனான். பின் நாடு கடத்தப்பட்டு பல்லாண்டு காலமாக

ஜெருசலேமில் வாழ்ந்து வந்தான். ஒரு இஸ்லாமிய வீட்டினுள் கூட நுழையத் தடைசெய்யப்பட்டிருந்த அவன் பிரான்சிஸ் பிரிவினருடன் தோழமை கொண்டான். இந்த பிரான்சிஸ் பிரிவினர் அவருக்கு ஒரு பிரெஞ்சு உணவை அறிமுகப்படுத்தினர். அவர் 1486இல் மாம்லுக் மன்னரானபோது பிரான்சிஸ் பிரிவினரின் ஆம்லெட் பற்றி நினைவுகூர்ந்து வியந்து பேசியதாகத் தெரிகிறது.

கிறித்துவ மடத்துறவிகளை கெய்ரோவுக்கு அழைத்துச் சென்று திருச்சபை கட்டிக்கொள்ள அனுமதி வழங்கினார். சீயோன் மலை அவர்களுக்குத் திரும்ப அளிக்கப்பட்டது. கிறித்தவர்கள் யூதர்களை பழிவாங்க நினைத்தனர். எனவே காய்த்பே, யூதர்கள் திருச்சபை யருகே செல்வதற்கும் சீயோன்மலையில் துறவியர் மடத்தினருகே செல்வதற்கும் தடை செய்தார். தவறுதலாக திருச்சபையருகே சென்று விட்ட யூதர்களின் அங்கங்கள் தறிக்கப்பட்டன அல்லது அவர்கள் கொலை செய்யப்பட்டனர். இந்த நிலைமை 1917 வரை நீடித்தது. ஆனால் சுல்தான், யூதர்கள் ராம்பன் தேவாலயத்தைக் கட்டிக் கொள்ள அனுமதியளித்தார்; அதேநேரம் அவர் கோயில் மலை யையும் புறக்கணிக்கவில்லை.

1475இல் கோயில் மலைக்கு வருகைபுரிந்தபோது தனது கவின்மிகு அஷ்ரஃபியா மதரஸாவைப் பார்வையிட்டார். அதை ‘ஜெருசலேமின் மூன்றாவது அணிகலன்’ என்று வருணித்தார். அங்கிருந்த நீருற்றும் மணி வடிவ மாடவடிவமும் (சிகப்பு – வெளிர் மஞ்சள் நிறத்துடன்) அந்த நகரத்தில் மிகப்பகட்டாக விளங்கியது.

காய்த்பேயின் ஆர்வங்கள் தவிர்த்து மற்றபடி ஜெருசலேமின் மீது மாம்லுக்குகளின் பிடி தளர்ந்துகொண்டே வந்தது. முஜிர் அல்தீன் என்கிற தாதி, டேவிட் கோபுரத்திலிருந்து தினமும் சூரிய அஸ்தனமத்தின்போது நடைபெறும் அணிவகுப்பைப் பார்வை யிட்டபோது ‘அது முற்றிலும் புறக்கணிக்கப்பட்டிருந்தது; அதன் ஒழுங்கமைவும் குலைந்திருந்தது’ என்கிறாள். 1480இல் அரேபிய நாடோடிகள் ஜெருசலேமைத் தாக்கினார்கள். பிடிபடும் தருவாயில் இருந்த ஆளுநர் கோயில் மலை வழியாக விரைந்து ஜாஃபா வாயில் வழியாகத் தப்பித்தார். இந்த தாக்குதலுக்குப் பிறகு ‘ஜெருசலேம் மனித வாடையற்றிருந்தது’ என்று குறிப்பிடுகிறார் ஒபாதியா ராபி. ஒரு பாழ்பட்ட நகரத்தைத் தொலைவிலிருந்து பார்த்தேன் என்கிறார் அவரது சீடர்களில் ஒருவர். “நரிகளும் சிங்கங்களும் குன்றின்

குறுக்கே திரிந்தவண்ணமிருந்தன. இதற்கிடையே ஜெருசலேம் தன்னை ஆசுவாசப்படுத்திக் கொண்டது." ஒபாதியாவின் சீடர் ஒலிவெத்திலிருந்து பார்த்தபோது, "எனது உத்வேகம் நிரம்பி வழிந்தது. எனது இதயம் கனத்தது. நான் அமர்ந்து அழுதேன். எனது உடைகளை மற்றவருக்கு அளித்தேன்" என்கிறார். முஜிர் அல்தீன் இந்த நகரத்தைப் பெரிதும் நேசித்தார். 'அழகும் ஒளியும் நிரம்பிய இந்நகரம் அதிசயங்களில் ஒன்றென' நினைத்தார்.[3]

*1453*இல் கான்ஸ்டான்டிநோபிள் ஒட்டமானால் வென்றெடுக்கப்பட்டது. உலகம் தழுவிய ரோமாபுரி சாம்ராஜ்யத்தின் அழகும் கருத்தியலும் வரித்துக் கொள்ளப்பட்டது. ஒட்டமான்கள் பல தலைமுறைகளாக வாரிசுரிமைப் போர்களால் சீரழிந்து கிடந்தனர். அத்துடன் அவ்வப்போது பெர்சியாவையும் எதிர்கொள்ள வேண்டியிருந்தது. *1481*இல் காய்த்பே, தப்பியோடி வந்த ஒட்டமான் இளவரசர் ஜெம் சுல்தானை வரவேற்றார். காய்த்பே, ஜெருசலேம் ராஜ்ஜியத்தை ஜெம் சுல்தானுக்கு அளித்தார். இதற்கிடையில் இவ்விரண்டு சாம்ராஜ்ஜியங்களும் வளர்ந்து வந்த அதிகார மையங்களின் அச்சுறுத்தலுக்கு உள்ளாயின. போர்ச்சுகீசியர்கள் இந்துமகா சமுத்திரத்தில் முன்னேறியது மாம்லுக்குகளுக்கு அச்சுறுத்தலாக இருந்தது. புதிய பெர்சிய ஷா இஸ்மாயில், ஒட்டமான்களை அச்சுறுத்தினார். அவர் ட்வெல்வர் ஷியாயிசத்தின் மூலம் தனது நாட்டை ஒருங்கிணைத்திருந்தார். இதன் காரணமாக ஒட்டமான்களும் மாம்லுக்குகளும் தற்காலிகமாக ஒருவருக்கொருவர் கட்டித் தழுவ நேர்ந்தது. இது ஒரு மரண முத்தத்திற்கான ஆதாரம்.

குறிப்புகள்:

1. *1393*இல் ஹென்றி போலிங்புரோக் ஜெருசலேமிற்குப் புனிதப் பயணம் மேற்கொண்டார். அவர் நான்காம் ஹென்றியாக பட்டத்திற்கு வந்தபோது, மீண்டும் தனது முடிவின்போது அவர் ஜெருசலேமை நாடுவார் என்று சொன்னார்கள். இந்த தீர்க்கதரிசனத்தை தனது மரணப்படுக்கையில் மெய்ப்பித்துக் காட்டினார். ஜெருசலேம் சேம்பரில் தன்னை இருத்திக் கொண்டார். அவரது மகன் அவரது பக்தியில் பங்கெடுத்துக் கொண்டார். அவரது மரணப்படுக்கையில் அகின்கோர்ட்டின் வெற்றியாளர் ஜெருசலேம் மதில்களைக் கட்டியெழுப்ப புனிதப்பயணம் மேற்கொண்டிருக்க வேண்டும் என்று ஆசைப்பட்டார்.

2. சுல்தான் ஜக்மக் ஆர்மீனியர்களுக்குப் பாதுகாப்பு அளித்தார். ஆர்மீனிய மடாலயங்களின் வாயிலின் உட்புறத்தில் சுல்தானின் ஆதரவு பற்றிய உறுதிகள் பொறிக்கப்பட்டுள்ளன. அவற்றை இன்றும் காணலாம்.

3. மாம்லுக் ஜெருசலேமின் இறுதியாண்டுகளில் முஜிர் அல் தீன் தான் மிகவும் நேசித்த வழுவற்ற ஜெருசலேம், ஹெப்ரான் பற்றிய ஆய்வுகளைத் தொகுத்தார். அதேநேரத்தில் அன்றைய யூதப்பயணிகள் ஆலிவ் மலையில் அழுதுகொண்டிருந்தனர். முஜிர் அல்தீன் போற்றுதலுக்குரியவராக இருந்திருக்கவேண்டும்; மாடத்துடன் கூடிய நினைவாலயத்தில் அவர் அடக்கம் செய்யப்பட்டார். இந்த நினைவுச்சின்னம் வர்ஜின் கல்லறைக்கு மேலே இன்றும் நிலைத்து நிற்கிறது.

☆

பகுதி ஏழு

ஒட்டமான்

அனைத்து நாட்டு மன்னர்களின் ஆசைக்குரிய இடமாக இந்த கீர்த்திமிகு ஜெருசலேம் இருந்துள்ளது. குறிப்பாக, அந்நகரத்தில் இயேசு பிறந்தது முதல் ஜெருசலேமிற்காகவே அனைத்து போர்களையும் கிறித்துவர்கள் புரிந்தனர். ட்ஜின் இன மக்களின் வழிபாட்டுத் தலமும் ஜெருசலேம்தான். அங்கே 124,000 இறைத்தூதர்களின் தேவாலயங்கள் உள்ளன.

எவிலியா செலிபி, பயண நூல்

சுலைமான் தனது கனவில் இறைத்தூதரைக் கண்டார்: "ஓ சுலைமான்! இந்தப் பாறையின் மேலுள்ள மாடத்தை மேலும் அழகூட்டி ஜெருசலேமை புனர்நிர்மாணிக்க வேண்டும்.

எவிலியா செலிபி, பயண நூல்

அங்குள்ள பல பிரிவினராலும் நாடப்படும் பெரும் பரிசு, புனிதக் கல்லறைதான். அந்தப் பெருமையின் உரிமைக்காக, கல்லறையின் வாயிலில் சண்டையிட்டுக் காயமுற்று தங்களது பலிகளோடு, தங்களின் உதிரத்தையும் கலக்கவிட்டனர்.

ஹென்றி மாண்டிரெல், பயணம்

இனிய ஜெருசலேமின் உவகையை சந்திப்பதற்காக துன்பங்கள் நிறைந்த இந்த உலகிலிருந்து துயருடன் விடைபெறுகிறோம்.

வில்லியம் ஷேக்ஸ்பியர், ஆறாம் ஹென்றி, பகுதி மூன்று.

புனித இடங்களுக்குப் பயணப்படுவதற்குப் பதிலாக, நாம் நமது எண்ணங்களை சற்றே நிறுத்திவைத்து மனப்பூர்வமாக ஆராய்ந்து, மெய்யான கடவுள் வாக்களித்த நிலத்திற்குச் செல்வதே நலம்.

மார்டின் லூதர், மேசை உரையாடல்.

இஸ்ரேலின் கடவுள் நம்முடனே இருக்கிறார் என்பதை நாம் அறிவோமாக. நாம், நம்மை ஒரு குன்றின் மீதுள்ள நகரம்போல் உணரவேண்டும், எல்லோருடைய பார்வையும் நம்மீது விழுவதைக் கருத்தில் கொள்ளவேண்டும்.

ஜான் வின்த்ரோப், கிறித்துவ ஈகையின் முன்வடிவம்.

31

வீராா்ந்த சுலைமான்
1517-1550

இரண்டாவது சாலமனும் அவரது ரோக்சிலானாவும்

1516 ஆகஸ்ட் 24ஆம் நாள் மாம்லுக் ராணுவத்தை ஒட்டமான் சுல்தான் செலிம் அடியோடு வீழ்த்தினார். இதுதான் அலேப் போவுக்கு வெகுதூரத்தில் நடந்த சண்டை. இந்தச் சண்டை ஜெருச லேமின் விதியைத் தீர்மானித்தது. அடுத்த நான்கு நூற்றாண்டு களுக்கு மத்திய கிழக்கின் பெரும்பகுதி ஒட்டமான் சாம்ராஜ்யத்தின் கீழ் இருந்தது. 1517 மார்ச் 20ஆம் நாள் செலிம் ஜெருசலேமைக் கைப்பற்ற வந்தார். அல் அக்சா மற்றும் கவின்மாடத் திறவுகோல்கள் உலமாவினால் அவரிடம் ஒப்படைக்கப்பட்டன. கவின் மாடத்தில் கவிழ்ந்து வணங்கி, 'முதல் கிப்லாவைப் பெற்றிருப்பவன் நான்' என்று வியந்தோதினார். செலிம் மரபார்ந்த கிறித்துவ மற்றும் யூத சகிப்புத்தன்மைக்கு உத்திரவாதம் அளித்து கோயில் மலையில் தொழுதார். எகிப்தை அடக்கப் புறப்பட்ட அவர் பெர்சியாவையும் தோற்கடித்தார். மாம்லுக்குகளை வெற்றி கொண்டார். வாரிசுரிமைக் குழப்பங்களைக் கொலைகளால் தீர்த்து வைத்தார். அவரது சகோதரர் களையும் அவரது உடன்பிறந்தோர் சகோதரர்களையும், அநேகமாய் தனது சொந்த மகன்களையும் கூடக் கொன்றொழித்தார். 1520இல் அவர் இறக்கும்போது அவருக்கு ஒரே ஒரு மகன் மட்டுமே உயிரோடு இருந்தான்.

அவருக்கு அப்போது 25 வயதுதான். மெலிந்த தேகத்தில், உயரமாக இருந்த அவர் ஒட்டிய முகம் கொண்டவர்; உறுதி மிக்கவர். அவர் பால்க்கிலிருந்து பெர்சிய எல்லை வரையும் எகிப்திலிருந்து கருங்கடல் வரையிலும் விரிந்த சாம்ராஜ்யத்தின் தலைவராக இருந்தார்.

'நானே பாக்தாத்தின் ஷா; நானே பைசாந்தியத்தின் சீசர்; எகிப்தின் சுல்தானும் நானே' என்று தன்னை அறிவித்துக்கொண்டு இந்தப் பட்டங்களுக்கும் மேலாகத் தனக்குக் கலிபா என்னும் பட்டத்தையும் சேர்த்துக்கொண்டார். ஒட்டமான் அரசவையினர் அவரை 'படிஷா' அதாவது பேரரசர் என்று அழைத்ததில் வியப்பொன்றும் இல்லை. 'உலகமனைத்திலும் பெரிதும் மதித்துப் போற்றப் படும் பேரரசர் இவரே' என அவரது அரசவையினரில் ஒருவர் எழுதினார். இறைத்தூதர் அவருக்குக் கனவில் காட்சியளித்ததாகவும், இறையச்சமில்லாதர்களை எதிர்க்கும்படியும் கோயில் மலையைப் புதுப்பித்து ஜெருசலேமை மீண்டும் கட்டியெழுப்ப வேண்டும் என்றும் அவர் கூறியதாகச் சொல்லப்பட்டது. அப்படிக் கூற அவருக்கு எடுத்துக்கொடுக்க வேண்டிய அவசியமே இல்லை. தன்னை ஒரு இஸ்லாமியப் பேரரசரென்றே அவர் நம்பிக் கொண்டிருந்தார். இஸ்லாமிய இனத்தைச் சாராத அவரது மனைவி ரோக்சிலானா 'அவர் காலத்து சாலமன்' என்று அவரை அடிக்கடி போற்றிப் புகழ்வார்.

அவளுடன் சுலைமான் தன் திட்டங்களைப் பகிர்ந்து கொண்டார். இத்திட்டங்களில் ஜெருசலேமும் ஒன்று. அவள் ஒரு பாதிரியாரின் மகளாக இருந்திருக்கலாம். போலந்திலிருந்து கடத்தப்பட்டு சுல்தானின் அந்தப்புரத்திற்காக விலைபோனவள். சுல்தானின் கண்களில் விழுந்த அவள் அவருக்கு ஐந்து மகன்களையும் ஒரு மகளையும் பெற்றுத்தந்தாள். 'இளமையானவள், பேரழகி அல்ல என்றாலும், வனப்புமிக்கவள்; அகன்ற விழிகளும், ரோஜாவை ஒத்த இதழ்களும், வட்ட முகமும் கொண்டவள்' என்று காட்டுகிறது அவள் காலத்திய சித்திரம். போர் நடவடிக்கைகளில் ஈடுபட்டிருக்கும் சுலைமானுக்கு அவள் எழுதிய கடிதங்களில் அவளது குறும்புத்தனமும் தளர்வுறாத உத்வேகமும் தெரிகிறது.

"எனது சுல்தான், உங்கள் பிரிவால் எரிந்து நான் அடையும் வேதனைக்கு எல்லையில்லை. அவலம் மிகுந்த பெண்ணாகவே இருந்துவிட்டுப் போகிறேன், விடுங்கள். ஆனால் உங்களது மேன்மைமிகு கடிதங்களை மட்டும் நிறுத்திவிடாதீர்கள். உங்களது கடிதங்களை வாசிக்கும்போது உங்களது ஊழியரும் மகனுமான

மீர்முகம்மதுவும், உங்களது அடிமையும் மகளுமான மிஹ்ரிமாவும் உங்கள் பிரிவால் அழுது புலம்புகின்றனர். அவர்களது அழுகை என்னை பைத்தியமாக்குகிறது."

சுலைமான் அவளுக்கு 'ஹர்ரம் அல் சுல்தான்' அதாவது 'சுல்தானின் மகிழ்ச்சி' என்று பெயர் சூட்டினார். அவரது கவிதைகள் என்று கூறப்படுபவற்றில் அவளை 'எனது அன்பே, எனது நில வெளியே. எனது வசந்தமே, அழகிய கூந்தல் கொண்ட என் பெண்ணே, சரிந்த புருவம் கொண்ட என் அன்பே, விஷமத்தனம் நிறைந்த விழிகளுக்குரிய என் அன்பே' என்றும் 'அதிகாரபூர்வமான ராணிகளில் மிக முக்கியமானவளே, சுடர்விடும் கலிபாவின் கண் களின் ஒளியே' என்றும் புகழ்ந்துரைத்துள்ளார். அவள் ஒரு சாதுர்ய மிக்க அரசியல்வாதியாக இருந்தாள். சுலைமான் இன்னொருத்தி மூலம் பெற்ற மகனைப் பட்டத்து வாரிசாக வராமல் பார்த்துக் கொண்டாள். சுலைமானின் முன்னிலையிலேயே அந்த மகன் கழுத்து நெறித்துக் கொல்லப்பட்டான்.

சுலைமான் ஜெருசலேமையும், மெக்காவையும் மரபுரிமையாகப் பெற்றார். இஸ்லாமியப் புனித இடங்களை அழகுபடுத்துவது அவரது இஸ்லாமிய மாண்புக்குரிய வேலையாயிற்று. அவர் சம்பந்தப்பட்ட அனைத்துமே பிரமாண்டமாக நடந்தேறியது; அவரது குறிக்கோள் களுக்கு எல்லையே இல்லை; அவரது ஆட்சியும் அரைநூற்றாண்டு காலத்திற்கு நீடித்தது; அவரது தொடுவானம் விரிந்து கிடந்தது.

ஏறக்குறைய அவர் கண்டம் கடந்து கண்டம் யுத்தம் செய்தார். ஐரோப்பா மற்றும் வட ஆப்ரிக்காவிலிருந்து ஈராக் மற்றும் இந்தியப் பெருங்கடல் வரை, வியன்னா தொடங்கி பாக்தாத் வரையில் போர் புரிந்து வந்தார். அத்துடன் ஜெருசலேமின் பழைய நகரமும் வேறு யாரையும்விட இன்று அவருக்கே உரிமை என்றாயிற்று என்ற அளவில் அவரது சாதனைகள் வெற்றிகரமானவை. அந்த மதில்கள் புராதன மாகத் தெரிகின்றன. கவின்மாடத்தை அல்லது திருச்சபையைப் போல இந்த மதில்கள்தான் நகரத்தின் சிறப்பை வரையறுப்பதாகப் பலர் எண்ணுகின்றனர். அம்மதில்களும் இன்றைய பெரும்பாலான வாயில்களும் எட்டாம் ஹென்றியின் சமகாலத்தவராகிய இவரது படைப்புகள் ஆகும். நகரத்தின் பாதுகாப்புக்காகவும் தனது செல் வாக்கைப் பறைசாற்றவும் எழுப்பப்பட்டவை. கோட்டையரண் அமைப்பதற்காக ஒரு மசூதியையும் ஒரு வாயிலையும் ஒரு கோபுரத் தையும் இணைத்தார் சுல்தான். நகரத்திற்கு நீர் கொண்டுவர கால் வாய் ஒன்றை அமைத்தார். அவற்றிலிருந்து பருகும் நீருக்காக 9 நீரூற்றுகள் அமைக்கப்பட்டன. அவற்றில் மூன்று கோயில் மலையில்

உள்ளன. பாறைமாடத்தின் பெயர்ந்து போன மொசைக் தரைக்குப் பதிலாக மெருகிடப்பட்ட ஓடுகள் பதிக்கப்பட்டன. அவற்றில் லில்லி, தாமரை மலர்கள் வெள்ளை, மஞ்சள், நீல வண்ணங்களில் காட்சியளித்தன. இன்றும் அவை அப்படியே நீடித்துள்ளன.[1]

ரோக்சிலோனா தனது கணவனின் நெருக்கமான திட்டங்களுக்காக அறக்கொடை நிறுவனங்களை ஏற்படுத்த விழைந்தார். மாம்லுக் மாளிகை ஒன்றைத் தனது அறக்கொடை நிறுவனத்திற்காக கையகப்படுத்தினார். அந்த நிறுவனத்திற்கு அல் இமரா அல் அமிரா அல் கசாகி அல் சுல்தான் என்று பெயர்.

இந்த அமைப்பில் ஒரு மசூதியும், ஒரு சுடுமனையும், 55 அறைகள் கொண்ட விடுதியும், ஏழைகளுக்கான ஒரு சமையலறையும் இருந்தன. இப்படியாக கோயில் மலையும் ஜெருசலேமும் அவர்கள் வசமாயின.

'இரண்டாவது சாலமனும் உலகத்தின் ராஜாவுமான' சுலைமான் 1533ஆம் ஆண்டு ஜெருசலேமைப் பார்வையிடத் திட்டமிட்டார். ஆனால் அவரைத் தூரதேசப் போர்கள் குறுக்கிட்டுக் கொண்டே இருந்தன. முந்தைய கான்ஸ்டன்டைனைப் போலவே, ஜெருசலேம் நகரத்தை மாற்றியமைத்த அவரால் தனது சாதனைகளைப் பார்க்கவே முடியாமல் போயிற்று. சுல்தானின் திட்டங்கள் ஒரு சாம்ராஜ்ய அளவில் நடைபெற்றதால் அவற்றை வெகுதொலைவிலிருந்தபடியே மேற்பார்வையிட்டு வந்தார். சிரியாவின் வைஸ்ராய் தலைமைப் பொறுப்பேற்றிருந்தார். சுலைமானின் அரசவைக் கட்டட வடிவமைப்பாளர் சனான் மெக்காவிலிருந்து அவர் வீடு திரும்பும் வழியில் இந்தப் பணியை ஆய்வு செய்தார்.

ஆயிரக்கணக்கான பணியாட்கள் உழைத்தனர். 5000 ஓடுகள் தேவைப்பட்டதால் சுலைமானின் பணியாளர்கள் அல் அக்சாவுக்கு அருகிலேயே ஒரு புதிய ஓடு செய்யும் தொழிற்சாலையை நிறுவினர். ஒப்பந்தக்காரர்களில் சிலர் அந்த நகரிலேயே வீடு கட்டி தங்கிக் கொண்டனர். உள்ளூர் கட்டட நிபுணர்கள் ஒரு கட்டடத் தொழில் வம்சத்தை உருவாக்கினார்கள். அடுத்த இரண்டு நூற்றாண்டுகளுக்கு இந்த வம்சம் இயங்கி வந்தது. இதுவரை இந்த நகரம் கேட்டிராத சுத்திகளின் ஒலியும், நாணயங்கள் சிணுங்குகிற ஒலியும் கேட்டுக் கொண்டே இருந்தன. நகரத்தின் மக்கள் தொகை மும்மடங்காகப் பெருகி 16000த்தைத் தொட்டது. யூதர்களின் எண்ணிக்கை இரு மடங்காகி 2000த்தை தொட்டது. மேற்கிலிருந்து தொடர்ந்து அகதிகள்

வந்தபடி இருந்தனர். இவர்களின் வருகை சுலைமானின் திட்டங்களுக்கு நேரடியாக பெரும் பங்களித்தது. துயரம் நிறைந்த யூதர்களின் இயக்கம் பெருகிக்கொண்டிருந்தது.

குறிப்புகள்:

1. அவர் ஜெருசலேமை சமாதானப்படுத்தவில்லை என்பதால் தினமும் அவரைச் சிங்கங்கள் விழுங்குவதாகக் கனவு தோன்றுவதாகவும் எனவே ஜெருசலேமை சமாதானப்படுத்துவதற்காக சுலைமான் சிங்க வாயிலைக் கட்டினார் என்றும் ஒரு கட்டுக்கதை வளர்ந்தது. இது ஒரு தவறான புரிதல் ஆகும். நகரத்தின் வடமேற்கில் 300 ஆண்டுகளுக்கு முன்பு பாய்பர்ஸ் அமைத்த சிறுத்தைகளையே இவர் சிங்கங்களாக மாற்றியமைத்தார்.

32

இறைஉணர்வாளர்களும் மீட்பர்களும்
1550-1705

சுல்தானின் யூதக் கோமகன்:

சுலைமான், எகிப்தின் வரிப்பணத்தை ஜெருசலேமிற்கு ஒதுக்கி அரண்மதிலைப் புதுப்பித்துக் கட்ட ஏற்பாடு செய்தார். இந்த வருவாய்ப் பணம் நாணயக்கூடத்தில் முதல்வர் அபிரகாம் டி காஸ்ட்ரோ பொறுப்பில் இருந்தது. உள்ளூர் வைஸ்ராய் ஒரு கலகத் திற்குத் திட்டமிட்டபோது சரியான தருணத்தில் சுல்தானை எச்சரித்து தனது விசுவாசத்தை அவர் நிரூபித்தார். காஸ்ட்ரோ என்ற பெயரே அவர் போர்ச்சுகல்லில் இருந்து வந்த யூத அகதி என்பதைத் தெரிவிக்கிறது. இன்னொரு பெருஞ்செல்வராகிய போர்ச்சுகீசிய யூதர் சுலைமானின் ஆலோசகரானார். இறுதியாக அவர் பாலஸ்தீனம் மற்றும் ஜெருசலேமின் பாதுகாவலராக இருந்தார்.

யூதப் புலம்பெயர்வு சமயப்போர்களின் இறுதி அத்தியாயமாக அமைந்தது. அரகான், சிசிலி ஆகிய பிரதேசங்களின் அரசர் பெர்டி னாண்டும், அவரது மனைவி இஸபெல்லாவும் கிரநாடாவை 1497இல் வெற்றிகொண்டனர். கிரநாடா ஐரோப்பிய நிலப்பரப்பில் கடைசி இஸ்லாமிய இளவரசுக்குட்பட்ட பகுதியாக இருந்தது. அந்த வெற்றிக்குப் பின் இந்த கத்தோலிக்க மாண்பமை இருவரும் தங்களது சிலுவைப்போர் வெற்றியைக் கொண்டாடினர். இந்தக்

கொண்டாட்டத்தில் இரண்டு முடிவுகள் எடுக்கப்பட்டன. அதில் ஒரு முடிவிற்கு ஏற்ப தலைநரைத்த கனவுக்காரரான மாலுமி கிரிஸ்டோபல் கோலோன் வரவழைக்கப்பட்டார். இவர் ஒரு விடுதிக் காப்பாளரின் மகன். இந்தியாவுக்கும் சீனாவுக்கும் அட்லாண்டிக் கடல்வழிப் பயணம் மேற்கொள்வதற்கு அரச தம்பதியின் ஆதரவைப் பல ஆண்டுகளாகக் கோரி வந்தவர். தான்தோன்றித்தனமாக அலை வதில் ஆர்வம் கொண்ட கிரிஸ்டோபல் எவரையும் கவர்ந்திழுக்கக் கூடியவர். பின்னாளில் கிரிஸ்டோபர் கொலம்பஸ் என்ற ஆங்கிலேயப் பெயரால் பெரிதும் அறியப்பட்டவர் இந்தக் கிரிஸ்டோபல் தான்.

மேற்குத் திசையில் இருந்து இந்தியா நோக்கிப் பயணிப்பது இவரது முதற்கனவு என்றால் கிழக்கின் பிடியிலிருந்து ஜெருசலேமை மீட்பது இவரது இரண்டாவது கனவாகும். தொடக்கம் முதலே இவ்விரண்டையும் இணைத்தே பார்த்து வந்தார்.

1492 ஏப்ரல் 17ஆம் நாள் கொலோனின் திட்டம் மன்னரால் ஏற்கப்பட்டது. கொலோன் அவர் கடற்பயணத்தின் அட்மிரலாக நியமிக்கப்பட்டார். புறப்பட்ட இரண்டு மாதத்தில் கொலம்பஸ் மேற்கிந்தியத் தீவுகளைக் கண்டுபிடித்தார். மூன்றாவது கடற் பயணத்தில் தென் அமெரிக்கக் கடற்கரையைக் கண்டார். அநேக மாக அவர் ஒரு புதிய உலகத்தையே கண்டுபிடித்துவிட்டார் என்பதை அவர் உணரவே இல்லை. புதிய உலகான அமெரிக்காவை 1507இல் கண்டுபிடித்த புளோரன்டைன் மாலுமி அமெரிகோ வெஸ்புகியின் பெயரே அதற்கு இடப்பட்டது. பல ஆண்டுகளுக்குப் பின்னர் தனது தங்கவளக் கண்டுபிடிப்பு ஸ்பானிஷ் சாம்ராஜ்ஜியத்தின் கண்டுபிடிப்பாக விரிவடையும்; அப்போது ஜெருசலேமும் சீயோன் மலையும் ஸ்பானிஷ்காரர்களால் மீண்டும் புதுப்பிக்கப்படும்; ஓபிர் தங்கம் மீட்கப்பட்ட கோயிலின் மீது பூசப்படும் என்று கொலம்பஸ் கிறுக்குத்தனமாக, தனது இறுதிநாட்களில் கனவு கண்டு கொண்டிருந்தார்.

அவரது 'தீர்க்கதரிசனம்' எனும் நூலில் மேற்சொன்னவற்றைக் 'கத்தோலிக்க மாட்சியாளர்களுக்கு' எழுதியுள்ளார். அந்தக் கனவு நிறைவேறாமலே எப்போதும் கொண்டுள்ள மன சஞ்சலத்துடன் அமைதியற்றவராக பெரும் செல்வத்துடன் கொலம்பஸ் 1506இல் இறந்தார். ஆனால் எப்படியானாலும் அமெரிக்காவும், ஜெருசலேமும் ஒன்றுடன் ஒன்று பிணைப்பு கொண்டேதான் இருந்து வருகிறது.

கொலம்பஸிற்குப் பயண ஒப்புதல் அளித்த பன்னிரெண்டாம் நாள் – அதாவது ஏப்ரல் 29ஆம் நாள் – இஸ்பெல்லாவும் பெர்டி னான்டும் தங்கள் கவனத்தை யூதப் பிரச்சனையின் பக்கம் திருப் பினார்கள். கத்தோலிக்க கிறித்துவத்தைத் தழுவுமாறு யூதர்கள்

2

நிர்பந்திக்கப்பட்டனர். ஆனால் மதம் மாறியபின்னும் அவர்கள் மீதான அவநம்பிக்கை நீடித்தது. மாயங்கள் நிறைந்த யூதர்களின் பேய்த்தனமான தந்திரங்களும், கவர்ச்சிகளும், கிறித்துவத்தின் தூய ரத்தத்தை மாசுபடுத்தி விடும் என்று கத்தோலிக்கர்கள் அஞ்சினர்.

இதற்கு முன்பே கத்தோலிக்க மாட்சியர்களின் ஆதரவு பெற்ற விசாரணை 13,000 யூதர்களைக் குற்றவாளிகளென்று தீர்ப்பளித் திருந்தது. 2000 பேர் தீயிட்டுக் கொளுத்தப்பட்டனர். இவை யாவும் யூதர்களின் ரகசிய மத விலகல்களுக்காக நடந்தவை. இந்த நேரத்தில் மதம் மாறுதல் அல்லது நாட்டை விட்டு வெளியேறுதல் ஆகிய இரண்டில் ஒன்றைத் தேர்வு செய்துகொள்ள யூதர்களுக்கு வாய்ப் பளிக்குமாறு மன்னரையும் அவரது மனைவியையும் கேட்டுக் கொண்டார் விசாரணையை நடத்திய தாமஸ் டி டார்க்மடா. இஸபெல்லா ஒரு ராணியென்றாலும் சமயப்பற்றுடன் சிலுவைப் போர் புரிந்த இரும்பு மனத்தினள். பெர்டினான்டோ எரிந்து விழுகிற குணம் உடையவர். வஞ்சகம் மிக்கவர். பெண்ணின்பம் நாடுபவர். கிறித்துவ ஊழியத்தில் தன்னை ஆட்படுத்திக்கொண்ட மாக்கிய வல்லியின் சித்தரிப்பிற்குப் பொருத்தமானவர்.

இஸபெல்லாவுக்கும், பெர்டினான்டுக்கும் நிகழ்ந்த மண உறவு ஸ்பெயின் ராஜ்ஜியத்தை உருவாக்கியது. யூதர்கள் மிகுந்த பணி வுடன் மதம் மாறிவிடுவார்கள் என்று நம்பினார் பெர்டினான்ட். இவரது கணிப்புப் பொய்த்து, யூதர்கள் 75,000 முதல் 1,50,000 பேர்கள் வரை நாட்டை விட்டு வெளியேறத் தயாராகிவிட்டனர். மன்னர் அவர்களை நேப்பிளில் தங்கவும் அனுமதிக்கவில்லை. அடுத்த 50 ஆண்டுகளும் பெரும்பாலான மேற்கு ஐரோப்பிய நாடுகள் இத்தகைய அணுகுமுறையைப் பின்பற்றின.

அடுத்த ஏழு நூற்றாண்டுகளாக ஸ்பெயினில் அரேபிய யூத கலாச்சாரம் மலர்ந்திருந்தது. புலம்பெயர்ந்த யூதர்களின் மைய மாகவும் ஸ்பெயின் திகழ்ந்தது.

தேவாலய வீழ்ச்சிக்கும், இறுதித் தீர்ப்புக்கும் இடையே மனக்காயங்களின் அலைக்கழிப்பிற்கு ஆளான இந்த ஸ்பெயின் தேசத்து யூதர்கள் கிழக்கு நோக்கி மதச் சகிப்புத்தன்மைமிக்க ஹாலந்து, போலந்து – லத்துனியாவுக்கும் ஒட்டமான் பேரரசுக்கும் தப்பிச் சென்றனர். ஒட்டமான் சாம்ராஜ்யத்தில் சுல்தான் யூதர் களின் வருகையை வரவேற்றார். அதற்குக் காரணங்கள் இரண்டு: ஒன்று, யூதர்களின் வருகையால் ஒட்டமான் பேரரசின் பொருளா தாரம் மேம்படும். இரண்டாவது, யூத மரபின் பெருமையைக் கிறித்துவர்கள் எப்படி மறுக்கிறார்கள் என்பதை அவர்களுக்கு

உணர்த்தமுடியும். இந்தத் தருணம் தொடங்கி 20ஆம் நூற்றாண்டின் தொடக்க காலம் வரை இஸ்தான்புல் சலோனிகா மற்றும் யூத மொழியும், ஸ்பானிஷ் மொழியும் கலந்துருவான லாடினோ மொழி உணர்ச்சிப் பாடல்கள் ஜெருசலேம் வீதிகளில் ஒலித்த வண்ண மிருந்தன.

1553இல் சுலைமானின் யூத மருத்துவர், ஜோசப் நாசி என்பவருக்கு அவரை அறிமுகப்படுத்தினார். நாசியின் குடும்பம் கட்டாயத்தின் பேரில் கிறித்துவத்திற்கு போலி மதம் மாற்றம் செய்து கொண்ட ஒன்று. பின்னர் அவர்கள் ஹாலந்துக்கு தப்பியோடி இத்தாலி வழியாக இஸ்தான்புல் சென்றனர். ஜோசப் நாசி, சுல்தானின் நம்பிக்கைக்குரியவரானார். சுல்தான் மகனின் நம்பிக்கைக்குரிய பிரதிநிதியாகவும் பின்னர் வாரிசாகவும் ஆனார். ஜோசப் ஐரோப் பிய தூதர்கள் மத்தியில், மகத்தான யூதர் என்றே அழைக்கப் பட்டார். அவர் பலவகைப்பட்ட வியாபார சாம்ராஜ்யத்தை நடத்தி வந்தார். சுல்தானின் தூதராகப் பணியாற்றிய அவர் மொத்த உலகிற்கும் ஒரு மர்ம மனிதராகவே விளங்கினார். போர் மற்றும் நிதி விஷயங்களில் நடுவராகச் செயல்பட்டார். கிழக்குக்கும் மேற்குக்கும் இடையே அவர் தரகராகவும் இருந்தார். கையளிக்கப்பட்ட பூமிக்கு யூதர்கள் திரும்புவார்கள் என்று ஜோசப் நம்பிக்கை கொண்டி ருந்தார். ஜோசப்புக்கு கலீலியில் டைபீரியாவின் ஆட்சிப்பொறுப்பு சுலைமானால் வழங்கப்பட்டது. அங்கு இத்தாலிய யூதர்களை ஜோசப் குடியமர்த்தினார். அவர் அந்த நகரத்தை மறுஉருவாக்கம் செய்து ஒரு பட்டுத் தொழிற்சாலையை வளர்க்க மல்பரி மரங்களை நட்டார். புனித பூமியில் யூதர்களைக் குடியமர்த்திய முதல் யூதர் அவரே. தனக்கான ஜெருசலேமை கலீலியில் உருவாக்கிக் கொண்டார். அதிகார ருசி கொண்ட உணர்வுபூர்வமான ஜோசப், ஜெருசலேம் சுலைமானுக்கு ஒதுக்கப்பட்ட இடம் என்று அறிந்திருந்தார்.

இருப்பினும் ஜெருசலேமிலிருந்த யூத அறிஞர்களுக்கும் ஜோசப் ஆதரவளித்து வந்தார். அதேநேரம் இஸ்லாத்தின் மேலாண்மையை ஜெருசலேமில் வளர்த்து வந்த சுலைமான், மற்ற இரண்டு மதங்களின் நிலையை மிகுந்த கவனத்துடன் தாழ்வுறச் செய்தார். இன்றுவரை இதேநிலைதான் இந்த நகரத்தை வழிநடத்தி வருகிறது. பேரரசர் ஐந்தாம் சார்லசுடன் சுலைமான் சண்டையிட்டு வந்தார். எனவே கிறித்துவர்கள் மீதான சுலைமானின் குண இயல்பு ஐரோப் பிய அரசியல் நிலைப்பாடுகளின் கடுமையைப பொறுத்து இருந்தது. சுலைமான் யூதர்களைப் பொருட்படுத்தவே இல்லை.

யூதர்கள் கோயில் மலையின் மதில்களைச் சுற்றி வழிபட்டு வந்தனர். அவர்களுடைய வழிபாடு பிரதான ராம்பன் தேவாலயத்திலும் ஆலிவ் மலைச் சரிவுகளிலும் நடைபெற்று வந்தது. அனைத்து விஷயங்களிலும் சுலைமானின் ஒழுங்குமுறை செயல்பட்டது. மலையில் இஸ்லாமிய ஏகபோகத் தன்மையை குறைக்கக் கூடிய எதையும் தளர்வுறச் செய்தார். மன்னர் ஹெரோத் தேவாலயத்தின் பிடிமானச் சுவரை ஒட்டிய 9 அடி வீதியை யூத வழிபாடுகளுக்கென சுல்தான் அளித்தார். இந்த வீதி அவர்களது பழைய குகை தேவாலயத்திற்கு அருகில் அமைந்திருந்தது. இங்கு யூதக் குடியிருப்புப் பகுதியும் இருந்தது. எனவே இந்த ஏற்பாடு அர்த்தமுள்ள ஏற்பாடாக இருந்தது. 14ஆம் நூற்றாண்டில் இந்தக் குடியிருப்புப் பகுதியில்தான் யூதர்கள் குடியேறத் தொடங்கியிருந்தனர். இன்றும் இது ஜெருசலேமின் யூதக் குடியிருப்புப் பகுதியாகத் தொடர்கிறது. ஆனால் இந்தப் பகுதி இஸ்லாமிய மாக்ரபி பகுதிக்கு அருகில் இருந்தபடியால் அதன் நிழலின் தாக்கம் பீடித்திருந்தது. பின்னாட்களில் அங்கு வழிபட யூதர்கள் உரிமம் பெறவேண்டியிருந்து. யூதர்கள் இந்தப் பகுதியை ஹா–கொடேல் அதாவது மதில் என்றும், பிறர் அதை ‘அழும் சுவர்’ என்றும் அழைத்தனர். இதன் பின்னர் இந்த ஆலயத்தின் தங்க மேவுகற்கள் ஜெருசலேமின் அடையாளமாகவும், புனிதத்தின் குவிமையமாகவும் ஆனது.

சுலைமான் பிரான்சிஸ் பிரிவினரை டேவிட் கல்லறையிலிருந்து வெளியேற்றி கிறித்துவர்களின் பலத்தைக் குறைத்தார். இந்தக் கல்லறையில் உள்ள வாசகங்கள் இப்படிச் சொல்கின்றன: பேரரசர் சுலைமான் இறையச்சம் இல்லதவர்களை இவ்விடத்திலிருந்து அகற்றிவிட்டு அங்கு ஒரு மசூதியைக் கட்டினார். மூன்று மதங்களுக்கும் புனிதமான இந்தத் தலம் பழங்கால யூத தேவாலயமாகவும் பைசாந்திய சிலுவைப்போராளிகளின் இடமாகவும் இருந்தது. தற்போது நபி தாவூத்தின் இஸ்லாமிய புனிதத் தலமாக மாறியுள்ளது. சுலைமான் இங்கு ஒரு சூஃபி ஷேக் குடும்பத்தைப் பரம்பரைப் பாதுகாவலர்களாக நியமித்தார். டாஜனிஸ் என்றழைக்கப்பட்ட, அவர்கள் 1948 வரை இந்தப் பொறுப்பில் நீடித்து வந்தனர்.

புற உலகின் அரசியல் ஜெருசலேம் மத வாழ்க்கையில் எப்போதும் பிரதிபலித்துக் கொண்டே இருந்தது. விரைவிலேயே சுலைமான் பிரான்சிஸ் பிரிவினருக்கு ஆதரவளிப்பதற்காகச் சில காரணங்களைத் தேடிக் கண்டுபிடித்தார். ஏனென்றால் மத்திய ஐரோப்பியாவுக்கான போரில் ஹாஸ்பர்க்குகளை எதிர்க்க கிறித்துவக் கூட்டணி நாடான பிரான்சின் ஆதரவு சுலைமானுக்குத் தேவைப்

பட்டது. பிரான்சின் மன்னர்கள் பிரான்சிஸ் கிறித்துவப் பிரிவினரை ஆதரித்து வந்தனர். 1535இல் சுலைமான் பிரான்சுக்கு வணிக உரிமை களை வழங்கி கிறித்துவப் புனிதத் தலங்களின் காப்பாளர்களாக பிரான்சிஸ் பிரிவினரை அங்கீகரித்தார். இதுவே ஐரோப்பிய அதிகார மையங்களுக்கு அளிக்கப்பட்ட முதல் சலுகை. இதே சலுகை தான் பின்னாளில் ஒட்டமான் பேரரசை வலுவிழக்கவும் செய்தது.

பிரான்சிஸ் பிரிவினர் ஜெருசலேமில் தங்களது தலைமை யகத்தை அமைத்துக்கொண்டனர். இது திருச்சபைக்கு அருகிலி ருந்தது. பின்னர் இது ஒரு கத்தோலிக்க நகரமாக, நகரத்திற்குள் ஒரு நகரமாக அமைந்தது. ஆனால் இவர்களது வளர்ச்சி பழமை வாதிகளைக் கலக்கமுறச் செய்தது. கத்தோலிக்கருக்கும் பழமை வாதிகளுக்கும் இடையே நிலவிய காழ்ப்புணர்ச்சி கொடிய விஷத் தன்மை உடையதாக இருந்தது. புனித இடங்களுக்கான காப்புரிமை மேலாண்மையை இருவருமே கோரிவந்தனர். புனிதக் கல்லறையை எட்டு வகையான பிரிவினர் பகிர்ந்துகொண்டிருந்தனர். இந்த டார்வினிய போராட்டத்தில் 'பலம் உள்ளவனே மிஞ்சி நிற்க இயலும்.' சில பிரிவினர் வளர்ச்சியுற்றனர். சிலர் தாழ்வுற்றனர். அர்மீனியர்கள் மட்டும் சக்தி வாய்ந்தவர்களாக இருந்தனர். ஏனெனில் இஸ்தான் புல்லில் அவர்களுக்கு பிரதிநிதித்துவமிருந்தது. செர்பியரும் மாரோனைட்டுகளும் நிலை சரிந்தனர். ஆனால் மாம்லுக் ஆதரவை இழந்த ஜியார்ஜியர்கள் முற்றிலும் மறைந்து போயினர்.

ஜியார்ஜியர்கள் தங்களது புனித சேவியர் மடத்தை பிரான்சிஸ் பிரிவினருக்கு விற்க வேண்டியதாயிற்று. அது ஒரு தொடக்கமே. 1685இல் வளமிழந்த ஜியார்ஜியர்கள் தங்களது தலைமையகத்தையும் இழந்தனர். சிலுவை மடம் என்ற அந்தத் தலைமையகம் இயேசுவின் சிலுவை மரத்திற்கான தோற்றுவாயாக பழமைவாதிகளால் கூறப் பட்டது. சிலுவைப் போராளிகளின் ஜெருசலேம் வீழ்ந்த பின்னர் 1187இல் ஜியார்ஜியாவின் ராணி அந்த மடத்தை புதுப்பிப்பதற்காக தமரா ஷோட்டா ரஸ்தவெலி என்ற அதிகாரியை அனுப்பினார். ஷோட்டா 'Knight in the Panther Skin' என்ற தேசிய காவியத்தின் ஆசிரியர். அவர் அங்கேயே அடக்கம் செய்யப்பட்டிருக்கலாம். அவரது உருவம் அங்கு சுவரோவியமாகத் தீட்டப்பட்டிருந்தது. 2004இல் நரைத்த தாடியும் உயர்ந்த தொப்பியுடனும் கூடிய அவரது உருவப்படம் அழிவுக்குள்ளானது. ஜியார்ஜியாவின் தலைவர் மிகைல் சாகஸ்விலி அதைப் பார்வையிட அரசுமுறைப் பயணமாக அங்கு வந்தார். இந்த அழிவுக்குக் காரணம் ரஷ்யப் பழமைவாதிகள் என்று சந்தேகித்தார். ஆனால் அவரால் தன் சந்தேத்தை நிரூபிக்க

முடியவில்லை. 17ஆம் நூற்றாண்டில் செர்பியர்கள் தங்களது கடைசி மடத்தையும் கிரேக்க சகோதரர்களுக்கு அளித்தனர். ஜாஃபா வாயிலுக்கருகில் மாரோனைட்டுகள் ஒரு துறவியர் மாடத்தை நிர்வகித்து வருகின்றனர். ஜியார்ஜியர், மாரோனைட் மற்றும் செர்பியர்கள் வெகுகாலத்திற்கு முன்னரே திருச்சபையின் பங்கு உரிமையை இழந்து விட்டனர்.

கிறித்துவ, இஸ்லாமியப் பேரரசர்களுக்கிடையே எழுந்த காவியப் பாங்கு மிகுந்த போராட்டம், ஸ்பானிய கிறித்துவத்தின் அதிதீவிரத் தன்மை, யூதர்களின் வெளியேற்றம் இவையெல்லாம், அவர்களின் அமைப்பு மண்டலத்தில் ஏதோ குளறுபடி ஏற்பட்டுள்ளது என்ற சிந்தனைக்கு உத்வேகம் அளித்தது. மக்கள் தங்களது நம்பிக்கைகள் மீது வினா எழுப்பினர். இறைவனை நாடும் புதிய இறையுணர்வு வழிகளைத் தேடினர். இறுதி நாட்களை எதிர்பார்த்திருந்தனர். 1517இல் மார்ட்டின் லூதர் என்ற விட்டன்பர்க் இறையியல் பேராசிரியர், 'இறைவன் புனித வேதாகமத்தில்தான் உள்ளார்; பாதிரிமார்களின் அல்லது போப்பாண்டவர்களின் சடங்குகளில் அல்ல' என்று வலியுறுத்தினார். அவர் திருச்சபைகளின் பாவ மன்னிப்புச் சலுகைகளை எதிர்த்தார். மக்கள் கழுவாய் தேடும் இடங்களில் நேரம் செலவிடுவதைத் தவிர்க்க விரும்பினார். இவருடைய துணிச்சலான எதிர்ப்பு திருச்சபை மீது பரவலான சீற்றத்தை உண்டு பண்ணியது. திருச்சபைகள் இயேசுவின் போதனைகளை இழந்து விட்டதாகப் பலர் கருதினார்கள். இந்த சீர்திருத்தக் கிறித்துவர்கள் ஒரு புதிய அசலான குறுக்கீடற்ற நம்பிக்கையை, திருச்சபையின் குறுக்கீடில்லாத நம்பிக்கையை விரும்பினர். தங்களுக்கென்று ஒரு வழியைத் தேர்ந்தெடுத்தனர். சீர்திருத்தக் கிறித்துவம் இலகுத்தன்மை பெற்றிருந்தது. லுத்தரன்ஸ், சீர்திருத்த திருச்சபை, பிரிஸ்பிடீரியன், கால்வினிஸ்டு, அனாபாபிஸ்ட் என்ற புதிய பிரிவுகள் தோன்றி வளர்ந்தன.

எட்டாம் ஹென்றிக்கு ஆங்கிலேய சீர்திருத்தக் கிறித்துவம் தனது அரசியல் தனித்தன்மையை நிலைநாட்டுவதற்கான மார்க்கமாக இருந்தது. வேதாகமத்தின் மீதான மதிப்பும் மரியாதையும் மட்டுமே இவர்கள் அனைவரையும் ஒன்றிணைய வைத்தது. தங்களது புனித பைபிள் நம்பிக்கையின் மையமாக ஜெருசலேம் விளங்கியது.

தனது 45 ஆண்டுகால அரசாட்சிக்குப் பின்னர் சுலைமான் படையை நடத்திச் சென்றுகொண்டிருந்த போது இறந்து போனார். அவர் உயிருடன் இருப்பது போன்று அவரை ஒரு மெழுகுபொம்மையாக்கி தனது வீரர்களுக்குக் காட்டினர் சுலைமானின் அமைச்சர்கள்.

ரோக்சிலானா மூலம் பிறந்த அவரது மகன் செலிம் சுலைமானின் வாரிசாகப் பதவியேற்கும் வரையில் அவரது மரணம் அறிவிக்கப்படவில்லை. குடிகாரன் என்றறியப்பட்ட இரண்டாம் செலிம், அவரது யூத நண்பர் ஜோசப் நாசியின் மறைசூழ்ச்சி களுக்குப் பெரிதும் கடமைப்பட்டிருந்தார். ஜோசப் தனது பெல் வெடர் மாளிகையில் மகோன்னத வாழ்க்கை வாழ்ந்தார். போலந்தில் தேன் மெழுகுத் தொழிலிலும் மால்டேவிய ஒயின் தயாரிப்பிலும் ஏகபோக வணிகத்தில் ஈடுபட்டு ஜோசப் பெரும் பணக்காரராக இருந்தார். நக்ஸோஸ் கோமகனாகவும் சைப்ரஸ் மன்னராகவும் ஆனார். ஜெருசலேமிற்கும், ஐரோப்பாவில் வதையுற்ற வறிய யூதர் களுக்கும் பாதுகாவலனாக இருந்தார். அவர் இறப்பதற்கு முன்பாக இவரே மிசையாவாக இருக்க வேண்டும் என்று மக்கள் பேசத் தொடங்கினர். ஆனால் அவரது திட்டங்களின் மூலம் கிடைத்த பலன் மிகக்குறைவுதான். செலிம் மற்றும் அவரது வாரிசுகளின் காலத்தில் ஒட்டமான் பேரரசு தொடர்ந்து விரிவாக்கம் பெற்று வந்தது.

ஒரு நூற்றாண்டு காலத்திற்கு ஒட்டமான் பேரரசு ஒரு பயம் கலந்த மரியாதையைக் கோரும் ஆற்றல்மிக்க பேரரசாக விளங்கியது. ஏராளமான வளங்களையும் மிகச்சிறந்த நிர்வாகிகளையும் கொண்டி ருந்தது. ஆனால் ஒட்டமான் பேரரசர்கள் தொலைவிலிருந்த, பேராற்றல் கொண்ட ஆளுநர்கள் வசமிருந்த பகுதிகளைத் தனது கட்டுப் பாட்டுக்குள் வைத்திருக்கப் பெரிதும் போராட வேண்டியிருந்தது. அவ்வப்போது வன்முறைக் கலகங்களால் ஜெருசலேமின் அமைதி குலைந்தது.

1590இல் ஒரு உள்ளூர் அரேபியக் கலகக்காரன் ஜெருசலேமிற்குள் நுழைந்து ஆளுநரைக் கொலை செய்து நகரைக் கைப்பற்றினான். கலகக்காரர்கள் தோற்கடிக்கப்பட்டு வெளியேற்றப் பட்டனர். ரித்வான், பாய்ராம் பாஷா என்ற இரண்டு பால்க் சகோதரர் களின் வசம் சென்றது ஜெருசலேம். இவ்விருவரும் கிறித்துவ அடிமைச் சிறுவர்களாக இருந்து இஸ்லாத்துக்கு மதம் மாறி சுலை மானின் அரசவையில் பயிற்சி பெற்றவர்கள். சிர்காசிய தோழர் பாளுஃக் அரசியல் பயிற்சி அளித்தார். அவர்களது குடும்பங்கள் பாலஸ்தீனத்தை ஒரு நூற்றாண்டு காலம் ஆட்டிப்படைத்தன. பாருக்கின் மைந்தன் முகம்மது ஜெருசலேமிற்கு வெளியே தன்னை 1625இல் நிலைநிறுத்தியிருந்தார். 300 கூலிப்படையினருடன் வந்து மதில்களைத் தாக்கி வாயில்களை மூடச் செய்து யூதர்கள் கிறித்துவர்கள் மற்றும் அரேபியர்களிடம் அவர் பணம் வசூல் செய்து கொடுமைப்படுத்தினார்.

இந்த அட்டூழியங்கள் கிறித்துவப் பிரிவுகளில் வலிமை வாய்ந்தவர்களாகிய ஆர்மீனியர்களுக்கு மட்டும் உற்சாகம் தந்தது. அவர்கள் சுல்தான்களிடம் ஆதரவு கோரி கையூட்டு அளித்து ஜெருசலேம் திருச்சபைகளில் அமளிகள் செய்தனர். கத்தோலிக்கர்களை முறியடித்து பிரடோமினியத்தை (Praedominium) வென்றெடுப்பதே அவர்களது போராட்டத்தின் நோக்கம். அர்மீனியர்கள் எந்தளவுக்கு கிறித்துவர்களாக இருந்தனரோ அதே அளவுக்கு ஒட்டமான்களாகவும் இருந்தனர். கிறித்தவர்களின் மற்ற பிரிவைச் சேர்ந்த ஐரோப்பிய சக்திகளால் ஆதரிக்கப்பட்ட அவர்கள் சுல்தான்களின் பாதுகாப்பில் இருந்தனர். (அதன் காரணமாகவே அர்மீனியர்கள் திருச்சபையில் 21ஆம் நூற்றாண்டு வரை நீடிக்க முடிந்தது.) அந்த நூற்றாண்டின் முதல் இருபது வருடங்களில் போர்க்களத்திலேயே இருந்த கத்தோலிக்கர்களைக் காக்க சுல்தான்கள் 33 ஆணைகளைப் பிறப்பித்தனர். ஏழு ஆண்டுகளில் மட்டும் பிரடோமினியம் ஆறு முறை கைமாறியது. இருப்பினும் பாலஸ்தீனத்தில் கிறித்துவர்கள் வளம்கொழிக்கும் வணிக ஆதாரங்களாகத் தொடர்ந்து நீடித்து வந்தனர். திருச்சபையின் காப்பாளரான நுஸைபெக் குடும்பத்தின் தலைவர் முற்றத்தில் உள்ள சிம்மாசனத்தில் தினமும் அமர்ந்திருப்பார். அவரது ஆயுதமேந்திய ஆட்கள் நுழைவுக் கட்டணம் வசூலித்துக் கொண்டிருப்பார்கள். ஆயிரக்கணக்கில் வரும் புனிதப் பயணிகள் மூலம் கிடைக்கும் வருமானம் ஏராளம். ‘சிகப்பு முட்டை திருவிழா’ என்று முஸ்லிம்களால் அழைக்கப்படும் ஈஸ்டரின் போது ஜெருசலேமின் ஆளுநர் தனது அரியாசனத்தை அமைத்திருப்பார். அவரைக் காதியும் ஆயதமேந்திய காவற்படையும் சூழ்ந்திருக்கும். ‘நரகத்திற்கு விதிக்கப்பட்ட இறையச்சமில்லாதவர்கள்’ 20,000 பேரும் ஆளுக்குப் பத்து தங்கக் கட்டிகளை நுழைவு வரியாக அளிப்பார்கள். இந்த மொத்த வசூலும் ஒட்டமான்களாலும் உலாமாக்களாலும் பங்கு பிரித்துக் கொள்ளப்படும்.

அதனிடையே யூதர்கள் மத்தியில் ஏதோ ஒன்று நடந்து கொண்டிருந்தது. ஒரு யூதப் புனிதப் பயணி எழுதுகிறார்: “முதல் நாடு கடத்தலிலிருந்து எக்காலத்திலும் இல்லாத அளவுக்கு தற்போது ஜெருசலேமின் மக்கள் தொகை அதிகரித்திருந்தது. ஜெருசலேமின் புகழ் பரவத்தொடங்கியது. இங்கு அமைதி நிலவுவதாகத் தெரிய வந்தது. அறிஞர்கள் வாயில்களில் வந்து குவிந்தனர். ஒவ்வொரு யூதத் திருவிழாவிற்கும் யூதர்கள் கூட்டம் கூட்டமாக வந்து கொண்டிருந்தனர். பெரும்பாலான யூதர்கள் லாடினோ மொழி பேசுபவர்களாக இருந்தனர். நான்கு தேவாலயங்களைக் கட்டியெழுப்பும் அளவுக்கு பாதுகாப்பு பெற்றிருந்தனர். இத்தேவாலயங்கள் யூதக்

குடியிருப்பின் வாழ்க்கை மையமாக மாறியது. புனிதப் பயணிகளில் சிலர் அவுகெனாசிஸ் என்றழைக்கப்பட்ட போலந்து–லிதுனியா காமென்வெல்த்திலிருந்து வந்த கிழக்கு ஐரோப்பியர்கள் (அஷ்கெனாஸ் நோவாவின் வழித்தோன்றல். வடதிசை மக்களின் மூதாதையர் எனச் சொல்லப்படுகிறது). புறஉலகின் கொந்தளிப்பு இவர்களின் இறையுணர்வுக்கு ஊக்கமளித்தது. ஐசக் லூரி என்ற ராபி கபாலாவை போதித்து வந்தார். டோராவின் ரகசியக் குறியீடுகளைக் கற்பதன்மூலம் இறைத்தலைமையின் அருகாமையைச் சென்றடைய முடியும் என்று கூறிய லூரி ஜெருசலேமில் பிறந்தவர். ஆனால் கலீலியில் உள்ள மாயமான மலைநகரமான சஃபேத்தில் தன்னை நிலைநிறுத்திக் கொண்டார். ஸ்பானிய அட்டூழியங்களின் மனக் காயங்கள் பல யூதர்களை போலித்தனமாக கிறித்துவத்திற்கு மதம் மாறச் செய்தது. ஆனால் அவர்கள் ஒரு ரகசிய வாழ்க்கை வாழ்ந் தனர். உண்மையில் கபாலாவின் புனிதப் பிரதியான ஸோகர் புத்தகம் (Book of Zhojar) 13ஆம் நூற்றாண்டில் காஸ்டைலியில்தான் எழுதப் பட்டது.

கபாலிஸ்டுகள் மேன்மையையும் பயத்தையும் நடுக்கத்தையும் நாடினார்கள். 'பரவச அனுபவமும் ஆன்மாவின் மிக உயர்ந்த தளம் நோக்கி மேற்செல்லுதலும், கடவுளுடன் ஒன்றிணைவதும் தான் கபாலிஸ்டுகளின் தேடல். வெள்ளிக் கிழமைகளில் கபாலிஸ் டுகள், வெள்ளை அங்கியணிந்து 'கடவுளின் மணமகளை' வாழ்த்து வார்கள். இந்த ஷேக்கினா தேவதை நகரின் வெளிப்புறத்திலிருந்து அவர்களுடைய இல்லங்களுக்கு அழைத்துச் செல்லப்படும். யூத மனக் காயங்களும் அவர்களது ரகசியக் குறியீடுகளும் மந்திர உச்சாட னங்களும் மீட்புக்கான திறவுகோலைக் கொண்டிருப்பதாக நம்பினர்: மெசையா விரைவில் ஜெருசலேமிற்கு வருவார்?

அவ்வப்போது கிறித்துவர்களுக்கு எதிரான கலவரங்களும், நாடோடிகளின் தாக்குதல்களும், ஒட்டமான் ஆளுநர்களின் பணப்பறிப்புகளும் நிகழ்ந்தவண்ணம் இருந்தாலும் ஜெருசலேம் அதன் வழமையான சடங்குகளுடன் இயங்கிக்கொண்டிருந்தது. பழமைவாதிகள், அர்மீனியர்கள் மற்றும் கத்தோலிக்கர்கள் ஆகிய இந்த மூவரும் ஒருவருக்கொருவர் சண்டையிட்டுக் கொண்டி ருந்தனர். இவை யாவும் ஒரு புதிய வகை பிரிவினரின் முற்சாய்வு களை உறுதிப்படுத்த உதவியது. இந்தப் புதிய பயணிகள் பாதி புனிதப் பயணிகளாகவும் பாதி வணிக முயற்சியாளர்களாகவும் இருந்தாலும் அடிப்படையில் அவர்கள் ஆங்கிலேய வணிகர்களாக இருந்தனர். அவர்களிடம் கத்தோலிக்கப் பகைமை கொழுந்துவிட்டு

எரிந்தது. அமெரிக்காவின் புதிய காலனிகளுடன் அவர்கள் தொடர்பு கொண்டிருந்தனர்.

ஆங்கிலேயக் கப்பல் தலைவரும் வணிகருமான ஹென்றி டிம்பர்லேக், ஜெருசலேம் வந்தடையும் வரை ஒட்டமான் ஆளுநர்கள் சீர்திருத்தக் கிறித்துவம் என்ற ஒன்றை அதற்குமுன்னர் ஒருபோதும் கேட்டதில்லை. அவரது ராணி எலிசபெத் பற்றியும் அவர்களுக்குத் தெரியாது. அங்கு வந்து சேர்ந்த அவரைப் புனிதக் கல்லறைக்குப் பக்கத்திலிருந்த சிறைச்சாலைக்கு அனுப்பி வைத்தனர். அவர் அபராதம் கட்டிய பின்னரே விடுதலையானார். அவரது சாகசம் நிறைந்த நினைவலைகளான ‘உண்மையான, விநோதமான உரையாடல்’ என்ற நூல் ஜேக்கோபிய லண்டனில் விற்பனையில் சாதனை நிகழ்த்தியது. இப்படிப்பட்ட துணிச்சல்கார ஆங்கிலேயர்களில் மற்றொருவர் ஜான் சான்டர்சன். இவர் லேவன்ட் என்ற கம்பெனியின் தரகு வணிகர். திருச்சபைக்குள் நுழைய இவர் துருக்கியர்களுக்குக் கட்டணம் செலுத்தினார். ஆனால் பிரான்சிஸ் பிரிவு துறவிகள் இவர் மீது தாக்குதல் நிகழ்த்தினர். அவர்களுடைய பாதிரிமார்கள் இவரைக் கைதுசெய்து முஸ்லிமாக மதமாற்றம் செய்ய முயற்சி செய்தனர். பின்னர் அவர் இஸ்லாமிய நீதிபதி முன்பு ஆஜர் படுத்தப்பட்டார். நீதிபதி அவரைக் கிறித்துவர் என்று தீர்ப்பளித்து விடுதலை செய்தார்.

கிறித்துவர்கள் மற்றும் இஸ்லாமியர்களின் மதவெறிச் செயல்கள் வன்முறைக்கு வழிவகுத்தன. அவை, அதுவரை பெரிதும் பெருமையாகப் பேசப்பட்ட ஒட்டமானின் சகிப்புத்தன்மை எதுவரை நீடிக்கும் என்ற உண்மையை வெளிப்படுத்தின. உலுமாக்களின் வேண்டுகோளுக்கு இணங்கி ஒட்டமான் ஆளுநர் ராம்பன் தேவாலயத்தைக் கட்டாயப்படுத்தி மூடினார். யூதர்கள் அங்கு வழிபட அனுமதிக்கப்படவில்லை. அந்த தேவாலயம் ஒரு கிடங்காக மாற்றப்பட்டது. பிரான்சிஸ் பிரிவினர் சீயோன் மலை நிலப்பரப்பை மெல்லமெல்ல விரிவாக்கம் செய்தபோது கிறித்துவப் படைகளை உள்ளே விடுவதற்காகவே நிலத்தைக் குடைந்து மால்டா வரை வழி ஏற்படுத்துகின்றனர் என்ற வதந்தி பரவியது. அவர்கள் இஸ்லாமிய நீதிபதியாலும் கலவரக் கும்பலாலும் தாக்கப்பட்டனர். தாக்கப்பட்ட அவர்களை ஒட்டமான் காவற்படையினர் மீட்டெடுத்தனர். இஸ்லாமிய சிறுவர்களுக்கு ஞானஸ்நானம் செய்விப்பது பற்றி இஸ்லாத்தைப் பழித்துப் பேசிய ஒரு போர்ச்சுகீசிய கன்னிகாஸ்திரி திருச்சபை முற்றத்தில் தீயிட்டுக் கொளுத்தப்பட்டார்.[1]

1610 ஈஸ்டரின் போது ஒரு இளைய ஆங்கிலேயர் ஜெருசலேமிற்கு வந்தார். அவர் புதிய சீர்திருத்தக் கிறித்துவத்தின்

பிரதிநிதியாக மட்டும் வரவில்லை. ஒரு புதிய உலகின் பிரதிநிதியாகவும் வந்தார்.

ஜார்ஜ் சான்டிஸ்: முதல் ஆங்கிலோ அமெரிக்கர்

ஜார்ஜ் சான்டிஸ், யார்க் நகரப் பேராயரின் மகன். வெர்ஜிலை ஆங்கிலத்தில் மொழிபெயர்த்த அறிஞர். அவர் ஜெருசலேமின் அழிவு நிலையைக் கண்டு திகைத்துப் போனார். 'பெரும்பகுதி உபயோக மற்றதாய் இருக்கிறது; பழைய கட்டடங்கள் அழிந்து கிடக்கின்றன; புதியவை வெறுப்பூட்டுகின்றன.' மேற்கு மதில் அருகில் லாடினோ பேசும் ஸ்பானிய யூதர்களைக் கண்டு அவருக்குக் கோபமும் வந்தது; ஏளனமாகவும் இருந்தது. 'அவர்களது விசித்திரமான சைகைகள் அனைத்து காட்டுமிராண்டித் தனத்தையும் விஞ்சிநிற்பவை.' ஆனால் அனைத்திலும் மேலாக இறையச்சம் கொண்ட சீர்திருத்த கிறித்துவரே அதிகமாக வெறுக்கப்பட்டனர். படுமோசமாக கூவி விற்கும் பழமைவாதிகள் மற்றும் கத்தோலிக்கர்களுக்கு சமமாக அவர் களைக் கருதினார். அந்த நகரம் 'ஒரு காலத்தில் புனிதமும், பெருமையும் கொண்டிருந்தது. தனது இருப்பிடமாகக் கடவுள் இந்த நகரைத் தேர்ந்தெடுத்திருந்தார்.' ஆனால் ஜெருசலேம் இப்போது 'மர்மங் களும் அற்புதங்களும்' நிகழ்த்தும் ஒரு நாடக அரங்கமாகிவிட்டது.

அந்த ஈஸ்டரின் போது சான்டிஸ் கிறித்துவர்களையும் முஸ்லிம் களையும் கண்டு பீதியடைந்தார். ஜெருசலேமின் பாஷா புனிதக் கல்லறை திருச்சபை முன்பு சிம்மாசனத்தில் அமர்ந்திருந்தார். ஆயிரக் கணக்கான புனிதப் பயணிகள் தலையணையையும், தரைவிரிப் பையும் சுமந்தபடி அன்றிரவை திருச்சபையில் கழிப்பதற்காகத் திரண்டனர். நல்ல வெள்ளியன்று அவர் பிரான்சிஸ் பிரிவின் பாதிரிமார்கள் மேற்கொண்ட ஊர்வலத்தைப் பின் தொடர்ந்து சென்றார். அவர்கள் இயேசுவின் ஆளுநர் மெழுகு பொம்மையைச் சுமந்துகொண்டு வையா டோலோரோசா வழியாகச் சென்றனர்.

பின்னர் அதை ஒரு சிலுவையில் பதித்தனர். ஆயிரக் கணக்கானோர் திருச்சபையை நிறைத்து அதன் முற்றத்தில் கூடியதும் அங்கு நிகழ்ந்த புனிதத் தீச் சடங்கைப் பார்த்தார். காட்டுமிராண்டி களின் கூச்சல், தாள சப்தங்கள், பெண்களின் விசிலடிப்பு ஆகியவை உச்சகதிக்குச் சென்றன. தீ எழுந்தவுடன் புனிதப் பயணிகள் பைத்தியக் காரர்களைப் போல் தீக் கொழுந்தை தங்களின் ஆடைகளிலும் மார்பிலும் அணைத்துக்கொண்டனர். இந்தத் தீ ஒன்றும் செய்யாது என்று அங்குள்ள புதியவர்களிடம் காட்டிக்கொண்டனர்.

பக்திப் பாடல்கள் எழுதும் இவர் கிறித்துவ சீர்திருத்தத்தில் பேரார்வம் கொண்டவர். ஒரு கத்தோலிக்கரைப்போல அல்லது ஒரு பழமைவாதியைப் போலவே பக்தியுடன் ஜெருசலேமை வணங்குபவர். வேதாகமத்தின் அடிப்படைகளுக்குத் திரும்பிய அவர் இயேசுவின் கல்லறையிலும் சிலுவைப் போர் மன்னர்களின் கல்லறைகளிலும் பெரும் பக்தி உணர்வோடு பிரார்த்தனை ª êŒ £˜. Üõ˜ ï£˜ F¼« Hò¶‹ â¿ Fò A relation of a journey begun an dom 1610 என்ற அவரது நூலை வேல்ஸ் இளவரசருக்கு அர்ப்பணித்தார். இளவரசரின் தந்தை முதலாம் ஜேம்ஸ் எல்லோருக்குமான ஒரு ஆங்கில பைபிளை உருவாக்க 54 அறிஞர்களை நியமித்தார். 1611இல் இந்த அறிஞர்கள் அதிகாரபூர்வ ஆங்கில பைபிளை அளித்தனர். வில்லியம் டன்டேலும் மற்ற சிலரும் மொழிபெயர்த்த முந்தைய பைபிள் மொழிபெயர்ப்புகளை செதுக்கி எளிமையாக்கி கவித்துவ நடையில் ஒரு ஆகச்சிறந்த மொழிபெயர்ப்பாக்கினர். தெய்வீக ஏடுகளை ஜீவனுடைய தாக்கினர். இந்த பைபிள் ஆங்கில நாட்டின் திருச்சபைக் கோட்பாட்டின் ஆன்மிக மற்றும் இலக்கிய இதயமாயிற்று. ஒரு எழுத்தாளர் கூறியதுபோல புனித வேதாகமம் 'பிரிட்டனின் தேசிய காவியமானது'. இந்தக் கதையாடல் யூத ஜெருசலேம், பிரிட்டிஷ் மற்றும் அமெரிக்க வாழ்வின் மையமாக இடம்பெற்றது.

சப்படாய் ஸெவி: மீட்பர்

பறவைகள் விற்கும் சிமர்னன் மனநிலை பிறழ்ந்தராவார். YHWH என்ற ஹீப்ரு எழுத்துக்களின் அடிப்படையிலான கடவுளின் சொல்லக் கூடாத பெயர் டெட்ராகிராமட்டன் எனப்பட்டது. 1648இல் அவர் டெட்ராகிராமட்டனை உச்சரித்து தன்னை மீட்பராக அறிவித்துக் கொண்டார். ஆண்டுக்கு ஒருமுறை கழுவாய் தேடும் தினத்தில் உயர்நிலை மதகுருமாரால் கோயிலில் ஒரே ஒருமுறை மட்டுமே அது உச்சரிக்கப்படும். தற்போது அவர் தனது பெயரை சப்படாய் ஸெவி என்று மாற்றிக்கொண்டு 1666ஆம் ஆண்டில் தீர்ப்பு நாள் வரும் என்று அறிவித்தார். அவர் சிமிர்னாவிலிருந்து வெளியேற்றப் பட்டார். ஆனால் மத்தியதரைக் கடலோரம் ஒரு வியாபாரியாக வேலை செய்துகொண்டு அங்கிருந்த பணக்கார அடுமனை வியாபாரிகளைச் சீடர்களாகப் பெற்றார். 1660இல் அவர் கெய்ரோ சென்று பிறகு ஜெருசலேமிற்கு வந்தார். அங்கு அவர் உண்ணா நோன் பிருந்தார்; கீதங்கள் பாடினார்; சிறுவர்களுக்கு இனிப்பு வழங்கினார்; பல விசித்திரச் செயல்களை நிகழ்த்தினார்.

கண்மூடித்தனமான, மனநிலை பிறழ்ந்த ஈர்ப்பை உருவாக்கினார் சப்படாய். அவர் தளர்ச்சியுற்றவராகவும் பதற்றம் நிறைந்தவராகவும் இருந்தார். சுய நம்பிக்கைக்கும், நம்பிக்கையற்ற மனச் சோர்வு நோய்க்கும், நன்னிலையுணர்வின் புகழ்ச்சிக்கும் இடையில் ஊசலாடிக் கொண்டிருந்தார். இது அவரைப் பேய்த்தனத்திற்கும், சில நேரங்களில் பாலியல் சார்ந்த கோமாளித்தனங்களுக்கும் இட்டுச் சென்றது. வேறு எந்தக் காலமாக இருந்தாலும் அவரை ஆபாசமானவராகவும் பாவத்திற்குரிய பைத்தியக்காரானாகவும் ஒதுக்கிவைத்திருப்பார்கள்.

ஆனால் பேரழிவுமிகுந்த அந்த நாட்களில் யூதர்கள் பலர் கபாலிய எதிர்பார்ப்பு நிலையில் இருந்ததால் அவரது கோமாளித்தனம் ஒரு புனிதருக்கான மெய்யான அடையாளமாக ஆக்கப்பட்டது.

ஒட்டமான் விதித்த வரிகளால் ஜெருசலேம் யூதர்கள் வறியர்களாகிவிட்டனர். ஆகவே சப்படாயை அவரது கைரினே புரவலர்களிடமிருந்து நிதி திரட்டித்தருமாறு கேட்டுக்கொண்டனர். அவரும் அப்படியே செய்தார். ஆனால் அவர் ஜெருசலேமில் தன்னை ஒரு மீட்பராக அறிவித்துக்கொள்ளத் தயாரானபோது யாரும் அதனை ஏற்பதாக இல்லை. ராபிகள் நீண்ட விவாதங்கள் நடத்தி அவர்மீது தடை விதித்தனர். இதனால் கோபமடைந்த அவர் காஸாவுக்குச் சென்றார். ஜெருசலேமிற்குப் பதில் காஸாவை தனது புனித நகரமாகத் தேர்தெடுத்துக் கொண்டார். அலெப்போவில் அவரது மீட்பர் சபை தொடங்கப்பட்டது.

அவரது அருள்வெளிப்பாடு மென்தழலாகத் தொடங்கியது என்றால் அவரது புகழ் விரைந்து பரவும் தீயென வெடித்துப் பரவியது. புலம் பெயர்ந்த யூதபுலம் இஸ்தான்புல்லிலிருந்து ஆம்ஸ்டர்டாம்வரை மீட்பரின் வருகையைக் கொண்டாடியது. உக்ரைனில் சாரா என்ற ஒரு அழகிய யூதப்பெண் காசாக் படுகொலைகளால் அநாதையானாள். அவள் கிறித்துவர்களால் மீட்கப்பட்டு லிவோர்னாவுக்கு எடுத்துச்செல்லப்பட்டாள். அங்கு ஒரு பாலியல் தொழிலாளியாக இருந்தாள். இருந்தாலும் தான் இந்த மீட்பரை மணம் புரிய விதிக்கப்பட்டவள் என்ற திடசித்தத்துடன் இருந்தாள்.

அவளைப் பற்றிக் கேள்விப்பட்ட சப்படாய் அவளையே திருமணம் செய்துகொண்டார். (ஒரு விலைமகளை மணந்துகொண்ட ஹோசியா என்ற இறைத்தூதரின் வழியைப் பின்பற்றி இதனைச் செய்தார்.) மணமான இந்தத் தம்பதியினர் மத்தியதரைக்கடல் பகுதி முழுவதும் சுற்றி வந்தனர். ஐரோப்பிய யூதர்களில் ஒருசாரார்

இவருக்குத் தீவிர ரசிகர்களாகவும், மற்றொரு சாரார் இவர்பால் நம்பிக்கை இழந்தவர்களாகவும் இரு பிரிவினராக இருந்தனர். இவரது ஜெருசலேம் ரசிகர்கள் திருமணம் செய்துகொண்ட தமது மீட்பரை வாழ்த்துவதற்காக மூட்டை முடிச்சுகளுடன் பயணத்திற்குத் தயாராகிவிட்டனர்; தங்களைத் தாங்களே சாட்டையால் அடித்துக்கொண்டனர்; உண்ணா நோன்பிருந்தனர். சேற்றிலும் பனிக்கட்டியிலும் நிர்வாணமாக விழுந்து புரண்டனர். மீட்புத் தம்பதியினர் 1666இல் இஸ்தான்புல்லைச் சென்றடைந்தபோது அங்கிருந்த யூதர்கள் அவர்களை வாழ்த்தி வரவேற்றனர். யூதர்களின் மன்னர், உலகளாவிய அதிகாரத்தை ஏற்றுக்கொண்டு, தனது சகோதரர்களை ரோமாபுரிக்கும் துருக்கிக்கும் அரசர்களாக நியமித்தார். சப்படாய்க்கு சுல்தானின் மகுடத்தின் மீதும் ஆசைவந்தது. அதனால் அவர் கைதானார். அவர் மீது செலுத்தப்படும் எண்ணற்ற அம்புகளைத் தாங்கி உயிரோடிருக்கும் அற்புதத்தை நிகழ்த்தவேண்டும் அல்லது இஸ்லாத்திற்கு மதம் மாறவேண்டும் என்று நம் 'யூத அரசருக்கு' சுல்தான் நிபந்தனை விதித்தார். இப்போது யூத மீட்பர் இஸ்லாத்திற்கு மாறிவிட்டார்.

சப்படாயின் மரணத்திற்கு முன்பே அவரது கனவுகள் மரணித்துவிட்டன. அதற்குக் காரணம் அவரது சமயக் கொள்கை மீறல்கள்தான் என்று பலரும் கருதினர்.

அவரது சீடர்களில் சிலர் இதனைப் புனிதப்புதிரின் உச்சநிலை என்று கருதினர். இவர்களது சப்பாடேரியன் ஜூடோ இஸ்லாமிக் பிரிவு டான்மெக் என்றழைக்கப்பட்டது. (அவர்கள் தங்களை மாமின் அதாவது நம்பிக்கையாளர்கள் என்றழைத்துக் கொண்டனர்.) சலோனிகாவில் வாழ்ந்த அவரது பற்றாளர்கள் பலரும் 1908 முதல் உலகப்போர் நிகழ்ந்த காலம் வரையில் இளந்துருக்கியர் கலவரங்களில் பங்கு கொண்டனர். இவர்கள் இன்னமும் துருக்கியில் வாழ்கிறார்கள். குரோம்வெல் மற்றும் சப்படாயின் யுகம் ஜெருசலேமின் இஸ்லாமிய இறையுணர்வின் பொற்காலமாகவும் இருந்தது. அந்தக் கால கட்டத்தில் ஜெருசலேமின் ஒட்டமான் சுல்தான்கள் முன்னணி சூஃபி மடங்கள் அனைத்திற்கும் புரவலர்களாக இருந்தனர். இந்த சூஃபிக்களை துருக்கியர்கள் டெர்விஷ்கள் என்றனர். அப்போதிருந்த எவ்லியா என்ற டெர்விஷ் அறிஞர் குட்டிக்கதைகள் கூறும் கதை சொல்லியாகவும் இருந்தார். இவர் ஜெருசலேமின் தனிச் சிறப்புக் குரிய பண்புகளை விவரிக்கிறார். அவரது எழுத்துக்களில் மகிழ்ச்சி ததும்புகிறது. ஆகவே இஸ்லாமியப் பயண இலக்கியப் படைப்பாளிகளில் இவர் மாபெரும் எழுத்தாளராக இருக்கிறார்.

எவ்லியா: ஒட்டமான் பெப்பிஸ்

எவ்லியா, சுல்தானின் பொற்கொல்லர் மகன். இஸ்தான்புல்லில் பிறந்தவர். இந்தப் பணக்காரப் பயணி ஒரு எழுத்தாளராகவும், பாடகராகவும், அறிஞராகவும், போர்வீரனாகவும் இருந்தார். இவர் ராஜ சபையில் வளர்ந்து அரச உலுமாக்களால் போதிக்கப் பட்டவர். இவரது கனவில் முகம்மது தோன்றி அவரை உலகமெங்கும் சுற்றிவருமாறு அறிவுறுத்தினார். அவரது வார்த்தைகளிலேயே சொல்வதானால், 'அவர் ஒரு உலகப் பயணியாகவும் மனித குலத் திற்கு ஓர் இனிய தோழனாகவும்' இருந்தார். பரந்துகிடந்த ஒட்டமான் சாம்ராஜ்யம் முழுவதும் சுற்றி வந்தார். அதோடு மட்டுமல்லாது அவரது பயணம் கிறித்துவ உலகத்திலும் தொடர்ந்தது. அவரது சாகசப் பயணங்களைப் பத்து தொகுதிகளாகத் தீர்க்கமாக எழுதி வைத்தார். லண்டனில் சாமுவேல் பெப்பிஸ் தனது நாட்குறிப்பு களை எழுதியதுபோல எவ்லியா தான் இருக்குமிடம் இஸ்தான் புல்லோ, கெய்ரோவோ, ஜெருசலேமோ எங்கிருந்தாலும் தனது பயணநூலைத் தொகுத்தபடியே இருந்தார். இஸ்லாமிய இலக்கியத்தில் மிகநீண்ட முழுமையான பயண நூல் எவ்லியாவின் நூல்தான். ஒருக்கால் உலக இலக்கியத்திலேயே கூட இப்படிப்பட்ட நூல் இது ஒன்றே இருக்கலாம். ஜெருசலேமைப் பற்றி இவரைப்போல கவித்துவமாக எந்த ஒரு இஸ்லாமிய எழுத்தாளரும் எழுதியதில்லை; வாழ்க்கையைப் பற்றி சொல்நயத்தோடு உரைத்தவரும் இவரைப் போல எவருமில்லை.

எவ்லியா நகையுணர்வோடு வாழ்ந்தவர். இவரது நகைச் சுவையும், ஒலிநயமிக்க கவிதைகளும், குறும்புத்தனமான பாடல் களும், குத்துச்சண்டையும் நான்காம் மெகமத்தைக் கவர்ந்தன. ஒட்டமான் உயர்குடியினர் தாங்கள் பயணம் செய்யும்போது எவ்லியாவின் சமய ஞானத்திற்காகவும் அவரது கேளிக்கைகளுக் காகவும் அவரைத் தங்களுடன் அழைத்துச் சென்றனர். எவ்லியாவின் நூல்களின் ஒரு பகுதி சேகரிக்கப்பட்ட உண்மைகளின் தொகுப் பாகவும், ஒரு பகுதி வியக்கவைக்கும் கதைத் தொகுப்புகளாகவும் இருந்தன. எவ்லியா செலிபி (பண்பாளர் என்று பொருள்படும் ஒரு பட்டம்) ஹெஸ்பர்க்குகளுடன் போரிட்டார். வியன்னாவில் புனித ரோம சக்கரவர்த்தியை சந்தித்தார். ஜெருசலேமின் புனிதக் கல்லறையைப் பற்றிய அவரது தனிப்பட்ட ஞானத்தால் சக்கர வர்த்தியைக் கவர்ந்தார். 'தப்பி ஓடுதல் கூட ஒரு துணிச்சலான செயல்' என்று போரில் தன் விருப்பமின்மையைத் தெரிவித்து ஓடினார். அது ராணுவ வரலாற்றிலேயே ஒரு விநோதமான நகைச்சுவையான காட்சி.

தனது மனம் போனபடி பயணங்கள் செய்வதற்கு மண வாழ்க்கை இடையூறாக இருக்கும் என்ற காரணத்தால் அவர் திருமணம் செய்துகொள்ளவே இல்லை. அவருக்கு அளிக்கப்பட்ட அரசுப் பணியையும் ஏற்க மறுத்தார். அவருக்கு அடிக்கடி அடிமைப் பெண்கள் அளிக்கப்பட்டனர். அனைத்து விஷயங்களிலும் அவர் கையாண்ட நகைச்சுவை உணர்வு பாலுணர்வு சார்ந்ததாகவும் இருந்தது. பாலுணர்வை, 'இனிய பேரழிவு' என்றும் 'நல்ல குத்துச் சண்டை போட்டி' என்றும் அவர் அழைத்தார். பாலுணர்வு ஒரு மாபெரும் ஜிகாத் என்று துணிவோடு ஜோக் அடிப்பதுண்டு. நவீன வாசகருக்கு அதிர்வூட்டும் அவரது பிம்பம் என்னவென்றால் இறைப்பற்றுமிக்க இஸ்லாமியராக இருந்தபோதும் இஸ்லாத்தைத் தொடர்ந்து பகடி செய்து வந்தார் என்பது. உண்மைதான். இது இன்றைக்கும் நினைத்துப் பார்க்க முடியாத ஒன்று.

இந்த அறிஞரால் திருக்குரான் முழுவதையும் 8 மணி நேரத்தில் ஓதிவிடமுடியும். இவர் பள்ளிவாசலில் மோதினாராகப் பணி யாற்றியுள்ளார். இருப்பினும் அவர் தாடி வைத்திருந்ததில்லை; திறந்த மனம் கொண்டவர். பணிவே அறியாத இவர், இஸ்லாமியம், யூதம், கிறித்துவம் என மதங்கள் எதுவாயினும் மதவெறிக்கு எதிரானவர்.

ஒரு நாடோடி இஸ்லாமியத் துறவியான இவரை ஜெருசலேம் ஈர்த்தது. ஜெருசலேம் ஒரு தொன்மைக்கால தொழும் திசை யல்லவா! தற்போது அது ஏழைகளின் அல்லது டெர்விஷ்களின் தலைநகர்; அவரைப் பெரிதும் ஈர்த்தவை, சூஃபியிசத்தின் மெக்காவும், ஜெருசலேமும்தான். அவரது எண்ணிக்கைப்படி அங்கு 70 டெர்விஷ் மடங்கள் இருந்தன. அவற்றில் அளவில் பெரிதான மடம் டமாஸ்கஸ் வாயில் அருகே இருந்தது. இந்த மடங்களின் தோற்று வாய் இந்தியாவிலிருந்து கிரிமியா வரை பரவியிருந்தது. ஒவ்வொரு மடத்தின் துறவியர் குழாமும் எப்படி பரவசப் பாடல்களையும் சிக்ர் நாட்டியங்களையும் இரவு முழுவதும் விடியும் வரை நிகழ்த்தின என்பதை எவ்லியா விவரித்துள்ளார்.

240 தொழுகையிடங்களையும் 40 மதரஸாக்களையும் தன்ன கத்தே பெற்று கர்வமுடன் இருந்த ஜெருசலேம் அனைத்து நாடு களின் அரசர்களுக்கும் ஆசைப்பொருளாக இருந்தது என்று எழுது கிறார் எவ்லியா. ஆனால் கவின் மாடத்தின் அசரவைக்கும் அழகும் புனிதமும்தான் அவரை ஆட்கொண்டிருந்தன. அவர் எழுதுகிறார்: "இந்தப் பணிவுமிக்க பயணி 70 சாம்ராஜ்யங்களின் வழியே 38 ஆண்டுகள் பயணம் செய்துள்ளான். எண்ணற்ற கட்டடங்களைப்

பார்த்துள்ளான். ஆனால் சொர்க்கத்தை ஒத்த ஒரு கட்டடத்தை இதுவரை கண்டதில்லை. இந்த கவின்மாடத்தில் நுழையும் ஒருவன் வாயில் விரல் வைத்தபடி அதிசயத்தில் ஆழ்ந்து உறைந்து போவான். ஒவ்வொரு வெள்ளிக்கிழமையும் அல்அக்சா மசூதியில் மத போதகர் கலிபா உமரின் வாளினை மேடை மீது ஏற்றியதும், 800 ஊழியர்கள் சடங்குகள் செய்வதில் ஈடுபட்டிருப்பார்கள்." அப்போது அங்குள்ள மொசைக் தரை எப்படி சூரியனின் கதிர்களை பிரதிபலிக்கின்றன என்பதை எவ்லியா கவனித்திருப்பார். இந்த பிரதிபலிப்பில் மசூதி யின் வெளிச்சம் பெருகி தொழுதுகொண்டிருக்கும் கூட்டத்தினரின் கண்களில் பக்தியுணர்வாகப் பிரகாசிக்கும்.

அங்கே மனதை மயக்கும் நைட்டிங்கேல் பறவைகளின் இன்னிசைக் குரலும் கலந்திருந்தது. இந்தச் சூழலில் எவ்லியா அதன் கட்டுக்கதைகளில் மூழ்கியிருந்தார். டேவிட் மன்னர், அல் அக்சா கட்டும் பணியைத் தொடங்கியிருந்தார். அப்போது அனைத்து ஜீவராசிகளுக்கும் சுல்தானான சாலமன் அந்தக் கட்டுமானப் பணியை நிறைவு செய்யத் துணை புரியும்படி ஆவிகளுக்கு ஆணையிட்டார். இருப்பினும் 3000 ஆண்டுகளுக்கு முந்தி சாலமனால் உருவாக்கப் பட்டதாகக் கூறப்படும் கயிறுகளை அவரிடம் காட்டியபோது உலமாக்களிடம் சாலமன் வியந்து சொன்னது: 'அந்த ஆவிகளை பிணைக்கப் பயன்படுத்திய கயிறுகள் இன்னும் கேடுறாமல் அப்படியே இருப்பதாக நீங்கள் சொல்ல வருகிறீர்கள்தானே?'

ஒரு ஈஸ்டர் சமயத்தில் திருச்சபைக்குச் சென்ற எவ்லியாவின் எதிர்வினை ஒரு ஆங்கிலேய சீர்திருத்தக்காரனின் மனநிலைக்கு ஒப்பாக இருந்தது. அங்கு எழும் புனிதத் தீயின் ரகசியத்தைக் கண்டுபிடித்தார். மறைவான இடத்தில் ஒளிந்திருக்கும் துறவி ரசகற் பூரத் தைலத்தை ஒரு துத்தநாக ஜாடியிலிருந்து ஒரு சங்கிலி மூல மாகச் சொட்ட விடுகிறார் என்பதே ரகசியம். அந்த விழா பெருங் கூச்சல் மயமாக இருந்தது. அந்தத் திருச்சபை ஆன்மீகம் இழந்து சுற்றுலா பயணிகளைக் கவருமிடமாகத் தோன்றியது. இது பற்றி அவர் சீர்திருத்தக் கிறித்துவரிடம் பேசியபோது அவர் பழமை வாத கிரேக்கர்களைக் குறை கூறினார். அவர்களை 'எதையும் நம்புகிற முட்டாள்கள்' என்று கூறினார்.

தனது நூல்களை கெய்ரோவில் இருந்து எழுதிமுடிக்கும் முன்பாக எவ்லியா பலமுறை ஜெருசலேம் திரும்பினார். பாறை மாடத்துடன் ஒப்பிடும் அளவுக்கு அவர் கண்களில் எதுவும் பட வில்லை. அது 'சொர்க்கத்தில் உள்ள ஒரு விதான மண்டபத்தின் மாதிரி வடிவமாகவே' இருந்தது எவ்லியாவுக்கு. இவருடன் எல்லோரும்

ஒத்துப்போகவில்லை. எவ்லியா அனுபவித்து மகிழ்ந்த சூஃபி நடனங்களையும் அற்புத வேலைகளையும் துறவியர் குழுக்களையும் கண்டு மரபார்ந்த இஸ்லாமியர்கள் அதிர்ச்சியடைந்தனர். "பெண் களில் சிலர் தங்கள் முகத்திரையை விலக்கி அழகை வெளிக் காட்டினர். அவர்களது அணிகலன்களும் வாசனைத் திரவியங் களும் வெளிப்படுத்தப்பட்டன. ஆண்கள் மத்தியில் முகத்தோடு முகம் படும்படி அமர்ந்திருந்தனர்" என்று காஷாஷி கவனித்துள்ளார். அங்கே பரவசமெய்திய நிலையில் நடனமாடுவதையும், இசை முழக்கங்களையும், வணிகர்கள் இனிப்புகள் விற்பதையும் கடுமை யாகச் சாடினார். 'சாத்தானின் திருமண விருந்து நடைபெறும் நாட்கள் இவை' என்று கூறுகிறார் அவர்.

ஒட்டமான்கள் வீழ்ச்சியுற்ற நிலையில் சுல்தான்கள் தங்களது கோரிக்கைகளைத் தூக்கிக் கொண்டு ஐரோப்பிய அதிகார மையங் களுக்கு முன்னும் பின்னும் அலைந்து கொண்டிருந்தனர். ஒவ்வொரு சுல்தானும் அவர்களுக்கான கிறித்துவப் பிரிவினை ஆதரித்தனர். கத்தோலிக்க ஆஸ்திரியர்களும் பிரெஞ்சுக்காரர்களும் பிரான்சிஸ் பிரிவினருக்காக பிரடொமினியத்தை வென்றெடுத்தனர். ஐரோப் பாவிலும், ஜெருசலேமிலும் புத்தம் புதிய சக்தியாக எழுச்சி பெற்று வந்த ரஷ்யர்கள், கையூட்டு அளித்து ஒட்டமான்களைத் தங்களுக்கு நெருக்கமாக்கிக் கொண்டனர். திருச்சபையைப் பழமைவாதிகளுக் காக மீட்டெடுக்கும் வரை இந்நெருக்கம் தொடர்ந்தது.

பிரான்சிஸ் பிரிவினர் மீண்டும் ஜெருசலேமைப் பெற்றனர். திருச்சபையில் மூன்று சண்டைகள் நிகழ்ந்தன. புனிதக் கல்லறையில் கத்திக்குத்துகளை விட விளக்குமாற்றால் சுத்தம் செய்வதற்குத்தான் தினமும் சண்டைகள் நடைபெறும். திருச்சபையை சுத்தம் செய்பவர் அவர் சுத்தப்படுத்திய பகுதியைத் தனக்கு உரிமை கோரி னார். ஒவ்வொரு அங்குலமாகக் கையில் உள்ள விளக்குமாறு தங்களது நிலத்தை, ஆட்சிப்பகுதியை விரிவுபடுத்திச் சென்றது. இவற்றை துப்புறவுப் போட்டியாளர்கள் கவனித்து வந்தனர். 1699இல் போர்க்காலத்தில் தோற்றுப்போன ஒட்டமான்கள் கர்லோவிட்ஸ் ஒப்பந்தத்தில் கையெழுத்திட்டனர். இந்த ஒப்பந்தத்தின் மூலம் மாபெரும் சக்திகள் தங்களின் ஜெருசலேம் சகோதரர்களைப் பாதுகாப்பதற்கான அனுமதியைப் பெற்றன.

இதனிடையே இஸ்தான்புல்லின் ஆளுநர்கள் பாலஸ்தீனத்தை ஒடுக்கியதால் அங்கே விவசாயிகள் கலவரம் புரிந்தனர். ஜெருசலேமின் புதிய ஆளுநர் 1702இல் விவசாயிகளின் கலவரத்தை ஒடுக்கி பலியானவர்களின் தலைகளைக் கொண்டு ஜெருசலேமின் மதிலை

அலங்கரித்தார். ஆனால் அவர் ஜெருசலேமின் மதத் தலைவருக்குச் சொந்தமான கிராமம் ஒன்றை அழித்தபோது, நகரத்தின் காதி ஆளுநரின் அழிப்புச் செயலை வெள்ளிக்கிழமை தொழுகையின் போது அல் அக்சாவில் கண்டனம் செய்ததோடு கலவரம் புரிந்த விவசாயிகளுக்கு வாயில்களைத் திறந்துவிட்டார்.

குறிப்புகள்:

1. திருச்சபை முற்றத்தில் நடக்கும் இந்த மனித எரிப்புகள் அடிக்கடி நிகழ்கிற ஒன்றுதான். 1557இல் சகோதரர் ஜூனிபர் என்ற சிசிலியத் துறவி இருமுறை அக்சா மீது போர் தொடுத்த போது அங்கிருந்த காதியால் கொல்லப் பட்டார். பின்னர் திருச்சபை முன்னிலையில் எரியூட்டப்பட்டார். ஸ்பானிய பிரான்ஸிஸ் பிரிவைச் சேர்ந்த ஒருவன் அல் அக்சாவில் இஸ்லாத்தைப் பழித்துரைத்ததால் அவன் தலை கோயில் மலையில் வெட்டிச் சாய்க்கப்பட்டு எரியூட்டப்பட்டான். ரிவேனி சம்பவம் காட்டுவதுபோல மரணம் எப்போதும் கதையின் முடிவாக இருந்ததில்லை. ஆனால் ஐரோப் பியக் கிறித்துவம் இதைவிட ஒன்றும் நாகரிகமடைந்திருக்கவில்லை. 16ஆம் நூற்றாண்டில் இறைக் கோட்பாட்டிற்கு எதிரான 400 பேரை இங்கிலாந்தில் எரியூட்டிய சம்பவமும் நிகழத்தான் செய்தது.

2. ஹென்றி மான்ட்ரெல் என்ற ஆங்கிலேய லேவன்ட் கம்பெனிக்கான பாதிரியார் 1697இல் ஜெருசலேமிற்கு வந்தார். அவர்கள் திருச்சபையில் துறவிகள் ஆக்ரோசத்துடன் ரத்தம் சிந்தச் சண்டையிடும் காட்சியைக் கண்டார். புனிதத் தீ கொண்டாட்டத்தின் பேய்த்தனத்தையும் அவர் விவரித்தார்: 'ஒரு நூற்றாண்டுக்கு முன்பு சான்டிஸ் வந்தபோது நிகழ்ந் தவை மிகவும் இழிவாக இருந்தன. புனிதப் பயணிகள் தங்களை நிர்வாணப் படுத்திக்கொள்ளும் இழிசெயல்களில் இறங்கினர். தங்களின் தாடியைக் கொளுத்திக்கொண்டு புனிதக் கல்லறைப் பகுதியில் மேடையில் கோமாளிகளைப்போல் குட்டிக்கரணம் போட்டுக்கொண்டிருந்தனர். அது ஒரு பைத்தியக்கார விடுதியைப் போலிருந்தது.' அந்தப் பாதிரிமார் களைச் சூனியப் பிசாசுகள் 'அதிசய விரும்பிகள்' என்றே குறிப்பிடுகிறார்.

☆

33

குடும்பங்கள்
1705-1799

ஹுஸைனிகள்: நகிப் அல் அஷ்ரப்பின் கிளர்ச்சி

ஜெருசலேம் நகரத்திற்கு அதுவொரு விநோதமான காலகட்டம். அது தன்னை ஒரு விடுதலை பெற்ற நகரமாகக் கருதிக்கொண்டு கட்டற்றுக் கிடந்தது. ஆயுதம் ஏந்திய விவசாயிகள் வீதிகளில் சூறை யாடித் திரிந்தனர். தலைமை நீதிபதியான காதி கோட்டை காவற் படையினரோடு சிறைச்சாலைக்குள் நுழைந்து ஜெருசலேமைத் தன் கட்டுப்பாட்டிற்குள் கொண்டு வந்தார். காதி, முகம்மது இபுனு முஸ்தபா அல்ஹுஸைனியிடம் கையூட்டுப் பெற்றுக்கொண்டு அவரை நகரத்தின் தலைவராக்கினார்.

அல்ஹுஸைனி ஜெருசலேமின் சிறப்புமிக்க ஒரு மரபுக் குழுவின் தவைர். மேலும் முகமதுவின் பேரன் ஹுஸைன் அந்த குடும்பங்களின் தலைவராக அதாவது நகிப் அல் அஷ்ரப்பாக இருந் தார். அஷ்ரப் மட்டுமே பச்சை தலைப்பாகை அணியமுடியும். அவரை மட்டுமே சையது என்று அழைக்கமுடியும்.

விவசாயிகளின் இந்தக் கலவரம் ஜெருசலேமில் ஒரு கொடுங் கோலன் இடத்தில் இன்னொரு கொடுங்கோலனைக் கொண்டு வந்து அமர்த்தியது போலாக்கி விட்டது. சபாத் நாட்களில் யூதர்கள் வெள்ளை ஆடை அணிவது தடை செய்யப்பட்டது. முஸ்லிம்கள் தலைப்பாகை அணியமுடியாது. அவர்களது காலணிகளில் ஆணிகள்

இருக்கக்கூடாது. கிறித்துவர்களுக்கும் உடைகளில் இப்படிச் சில கட்டுப்பாடுகள் இருந்தன. இருவருமே வீதிகளில் முஸ்லிம்களுக்கு வழிவிட்டுச் செல்லவேண்டும். கடும் தண்டனைகளோடு, பெருந் தொகையிலான அபராதங்களும் வசூலிக்கப்பட்டன. 500 போலந்து யூதர்கள் அடங்கிய இறையுணர்வுப் பிரிவினர் இறைப்பற்றாளர் ஜூடாவின் தலைமையில் கிராட்நோவிலிருந்து ஜெருசலேமிற்கு வந்திருந்தனர். ஆனால் அவர்களது ராபி மரணமடைந்துவிட்டார். போலிஷ் மொழி அல்லது இட்டிஷ் மொழி பேசிய அவர்களுக்கு உதவ யாருமில்லை என்பதால் விரைவில் அவர்கள் ஏழைகளாகி விட்டனர்.

வளர்ப்பாரில்லாத நாய் ஒன்று கோயில் மலையில் திரிந்ததைக் கண்டதால் காதி ஜெருசலேமில் உள்ள அனைத்து நாய்களையும் கொல்லும்படியும் யூதர்களும் கிறித்தவர்களும் நாய்களைக் கொன்ற தற்கு அடையாளமாக சீயோன் வாயிலின் வெளிப்புறத்தில் அமைக்கப் பட்டுள்ள இறந்த நாய் சேகரிப்பு மையத்திற்கு அவற்றைக் கொண்டு வந்து சேர்க்கவேண்டும் என்றும் உத்தரவிட்டார். சிறுவர் கும்பல் நாய்களைக் கொன்று அவற்றின் உடல்களைத் தங்களுக்குப் பக்கத்திலிருக்கும் புறச்சமயத்தினருக்கு அளித்தனர்.

வலிமை வாய்ந்த ஒட்டமான் ராணுவம் ஒன்று ஜெருசலேமை நெருங்கியபோது கோட்டை பாதுகாப்புப் படையினரும் சூஃபி இறையுணர்வாளர்களும் கிளர்ச்சிக்கு எதிரானவர்களாக மாறி டேவிட் கோபுரத்தைக் கைப்பற்றினர். ஹுசைனி தனது மாளிகையில் பாதுகாப்பாகத் தங்கினார். மூன்று நாட்களாக ஒருவருக்கு ஒருவர் அம்புகளை ஏவிக்கொண்டிருந்தனர். தொடர்ந்து நிகழ்ந்த போரில் பழைய நகரத்தின் வடதிசை தெருக்களில் சடலங்கள் சிதறிக்கிடந்தன. அதிகமான ஆதரவாளர்களை இழந்தார் ஹுசைனி. வெளியே, ஒட்டமான்கள் கோயில் மலையைத் தகர்த்தனர்.

1705 நவம்பர் 28ஆம் நாள் நள்ளிரவில் ஹுசைனி தனது ஆட்டம் ஓய்ந்து விட்டதை உணர்ந்து தப்பியோடினார். ஒட்டமான்கள் அவரைப் பின் தொடர்ந்தனர். புதிய ஆளுநரின் தலைமையில் அச்சுறுத்தி பணம் பறிக்கும் வேலை தொடர்ந்தது. கொள்ளையடிக்கப்பட்ட யூதர்கள் பலர் வெறுங்கையுடன் வெளி யேறினர். போலந்து அஷ்கெனாசிஸ்கள் மனம் நொந்து போனார்கள். அவர்கள் சிறைத் தண்டனைக்கும், நாடு கடத்தலுக்கும் ஆளாகி திவாலானார்கள். யூதக் குடியிருப்பில் இருந்த யூத தேவாலயம் எரிக்கப்பட்டது.[1] செபார்டிஸ் என்ற அரபு ஒட்டமான் உலகிற்குப் பணிந்த யூத சமூகம் மட்டுமே சிறிய அளவில் எஞ்சியிருந்தது.

பிடிபட்ட ஹுஸைனி வெட்டிச் சாய்க்கப்பட்டார் பரம்பரை விரோதம் இருந்தாலும் அப்த் அல் லத்தீப் அல்குதயா உதவியால் ஹுஸைனிகள் வெற்றி பெற்றனர். லத்தீப்பின் குடும்பம் இந்த நூற்றாண்டின் பிற்பகுதியில் தங்களது குடும்பப் பெயரை மாற்றிக் கொண்டது. குதயாக்கள் புதிய ஹுஸைனிக்கள் ஆனார்கள். 21ஆம் நூற்றாண்டு வரை இவர்களது குடும்பங்களே ஜெருசலேமை ஆள்வ தற்குரிய வலிமைபெற்ற குடும்பங்களாக விளங்கின.

ஹுஸைனி குடும்பங்களின் எழுச்சி

18ஆம் நூற்றாண்டில் ஜெருசலேமிற்கு வந்த எந்தவொரு முக்கிய நபரும் இந்த மரபுஇனக்குழுவின் தலைவருடன் தங்குவதில் விரும்பம் காட்டினர். விவசாயிகள், அறிஞர்கள், ஒட்டமான் அதிகாரிகள் அனைவருக்கும் அவர் ஒரேவிதமான விருந்தளித்தார். ஒவ்வொரு இரவிலும் 80 விருந்தினர்கள் உணவுக்கு அழைக்கப்பட்டனர். ‘அண்மையிலிருந்தும் நெடுஞ்தொலைவிலிருந்தும் அவரைப் பார்க்க வருவார்கள்’ என்று அல்குதயாவின் அரண்மனைக்கு வந்த ஒருவர் குறிப்பிடுகிறார். ‘புதியவர்கள் அவரது இல்லத்தில் அடைக்கலமாயினர். அவர்கள் விருப்பத்திற்கேற்ப அங்கே இருப்பதற்கான சுதந்திரம் இருந்தது. குதயா ஜெருசலேம் மீது ஆதிக்கம் செலுத்தி வந்தார்.

ஹுஸைனிக்களின் மறுமலர்ச்சி ஜெருசலேமின் ஆகச்சிறந்த குடும்பங்களின் எழுச்சியை முன்னறிவித்தது. எந்தச் சிறப்புமிக்க பதவியும் ஜெருசலேமில் வாரிசுரிமையாகவே பெறப்பட்டு வந்தது. இந்தக் குடும்பங்கள் பெரும்பாலும் சூஃபி ஷேக்குகளின் வம்சா வளியைச் சேர்ந்தவையாக இருந்தன.

இந்த சூஃபிக்கள் ஒவ்வொருவரும் ஏதோ ஒரு வெற்றி பெற்ற மன்னனின் ஆதரவில் இருந்து வந்தனர். பலர் தங்கள் பெயர்களை மாற்றிக்கொண்டனர்; தங்களுக்கென்று மகத்தான தொன்ம வரலாற்றை உருவாக்கிக்கொண்டனர். கலப்பு மணம் புரிந்தனர். ஒவ்வொரு வரும் தங்களை அதிதீவிரமாக பாதுகாத்துக்கொண்டு தங்களுக்கு லாபம் தருகிற அதிகார மையத்தை விரிவுபடுத்திக் கொள்ளக் கடுமை யாக உழைத்தனர்.[2] ஆனால் அறிவாண்மையற்ற பெருஞ்செல்வம் இழிவாகவே இருந்திருக்கும். செல்வமும், செல்வாக்கும், சாதுர்யமும் இல்லாத எந்தவொரு குடும்பமும் ஒட்டமானின் ஆதரவின்றி இயங்க முடியாத நிலை இருந்தது. சில நேரங்களில் இந்தக் குடும்பங்கள் சண்டையிட்டுக் கொள்வதும் உண்டு. அபுகோஷுக்கு அருகில் இரண்டு நுசைபெக்குகள் ஹுஸைனியினரால் வழிமறிக்கப்பட்டுக் கொல்லப்பட்டனர். ஆனால் உயிரோடிருந்த பலியானவர்களின்

சகோதரரை ஜெருசலேம் முஃப்டியின் தங்கைக்கு மணம் செய்வித்து அமைதியை நிலைநாட்டினர்.

இருப்பினும் இந்தக் குடும்பங்களின் செழிப்புக்கு ஜெருசலேமில் உத்தரவாதமில்லை. 500 பேர்கள் அடங்கிய வலிமை வாய்ந்த ஒட்டமான் பாதுகாப்புப் படைக்கு எதிராக அவ்வப்போது நிகழ்ந்த போர்கள் அவர்களை அச்சுறுத்திக்கொண்டே இருந்தன. இந்த ஒட்டமான் வீரர்கள் கற்பழிப்புக்கும் நாடோடிகளைத் தாக்குவதிலும் ஜெருசலேம்காரர்கள் மீதும் பணத்திற்கு ஆசைப்படும் ஆளுநர் மீதும் கலவரம் செய்வதிலும் இழிபுகழ் கொண்டவர்கள். ஜெருசலேமின் மக்கள் தொகை 8000 ஆகக் குறைந்து போனது. டமாஸ்கஸ்ஸின் ஆளுநர் ஆண்டுக்கு ஒருமுறை ஒரு சிறிய படையுடன் ஜெருசலேமுக்கு வரி வசூலிக்க வருவார்.[3] அவருக்குக் கிடைக்கும் ஒரே இரை இந்த மிச்சமான ஜெருசலேமியர்கள்தான்.

ஐரோப்பிய ஆதரவை இழந்த யூதர்கள் கடுமையான வாதைக்குள்ளாயினர். ஜெடாலியா என்ற போலந்திலிருந்து வந்த ஒரு அஷ்கெனாஸியர் எழுதுகிறார். "அரேபியர்கள் யூதர்களுக்குத் தீங்கிழைத்தனர். ஒரு அரேபியன் ஒரு யூதனை அறைந்தால் அந்த யூதன் கூனிக்குறுகி அறையைப் பெற்றுக்கொண்டு அவ்விடத்தைவிட்டு அகல்வான். துருக்கியன் கோபத்தோடு, ஒரு யூதனை அவமானமும் அச்சமும் அடையும் வகையில் செருப்பால் அடிப்பான். பதிலுக்கு யூதனால் ஒன்றும் செய்ய முடியாது." யூதர்கள் தங்கள் வீடுகளைத் தூய்மை செய்வதற்குத் தடை விதிக்கப்பட்டிருந்ததால் தங்கள் வீடுகளில் குப்பை கூளங்களுடனே வாழ்ந்து வந்தனர். 200 யூத குடும்பங்கள் அங்கிருந்து வெளியேறின. "வதைகளும் பணம் பறிப்பு வேலைகளும் அன்றாட நிகழ்வுகளாக அதிகரித்து வந்தன. அந்த நகரத்திலிருந்து இரவே நான் தப்பிச்செல்ல வேண்டியிருந்தது. ஒவ்வொரு நாளும் யாரோ ஒருவர் சிறையில் தள்ளப்பட்டு வந்தார்" என்று 1766இல் ஒரு யூதப்பயணி குறிப்பிட்டுள்ளார்.

புறச்சமயத்தினரை வெறுப்பதைக் காட்டிலும் கிறித்தவர்கள் தங்களுக்குத் தாங்களே ஒருவர் மீதொருவர் வெறுப்பு கொண்டிருந்தனர். எல்சியர் ஹார்ன் என்ற பிரான்சிஸ் பிரிவு பாதிரியார் ஒருவர் கிரேக்கர்களை 'வாந்தி' என்றழைத்தார். திருச்சபையில் ஒவ்வொரு பிரிவினரும் தமது எதிர்ப்பிரிவினர் ஏழ்மையில் அவஸ்தைப் படுவதையும் தாழ்வுற்றுக் கிடப்பதையும் கண்டு மகிழ்ந்தனர். ஒட்டமானின் கட்டுப்பாடுகளும் கிறித்துவர்களிடையேயான போட்டியும் என்ன தெரியுமா? அங்கே நிலையாகக் குடியிருக்கும் 300 பேர்களும்

ஒவ்வொரு இரவும் உள்ளே வைத்துப் பூட்டப்படுவார்கள். பாதிரியார்களாக இல்லாமல் ‘சிறைக்கைதிகள்’ போல ஒரு நிரந்தர முற்றுகை நிலையில் அவர்கள் இருந்தனர் என்கிறார் எவ்லியா.

கதவிலிருக்கும் ஒரு துவாரத்தின் வழியாக உணவு கொடுக்கப்படும். அல்லது உருளைகள் மூலம் ஜன்னல் அருகே கொண்டுவரப்படும். இந்தத் துறவியரில் பெரும்பாலானவர்கள் பழமைவாதிகள், கத்தோலிக்கர்கள் மற்றும் ஆர்மீனியர்கள். இவர்கள் முகாமில் ஒருவரை ஒருவர் நெருக்கியடித்துக் கொண்டிருந்தனர். இவர்கள் தலைவலி, ஜுரம், கழலை, பேதி, சீதபேதி ஆகிய நோய்களால் துன்புற்று வந்தனர். கல்லறைக் கழிப்பறைகளில் துர்நாற்றம் வீசியது. ஒவ்வொரு பிரிவுக்கும் தனித்தனிக் கழிப்பறை வசதிகள் இருந்தன. இந்த துர்நாற்றத்தில் பிரான்சிஸ் பிரிவினர்தான் அதிகம் பாதிக்கப்பட்டனர் என்று ஹார்ன் பாதிரியார் கூறுகிறார். கிரேக்கர்களுக்குக் கழிப்பறைகளே இல்லை. ஏழ்மையிலிருந்த காப்ஸ், எத்தியோப்பியர், சிரியாக்காரர்கள் ஆகியோர் அடிமை வேலைகள் செய்துதான் தங்கள் வயிற்றைக் கழுவ முடிந்தது. சிரியாவில் ஜெருசலேமியர் மாபெரும் தீய மனிதர்கள் என்ற நிலையில் இருந்தனர். அந்த இழிபுகழுக்கு உரிய தகுதியும் பெற்றிருந்தனர் என்று வால்னி என்ற பிரெஞ்சு எழுத்தாளர் தெரிவிக்கிறார்.

பிரான்ஸ், பிரடொமினியத்தை மீண்டும் பிரான்சிஸ் பிரிவினருக்காக வென்றெடுத்தபோது கிரேக்க பழமைவாதிகள் திருப்பித் தாக்கினர். 1757ஆம் ஆண்டு பாம் ஞாயிறுக்கு முந்தியநாள் இரவில் கிரேக்க பழமைவாதிகள், பிரான்சிஸ் பிரிவினரைக் கல்லறை மாடத்தில் தடி, தண்டாயுதம், குத்துவாள் ஆகியவற்றைக் கொண்டு தாக்கினர். கலவரப் பழக்கதோஷத்தில் விளக்குகளை உடைத்தெறிந்தனர்; திரைச்சீலைகளைக் கிழித்தெறிந்தனர். பிரான்சிஸ் பிரிவினர், புனித சேவியர் ஆலயத்திற்குத் தப்பியோடினர். அங்கேயும் அவர்கள் முற்றுகையிடப்பட்டனர்; இந்த மாஃபியா தந்திரங்கள் பலனளித்தன. சுல்தான் கிரேக்கர்களுக்குப் பணிந்தார். அவர்களுக்கு திருச்சபையில் அதிகாரம் செலுத்தக்கூடிய பதவிகளைத் தந்தார். இன்றுவரை அவர்களது ஆதிக்கம் தொடர்கிறது. அப்போது பாலஸ்தீனத்தில் ஓட்டமான் அதிகாரம் குலைந்தது. 1730களில் கலீலியில் துவங்கி ஒரு நாடோடி ஷேக், சாஹிர் அல் உமர் அல் சைதானி ஒரு வடபுல ராஜ்ஜியத்தை உருவாக்கி அதை அக்ரேயில் இருந்தபடி ஆட்சி செய்தார். ஒரு உள்ளூர் பாலஸ்தீன அரேபியர் விரிவுபடுத்தப்பட்ட ஒரு பாலஸ்தீனப் பகுதியை ஆண்டது இந்த ஒரே ஒருமுறைதான்.

பாலஸ்தீன மன்னரின் எழுச்சியும் வீழ்ச்சியும்

1770இல் 'மேகம் பிடிப்பவன்' என்ற தனது செல்லப்பெயரில் பெருமிதம் கொள்ளும் எகிப்திய தளபதி அலி பே, ஷேக் சாகிருடன் தோழமை கொண்டிருந்தார். (நாடோடிகளைப் பிடிப்பது மேகத்தைப் பிடிப்பது போன்ற கடினமான செயல் என்று ஓட்டமான்கள் நம்பினர். அலிபே நாடோடிகளைத் தோற்கடித்ததால் அத்தகைய செல்லப் பெயரைப் பெற்றிருந்தார்.) அலிபேயும், ஷேக் சாகிரும் இணைந்து பாலஸ்தீனத்தின் பெரும்பகுதியை வென்றெடுத்தனர். டமாஸ்கஸ்கூட அவர்கள் வசம் வந்தது. ஆனால் ஜெருசலேமில் சுல்தானின் பாஷாதான் தொடர்ந்து இருந்தார்.

ரஷ்யப் பேரரசி காத்தரின், ஓட்டமான்களுடன் போர் புரிந்து வந்தார். அச்சமயம் மத்தியதரை கடற்பகுதிக்கு பேரரசியின் கடற் படை அனுப்பப்பட்டு சுல்தானின் கடற்படை தோற்கடிக்கப் பட்டது. மேகம் பிடிப்பவனுக்கு ரஷ்யாவின் உதவி தேவைப்பட்டது. ரஷ்யாவுக்கோ ஜெருசலேம் மீது கண். ரஷ்யக் கப்பல்கள் ஜாஃபாவைத் தாக்கிவிட்டு பெய்ரூட்டைத் தாக்குவதற்குப் புறப் பட்டன. ஜாகிர் ஜாஃபாவைக் கைப்பற்றினார். ஆனால் அவரும் மேகம் பிடிப்பவனும் ஜெருசலேமை விட்டுத் தந்துவிட முடியுமா?

ஜாகிர் தனது படையை ஜெருசலேமிற்கு அனுப்பினார். ஆனால் அவர்களால் ஜெருசலேம் மதில்களைத் தொடக்கூட முடிய வில்லை. அனைத்து முனைகளிலும் தோல்வியுற்றிருந்த ஓட்டமான், ரஷ்யர்களுடன் சமாதானம் பேசினார். 1774இல் ஏற்படுத்திக் கொண்ட அமைதி உடன்படிக்கையில் காத்தரினும் அவரது ஆட்சித் துணையான இளவரசர் போட்டம்கினும் பழமைவாதிகளுக்கு அளிக்கும் ரஷ்யப் பாதுகாப்பை ஓட்டமான்கள் அங்கீகரிக்க வேண்டும் என்று வற்புறுத்தினர்.

இறுதியாக, ஜெருசலேமின் மீதான ரஷ்யாவின் ஆசை பல்கிப் பெருகியதால் அது ஐரோப்பியப் போருக்கு இட்டுச் சென்றது. ஓட்டமான்கள் தற்போது தாங்கள் இழந்த பிரதேசங்களை மீண்டும் பெறமுடிந்தது. மேகம் பிடிப்பவன் கொலை செய்யப்பட்டான். 86 வயதுதான ஷேக் ஜாகிர் அக்ரேவிலிருந்து தப்பிக்க வேண்டி யிருந்தது. அவர் பயணத்துக் கொண்டிருந்தபோது தனது ஆசை நாயகி தன்னுடன் இல்லை என்பதை உணர்ந்து திரும்பிச் சென்றார். அவளை அள்ளி எடுத்தபோது தனது பழைய காதலனை அவள் குதிரையிலிருந்து கீழே இழுத்துத் தள்ளினாள். கொலை யாளிகள் அவனைக் குத்தித் தலையை வெட்டிச் சாய்த்தனர். பாலஸ்தீனத்தின் முதல் மன்னரின் தலை ஊறவைக்கப்பட்டு

இஸ்தான்புல்லுக்கு அனுப்பப்பட்டது. இங்கிருந்த குழப்பநிலை புரட்சிகர பிரான்ஸில் எழுச்சி பெற்றிருந்த நாயகனைக் கவர்ந்தது.

நெப்போலியன் போனபார்ட்: 'நானே உருவாக்கிய குர் ஆன்'

1798 மே 19ஆம் நாள் 28 வயதான நெப்போலியன் 35,000 வீரர்கள் கொண்ட 335 கப்பல்களில் எகிப்தை வெற்றி கொள்ள 167 அறிவியல் அறிஞர்கள் கொண்ட குழுவுடன் புறப்பட்டார். நெப்போலியன் வெளிறிய ஒற்றை நாடிக்காரர். அவர் தலைமுடி நெட்டுக்குத்தாக நின்றது. தற்புகழ்ச்சி அகங்காரத்தில், 'ஒரு யானை மீதமர்ந்து ஆசியாவை நோக்கி தலைப்பாகை அணிந்து செல்லும் நான் எனக்காக உருவாக்கிக் கொண்ட குரானுடன் அணிவகுத்துச் செல்வ தாகக் கண்டுகொண்டேன்' என்று கூறினார்.

அரசியலும், புரட்சிகர அறிவியலும், வீரகாவியங்களும் இவரது வீரப்பயணங்களுக்கு எழுச்சியூட்டின. அதிகளவு விற்பனையான கான்ஸ்டன்டின் வால்னியின் பயண நூலை பாரிஸ்வாசிகள் அனை வரும் படித்திருந்தனர். அந்நூலில் ஜெருசலேமின் சிதறிக்கிடந்த சிதைவுகள் விவரிக்கப்பட்டிருந்தன. ஒட்டமானின் லேவந்தின் மக்கி மடிந்துவந்த நிலையும் விளக்கப்பட்டிருந்தது. பிரெஞ்சு புரட்சி திருச்சபையை அழிக்க முயற்சி செய்யப்பட்டதும் தெரிந்தது. கிறித்து வத்திற்குப் பதிலாகப் பகுத்தறிவையும், விடுதலையையும், புதிய இறையுணர்வுக் குழு ஒன்றை முன்வைக்கவும் முயற்சி மேற்கொள்ளப் பட்டது. இருப்பினும் கத்தோலிக்கம் பிழைத்தது.

புரட்சியின் காயங்களுக்கு நெப்போலியன் மன்னராட்சி, நம்பிக்கை, அறிவியல் ஆகிய மூன்றையும் கலந்த மருந்தினைத் தடவ முயன்றார். ஆகவேதான் அத்தனை அறிவியலறிஞர்கள் போர்க் கப்பலில் இடம் பெற்றனர். அப்போது பிரான்சு இங்கிலாந்துடன் போரிட்டுக் கொண்டிருந்தது. இந்த வீரப்பயணம் ஊனமுற்ற முன்னாள் பேராயரும் வெளியுறவு அமைச்சருமான சார்லஸ் – மோரிஸ் டி டாலிரேண்டின் மூளையில் உருவான ஒரு கரு.

இந்தப் பயணம் மத்திய தரைக்கடல் பகுதியைத் தங்கள் கட்டுப் பாட்டுக்குள் கொண்டு வரும் என்றும் பிரிட்டிஷ் இந்தியாவைத் துண்டித்துவிடும் என்றும் நம்பினார். நெப்போலியன் வென்றால் மகிழ்ச்சி. இல்லையானால் டாலிரேண்ட் தனது போட்டியாளரை அழித்துவிடுவார். மத்திய கிழக்கில் வழக்கமாக நிகழ்வதுபோல, ஐரோப்பியர்கள் தங்களது நல்லெண்ண வெற்றிக்கு கீழை தேசத் தவர்கள் என்றென்றைக்கும் நன்றியுடையவர்களாக இருக்க வேண்டும் என்று எதிர்பார்த்தனர்.

மாம்லுக் – ஒட்டமான் கலப்பின அதிகாரிகளால் ஆளப்பட்டு வந்த எகிப்தில் வெற்றிகரமாகக் கால்பதித்தார் நெப்போலியன். பிரமிட் போரில் அவர்களை வெற்றிகண்டார். ஆனால் அபோகிர் பேயில் ஆங்கிலேய அட்மிரல் ஹோரடியோ நெல்சன் என்பவர் பிரெஞ்சுக் கப்பல்களை அழித்தொழித்தார். நெப்போலியன் எகிப்தை வெற்றி கொண்டாலும் நெல்சன் அவரது படைகளைக் கிழக்கே சிக்கவைத்துவிட்டார். எனவே ஒட்டமான்கள் அவரை சிரியாவில் எதிர்க்கத் துணிந்தனர். நெப்போலியன் எகிப்தை தக்கவைப்பதென்றால் அவர் வடதிசை நோக்கிச்சென்று சிரியாவைக் கைப்பற்றி யாக வேண்டும் என்ற நிலை.

1799 பிப்ரவரியில் நெப்போலியன் தனது 13,000 வீரர்கள், 800 ஒட்டகங்களோடு பாலஸ்தீனத்தின் மீது போர் தொடுத்தார். அவர் ஜாஃபாவை நெருங்கியபோது ஜெனரல் டமாஸின் கீழ் இயங்கிய படை ஜெருசலேமிலிருந்து மூன்று மைல் தூரத்தில் ஒரு படை யெடுப்பைத் துவங்கியது. புனித நகரை வெற்றி கொள்வது குறித்து நெப்போலியனுக்கு ஒரு கனவு இருந்தது. பாரிசிலிருந்து புரட்சிகர இயக்கத்திற்குத் தகவல் அனுப்பினார். “இந்தக் கடிதத்தை நீங்கள் படிக்கும்போது அநேகமாக நான் சாலமன் தேவாலய சிதைவு களின்மீது நின்றுகொண்டு இருப்பேன்.”

குறிப்புகள்:

1. அழிந்த ஹீர்வா, தேவாலயம் என்றழைக்கப்பட்டது. ஒரு நூற்றாண்டு காலம் சிதைந்த கட்டடமாகவே இருந்தது. 19ஆம் நூற்றாண்டில் மீண்டும் புதிதாகக் கட்டப்பட்டது. ஆனால் 1967இல் ஜோர்டான்களால் அழிக்கப் பட்டது. இவரது அரண்மனைக்கு வந்தவர்கள் அவரது குதிரைப் படையினர் புடை சூழ அனுப்பி வைக்கப்பட்டனர்.

2. இந்த மரபுக்குழுக்கள் ஆங்கிலேயர்கள் மத்தியில் ‘நோட்டபுல்ஸ்’ (Notables) என்றறியப்பட்டிருந்தன. துருக்கியர்கள் ‘எஃப்ன்டியா’ என்றும் அரேபியர் ‘ஆயா’ என்றும் அழைத்தனர். நுசைபெக்குகள் திருச்சபையின் காப்பாளராக இருந்தனர். நகிப் அல் அஷ்ரப், முஃப்டி, ஷேக் என்ற நிலைகளில் ஹுசைனிக்கள் ஆதிக்கம் செலுத்தினர். நபி மூஸா திரு விழாவுக்கும் இவர்களே தலைமை ஏற்றிருந்தனர். ஜெருசலேமைச் சுற்றி யுள்ள அபு கோஷ் என்ற மலைகளின் போர்த்தலைவர்கள் ஹுசைனிக் களின் தோழமை அணியில் இருந்தனர். ஜாஃபாவிலிருந்து வரும் புனிதப் பயணிகளின் பாதைக்கு இவர்களே பாதுகாவலர்களாக இருந்தனர். பேராசிரியர் அடல் மன்னாவின் சமீபத்திய ஆய்வு ஒன்றே குயாக்கள் எப்படி ஹுசைனிக்களின் அடையாளத்தை எடுத்துக்கொண்டனர் என்ற உண்மையான கதையை வெளிப்படுத்தியுள்ளது. நுசைபெக்குகள் கானிம் என்று பெயரை மாற்றிக் கொண்டனர்; டெய்ரி என்ற பெயர் காலிதிஸ்

என்றும் ஹஸ்காஃபி என்ற பெயர் ஜரல்லா என்றும் மாறியது. 'இந்த பெயர் மாற்றத்தைப் பொறுத்துக்கொள்வது குழப்பமுடையதாகவும், தொடர்பற்றதாகவும் உள்ளது' என்று ஹசம் நுசைபெக் என்ற ஜோர்டானின் வெளியுறவுத்துறை அமைச்சர் தனது 'ஜெருசலேம்காரர்கள்' என்ற நினைவலை நூலில் குறிப்பிட்டுள்ளார். 'ஆனால் இந்தப் பெயர் மாற்றங்கள் ஏழு நூற்றாண்டுகளுக்கு முந்தையது' என்கிறார்.

3. டமாஸ்கஸின் விலாயத் பிராந்தியத்தின் வலிமைமிக்க வாலி (ஆளுநர்) ஜெருசலேமில் ஆட்சி செய்தார். ஆண்டுதோறும் மெக்கா செல்லும் கூட்டங்களின் தளபதியாகவும் இருந்தார். அப்பதவிக்கு அமீர் அல் ஹஜ் என்று பெயர். தவ்ரா என்ற ஆயதமேந்திய படையெடுப்புகள் மூலம் மேற்சொன்ன நிகழ்வுகளுக்கு நிதியளித்தார். மற்ற காலங்களில் ஜெருசலேம் அக்ரேவிலிருந்து ஆட்சி செய்த சீடோன் ஆளுநரின் கட்டுப்பாட்டில் இருந்தது. ஜெருசலேம் ஒரு சிறிய மாவட்டம். இருப்பினும் அடுத்தடுத்த நூற்றாண்டுகளில் அதன் நிலை மாறிக்கொண்டே இருந்தது. சிலகாலம் அது ஒரு தனிப்பட்ட மாவட்டமாக இருந்தது. ஒட்டமான் ஆளுநர்கள் காதியின் துணையுடன் ஆட்சி புரிந்தனர். இந்த காதி என்கிற நகர நீதிபதி இஸ்தான்புல்லிருந்து நியமனம் செய்யப்பட்டார். முஃப்டி ஜெருசலேம் குடும்பங்களிலிருந்து தேர்ந்தெடுக்கப்படுவார். இவர் சாம்ராஜ்யத்தின் தலைமை முஃப்டியால் நியமிக்கப்படும் தலைவர். இந்தத் தலைமை முஃப்டி மதசம்பந்தமான கேள்விகளுக்கு பத்வா தீர்ப்புகளை எழுதியவர். டமாஸ்கஸ் மற்றும் சிடோன் பாஷாக்கள் எதிரிகளாக இருந்தனர். அவ்வபோது சிறிய போர்களிலும் ஈடுபட்டனர்.

பகுதி எட்டு
வல்லரசு

ஜெருசலேமை, எப்போதாவது காண விழைகிறேன்.

ஆபிரகாம் லிங்கன் தன் மனைவியுடன்
நிகழ்த்திய உரையாடல்.

இந்த அரங்கத்தில் நடைபெற்ற நினைவில் நிற்கும் பிரம்மாண்ட நிகழ்ச்சிகள் இதுவரை உலக வரலாற்று ஏடுகளில் பதியப்படாதவை.

ஜேம்ஸ் பார்க்லே, மாமன்னனின் நகரம்.

ஜியோனின் வானளாவிய பெருமைக்கு மேல், விண்ணுலகின் இருப்பு, இத்துணை தூய்மையாகவும், முனைப்பாகவும், மேகமின்றி இருந்ததில்லை. இருப்பினும், தனது சமயம் தோன்றக் காரணமாய் இருந்த மக்களின் கல்லறை மேல் தன் காலடியைப் பதிவதை ஒரு யாத்ரீகனால் மறக்க முடியாததால், அதனைவிட விரைவாய் அங்கிருந்து நீங்குவதற்கு விழைவான் என்பதில் ஐயமில்லை.

டபிள்யு. ஹெச். பார்லட், நடைகள்

ஆம். நான் ஒரு யூதர். இந்த மேதகு கனவானின் மூதாதையர் யாருமறியாத தீவில் காட்டுமிராண்டிகளாய் வாழ்ந்தபோது, எம்மவர்கள், சாலமன் தேவாயலத்தில் மதகுருமார்களாய் இருந்தனர்.

பெஞ்சமின் டிஸ்ரேலி, மக்களவை உரையில்

மதத்தின் பெயரால் இங்கு என்னவெல்லாம் நடக்கிறது பாருங்கள்.

ஹார்யட், மார்ட்ன், ‘கீழைநாடுகளில் வாழ்க்கை’

34

புனித பூமியில் நெப்போலியன்
1799-1806

அக்ரேயின் நீலநிறத் தாடிக்காரன்

நெப்போலியனுக்கும் ஒட்டமான் பாலஸ்தீனத்தின் போர்ப்படைத் தலைவனாகிய அகமத் ஜாசர் பாஷாவுக்கும் இடையிலான உறவைத் தவிர மற்றபடி ஜெருசலேம் வெற்றியில் நெப்போலியனுக்கு எந்த சம்பந்தமும் இல்லை. ஜாசர் என்றால் கொலைகாரன் என்று பொருள். 'யாதொன்றையும் விட பயமே மக்களுக்கு மிகப்பெரிய உந்தாற்றல்' என்ற கொள்கையின்மீது தனது வாழ்வைக் கட்ட மைத்தவர் ஜாசர். அவர் இளைஞராயிருந்த போது ஜாசர் என்ற பெயரை ஏற்றார்.

தன் மீது வைத்துள்ள விசுவாசத்தில் சிறிதளவு பிறழ்வதாக எவன் மீதாவது சந்தேகம் தோன்றினால் அவன் உடனடியாகச் சிதைக்கப்படுவான். தனது ஆட்சிப்பகுதி முழுவதையும் இப்படித் தான் பேரச்சத்தில் ஆழ்த்தியிருந்தான் இந்தக் கொலைகாரன். ஒரு ஆங்கிலேயன் அவரைத் தலைநகர் அக்ரேயில் சந்தித்தான். அப்போது மன்னரைச் சூழ்ந்திருந்த அனைவரது உருவமும் சிதைந்திருந்தது. அலுவலகத்திலிருந்தவர்கள், கதவருகே நின்று கொண்டிருந்தவர்கள் என அனைவரும் காது, கண், மூக்கு என ஏதாவது ஒரு உறுப்பை இழந்திருந்தனர். அவரது யூத அமைச்சர் ஹைம் பார்ஹிக்கு இரு

காதுகளும் ஒரு கண்ணும் பறிபோயிருந்தன. "சிரியாவின் இந்தப் பகுதிக்கு வருவோர்க்கு மூக்கும் காதுகளுமற்ற முகங்களின் எண்ணிக்கைதான் முதலில் மனதில் பதியும்." இந்தக் கொலை காரன் இவர்களை முத்திரையிடப்பட்டவர்கள் என்றழைப்பான். சில நேரங்களில் தன்னிடம் மாட்டிக் கொண்டவர்களின் பாதங்களில் குதிரை லாடங்களை அடிக்கச் செய்வான். ஒருமுறை கறைபடிந்த அதிகாரிகள் 50 பேரை ஒன்று திரட்டி அவர்களை நிர்வாணமாக்கி அவர்களைத் தனது வீரர்களைக் கொண்டு துண்டு துண்டாக வெட்டி எறிந்தான். தனது அந்தப்புரத்தில் துரோகம் நடந்துவிட்டது என ஐயுற்றபோது தனது சொந்த மனைவிகள் எட்டு பேரைக் கொன்றான். 'அக்ரேயின் கொடுங்கோலன்' என்ற இழிபெயரைத் தேடிக்கொண்டான். 'தற்காலத்து ஹீரோது' என்றும் 'பக்கத்து நாடுகளின் பேரச்சம்' என்றும் நீலநிறத் தாடிக்காரனைப் பற்றிக் கதைகள் பேசப்பட்டு வந்தன.

இந்தக் கொலைகாரன் தனது நீண்ட வெண்தாடியாலும், தனது எளிய உடைகளாலும், அலங்கரிக்கப்பட்ட குறுவாளாலும், காகிதத்தில் பூக்கள் செய்து பரிசளிக்கும் தனது பழக்கத்தாலும் ஐரோப்பியர்கள் மனதைத் தொட்டான்.

அவனிடமிருந்து ஒரு கொடூரக் கவர்ச்சி அலைபாய்ந்தது. அவனைப் பார்க்க வருவோரிடம் ஒரு ஏளனச் சிரிப்போடு கூறு வான். "என் கொடுமையையும் பொருட்படுத்தாது என் பெயருக்கு மரியாதை இருப்பதையும், நேசிக்கப்படுவதையும் நீ பார்த்துள்ளாய் என்று நம்புகிறேன்."

இரவில் அந்தப்புரத்தில் தன்னைத் தானே பூட்டிக் கொள்வான். அங்கே 18 ஸ்லாவிக் அழகிகள் இருந்தனர்.[1] இந்த முதியவன் நெப்போலியனை ஓர் இளைஞனாகச் சந்தித்தான். ஜெருசலேமின் துறைமுக நகரான ஜாஃபாவை பிரெஞ்சுப் படை கைப்பற்றியது. 20 மைல் தொலைவிலிருந்த ஜெருசலேம் பீதியில் உறைந்தது. இந்தக் குழப்பங்கள் ஜெருசலேமியரை ஆயுதமேந்தச் செய்தது. ஒரு கும்பல் கிறித்துவ மடங்களைச் சூறையாடியது. துறவிகளின் பாதுகாப்புக் கருதி அவர்களைச் சிறையிலடைக்க வேண்டியதாயிற்று. மதிலுக்கு வெளியே புனித நகரைத் தாக்குவதற்கு நெப்போலியனிடம் அனுமதிவேண்டி நின்றார் தளபதி டமாஸ்.

நெப்போலியனின் 'பொதுத் தலைமையகம் ஜெருசலேம்'

முதலில் அக்ரேவை வெற்றி கொள்ள வேண்டும் என்றும், பிறகு நேரில் வந்து கிறிஸ்து துயருற்ற இடத்தில் விடுதலை மரத்தை நட வேண்டும் என்றும், இந்தத் தாக்குதலில் உயிர்துறக்கும் முதல் பிரெஞ்சு வீரனை புனிதக் கல்லறையில் அடக்கம் செய்யவேண்டும் என்றும் நெப்போலியன் மறுமொழி கூறினார். போனபார்ட்டும் அவரது வீரர்களும் முஸ்லிம்களுக்கு எதிரான இந்தப் போரை நாகரிக உலகின் நடைமுறை விதிகளை மீறி நடத்த நினைத்தனர். நெப்போலியன் ஜாஃபாவைத் தாக்கியபோது, 'அவரது வீரர்கள் அங்கிருந்த ஆடவர் பெண்டிர் அனைவரையும் வெட்டிச் சாய்த்தனர். அந்தக் காட்சி கொடூரமாக இருந்தது' என்று பிரெஞ்சு அறிவியலறிஞர்களில் ஒருவர் எழுதியுள்ளார். குண்டுகளின் வெடிச் சத்தமும், பெண்கள் மற்றும் தந்தையரின் அலறலும், ரத்த வாசனையும், தாயின் பிணத்தின் மீது மகள் கற்பழிக்கப்படுதலும், காயமுற்றவர்களின் முனகலும், சூறையாடிய பொருட்களுக்காக அதனைக் கைப்பற்றியவர்கள் சண்டையிட்டு எழுப்பும் சப்தமும் அந்த பிரெஞ்சு அறிவியலறிஞரை அதிர்ச்சியில் ஆழ்த்தின. இறுதியாக ரத்தத்திலும் பொன்னிலும் திருப்தியுற்ற பிரெஞ்சு வீரர்கள் சடலக்குவியலின் மீது ஓய்வெடுத்தனர்.

அக்ரேவுக்கு செல்வதற்கு முன்பாக போனபார்ட் 2440 பேரைப் படுகொலை செய்ய உத்தரவிட்டார். கொலைகார வீரர்கள் நாளுக்கு 600 பேர் என்ற கணக்கில் கொலை செய்தனர். 1799 மார்ச் 18ஆம் தேதி இன்னும் அந்தக் கொலைகாரன் வசமிருந்த அக்ரே முற்றுகையிடப்பட்டது. அந்தக் கொலைகாரனை, 'நானறியாத ஒரு கிழவன்' என்று நெப்போலியன் குறிப்பிட்டார். இருப்பினும் நீலத்தாடிக்காரனும் அவனது 4000 ஆப்கானியரும் அல்பேனியரும் மூர்களும் ஆவேசமாக எதிர்த்தனர்.

ஏப்ரல் 16ஆம் நாள் படுகொலைக்காரனின் படை தோற்றுப் போனது. டபோர் மலை என்ற இடத்தில் நடந்த சண்டையில் ஒட்டமான் ராணுவம் தோற்கடிக்கப்பட்டது. பிறகு ஜெருசலேமிலிருந்து 25 மைல் தூரத்தில் உள்ள ராம்லா என்ற இடத்திலிருந்து யூதர்களுக்கு ஒரு அறிவிப்பை வெளியிட்டார். அவ்வறிப்பில் 'பொதுத் தலைமையகம் ஜெருசலேம், 1799 ஏப்ரல் 20' என்று உண்மைக்குப் புறம்பான தேதியிடப்பட்டிருந்தது.

> ஆப்ரிக்கா மற்றும் ஆசியாவின் பிரெஞ்சுக் குடியரசின் இராணுவத்தளபதி போனபார்ட், அறிவிக்கும் பாலஸ்தீனத்தின்

உண்மையான வாரிசுகளுக்கான அறிவிப்பு. "பாலஸ்தீனம்: யூதர்களின் பிரேத்யேக நாடாகும். ஆயிர ஆயிரமாண்டுகளாக கொடுங்கோன்மையாலும் நாடுபிடிக்கும் வெறியாலும் உங்களது மூதாதையர்களின் நிலத்தை இழந்து நிற்கிறீர்கள். நாடு கடத்தப் பட்டோரே மகிழ்ச்சியில் எழுமின். இஸ்ரேலின் தந்தை வழிச் சொத்தை பெற்றுக்கொள்ளுங்கள். எனது இளமைமிகு ராணுவம் ஜெருசலேமை எனது தலைமையகமாகக் கொண்டுள்ளது. சில நாட்களில் இந்தத் தலைமையகம் டமாஸ்கஸ்க்கு இடம் பெயர்ந்து விடும். நீங்கள் ஜெருசலேமின் மன்னராக இங்கேயே இருக் கலாம்."

லீ மானிடர் என்ற அதிகாரப்பூர்வ பிரெஞ்சு அரசறிக்கை 'பெரும் எண்ணிக்கையிலான யூதர்களுக்கு ஆயுதம் வழங்கி புராதன ஜெருசலேமை மறுபடியும் புனரமைக்கலானார் நெப்போலியன்' என்று குறிப்பிடுகிறது. அக்ரே தன் வசம் வரும்வரை நெப்போலி யனால் சீயோனைக் கைப்பற்ற முடியவில்லை. இரண்டு ராயல் கடற்படைக் கப்பல்கள் படுகொலைகாரனுக்கு ஆதரவாக ஒரு ஆங்கிலேயரின் தலைமையில் வந்தடைந்தது.

சர் சிட்னி ஸ்மித்: ஆகச் சிறந்த செவாலியர்

சிட்னி ஸ்மித் மறைந்தோடி வந்த மரபுரிமையாளரான சாகசக் காரியின் மகன். தடித்த மீசையும் கரிய விழிகளும் கொண்ட அழகன். அவன் தனது 13ஆவது வயதில் கடற்படையில் சேர்ந்து அமெரிக்கக் கலகக்காரர்களுக்கு எதிராகச் சண்டையிட்டான். பிறகு சுவீடிஷ் கடற்படையில் அமர்த்தப்படடான். சுவீடனின் மன்னர் இவனை வீரத்திருத்தகை என அறிவித்தார். இவரை 'ஸ்வீடிய வீரத்திருத் தகை' என ஆங்கிலேய எதிரிகள் எள்ளி நகையாடினர். பிரெஞ்சுப் புரட்சிக்குப் பிறகு ஸ்மித் பிரான்சின் மீது தாக்குதல் தொடுத்தார். அவர் பிடிபட்டு அச்சமிகுந்த ஆலயத்தில் சிறைவைக்கப்பட்டார். ஆனால் வெற்றிகரமாகத் தப்பிச் சென்ற அவர் போனபார்ட்டை இகழ்ந்துரைத்தார். தொடர்ந்து எழுதி வந்த பொதுக் கடிதங்களில் நெப்போலியனை இகழ்ந்து எழுதி வந்தார். ஆனால் ஸ்மித்தின் கருத்து அனைவருக்கும் ஏற்புடையதாக இல்லை. ஸ்மித் உற்சாக மான ஓய்வறியாது உழைக்கும் மனிதரென்றும், குறிக்கோளற்ற வீண் படோடாபக்காரர் என்றும் அறியப்பட்டாலும் அவர் ஆகச் சிறந்த செவாலியர் என்றும் ஒருவர் எழுதியுள்ளார். இயற்கைக்கு மாறாக வாழ்ந்தாலும் நெருக்கடி காலத்தில் வீரதீரமிக்கவராயிருந்தார்.

ஸ்மித்துக்கும், கொலைகாரனுக்குமிடையே உறவு ஏற்பட்டது. கொலைகாரனிடமிருந்த டமாஸின் வாளைப் பற்றி ஆங்கிலேயர்கள்

வியந்து பேசியபோது, ஜாசர் பெருமையோடு சொன்னார்: “நான் எடுத்துச்செல்லும் இந்த வாள் தோற்றுப்போனதே இல்லை; எண்ணற்ற தலைகளைக் கொய்த வாள் இது.” ஸ்மித் அதற்கு என்ன ஆதாரம் என்று கேட்டபோது கொலைகாரன் ஒரு எருதுவைக் கொண்டுவரச் சொல்லி ஒரே வீச்சில் அதன் தலையை வெட்டிச் சாய்த்தான். ஸ்மித் தனது 88 கடற்படை வீரர்களைக் கொலைகாரனின் பல நாட்டவர்கள் அடங்கிய கோட்டையரண் படையுடன் சேர்த்தான்.

போனபார்ட் அக்ரே மீது மூன்று முறை தாக்குதல் நடத்தினார். ஆனால் ஸ்மித்தும் கொலைகாரனும் அந்த மூன்று தாக்குதல்களையும் எதிர்த்து சமாளித்தனர். பிறகு ஒட்டமான் படைகள் வந்து சேர்ந்தன. அக்ரே மீது மேற்கொண்ட முற்றுகை தொடர்ந்து இரண்டு மாதங்கள் நீடித்தது. பிரெஞ்சு தளபதிகள் பதட்டமடைந்தனர்.

1799 மே 21ஆம் நாள் நெப்போலியன் பின்வாங்கி படைகளை எகிப்து நோக்கி நடத்திச் சென்றார். அதுவரை 1200 வீரர்கள் மரணமடைந்துவிட்டனர்; 2300 வீரர்கள் நோயுற்றும் காயமுற்றும் இருந்தனர். 800 பிரெஞ்சு வீரர்கள் ஜாஃபாவில் பணியாற்றினர். இந்தப் பின்வாங்கலில் தாமதம் ஏற்பட்டதால், காயமடைந்த வீரர்களைக் கொன்றுவிடுமாறு மருத்துவர்களுக்கு நெப்போலியன் ஆணையிட்டார். பிரெஞ்சு மருத்துவர்கள் அதற்கு மறுப்பு தெரிவித்ததால் உயிர் பறிக்கும் மருந்தளிக்க துருக்கி மருத்துவர் அழைக்கப்பட்டார். “நாங்கள் அந்த புனித பூமியில் ஏராளமான பாவங்களையும் மதிகெட்ட செயல்களையும் செய்திருக்கிறோம்” என்று அந்த பிரெஞ்சு தளபதி பாடிஸ்ட் கிளபர் கூறியதில் அதிசயம் ஒன்றுமில்லை. நகர ஆளுநரின் தலைமையில் திரண்ட கவசம் அணிந்த இரண்டாயிரம் ஜெருசலேம் வீரர்கள் பின்வாங்கிய பிரெஞ்சு படையைத் துரத்திச் சென்று அவர்களைத் துன்புறுத்தினர்.

எகிப்தில் பேரழிவு தரும் எதார்த்தத்தை நெப்போலியன் எதிர்கொள்ள வேண்டியிருந்தது. வெட்கமற்று உண்மைக்குப் புறம்பாக நடந்து கொண்டால்தான் தன்னைக் காப்பாற்றிக்கொள்ள முடியும் என்ற நிலையில் தனது வீரர்களை எகிப்திலேயே விட்டுவிட்டு நெப்போலியன் தாயகம் திரும்பினார். எகிப்து தாக்குதலுக்குத் தலைமைப் பொறுப்பேற்ற தளபதி கிளபர் நெப்போலியனைச் சபித்தார்: “அந்தக் கயவன் எங்களை விட்டுவிட்டு தனது மலம் சுமந்த கூட்டத்தினரோடு சென்றுவிட்டான்” என்றார் அவர். பிரான்சிலோ நெப்போலியன் வெற்றி வாகை சூடிய வீரனாக

ஆராதிக்கப்பட்டான். அதிகாரத்தைக் கைப்பற்ற வரும் முதல் தூதராகப்[2] போற்றப்பட்டான். அவனது போர்ப் பயணத்தைப் பற்றிய வீரதீரப் பாடல் ஒன்று நாட்டின் தேசியகீதமானது.

தனது தோல்விக்குக் காரணமானவன் ஸ்மித் என்று நெப்போலியன் அவர்மீது குற்றம் சாட்டினான். 'எனது விதியை இழக்கச் செய்தவன் ஸ்மித்' என்றான். தனது நோயுற்ற வீரர்களுக்கு உதவி செய்த அர்மீனிய துறவிகளுக்கு நன்றிகூறி தனது கூடாரத்தை அவர்களுக்கு அன்பளிப்பாகக் கொடுத்தான். இப்போது அது புனித ஜெம்ஸஸ் தேவாலயத்தில் பயன்படுத்தப்படுகிறது.

ஜெருசலேமிய கிறித்துவர்கள், குறிப்பாக கத்தோலிக்கர்கள் முஸ்லிம்களின் பழிவாங்கும் நடவடிக்கையால் ஆபத்தான கட்டத்தில் இருந்தனர். விடாப்பிடியாகத் தொடர்ந்துகொண்டிருந்தது ஸ்மித்தின் பெருமிதமிக்க நடிப்பு. இடரிலும், துன்பத்திலும் தளராத அமைதி கொள்ளக்கூடிய ஆங்கிலேய குணாம்சமே தனது சகோதரர்களைப் பாதுகாக்கும் என்று தீர்மானித்தார் ஸ்மித். கொலைகாரன் மற்றும் சுல்தானின் அனுமதி பெற்று தனது சீருடை அணிந்த கடற்படை வீரர்களைப் பறை முழங்க ஜாஃபாவிலிருந்து ஜெருசலேமிற்கு அழைத்துச் சென்றார். முக்கிய வீதிகளின் வழியாகச் சென்று புனித சேவியர் மடாலயத்தில் ஆங்கிலேயக்கொடியை ஏற்றினார். இம்மடால யத்தின் பிரான்சிஸ் பிரிவினர், "ஜெருசலேமில் உள்ள ஒவ்வொரு கிறித்துவரும் ஆங்கிலேயர்களின் தேசத்திற்குப் பெரிதும் கடமைப் பட்டவர்கள் என்றும் குறிப்பாக போனபார்ட்டின் கொடிய கரங்களி லிருந்து தங்களைக் காத்த ஸ்மித்திற்குக் கடமைப்பட்டவர்கள் என்றும் அறிவித்தனர். உண்மையில் அவர்கள் முஸ்லிம்களுக்குத் தான் அஞ்சியிருந்தனர். ஸ்மித்தும் அவரது படையினரும் புனிதக் கல்லறையில் பிரார்த்தனையில் ஈடுபட்டனர். கி.பி 1244க்குப் பிறகு ஜெருசலேமில் நுழைந்த ஐரோப்பிய வீரர்கள் இவர்கள் மட்டுமே.

கொலைகாரனான மூன்றாம் சுல்தான் செலிம்'க்கு மரியாதைச் சிறப்புகள் செய்தனர். அவரது பிறப்பிடமான போஸ்னியாவுக்கும், எகிப்து மற்றும் டமாஸ்கஸ்சுக்கும் அவர் பாஷாவாக நியமிக்கப் பட்டார். சுல்தான் காஸாவின் பாஷாவுடன் சிறிய போர் ஒன்றை நிகழ்த்தி ஜெருசலேம் மீதும் பாலஸ்தீனத்தின் மீதும் ஆதிக்கம் செலுத்தினார். ஆனால் அவரது பழைய குணாம்சத்தில் மாற்றம் ஒன்றும் நிகழந்து விடவில்லை. தனது பிரதம அமைச்சரின் மூக்கை வெட்டினார். பிரதம அமைச்சர் அதற்கு முன்பே தனது ஒரு காதையும்

ஒரு கண்ணையும் கொலைகார சுல்தானின் வாளுக்கு இரையாக்கி யிருந்தார். 1804ஆம் ஆண்டு செலிம் இறந்ததும் ஜெருசலேம் குழப் பத்தில் மூழ்கியது. வீரதீர சாகசங்களில் ஈடுபட்டவர்கள் தங்கள் அனுபவங்களை நூல்களாக எழுதத் தொடங்கினர். இவர்களில் மிகவும் சிறப்பு வாய்ந்தவர் ஒரு பிரெஞ்சுக்காரர். 1806இல் ஜெருசலேம் தீயில் எரிந்து பாழ்பட்டு, கலகங்களால் சூறையாடப்பட்டு மங்கோலி யாவிற்கு அடுத்த தாழ்ந்த நிலையில் இருப்பதாகக் கருதினார் புத்தார்வக் கற்பனாவாதி சாட்யு பிரையண்ட்.

35

புத்தார்வக் கற்பனாவாதிகள்: சாட்யு பிரையண்ட், டிஸ்ரேலி 1806-1830

புனிதக் கல்லறை அமைப்பின் பிரிவு

ஜெருசலேம், ‘இறைவனைக் கொன்ற நகரம்’, ‘பாலைவனத்தின் மத்தியில் அமைந்தக் கல்லறையின் சீர்குலைந்த நினைவுச் சின்னங்களைக் கொண்டதொரு கழிவுக் குவியல்’, என்றெல்லாம் அழைக்கப்பட்ட போதிலும், சாட்யு பிரையண்ட் பிரபு ஃபிராங்காய்ஸ்-ரெனெ ஜெருசலேம் என்னை பெருவியப்பில் ஆழ்த்துகிறது என்று அறிவித்தார். இந்தப் பாழடைந்த, செழுமையிழந்த ஜெருசலேம், கிறித்துவ சமய மேன்மையால் மீட்கப்படுவதற்காகக் காத்திருக்கிறது என்றார். இந்தத் தளர்-கூந்தல் கத்தோலிக்க முடியரசுக் கோட்பாளர் ஒரு புத்தார்வக் கற்பனையில் திளைத்திருந்தார். ஜெருசலேமின் துயர் பெருகப் பெருக, அதன் புனிதத்தன்மையும், கவித்துவமும் மேலும் மேலும் உயரும் என்று கருதினார். அந்நகரின் அன்றைய நிலை மிகவும் மோசமானதாக இருந்தது.

கைவிடப்பட்ட ஜெருசலேமைக் கலகக்கார படைத்தலைவர்களும், பாலஸ்தீன உழவர்களும் பலமுறை கைப்பற்றியுள்ளனர். டமாஸ்கஸின் ஆளுநர்களும் ஒவ்வொரு ஆண்டும், தத்தம் படையுடன் இந்நகரை முற்றுகையிட்டு, கைப்பற்ற வேண்டிய எதிரி நாடாக இதனை பாவித்தனர். பிரையண்ட் பிரபு அந்நகரை வந்தடைந்த

போது, ஜாஃபா வாயிலின் வெளியே டமாஸ்கஸின் ஆளுநர் தங்கி யிருந்ததையும், அவரது படைவீரர்கள் 3000 பேர் குடிமக்களைத் துன்புறுத்தி வருவதையும் கண்டார்.

புனித மீட்பரின் மடத்தில் சாட்யு பிரையண்ட் குடியேறிய போது அங்கிருந்த இந்த முரடர்கள் துறவிகளை அச்சுறுத்திப் பணம் பறித்து வந்தனர். எப்போதும் துப்பாக்கிகளை ஏந்தியபடிதான் அவர் வீதிகளில் வலம் வந்தார். எனினும், மடத்தில் அவரைத் திடீரென ஒரு துருக்கியன் தாக்கிக் கொல்ல முயன்றான். அவன் கழுத்தை நெரித்துதான் அவனிடமிருந்து தப்ப முடிந்தது. வீதிகளில், "நாம் ஒருவரையும் சந்திக்க முடியவில்லை! எவ்வளவு துயரம், எவ்வளவு பயங்கரம். குடிமக்கள் அனைவரும் தப்பியோடி மலை களில் தஞ்சமடைந்துவிட்டனர். கடைகள் மூடப்பட்டுவிட்டன. பலர் நிலவறைகளில் பதுங்கிக் கிடக்கின்றனர். மக்கள் மலைகளை நோக்கிச்சென்று கொண்டிருக்கிறார்கள்." படைத்தலைவர் திரும்பிச் சென்றபோது டேவிட்டின் கோபுரத்தில் இருந்த கோட்டைக் காவற் படையின் எண்ணிக்கை வெறும் பன்னிரண்டாக மட்டுமே இருந்தது. நகரம் மேலும் அச்சம் விளைவிக்கக் கூடியதாக மாறிவிட்டது: "பாலைவனத்தில் விரைந்து வரும் ஒரு குதிரையின் குளம்பொலி மட்டுமே காதில் ஒலிக்கிறது. அது அரேபிய நாடோடியின் தலை யினைக் கொண்டு வந்து சேர்க்கும் அல்லது துயருற்ற உழவர் களிடம் கொள்ளையடித்து விட்டுத் திரும்பிவரும்; அதில் வருபவன் துருக்கி நாட்டுப் போர்வீரனாக இருக்கக்கூடும்."

இப்போது இந்த பிரெஞ்சுக்காரன் இந்தப் புனித நினைவுச் சின்னங்களில், அழுக்கடைந்த புனித மறைபொருள்களில் உவகை கொள்ளலாம். இருப்பினும், இறைச்சி வறுவலுக்கு தன்னை ஒப்புக் கொடுத்த இந்த பெருந்தீனிக்காரர், தனக்கு விருந்தளிக்கும் தூய பிரான்சிஸ் மடத்து பருத்த துறவிகளோடு இணைந்து பெருவிருந்து களில் மிகுந்த ஈடுபாட்டுடன் கலந்து கொண்டார். அவர், "அவரைச் சாறு, வெள்ளரியும் வெங்காயமும் சேர்க்கப்பட்ட கன்றிறைச்சி, சோறு வெதுப்பிய வெள்ளாட்டுக்குட்டி, புறாக்கள், கௌதாரிகள், வேட்டையாடப்பட்ட விலங்கு, புள்ளினத்தின் தசை, சிறந்த மதுத் தேறல்," ஆகிய அனைத்தையும் சுவைத்தார். பல துப்பாக்கிகளைத் தாங்கியவண்ணம், இயேசுவின் ஒவ்வொரு தடத்தையும் மீண்டும் அளந்த அவர், துருக்கியரின் நினைவுச்சின்னங்களை எள்ளி நகை யாடினார். மேலும் 'கந்தைகளை அணிந்து, ஜியான் மாசுக்குள் சிக்கி, அவர்களைக் கொன்றழித்த புழுக்கள் நெளியும்' யூதர்களை யும் இகழ்ந்தார். ஜூடேயாவின் உண்மையான வாரிசுகள் தங்களது

சொந்த நாட்டிலேயே அடிமைகளாகவும், அந்நியர்களைப் போலவும் வாழ்வதைக் கண்டு வியப்படைந்தார் சாட்யு பிரை யண்ட்.

அவரது கண்கள் இயேசுவின் கல்லறைப் பாறையின் மீது நிலை பெற்று, நறுமணப்புகையில் மயங்கி, எததியோப்பிய தாளங்களின் மோதொலியிலும் கிரேக்கர்களின் உச்சாடனங்களினாலும் மெய் மறந்த நிலையில் அரைமணிநேரம் முழங்காலிட்டு வழிபட்டார். பின்னர், அறியாமை, கொடுங்கோன்மை மற்றும் அடிமைத்தனம் ஆகியவற்றைப் பின்பற்றும் நாகரீகத்திற்கு எதிரானது என்று கருதப்படும் இஸ்லாம் மதத்தை தோல்வியுறச் செய்த பிரெஞ்சு பல்லாடியர்களாகிய காட் ஃப்ரே மற்றும் பால்ட்வின் ஆகியோரின் கல்லறைகள் முன்பும் மண்டியிட்டுத் தொழுதார்.

சமயச் சடங்கு ஒன்றில் புனிதக் கல்லறை அமைப்பில் சாட்யு பிரையண்ட் அமர்வதற்கான வாய்ப்பினை பிரான்சிஸ் மடத்துத் துறவிகள் அளித்தனர். மண்டியிட்ட நிலையில் இருந்த பிரபுவினை வலம்வந்த அவர்கள், காட்ஃப்ரேயின் குதிமுள்ளினை அவரது குதிகால்களில் இணைத்து, சிலுவைப்போர் வீரனுக்குரிய வாளைக் கொண்டு அவருக்கு வீரத்திருத்தகைப் பட்டத்தை அளித்தபோது, அவர் பேருவகை எய்தினார்.

> நான் ஜெருசலேமில், கல்வாரி தேவாலயத்தில் இயேசு கிறிஸ்துவின் கல்லறையிலிருந்து பன்னிரண்டு காலடித் தொலைவிலும், பூய்லானின் காட்ஃப்ரேயிடமிருந்து முப்பது காலடித் தொலை விலும் புனிதக் கல்லறையின் மீட்பரின் குதிமுள் தரித்து, உயர் குணமும் வீரமும் ஒருங்கே அமைந்த கரம் ஒன்றால் ஆளப்பட்ட நீண்ட பெரிய வாளினைத் தொட்டபோது, என்னால் உணர்ச்சி வசப்படாமல் இருக்க முடியவில்லை.

அக்டோபர் 12, 1808இல், ஆர்மீனிய திருக்கோயில் மணிக்காரர் ஒருவர், புனிதக்கல்லறை தேவாலயத்தின் இரண்டாம் தளத்திலிருந்த ஆர்மீனிய காட்சிக்கூடத்தில் இருந்த அடுப்பின் அருகே உறக்கத்தில் ஆழ்ந்துவிட்டார். அடுப்பில் பற்றிய தீயினால் அவர் கருகி இறந்த தோடு, பரவிய அத்தீயினால் இயேசுவின் கல்லறையும் அழிந்தது. இதனைத் தொடர்ந்து கிறித்துவர்கள், பெருங்குழப்பத்தில், கொள்ளை ஏதும் நடந்துவிடாமல் தடுப்பதற்காக முஃப்தி ஹஸன் அல்–ஹுசைனியை தேவாலயத்தின் முற்றத்தில் பாசறையிட அழைத்தனர். ஆர்மீனியர்கள் தீயூட்டியதாக கிரேக்கர்கள் குற்றம் சாட்டினர்.

வெல்லமுடியாத மாவீரன் என்று கருதப்பட்ட நெப்போலி யனை வீழ்த்தும் நோக்கத்துடன் இங்கிலாந்தும், ஆஸ்திரியாவும்

போரிட்டு வந்தன. எனவே ரஷ்யாவின் உதவியோடு கிரேக்கர்கள், தேவாலயத்தின்மீது அவர்கள் கொண்டிருந்த கட்டுபாட்டினை மேலும் உறுதிப்படுத்துவதற்கு இது ஏதுவாக அமைந்தது. இன்றும் கல்லறையைச் சுற்றிக் காணப்படும் ரோகோகோ சிற்பக்கலைப்பணி தேவாலயத்தை அவர்கள் கட்டினர். சிலுவைப்போர் புரிந்த மன்னர் களின், அழகாக அலங்கரிக்கப்பட்ட கல் சவப்பெட்டிகளை உடைத்துக் கொண்டாடினர். அப்போது பிரான்சுக்கு திரும்பியிருந்த சாட்யு பிரையண்ட் தான் அவற்றை இறுதியாகப் பார்த்த வெளியாள் ஆவார்.[1] தேவாலயத்தை புனர்நிர்மாணம் செய்துகொண்டிருந்த கட்டிட வல்லுனர்களை ஒரு இஸ்லாமியக் கூட்டம் தாக்கியது. போர்ப்படை கிளர்ந்தது.

கொலைகாரனின் வாரிசும் மருமகனுமான சுலைமான் பாஷா நகரத்தைக் கைப்பற்றினார். (அவர் நீதிமான் என்று அழைக்கப் பட்டார். அவரது செயல்களைப் பிறருடன் ஒப்பிட்டுப் பார்த்தால் மற்ற எவருமே கருணை உள்ளவராகத்தான் தோன்றுவர்.) நாற்பத்தி யாறு கலகக்காரர்களைச் சிரச்சேதம் செய்து அவர்களது தலை களைக் கொண்டு வாயிலை அலங்கரித்தார்.

மெய்யான ஜெருசலேம் அழிந்துகொண்டிருந்த வேளையில், நெப்போலியனின் கொடுமையான சிறிய மத்திய கிழக்குப் போரும், துருக்கியரின் வீழ்ச்சியும், நாடு திரும்பியபின் சாட்யு பிரையண்ட் எழுதிய புத்தகங்களும் மேற்கத்தியர்களிடையே கற்பனை ஜெருசலேம் கனவுகளைக் கருக் கொள்ள வைத்தன. குரூரமான, விரும்பத்தகாத துருக்கியர்கள், புலம்பித் தவிக்கும் யூதர்கள், கண்ணைக் கவரும் விவிலியத் தோற்றம் கொண்ட பாவங்களின் வடிவமான நாகரிக முதிர்ச்சியற்ற, முரட்டு அரேபியர்கள் ஆகியவர்களைப் பற்றி வர்ணிக்கும். அவருடைய 'பாரீஸ் முதல் ஜெருசலேம் வரை' என்ற பயண நூல் கிழக்கைப் பற்றிய ஐரோப்பிய மனப்பான்மைக்கு வழிகாட்டியாக விளங்கியது. அந்நூல் மிகப்பெரிய வெற்றியை அடைந்ததுடன், தனித்த இலக்கிய பாணியையும் உருவாக்கியது. அவரது குற்றேவேல் தோழரான ஜீலியனும், அப்பயணம் குறித்த பயண வரலாற்றுக் குறிப்புகளை எழுதினார்.[2] லண்டனில் சிட்னி ஸ்மித் பிரபு நடுநிலக்கடலின் கிழக்குக்கரை நாடுகளில் தான் மேற்கொண்ட துணிகரச் செயல்கள் குறித்து பெருமிதத்துடன் எடுத்துரைத்தபோது, அவரது அரசக் காதலி அதனால் பெரிதும் கவரப்பட்டார். அது மிகவும் நகைப்புக்கிடம் தரும் அரச பயணங் களுக்குத் தூண்டுதலாக இருந்தது.

ப்ரன்ஸ்விக்கின் கரோலின், ஹெஸ்டர் ஸ்டேன்ஹோப்: இங்கிலாந்து அரசியும் பாலைவனத்து அரசியும்

இங்கிலாந்தின் இளவரசருடன் (பின்னாளில் நான்காம் ஜார்ஜ் மன்னர்) மன வேறுபாடு கொண்டிருந்த அவரது மனைவி இளவரசி கரோலின், கவர்ச்சியான தோற்றம் கொண்ட ஸ்மித்தால் பெரிதும் ஈர்க்கப்பட்டார். இவர்களது வெட்கம்கெட்ட காதலை மறைக்க, ஸ்மித்தின் ஒன்றுவிட்ட சகோதரியும், பிரதமர் இளைய வில்லியம் பிட்டின் உடன்பிறந்தாரின் மகளுமான வொஸ்டர் ஸ்டேன்ஹோப் சீமாட்டியை அடிக்கடி சந்தித்தார்.

'இசைநாடக நடிகையைப் போல நடனமாடிப் பகட்டு காட்டி' முழங்காலுக்கும் கீழே காலுறை இழைக்கச்சையைக் கட்டி, ஸ்மித் திடம் வழிந்த பண்பற்ற, காமுக, ஏமாற்றுக்காரியான இளவரசி கரோலினை சீமாட்டி ஹெஸ்டர் வெறுத்தார்: 'நாணமற்ற பெண், கீழ்த்தரமான விலைமகள்! மிகவும் கீழானவள்! மிகவும் இழி வானவள்!' ஆளுநருடனான கரோலினின் திருமணம் ஒரு பேரிட ராகும். அவளது காதல் வாழ்வு குறித்து மேற்கொண்ட நுணுக்கமான ஆராய்ச்சியில் கரோலின் அப்போது ஸ்மித், ஹீட் பிரபு, ஓவியர் தாமஸ் லாரன்ஸ் உள்ளிட்ட ஐந்து காதலர்களுடன் குலாவி வந்தது மட்டுமல்லாது பல வேலையாட்களையும் வளைத்துப் போட்டி ருப்பது தெரியவந்தது. அக்ரே மற்றும் ஜெருசலேம் பற்றி ஸ்மித் கூறிய கதைகள் மூலமாக கரோலின் தனியாகவும், சீமாட்டி ஹெஸ்டர் தனியாகவும் கிழக்கு நோக்கிப் பயணிப்பதற்குத் தனித் தனியாக முடிவு செய்தனர்.

ஹெஸ்டர் சீமாட்டிக்கென ஜெருசலேமில் தனி ஒரு எதிர்காலம் காத்திருந்தது. முன்னாள் கடலோடியும், கால்வினின் கொள்கையின் தீவிரப்பற்றாளருமான ரிச்சர்ட் பிரதர்ஸ், தன்னை மன்னன் டேவிட்டின் வழித்தோன்றல் என்றும் கிறிஸ்துவின் இரண்டாம் வருகையிலும் தானே இவ்வுலகத்தின் ஆட்சியாளர் என்றும், பிர கடனப்படுத்திக் கொண்டார். 'புதிய ஜெருசலேமிற்கான திட்டம்', என்ற தனது நூலில், இறைவன், 'மன்னனாக இருந்து யூதர்களின் உரிமையை மீட்டுக்கொடுக்குமாறு தன்னை விதித்திருக்கிறான்', என்று குறிப்பிடுகிறார். பிரிட்டிஷ் மக்கள் மறைந்துபோன குலமரபு குழுக்களின் சந்ததியினர் என்றும், தான் அவர்களை மீண்டும் ஜெருசலேமிற்கே இட்டுச் செல்வதாகவும், பிரதர்ஸ் வலியுறுத் தினார். தேவாலய மலையில் தோட்டங்கள் அமைக்கவும், அரண் மனைகள் கட்டவும் திட்டமிட்டார். இஸ்ரேலியர்களுக்கான புதிய சீருடைகளையும், கொடிகளையும் வடிவமைத்தார். எனினும்

இறுதியில் அவர் ஒரு பைத்தியக்காரன் என்று சிறைப்பிடிக்கப்பட்டார். இந்த ஆங்கிலோ–இஸ்ரேலியப் பார்வை விசித்திரமானதாக இருந்த போதிலும் முப்பதாண்டுகளுக்குப் பின்னர் இரண்டாம் வருகையைத் துரிதப்படுத்துவதற்காக யூதர்களின் புனித மீட்சி வருதல்வேண்டும் என்கிற நம்பிக்கை பிரிட்டிஷ் அரசின் கொள்கையாக இருந்தது.

இந்த முயற்சிக்கு தேவமங்கை ஒருவரின் உதவி தேவை என பிரதர்ஸ் எதிர்பார்த்தார். 'யூதர்களின் அரசி'யாக ஹெஸ்டர் ஸ்டான்ஹோப் சீமாட்டியைத் தேர்ந்தெடுத்தார். நியூகேட் சிறையில் அவள் அவரைச் சந்தித்தபோது, 'அவள் ஒருநாள் ஜெருசலேம் சென்று, தேர்ந்தெடுக்கப்பட்ட மீள்வரவிற்காக மக்களை வழிநடத்துவார்', என்று ஆருடம் கூறினார். ஜெருசலேமிற்கு 1812இல் ஸ்டான்ஹோப் துருக்கிய உடையில் எழிலோடு சென்று விட்டபோதிலும், பிரதர்ஸின் ஆருடம் பலிக்கவில்லை. அவருக்கு உருவான புகழ், கிழக்கு நாடுகளில் வசித்த மக்களிடம் ஐரோப்பா பற்றிய ஆர்வம் வளர்வதற்கு துணைபுரிந்தது. குறிப்பாக, வெறுக்கத்தக்க கரோலின் ஜெருசலேம் வருவதற்கு மூன்று ஆண்டுகள் முன்னரே அவர் அங்கே வந்தடைந்தார்.

ஆகஸ்ட் 9, 1814இல், நாற்பத்தி ஆறு வயதான இளவரசி, தனக்கு அவதூறை ஏற்படுத்திய மத்தியதரைப் பயணத்தை மேற்கொண்டார். ஸ்மித், ஸ்டேன்ஹோப் மற்றும் சிலுவைப் போருக்காக மூதாதையர்கள் நடத்திய புனிதப்பயணங்கள் ஆகியவற்றால் தூண்டப்பட்ட கரோலின், 'ஜெருசலேம் எனது மிகப் பெரிய லட்சியம்' என்று பிரகடனப்படுத்தினார்.

இளவரசி அக்ரேயை வந்தடைந்தபோது, நீதிமான் சுலைமானிடம் 'ஒரு கண், ஒரு செவி, ஒரு நாசி ஆகியவற்றை இழந்த ஒரு யூதப் பிரதம மந்திரியால், வரவேற்கப்பட்டார். கொலைகாரன் மரித்து பத்து வருடங்கள் ஆன பின்னரும் எத்தனை 'மனிதர்கள் நாசியின்றி சாலையில் காணப்படுகிறார்கள்' என்று கரோலினின் அரசவையினர் அதிசயித்தனர். எனினும் 'கீழைத் தேசங்களுக்கே உரிய மிகையற்ற நாகரிகப் பகட்டினை அவள் பெரிதும் விரும்பினாள். அவளது தத்துப்பிள்ளை வில்லி ஆஸ்டின் (அவன் அவளது சொந்த மகனாகக் கூட இருந்திருக்கக்கூடும்) மற்றும் அவளது அப்போதைய காதலனையும், அவளைவிட பதினாறு வயது இளைய இத்தாலியப் போர்வீரனையும் பார்த்தலோமியோ பெர்கேமி ஆகியவர்களையும் கொண்ட இருபத்தி ஆறு பேர் குழுவுடன் அவள் வந்திருந்தாள். பெருங்குடிமகனும் அவளது அரண்மனை உயர்அதிகாரியுமான அவன், 'ஆறடி உயரத்தில் அழகிய கருத்த சிகையடர்ந்த

தலையினையும், வெளுத்த மேனியையும், இங்கிருந்து லண்டனை எட்டித்தொடும் மீசையினையும் கொண்டிருந்தான்', என ஒரு பெண் மயக்கத்துடன் வர்ணித்தாள். கரோலின் ஜெருசலேமிற்குக் கிளம்பியபோது 200 பேர் கொண்ட அவளது பரிவாரம், ஒரு படையினைப் போல் தோற்றமளித்தது.

இயேசுவைப் போலவே அவளும் ஒரு கழுதையில் பயணித்து ஜெருசலேமுக்குள் நுழைந்தாள். பருத்த அவளைப் பிடித்துக் கொள்ள இரண்டு பக்கமும் வேலையாட்கள் தேவைப்பட்டனர். கழுதையில் சவாரி செய்த அவளை புனித சேவியர் அறைக்கு, பிரான்சிஸின் மடத்துறவிகள் இட்டுச் சென்றனர். அவளது அரசவையினரில் ஒருவர் 'அந்தக் காட்சியை ஓவியமாய் தீட்டக்கூட இயலாது' என்று நினைவுகூர்ந்தார். "ஆடவர், பெண்டிர் மற்றும் குழந்தைகள், யூதர்கள் மற்றும் அரேபியர்கள், ஆர்மீனியர்கள், கிரேக்கர்கள், கத்தோலிக்கர்கள், புறச்சமயத்தினர் என அனைவரும் எங்களை வரவேற்றனர். 'நல்வரவு' என்று கூவினர்." தீப்பந்தங்களின் ஒளியில் 'அரச யாத்திரிகரை நோக்கிப் பல விரல்கள் சுட்டிக் காட்ட,' 'அதோ அவள்' என்ற குரல்கள் எழுந்தன. வியப்பேதுமில்லை. கரோலின் அடிக்கடி பொய்முடி (தலைக்குல்லாயின் மேற்புறம் வரை இருபக்கமும் சுருண்டது) செயற்கைப் புருவங்கள் மற்றும் பொய்ப்பற்கள், ஆகியவை அணிந்து, முன்னும் பின்னும் தாழ்வாகவும் சிறிதாகவும் தைக்கப்பட்டு, 'பெருத்த அவளது வயிற்றினை,' மறைக்கப்போதாத செந்நிற உடையினை அணிவது வழக்கம். அவையினர் ஒருவர், அவளது வருகை 'இறுமாப்பும் அதேநேரத்தில் வேடிக்கைக்குரியதாகவும்,' இருந்திருக்குமெனக் கூறினார்.

ஆறு நூற்றாண்டுகளில் அங்கு வருகை தரும் முதல் கிறித்துவ இளவரசி என்ற பெருமையுணர்வு கொண்டிருந்த கரோலின், 'அவளது உயர்ந்த நிலை குறித்த ஒரு சரியான உணர்வினை' பிரதிபலிக்க வேண்டும் என்று மனமார விரும்பினார். எனவே இளம் செந்நிற மற்றும் வெள்ளி இழையோடிய செஞ்சிலுவை தாங்கிய பதாகை கொண்ட புனிதக் கரோலின் அமைப்பினை நிறுவினார். அவளது காதலனான ஓவியன் பெர்கேமி அந்த அமைப்பின் முதல் (மற்றும் இறுதி) 'பெருந்தலைவர்' யாத்திரையிலிருந்து திரும்பிய பின் அவள் அதுகுறித்து 'ராணி கரோலினின் ஜெருசலேம் வருகை', என்றொரு ஓவியம் தீட்டக் கட்டளையிட்டாள். பிரான்சிஸ் மடத்துறவிகளுக்கு இங்கிலாந்தின் எதிர்கால அரசி தாராளமான நன்கொடைகளை அளித்தார். 1815, ஜீலை 17ஆம் நாள் (வாட்டர்லூவில் நெப்போலியனின் இறுதித் தோல்விக்கு நான்கு வாரத்திற்குப் பின்னர்) அனைவரின்

நன்றியுணர்வும், அனுதாபமும் சூழ அவள் ஜெருசலேமை விட்டு நீங்கினாள் என்பதில் வியப்பேதுமில்லை.

*1819*இல் டமாஸ்காஸில் வரிகள் மூன்று மடங்கு உயர்த்தப் பட்டபோது, நகரமே கிளர்ந்தது. அப்போது, கொலைகாரனின் பேரனும், பாலஸ்தீனத்தின் பலசாலியுமான அப்துல்லா பாஷா ஜெருசலேமை முற்றுகையிட்டார். நகரம் கைப்பற்றப்பட்டபோது, அங்கிருந்த ஆளுநர் இருபத்தி எட்டு கலகக்காரர்களைத் தானே குரல்வளையை நெரித்துக் கொன்றார். அடுத்த நாள் மீதமுள்ள வர்கள் சிரச்சேதம் செய்யப்பட்டு, அனைத்து உடல்களும் ஜாஃபா வாயிலுக்கு வெளியே கிடத்தப்பட்டன. குற்றவாளி முஸ்தபா என்ற ழைக்கப்பட்ட துருக்கிய ஆளுநரின் காட்டுமிராண்டித் தாக்குதலால் *1824*இல் உழவர்கள் கிளர்ந்தனர். ஆலிவ் மலையில் இருந்து அப்துல்லா தாக்குதல் நடத்தும்வரை, சில மாதங்களுக்கு ஜெருசலேம் விடுதலை பெற்றிருந்தது. செல்வந்தரான தனது கணவர் மோசஸிடம் பயணித்த துணிச்சலான ஆங்கிலப் பயணியான ஜூடிக் மாண்ட்டிபையரே, பிற்பகுதியில் *1820*களில், ஜெருசலேம் 'வீழ்ந்திருந்தது; தனித்திருந்தது; இழிந்திருந்தது', எனக் குறிப்பிடுகிறார். 'இந்கரம் இவ்வுலகில் ஆனந்தமாக இருந்ததற்கான எச்சம் ஒன்றுகூட மிஞ்சியிருக்க வில்லை', என்று குறிப்பிடுகிறார்.

ஜெருசலேமில் வாழும் தமது துயருற்ற சகோதரர்களுக்கு உதவிடத் தீர்மானித்த வலுவுள்ள இறுமாந்த ஐரோப்பிய யூதர்களின் வழியில் வந்த புதியவர்கள் மாண்ட்டிபையர்கள். நகரின் ஆளுநரால் அவர்களுக்கு விருந்தளிக்கப்பட்ட போதிலும், அவர்கள் அரண் களுக்குள் முன்னாள் அடிமை வியாபாரியான ஒரு மொராக்கோ நாட்டவனுடன் தங்கினர். பெத்தலகேமில் உள்ள ரேச்சலின் சமாதியை சீரமைப்பதன் மூலம் அவர்களது சமூகப்பணியைத் தொடங்கினர். இது தேவாலயத்திற்கும் ஹெப்ரானில் உள்ள மூதாதையரின் சமாதி களுக்கும் அடுத்து யூத நெறியின் மூன்றாவது புனிதத்தலம் என்ப தோடு அவற்றைப் போலவே இந்த இடமும் இஸ்லாம் மதத்தின் புனித இடமாகவும் திகழ்கிறது. மாண்ட்டிபையர் தம்பதியினர் குழந்தை யற்றவர்கள். ரேச்சலின் சமாதி பெண்கள் கருத்தரிக்க உதவும் இடமாகக் கருதப்பட்டது. 'அவர்களின் வருகையை ஜெருசலேமிய யூதர்கள், மீட்பரின் வருகையைப் போலக் கருதினாலும், அவர் களுக்கு அதிகமாய் கொடுக்கவேண்டாம் எனக் கேட்டுக்கொண்டனர். ஏனெனில் அவர்கள் அகன்ற பின்னர் துருக்கியர்கள் மேலும் வரி களை விதித்து தங்களை முடக்கக்கூடும் என்று அஞ்சினர்.

இத்தாலியில் பிறந்து, சுய முயற்சியால் உயர்நிலைக்குச் சென்ற ஆங்கில கனவானும், சர்வதேச முதலீட்டாளரும், நாதேனியல்

ராத்ஸ்சைல்டின் மைத்துனருமான மோசஸ் மாண்ட்டிஃபையர், பெரிய அளவில் மதவுணர்வு கொண்டவரல்ல. ஜெருசலேம் பயணம் அவரது வாழ்வினை மாற்றியது. திரும்பிச் செல்லும்போது, கடைசி இரவை பிரார்த்தனையிலேயே கழித்து புதுப் பிறப்பெடுத்த யூதராக மாறியிருந்தார். ஜெருசலேம், 'நமது மூதாதையரின் நகரம், நமது விருப்பங்கள் மற்றும் பயணத்தின், உயரிய நீண்ட அவாவின் நோக்கம்', என்று அவர் கருதினார். புனிதப்பயணத்தை மேற்கொள் ளுதல் ஒவ்வொரு யூதனின் கடமை என்று அவர் நம்பினார்: 'எனது மூதாதையரின் இறைவனிடம் நான் மன்றாடி வேண்டுவது என்ன வென்றால், நான் மேலும் நன்னெறியும், நற்பண்பும் அடைவதோடு, மேம்பட்ட யூதனாவதுதான்.'[4] அப்புனித நகருக்கு அவர் பலமுறை சென்று திரும்பினார். அதுமுதல் ஆங்கிலேயே பெருங்கோமகனுக் குரிய வாழ்வோடு மரபு வழுவாத யூத நெறிமுறைகளையும் பிணைக்கும் முயற்சியில் ஈடுபட்டார்.

மாண்ட்டிஃபையர் அங்கிருந்து சென்ற பின்னர், பைரனைப் போன்ற உணர்ச்சிமிகு வேடதாரி ஒருவர் அந்நகருள் நுழைந்தார். இருவருமே இத்தாலிய வழியில் வந்த ஆங்கிலேய ஸ்பானிய யூதர்கள். அவர்கள் ஒருவரையொருவர் அறியாதிருந்த போதும் – பிற்காலத்தில் இருவரும் மத்திய கிழக்கில் பிரிட்டன் முன்னேற ஆக்கப்பூர்வமாய் செயல்பட இருப்பவர்கள்.

டிஸ்ரேலி: புனிதமும், புத்தார்வக் கற்பனாவாதியும்

'என்னை நீங்கள் கிரேக்க கடற்கொள்ளையனின் உடையில் பார்க்கவேண்டும். ஷில்லிங் நாணயங்களை ஒத்த வெள்ளிக் குமிழ்கள் பொருத்திய ரத்த சிவப்பு சட்டை, மிகப்பெரிய கழுத்துத்துண்டு, துப்பாக்கிகளும், குத்துவாள்களும் பொருத்தப்பட்ட அரைக்கச்சை, செந்நிறத் தொப்பி, நீலநிற அகண்ட பட்டையிட்ட மேல்சட்டை மற்றும் கால்சட்டை. மட்டற்ற போக்கிரித்தனம்!' இருபத்தி ஆறு வயது கொண்ட நவநாகரிக நாவலாசிரியரும் (அப்போதே இளைய கோமகனின் ஆசிரியர்) நொடித்துப்போன யூக வணிகரும், ஆர்வ மிகு அரசியல்வாதியுமான பெஞ்சமின் டிஸ்ரேலி, இவ்வாறே தனது கிழைப் பயணத்தின்போது உடையணிந்தார். பதினெட்டாம் நூற் றாண்டின் பெரும்பயணத்தின் புதிய வடிவாய் இவ்வின்பப் பயணங்கள் இருந்தன. புத்தார்வக் கனவுலகத் தோற்றம் கொள்வது, பண்டைய அருங்காட்சிகளைக் காண்பது, புகைக்குழல் மூலம் புகைபிடிப்பது, பரத்தையரிடம் பேராவலுடன் ஈடுபாடு கொள்வது ஆகியவை இஸ்தான்புல் மற்றும் ஜெருசலேம் இரண்டிற்கும் ஒத்த பண்புகளாக இருந்தன.

டிஸ்ரேலி ஒரு யூதராக வளர்க்கப்பட்டாலும், தன் பன்னிரெண்டாம் வயதில் ஞானஸ்நானம் பெற்றவர். தன்னை 'பழைய மற்றும் புதிய ஏற்பாடுகளுக்கிடையே இருக்கும் வெற்றுத்தாளாய் கருதுவதாகப்' பிறிதொரு சமயத்தில் விக்டோரிய அரசியிடம் அவர் தெரிவித்தார். அதற்குரிய தோற்றமும் அவரிடம் இருந்தது. மெலிவாக வெளுத்த நிறமும், கருத்த சுருள் கேசமும் கொண்ட டிஸ்ரேலி, ஜுடேய மலைகளில், கழுதை மீதமர்ந்தும், சிறப்பான ஆயுதம் தாங்கியும் நன்றாகச் சுற்றிவந்தார். மதில்களைக் கண்டபோது, 'நான் மிகுந்த திகைப்படைந்தேன். எனக்கு முன்பாக மிக எழிலான நகரினைக் கண்டேன். அழகிய தோட்டமும் அருமையான வாயில்களும் கொண்ட தேவாலயத்தின் முன்பகுதியில் பிரம்மாண்டமான மசூதி இருந்தது. பல்வகை மாடங்களும், கோபுரங்களும் தென்பட்டன. சுற்றுப்புறத்தின் காட்சியை விட காடார்ந்த பயங்கரமான, தரிசான இடத்தை கற்பனையில் கூடக் காண இயலாது. இந்தளவிற்கு மனதை பெரிதும் கவர்ந்த ஒன்றை நான் இதுவரை கண்டதில்லை' என்றார்.

அவர் தங்கியிருந்த ஆர்மீனிய துறவியர் மடத்தின் மேல்மாடியில் உணவருந்தியவாறு, 'ஜெஹோவாவின் இழந்த தலைநகரை,' நோக்கிய டிஸ்ரேலி, யூத வரலாற்றின் புத்தார்வக் கிளர்ச்சியில் பேருவகை கொண்டதோடு, இஸ்லாத்தாலும் பெரிதும் ஈர்க்கப்பட்டார். தேவாலய மலைக்குச் சென்று காணும் முயற்சியை அவரால் நிறுத்த முடியவில்லை. மதிற்கோட்டையைத் தாண்டிய அகலிடத்தில் ஸ்காட்லாந்தைச் சேர்ந்த ஒரு மருத்துவரும், ஆங்கிலப் பெண்ணும் மாறுவேடத்தில் ஊடுருவினர். ஆனால் டிஸ்ரேலியோ அவ்விதத் திறனைக் கைக்கொள்ளாததால் 'தலைப்பாகை அணிந்த வெறியர்களால் கண்டுபிடிக்கப்பட்டு, அவர்களால் சூழப்பட்டு, பெரு முயற்சிக்குப் பின் தப்பித்தார். யூதர்களுக்கும் அரேபியர்களுக்கும் இடையே வித்தியாசம் இல்லை என்று கருதினார். அரேபியர்கள் 'குதிரையில் அமர்ந்த யூதர்கள்' என்று கூறிய அவர் கிறித்துவர்களிடம் கேள்வியொன்றை எழுப்பினார்: "நீங்கள் யூத நெறியை நம்பாவிடில் உங்கள் கிறித்துவம் எங்குள்ளது?"

அவர் ஜெருசலேமில் இருந்தபோது, தனது அடுத்த நாவலான 'அல்ராஸை' எழுதத் தொடங்கினார். பன்னிரண்டாம் நூற்றாண்டைச் சேர்ந்த ஊழ்வழி உந்தப்பட்ட 'மீட்பர்' பற்றிய அந்த நூலில், அவ்வாறு எழுந்த எழுச்சியை, 'எனது குருதியையும் பெயரினையும், எனக்குத் தந்த புனித மற்றும் புத்தார்வக் கற்பனாவாதிகளான அம்மக்களின் வரலாற்றில் நடைபெற்ற சிறப்பான நிகழ்ச்சி அது' என்று குறிப்பிடுகின்றார்.

அவரது ஜெருசலேம் பயணம், பழமைசார்பு உயர்குடியாள ராகவும், அயற்பண்புடைய யூத உயர் பதவியாளராகவும் இருந்த அவரது கலப்பினத் தனித்தன்மையை மெருகூட்ட உதவியதோடு, மத்திய கிழக்கில் பிரிட்டன் பங்காற்ற வேண்டியதை அவருக்கு மெய்ப்பித்து, ஜெருசலேமிற்கு திரும்பிச் செல்வதற்காகக் கனவு காணவைத்தது.[5] அவரது புதினத்தில் டேவிட் அல்ராயின் ஆலோசகர் இவ்வாறு கூறுகிறார்: 'எனக்கு எது வேண்டுமென நீங்கள் கேட்டால் அதற்கு என்னுடைய பதில்: தேசிய இருப்பு.' ஜெருசலேமின் வளர்ந்து வந்த அரசியல்வாதியான டிஸ்ரேலி 1851இல் இவ்வாறு குறிப்பிடுகின்றார்: "துருக்கியர்களிடம் இருந்து வாங்கப் படக்கூடிய நிலத்தை யூதர்களுக்குத் திருப்பிக்கொடுப்பது நியாய மானதும், சாத்தியமானதும் ஆகும்.

அல்ராயின் துணிச்சல் 'அவரது சிறந்த குறிக்கோள்', என்று டிஸ்ரேலி குறிப்பிட்டாலும்கூட எந்தவொரு யூத விஷயத்திற்காகவும் தனது பணி முன்னேற்றத்தை இடர் செய்ய அவரது பேராவல் விடவில்லை. இவ்வுலகின் சிறந்த பேரரசின் பிரதமராக இருக்க அவர் விரும்பினார். முப்பது ஆண்டுகளுக்குப் பின்னர் அவர் 'வழுக்கு மரத்தின் உச்சியினை' அடைந்த பிறகு சைப்ரஸை வென்று, சூயஸ் கால்வாயை விலைக்கு வாங்கி, அந்தப் பிரதேசத்தில் பிரிட்டிஷ் அதிகாரம் நுழைய வழிவகை செய்தார்.

தனது அரசியல் வாழ்க்கையினைத் தொடரத் தலைப்பட்டு திரும்பியவுடன், எகிப்தின் ஆட்சியாளரான ஒரு அல்பேனிய படைத் தளபதி ஜெருசலேமைக் கைப்பற்றினார்.

குறிப்புகள்:

1. காட்ஃபிரேயின் குதிமுட்கள் மற்றும் வாளோடு, அவரது பிரெஞ்சுக் கோட்டையில் இருந்து எடுத்து வரப்பட்ட செங்கல் ஆகியவற்றை இன்றும் புனிதக்கல்லறையின் இலத்தீன் திருப்பூட்டறையில் காணலாம். சிலுவைப் போராளிகளின் கல்லறைகளைப் பொறுத்தவரை, இந்தப் பிரிவினைவாத பயங்கரவாதத்திற்குப் பின்னர், குழந்தை அரசனான ஐந்தாம் பால்டு வின்னின் கல் சவப்பெட்டியின் துண்டுகள் மட்டுமே மிஞ்சின.

2. கவிஞரும், ஓவியரும், சிற்பியும், தீவிரவாதியுமான வில்லியம் பிளேக் 1804இல் இயற்றிய தனது கவிதையான 'ஷில்டனை' பின்வரும் முன்னு ரையுடன் துவங்குகிறார்:

'மேலும் அந்த பாதங்கள்', என்று தொடங்கும் அக்கவிதை, 'இங்கிலாந்தின் பசுமையான, இனிமையான நிலத்தில் ஜெருசலேமை நாம் உருவாக்கும் வரை', என்று நிறைவுறுகிறது. 1808இல் அச்சிடப்பட்ட அந்தக் கவிதை தொழில்மயமாக்கலுக்கு முந்தைய இங்கிலாந்தில் சொற்ப காலத்திற்கு

சொர்க்கபுரியாக இருந்த ஜெருசலேமின் ஏற்றமான காலத்தைப் புகழ்கிறது. இளவயது ஏசு, அரிமத்தியாவைச் சேர்ந்து ஜோசஃப்புடன் பின்னவரது வெள்ளீய சுரங்கங்களுக்குச் சென்றதாகக் கூறப்படும் புராண நிகழ்வின் தூண்டுதலால் இக்கவிதை இயற்றப்பட்டது. 1916 வரை பெரிதும் அறியப் படாமல் இருந்த அக்கவிதை ஒரு நாட்டுப்பற்றுக் கூட்டத்திற்கென 1916இல் அரசவைக் கவிஞர் ராபர்ட் பிரிட்ஜஸ், இசையமைப்பாளர் ஹுயுபர்ட் பாரியை இசையமைக்கப் பணித்தபோது உலகின் கவனத்திற்கு வந்தது. எட்வர்ட் எல்கர் பின்னர் அதனைப் பண்ணிசைத்தார். 'இறைவன் அரசரைக் காக்கட்டும், என்ற பாடலைவிட இப்பாடல் நன்றாக உள்ளதாக ஐந்தாம் ஜார்ஜ் மன்னர் கூறினார். முழங்கும் நாட்டுப்பற்றாளர்கள், தேவாலயம் நாடுவோர், பவனியாளர்கள், விளையாட்டு ரசிகர்கள், குடிபோதையிலுள்ள, கலைந்த கேசமுள்ள பட்டதாரி மாணவர்கள் ஆகிய அனைவரையும் ஒருங்கே கவர்ந்தது. மாற்று கீதமாய் திகழ்கிறது. பிளேக் அதனை, ஜெருசலேம் என்றும் அழைக்கவில்லை. ஏனெனில் 'ஜெருசலேம்: மாபெரும் பிரிட்டனின் தோற்றம்', என்ற காவியத்தையும் அவர் இயற்றினார்.

3. 1818இல் சுலைமான் பாஷாவின் இறப்பிற்குப் பின்னர், அப்துல்லா, அக்ரேயின் அதிகாரத்தை ஏற்றுக் கொண்டார். முப்பதாண்டுகள் பாலஸ்தீனத்தின் பெரும்பகுதியைத் திறமையாக ஆண்ட, வளம் பொருந்திய ஒற்றைக் கண்ணும், ஒற்றை செவியும் கொண்ட, நாசியிழந்த ஹெய்ம் ஃபார்ஹியை அவர் தூக்கிலிட்டார். அப்துல்லா 1831 வரை ஆண்டார். ஃபார்ஹி குடும்ப வம்சாவளி இன்றும் இஸ்ரேலில் வாழ்ந்து வருகிறது.

4. சொந்த நாடு திரும்பும்போது மாண்ட்டிஃபையர்களின் கப்பல் கடும் புயலில் சிக்கிக்கொண்டது. கப்பல் மூழ்கி விடுமென மாலுமிகள் அஞ்சினர். முந்தைய ஆண்டின் யூத விடுதலைத் திருவிழாவின் எஞ்சிய ரொட்டித் துண்டான அபிக்கோமனினை மாண்ட்டிஃபையர் அதிர்ஷ்டச் சின்ன மாய் தன்னிடம் வைத்திருந்தார். புயலின் உச்சத்தில் அதனை அவர் கடலில் வீசியபோது, உடனே அதிசயத்தக்க வகையில் கடல் அமைதியுற்றது. ஜெருசலேம் புனித யாத்திரையை இவ்விதமாய் இறைவன் ஆசீர்வதித் தார் என்று மாண்ட்டிஃபையர் நம்பினார். ஒவ்வொரு யூத விடுதலைத் திருவிழாவின் போதும் இன்னமும் மாண்ட்டிஃபையர் குடும்பம் இந்நிகழ்ச்சி பற்றிய அவரது கூற்றினை வாசிக்கின்றனர்.

5. அவரது சிறந்த புதினமான கானிங்ஸ்பியின் சிறந்த கதாபாத்திரம் சிடோனியா ஆகும். அவர், பேரரசர்கள் அரசர்கள் மற்றும் ஐரோப்பாவின் அனைத்து அமைச்சரவைகளில் உள்ள அமைச்சர்களோடும் நட்பாய் இருந்த ஸ்பானிய யூத பெருஞ்செல்வர். டிஸ்ரேலி நன்கு அறிந்த லயனல் டி ராத்ஸ்சைல்ட் மற்றும் மோசஸ் மாண்ட்டிஃபையர் ஆகியோரின் கலவையே சிடோனியா.

☆

36

அல்பானிய வெற்றி
1830-1840

இப்ராகிம் என்கிற சிகப்பு

1831 டிசம்பரில் எகிப்திய இராணுவம் ஜெருசலேம் நகரத்தின் வழியே அணிவகுத்து வந்தது. நகரம் ஒளி வெள்ளத்தில் மிதந்தது. ஒவ்வொரு வீதியிலும் ஆட்டமும் பாட்டமும் என கொண்டாட்டத்தில் திளைத்தனர் ஜெருசலேமினர்.

ஜெருசலேமின் புதிய தலைவராக அல்பானிய வீரர் மெகமத் அலி வந்தார். அவர் உருவாக்கிய வம்சம் ஒரு நூற்றாண்டுக்குப் பிறகு இஸ்ரேல் என்ற நாடு உருவாகும் வரை எகிப்தை ஆட்சி செய்து வந்தது. 15 ஆண்டுகளுக்கு அகில உலக கீழைத்தேசிய அண்மைக்கான தூதரகக் கொள்கையில், அவர் ஆதிக்கம் செலுத்தினார். ஏறக்குறைய ஒட்டமான் சாம்ராஜ்யம் முழுவதும் அவர் வசம் வந்தது. அவர் கிரிஸில் ஒரு புகையிலை வியாபாரியின் மகனாகப் பிறந்தார். அவர் பிறந்த ஆண்டில்தான் நெப்போலியனும் பிறந்தார். அவரது சமகாலத்தவர்கள் அவரை கீழைநாடுகளின் போனபார்ட் என்றே கருதினார். நெப்போலியனைப் போல மிகச்சிறந்த இராணுவ ஞானம் பெற்றிருந்தார். தீராத ஆசைகளும் ஓயாத செயல் பாடுகளும் இந்தப் போர்த்தளபதிகளின் பண்புகளாக இருந்தன.

இந்த வெண்தாடி அல்பானியர் தனது அறுபதுகளில் இருந்தார். எப்போதும் வெள்ளை நிறத் தலைப்பாகையும், மஞ்சள் நிறக்

காலணிகளும், நீல–பச்சை நிறம் கொண்ட அங்கியும் அணிந் திருப்பார். ஏழு அடி உயரம் உடைய அவர் வைரங்கள் பதித்த பொன்னாலும், வெள்ளியாலும் ஆன புகைப்பானைக் கொண்டு எப்போதும் புகைத்தபடியே இருப்பார். தார்த்தாரிய முக அமைப்பும் நீண்ட தாடையும் கொண்டவர். அவரது கருஞ்சாம்பல் நிறக் கண்கள் தீ உமிழும்; அவ்வொளிச்சுடரில் அவரது நுண்ணறிவும் ஞானமும் வெளிப்படும். அவருடன் எப்போதுமிருக்கும் வளைந்த கொடு வாள் அவரது ஆற்றலுக்கு அடித்தளமாக இருந்தது. நெப்போலியனுக்கு எதிராக ஒட்டமான்கள் சார்பில் தனது அல்பானிய வீரர்களை இயக்குவதற்குரிய சரியான நேரத்தில் எகிப்திற்கு வந்தார்.

பிரெஞ்சுக்காரர்கள் வெளியேறியபோது அதைத் தொடர்ந்து ஏற்பட்ட அதிகார வெற்றிடத்தைத் தனக்கு சாதகமாக்கிக்கொண்டு எகிப்தைக் கைப்பற்றினார். பின்னர் தனது திறமை வாய்ந்த மகன் இப்ராகிமை அழைத்துவரச் செய்தார். இப்ராகிம் மாம்லுக் ஒட்டமான் பிரபுக்களை ஒரு இராணுவ நிகழ்ச்சிக்குக் கவர்ந்து சென்று அவர்களை வெட்டிச் சாய்த்தார். பிறகு அல்பானியர்கள் கெய்ரோவின் ஊடாகக் கற்பழித்தபடியும், சூறையாடிக் கொண்டும் சென்றனர். ஆனால் சுல்தான் மெகமத் அலியை எகிப்தின் வாலி யாக (ஆளுநராக) நியமித்தார். அவருக்கு ஒரு நாளைக்கு 4 மணி நேரம் தூக்கம் போதுமாம். தனது 45ஆவது வயதில் படிக்கக் கற்றுக் கொண்டதாகக் கூறப்படுகிறது. ஒவ்வொரு இரவிலும் அவரது விருப்பத்துக்குரிய காமக்கிழத்திக்கு ‘மான்டெஸ்கியூ’ அல்லது ‘மாக்கியவல்லி’யைப் படித்துக் காட்டுவார். இந்த மிருகத்தனம் வாய்ந்த நவீனர் 90,000 பேர் கொண்ட வலிமையான இராணுவத்தையும் ஒரு கடற்படையையும் உருவாக்க முனைந்தார்.

முதலில் ஒட்டமான் சுல்தானாகிய இரண்டாம் முகம்மது இப்படியாக வளர்ந்த அதிகாரத்தைப் பயன்படுத்திக் கொள்ளவே செய்தார். சௌதி குடும்பத்தினரான தூய்மைவாத வஹாபி பிரி வினர் மெக்காவைக் கைப்பற்றியதால் மன உளைச்சலுக்கு ஆளான சுல்தான், மெகமத் அலியின் உதவியை நாடினார். அல்பானியர் மெக்காவை சரியாக மீட்டெடுத்தனர். அப்துல்லா அல் சவுத்தின் தலை இஸ்தான்புல்லுக்கு அனுப்பி வைக்கப்பட்டது.[1] 1824இல் சுல்தானுக்கு எதிராக கிரேக்கர்கள் கலகத்தில் ஈடுபட்டபோது மெகமத் அலி தனது படைகளை அனுப்பி கிரேக்கர்களைக் கொடூரமான முறையில் அடக்கிப் பணியவைத்தார்.

இந்நிகழ்வு ஐரோப்பிய அதிகார மையங்களுக்கு ஒரு எச்சரிக் கையாகவும் இருந்தது. 1827இல் ஆங்கிலேய, பிரெஞ்சு மற்றும்

ரஷ்யப்படைகள் சேர்ந்து மெகமத் அலியின் படையை நவரினோ என்ற இடத்தில் நடந்த சண்டையில் ஒழித்துக் கட்டின. கிரேக்கர்கள் விடுதலை பெற்றனர். ஆனால் அல்பானியர்கள் தமது நிலையை தக்கவைத்துக்கொள்ள முடியவில்லை. அப்போது பிரெஞ்சு வெளியுறவு அமைச்சராக இருந்த விகோம்டேயால் ஊக்கம் பெற்று அவர்களது சாம்ராஜ்யத்தின் மீது பேரார்வம் கொண்டார்.

*1831*இல் மெகமத் அலி இன்றைய இஸ்ரேலை வெற்றி கண்டார். சிரியாவும் துருக்கியின் பெரும்பகுதியும் மெகமத் அலி வசம் வந்தன. சுல்தான் அனுப்பிய ஒவ்வொரு படையும் தோல்வியைத் தழுவியது. விரைவில் அவரது படைகள் இஸ்தான்புல்லை வெற்றிகொள்ளும் நிலையில் இருந்தன. இறுதியாக எகிப்து, ரேபியா கிரிட் நாடுகளின் மன்னராக மெகமத் அலியை சுல்தான் அங்கீகரித்தார். இப்ராகிம் விரிவடைந்த சிரியாவின் ஆளுநரானார்.

இந்த சாம்ராஜ்யம் இப்போது அல்பானியர்களுக்குச் சொந்தமானது. 'இந்த நாட்டை வாள்முனையில் வென்றுள்ளேன். இதே வாளோடு இதனைக் கட்டிக் காப்பேன்' என்று அறிவித்தார் மெகமத் அலி. அவருடைய வாள் என்பது அவரது தளபதி இப்ராகிம் தான். இதே இப்ராகிம்தான் படைகளுக்குத் தலைமையேற்று பதின் பருவத்திலேயே தனது முதல் படுகொலைகளை நடத்திக் காட்டியவன். இப்ராகிம்தான் சௌதிகளை வென்று, கிரீஸைச் சூறையாடி ஜெருசலேமையும் டமாஸ்கஸ்ஸையும் வென்று அநேகமாக இஸ்தான் புல் வாயிலுக்கு வெற்றிகரமாகப் படையெடுத்துச் சென்றவன்.

*1834*இன் வசந்த காலத்தின் 'சிகப்பு' என்றறியப்பட்ட இப்ராகிம், டேவிட் கல்லறையின் மாளிகை போன்ற வளாகத்தில் தனது தலைமையகத்தை அமைத்துக்கொண்டார். அவனது தாடியின் நிறத்துக்காக மட்டும் அவர் 'சிகப்பு' என்றழைக்கப்படவில்லை. மற்ற சுல்தான்களைப்போல அவர் பட்டு மெத்தைகளில் அமராமல் ஐரோப்பிய சிம்மாசனங்களில் அமர்ந்தார். அனைவரும் அறியும் படியாக ஒயின் குடித்தார். இவை முஸ்லிம்களுக்குக் கடும் அதிர்ச்சியை ஏற்படுத்தின. மேலும் அவர் ஜெருசலேமை சீர்திருத்தப் புறப்பட்டார். கிறித்துவர்கள் மற்றும் யூதர்கள் மீதான அடக்குமுறையைத் தளர்த்தினார். சட்டத்தின் முன் அவர்களுக்கு சமநீதி அளிப்பதாக வாக்குறுதி கொடுத்தார். திருச்சபைக்கு புனிதப் பயணிகள் அளிக்க வேண்டிய கட்டணத்தை முடிவுக்குக்கொண்டு வந்தார். இனி அவர்கள் இஸ்லாமிய ஆடைகளை உடுத்தலாம். வீதிகளில் குதிரைகள் மீது சவாரி செய்யலாம். பல நூற்றாண்டுகளாக நீடித்த ஜிசியா வரியை இனி யாரும் செலுத்த வேண்டியதில்லை.

இத்தனைக்குப் பின்னும் துருக்கி மொழி பேசும் அல்பானியர்கள் எல்லாவற்றிற்கும் மேலாக அரேபியர்களை வெறுத்தனர். இப்ராகிமின் தந்தை அவர்களை 'வன விலங்குகள்' என்றார். ஏப்ரல் 25ஆம் நாள் இப்ராகிம் ஜெருசலேம் மற்றும் நபுலஸ் தலைவர்களைக் கோயில் மலையில் சந்தித்தார். இந்த சந்திப்பு 200 ஜெருசலேமினர் கட்டாய ராணுவச் சேவை செய்யவேண்டும் என்று ஆணையிடுவதற்காக நிகழ்ந்தது. 'இந்த ஆணையைக் காலம் தாழ்த்தாமல் ஜெருசலேமில் நிறைவேற்ற வேண்டும்' என்றார் இப்ராகிம். ஜெருசலேம் அதை ஏற்க மறுத்தது. 'நமது குழந்தைகளை என்றைக்குமாக அடிமைத்தனத்திற்கு ஒப்புக்கொடுப்பதைவிட நாம் சாவதே மேல்' என்று எதிர்த்துப் பேசினர் ஜெருசலேமினர்.

மே 3ஆம் நாள் அந்த அல்பானியர் பழமைவாத ஈஸ்டருக்குத் தலைமை தாங்கினார். நேரடியான கலகத்தின் விளிம்பில் கொதித்துக் கொண்டிருந்த நகரத்தில் 17,000 கிறித்துவப் பயணிகள் நிறைந்திருந்தனர். நல்ல வெள்ளி இரவில் புனிதத் தீ வைபவத்திற்குத் தயாராக இருந்த புனிதக் கல்லறை திருச்சபையில் கூட்டம் பெருகி வழிந்தது. பிறகு நடந்ததை அங்கு கண்ட ராபர்ட் கர்சான் என்கிற ஆங்கிலப் பயணி தனது நினைவை மிகத் தெளிவாகப் பதிவு செய்துள்ளார்:

"புனிதப் பயணிகளின் செயல்பாடுகள் தீவிர கலகத்தன்மை கொண்டிருந்தன. ஒரு சமயத்தில் கல்லறையைச் சுற்றி ஒரு ஓடுகளத்தை உருவாக்கிவிட்டனர். சிலர் அநேகமாக நிர்வாண நிலையில் வெறித்தனமான சைகைகளுடன் நடனமாடினர். பேய்பிடித்தது போன்று கூச்சலிட்டபடியும் இருந்தனர்."

மறுநாள் காலை புனிதத் தீ காண்பதற்காக இப்ராஹிம் திருச்சபைக்கு வந்தார். கூட்டம் நெறித்துக்கொண்டிருந்தது. மெய்க்காவலர்கள் துப்பாக்கியின் அடிப்பகுதியாலும் சாட்டைகள் கொண்டும் வழியை விலக்கியபடி வந்தனர். அப்போது மூன்று துறவிகள் வெறிகொண்டு பிடில் இசைத்தனர். பெண்கள் பிரத்யேகமான கூக்குரல் எழுப்பி ஊளையிட்டனர்.

இப்ராகிம்: புனிதத் தீ, புனித மரணம்

இப்ராகிம் அமர்ந்திருந்தார். இருள் சூழ்ந்தது. கிரேக்கக் குலபதி ஒரு மாபெரும் ஊர்வலத்தோடு நுழைந்தார். கூட்டம் தெய்வீகத் தீப்பொறிக்காகக் காத்திருந்தது. கர்சான் தீச்சுடரைக் கண்ணுற்றார். பிறகு அதிசய தீபம் தெரிந்தது. இந்தத் தீபத்தைப் பெற்றுக் கொள்ளும்

கௌரவத்திற்காகப் பெருந்தொகை அளித்தவர் எவரோ அவரிடம் தீபம் அளிக்கப்பட்டது. அந்தத் தீயால் ஆத்திரம் அடைந்து பெரும் சண்டை உருவானது. புனிதப் பயணிகள் பரவசத்தில் மயங்கித் தரையில் விழுந்தனர். திருச்சபை முழுவதும் அடர்புகை நிரம்பி யிருந்தது. மேற்பகுதியிலிருந்து மூன்று பேர் விழுந்து மடிந்தனர். ஒரு முதிய அர்மீனியப் பெண் தனது இருக்கையிலேயே மரண மடைந்தார். இப்ராகிம் திருச்சபையை விட்டு வெளியேற முயன்றார். ஆனால் அவரால் நகர முடியவில்லை. கூட்டத்தை விலக்கி அவருக்கு வழிவிட மெய்க்காப்பாளர்கள் முயன்றதால் ஒருவரை ஒருவர் மிதித்துத் தள்ளினர். சிலுவையில் அறையப்பட்டபோது கன்னி நின்ற இடம்வரை கர்சான் முன்னேறியபோது அவரது காலடிக் கற்கள் மிருதுவாக இருப்பதாக உணர்ந்தார்.

“உண்மையில் நான் நடந்து சென்றது பிணக்குவியல்கள் மீது தான். எல்லோரும் மரித்துக் கிடந்தனர். அவர்களில் பலரும் மூச்சுத் திணறலால் மாண்டவர்கள். அந்த சடலங்கள் கரிய நிறத்திலிருந்தன. மற்ற சடலங்கள் மூளையும் குடலும் மூடிய நிலையில் ரத்தத்தில் கிடந்தன. அவை கூட்டத்தில் மிதிபட்டு துண்டு துண்டுகளாகச் சிதறிக்கிடந்தன. மயங்கி விழுந்த ஏதுமிலிகளை வீரர்கள் துப்பாக்கி முனைக் கத்தியால் கொன்றனர். எருதுகளை வெட்டி வீழ்த்துவது போலக் கொல்லப்பட்ட மனிதர்களின் ரத்தமும் மூளையும் சுவ ரெங்கும் தெறித்துக் கிடந்தன.

வெறித்தனமான கூட்ட நெருக்கடி, உயிர் பிழைப்பதற்கான பதற்றமும் காட்டுமிராண்டித்தனமும் கலந்த ஒன்றாக மாறியது. தன்னைச் சுற்றி மக்கள் மடிந்து விழுவதை கர்சான் பார்த்துக் கொண்டிருந்தார். இப்ராகிம் உயிர் தப்பியதே போதுமென்றாகி விட்டது. சில முறை அவர் மயக்க நிலைக்குச் சென்று திரும்பினார். மனிதத் தசைத் திரட்சியினூடே மெய்காப்பாளர்கள் வாளை வீசி வழி அமைத்துத் தரும்வரை இப்ராகிமின் உயிர் அவரிடத்தில் இல்லை.

முற்றத்தில் நின்றபடி இப்ராகிம் பிணங்களை அகற்ற உத்தரவுகளைப் பிறப்பித்துக் கொண்டிருந்தார். குற்றுயிராய் கிடந்த வர்களை வெளியே இழுத்துவரச் செய்தார். 400 புனிதப்பயணிகள் மரணமடைந்தனர். கர்சான் உயிர் பிழைத்த சமயத்தில் பல மரித்த உடல்கள் உண்மையில் நின்ற நிலையிலேயே இருந்தன.

இப்ராகிம்: விவசாயிகளின் கிளர்ச்சி

அதிர்ச்சி தரும் இப்பேரழிவுச் செய்தி கிறித்துவப் புலமெங்கும் பரவியதும் ஜெருசலேமின் நபுலஸ், ஹெப்ரான் குடும்பங்கள் கிளர்ச்சியைத் தட்டியெழுப்பின.

மே 8ஆம் நாள் 10000 பேர் கொண்ட படை ஜெருசலேமைத் தாக்கியது. இப்ராகிமின் வீரர்கள் எதிர்தாக்குதல் நிகழ்த்தினர். மே 19ஆம் நாள் சிலவான் கிராமத்து மக்கள் கிளர்ச்சியாளர்களுக்கு ஒரு ரகசிய சுரங்கப் பாதையைக் காட்டினர். அதன் வழியே அவர்கள் தவழ்ந்து சென்று நகரத்திற்குள் நுழைந்தனர். தென்புலச் சுவரில் அமைக்கப்பட்டிருந்த டங்கேட் திறக்கப்பட்டது. விவசாயிகள் கடைவீதிகளில் கொள்ளையடித்தனர். வீரர்கள் அவர்களைத் தாக்கி விட்டு சூறையாட முயன்றனர்.

கோட்டையரண் தளபதி பிம்பாஷி, ஜெருசலேம் குடும்பத்தினரின் தலைவர்களைக் கைது செய்தார். காலிதிஸ்ஸின் தலைவர்களும் ஹுசைனிக்களின் தலைவர்களும் கைதானார்கள். ஆனால் 20,000 விவசாயிகள் வீதிகளில் வன்முறை நிகழ்த்தி கோபுரத்தைக் கைப்பற்றினர். வில்லியம் தாம்சன், அவரது மனைவி எலிசா ஆகிய இரண்டு அமெரிக்க மிஷனரிகள் அச்சத்தில் கூனிக்குறுகிக் கிடந்தனர். அவர் தனது மனைவியை ஜாஃபாவில் விட்டுவிட்டு உதவி பெரும் பொருட்டுச் சென்றிருந்தார். எலிசா தனது அறையிலேயே முடங்கிக் கிடந்தாள். துப்பாக்கிக் குண்டுகளின் வெடியோசை கேட்டது. சுவர்கள் இடிந்து விழுந்தன. அண்டை அயலாரின் அலறல் கேட்டது. பணியாளர்களிள் பேரச்சத்தில் இருந்தனர். எந்நேரமும் படுகொலைகள் நிகழலாம் என்ற பீதியில் இருந்தாள். எலிசா ஒரு ஆண் குழந்தையைப் பெற்றெடுத்தாள். ஆனால் தாம்சன் ஜெருசலேமிற்குத் திரும்பிச் சென்றடைவதற்குள் அவள் இறந்து போனாள். அந்த நாட்டின் சிதைவுகளிலிருந்து சீக்கிரமே அவர் வெளியேறினார்.

ஜாஃபாவுக்கு சென்று கொண்டிருந்தபோது இப்ராகிம் மலைகளின் ஊடே சண்டையிட்டபடி சென்றார். அவர் தனது வீரர்களில் 500 பேரை இழந்தார். மே 27ஆம் நாள் சீயோன் மலையில் முகாமிட்டுத் தாக்குதல் நடத்தினார். 300 கிளர்ச்சியாளர்கள் கொல்லப்பட்டனர். ஆனால் சாலமன் குளத்திற்கு அருகில் வழிமறிக்கப்பட்டு டேவிட் கோபுரத்தில் கைப்பற்றப்பட்டார். ஹுசைனிகளும் அபுகோஷும் மீண்டும் கலவரத்தைத் தூண்டினர். இப்ராகிம் உதவிக்குத் தனது தந்தையை அழைத்தார்.

மெகமத் அலி 15,000 வீரர்களுடன் ஜாஃபாவுக்குக் கடல் வழியாகப் பயணமானார்: 'மிடுக்கான அந்த முதியவர் ஓர் அழகிய குதிரையில் ராஜகம்பீரத்துடன் தலையசைத்து வந்தார். அவரது இயல்பும், கம்பீரமும் ஒரு மாபெரும் மனிதருக்குரிய பண்புடன் ஒத்துப் போவதாக இருந்தது.'

அல்பானியர்கள் கிளர்ச்சியாளர்களை அடக்கி ஜெருசலேமை மீட்டனர். ஹுசைனிக்கள் எகிப்திற்கு நாடு கடத்தப்பட்டனர். கிளர்ச்சி மீண்டும் தலைதூக்கியது. சிகப்பு என்ற இப்ராகிம் கிளர்ச்சியாளர்களை நபுளஸுக்கு வெளியே வெட்டி வீழ்த்தினார். ஹெப்ரான் சூறையாடப்பட்டது. நாட்டுப்புறம் சீரழிந்தது. ஜெருசலேம் பேரச்சத்தில் உறைந்திருந்தது. நகரத்துக்குத் திரும்பியவுடன் ஜாபர், அபுகோஷ் என்ற தலைவரை ஆளுநராக நியமித்தார். எவரேனும் ஆயுதத்துடன் காணப்பட்டால் அவர் தலை துண்டிக்கப்பட்டது. வெட்டப்பட்ட தலைகள் சுவர்களில் அடுக்கப்பட்டிருந்தன. ஜாஃபா வாசலுக்கு அருகிலிருந்த புதிய கிஷ்லேக் சிறையில் கைதிகள் சீரழிப்புக்குள்ளாயினர்.

உற்சாகம் மிகுந்த நவீன மனப்போக்குடைய அல்பானியர்களுக்கு ஒட்டமான் பேரரசை வென்றெடுக்க ஐரோப்பியர்களின் ஆதரவு தேவைப்பட்டது. தங்களது இடிந்த கட்டடங்களைப் பழுது பார்த்துக்கொள்ள சிறுபான்மையினருக்கு அனுமதி தந்தார் இப்ராஹிம். பிரான்சிஸ் பிரிவினரின் புனித சேவியர் கட்டடம் பழைய நிலைக்குக் கொண்டு வரப்பட்டது. செபார்டிக் யூதர்கள் பென் சக்காய் தேவாலயத்தைப் புதுப்பிக்கத் துவங்கினர். இது யூதக் குடியிருப்புப் பகுதியிலிருந்த நான்கு யூத தேவாலயங்களில் ஒன்று. அஷ்கேனாசிஸ், 1720இல் அழிக்கப்பட்ட ஹீர்வா யூத தேவாலயத்திற்கு திரும்பினார். தற்போது, யூதக்குடியிருப்பு ஏழ்மை நிலையிலிருந்தாலும் தாயகத்தில் வதைபட்ட சில ரஷ்ய யூதர்கள் அங்கே வந்து குடியேறத் தொடங்கினர்.

1839இல் ஒட்டமான் இராணுவத்தை நொறுக்கிவிட்டு இஸ்தான் புல்லைப் பிடிக்க முயன்றார். அல்பானியர்களுக்கு பிரெஞ்சு மன்னர் லூயிஸ் பிலிப் ஆதரவு தந்தார். ஒட்டமான் வீழ்ச்சியுற்றால் ரஷ்ய மற்றும் பிரெஞ்சின் ஆதிக்கம் அதிகரிக்குமென்று பிரிட்டன் அஞ்சியது. சுல்தானும் அவரது எதிரி இப்ராகிமும் மேற்கத்திய ஆதரவு தேடினார். பதின்பருவத்திலிருந்த சுல்தான் அப்துல்மெசித் சிறுபான்மையினருக்கு சமஉரிமை அளிக்கும் உத்தரவை வெளியிட்டார்.

அதேநேரத்தில் இப்ராகிம் ஜெருசலேமில் தூதரகங்களை அமைக்க வருமாறு ஐரோப்பியர்களுக்கு அழைப்பு விடுத்தார். சிலுவைப் போர்களுக்குப் பிறகு முதன்முறையாக திருச்சபை மணிகள் முழங்க அனுமதிக்கப்பட்டது.

1839இல் முதல் ஆங்கிலேய துணைத் தூதர் வில்லியம் டர்னர் யங் ஜெருசலேம் வந்தார். லண்டனின் புதிய ஆற்றலை பிரதிபலிக்க மட்டுமல்ல. யூதர்களை மதம் மாற்றம் செய்யவும் 'இரண்டாவது வருகை'யை விரைவு படுத்தவும் வந்தார்.

குறிப்புகள்:

1. 18ஆம் நூற்றாண்டைச் சார்ந்த அடிப்படைவாதியான சலாஃபி போதகர் முகம்மது இபுனு அப்துல் வஹாப்பைப் பின்பற்றியவர்கள் வஹாபிகள் என்றழைக்கப்பட்டனர். 1744இல் வஹாப், சௌதி குடும்பத்துடன் நேச உறவு கொண்டிருந்தார். மெகமத் அலியால் பின்னடைவு ஏற்பட்டிருந் தாலும் சௌதிகள் விரைவிலேயே ஒரு சிறிய அரசை உருவாக்கியிருந் தனர். முதல் உலகப்போரின் போதும் 1920களிலும் அவர்களது தலைவர் அப்துல் அஸிஸ் இபுனு சௌத் ஆங்கிலேய மானியங்கள் பெற்றும் வெறி பிடித்த வஹாபி ராணுவத் துணையோடும் மெக்காவையும் அரேபியா வையும் மீண்டும் வென்றார். 1932இல் அவர் தன்னை சௌதி அரேபியாவின் மன்னராக அறிவித்துக் கொண்டார். இபுனு சௌத் குறைந்தபட்சம் 70 குழந்தைகளுக்குத் தந்தையானார். அவரது மகன் அப்துல்லா 2005இல் மன்னரானார்.

37

நற்செய்திகளைப் பரப்பும் சமயத் திருப்பணியாளர்கள் 1840-55

ஏகாதிபத்தியவாதி பால்மெர்ஸ்டனும் சமயத்திருப்பணியாளர் ஷாபட்ஸ்பரியும்

பால்மெர்ஸ்டனின் பணி அயல்நாடுகள் சார்ந்த அரசியல் கொள்கையை உருவாக்குவது. ஆனால் சமயத் திருப்பணி இவருடைய மருமகனான ஷாபட்ஸ்பரி கோமகனின் சாதனை.[1] நற்செய்தி *பரப்பும் சமயப் பணியைச் செய்து வந்தாலும் ஐம்பத்தி ஐந்து வயதான இவர் பிடிவாதமான பழங்கால விக்டோரியா நெறிகளைப் பின்பற்றுபவரல்ல. பாலியல் உறவுகளில் கட்டுப்பாடில்லாமல் நடந்து கொண்டதால் 'மன்மத' பிரபு என்று அழைக்கப்பட்டார். இதை இவரே தன் நாட்குறிப்பில் வேடிக்கையாகக் குறிப்பிட்டுள்ளார். இன்ப எழுச்சி ஆற்றலுக்காக 'பாம் பிரபு' என்றும் இவரது அரசியல் கொள்கைக்காக 'புயுமிசெஸ்டோன்' என்றும் அழைக்கப்பட்டார். சர் சிட்னி ஸ்மித்திடமிருந்து தான் மோசஸைப் பற்றித் தெரிந்து கொள்ளவில்லையென்று குறிப்பிடுவார் பால்மெர்ஸ்டன். யூதர்களைப் பற்றிய இவரது கொள்கை நடைமுறை சார்ந்தது. பிரெஞ்சுக்காரர்கள் கத்தோலிக்கர்களுக்குத் தற்காப்பு அளித்தும், ரஷ்யர்கள் பழமைப் பற்றாளர்களுக்கு ஆதரவளித்தும் தங்கள் அதிகாரத்தை விரிவுபடுத்திக் கொண்டனர்.*

ஆனால் ஜெருசலேமில் புரொடஸ்டண்டுகள் ஆங்கிலேய திருச் சபைக் கொள்கையை ஏற்காதவர்கள் குறைந்த எண்ணிக்கை யிலேயே இருந்தனர். எனவே பிரான்சு, ரஷ்யா ஆகிய நாடுகளின் செல்வாக்கைக் குறைத்து பிரிட்டனின் செல்வாக்கை உயர்த்த ஜெருசலேமில் யூதர்களை ஆதரிப்பதே சிறந்ததென பால்மெர்ஸ்டன் கருதினார். யூதர்களை மதமாற்றம் செய்வது இவருடைய மாற்றுத் திட்டமாயிருந்தது. இந்தத் திட்டம் இவரது மருமகனின் தாக்கத்தால் ஏற்பட்டது. ஷாபட்ஸ்பரி 39 வயதுடையவராய் சுருள்முடியுடன் மீசையின்றி புதிய விக்டோரியா காலத்தின் முன்மாதிரியாய்த் திகழ்ந்தார். தொழிலாளிகள், குழந்தைகள், மனநிலை திரிந்தவர்கள் ஆகியோரின் வாழ்க்கையை உயர்த்தும் எண்ணம் கொண்ட தூய இதயத்தைப் பெற்றிருந்தார். ஆரம்பத்திலிருந்து இறுதிவரை பைபிள் கடவுளால் எழுதப்பட்டதென்ற நம்பிக்கை கொண்ட மத அடிப் படைவாதி.

செயலாற்றல் மிக்க கிறித்துவம் உலகளவில் அறநெறியை வளர்க்குமென்றும் மனித இனத்தையே மேன்மைபடுத்தும் என்றும் உறுதியாக நம்பினார். இயேசு நாதர் அறிவித்த நாலாயிரம் ஆண்டு ஆட்சியை புத்தறிவுகாலப் பகுத்தறிவு மங்கச் செய்திருந்தது. ஆங்கில திருச்சபைக் கொள்கையை ஏற்காதவர்களிடையே மட்டும் எஞ்சி யிருந்த நம்பிக்கை தற்பொழுது மீண்டும் தலைதூக்கத் தொடங்கியது.

பிரெஞ்சுப் புரட்சியும் அதன் 'தலைவெட்டும் கருவியும்' (கில்லட்டின்) தொழிற்புரட்சியும், தொழிலாளர்களும் ஒரு புதிய பிரிட்டிஷ் நடுத்தரவர்க்கம் தோன்றக் காரணமாயிருந்தன. இந்த நடுத்தரவர்க்கத்தினர் இறையுணர்வு கொண்டவர்களாகவும் பைபிளை மதித்துப் போற்றுபவர்களாகவும் இருந்தனர். விக்டோரியா கால வளமைக்கும் பொருளியியல் கோட்பாட்டிற்கும் மாற்று மருந்தாக நடுத்தர வர்க்கம் இருந்தது. யூதர்களிடையே கிறித்துவத்தைப் பரப்ப லண்டன் சங்கம் யூதர்கள் சங்கத்தை 1808ஆம் ஆண்டு தோற்று வித்தது. இந்த சங்கத்தின் வளர்ச்சிக்கு ஷாபட்ஸ்பரியே காரண மாயிருந்தார்.

1837ஆம் ஆண்டு விக்டோரியா, அரியணையேறிய போது பிரதம மந்திரியாக இருந்த மெல்பர்ன், இளம் வயதுடையவர்கள் அனைவரும் மதப்பற்று மிக்கவர்களாக மாறிவருகின்றனர் என்று கூறினார். கிறித்துவ அனுபவத்தின் மூலம் மட்டுமே நிலையான வீடுபேறு அடைய முடியுமென்று புதிய நற்செய்தி பரப்புநர்கள் கருதினார்கள். இரண்டு நூற்றாண்டுகளுக்கு முன்னிருந்த கத்தோலிக்கக் கடும் சீர்திருத்தவாதிகள் கருதியது போல் ஷாபட்ஸ்பரியும் யூதர்கள்

கிறித்துவத்திற்குத் திரும்புவதும் அவர்களது மதமாற்றமும் ஆங்கிலேய ஜெருசலேமையும் சொர்க்கத்தையும் ஏற்படுத்துமென்று நம்பினார். இவர் பால்மெர்ஸ்டனிடம் கொடுக்க அறிக்கை ஒன்றைத் தயாரித்தார்.

"தேசிய இனம் அற்ற தாயகம் ஒன்று இருக்கிறது. கடவுள் தன் ஞானத்தாலும், கருணையினாலும் நம்மை ஒரு தேசிய இனமற்ற நாட்டிற்குச் செல்லுமாறு பணித்திருக்கிறார்."[2]

யூதர்களுக்குப் பாதுகாப்பளிப்பது உன் கடமையென்று பால் மெர்ஸ்டன் துணைத்தூதர் 'யங்'கிடம் தெரிவித்தார். ஐரோப்பிய யூதர்கள் பாலஸ்தீனத்திற்குத் திரும்ப எல்லா வகையிலும் உதவுமாறு சுல்தானுக்குப் பரிந்துரை செய்யப்போவதாகவும் பால்மெர்ஸ்டன் தெரிவித்தார். 1839ஆம் ஆண்டு லண்டன் யூதர்கள் சங்கத்தின் கிளையை ஜெருசலேமில் தோற்றுவித்தார். உலக நாடுகளுக்கிடையே இறை மக்களின் நகரம் என்ற பெயர் பெறப் போகிறதென்று ஷாபட்ஸ்பரி தன் நாட்குறிப்பில் மகிழ்ச்சியுடன் குறிப்பிட்டார். பால்மெர்ஸ்டனை என் வழிக்குக் கொண்டுவர செல்வாக்கையும், ஜெருசலேமைப் புகழ்மிக்க நகரமாக மாற்றத் தகுந்த ஒரு நபரையும் கடவுள் எனக்கு வழங்குவாரென்று தான் நம்புவதாகவும் குறிப்பிட்டுள்ளார்.

ஷாபட்ஸ்பரியின் முத்திரை மோதிரத்தில் 'ஜெருசலேமிற்காக வேண்டிக்கொள்ளுங்கள்' என்ற வாசகம் பொறிக்கப்பட்டிருந்தது. சர் மோசஸ் மாண்ட்டிஃபையர் என்பவரும் இஸ்ரேல் மீது ஆழ்ந்த பற்று கொண்டிருந்தார். இவர் தன்னுடைய மரபுரிமைச் சின்னம் தாங்கிய மேலங்கியிலும், கோச்சு வண்டியிலும், முத்திரை மோதிரத்திலும், படுக்கையிலும் 'ஜெருசலேம்' என்ற வார்த்தையைப் பொறித்திருந்தார். 1839ஆம் ஆண்டு ஜூன் மாதம் மாண்ட்டிஃபையரும் அவரது மனைவி ஜூடித்தும் லண்டனில் தாங்கள் சேகரித்திருந்த பணத்தைப் பாதுகாக்க கைத்துப்பாக்கிகளுடன் ஜெருசலேமிற்கு வந்து சேர்ந்தனர்.

ஜெருசலேம் நகரில் பிளேக் நோய் பரவியிருந்ததால் அவர் ஆலிவ் மலைப்பகுதியில் முகாமிட்டிருந்தார். அங்கு அவரை முன்னூறு பேர்களுக்கு மேல் வந்து சந்தித்தார்கள். பிளேக் நோய் தணிந்த வுடன், ஆளுநர் அவருக்களித்த குதிரையின் மீது அவர் ஜெருசலேம் நகருக்குள் நுழைந்தார். அவர் யூதர்களின் குறைகளை கேட்டறிந்து வறுமையில் வாடியவர்களுக்கு நன்கொடையும் அளித்தார். அவரையும் அவரது மனைவியையும் மூன்று மதத்தைச் சேர்ந்தவர்களும்

வரவேற்றார்கள். ஆனால் அவர்கள் ஹெப்ரான் பகுதிக்கு தெற்கே யுள்ள ஒரு புகலிடப்பகுதிக்கு சென்ற போது ஒரு முஸ்லிம் கும்பல் அவர்களைத் தாக்கியது. துருக்கிப்படையின் உதவியால் அவர்கள் தப்பித்தார்கள். இந்த நிகழ்ச்சியால் மாண்ட்டிஃபையர் மனம் தளரவில்லை. தன் நாட்குறிப்பில் இவ்வாறு எழுதியுள்ளார்:

"ஓ! ஜெருசலேம்! இந்த நகரம் எங்கள் காலத்தில் மீண்டும் புனரமைக்கப்பட வேண்டும். ஆமென்!"

பிரிட்டிஷ் பேரரசின் உதவியுடன் யூதர்கள் மீண்டும் தங்கள் தாயகம் திரும்ப வேண்டுமென்று கடவுள் விதித்திருப்பதாக அவர்கள் நம்பினார்கள். நற்செய்தி சமயப் பரப்புநர்களின் ஆர்வமும், யூதர் களின் ஜெருசலேம் பற்றிய கனவுகளும் ஒருங்கிணைந்து விக்டோரியா காலத்தவர்களைப் பற்றிக்கொண்டது. 1840ஆம் ஆண்டு ஜெருசலே மிலிருந்து திரும்பிய டேவிட் ராபர்ட்ஸ் என்னும் வண்ணம் தீட்டு பவர் யூதர்கள் ஜெருசலேமை திரும்பப் பெறவும், ஆங்கிலேய நாகரிகம் ஜெருசலேமில் பரவுவதற்கும் உரியநேரம் வந்துவிட்டதாகப் பொது மக்களுக்கு அறிவித்தார். சுல்தானும், அல்பேனியர்களும் அறிவித்த சகிப்புத் தன்மை சார்ந்த சலுகைகளால் யூதர்களுக்கு ஆங்கிலேயர் களின் பாதுகாப்பு அவசியமாயிருந்தது.

சமயத் திருப்பணித் தூதர்: ஜேம்ஸ் ஃபின்

1840ஆம் ஆண்டு மார்ச் மாதம் ஏழு யூதர்கள் ஒரு கிறித்துவ துறவியையும் அவரது முஸ்லிம் பணியாளரையும் கொன்றதாகக் குற்றம் சுமத்தப்பட்டார்கள். யூதர்கள் எகிப்தியர்களிடமிருந்து விடு தலை பெற்றதைக் கொண்டாடும் யூதர்களின் திருவிழாவில் ரத்தப் பலியிடுவதற்காக இந்தக் கொலைகளைச் செய்ததாக வதந்தி பர வியது. இந்த 'ரத்த அவதூறு' பற்றிய செய்தி பன்னிரண்டாம் நூற்றாண்டில் இரண்டாம் சிலுவைப் போரின்போது ஆக்ஸ்போர் டில் தோன்றியது. அறுபத்திமூன்று யூதக் குழந்தைகள் கைது செய்யப்பட்டு துன்புறுத்தப்பட்டார்கள். அவர்களது தாயார்கள் ரத்தத்தை ஒளித்து வைத்திருக்குமிடத்தைத் தெரிவிக்க வேண்டு மென துன்புறுத்தப்பட்டார்கள். சற்று முன்புதான் லண்டனுக்குத் திரும்பியிருந்த மாண்ட்டிஃபையர், ரோத்ஸ்சைல்டின் ஆதரவுடன் துன்புறுத்தலுக்குள்ளான டமாஸ்கஸ் யூதர்களைக் காப்பாற்ற முயன்றார். மாண்ட்டிஃபையர், அடோல்ப் கிரிமிக்ஸ் என்னும் பிரெஞ்சு வழக்கறிஞர் துணையுடன் அலெக்ஸாண்டிரியாவுக்கு சென்று கைது செய்யப்பட்டிருக்கும் யூதர்களை விடுவிக்கும்படி மெகமத் அலியைக் கேட்டுக்கொண்டார். சில வாரங்களுக்குப்பின் மற்றுமொரு

ரத்த அவதூறு பூசல் ரோட்ஸ் நகரில் ஏற்பட்டது. எனவே மாண்ட்டிபையர் அலெக்ஸாண்டிரியாவிலிருந்து இஸ்தான் புல்லிற்குப் பயணித்தார்.

அங்கு சுல்தான் இவரை வரவேற்றபோது, ரத்த அவதூறு நிகழ்வு உண்மையானதல்லவென்று மறுப்பு அறிக்கை வெளியிடுமாறு மாண்ட்டிபையர் சுல்தானைக் கேட்டுக்கொண்டார். அவர் நாட்டில் மாண்ட்டிபையரின் செல்வாக்கு உச்சநிலையிலிருந்தது. இந்த நேரம் மத்திய கிழக்குப் பகுதியில் ஆங்கிலேயர்களுக்கு நல்ல நேரமாக இருந்தது. துருக்கிப் பேரரசு சீர்குலைந்திருந்ததால் சுல்தானுக்கும், அல்பேனியர்களுக்கும் பிரிட்டனின் ஆதரவு தேவையாயிருந்தது.

ஜெருசலேம், மத்திய கிழக்குப் பகுதியை வசப்படுத்தியிருந்த சிவப்பு இப்ராஹீமின் ஆளுகைக்குட்பட்டிருந்தது. பிரான்சு அல்பேனியர்களை ஆதரித்தது. ஆனால் பிரிட்டன் துருக்கியர்கள் நீடித்திருப்பதையே விரும்பியது. இப்ராஹீம் சிரியாவை விட்டு வெளியேறினால் பாலஸ்தீனத்தையும் எகிப்தையும் இப்ராஹீமுக்கு வழங்குவதற்கு முன்வந்தார்கள். இந்த ஏற்பாடு சிறந்ததாக இருந்த போதிலும் இப்ராஹீமும் மெகமத் அலியும் இதைவிட உயர்ந்த பரிசை இஸ்தான்புல்லிடமிருந்து பெற விரும்பினார்கள். இப்ராஹீம் பிரிட்டனை எதிர்த்ததால், பால்மெர்ஸ்டன் ஆங்கிலோ– ஆஸ்திரிய– துருக்கியக் கூட்டணியை ஏற்படுத்தி சிறு பீரங்கிகள் தாங்கிய போர்ப் படகுகளை அனுப்பி இப்ராஹீமைப் பணியவைத்தார். எகிப்தின் அதிகாரத்தை தக்கவைத்துக் கொள்ள இப்ராஹீம் சிரியாவையும் புனித நகரையும் விட்டுக் கொடுத்தார்.[3] பால்மெர்ஸ்டனின் வெற்றி பிரெஞ்சுக்காரர்களுக்கு அவமானமளித்தது. எனவே ஜெருசலேமை கிறித்துவர்களின் சுதந்திர நகராகவும், உலகப்பொது யூத தாயக மாகவும் அறிவிக்கும் திட்டம் முதன்முதலாக முன்வைக்கப்பட்டது.

சுல்தானின் படைகள் 1840ஆம் ஆண்டு அக்டோபர் இருபதாம் நாள் மீண்டும் ஜெருசலேமினுள் நுழைந்தன. நகரின் வெளிப்புற மதில்களுக்குள் இருந்த மூன்றிலொரு பங்கு நிலப்பகுதி சப்பாத்திக் கள்ளிகள் நிறைந்த பாழிடமாக இருந்தது. 13,000 மக்கள் மட்டுமே வசித்தார்கள். அதிலும் 5000 பேர் மட்டுமே யூதர்கள். ரஷ்யாவி லிருந்து வந்த யூதர்களாலும், கலிலியில் சேபட் பகுதியில் ஏற்பட்ட பூகம்பத்தால் இடம் பெயர்ந்த யூதர்களாலும் யூதர்களின் எண்ணிக்கை அதிகரிக்கத் தொடங்கியது.

பால்மெர்ஸ்டன் வெளியுறவுத் துறை தலைமை பதவியை அபெர்தீனிடம் ஒப்படைத்தார். யூதர்கள் சார்ந்த சமயப் பணியைக் கைவிடுமாறு அமெர்தீன் துணைத்தூதர் யங்கிடம் தெரிவித்தார்.

ஆனால் யங் வழக்கம்போல் தன் பணியைத் தொடர்ந்து செய்து வந்தார். பால்மெர்ஸ்டன் திரும்பி பதவிக்கு வந்தவுடன் பிரிட்டனின் பாதுகாப்பினைக் கோரும் ரஷ்ய யூதர்களுக்கு பாதுகாப்பளிக்குமாறு துணைத்தூதர் யங்கிற்கு உத்தரவிட்டார்.

இடைப்பட்ட காலத்தில் ஷாபட்ஸ்பரி புதிய பிரதம மந்திரி ராபர்ட் பீலை முதல் ஆங்கிலேய கிறித்துவ சமய வட்டத் தலைவரின் ஆட்சி அலுவலகத்தையும் தேவலாயத்தையும் ஜெருசலேமில் நிறுவ வற்புறுத்தி இசையவைத்தார். 1841ஆம் ஆண்டு பிரஷ்யாவின் அரசர் உலக நாடுகளுக்கு பொதுவான ஜெருசலேமியக் கொள்கையை முன்வைத்தார். பிரிட்டன் உதவியுடன் மதம்மாறிய யூதர் மைக்கேல் சாலமன் அலெக்ஸாண்டரை பிராட்டஸ்டண்டு பிஷப்பாக நியமித்தார்கள். பிராட்டஸ்டண்டு ஜெர்மனியிலும் ஒரு விழிப்புணர்வு ஏற்பட்டது. பிரிட்டிஷ் சமயப் பரப்புநர்களும் யூதர்களை மதம் மாற்றுவதில் தீவிரமாயிருந்தார்கள். இவர்கள் ஜாபா வாயிலருகில் ஒரு ஆங்கிலேயப் பகுதியை தேவாலயத்துடன் ஏற்படுத்தினார்கள். இந்தப் பகுதியை யூதர்களும், பிரிட்டிஷ் தூதரகமும் நிர்வகித்து வந்தனர். ஆனால் கிறித்துவின் தேவாலயத்தில் பிராட்டஸ்டண்டுகளுக்கு முக்கியமான சிலுவை இங்கு இல்லை.

ஏழு மெழுகுவர்த்திகள் கொண்ட ஒரு புனித மெழுகுவர்த்திக் கொத்து மட்டுமிருந்தது. எல்லா எழுத்துக்களும் ஹீப்ரு மொழியில் இருந்தன. வழிபாடும் ஹீப்ருவில் நடத்தப்பட்டது. இது யூதர்களுக்காக வடிவமைக்கப்பட்ட பிராட்டஸ்டண்டு தேவாலயமாக இருந்தது. இந்த தேவாலய திறப்பு விழாவின்போது மூன்று யூதர்களுக்கு புனித நீராட்டுச் சடங்கு நிகழ்த்தப்பட்டது. ஜெருசலேமில் யூதர்களின் நிலை இரங்கத்தக்கதாக இருந்தது. யூதர்கள் ஒரு மண்டையோட்டில் குடியிருக்கும் ஈக்களைப் போல் வாழ்ந்ததாக அமெரிக்க நாவலாசிரியர் ஹெர்மென் மெல்வில் குறிப்பிடுகிறார். எண்ணிக்கையில் அதிகரித்து வந்த யூதர்கள், மருத்துவ வசதியற்ற ஏழைகளாக இருந்தார்கள். இவர்கள் லண்டன் யூதர்கள் சங்கம் அளித்து வந்த இலவச மருத்துவ வசதியைப் பெற்று வந்ததால் சில யூதர்களின் மதமாற்றத்திற்குத் தூண்டுகோலாக இருந்தது. யூத தாயக நகரில் நான் மகிழ்ச்சியுடனிருப்பேன் என்று ஷாபட்ஸ்பரி தெரிவித்தார். அலங்கோலமான பாஷாவினால் ஆளப்பட்டு அழிவுக்குள்ளாகி போலிப் பகட்டான பெண்கள் தங்கும் உளவகம் போலிருந்த ஜெருசலேம் ஒரே இரவில் பொன் சரிகைகளாலான ஆடம்பர அணிகலன்களை அணிந்த திருக்கோயில் உயர்பதவியாளர்கள் நிறைந்த இடமாக மாறியது.

பதின்மூன்றாம் நூற்றாண்டிலிருந்து ரோமன் கத்தோலிக்க திருச்சபைக்குப் பேராயர்கள் இல்லை. பேராயர் இஸ்தான்புல்லில் இருந்தார். இவர்கள் இங்கு திரும்பி வர பிரெஞ்சுக்காரர்களும் ரஷ்யர்களும் ஆதரவளித்தனர். ஏழு ஐரோப்பிய தூதர்கள் தங்களைப் பேரரசர்களைப் போல் கருதிக்கொண்டு தங்கள் பரிவாரங்களுடன் ஜெருசலேமில் உலவிவந்தார்கள். போர்க்கருவிகள் தாங்கிய ஒளி மிகுந்த சிவப்பு நிறச் சீருடையணிந்த பாதுகாவலர்களுடன் நகரில் வலம் வந்தனர்.

ஆஸ்திரிய, சார்டினிய தூதர்களின் நடவடிக்கைகள் அடாவடியாயிருந்தன. ஏனெனில் இந்த நாடுகளின் அரசர்கள் தங்களை ஜெருசலேமின் அரசராகவே கருதினார்கள். ஆனால் பிரெஞ்சு, பிரிட்டிஷ் தூதர்களின் நடவடிக்கைகளும் கொடுமையாகவும் அற்பத்தனமாகவும் இருந்தன. 1845ஆம் ஆண்டு யங்கின் பதவி பறிக்கப்பட்டது. அவ்விடத்தில் இருபதாண்டு காலம் துருக்கி ஆளுநர்களைப் போல் அதிகாரம் செலுத்திவந்த ஜேம்ஸ்ஃபின் என்பவர் நியமிக்கப்பட்டார். இவர் இங்கிருந்த காலத்தில் ஆங்கிலேய பிரபுக்கள், துருக்கி பாஷாக்கள் மற்ற நாட்டு தூதர்கள் ஆகிய அனைவரும் இவரை வெறுக்கும் வகையில் நடந்து கொண்டார். லண்டனிலிருந்து வந்த உத்தரவுகளுக்கெதிராகச் செயல்பட்டார்.

துருக்கி சுல்தான் அந்நியர்களை நிலம் வாங்க அனுமதித்த நேரத்தில் ஜேம்ஸ் ஃபின் டால்பெய்க் பகுதியில் நிலத்தை வாங்கி தன் பண்ணையை விரிவாக்கினார். ஆப்ரகாம் திராட்சைத் தோட்டப் பகுதியிலும் ஒரு இடத்தை இவர் அதிக விலைக்கு வாங்கினார். இவருக்கு செல்டன்ஹாமைச் சேர்ந்த மிஸ்கூக் என்பவரும் புனித சமயப்பணியில் ஆர்வம் கொண்ட ஆங்கிலேய சீமாட்டிகளும் நிதியுதவி செய்தனர். மதம் மாறி பணிவுடன் நடந்துகொண்டால் மகிழ்ச்சியாக இருக்கலாம் என்பதை மற்றவர்களுக்குக் கற்பிப்பதே இவர்களின் நோக்கம்.

ஜேம்ஸ் ஃபின் தன்னைப் பேரரசின் துணைத்தூதராக மட்டுமின்றி சமயப் பரப்புநராகவும், நிலங்களை வாங்கி விற்கும் இடைத்தரகராகவும் கருதிக்கொண்டார். அதிக அளவில் பணம் கொடுத்து வீடுகளையும் நிலங்களையும் வாங்கினார். இவரும், சமயப் பணியில் ஆர்வம் கொண்ட இவரது மனைவியும் ஹீப்ரு மொழியையும், பரவலாகப் பேசப்படும் லாடினோ மொழியையும் சரளமாகப் பேசக் கற்றுக்கொண்டார்கள். அடக்குமுறைகளுக்குள்ளான யூதர்களுக்கு இவர்கள் தீவிர பாதுகாப்பளித்தனர். இவர்களது மதமாற்ற முயற்சியை யூதர்கள் எதிர்க்கவும் செய்தார்கள். மெண்டல் டிக்னெஸ்

என்னும் சிறுவனை இவர்கள் மதம் மாற்ற முயற்சித்த நேரத்தில் யூதர்கள் கூரைகளின் மீதேறிக் கலகம் விளைவித்தார்கள். ஜேம்ஸ் ஃபின், யூத மதகுருமார்களை வெறியர்களென்று கூறினார்.

மாண்ட்டிஃபையர் பிரிட்டனுக்குத் திரும்பிய பின் யூதர்கள் துன்புறுத்தப்படுவதை அறிந்து ஒரு யூத மருத்துவரையும் மருந்துகளையும் ஜெருசலேமிற்கு அனுப்பிவைத்தார். யூதர்கள் சங்கம் தன் பங்கிற்கு யூதர்களின் குடியிருப்புப் பகுதியில் ஒரு மருத்துவ மனையை ஏற்படுத்தியது. 1847ஆம் ஆண்டு தன்மீது கல்லெறிந்த ஒரு யூத சிறுவனை ஒரு அரேபிய கிறித்துவ சிறுவன் திருப்பித் தாக்கினான். கிரேக்க கிறித்துவப் பழமைப்பற்றாளர்கள் செமித்துவ இனத்திற்கு விரோதிகளென்பதால், யூதர்கள் எகிப்தியர்களிடமிருந்து விடுதலை பெற்ற நாளைக் கொண்டாடும் விழாவிற்காக கிறித்துவர்களின் ரத்தம் தோய்ந்த ரொட்டியைத் தயாரிக்க முயற்சிப்பதாக அவதூறு கிளப்பினார்கள். முஸ்லிம் மப்டியும், காதியும் இந்த ரத்த அவதூற்றிற்குத் துணை போனார்கள். சுல்தான், மாண்ட்டிஃபையருக்குக் கொடுத்த வாக்குறுதியின் அடிப்படையில் முன்பே பிறப்பித்திருந்த சுல்தானின் உத்தரவு இந்த பிரச்சினைக்கு தீர்வாயிருந்தது.

அமெரிக்க வரலாற்றில் ஜெருசலேமின் அமெரிக்க தூதரைப் போன்ற விசித்திரமான ஒருவர் தூதராக நியமிக்கப்பட்டதில்லையென்று வில்லியம் தாக்கரே (Vanity Fair என்னும் நூலின் ஆசிரியரான ஆங்கிலேய எழுத்தாளர்) தெரிவிக்கிறார்.

அமெரிக்க தூதர்: வார்டர் கிரெஸ்ஸன்

சிரியாவுக்கும் ஜெருசலேமிற்கும் அமெரிக்க தூதராக நியமிக்கப்பட்ட வார்டர் கிரெஸ்ஸன் 1844இல் அக்டோபர் நான்காம் தேதி ஜெருசலேம் வந்தார். 1847ஆம் ஆண்டு இரண்டாவது வருகை நிகழுமென்று இவர் உறுதிபடக் கூறியதுதான் இந்தப் பணிக்கு இவரைத் தகுதியுடையவராக்கியது. மற்ற ஐரோப்பிய தூதர்களை விட இவர் ஆணவம் மிகுந்தவராக இருந்தார். வால்டர் ஸ்காட் நாவலில் வரும் வீரப்பெருந்தகைகளைப் போன்ற வீரர்களும், பிரெஞ்சு மன்னன் சார்லி அரசவை அருங்செயல் வீரர்களைப் போன்ற வீரர்களும் ஒரு அமெரிக்கப் படையைப் போல் சூழ்ந்து வர, புழுதிப் புகையைக் கிளப்பிக்கொண்டு ஜெருசலேமின் தெருக்களில் குதிரையின் மீது சென்றார்.

ஒளிவீசும் ஆயுதங்களைத் தாங்கிய குதிரைவீரர்களை ஒரு அரேபியன் நடத்திச் செல்ல வெள்ளித்தண்டங்களுடன் இரண்டு மெய்க்காப்பாளர்கள் இவரைப் பின்தொடர்ந்து சென்றனர். நிகழ

விருக்கும் கடவுள் அருள் வெளிப்பாட்டிற்காகவும் யூதர்களின் மறு வருகைக்காகவுமே, தான் ஜெருசலேம் வந்திருப்பதாக பாஷா விடம் தெரிவித்தார். இவர் பிலெடெல்பியாவைச் சேர்ந்த ஒரு நிலக்கிழார். ஜெருசலேம் 'அகில உலகின் மகிழ்ச்சி மையம்' என்ற அறிக்கையை வெளியிட்டுத் தன் மனைவியையும் ஆறு குழந்தை களையும் புறக்கணித்துவிட்டார். உண்மையைத் தேடும் பணிக்காக தன் உற்றாரையும் நண்பர்களையும் துறந்துவிட்டதாக உள்துறை செயலாளர் ஜான்ஹால் ஹவுனிடம் கூறி தன்னைத் தூதராக நியமிக்கும்படி கேட்டுக்கொண்டார். இவர் ஆன்மீக வெறிபிடித்த பைத்தியக்காரர் என்று அமெரிக்க ஜனாதிபதி ஜான்டைலரிடம் அவரது ஆலோசகர்கள் தெரிவித்துக் கொண்டிருந்தார்கள். ஆனால் கிரெஸ்டன் இதற்கு முன்பே ஜெருசலேமில் இருந்தார்.

அமெரிக்க அரசியல் சட்டம் மதச்சார்பற்றது. கிறித்துவைப் பற்றிக் குறிப்பிடாமல் அரசையும் இறை நம்பிக்கையையும் பிரித்து வைத்திருந்தது. ஆனால் அமெரிக்காவைத் தோற்றுவித்த தாமஸ் ஜெபர்ஸன், பென் பிராங்கிளின் போன்றவர்கள், மேகமும் தீயும் இஸ்ரேலின் குழந்தைகளை வாக்களிக்கப்பட்ட பூமிக்கு அழைத்துச் செல்லும் காட்சியை தங்களுடைய முத்திரையாகக் கொண்டிருந் தனர். இந்த மேகமும் தீயும் கிரெஸ்டனைப் போன்ற அமெரிக்கர் களுக்கு ஜெருசலேமின்மீது கவர்ச்சியை ஏற்படுத்தியது.

அரசிலிருந்து தேவலாயம் வேறுபடுத்தப்பட்டிருந்ததால் பல்வேறுவகையான அருள் வெளிப்பாட்டுக் குழுக்கள் அமெரிக் காவில் தோன்றின. தொடக்க கால அமெரிக்கர்கள் ஆங்கிலேய கடும் சமய சீர்த்திருத்தவாதிகளின் எபிரேய சமயப்பற்றினைத் தழுவிக் கொண்டார்கள். இது இவர்களுக்கு சமயம் சார்ந்த ஒரு எழுச்சி யையும், மகிழ்ச்சியையும் ஏற்படுத்தியது. பத்தொன்பதாம் நூற்றாண்டின் முதல்பாதியில், கிறித்துவ திருச்சபை சமயப்பணிக் குழுவினரின் ஊக்கம் இரண்டாவது எழுச்சியை தோற்றுவித்தது.

1776ஆம் ஆண்டில் பத்து விழுக்காடு அமெரிக்கர்கள் தான் தேவாலயம் செல்பவர்களாயிருந்தனர். 1815ஆம் ஆண்டு இது கால் பங்கானது. 1914ஆம் ஆண்டு பாதி பேர்கள் தேவாலயம் செல்பவர் களாக மாறிவிட்டனர். இவர்களது கிறித்துவ சமய வேட்கை அமெரிக்கப் பண்புடையதாகவும், வளம் கொழிப்பதாகவும் இருந்தது. ஒருவன் நியாயமான செயல்பாட்டினால் இரண்டாவது வருகை யைத் துரிதப்படுத்தி தன்னைக் காப்பாற்றிக் கொள்ள முடியுமென்ற நம்பிக்கை இவர்களிடையே வேரூன்றியிருந்தது. ஷாபட்ஸ்பரி போன்ற ஆங்கிலேய கிறித்துவ சமயப் பணியாளர்கள் தங்களது சேவைக்கு

ஏற்ற இடமாகப் பிரிட்டிஷ் பேரரசைக் கருதினார்கள். ஆனால் இதற்கு மாறாக அமெரிக்காவே சமயப்பணிக்காகக் கடவுளால் ஆசீர்வதிக்கப்பட்ட நாடாக இருந்தது. மரப்பலகைகளால் ஆன சிறிய தேவாலயங்களிலும், விவசாயப் பண்ணைகளிலும், சுரங்க நகரங்களிலும் அமெரிக்க சமயப்பரப்புநர்கள் பைபிளில் உள்ள அருள் வெளிப்பாடுகளைப் பற்றி விளக்கிக்கொண்டிருந்தார்கள். அமெரிக்காவைத் தவிர வேறெந்த நாட்டிலும் திருமறைகள் நல்லமுறையில் அறிந்து கொள்ளப்படவில்லையென்று, ஜெருசலேமில் பைபிள் அகழ்வாராய்ச்சி மையத்தை தோற்றுவித்த எட்வேர்டு ராபின்சன் தெரிவிக்கிறார்.

யூதர்களின் யூதேயா மீண்டும் ஒரு சுதந்திர நாடாக இருக்க வேண்டுமென்று தான் விரும்புவதாக அமெரிக்காவின் இரண்டாவது ஜனாதிபதி ஜான் ஆடம்ஸ் தெரிவித்தார்.

1819ஆம் ஆண்டு இரண்டு இளம் சமயப்பரப்புநர்கள் பாஸ்டனில் இதை செயல்படுத்தத் தொடங்கினார்கள். ஒவ்வொருவர் கண்ணும் ஜெருசலேமின்மீது பதிந்துள்ளதென லெவி, பார்ஸன் ஆகிய இருவரும் போதித்தார்கள். இவர்களது போதனையைக் கேட்ட கூட்டம் கண்ணீர் விட்டு அழுதது. பிளினி பிஸ்க் என்பவர் இந்தக் கூட்டத்தில் இவ்வாறு தெரிவித்தார்: “நான் ஆன்ம லயிப்புடன் ஜெருசலேம் செல்கிறேன்.” கீழ்த்திசையில் இவர்களுடைய அகால இறப்பினால் மற்றவர்கள் ஊக்கமிழக்கவில்லை. 1834ஆம் ஆண்டு புரட்சியின் போது ஜெருசலேமில் இறந்துபோன அமெரிக்க சமயப்பரப்புநர் வில்லியம் தாம்ஸின் மனைவி கிறித்துவ உலகின் பொதுச்சொத்து என்று அறிவித்தார். இதைக் கேட்ட கூட்டம் கண்ணீர் விட்டு அழுதது.

கிரெஸ்ஸன் அமெரிக்க தூதரானவுடன் இறுதி நாட்களுக்குத் தங்களைத் தயார் செய்துகொள்ள அதிக அளவில் அமெரிக்க கிறித்துவ சமயப்பணியாளர்கள் ஜெருசலேம் சென்றார்கள். அமெரிக்க அரசு இவரைப் பணி நீக்கம் செய்த போதிலும் இவர் யூதமதத்திற்கு மாறி தன் பெயரையும் மைக்கேல் போஸ் இஸ்ரேல் என்று மாற்றிக் கொண்டார்.

நீண்டகாலம் இவரால் புறக்கணிக்கப்பட்ட இவரது மனைவி தன்னை ஏற்கக் கோரி வழக்கு தொடர்ந்தார். துப்பாக்கியைத் தூக்கிக் காட்டி மிரட்டுவது, தெருவில் நின்று பிரசங்கம் செய்வது, நிதிக்குளறுபடிகள் செய்தது, யூதத் திருக்கோயிலைத் திரும்பக் கட்ட திட்டமிட்டது, இவரது பாலியல் சார்ந்த திரிபு நிலைகள் ஆகிய

இவரது செயல்களை இவரது மனைவி தன் வழக்கிற்கு ஆதாரங் களாகக் காட்டினார். மன நோயாளியென இவர் மீது தொடரப் பட்ட வழக்கு விசாரணைக்காக, ஜெருசலேமிலிருந்து பிடெல்பி யாவுக்குத் திரும்பினார். மக்கள் விரும்பியவற்றில் நம்பிக்கை கொள்ளலாம் என்ற அரசியல் கொள்கையையும், சுதந்திரம் பற்றிய ஜெபர்சனின் கோட்பாட்டையும் இவரது மனைவியின் வழக்கு கேள்விக்குள்ளாக்கியது.

கிரெஸ்ஸன் ஜெருசலேமிற்குத் திரும்பிச் சென்று நகருக்கருகில் யூத விவசாயப்பண்ணை ஒன்றை ஆரம்பித்தார். இவர் யூதர்களின் மறைநூலைப் படிக்கத் தொடங்கினார். தன் அமெரிக்க மனைவியை விவாகரத்து செய்துவிட்டு ஒரு யூதப்பெண்ணைத் திருமணம் செய்துகொண்டார்.

இடைப்பட்ட காலத்தில் 'டேவிட்டின் திறவுகோல்' என்னும் தன் நூலை எழுதி முடித்தார். அமெரிக்காவிலிருந்து வந்த புனித அந்நியரென இவர் உள்ளூர் மக்களால் போற்றப்பட்டார். இவர் இறந்தபின் ஆலிவ் மலையிலுள்ள கல்லறைத் தோட்டத்தில் இவரது உடல் அடக்கம் செய்யப்பட்டது. கடவுள் அருள் வெளிப்பாட்டில் நம்பிக்கை கொண்டவர்களின் எண்ணிக்கை ஜெருசலேமில் அதிக ரித்தது. இவர்களின் இந்த அருள் வேட்கையை அமெரிக்க மன நோய் பற்றிய சிற்றிதழ் கலிபோர்னியாவின் தங்க வேட்டையுடன் ஒப்பிட்டது. ஹெர்மென் மெல்வில் ஜெருசலேம் வந்தவுடன் அமெரிக்க கிறித்துவர்களின் இயேசுவின் ஆயிரமாண்டு பொற்கால ஆட்சி குறித்த வெறியார்வமும், விநோதமான யூதச்சார்பு நிலையும் இவருக்கு எரிச்சலூட்டியது. இது பாதி சோகமானதும், பாதி போலிப் பகட்டானதுமென இவர் கருதினார்.

அமெரிக்க-ஆங்கிலேய கிறித்துவ சமயப் பரப்புநர்களுக்கு இரண்டாவது வருகை அவசிய தேவையாயிருக்கிறது. ரஷ்யர்களும் ஜெருசலேமின் மீது தீவிர ஈடுபாடு கொண்டுள்ளார்கள். 1840ஆம் ஆண்டு ஜெருசலேம் உலகின் கடந்தகால, எதிர்கால வரலாற்றின் மையமாக ஒரு ஐரோப்பிய யுத்தத்திற்கு வழிவகுக்க வேண்டுமென்று ரஷ்யப் பேரரசர் எண்ணம் கொண்டிருந்ததாக வில்லியம் தாக்கரே என்னும் ஆங்கிலேயப் பயணி தெரிவிக்கிறார்.

ஐரோப்பிய மாவீரனும் கல்லறையில் நிகழ்ந்த துப்பாக்கிச் சூடும்: ஜெருசலேமில் ரஷ்யக் கடவுள்

1846ஆம் ஆண்டு ஏப்ரல் பத்தாம் தேதி, புனித வெள்ளி பண்டிகை யன்று துருக்கிய ஆளுநரும் அவரது படைவீரர்களும்

தேவாலயத்தில் விழிப்புடனிருந்தார்கள். இந்த ஆண்டில் பழமைப் பற்றாளர்களின் ஈஸ்டர் திருநாளும் கத்தோலிக்கர்களின் ஈஸ்டர் திருநாளும் ஒரே நாளில் நிகழ்ந்தன. நறுமண தூபங்களை எடுத்துச் செல்ல வேண்டிய துறவிகள் துப்பாக்கிகளையும் குறுவாள்களையும் தங்கள் அங்கிகளில் மறைத்து எடுத்துச் சென்றனர். வழிபாட்டை யார் முதலில் தொடங்குவதென்ற பிரச்சனை எழுந்தது. கல்வாரி பலி பீடத்தில் விரிப்பைப் பரப்புவதில் கிரேக்கர்கள் முந்திக் கொண் டார்கள். இவர்களுக்குப் பின்னர் வந்த கத்தோலிக்கர்கள், சுல்தானின் அனுமதியிருக்கிறதா? என்று கிரேக்கர்களைக் கேட்டார்கள். சுல்தானின் உத்தரவு உங்களிடமிருக்கிறதா? என்று கிரேக்கர்கள் திருப்பிக் கேட்டார்கள். இதனால் இருவருக்குமிடையே சண்டை மூண்டது. துறவிகளின் கைவிரல்கள் துப்பாக்கிகளின் விசையை அழுத்தத் தொடங்கின. ஒவ்வொருவரும் தங்கள் கைகளில் கிடைத்த வற்றை ஆயுதங்களாகப் பயன்படுத்தினார்கள். சிலுவைகள், மெழுகு வர்த்தி தாங்கிகள், விளக்குகள் ஆயுதங்களாக மாறின. துருக்கிப் படைவீரர்கள் சண்டையை நிறுத்த முயன்ற போதிலும், புனிதக் கல்லறையைச் சுற்றி நாற்பது பேர் செத்து விழுந்தனர்.

இந்தப் படுகொலை நிகழ்வு உலகம் முழுவதிலும் குறிப்பாக பீட்டர்ஸ்பர்க்கிலும், பாரிசிலும் எதிரொலித்தது. சமுதாயக் கூட்டு வாழ்வு வாழும் இந்தத் துறவிகளின் செயல்களுக்கு அவர்கள் சார்ந்த பேரரசு பின்னணியில் இருந்தது.

புதிய இருப்புப் பாதைகளும், நீராவிக்கப்பல்களும் தோன்றிய பின் ஜெருசலேமிற்குச் செல்வது எளிதாயிற்று. ஒடிசாவிலிருந்து கடல்வழியாக ஜாபாவுக்கு எளிதாகச் செல்ல முடிந்தது. ஜெருசலே மிற்கு வரும் இருபதாயிரம் புனிதப் பயணிகளில் பெரும்பாலான வர்கள் ரஷ்யர்கள். ஒரு ஆண்டில் *4000* புனிதப்பயணிகளில் நான்கு பேர்கள் மட்டுமே கத்தோலிக்கர்கள். மற்றவர்கள் ரஷ்யர்களென்று ஒரு பிரெஞ்சு துறவி குறிப்பிடுகிறார். ரஷ்யர்களைப் பற்றியிருந்த இந்த சமய வேட்கை அடித்தளத்திலிருக்கும் ரஷ்ய விவசாயிகள் முதல் பேரரசர் முதலாம் நிக்கோலஸ் வரை பரவியிருந்தது. ரஷ்யாவின் பழமைப்பற்றுடைய சமயம் மக்களையும் மன்னரையும் கவர்ந் திருந்தது.

*1453*ஆம் ஆண்டு கான்ஸ்டாண்டிநோபிள் வீழ்ந்ததும் மாஸ்கோ இளவரசர்கள் தங்களை கடைசி பைசாந்தியப் பேரரசர்களின் வாரிசு களாகவும் மாஸ்கோவை மூன்றாவது ரோமாகவும் கருதினார்கள். இந்த இளவரசர்கள் பைசாந்தியத்தின் சின்னமான இருதலைக் கழுகினையும் சீசர் அல்லது ஜார் என்னும் பட்டத்தையும் சுவீ கரித்துக் கொண்டார்கள்.

இஸ்லாமியக் கிரிமியன் கான்களுடனும், பின் துருக்கி சுல்தான் களுடனும் இவர்கள் நடத்திய போர்களின்மூலம் ரஷ்யப் பேரரசை ஒரு புனிதப் போரை நடத்தும் நாடாகத் தோற்றமளிக்கச் செய்தனர். ஜார் மன்னர்களும் அடித்தட்டு விவசாயிகளும் ஜெருசலேமைப் புனிதமான இடமாகக் கருதினார்கள். ஜெருசலேமிலுள்ள ஓவியங் களைப் பின்பற்றியே ரஷ்ய தேவாலயங்களில் வெங்காய வடி விலான கவிகை மாடங்கள் வடிவமைக்கப்பட்டன. ரஷ்யா தனக் கென ஒரு சிறு ஜெருசலேமையும் உருவாக்கியிருந்தது.[5] ஜெருசலே மிற்குப் புனிதப்பயணம் செல்வதை ஒவ்வொரு ரஷ்யனும் இறப் பிற்கும் வீடு பேற்றிற்குமான முன்னேற்பாடாகக் கருதினான். ரஷ்யாவின் ஆன்மாவாக கருதப்பட்ட கவிஞர் அலெக்ஸாண்டர் புஷ்கின், அவர் இறப்பதற்குமுன் 1836ஆம் ஆண்டில், 'ஜெருசலேம் நம் எல்லோருக்கும் தொட்டில் அல்லவா?' என்று எழுதியுள்ளார். மகாபீட்டரின் வாரிசும், மகா காத்தரைனின் பேரனுமான முதலாம் நிக்கோலஸ் இந்த மரபைப் பின்பற்றினார். மகாபீட்டரும் காத்த ரைனும் புனித இடங்களைப் பாதுகாப்பதில் அக்கறை கொண்டிருந் தார்கள். முதலாம் நிக்கோலசின் மூத்த சகோதரர் முதலாம் அலெக் ஸாண்டர் எதிர்பாராதவிதமாக 1825ஆம் ஆண்டில் இறந்தபோது, அவர் ஒரு சாதாரண துறவியாக ஜெருசலேமிற்குச் சென்றிருப்பதாக ரஷ்ய விவசாயிகள் நம்பினார்கள்.

தற்பொழுது நிக்கோலஸ் பழமைப்பற்றாளராகவும் செமித்துவ இனத்திற்கெதிரானவராகவும், இஸ்ரேலியர்களைத் துன்புறுத்திய பிலிஸ்தியர்களைப் போலவும் இருந்தார். நான் ரஷ்யக் கடவுளுக்கு மட்டுமே கடமைப்பட்டவனென்று அறிவித்த இவர், கண்டிப்பு மிகுந்தவர். ரஷ்யாவை ஒரு உடற்பயிற்சியாளரைப் போல் ஆட்சி செய்த இவர், தான் இராணுவக் கட்டிலில் தூங்குவதாகப் பெருமைப் பட்டுக் கொண்டார். நிக்கோலஸின் இளம் வயது அழகு ஆங்கிலேய சமூகத்தை அசரவைத்தது. இவரைப் பேரழகன் என்றும் ஐரோப் பாவின் மிகச் சிறந்த அழகென்றும் இவரைப் பற்றி ஒரு சீமாட்டி குறிப்பிட்டுள்ளார். ஆனால் 1840ஆம் ஆண்டில் தன் தலைமுடியை இழந்துவிட்டார். இறுக்கமான இராணுவச் சீருடையை மீறி இவரது தொப்பை வெளியே துருத்திக் கொண்டிருந்தது. முப்பதாண்டுகள் திருமண வாழ்க்கைக்குப் பின் ஒரு இளம் பணிப்பெண்ணைத் தன் காமக்கிழத்தியாக்கிக் கொண்டார். ரஷ்யா அதிகாரமிக்க ஒரு நாடாக இருந்தபோதிலும் இவர் தனிப்பட்ட முறையிலும், அரசிய லிலும் ஒரு செயல் திறனற்றவராகவே இருந்தார்.

இவர் தன் சொந்த செல்வாக்கையும் கவர்ச்சியையும் பயன் படுத்தி துருக்கிப் பேரரசில் பிரிவினை ஏற்படுத்த பிரிட்டன் மூலமாகப்

பல ஆண்டுகள் முயற்சித்து வந்தார். துருக்கிப் பேரரசை 'ஐரோப்பாவின் நோயாளி' என்று அழைத்தார். பழமையான பால்கன் மாகாணங்களையும் ஜெருசலேமையும் விடுவித்து தன் கண்காணிப்பில் வைத்துக்கொள்ள விரும்பினார். ஆனால் பிரிட்டன் இதற்கு சம்மதிக்கவில்லை. இருபத்தி ஐந்து ஆண்டுகால எதேச்சாதிகார ஆட்சி இவரது உணர்வுகளை மங்கச் செய்து இவரைப் பொறுமையிழந்தவராய் மாற்றியிருந்தது.

'நான் இவரைப் புத்திசாலியாக கருதவில்லை. இவரது மனம் பண்பட்டதல்ல' என்று விக்டோரியா அரசி இவரைப் பற்றி எழுதினார். ஆட்டுத் தோலாடையும் மேலங்கியும் அணிந்த ஆயிரக்கணக்கான புனிதப் பயணிகளிடையே பொன்சரிகை வேலைப்பாடுகளுடன் கூடிய அலங்கார சீருடைகளை அணிந்த ரஷ்ய இளவரசர்களும் ஜெருசலேமின் வீதிகளை ஒளி வீசச் செய்தார்கள். நிக்கோலஸின் ஆதரவு இவர்களுக்கிருந்தது. மற்ற ஐரோப்பியர்களுக்குப் போட்டியாக புனித மதகுருக்களைக் கொண்ட சமயக்குழு ஒன்றையும் இவர் ஜெருசலேமிற்கு அனுப்பிவைத்தார். இதனால் எச்சரிக்கையடைந்த பிரிட்டனின் தூதர், "ஈஸ்டர் பண்டிகையின் போது ஒரே இரவில் *10000* புனிதப் பயணிகளுக்கு ஆயுதங்களை வழங்கி ரஷ்யர்கள் நகரைக் கைப்பற்றிக் கொள்ளக்கூடுமென்ற செய்தியை லண்டனுக்கு அனுப்பினார். பிரெஞ்சுக்காரர்கள் கத்தோலிக்கர்களைப் பாதுகாக்க முயன்றார்கள். *1844*ஆம் ஆண்டு தூதர் ஜேம்ஸ்ஃபின் ஜெருசலேம் பிரான்சிற்கும் ரஷ்யாவுக்கும் முக்கியமான கேந்திரமாயிருப்பதாகத் தெரிவித்தார்.

ஜெருசலேமின் நோய்க்குறி: கோகல்

எல்லாப் புனிதப்பயணிகளும் படைவீரர்களாக இல்லை. தாங்கள் தேடிச் சென்ற வீடுபேற்றினை விவசாயப் புனிதப் பயணிகள் பெறவில்லை. *1848*ஆம் ஆண்டு பிப்ரவரி இருப்பத்தி மூன்றாம் நாள் ஜெருசலேமில் நுழைந்த ஒரு புனிதப்பயணி குறிப்பிடத்தகுந்தவர். இவர் 'இன்ஸ்பெக்டர் ஜெனரல்' (Inspector General) 'இறந்த ஆன்மாக்கள்' (Dead Souls) ஆகிய நாவல்களை எழுதி புகழ் பெற்றிருந்த நிக்கோலாய் கோகல் என்னும் நாவலாசிரியர்.

கோகல் கடவுளின் அருளால் ஆன்ம அனுபவம் பெற ஒரு கழுதையின்மீது ஜெருசலேம் நகரில் நுழைந்தார். 'இறந்த ஆன்மாக்கள்' என்ற தன் நூலை மூன்று பகுதிகளாக வெளியிட விரும்பிய இவர், இரண்டாம், மூன்றாம் பகுதிகளை எழுத மிகவும் அல்லல் பட்டார். இவரது பாவங்களுக்காக கடவுள் இவரை தண்டிக்க

விரும்பியதால் இவரது நூல் நிறைவடைவதைத் தடைசெய்தார். ரஷ்யன் என்ற முறையில் ஜெருசலேமே மீட்பை அளிக்கும் இடமென இவர் கருதினார். நான் ஜெருசலேம் செல்லும்வரை யாருக்கும் ஆறுதலாக எதையும் கூறமுடியாதென்று இவர் எழுதினார். இவரது ஜெருசலேம் வருகை இவருக்கு வருத்தத்தையே அளித்தது. ஒரு இரவைக் கல்லறையின் அருகிலிருந்து வழிபடுவதில் கழித்தார். அந்த இடம் அழுக்கடைந்து மோசமான நிலையிலிருப் பதைக் கண்டார். புனித இடங்கள் வெற்றழகுடையதாகவும் குன்றுப் பகுதிகள் பாழ்பட்டிருப்பதையும் கண்டு மனம் நொந்தார். ஜெருசலேமிலிருந்து திரும்பிய இவர் ஒரு மறையியல் துறவியின் பால் ஈர்க்கப்பட்டார். இந்தத் துறவி இவரது நூல்கள் பாவம் நிறைந்தவையென்று இவருக்கு உணர்த்தினார். இதனால் வெறி பிடித்த நிலையில் கோகல் தன் நூல்களின் கையெழுத்துப் பிரதி களை அழித்துவிட்டு, சாகும்வரை உண்ணா நோன்பிருந்து கோமா நிலைக்குச் சென்றார். இருபதாம் நூற்றாண்டில் இவரது சவப் பெட்டியைத் திறந்து பார்த்தபோது இவரது முகம் கீழ்நோக்கி யிருந்தது.

ஜெருசலேம் சார்ந்த இவர்களின் வெறியார்வம் ‘ஜெருசலேம் காய்ச்சல்’ எனப்பட்டது. ஜெருசலேமின் புனித இடங்களுக்கு அருகிலிருக்கும்போது தூண்டப்படும் மன எழுச்சி 1930ஆம் ஆண்டில் ‘ஜெருசலேம் நோய்க்குறி’ என்று அழைக்கப்பட்டது. மூளைதளர்ச்சியினால் அறிவு குழம்பிய நிலையில் ஏற்படும் இந்த மாற்றத்தை ‘ஜெருசலேம் நோய்க்குறி இரண்டாம் வகை’யென 2000ஆம் ஆண்டில் பிரிட்டிஷ் உளவியல் சிற்றிதழ் குறிப்பிட்டுள்ளது. ஜெருசலேமின் குணப்படுத்தும் ஆற்றலை நம்பிவந்து ஏமாற்ற மடைந்த கோகலைப் போன்றவர்கள் இந்த இரண்டாம் வகையைச் சேர்ந்தவர்கள்.

நிக்கோலசும் ஒருவகையில் ஜெருசலேம் நோய்க்குறியின் தாக்கத்திற்கு ஆளாகியிருந்தார். இவரது குடும்பத்தை மனநோய் பற்றியிருந்தது. தற்போது பேரரசராயிருக்கும் இவரது தந்தை பால் மனநிலை திரிந்தவரென்பதை வெளிப்படையாகக் காணமுடிகிற தென்று பீட்டர்ஸ் பெர்க்கிலிருந்த பிரெஞ்சு தூதர் குறிப்பிடுகிறார். பைத்தியக்காரராயிருந்த பால் கொலை செய்யப்பட்டார். இவரது பாட்டனார் மூன்றாம் பீட்டரும் மனநிலை திரிந்தவராயிருந்து கொலை செய்யப்பட்டார். நிக்கோலஸ் பைத்தியக்காரராக இல்லா விடினும் தன் தந்தையின் நோய்க்குறிகளை வெளிப்படுத்தினார். 1848ஆம் ஆண்டு இவர் ஜெருசலேமிற்குப் பயணிக்கத் திட்ட மிட்டார். ஐரோப்பாவில் புரட்சிகள் தோன்றியதால் இந்தத் திட்டம்

கைவிடப்பட்டது. இவர் தன் அண்டையிலிருந்த ஹாப்ஸ்பர்க் பேரரசருக்கெதிராகத் தோன்றிய ஹங்கேரியன் புரட்சியை வெற்றி கரமாக அடக்கினார். இவர் ஐரோப்பாவின் மாவீரன் என்று போற்றப் பட்டார். இவர் தற்புகழ்ச்சியாலும், வெற்றியாலும், ஆன்மீக சார் பெண்ணங்களாலும் சீரழிந்தவரென்று இவரைப் பற்றி பிரெஞ்சு தூதர் குறிப்பிடுகிறார்.

1847ஆம் ஆண்டு பெத்தலகேமில் இயேசுவின் பிறப்பிட தேவாலயத்தின் அழகுச்செறிவான குகை சலவைக்கல் தளத் திலிருந்த 'வெள்ளி நட்சத்திரம்' வெட்டியெடுக்கப்பட்டது. கிரேக் கர்கள் அதைத் திருட்டாகச் செய்தது என்பது வெளிப்படையாகத் தெரிந்தது. இந்த வெள்ளி நட்சத்திரத்தை பிரான்சு 18ஆம் நூற்றாண்டில் நன்கொடையாக அளித்திருந்தது. பெத்தலகேமிலும், இஸ்தான் புல்லிலும் உள்ள கிறித்துவத் துறவிகள் இதற்காக சண்டை போட்டுக் கொண்டார்கள். பெத்தலகேம் நட்சத்திரத்தை மீண்டும் அமைக்கவும், ஜெருசலேமிலுள்ள தேவாலயத்தின் கூரையைப் புதுப்பிக்கவும் பிரெஞ்சுக்காரர்களும் ரஷ்யர்களும் உரிமை கோரினார்கள். இரு வருமே 18ஆம் நூற்றாண்டின் உடன்படிக்கைகளைத் தங்களுக்கு ஆதாரமாகக் காட்டினார்கள். இந்த பிரச்சனை நீடித்து இரண்டு பேரரசுகளுக்கிடையே சண்டையைத் தோற்றுவித்தது.

1851ஆம் ஆண்டு பிரெஞ்சு ஜனாதிபதியாயிருந்த மகா நெப்போலியனின் உடன்பிறந்தாரின் மகனான லூயிஸ் நெப்போலியன் போனபார்ட் திடீர் புரட்சியினால் இரண்டாவது குடியரசைத் தூக்கியெறிந்துவிட்டு மூன்றாவது நெப்போலியனாக முடிசூட்டிக் கொண்டார். பெண்பித்தராகவும் சாகசப்பிரியனாகவும் இருந்த இவர் நலிந்திருக்கும் தன் பேரரசுக்கு அயல்நாடுகளை வெற்றி கொள்வதும் கத்தோலிக்கர்களின் உயர்வும் அவசியமெனக் கருதி னார். புனித இடங்களை ரஷ்யக் கடவுளுக்காகப் பாதுகாப்பது இவரது ஆட்சிக்கு சிறப்பளிக்குமெனக் கருதினார். ரஷ்ய, பிரெஞ்சு ஆகிய இரண்டு பேரரசர்களுக்கும் விண்ணிலும் மண்ணிலும் புகழடைய ஜெருசலேமே திறவுகோலாயிருந்தது.

கிரிமியப் போரும் ஜேம்ஸ் ஃபின்னும்: கொலை செய்யப்பட்ட கிறித்துவ சமயப் பணியாளர்களும் கொள்ளைக்கார அரேபிய நாடோடியும்

பிரெஞ்சுக்காரர்களுக்கும் ரஷ்யர்களுக்குமிடையே சிக்கித்தவித்த பிரச்சனைக்கு முடிவு காண விரும்பிய சுல்தான் 1852ஆம் ஆண்டு பிப்ரவரி எட்டாம் நாள், பழமைமரபினரின் உயர்நிலையை ஏற்றுக்

கொண்டும், கத்தோலிக்கர்களுக்கு சில சலுகைகளை வழங்கியும் உத்தரவு பிறப்பித்தார். ரஷ்யர்களைப் போலவே பிரெஞ்சுக் காரர்களும் இந்த பிரச்சினையில் அக்கறை கொண்டிருந்தார்கள். இவர்கள் நெப்போலியனின் படையெடுப்பையும், சுலைமானுட னான கூட்டணியையும், சார்லிமேனி வரையுள்ள பிரெஞ்சு சிலுவைப் போர் அரசர்களையும் தங்கள் உரிமைகளுக்கு ஆதாரமாகக் காட்டி னார்கள். நவம்பர் மாதத்தில் சுல்தான் கத்தோலிக்கர்களுக்கு உரிமை வழங்கினார். இதனால் நிக்கோலஸ் கோபமடைந்தார். பழமை மரபினரின் ஜெருசலேம் சார்ந்த உரிமைகளைத் திரும்பப்பெற துருக்கிப் பேரரசை ரஷ்யப் பாதுகாப்பிற்குட்படுத்தும் வகையில் ஒரு கூட்டணியை ஏற்படுத்த நிக்கோலஸ் விரும்பினார்.

நிக்கோலசின் இந்தக் கோரிக்கை மறுக்கப்பட்டதால் துருக்கி எல்லைப்பகுதிகளான டானுபி (இன்றைய ரோமானியா) மீது படையெடுத்து இஸ்தான்புல்லை நோக்கி முன்னேறினார். இவர் பிரிட்டிஷ் பேரரசுடன் உடன்படிக்கை செய்துகொள்ள முடியுமென்று நம்பினார். ஆனால் இவர் லண்டனையும், பாரிசையும் தவறாக நம்பி யிருந்தார். ரஷ்ய அச்சுறுத்தலாலும், துருக்கிப் பேரரசின் நலிவுற்ற நிலையாலும், பிரிட்டனும் பிரான்சும் போர் தொடுக்கப்போவதாக அச்சுறுத்தின. நிக்கோலஸ் தான் கிறித்துவர்களுக்காக சிலுவையின் பேரால் போர் நடத்தி வருவதாகத் தன் செயலை நியாயப்படுத் தினார். 1853ஆம் ஆண்டு பிரான்சும் பிரிட்டனும் ரஷ்யா மீது போர் தொடுத்தன. இந்த போர் தொலைவிலுள்ள கிரிமியாவில் நடந்தபோதிலும், ஜெருசலேம் உலக கவனத்தின் கரு மையமாகியது.[6]

ஜெருசலேமின் காவற்படை ரஷ்யர்களுடன் போரிட ஜாபா வாயிலில் அணிவகுத்ததை ஜேம்ஸ்ஃபின் கவனித்தார். புனித இடங் களையும், வழிபாட்டு இடங்களையும் கைப்பற்றும் நிக்கோலாஸின் எண்ணமும் இந்த போருக்கு மூல காரணமென்று ஜேம்ஸ்ஃபின் கருதினார். ஐரோப்பிய போருக்குக் காரணமாயிருந்த ஜெருசலேமின் புனித இடங்களைக் காணும் ஆவலில் புனிதப்பயணிகள் மட்டு மின்றி மேற்கத்திய நாடுகளை சேர்ந்த 10,000 பயணிகளும் 1856ஆம் ஆண்டில் நகரில் குவிந்தனர். ஜெருசலேமிற்குப் பயணம் செல்வது ஒரு அருஞ்செயலானது. அங்கு கோச்சு வண்டிகள் எதுவுமில்லை. மூடப்பட்ட பல்லக்குகளே இருந்தன. ஹோட்டல்களும் வங்கி களும் இல்லை. துறவியர் மடங்களிலேயே பயணிகள் தங்கவேண்டி யிருந்தது. ஆர்மீனியர்களின் துறவியர் மடங்கள் மட்டுமே காற்றோட் டமுள்ள அகன்ற முன்பகுதிகளைக் கொண்டிருந்தன. 1843ஆம் ஆண்டில் மெனச்செம்மெண்டல் என்னும் ரஷ்ய யூதர் காமினிட்ஸ் என்னும் பெயரில் ஹோட்டல் ஒன்றை ஏற்படுத்தினார். பின்னர்

ஆங்கிலேய ஹோட்டல் ஒன்று உருவானது. 1848ஆம் ஆண்டு வாலிரோல் என்னும் ஸ்பானிஷ் யூத குடும்பம் டேவிட் தெருவிற் கருகில் வங்கி ஒன்றை நிறுவியது. ஆனால் இன்னமும் அந்த நகரம் மோசமான பாஷாவின் ஆளுகைக்குட்பட்ட ஒரு துருக்கி மாகாண நகரமாகவே இருந்தது. திருக்கோயில் மலைக்கு வடக்கேயிருந்த ஒரு மோசமான வளாகத்தில் (பெண்டிர் தங்குமிடம்) பாஷா தங்கி யிருந்தார். இதுவே இவரது இருப்பிடமாகவும், சிறையாகவும், அந்தப்புரமாகவும் இருந்தது.[7]

இந்த அரண்மணைகளின் அவல நிலையைக் கண்டு மேலை நாட்டவர்கள் ஆச்சரியமடைந்தனர் என ஜேம்ஸ்ஃபின் தெரிவிக் கிறார். இழிந்த தோற்றமுடைய இவர்களது காமக்கிழத்திகளும், கந்தலாடையிலிருந்த அதிகாரிகளும் அறுவறுப்பூட்டினர். பாஷாவும் காப்பி அருந்தும் விருந்தினர்களும் கீழேயுள்ள சிறைச்சாலையிலிருந்து எழும் அவலக்குரல்களைக் கேட்க முடிந்தது. போரின்போது ஜெருசலேமில் அனுமதியை ஏற்படுத்த பாஷா முயன்றார். ஆனால் பழமைப்பற்றாளர்களான கிரேக்க துறவிகள் கத்தோலிக்க சமயத் தலைவர்களைத் தாக்கினார்கள்.

அவர்களது வீடுகளில் இருந்து கழுதைகளை விரட்டியடித்தனர். இந்தப் புனித இடத்திற்காகப் பல போர் வீரர்கள் கடுமையான போரில் இறந்து கொண்டிருக்கும்போது இந்தப் புனித இடங்களைப் பார்வையிட வந்த எழுத்தாளர்களுக்கு ஜெருசலேமின் நிலை நகைப் பூட்டுவதாயிருந்தது.

எழுத்தாளர்கள்: மெல்வில், பிளாவ்பெர்ட், தாக்கரே.

1851ஆம் ஆண்டில் வெளியான பசுபிக்கடல் திமிங்கில வேட்டை பற்றிய 'மோபி டிக்' (Moby Dick) என்னும் தனது நாவலால் ஹெர்மன் மெல்வில், புகழ் பெற்றிருந்தார். இவரது நூல் 3000 பிரதிகளே விற்றது. இதனால் கவலையும் சோகமும் கொண்ட இவர் கோகலைப் போல் அல்லாது, தன் உடல் நலத்தைத் திரும்பப் பெறவும் இறை யியல் பற்றி ஆய்வு செய்யவும் 1856ஆம் ஆண்டு ஜெருசலேமிற்கு வந்தார்.

ஜெருசலேமின் மாயமந்திரங்களில் என்னை ஈடுபடுத்திக் கொள்ளாமல் அமைதியான ஒரு பார்வையாளனாக இருந்து, மன நிறைவடைவதே என் பயணத்தின் நோக்கமென்று இவர் தெரி வித்தார். ஜெருசலேமின் பாழ்பட்டிருந்த நிலையும் இவருக்குக் கிளர்ச்சி

யூட்டியது. யூதச் சார்பு அமெரிக்கர்கள் இவரைக் கவர்ந்தார்கள். கிளாரெல் என்னும் இவரது காவியத்தின் கருப்பொருளாக இவர்கள் இருந்தார்கள். 18000 வரிகள் கொண்ட இந்தக் காவியத்தை இவர் நாடு திரும்பிய பின் படைத்தார். இலக்கியத்துறையில் ஏற்பட்ட ஏமாற்றத்தினால் ஆறுதல் பெற கீழ்த்திசைக்கு வந்த நாவலாசிரியர்களில் மெல்வில்லும் ஒருவர்.

கஸ்தேவ் பிளெவ்பெர்ட் தன் பணக்கார நண்பர் மேக்ஸ்மி–டு–கேம்ப் என்பவருடன், வணிகம், விவசாயம் பற்றிய அறிக்கை தயாரிக்க பிரெஞ்சு அரசு நிதியுதவியுடன் ஜெருசலேமிற்கு வந்தார். இவரது பயணம் கலாச்சாரம் மற்றும் இன்ப நுகர்வாகவுமிருந்தது. ஜெருசலேம் இவருக்கு சுவர்களால் சூழப்பட்ட ஒரு சவக்கிடங்காகவே காட்சியளித்தது. பழைய ஆன்மீக சமயங்கள் இங்குள்ள சூரிய ஒளியில் அழிந்துகொண்டிருப்பதாக இவர் கருதினார். என்னைவிட ஒரு நாய்க்கு இந்த இடம் மகிழ்ச்சியளிப்பதாக இருக்குமென்று இவர் எழுதுகிறார். ஆர்மீனியர் கிரேக்கர்களை வெறுக்கிறார்கள். கிரேக்கர்கள் கத்தோலிக்கர்களை வெறுக்கிறார்கள். கத்தோலிக்கர்கள் எகிப்திய கிறித்துவர்களை வெறுக்கிறார்கள். தேவாலயத்தின் உலுத்துப்போன அழகு செறிவான குகைகளின் அடுக்கு என்றும் இங்கு சாவின் நெடி வீசுவதாகவும் மெல்வில் குறிப்பிடுகிறார். போர்கள் ஜெருசலேமின் செய்தியாளர்களின் அறையிலும் சமயப்பணிக்கான இடங்களிலும் தொடங்குவதாக இவர் தெரிவிக்கிறார்.[8]

வன்முறைகள் நிறைந்த ஜெருசலேமில் சமுதாயக் கூட்டு வாழ்வு நடத்தும் துறவிகளின் சண்டை அதன் ஒரு கூறாகவேயுள்ளது. ஆங்கிலோ–அமெரின்னள் கிறித்துவ சமய உட்கிளைப் பணியாளர்கள், ரஷ்ய யூதர்கள், பழமையை விரும்பும் விவசாயிகள் ஆகியோருக்கும் துருக்கியர்களுக்கும், அரேபிய குடும்பங்களுக்கும், ஸ்பானிஷ் யூதர்களுக்கும், அரேபிய நாடோடிகளுக்குமிடையே ஏற்படும் சண்டைகள் பல தொடர் கொலைகளில் முடிகின்றன. ஜேம்ஸ்ஃபின்'னின் சமயப் பணிக்குழுவைச் சேர்ந்த மதில்டா கிரிஸி என்பவர் தலை சிதைக்கப்பட்டு இறந்தார். டேவிட் ஹெர்சல் என்னும் யூத மதகுரு விஷம் கொடுத்துக் கொல்லப்பட்டார். இந்த வழக்கு நீதிமன்றத்துக்குச் சென்றது. கொல்லப்பட்டவரின் பேரன்களே சந்தேகத்துக்குரிய குற்றவாளிகளாயிருந்தனர். தகுந்த சாட்சியம் இல்லாததால் இவர்கள் விடுதலை செய்யப்பட்டனர். இந்தக் காலகட்டத்தில் துருக்கி பிரிட்டனுக்கு கடமைப்பட்டிருந்ததால் ஜெருசலேமில்

ஜேம்ஸ்ஃபின்'னின் அதிகாரம் கொடிகட்டிப் பறந்தது. இவர் தன்னைப் புனித நகரின் ஷெர்லாக் ஹோம்ஸ் என்று கருதிக் கொண்டு குற்ற நிகழ்வுகளில் தலையிட்டு புலன் விசாரணை மேற்கொண்டார். ஆனால் இவரது உதவியாளர்களாயிருந்த ஆறு ஆவியுலகப் பேச்சாளர்களின் உதவியுடன் இவரால் ஒரு கொலை யாளியைக் கூடக் கண்டுபிடிக்க முடியவில்லை.

ஜேம்ஸ்ஃபின் யூதர்களின் துணிவுமிக்க பாதுகாவலராயிருந்த போதிலும் இவரது மத மாற்ற நடவடிக்கைகள் யூதர்களை எரிச் சலைடையச் செய்தன. ஆனால் இவரது பாதுகாப்பு யூதர்களுக்கு அவசியமாயிருந்தது. இவர்களுடைய அவலநிலை மிகவும் மோச மாயிருந்தது.

பெரும்பாலான யூதர்கள் அழுக்கடைந்த இடங்களில் வசித்து வந்தார்கள். இவர்கள் தங்கள் நகரின் இழந்த புகழையும் சிறப்பையும் நினைத்து எழுப்பும் அவல அழுகுரல் வெள்ளிக்கிழமை இரவு களில் எதிரொலிப்பதாக தாக்கரே குறிப்பிடுகிறார். ஜெருசலேமி லிருக்கும் யூதர்களின் அவல நிலைக்கு இணையாக வேறெதுவுமில்லை என்றும் இவர் குறிப்பிடுகிறார்.

கார்ல் மார்க்ஸ் 1854ஆம் ஆண்டு ஏப்ரல் மாதம் 'நியு யார்க் டெய்லி டிரிப்பியூன்' நாளிதழில், அழுக்கடைந்த இடங்களில் வசிக்கும் யூதர்கள் முஸ்லிம்களின் அடக்குமுறைக்கு உட்பட்டவர் களாகவும், கிரேக்கர்களால் இழிவுபடுத்தப்படுவதாகவும், கத்தோலிக் கர்களால் துன்புறுத்தப்படுவதாகவும் எழுதியுள்ளார். புனிதக் கல்லறை தேவாலயத்தின் வாயிலைக் கடந்து செல்லும் ஒரு யூதரைப் பயணிகள் கும்பலொன்று அடித்துத் துன்புறுத்துகிறது. இன்னமும் இந்த இடத்தை ஒரு யூதர் கடந்து செல்வது சட்ட விரோதமாகக் கருதப்படுகிறது. யூதர்களின் சவ ஊர்வலம் ஒன்று அரேபியர்களின் தாக்குதலுக்கு இலக்கானது. ஜேம்ஸ்ஃபின் இச்செயல்களுக்காக துருக்கி ஆளுநரைக் கடிந்துகொண்டார். அவர் இதில் தலையிட்டு பிரிட்டிஷ் நீதியை வழங்குமாறு வற்புறுத்தினார். ஆனால் பாஷா பாலஸ்தீனக் கிளர்ச்சிகளையும், இனக்குழு சண்டைகளையும் அடக்க முயற்சித்தார். இந்த முயற்சிகள் ஒட்டகப்படை, சுவிஸ் ஈட்டிகள், துப்பாக்கிக்குண்டுகளால் ஜெருசலேமின் சுவர்களை அதிர வைத்தன. பைபிள் நெறி சார்ந்த பாலஸ்தீனமும் ஜெருசலேமும், கொடுமையான மேற்கத்திய நாடுகளின் தலையீடும் தோற்று வித்திருக்கும் அதிர்ச்சியளிக்கும் இந்தக் காட்சியைக் காண மக்கள் சுவர்களின் மீது கூடினார்கள்.

எழுத்தாளர் டேவிட் டோர்: அமெரிக்க அடிமையின் சுற்றுப்பயணம்

டால் பெய்க்கில் உள்ள யூதர்களை மதமாற்றம் செய்யும் ஜேம்ஸ்ஃபின் பண்ணையிலிருந்த சமயப்பணியாளர்கள் அடிக்கடி தொல்லைகளை எதிர்கொண்டனர். துப்பாக்கிக் குண்டுகள் வெடிக்கும்போது சண்டையில் பெண்கள் ஈடுபடுவது ஜேம்ஸ்ஃபின்' னின் மனைவிக்கு அதிசயமாகத் தோன்றியது. இவர் ஷேக்கு களுடன் பேச்சு வார்த்தை நடத்த தன்னால் இயன்றதைச் செய்தார். ஆனால் அரேபிய நாடோடிகள் இதற்கு இடையூறாக இருந்தார்கள்.

ஹெப்ரான், அபுகோஷ் ஷேக்குகள் 500 வீரர்களைக் கொண்ட அவர்களது தனிப்படையைக் கொண்டு துருக்கியர்களுடன் போரிட்டார்கள். இந்த ஷேக்குகளில் ஒருவர் சிறைபிடிக்கப்பட்டு ஜெருசலேம் கொண்டு வரப்பட்டார். ஆனால் இவர் தப்பிச் சென்று அரேபியன் ராபின்குட் போல் மீண்டும் போரிட்டார். இறுதியாக வயது முதிர்ந்த ஆளுநர் ஹபீ பாஷா ஹெப்ரானின் போர் வெறி யனை அடக்க, 550 வீரர்களுடன் படை நடத்திச் சென்றார். இத்தகைய சூழலிலும் கோடைக்கால மாலை நேரங்களில் எல்லா இனத்தையும் சேர்ந்த ஜெருசலேம் மக்கள், முஸ்லிம்கள், கிறித்துவ அரேபியர்கள், ஸ்பானிஷ் பாரசீக யூதர்கள் ஆகியோர் டமாஸ்கஸ் சாலையில் உலவிக் கொண்டிருப்பதைக் காணமுடிந்தது.

மற்ற இடங்களில் பழகி மகிழ்ச்சியான வாழ்க்கையை அனுப வித்தவர்களுக்கு ஜெருசலேம் சலிப்பூட்டுகிறதென்பதை ஜேம்ஸ்ஃபின் ஒப்புக்கொள்கிறார். ஆனால் பிளாவ்பெர்ட், ஜாபா வாயில் தனக்கு ஏமாற்றமளித்ததாகக் குறிப்பிடுகிறார். காம வேட்கை கொண்ட பிளாவ்பெர்ட், ஜெருசலேமிலிருந்து திரும்பி வந்ததைக் கொண்டாடும் வகையில் பெய்ரூட்டில் ஐந்து பெண்களுடன் காமக்களியாட்டத்தில் ஈடுபட்டார். இவர் மூன்று பெண்களுடன் உடல் உறவு கொண்ட தாகவும், சிற்றுண்டிக்கு முன் மூன்று முறைகளும் உணவுக்குப் பின் இனிப்பு அருந்திய பின் ஒரு முறையும் ஆக நான்கு முறைகள் உடலுறவு கொண்டதாகக் கூறுகிறார். யங்மோர் ஒருமுறை மட்டும் உடலுறவு கொண்டதாகவும் அதேசமயம் வாலேச்சியன் விலை மாதுவிடமிருந்து பெற்ற கிரந்திப் புண் நோயினால் அவர் அவதிப் படுவதாகவும் தெரிவித்துள்ளார்.

லூயிசியானவைச் சேர்ந்த ஒரு இளம் கறுப்பின அடிமை தன்னை வெள்ளையருக்கும், அரைக்கலப்பினத்தவருக்கும் பிறந்த வராகக் கூறிக்கொண்டார். அமெரிக்கப் பயணியாக ஜெருசலேம்

வந்த இவர் பிளாவ்பெர்ட்டின் கூற்றை ஒப்புக்கொள்கிறார். இவர் ஜெருசலேமின்மீது மிகுந்த மதிப்பு கொண்டவராகத் தன் எஜமானனுடன் வந்தார். ஆனால் இங்கு வந்தவுடன் தன் எண்ணத்தை மாற்றிக்கொண்டார். பதினேழு நாட்கள் தங்கிய பின் இனி ஒரு போதும் திரும்பி வருவதில்லை என்றவாறு ஜெருசலேமை விட்டுப் புறப்பட்டார்.[9]

ஜெருசலேமை மதிக்கத் தகுந்த ஒரு இடமாகக் கருதாத இந்த எழுத்தாளர்களும் ஒரு அச்சம் கலந்த மலைப்புக்குள்ளானார்கள். ஜெருசலேம் சிறப்பு வாய்ந்த ஒரு கொடிய இடமென்று பிளாவ்பெர்ட் கூறுகிறார். வன்முறையோ, கொலையோ, ரத்தம் தோய்ந்த வழிபாடுகளோ நிகழாத ஒரு இடத்தை ஜெருசலேமில் காண முடியாதென்று தாக்கரே தெரிவிக்கிறார். பிளேக் நோயின் பிடியில் சிக்கியுள்ள சிறந்த நகரமென்றும், பொன்வாயிலில் நின்றுகொண்டு முஸ்லிம், யூதர்களின் கல்லறைகளைப் பார்த்தால் இறந்தவர்களால் சூழப்பட்ட நகரமாகத் தோன்றுவதாகவும் மெல்வில் குறிப்பிடுகிறார். இந்த அழிவு கடவுளின் இறுக்கமான தழுவுதலால் ஏற்பட்டதாக மெல்வில் கருதினார்.

ரஷ்யா, கலாச்சார ரீதியாக ஜெருசலேமின் மீது ஆதிக்கம் செலுத்தியது. நலிவுற்ற நிலையிலிருந்த துருக்கிப் பேரரசின் ஆட்சி கிறித்துவப் படைவீரர்களால் காப்பாற்றப்பட்டதால் சுல்தானின் வெற்றியில் இனிப்பும் கசப்பும் கலந்திருந்தது. சுல்தான் அப்துல் மெசிட் நன்றி விசுவாசத்துடன் மேற்கத்திய நாடுகளுக்குப் பணிந்து போக வேண்டியிருந்தது. எனவே டான்சி மாட் என்ற பெயரில் சில சீர்திருத்த நடவடிக்கைகளை மேற்கொண்டு தன் நிர்வாகத்தை ஒரு முகப்படுத்த முயன்றார். ஒருவர் எந்த மதத்தைச் சார்ந்தவராயிருந்தாலும், யாரும் நினைத்துப் பார்க்க முடியாத அளவுக்கு முழு சுதந்திரம் வழங்கப்பட்டது. சலாடினின் பள்ளிவாசலாக மாறியிருந்த புனித அன்னை சிலுவைப் போர் தேவாலயத்தை மூன்றாம் நெப்போலியனுக்குப் பரிசாக அளித்தார்.

காங்கோவை வெற்றி கொண்ட பிராபேண்ட் கோமகன் பெல்ஜியத்தின் எதிர்கால அரசர் இரண்டாம் லியோ போல்டு 1855 மார்ச்சில் திருக்கோயில் மலையில் வழிபட அனுமதிக்கப்பட்ட முதல் ஐரோப்பியர் ஆவார். சூடானைச் சேர்ந்த தார்ஃபார் எனப்படும் காவலர்கள், இறை நம்பிக்கையற்றவரென இவரைத் தாக்கக் கூடுமென்பதால் இந்தக் காவலர்கள் ஒரு அறையில் பூட்டி வைக்கப்பட்டனர். ஹாப்ஸ்பெர்க்கின் வாரிசும் (எதிர்கால மெக்ஸிகோவின் பேரரசருமான) கோமகன் மேக்ஸிமிலியன் தன் கொடியைக் கப்பலில்

ஏற்றி அதிகாரிகள் சூழ ஜூன் மாதத்தில் ஜெருசலேமிற்கு வந்தார். ஐரோப்பியர்கள் கிறித்துவ பாணியில் பல கட்டடங்களைக் கட்டினார்கள். இதற்கெதிராகத் துருக்கி அரசியல்வாதிகள் கூக்குரலெழுப்பினர். கிரிமியன் போருக்குப் பின் ஜெருசலேம் தனித்து இயங்க முடியாத வகையில் மேற்கத்திய நாடுகள் அதிக அளவில் முதலீடுகளைச் செய்திருந்தன. கிரிமியன் போரின் இறுதி மாதங்களில் சர் மோசஸ் மாண்ட்டிபையர் பாலகிளவா ரயில் வேயின் புகைவண்டிகளையும் இருப்புப்பாதைகளையும் விலைக்கு வாங்கி கிரிமியாவிலுள்ள பிரிட்டிஷ் படைவீரர்களுக்காக ஜாபா விற்கும் ஜெருசலேமிற்குமிடையே ஒரு இருப்புப் பாதையை அமைக்க முயன்றார். கிரிமியன் போர் வெற்றிக்குப் பின் ஜெருசலேமில் பிரிட்டிஷ் பெரும் பணக்காரர்களின் மதிப்பும், அதிகாரமும், ஆதிக்கமும் உயர்ந்தது. ஜெருசலேம் நகரின் எதிர்காலத்தை முன்னறி விக்கும் தூதராக மாண்ட்டிபையர் நகருக்குத் திரும்பினார்.

குறிப்புகள்:

1. கிராம்வெல் முதற்கொண்டு மூன்றாம் வில்லியம் வரை பணியாற்றி வந்த முதல் கோமானின் வழி தோன்றியவர் அந்தோணி ஆஸ்லே–கூப்பர். 1851ஆம் ஆண்டு ஏழாவது கோமானாக வாரிசுரிமை பெற்ற இவர் ஆஸ்லே பிரபு என்ற பட்டத்துடன் ஆங்கிலேய மக்களவை உறுப்பினராக இருந் தார். ஆனால் நாம் இவரை ஷாபட்ஸ்பரி என்றே குறிப்பிட்டிருக்கிறோம்.

2. ஷாபட்ஸ்பரி 'மக்கள் இல்லாத ஒரு பூமி' என்ற சொற்றொடரை ஸ்காட்லாந்து அமைச்சர் அலெக்ஸாண்டர் கெயித் என்பவரிடமிருந்து இரவலாகவே பெற்றுள்ளார். பின்பு இந்தச் சொற்றொடர் 'இஸ்ரேல் ஜாங்வில்' என்னும் யூத தாயக இயக்கத்தவரால் கையாளப்பட்டது. ஜாங்வில் முன்பே அரேபியர்கள் நிறைந்திருந்ததால் பாலஸ்தீனக் குடியேற்றத்தில் நம்பிக்கை கொள்ளவில்லை.

3. அல்பேனியர்கள் பின்னர் ஒருபோதும் ஜெருசலேமை ஆளவில்லை. இவர்கள் ஆரம்பத்தில் துருக்கி வைஸ்ராய்களாகவும் பின்பு எகிப்தின் சுல்தான் களாகவும் இறுதியாக அரசராகவும் மாறினார்கள். மெக்மத் அலி செயலிழந்தவுடன் இப்ராஹீம் அவரது ஆளுநரானார். ஆனால் இவர் தன் தந்தைக்கு முன்பாகவே 1848ஆம் ஆண்டு இறந்துபோனார். அல் போனிய அரச வம்சத்தின் கடைசி அரசராயிருந்த பாரூக் 1952ஆம் ஆண்டு அகற்றப்பட்டார்.

4. மிகவும் செல்வாக்குப் பெற்றிருந்த புதிய அமெரிக்க இறைத்தூதுதர்களில் ஒருவராய் வில்லியம் மில்லர் இருந்தார். இவர் முன்னாள் இராணுவ அதிகாரி. 1843ஆம் ஆண்டில் இயேசு மீண்டும் ஜெருசலேமுக்கு வருவா ரென்று கணக்கிட்டார். 100000 அமெரிக்கர் இவரது கொள்கையை ஏற்று இவருடன் சேர்ந்து கொண்டார்கள். இறைத்தூதரின் செய்தியில் ஒரு நாளென்று குறிப்பிட்டிருப்பது உண்மையில் ஒரு வருடமென்று இவர்

குறிப்பிட்டார். எனவே கி.மு 457ஆம் ஆண்டிலிருந்து கணக்கிட்டு 1843ஆம் ஆண்டு கோயிலை மீட்கும் ஆண்டு என்று இவர் தெரிவித்தார். டேனியல் 8:14 வாசகம் வழிபாட்டு இடம் 2300 நாட்களில் மீட்கபபடும் என்ற கூற்றை இவர் தனக்கு ஆதாரமாகக் கொண்டார். இந்த ஆண்டில் எதுவும் நடக்காததால் 1844ஆம் ஆண்டைக் குறிப்பிட்டார். இவரைச் சார்ந்தவர்கள் 'ஏழாம் நாள் இரண்டாம் வருகையில் நம்பிக்கை கொண்டவர்கள்' (Seventh day Adventist) உலகெங்கிலும் ஒரு கோடியே 40 லட்சம் பேர்கள் இருக்கிறார்கள்.

5. மாஸ்கோவிற்கருகிலுள்ள இஸ்டிராவில் புதிய ஜெருசலேம் சமயநோன்பினர் வழிபாட்டிடத்தை சமயப் பேராயர் முதல்வர் நிக்கோன் 1656ஆம் ஆண்டு கட்டினார். இது ரஷ்ய பழஞ்சமயத்தையும் எதேச்சதிகாரத்தையும் வளர்ப்பதாயிருந்தது. ஜெருசலேமிலுள்ளது போன்ற ஒரு கல்லறை சமாதி இதன் மையப்பகுதியில் அமைக்கப்பட்டது. புதிய ஜெருசலேமிற்குச் சென்ற முதலாம் நிக்கோலாஸ் நெகிழ்ந்து போனார். நாஜிக்கள் இதை அழித்து விட்டார்கள். ஆனால் தற்போது இது திரும்பவும் கட்டப்பட்டுள்ளது.

6. கிரிமியன் போர் யூதர்களை வலுப்படுத்தும் மற்றுமொரு முயற்சியாகவே இருந்தது. 1855 செப்டம்பரில் ஆடம் மிக்கிவிக்ஸ் என்னும் போலந்து கவிஞர் இஸ்தான்புல்லிற்குச் சென்று ரஷ்யர்களை எதிர்த்துப் போராட துருக்கிய கோசாக்குகளை ஒருங்கிணைத்தார். இவர்கள் ஹீசார்கள் எனப் பட்டனர். இந்தப் படையில் ரஷ்ய, பாலஸ்தீன, போலந்து யூதர்கள் இருந்தார்கள். மிக்கிவிக்ஸ் மூன்று மாதங்களுக்குப் பின் இறந்துபோனார்.

7. நாசீர் முகம்மதுவின் மாம்லுக் அமீர்களால் கட்டப்பட்ட அல்–ஜ வாய்லியாவே துருக்கி ஆளுநர்களின் இருப்பிடமாக இருந்தது. இது ஹெராடின் அண்டோனியா கோட்டை இருந்த இடத்திலிருந்தது. சிலுவைப் போர் ஆட்சியின் போது கி.பி 1119ஆம் ஆண்டு பாலஸ்தீன புனிதப் பயணிகளின் பாதுகாப்பிற்காக ஏற்படுத்தப்பட்ட நிறுவனத்தை சார்ந்தவர்கள் (Templars) இந்த இடத்தில் ஒரு சிறிய துணைத் திருக்கோயிலைக் கட்டினார்கள். 1920ஆம் ஆண்டு வரை முன்புறம் கவிகை மாடத்தின் ஒரு பகுதி காணப்பட்டது. இன்று இந்த இடத்தில் ஒரு நவீன பள்ளி இயங்கிவருகிறது.

8. இந்த எழுத்தாளர்கள் கீழ்த்திசை சார்ந்த பயணநூல்களை எழுதுவதில் ஒரு குறிப்பிட்ட முறையைப் பின்பற்றினார்கள். 1800ஆம் ஆண்டிற்கும் 1875ஆம் ஆண்டிற்குமிடையே ஜெருசலேமைப்பற்றி ஆங்கில மொழியில் 5000 நூல்கள் வெளிவந்தன. பெரும்பாலான நூல்கள் ஒரே மாதிரியாக துருக்கிய ஆட்சியாளர்களின் திறமையின்மையையும், யூதர்களின் அழுகை யையும், அரேபியர்களின் எளிமையையும் கேலி செய்வதாயிருந்தன.

9. டோரின் இளைய எஜமானன் கார்னிலியஸ் பாரிசிலிருந்து ஜெருசலேமிற்கு மூன்றாண்டுகள் காலவரையறைக்குட்பட்ட உலகச் சுற்றுப்பயணம் ஒன்றை மேற்கொள்ளத் திட்டமிட்டார். டோர் இந்தச் சுற்றுப்பயணத்தில் தனக்கு உதவியாக இருந்தால் சுற்றுப்பயணம் முடிந்தவுடன் அவனுக்கு விடுதலையளிப்பதாக கார்னிலியஸ் தெரிவித்தார். எனவே டோர் பாரீஸ் சீமாட்டிகளிலிருந்து ஜெருசலேமின் கோபுரங்கள், கருகிய சுவர்கள் ஆகிய

அனைத்தையும் பதிவு செய்தார். சுற்றுப்பயணம் முடிந்து திரும்பியவுடன் இவனது எஜமானர் அடிமையாகிய இவனுக்கு விடுதலையளிக்க மறுத்து விட்டார். டோர் தன் எஜமானரிடமிருந்து தப்பித்து வடக்கே சென்று 1858ஆம் ஆண்டு தன் அனுபவங்களை ஒரு நூலாக எழுதினான். அமெரிக்க உள் நாட்டுப்போர் இவனுக்கு விடுதலையை அளித்தது. இந்தப் போரில் வெற்றிபெற்ற ஆபிரகாம் லிங்கன் மதச்சார்புடையவரல்ல. இருப்பினும் அவர் ஜெருசலேம் செல்ல விரும்பினார். பைபிளை அவர் மனப்பாடம் செய்திருந்தார். இவருடைய செயலாளர் வில்லியம். ஹெச். செவார்டு என்பவரிடமிருந்து ஜெருசலேம் பற்றிய கதைகளைக் கேட்டறிந்தார். ஆனால் 1865ஆம் ஆண்டு ஏப்ரல் பதினான்காம் தேதி ஒரு நாடக அரங்கில் இவர் சுட்டுக் கொல்லப்படுவதற்குமுன், தான் ஜெருசலேம் செல்ல மிகவும் விரும்புவதாகத் தெரிவித்தார்.

38

புதிய நகரம்
1855-60

பெரும்பணக்காரர்: சர் மோசஸ் மாண்ட்டிஃபையர்

1855 ஜூலை பதினெட்டாம் நாள், இழந்த கோயிலைக் கண்ட வுடன் யூத மரபு சடங்கின்படி மாண்ட்டிஃபையர் தன் ஆடைகளைக் கிழித்துக்கொண்டார். ஜாபா வாயிலுக்கு வெளியே அமைந்த அவரது முகாமில் அவரைக் காண ஆயிரக்கணக்கான ஜெருசலேம்வாசிகள் கூடினர். வானை நோக்கித் துப்பாக்கிகளால் சுட்டு தங்கள் மகிழ்ச் சியை வெளிப்படுத்தினார்கள். யூதர்களை மதமாற்றம் செய்யும் ஜேம்ஸ்ஃபின்'னின் நடவடிக்கைகள் பல முறை இவரால் தடுத்து நிறுத்தப்பட்டதால் இவருக்கு அளிக்கப்பட்ட சிறப்பான வர வேற்பை ஜேம்ஸ்ஃபின் விரும்பவில்லை.

ஆனால் முற்போக்கு எண்ணம் கொண்ட ஆளுநர் கியாமில் பாஷா, மாண்ட்டிஃபையருக்கு அரசுமுறை அணிவகுப்பு மரியாதை அளித்தார். மாண்ட்டிஃபையர் திருக்கோயில் மலைக்குச் சென்ற முதல் யூதர் என்ற பெயரைப் பெற்றார். பாஷா நூறு படைவீரர் களின் பாதுகாப்புடன் இவரைத் திருக்கோயில் மலைக்கு அனுப்பி வைத்தார். யூதர்கள் திருக்கோயில் மலையில் காலடி பதிக்கக்கூடா தென்ற சட்டத்தை மீற விரும்பாத பாஷா இவரை ஒரு தூக்கு நாற்காலியில் அனுப்பிவைத்தார். ஜெருசலேம் யூதர்களுக்கு உதவ வேண்டுமென்ற மாண்ட்டிஃபையரின் திட்டத்திற்கு இடையூறுகளும்

ஏற்பட்டன. பல யூதர்கள் இரவலர்களாக வாழ்ந்து கொண்டிருந்தனர். மாண்ட்டிபையர் இந்த நிலையை மாற்ற விரும்பியதால் பல யூதர்கள் இவரது முகாமில் கலவரம் செய்தார்கள். இவரது பயணக் குழுவிலிருந்த மாண்ட்டிபையரின் உடன்பிறந்தாரின் மகள் ஜெமிமாசெபேக், யூதர்களின் இத்தகைய நடவடிக்கைகள் தொடர்ந்தால், நாங்கள் எங்கள் முகாமில் பாதுகாப்பாக இருக்க முடியாதென்று எழுதியுள்ளார். மாண்ட்டிபையரின் திட்டங்கள் அனைத்தையும் நிறைவேற்ற முடியவில்லை. கிரிமியன் இருப்புப்பாதை திட்டமும் நிறைவேறவில்லை. இருப்பினும் இவரது பயணம் ஜெருசலேமின் விதியை மாற்றியது. இவர் நாடு திரும்பும் வழியில் சுல்தானை சந்தித்து 1720ஆம் ஆண்டு அழிக்கப்பட்ட குர்வா திருக்கோயிலைத் திரும்பக் கட்டவும், யூதர்களை ஜெருசலேமில் குடியேற்றுவதற்கான நிலம் வாங்கவும் சுல்தானின் இசைவைப் பெற்றார். குர்வா திருக்கோயிலைத் திரும்ப கட்ட இவர் நிதியுதவி செய்தார். யூதர்களைக் குடியேற்ற ஒரு இடத்தை விலைக்கு வாங்கவும் முயற்சித்தார்.

மோசஸ் மாண்ட்டிஃபையரைப் பற்றி மெல்வில் இவ்வாறு வர்ணிக்கிறார்: 'பெருத்த உடலும், உயரமான உருவமும் கொண்ட எழுபத்தி ஐந்து வயதான இந்தப் பெரும் பணக்காரன் ஜோப்பாவிலிருந்து கோவேறு கழுதைகளில் சுமந்து வரப்பட்ட ஒரு பல்லக்கில் வந்தார்.' ஆறடி மூன்றங்குலம் உயரமுடைய இவருக்கு இந்தப் பயணத்தை மேற்கொள்ள இவரது வயது ஒரு தடையாக இருந்த போதிலும், ஆபத்துக்களை எதிர்கொள்ளும் துணிவுடன் மருத்துவர்களின் அறிவுரைகளுக்கெதிராக மூன்று முறை இவர் ஜெருசலேமிற்குப் பயணம் செய்திருக்கிறார். இவரது இதயம் பலவீனமடைந்திருந்ததுடன், ரத்தத்திலும் நச்சுத் தன்மை கலந்திருந்தது. இருப்பினும் இவர் தன் மனைவி ஜூடித், பணியாட்கள், யூத மரபுப்படி சமையல் செய்யும் சமையல்காரர்கள் அடங்கிய ஒரு பயணக்குழுவுடன் வந்திருந்தார்.

யூத தாயகத்திலிருந்து சிதறி உலகெங்கும் பரவிய யூதர்களுக்கு இவர் ஒரு மரபு வழி கதாநாயகன். விக்டோரியா காலத்து செல்வச் சிறப்பு வாய்ந்த ஒரு இளம் கோமகனுக்குரிய மதிப்பையும், தன் சகோதரர்களுக்கு விரைந்து உதவும் எண்ணம் கொண்ட ஒரு யூதருக்குரிய மதிப்பையும் இவர் ஒருங்கே பெற்றிருந்தார். இவர் ஒரு போதும் தன் யூதப் பண்பினை விட்டுக் கொடுத்ததில்லை. உயர்ந்த நிலையில் பிரிட்டனில் அதிகாரம் பெற்றவரானார். இவர் பழைய சமூகத்தவரிடையேயும் நவீன சமூகத்தவரிடையேயும் கலந்துறவாடினார். அரசவைக் கோமான்கள், பிரதம மந்திரிகள், பிஷப்புகள், யூத

மதத் தலைவர்கள், நிதி அதிபர்கள் ஆகிய அனைவரிடமும் நெருங்கிய நட்பு கொண்டிருந்தார். எழுச்சியற்ற அறநெறிகளைக் கொண்ட கிறித்துவ சமய உட்பிரிவு சார்ந்த எபிரேய சமயக் கோட்பாட்டிற் குட்பட்டிருந்த லண்டனில், ஒரு யூதர் எவ்வாறிருக்க வேண்டுமென்ற விக்டோரியா காலத்தவரின் கருத்துருவுக்கு இலக்கணமாக இருந்தார்.

மாண்ட்டிபையர் இத்தாலியிலுள்ள லிவோர்னோவில் பிறந்தார். இவர் லண்டன் பங்குச் சந்தையில் யூதத் தரகர்களில் ஒருவராகத் தன் தொழிலைத் தொடங்கி உயர்நிலைக்கு வந்தார். பெரும் நிதியதிபரும் வங்கியாளருமான நாத்தேனியல் ரோத்ஸ்சைல்டின் மனைவியின் சகோதரியான ஜூடித்கோகனை திருமணம் செய்து கொண்டதும் இவரது உயர்வுக்கு வழி வகுத்தது. சமூகத்தில் தன்னுடைய செல்வாக்கும் அதிகாரமும் உயர்ந்ததை இவர் மற்றவர்களுக்கு உதவுவதற்கான வாய்ப்பாகவே கருதினார். 1837ஆம் ஆண்டு அரசி விக்டோரியா இவருக்கு வீரப்பெருந்தகை பட்டத்தை வழங்கினார். அரசி விக்டோரியா தன் நாட்குறிப்பில், இவரை ஒரு உயர்ந்த மனிதரென்று எழுதியுள்ளார். தனக்களிக்கப்பட்ட சிறப்பு விருது எதிர்காலத்தில் யூதர்களுக்கு ஏற்படப்போகும் நன்மையின் முன்னறிவிப்பென்று தெரிவித்தார். பெரும் பணக்காரரானவுடன் இவர் தன் தொழிலை சுருக்கிக்கொண்டு, இவரது மைத்துனர் லயனல் டி ரோத்ஸ்சைல்டு உதவியுடன் பிரிட்டிஷ் யூதர்கள் அரசியல் உரிமைகளைப் பெறப் பாடுபடும் பணிக்குத் தன்னை அர்ப்பணித்துக் கொண்டார்.[1] ஆனால் வெளிநாடுகளிலுள்ள யூதர்களுக்கும் இவரது உதவி தேவைப்பட்டது.

இவரது துணிவிற்காகவும், செயலாற்றலுக்காகவும் வெளிநாட்டுப் பேரரசர்களும், சுல்தான்களும் இவரை பிரிட்டிஷ் பேரரசின் தூதருக்குரிய மரியாதைகளுடன் வரவேற்றார்கள். யூதர்களுக்காக இவர் தூது சென்று மெகமெத் அலியையும் சுல்தானையும் டமாஸ்கஸ்ஸில் சந்தித்துப் பேசியது இவரது புகழை உயர்த்தியது. செமித்துவ இன தீவிர எதிர்ப்பாளர்களும் மாண்ட்டிஃபையரைப் போற்றினார்கள். முதலாம் நிக்கோலஸ் பழமைப்பற்றாளர்களுக்காகவும், தன்னுடைய எதேச்சதிகாரத்தை நிலை நிறுத்திக்கொள்ளவும் போர் நடத்தியபோது பல்லாயிரக்கணக்கான ரஷ்ய யூதர்களை அடக்குமுறைகளுக்கு உட்படுத்தினார். இந்த நேரத்தில் மாண்ட்டிபையர் பீட்டர்ஸ்பெர்க்கிற்குப் பயணித்து நிக்கோலாசை சந்தித்து, ரஷ்ய யூதர்கள் நேர்மையும் துணிவும் கொண்ட மதிப்பிற்குரியவர்களென்று அவரிடம் பரிந்துரைத்தார். உங்களைப் போலிருந்தால்

‘ரஷ்ய யூதர்களும் மதிப்பிற்குரியவர்களே’ என்று நிக்கோலஸ் பதிலளித்தார்.[2] இவர் யாரையும் எளிதில் சமாளிக்கக்கூடிய ஆற்றலுடையவர். செமித்துவ இனத்திற்கெதிரான ஒரு சூழ்ச்சியைத் தடுத்து நிறுத்த இவர் ரோமிற்குச் சென்றார். அங்கு இவரைச் சந்தித்த போப்பிற்கு அடுத்த நிலையிலுள்ள சமய ஆட்சிக் குழு உறுப்பினர் ஒருவர், “ரத்த அவதூறு எதிர்ப்பைத் தடுத்து நிறுத்த ‘ரோத்ஸ் சைல்டின் தங்கத்திலிருந்து சுல்தானுக்கு எவ்வளவு தங்கம் கொடுத்தீர்கள்?” என்று இவரைக் கேட்டார். “என்னுடைய மேலாடையை உங்கள் அறையில் மாட்டிய உங்கள் பணியாளுக்குக் கொடுத்த அளவே கொடுத்தேன்” என்று மாண்ட்டிஃபையர் பதிலளித்தார்.

சுருள் முடியோடு எப்பொழுதும் உற்சாகத்திலிருக்கும் இவரது மனைவி ஜூடித் இவரது செயல்கள் அனைத்திலும் பங்கேற்றார். இவர் தன் கணவரை மாண்ட்டி என்றே அழைப்பார். இவர்களால் தங்களுக்கென்று ஒரு வம்சத்தை தோற்றுவித்துக்கொள்ள முடியவில்லை. ராச்சல் கல்லறையில் வழிபட்டு வேண்டிக்கொண்ட போதிலும் இவர்களுக்குக் குழந்தை பிறக்கவில்லை. யூதப்பண்பைக் கொண்டிருந்த இவர் தன் மேலாடையில் ஹீப்ரு மொழியில் ஜெருசலேம் என்ற வார்த்தையை மரபுரிமைச் சின்னமாகப் பதித்துக் கொண்டிருந்தபோதிலும் விக்டோரியா காலத்து உயர்குடி வகுப்பினருக்குரிய குணநலன்களையும் குறைகளையும் பெற்றிருந்தார். இவர் சிறப்பு வாய்ந்த ஒரு மாளிகையில் பார்க்லேன் பகுதியில் வசித்தார். ராம்ஸ்கேட் பகுதியிலுள்ள இவரது மாளிகை மத்திய கால கூர்மாட சிற்ப பாணியில் அமைந்திருந்தது.

இவர் தனக்கென ஒரு யூத திருக்கோயிலையும், ராச்செல் கல்லறை மாடத்தைப் போன்ற ஒரு வீறார்ந்த கல்லறை மாடத்தையும் எழுப்பியிருந்தார். இவரது குரல் போலியான ஆரவாரத்துடனிருந்தது. இவருடைய நேர்மையான பேச்சில் நகைச்சுவையிருக்காது. தன்னுடைய எதேச்சதிகாரப் போக்கில் கர்வம் கொண்டவராயிருந்தார். இந்த புறத்தோற்றத்திற்குப் பின்னால் இவருக்குப் பல காமக்கிழத்திகளும் திருமண முறையின்றிப் பிறந்த குழந்தைகளும் இருந்தனர். இவருடைய நவீன வாழ்க்கை வரலாற்றாசிரியர் ஒருவர், இவர் தன் எண்பதாவது வயதில் ஒரு இளம் பணிப்பெண்ணுடன் உறவுகொண்டு ஒரு குழந்தைக்குத் தந்தையானதாகவும் குறிப்பிடுகிறார். இதையே இவருடைய வலிமைக்குச் சான்றாகவும் குறிப்பிட்டுள்ளார்.

ஜெருசலேமில் ஒரு இடத்தை விலைக்கு வாங்க முயன்ற இவருக்கு உதவ ஜெருசலேமிலுள்ள இஸ்லாமிய பழம் பெரும்

குடும்பங்கள் முன்வந்தன. இந்தக் குடும்பங்களுடன் மாண்ட்டி பையர் நட்புறவு கொண்டிருந்தார். ஜெருசலேமின் காதி மோசஸ் மக்கள் பெருமைப்படத்தக்க ஒருவரென்று இவரைப் பற்றிக் குறிப் பிடுகிறார். இருபதாண்டு காலம் இவருக்குப் பழக்கமான அக்மத் துஷ்பார் அகா என்பவர் சுவர்களுக்கு வெளியே யூதேயாவுக்கும் ஜாபா வாயிலுக்குமிடையே ஒரு இடத்தை ஆயிரம் ஆங்கிலேய தங்கக் காசுகளுக்கு விற்றார். உடனடியாக மாண்ட்டிபையர் தன் முகாமைப் புதிதாக வாங்கிய இந்த இடத்துக்கு மாற்றிக் கொண்டார்.

யூதர்கள் தங்களது உணவைத் தாங்களே தயாரித்துக் கொள்ள ஒரு காற்றாலையையும் ஒரு மருத்துவமனையையும் இந்த இடத்தில் ஏற்படுத்த விரும்பினார். ஜெருசலேமை விட்டுப் புறப்படுவதற்கு முன் இவர் பாஷாவிடம் ஒரு சிறப்பான வேண்டுகோளை முன் வைத்தார். 'மேற்கத்தியப் பயணிகள் ஒவ்வொருவரும் யூதர்களின் குடியிருப்புப் பகுதியில் வீசும் துர்நாற்றத்தைப் பற்றிக் குறிப்பிடு கிறார்கள். இந்த சுகாதாரக்கேட்டிற்குக் காரணமாயிருப்பது அருகில் அமைந்துள்ள ஆடுமாடுகள் வெட்டும் இறைச்சித் தளமாகும். இது யூதர்களுக்கு ஒரு தரக்குறைவான நிலையை ஏற்படுத்துவதாக' மாண்ட்டிஃபையர் பாஷாவிடம் தெரிவித்து அதை அகற்றும்படி கேட்டுக்கொண்டார். பாஷாவும் இதற்கு ஒப்புக்கொண்டார்.

1857ஆம் ஆண்டு ஐந்தாவது முறையாக மாண்ட்டிபையர் காற்றாலை அமைப்பதற்கான சாதனங்களுடன் ஜெருசலேமிற்கு வந்தார். 1859ஆம் ஆண்டு காற்றாலை கட்டுமானப் பணி தொடங் கியது. மருத்துவமனைக்குப் பதிலாக ஏழ்மையிலிருக்கும் யூதக் குடும்பங் களுக்காக அறச்சாலைகளைக் கட்டினார். இவை மாண்ட்டிஃபையர் குடில்கள் என்று அழைக்கப்பட்டன.

1859ஆம் ஆண்டு லண்டனிலிருந்த துருக்கி தூதுவருடன் பாலஸ்தீனத்தை விலைக்கு வாங்குவதைப் பற்றி மாண்ட்டிஃபையர் விவாதித்தார். ஆனால் நகருக்கு வெளியே தங்களுக்குச் சொந்தமாக நிலங்களை வாங்க விரும்பிய ஆங்கிலேய – யூதர்கள் இந்தத் திட்டத் தில் ஆர்வம் காட்டவில்லை. இஸ்ரேலியர்கள் தாயகத்துக்குத் திரும் புவது அரசியலுக்கு அப்பாற்பட்ட ஒரு தெய்வச் செயலாகுமென்று மாண்ட்டிஃபையர் நம்பினார். 1860ஆம் ஆண்டு சுவர்களுக்கு வெளியே ஏற்படுத்தப்பட்ட மாண்ட்டிஃபையரின் இருப்பிடப் பகுதி புதிய யூத நகரமாயிருந்தது. கிரிமியன் போருக்குப் பின் ஜெருசலேம் மீண்டும் அனைத்து நாடுகளின் பேராசைகளுக்கு இரையாயிற்று. ரோமன் கத்தோலிக்கர்களும், ஹோருகன் ஜோலெர்ன்களும், ஹாப்ஸ்

பர்க்குகளும், பிரிட்டிஷ் இளவரசர்களும் அகழ்வாராய்ச்சி அறிவியலைப் பேரரசின் பழைய திட்டங்களுக்குப் பயன்படுத்திக்கொள்ள ஒருவருடன் ஒருவர் போட்டியிட்டனர்.

குறிப்புகள்:

1. 1858ஆம் ஆண்டுவரை யூத மதத்தைப் பின்பற்றுபவர்கள் பிரிட்டிஷ் பாராளுமன்றப் பொதுமக்களவையில் அமரமுடியாது. ஒரு புதிய சட்டத்தின் வழியாக ரோத்ஸ்சைல்டு பாராளுமன்றத்தில் இடம்பெற அனுமதிக்கப்பட்டார். கிறித்துவம் சார்ந்த முறையில் ஷாபட்ஸ்பரி இதை எதிர்த்து வந்தார். கிறித்துவரென்ற முறையில் யூதர்களை மதமாற்றம் செய்து இரண்டாம் வருகைக்குத் தயார் நிலையில் வைப்பதே ஷாபட்ஸ்பரியின் நோக்கமாயிருந்தது. ஆனால் இவரே மாண்ட்டிஃபையரை பாராளுமன்ற பிரபுக்கள் சபையில் உறுப்பினராக்கியது, ஒரு சிறப்பான செயலென்று பிரதமர் வில்லியம் கிளாட்ஸ்டோனிடம் தெரிவித்தார். 1885ஆம் ஆண்டு மாண்ட்டிஃபையர் இறந்தபின் லயனல் ரோத்ஸ்சைல்டின் மகன் நத்தேனியலுக்கு பிரிட்டிஷ் மேன்மக்கள் அவை உறுப்பினர் நிலை முதன்முதலாக ஒரு யூதருக்கு வழங்கப்பட்டது.

2. பீட்டர்ஸ்பெர்க் செல்லும் வழியில் மாண்ட்டிஃபையரை பாதி யூதர்களின் நகரமாயிருந்த, யூத மறை நூலறிந்த சான்றோர்கள் இருந்த வில்னா நகருக்கு அழைத்தார்கள். இந்த நகரம் லித்துனியா ஜெருசலேம் என்றழைக்கப் பட்டது. நிக்கோலாஸின் கொடுமையான நடவடிக்கைகளால் இந்நகரிலிருந்த யூதர்களும் பாதிக்கப்பட்டார்கள். பின்பு மாண்ட்டிஃபையர் இரண்டாம் அலெக்ஸாண்டரை சந்திக்கச் சென்றார். ரஷ்யாவின் யூதக் குடியிருப்பு பகுதிகளில் தங்கள் பாதுகாவலரான மாண்ட்டிஃபையரின் உருவப்படம் வைக்கப்பட்டிருந்ததாகக் கூறப்படுகிறது. பின்ஸ்க் நகருக் கருகிலுள்ள மோட்டோல் என்னும் கிராமத்தில் சிற்றுண்டி அருந்தும் நேரத்தில் தன்னுடைய பாட்டனார் வீரம் செறிந்த யூதர்களின் தீரச் செயல்களைப் பற்றிய கதைகளைக் கூறுவாரென்று சைம் வெய்ஸ்மேன் குறிப்பிட்டுள்ளார். பின்னாளில் வெய்ஸ்மேன் யூத தாயக இயக்கத் தலைவரானார். மாண்ட்டிஃபையரின் ரஷ்யப் பயணம் தன்னை வெகுவாகக் கவர்ந்ததாகவும், மாண்ட்டிஃபையர் வாழும்போதே ஒரு புராண கற்பனைக் கதாநாயகனைப் போல் போற்றப்பட்டதாகவும் வெய்ஸ்மேன் தெரிவிக்கிறார்.

3. மாண்ட்டிஃபையர் ஜெருசலேமின் பொது நலன் விரும்புபவர்களில் பெரும்பணக்காரராக இல்லாவிடிலும் பெரும்புகழ் பெற்றவராயிருந்தார். இவர் ரோத்ஸ்சைல்டின் பணத்திற்கு ஒரு வடிகாலாயிருந்தார். இவர் நிறுவிய அறச்சாலைகள் நியு ஆர்லியன்சை சேர்ந்த ஜீடோ டௌரோ என்னும் பெரும் நிதி அதிபரின் நிதி உதவியால் நடத்தப்பட்டன. இவர் 1825ஆம் ஆண்டில் நயாகாரா ஆற்றிலுள்ள கிராண்ட ஐலெண்டில் ஒரு யூத தாயகத்தை நிறுவ விரும்பினார். ஆனால் இந்தத் திட்டம் நிறைவேறவில்லை. ஆனால் இவர் தன் உயிலில் 60000 டாலர்களை ஜெருசலேமில் செலவிட மாண்ட்டிஃபையருக்கு வழங்கியிருந்தார். 1854ஆம் ஆண்டு யூதர்களுக்கு அவசியத் தேவையாயிருந்த மருத்துவ

மனையை ரோத்ஸ்சைல்டு ஏற்படுத்தினார். மாண்ட்டிஃபையர் யூதர் களுக்காகப் பெண்கள் பள்ளி ஒன்றை ஏற்படுத்தினார். பழமைப்பற்றுடைய யூதர்கள் இதை எதிர்த்தார்கள். பின்பு இந்தப் பள்ளியை மாண்ட்டிஃபையரின் மைத்துனர் லியோனால் ரோத்சைல்டு எடுத்துக்கொண்டு இந்தப் பள்ளிக்கு எவிலினா என்ற தன் பெயரைச் சூட்டினார்.

யூதக்குடியிருப்புப் பகுதியில் குர்வாவுக்கருகிலிருந்த டிபெரெட் யூதத் திருக்கோயில் இவர்களது திட்டங்களில் சிறந்ததாக இருந்தது. இந்தத் திருக்கோயிலைக் கட்ட உலகமெங்கிலுமுள்ள யூதர்களும், குறிப்பாக பாக்தாத்தைச் சேர்ந்த ரியுபென், சாசூன் குடும்பங்களும் நிதியுதவி செய்தன. யூதக்குடியிருப்புப் பகுதியில் கவிகை மாடத்துடன் மிக உயர்ந்த இந்தத் திருக்கோயில் பாலஸ்தீன யூதர்களின் செயல்மையமாக இருந்தது. 1948ஆம் ஆண்டு இந்த யூதத் திருக்கோயில் அழிக்கப்பட்டது. ஆர்மீனியர்களும் ரோத்ஸ்சைல்டுகளைப் போல் தங்களுக்கென்று புரவலர்களைப் பெற்றிருந்தனர். எண்ணெய் வளத்தால் செழிப்புற்றிருந்த குல்பென்கியான் குடும்பம் ஒவ்வொரு ஆண்டும் ஜெருசலேமிற்குப் புனிதப் பயணம் வந்தது. ஆர்மீனிய துறவியர் மடத்தில் குல்பென்கியான் நூலகம் ஒன்றை இந்தக் குடும்பம் ஏற்படுத்தியது.

39

புதிய சமயம்
1860-70

பேரரசர்களும் அகழ்வாராய்ச்சியாளர்களும்

பேரரசர் இரண்டாம் அலெக்ஸாண்டரின் சகோதரர் கோமகன் கான்ஸ்டான்டின் நிக்கோலோவிச் 1859ஆம் ஆண்டு ஏப்ரல் மாதம் ஜெருசலேமிற்கு வந்தார். ரஷ்ய அரச வம்சத்திலிருந்து முதன் முதலாக ஜெருசலேமிற்கு வந்தவர் ரோமனோவ். நிக்கோலோவிச், 'ஜெருசலேமிற்கு வருவதில் இறுதியாக வெற்றி பெற்றேன்' என்று தன் நாட் குறிப்பில் குறிப்பிடுகிறார். புனிதக் கல்லறைக்குச் சென்றபோது இவர் உணர்ச்சிப் பெருக்கால் கண்ணீர் சொரிந்தார். நாங்கள் நகரை விட்டு வெளியேறியபோது அழுகையை எங்களால் நிறுத்த முடியவில்லையென்றும் குறிப்பிட்டுள்ளார். பேரரசரும் கோமகனும் ஜெருசலேமின் மீது ஒரு கலாச்சார தாக்குதலை நடத்த விரும்பினார்கள். அரசியல் சார்ந்த முறையில் அல்லாது தேவாலயத்தின் வழியாக ஜெருசலேமில் நம் முன்னோர்களின் உரிமைகளைத் தக்க வைத்துக்கொள்ள வேண்டுமென்று வெளிநாட்டு அமைச்சகத்தின் அறிக்கையொன்று குறிப்பிட்டுள்ளது. ஜெருசலேம் உலகின் மைய மாயிருப்பதால் நம்முடைய சமயப்பணிக்குழு அங்கிருக்க வேண்டும். பெருங்கோமகன் பாலஸ்தீன சங்கம் ஒன்றை ஏற்படுத்தியதுடன், ரஷ்யாவிலிருந்து ரஷ்யப் பயணிகளைக் கொண்டுவர நீராவிக் கப்பல் கம்பெனி ஒன்றையும் தொடங்கினார். பதினெட்டு

ஏக்கர் நிலப்பரப்பில் அமைந்திருந்த ரஷ்யப் பகுதியை[1] இவர் பார்வை யிட்டார்.

ரஷ்யர்களைப் போலவே பிரிட்டிஷ்காரர்களும் ஜெருசலேமில் தங்களை நிலைநிறுத்திக் கொள்வதில் ஆர்வம் காட்டினார்கள். 1862ஆம் ஆண்டு ஏப்ரல் முதல் நாளன்று இருபது வயது நிரம்பிய வேல்ஸ் இளவரசர் (பின்னாள் ஏழாம் எட்வர்டு) நூறு துருக்கிய குதிரைப்படை வீரர்களின் பாதுகாப்புடன் ஜெருசலேம் நகருக்கு வந்தார். இளவரசர் சுவர்களுக்கு வெளியே ஒரு பெரிய முகாமில் தங்கியிருந்தார். இவர் சிலுவைப் போர் வீரனின் உருவத்தைக் கையில் பச்சை குத்திக்கொள்வதில் ஆர்வம் காட்டியவர். இவர் நாடு திரும்பிய பின்னரும் இது ஒரு அழியாத நினைவுச் சின்ன மாயிருந்தது.

இவரது ஜெருசலேம் வருகை இருபது ஆண்டுகள் இங்கு அதிகாரம் செலுத்தி வந்த ஜேம்ஸ்ஃபின்'னை திரும்ப அழைப் பதைத் துரிதப்படுத்தியது. நிதியைக் கையாளுவதில் தவறுகள் புரிந்த தாக வெளியேற்றப்பட்டிருந்த ஜேம்ஸ்ஃபின் ஜெருசலேமிற்கு மீண்டும் அழைக்கப்பட்டார். இது ஜெருசலேம், இங்கிலாந்தின் ஒரு சிறிய பகுதியென்ற உணர்வையே ஏற்படுத்தியது. வெஸ்ட் மினிஸ்டர் டீன் ஆர்தர் ஸ்டான்லி இளவரசனை ஜெருசலேமின் முக்கிய இடங்களுக்கு அழைத்துச் சென்றார். ஆர்தர்ஸ்டான்லியின் பைபிள் சார்ந்த வரலாற்று நூலும், அகழ்வாராய்ச்சி முடிவுகளும் பிரிட்டிஷ் வாசகர்களிடையே, "ஜெருசலேம் குழந்தைப் பருவத்தி லிருந்தே இங்கிலாந்தை விட நமக்கு நெருங்கிய தொடர்புடையது" என்ற உணர்வை ஏற்படுத்தியிருந்தது.

ரஷ்யர்களும் பிரிட்டிஷ்காரர்களும் மட்டுமின்றி மற்ற அதிகாரம் படைத்த நாடுகளின் தூதர்களும், சமயப்பணி முதல்வர் களும் தங்களை அகழ்வாராய்ச்சியாளர்களாக எண்ணிக் கொண்டார்கள். ஆனால் உண்மையில் அமெரிக்க கிறித்துவர்களே நவீன அகழ்வாராய்ச்சியைத் தோற்றுவித்தவர்கள்.[2] பிரெஞ்சுக்காரர் களும், ஜெர்மன் நாட்டவர்களும் அரசு உதவியுடன் அகழ்வா ராய்ச்சியின் வாயிலாக உண்மைகளைக் கண்டறிய முயன்றனர். இருபதாம் நூற்றாண்டின் விண்வெளி சாதனைகளைப்போல் அகழ் வாராய்ச்சியும் தேசிய முக்கியத்துவம் பெற்றது. 16ஆம் நூற்றாண்டில் மெக்ஸிகோவையும், பெருவையும் வெற்றி கொண்ட வரலாற்று வீரர்களைப் போலவும் அறிவியல் புதையல் வேட்டை நடத்துபவர் களாகவும் மதித்துப் போற்றப்பட்டனர். ஜெர்மன் அகழ்வாராய்ச்சி யாளர் ஒருவர் ஜெருசலேமில் நடத்தப்படும் அகழ்வாராய்ச்சியை ஒரு அமைதியான சிலுவைப்போர் என்று குறிப்பிடுகிறார்.

வேல்ஸ் இளவரசரின் ஜெருசலேம் பயணம் அரசு அதிகாரியும் அகழ்வாராய்ச்சியாளருமான கேப்டன் சார்லஸ் வில்சனுக்கு ஊக்க மளித்தது. இவர் டைரோபின் பள்ளத்தாக்கிலிருந்து திருக்கோயிலுக்குச் செல்ல அமைக்கப்பட்டிருந்த ஹெரோடிய அலங்கார வளைவைக் கண்டுபிடித்தார். மேற்கு சுவருக்கருகில் உள்ள இந்த சுரங்கப்பாதை செயின் தெருவில் இருந்தது. இது இன்றும் வில்சன் அலங்கார வளைவு என்றே அழைக்கப்படுகிறது.

*1865*ஆம் ஆண்டு மே மாதம் ஆட்சிக் குடியுரிமையாளர்கள் குழு ஒன்று ஆர்கைல் கோமகனின் செயலாளர் எர்ல் ரஸ்ஸல் என்பவர் தலைமையில் பாலஸ்தீன ஆய்வு நிதி ஒன்று ஏற்படுத்தப் பட்டது. இதற்கு அரசி விக்டோரியாவும் மாண்ட்டிபையரும் நிதியளித் தார்கள். ஷாபட்ஸ்பரி பின்பு இந்த நிதிக்குழுமத்தின் தலைவ ரானார். பிரிட்டிஷ் அரியணையின் முதல் வாரிசான முதலாம் எட்வர்டு ஜெருசலேம் சென்றபின்பு சிரியா முழுவதும் கிறித்துவர் களின் அகழ்வாராய்ச்சிக்கு உட்படுத்தப்பட்டதென இந்த நிதிக்குழு மத்தின் தகவல் அறிக்கை தெரிவிக்கிறது. இந்த ஆய்வு நிதிக்குழு மத்தின் முதல் கூட்டத்தில், யார்க் ஆர்ச் பிஷப் வில்லியம் தாம்சன், பைபிள் விதித்த சட்டங்களின்படி, தன் அறிவின் துணை கொண்டு தான் வாழ முயற்சிப்பதாகக் கூறினார். "பாலஸ்தீன நாடு உங்களுக்கும் எனக்கும் சொந்தமானது. இந்த நாடு இஸ்ரேலின் தந்தைக்கு வழங்கப் பட்டது. இந்த பூமியில் தான் நம்முடைய மீட்புச் செய்தி வெளி யிடப்படும். இந்த நாட்டை உண்மையான நாட்டுப்பற்றுடன் பழைய இங்கிலாந்தைப் போலவே நாம் நேசிக்கிறோம்." இவ்வாறு ஆர்ச் பிஷப் இந்தக் கூட்டத்தில் தெரிவித்தார்.

*1867*ஆம் ஆண்டு பிப்ரவரி மாதம் அரசவைப் பொறியாளர்கள் குழுவைச் சேர்ந்த இருபத்தியேழு வயதுள்ள சார்லஸ் வாரன் இந்த நிதிக் குழுமத்திற்காக பாலஸ்தீனத்தை அளவீடு செய்தார். திருக்கோயில் மலையைச் சுற்றி அகழ்வாராய்ச்சிக்காகத் தோண்டு வதை ஜெருசலேம்வாசிகள் எதிர்த்தனர். எனவே இவர் அருகிலுள்ள இடங்களை வாடகைக்குத் தேர்ந்தெடுத்து பாறைப்பகுதிகளில் இருபத்தியேழு இடங்களில் தோண்டினார். இவர்தான் முதன் முதலாக உண்மையான தொன்மை வாய்ந்த கலைப்பொருள்களை வெளிக்கொணர்ந்தவர். திருக்கோயில் மலைக்கடியிலுள்ள நாற்பத்தி யேழு நீர்த்தேக்கத் தொட்டிகளைக் கண்டுபிடித்தார். ஓபெல் குன்றி லுள்ள வாரன் சுரங்க வாயிற்குழி அரசன் டேவிட் நகருக்குத் தண்ணீர் கொண்டு செல்ல அமைத்த வழியென்று வாரன் நம்பினார்.

மேற்குசுவர்ப் பகுதியிலுள்ள வாரன் வாயில் ஹெராடு மன்னன் திருக்கோயிலுக்குச் செல்ல பயன்படுத்திய பிரதானவாயில் என்ப தையும் இவர் கண்டறிந்தார். இதுவே பின்பு யூதக்குகையாக மாறியது. சாகசச் செயல்களைப் புரிந்த வாரன் புதிய அகழ் வாராய்ச்சி அறிவியலின் முன்னோடியாக இருந்தார். இவர் தொன்மையான நெருப்புக் கோழி நீர் நிலையைக் கண்டறிந்து கதவுகளைப் படகாகக் கொண்டு அதில் பயணித்தார். நவீன விக்டோரியா காலத்து சீமாட்டிகள் பெரிய தட்டுக் கூடைகளின் வழியாக இந்த சுரங்கப் பாதைகளுக்குள் அழைத்துச் செல்லப் பட்டனர். இங்குள்ள பைபிள் காட்சிகளைக் கண்டு மயங்கிய நிலையில் இவர்கள் தங்கள் மார்புக்கச்சைகளைத் தளர்த்திக் கொண்டனர்.

வாரன், யூதர்களின் மீது அனுதாபம் கொண்டிருந்தார். சுவர்ப் பகுதியில் கூடி புனித வழிபாடு நடத்தும் யூதர்களின் செயல்கள் போலியானவையென கேலி பேசும் ஐரோப்பிய சுற்றுலாப் பயணி களைக் கண்டு இவர் வெறுப்புற்றார். இந்த நாடு யூதர்களால் ஆளப்பட வேண்டுமென்றும், வல்லரசு நாடுகளின் உத்திரவாதத்தின் பேரில் தனிப்பேரரசாக வேண்டுமென்றும் இவர் விரும்பினார்.[3]

அகழ்வாராய்ச்சியில் பிரெஞ்சுக்காரர்களும் ஆர்வமும் அக்கறையும் கொண்டிருந்தார்கள். ஆனால் இவர்களது அகழ் வாராய்ச்சியாளர் பெலிசியன் டி சால்சி குழப்பமான முடிவுகளையே தெரிவித்தார். சுவர்களுக்கு வடக்கேயுள்ள அரசர்களின் கல்ல றையை இவர் அரசர் டேவிட்டின் கல்லறையென்று தவறாக அறிவித் தார். உண்மையில் இது ஆயிரம் ஆண்டுகளுக்குப் பிந்தைய அடிய பெனியின் கல்லறையாகும்.

*1860*ஆம் ஆண்டு கிறித்துவர்களுக்கும், யூதர்களுக்கும் சலுகை களை வழங்கிய சுல்தானின் சட்டங்களால் கொதித்தெழுந்த முஸ்லிம்கள் சிரியாவிலும் லெபனானிலுமுள்ள கிறித்துவர்களைப் படுகொலை செய்தார்கள். ஆனால் இது மேற்கத்தியர்களின் எழுச்சிக்கு ஊக்கமாக அமைந்தது. லெபனானில் ஐந்தாம் நூற்றாண்டில் தோன்றிய கிறித்துவ இனக்குழுவைச் சேர்ந்த கிறித்துவர்களைக் காப்பாற்ற மூன்றாம் நெப்போலியன் படைகளை அனுப்பினார். ஆறாம் நூற்றாண்டில் அரசர் பிரான்சிஸ் காலத்திலிருந்து இந்தப் பகுதியில் பிரெஞ்சுக்காரர்களுக்குத் தொடர்பிருப்பதாக மூன்றாம் நெப்போலியன் உரிமை கோரினார்.

*1869*ஆம் ஆண்டு எகிப்து, பிரெஞ்சு நிதியுதவியுடன் சூயஸ் கால்வாயைத் திறந்தது. இந்த விழாவில் பிரெஞ்சு பேரரசி இயுஜினி,

பிரெஷ்யன் இளவரசர் பிரடெரிக், ஆஸ்திரியப் பேரரசர் பிரான்ஸ் ஜோசப் ஆகியோர் கலந்துகொண்டார்கள். பிரிட்டிஷ்காரர்களையும் பிரெஞ்சுக்காரர்களையும் மிஞ்சும் வகையில் பிரெஷ்யன் பிரடெரிக் ஜாபா வரை கடற்பயணம் செய்து ஜெருசலேம் சென்றார். இங்குள்ள தேவாலயங்களையும் அகழ்வாராய்ச்சிக்குரிய இடங் களையும் பிரடெரிக் கைப்பற்ற முயன்றார். சிலுவைப் போர் தேவாலயத் திற்கருகிலுள்ள லத்தீன் புனித மேரி இடத்தை விலைக்கு வாங்கி னார். பிரடெரிக் (பின்னாளில் இரண்டாம் கெய்ஸர் வில்கெல்மின் தந்தை) அகழ்வாராய்ச்சியாளர் டைட்டஸ் டோப்ளர் என்பவரை ஆதரித்து அவருக்கு ஊக்கமளித்தார். டைட்டஸ் டோப்ளர் ஜெருசலேம் நம்முடையதென்று அறிவித்தார்.

ஜாபாவுக்கு திரும்பி வந்த பிரடெரிக் ஜெருசலேமின் அரசரா யிருந்து, சடோவா போரில் தோற்கடிக்கப்பட்ட பிரான்ஸ் ஜோசப்பைச் சந்தித்தார். இருவரும் வாழ்த்து தெரிவித்துக் கொண்டார்கள். பிரான்ஸ் ஜோசப் ஆயிரம் துருக்கிப் படை வீரர்கள், ஈட்டிகள் தாங்கிய அரேபிய நாடோடிகள், துப்பாக்கிகள் ஏந்திய ட்ருஸ் காவலர்கள், ஒட்டகம் ஓட்டிகள் ஆகியோரின் பாதுகாப்புடன் குதிரை மீதமர்ந்து ஜெருசலேம் நகருக்கு வந்தார். சுல்தான் இவருக்குப் பரிசளித்த பெரிய வெள்ளியிலான படுக்கையும் இவருடன் கொண்டு வரப்பட்டது.

பேரரசர் பிரான்ஸ் ஜோசப் இந்நிகழ்வு பற்றி இவ்வாறு குறிப் பிட்டுள்ளார்: “நாங்கள் குதிரைகளிலிருந்து இறங்கி சாலையில் முழங்காலிட்டு ஜெருசலேம் மண்ணை முத்தமிட்டோம். டேவிட் கோபுரத்தின் பீரங்கிகள் முழங்கி எங்களுக்கு மரியாதை அளிக்கப் பட்டது.”

ஜெருசலேம், தான் குழந்தைப் பருவத்தில் கேட்ட கதைகளையும், பைபிள் கதைகளையும் நினைவுபடுத்துவதாக இவர் தெரிவித்தார். ஆஸ்திரியர்களும் மற்ற ஐரோப்பியர்களைப் போலவே ஒரு புதிய கிறித்துவ நகரை உருவாக்க கட்டடங்களை விலைக்கு வாங்கி னார்கள். ஆஸ்திரியா வயா டோலோரோஸாவில் கட்டிக்கொண்டி ருந்த மிகப்பெரிய வழிப்போக்கர் விடுதியையும் இவர் பார்வை யிட்டார்.

வெறிபிடித்த கிறித்துவர்கள் ஜெருசலேமை ஒரு பைத்தியக்கார விடுதியாக மாற்றிவிடுவார்களென்பதால் சாலைகளை மேம்படுத்து வதற்கு மட்டும் ஒருபோதும் அனுமதியளிக்க மாட்டேனென்று துருக்கி ஆளுநர் பாஷா அறிவித்தார். ஆனால் பிரான்ஸ் ஜோசப்பின் வருகைக் காகத் துருக்கியர்கள் புதிய ஜாபா சாலையை அமைத்தனர்.

எனவே ஜெருசலேம் பைத்தியக்கார விடுதியாக மாறுவதைத் தடுக்க முடியவில்லை.

மார்க் ட்வெயினும் ஏழ்மையான கிராமமும்

இளம் அகழ்வாராய்ச்சியாளர் கேப்டன் சார்லஸ் வாரன் ஜாபா வாயிலைக் கடந்து செல்லும்போது ஒருவன் தலை வெட்டப்படுவதைக் கண்டு அதிசயமடைந்தார். ஒரு அழுக்கடைந்த கொலையாளி, கொலை செய்யப்படுவனின் கழுத்தில் பதினாறு முறைகள் வெட்டினான். பின்பு வெட்டுண்டவனின் கதறலைப் பொருட்படுத்தாது அவன் மீது ஏறி அவனது தண்டுவடத்தை அறுத்தான்.

ஜெருசலேமிற்கு இரண்டு முகங்கள் உண்டு. அது பல்வேறு முரண்களைக் கொண்டதாகவுமிருந்தது. பேரரசின் ஒளிவீசும் கட்டடங்கள், சிவப்பு மேல் சட்டையும் தலைக்கவசமும் அணிந்த ஐரோப்பியர்களால் கட்டப்பட்டன. இவை முஸ்லிம்களின் பகுதியை கிறித்துவமயமாக்கின. பழைய துருக்கிய நகரப்பகுதியில் சூடான் நாட்டு கறுப்பினக் காவலர்கள் அந்தப்புரங்களில் காவல் புரிந்தனர். மரண தண்டனை விதிக்கப்பட்ட கைதிகளின் தலைகளை இவர்கள் இரக்கமின்றி வெட்டினார்கள்.

ஒவ்வொரு நாளும் சூரியன் மறைந்தபின் வாயில்கள் மூடப்படும். அரேபிய நாடோடிகள் நகரில் நுழையும்போது தங்களது வாட்களையும் ஈட்டிகளையும் காவலர்களிடம் ஒப்படைக்கவேண்டும். நகரின் மூன்றிலொரு பகுதி தரிசு நிலம். நகரின் நடுவேயுள்ள தேவாலயம் திறந்தவெளியில் இருப்பதை ஆர்மீனியர் ஒருவரின் புகைப்படம் காட்டுகிறது. இந்த இரண்டு உலகங்களும் அடிக்கடி மோதிக்கொண்டன. 1865ஆம் ஆண்டு ஜெருசலேமிற்கும், இஸ்தான்புல்லிற்கும் இடையே முதல் தந்திப்பாதை அமைக்கப்பட்டது. தந்திக் கம்பம் ஒன்றை சேதப்படுத்திய ஒரு குதிரைவீரன் கைது செய்யப்பட்டு அந்த தந்திக் கம்பத்திலேயே தூக்கிலிடப்பட்டான்.

மனைவியை இழந்துவிட்ட மாண்ட்டிஃபையர் 1866ஆம் ஆண்டு ஆறாவது முறையாக ஜெருசலேமிற்கு வந்தார். ஜெருசலேமில் ஏற்பட்டிருக்கும் மாற்றங்களை அவரால் நம்பமுடியவில்லை. மேற்குச் சுவரில் யூதர்கள் மழையாலும் திருக்கோயில் மலையிலிருந்து வீசப்படும் கற்களாலும் துன்புறுவதைக் கண்ட மாண்ட்டிஃபையர் அவர்களுக்கு மேற்கூரையுள்ள ஒரு கட்டடத்தைக் கட்ட அனுமதி பெற்றார். ஆனால் சுவரை விலைக்கு வாங்கும் முயற்சியில் இவர் வெற்றி பெறவில்லை. யூதர்கள் தங்கள் புனித இடத்தை வசப்படுத்திக்

கொள்ளும் முயற்சிகளில் இதுவும் ஒன்றாக இருந்தது. இது மாண்ட்டி பையரின் கடைசி பயணம் அல்ல. இவர் மீண்டும் தன் 91ஆவது வயதில் 1875ஆம் ஆண்டு ஜெருசலேமிற்கு வந்தார். இறுதியாக இவர் ஜெருசலேமை விட்டுப் புறப்பட்டபோது, கடவுள் யூத தாயகம் குறித்துக் கொடுத்த வாக்குறுதிகள் நிறைவேறுவதைக் காணும் நாள் நெருங்குவதாகத் தெரிவித்தார்.[4]

ஜெருசலேம் பற்றிய வழிகாட்டி நூல்கள் அழுக்கடைந்த ஏழ்மையான போலந்து யூதர்களைப் பற்றியும், கெட்ட ஆவி நிறைந்த குப்பைகளைப் பற்றியும் பயணிகளை எச்சரிக்கின்றன. பிராட்டஸ் டண்டு புனிதப் பயணிகள் இந்த இடத்தைக் களங்கப்படுத்துவதாகவும் கூறப்படுகிறது. இங்குள்ள தொழுநோயாளிகள், முடவர்கள், பார்வை யற்றவர்கள், மனநிலை பிறழ்ந்தவர்கள், சுற்றுலாப் பயணிகளுக்குத் தொல்லை கொடுப்பதாக மிசௌரியைச் சேர்ந்த பத்திரிகையாசிரியர் குறிப்பிடுகிறார்.

க்வெக்கர் சிட்டி என்ற கப்பலில் மார்க்ட்வெயின் மத்தியதரைக் கடல்பகுதிக்கு சுற்றுப்பயணம் மேற்கொண்டார். நகைச்சுவையுணர் வுள்ள மார்க்ட்வெயின் புனித பூமிக்குச் செல்லும் இந்தப் பயணக் குழுவிற்கு, 'புனித பூமிக்கு இறுதி ஊர்வலக்குழு' என்று பெயரிட் டார். இவர் புனிதப் பயணத்தை ஒரு போலி நாடகமென்றும் அமெரிக்கப் புனிதப்பயணிகளை அறிவிலிகளென்றும் குறிப்பிடு கிறார்.

ஜெருசலேமில் ஓரிடத்தைப் பார்த்த பின்னர் அடுத்த இடத் தைப் பார்க்காமல் நூறு கெஜ தூரம் ஓய்வாக நடந்து செல்வது ஆறுதலளிக்கிறது என்று மார்க்ட்வெயின் குறிப்பிடுகிறார். உலகின் மையமாயிருக்கும் தேவாலயத்தின் தூண்கள் ஆதாம் உருவான அதே மண்ணிலிருந்து உருவாக்கப்பட்டதாகத் தெரிவிக்கும் இவர் தேவாலயத்தின் வெற்றுப் பகட்டுகளையும், பயனற்ற அலங்கார வேலைப்பாடுகளையும் வெறுக்கிறார். புகழ்மிக்க, வரலாற்று சிறப்புடைய ஜெருசலேம் சோகத்தையும் அச்சத்தையும் ஏற்படுத்தக் கூடிய ஏதுமற்ற கிராமமாக மாறியிருப்பதாகவும் இங்கு வசிக்கத் தான் விரும்பவில்லையென்றும் தெரிவிக்கிறார்.[5] நகைச்சுவை உணர்வு டைய இவர் தன் தாய்க்காக ஜெருசலேம் பைபிள் ஒன்றை வாங்கிக் கொண்டார். இவரே சில நேரங்களில் கடவுள் நின்ற இடத்தில் தான் அமர்ந்திருப்பதாக எண்ணி உணர்ச்சிவயப்பட்டார்.

கிறித்துவ சுற்றுலாப் பயணிகளும், யூதர்களும், சமயம் சாராதவர் களும், சௌத் பிரியண்டோ, மாண்ட்டிஃபையர், மார்க்ட்வெயின்

போன்றவர்களும் கடவுள் நின்று கொண்டிருந்த இடத்தை மட்டுமே கண்டார்கள். இங்கு வாழ்ந்த மனிதர்களைப் பார்க்கவில்லை. ஜெருசலேம் தன் வரலாற்றில், வெகுதூரத்து அமெரிக்காவிலும், ஐரோப்பாவிலுமுள்ள வழிபாட்டாளர்களின் கற்பனை நகரமாகவே இருந்திருக்கிறது. நீராவிக்கப்பல்கள் மூலம் இங்கு வரும் ஆயிரக் கணக்கான பயணிகள் விநோதமாகவும், ஆபத்தாகவுமிருக்கும் இடங்களை பைபிள் மூலமும் வழிகாட்டிகள் மற்றும் மொழி பெயர்ப்பாளர்கள் துணையுடனும் கற்பனை செய்துகொள்ள வேண்டி யிருக்கிறது. தெருக்களில் நடையுடை பாணிகளில் வேற்றுமை களைக் காணமுடியும். இவர்கள் காண விரும்பாத உருவங்களையும் காட்சிகளையும் கீழ்த்திசையின் குப்பையென்று கருதிப் புறக் கணித்துவிடுகிறார்கள். இதற்குப் பதிலாக இவர்கள் காண விரும்பிய சிறப்பான புனித நகரைத் தங்கள் கற்பனையில் உருவாக்கிக் கொள்ள வேண்டியிருக்கிறது. ஆனால் மேற்கத்தியர்கள் காண விரும் பாத, உயிர்த்துடிப்புள்ள, பாதி மறைக்கப்பட்ட, தொன்மையான அரேபியர்கள், பாரசீக ஸ்பானிஷ் யூதர்களின் உலகமும் ஜெருசலேமில் உள்ளது.

குறிப்புகள்:

1. ரஷ்யப்பகுதியில் ரஷ்யத் தூதரகமும், நான்கு மணிக்கூண்டுகளுடன் பல கவிகை மாடங்களைக் கொண்ட புனித டிரினிட்டி தேவாலயமும் ஒரு மருத்துவமனையும் இருந்தது. ஜெருசலேம் வரும் உயர்குடி வகுப்பினருக் கான தங்குமிடங்களும், 3000 பயணிகள் தங்கக்கூடிய வகையிலான விடுதிகளும் இருந்தன. இங்கிருந்த கட்டடங்கள் நவீன கோட்டைகளைப் போலிருந்ததால் பிரிட்டிஷ் ஆணை நிர்வாகத்தின் கீழ் இவை இராணுவ கேந்திரமாகப் பயன்படுத்தப்பட்டன.

2. நியூயார்க்கில் பைபிள் பேராசிரியராகவும், சமய பரப்புனருமாயிருந்த எட்வர்டு ராபின்சன் பைபிள் செய்திகளைப் புவியியல் சார்ந்த முறையில் கண்டறிய விரும்பினார். இவர் அதிசயத்தக்க உண்மைகளைக் கண்டறிந்து வெளிப்படுத்தினார். 1852ஆம் ஆண்டு பள்ளத்தாக்கிலிருந்து திருக்கோயி லுக்குச் செல்லும் பாதையில் ஒரு நினைவு வளைவு தரைமட்டத்திலிருந் ததை யூகித்தறிந்து வெளிப்படுத்தினார். இந்த வளைவு இன்றும் 'ராபின்சன் வளைவு' என்றே அழைக்கப்படுகிறது. டாக்டர். ஜேம் பார்கிளே என்னும் அமெரிக்கர், பொறியியல் வல்லுநராவார். இவர் மதமாற்றம் செய்யும் சமயப் பணியாளராகவுமிருந்தார். மாம்லுக் கட்டடங்களைப் பாதுகாக்கும் படி துருக்கியர்களுக்கு ஆலோசனை கூறினார். ஹெராடு வாயிலுக்கு மேலிருந்த உத்தரம் ஒன்றை இவர் கண்டறிந்தார். இன்றும் இது பார்கிளே வாயிலென்றே அழைக்கப்படுகிறது. இந்த இரண்டு அமெரிக்கர்களும் சமயப்பரப்புனர்களாயிருந்தபோதிலும், அகழ்வாராய்ச்சியாளர்கள் என்ற

முறையில் முஸ்லிம் ஹாரம் அல் ஷாரிப் ஹேராடின் கோயில் என்பதை இவர்கள் நிருபித்தார்கள்.

3. வாரன் ஜெருசலேமை விட்டுச் சென்றபின் பெருநகர் காவல்துறை ஆணையராகவும் போயர் போரின்போது தளபதியாகவும் பணியாற்றினார். இவருக்குப்பின் வந்த தளபதிகள் சார்லஸ் கோண்டர் ஹெர்பெர்ட் கிச்செனர் நாட்டை வெற்றிகரமாக அளவீடு செய்தார்கள். 1917ஆம் ஆண்டு இவர்கள் தயாரித்த வரைபடங்களைப் பயன்படுத்தி அலென்பை, பாலஸ்தீனத்தை வெற்றி கொண்டார்.

4. மாண்ட்டிஃபையர் நூறு வயதுக்கு மேற்பட்டு 1885ஆம் ஆண்டில் இறந்து போனார். இவரும் இவரது மனைவியும் ஜெருசலேம் மண் கலந்திருந்த ராம்ஸ் கேட்டிலுள்ள இவர்களது சொந்தக் கல்லறையில் அடக்கம் செய்யப் பட்டார்கள். மாண்ட்டிஃபையர் நிறுவிய காற்றாலை இன்றும் உள்ளது. ஐந்து யூதக் குடியிருப்புப் பகுதிகளில் ஒன்றான யுமின் மோஷி, மாண்ட்டிஃபையர் பெயரால் அழைக்கப்படுகிறது. இது நகரின் சிறந்த குடியிருப்புப் பகுதியாக உள்ளது. இவரது இளம்கோமான் படிநிலையை வாரிசு முறையில் இவரது உடன்பிறந்தாரின் மகனான சர் ஆபிரகாம் பெற்றார். சர் ஆபிரகாமுக்குக் குழந்தைகள் இல்லை. இவரது மனைவி திருமணத் தன்று இரவே பைத்தியமானார். ஆனால் மோசஸ் தன் பண்ணையை மொராக்காவில் பிறந்த தன் உடன் பிறந்தாரின் மகனான ஜோசப் செபேக் என்பவருக்கு வழங்கினார். இவர் செபேக் மாண்ட்டிஃபையர் என்றழைக்கப் பட்டார். ராம்ஸ்கேட் மாளிகை 1930ஆம் ஆண்டு தீயினால் அழிந்தது. இஸ்ரேலைத் தவிர மற்ற இடங்களில் மாண்ட்டிஃபையர் மறக்கப்பட்ட ஒரு மனிதரானார். இவரது கல்லறையும் பராமரிப்பின்றி புறக்கணிக்கப் பட்டது. ஆனால் இருபத்தியொன்றாம் நூற்றாண்டில் தீவிர பழமைவாதிகள் இவரது ஆண்டு நினைவு நாளன்று இவரது கல்லறைக்குப் புனிதப் பயணம் மேற்கொண்டதால் இது ஒரு கோயிலாக மாறியது.

5. மார்க் ட்வெயின் முஸ்லிம் பகுதியிலிருந்த மெடிட்டரேனியன் ஹோட்டலில் தங்கியிருந்தார். 1980ஆம் ஆண்டு இறுதியில் முஸ்லிம் பகுதியை யூதமயமாக்கும் முயற்சியில் இஸ்ரேலி லிக்குட் இயக்கத்தின் தலைவராயிருந்த ஏரியல் ஷெரான் இந்த ஹோட்டல் கட்டடத்தை விலைக்கு வாங்கினார். இன்று இந்த இடம் ஒரு கல்விக்கூடமாக மாறியுள்ளது. ட்வெயினின் 'வெளிநாட்டில் பரவியிருக்கும் அறிவிலிகள்' (The innocents abroad) என்ற நூலை அறிவு ஜயுறுவாதிகள் ஒரு சிறந்த நூலாகக் கருதினார்கள். முன்னாள் ஜனாதிபதி உலிசஸ் கிராண்ட் ஜெருசலேம் சென்றபோது இதைத் தன் வழிகாட்டி நூலாக ஏற்றுக்கொண்டார்.

☆

40

அரேபிய நகரம், பேரரசின் நகரம்
1870-80

யூசுப் காலிடி: பாட்டு, நடனம், அன்றாட வாழ்க்கை

உண்மையான ஜெருசலேம் பல மதங்களைக் கொண்டதாக மோஸ்தரான ஆடைகள் அணிந்து, சீனாரில் உள்ள உயர்கோபுரத்தை ஒத்திருக்கிறது. துருக்கி அதிகாரிகள் சரிகை வேலைப்பாடமைந்த மேற்சட்டைகளையும் ஐரோப்பிய பாணி சீருடையும் அணிந்திருந்தார்கள். ஆர்மீனியர்களும் துருக்கி யூதர்களும் அரேபிய கிறித்துவர்களும் டிராக் கோட்டும் துருக்கியின் நவீன தலைப்பாகையும் அணிந்திருந்தார்கள். முஸ்லிம் உலாமாக்கள் தலைப்பாகையும், நீண்ட அங்கியும் அணிந்திருந்தார்கள். இதைப் போன்றே ஸ்பானிஷ் – போர்த்துகீசிய யூதர்களும் பழமைப்பற்றுடைய அரேபியர்களும் அவரவர்க்குரிய ஆடையணிந்திருந்தார்கள். எண்ணிக்கையில் பெருகியிருந்த ஏழை ஹாசிடிக் யூதர்கள்[1] உள்புறம் பருத்தித்துணியிலான கம்பளி மேலாடைகளை அணிந்திருந்தார்கள். ஐரோப்பியர்களின் மெய்காப்பாளர்களாயிருந்த காவஸஸ் சிவப்பு மேற்சட்டைகளையும் இறுக்கமான காற்சட்டைகளையும் அணிந்திருந்தார்கள். காலணி அணியாத கறுப்பின அடிமைகள் தங்கள் எஜமானர்களுக்கு சர்பத் வழங்கினார்கள்.

பழைய அரேபியர்களும், ஸ்பானிஷ் யூதக் குடும்பங்களைச் சேர்ந்தவர்களும் துருக்கி காற்சட்டைகளையும் மேலே கறுப்புநிற

மேற்கத்திய மேற்சட்டைகளையும் அணிந்திருந்தார்கள். அரேபியர்கள் துருக்கி, அரேபிய மொழிகளைப் பேசினார்கள். ஆர்மீனியர்கள் ஆர்மீனிய மொழியையும், துருக்கி அரேபிய மொழிகளையும் பேசி வந்தார்கள். செபார்டிஸ் யூதர்கள் லாடினோ, துருக்கி, அரேபிய மொழிகளைப் பேசிவந்தனர். ஹாசிடிக் யூதர்கள் எபிரேய மொழியைப் பேசினார்கள்.

சுல்தான் காலிப் முஸ்லிம் சன்னிப் பிரிவு பேரரசுக்குத் தலைவராயிருந்தது, வெளிநாட்டவர்களுக்கு விநோதமாகத் தோன்றியது. முஸ்லிம்கள் உயர்ந்த நிலையிலிருந்தார்கள். துருக்கியர்கள் நாட்டை ஆண்டார்கள். அரேபியர்கள் இவர்களுக்கு அடுத்த நிலையிலிருந்தார்கள். அழுகை, ஒருவித மயக்க நிலையிலிருந்து வழிபடும் சடங்குகள் ஆகியவற்றால் ஏழ்மையிலிருந்த போலந்து யூதர்கள் இழிவானவர்களாகக் கருதப்பட்டார்கள். ஒவ்வொரு மதத்திற்கும் கடுமையான விதிமுறைகள் இருந்தபோதிலும் ஒரு கலவையான நாட்டுப்புறக் கலாச்சாரமே காணப்பட்டது. ரமலான் விழாவின் முடிவில் எல்லா மதத்தவர்களும் விருந்தளித்தும், சுவர்களுக்கு வெளியே ஒரு கண்காட்சி சந்தையையும் நடத்தினர். இதில் ஆபாச நடனக்காட்சியும் குதிரைப் பந்தயமும் நடந்தது. அரேபியர்கள் இனிப்புப் பொருள்களையும் மயிரிழை போன்ற காம்புகளையும் நுண்ணிலைகளையும் கொண்ட துருக்கி உணவுப் பண்டங்களையும் விற்றார்கள்.

யூதர்களின் 'புரிம்' விழாவில் முஸ்லிம்களும் கிறித்துவ அரேபியர்களும் யூதர்களின் மரபுடையை அணிந்துகொண்டு கலந்துகொண்டார்கள். டமாஸ்கஸ் வாயிலுக்கருகிலுள்ள சைமன் கல்லறையில் நிகழும் யூதச் சுற்றுலாவில் மூன்று மதத்தவர்களும் கலந்துகொண்டனர். யூதர்கள் தங்களுக்கு அண்டையிலிருக்கும் அரேபியர்களுக்குப் பரிசுகள் அளித்து இஸ்ரேலியர்கள் எகிப்தியர்களிடமிருந்து விடுதலை பெற்றதைக் கொண்டாடும் செடார் விருந்துக்கு அழைத்தார்கள். இதற்குப் பதிலாக அரேபியர்கள் விழா முடிந்தபின் புதிதாகச் சுட்ட ரொட்டிகளை யூதர்களுக்கு வழங்கினார்கள். யூத மதத் தலைவர்களே பெரும்பாலும் முஸ்லிம் சிறுவர்களுக்கு சுன்னத் சடங்கினைச் செய்தார்கள். ஹஜ் புனிதப் பயணம் சென்று திரும்பி வந்த முஸ்லிம்களை அண்டை அயல் யூதர்கள் வரவேற்று உபசரித்தார்கள். செபார்டிக் யூதர்களுக்கும் அரேபிய யூதர்களுக்குமிடையே சுமூகமான உறவு நிலவி வந்தது. அரேபியர்கள் செபார்டிக் யூதர்களை (ஸ்பானிஷ் – போர்த்துகீசிய யூதர்கள்) அரேபியர்களின் குழந்தைகளென்றும், நம்முடைய குழந்தைகள் என்றும் அழைத்து வந்தார்கள்.

முஸ்லிம் பெண்களில் சிலர் லாடினோ மொழியையும் கற்றுக் கொண்டார்கள். வறட்சி மிகுந்த காலங்களில் முஸ்லிம் உலா மாக்கள், மழைக்காக வழிபாடு இயற்றுமாறு யூத மதகுருமார்களைக் கேட்டுக்கொண்டார்கள். அரபு மொழி பேசும் செபார்டிக் வாலிரோஸ்கள் நகரின் முக்கிய வங்கி அதிபர்கள். இவர்களது தொழிலில் பல அரபுக் குடும்பத்தினர் பங்குதாரர்களாயிருந்தனர். அரேபிய பழமைப்பற்றுடைய கிறித்துவர்களே யூதர்களின் எதிரிகளா யிருந்தனர். அரேபிய கிறித்துவர்கள் தங்கள் ஈஸ்டர் வழிபாட்டுப் பாடல்களில் யூதர்களை இழிவுபடுத்தியதுடன் தேவாலயத்தில் நுழையும் யூதர்களைக் கொலையும் செய்தார்கள்.

ஜெருசலேமில் மகிழச்சிகரமான பொழுதுபோக்கு இடங்கள் எதுவுமில்லையென்று படேக்கர் குறிப்பிடுகிறார். ஆனால் ஜெருசலேம் இசையும் நடனமும் நிறைந்த நகரமாயிருந்தது. ஜெருசலேம் வாசிகள் காப்பிக்கடைகளிலும், மதுபானக் கடைகளிலும் ஒன்று சேர்ந்து புகைபிடித்து பொழுதுபோக்கினார்கள். இவர்கள் பதினைந்து காய்களை வைத்து விளையாடும் சதுரங்க விளையாட்டிலும் பொழுது போக்கினார்கள். மல்யுத்தப் போட்டிகளையும் அரைகுறை ஆடை களுடன் ஆடும் நடனங்களையும் கண்டுகளித்தார்கள். திருமண நிகழ்ச்சிகளிலும் திருவிழாக்களிலும் வளையம் போல் சுற்றி நின்று கொண்டு இசைப்பாடகர்களின் இசைக்கேற்ப டாப்காப் எனப் படும் நடனமாடினார்கள். இந்த நடனத்தின்போது, இசைப் பாடகர்கள், ‘என் காதலா! உன் அழகு என்னை துன்புறுத்துகிறது!’ என்ற பொருள் தரும் காதல் வெறியூட்டும் பாடல்களைப் பாடுகிறார்கள். அரேபியப் பாடல்களும் செபார்டிஸ்களின் லாடினோ மொழிப் பாடல்களும் மாறி மாறி பாடப்படுகின்றன. டெர்விஷஸ் எனப் படும் முஸ்லிம் துறவிகள் ‘ஜிகர்’ எனப்படும் நடனத்தை மத்தளங்கள் தாளங்களின் ஓசைக்கேற்ப ஆடுகிறார்கள். தனியார் வீடுகளிலும் யூதப் பாடகர்களும் அரேபிய பாடகர்களும் குழல், யாழ் போன்ற இசைக்கருவிகளுடன் இசை நிகழ்ச்சிகளை நடத்துகிறார்கள்.

அவுட் எனப்படும் குழல், ராபாபா எனப்படும் வயலின், சும்மாரா எனப்படும் இரட்டை நாயனங்கள், இன் அக்காரா எனப் படும் மத்தளங்கள் போன்ற இசைக்கருவிகளை இவர்கள் பயன் படுத்துகிறார்கள். இந்தக் கருவிகளின் ஓசை ஹம்மாம் எனப்படும் பொது நீராடும் விடுதிகளில் எதிரொலித்தது. இந்த நீராடும் விடுதி களை ஆண்கள் அதிகாலை இரண்டு மணியிலிருந்து மதியம் வரை பயன்படுத்துகிறார்கள். இங்கு ஆண்களுக்கு உடம்பு பிடித்துவிடப் படுகிறது. ஆண்கள் இங்கு தங்கள் மீசை, தாடிகளையும் ஒழுங்கு

படுத்திக் கொள்வார்கள். இந்த நீராடும் விடுதியில் பெண்கள் மருதாணிப்பசை கொண்டு தங்கள் தலைமுடிக்கு சாயமேற்றிக் கொண்டு காப்பி அருந்துவார்கள். ஜெருசலேமின் மணப்பெண் களைப் பெண் தோழிகள் இசைக்கருவிகள் முழங்க பொது நீராடும் விடுதிக்கு ஊர்வலமாக அழைத்து வருகிறார்கள். இங்கு மணப் பெண்ணின் உடம்பிலுள்ள ரோமங்கள் ஜார்னிக் எனப்படும் ஒரு மூலிகைச் சாற்றினால் அகற்றப்படுகிறது. திருமண நாள் இரவு இந்தப் பொது நீராடும் விடுதிகளில் தொடங்குகிறது. பின்பு மணமகன் குழுவினர், இசைக் கருவிகள் முழங்க ஒரு விதானத்தின் கீழ் ஊர் வலமாக மணமகள் வீட்டிற்குச் சென்று மணமகளை அழைத்துக் கொண்டு திருக்கோயில் மலைக்குச் செல்கிறார்கள்.

ஜெருசலேம் சமூகத்தில் குடும்பங்கள் முக்கிய பங்கு வகிக்கின்றன. முதல் நகராட்சி தலைவர் டஜானி குடும்பத்தைச் சேர்ந்தவர். 1867ஆம் ஆண்டு இருபத்தி ஐந்து வயதுள்ள யூசுப் அல்தியா அல் காலிடி ஜெருசலேமின் முதல் மேயரானார். மேயர் பதவி தொடர்ந்து இந்த குடும்பத்தினரால் வகிக்கப்பட்டு வருகிறது. ஆறு ஹீசைனி குடும்பங்களும், மூன்று டஜனி குடும்பங்களும், நான்கு அலாமிஸ் குடும்பங்களும், இரண்டு காலிடி குடும்பங்களும் உள்ளன. காலிடியின் தாய் ஹீசைனி குடும்பத்தைச் சேர்ந்தவர். காலிடி சிறுவனாயிருக்கும் போதே மால்ட்டாவிலுள்ள பிராட்டஸ் டண்டு பள்ளியில் சேர ஓடிப்போய்விட்டார்.

பின்பு இவர் இஸ்தான்புல்லின் தலைமை ஆளுநரிடம் பணி புரிந்தார். தன்னை முதலில் ஒரு ஜெருசலேம் வாசியாகவும், இரண்டா வதாக அரேபியனாகவும், மூன்றாவதாக ஒரு துருக்கியனாகவும் கருதினார். இவர் சிறந்த அறிஞர். கலாச்சாரக் குழுக்களையும், செய்தித்தாள்களையும், பதிப்பகங்களையும் தோற்றுவித்த நாக்டா எனப்படும் இலக்கிய மறுமலர்ச்சி கர்த்தாவாக இருந்தார்.[2] இவர் நகராட்சி மேயராக மட்டுமின்றி ஒரு போர் வீரராகவும் இருந்தார். கோராக்கில் ஏற்பட்ட கலவரத்தை அடக்க, ஆளுநர் இவரை நாற்பது குதிரைப்படை வீரர்களுடன் அனுப்பினார். நவீன வரலாற்றில் குதிரைப்படை நடத்திச் சென்ற ஒரே மேயர் என்ற பெயரையும் பெற்றார்.

பாலஸ்தீனம் முழுவதிலிருந்தும் ஆயிரக்கணக்கானோர் குதிரை களிலும், நடந்தும் நபிமூசா விழாவிற்கு வருவார்கள். வழக்கமாக மப்தியாக இருக்கும் ஹீசைனிகள் அல்லது துருக்கி ஆளுநர் பயணி களை வரவேற்று வாழ்த்து தெரிவிப்பார். ஆரவாரமான நடன நிகழ்ச்சிகளும் மத்தளங்கள் தாளங்கள் முழங்க நடைபெறும். இந்த

விழாவின்போது சூபி துறவிகள் சுழன்று சுழன்று ஆடுவார்கள். சிலர் நெருப்புத் துண்டங்களை விழுங்குவார்கள். மற்றும் சிலர் தங்கள் கன்னங்களில் அலகு குத்திக் கொள்வார்கள். ஜெருசலேம் வாசிகளுக்கும் நாப்ளுசைட்டுகளுக்குமிடையே (சமேரியா, இஸ்ரேல் மேற்குக்கரைப் பகுதியிலுள்ள நாப்ளஸ் பகுதியைச் சேர்ந்தவர்கள்) குத்துச் சண்டைகள் நிகழ்வதுமுண்டு. வெறி கொண்ட அரேபியர்கள் சில நேரங்களில் கிறித்துவர்களையும் யூதர்களையும் தாக்குவதுண்டு. கூட்டம் திருக்கோயில் மலைக்கு வந்தவுடன் பீரங்கிகள் முழங்க ஹீசைனிகள் தங்கள் அடையாளச் சின்னமான பச்சைக் கொடியைப் பிடித்துக்கொண்டு குதிரையின் மீதமர்ந்து வருவார்கள். இந்தக் குதிரைப்படை அணி வகுப்பை ஜெரிக்கோவில் உள்ள பாய்பார் கோயிலுக்கு ஹீசைனி நடத்திச்செல்வார்.

டஜானிக்குகள் தங்கள் அடையாளச் சின்னமான சிவப்புக் கொடியுடன் டேவிட் கல்லறைக்கு வருவார்கள். ஒவ்வொரு குடும்பத்திற்கும் அதிகாரம் பங்கீடு செய்யப்பட்டிருந்தது. ஹீசைனிகள் திருக்கோயில் மலையையும் காலிடிகள் நீதிமன்றங்களையும் நிர்வகித்து வந்தனர். இவர்கள் அனைவரும் மேயர் பதவிக்குப் போட்டியிடுவார்கள். இஸ்தான்புல் அரசியல் சூதாட்டத்தில் ஒரு குடும்பம் மற்றொரு குடும்பத்தை விஞ்ச முயலும்.

ஹீசைனிக்குகள் பழைய எதேச்சதிகார ஆட்சியை விரும்பினார்கள். காலிடிக்கள் புதுமையான முற்போக்குவாதிகளாக இருந்தனர். மேயர் காலிடி ஜெருசலேமின் பிரதிநிதியாகத் தேர்ந்தெடுக்கப்பட்டு இஸ்தான்புல்லிற்குச் சென்றார். இந்த புதிய அரசியல் சட்டம் ஒரு ஏமாற்று நடவடிக்கையாகக் கருதப்பட்டதால் அப்துல் ஹமீது இந்த அரசியல் சட்டத்தை நீக்கிவிட்டு உலகம் தழுவிய முஸ்லிம்களின் ஆதரவுடைய ஒரு துருக்கிய தேசீயத்தை அமைக்க விரும்பினார். இந்த அமைப்பு காலிப்புகளுக்கு விசுவாசமுடையதாக இருக்கவேண்டுமென்றும் விரும்பினார். இவர் கீச்சுக்குரலைக் கொண்ட ஒரு அறிவாளியாகவும் அதே நேரத்தில் அடிக்கடி ஒருவித வெறிமயக்கத்திற்கு ஆட்படுபவராகவும் இருந்தார். இவர் காபியா என்றழைக்கப்பட்ட ரகசிய போலீசின் துணையுடன் தன் முன்னாள் முதலமைச்சரைக் கொலை செய்தார். தன் அடிமைப் பணிப் பெண்களில் ஒருத்தியையும் கொன்றார். இவர் மரபு வழியில் பெற்ற சலுகைகளை அனுபவித்தார். இவரது அந்தப்புரத்தில் 900 காமக் கிழத்திகள் இருந்தனர். இவர் அச்சத்துடனேயே வாழ்ந்தார். ஒவ்வொரு இரவும் தன் படுக்கைக்கு அடியில் கொலையாளிகள் ஒளிந்திருக்கக் கூடுமென்று அச்சத்துடன் சோதனை மேற்கொள்வார்.

ஒரு திறமையான தச்சரான இவர் ஷெர்லாக் ஹோம்ஸ் நூல்களை விரும்பி படிப்பார். இவருடைய வீழ்ச்சி உடனடியாக ஜெருசலேமில் உணரப்பட்டது. யூசுப் காலிடி இஸ்தான்புல்லிலிருந்து வெளியேற்றப்பட்டு இவரது மேயர் பதவியும் பறிக்கப்பட்டது. இவருக்குப் பதிலாக உமர்–அல்–ஹீசைனி புதிய மேயரானார். காலிடிகள் வீழ்ச்சியுற்ற நேரங்களில் ஹீசைனிகள் ஏற்றம் பெற்றனர். ரஷ்யா துருக்கியர்களை அழிக்க முடிவு செய்தது. பிரிட்டிஷ் பிரதமர் பெஞ்சமின் டிஸ்ரேலி தலையிட்டு துருக்கியர்களைக் காப்பாற்றினார்.

பிரிட்டிஷ் இளவரசர்களும் ரஷ்யப் பெருங்கோமகன்களும்

பெஞ்சமின் டிஸ்ரேலி, லயனல் ரோத்ஸ்சைல்டிடம் 40 லட்சம் டாலர்கள் கடன் பெற்று சூயஸ் கால்வாயை விலைக்கு வாங்கியிருந்தார். இந்தக் கடனுக்கு பிணையப் பொருள் என்னவென்று ரோத்ஸ்சைல்டு கேட்டார். பிரிட்டிஷ் அரசுதான் பிணையப் பொருள் என்று டிஸ்ரேலியின் செயலாளர் பதிலளித்தார். நீங்கள் கேட்டது கொடுக்கப்படுமென்று ரோத்ஸ்சைல்டு தெரிவித்தார். 1878ஆம் ஆண்டு பெர்லின் காங்கிரசில் ரஷ்யாவின் முன்னேற்றத்தைத் தடைசெய்யும் வகையில் ஒரு சமரச உடன்படிக்கையை ஏற்படுத்த ஐரோப்பிய அமைச்சரவைகளுக்கு டிஸ்ரேலி வழிகாட்டினார். இதனால் பிரிட்டன் சைப்பிரஸை வசப்படுத்திக் கொள்ள முடிந்தது. இவருடைய செயல்பாட்டை ஜெர்மன் அதிபர் பிஸ்மார்க், பாராட்டினார். பிஸ்மார்க் டிஸ்ரேலியை சுட்டிக்காட்டி, ‘இந்த பழைய யூதர்தான் அந்த மனிதர்’ என்று குறிப்பிட்டார்.

துருக்கியர்கள் ஐரோப்பிய கிறித்துவர்களின் எல்லைகளில் பெரும்பகுதியை விட்டுக் கொடுக்க வேண்டியிருந்தது. யூதர்கள் மற்ற சிறுபான்மையர்களின் உரிமைகளை உறுதிப்படுத்த துருக்கியர்கள் வற்புறுத்தப்பட்டார்கள். பிரிட்டிஷ் அரியணையின் வாரிசுகளான, இளவரசர் எட்டி என்றழைக்கப்பட்ட 18 வயதுள்ள இளவரசர் ஆல்பெர்ட் விக்டரும் (பின்னாள் கிளாரென்சின் கோமகன்) இவரது சகோதரர் ஆன 16 வயதுள்ள இளவரசர் ஜார்ஜ் (பின்னாள் ஐந்தாம் ஜார்ஜ்)[3] ஆகிய இருவரும் உலகச் சுற்றுப்பயணமாக ஜெருசலேம் வந்தார்கள்.

இவர்களது தந்தை தங்கியிருந்த ஆலிவ் மலைப்பகுதியில் முகாமை அமைத்துக் கொண்டார்கள். பதினொரு ஆடம்பரமான கூடாரங்கள் அமைக்கப்பட்டன. 95 பயண விலங்குகளும் 60 பணியாட்களும் இந்த முகாமில் இருந்தனர். சுற்றுலாத் தரகர்களின்

அரசராகவும், கிறித்துவ சமயத்தலைவராகவும் இருந்த, மெல்பர்ன் டெர்பிஷையர் பகுதியைச் சேர்ந்த தாமஸ்குக் இவர்களது பயண ஏற்பாடுகளைக் கவனித்துக்கொண்டார். தாமஸ்குக் 1841ஆம் ஆண்டு பயண ஏற்பாடுகளை முன்னின்று செய்துதரும் தொழிலைத் தொடங்கினார். சுற்றுலாப்பயணத் தொழிலின் முன்னோடிகளா யிருந்த தாமஸ்குக்கும் அவரது மகன்களில் ஒருவரும் இளவரசர் களுடன் வந்திருந்தனர். இவர்கள் அரேபிய நாடோடிகள் அல்லது அபுகோஷ் குழுவைச் சேர்ந்தவர்களிடமிருந்து தங்களைப் பாதுகாத்துக் கொள்ள பணியாட்கள், காவலர்கள், மொழிபெயர்ப் பாளர்கள் அடங்கிய ஒரு சிறுபடையை வாடகைக்கு அமர்த்திக் கொண்டிருந்தார்கள்.

தாமஸ்குக்கின் அலுவலகங்களில் சுற்றுலாப்பயணிகளின் கூட்டம் நிரம்பியிருந்தது. பாத்ஷீபாவின் நீராடும் இடத்திற்கருகில் ஒரு சிறந்த ஹோட்டல் தொடங்கப்பட்டது. இந்த நீராடும் இடத்தில் யுரியாவின் மனைவி குளித்துக்கொண்டிருந்ததை அரசன் டேவிட் பார்த்ததாகக் கூறப்படுகிறது.[4] வாயிலுக்கு வெளியே ஜோவர்ச்செம் பாஸ்ட்டின் ஹோட்டல் ஒன்று தொடங்கப்பட்டது. 1892ஆம் ஆண்டு புகைவண்டிப்பாதை வசதியேற்பட்டு நகரம் உண்மை யிலேயே ஒரு சுற்றுலா நகரமாகியது.

சுற்றுலாத் தொழிலைச் சார்ந்து புகைப்படத் தொழிலும் வளர்ச்சியடைந்தது. புகைப்படத் தொழில் செழித்து வளர யெஸ்ஸாயி கராபேடியன் என்ற ஆர்மீனிய சமயக்குழு முதல்வர் முன்னோடி யாக இருந்தார். உலகிலேயே அழகானவராகக் கருதப்பட்ட இவர் புகைப்படத் தொழில் நுட்பத்தை மான்செஸ்டரில் கற்றுக்கொண்டார். இவரை அடியொற்றி இரண்டு ஆர்மீனிய கிறித்துவ சமயத்துறவிகள் துறவைத் துறந்து ஜாபா சாலையில் புகைப்பட நிலையங்களைத் தொடங்கினார்கள்.

பைபிள் காட்சி பாணியில் அரேபியர்கள் இருப்பது போன்ற புகைப்படங்களை வாங்கவும், பைபிள் கால ஆடைகளுடன் தங்களைப் புகைப்படமெடுத்துக் கொள்ளவும் பயணிகள் இங்கு கூடினார்கள். பூவேலை செய்யப்பட்ட சிவப்பு நிற ஆடையுடன் தலையில் ஒரு பித்தளை வளையத்தை அணிந்துகொண்டு இறுக்க மான மார்புக் கச்சையுடன் உடம்பின் வளைவு நெளிவுகளைக் காட்டிக்கொண்டு நீலக்கண்களைக் கொண்ட ஒரு ஆங்கிலேயப் பெண் புகைப்படத்திற்காகக் காட்சியளிப்பதை, தாடியுடன் ஆட்டுத் தோலாடை அணிந்திருந்த ரஷ்ய விவசாயிகள் டேவிட் கோபுரத்தின் எதிரில் அதிசயமாகப் பார்த்துக்கொண்டிருந்தார்கள். வளர்ந்து

வரும் இந்தப் புதிய நகரம் கட்டடக் கலையில் பலவித புதிய பாணி களை ஏற்றுக்கொள்ளும் பரந்த மனப்பான்மையைப் பெற்றிருந்தது.

அப்துல் ஹமீது இரண்டு நீருற்றுகளையும், கிறித்துவப் பகுதிக்கு நேரடியாகச் செல்ல ஒரு புதிய வாயிலையும் 1901ஆம் ஆண்டு தோற்றுவித்தார். இவர் தன் ஆட்சியின் இருபத்தி ஐந்தாவது ஆண்டு நிறைவைக் கொண்டாடும் வகையில் ஜாபா வாயிலில் மணிக் கூண்டு ஒன்றை அமைத்தார். இதனால் இந்த இடம் ஆங்கிலேய புறநகர்ப் பகுதியிலுள்ள ஒரு புகைவண்டி நிலையத்தை ஒத்திருந்தது. இதற்கிடையே யூதர்களும், அரேபியர்களும், கிரேக்கர்களும், ஜெர்மானியர்களும் சுவர்களுக்கு வெளியேயிருந்த புதிய நகரில் குடியிருப்புக் காலனிகளை ஏற்படுத்திக்கொண்டார்கள். 1869ஆம் ஆண்டு ஏழு யூதக் குடும்பங்கள் நகலாத் ஷீவா எனப்படும் ஏழு குடியிருப்புகளை ஜாபா வாயிலுக்கு வெளியே ஏற்படுத்திக் கொண்டார்கள். 1874ஆம் ஆண்டு ஹாசிடுக்களின் இருப்பிடமாக மாறியிருந்த மியா ஷியரிம் பகுதியில் அதிதீவிரப் பழமைப்பற்றாளர் களாயிருந்த யூதர்கள் குடியேறினார்கள். 1880ஆம் ஆண்டு 17000 யூதர்கள் இங்கு பெரும்பான்மையினராக இருந்தார்கள். ஹீசைனி குடும்பங்களும் நஷாஷிபி குடும்பங்களும் டமாஸ்கஸ் வாயிலுக்கு வடக்கேயுள்ள ஷேக் சாரா பகுதியில் குடியிருப்புகளை ஏற்படுத்திக் கொண்டார்கள்.[6]

1873ஆம் ஆண்டு அன்னா ஸபோர்டு தன் நான்கு மகள் களுடன் வில்லி டி ஹாவர் என்ற கப்பலில் அட்லாண்ட்டிக்கைக் கடக்கும்போது, இந்தக் கப்பலின் மீது மற்றொரு கப்பல் மோதியதில் வில்லி டி ஹாவர் நீரில் மூழ்கியது. இந்த விபத்தில் அன்னாவின நான்கு குழந்தைகளும் நீரில் மூழ்கி இறந்தனர். அன்னா மட்டும் உயிர் பிழைத்தார். இவர் மீட்கப்பட்ட பின்பு குழந்தைகள் இறந்ததைத் தெரிந்துகொண்டு இவரும் நீரில் மூழ்கி உயிரை மாய்த்துக்கொள்ள முயன்றார். எனவே சிக்காக் கோவில் வழக்கறிஞராயிருந்த தன் கணவர் ஹோரோஷியாவுக்கு சோகம் நிறைந்த தந்தியொன்றை அனுப்பினார்: 'நான் மட்டும் காப்பாற்றப்பட்டுள்ளேன். நான் என்ன செய்ய வேண்டும்?' இந்தத் துயர நிகழ்விற்குப் பின் ஸபோர்டு தம்பதிகள் தங்கள் வாழ்க்கையைத் துறந்து ஜெருசலேம் வந்தார்கள். துன்பம் இவர்களைத் துரத்தியது. இவர்களது மகன் செம்புள்ளி நச்சுக்காய்ச்சல் நோயினால் இறந்தான். இவர்களது ஆறு குழந்தை களில் பெர்த்தா என்னும் ஒரு குழந்தை மட்டும் எஞ்சியிருந்தது. அன்னா ஸபோர்டு ஏதோ ஒரு நோக்கத்திற்காகவே தான் உயிர் பிழைத்திருப்பதாக நம்பினார். ஆனால் இவர்களது விதியை தெய்வ

தண்டனையெனக் கூறிய பிரிஸ்பைடேரியன் தேவாலயத்தை இவர்கள் வெறுத்தார்கள். எனவே இவர்கள் மீட்பாளர் கொள்கை சார்ந்த குழுவொன்றைத் தங்களுக்கென்று தோற்றுவித்துக் கொண்டார்கள். இவர்களுடைய இயக்கத்தை அமெரிக்க செய்தித்தாள்கள் 'மீண்டு வந்தவர்கள்' என்றழைத்தார்கள். இவர்கள் ஜெருசலேமில் நற்பணிகள் செய்வதிலும் யூதர்களை இஸ்ரேலுக்கு மீட்டுவருவதிலும் நம்பிக்கை கொண்டிருந்தார்கள். இவர்களது மதமாற்றம், நிகழவிருக்கும் இரண்டாவது வருகையைத் துரிதப்படுத்துமென்று நம்பினார்கள்.

1881ஆம் ஆண்டு 'மீண்டு வந்தவர்கள்' குழுவில் பதின்மூன்று வயது வந்தவர்களும் மூன்று குழந்தைகளும் இருந்தனர். இவர்கள் அமெரிக்க காலனியின் கருவாக இருந்தார்கள். 1896ஆம் ஆண்டு வரை டமாஸ்கஸ் வாயிலுக்குள்ளே ஒரு பெரிய வீட்டில் இருந்தார்கள். ஸ்வீடன் கிறித்துவ தேவாலய விவசாயிகள் இவர்களுடன் சேர்ந்துகொண்டார்கள். எனவே இவர்களுக்கு ஒரு பெரிய தலைமையிடம் தேவைப்பட்டது. ஷேக்சாரா பகுதியில் நாப்லஸ் சாலையிலிருந்த ரபாக் ஹீசைனியின் மாளிகையை இவர்கள் வாடகைக்கு எடுத்துக்கொண்டனர். அன்னாவின் கணவர் ஹோரோஷியா 1888ஆம் ஆண்டில் இறந்துவிட்டார். ஆனால் இவர் தோற்றுவித்த 'மீண்டு வந்தவர்கள்' இயக்கம் தொடர்ந்து இரண்டாம் வருகையைப் பற்றி பரப்புரை செய்வதிலும், யூதர்களை மதமாற்றம் செய்வதிலும் ஈடுபட்டு வந்தது. இவர்களுடைய காலனியில் சமூகப் பொதுநலனுக்காக மருத்துவமனைகளும், அநாதை விடுதிகளும், கஞ்சி சாலைகளும், கடைகளும், இவர்களுக்கொன்று ஒரு பள்ளியும், புகைப்பட நிலையமும் ஏற்பட்டன.

நீண்ட நாட்களாக அமெரிக்க தலைமைத் தூதுவராயிருந்த செலாக்மெர்ரில் என்பவர் இவர்களது வெற்றியையும் செல்வாக்கையும் விரும்பாமல் எதிர்ப்புணர்வு கொண்டிருந்தார். மாஸெஸ்செட்ஸ் திருச்சபை சமயகுருவாகவும் இருந்தார். இவர் அண்டோவர் பேராசிரியராகவும், திறமையற்ற அகழ்வாராய்ச்சியாளராகவும் இருந்ததோடு, இறுதிவரை செமித்துவ இன விரோதியாக இருந்தார். இருப தாண்டுகளாக இவர் அமெரிக்க காலனிவாசிகளை ஒழிக்கும் எண்ணத்துடன் செயல்பட்டார். அமெரிக்க காலனிவாசிகளை பகட்டாரவாரம் கொண்ட அமெரிக்க விரோதிகளென்றும் குழந்தை கடத்துபவர்களென்றும் குற்றம் சாட்டியதுடன், தன் காவலர்களை அனுப்பி அவர்களைக் குதிரைச் சவுக்கால் அடிக்கப்போவதாகவும் இவர் அச்சுறுத்தி வந்தார்.

ஆலிவெட்டில் இயேசுவின் இரண்டாவது வருகைக்காக இவர்கள் தேநீர் தயாரித்து வைத்திருப்பதாக செய்தித்தாள்களில் செய்திகள் வெளியாகின. இதற்காக இவர்கள் எந்த நேரத்திலும் பாலை வெதுவெதுப்பாக வைத்திருப்பதாக 'டெட்ராய்டு செய்தி' செய்தி வெளியிட்டது. எஜமானன் இயேசுவின் வருகைக்காக இவர்கள் சேணம் பூட்டிய கழுதைகளைத் தயாராக வைத்திருந்தார்கள். இயேசு வந்தால் நாங்கள் ஒருபோதும் இறக்கமாட்டோம் என்று இவர்களில் சிலர் கூறிவந்தார்கள்.

நகரின் அகழ்வாராய்ச்சிப் பணியிலும் இவர்கள் பங்கேற் றார்கள். 1882ஆம் ஆண்டு பேரரசின் பைபிளையும் வாளையும் சார்ந்த கொள்கைக்கு அடையாளமாக விளங்கிய வீரர் ஒருவரை இவர்கள் நண்பராக்கிக் கொண்டார்கள். டைபிங் புரட்சியை அடக்கி, பின்பு சூடானை நிர்வகித்து வந்த இவர் இன்கேரம் என்ற கிராமத் தில் தங்கியிருந்தார். இவர் பைபிள் கற்கவும், காலனியிலிருந்த பழங்கால வீடுகளின் கூரை மீதிருந்து ஜெருசலேம் நகரின் காட்சி களைக் கண்டுகளிக்கவும் நகருக்கு வருவதுண்டு. மண்டை ஓட்டினை ஒத்திருந்த உண்மையான கோல்கோத்தா'வுக்கு (கல்வாரி குன்றில் இயேசு சிலுவையில் அறையப்பட்ட இடம்) எதிரில் இருக்கும் குன்றினை இவர் கார்டன் கல்லறையென்று நம்பினார். பிராட்டஸ் டண்டுகள் புனிதக் கல்லறைக்கு மாற்றாக இதை ஏற்றுக் கொண்டார்கள்.[7] 'மீண்டு வந்தவர்கள்' குழுவினர் மனவளர்ச்சியற்ற அல்லது மனநிலை திரிந்த பயணிகளிடம் பரிவாக நடந்து கொண்டார்கள். பெர்த்தாஸ்போர்டு தன் நினைவுக் குறிப்புகளில் இவ்வாறு குறிப்பிட்டுள்ளார்: 'மனநிலை திரிந்தவர்கள் அல்லாவின் தோட்டத்தின் எளியவர்கள்.' ஜெருசலேம் பலவகையான மனநலம் குன்றியவர்களையும் கவர்ந்துள்ளது. சில சக அமெரிக்கர்கள் கி.மு ஒன்பதாம் நூற்றாண்டின் ஹீப்ரு இறைத் தூதரான எலிஷா'வாகத் தங்களைக் கருதிக்கொண்டார்கள். சில புராட்டஸ்டண்டுகள் தங்களைப் புனிதர் ஜான் என்றும் கூறிக்கொண்டார்கள். இவ்வாறு பல இறைத் தூதர்கள் ஜெருசலேம் நகரில் வலம் வந்து கொண்டிருந் தார்கள். தன்னை எலிஷாவாகக் கருதிக்கொண்ட ஒருவர் ஹோரோஷியா ஸபோர்டை ஒரு பாறையினால் தாக்கிக் கொல்ல முயன்றார். டெக்ஸாசைச் சேர்ந்த டைட்டஸ் என்ற பெயருள்ள அவர் தன்னை உலகை வென்றவராகக் கருதிக்கொண்டு பெண் களிடம் அத்துமீறி நடந்துகொண்டார். 1,44,000 பேர்கள் தங்கக் கூடிய வகையில் ஒரு மாளிகையைக் கட்ட ஒரு டச்சு சீமாட்டி வடிவமைப்பு ஒன்றினைத் தயார் செய்தார். ஜெருசலேமிலுள்ள அமெரிக்கர்கள் அனைவரும் எபிரேய சமயப்பற்றுடைய கிறித்து

வர்கள் அல்ல. அமெரிக்க தலைமைத்தூதர் மெர்ரில் 'மீண்டு வந்தவர்கள்' இயக்கத்தினரை வெறுத்தது போலவே யூதர்களையும் வெறுத்தார். யூதர்களைப் பணத்தாசை கொண்ட கொடியவர்களென்றும்; வலுவற்ற ஒரு இனத்தைச் சேர்ந்த இவர்களை இராணுவ வீரர்களாகவோ, காலனிவாசிகளாகவோ, குடிமக்களாகவோ மாற்ற முடியாதென்றும் மெர்ரில் கூறிவந்தார்.

'மீண்டு வந்தவர்கள், குழுவினர் தங்கள் அறச்செயல்களால் அமெரிக்க காலனியிலுள்ள அனைத்து மதத்தினரின் நட்பையும் பெற்றிருந்தார்கள். ஜெருசலேம் வரும் புகழ்பெற்ற ஆட்சி முதல்வர்களும், எழுத்தாளர்களும், பயணிகளும் முதன்முதலாக இவர்களை சந்தித்தார்கள். செல்மா லாகர்லோவ் என்னும் ஸ்வீடன் நாட்டைச் சேர்ந்த எழுத்தாளர் ஸபோர்டு உடன் தங்கியிருந்தார். ஜெருசலேம் என்னும் இவரது நாவல் நோபல் பரிசு பெற்றது. பேரோன் பிளாட்டோவோன் உஸ்டினோவா (நடிகர் பீட்டரின் பாட்டனார்) ஜாபாவில் ஒரு ஹோட்டலை நடத்திவந்தார். இவர் தன் விருந்தினர்கள் அமெரிக்க காலனியில் தங்க விரும்பினால் அமெரிக்க காலனியை ஒரு ஹோட்டலாக மாற்றமுடியுமென்று தெரிவித்தார்.[8] மேற்கத்தியர்கள் ஜெருசலேமை மாற்றியிருந்தபோதிலும் இந்த நூற்றாண்டின் இறுதியில் ரஷ்யாவின் ஆதிக்கமே மேலாங்கியிருந்தது. ரஷ்யப் பழமைப் பற்றுடைய விவசாயிகளும், துன்புறுத்தலுக்கு உள்ளான யூதர்களும் ஜெருசலேமை நோக்கிச் சென்றார்கள். இவர்கள் இருதரப்பினரும் ஓடிசாவிலிருந்து ஒரே கப்பலில் பயணித்தார்கள்.

குறிப்புகள்:

1. 'ஹசிடிம்' என்ற ஹீப்ரு வார்த்தைக்கு இறையுணர்வுடையவர்கள் என்பது பொருளாகும். இவர்கள் ஜெருசலேமில் அதிக அளவில் இருந்தார்கள். 17ஆம் நூற்றாண்டு இறைமை இணைவுப் பண்பிற்கு ஏற்ப கறுப்பு அங்கியை அணிந்திருந்தார்கள். 1740ஆம் ஆண்டு உக்ரைனைச் சேர்ந்த இஸ்ரேல் பென் இலிஜர் என்பவர் 'பால் ஷெம்டோவ்' என்ற பெயரில் ஒரு மக்கள் இயக்கத்தைத் தோற்றுவித்தார். இவர் யூத வேதங்களுக்கு மாறாக தன்னிலையிழந்த வெறியாட்டு நிலையில் (மெய் மறந்த நிலையில்) ஆடிப்பாடும் வழிபாட்டு முறை கடவுளுக்கு அருகில் கொண்டு செல்லுமென்று தெரிவித்தார். ஆனால் வில்னாகேவோன் இதை எதிர்த்து மரபு வழியிலான யூத வேத நூல்களின்படி வழிபடுவதே சிறந்ததென வாதிட்டார். வில்னா'வின் வழிபாட்டு முறை நாட்டுப்புற மூடநம்பிக்கை சார்ந்ததென இவர் தெரிவித்தார். சூபி முஸ்லிம்களுக்கும் முஸ்லிம் பழமைவாதிகளுக்குமிடையே இருந்த வேறுபாடுகளைப் போல் இவர்களுடைய வேறுபாடுகள் இருந்ததாக சவூதி வகாப்பிகள் கூறுகிறார்கள்.

2. 1760ஆம் ஆண்டிலிருந்து காலிடிகள் ஒரு நூலகத்தைத் தோற்றுவித்து பாதுகாத்து வந்தார்கள். இந்த நூலகத்தில் 5000 இஸ்லாம் சார்ந்த நூல்களும் 120 கையெழுத்துப் பிரதிகளும் இருந்தன. 1899ஆம் ஆண்டு ராஹிப் காலிடி தான் சேகரித்து வைத்திருந்த நூல்களையும் அவருடைய உடன் பிறந்தாரின் மகனின் நூல்களையும் சேகரித்து சில்சிலா தெருவிலுள்ள மாம்லுக் பர்கா கான் கல்லறைக்கு அருகில் ஒரு நூலகத்தைத் தோற்றுவித்தார்.

3. பாலஸ்தீன ஆய்வு நிதிக் குழுமத்தின் அகழ்வாராய்ச்சியாளர்களான கேப்டன் சார்லஸ் வில்சனும் கோண்டெரு’ம் இளவரசருக்கு ஜெருசலேம் நகரைச் சுற்றி காட்டினார்கள். இளவரசர் செபார்டிக் விடுதலைத் திருநாள் விருந்திலும் கலந்துகொண்டார். யூதக்குடும்பங்களின் ஒருங்கிணைந்த கூட்டுறவு இளவரசரைக் கவர்ந்தது. பச்சை குத்திக்கொள்வதில் இவர்கள் ஆர்வம் காட்டினார்கள். தன் தந்தை வேல்ஸ் இளவரசருக்கு பச்சை குத்தியவரே தனக்கும் பச்சை குத்தியதாக இளவரசர் ஜார்ஜ் தெரிவித்தார்.

4. கூக்’கின் அலுவலக வாயிலில் இருந்த அடையாளப் பலகையில் இவ்வாறு எழுதப்பட்டிருந்தது. தாமஸ் கூக் சன்ஸ். பாலஸ்தீனத்திலேயே எங்களிடம் மொழிபெயர்ப்பாளர்களும் வழிகாட்டிகளும் கோவேறு கழுதை ஓட்டிகளும், நான்கு சக்கர வண்டிகளும், குதிரை தளவாட சாமான்களும் அதிக அளவில் உள்ளன. கிராண்ட் நியு ஹோட்டல் ரோமானிய எச்சங்களைக் கொண்டிருந்தது. இரண்டாவது சுவரின் ஒரு பகுதியிலுள்ள ஓடுகளில் பத்தாவது படையணிப் பிரிவின் சின்னம் பொறிக்கப்பட்டிருந்தது. அகஸ்டஸ் காலத்தில் நிர்மாணிக்கப்பட்ட ஒரு தூண் பல ஆண்டுகளாக ஒரு விளக்குத்தூணின் அடிப்பாகமாகப் பயன்படுத்தப்பட்டது.

5. ஜெர்மானிய கட்டடக் கலைஞர் கான்ராட் மிகவும் புகழ்பெற்ற கட்டடக் கலை நிபுணராயிருந்தார். இவரது கட்டடங்கள் விசாலமாக இருந்தன. தபோர் வீடு எனப்படும் இவரது வீடும், துணைத் திருக்கோயிலும் ஜெர்மானிய, அரேபிய, கிரேக்க ரோமானிய பாணிகளின் கூறுகளைக் கொண்டிருந்தன.

6. ஜெருசலேம் நகரின் வணிக வளத்தால் ஹீசைனி குடும்பங்களும், புதிய நஸ்காஸ்ஹிபி குடும்பத்தவர்களும் முன்பை விட செல்வச் செழிப்புடையவர்களாக விளங்கினார்கள். ஹீசைனி குடும்பத்தவரில் ஒருவர் ரயில்வேக்கு தண்டவாளத்திற்கடியில் பொருந்தும் கட்டைகளை வழங்கினார். 1858ஆம் ஆண்டின் துருக்கி நிலச்சீர்திருத்தச் சட்டம் அறக்கட்டளை (வக்ப்) நிலங்களைத் தனியுடைமையாக்கியது. இது பல குடும்பங்களைத் தானிய வணிகர்களாகவும் பெரும் நிலக்கிழார்களாகவும் மாற்றியது. இதனால் அரேபிய விவசாயிகளும் உழவர்களும் பாதிக்கப்பட்டார்கள். இவர்கள் நிலக்கிழார்களின் தயவில் வாழ வேண்டியிருந்தது. எனவே கடைசி ஹமீதியன் ஆளுநராயிருந்த ராப்பாஷா இந்தக் குடும்பங்களை ஒட்டுண்ணிகள் என்று அழைத்தார்.

7. இவர் ஜெருசலேமிலிருந்த போது சூடானில் மக்தி கலவரம் ஏற்பட்டதால் கார்டோன் சூடானுக்குத் திரும்ப அழைக்கப்பட்டார். இங்கு இவர் முற்றுகையிடப்பட்டு கார்டோமில் கொல்லப்பட்டார். இவர் கொல்லப்

பட்ட நேரத்திலும் பைபிளைத் தன் கையில் வைத்திருந்தார். கார்டோன் கல்லறை மட்டும் காலனியின் அகழ்வாராய்ச்சி சார்ந்த சாதனையல்ல. லண்டன் யூதர்கள் சங்கத்தால் மதமாற்றம் செய்யப்பட்ட யூதர் ஒருவரின் மகனான ஜாக்கோப் இலியாத் என்பவர் காலனிக்கு இடம் பெயர்ந்தார். இவர்தான் சிலோம் சுரங்கப்பாதையில் பணியாட்கள் விட்டுச் சென்ற கல்வெட்டைக் கண்டுபிடித்தார்.

8. 1904இல் காலனியை தோற்றுவித்தவரின் மகளான பெர்த்தஸ்போர்டு, பிரெடெரிக் வெஸ்டர் என்னும் சக காலனிவாசி ஒருவரை மணந்து கொண்டார். இவர்களது வாரிசுகள் இன்று இந்த ஹோட்டலின் உரிமையாளர்களாக இருக்கிறார்கள்.

41

ரஷ்யர்கள்
1880-98

பெரும்கோமகன் செர்ஜி, பெரும்கோமகள் எல்லா

ரஷ்ய விவசாயிகளும், பெரும்பாலான பெண்களும் அவர்களுடைய கிராமங்களிலிருந்து நடைப்பயணமாக தெற்கு நோக்கி ஓடிசாவுக்குச் சென்று அங்கிருந்து யூத தாயகத்துக்குப் போனார்கள். இவர்கள் கனமான மேல்கோட்டுகளையும் சுருள் மடிப்புவைத்து தைத்த மேல்சட்டைகளையும், ஆட்டுத் தோலாலான தலைக்குல்லாய் களையும் அணிந்திருந்தார்கள். பெண்கள் நான்கு அல்லது ஐந்து பாவாடைகளையும் சாம்பல் நிறப் போர்வைகளையும் ஒரு கட்டாகக் கட்டி தங்கள் தலைமீது சுமந்து வந்தார்கள். இவர்களுடன் ஸ்டீபன் கிரஹாம் என்ற ஆங்கிலேயப் பத்திரிக்கையாளரும் ரஷ்ய விவசாயியைப் போல் தாடியுடனும் மேலங்கியுடனும் மாறுவேடத்தில் பயணம் செய்தார். இவர்கள் ஜெருசலேமை அடைந்தவுடன் இவர்களது வாழ்க்கையின் முக்கிய பணிகள் அனைத்தும் முடிவடைந்து விடுவதாக ஸ்டீபன் கிரஹாம் தெரிவிக்கிறார்.

பிராட்டஸ்டன்டுகளைப் போல் ஒரு குறிப்பிட்ட வகையில் இறக்கவே ஜெருசலேம் செல்லும் விவசாயிகள் விரும்புகிறார்கள். இவர்கள் மோசமான அழுக்கடைந்த இருண்ட கப்பல்களில் பயணம் செய்தார்கள். புயல்காற்றின் போது பாய்மரம் உடைந்து விவசாயிகள் ஒருவர் மீதொருவர் புரளவோ, ஒருவரையொருவர் இறுக்கிப் பிடித்துக்

கொள்ளவோ நேர்ந்தது. கப்பலின் துர்நாற்றம் நெருப்பைப் போல் சுட்டது. ஜெருசலேமை அடைந்தவுடன் ராட்சத உருவமுடைய ஒரு மாண்ட்டி நீக்ரோ வழிகாட்டி இவர்களை வரவேற்று, செப்புக்காசுகளுக்காக உரத்தகுரலில் பிச்சையேற்பவர்கள் நிரம்பிய ஜெருசலேமின் தெருக்கள் வழியாக ரஷ்யப்பகுதிக்கு அழைத்துச் சென்றார். இங்கு நெருக்கமான கூட்டம் நிறைந்த அறைகளில் தங்க நேர்ந்தது. மூன்று பென்ஸ் நாணயங்கள் கொடுத்து துறவியர் மட உணவுக்கூடத்தில் காஷா என்னும் உணவையும் முட்டைக்கோஸ் சூப்பையும் 'க்வாக்' எனப்படும் பீரையும் அருந்தினார்கள். இவர்களது பயணத்தின் போது பல வதந்திகள் பரப்பப்பட்டன.

ஜெருசலேமிலிருக்கும் மர்மமான பயணியொருவர் பொன் வாயிலிலும் ஹெராடின் சுவருக்கருகிலும் இயேசுவை நேரில் பார்த்ததாகவும் ஒரு வதந்தி பரவியது. இவர்கள் இயேசுவின் கல்லறையில் ஒரு இரவைக் கழித்தார்கள். புனிதத் தீயைப் பெற்றுக்கொண்டு அதைத் தங்கள் தலைக்குல்லாய்களில் அணைத்தார்கள். பணவசதி படைத்த சுற்றுலாப் பயணிகளுக்கு ஜெருசலேம் மகிழ்ச்சியூட்டும் இடமாக இருப்பதும், இங்குள்ள அழுக்கடைந்த நிலையிலுள்ள தேவாலயமும் இவர்களுக்கு அதிர்ச்சியளித்தது. நாம் ஜெருசலேமைப் பார்க்காமல் மறைநூல்கள் நம்மைப் பார்க்க அனுமதிக்கும் போது தான் இயேசுவைப் பார்க்க முடியுமென்று ஆறுதலடைந்தார்கள். இவர்களது புனித ரஷ்யாவே மாறிக்கொண்டிருந்தது.

இரண்டாம் அலெக்ஸாண்டர் 1861ஆம் ஆண்டு செர்பியர்களுக்கு விடுதலையளித்தார். குழப்பவாதிகளும் சமதர்ம தீவிரவாதிகளும் அலெக்ஸாண்டரைக் கொல்ல நினைத்தனர். ஒருமுறை பேரரசர் மீது கொலைமுயற்சி மேற்கொள்ளப்பட்ட நேரத்தில் அவரே தன் கைத்துப்பாக்கியால் எதிரிகளை சுட்டுக்கொன்றார். இரண்டாம் அலெக்ஸாண்டர் 1881ஆம் ஆண்டு செயின்ட்பீட்டர்ஸ் பர்க்கில் கொலை செய்யப்பட்டார். சமூக மாற்றத்தை விரும்பும் தீவிரவாதிகள் குண்டு வீசியதில் இவருடைய கால்கள் சிதறின. தீவிரவாதிகள் குழுவில் ஒரு யூதப்பெண் இருந்ததால் யூதர்கள்தான் இந்தக் கொலைக்குக் காரணமென்ற வதந்தி பரவியது. ஆனால் கொலையாளிகளில் ஒருவரும் யூதரல்ல. ரஷ்யா முழுவதிலும் யூதர்கள் மீது அரசு ஆதரவுடன் வன்முறை கட்டவிழ்த்து விடப்பட்டது.

இந்தப் படுகொலைகளைக் குறிப்பிடப் பயன்படுத்தப்பட்ட 'குரோமிட்' என்னும் அழித்தல் என்று பொருள் தரும் ரஷ்ய வார்த்தைக்குப் பதிலாக 'போக்ராம்' என்னும் புதிய வார்த்தையை மேற்கத்தியர்கள் கண்டுபிடித்தனர். பழமைவிரும்பியான புதிய பேரரசர்

மூன்றாம் அலெக்ஸாண்டர் யூதர்களை சமூகத்தின் புற்று நோய் என்று குறிப்பிட்டார். நேர்மையான பழமைப்பற்றாளர்களால் யூதர்கள் துன்புறுத்தப்படுவதற்கு யூதர்களே காரணமென்று இவர் அறிவித்தார். 1882ஆம் ஆண்டில் இவர் இயற்றிய சட்டங்கள் செமித்துவ இனவிரோதத்தை அரசியல் கொள்கையாக்கின.[1]

புனித ரஷ்யா எதேச்சதிகாரத்தாலும், பழமைக் கொள்கையாலும் காப்பாற்றப்படுமென்றும் மூன்றாம் அலெக்ஸாண்டர் கருதினார். இதனால் ஜெருசலேமிற்குப் புனிதப்பயணம் செல்வது ஊக்குவிக்கப்பட்டது. பழமைக்கொள்கையை வலுப்படுத்த இவர் தன் சகோதரர் பெருங்கோமகன் செர்ஜி அலெக்ஸாண்ட்ரோவிச்சை பேரரசின் பாலஸ்தீன சமூகத்திற்குத் தலைவராக நியமித்தார்.

1888ஆம் ஆண்டு செப்டம்பர் இருபத்தியெட்டாம் நாள் செர்ஜி, 23வயது நிரம்பிய அவரது மனைவியும், அரசி விக்டோரியாவின் பேத்தியுமான அழகி எல்லா'வும் ஆலிவ்மலையில் மேரி மாக்டாலினி தேவாலயத்தை தோற்றுவித்தார்கள். இது வெள்ளை சுண்ணாம்புக் கல்லால் கட்டப்பட்டு வெங்காய வடிவிலுள்ள ஒளிவீசும் ஏழு பொன்னாலான கவிகை மாடங்களைக் கொண்டிருந்தது. இதைக் கண்டு இருவருமே நெகிழ்ந்து போனார்கள்.

"புனிதக்கல்லறையில் நுழையும்போது ஏற்படும் உணர்ச்சியைக் கற்பனை செய்துகொள்ள முடியாது. இங்கு எனக்கு ஆழ்ந்த மகிழ்ச்சியேற்பட்ட போதும் என்னுடைய எண்ணங்கள் உன்னையே சார்ந்திருந்தன." இவ்வாறு எல்லா தன் பாட்டி அரசி விக்டோரியாவுக்கு எழுதினார்.

எல்லா, ஒரு பிராட்டடஸ்டண்டு ஹெஸ்ஸி டார்மஸ்டட் இளவரசியாகப் பிறந்தபோதிலும் பழஞ்சமயத்திற்கு மாறினார். இளம் வயதிலிருந்து இவர் நேசித்து வந்த புனித இடங்களைப் பார்ப்பதில் மகிழ்ச்சியடைவதாக எல்லா தெரிவிக்கிறார்.

செர்ஜியும் பேரரசரும் மாக்டாலினி தேவாலய வடிவமைப்பில் தனிக்கவனம் செலுத்தினார்கள். ஓவிய வேலைப்பாடுகள் எல்லா'வின் மேற்பார்வையில் நடந்தன. ரஷ்ய பாணியிலிருந்த தேவாலயத்தின் அழகும் எதிரில் அமைந்திருந்த பொன்வாயிலின் பின்னணியும் எல்லாவை வியப்படையச் செய்தன. இங்கு தன் உடல் அடக்கம் செய்யப்படவேண்டுமென்று எல்லா விரும்பினார். நமக்காக இயேசு துன்பப்பட்ட இந்த இடங்களைப் பார்ப்பது ஒரு கனவைப் போலிருப்பதாகவும், இங்கு வழிபடும்போது விவரிக்க இயலாத ஆறுதல் ஏற்படுவதாகவும் எல்லா தன் பாட்டி விக்டோரியாவுக்குத் தெரிவித்தார்.

முப்பத்தியோரு வயது நிரம்பிய செர்ஜி கண்டிப்பு மிகுந்த படைத்தலைவராகவும் கொடுங்கோலராகவுமிருந்தார். பழமைக் கொள்கைக்கும், எதேச்சதிகாரக் கொள்கைக்கும் எதிராக இருந்தது இவருடைய ரகசிய உல்லாச வாழ்க்கை. எல்லாவுடன் நடந்த இவரது திருமணம் ஐரோப்பிய அரச வம்சத்தில் இவரை மையமானவராக ஆக்கியது. எல்லாவின் சகோதரி அலெக்ஸாண்ட்ரா பின்னாள் ஜார்ஜ் இரண்டாம் நிக்கோலஸைத் திருமணம் செய்து கொள்ளப் போகிறார். பேரரசு, கடவுள், அகழ்வாராய்ச்சி ஆகியவற்றில் செர்ஜிக்கு இருந்த ஆர்வம், கல்லறை தேவாலயத்தை அடுத்திருந்த புனிதர் அலெக்ஸாண்டர் நெவ்ஸ்கி தேவாலயம் சார்ந்த புதிய ஆர்வத்தில் ஒன்றிப்போனது. இந்த இடத்தை இவர் விலைக்கு வாங்கி செர்ஜியும் அவரது கட்டுமானப் பணியாளர்களும் தேவாலயத்தைக் கட்டியபோது ஹாட்ரியன் கோயிலையும், கான்ஸ்டான்டைன் நெடுமாடக்கோயிலையும் கண்டுபிடித்தார்கள். ரஷ்யப் பகுதியிலுள்ள செர்ஜியின் வீடு கோபுரங்களுடன் கூடிய ஒரு விடுதியாக ரஷ்ய உயர்குடி வகுப்பினருக்காகக் கட்டப்பட்டது.[2] செர்ஜி – எல்லா இவர்களின் வாழ்க்கை துன்பம் நிறைந்ததாகவே இருந்தது. இவர்களுடைய செமித்துவ இன எதிர்ப்பு ரஷ்ய யூதர்களை ஜெருசலேமிற்கு ஓடவைத்தது.

பெரும்கோமகன் செர்ஜி: ரஷ்ய யூதர்களும் படுகொலைகளும்

1819ஆம் ஆண்டு மூன்றாம் அலெக்ஸாண்டர், செர்ஜியை மாஸ்கோவின் கவர்னர் ஜெனரலாக நியமித்தார். எகிப்திலிருந்து கிறித்துவர்கள் விடுதலை பெற்றதைக் கொண்டாடும் திருவிழாவின் முதல் இரவன்று, நடு இரவில் கசாக்குகள் என்னும் காவலர்களின் உதவியுடன் 20000 யூதர்களை நகரிலிருந்து வெளியேற்றினார் செர்ஜி. எதிர்காலத்தில் இந்த நிகழ்ச்சியை வைத்து எங்களை மதிப்பிடுவார்களென்று எல்லா எழுதினார். ஆனால் இதற்காக வெட்கப்பட வேண்டியதில்லையென்றும், இது நம்முடைய பாதுகாப்புக்கான செயலாகுமென்றும், இதற்காகத் தான் வெட்கப்படவில்லை என்றும் செர்ஜி தெரிவித்தார்.[3]

ஜெருசலேமைப் போற்றி வழிபடும் வகையில் அறுபத்து லட்சம் யூதர்கள் தங்கள் வீட்டின் கிழக்குப்புற சுவர்களை வணங்கி வழிபட்டார்கள். செர்ஜி நிகழ்த்திய படுகொலைகளால் யூதர்கள் புரட்சிப் பாதை, சமதர்மப் பாதை, தப்பித்துச் செல்லுதல் ஆகிய மூன்று

வழிகளில் ஒன்றைத் தேர்ந்தெடுக்க வேண்டியிருந்தது. இது மிகப் பெரிய வெளியேற்றம் என்பதால் முதல் அலியா எனப்பட்டது. அலியா என்ற சொல்லுக்கு உயரமான புனிதமலை, ஜெருசலேமிற்குச் செல்வது என்பது பொருளாகும். 1888, 1914 ஆகிய ஆண்டுகளில் இருபது லட்சம் யூதர்கள் ரஷ்யாவை விட்டு வெளியேறினார்கள். இதில் 85 விழுக்காடு யூதர்கள் வாக்களிக்கப்பட்ட பூமிக்குச் செல்லாமல் பொன்விளையும் பூமியான அமெரிக்காவுக்குச் சென்றார்கள். 1890ஆம் ஆண்டு ரஷ்ய யூதர்களின் குடியேற்றத்தால் ஜெருசலேம் நகரம் மாறத் தொடங்கியது. 40,000 ஜெருசலேம் வாசிகளில் 25,000 யூதர்கள் இருந்தார்கள். 1882ஆம் ஆண்டு சுல்தான் யூதர்களின் குடியேற்றத்தைத் தடைசெய்தார்.

1889ஆம் ஆண்டு யூதர்கள் மூன்று மாதங்களுக்கு மேல் பாலஸ்தீனத்தில் தங்கியிருக்கக் கூடாதென்ற ஆணையைப் பிறப் பித்தார். ஆனால் இந்த ஆணை கடுமையாக அமுல்படுத்தப்பட வில்லை. யூசுப் காலிடி தலைமையில் அரேபிய குடும்பங்கள் யூதர் களின் குடியேற்றத்தைத் தடுத்து நிறுத்த இஸ்தான்புல்லிற்கு மனு கொடுத்தார்கள். ஆனால் தொடர்ந்து யூதர்களின் குடியேற்றம் நிகழ்ந்தது. பைபிளை எழுதியவர்களின் ஜெருசலேம் பற்றிய விவரிப் புகள் நகரின் வரலாற்றை உலகம் தழுவியதாக மாற்றியிருந்தது. ஆனால் ஜெருசலேமின் விதி பாபிலோன், சூசா, ரோம், மெக்கா, இஸ்தான்புல், லண்டன், பீட்டர்ஸ்பெர்க் போன்ற வெளிநாடு களிலேயே முடிவு செய்யப்பட்டது. 1896ஆம் ஆண்டு ஆஸ்திரிய பத்திரிகையாளர் ஒருவர் இருபதாம் நூற்றாண்டு ஜெருசலேமை விவரிக்கும் வகையில் 'யூத நாடு' என்ற நூலை வெளியிட்டார்.

குறிப்புகள்

1. 'செமித்துவ இன எதிர்ப்பு' என்னும் இந்த வார்த்தை வில்கெல்ம் மார் என்ற ஜெர்மன் பத்திரிகையாளரால் 'ஜெர்மனியத்தின் மீது யூதத்துவத்தின் வெற்றி' (The victory of Judaism over Germandom) என்ற நூலில் உருவாக்கப் பட்டது.

2. 'செர்ஜியின் வீடு' செர்ஜிக்கு சொந்தமானதாயிருந்தது. 2005ஆம் ஆண்டு இஸ்ரேலுக்குச் சென்ற ஜனாதிபதி புதின் இந்த வீட்டை மிகவும் பாராட்டினார். இந்த வீட்டைப் பார்த்து உணர்ச்சி வயப்பட்ட புதின் அழுதுவிட்டார். எனவே 2008ஆம் ஆண்டு இந்த விடுதியை இஸ்ரேல் ரஷ்யாவிடம் ஒப்படைத்தது.

3. 1894ஆம் ஆண்டு மூன்றாம் அலெக்ஸாண்டர் இறந்தார். இவரைத் தொடர்ந்து அனுபவமும் திறமையுமற்றவராகவும் இருந்த இவரது மகன்

இரண்டாம் நிக்கோலஸ் ஆட்சிக்கு வந்தார். இவர் தன் தந்தையின் எதேச் சதிக்காரக் கொள்கையையே கடைபிடித்தார். இவரது மாமன் செர்ஜியை இவர் நம்பினார். கவர்னர் ஜெனரல் என்ற முறையில் மாஸ்கோவில் நடந்த முடிசூட்டு விழாவிற்கு செர்ஜி பொறுப்பேற்று நடத்தினார். முடி சூட்டு விழாவின்போது ஆயிரக்கணக்கான விவசாயிகள் கூட்ட நெரிசலில் இறந்து போனார்கள். இந்த சோக நிகழ்வுக்குப் பொறுப்பேற்காமல் தொடர்ந்து விழாவினை நடத்துமாறு செர்ஜி, நிக்கோலாஸுக்கு அறிவுரை வழங்கினார்.

★

பகுதி ஒன்பது
யூத தாயக இயக்கம்

ஓ ஜெருசலேம்! இது வரை அனைத்துப் பொழுதிலும் இருந்த ஒரே மனிதரான, அன்புக்கு உகந்த, நாசரேத்தின் கனவாளி, வெறுப்பினை அதிகப்படுத்தியதைத் தவிர வேறெதையும் செய்யவில்லை.

தியோடர் ஹெர்ஸ்லத், குறிப்பேடு

உலகின் வேறெந்தப் பகுதியும் கண்டிராத படுகொலை, கற்பழிப்பு, மற்றும் கொள்ளை ஆகியவற்றைக் கண்டிருந்த வெப்பப்பாறைகளின் மீது யாவேவின் சின முகம் பொறிந்தது.

ஆர்தர் கோஸ்லெர்

பூமிக்கு ஆன்மா என்று ஒன்று இருந்தால், இஸ்ரேல் நிலப்பகுதியின் ஆன்மா ஜெருசலேமாக இருக்கும்!

டேவிட் பென்குரியன் - நேர்காணல்

மனிதகுலத்திற்கேற்றதாக ஏதென்ஸ் மற்றும் ஜெருசலேம் நகரங்களைத் தவிர வேறெந்த நகரங்களும் ஏற்புடையதாக இல்லை.

வின்ஸ்டன் சர்சில், இரண்டாம் உலகப்போர், பகுதி 6 - வெற்றியும், சோகமும்.

ஜெருசலேம் வாசியாக இருப்பது எளிதல்ல. அதன் மகிழ்ச்சிக்கு இணையாக முள் பாதையொன்றும் தொடார்ந்தவாறிருக்கும். பழமை நகரத்தினுள், மேன்மை மிக்கவரும் சிறியவரே. போப்களும், குலத்தலைவர்களும், அரசர்களும், தங்களது கிரீடங்களை இங்கு அணிவதில்லை. மன்னாதி மன்னர்களின் நகரம் அது. இந்த மண்ணுலகில் அரசர்களும் பிரபுக்களும் எஜமானர்கள் அல்ல. எந்தவொரு மனிதனும் ஜெருசலேமை கைக்கொள்ள இயலாது.

ஜான் ட்லீல், 'நானே ஜெருசலேம்'
ஜெருசலேம் காலாண்டு வெளியீடு.

இஸ்ரேலுடைய வெறுப்பின் பாரத்தை யூதரல்லாதவரே சுமக்க வேண்டும். ஏனெனில் வெற்றியினை ஜெருசலேமிற்கு மீண்டும் அவன் கொண்டு வருவதில்லை.

ரூட்யார்ட் கிப்லிங்க், 'ஜெருசலேமின் தெய்வமொழி'

42

கெய்ஸர்
1898-1905

ஹெர்சல்

தியோடர் ஹெர்சல் வியன்னாவிலிருந்த அசாதாரண அழகுடைய ஓர் இலக்கிய விமர்சகர். இவரது கண்கள் வாதுமை வடிவிலும் இமைகள் கறுத்துத் தடித்தும் இருந்தன. இவரது தோற்றம் ஓர் அசீரியப் பேரரசரைப் போலிருந்தது. மகிழ்ச்சியான மணவாழ்க்கையில் இவர் மூன்று குழந்தைகளுக்குத் தந்தையாயிருந்தார். இவர் யூத இனம் என்னும் கருத்துருவில் ஒன்றிப்போயிருந்தார். சிறகுகள் போன்ற கழுத்துப்பட்டையையும் நீண்ட மேல்சட்டையையும் அணிந்திருந்தார். இவர் சாதாரண மக்களைப் போன்றவரல்ல. அலங்கோலமாக ஆடையணிந்து வளைந்த சுருள் முடியைக் கொண்ட யூதர்களுக்குக் கொஞ்சமும் சம்பந்தமில்லாதவர். வழக்கறிஞர் பயிற்சி பெற்றிருந்த இவர் ஹீப்ரு மொழியையோ யூதர்களின் செர்மானியக் கலப்பு மொழியான இட்டிஷ் மொழியையோ பேசுவதில்லை. வீட்டில் கிறிஸ்துமஸ் மரங்களையும் நடுவதில்லை. தன் மகனுக்குச் சுன்னத் சடங்கு செய்வது குறித்தும் இவர் கவலைப்படவில்லை.

ஆனால் 1881ஆம் ஆண்டு நிகழ்ந்த ருசிய யூதப்படுகொலை இவரை அதிர்ச்சிக்குள்ளாக்கியது. கீழ்த்தர மந்தை மனோபாவம் கொண்ட மக்களை யூதர்களுக்கெதிராகத் தட்டியெழுப்பிய கார்ல் லூகெர் 1895ஆம் ஆண்டு வியன்னாவின் மேயராகத் தேர்ந்தெடுக்கப்

பட்டது குறித்து, 'யூதர்கள் நம்பிக்கையிழந்த நிலையிலிருப்பதாக' ஹெர்சல் எழுதினார். இதே ஆண்டில், பாரீஸில் நிரபராதியான யூத இராணுவ அதிகாரி ஒருவர் ஜெர்மனியின் ஒற்றர் என குற்றம் சாட்டப்பட்ட விவகாரத்தில் இவர் கவனம் செலுத்தி வந்தார். எந்த நாடு யூதர்களுக்கு சுதந்திரமளித்ததோ அந்த நாட்டு மக்கள் கூட்டம், 'யூதர்களைக் கொல்' என்று குரலெழுப்பியது. எனவே ஒன்றி யிருக்கும் கொள்கை வெற்றி பெறவில்லையென்பதையும், இது யூதர் களுக்கெதிரான எதிர்ப்பைத் தீவிரப்படுத்தியிருப்பதாகவும் கருதினார். எனவே யூதப்பகைமை அல்லது செமிட்டி இனவெறுப்பு என்பது ஒருநாள் ஜெர்மனியில் சட்டபூர்வமாக்கப்படலாம் என்பதை இவர் முன்னறிவித்தார்.

யூதர்கள் தங்களுக்கென்று ஒரு தாயகமின்றி ஒருபோதும் பாதுகாப்பாக இருக்க முடியாதென்று இவர் முடிவுசெய்தார். பாதி பயனீட்டுக் கோட்பாளராகவும், பாதி கற்பனையுலகில் சஞ்சரிப் பவருமாயிருந்த இவர், ஜெர்மானிய உயர்குடி மக்களைக் கொண்ட ஒரு ஜெர்மானியக் குடியரசு அமையக் கனவு கண்டார். இந்தக் குடியரசில் யூதர்களின் வெனிஸ் ரோத்ஸ்சைல்டு குடும்பத்தின் ஒருவரைத் தலைவராகக் கொண்டு, தான் அதன் வேந்தராயிருக்க விரும்பினார். (ரோத்ஸ்சைல்டு என்பவர் ஆதியில் ஜெர்மானிய யூதர் குடும்பத்தைச் சேர்ந்தவர். இந்தக் குடும்பதைச் சேர்ந்தவர்கள் முதன்முதலாக ரோத்ஸ்சைல்டு வங்கியை நிறுவினார்கள்.)

இவரது தொலைநோக்கு ஆற்றல் சமயச் சார்பற்றதாயிருந்தது. உயர்பதவியிலுள்ளவர்கள் கண்ணைக்கவரும் ஆடைகளை அணிவார்கள். இவர்களது இராணுவக் குதிரை வீரர்கள் வெள்ளி மார்புக் கவசங்களை அணிந்திருப்பார்கள். இவரது நவீன ஜெருச லேமில் நவீன யூத குடிமக்கள் கிரிக்கெட்டும், டென்னிஸும் விளை யாடிக் கொண்டிருப்பார்கள். ஆரம்பத்தில் ரோத்ஸ்சைல்டு குடும்பத் தினர், தனி யூதநாடு என்பது பற்றி நம்பிக்கையற்றவர்களாக இருந்த தால் இந்த அணுகுமுறையை ஹெர்சல் ஏற்றுக்கொள்ளவில்லை. ஆனால் இந்தத் தொடக்கம் நாளடைவில் நடைமுறைக்கு உகந்த தாக மாறியது. 1896ஆம் ஆண்டு 'யூத அரசு' என்னும் பத்திரிகையில், 'பாலஸ்தீனம் நாங்கள் எப்பொழுதும் நினைவில் வைத்திருக்கும் எங்கள் தாய் வீடு' என்று ஹெர்சல் அறிவித்தார். 'கி.பி 166இல் சிரியா மன்னரின் கொடுங்கோன்மையிலிருந்து யூதேயாவை விடு வித்த மெக்காபிகள் மீண்டும் தோன்றுவார்கள். நாங்கள் இறுதியில் எங்கள் சொந்தமண்ணில் சுதந்திர மனிதர்களாக எங்கள் சொந்த வீடுகளில் அமைதியாக இறப்போம்.'

யூத தாயக இயக்கமென்பது புதிய ஒன்றல்ல. இந்த வார்த்தை 1890ஆம் ஆண்டு உருப்பெற்றது. தொன்மையான ஓர் உணர்வுக்கு ஹெர்சல் உருக்கொடுத்து அரசியல் கொள்கையாக வெளிப்படுத்தினார். அரசன் டேவிட் காலத்திலிருந்தே குறிப்பாக 'பாபிலோனிய வெளியேற்றம்' நிகழ்ந்த காலத்திலிருந்தே யூதர்கள் தங்கள் வாழ்க்கையை ஜெருசலேமுடன் தொடர்புபடுத்திக் கொண்டிருந்தார்கள். யூதர்கள் ஜெருசலேம் நோக்கியே வழிபட்டனர்.

ஒவ்வொரு ஆண்டும் எகிப்தியர்களிடமிருந்து இஸ்ரேலர்கள் விடுதலை பெற்றதைக் கொண்டாடும் திருவிழாவின்போது, 'புத்தாண்டை ஜெருசலேமில் கொண்டாடுவோம்' என்று யூதர்கள் சொல்லிக்கொள்வது வழக்கமாயிருந்தது. தங்கள் வீட்டின் ஒரு மூலையை அலங்கரிக்காமல் வைத்துக்கொண்டும், அவர்களது திருமணச் சடங்கில் ஒரு கண்ணாடியை உடைத்தும் வீழ்ந்த தங்கள் திருக்கோயிலை நினைவுபடுத்திக் கொண்டார்கள். ஜெருசலேமிற்குப் புனிதப்பயணம் சென்று அங்கு புதைக்கப்படுவதை விரும்பினார்கள். இயன்றபோது சிதைந்த கோயிலின் சுவர்களின் அருகில் நின்று வழிபட்டார்கள். யூதர்கள் அடக்குமுறை அட்டூழியங்களுக்கு உட்படுத்தப்பட்ட போதிலும் தொடர்ந்து ஜெருசலேமில் வசித்து வந்தார்கள். மரண தண்டனையின் பேரில் அங்கு வசிப்பது தடை செய்யப்படும் வரை அவர்கள் அங்கு வசித்தார்கள்.

ஐரோப்பாவின் புதிய தேசியக் கோட்பாடு, தேசிய உணர்வுக்கு அப்பாற்பட்டு அதிகாரபூர்வக் குடிமக்களாயிருந்த யூதர்களுக்கெதிராக இனப்பகையையைத் தோற்றுவித்தது. ஆனால் அதே நேரத்தில் இந்தத் தேசியக் கோட்பாடும், பிரெஞ்சுப் புரட்சியினால் பெற்ற விடுதலை உரிமையும் யூதர்களுக்கு உயிர்ப்பூட்டுவதாக இருந்தது. போலந்து, இத்தாலி, இங்கிலாந்து தேசியவாதிகளைப் போலவும் அமெரிக்க கிறித்துவ யூத தாயக இயக்கத்தவர்களைப் போலவும் யூதர்களும் ஜெருசலேமிற்குத் திரும்புவார்களென்று இளவரசர் போட்டம்கின், பேரரசர் நெப்போலியன், அமெரிக்க ஜனாதிபதி ஜான் ஆடம்ஸ் ஆகியோர் நம்பினார்கள்.

யூத தாயக இயக்கத்தின் முன்னோடிகளாயிருந்த மதகுருமார்கள் ஜெருசலேமிற்குத் திரும்புவதை மீட்பாளர் ஒருவர் தோன்றுவாரென்ற திருமறைச் செய்தியின் அடிப்படையில் நம்பினார்கள். பிரெஷ்யாவிலிருந்த போலந்து – ஜெர்மனி யூதகுரு சிவி ஹிர்ஸ் காலிஸ்செர் யூதர்களின் நாட்டிற்கு நிதி வழங்கவேண்டுமென்ற கோரிக்கையுடன் ரோத்ஸ்சைல்டு, மாண்டிபையர்களையும் அணுகினார். பின்பு இவர் 'ஜெருசலேமைத் தேடி' என்னும் நூலை எழுதினார். டமாஸ்

கஸ்ஸில் யூதர்கள் கிறித்துவக் குழந்தைகளைக் கொல்வதாக எழுந்த பொய்யான குற்றச்சாட்டு சம்பவத்திற்குப் பின் சரயோவோவில் இருந்த யேகுடா ஹாய் அல்செல் என்னும் யூதகுரு, இஸ்லாமிய நாடுகளிலிருக்கும் யூதர்கள் தலைவர்களைத் தேர்ந்தெடுத்து பாலஸ்தீனத்தில் நிலம் வாங்க வேண்டுமென்ற ஆலோசனையை வழங்கினார்.

1862ஆம் ஆண்டு கார்ல் மார்க்ஸ்ஸின் தோழரான மோசஸ் ஹெஸ் என்பவர் தேசியக் கோட்பாடு அல்லது நாட்டுப்பற்று ரோமிலும் ஜெருசலேமிலும் செமிட்டிக் இனத்துக்கு எதிரான இனப்பகைமையைத் தோற்றுவிக்குமென முன்னறிந்து கூறினார். பாலஸ்தீனத்தில் ஒரு சமதர்ம யூத அரசைத் தோற்றுவிக்கும் கருத்தும் இவரால் முன்வைக்கப்பட்டது. இருப்பினும் ருசிய யூதப் படுகொலையே இதை முடிவு செய்யக் கூடியதாக இருந்தது. லியோ பின்ஸ்கெர் என்னும் ஒடிச மருத்துவர் 'சுயவிடுதலை' என்ற தன் நூலில், 'நாம் மீண்டும் ஓர் உயிருள்ள நாடாக நம்மை நிலை நிறுத்திக் கொள்ளவேண்டும்' என்று எழுதினார். இவர் ருசிய யூதர்களிடையே 'ஜெருசலேமை நேசிப்பவர்கள்' என்ற புதிய இயக்கத்திற்கு உயிரூட்டி, பாலஸ்தீனத்தில் விவசாயக் குடியேற்றப் பகுதிகளை ஏற்படுத்திக்கொள்ளத் தூண்டினார்.

1878ஆம் ஆண்டு பாலஸ்தீன யூதர்கள் கடற்கரைப் பகுதியில் 'பேட்டா டிக்வா' எனப்படும் நம்பிக்கை வாயிலை ஏற்படுத்தினார்கள். தற்போது ரோத்ஸ்சைல்டு குடும்பத்தைச் சேர்ந்த பிரெஞ்சு பேரன் எட்மண்ட் ருசிய குடியேறிகளுக்காக ஜெருசலேமில் முதன் முதலாக விவசாயக் கிராமங்களை ஏற்படுத்த நிதியுதவி செய்தார். இவர் 66 லட்சம் டாலர்களை இதற்காக அன்பளிப்பாக வழங்கினார். மாண்ட்டிபையரைப் போலவே இவரும் ஜெருசலேமிலுள்ள சுவரினை விலைக்கு வாங்க முயன்றார். 1887ஆம் ஆண்டு இதற்காக மப்டி முஸ்தபா அல் ஹீசைனிடம் பேச்சுவார்த்தை நடத்தினார்; பேச்சுவார்த்தை வெற்றி பெறவில்லை. ரோத்ஸ்சைல்டு மீண்டும் 1897ஆம் ஆண்டு இந்த முயற்சியை மேற்கொண்டபோது ஹுசைனி அல் ஹாரம் இதைத் தடுத்துவிட்டார்.

ஹெர்சல் எழுதிய நூலுக்கு முன்பே முதல் அலையாக 25,000 யூதர்கள் பாலஸ்தீனத்தில் குடியேறத் தொடங்கினார்கள். இவ்வாறு குடியேறியவர்களில் பெரும்பாலானவர்கள் ருசியாவிலிருந்து வந்தவர்கள். 1870ஆம் ஆண்டு ஜெருசலேம் பெர்ஷியர்களையும் கவர்ந்தது. ஏமன் நாட்டவர்களும் 1880ஆம் ஆண்டில் இங்கு குடியேறத் தொடங்கினார்கள். இவர்கள் தங்கள் இனத்தவர்களுடன்

ஒன்று சேர்ந்திருந்தனர். பொக்கராவிலிருந்து வந்த யூதர்களில் அணி கலன்கள் வணிகத்தில் புகழ்பெற்றிருந்த மொவ்சாய்ப் குடும்பம் குறிப்பிடத்தகுந்தது. இந்தக் குடும்பம் செங்கிஸ்கானுக்கு வைரங் களைப் பட்டை தீட்டிக்கொடுத்து புகழ்பெற்றிருந்தது. இவர்கள் பொக்கரான் குடியேற்றப் பகுதியைத் தனியாகக் கம்பிவலை அடைப்புக்குள் ஏற்படுத்திக்கொண்டார்கள். இந்தப் பகுதியில் கிழக்கு ஜெர்மானிய இனத்துக்குரிய பாணியில் கார்மாட மாளிகை களையும், மறுமலர்ச்சிகால பாணியிலும் முகம்மதியர்களின் பாணியிலும் கட்டடங்களை எழுப்பிக் கொண்டிருந்ததால் இந்தப் பகுதி மத்திய ஆசியா நகரங்களை ஒத்திருந்தது.[1]

1897ஆம் ஆண்டு ஆகஸ்ட் மாதத்தில் ஹெர்சல் யூத தாயக இயக்கத்தின் முதல் கூட்டத்திற்குத் தலைமையேற்றார். 'பாஸ்லியில் நான் யூத அரசை நிறுவினேன். தற்போது இதை நான் உரத்த குரலில் கூறினால் உலகம் என்னைப் பார்த்துச் சிரிக்கும். ஒருவேளை ஐந்து ஆண்டுகளில் அல்லது நிச்சயமாக ஐம்பது ஆண்டுகளில் எல்லோரும் இதை அறிந்துகொள்வார்கள்' என்று இந்தக் கூட்டத்தில் ஹெர்சல் பேசினார். அவர்கள் அதைப் புரிந்துகொண்டார்கள். ஹெர்சல் ஒரு புதுவகையான அரசியல்வாதியாக இடைவிடாது ஐரோப் பாவில் பயணம் செய்து அரசர்களையும், மந்திரிகளையும், பத்திரிகை அதிபர்களையும் சந்தித்துத் தன் கொள்கைக்கு ஆதரவு தேடினார். இவரது தொடர்ந்த அலைச்சலினால் இவரது இதயம் பலவீன மடைந்து எந்த நேரத்திலும் இறந்துவிடலாம் என்ற நிலையி லிருந்தார்.

குடியேற்றக்காரர்களின் எண்ணிக்கையின் அடிப்படையில் அல்லாது, பொருட்செல்வர்களால் நிதியுதவி அளிக்கப்பட்டு இயங்கும் ஒரு யூத தாயகத்தின் மீதே ஹெர்சல் நம்பிக்கை கொண்டி ருந்தார். ரோத்ஸ்சைல்டுகளும் மாண்ட்டிபையர்களும் ஆரம்பத்தில் யூத தாயக இயக்கத்தை ஏளனம் செய்தார்கள். இருப்பினும் ஆரம் பத்தில் நடந்த யூத தாயக இயக்கத்தினரின் கூட்டத்தில் மாண்ட்டி பையர் மற்றும் அவரது உடன்பிறந்தாரின் மகன் மோசஸ் ஆகியோர் கலந்துகொண்டு சிறப்பித்தார்கள். ஆங்கிலேய கனவானாயிருந்த மோசஸ் ஸ்விட்சர்லாந்து நாட்டுக் கோடை காலத்திலும் வெள்ளைக் கையுறைகளை அணிந்திருந்தார். ஏனெனில் இவர் பலருடன் கை குலுக்க வேண்டியிருந்தது. சுல்தானுடன் பேச்சு வார்த்தை நடத்த ஒரு வல்லுநரின் உதவி ஹெர்சலுக்குத் தேவையாயிருந்தது. அவரது யூத நாடு ஜெர்மன் மொழி பேசும் நாடாகவும், நவீன முடிமன்னர் ஜெர்மனி கெய்சரின் அரசைப் போன்றும் இருக்க வேண்டுமென்று முடிவுசெய்தார்.

இரண்டாம் வில்கெல்ம் அவரது தந்தை கெய்சர் பிரடெரிக்கிற்கு அளிக்கப்பட்ட நிலத்தில் கல்லறைக்கருகில் கட்டப்பட்ட ஒரு புதிய தேவாலயத்தை அர்ப்பணிக்கவும், சுல்தானைச் சந்திக்கவும் கீழ்த்திசைக்குப் பயணம் செல்லத் தீர்மானித்தார். ஆனால் கெய்சரின் திட்டத்திற்கு வேறு நோக்கங்களும் இருந்தன. இவர் புனித இடங்களுக்குப் பயணிக்கும் பிராட்டஸ்டெண்ட் கிறிஸ்தவராகத் தன்னை வெளிப்படுத்திக் கொண்டார். சுல்தானிடம் இவர் அரசியல் நயத்துடன் உறவு கொள்வதில் பெருமைப்பட்டுக் கொண்டார். எல்லாவற்றுக்கும் மேலாக இவர் துருக்கியர்களுக்கு ஜெர்மனியின் பாதுகாப்பை அளித்து, ஆங்கிலேய அரசின் செல்வாக்கைக் குறைத்து தன்னுடைய புதிய ஜெர்மனியின் நலனைப் பேணிக்கொள்ளும் எண்ணம் கொண்டிருந்தார்.

நான் ஜெர்மன் கெய்சரிடம் சென்று, 'நம்முடைய மக்களைப் போகவிடுங்கள்' என்று கூறுவேன் என்று ஹெர்சல் தெரிவித்தார். தன்னுடைய அரசுக்கு வலுவான, அறநெறி சார்ந்த, சிறப்பாக ஆளப்படும் ஜெர்மனியை அடிப்படையாகக் கொள்வதென முடிவு செய்தார்.

வில்கெல்ம்: என் பேரரசின் புல்லுருவி

கெய்சர் யூதர்களுக்கு ஆதரவானவர் அல்ல. யூதர்கள் அர்ஜென்டினாவில் குடியேறும் செய்தியை அறிந்த இவர், 'நம்முடைய யூதர்களையும் அங்கு அனுப்பலாம்' என்று கூறினார். ஹெர்சலின் யூததாயக இயக்கம் பற்றித் தெரிந்து கொண்ட இவர், 'யூதர்கள் பாலஸ்தீனத்திற்குச் செல்வதை நான் வரவேற்கிறேன்' என்று கூறினார். இவர் ஜெர்மானிய யூதத் தொழிலதிபர்களை அடிக்கடி சந்தித்து வந்ததுடன் யூதக் கப்பல் உரிமையாளர் அல்பெர்ட் பாலின் என்பவருக்கும் நண்பராக இருந்தார்.

ஆனால் உண்மையில் இவர் செமிட்டிய இனப்பகைமை கொண்டவராயிருந்தார். யூத முதலாளித்துவ ஆதிக்கம் கொடிய நஞ்சினைப் போன்றதென்றும், யூதர்கள் தன் அரசின் புல்லுருவிகள் என்றும், இவர்கள் ஜெர்மனியை ஊழல் மலிந்த நாடாக மாற்றி வருவதாகவும் கருதினார். பின்னாளில் இவர் பதவியிழந்த நிலையில், யூதர்களை விஷப்புகையினால் கூண்டோடு அழிக்க வேண்டுமென்று கூறினார். இருப்பினும் செமிட்டிய இனப்பகைவர்கள் நம்பத்தகுந்த நண்பர்களாக மாறி வருவதாக ஹெர்சல் உணர்ந்தார்.

ஹெர்சல், கெய்சரின் அரசவையில் நுழைய வேண்டியிருந்தது. இதற்காக இவர் கெய்சரிடம் செல்வாக்குப் பெற்றிருந்த அவரது மாமன் பேடன் கோமகன் பிரெடெரிக்கை சந்திக்க முயன்றார்.

பிரெடெரிக் பழைய ஏற்பாட்டில் கூறப்படும் பத்துக் கட்டளைகள் எழுதப்பட்ட கல்பலகைகள் அடங்கிய பேழையைக் கண்டுபிடிக்கும் திட்டத்தில் ஆர்வம் கொண்டிருந்தார். பேடன் பிரெடெரிக் தன் உடன்பிறந்தாரின் மகனான கெய்சருக்குக் கடிதமெழுதினார். கெய்சர் யூலன்பெர்க் இளவரசரும் வியன்னாவின் தூதுவரும் அரசியல் ஆலோசகருமான பிலிப்புக்கு யூதர்களின் தாயக இயக்கத் திட்டம் பற்றி அறிக்கை அனுப்பும்படி கடிதமெழுதினார். ஹெர்சலின் திட்டத்தால் கவரப்பட்ட பிலிப் யூத தாயக இயக்கம் ஜெர்மனியின் அதிகாரத்தை விரிவுபடுத்துமெனக் கருதினார். செமிட்டிக் இனத்தவரின் படைப்பாற்றலும் செயல்திறனும் கிறிஸ்தவர்களை வெறுமைக்குள்ளாக்குவதைத் தவிர வேறு தகுந்த இலக்குகளுக்கும் பயன்படுத்தப்படலாமென்று கெய்சர் கருதினார். அந்தக் காலத்திய ஆளும் வர்க்கத்தினரைப் போல் வில்கெம் உலகின் இயக்கம் பொறுத்து இயற்கைக்கு அப்பாற்பட்ட சக்தியை யூதர்கள் பெற்றிருப்பதாக நம்பினார்.

யூதர்கள் நம்முடைய மீட்பரைக் கொன்றவர்களென்று, நம்மை விடக் கடவுளுக்கு நன்கு தெரியும். எனவே அவர்களுக்கு உரிய தண்டனை வழங்கப்பட்டுள்ளது என்று வில்கெம் நம்பினார். அகில உலக யூத முதலாளித்துவ ஆதிக்கம் எந்த அளவுக்கு ஆபத்தானதென்பதை மறந்துவிடக்கூடாது. எனவே ஹீப்ருக்கள் நன்றியுடையவர்களாக இருப்பது ஜெர்மனிக்கு மிகுந்த நன்மையை விளைவிக்கும். செமிட்டிய இனத்துக்கெதிரான பல்தலை நச்சுப்பாம்பு பல இடங்களில் தலைதூக்கி யூதர்களை அச்சுறுத்திக் கொண்டிருந்ததால், அவர்களுடைய பாதுகாப்பிற்கு ஒரு தலைவர் தேவைப்பட்டார். இது ஹெர்சலுக்கு ஒரு நற்செய்தியாகவே இருந்தது. ‘நன்று! அற்புதம்! நான் யூதர்களுக்காக சுல்தானிடம் பேசுவேன்’ என்று ஹெர்சல் அறிவித்தார்.

ஹெல்சரை வில்கெம் இஸ்தான்புல்லில் சந்தித்தார். இவர் உயர் குடிவகுப்பு மனோபாவம் கொண்ட அறிவு ஜீவியென்றும் ஒரு குறிக்கோளை எய்த முயல்பவரென்றும் வில்கெம் புரிந்துகொண்டார். வில்கெம் ஹெர்சலை ஆதரிப்பதாகவும், ஏனெனில் இவர்கள் தொழிலில் அதிக வட்டி வாங்குபவர்களென்றும் இவர்கள் காலனிகளில் வசித்தால் மிகவும் பயனுள்ளவர்களாக இருப்பார்கள் என்றும்

கூறினார். இந்த அவதூறான பேச்சுக்கு ஹெர்சல் எதிர்ப்பு தெரிவித்தார். சுல்தானிடம் என்ன கேட்க விரும்புகிறீர்கள் என்று வில்கெம் ஹெர்சலைக் கேட்டார். ஜெர்மன் பாதுகாப்புடன் கூடிய ஒரு அரசுரிமை வணிகச்சங்கம் வேண்டுவதாக ஹெர்சல் பதிலளித்தார்.

கெய்சர் ஜெருசலேமில் தன்னைச் சந்திக்குமாறு ஹெர்சலை அழைத்தார். ஹோகென்ஜோலேன் என்னும் ஜெர்மானிய அரச குடும்பத்தைச் சேர்ந்த கெய்சர், சிறந்த நீலநிறக் கண்களுடனும், துணிவை வெளிப்படுத்தும் இன்முகத்துடனும் இருந்தார். ஆனால் இவரது சுய உருவம் வேறு. அறிவுடையவராகவும் ஆற்றலுடைய வராகவும் இருந்தார். ஆனால் யூலன்பெர்க் இவரை மனநிலை திரிந்தவரென்று சந்தேகப்படத்தக்க அளவு, அமைதியற்றவராகவும் முரண்பாடுடையவராகவும் இருந்தார். இளவரசர் பிஸ்மார்க்கைப் பதவியிறக்கம் செய்தபின் இவர் ஜெர்மன் அரசியலைத் தன் கட்டுப் பாட்டிற்குள் கொண்டுவந்தார். ஆனால் அதனைத் தக்கவைத்துக் கொள்ளும் திறமை இல்லை. இவரது அரசியல் செயல்பாட்டில் நயம் கிடையாது. இவர் தன் அமைச்சர்களுக்கு எழுதிய குறிப்புகள் பெட்டியில் வைத்துப் பூட்டிவைக்க வேண்டிய அளவிற்கு மோசமாக இருந்தன. அதிர்ச்சியூட்டும் இவரது தெளிவான பேச்சுகள் இவரது படைவீரர்களுக்கு வெறியூட்டி, ஜெர்மானிய தொழிலாளர்களைச் சுடவும் ஹன் இனப் பகைவர்களைப் படுகொலை புரியவும் தூண்டுவதாக இருந்தன.[2] 1898ஆம் ஆண்டிலேயே வில்கெம் அரைக் கோமாளியெனவும், அரைப் போர் வெறியனென்றும் வர்ணிக்கப் பட்டார்.

யூத தாயக இயக்கத்தினரின் திட்டத்தை, அப்துல் ஹமீதிடம் முன்வைத்தார் ஹெர்சல். திட்டத்தை ஏற்பதை உறுதிபட மறுத்து சுல்தான் தன் மகளிடம் கூறியது: 'யூதர்கள் பல மில்லியன்கள் பணத்தை இதற்காக ஒதுக்கமுடியும். ஒருவேளை பிரிக்ஸ்பட் மூலமாக என்னுடைய பேரரசில் இருந்து பாலஸ்தீனத்தை எந்த செலவுமின்றிப் பெறலாம். ஆனால் பிரிப்பது என்றால் நம்முடைய உயிரற்ற சடலத்தைதான் அவர்களால் பிரிக்க முடியும்.'

1898ஆம் ஆண்டு அக்டோபர் 29ஆம் தேதி மதியம் 3 மணிக்கு ஹெர்சல், ஜாபா வாயிலை அடுத்துள்ள சுவரில் ஒரு தனி வழியை ஏற்படுத்தி அதன் வழியாக ஒரு வெள்ளைக்குதிரையில் ஜெருசலேமினுள் நுழைந்தார்.

கடைசி சிலுவைப்போர் வீரரும் முதல் யூத தாயக இயக்கத்தவரும்

கெய்சர் முழுநீள வெள்ளைச் சீருடை அணிந்திருந்தார். இவரது தலைக் கவசத்திலிருந்து தொங்கிய பளபளப்பான திரை சூரிய ஒளியில் மின்னியது. இவரது தலைக்கவசத்தில் பொன்னாலான கழுகின் உருவம் பொறிக்கப்பட்டிருந்தது. எளிய படைக்கலம் தாங்கிய பிரெஷ்யன் குதிரை வீரர்கள் சிலுவைப்போர் வீரர்களைப் போல் பல வண்ணக்கொடிகளை அசைத்துக்கொண்டு அணிவகுத்து வந்தனர். சுல்தானின் ஈட்டி தாங்கிய குதிரைவீரர்கள் சிவப்பு இடுப்புக் கச்சையும் நீலநிற இறுக்கமான கால்சட்டையுடன் இணைந்த காலுறை களையும் பச்சை நிற தலைப்பாகைகளையும் அணிந்து, ஈட்டிகளைத் தாங்கி அணிவகுத்து வந்தனர். கெய்சர் பட்டாடையும் அரை யணிப் பட்டிகையும் தலையில் ஒரு தொப்பியும் அணிந்திருந்தார். கெய்சருக்குப் பின்னால் ஒரு வண்டியில் இரண்டு பணிப்பெண்கள் சூழ கெய்சரின் சீமாட்டி வந்தார்.

ஹெர்சல் ஓர் உணவு விடுதியில் தங்கிக்கொண்டு கெய்சரின் நடவடிக்கைகளைக் கவனித்து வந்தார். இந்த உணவு விடுதி ஜெர்மன் அதிகாரிகளால் நிரம்பியிருந்தது.

கெய்சர் தான் புதிதாக உருவாக்கிய பேரரசை விளம்பரப் படுத்துவதற்கு உகந்த இடம் ஜெருசலேமே என்று கருதினார். ஆனால் வேறு யாரும் இவரது கருத்தை ஏற்றுக்கொள்ளவில்லை.

இறந்த தன் கணவனின் அதிகாரத்தைப் பெற்ற ரஷ்யப் பேரரசி, இவரது கருத்தைக் கேலிக்குரியதாகவும், வெறுப்பூட்டுவதாகவும் கருதினார். அரசுப் பயணத்திற்கு அரசு சார்ந்த புகைப்படக் கலைஞரை நியமித்த முதல் அரசியல் தலைவர் கெய்ஸர். கெய்ஸர் அணிந் திருந்த சிலுவைப்போர் வீரனின் சீருடையையும், இவருடன் வந்த புகைப்படக் குழுவினரையும் பார்த்தால் இவர் இரட்டை மனநிலை கொண்டவர் என்று யூலென் பெர்க் குறிப்பிட்டதை உறுதி செய்வ தாக இருந்தது. கருணை வீரர்களைக் கொண்ட மத்திய காலத்தையும், நவீன காலத்தையும் நினைவூட்டும் வகையில் இவரது தோற்றம் இருந்தது. கூட்டத்தினர் விடுமுறை கால ஆடையையும், நகரமக்கள் வண்ணக்கோடுகள் போட்ட தளர் மேலங்கியையும், துருக்கி இராணுவ அதிகாரிகளின் மனைவிகள் பகட்டுப் பட்டாடைகளையும், வசதியுள்ள விவசாயிகள் சிவப்பு நிற இடைக்கச்சையுள்ள நீண்ட உள்சட்டையையும், அரேபிய நாடோடிகள் நேர்த்தியான குதிரை

களில் பெரிய தடித்த காலணிகளையும் தோல் இடுப்புப் பட்டையையும், கிரேக்க ரோமானிய பாணியிலான முழந்தாள் அளவுள்ள குறுங்கை ஆடையையும் சிறிய ஆயுதங்களுடன் அணிந்திருந்தனர். அரேபியர் அணியும் தலையணிக் கைக்குட்டையையும் அணிந்திருந்தனர். அரேபிய ஷேக்குகள் நெருப்புக்கோழியின் இறகுகள் சொருகப்பட்ட ஈட்டிகளை எடுத்து வந்தனர்.

யூதர்களின் வெற்றி வளைவுக்கருகில் 89 ஆண்டுகளுக்கு மேற்பட்ட ஸ்பானிஷ், போர்ச்சுகீசிய யூதர்களின் மதகுரு, வெள்ளை இடைக்கச்சையுள்ள நீண்ட அங்கியுடனும் நீலநிறத் தலைப்பாகையுடனும் காணப்பட்டார். இவருடனிருந்த போலந்து, ஜெர்மனி நாடுகளிலுள்ள யூதர்களின் மதகுரு மோசஸின் இறை நீதித் தொகுதி ஒன்றினை வில்கெம்மிற்கு அளித்தார். வில்கெம்மை சிவப்பு அரசு சீருடை அங்கியிலிருந்த மேயர் யாசின்–அல்–கால்டி வரவேற்றார்.

டேவிட் கோபுரத்தின் அருகே வில்கெம் தன் குதிரையிலிருந்து இறங்கினார். இங்கிருந்து அவரும் பேரரசியும் நடந்துசென்று நகரினுள் நுழைந்தார்கள். அரசியல் கொலை நிகழ்ந்து விடக்கூடாது என்ற எச்சரிக்கையுடன் காவலர்கள் கூட்டத்தை விலக்கி வழி விட்டார்கள். (சமீபத்தில்தான் ஆஸ்திரிய நாட்டுப் பேரரசி கொல்லப்பட்டார்.) அணிகலன்கள் பதிக்கப்பட்ட தங்கள் அரசுரிமைச் சின்னங்கள், குல முதல்வர்கள் கல்லறை ஆகியவற்றை அவருக்குக் காட்டினார்கள். இயேசுவின் பாதச் சுவடுகளில் நடப்பதை நினைத்ததும் கெய்ஸரின் இதயம் வேகமாகத் துடித்தது.

தானே திட்டமிட்டுக் கவனமாக நிர்மாணித்த மீட்பரின் அழகான கோபுரங்களுடன் கூடிய தேவாலயத்தைக் கெய்ஸர் நகருக்கு அர்ப்பணித்தார். கெய்ஸர் திருக்கோயில் மலைக்குச் சென்றபோது ஒரு புதைபொருள் ஆராய்ச்சியாளர் அகழ்வாராய்ச்சி செய்ய அனுமதிக்கும்படி மப்டியைக் கேட்டார். ஆனால் அவர் மறுத்து விட்டார். நவம்பர் மாதம் இரண்டாம் தேதி ஹெர்சல் அரசரைச் சந்திக்க அழைக்கப்பட்டார்.

யூத தாயக இயக்கத்தவர்கள் அமைதியிழந்து அச்சத்துடன் காணப்பட்டனர். நிலைமையை சகஜப்படுத்த ஒருவர் சோரிகை உண்ணலாமென்று ஆலோசனை வழங்கினார். அரசரைச் சந்திக்க உகந்த முறையில் ஆடையணிந்து கொண்டு இவர்கள் டமாஸ்கஸ் வாயிலுக்கு வடக்கேயிருந்த கெய்ஸரின் முகாமுக்குச் சென்றார்கள். இவரது முகாம் ஆடம்பரம் நிறைந்த தாமஸ் குக்கின் கிராமம் போன்றிருந்தது. இந்த முகாமில் இருநூற்று முப்பது கூடாரங்கள்

இருந்தன. இவற்றை அமைக்க 1300 குதிரைகளிலும் 120 வண்டி களிலும் கட்டுமானப் பொருட்கள் கொண்டு வரப்பட்டன. இங்கு நூறு வண்டியோட்டிகளும் 600 ஓட்டுநர்களும், பன்னிரண்டு சமையல் கலைஞர்களும் 60 பணியாளர்களும் இருந்தனர். இந்த முகாம் துருக்கிப் படையின் பாதுகாப்பிலிருந்தது. புகழ்பெற்ற இசை நிகழ்ச்சி நடத்தும் ஜான் மேசன்குக் சிலுவைப் போருக்குப்பின் ஜெருசலே மிற்கு அதிகமான எண்ணிக்கையில் சென்ற குழு இதுவெனத் தெரிவித்துள்ளார்.

கெய்ஸர் குடியேற்ற நாட்டுச் சீருடையில் திரையுள்ள ஒரு தலைக் கவசமும், பழுப்புநிறக் கையுறைகளும் அணிந்திருப்பதை ஹெர்சல் கண்டார். வில்கெம் தன் கைகளை ஹெர்சலை நோக்கி நீட்டி அவருடன் கைகுலுக்கினார். பின்பு வில்கெம், 'இந்த நிலத்திற்கு நீரும் நிழலும் தேவையாயிருக்கிறது. இங்கு எல்லோருக்கும் இட மிருக்கிறது. உங்கள் இயக்கத்தின் கருத்து நலம் பயப்பதாகவே உள்ளது' என்று ஹெர்சலிடம் கூறினார்.

இதற்கு ஹெர்சல் 'இந்த நகருக்கு தண்ணீர் வழங்குவது சாத்திய மானது என்றபோதிலும் அதிக செலவாகும்' என்றார். உங்களிடம் எங்கள் எல்லோரையும் விட அதிக அளவில் பணமுள்ளதென்று கெய்ஸர் பதிலளித்தார். ஹெர்சல், நவீன ஜெருசலேம் பற்றிய தன் திட்டத்தை விவரித்தார். ஹெர்சலின் திட்டத்தை ஒப்புக்கொள்ளா மலும், மறுக்காமலும் கெய்ஸர் தன் பேச்சை முடித்துக்கொண்டார்.

உண்மையில் ஜெருசலேமும், ஹெர்சலும் கெய்சரை அருவெருப் படையச் செய்திருக்க வேண்டும். ஜெருசலேம் கிளர்ச்சியூட்டாத கற்குவியல்களைக் கொண்ட இடமென்றும், யூதர்களின் நவீன குடி யேற்றத்தால் புறநகர்ப் பகுதிகள் பாழ்பட்டுள்ளதென்றும், அறுபதா யிரம் யூதர்கள் வசிப்பதாகவும், இவர்கள் எண்ணெய்ப் பசை பிடித்து, அழுக்கடைந்து வறுமையிலிருப்பவர்கள் என்றும், இவர்கள் அண்டையில் இருப்பவர்களைச் சுரண்டிப் பிழைக்கும் ஷைலாக்குகள் என்றும் வில்கெம் குறிப்பிடுகிறார்.[3]

ஜெருசலேம் நகரைப் போற்றிப்புகழும் கிறித்துவர்களின் மனோபாவத்தை தான் வெறுப்பதாகவும், இந்தப் புனித நகரை விட்டு நீங்கியதும் முகம்மதியர்களைக் கண்டு தான் வெட்கப்படுவ தாகவும் வில்கெம் தன் உடன்பிறந்தாரின் மகனும் ரஷ்ய பேரர சுருமான இரண்டாம் நிக்கோலஸுக்குக் கடிதம் எழுதினார். எதிர் காலத்தில் ஜெருசலேமில் மகிழ்ச்சியுடனிருக்க முடியாதென்பதை ஹெர்சலும் ஓரளவு ஒப்புக்கொண்டார். இரண்டாயிரம் ஆண்டுகள்

நிகழ்ந்த மனித நேயமற்ற சகிப்பின்மை, தூய்மையற்ற நிலை ஆகிய வற்றின் வாடையும் புழுக்கமும் ஜெருசலேம் நகரின் தெருக்களில் மண்டிக்கிடக்கின்றன. மேற்குச்சுவர் பகுதி வெறுப்பூட்டும் அவலம் நிறைந்த பிச்சையெடுக்கும் பகுதியாகவே உள்ளது.

ஜெருசலேம் எப்போதும் நம்முடையதாயிருக்கும் நிலை ஏற்பட்டால், நகரில் புனிதமும் தூய்மையும் அற்றவைகளை அகற்றி விட்டு, பழைய ஜெருசலேம் நகரை பிரான்ஸிலுள்ள லூர்டெஸ் (கன்னிமேரி ஒரு பெண்ணுக்குக் காட்சியளித்த இடம்) அல்லது மெக்கா போன்ற ஒரு புனித மரபுச் சின்னமாகப் போற்றிப் பாதுகாக் கலாமென ஹெர்சல் கனவு கண்டார். இங்குள்ள புனிதமான இடங் களைச் சுற்றிக் கழிவுநீர்க் கால்வாய்களை அமைத்து காற்றோட்ட முள்ள ஒரு புதிய நகரினை அமைக்க ஹெர்சல் எண்ணம் கொண்டி ருந்தார். பின்னாளில் ஜெருசலேம் பங்கிட்டுக் கொள்ளப்பட வேண்டும் என்ற கருத்தையும் ஹெர்சல் கொண்டிருந்தார்.

'நாம் ஜெருசலேம் நகரை ஒரு அரசின் எல்லை வரம்பிற்கு அப்பாற்பட்டதாக மாற்றவேண்டும். அப்படிச் செய்தால் இது ஒருவருக்கு மட்டுமே சொந்தம் என்றில்லாமல் அனைவருக்கும் பொதுவாக இருக்கும். இங்குள்ள புனிதமான இடங்கள் நம்பிக்கை யுள்ளவர்களின் பொது அனுபவத்திலிருக்கும்.'

கெய்ஸர், அங்கிருந்து புறப்பட்டு டமாஸ்கஸ் திரும்பும் வழியில் தன்னை இஸ்லாமின் பாதுகாவலராக அறிவித்துக்கொண்டு சலாடின் (குர்திஷ் தளபதி மற்றும் எகிப்தின் சுல்தான்) கல்ல றையைப் புதுப்பிக்கச் செய்தார். இடைக்கச்சையுள்ள நீண்ட உள் சட்டையணிந்த மூன்று முரட்டு யூத சுமைதூக்கிகளைக் காண நேர்ந்த ஹெர்சல், இவர்களைப் போன்ற மூன்று லட்சம் யூதர்களை இங்கு கொண்டுவர முடிந்தால் இஸ்ரேல் முழுவதும் நம்முடைய தாக இருக்குமென்று எண்ணினார். இருப்பினும் முன்பே பாலஸ் தீனத்தில் ஜெருசலேம் யூதர்களின் மையமாயிருந்தது. இங்கு வசித்த 45,300 மக்களில் 28,000 பேர் யூதர்களாக இருந்தனர். யூதர்களின் அதிகப்படியான எண்ணிக்கை அரேபியத் தலைவர்களுக்குக் கவலையளித்தது. வயது முதிர்ந்த யூசுப் காலிடி தன் நண்பரான பிரான்ஸின் தலைமை யூதகுரு ஜாடோக்கானிடம் 1899ஆம் ஆண்டு இவ்வாறு கூறினார்: 'பாலஸ்தீனத்தின் மீது யூதர்களுக்குள்ள உரிமையை யார் மறுப்பது? வரலாற்று வழியாக இது உங்கள் நாடென்பது இறைவனுக்குத் தெரியும். ஆனால் உண்மையில் இது தற்போது துருக்கிப் பேரரசின் ஒரு பகுதியாக இருக்கிறது. இஸ்ரேலியர்களைத் தவிர மற்றவர்களே இங்கு வசிக்கிறார்கள்.'

இவரது கடிதம் பாலஸ்தீன நாடு என்ற கருத்தை முன் மொழிந்தபோதிலும், இவர் ஜெருசலேமைச் சேர்ந்தவராயிருந்த போதிலும், இவர் ஓர் அரேபியனாகவும், துருக்கியராகவும் இறுதியாக ஓர் உலகக் குடிமகனாகவும் இருந்தார். இருப்பினும் யூத தாயக உரிமையை மறுக்க வேண்டியது அவசியமாக இருந்தது. யூதர்கள் தங்கள் தொன்மையான சட்டபூர்வமான இடத்திற்குத் திரும்புவது தொன்மைக் காலத்திலிருந்து இங்கு வசித்து வரும் அரேபியர்களின் உரிமைகளுக்கு எதிரானது என்பதால் பிரச்சனைகள் ஏற்படக் கூடும்.

1903ஆம் ஆண்டு ஏப்ரல் மாதம் ஜார் உள்துறை அமைச்சர் வியாசஸ்லேவ் வோன் பெல்கிவி ஆதரவுடன் நடந்த கிஷிநேவ் யூதப்படுகொலை, செமிட்டிக் இனத்திற்கெதிரான படுகொலைகளைத் தோற்றுவித்து, ரஷ்யா முழுவதும் யூதர்களிடையே அச்சத்தை ஏற்படுத்தியது.[4] இதனால் கலவரமடைந்த ஹெர்சல் செமிட்டிய இனப்பகைமை கொண்ட பெல்கிவியைத் தானே நேரில் சந்தித்துப் பேச்சுவார்த்தை நடத்துவதற்குப் பீட்டர்ஸ்பெர்க் நகருக்குப் பயணித்தார்.

கெய்சருடனும் சுல்தானிடமும் பேசியதில் பயனில்லை என்பதால் புனித நகருக்கு வெளியே ஒரு நிலப்பரப்பைத் தற்போது யூதர்களுக்காகப் பெற விரும்பினார். ஹெர்சல் தனக்கு ஆதரவாகப் புதிய ஒருவரைத் தேட வேண்டியிருந்தது. பாலஸ்தீனத்திற்கு அருகிலிருந்த சைபிரஸ் அல்லது பிரிட்டிஷ் எகிப்தின் பகுதியாயிருந்த சினாயிலுள்ள எல்அரிஷ் நிலப்பரப்பில் யூதர்களின் தாயகம் அமையலாம் என்ற கருத்தை முன்வைத்தார். முதல் ரோத்ஸ்சைல்டு பிரபுவான நேட்டி யூத தாயக இயக்க ஆதரவாளராக மாறி இருந்தார்.

1903ஆம் ஆண்டில் இவர் ஹெர்சலுக்கு பிரிட்டிஷ் காலனி செயலாளர் ஜோசப் சேம்பர்லைன் என்பவரை அறிமுகப்படுத்தி வைத்தார். சேம்பர்லைன் சினாய் ஆளுகைக்கு உட்பட்டிருந்ததால் எல்அரிஷ் பகுதியை வழங்குவது பற்றி ஆலோசிக்க இவர் ஒப்புக் கொண்டார். யூத குடியேற்றப் பகுதிக்குத் 'தனியுரிமைப் பட்டயம்' தயாரிக்கும் பணிக்கு 43 வயதான டேவிட் லாய்ட் ஜார்ஜ் என்னும் முற்போக்கு அரசியல் கருத்துடைய வழக்கறிஞரை அமர்த்திக் கொண்டார். டேவிட் லாய்ட் ஜார்ஜின் முடிவுகளே பின்னாளில் சலாடினுக்குப் பின் ஜெருசலேமின் விதியை மாற்றக்கூடியதாக இருந்தது. தன் மனு ஏற்றுக்கொள்ளப்படாததால் ஹெர்சல் ஏமாற்ற மடைந்தார்.

சேம்பர்லைன்னும் பிரதம மந்திரி ஆர்தர் பால்பரும் யூத தாயகத்திற்காக உகாண்டா அல்லது கென்யாவின் ஒரு பகுதியை வழங்க முன்வந்தார்கள். வேறு வழி இல்லாததால் ஹெர்சல் தற்காலிக மாக ஏற்றுக்கொண்டார். பேரரசர்களிடமும் சுல்தான்களிடமும் ஹெர்சல் மேற்கொண்ட முயற்சிகள் வெற்றிபெறாவிடினும், அட்டூழி யங்களையும் அடக்குமுறைகளையும் சகித்துக்கொண்டிருந்த ரஷ்யாவிலிருந்த யூதர்களுக்கு ஹெர்சலின் செயல்பாடுகள் உயிரூட்டின. குறிப்பாக ஹெர்சலின் செயல்பாடுகள் பிளான்ஸ்க் நகரிலுள்ள நல்ல வசதி படைத்த வழக்கறிஞர் குடும்பத்தைச் சேர்ந்த ஒரு சிறுவனை வசீகரித்தன. பதினொரு வயது நிரம்பிய டேவிட் குரன் என்னும் இந்தச் சிறுவனுக்கு, யூதர்களை இஸ்ரேலுக்கு அழைத்துச் செல்ல ஹெர்சல் இறைவனால் வாக்களிக்கப்பட்ட மீட்பராக காட்சியளித்தார்.

குறிப்புகள்:

1. போலந்து யூதர்கள் எனப்பட்ட ஜெருசலேமிலிருந்த யூதர்கள் ரஷ்யப் பேரரசின் ஹசிடிம் பகுதியைச் சேர்ந்தவர்களாக இருந்தனர். இவர்களில் சில இனக்குழுக்கள் யூத தாயக இயக்கத்தை எதிர்த்தன. இஸ்ரேலுக்குத் திரும்புவது குறித்தும் தீர்ப்பு நாள் குறித்தும் இறைவன் முடிவு செய்ய வேண்டியதை மனிதர்கள் முடிவுசெய்வது இறை நம்பிக்கைக்கு எதிரான தாக இவர்கள் கருதினார்கள்.

2. கணிக்க முடியாத வில்கெல்மின் நடத்தை அவரது பரிவாரங்களையே திகைக்க வைத்தது. விநோதமான விருப்பங்களைக் கொண்ட இவர் கையுறைகள் அணிந்து கொள்வதிலும் இளம் வயதில் தன்னை வதைத்துக் கொள்வதிலும் இன்பம் காண்பவராக இருந்தார். கெய்சருக்காக விருந் தொன்றில் குட்டைப் பாவாடையும் மகளிர் அணியும் கழுத்துச் சுற்று ஆடையும் மட்டும் அணிந்து நடனமாடிய பிரெஸ்ஸியன் தளபதி ஒருவருக்கு மாரடைப்பு ஏற்பட்டபோது அரசர் அதனைக் கண்டு சிரித்தார். இறுதி யாக இவரது நண்பர் யூலன்பெர்க் அவரது சுயபால் விருப்ப பாலியல் உறவில் சிக்கி அழிந்து போனார். இருப்பினும் மற்றவர்கள் விக்டோரியன் நெறிமுறைகளைக் கடுமையாகப் பின்பற்ற வேண்டுமென்று எதிர்பார்ப்பார்.

3. கெய்ஸரின் டியூட்டானிக் இனப் பேரரசு நவீன ஜெருசலேமின் அமைப்பை மாற்றியது. இவரது அகஸ்டா விக்டோரியா தங்குமிடம், மத்திய கால ஜெர்மன் கோட்டையாகும். இதன் உயர்ந்த கோபுரத்தை ஜோர்டானி லிருந்து பார்க்கமுடியும். இது ஆலிவ் மலையையும் கத்தோலிக்க தேவாலயத்தையும் சிறுமைப்படுத்தும் அளவிற்குப் பெரியதாக இருந்தது.

4. இந்தக் காலகட்டத்தில் ஒக்ரானா என்றழைக்கப்படும் ஜார் ரகசிய போலீசின் இயக்குநராயிருந்த பைட்டர் ராச்சோ கோவிஸ்கி 1897இல் பாஸ்லியில் நடந்த ஹெர்சலின் யூத தாயக இயக்க மாநாட்டினைப் பற்றி செய்திகள்

அடங்கிய ஒரு ரகசிய அறிக்கையைப் புத்தகமாகத் தயாரித்தார். இந்தப் புத்தகம் The Protocols of the Elders of Zion எனப்பட்டது. இது மூன்றாம் நெப்போலியனுக்கு எதிராக 1868இல் எழுதப்பட்ட ஏளன இலக்கியத் தையும் 1868ஆம் ஆண்டில் ஹெர்மன் கோயட்சி என்பவர் செமிட்டிய இனத்திற்கு எதிராக எழுதிய ஜெர்மன் நாவலையும் தழுவி எழுதப் பட்டிருந்தது. அரசிலும், தேவாலயங்களிலும், ஊடகங்களிலும் ஊடுருவி புரட்சியையும், போரையும் ஏற்படுத்தி டேவிட் பெயரால் ஓர் உலகப் பேரரசை நிறுவும் சதித்திட்டம் யூதர்களிடம் இருப்பதாகத் தெரிவித்தது அந்த ஆவணம். ரஷ்யாவில் ஜார் ஆட்சிக்கெதிராக யூதர்கள் புரட்சி செய்த போது செமிட்டிய இனத்திற்கெதிராக மக்களைத் தூண்டும் நோக்கத் துடன் 1903ஆம் ஆண்டு இந்தப் புத்தகம் வெளியிடப்பட்டது.

43

ஜெருசலேம் நகரின் யாழ் இசைஞர் 1905-14

டேவிட் பென் குரியனாகிய டேவிட் குரன்

டேவிட் குரனின் தந்தை, யூத தாயக இயக்கத்தின் முன்னோடியான 'தெய்வ ஆட்சியை நேசிப்பவர்கள்' என்ற இயக்கத்திற்குத் தலைவராக இருந்தார். இவர் ஓர் எபிரேய மொழிப்புலவர் என்பதால் டேவிட் குரனுக்கு இளம் வயதிலேயே எபிரேய மொழி கற்பிக்கப் பட்டது. உகாண்டாவை யூதர்களுக்கு அளிக்க முன்வந்த செய்தியைப் படித்த டேவிட் மற்ற யூத தாயக இயக்கத்தவர்களைப் போலவே அதிர்ச்சியடைந்தான்.

உகாண்டாவை யூதர்களை ஏற்றுக்கொள்ளச் செய்யும் முயற்சியில் ஹெர்சல் தன் இயக்கத்தை பிளவுபடுத்தினார். ஹெர்சலின் எதிரியான ஆங்கில நாடக ஆசிரியர் இஸ்ரேல் ஜாங்ஷல் அமெரிக்காவில் குடியேறியவர்களின் ஒன்றிணைப்பை 'உருக்கு குகை' என்ற சொற்றொடரால் குறிப்பிட்டார். இவர்களைக் கொண்டு ஆட்சிப்பரப்பு சார்ந்த ஓர் இயக்கத்தை பாலஸ்தீனரல்லாத யூதர்களைக் கொண்டு ஏற்படுத்த விரும்பினார். ஆஸ்திரியாவில் பணபலம் பெற்றிருந்த பேரன் மௌரிஸ் டி ஹிர்ஸ்ச் அர்ஜெண்டினாவிலிருந்த யூதர்களின் குடியேற்றப்பகுதிக்கு நிதியுதவி அளித்தார். டெக்சாஸ் நகரிலிருந்த ரஷ்ய யூதர்களுக்கு நியூயார்க் வங்கியாளர் ஜாக்கோப் ஸ்சிப், கால்வெஸ்டன் என்ற திட்டத்தை அமல்படுத்தினார். எல் அரிஷ்

பகுதியைத் தாயகமாக ஏற்பதற்கு அதிக ஆதரவு இருந்தது. ஏனெனில் இது பாலஸ்தீனத்திற்கு மிகவும் பக்கத்தில் இருந்தது.

ஆனால் இந்தத் திட்டங்கள் எதுவும் வெற்றி பெறுவதற்கு முன்பே தனது தொடர் பயணங்களால் சோர்வுற்ற ஹெர்சல் தன் 43ஆவது வயதில் இறந்துபோனார்.[1] ஆனால் ரஷ்யாவிலுள்ள யூதர்களின் அவல நிலைக்குத் தீர்வு யூத தாயக இயக்கம்தான் என்பதை முன் மொழிந்த வகையில் வெற்றிபெற்றார்.

தன் போற்றுதலுக்குரியவராயிருந்த ஹெர்சலின் இறப்புக்காக இளைஞன் டேவிட் குரன் வருந்தினான். உகாண்டா திட்டத்தை எதிர்க்க இஸ்ரேலில் குடியேறுவது ஒன்றே வழியாக இருந்தது. 1905ஆம் ஆண்டு ஏற்பட்ட புரட்சியால் பேரரசர் இரண்டாம் நிக்கோலஸ் தன் அரியணையை இழக்கும் நிலையேற்பட்டது. பெரும் பாலான புரட்சிக்காரர்கள் யூதர்களாயிருந்தனர். புரட்சியாளர்களில் குறிப்பிடத்தகுந்தவர் லியோன் டிராட்ஸ்கி. உண்மையில் இவர் இனத்தையும் சமயத்தையும் வெறுத்த உலகப் பொதுவுடைமை யாளர். செமிட்டிய இனத்துக்கெதிராக தெய்வ ஆட்சி பற்றிய யூத முதியவர்களின் கூட்டு ஒப்பந்தம் நிகழ்ந்துகொண்டிருப்பதாக நிக்கோலஸ் கருதினார்.

என்னவொரு தீர்க்கதரிசனம்! 1905ஆம் ஆண்டில் உண்மையில் யூத முதியவர்களின் கை மேலோங்கியுள்ளது என்று நிக்கோலஸ் எழுதினார். ஓர் அரசியல் அமைப்பு சட்டத்தை ஏற்படுத்த வேண்டிய கட்டாய சூழலில் தன் ஏகாதிபத்திய ஆட்சியைச் சீர்படுத்திக் கொள்ள, 'கறுப்பு நூற்றுவர்கள்' என்னும் தேசிய உணர்வு கொண்ட குழுவினரை, செமிட்டிய இனத்திற்கெதிராகப் படுகொலைகள் நிகழ்த்த ஊக்குவித்தார். 'போலெய் ஜியான்' என்றழைக்கப்பட்ட தொழிலாளர்களுக்கான பொதுவுடைமைக் கட்சியில் உறுப்பின ராயிருந்த டேவிட் குரன் ஒடிசாவிலிருந்து புனித பூமிக்குச் செல்லும் புனிதப் பயணிகள் கப்பல் ஒன்றில் புறப்பட்டார். பிளான்ஸ்கை சேர்ந்த இந்தச் சிறுவனின் குடியேற்றம் இரண்டாவது அலையா யிருந்தது. மதச்சார்பற்ற பொதுவுடைமைக் கொள்கையுடைய முன்னோடிகள் பலரும் ஜெருசலேமை மத்திய கால மூடநம்பிக் கைகளின் இருப்பிடமாகவே கருதினார்கள்.

1909ஆம் ஆண்டு தொன்மையான ஜாபா துறைமுகத்தை அடுத்திருந்த மணற்குன்றுகளில் டெல் அவிவ் பகுதியில் குடிய மர்ந்து குடியேற்றத்தை ஏற்படுத்தினர். 1911ஆம் ஆண்டு வடக்குப் பகுதியில் முதன் முதலாக இவர்கள் ஒரு 'சமூகநல வேளாண்மை குடியமைப்பை' ஏற்படுத்தினார்கள்.

இங்கு வந்த பின்னரும் பல மாதங்கள் வரை டேவிட் குரன் ஜெருசலேம் செல்லாமல் கலீலி வயல்களில் வேலை செய்துவந்தார். 1910ஆம் ஆண்டு நடுப்பகுதியில் இருபத்தி நான்கு வயது நிரம்பிய டேவிட் யூத தாயக இயக்கத்தின் செய்தித்தாள் ஒன்றில் எழுதுவ தற்காக ஜெருசலேம் சென்றார். அப்போது இவர் சிறிய உருவமும், மெலிந்த உடலும், சுருள் முடியும் கொண்டவராய், தான் ஒரு சமதர் மவாதி என்பதை வெளிப்படுத்தும் வகையில் ரஷ்ய ருபாஷ்கா ஆடையை அணிந்திருந்தார். சைமன் பார் கோச்பாவின் தளபதி களில் ஒருவரின் பெயரான பென் குரியன் என்னும் பெயரைத் தன் பெயராக சுவீகரித்துக் கொண்டார். இவரது பழைய பாணி சட்டையும் புதிய பெயரும் வளர்ந்து வரும் யூத தாயக இயக்கத்தின் தலைவரின் இருவேறு பக்கங்களை வெளிப்படுத்தின.

பென் குரியன் அவரது யூத தாயக இயக்கத் தோழர்களைப் போலவே வன்முறையின்றியும், பாலஸ்தீன அரேபியர்களை வெளி யேற்றாமலும், அவர்கள்மீது மேலாதிக்கம் செலுத்தாமலும் ஒரு சமதர்ம யூத அரசை உருவாக்க முடியுமென்று நம்பினார். புதிய அரசு அவர்களுடன் சேர்ந்திருக்குமென்றும், யூத தொழிலாள வர்க்கத் தினரும் அரேபிய தொழிலாள வர்க்கத்தினரும் இதற்கு ஒத்துழைப் பார்கள் என்றும் கருதினார். சிடான், டமாஸ்கஸ் ஆகியவை துருக் கியின் பெரும் பிரிவுகளாகவும் (மாவட்டங்களாகவும்) ஜெருசலேம் இவற்றுள்ளடங்கிய சஞ்சாக் எனப்படும் ஒரு சிறு பிரிவாகவும் இவை அனைத்தும் அடங்கிய பகுதி பாலஸ்தீனம் என்றும் அழைக்கப் பட்டது.

உப்பங்கழிகள் நிறைந்த வறுமையான இந்தப் பகுதியில் ஆறு லட்சம் அரேபியர்கள் இருந்தார்கள். யூதர்களின் குடியேற்றத்தால் நிகழும் பொருளாதார ரீதியிலான நன்மைகளில் அரேபியர்கள் பங்கு பெறுவார்கள் என்று யூத தாயக இயக்கத்தினர் நம்பிக்கை கொண்டிருந்தனர். ஆனால் இருவருக்கும் கலந்துறவாடுவது அரி தாகவே இருந்தது. யூதர்களின் குடியேற்றத்தால் விளையும் நன்மைகள் குறித்து அரேபியர்களுக்கு அக்கறை இல்லை. பென் குரியன் ஜெருசலேமில் ஜன்னல்கள் இல்லாத ஓர் அறையை வாடகைக்கு எடுத்திருந்தார். இவர் தன்னுடைய பெரும்பாலான நேரத்தை அரேபிய சிற்றுண்டிச் சாலைகளின் கிராமபோனில் சமீபத்திய அரேபியப் பாடல்களைக் கேட்பதில் செலவிட்டார். இதே சமயத்தில் ஜெருசலேமைப் பூர்வீகமாகக் கொண்ட ஒரு கிறிஸ்துவ அரேபிய இளைஞர், இதே பாடல்களைக் கேட்டு மீண்டும் அவற்றைத் தன் யாழில் இசைக்கும் வல்லமை பெற்றிருந்தான்.

யாழ் இசைக்கும் வாசிப் ஜவஹரிய்யா

வாசிப் ஜவஹரிய்யா சிறுவனாக இருக்கும்போதே யாழ் இசைக்கக் கற்றுக்கொண்டான். 1897ஆம் ஆண்டு மதிப்பும் பழைமைப்பற்றும் கொண்டிருந்த ஒரு கிரேக்க நகரசபை உறுப்பினரின் மகனாகப் பிறந்த இவன், வெகு விரைவில் இசைக்காகவே வாழும் ஒரு நகரில் மிகச்சிறந்த யாழிசைப்பவனாக மாறினான். இதனால் இவன் சமூகத்தின் உயர் மட்டத்திலும் அடித்தளத்திலும் உள்ளவர்களுடன் சரளமாகக் கலந்துறவாடும் வாய்ப்பைப் பெற்றான். ஒரு நாவிதனாக பயிற்றுவிக்கப்பட்டாலும் தன் பெற்றோர்களின் விருப்பத்திற்கெதிராக ஓர் இசைப்பாடகனாக மாறினான்.

இசைக்கலைஞனாக இருந்ததால் சிறப்புமிக்கவர்களையும் பல விஷயங்களையும் தெரிந்து வைத்துக்கொள்ள முடிந்தது. ஜெருசலேமிலிருந்த துருக்கிய பாட்ஷாக்களும், புகழ்பெற்ற எகிப்திய இரவு விடுதிப் பாடகிகளும், கஞ்சா புகைக்கும் பாடகர்களும், சிற்றின்ப வேட்கை கொண்ட யூதப் பெண்களும் இவனுக்கு அறிமுகமானார்கள். வாசிப் ஜவஹரிய்யா தன் ஏழாவது வயதில் நாட்குறிப்பொன்றை எழுதத் தொடங்கினான். இது ஜெருசலேமின் சிறந்த இலக்கியங்களில் ஒன்றாக இருக்கிறது.[2]

இவர் நாட்குறிப்பு எழுதத் தொடங்கியபோது இவரது தந்தை ஒரு வெள்ளைக் கழுதையில் தன் பணிக்காகப் பயணம் செய்து கொண்டிருந்தார். அப்போது இவர் ஜாபா செல்லும் சாலையில் அமெரிக்கக் குடியேற்றப் பகுதியைச் சேர்ந்த ஒருவர் குதிரைகளால் இழுக்கப்படாத ஒரு ஃபோர்டு மோட்டார் காரை ஓட்டி வருவதை முதன்முதலாகப் பார்த்தார்.

மின்சார வசதியில்லாத வாழ்க்கைக்குப் பழகிப்போயிருந்த இவர், ரஷ்யப் பகுதிக்குள் நடந்த சினிமாவை ஒரு துருக்கிய ‘பிஷ்லிக்’ நாணயத்தைக் கட்டணமாகச் செலுத்தி தொடர்ந்து பார்த்து வந்தார். பல கலாச்சாரங்களின் கலவையாயிருந்த கேளிக்கைகளில் திளைத்து வந்தார். பொது ஆங்கிலப்பள்ளியில் கல்வி பயின்ற கிறித்துவரான இவர், திருக்குரானைப் படித்ததுடன் மலை மீதுள்ள கோயிலுக்கும் சுற்றுலா சென்றார்.

ஸ்பானிஷ் போர்ச்சுகீய யூதர்கள், அரேபியர்களின் வாரிசுகள் என்று கருதப்பட்டனர். ஹமானின் சூழ்ச்சி தோல்வியடைந்ததைக் கொண்டாடும் யூதர்களின் திருவிழாவுக்கு இவர் நன்கு உடையணிந்துகொண்டு சென்றதுடன் ஒவ்வொரு ஆண்டும் நிகழும் சைமன் கல்லறைச் சுற்றுலா விழாவிலும் கலந்துகொள்வார். இங்கு

அவர் ஸ்பெயினின் தென்பகுதியில் பாடப்படும் பாடல்களைப் பாடி, யாழையும் கஞ்சிரா என்னும் கருவியையும் இசைப்பார். மாண்ட்டி பையர் குடியேற்றப் பகுதியிலுள்ள ஒரு தையல்காரரின் வீட்டிலுள்ள பாடற்குழுவுடன் சேர்ந்து அரேபியப் பாடல்களையும் பாடுவார்.

1908ஆம் ஆண்டில் நடந்த இளம் துருக்கியர்களின் புரட்சி அப்துல் ஹமீதின் கொடுங்கோலாட்சியையும் அவரது ரகசிய போலீஸ் அமைப்பையும் தூக்கியெறிந்தது. இளம் துருக்கியர்கள் 'இணைப்பும் முன்னேற்றமும்' என்ற பெயரில் ஒரு குழு அமைத்து, 1876ஆம் ஆண்டு அரசியல் சட்டத்தைத் திரும்பவும் அமல்படுத்தவும், பாராளுமன்றத்திற்குத் தேர்தல் நடத்தவும் வேண்டுமென்று கோரி னார்கள். இந்தச் சூழலில் யூதபாட்சா என்று அவருடைய ஆதர வாளர்களாலும், சிறிய ஹெராட் என்று அவருடைய விரோதிகளாலும் அழைக்கப்பட்ட ஆல்பெர்ட் அண்டிபி என்னும் உள்ளூர் வணிகர் ஒருவர் ஜாபா வாயிலில் கூடியிருந்த ஆரவாரமிக்க கூட்டத்தில் நூற்றுக் கணக்கான ரொட்டித் துண்டுகளை வீசினார். இளம் துருக்கியர் களின் திடீர் அரசியல் புரட்சியைக் குழந்தைகள் தெரு நாடகங் களாக நடித்துக் காட்டினார்கள். துருக்கியின் கொடுங்கோன்மை யிலிருந்து விடுவிக்கப்படுவோம் என்று அரேபியர்கள் நம்பினார்கள்.

ஆரம்பகால அரேபிய தேசியவாதிகள் தங்கள் அரசுநாடு அரேபியாவை மையமாகக் கொண்டதாக இருக்க வேண்டுமா என்பதில் உறுதியற்றவர்களாக இருந்தனர். அரேபியர்களும் யூதர் களும் ஒரே நேரத்தில் எழுச்சியுறுவது மோதலில் முடியுமென்று லெபனான் எழுத்தாளர் நாஜிப் அஜௌரி முன்பே எழுதியிருந்தார். ஜெருசலேம் உத்மான் அல் ஹுசைனியையும் யூசுப்காலிடியின் உடன்பிறந்தாரின் மகனான ருகி என்பவரையும் பாராளுமன்ற உறுப் பினர்களாகத் தேர்ந்தெடுத்தது. எழுத்தாளரும் அரசியல்வாதியு மாகிய ருகி உலக அறிவுமிக்கவர். ருகி கலிடி இஸ்தான்புல்லின் துணை சபாநாயகரானார். இவர் தன் பதவியை யூத தாயக இயக்கத் திற்கு எதிராகவும், யூதர்கள் நிலங்கள் வாங்குவதைத் தடுக்கவும் பயன்படுத்தினார்.

எப்போதும் வசதியாக வாழ்ந்த பணக்காரக் குடும்பங்கள் தங்கள் ஆண் குழந்தைகளை ஆங்கிலேய செயின்ட் ஜார்ஜ் பள்ளியிலும், பெண்களை ஹுசைனி பெண்கள் பள்ளியிலும் கல்வி பயிலச் செய்தார்கள். பெண்கள் அரேபிய பாணியிலும் ஆண்கள் மேற்கத் திய பாணியிலும் இருந்தனர். ஆங்கிலேயப் பள்ளி, கால்பந்து விளை யாட்டை ஜெருசலேம் நகருக்கு அறிமுகப்படுத்தியது. ஒவ்வொரு

சனிக்கிழமை மதியமும் பாப்–அல்–சஹ்ராவுக்கு வெளியே போட்டிகள் நடந்தன. விளிம்பற்ற சிவப்பு பட்டுக்குல்லாய்கள் அணிந்து சிலர் கால்பந்து ஆடினார்கள். போருக்குமுன் வாசீப் பள்ளி செல்லும் சிறுவனாயிருந்தான். ஆனால் அதற்கு முன்பே ஒரு சமுதாய மரபொழுங்கற்ற வாழ்க்கையை நடத்திக் கொண்டிருந்தான்.

இவன் யாழ் இசைப்பதுடன், உயர்குடியினரின் நம்பிக்கைக்கு உரியவனாகவும், கேளிக்கை விருந்துகளைக் கொடுப்பவனாகவும், ஷேக் சராஷ் பகுதியில் வசிக்கும் பணக்காரக் குடும்பங்களுக்குக் காமத்தரகனாகவும் இருந்து வந்தான்.

சிறப்புமிக்க செல்வர்கள் சீட்டாடுவதற்கும் தங்கள் காமக் கிழத்திகளைத் தங்க வைப்பதற்கும் தனியாக அடா என்றழைக்கப் படும் அறையை வாடகைக்கு எடுத்து வைத்துக்கொண்டிருப்பது வழக்கம். இவற்றின் சாவிகளை இவர்கள் வாசீப்பிடம் கொடுத்து வைத்திருப்பார்கள். ஜெருசலேம் மேயரின் மகன் வாசீப்பின் காப்பாள ராயிருந்தார். ஹுசைன் இபென்டி அல் ஹுசைனி என்னும் பெயருடைய இவர் பல்திறப் பயிற்சியுள்ள காமக்கிழத்திகள் பலரை வைத்திருந்தார். பெர்ஸிபோன் என்னும் பெயருடைய கிரேக்க – அல்பேனிய தையல் தொழில் செய்யும் பெண்ணை ஜாபா சாலை யிலுள்ள தன்னுடைய அடாவில் தன் காமக்கிழத்தியாக வைத்திருந் தார். பிறரை எளிதில் கவரும் ஆற்றலுடைய பெர்ஸிபோன் கால் நடைகள் வியாபாரம் செய்தும் தைம் என்னும் மருத்துவகுண முடைய தைலத்தையும் விற்றுவந்தாள். பெர்ஸிபோன் இசைப் பாடல் பாடும்போது இளைஞன் வாசீப் அவளுடன் சேர்ந்து யாழிசைப் பான். 1909ஆம் ஆண்டு ஹுசைனி மேயரானவுடன் பெர்ஸி போனை மணந்துகொண்டார்.

சிறப்பானவர்களின் காமக்கிழத்திகள் பெரும்பாலும் யூத, ஆர்மினிய, கிரேக்கப் பெண்களாயிருந்தனர். ஆனால் தற்போது ரஷ்யப் புனிதப் பயணிகளின் வருகை ஜெருசலேம் நகரில் சிற்றின்ப நாட்டமுடையவர்களின் தேவையைப் பூர்த்தி செய்து கொண்டி ருந்தது. எதிர்கால மேயர் ராக்கெப் அல் நாஷ்காஷ்கிபி, இஸ்மாயில்– அல்–ஹுசைனி ஆகியோருடன் சேர்ந்துகொண்டு வாசீப் ரஷ்யப் பெண்களுக்கு ரகசிய விருந்துகளைக் கொடுத்தார். வழக்கத்துக்கு மாறாக ஒரு ரஷ்யப் புனிதப்பயணி, ஜெருசலேம் நகரின் மோசமான நிலையையும் இங்கு நடக்கும் விபச்சாரத் தொழில் பற்றியும் தன் நாட்டவர்களிடம் முறையீடு செய்தார். 1911ஆம் ஆண்டு மார்ச் மாதம் ஆடம்பரத்திலும் சிற்றின்பத்திலும் நாட்டமுடைய ஒரு துறவி

ஜெருசலேம் நகருக்கு வந்தார். இவர் ரஷ்யப் பேரரசருக்கும் பேரரசிக்கும் ஆன்மீக ஆலோசகராகவும் நெருக்கமானவராகவுமிருந்தார். புற்று நோயால் அவதிப்பட்டு வந்த இவர்களது மகன் அலெக்ஸியை இவர்தான் குணப்படுத்த முடியுமென்ற நம்பிக்கை கொண்டிருந்தனர்.

ரஸ்புதீன்: கன்னிகா ஸ்தீரிகளுக்கு எச்சரிக்கை

“என்னுடைய மகிழ்ச்சியான எண்ணங்களை என்னால் விவரிக்க முடியாது. உன்னுடைய ஆன்மா மகிழ்ச்சியுடன் பாடும்போது மை உபயோகமற்றது.” இவ்வாறு கிரிகோரி ரஸ்புதீன் எழுதினார். சைபீரிய விவசாயியான இவர் அலைந்து திரியும் ஒரு புனிதராக மாறினார். 1903ஆம் ஆண்டு முதன் முதலாக ஒரு புனிதப்பயணியாக ஜெருசலேம் வந்தபோது இவரை யாருக்கும் தெரியாது. இன்னமும் ஒடிசாவிலிருந்து வந்த கடற்பயணத்தை மறக்கக் கூட இல்லை.

அப்போதிருந்து ரஸ்புதீன் உலகில் புகழ்பெறத் தொடங்கினார். ரஸ்புதீனை, ‘நம்முடைய நண்பர்’ என்று இரண்டாம் நிக்கோலஸ் குறிப்பிட்டார். இவரைப் பற்றி எழுந்த கடுமையான விமர்சனங்களால் இவரை பீட்டர்ஸ்பெர்க்கிலிருந்து வெளியேற்ற வேண்டிய நிலை வந்தது. எனவே ரஸ்புதீன் ஜெருசலேம் புனிதப் பயணம் மேற்கொள்ள தானே ஏற்பாடு செய்தார் அரசர் இரண்டாம் நிக்கோலஸ்.

விலைமாதர்களுடன் தொடர்புகொள்வது, சிற்றுண்டி விடுதிகளில் பொழுதைக் கழிப்பது, பொது இடத்தில் வெளிப்படையாக சிறுநீர் கழிப்பது போன்ற புனிதத் தன்மையற்ற ரஸ்புதீனின் செயல்கள் கடும் விமர்சனத்திற்கு உள்ளாயின. இவர் ஜெருசலேமின் பழமைப் பற்றுடைய குடும்ப முதல்வர் ஒருவரின் மாளிகையில் தங்கிக் கொண்டு, ஆடம்பர வாழ்க்கை நடத்திய போதிலும் தன்னைப் புனிதப் பயணிகளின் நலனைக் காப்பவராக வெளிப்படுத்திக் கொண்டு, ஈஸ்டர் பண்டிகையில் மகிழ்ச்சி கொள்வதாகத் தெரிவித்தார்.

“எல்லாம் முன்பிருந்தபடியே உள்ளன. மக்கள் பழைய ஏற்பாட்டுக் காலத்தில் அணிந்திருந்த ஆடைகளையே இன்றும் அணிந்திருக்கிறார்கள். இது என் கண்களில் கண்ணீரை வர வழைக்கிறது.” இவ்வாறு கூறிவிட்டு மிதமிஞ்சி மதுவருந்திச் சிற்றின்ப நுகர்வுகளில் ஈடுபடுவதில் இவர் கைதேர்ந்தவராக இருந்தார்.

1911ஆம் ஆண்டில் ஈஸ்டர் பண்டிகைக்காக ரஷ்யாவிலிருந்து பத்தாயிரம் விவசாயிகள் வந்தார்கள். இவர்கள் ரஷ்ய குடியேற்றப் பகுதியின் சுற்றுச் சுவருக்குள்ளிருந்த அறைகளில் தங்கிக்கொண்டு கோமகன் செர்கியின் மேரி மேக்டாலினியையும் தேவலாயத்திற்குப் பக்கத்திலிருந்த அலெக்ஸாண்டர் நெவஸ்கியிலும் வழிபாடு செய்தனர்.[3] இவர்கள் தங்கள் செய்கையால் நாட்டிற்கு இழிவை ஏற்படுத்தினார்கள். அடிக்கடி குடித்துவிட்டு சண்டையிட்டுக் கொண்டதால் இவர்களைக் கட்டுப்படுத்துவது கடினமாயிருந்தது. ரஸ்புதீன் கத்தோலிக்கர்களையும் ஆர்மீனியர்களையும் முஸ்லிம்களையும் வெளிப்படையாகவே வெறுத்தார்.

1893ஆம் ஆண்டு ஒரு கத்தோலிக்கர் தேவாலயத்தில் தனக்கு வழிவிடும்படி கேட்டதற்காக, ஒரு பணக்கார ரஷ்யப் பயணியின் பாதுகாவலர் திருக்கோயில் உள்வட்டார மணியக்காரரையும் மேலும் மூன்று பேரையும் சுட்டுக்கொன்றார். ஒரு வகையான சாராயத்தை மக்கள் கூட்டம் கூட்டமாக அருந்தினார்கள். ஏதினியன் கன்னி காஸ்திரிகளால் தயாரிக்கப்படும் இந்த சாராயம் மலிவான விலைக்கு எங்கும் கிடைத்ததாக ரஸ்புதீன் தெரிவிக்கிறார். வரைமுறையற்ற சிற்றின்ப வேட்கையுடைய ஜெருசலேம் நகரின் பணக்காரர்கள் ரஷ்யப் பெண் பயணிகளுக்கு விருந்துகள் கொடுத்து அவர்களில் சிலரைத் தங்கள் காமக்கிழத்திகளாகத் தங்க வைத்துக் கொண்டார்கள்.

ரஸ்புதீன் கிறித்துவக் கன்னிமாடப் பெண்களைப் பின்வருமாறு எச்சரிக்கிறார்:

"கன்னிப் பெண்கள் இங்கு செல்லக்கூடாது. இங்கு பெரும்பாலானவர்கள் புனித நகருக்கு அப்பாலேயே தங்கள் வாழ்க்கைக்கு வேண்டியதைச் சம்பாதித்துக் கொள்கிறார்கள். இங்கு சென்றவர்களுக்குத் தெரியும், இளம் சகோதரர்களும், சகோதரிகளும் எந்த அளவுக்குத் தவறு செய்கிறார்கள் என்பது. இளம் பெண்களுக்கு வாழ்க்கை மிகவும் கடினமானதாக இருக்கிறது. இங்கே கவர்ச்சித் தூண்டல் அதிகமாக இருக்கிறது. இவர்கள் விரோதிகளால் (கத்தோலிக்கர்களா? முஸ்லிம்களா?) இங்கு அதிக நாட்கள் தங்க வைக்கப்படுகிறார்கள். பல பெண்கள் காமக்கிழத்திகளாகவும் சந்தைப் பொருளாகவும் ஆக்கப்படுகிறார்கள். இங்குள்ள பெண்களுக்குக் காம சுகத்திற்காகப் பொருளும் உதவியும் செய்து ஆதரிக்கும் முதியவர் இருக்கிறாரென்று கூறி பெண்களையும் இந்தப் பட்டியலில் சேர்த்து விடுகிறார்கள்".[4]

ரஸ்புதீன் ஜெருசலேம் வந்த அதே நேரத்தில் விவசாயப் புனிதப் பயணிகளுடன் ஸ்டீபன் கிரஹாம் என்னும் ஆங்கிலேயப் பத்திரிகையாளரும் வந்தார். இவர் அரேபியப் பெண்கள் புனித வாரநாளில் விதிமுறைகளை மீறிப் பயணிகள் தங்கும் சாவடிகளுக்குச் சென்று, ஜின் மற்றும் பிரான்ஸ் நாட்டு உயர்வகை சாராயத்தையும், விவசாயிகளுக்கு விற்று வந்தார்களென்று குறிப்பிடுகிறார். புனிதப் பயணிகளும், சுற்றுலா வருபவர்களும், நாடோடி போலி மருத்துவர்களும், கூவி விற்கும் சிறு வணிகர்களும், படைக்கலம் தாங்கிய காவல் துறையினரும், பிரெஞ்ச் காவல்துறை வீரர்களும், துருக்கிய வீரர்களும், கழுதைகளின் மீது புனிதப் பயணிகளும், ஆங்கிலேயர்களும், ஆர்மீனியர்களும் நிரம்பியிருந்தனர்.

ரஷ்யாவைச் சேர்ந்த பொருட்களைக் கூவித்திரிந்து விற்கும் சிறுவணிகர்கள், பயணிகளிடம் ஒழுக்கக்கேடாக நடந்து கொண்டார்கள்.

உயரமாகவும், பருமனாகவும், நீண்ட கறுத்த முடியுடனும், மழிக்கப்படாத முகத்துடனும், அடர்ந்த மீசையுடனும், தடித்த சிவப்பு உதடுகளோடும் காணப்பட்டார், பிலிப் என்னும் ஒரு விவசாயி. இவர் துறவிகளுக்கும், புனிதப் பொருள்களை விற்பனை செய்யும் வணிகர்களுக்கும், கடத்தல் தொழில் செய்பவர்களுக்கும் காமத்தரகராக இருந்தார். இந்தத் தொழிலைச் செய்பவர்கள் பெரும்பாலும் இவரைப் போலவே இருந்தனர். ரஷ்யர்கள் பலர் ஜெருசலேமில் மகிழ்ச்சியில் திளைத்தனர்.

மார்க்சீய கருத்துக்களைப் பரப்புபவர்கள் புரட்சியையும், நாத்திகத்தையும் போதித்தார்கள். கிரஹாம் அங்கு சென்ற ஈஸ்டருக்கு முந்தைய ஞாயிறு இயேசு ஜெருசலேமில் நுழைந்ததை நினைவுகூறும் நாள்; துருக்கியப் படைவீரர்கள் புனிதப் பயணிகளை தேவாலயத்துக்கு வெளியே அடித்து விரட்டினார்கள். பழைமைப் பற்றுடைய அரேபியர்கள் சமய வெறியுடன் கூச்சலிட்டார்கள். இந்த நேரத்தில் திடீரென சிவப்புத் தொப்பியணிந்த துருக்கியர்களும் தலைப்பாகை அணிந்த முஸ்லிம்களும், சத்தமிட்டுக்கொண்டு கூட்டத்தினரை அடித்துத் தள்ளி, ஆலிவ் மரக்கிளையைக் கொண்டு வந்தவரின் கையிலிருந்து அதனைப் பிடுங்கி ஒடித்தெறிந்துவிட்டு ஓடிவிட்டார்கள். ஓர் அமெரிக்கப் பெண் இதைத் தன் புகைப்படக்கருவியால் படம் பிடித்தாள். கிறித்துவ அரேபியர்கள் இதற்குப் பழிவாங்க சபதமேற்றார்கள். பின்பு ரஷ்யர்கள் சிறந்த வெற்றியாளனின் இரண்டாவது வருகைக்காகப் பொன் வாயிலில் காத்திருந்தனர்.

அன்று இரவு கிரஹாமின் நண்பர்கள் சமய ஆர்வத்துடன் குழந்தைகளைப் போல ஜெருசலேமின் மண்ணையும் ஜோர்டான் தண்ணீரையும் நினைவுப் பொருளாகச் சேகரித்துக்கொண்டு உணர்ச்சி மிகுதியால் ஒருவரையொருவர் கட்டிப்பிடித்து முத்தமிட்டுக் கொண்டனர்.

என்னவிதமான தழுவல்களும் முத்தப்பரிமாற்றமும் நடந்த தென்பதையும், தாடிகளும் மீசைகளும் ஒன்றுடன் ஒன்று உரசிக் கொண்டதையும், அதிக அளவில் மதுவும் பிரெஞ்சு உயர்ரக சாராயமும் ஆங்கிலேயர்களால் அருந்தப்பட்டதையும் கிரஹாம் விவரித்துள்ளார்.

அந்த ஆண்டில் ஈஸ்டர் பண்டிகையும், யூதர்கள் எகிப்திலிருந்து தப்பி வந்ததைக் கொண்டாடும் விடுதலைப் பண்டிகையும், நபிமூஸா பண்டிகையும் ஒரே நேரத்தில் வந்தன. பழமைப் பற்றுடைய சகோதரி களின் ஒழுங்கு நெறிமுறையை ரஸ்புதீன் போதித்துக்கொண்டிருந்த நிலையில் வாசீப் அவர்களை நெறிபிறழச் செய்வதில் தீவிரமாக இருந்தான். இந்த நேரத்தில் ஆங்கிலேய உயர்குடிப் பிறப்பாளன் ஒருவன் கலகங்களை ஏற்படுத்தி உலகத்தின் கவனத்தை ஈர்த்தான்.

பத்துக் கட்டளைகள் அடங்கிய பேழை குறித்த பார்க்கரின் கட்டுக்கதை

மாண்டி பார்க்கர் 29 வயது நிரம்பிய ஓர் உயர்குடிப் பிறப்பு. ஏழாம் எட்வர்டைப் போன்ற நீண்டு குறுகிய தாடியையும் அடர்ந்த மீசையையும் கொண்டவர். அதிகமான ஆசைகளையும் குறைந்த வருமானத்தையும் உடையவராக இருந்த இவர், தன் ஆடம்பரச் செலவுகளுக்குப் பிறரிடம் பணத்தை வஞ்சித்துப் பெறும் ஒரு மோசக் காரன். இவர் இங்கிலாந்தின் பழைய ஈட்டான் நகரைச் சேர்ந்த வரும், கிளாட்ஸ்டோனின் கடைசி அமைச்சரவையில் அமைச்சராக இருந்தவரின் மகனும், போயர் சண்டையில் பங்கேற்ற மார்லே கோமகனின் இளைய சகோதரரும் ஆவார். இவர் பின்லாந்தைச் சேர்ந்த திருநிலை மறைமெய்மைகளை விளக்குபவர் ஒருவரைச் சந்தித் தார். இந்த மறைமெய்மை விளக்குபவர், வரலாற்றுச் சிறப்புமிக்க ஒரு புதையலை இருவரும் சேர்ந்து கண்டுபிடிக்கலாமென்று மாண்டி பார்க்கரிடம் தெரிவித்தார்.

பின்லாந்தைச் சேர்ந்த இவரது பெயர் டாக்டர் வால்டர் ஜீவிலியஸ். இவர் ஓர் ஆசிரியரும் கவிஞரும் ஆன்மீகவாதியுமாவார். விவிலிய மறைநூலிலுள்ள குறியீடுகளை ஆய்வு செய்து விளக்கு

வதில் வல்லவரான இவர், பைபிள் காலத்து ஆடைகளை விரும்பி அணியக்கூடியவர். ஆவிகளுடன் தொடர்புகொள்ளும் ஸ்வீடன் நாட்டவர் ஒருவருடன் சேர்ந்து பழைய ஏற்பாட்டின் 'இசக்கியல் புத்தகப் பகுதியை' ஆய்வு செய்தார். இசக்கியலின் மறைகுறியீடு களைத் தான் கண்டுகொண்டதாக ஜீவிலியஸ் நம்பினார்.

இது கி.மு 586இல் நெபுகாத்நெசார் ஜெருசலேமை அழிக்க முயன்றபோது யூதர்கள் பத்துக் கட்டளைகள் அடங்கிய பேழையைத் திருக்கோயிலின் சுவடிக்கூடம் (ஆவணக்காப்பகம்) என்று இவர் கருதும் ஒரு நிலவறையில் திருக்கோயில் மலைக்குத் தெற்கே மறைத்து வைத்திருப்பதாக இவருக்கு மறைசெய்தி வெளிப் படுத்தப்பட்டது. இதைக் கண்டுபிடிக்கத் தேவையான நிதியைச் சேகரிக்க ஒரு செயல்வீரரின் உதவி இவருக்குத் தேவையாயிருந்தது. எனவே எட்வர்ட் காலத்திய லண்டனில் உயர்குடியினரிடையே நெருக்கமான தொடர்புகொண்டிருந்த ஆற்றல்மிக்க இந்த ஆங்கிலே யரைத் தவிர வேறு யாரும் இதற்கு உதவமுடியாதென்று கருதினார். ஜீவிலியஸ் தன் ரகசிய திட்ட விளக்க அறிவிப்பைப் பார்க்கருக்குக் காட்டினார். அதில் பின்வருமாறு செய்தி வெளிப்படுத்தப் பட்டிருந்தது.

"திருக்கோயில் சுவடிக்கூடம் அல்லது ஆவணக்காப்பகம் அக்கெல்டாமா பகுதியிலுள்ள நுழைவாயிலில் இருக்கிறது என்ப தையும், அது இன்றுவரை யாராலும் தொட முடியாத ஒன்றாக இருக்கிறதென்றும் நான் நம்புகிறேன். ஆனால் இரண்டாயிரத்து ஐந்நூறு ஆண்டுகளாக மறைந்திருக்கும் திருக்கோயில் சுவடிக்கட்டு களைக் வெளிக்கொணர்வது எளிதானதுதான். இதுபற்றிய மறைக் குறியீடு திருக்கோயில் சுவடிக்காப்பகம் இதுவரை யாரும் அணுகாத இடமாக உள்ளது என்பதை நிரூபிக்கிறது."

ஜீவிலியஸின் பைத்தியக்காரத்தனமான விளக்கக் குறிப்பைப் பார்க்கர் ஏற்றுக்கொண்டார். 'டாவின்சி கோட்' கருத்தைவிட இது அறிவு சார்ந்ததென்று பார்க்கர் கருதினார். கெய்ஸர் ஆவித் தொடர் பாய்வுக் குழுவினருடன் தொடர்புகொண்டிருந்த சூழலிலும், மக்கள் யூதர்களின் சதித்திட்டத்தை நம்பியதால், மக்களைத் தன் கருத்திற்கு இணங்கச் செய்வது இவருக்கு எளிதாக இருந்தது. யூதர்கள் ரகசியங்கள் நிரம்பியவர்கள். எனவே அவர்கள் பத்துக் கட்டளைகள் அடங்கிய பேழையை மறைத்து வைத்திருக்கிறார்கள் என்பது உண்மையாக இருக்கக்கூடும் என ஓர் அறிஞர் இவருக்குக் கடித மெழுதினார். ஜீவிலியஸின் ஆவணத்தைப் பின்லாந்து மொழி யிலிருந்து மொழிபெயர்த்து அதனை ஒரு சிற்றேடாக பார்க்கர் வெளியிட்டார்.

அதைக் கொண்டு பெருஞ்செல்வம் சேர்க்க தன்னுடைய தோழர்களிடமும், நாடோடி போலி மருத்துவர்களிடமும் ஆதரவு திரட்டினார் பார்க்கர்.[5]

இந்தத் திட்டத்தால் 20 கோடி டாலர்களைச் சம்பாதிக்க முடியு மென்று அவர்களுக்கு ஆசை காட்டினார். பார்க்கர் ஒரு சிறந்த விற்பனையாளர் என்பதால், விரைவிலேயே இவருடைய திட்டத்திற்கு நிதி வழங்குபவர்களின் எண்ணிக்கை இவரால் சமாளிக்க முடியாத அளவுக்கு அதிகமானது. பிரிட்டிஷ், ரஷ்ய, ஸ்வீடன் நாட்டு உயர் குடியினர் இவரிடம் பணத்தைக் கொட்டினார்கள். கான்சுலோ வாண்ட்ரபில்ட் போன்ற பணக்கார அமெரிக்கர்களும், மார்ல்பரோ கோமாட்டியும் பார்க்கருக்கு நிதியளித்தார்கள். பார்க்கரின் குழு திருக்கோயில் மலைக்கும் டேவிட்டின் நகருக்கும் வேண்டும்போது சென்றுவர அனுமதி பெறவேண்டும். கையூட்டுகளின் மூலம் இதைச் சாதிக்கமுடியுமென்று பார்க்கர் நம்பினார்.

1909ஆம் ஆண்டு வசந்த காலத்தில் பார்க்கரும், ஜீவிலியஸும், ஸ்வீடன் நாட்டைச் சேர்ந்த இவர்களது பாதுகாவலர் ஹோபன் ஸ்டால் என்பவரும் ஜெருசலேம் சென்று இடங்களைப் பார்வை யிட்டனர். பின்பு இவர்கள் இஸ்தான்புல் சென்றனர். இங்கு கிடைக்கும் புதையலில் ஐம்பது விழுக்காடு அமைச்சர்களுக்குக் கொடுப்பதாக மாண்டி வாக்குறுதி கொடுத்ததுடன், இளம் துருக்கியர்களின் அரசின் முதலமைச்சரிலிருந்து கீழ்மட்டத்திலிருப்பவர்கள் வரை கையூட்டும் கொடுக்கப்பட்டது. இதற்கான ஒப்பந்தம் நிதியமைச்சர் டேவிட்பே என்பவருக்கும் லண்டன் டர்ப் கிளப்பைச் சேர்ந்த மேன்மைதாங்கிய பார்க்கருக்கும் இடையே ஏற்பட்டது.

துருக்கிய அரசு மேக்காஸடார் என்னும் ஆர்மீனியரை முகவராக அமர்த்திக்கொண்டு, அகழாய்வு செய்யும் பணியை மேற்பார் வையிட இரண்டு ஆணையர்களை அனுப்பும்படி பார்க்கரைக் கேட்டுக்கொண்டது. 1909ஆம் ஆண்டு ஆகஸ்ட் மாதத்தில் கேப்டன் ஹோபன்ஸ்டால் ஜீவிலியஸிடமிருந்து மறைகுறியீடுகளைப் பெற்றுக்கொண்டு ஜெருசலேமிலிருந்த பார்க்கரையும் அவரது நண்பர் களையும் சந்திக்கச் சென்றார். ஆலிவ் மலையிலிருந்த கெய்ஸரின் அகஸ்டா விக்டோரியா கோட்டை இவர்களது தலைமையிடமாக இருந்தது. நகரிலுள்ள சிறந்த விடுதியில் (ஹோட்டல் பாஸ்ட்) இவர்கள் தங்கியிருந்தார்கள். மாண்டியும் அவரது நண்பர்களும் பொதுப்பள்ளி மாணவர்களைப்போல் இருந்துகொண்டு கேளிக்கை விருந்துகளிலும் துப்பாக்கி சுடும் போட்டிகளிலும் பொழுது போக்கிக் கொண்டிருந்தார்கள்.

ஒருநாள் காலை நாங்கள் வழக்கத்துக்கு மாறான சத்தங்களைக் கேட்க நேர்ந்ததாகக் கூறிய அமெரிக்க காலனியைச் சேர்ந்த பெர்த்தாஸ்பார்டு என்பவர் மேலும் சொன்னது: "தொல்பொருள் ஆய்வாளர்களான இவர்கள் கழுதைகளை ஓட்டும் சிறுவர்களைப் போல் கழுதைகளுடன் ஓடியபடி கழுதைகளைப் போல் சத்த மிட்டார்கள். இந்தக் கழுதைகளின் மீது ஆங்கிலேயர்களுக்குப் பதிலாக அரேபிய சிறுவர்கள் அமர்ந்திருந்தார்கள்." பார்க்கரின் குழு அரசு உயர் அதிகாரிகளுக்கு லஞ்சம் கொடுத்து ஆளுநர் அஸ்மே பாஷாவைச் சட்டவிரோதமாகச் செயல்படத் தூண்டியது. பல பணியாட்களையும் பணிப் பெண்களையும் வழிகாட்டிகளையும் பாதுகாவலர்களையும் பணிக்கு அமர்த்திக்கொண்டு ஓபெல் குன்றுப் பகுதியில் தோண்ட ஆரம்பித்தது.

தொன்மையான ஜெருசலேமைக் கண்டறிய இந்தக் குன்றுப் பகுதி புதைபொருள் ஆராய்ச்சிக்கு இயக்க ஆதாரமாயிருந்தது. 1867ஆம் ஆண்டு சார்லஸ் வாரன் இங்கு தோண்டினார். பின்பு அமெரிக்க புதைபொருள் ஆராய்ச்சியாளர்கள் பிரெடெரிக் பிலிஸ், ஆர்ச்சிபால்டு டிக்கி ஆகியோர் பல ஒருவழித் திறப்பு சுரங்க வழி களைக் கண்டுபிடித்தார்கள். இந்தப் பகுதிதான் அரசன் டேவிட் காலத்திய ஜெருசலேமாக இருக்க வேண்டுமென்ற யூகத்தை ஏற்படுத் தியது. ஜீவிலியஸைத் தவிர பிறர் எண்ணங்களை அறிந்து சொல்லக் கூடிய லீ என்பவரும் பார்க்கரின் ஆன்மீக வழிகாட்டியாக இருந் தார். எதையும் கண்டுபிடிக்கமுடியாத நிலையிலும் பார்க்கர் ஜீவிலியஸ்ஸின் மீது நம்பிக்கை இழக்கவில்லை.

ஜெருசலேம் யூதர்கள், பேரன் எட்மண்ட் டி ரோத்ஸ்சைல்டு (இவரே பத்துக் கட்டளைகள் அடங்கிய பேழையைக் கண்டுபிடிக்க நிதியுதவி அளித்தார்) ஆதரவுடன் பார்க்கர் யூதர்களின் புனித பூமியைப் பாழ்படுத்துவதாக எதிர்ப்பு தெரிவித்தார்கள். முஸ்லிம் களும் இது குறித்து எதிர்ப்பு தெரிவித்தனர். ஆனால் துருக்கியர்கள் அவர்களை அடக்கி வைத்தார்கள். பார்க்கர் தன் சந்தேகங்களைப் போக்கிக்கொள்ள பைபிளில் காணப்படும் உயிரின ஆய்வு செய்யும் புதைபொருள் ஆய்வாளர் பியர் வின்சென்ட் என்பவரையும் தன் அகழாய்வை மேற்பார்வையிடும் பணிக்கு அமர்த்திக்கொண்டார்.

இந்த இடம் தொன்மைக் காலத்தில் ஒரு குடியேற்றப்பகுதியாக இருந்ததற்கான சான்றுகள்தான் அதிக அளவில் கிடைத்தன. பெரி வின்செண்டுக்கு பார்க்கர் அகழாய்வு செய்வதன் உண்மை யான நோக்கம்பற்றி எதுவும் தெரியாது. 1909ஆம் ஆண்டு இறுதி யில் மழையினால் பார்க்கரின் தோண்டும் பணி நிறுத்தி வைக்கப்

பட்டது. 1910ஆம் அண்டு வில்சன் என்பவரின் சிறு கப்பலில் ஜாபாவுக்குத் திரும்பி வந்து தோண்டும் பணியைத் தொடங்கினார். அரேபியப் பணியாட்கள் பலமுறை வேலை நிறுத்தத்தில் ஈடு பட்டனர். நீதிமன்றங்களும் அரேபியர்களுக்கு ஆதரவளிக்கப்போவ தாக அச்சுறுத்தின. பிரிட்டிஷ் படையின் ஆயுத அணிவகுப்பு நடத்தி அவர்களை அச்சுறுத்தி பணியவைக்க வேண்டுமென்று மாண்டியும் அவருடைய பங்குதாரர்களும் முடிவு செய்தனர்.

அதற்காக யாழிசைப்பின் புரவலரான மேயரைச் சீருடையில் நேருக்கு நேர் சந்திக்கச் சென்றனர். கேப்டன் டஃப், தலைக்கவசமும் மார்புக்கவசமும் அணிந்து மெய்க்காப்பாளருக்குரிய கையுறை அணிந் திருந்தார். மாண்டி பார்க்கர் பண்டைய ரோமானியர்களைப் போல் சிவப்பு முரட்டுக் கம்பளியிலான மெய்யங்கியை அணிந்திருந் தார். ‘காலம் மாறிவிட்டது. நாம் மக்களிடையே ஓர் கிளர்ச்சியை ஏற்படுத்திவிட்டோம்’ என்று மேஜர் போலே கூறினார். வேலை நிறுத்தம் செய்தவர்களைப் பணிநீக்கம் செய்த வெற்றிக்களிப்பில் பழைய நகரின் வழியாக அணிவகுத்துச் சென்ற நிகழ்ச்சியை மேஜர் போலே இவ்வாறு குறிப்பிடுகிறார்:

“துருக்கியர்களின் ஈட்டிப்படையும் பின்னர் மேயரும் சில புனிதத் துறவிகளும் டஃப், பார்க்கர், வில்சன் மாக்கசடார், அடுத்து துருக்கியர்களின் படையும் சென்றது. திடீரென டஃப்பின் கழுதை கடைத் தெருவின் வழியாக ஓடி, அவரை ஒரு கடையிலிருந்த கடலைக் குவியலின்மீது தள்ளியது. இதைக் கண்டு அவரது நண்பர்கள் நகைக்கத் தொடங்கினார்கள். இதைக் கண்டு வயது முதிர்ந்த யூதர் உலகம் முடியப்போகிறதென்று நினைத்து யூதர்களின் சிதைந்த மொழியான இட்டிஸில் அழத் தொடங்கினார். இறுதியில் இந்த அணிவகுப்பு நிகழ்ச்சி வெற்றிகரமாக நடந்தது; தாராளமான லஞ்சம் வேலை செய்ய ஆரம்பித்துவிட்டது.

F.J.M.P.W என்ற குறியீட்டால் அழைக்கப்பட்ட அவரது குழுவிற்கு அவ்வப்போது விரிவாக அறிக்கை அனுப்பிவந்தார். இவரது முதல் வருகையின்போது 1900 டாலர்கள் லஞ்சமாக செலவு செய்த தாகவும், முதல் ஆண்டு 3400 டாலர்கள் செலவு செய்ததாகவும், 1910ஆம் ஆண்டு இவர் திரும்பி ஜெருசலேம் வந்தபோது 5667 டாலர்கள் ஜெருசலேம் அதிகாரிகளுக்குக் கொடுத்ததாகவும், மேயர் ஹுசைனிக்கு மாதம் நூறு டாலர் கொடுத்து வருவதாகவும் தன் குழுவிற்குப் பார்க்கர் கணக்கு சமர்ப்பித்திருந்தார். இத்தகைய தாராள மான லஞ்சம் ஜெருசலேம் நகரின் உயர்குடியினருக்கு ஒரு வரப்பிர சாதமாக இருந்தது. ஆனால் இளம் துருக்கியர்களின் அரசு மாறு

பட்டிருப்பதையும் ஜெருசலேம் ஓர் உணர்ச்சிக் கொந்தளிப்பான இடமாக இருந்ததையும் பார்க்கர் உணர்ந்திருந்தார். ஆனால் தான் ஒரு எரிமலையின்மீது விளையாடிக்கொண்டிருக்கிறோம் என்பதைப் புரிந்துகொள்ளவில்லை. ஆனால் தான் செய்யும் சிறிய தவறுகள் பின்னாளில் மோசமான விளைவுகளை ஏற்படுத்திவிடும் என்று மிகவும் எச்சரிக்கையாகச் செயல்பட்டார்.

1911ஆம் ஆண்டு வசந்த காலத்தில் மீண்டும் தோண்டுவதற்கு பார்க்கர் அதிக லஞ்சம் கொடுக்க வேண்டியிருந்தது. அதனால் சலிப்புற்று, ஹரம் பகுதியின் பரம்பரைப் பாதுகாவலர் ஷேக்– கலில்–அல்–அன்சாரிக்கும் அவரது சகோதரருக்கும் லஞ்சம் கொடுத்து, திருக்கோயில் மலையில் தோண்டத் தொடங்கினார்.

பார்க்கரும் அவரது குழுவினரும் அரேபியர்களின் கோமாளி நடிகர்களைப்போல் உடையணிந்து திருக்கோயில் மலையில் கவிகைமாடம் உள்ள பகுதிக்குள் நுழைந்தார்கள். ரகசிய சுரங்க அறை இருக்கும் பகுதிக்கு மேலேயுள்ள தரைத் தளத்தை உடைத்தார்கள். ஏப்ரல் 17ஆம் தேதியன்று வீட்டில் தூங்க முடியாத ஓர் இரவுக்காவலர் ஹரம் பகுதிக்கு வந்தார். அங்கு ஆங்கிலேயர்கள் தரையைத் தோண்டிக் கொண்டிருப்பதைக் கண்ட காவலர், தெருவிற்கு வந்து, மாறுவேடமிட்ட கிறித்துவர்கள் கவிகை மாடத்தைத் தோண்டுவதாகக் கூச்சலிட்டார்.

நபிமுஸா பண்டிகை ஊர்வலத்தைத் திசை திருப்பிய மப்டி, அதை ஆங்கிலேயர்களும், துருக்கியர்களும் சேர்ந்து செய்யும் சதித் திட்டத்திற்கு எதிரான கண்டன ஊர்வலமாக மாற்றினார். நபிமுஸா பண்டிகைக்காக வந்திருந்த பயணிகளுடன் ஒரு கூட்டம் சேர்ந்து கொண்டு புனித இடத்தைப் பாதுகாக்க ஓடிவந்தார்கள். பார்க்கரும் அவரது நண்பர்களும் தங்கள் உயிரைப் பாதுகாத்துக்கொள்ள ஜாபாவுக்கு ஓடினார்கள். இந்தக் கூட்டத்தில் முஸ்லிம்களும் யூதர்களும் ஒன்று சேர்ந்துகொண்டு வெறியுடன் ஷேக் கலீலையும் மாக்கசாடரையும் கொலைசெய்ய முயற்சித்தார்கள். துருக்கியர்களின் காவல்படை விரைந்து வந்து இவர்களைக் கைது செய்ததால் இவர்கள் உயிர் பிழைத்தார்கள். பார்க்கரின் பாதுகாவலர்களும் பெய்ரூட்டில் சிறை வைக்கப்பட்டனர்.

மாண்ட்டி பார்க்கர் ஜாபாவிலிருந்து கப்பலேறினார். காவல் துறையினர் பத்துக் கட்டளைகள் அடங்கிய பேழையை இவர் பதுக்கி வைத்திருக்கலாம் என்று சந்தேகித்தனர்.

எனவே இவரையும் இவரது பயணப் பொருட்களையும் சோதனையிட்டனர். அங்கிருந்து தப்பிக்க எண்ணிய பார்க்கர்

துருக்கிய காவல்படை வீரர்களை ஏமாற்ற தான் ஓர் ஆங்கிலேய கனவானென்றும், தான் வாட்டர் லில்லி கப்பலில் ஜாபா அதிகாரி களுக்கு விருந்து கொடுக்கப் போவதாகவும் கூறி நழுவிச் சென்றார். பார்க்கர் சாலமனின் கிரீடத்தையும், பத்துக் கட்டளைகளைக் கொண்ட பேழையையும், முகம்மதுவின் வாளையும் திருடிக் கொண்ட தாக வதந்தி பரவியது. ஆளுநர் உயிருக்குப் பயந்து பதுங்கிக் கொண்டிருந்தார். ஏப்ரல் பத்தொன்பதாம் தேதி 'லண்டன் டைம்ஸ்' பத்திரிகை இவ்வாறு செய்தி வெளியிட்டது:

"நகரம் முழுவதும் கொந்தளிப்பாக இருந்தது. கடைகள் மூடப்பட்டன. விவசாயிகள் வீட்டில் அடைந்து கிடந்தனர். வதந்திகள் பரவின. நபிமூஸா பண்டிகைக்கு வந்திருக்கும் முகம் மதிய பயணிகள், கிறித்துவர்கள் அனைவரையும் கொல்லப்போவ தாகவும், இதேபோல் ஆயுதம் தாங்கிய 8000 ரஷ்யப் பயணிகள் முகம்மதியர்களை அழிக்கப்போவதாகவும் வதந்திகள் பரவின."

சாலமனின் நினைவுச்சின்னங்கள் பார்க்கரின் கப்பலுக்கு மாற்றப்பட்டுவிட்டது என்ற வதந்தியை எல்லோரும் நம்பினார்கள்.

ஐரோப்பியர்கள் தங்களின் வீடுகளின் உள்ளேயிருந்தபடி வாசல் கதவுகளைப் பூட்டிக்கொண்டனர். நபிமூஸா பண்டிகையின் இறுதி நாளன்று பத்தாயிரம் ஜெருசலேம் வாசிகள் திருக்கோயில் மலையில் கூடினார்கள். கூட்டத்தில் நெரிசல் ஏற்பட்டது. விவசாயப் பெண்மணிகளும் புனிதப்பயணிகளும் சுவருக்கு வெளியே வந்து 'கொலைசெய்! கொலைசெய்' என்று கத்திக்கொண்டு திகில் கலந்த அச்சத்துடன் நகரின் வாயிலை நோக்கி ஓடினார்கள். ஒவ்வொரு குடும்பமும் ஆயுதங்களை வைத்துக்கொண்டு தங்கள் வீட்டில் நுழை யாதவாறு தடைகளை ஏற்படுத்திக் கொண்டிருந்தன. 'பார்க்கரின் கேலிக்கிடமான பெருந்தோல்வி கிறிஸ்தவர்களுக்கு எதிரான கலவரங் களுக்கும் படுகொலைகளுக்கும் காரணமாக இருந்ததென்று' ஸ்சா போர்ட் எழுதுகிறார். 'நியூயார்க் டைம்ஸ்' பத்திரிகை இந்தச் செய்தியை உலகுக்கு இவ்வாறு தெரிவித்தது: "சாலமனின் புதைய லுடன் ஆங்கிலேயக்குழு கப்பலில் ஏறி தலைமறைவாகிவிட்டது. இவர்கள் அரசரின் மணிமுடியைக் கண்டுபிடித்திருப்பதாகச் சொல்லப் படுகிறது. துருக்கி அரசு இதுபற்றி விசாரணை நடத்த உயர் அதிகாரிகளை ஜெருசலேமிற்கு அனுப்பியுள்ளது."

சூழ்நிலையின் கடுமையை உணராத மாண்டி பார்க்கர் மீண்டும் இலையுதிர் காலத்தில் ஜாபாவுக்கு வந்தார். ஆனால் இவர் கப்பலில் இருந்து தரையிறங்க வேண்டாமென்றும் கலவரம் ஏற்படலா மென்றும் எச்சரிக்கப்பட்டார். இவர் தன் குழுவிடம் பெய்ரூட்

சென்று அங்கிருக்கும் கைதிகளைச் சந்திக்கப் போவதாகத் தெரிவித்தார். ஆனால் உண்மையில் இவரது எண்ணம் ஜெருசலேம் சென்று அங்குள்ள முக்கியமானவர்களைச் சந்தித்துத் தனக்கு ஆதரவு திரட்டுவதாக இருந்தது. நிலைமை சீரானதும் ஆளுநரை முதலமைச்சருக்குக் கடிதம் எழுதச் செய்து தாங்கள் மீண்டும் ஜெருசலேம் செல்ல அனுமதி பெற விரும்பினார். ஆனால் ஜெருசலேம் பார்க்கர் விரும்பும் நடவடிக்கையை எடுக்கத் தயாராயில்லை. ஆனால் பார்க்கர் 1914ஆம் ஆண்டு வரை இதற்காகத் தொடர்ந்து முயற்சி செய்துகொண்டிருந்தார்.[6]

லண்டனுக்கும் இஸ்தான்புல்லிற்கும் இடையே அரசியல் முறையீடுகள் நடந்துகொண்டிருந்தன. ஜெருசலேமின் ஆளுநர் பதவியிறக்கம் செய்யப்பட்டார். பார்க்கர் மீதும் அவரது தோழர்கள் மீதும் வழக்கு நடந்து, பொருட்கள் எதுவும் திருடப்படவில்லை என்று விடுதலை செய்யப்பட்டனர். பணமும் பறிபோனது, புதையலைப் பற்றிய பார்க்கரின் கற்பனைக் கனவும் கலைந்தது.

பார்க்கரின் இழிவான பெருந்தோல்வி ஐம்பது ஆண்டுகளாக நிகழ்ந்து வந்த ஐரோப்பிய அகழ்வராய்ச்சி தடைசெய்யப்படுவதற்குக் காரணமாயிருந்ததுடன் 'ஐரோப்பியப் பேரரசு' என்னும் கோட்பாட்டிற்கும் ஆபத்தை ஏற்படுத்தியது.

குறிப்புகள்:

1. அலாஸ்கா, அங்கோலா, லிபியா, ஈராக், தென்அமெரிக்கா ஆகிய வெவ்வேறு வகையான 34 திட்டங்கள் இருந்தன. இரண்டாம் உலகப் போரின்போது அலஸ்காவின் திட்டத்தைப் பற்றி மைக்கேல் சாபோன் என்பவர் அவரது நாவலில் ஏளனம் செய்கிறார். சர்ச்சில், ஹிட்லர், ஸ்டாலின் போன்றவர்கள் வேறு திட்டங்களை வைத்திருந்தார்கள். 1941ஆம் ஆண்டு ஹிட்லர் சோவியத் யூனியனைத் தாக்குவதற்கு முன் யூதர்களை மடகாஸ்கரிலுள்ள மரண முகாமுக்கு அனுப்ப திட்டமிட்டார். 1930–40 ஆண்டுகளில் லிபியாவில் யூதர்களுக்குத் தாயகத்தை ஏற்படுத்திக் கொடுக்க எண்ணினார். ஆனால் 1945ஆம் ஆண்டு சர்ச்சிலின் காலனி செயலர் லார்ட் மொய்ன் கிழக்கு பிரெஸ்ஸியாவை யூதர்களுக்கு வழங்கத் திட்டமிட்டார். 1940ஆம் ஆண்டு ஸ்டாலின் ரஷ்ய உக்ரைன் பகுதியிலுள்ள தீபகற்பத்தை யூத தாயகமாக்கத் திட்டம் வைத்திருந்தார்.

2. மேற்கத்தியர்கள் ஐரோப்பியப் பயணிகளின் மேம்போக்கான நினைவுக் குறிப்புகளையே படித்தார்கள். ஆனால் மிகவும் சிறந்த இந்த நகரைப் பற்றிய காலவரிசைப் பட்டியல் இஸ்ரேல் தோற்றுவிக்கப்படும் வரையிலும் அதற்குப் பின்னும் உள்ள நாற்பதாண்டு நிகழ்ச்சிகளை விவரிக்கிறது. ஆனால் இன்னமும் இது அரேபிய மொழியிலேயே வெளியிடப்படுகிறது.

3. ரஷ்யர்களின் புரவலராயிருந்த செர்ஜி முன்பே இறந்துவிட்டார். 1905ஆம் ஆண்டு மாஸ்கோவின் கவர்னர் ஜெனரலாயிருந்த இவர் தன் பதவியை ராஜினாமா செய்தார். ஆனால் கிரம்ளின் மாளிகையின் உள்ளேயே பயங்கரவாதிகளால் குண்டு வீசிக் கொல்லப்பட்டார். இவரது மனைவி எல்லா தரையில் தவழ்ந்து சென்று இவரது உடலை அடையாளம் காண முயன்றார். ஆனால் இவரது சிதைந்த கை கால்களற்ற முண்டத்தையும், தலையோட்டின் ஒரு பகுதியையும், தாடையையுமே இவரால் அடையாளம் காணமுடிந்தது. எல்லா தன் கணவரைக் கொன்றவனைத் தூக்கிலிடப்படுவதற்கு முன் சிறையில் சந்தித்தார். இவர் செர்ஜிக்குப் பின் பாலஸ்தீன் குழுவின் தலைவரானார். இதனை இரண்டாம் நிக்கோலாஸ் தன் மேற்பார்வையில் கவனித்து வந்தார்.

4. ரஷ்யாவுக்குத் திரும்பிய ரஸ்புதீன் மீண்டும் தன்னைப் பேரரசரின் குடும்பத்துடன் நெருக்கமாகப் பிணைத்துக்கொண்டார். இவர், 'என் எண்ணங்களும் மீள் நினைவுகளும்' என்ற நூலில் போரின் நடுப்பகுதியில் இரண்டாம் நிக்கோலாஸ் ரஷ்யப் படைத்தலைமையை ஏற்றிருந்த நேரத்தில், புனித இடங்களுக்குப் பயணம் சென்ற விவரங்களைக் குறிப்பிட்டுள்ளார். ரஸ்புதீன் படிப்பறிவற்றவர் என்பதால் மற்றவர்களால் இந்த நூல் எழுதப்பட்டிருக்கவேண்டும். பேரரசியே இந்த நூலைச் சரிபார்த்து தவறுகளைத் திருத்தியதாகக் கூறப்படுகிறது. இவர் அதிகாரமிக்கவராக இருந்தபோதிலும் மக்களிடையே செல்வாக்கு இழந்தவராக இருந்ததால் தன்னைப்பற்றி உயர்வாக எண்ண வேண்டுமென்ற நோக்கத்தில் ஒரு புனிதப் பயணியாக தன்னைச் சித்தரித்துக்கொண்டு, இந்த நூலைக் காலங்கடந்து வெளியிட்ட சிறிது காலத்திலேயே கொலை செய்யப்பட்டார்.

5. கேப்டன் கிளாரன்ஸ் வில்சன், டிரான்ஸ்வால் ஜேம்ஸன் முற்றுகையில் பங்கேற்ற மேஜர் போலே, மேன்மை தங்கிய சிரில்வார்ட் (டட்லி கோமகனின் மூன்றாவது மகன்) பைப் கோமகனின் உடன்பிறந்த கேப்டன் ராபின், கேப்டன் ஹைடு வில்லியர்ஸ், ஸ்காண்டிநேவிய கோமகன் ஹெர்மன் வாரங்கல், வான்பெர்க் என்னும் இறை மெய்மையாளர் ஆகியோர் பார்க்கரின் நண்பர் குழுவில் இருந்தார்கள். இறை மெய்மையாளரான வான் பெர்க் புதையல் (பத்துக்கட்டளைகள் அடங்கிய பேழை) ஜெருசலேமில் இல்லையென்றும், அராரட் மலைப்பகுதியில் இருப்பதாகவும் கூறி மற்ற நண்பர்களை எரிச்சலடையச் செய்தார்.

6. பார்க்கரின் முழுக்கதையும் அவரது கடிதங்களையும் குறிப்புகளையும் மட்டுமே ஆதாரமாகக் கொள்ளாமல் ஜுவிலியஸின் தீர்க்க தரிசன செய்திகளை ஆதாரமாகக் கொண்டு, முதன்முதலாக இங்கு கூறப்பட்டுள்ளது. 1921ஆம் ஆண்டிலேயே ஜெருசலேமிலிருந்து இவரது முகவர் தங்களுக்குச் சேரவேண்டிய ஊதியத்திற்காக இவர்மீது வழக்குத் தொடர்ந்தனர். போரின்போது இவர் தலைமையிடத்தில் இருந்துகொண்டு போரில் நேரடியாக ஈடுபடுவதைத் தவிர்த்து வந்தார். இவர் திருமணம் செய்து கொள்ளாவிடினும் பல காமக்கிழத்திகளை வைத்திருந்தார். 1951ஆம் ஆண்டு இவர் மோர்லே கோமகனாகி வாரிசுரிமையில் அதற்குரிய சொத்தையும் வீட்டையும் பெற்றார். தான் வாரிசுரிமையில் பெற்ற ஒவ்வொரு பென்னியையும் செலவிடப் போவதாக தன் குடும்பத்தினரிடம் கூறினார்.

இவர் பணத்திற்காக எதையும் செய்யக்கூடிய கருங்காலி என்றும், பயனற்ற தற்பெருமை பேசிக்கொள்ளக்கூடிய இவர், எதையும் விட்டுச் செல்ல வில்லை என்றும் இவரது குடும்பத்தினர் ஒருவர் குறிப்பிடுகிறார். இவர் 1962ஆம் ஆண்டு வரை உயிருடன் இருந்தார். 1975ஆம் ஆண்டு பார்க்கரின் வழக்கறிஞர்கள் தங்களிடமிருந்த பார்க்கரின் குறிப்புகள் அடங்கிய கோப்பு ஒன்றினை மோர்லேயின் ஆறாவது கோமகனிடம் ஒப்படைத்தார்கள். பல ஆண்டு காலமாக இந்தக் கோப்பு யாருக்கும் நினைவில்லை. ஆனால் மோர்லேயின் கோமகனும் அவரது சகோதரருமான நிகெல் பார்க்கர் இந்தக் கோப்பினை இந்நூலாசிரியருக்குக் கொடுத்து உதவினார். ஜூவிலியஸ், வைபோர்க்கில் ஒரு நூலகக் காப்பாளராக மாறினார். பார்க்கரின் கதையை அடிப்படையாகக் கொண்டு இவர் ஒரு நாவலை எழுதினார். 1922ஆம் ஆண்டில் இவர் கேன்சர் நோயினால் இறந்தார். இந்த நிகழ்வுகளின் சுவடுகள் எதுவும் ஜெருசலேமில் காணப்படவில்லை. ஆனால் தற்போது ரோனி ரெய்ச் அகழ்வாராய்ச்சி செய்துவரும் ஒப்பெல் நிலவறைப் பாதையில் உள்ள ஒரு குகையில் காணப்படும் ஒரு வாளி, ஒரு காலத்தில் மாண்டி பார்க்கருக்குச் சொந்தமானது என்பதைத் தெரி விக்கிறது.

☆

44

உலகப்போர்
1914-16

ஜெருசலேமின் கொடுங்கோலன்: ஜமால் பாஷா

இளம் துருக்கியர்களின் அரசு கையூட்டுப் பெறுகிற நகைப்பிற்கிடமான அரசாக இருந்தது என்பதையே பார்க்கரின் செயல்பாடுகள் வெளிப்படுத்தின. அதேசமயத்தில் இளம் துருக்கியர்களின் ஆட்சி அரேபியர்கள் சுய ஆட்சி பெறுவதற்கான விழிப்புணர்வையும் ஏற்படுத்தியது. இந்தப் புதிய விழிப்புணர்வை வெளிப்படுத்த 'பிளாஸ்டின்' என்னும் தேசிய கோட்பாடுச் செய்தித்தாள் ஒன்று தொடங்கப்பட்டது. இளம் துருக்கியர்கள் என்ற ஜனநாயகப் போர்வையில் இயங்கும் ஒரு ரகசியக்குழு குறித்த உண்மையும் விரைவிலேயே வெளிப்பட்டது. துருக்கிய தேசியவாதிகள் அரேபியர்களின் நம்பிக்கைகளைச் சிதைத்ததுடன் அரேபிய மொழி பயிற்றுவிக்கப்படுவதையும் தடைசெய்தனர்.

விடுதலை பற்றித் திட்டமிட அரேபிய தேசியவாதிகள் ரகசிய சங்கங்களைத் தொடங்கினர். ஹீசைனிகளும் மற்றும் உயர்குடும்ப மரபைச் சேர்ந்தவர்களும் இதில் உறுப்பினரானார்கள். இதற்கிடையே யூத தாயக இயக்கத்தவர்கள் புதிதாகக் குடியேறிய யூதர்களை ஜெருசலேமில் நிலங்களை வாங்கும்படியும் யூதர்களின் குடியிருப்புப் பகுதிகளைத் தோற்றுவிக்கவும் தூண்டினார்கள். யூதர்கள் எதிர்கால ஹீப்ரு பல்கலைக்கழகத்திற்காக ஸ்கோபஸ் மலைப்பகுதியில் நிலத்தை

வாங்கினார்கள். இது பல குடும்பங்களைத் திகிலடையச் செய்தது. ஹுசைனிக்களும், லெபனான் சர்சாக்ஸ்களும் மற்ற நில உடமை யாளர்களும் யூத தாயக இயக்கத்தவர்களுக்குத் தங்கள் நிலங்களை விற்கத் தொடங்கினார்கள்.

பிரெஞ்சு மொழி பேசும் அறிஞராயிருந்த ருகி காலிடி, இஸ்தான் புல் பாராளுமன்றத்தில் உதவி சபாநாயகராயிருந்தார். இவர் அரேபிய தேசியவாதியல்ல. இவர் முற்போக்கு எண்ணமுடைய ஒரு துருக்கியர். இவர் யூத தாயக இயக்கத்தைப் பற்றிக் கவனமாகப் படித்து, ஒரு நூலும் எழுதினார். யூத தாயக இயக்கம் மற்றவர்களுக்கு ஆபத்து விளைவிக்கும் அச்சுறுத்தல் என்றே இவர் முடிவு செய்தார்.

பாராளுமன்றத்தில் யூதர்கள் பாலஸ்தீனத்தில் நிலங்கள் வாங்கு வதைத் தடுக்க முயன்றார். மிகவும் பணக்காரக் குடும்பத்தின் வழித் தோன்றலாக இருந்த ராக்கேப்–அல்–நஸ்காஸ்கிபி என்ற இளை ஞரும் பாராளுமன்றத் தேர்தலில் போட்டியிட்டார். 'என்னுடைய ஆற்றல் அனைத்தையும் யூத தாயக இயக்கத்தால் ஏற்படப் போகிற பேராபத்தைத் தடுப்பதற்காகப் பயன்படுத்துவேன்' என்று இவர் வாக்குறுதி அளித்தார். பிளாஸ்டின் செய்தித்தாளின் பதிப்பாசிரியர், 'இந்நிலை நீடித்தால் யூத தாயக இயக்கத்தவர்கள், நம் நாட்டில் மேலாதிக்கம் செலுத்துவார்கள்' என்று எச்சரித்தார்.[1]

1913ஆம் ஆண்டு ஜனவரி மாதம் 23ம் தேதி இஸ்மாயில் இன்வர் என்னும் இளம் துருக்கிய அதிகாரி மேன்மை வாய்ந்த துருக்கியப் பேரரசினுள் நுழைந்து போர்த்துறை மந்திரியை சுட்டுக் கொன்று விட்டு அதிகாரத்தைக் கைப்பற்றினார். லிபியாவில் இத்தாலியர் களுக்கு எதிரான போரில் ஈடுபட்டு நீண்ட அனுபவம் பெற்றவரான இவர் 1908ஆம் ஆண்டு புரட்சிக்கு முன்னோடியாகவும் இருந்தார். இவரும் இவரது இரு நண்பர்களான மகம்மது தாலத், அகமத் ஜமால் என்பவரும் சேர்ந்து ஓர் மூவரணி அமைத்து மூன்று பாஷாக்களாயினர். இரண்டாவது பால்கன், போரில் பெற்ற சிறு வெற்றியின் காரணமாகத் தன்னைப் பேரரசை மீட்க வந்த துருக்கியின் நெப்போலியனாகக் கருதிக்கொண்டார். 1914ஆம் ஆண்டு இவர் துருக்கியில் சர்வ அதிகாரம் பெற்ற போர்த்துறை அமைச்ச ராயிருந்தார்.

இவர் சுல்தானின் உடன் பிறந்தாரின் மகளையும் திருமணம் செய்துகொண்டார். இந்த மூன்று பாஷாக்களும் துருக்கி மயமாக்கு தலே பேரரசை அழிவிலிருந்து காப்பாற்றுமென நம்பினார்கள்.

1914ஆம் ஆண்டு ஜூன் மாதம் 28ஆம் தேதி ஆஸ்திரியப் பேரரசரின் மகன் பிரான்ஸ் பெர்டிணான்ட், செர்பியன் பயங்கர வாதிகளால் கொல்லப்பட்டார். இந்த நிகழ்ச்சியால் மனவுறுதி குலைந்து தள்ளாடிய பெரிய நாடுகள் முதல் உலகப் போரில் நுழைந்தன. போரில் கலந்துகொள்ள ஆர்வமாயிருந்த இன்வர் பாஷா போர்த் தளவாடங்களையும் நிதியுதவியையும் பெற ஜெர்மனியோடு கூட்டு சேர முடிவெடுத்தார்.

கெய்ஸர் வில்கெம், தான் கீழ்த்திசைக்குச் சுற்றுப்பயணம் செய்ததை நினைவில் கொண்டு துருக்கியர்களின் கூட்டணியை ஆதரிப்பதென்று முடிவு செய்தார். கைப்பொம்மையாயிருந்த சுல்தான் படையின் பெருந்தலைவராகத் தன்னை நியமித்துக்கொண்டு, போரில் ஈடுபட்டு ஜெர்மனி தனக்குப் புதிதாக வழங்கிய போர்க் கப்பல்களைப் பயன்படுத்தி ரஷ்ய துறைமுகங்களைத் தாக்கினார். நவம்பர் மாதம் 11ஆம் தேதி சுல்தான் மெகமெத் ரஷீத் பிரிட்டன், ரஷ்யா, பிரான்ஸ் ஆகிய நாடுகளின்மீது போர் தொடுப்பதாக அறிவித் தார். ஆரம்பத்தில் போருக்கு வரவேற்பிருந்தது. பாலஸ்தீனத்திலுள்ள துருக்கியப் படைகளின் தலைவரும் பவேரிய தளபதியுமான பிரடெரிக் கிரெஸ் வோன் கிரெஸ்ஸென்ஸ்டின் ஜெருசலேமிற்கு வந்தபோது அவரது படைப்பிரிவுகளை, ஜெருசலேமிலுள்ள யூதர்கள் அலங்கார வளைவுகள் அமைத்து வரவேற்றனர். பிரிட்டிஷ் படை களிடமிருந்து யூதர்களைக் காப்பாற்றுவதாக ஜெர்மனி அறிவித்தது. இடைப்பட்ட நேரத்தில் ஜெருசலேம் தன்னை ஆளப் போவது யாரென்று காத்திருந்தது.

நவம்பர் 18ஆம் தேதி 17 வயதே நிரம்பியிருந்த யாழிசைப் பாடகர் ஜவஹரிய்யா, கடற்படைத் துறையின் அமைச்சரும் மூன்று பாஷாக் களில் ஒருவரும் துருக்கிய நான்காம் படையின் உயர் தளபதியுமான அகமது ஜமால், ஜெருசலேம் நகருக்கு வருவதைக் கண்டார்.

ஜமால் ஆலிவ் மலைப்பகுதியிலுள்ள அகஸ்டா விக்டோரியாவைத் தன் தலைமையிடமாகக் கொண்டார். டிசம்பர் 20ஆம் தேதி வயது முதிர்ந்த ஒரு ஷேக் இறைத்தூதரின் பச்சைக் கொடியுடன் மெக்கா விலிருந்து ஓர் அலங்கார வண்டியில் டமாஸ்கஸ் வாயிலுக்கு வந்தார்.

இவரது வருகை விவரிக்கமுடியாத அளவுக்குக் கொந் தளிப்பை ஏற்படுத்தியது. அவரைப் பின்தொடர்ந்து இராணுவ வீரர்கள் பன்னீரைத் தெளித்துக் கொண்டுவர பழைய நகரை வலம் வந்தார்கள். ஜெருசலேம் நகர மக்கள் 'அல்லாஹ் அக்பர்' என்று பாடிக்கொண்டு சென்றார்கள். இதைப் போன்றதொரு அழகான

ஊர்வலத்தைத் தான் கண்டதில்லையென்று வாசீப் ஜவஹரிய்யா கூறினார்.

கவிகை மாடத்திற்கு வெளியே ஜமால் புனிதப்போர் பற்றி அறிவித்தார். கூட்டத்தை மகிழ்ச்சி தொற்றிக்கொண்டது. ஆனால் துருக்கியர்களின் புனிதப் போருக்குத் தீங்கான அறிகுறியைப்போல் மெக்காவிலிருந்து வந்த முதிய ஷேக் கிறிஸ்துமஸ் பண்டிகைக்கு முன் இறந்துபோனார். 45 வயதே நிரம்பிய ஜமால் குட்டையான தடித்த மனிதர். இவர் கவர்ச்சி, கொடுமை, மனநிலை பிறழ்ந்த நிலை, அறிவு, கோமாளித்தனம் ஆகியற்றின் கலவையாயிருந்தார். ஆடம்பரத்தையும் கேளிக்கைகளையும் விரும்புபவராக இருந்தார். அழகான யூதப்பெண்களின்மீது வேட்கை கொண்டவராகவும் இருந்தார்.

ஜெருசலேம் மக்களை அச்சத்திற்குள்ளாக்கிய இவர், சீட்டாடுவதிலும், குதிரைப் பந்தயத்திலும், தன்னுடைய நண்பர் உயர் குடிமகன் ஆண்டோனியோ–டி–பல்லோபர் என்னும் ஸ்பானிஷ் வணிகத் தூதருடன் சேர்ந்து உயர்வகை மதுபானங்களை அருந்துவதிலும் விருப்பமுடையவராக இருந்தார். மோசமானவராக இருந்தாலும் நல்லவரென்று இவரைப்பற்றி பல்லோபர் குறிப்பிடுகிறார். அஞ்சத்தக்க கவர்ச்சியும், இரக்கமும் கொண்ட இரட்டை ஆளுமை குணமுடைய விநோதமான மனிதரென்று பெர்த்தாஸ்பார்டு குறிப்பிடுகிறார். ஒருமுறை இவர் வைரக்கற்கள் பதித்த பதக்கத்தை ஒரு சிறுமிக்கு அளித்தார். இவருடைய ஜெர்மானிய அதிகாரிகளில் ஒருவரான பிரான்ஸ் வோன் பாப்பென் கீழ்த்திசையிலுள்ள அறிவுமிகுந்த எதேச்சதிகாரி என்று இவரைப்பற்றிக் குறிப்பிடுகிறார்.

ஜெருசலேமைப் பொறுத்து இவரது அணுகுமுறை, குடும்ப ஆட்சி முதல்வர்களையும் இளவரசர்களையும் ஷேக்குகளையும் வரிசையாக நிற்க வைத்து, குறிப்பிடத் தகுந்தவர்களையும் அவர்களது உதவியாளர்களையும் தூக்கிலிடுவதாக இருந்தது. இவரது ரகசிய போலீஸ் பிரிவினர் துரோகிகளைக் கண்டுபிடித்தனர். தேசிய உணர்வுடையவர்களென இவர் சந்தேகித்தவர்களை நாடு கடத்தினார். இவர் எகிப்தைத் தாக்க தயாரான நேரத்தில் புனித அன்னையின் தேவலாய இடத்தைக் கைப்பற்றியதுடன் கிறிஸ்துவ சமயப் புரோகிதர்களையும் வெளியேற்றினார்.

போர் முனைக்குச் செல்வதற்கு முன் பாஷா தன்னுடைய 20,000 படை வீரர்களையும் ஜெருசலேம் வழியாக அணிவகுத்துச்

செல்ல உத்தரவிட்டார். 'சூயஸ் கால்வாயின் மறுபக்கத்தில் அல்லது சொர்க்கத்தில் சந்திப்போம்' என்று இவர் பெருமையுடன் கூறிக் கொண்டார். ஆனால் பல்லோபர் துருக்கிய வீரர் ஒருவர், கட்டுப் பாட்டு விலையில் வழங்கப்பட்ட தண்ணீரைத் திருட்டுக் கை வண்டியில் வைத்துத் தள்ளிக்கொண்டுச் சென்றார். இது இவரது இராணுவம் நல்ல நிலையில் இருப்பதைக் காட்டவில்லை. ஆனால் இதற்கு மாறாக ஜமால் அலங்காரக் கூடாரங்களில் ஆடம்பரமாக இருந்தார்.

1915ஆம் ஆண்டு பிப்ரவரி முதல் தேதியன்று ஜெமாலின் 12,000 வீரர்கள் கொண்ட படையினர் 'கெய்ரோவில் செங்கொடி பறக்கிறது' என்று பாடிக்கொண்டு அணிவகுத்துச் சென்று சூயஸ் கால்வாய் பகுதியைத் தாக்கினார்கள். ஆனால் இவர்கள் எளிதாக துரத்தி யடிக்கப்பட்டார்கள். இது முன்னதாகத் தடம் காணும் ஒரு சோதனை முயற்சிதான் என்று ஜமால் கூறிக்கொண்டார். மீண்டும் கோடைகாலத்தில் இவர் செய்த முயற்சியும் தோல்வியுற்றது. இராணுவத் தோல்வியும் மேற்கத்திய நாடுகளின் முற்றுகையும் ஜமாலின் தீவிர அடக்குமுறையும் ஜெருசலேமிலிருந்த மக்களை வாட்டி வதைத்த துடன், ஜெருசலேமில் இன்ப நுகர்வுக் கோட்பாடு தீவிரமாகப் பரவ வழி செய்தது.

கொலைகாரன் ஜமாலின் இறுதி மூச்சு

ஜமால் ஜெருசலேமிற்கு வந்த ஒருமாத காலத்திற்குள் ஒரு அரேபியனின் உடல் வெள்ளைத் துணி உறையில் போடப்பட்டு, ஜாபா வாயில் கதவருகே ஒரு மரத்தில் தொங்கிக்கொண்டிருக்கும் காட்சியை வாசீப் ஜவஹரிய்யா கண்டார். 1915ஆம் ஆண்டு மார்ச் மாதம் முப்பதாம் தேதியன்று பாஷா இரண்டு அரேபிய வீரர்களைப் பிரிட்டிஷ் ஒற்றர்கள் எனக் கூறி டமாஸ்கஸ் வாயிலில் தூக்கிலிடச் செய்தார். பின்பு காஜாவின் மப்டியையும் அவரது மகனையும் ஜாபா வாயிலில் தூக்கிலிடச் செய்தார். இந்த நிகழ்ச்சியைப் பெரும் கூட்டம் வேடிக்கை பார்த்தது. தூக்கிலிடப்படுவதை மக்கள் பெருமளவில் காண வேண்டுமென்பதற்காகத் தூக்கிலிடும் நிகழ்ச்சி ஒவ்வொரு வெள்ளிக்கிழமை அன்றும் தொழுகைக்குப் பின் டமாஸ்கஸ் வாயி லிலும், ஜாபா வாயிலிலும் அரங்கேற்றப்பட்டன. பின்னர் தூக்கிலிடப் பட்டவர்களின் சடலங்கள் நிரந்தரமாக வாயில்களில் தோரணமாக, ஜமாலின் உத்தரவின் பேரில் தொங்கவிடப்பட்டன. பிறர் துன்பத்தில் இன்பம் காணும் ஜமாலின் நடத்தையால் நிகழ்ந்த சம்பவம் வாசீப்பையே நடுங்கச் செய்வதாக இருந்தது.

‘தூக்கிலிடுவது அறிவியல் முறையிலோ, மருத்துவ அடிப் படையிலோ நடப்பதில்லை. எனவே தூக்கிலிடப்பட்டவர் சில நேரங்களில் உயிர் பிரியாமல் அவதிப்பட்டுக் கொண்டிருப்பார். வேடிக்கை பார்ப்பவர்களாலும் ஒன்றும் செய்யமுடியாது. ஒரு அதிகாரி, ஓர் இராணுவ வீரரின் மேலே ஏறி தூக்கில் தொங்குப வரைப் பற்றிக்கொண்டு தொங்குவார். இந்தக் கூடுதல் சுமை யினால் தூக்கில் தொங்குபவர் விழி பிதுங்கி இறக்க நேரிடும். ஜமால் பாஷாவின் கொடுமைகள் இவ்வாறு இருந்ததாகவும், இந்தக் காட்சி நினைவுக்கு வரும் நேரத்தில் தன் இதயம் துடிப்பதாகவும்’ வாசீப் குறிப்பிடுகிறார்.

1915ஆம் ஆண்டு ஆகஸ்ட் மாதத்தில் அரேபிய தேசியவாதி களின் சதித்திட்டங்கள் பற்றிய ஆதாரங்கள் தனக்குக் கிடைத்த தாகவும், துரோகிகளைத் தண்டிக்க தான் முடிவு செய்ததாகவும் ஜமால் எழுதுகிறார். ஜெருசலேமிலிருந்த நஷாஷிபியையும் மற்றும் பதினைந்து முக்கியமான அரேபியர்களையும் பெய்ரூட்டிற்கு அருகில் தூக்கிலிடச் செய்தார். 1916ஆம் ஆண்டு இருபத்தியோரு பேரை டமாஸ்கஸ்ஸிலும் பெய்ரூட்டிலும் தூக்கிலிட்டு ‘கொலை காரன்’ என்னும் பெயரைப் பெற்றார். ஜமால் ஸ்பானிஷ் நாட்டைச் சேர்ந்த இவரது நண்பர் பல்லோபரிடம் வேடிக்கையாக, ‘உன்னையும் என்னால் தூக்கிலிடமுடியும்’ என்று கூறினார்.

யூத தாயக இயக்கத்தவர்களும் துரோகம் செய்வதாக ஜமால் சந்தேகித்தார். இருப்பினும் பென்குரியன் ஒரு துருக்கிக் குல்லாயை அணிந்துகொண்டு துருக்கிப் படையில் யூத இராணுவ வீரர்களைச் சேர்க்கும் பணியில் ஈடுபட்டார். 1915 டிசம்பர் மாதத்தில் ஹுசைனிஸ் தரப்பினருக்கும் யூத தாயக இயக்கத்தவர்களுக்கும் இடையே இரண்டு சிறப்புக் கூட்டங்களை நடத்தினார். இதில் பென்குரி யனும் பங்கேற்றார். துருக்கி அரசின் கீழ் இணைந்த ஒரு தாயகத்தை ஏற்படுத்தும் திட்டத்திற்கு ஆதரவு கோரப்பட்டது.

ஆனால் இதற்குப்பின் ஜமால் 500 அயல் நாட்டு யூதர்களை நாடு கடத்தியதுடன், யூத தாயக இயக்கத் தலைவர்களைக் கைது செய்து அவர்களது அடையாளச் சின்னங்களைத் தடைசெய்து முடக்கினார். யூதர்களின் வெளியேற்றத்தைக் கண்டித்து ஜெர்மன் செய்தித்தாள்களும் ஆஸ்திரிய செய்தித்தாள்களும் எழுதின.

ஜமால் யூத தாயக இயக்கத்தவர்களை இவ்வாறு எச்சரித்தார்: ‘உங்கள் முடிவை நீங்கள் தேர்ந்தெடுத்துக்கொள்ளலாம். ஆர்மீனியர் களைப் போல் உங்களையும் நாட்டை விட்டு வெளியேற்றத் தயாரா யிருக்கிறேன். ஓர் ஆரஞ்சுப் பழத்தின்மீது கை வைப்பவரைக்கூட

நான் தூக்கிலிடமுடியும். எனவே வியன்னா, பெர்லின் செய்தித் தாள்களை அமைதியாக இருக்கும்படி செய்வதே உங்களது இரண்டாவது விருப்பமாக இருக்கமுடியும். உங்கள் நேர்மையின்மீது எனக்கு நம்பிக்கை இல்லை. உங்களிடம் சதித்திட்டங்கள் எதுவும் இல்லையென்றால் மனிதர்கள் அதிகம் வசிக்காத பாலைவனம் போன்ற இந்த இடத்தில் உங்களை வெறுக்கும் அரேபியர்களுடன் சேர்ந்து வாழ வந்திருக்க மாட்டீர்கள். யூத தாயக இயக்கத்தவர்களாகிய நீங்கள் தூக்கிலிடப்படத் தகுந்தவர்களாக இருக்கிறீர்கள். அதிக எண்ணிக்கையில் தூக்கிலிட்டு நாங்கள் களைப்படைந்திருப்பதால் உங்களை நாட்டை விட்டுத் துரத்தவே விரும்புகிறேன்'.[2]

பென்குரியன் நாடு கடத்தப்பட்டார். அரேபியர்கள் இராணுவத்தில் சேர்க்கப்பட்டார்கள். யூதர்களும் கிறிஸ்துவர்களும் கட்டாயப்பணி படைப்பிரிவில் சேர்க்கப்பட்டு சாலைகள் அமைக்கும் பணிக்கு அனுப்பப்பட்டனர். பலர் பசியினாலும் தங்க இடம் இல்லாததாலும் இறந்துபோனார்கள். நோயும் பட்டினியும் அதிகரித்தன. வெட்டுக்கிளிகள் மேகங்களைப் போல் நிறைந்திருந்ததைக் கண்ட வாசீப், ஜெமாலின் பிளேக் நோயைக் கட்டுப்படுத்தும் முயற்சியைக் கேலி செய்தார்.

பன்னிரண்டு வயதுக்கு மேற்பட்ட ஒவ்வொருவரும் மூன்று கிலோ வெட்டுக்கிளிகளின் முட்டைகளைக் கொண்டுவர வேண்டுமென்று உத்தரவிட்டால், வெட்டுக்கிளிகளின் முட்டைகளை ஜமால் வியாபாரம் செய்யலாமென்று வாசீப் நகைச்சுவையுடன் கூறினார். நாடு முழுவதும் பசியும் பட்டினியும் நிறைந்திருப்பதையும் டைபாய்டு, மலேரியா போன்ற நோய்கள் பரவியிருப்பதையும் பலர் இறப்பதையும் வாசீப் கண்ணுற்றார்.

1918ஆம் ஆண்டு ஜெருசலேம் நகரில் தொற்று நோயாலும் பட்டினியாலும் வெளியேற்றத்தாலும் 20,000 யூதர்கள் குறைந்திருந்தனர். எனவே அழகான விருந்தினர்களை அழைத்து கிளுகிளுப்பூட்டும் வாசீப்பின் கேளிக்கை விருந்துகளுக்கு மதிப்பில்லாமல் இருந்தது.

போரும் பாலியல் இன்ப நுகர்வும்: வாசீப் ஐவஹரிய்யா

ஜமாலும் அவரது அதிகாரிகளும் உயர்தரப் பெருங்குடி மகன்களும் அவர்களது குடும்பத்தினரும் மகிழ்ச்சியிலும் இன்பத்திலும் தோய்ந்த ஒரு வாழ்க்கையை நடத்திக்கொண்டிருந்த நேரத்தில், ஜெருசலேம் நகர மக்கள் போருக்கு நடுவே வாழ்க்கை நடத்தவே திண்டாடிக்

கொண்டிருந்தார்கள். போரில் இறந்தவர்களின் விதவைகள் விபச்சாரி களாய் மாறி இரண்டு பியாஸ்டர்கள் பணத்திற்கு விலை போனார்கள். இவர்கள் பாலியல் தொழிலுக்காக பழைய நகரில் சுற்றியலைந் தார்கள்.

பள்ளி நேரத்தில் விபச்சாரிகளுடன் பொழுது போக்கியதற்காக சில ஆசிரியர்கள் 1915ஆம் ஆண்டு மே மாதத்தில் பணி நீக்கம் செய்யப்பட்டார்கள். பெண்கள் தங்கள் குழந்தைகளை விற்றார்கள். குறிப்பாக மியா ஷீயாரிம் நகரிலுள்ள ஏழை யூதர்கள் பசியினால் வாடினார்கள். இவர்களது முகங்களும் உடல்களும் புண்ணாலும் அழுக்கினாலும் வெடிப்புகளாலும் பாதிக்கப்பட்டிருந்தன.

வாசீப்பின் ஒவ்வொரு இரவும் சாகசம் நிரம்பியதாகவே இருந்தது. "நான் ஆடை மாற்றிக்கொள்ள மட்டுமே வீட்டிற்குச் சென்றேன். ஒவ்வொரு நாள் இரவும் வேறு வேறு வீடுகளில் தங்கினேன். மிதமிஞ்சிய மதுவினாலும் சிற்றின்பத் தோய்வினாலும் என் உடல் களைப்படைந்தது. காலை நேரத்தில் நான் குறிப்பிடத் தகுந்த உயர்குடியைச் சேர்ந்த குடும்பங்களில் பொழுது போக்கி னேன். பின்பு நான் கொள்ளைக்காரர்களுடனும், வன்முறைக் கும்பலைச் சேர்ந்தவர்களுடனும் பழைய நகரின் குறுகிய சந்து களிலும் தோட்டப் பாதைகளிலும் களிவெறியாட்டங்களில் ஈடு பட்டேன்" என்கிறார் வாசீப்.

ஒருநாள் இரவு நேரத்தில் நான்கு கார்களில் ஆளுநரும் சலோனி காவைச் சேர்ந்த அவரது காமக்கிழத்தியும் சில துருக்கிய இளைஞர் களும் உயர் குடும்பத்தைச் சேர்ந்தவர்களும் மேயர் ஹுசைன் ஹுசைனியும் பெத்லேகம் அருகிலுள்ள அர்டாஸ் என்னும் இடத் திலுள்ள லத்தீன் துறவியர் மாடத்திற்கு உலகச் சுற்றுலா குழுவாகப் பயணித்தார்கள். இந்தப் பயணக்குழுவில் வாசீப் ஜவஹரிய்யாவும் இருந்தார். போரும் பசியும் மக்களை வாட்டிக்கொண்டிருந்த இந்த வேளை, இவர்களுக்கு ஓர் இன்பமான நாளாயிருந்தது. இவர்கள் ஒவ்வொருவரும் மிதமிஞ்சி மதுவருந்தினர். அந்த இரவில் பெண்கள் மிகவும் அழகாயிருந்தனர்.

இவர்களுக்கு உண்பதற்கே நேரமில்லை. ஒரே இசைக்குழுவைச் சேர்ந்தவர்களைப் போல இரவு முழுவதும் பாடிக்கொண்டிருந் தார்கள். ஆளுநரின் யூதக் காமக்கிழத்தி அரேபிய இசையை விரும்பிக் கேட்பவர். வாசீப் இவருக்கு யாழ் இசைக்கக் கற்றுக்கொடுப்பதாக ஒப்புக்கொண்டார். இவர் தன் புரவலர்களுடனும் மிகவும் அழகான யூதப் பெண்களுடனும், சில நேரங்களில் பயணிகளாய் வந்து இங்கு

தங்கவைக்கப்பட்ட ரஷ்யப் பெண்களுடனும் களியாட்டங்களில் ஈடுபட்டார். ஒருசமயம் நான்காவது கப்பற்படையின் பணியாளராக இருந்த ரௌஷன் பாஷா என்பவர் மிதமிஞ்சி மதுவருந்திய நிலையில் ஓர் அழகான யூதப்பெண் அவரை நினைவிழக்கச் செய்தார்.

நகர நிர்வாகத்தில் ஊதியமும் பெருமையும் தரும் ஆன்மீகம் சாராத திருக்கோயில் பணிக்கு வாசீப்பை நியமித்திருந்ததால் அவருக்கு வேலை செய்யவேண்டிய அவசியமில்லை. ஹுசைனி சிவப்புப் பிறை அறக்கட்டளையின் தலைவராக இருந்தார். அறக் கட்டளை என்பது வெட்கமற்ற முறையில் ஆடம்பர வாழ்க்கை நடத்துவதற்கும், சமூகத்தில் உயர்நிலையை எட்டுவதற்கும் ஒரு வழியாக இருந்தது.

ஜெருசலேமிலுள்ள அழகான பெண்களைச் சிவப்புப் பிறை அடையாளங்களால் அலங்கரிக்கப்பட்ட துருக்கி இராணுவச் சீருடையை அணியச்செய்து அதனால் கிளர்ச்சியுறுவது ஜமாலின் வழக்கமாக இருந்தது. லியா டென்னென்பாம் என்னும் அழகான பெண் இவரது காமக்கிழத்தியாக இருந்தாள். பாலஸ்தீனத்திலேயே இவள் மிகவும் அழகான பெண்ணென்று வாசீப் குறிப்பிடுகிறார். சீமா–அல்–மக்கிரிபிய்யா என்னும் அழகான யூதப்பெண் இவரது காவற்படை தளபதியின் காமக்கிழத்தியானாள். கோப் என்னும் திருமணமாகாத இளம்பெண் ஆளுநரின் தேவைகளை நிறைவேற்றும் பணியைச் செய்தாள்.

சில நேரங்களில் யாழிசைக்க வாசீப்பும் இவர்களுடன் சேர்ந்து கொள்வதுண்டு. ஒரு யூதரின் வீட்டில் நடந்த விருந்தில் வாசீப் யாழிசைக்க அழைக்கப்பட்டார். அந்த வீட்டில் ஒரு பெரிய அறையில் துருக்கிய அதிகாரிகள் கெட்ட எண்ணத்துடன் பெண்களைச் சூழ்ந்து கொண்டிருந்தார்கள். அதில் திருமணமாகாத ராச்செல் என்னும் பெண்ணும் இருந்தாள். குடிபோதையிலிருந்த துருக்கியர்கள், திடீ ரென்று அங்கிருந்த விளக்குகளைத் தங்கள் கைத்துப்பாக்கியால் சுட்டுவிட்டுப் பின் ஒருவரையொருவர் சுட்டுக்கொண்டார்கள். அங்கிருந்த நவ நாகரிகப் பெண்களும் இசைப்பாடகர்களும் தங்கள் உயிரைக் காப்பாற்றிக்கொள்ள ஓடினார்கள். வாசீப் மிகவும் நேசித்த அவனது யாழ் உடைக்கப்பட்டது. வாசீப்பை அந்த வீட்டின் காப்பறை யிலிருந்து ஒரு ரகசிய வழி மூலம் வேறு ஒரு வீட்டிற்கு இழுத்துச் சென்று ராச்செல் என்ற அந்தப் பெண் காப்பாற்றினாள்.

'அன்றிரவு நான் அந்தப் பெண்ணுடன் மகிழ்ச்சியாக இருந் தேன்' என்று வாசீப் கூறினான். 1915ஆம் ஆண்டு ஏப்ரல் 27ஆம் தேதி சுல்தான் முகம்மது ஆட்சிக்கு வந்த ஓராண்டு நிறைவுவிழா

கொண்டாடப்பட்டது. ஜமால் துருக்கி, ஜெர்மன் படைத்தளபதி களையும் ஜெருசலேமின் உயர்தரக் குடியினரையும் விழா நடந்த புதிய வாயிலுக்கு வெளியேயிருந்த நோட்ரிடேம் பகுதிக்கு அழைத் திருந்தார். துருக்கியின் அதிகாரிகளுடன் ஐம்பது விலைமாதர்கள் வந்திருந்தனர். ஜெருசலேமின் உயர்தரக் குடியினர் அவர்களது மனைவி களை அழைத்து வந்திருந்தனர். உயர்குடி மகனான பல்லோபர் ஜமாலுக்கு விருந்தளித்தார். 1916 ஜூலை 6ஆம் தேதி நடந்த இந்த விருந்தில் துருக்கிய முறையில் தயாரிக்கப்பட்ட வான்கோழி சூப், மீன், இறைச்சி வறுவல், புலால் உணவு, மசாலா திணித்த வான் கோழிக்கறி, ஐஸ்கிரீம் மற்றும் பழங்கள் பரிமாறப்பட்டன.

விருந்துண்ணும் நேரத்தில் ஜமால் பெண்களைப் பற்றியும் அவருடைய அதிகாரத்தைப் பற்றியும் புதிய ஜெருசலேமைப் பற்றியும் பேசினார். தன்னை ஒரு புதிய நகரை நிர்மாணிக்க விழைப வராகக் காட்டிக்கொண்டதோடு, ஜெருசலேமின் சுவர்களை இடித்து விட்டு பழைய நகரின் வழியாக ஜாபா வாயிலிலிருந்து மலைக் கோயிலுக்குச் செல்லும் பாதையை இருபுறமும் மரங்கள் அடர்ந்த பெருஞ்சாலையாக மாற்ற விரும்புவதாகவும் தெரிவித்தார். பின்பு கவர்ச்சிகரமான லியா டென்னனிபாம் என்னும் பெண்ணைத் தான் திருமணம் செய்துகொண்டது பற்றிப் பெருமைப்பட்டுக்கொண்டார். 'உனக்குத் தெரியுமா நான் ஓர் ஆஸ்திரிய யூதப் பெண்ணை மணந்து கொண்டிருக்கிறேன்?'[3] என்று பல்லோபரிடம் கேட்டார்.

இவரது பேச்சைக் கட்டுப்படுத்த விரும்பிய பல்லோபர் தன் செல்வாக்கைப் பயன்படுத்தி இந்தக் கொலைகாரனின் பேச்சை முடிவுக்குக் கொண்டு வந்தார். இந்த விருந்துகளின்போது ஜமால் பல்லோபரையும் கிரேக்க வணிகத் தூதுவரையும் வேடிக்கையாகக் கிண்டல் செய்வதுண்டு. ஸ்பெயினும் கிரீஸும் போரில் கலந்து கொண்டால் உங்களைப் புனிதக் கல்லறைக்குப் பக்கத்தில் தூக்கி லிடுவேன் என்று கூறினார்.

ஜமால் புதிய ஜெருசலேம் பற்றிக் கனவு கண்டு கொண்டிருக் கையில் இவரது துணைப் படைத்தளபதி இன்வர் ரஷ்யாவின்மீது நடத்திய தாக்குதலில் 80,000 வீரர்களைக் கேவலமான முறையில் இழந்தார். அதற்குக் காரணம் கிறிஸ்துவர்களும் ஆர்மீனியர்களும் தான் என்று இவரும் டாலத்தும் குற்றம்சாட்டி அவர்களை நாடு கடத்துவதிலும் கொல்வதிலும் ஈடுபட்டார்கள். இக்குற்றங்களால் லட்சக்கணக்கானவர்கள் அழிந்தார்கள்.

இதுவே பின்னாளில் ஹிட்லரின் பேரழிப்புச் செயலுக்கு ஊக்க மளிப்பதாக இருந்தது. ஆர்மினியர்களைப் பற்றி இப்போது யாரும்

எண்ணிப் பார்ப்பதில்லை என்று ஜமால் கூறினார்; இந்தப் படு கொலைகளை ஆதரிக்கவில்லை என்றும் கூறினார். ஜெருசலேமில் அகதிகள் குடியேற்றத்தை அனுமதித்தார். போரின்போது ஜெருசலேம் நகரில் ஆர்மீனியர்களின் எண்ணிக்கை இரண்டு மடங்கு அதிகரித்தது.

ஆங்கிலேய அரசுடன் ரகசியப் பேச்சுவார்த்தை நடந்தது. ஜமாலின் தோழர் டாலட் பாஷாவை தான் கொலை செய்ய வேண்டுமென்று லண்டன் விரும்புவதாக பல்லோபரிடம் ஜமால் தெரிவித்தார். ஒரு நேரத்தில் ஜமால் நேச நாட்டுப் படையினரை ரகசியமாக அணுகி, தான் இஸ்தான்புல்லின் மீது படையெடுத்துச் சென்று இன்வரை அகற்றிவிட்டு ஆர்மீனியர்களைக் காப்பாற்றி, தானே சுல்தானாக விருப்பம் தெரிவித்தார். ஆனால் நேசப்படையினர் இவரை ஒரு பொருட்டாகக் கருதவில்லை. எனவே ஜமால் தொடர்ந்து சண்டையிட்டார். பன்னிரண்டு அரேபியர்களை ஜெருசலேமில் தூக்கிலிட்டார். இவர்களது உடல்கள் சுவரில் பார்வைக்காக வைக்கப்பட்டன. இன்வர் தான் இஸ்லாமிய ஆதரவாளர் என்பதைக் காட்டிக் கொள்ளவும், அரேபிய அதிருப்தியாளர்களை அச்சுறுத்தவும், தன்னுடைய நண்பரின் செயல்பாடுகளைக் கண்காணிக்கவும் கிழக்குப் பகுதிக்கு பயணம் சென்றபோது இந்தத் தூக்கிலிடும் நிகழ்ச்சி நடந்தது. துருக்கியின் உறுதிமிக்க தலைவர் ஜமாலுடன் ஜெருசலேம் நகரில் நுழைவதை வாசீப் கண்ணுற்றார்.

மாடக் கோயிலையும் டேவிட் கல்லறையையும் தேவாலயத்தையும் பார்த்துவிட்டு, ஜமால் பாஷா சாலையை இன்வர் திறந்து வைத்தார். இன்வரை பாஸ்ட் ஹோட்டலில் மேயர் ஹுசைன் ஹுசைனி வரவேற்று விருந்தளித்தார். இந்த விருந்துக்கு வழக்கம் போல் வாசீப் ஏற்பாடு செய்திருந்தார். இறுதியாக அரேபியர்களின் கிளர்ச்சி பற்றி அறிந்துகொள்ள இரண்டு பாஷாக்களும் மெக்காவுக்குப் பயணித்தார்கள். ஆனால் இன்வரின் பயணத்தால் அரேபியாவைத் துருக்கியர்களுக்காகக் காப்பாற்றிக்கொள்ள முடியவில்லை.

குறிப்புகள்:

1. ருகி காலிடி அதே ஆண்டில் டைபாய்டு நோயில் இறந்தார். இளம் துருக்கியர்களால் அவர் விஷம் வைத்துக் கொல்லப்பட்டதாகப் பலரும் கருதினர்.

2. ஜமால், துருக்கியரின் ஆதிக்கத்திற்கு எதிரான யூத தேசிய கொள்கையை வெறுத்தார். இருப்பினும் இவர் யூதர்களின் ஆதரவைப் பெற முயற்சித்தார். இஸ்தான்புல்லில் அமெரிக்கத் தூதுவராயிருந்த ஹென்றி மொர்காந்தவ்

என்பவருக்கு மேற்குப்புற சுவரை விலைக்கு விற்க முன்வந்தார். இவர் மீண்டும் ஜெருசலேமிலுள்ள யூதர்களுக்கு மேற்குச் சுவரை விற்க முன் வந்தார்.

3. லியா டென்னன்பாம் பின்னர் அப்கேரியஸ் பே என்னும் வழக்கறிஞரை மணந்துகொண்டார். அவர் இவளுக்காக 'வில்லா லியா' என்னும் மாளிகையை ஜெருசலேமில் டால்பியில் கட்டினார். பின்பு இவரை விட்டுப் பிரிந்தபின், இந்த மாளிகை எத்தியோப்பிய பேரரசர் ஹெய்லி செலாச்சிக்கு வாடகைக்கு விடப்பட்டது. பின்பு இந்த மாளிகை மோஷிடயானுக்குச் சொந்தமானது.

45

அரேபியர்களின் எதிர்ப்பும், பால்பரின் உறுதி அறிக்கையும்

1916-17

லாரென்சும் மெக்காவின் ஷெரிப்பும்

போர் தொடங்குவதற்கு முன் அப்துல்லா இபின் ஹுசைன் என்ற குறுநில இளவரசர் இஸ்தான்புல்லிலிருந்து திரும்பிவரும் வழியில் கெய்ரோவின் பிரிட்டிஷ் முகவரான பீல்டு மார்ஷல் கிட்செனரைச் சந்தித்து, தன் தந்தைக்கு இராணுவ உதவி அளிக்க வேண்டும் என்று கேட்டார்.

அப்துல்லாவின் தந்தை ஹுசைன் மெக்காவின் அமீராகவும், ஷெரிப்புகளுக்கும் ஷெரிப்பாக அரேபியாவின் ஆற்றல்மிக்க ஆளுநரா யிருந்தார். இவர் இறைத்தூதரின் நேரடி வம்சாவளியைச் சேர்ந்த ஹெஷ்மைட் குடும்பத்தைச் சேர்ந்தவர். இவரது குடும்பம் மரபு வழியாக மெக்காவின் அமீராக இருந்துவந்தது. ஆனால் துருக்கி சுல்தான் அப்துல் ஹமீது இவரை இஸ்தான்புல்லில் ஆடம்பரச் சிறையில் 15 ஆண்டுகள் வைத்திருந்து, இவரது மற்ற குடும்ப உறுப் பினர்களுக்கு அமீர் பதவியை வழங்கினார்.

1908ஆம் ஆண்டு வேறு நபர்கள் இல்லாததால் ஹுசைனை மெக்காவுக்கு அனுப்பினார்கள். ஒருபுறம் இன்வர் பாஷாவின் துருக்கி தேசியக் கோட்பாடும், மறுபுறம் சவூதி மற்றும் அரேபியத்

தலைவர்களின் எதிர்ப்பும் இருந்ததால் ஹுசைன் அரேபியாவில் போரிடவோ அல்லது இஸ்தான்புல்லிற்கு எதிராகக் கிளர்ச்சி செய்யவோ விரும்பினார்.

அப்துல்லா ஒரு தென் அரேபிய ஷேக்குடன் சண்டையிட்டதில் பெற்ற காயத் தழும்பைப் பெருமையுடன் கிட்செனரிடம் காட்டினார். கிட்செனர் சூடானில் அவர் பெற்ற காயத் தழும்புகளைக் காட்டினார். உயர்ந்திருந்த கிட்செனருக்கு எதிரே தடித்து குட்டையான உருவமுடைய அப்துல்லா இவ்வாறு கூறினார்: “என்னுடைய இலக்கு தவறாது; நான் குள்ளமாக இருப்பதால் ஓர் அரேபிய நாடோடி என்னைத் தாக்கிவிட்டான்.” கிட்செனர் இவருக்கு ஆயுத உதவிசெய்ய மறுத்துவிட்டார்.

சில மாதங்களுக்குப் பின் தொடங்கிய மாபெரும் போர் எல்லாவற்றையும் மாற்றியமைத்தது. அரசு போர்த்துறை செயலராகப் பணியேற்க கிட்செனர் லண்டன் திரும்பினார். இவர் இராணுவத்திற்கு ஆள் சேர்க்கும் பணியில் ‘நாட்டிற்கு நீ தேவைப்படுகிறாய்’ என்ற சுவரொட்டியை அறிமுகப்படுத்தினார். கீழ்த்திசை நாடுகள் பற்றி அறிந்திருந்த நிபுணர்களில் இவர் முக்கியமானவராக இருந்தார்.

நேசநாட்டுப் படையினருக்கு எதிராக துருக்கி சுல்தான்–காலிப் புனிதப் போரை அறிவித்தவுடன் ஹுசைன் இவரது நினைவுக்கு வந்தார். அரேபியர்களின் கிளர்ச்சியைத் தூண்டிவிட ஹுசைனைப் பிரிட்டனின் காலிப் ஆக நியமிக்க கிட்செனர் முடிவு செய்தார். ஷெரிப்பைத் தொடர்புகொள்ள வேண்டுமாறு இவர் கெய்ரோவுக்கு உத்தரவிட்டார்.

முதலில் இதற்குப் பதில் எதுவுமில்லை. பின்பு திடீரென 1915ஆம் ஆண்டு ஆகஸ்ட் மாதத்தில் தனக்கு சில வாக்குறுதிகள் அளிக்கப்பட்டால் அரேபியர்களின் கிளர்ச்சியைத் தான் முன்னின்று நடத்துவதாக ஷெரீப் ஹுசைன் தெரிவித்தார். துருக்கியர்களைப் போரில் கலந்து கொள்ளாமல் செய்து, ஈராக்கில் குட் பகுதியில் பிரிட்டிஷ் படையைச் சுற்றி வளைத்ததால் மேற்கு முனையில் ஏற்பட்ட இக்கட்டான நிலையைச் சமாளிக்கவும் திட்டமிட்ட கள்ளிப் போலி படையெடுப்பிலும் பிரிட்டன் தோல்வி அடைந்திருந்தது. எனவே ஜமால் பாஷாவின் கிளர்ச்சியால் மட்டுமே அரேபியர்கள் எகிப்தை வெற்றி கொள்வதைத் தடுக்கமுடியும் என்று நம்பப் பட்டது. எனவே பிரெஞ்சு மற்றும் ஆங்கிலேயர்களின் நலனுக்கு ஊறு விளைவிக்கும் வகையில் வாக்குறுதிகள் கொடுக்காமல்,

அரேபியர்களின் ஆதரவைத் தக்க வைத்துக்கொள்ளும்படி எகிப்தின் உயர் அதிகாரியாயிருந்த சர் ஹென்றி மக்மோகனுக்கு உத்தர விடப்பட்டது.

ஷெரிப் ஹுசைன் அறுபது வயதுக்கு மேற்பட்டவராகவும் பேராசையும் மடமையும் கொண்டவராய் ஒரு நாட்டை ஆளும் திறமையற்றவராகவும் இருந்தார். ஆனால் தற்போதுள்ள சூழ்நிலையில் ஆங்கிலேய அரசுக்கு இவரது உதவி தேவையாயிருந்தது. ஆனால் தந்திரம் மிகுந்த இவரது மகன் அப்துல்லாவின் வழிகாட்டுதலின் பேரில் அரேபியா, சிரியா, பாலஸ்தீனம், ஈராக் ஆகிய பகுதிகள் முழுவதையும் உள்ளடக்கிய ஒரு ஹெஷ்மைட்[1] பேரரசுக்கு உரிமை கோரினார்.

ஆனால் நபிகளின் வழித்தோன்றல்களான 'அப்பாசிட்'களின் காலத்திற்குப் பின் இது போன்றதொரு பெரிய பரப்பு கொண்ட பேரரசு அமைந்ததில்லை. இந்த உரிமையை வழங்கினால் ஷெரிப் ஹுசைன் தன்னுடைய அல்பேட்டட், அல்அகட் ஆகிய ரகசிய அரேபிய தேசியக் குழுக்களின் வழியாக அரேபியாவிலும் சிரியா விலும் துருக்கியர்களுக்கு எதிராகத் தானே முன்னின்று கிளர்ச்சியை ஏற்படுத்துவதாகக் கூறினார். ஆனால் இவர் கூறியவை உண்மையில் நடக்கக்கூடியதல்ல. ஏனெனில் இவரிடம் சில ஆயிரம் போர் வீரர்களே இருந்தனர். இவர் ஹெஜாஜ் பகுதி முழுவதையுமே ஆள வில்லை. அரேபியாவின் பெரும்பகுதி சவூதி அரேபியத் தலைவர் களின் கட்டுப்பாட்டிற்குள் இருந்ததால் இவரது நிலையே மோச மானதாக இருந்தது. இவரது ரகசியக் குழுக்களும் சில நூறு உறுப் பினர்களையே கொண்டிருந்தது. இவர்களையும் ஜமால் அழித்து விடும் வாய்ப்பிருந்தது.

இவரது கோரிக்கையை எந்த அளவுக்கு ஏற்றுக் கொள்வ தென்று மக்மோகனால் முடிவுசெய்ய இயலவில்லை. அதேநேரத்தில் ஹுசைன் மூன்று பாஷாக்களுடனும் பேச்சுவார்த்தை நடத்தினார். ஹெஜாஜ் பகுதிக்கு மரபுவழி உரிமையைத் தனக்கு வழங்கி ஜமாலின் அச்சுறுத்தலையும் அடக்குமுறையையும் கைவிடச் செய்தால் தான் ஆங்கிலேயர்களுக்கு எதிராகச் செயல்படுவதாகத் தெரிவித்தார். ஷெரிப் தன் மூன்றாவது மகன் பைசலை ஜமாலுடன் பேச்சு வார்த்தை நடத்த அனுப்பினார். ஆனால் ஜமால் இவரைக் கட்டாயப்படுத்தி அரேபிய தேசிய உணர்வுடையவர்களைத் தூக்கிலிடும் நிகழ்ச்சியைக் காணச்செய்தார்.

ஷெரிப் ஆங்கிலேயர்களுடன் நடத்திய பேச்சுவார்த்தையில் ஓரளவு வெற்றி பெற்றாரென்றே சொல்லவேண்டும். கெய்ரோ

விலிருந்த கீழ்த்திசை நாடுகளைப் பற்றி அறிந்திருந்த ஆங்கிலேய நிபுணர்கள் பாலஸ்தீனத்தின் பொதுத்தோற்றம், உருவரை, எல்லைகள் பற்றி நன்கு அறிந்திருந்தனர்.

சென்ற நூற்றாண்டிலேயே இவர்கள் அகழ்வாராய்ச்சி என்ற பெயரில் உளவறிந்து தெரிந்துகொண்டிருந்தார்கள். கிட்சனரே அரேபியர் வேடத்தில் ஜெருசலேமைப் புகைப்படம் எடுத்து வரை படமும் தயாரித்திருக்கிறார். பலர் டமாஸ்கஸ்ஸிலுள்ள முக்கிய மான இடங்களைவிட கெய்ரோவிலுள்ள கேளிக்கை விடுதிகளைத் தெரிந்து வைத்திருந்தனர். இவர்கள் அரேபியர்களுக்கு ஆதரவாகவும் யூதர்களுக்கு எதிராகவும் இருந்தார்கள். ஷெரிப்புடன் பேச்சு வார்த்தை நடத்தும் கொள்கையை லண்டன் கடைப்பிடித்தது. ஆனால் இந்தியாவின் பிரிட்டிஷ் வைஸ்ராய் ஷெரிப்பின் எதிரி களான சவூதியர்களுக்கு ஆதரவளிக்கும் தனிக்கொள்கையைக் கடைப் பிடித்தார். பிரிட்டனின் முதிர்ச்சியற்ற நிபுணர்கள் துருக்கி என்னும் பெருங்கடலில் அரேபிய அரசியல் என்னும் அலைகளால் அலைக் கழிக்கப்பட்டார்கள். இவர்களது நிலை ஜான் புச்சனின் 'கீரின் மேன்டில்' நாவலில் வரும் நிகழ்ச்சியை ஒத்திருந்தது.

அதிர்ஷ்டவசமாக சிரியாவைப் பற்றி நன்கறிந்த 28 வயது நிரம்பிய டி.இ. லாரென்ஸ் மக்மோகனின் கீழ் பணிபுரியும் அதிகாரி களில் ஒருவராயிருந்தார். இவரது சக அரேபியர் ஜெர்ட்ருட் பெல் என்பவர் இவரை மிகவும் அறிவுடையவர் என்று குறிப்பிடுகிறார். நிரம்பிய குறைகளோடு தன் எஜமானர்களாயிருந்த பிரிட்டிஷ் பேரர சுடனும், அரேபியர்களுடனும் இவரால் ஒத்துப்போக இயல வில்லை. இவரது தந்தை ஒரு இளங்கோமானின் வாரிசு. இவர் தன் மனைவியை விட்டுவிட்டுத் தன் காமக்கிழத்தியான சாரா லாரென்ஸ் என்பவருடன் குடும்பம் நடத்திவந்தார்.

இவரது பெயரையே தன் குடும்பப் பெயராக ஏற்றுக் கொண்டார். இளைஞனாயிருந்த போதே பெரிய சாதனைகள் நிகழ்த்தப்போவதாக நம்பிக்கை கொண்டிருந்தார். ஈராக்கில் அகழ்வாராய்ச்சி செய்தபோது இவருக்குக் கீழ் பணிபுரிந்த தாகூம் என்பவர் இவருக்கு நெருங்கிய நண்பரானார். இருவருக்கும் இடை யேயிருந்த உறவு பாலியியல் மர்மமாகவே உள்ளது. இவருடைய நண்பர் ரொனால்டு ஸ்டோர்ஸ் இவ்வாறு கூறினார்: 'இவர் ஒரு பெண் வெறுப்பாளரல்ல. ஒரு பெண்ணை எப்பொழுதும் பார்க்க மாட்டார்.' திடீரென்று இவரைக் கேலி செய்தாலும் தன் சம நிலையை இழக்கமாட்டார். ஜெருசலேமிலும் மற்றும் ஆறு அரேபிய

நகரங்களிலும் இவர் நிகழ்த்திய சாகசச் செயல்களை 'அறிவுடைமையின் ஏழு தூண்கள்' என்ற தலைப்பில் ஒரு நூலாக எழுதத் திட்டமிட்டார். இந்த நூலை இவர் வெளியிடவில்லை. ஆனால் இதே தலைப்பை இவரது வேறு ஒரு நூலுக்குப் பயன்படுத்திக் கொண்டார்.

இவர் குள்ளமானவர். உறுதியான உடல்கட்டுடன் பழுப்புநிறம் உடையவர். மற்ற ஆங்கிலேயர்களின் முகங்களைப் போல் இவரது முகத்தையும் பாலைவன வாழ்க்கை நிறமாற்றம் செய்திருந்தது. இவர் *5* அடி *5* அங்குலம் உயரமுள்ளவராய் கவர்ச்சியான நீலநிறக் கண்களைப் பெற்றிருந்தார். இவரைக் குறும்புத்தனமுள்ள குழந்தை என்றும் தன்னுடைய மூளையால் ஜீவித்திருப்பவர் என்றும், ஒரு காட்டுப்பூனையைப் போல் மௌனமாயிருந்து விரைந்து செயல்படக்கூடியவர் என்றும், ஜெர்டுருட் பெல் எழுதுகிறார்.

கூர் உணர்ச்சியுடைய இவர் ஒரு நல்ல எழுத்தாளர்; தன்னை விரும்பாதவர்களிடம் கடுமையாக நடந்துகொள்வார். தான் ஒரு புகழ் வேட்கை கொண்டவர் என்பதை இவரே ஒப்புக்கொண்டிருக்கிறார். இவர் தற்பெருமையும், அனைத்தையும் அறிந்துகொள்ள வேண்டுமென்ற விருப்பமும் உடையவர். நீதியிலும் வீரதீரச் செயல்களிலும் நம்பிக்கை கொண்டிருந்த இவர், ஒரு பாம்பினைப் போல் சூழ்ச்சித்திறமும் உடையவர். லோவெல் தாமஸ் என்னும் எழுத்தாளர், 'வெளிச்சத்துக்கு வரத்துடிக்கும் அறிவாளி' என்று இவரைப் பற்றிக் குறிப்பிடுகிறார்.

இந்த இளநிலை அதிகாரி கெய்ரோவில் ஷெரிப்புடனான பேச்சுவார்த்தையில் முக்கிய பங்காற்றியதால் மக்மோகன் இவரை நாடினார். இவர் டமாஸ்கஸ், அலெப்போ, ஹோம்ஸ், ஹாமா ஆகிய இடங்களைச் சிரியாவின் இதயப்பகுதியாக வரையறுத்த போதிலும், ஜெருசலேமை இவர் அரேபிய பகுதியாக ஏற்றுக்கொள்ளவில்லை. ஜெருசலேம் ஓர் அழுக்கடைந்த நகரம், இங்குள்ளவர்கள் உணவு விடுதி பணியாளர்களைப் போல் நன்நடத்தை அற்றவர்களாக அன்றாடம் நகருக்கு வரும் பயணிகளைச் சார்ந்திருப்பவர்கள் என்று கருதினார். டெக்ஸாஸ் இரு உலோக நாணயமுறைக்கு அப்பாற்பட்டிருப்பது போல் அரேபிய தேசியமும் அரேபியர்களுக்கு அப்பாற்பட்டதாகவே இருக்கிறது. ஜெருசலேம், பெய்ரூட் போன்ற நகரங்கள் விற்பனையாகாத பொருட்களைப் போலக் களையிழந்து காணப்பட்டன என்று இவர் தெரிவிக்கிறார்.

1915ஆம் ஆண்டு அக்டோபர் 24ஆம் தேதி மக்மோகன் ஹுசைனுக்குப் பதில் அனுப்பினார். இந்தப் பதில் கடிதம் தெளிவற்றதாக, இருவருமே வேறுவகையில் புரிந்துகொள்வதாயிருந்தது. சிரியாவின் நகரங்களுக்குக் கிழக்கிலுள்ள பகுதியைப் பொறுத்து ஹுசைனின் பேரரசு கருத்துருவை மக்மோகன் ஏற்றுக்கொண்டார். ஆனால் மேற்கேயுள்ள பகுதிகளைப் பொருத்தவரையில் ஹுசைனின் கருத்தை ஏற்றுக்கொள்ளவில்லை. ஜெருசலேம், பாலஸ்தீனத்தைப் பற்றி மக்மோகனின் பதில் கடிதம் எதுவும் குறிப்பிடவில்லை. ஜெருசலேமை அவரது பேரரசு எல்லையிலிருந்து நீக்கியதை ஷெரிப் ஒப்புக்கொள்ளமாட்டார் என்ற போதிலும், இங்கு ஆங்கிலேயர்களின் நலன்கள் பாதுகாக்கப்பட வேண்டியதாக இருந்ததால், ஜெருசலேம் நகரைப் பற்றிப் பதில் கடிதத்தில் குறிப்பிடுவதைத் தவிர்த்துவிட்டார்கள்.

பிரெஞ்சுக்காரர்களுக்கு இந்தப் பகுதியிலுள்ள உரிமைகளும் பாதுகாக்கப்பட வேண்டுமென்று மக்மோகன் விரும்பினார். பிரெஞ்சுக்காரர்கள் தொன்மைக்காலம் தொட்டே உரிமை கோரி வந்தார்கள். உண்மையில் கமிஷனர் ஜெருசலேமைப் பெயரளவில் எகிப்தின் அல்பேனிய வம்சத்திடம் கீழ் ஒப்படைக்க விரும்பினார். இவ்வாறு செய்வதால் புனித நகரம் முஸ்லிம் நகரமாகவும் அதே நேரத்தில் ஆங்கிலேய அதிகாரத்திற்குக் கட்டுப்பட்டு இயங்கும் என்றும் கருதினார்.

சைக்ஸுடன் பிரான்சுக்காகப் பேச்சுவார்த்தை நடத்தியவர் பிராங்காய்ஸ் ஜார்ஜ் பிகாட். பெய்ரூட்டில் வணிகத் தூதராகச் செயலாற்றியவர். இவர்கள் இருவரும் சிரியாவையும் லெபனானையும் பிரான்ஸ் பெற்றுக்கொள்வதற்கும் ஈராக்கையும் பாலஸ்தீனத்தின் சில பகுதிகளையும் பிரிட்டன் பெற்றுக்கொள்வதற்கும் சம்மதித்தனர். இந்த அரேபிய நேசக் கூட்டமைவு பிரிட்டன், பிரான்ஸ் ஆகிய நாடுகளின் மேற்பார்வையில் செயல்படும். பிரிட்டன், பிரான்ஸ், ரஷ்யா[2] ஆகிய நாடுகளின் கீழ் ஜெருசலேம் மட்டும் உலகமயமாக்கப்படும். இந்தத் திட்டம் 75 ஆண்டுகளாக ஜெருசலேமைத் தன் ஆதிக்கத்தின்கீழ் வைத்துக்கொள்ள முயன்ற மூன்று பேரரசுகளுக்கும் அர்த்தமுள்ள ஒரு திட்டமாகத் தோன்றியது. பல வகையான குழுக்களைக் கொண்ட ஒரு அரபுப்பகுதியை இந்தத் திட்டம் அனுமதிப்பதாக இருந்தது. நாளடைவில் இந்தத் திட்டம் காலாவதியானது. ஏனெனில் பிரிட்டன் ஜெருசலேமையும் பாலஸ்தீனத்தையும் வைத்துக்கொள்ள ரகசியமாக விரும்பியது.

சைக்ஸ்–பிகாட் ஆகியோரின் ரகசியத் திட்டத்தை அறிந்து கொண்ட போதிலும் ஷெரீப் ஹுசைன், தான் துருக்கியர்களால் தூக்கியெறியப்படலாம் என்று அஞ்சினார். எனவே, இவர் 1916ஆம் ஆண்டு ஜூன் மாதம் 5ஆம் நாள் தன் சிவப்புநிறப் பதாகையை மெக்காவில் உயர்த்தி அரேபியக் கிளர்ச்சியைத் தொடங்கினார். தன்னை அரேபியர்கள் அனைவருக்கும் அரசரென்று அறிவித்தார். இதனால் அதிர்ச்சியுற்ற பிரிட்டிஷ் அரசு 'ஹெஜாஜின் அரசர்' என்று அறிவிக்கும்படி இவரைக் கேட்டுக் கொண்டது. இது ஒரு புதிய தொடக்கமாகவே இருந்தது. வரலாற்றில் ஒரு குறுகிய காலத்தில் பல மணிமுடிகளையும், பல நாடுகளையும் ஒரு சில குடும்பங்களே பெற்றிருக்கின்றன. அரசர் ஹுசைன் தன் சிறிய படைக்குத் தன் மகன்கள் ஒவ்வொருவரையும் தளபதிகளாக நியமித்தார். ஆனால் முடிவில் எந்தப் பலனும் ஏற்படவில்லை. சிரியாவில் இவரது கிளர்ச்சி எடுபடவில்லை. ஷெரிப்பின் செயல்திறன் குறித்து பிரிட்டிஷ் அரசு நம்பிக்கை இழந்ததால், அக்டோபர் மாதத்தில் ரொனால்ட் ஸ்டோர்ஸ் (பின்னாளில் ஜெருசலேமின் ஆளுநரானவர்) என்பவரையும் அவரது உதவியாளர் லாரென்ஸையும் அரேபியாவுக்கு அனுப்பியது.

அரேபியாவின் லாரென்ஸ்: ஷெரீப்புகளும் - அப்துல்லாவும் பைசலும்

அரசர் ஹுசைனின் நான்கு மகன்களில், இரண்டாவது மூன்றாவது மகன்களை அரேபிய இலக்கை அடையத் தகுந்தவர்களென்று லாரென்ஸ் கருதினார். ஆனால் அப்துல்லா மிகவும் புத்திசாலி என்பதால் லாரென்ஸ் அவரை ஏற்கவில்லை. அப்துல்லாவும் லாரென்ஸை ஒரு விசித்திர உயிரினமாகக் கருதி ஏற்றுக்கொள்ளவில்லை. ஆனால் இளவரசர் பைசலைப் பார்த்தவுடனேயே லாரென்ஸ் ஒருவித மயக்கநிலையை அடைந்தார். பைசல் உயரமானவராகவும், நளினமானவராகவும், அரசருக்குரிய தோற்றத்துடனும் காணப்பட்டார். 31 வயதுடைய இவர் துடிப்புடன் பரபரப்பானவராக இருந்தார்.

ஒரு தூய சர்கேசிய மரபு (ருசியாவிலுள்ள சர்கேசிய மரபினர்) வழியில், மருவற்ற சருமத்தையும், கருமையான முடியினையும், அகன்ற கண்களையும் கொண்டவராக ஒரு ஐரோப்பியரைப் போல், போன்ட்டிவிராடிலுள்ள முதலாம் ரிச்சார்டின் நினைவுச் சின்னத்தை

ஒத்திருந்தார். பைசல் துணிவு மிக்கவராகவும் அறியாமை மிக்கவ ராகவும் இருந்ததால் இரக்கத்தின் அடிப்படையில் தான் அவரிடம் பணிபுரிந்ததாக லாரென்ஸ் தெரிவிக்கிறார்.

ஷெர்பியன் நிலவுரிமைப் பகுதியான ஹேஜாஜ் பகுதியில்கூட அரேபியக் கிளர்ச்சி வெற்றிபெறவில்லை என்பதையும் பைசலின் சிறிய ஒட்டகப் படையைத் துருக்கியர்களின் ஒரு சிறு படைப் பிரிவே தோற்கடிக்க முடியும் என்பதையும் லாரென்ஸ் அறிந்து கொண்டார். இருப்பினும் துருக்கி புறக்காவல்நிலைப் படையைத் தாக்கி முற்றுகையிட்டு புகைவண்டி இருப்புப் பாதைகளை அழிப்பதன் மூலம் துருக்கிப் படை முழுவதையும் நிலைகுலையச் செய்ய முடியு மென்று லாரென்ஸ் கருதினார். பைசலின் பணிக்கு லாரென்ஸ் நியமிக்கப்பட்டவுடன் இதைச் செயல்முறைப்படுத்தி ஒரு ஆட்சிக் கெதிரான நவீன கிளர்ச்சி முறையைத் தோற்றுவித்தார். பைசல் லாரென்ஸைப் பழங்கால அரேபிய லாரென்ஸைப் போல வெள்ளைப் பட்டுத்துணியில் பொன் சரிகைகள் வேயப்பட்ட ஆடையை அணியச் செய்தார். அரேபியக் கிளர்ச்சிபற்றி 21ஆம் நூற்றாண்டு ஈராக், ஆப்கானிஸ்தான், அமெரிக்க அதிகாரிகளுக்காக இவர் எழுதிய வழிகாட்டி நூலில் இவ்வாறு குறிப்பிடுகிறார்: "அரேபியர் களைப் போல் ஆடை அணிந்துகொள்ள விரும்பினால் ஒரு ஷெரீப்பைப் போல் சிறந்த ஆடைகளை அணிந்துகொள்ளுங்கள்."

லாரென்ஸ் இராணுவப் பயிற்சி பெறாதவர். இவர் ஒரு கவிஞரைப் போன்ற மனநிலை கொண்ட துறவியாக இருந்தார். அரேபியர்களைப்பற்றி நன்கறிந்திருந்ததால் அவர்களை எவ்வாறு கையாள வேண்டுமென்ற ரகசியத்தையும் தெரிந்து வைத்திருந்தார். அரேபியர்களின் குடும்பம், இனக்குழுக்கள், நண்பர்கள், விரோதி களைப் பற்றியும் மறைமுகமாக விசாரித்துத் தெரிந்துகொண்டார். ஒட்டகங்களின்மீது பயணிக்கவும், அரேபிய நாடோடிகளைப் போல் வாழவும் கற்றுக்கொண்டார். பிரிட்டிஷ் அரசு அதிக அளவில் வழங்கிய பொன்னும் பொருளுமே இவரது படையை ஒருங்கிணைக்க உதவியதை இவர் மறக்கவில்லை. ஐம்பது ஆண்டுகளுக்குப் பின்னரும் 'தங்கத்தை வைத்திருப்பவர்' என்று அரேபியர்கள் இவரை நினைவு கூர்ந்தார்கள். போர் ஏற்படுத்திய அழிவும் கொலைகளும் இவரைத் திகிலடையச் செய்தன. ஒரு வெற்றிகரமான முற்று கைக்குப்பின் லாரென்ஸ் இவ்வாறு குறிப்பிடுகிறார்:

"இந்த வெற்றி, முறையான பயிற்சி உடையவர்களால் பெறப் பட்ட வெற்றியல்ல. இது புகழ்பெற்ற கால்பந்து விளையாட்டு வீரர் ஃபபோலோ-பில் என்பவரின் செயலைப் போன்றதாகும்."

இவரது வீரர்களில் ஒருவர் மற்றொருவரைக் கொலை செய்த போது, ரத்தக்களறியைத் தடுக்க தன் வீரருக்கு இவரே மரண தண்டனை வழங்கவேண்டியிருந்தது. துருக்கியர்களைக் கொன்று குவிப்பதை இவர் கொடுமையான செயலாகவே கருதினார். சைக்ஸ்–பிகாட் ஆகியோரின் மத்திய கிழக்குப் பகுதிக்கான திட்டத்தின் ரகசியத்தை உணர்ந்திருந்த இவர், அதற்காக வெட்கப்பட்டார். 'நமக்காகச் சண்டையிட நாம் பொய்யான தகவல்களைத் தருகிறோம். என்னால் இதைப் பொறுத்துக்கொள்ள முடியாது.'

இவர் வெறுப்புற்ற நேரங்களில் தன் உயிரைப் பணயம் வைத்த நிகழ்ச்சிகளும் உண்டு. இவர் தன்னை பிரிட்டிஷ் மற்றும் அரேபிய ஆதரவாளராகக் கூறிக்கொண்ட போதிலும், பிரிட்டிஷ் பேரரசு வெற்றி பெறுவதை மனப்பூர்வமாக விரும்பாமல், அரேபியர்களுக் கென்று சுதந்திரமான தனிநாடு அமைவதையே விரும்பினார்.

'நான் துருக்கியர்களைப் போர் முனையில் தோற்கடிப்பதற்கு மட்டுமின்றி, என்னுடைய நாட்டையும் அதன் கூட்டாளிகளையும் ஆட்சிமன்றக் குழுக்களில் தோற்கடிக்கவும் முயலுவேன்.' சைக்ஸ்–பிகாட் திட்டத்தின் ரகசியத்தை இவர் பைசலுக்குத் தெரிவித்த துடன், அதிலிருந்து மீள்வதற்கான வழியையும் தெரிவித்தார். பிரெஞ்சு ஆதிக்கத்திற்கு சிரியா உட்படுவதைத் தவிர்க்க அரேபியர்களே போரிட வேண்டுமென்றும், இதனால் அரேபியர்கள் சிரியாவின்மீது தங்களுக்குள்ள உரிமையை நிலை நாட்டிக்கொள்ள முடியுமென்றும் லாரென்ஸ் தெரிவித்தார். அக்காபர் துறைமுகத்தைக் கைப்பற்ற பைசலின் படைகளை இவரே முன்னின்று ஜோர்டான் பாலை வனத்தின் வழியாக 300 மைல்கள் வட்டப்பாதையில் நடத்திச் சென்றார்.

பால்கென்கெயின்: ஜெர்மனும், ஜெருசலேமும்

ஜமாலின் எகிப்திற்கு எதிரான மூன்றாவது தாக்குதல் தோல்வி அடைந்தவுடன் பிரிட்டிஷ் படை சினாய் வழியாகப் பதில் தாக்குதல் நடத்தியது. 1917 ஆம் ஆண்டு வசந்த காலத்தில் 16,000 ஜெர்மானிய வீரர்கள் ஆஸ்திரிய–ஹங்கேரி பீரங்கிப் படையின் உதவியுடன் இவர்களை காஜாப் பகுதியில் இரண்டு முறை தோற்கடித்தனர். இவர்கள் மீண்டும் தாக்குவார்கள் என்று ஜமால் அஞ்சினார். பாலஸ் தீனத்தில் துருக்கியர்களுக்கு எதிரான சூழ்ச்சிவலை பின்னப்பட்டது. பாஷாவின் ரகசிய போலீஸ் படை 'நிலி' என்ற பெயரில் இயங்கிய பிரிட்டிஷ் ஆதரவு யூத ஒற்றர் குழுவைக் கண்டுபிடித்து அதன் உறுப்பினர்களைச் சித்ரவதை செய்தது. இந்த ஒற்றர் குழுவைச்

சேர்ந்தவர்களின் நகங்களைப் பிய்த்தெறிந்து மண்டை உடையு மளவுக்குத் தலையைச் சேதப்படுத்தி, பின்பு தூக்கில் தொங்க விட்டார்கள்.

ரஷ்யாவின் சிறந்த கவிஞரும் தொழிலதிபருமான அல்டர் லைவைன் என்பவரை யூத ஒற்றர் குழுவைச் சேர்ந்தவரெனக் கருதி பாஷாவின் ரகசிய போலீஸ் வேட்டையாடியது. இவர் பல விபச்சார விடுதிகளை நடத்தி வருவதாகவும் இவற்றை ஒற்றறியப் பயன்படுத்துவதாகவும், இவர்மீது குற்றம் சாட்டியது. எனவே லெவைன் தன்னைப் பாதுகாப்பதாக வாக்களித்த தனது நண்பரும் ஆசிரியருமான ஜெருசலேமில் மதிப்புவாய்ந்த கலீல் சஹாகினியின் வீட்டிற்குச் சென்றார். கொலைகாரனான ஜமாலை யூத தாயக இயக்க ஒற்றர்கள் குழு வெறுப்படையச் செய்தது. எனவே ஜமால் ஏப்ரல் மாதத்தில் எல்லா அயல்நாட்டுத் தூதர்களையும் அகஸ்டா விக்டோரியா கோட்டைக்கு வரவழைத்து, ஆர்மீனியர்களை நாடு கடத்தியதுபோல் ஜெருசலேமிலுள்ள மக்கள் அனைவரையும் நாடு கடத்தப் போவதாகவும் இதனால் ஆயிரக்கணக்கானவர்கள் இறக்க நேரிடுமென்றும் அச்சுறுத்தினார்.

ஜெருசலேமிற்காக நாங்கள் சண்டையிட வேண்டிய கட்டாயத்தில் இருக்கிறோம் என்று ஜமால் என்வரிடம் தெரி வித்தார். இவர்கள் வெர்டூன் தாக்குதலை நடத்திய ஜெர்மன் பீல்டு மார்ஷல் எரிச்வோன் பால்கென்கெயின் என்பவரை அழைத்து பிரிட்டிஷ் படையை எவ்வாறு தோற்கடிப்பதென்று ஆலோசனை கேட்டார்கள். என்வர் ஜெர்மனியின் தளபதியிடம் தலைமைப் பொறுப்பை ஒப்படைத்தார். பால்கென்கெயினின் வெர்டூன் தாக்குதல் ஜெர்மனிக்கு மோசமான விளைவுகளை ஏற்படுத்தியதுபோல் பாலஸ்தீனத் தாக்குதல் நமக்கு மோசமான விளைவுகளை ஏற்படுத்தக் கூடுமென்று ஜமால், என்வரை எச்சரித்தார்.

1917 ஆம் ஆண்டு ஜமால் ஜெருசலேமில் பால்கென்கெயினைச் சந்தித்தார். பாறைக் கவிகை மண்டபத்தின் படிக்கட்டுகளில் இரு வரும் தொங்கிய முகத்துடன் நின்றுகொண்டிருந்தனர். பால்கென் கெயின் அகஸ்டா விக்டோரியா தலைநகரைத் தன் தலைமையிட மாக வைத்துக்கொண்டார். நகரிலுள்ள விடுதிகள் அனைத்திலும் ஜெர்மானிய இராணுவ வீரர்கள் நிரம்பியிருந்தனர். அசியன்கார்ப்ஸ் எனப்படும் படைப்பிரிவைச் சேர்ந்த இராணுவ வீரர்களும் அவர் களது அதிகாரிகளும் பாஸ்ட் ஹோட்டலை ஆக்ரமித்துக் கொண்டி ருந்தனர். ரோடோல்ப் ஹோஸ்[3] என்னும் ஜெருசலேம் நகரிலிருந்த ஓர் இளம் இராணுவ வீரர் இவ்வாறு தெரிவிக்கிறார்: ‘சமய வரலாற்றில்

அறிமுகமான பழைய பெயர்களும், புனிதத் துறவிகளின் கதைகளும் எங்களைச் சூழ்ந்திருந்தன. இவை என்னுடைய இளம் பிராயத்துக் கனவுகளிலிருந்து எவ்வளவு வேறுபட்டிருக்கின்றன!'

ஆஸ்திரியப் படைகள் நகரில் அணிவகுத்துச் சென்றன; யூத ஆஸ்திரிய இராணுவ வீரர்கள் மேற்குச் சுவரை வழிபட்டார்கள். ஜமால் பாஷா நகரை விட்டு டமாஸ்கஸ் சென்று அங்கிருந்து தன் மாகாணங்களை நிர்வகித்து வந்தார். இறுதியாக கெய்ஸர் ஜெருசலேமைத் தன் கட்டுப்பாட்டிற்குள் கொண்டு வந்தார். ஆனால் இது காலம் கடந்த ஒன்றாக இருந்தது.

ஜூன் மாதம் 28ஆம் தேதி சர் எட்மண்டு அல்லன்பை பிரிட்டிஷ் படைத் தலைமைத் தளபதியாக கெய்ரோவுக்கு வந்தார். ஒரு வாரத்திற்குப் பின் லாரென்ஸும் ஷெரிப்பியர்களும் அக்கா பர்வைக் கைப்பற்றினார்கள். லாரென்ஸ் நான்கு நாட்கள் ஒட்டகங்களிலும் புகைவண்டிகளிலும் கப்பலிலும் பயணித்து கெய்ரோவுக்குச் சென்று அல்லன்பையிடம் தன் வெற்றிச் செய்தியைத் தெரிவித்தார். ஆங்கிலேயரான லாரென்ஸ் அரேபிய நாடோடிகளைப் போல் ஆடையணிந்திருந்தது அல்லன்பையைக் கவர்ந்தது. லாரென்ஸையும் அவரது ஒட்டகப்படை வீரர்களையும் தன் படையின் வலதுபுறப் பிரிவாகத் தனித்து சுதந்திரமாக இயங்குமாறு அல்லன்பை ஆணையிட்டார்.

பிரிட்டிஷ் விமானங்கள் ஜெருசலேமின் ஆலிவ் மலைப்பகுதியில் குண்டுகளைப் பொழிந்தன. பால்கென் கெயினின் உதவியாளர் கர்னல் பிரான்ஸ் வோன் பாப்பென் என்பவர் பாதுகாப்புப் பொறுப்பினை ஏற்று பதில் தாக்குதலுக்குத் திட்டமிட்டார். 1917ஆம் ஆண்டு அக்டோபர் 31ஆம் தேதி அல்லன்பை ஜெருசலேமைக் கைப்பற்ற தீவிரத் தாக்குதல் நடத்தியபோது அவரைக் குறைத்து மதிப்பிட்டிருந்த ஜெர்மானியர்கள் ஆச்சரியமடைந்தனர்.

லாய்ட் ஜார்ஜ், பால்பர், வெய்ஸ்மேன்

அல்லன்பை 75,000 காலாட் படையினரையும் 17,000 குதிரைப் படையினரையும் சில டாங்கிகளையும் ஒருங்கிணைத்துக்கொண்டிருந்த நேரத்தில் பிரிட்டிஷ் அயல் நாட்டுச் செயலர் ஆர்தர் பால்பர் ரஷ்யாவில் பிறந்த விஞ்ஞானி டாக்டர் சைம் வெய்ஸ்மேன் என்பவருடன் ஒரு புதிய கொள்கையைப் பற்றி விவாதித்துக் கொண்டிருந்தார். ரஷ்யாவிலிருந்து வந்து குடியேறிய இவர் தொன்மையான இஸ்ரேலைப் பற்றியும், பைபிளைப் பற்றியும் உலகில் அதிகாரம்

பெற்றிருந்த அரசியல் மேதைகளுடன் விவாதம் நடத்துவதன் மூலமாக அவர்கள் மத்தியில் செல்வாக்கு பெற்றிருந்தார். ஜெருசலேமை முற்றிலுமாக மாற்றக்கூடிய இவரது திட்டத்திற்கு பிரிட்டன் ஆதரவளித்தது.

இவர்கள் பத்து ஆண்டுகளுக்கு முன்பே ஒருவரையொருவர் சந்தித்திருந்தனர். பால்பர் 'நிமினி பிமினி' என்றும், இவரது ரோஜா கன்னங்களுக்காகவும் வளப்பமான கை கால்களுக்காகவும் அழகிய பெண் என்னும் பொருள் தரும் 'பிரீதி ஃபண்ணி' என்றும் இவர் அழைக்கப்பட்டார். அயர்லாந்தின் தலைமைச் செயலாளராக இருந்தார். ஸ்காட்லாந்தின் வணிக வளத்திற்கும் ஆங்கிலேய உயர்குடி வகுப்பிற்கும் வழித் தோன்றலாக இருந்தார். இவரது தாய் விக்டோரியா காலத்தில் பிரதம மந்திரியாக இருந்தவரும், சாலிஸ் பெர்ரி கோமகனுமான ராபர்ட் சிசில் என்பவரின் தங்கை.

1878ஆம் ஆண்டு நடந்த பெர்லின் காங்கிரஸுக்கு இவர் தன் மாமனுடனும், டிஸ்ரேலியுடனும் சென்றார். 1902ஆம் ஆண்டு இவர் சாலிஸ்பரி கோமகன் ஆனவுடன் இவரது மாமனின் தலையாட்டி பொம்மை என்று இவரைப்பற்றி வேடிக்கையாகக் குறிப்பிட்டார்கள். இவர் ஒரு தத்துவவாதியாகவும், டென்னிஸ் விளையாட்டு வீரராகவும், நினைத்த நிமிடத்தில் கவிதை இயற்றும் ஆற்றலுடைய வராகவும் திகழ்ந்தார். இவர் திருமணம் செய்துகொள்ளவில்லை. 'எதுவும் ஒரு பொருட்டல்ல' என்பதே இவரது விருப்ப வாசகம். பால்பரைப் புண்படுத்தும் வகையில் டேவிட் லாய்ட் ஜார்ஜ் இவ்வாறு குறிப்பிடுகிறார்: 'ஒரு கைக்குட்டையிலுள்ள நறுமணத் தைலத்தைப் போல் இவரது நினைவு வரலாற்றில் நிலைத்திருக்கும்.'

உண்மையில் வெய்ஸ்மேனுடன் இவருக்குள்ள தொடர்பாலும், இவரது பெயரைக் கொண்ட பிரகடனத்தாலும் இவரை வரலாறு நினைவில் வைத்திருக்கிறது.

பால்பரும் வெய்ஸ்மேனும் வெவ்வேறு உலகங்களிலிருந்து வந்தவர்கள் அல்ல. பின்ஸ்க் நகரருகிலிருந்த ஒரு சிறிய யூத கிராமத்து மர வியாபாரியின் மகனாக வெய்ஸ்மேன் பிறந்தார். இவர் யூத தாயக மீட்பு இயக்கத்தைத் தழுவிக்கொண்டு, ஒரு சிறுவனாக இருந்தபோதே ரஷ்யாவிலிருந்து தப்பி அறிவியல் கற்க ஜெர்மனிக்கும் ஸ்விட்சர்லாந்துக்கும் சென்றார். தன் முப்பதாவது வயதில் மான் செஸ்டர் பல்கலைக்கழகத்தில் ரசாயனம் கற்பித்தார்.

வெய்ஸ்மேன் சமுதாயக் கட்டுப்பாட்டிற்கு உட்படாதவராகவும் ஓர் உயர்குடி வகுப்பினராகவும் இன ஆட்சித் தலைவருக்கு

உட்பட்டவராகவும் எளிதில் எரிச்சலையடையக் கூடியவராகவும் தன்னையே வேடிக்கையாக ஏளனம் செய்து கொள்ளக்கூடிய ஒரு ரஷ்ய அறிவாளியைப் போலவும் இருந்தார். ஓர் உயர்குடி வகுப் பினர் என்ற முறையில் அரசர்களுடனும் பிரதம மந்திரிகளுடனும் இயல்பாகப் பழகக்கூடியவராக சர்ச்சில், லாரென்ஸ், ஜனாதிபதி ட்ருமன் ஆகியோரின் மதிப்பிற்குரியவராக இருந்தார். இவரது மனைவி வீரா ஜார் மன்னரின் இராணுவத்தில் அதிகாரியாக இருந்த யூதர் ஒருவரின் மகள். இவர் ரஷ்ய யூதர்களை நாகரிகமற்றவர் களாகக் கருதி ஆங்கிலேய உயர்குடி வகுப்பினருடன் பழகுவதையே விரும்பினார்.

இவர் தன் கணவரை எட்வர்டு கால ஆங்கிலேய கனவானைப் போல் உடையணிந்து கொள்ளச்செய்வார். யூத தாயக இயக்கத் தின் மீது பேரார்வம் கொண்டிருந்த வெய்ஸ்மேன், ஜார் ரஷ்யாவை வெறுப்பவராகவும் யூத தாயக இயக்கத்திற்கு எதிரான யூதர்களை இகழக்கூடியவராகவும் இருந்தார். இவர் தோற்றத்தில் லெனினை ஒத்திருந்தார். அறிவுபூர்வமாக விவாதிக்கக்கூடியவர். ஆங்கிலத்தில் ரஷ்ய உச்சரிப்புடன் நன்கு பேசக்கூடியவர். இவர் பெண்மைக்குரிய கவர்ச்சியுடனிருந்த போதிலும், பூனையைப் போல் சீறும் குண முடையவராகவும் அதே நேரத்தில் எதிலும் ஆர்வத்துடிப்பும் பின் வருவதை முன்னறிந்து சொல்லும் ஆற்றலுடையவராகவும் இருந்தார். இட்டோனியன் பகுதியைச் சேர்ந்த இந்த பின்ஸ்க் நகரப் பட்ட தாரியும் பால்பரும் 1906ஆம் ஆண்டு முதன் முதலாக சந்தித்துக் கொண்டார்கள்.

இவர்களது உரையாடல் சுருக்கமாக இருந்தபோதிலும் மறக்க முடியாததாக இருந்தது. பால்பர் வழக்கம்போல் கால்களை விரித்துக் கொண்டு அமர்ந்திருந்தார். 1903ஆம் ஆண்டு பால்பர் பிரதம மந்திரி யாக இருந்தபோது, உகாண்டாவை யூத தாயக இயக்கத்தவர்களுக்கு வழங்க முன்வந்தார். ஆனால் தற்போது இவர் பதவியில் இல்லை. உகாண்டாவை மோசஸ் கூட ஏற்றுக்கொள்ளமாட்டார் என்று வெய்ஸ்மேன் பால்பரிடம் கூறினார். இதனால் பால்பர் குழப்பம் அடைந்தவராகக் காணப்பட்டார்.

‘நான் லண்டனுக்குப் பதிலாக பாரிஸைக் கொடுத்தால் நீங்கள் ஏற்றுக்கொள்வீர்களா?’ என்று வெய்ஸ்மேன் பால்பரைக் கேட்ட தற்கு ‘லண்டன் எங்களிடமுள்ளது’ என்று பதிலளித்தார் பால்பர். ‘உண்மைதான்! ஆனால் லண்டன் வெறும் சதுப்பு நிலமாயிருந்த காலத்திலேயே ஜெருசலேம் எங்களிடமிருந்தது’ என்று வெய்ஸ் மேன் கூறினார்.

வெய்ஸ்மேனின் கருத்தைப் பால்பர் ஏற்றுக்கொண்ட போதிலும், 'நான் சந்தித்த யூதர்கள் வேறு மாதிரியாக இருக்கி றார்கள்' என்று கூறினார். இதற்கு வெய்ஸ்மேன், 'பெரும்பாலான ஆங்கிலேய–யூத பெரிய மனிதர்கள் யூத தாயக இயக்கத்தை வெறுக் கிறார்கள் என்பது யாருக்குத் தெரியும்? நீங்கள் தவறான யூதர் களைச் சந்தித்திருக்கிறீர்கள்' என்று பதிலளித்தார்.

இந்த உரையாடலில் முடிவு எதுவும் எட்டப்படவில்லையென்ற போதிலும் வெய்ஸ்மேன் முதன் முதலாக பிரிட்டிஷ் பேரரசைச் சேர்ந்த அரசியல் மேதை ஒருவரைச் சந்திக்கும் வாய்ப்பு கிடைத்தது. பால்பர் பொதுத் தேர்தலில் தோல்வியுற்றதால் பல ஆண்டுகள் பதவியில்லாமல் இருந்தார். பால்பரைச் சந்தித்த பின் வெய்ஸ்மேன் முதன் முதலாக ஜெருசலேம் சென்று 'ஹீப்ரு பல்கலைக்கழகம்' ஒன்றை நிறுவும் முயற்சிகளை மேற்கொண்டார். பாலஸ்தீனத்தி லிருந்த யூத தாயக இயக்கத்தினரின் விவசாயப் பண்ணைகள் வெய்ஸ்மேனை ஆச்சரியமடையச் செய்தன. ஆனால் ஜெருசலேமில் யூதர்கள் வாழும் பகுதி அவல நிலையிலிருப்பதைக் கண்டார். 'இங்கு ஒரு நல்ல கட்டடம்கூடக் கிடையாது. உலகத்தவர் யாரும் ஜெருசலேமில் கால் பதிக்கலாம். ஆனால் இங்கு யூதர்களுக்கு இடமில்லை. இது எனக்கு வருத்தமளித்ததால் இரவுக்கு முன்பே நகரை விட்டுப் புறப்பட்டேன்.'

வெய்ஸ்மேன் மான்செஸ்டருக்குத் திரும்பி வந்து, ஒரு வேதியல் வல்லுநராகத் தன்னை அறிமுகப்படுத்திக்கொண்டு, 'மான்செஸ்டர் கார்டியன்' பத்திரிகையின் பதிப்பாசிரியரும் உரிமையாளருமான சி.பி. ஸ்காட் என்னும் யூத தாயக இயக்க ஆதரவாளருக்கு நண்ப ரானார். போர் தொடங்கியதும் சுறுசுறுப்பும் கவர்ச்சியும் ஆற்றலும் நிறைந்த கடற்படைத்தலைவர் வின்ஸ்டன் சர்ச்சிலிடமிருந்து வெய்ஸ்மேனுக்கு அழைப்பு வந்தது. '30,000 டன் அசிட்டோன் கரைப்பான் நமக்குத் தேவை. இதை உங்களால் செய்யமுடியுமா?' என்று சர்ச்சில் வெய்ஸ்மேனிடம் கூறினார்.

தன்னால் முடியுமென்று கூறிய வெய்ஸ்மேன், புகையற்ற கயிறு வடிவிலான வெடிபொருட்களைத் தயாரிக்கப் பயன்படும் அசிட்டோன் கரைப்பானை உற்பத்தி செய்து செயலிலும் நிரூபித்துக் காட்டினார். சில மாதங்களுக்குப் பின் 1914 டிசம்பரில், அப்போது கருவூல வேந்தராயிருந்த லாய்ட் ஜார்ஜ் மற்றும் அவரது சக உறுப்பி னரான ஹெர்பெர்ட் சாமுவேல் ஆகியோருடன் ஒரு காலை சிற்றுண்டி விருந்தில் கலந்துகொள்ள வெய்ஸ்மேனை, ஸ்காட் அழைத்துச் சென்றார்.

அமைச்சர்கள் போரைப் பற்றிய தங்கள் ஆழ்ந்த அக்கறையைக் கவலையற்ற நகைச்சுவைப் பேச்சில் மறைப்பதைக் கண்டார். 'நான் வெட்கமடைந்ததுடன், அடக்கி வைக்கப்பட்ட ஆர்வத்தாலும் துன்ப மடைந்தேன்' என்று வெய்ஸ்மேன் குறிப்பிடுகிறார். வெய்ஸ்மேன் பாலஸ்தீனத்தைப் பற்றிப் பேசியபோது, அவர் கூறிய இடங்களும் பெயர்களும் மேற்குப் பகுதியான ஜெருசலேமைவிடத் தனக்கு நன்கு அறிமுகமாகியிருப்பதைக் குறிப்பிட்டு, பால்பரை வெய்ஸ்மேன் சந்திக்க ஏற்பாடு செய்வதாகக் கூறினார். பால்பரும் வெய்ஸ்மேனும் முன்பே சந்தித்திருக்கிறார்கள் என்பது இவருக்குத் தெரியாது. ஆங்கிலோ–யூதரான சாமுவேல் ஒரு யூத வங்கித் தொழிலதிபர். இவர் ரோதிஸ்சைல்டு குடும்பத்திற்கும் மாண்ட்டிபையர் குடும்பத் திற்கும் உறவினராவார். இவர் பிரிட்டிஷ் அமைச்சரவையில் இடம் பெற்ற முதல் யூதர். இவர் யூதர்கள் தாயகம் திரும்புவதைப் பற்றி ஓர் அறிக்கையைத் தயாரித்திருந்தார். இந்த உண்மை வெளிப்படும் வரை வெய்ஸ்மேன் இவரிடம் எச்சரிக்கையாக இருந்தார்.

1915ஆம் ஆண்டு ஜனவரியில் பிரதமர் ஹெர்பெர்ட் அஸ்குயித் திடம் சாமுவேல் தன் அறிக்கையைச் சமர்ப்பித்தார். பரவிக்கிடக்கும் ஒரு கோடி இருபது லட்சம் யூதர்களிடையே எழுச்சி ஏற்பட்டிருப் பதாக சாமுவேல் குறிப்பிட்டார். மேலும் ஹீப்ரு (எபிரேய) மக்களை அவர்கள் இடத்திற்கு அனுப்பவேண்டுமென்ற கருத்துக்கு ஆதரவும் அனுதாபமும் பரவலாகக் காணப்பட்டது. யூதர்கள் தேனீக்களைப் போல் கூட்டமாகத் திரும்பிச்செல்ல முடியுமென்ற கருத்தைக் கேலி செய்து, என்னவொரு விசித்திமான இனம் இதுவெனக் கூறினார்.

சாமுவேலின் அறிக்கை டிஸ்ரேலியின் 'டான்கிரட்'[4] நாவலின் புதிய பதிப்பினைப் போலிருந்தது. 'இனம்தான் எல்லாமுமாக இருக்கிறது' என்பது சாமுவேலின் ஆழ்ந்த அறிவுடைய மூளையின் வெளிப்பாடு என்பதைத் தவிர இந்த அறிக்கையை நான் ஏற்றுக் கொள்ளவில்லை என்று அஸ்குயித் குறிப்பிட்டார். இந்தக் கொள் கையை ஆதரிப்பவரான லாயிட் ஜார்ஜ் புனிதமான இடங்கள், லோகாயுதக் கொள்கை கொண்டதும் இறைக்கொள்கையற்ற நாடு மான பிரான்ஸின் கைகளுக்குப் போவதை விரும்பவில்லை. ஜெருசலேமை பிரிட்டன் பெறவேண்டும் என்று லாயிட் ஜார்ஜ் விரும்புவதை யூதர்களின் நலனுக்கு எதிரானதென அஸ்குயித் கருதினார்.

நீலநிறக் கண்களைக் கொண்ட லாய்ட் ஜார்ஜ் ஒரு கிறித்துவப் பள்ளியாசிரியரின் மகன். இவர் நீண்ட வெள்ளைத் தலைமுடி யுடன் ஓர் அரசியல் அறிஞரைப்போல் அல்லாது ஓர் ஓவியக்

கலைஞனைப் போல் காட்சியளித்தார். யூதர்களின்மீது மிகவும் அக்கறை கொண்ட இவர், பத்தாண்டுகளுக்கு முன் யூத தாயக இயக்கத்தினருக்கு வழக்கறிஞராக ஆஜராகியிருக்கிறார். 'வெள்ளி நாக்கு'ப் படைத்தவரென்ற அடைமொழியுடன் அழைக்கப்படும் இவர், பேச்சாற்றல் மிக்கவர். 'எனக்குப் பள்ளியில் என் சொந்த நாட்டைப் பற்றிக் கற்பித்ததைவிட யூதர்களின் வரலாற்றைப் பற்றி அதிகம் கற்பித்திருக்கிறார்கள்' என்று கூறுவதுண்டு. ஆரம்பத்தில் இவர் ஒரு தீவிர சீர்திருத்தவாதியாகவும், போர் எதிர்ப்பு கோட்பாட்டாளராகவும், ஏகாதிபத்திய எதிர்ப்பாளராகவும், கோமான்களை வெறுப்பவராகவும் இருந்தார். கிரேக்க பண்டைய இலக்கியங்கள், பைபிள் ஆகியவற்றின் தாக்கத்தினால், போர் தொடங்கிய பின் இவர் போர்த்துறை அமைச்சராகவும் ஏகாதிபத்திய பேரரசின் ஆதரவாளராகவும் மாறினார்.

லாய்ட் ஜார்ஜ், வெய்ஸ்மேனைப் பால்பருக்கு மீண்டும் அறிமுகப்படுத்தினார். வெய்ஸ்மேனைத் தனக்கு அறிமுகப்படுத்த தேவையில்லை என்றும் 1906ஆம் ஆண்டில் தான் வெய்ஸ்மேனுடன் உரையாடியதை நினைவில் வைத்திருப்பதாகவும் பால்பர் தெரிவித்தார். உங்களிடத்தில் அதிக மாற்றமில்லை என்றபடி பால்பர் வெய்ஸ்மேனை வரவேற்றார். 'துப்பாக்கிச் சத்தம் ஓய்ந்தவுடன் நீங்கள் உங்கள் ஜெருசலேமை அடைவீர்கள்' என்று பால்பர் கூறினார். மேலும் நீங்கள் ஒரு சிறந்த காரியத்திற்காக முயன்று கொண்டிருப்பதால், மீண்டும் வரவேண்டும் என்று கூறினார். பின்பு இவர்கள் அடிக்கடி சந்தித்து இரவு நேரங்களில் வெள்ளை அறையின் முன்பு உலாவிக்கொண்டு, விதியின் மாற்றத்தால் வரலாற்று நீதியையும் பிரிட்டிஷ் அரசாங்கத்தின் அதிகாரத்தையும் யூதர்களின் தாயகம் நிலைநிறுத்தும் என்று பேசிக்கொண்டார்கள்.

பால்பர் கடற்படை ஆட்சிக்குழுத் தலைவராகவும் லாய்ட் ஜார்ஜ் போர்த்தளவாட அமைச்சராகவும் இருந்ததால் விஞ்ஞானமும் யூத தாயக இயக்கமும் முன்பைவிட ஒருங்கிணைந்திருந்தன. பரந்து விரிந்திருந்த பிரிட்டிஷ் பேரரசின் வீரத்திருமகன்களுடன் தான் சிக்கலான உறவுகளை ஏற்படுத்திக்கொண்டிருக்கும் நிலையில் எளிமையான தன் வாழ்க்கை நிலையை வெய்ஸ்மேன் நினைத்துப் பார்த்தார்: 'ஸ்லாவ் இனப்பகுதி யூதர்களின் மொட்டெல்லியைச் சேர்ந்த சைம் வெய்ஸ்மேன் ஆகிய என்னிடம் ஆரம்பத்தில் எதுவுமில்லை. ஒரு பல்கலைக்கழகத்தில் பேராசிரியராக மட்டுமே இருந்தேன்.'

நீண்ட மேலங்கியையும் தலையில் தொப்பியையும் அணிந்துகொண்டிருந்த இந்த யூதர், பழைய ஏற்பாட்டு இறைத்தூதரைப்

போல் இருந்தாரென பின்னாளில் சர்ச்சில் குறிப்பிடுகிறார். வெய்ஸ்மேன் போரின்போது செய்த பணிகளே பிரிட்டன் யூதர்களை ஆதரிக்கக் காரணமாயிருந்ததென லாய்ட் ஜார்ஜ் தன் நினைவுக் குறிப்புகளில் தெரிவிக்கிறார். உண்மையில் அதற்கும் முன்பே யூதர்களுக்கு மந்திரி சபையின் முழு ஆதரவு இருந்தது.

ஜெருசலேமின் நூலான பைபிள் எழுதப்பட்ட இரண்டு நூற்றாண்டுகளுக்குப் பின், இந்த நகரில் மீண்டும் தன் தாக்கத்தை ஏற்படுத்தியது. பிரிட்டன் பைபிளைப் பின்பற்றும் நாடென்று வெய்ஸ்மேன் எழுதினார். பழைய கால பிரிட்டிஷ் அரசியல்வாதிகள் உண்மையில் ஆன்மீக உணர்வுடையவர்களாக இருந்தனர். 'தாயகம் திரும்புதல்', 'மீட்சி பெறுதல்' போன்ற கருத்துக்களை இவர்கள் புரிந்துகொண்டிருந்தார்கள். இது இவர்களது மரபொழுக்கத்தையும் இறை நம்பிக்கையையும் உறுதிப்படுத்தியது. யூதர்கள் தொன்மையான தங்கள் நகருக்குத் திரும்ப விரும்பும் தாயக வேட்கை இயல்பானதென்றும் இதை மறுக்கக் கூடாதென்றும், ஆனால் பைபிள் படிக்கும், பைபிள் சிந்தனைகளைக் கொண்ட அமெரிக்காவும் பிரிட்டனும் மட்டுமே ஏற்றுக்கொள்வதாக லாயிட் ஜார்ஜின் உதவியாளர்களில் ஒருவர் குறிப்பிட்டார்.

யூதர்களைப் பற்றிய இவர்களது நிலைப்பாட்டிற்கு மறைவான வேறு சில காரணங்களும் இருந்தன. போரின்போது ஜாரின் அடக்கு முறை அட்டூழியங்கள் அதிகரித்திருந்ததால் ரஷ்ய யூதர்களின் அவல நிலை உண்மையிலேயே பிரிட்டிஷ் தலைவர்களை யூதர்களின் மீது அனுதாபமும் அக்கறையும் கொள்ளச் செய்தது. ரோத்ஸ்சைல்டு குடிமரபினர் போன்ற செல்வர்களின் அளவுக்கு மீறிய செல்வ வளமும், இவர்களது அயல் பண்புடைய அதிகாரமும், மாட மாளிகைகளும் ஐரோப்பிய உயர்குடியினரையே மிரட்சியடையச் செய்தது. யூதர்கள் பைபிள் குறிப்பிடுவதுபோல் துன்புறுத்தப்பட்ட வீரப் பெருந்தகையினரா? இவர்கள் ஒவ்வொருவரும் அரசன் டேவிட் போன்றவர்களா? சிரியா மன்னரின் கொடுமையிலிருந்து யூதேயாவை விடுவித்த யூத இளம்படையினரா அல்லது வஞ்சக எண்ணம் கொண்ட இயற்கை மீறிய ஆன்மீக மறை ஆற்றலைப் பெற்றவர்களா? அல்லது மனித உருவில் பாதி அளவேயுள்ள வளைந்த மூக்குடைய ஒரு கற்பனையான இனத்தைச் சேர்ந்தவர்களா? என்று இவர்களைப் புரிந்துகொள்ள முடியாமல் ஐரோப்பிய உயர் குடியினர் குழப்பம் அடைந்திருந்தனர்.

கி.மு ஐந்தாம் நூற்றாண்டுக்குப் பின் மனித இனத்திற்கு வெகு மதியாகக் கிடைத்த சிறப்பான இனம் யூதர்கள் என்ற கருத்தை

பால்பர் ஏற்றுக்கொண்டார். யூதர்கள், வெல்லமுடியாத வலிமையும் இயல்பான திறமையும் வாய்க்கப்பெற்ற இனமென்று சர்ச்சில் கருதினார். அதே நேரத்தில், தெய்வத் தன்மையையும் மந்திர மாயங்களையும் வெளிப்படுத்தத் தேர்ந்தெடுக்கப்பட்ட மர்மம் நிறைந்த ஆன்மீக மறை ஆற்றலுடைய இனமென்றும் சர்ச்சில் குறிப்பிட்டார். ஹெர்பர்ட் சாமுவேலை அவரது இனத்தின் கெட்ட பண்புகளைப் பெற்றவரென்று லாய்ட் ஜார்ஜ் தனிப்பட்ட முறையில் விமர்சித்தார்.

அரசியலில் காலம்தான் அனைத்தையும் முடிவு செய்யக் கூடியதாக இருக்கிறது. 1916 டிசம்பரில் அஸ்குயித் அரசு வீழ்ந்தது. லாய்ட் ஜார்ஜ் பிரதமராகி பால்பரை அயல் நாட்டுச் செயலராக நியமித்தார். லாய்ட் ஜார்ஜ், சாத்தமிற்கு அடுத்த சிறப்பான போர்க் காலத் தலைவரென்று போற்றப்பட்டார். இவரும், பால்பரும் போரில் வெற்றிபெறுவதற்காக எதையும் செய்யக்கூடியவர்கள். ஜெர்மனிக்கு எதிராக நீண்ட கடுமையான போராட்டம் நடந்துகொண்டிருந்த இந்த தருணத்தில், 1917 ஆம் ஆண்டு நிகழ்ந்த சங்கிலித் தொடர் போன்ற சம்பவங்கள், இனி போரில் பிரிட்டன் வெற்றிபெற வேண்டுமானால் யூத தாயக இயக்கம் அவசியமானது என்ற கருத்தை லாய்ட் ஜார்ஜையும் பால்பரையும் ஏற்றுக்கொள்ளச் செய்தது.

டாக்டர் வெய்ஸ்மேன்: பிரகடனம்

1917 வசந்த காலத்தில் அமெரிக்கா போரில் நுழைந்தது. ரஷ்யப் புரட்சி, பேரரசர் இரண்டாம் நிக்கோலஸைத் தூக்கியெறிந்தது. பேரரசியின் அரசுக்கு ரஷ்யாவை எப்படி நேசநாடுகள் தரவரிசையில் சேர்ப்பதென்பது பிரச்சனையாக இருந்ததாக ஒரு பிரிட்டிஷ் உயர் அதிகாரி தெரிவித்தார். யூதர்கள் பாலஸ்தீனத்திற்குத் திரும்புவது பிரிட்டிஷ் கொள்கையென்றால் இதை அமெரிக்காவும் ஏற்றுக் கொள்ளும். அமெரிக்காவுக்குப் பயணிக்க இருந்த பால்பர், ரஷ்யாவிலும் அமெரிக்காவிலும் உள்ள பெரும்பான்மையான யூதர்கள், யூத தாயக இயக்கத்தை ஆதரிப்பதாகத் தன் தோழர்களிடம் கூறினார். அவர்கள் யூத தாயக இயக்கத்தை ஆதரித்து அறிக்கை வெளியிட்டால் அதனைப் பயன்படுத்தி ரஷ்யாவிலும் அமெரிக்காவிலும் பிரச்சாரத்தில் நாம் ஈடுபட முடியுமென்று இவர் தெரிவித்தார்.

ரஷ்யாவும் அமெரிக்காவும் விரைந்து ஒரு யூத தாயக இயக்க ஆதரவு அறிக்கையை வெளியிடாவிட்டால், ஜெர்மனி ஒரு அறிக்கையை வெளியிடத் தயாராக இருப்பதாக பிரிட்டிஷ் அரசாங்கம் தெரிந்துகொண்டது. 1914 ஆம் ஆண்டு வரை யூத தாயக இயக்க மென்பது ஜெர்மன்-ஆஸ்திரிய கருத்துருவாகவே இருந்தது. யூத

தாயக இயக்கத்தவர்களும் பெர்லினையே தங்கள் செயலகமாகக் கொண்டிருந்தனர். 1917ஆம் ஆண்டு ஜெருசலேமின் கொடுங் கோலன் ஜமால் பாஷா ஜெர்மன் யூத தாயக இயக்கத்தவர்களை யும், துருக்கி பிரதம மந்திரி தலாத் பாஷாவையும் சந்தித்தார். இவர் யூதர்களின் தேசிய தாயகத்தை ஆதரிக்க தயக்கத்துடன் ஒப்புக் கொண்டார். இதே நேரத்தில் பாலஸ்தீன எல்லைப்பகுதிகளில் தாக்குதல் தொடுக்க ஜெனரல் அல்லென்பை ரகசிய ஏற்பாடுகள் செய்துகொண்டிருந்தார்.

பிரிட்டன் யூத தாயக இயக்கத்தைத் தழுவ வெய்ஸ்மேனின் கவர்ச்சி மட்டுமின்றி அது காலத்தின் கட்டாயமாகவும் இருந்தது. தான் ஒரு யூத தாயக இயக்கத்தவனென்று பால்பர் அறிவித்தார். இவரது தொழிலின் அடிப்படையிலும் இவர் பேரார்வம் காட்ட வேண்டியிருந்தது. லாய்ட் ஜார்ஜ், போர்ப் படைக்கலன் துறை அமைச்சராயிருந்த சர்ச்சில் ஆகியோர், யூத தாயக இயக்க ஆதரவாளர் களானார்கள்.

அமைச்சரவை அலுவலகத்திலிருந்த, எரிச்சலூட்டக் கூடியவ ரென்று கருதப்பட்ட சர் மார்க் சைக்ஸ் உலக யூதர்களின் நட்புறவு பிரிட்டனுக்குத் தேவையென்றும் யூதர்கள் நமக்கெதிராகச் செயல் பட்டால் போரில் நாம் வெற்றிபெற முடியாதென்றும் அறிவித்தார். அமைச்சரவையிலுள்ள மற்றவர்கள் இந்தக் கருத்தை ஏற்றுக் கொள்ளவில்லை. இந்தியாவின் முன்னாள் வைஸ்ராயான கர்ஸான் பிரபு, ‘நம் நாட்டு மக்களின் நிலை என்னவென்று’ கேட்டார். இதற்கு, ‘யூதர்கள் அரேபியர்களைவிட நமக்கு அதிக அளவில் உதவியாக இருப்பார்கள்’ என்று லாய்ட் ஜார்ஜ் பதிலளித்தார்.

இந்தியாவுக்குப் பிரிட்டிஷ் அரசின் செயலராக இருந்த எட்வின் மாண்டேகு கடுந்தொல்லைக்கு உள்ளாக்கப்பட்ட யூதராவார். இவர் ஹெர்பெர்ட் சாமுவேலின் உடன் பிறந்தவர். யூத தாயக இயக்கம், செமிட்டிக் இனத்துக்கு எதிரான எதிர்ப்பை அதிகரிக்கச் செய்யுமென வாதிட்டார். பிரிட்டனில் இருந்த சிறப்பான யூதர்கள் பலர் இந்தக் கருத்தை ஏற்றுக்கொண்டார்கள். கிளாட் கோல்டு ஸ்மித் மாண்ட்டிபையர், சர் மோசஸ் ரோத்ஸ்சைல்டு குடும்பத்தினர் சிலரின் ஆதரவுடன் யூத தாயக இயக்கத்திற்கு எதிராகப் பரப்புரை செய்தார்கள். தேசியம் என்பது யூதர்களின் ஆன்மீக சமய நோக்கத் திற்குக் கீழானதென்று வெய்ஸ்மேன் தெரிவித்தார்.

மாண்டேகுவும், மாண்ட்டிஃபையரும் அறிக்கை வெளியிடு வதைத் தாமதப்படுத்தினார்கள். இவர்களை எதிர்த்து வெய்ஸ்மேன்

சிறப்பான யூதர்களையும், ஆங்கிலேய உயர்குடியினரையும் தன் பக்கம் சேர்த்துக்கொண்டு வெற்றிபெற்றார். 'வெள்ளை ஹாலின்' அமைச்சரவை செயலகமும் வெய்ஸ்மேனுக்கு ஆதரவாயிருந்தது. வெய்ஸ்மேன் இருபது வயது நிரம்பிய டோலி-டி-ரோத்ஸ்சைல்டின் ஆதரவைப் பெற்றார்.

இவர் வெய்ஸ்மேனை அஸ்டார்களுக்கும், சிசில் குடும்பத் தினருக்கும் அறிமுகப்படுத்தினார். கிரிவி கோமகனின் மனைவி ஒரு விருந்தில் ராபர்ட் சிசில் பிரபுவிடம் 'நாம் அனைவரும் வெய்ஸ் மேனின் ஆதரவாளர்கள்' என்று கூறினார். பிரிட்டிஷ் யூதர்களின் அசைக்க முடியாத தலைவராயிருந்த ரோத்ஸ்சைல்டு பிரபுவின் உதவியினால் வெய்ஸ்மேன் தன் எதிரிகளைத் தோல்வியடையச் செய்தார். அமைச்சரவையில் லாய்ட் ஜார்ஜ், பால்பர் ஆகியோர் ஆதரவளித்தனர்.

அக்டோபர் மாதத்தில் முடிவு ஏற்பட பிரான்சும் அமெரிக் காவும் ஒப்புதல் அளித்தன. ஜெனரல் அல்லென்பை, பீர் ஷிபாவைக் கைப்பற்றிய தினத்தன்று அமைச்சரவை உள்ளறையில் வெய்ஸ் மேன் படபடப்புடன் நின்றுகொண்டிருப்பதைக் கண்ட சைக்ஸ், 'வெய்ஸ்மேன்! இது ஒரு பையன்' என்று கத்தினார்.

நவம்பர் ஒன்பதாம் தேதி பால்பர் தன் அறிக்கையை லார்ட் ரோத்ஸ்சைல்டு பெயரில் வெளியிட்டார்.

'மேன்மை தாங்கிய அரசியின் அரசு பாலஸ்தீனத்தில் யூத மக்களுக்கு ஒரு தாயகம் ஏற்படுவதை ஏற்றுக்கொள்கிறது. இது தற்போதுள்ள மற்ற இனத்தவர்களின் உரிமைகளுக்கும், ஆன்மீக உரிமைகளுக்கும் எந்தவித பாதிப்பையும் ஏற்படுத்தாது என்பதை உறுதிப்படுத்துகிறது' என்று கூறியது அறிக்கை. பாலஸ்தீனத்தை ஷெரிப்புக்கும், யூத தாயக இயக்கத்தவர்களுக்கும், பிரான்சுக்கும் வழங்குவதாகக் கூறி தங்களுக்குத் துரோகம் இழைத்துவிட்டதாக அரேபியர்கள் குற்றம் சாட்டினார்கள். பிரிட்டனின் இந்த நம்பிக்கை மோசடி அரேபியர்களின் பெரும் கிளர்ச்சிக்குக் காரணமாக அமைந்தது.

யூதர்களுக்கும் அரேபியர்களுக்கும் கொடுக்கப்பட்ட வாக்குறுதிகள் போர்ச்சூழல் அரசியல் நெருக்கடிகளுக்காக தற்காலி கமாகக் கொடுக்கப்பட்டவை. யூத தாயக இயக்கத்திற்கும் ஆர்மீனியர் களின் விடுதலைக்கும் அரேபியர்களின் சுதந்திரத்திற்கும் நாங்கள் பொறுப்பு ஏற்றுக்கொள்கிறோம் என்று சைக்ஸ் அறிவித்தார். இருப்பினும் கடுமையான முரண்பாடுகள் இருந்தன. சிரியாவைப்

பொறுத்து அரேபியர்களுக்கும் பிரான்சுக்கும் வாக்குறுதி அளிக்கப் பட்டது. ஷெரிப்புக்கு எழுதப்பட்ட கடிதங்களில் பாலஸ்தீனம் பற்றியும், ஜெருசலேமைப் பற்றியும், நகரை யூதர்களுக்கு அளிப்பது பற்றியும் குறிப்பிடப்படவில்லை. சைக்ஸ்-பிகாட், அனைத்து நாடு களுக்கும் சொந்தமான நகரமாகக் குறிப்பிட்டிருந்ததை யூத தாயக இயக்கத்தினர் ஏற்றுக்கொண்டார்கள்.

'புனித இடங்களை அனைவருக்கும் உரிமையுள்ளதாக அறிவிக்கவே நாங்கள் விரும்புகிறோம்' என்று வெய்ஸ்மேன் எழுதினார்.[5]

ரஷ்ய யூதர்களை ரஷ்யப் பொதுவுடமை இயக்கத்திலிருந்து பிரித்தாளும் வகையில் அறிக்கை தயாரிக்கப்பட்டிருந்தது. இந்த அறிக்கை வெளியிடப்படுவதற்கு முதல் நாள் இரவே லெனின் பீட்டர்ஸ்பர்க்கில் அதிகாரத்தைக் கைப்பற்றினார். லெனின் சில நாட்களுக்கு முன்பே இதைச் செய்திருந்தால் பால்பர் அறிக்கை வெளியாகியிருக்காது.

உண்மையில் அறிக்கை பால்பர் பெயரில் இல்லாமல் லாய்ட் ஜார்ஜ் பெயரில் வெளியிடப்பட்டிருக்க வேண்டும். இவர்தான் முன்பே பாலஸ்தீனத்தை பிரிட்டன் வசப்படுத்திக்கொள்ள வேண்டு மென்று கூறிவந்தார். 'ஓ! நாம் அதைக் கைப்பற்றவேண்டும்!' என்று கூறியதுடன் யூதர்களுக்குத் தாயகம் வழங்க முன்நிபந்தனையாக இதை முன்வைத்தார். ஜெருசலேமைப் பெறுவது இவரது இறுதிக் குறிக்கோளாக இருந்தது. இதை இவர் பிரான்சுடனோ அல்லது வேறு யாருடனுமோ பங்கிட்டுக்கொள்ள விரும்பவில்லை. அல்லன்பை பாலஸ்தீனத்தில் நுழைந்ததும் பிரிட்டனின் கிறிஸ்துமஸ் பரிசாக ஜெருசலேமைக் கைப்பற்றும்படி வேண்டுகோள் விடுத்தார்.

குறிப்புகள்:

1. 'ஹாஸ்கெம்' வம்சம் இறைத்தூதர் நபிகளின் கொள்ளு தாத்தாவின் குடும்பப்பெயரை ஏற்றுக்கொண்டது. இவர்கள் முகமதுவின் மகள் பாத்திமா, பேரன் ஹாசன் ஆகியோரின் வழித்தோன்றல்கள் ஆவர். எனவே இவர்கள் ஷெரிப் என்னும் பட்டப்பெயரைப் பெற்றிருந்தார்கள். இவர்கள் தங்களை 'ஹாஸ்கிமைட்டுகள்' என்று அழைத்துக்கொண்டார்கள். பிரிட்டிஷ் காரர்கள் இவர்களை ஷெரிபியன்கள் என்று அழைத்தார்கள்.

2. போர் வரும் வரை, சைக்ஸ் ஜெருசலேமில் ரஷ்ய புனிதப் பயணிகள் அதிக அளவில் இருந்ததால், ஜெருசலேமை ரஷ்யாவுக்குக் கொடுக்க விரும் பினார். இஸ்தான்புல்லை ரஷ்யாவுக்குக் கொடுப்பதாக வாக்களிக்கப் பட்டிருந்தது. சைக்ஸ்-பிகாட் திட்டத்தின்படி கிழக்கு அனடோலியா,

ஆர்மீனியா, குர்டிஸ்தான் ஆகிய பகுதிகளையும் சேர்த்து ரஷ்யாவுக்குக் கொடுப்பதாகத் தெரிவிக்கப்பட்டது.

3. பின்னாளில் லட்சக்கணக்கான யூதர்களை நச்சுப்புகை செலுத்திக் கொன்று குவித்து எரியூட்டிய பேரழிவுச் செயலை நிகழ்த்திய எஸ்.எஸ். படையின் தலைமைத் தளபதியாக இருந்த ஹோயஸ், கத்தோலிக்க பாதிரியார் குழுவில் சேர விரும்பினார். 'என்னுடைய இறை நம்பிக்கையைக் கைவிடச் செய்ததற்கு ஜெருசலேம் ஒரு முக்கிய காரணமாயிருந்தது. புனித நினைவுச் சின்னங்கள் இங்குள்ள தேவாலயப் பொறுப்பாளர்களால் வணிகப் பொருள்களாக மாற்றப்படுவது இறையுணர்வுள்ள கத்தோலிக்கன் என்ற முறையில் எனக்கு மிகுந்த வேதனையை அளித்தது' என்றார். முழங்காலில் காயம்பட்டு 'இரும்புச் சிலுவை' விருது பெற்ற இவர், தன் பாச உணர்வுகளை வெளிக்காட்ட கூச்சப்படுவார். ஜெர்மன் பெண் செவிலி ஒருவர், இவரைத் தன் கவர்ச்சியினால் நெறி தவறச் செய்தார். காதலெனும் மாய வித்தைக்குத் தான் பலியானதாகக் குறிப்பிடுகிறார். இவர் 1947ஆம் ஆண்டு ஏப்ரல் மாதம் தூக்கிலிடப்பட்டார். காயம் பட்டவர்களை அப்புறப் படுத்தும் அமெரிக்க காலனியின் நோட்ரிடோம் அருகிலிருந்த பணிமனையில் உதவி செய்து வந்த ஆரவாரம் மிகுந்த ஜெர்மன் சிறுவன், ஜெர்மன் வைஸ் கான்ஸலின் மகனாயிருந்தது ஒரு தற்செயல் நிகழ்வாகும். ருடால்ப் ஹெஸ் பின்னாளில் நாஜி ஜெர்மனியின் 'துணை புகார்'ஆக இருந்தார். 1941ஆம் ஆண்டு பைத்தியக்காரத்தனமான ஓர் அமைதிக் குழுவில் ஸ்காட்லாண்டுக்குச் சென்றார். இவர் தன் எஞ்சிய நாட்களைச் சிறையில் கழித்தார்.

4. 'டான்கிரட்' என்னும் டிஸ்ரேலியன் நாவல் மிகவும் புகழ்பெற்றிருந்தது. இந்த நாவலில், ஓர் ஆங்கிலக் கோமானின் மகன் ஜெருசலேமிற்குப் பயணம் செல்வதாகவும், அங்கு அவரைச் சந்தித்த ஒரு யூதர், 'இந்த நகரை ஆங்கிலேயர்கள் கைப்பற்றி வைத்துக்கொள்வார்கள்' என்று வருவதை முன்னறிந்து உரைத்ததாகவும் குறிப்பிடப்பட்டுள்ளது.

☆

46

கிறிஸ்துமஸ் பரிசு
1917-19

மேயரின் சரணடையும் முயற்சி

1917ஆம் ஆண்டு நவம்பர் மாதம் 7ஆம் தேதி அல்லன்பை, காஜாவைக் கைப்பற்றினார். 16ஆம் தேதி ஜாபா வீழ்ந்தது. ஜெருசலேம் நகரில் வெறுப்பூட்டும் நிகழ்ச்சிகளே நடந்தன. டமாஸ் கஸ்ஸிலிருந்து தன் மாகாணப் பகுதிகளை ஆண்டு வந்த கொலை காரன் ஜமால், ஜெருசலேம் நகரை அழித்தொழிக்கப் போவதாக அச்சுறுத்தினார்.

முதற்படியாக கிறிஸ்தவப் பாதிரியார்கள் அனைவரையும் வெளியேற்றினார். கிறிஸ்தவர்களின் கட்டடங்களும் புனித சேவியர் துறவியர் மடமும் வெடிமருந்து வைத்துத் தகர்க்கப்பட்டன. கத்தோலிக்க உயர்படி திருச்சபை முதல்வர்கள் டமாஸ்கஸ்ஸிற்கு அனுப்பப்பட்டனர். ஆனால் கத்தோலிக்கரான கர்னல் வோன் பாப்பென் என்பவர் லத்தீன் திருச்சபை உயர்படி முதல்வரைப் பாதுகாத்து நாசரேத்தில் வைத்துக்கொண்டார். ஜமால் இரண்டு யூத ஒற்றர்களை டமாஸ்கஸ்ஸில் தூக்கிலிட்டார். பின்பு ஜெருசலே மிலுள்ள யூதர்கள் அனைவரையும் வெளியேற்றுவதாக அறிவித் தார். பல்லோபர் கோமகன் பீல்டு மார்ஷல் வோன் பால்கென் ஹெய்னிடம் முறையிடச் செல்வதற்கு முன்பு தன் நாட்குறிப்பில், 'பிரிட்டிஷாரை வரவேற்க யூதர்கள் யாரும் உயிருடன் இருக்கக்

கூடாது. செமிட்டிய இனத்திற்கு எதிரான வெறி அதிகரித்த நேரத்தில் இருக்கிறோம் நாம்' என்று குறிப்பிட்டிருக்கிறார். ஜெருசலேமைத் தங்கள் கட்டுப்பாட்டிற்குள் வைத்திருந்த ஜெர்மானியர்கள் செமிட்டிய இனத்திற்கு எதிரான செயல்களால் குழப்பமடைந்தனர். இந்தச் செயல் முட்டாள்தனமானது என்று ஜெனரல் கிரெஸ் மேலிடத்துடன் தொடர்புகொண்டு யூதர்களைக் காப்பாற்ற முயற்சித்தார். இதுவே ஜெருசலேமில் ஜமாலின் கடைசி செயலாயிருந்தது. இவ்வாறு எழுதியுள்ளார்:

"நவம்பர் 25ஆம் தேதி அல்லன்பை நபி சாமுவேலைப் புனித நகருக்கு வெளியே அழைத்துச் சென்றார். ஜெர்மானியர்களும் செய்வதறியாத குழப்ப நிலையில் இருந்தனர். ஜெருசலேம் நகரம் தற்போது போர்த்திறம் சார்ந்த நிலையில் இல்லாததால், பால்கென் கெயினை நகரைவிட்டு வெளியேறும்படி கேட்டுக்கொண்டதாக பாப்பென் தெரிவிக்கிறார். ஏனெனில் நேரடி தாக்குதலுக்கு முன் நம்மைத் தூற்றுவார்கள் என்றும் 4 மற்றும் 5ஆம் நூற்றாண்டில் ஐரோப்பாவைக் கொள்ளையடித்த ஆசிய நாடோடி இனமாகிய கூணர்கள் தான் புனித நகரின் அழிவுக்குக் காரணமென்று செய்தித் தாள்களில் தலைப்புச் செய்திகள் வருமென்றும் கற்பனை செய்து கொண்டார்."

'நான் வெர்டூனை இழந்துவிட்டேன். இந்த நேரத்தில் நகரை விட்டு என்னை வெளியேறச் சொல்வது உலகின் கவனத்தை ஈர்க்கும் என்றும் அது இயலாத ஒன்று என்றும்' பால்கென்கெயின் கோபமாகக் கத்தினார். பாபென் கான்ஸ்டாண்டிநோபிளில் உள்ள அவரது தூதருடன் தொடர்பு கொண்டார். அவர் என்வரிடம் இது பற்றிப் பேசுவதாக வாக்களித்தார்.

பிரிட்டிஷ் விமானங்கள் அகஸ்டா விக்டோரியாவிலுள்ள ஜெர்மானியர்களின் தலைமையிடத்தில் குண்டுகளை வீசின. அல்லென்பையின் ஆலோசகர், அபின் திணிக்கப்பட்ட சிகரெட்டு களை விமானத்திலிருந்து போடச் செய்தார். இதனால் துருக்கிய துருப்புகள் ஜெருசலேமைப் பாதுகாக்க இயலாமல் மயக்கமடைந்து விடுவார்கள் என்று நம்பினார். அகதிகள் நகருக்கு வெளியே குவிந் தனர். அகஸ்டா விக்டோரியா துணைத் திருக்கோயிலில் இருந்த கெய்ஸரின் படம் அகற்றப்பட்டது. இறுதியாக பால்கென்கெய்ன் நகரை விட்டு அகன்று, நாப்ளஸ் பகுதிக்குத் தன் தலைமையிடத்தை மாற்றிக்கொண்டார். பிரிட்டிஷ் ஜெர்மன் விமானங்கள் குழப்பம் மிகுந்த சண்டையை நிகழ்த்தின. குட்டையான பருத்த பீரங்கிகள் எதிரிகள் மீது தாக்குதல் தொடுத்தன. துருக்கியர்கள் நபி சாமுவேலின்

மீது மூன்றுமுறை எதிர்தாக்குதல் நடத்தினார்கள். நான்கு நாட்கள் கடுமையான சண்டையில் போர் உச்ச நிலையை அடைந்திருந்தது. குழப்பமும் அமளியும் நிறைந்த சூழலில் இராணுவ வீரர்கள் அங்கு மிங்கும் ஓடிக்கொண்டிருந்தார்கள் என்றும், அச்சம் எல்லோரையும் ஆட்டிப் படைத்தது என்றும்[1] சகாகினி என்னும் ஆசிரியர் எழுதுகிறார்.

பிரிட்டிஷ் விமானங்கள் டிசம்பர் 4ஆம் தேதி ரஷ்ய சுற்றுச் சுவருக்குள் உள்ள துருக்கியர்களின் தலைமையிடத்தின் மீது குண்டு களை வீசின. பாஸ்ட் ஹோட்டலில் ஜெர்மன் அதிகாரிகள் மதுவருந்திக் கொண்டும் இறுதிக் கட்டம் வரை சிரித்துப் பேசிக் கொண்டும் இருந்தார்கள். துருக்கியப் படைத் தளபதிகள் சரண டைவதா? இல்லையா? என்று விவாதித்துக்கொண்டிருந்தார்கள். ஹுசைனின் ஆதரவாளர்கள் அவர்களது மாளிகை ஒன்றில் ரகசிய மாகச் சந்தித்தார்கள். துருக்கியப் படையினர் சண்டையைப் புறக் கணிக்கத் தொடங்கினார்கள். காயம்பட்ட இராணுவ வீரர்களையும் சிதைந்த உடல்களையும் சுமந்த வண்டிகள் தெருவில் சென்று கொண்டிருந்தன.

பிரிட்டிஷ் துருப்புகள் டிசம்பர் 7 ஆம் தேதி ஜெருசலேம் நகருக்குள் வந்தன. நகரை மேகமூட்டம் சூழ்ந்திருந்தது. மலைப் பகுதிகளை மழை இருளாக்கிவிட்டது. மறுநாள் காலை ஆளுநர் இஸ்ஸாட் பே தன் மேசை மீதிருந்த தொலைபேசிக் கருவிகளை ஒரு சுத்தியலால் உடைத்தெறிந்து விட்டு சரணடையும் கடிதத்தை மேயரிடம் கொடுத்தார். பின்பு இவர் திருப்பித் தருவதாகக் கூறி இரண்டு குதிரைகள் பூட்டப்பட்ட ஒரு கோச் வண்டியை அமெரிக்க காலனியில் இரவலாகப் பெற்று ஜெரிக்கோவுக்குச் சென்று விட்டார்.[2] துருக்கிய வீரர்கள் இரவோடிரவாக அடிமைகளைப் போல் நகரைவிட்டு வெளியேறி, வரலாற்றிலிருந்தும் மறைந்து போனார்கள்.

ஜெர்மன் படைவீரர்கள் டிசம்பர் 9ஆம் தேதி அதிகாலை மூன்று மணிக்கு நகரை விட்டு வெளியேறினார்கள். பல்லோபர் கோமகன் இந்த நாளை அழகான திருநாளென்று குறிப்பிட்டார். காலை ஏழு மணிக்குக் கடைசி துருக்கியனும் புனிதர் ஸ்டீபன் வாயில் வழியாக வெளியேறினான். யூதர்கள் இந்த நாளில் 'ஹனுக்கா' எனப்படும் தீபத் திருநாளைக் கொண்டாடுவது வழக்கம். இந்தப் பண்டிகை யூத இளங்கோக்கள் கி.பி 166இல் சிரியா மன்னரின் கொடுங்கோன்மையிலிருந்து யூதேயாவை விடுவித்ததன் நினை வாகக் கொண்டாடப்படுகிறது. காலை 8.45 மணிக்குக் கொள்ளை

யர்கள் ஜாபா சாலையிலுள்ள கடைகளைச் சூறையாடினார்கள். இந்த நேரத்தில் பிரிட்டிஷ் இராணுவ வீரர்கள் ஜெருசலேம் நகரிலுள்ள திருமலை வாயிலை நெருங்கியிருந்தார்கள்.

இந்த மகிழ்ச்சியான நிகழ்வுகளை யாழ் இசைக்கலைஞன் வாசீப்பின் புரவலரான ஹுசைன் ஹுசைனி, அமெரிக்கக் காலனியில் தெரிவிப்பதற்காகச் சென்றார். காலனியில் உள்ளவர்கள் 'அல்லேலூயா' இசைத்துக் கொண்டிருந்தார்கள். மேயர் ஒரு வெள்ளைக் கொடியைப் பெற முயன்றார். ஒரு பெண் தன் வெள்ளை ரவிக்கையைக் கொடுக்க முன்வந்தார். இது உகந்ததல்ல என்று கருதிய ஹுசைனி அமெரிக்கன் காலனியில் ஒரு வெள்ளைப் படுக்கை விரிப்பை இரவலாகப் பெற்று அதை ஒரு துடைப்பத்தில் கட்டி வெள்ளைக் கொடியாக மாற்றிக்கொண்டார். இந்த வெள்ளைக் கொடியைப் பிடித்துக்கொண்டும் அசைத்துக்கொண்டும் ஹுசைனி தன் ஆதரவாளர்களுடன் ஜாபா வாயில் வழியாகச் சரணடை வதற்குச் சென்றார்.

ஜெருசலேம் சரணடைவது எளிதான காரியமாக இருக்க வில்லை. கையில் வெள்ளைக் கொடியுடன் சென்ற மேயர், வட மேற்குப் பகுதியிலுள்ள லிப்டா என்னும் அரேபியக் கிராமத்தில் ஒரு கோழிப் பண்ணையில் முட்டைகள் வாங்கக் காத்திருந்த இரண்டு லண்டன் மாநகர சமையல்காரர்களைக் கண்டார். அவர்களிடம் தான் சரணடைய வந்திருப்பதாகத் தெரிவித்தார். ஆனால் அவர்கள் ஏற்றுக்கொள்ள மறுத்து, துடைப்பத்தில் கட்டியிருந்த வெள்ளைக் கொடியை ஒரு தந்திரமென்று கருதி, தங்களுடைய அதிகாரிகள் முட்டைகளுக்காகக் காத்திருப்பார்கள் என்று அங்கிருந்து நழுவி விட்டனர்.

மேயர், யூத குடும்பத்தைச் சேர்ந்த தன் நண்பர் ஒருவரின் இளம் வயது மகன் மெனாச்சி இலியஸ்கார் என்பவனைச் சந்தித் தார். வரலாற்றுச் சிறப்புமிக்க ஒரு நிகழ்ச்சிக்கு நீ சாட்சியாக இருக்க வேண்டுமென்று அந்த இளைஞனிடம் கூறினார். 'ஆஸ் நகரின் சூன்யக்காரன்' என்ற நாடகக் காட்சியைப் போல் அந்த இளை ஞனும் மேயரின் குழுவுடன் சேர்ந்துகொண்டான். மேயரின் குழுவில் யூதர்களும் முஸ்லிம்களும் கிறிஸ்துவர்களும் சேர்ந்துகொண்டார்கள். இந்த நேரத்தில் லண்டன் படைப்பிரிவினைச் சேர்ந்த இரண்டு வீரர்கள் கையில் துப்பாக்கிகளுடன் தோன்றி, இவர்களை நிறுத்தி னார்கள். மேயர் தன் கையிலிருந்த வெள்ளைக் கொடியைத் தூக்கி அசைத்துக் காட்டினார். ஜேம்ஸ் செட்ஜ்விக், பிரெட் ஹர் கோம்பி என்ற இந்த இரண்டு வீரர்களும் மேயர் சரணடைவதாகக் கூறியதை

ஏற்றுக்கொள்ள மறுத்துவிட்டார்கள். உங்களில் ஒருவருக்கும் ஆங்கிலம் பேசத் தெரியாதா? என்று மேயரின் குழுவிடம் இந்த இரண்டு வீரர்களும் கேட்டனர்.

மேயர் சரளமாக ஆங்கிலம் பேசக்கூடியவர் என்றாலும் உயர் அதிகாரிகளிடம் மட்டுமே ஆங்கிலத்தில் பேச விரும்பியதால் மௌனமாயிருந்தார். ஆனால் அந்த இரண்டு ஆங்கிலேய இராணுவ வீரர்களும் ஸ்வீடன் நாட்டைச் சேர்ந்த அமெரிக்கக் காலனியில் வசிக்கும் புகைப்படக் கலைஞனைக் கொண்டு மேயரின் குழுவினருடன் புகைப்படம் எடுத்துக்கொள்ளச் சம்மதித்தார்கள். உற்சாக மிகுதியில் குழுவினர் அளித்த சிகரெட்டுகளையும் இவர்கள் பெற்றுக்கொண்டார்கள்.

பின்பு மேயரின் குழுவும் ஜெருசலேம் வாசிகளும் இரண்டு பீரங்கிப்படை அதிகாரிகளைச் சந்திக்க நேரிட்டது. இவர்களும் சரணடைதலை ஏற்றுக்கொள்ள மறுத்து, தங்கள் தலைமை இடத்திற்கு இது பற்றித் தெரிவிப்பதாகக் கூறினார்கள். பின்பு மேயர் லெப்டினேன்ட்–கர்னல் பேலே என்பவரைச் சந்திக்க நேரிட்டது. இவரும் மேயர் சரணடைய முன்வந்திருப்பது பற்றிய செய்தியை 180ஆவது படைப்பிரிவின் தலைமைத் தளபதி சி.எப். வாட்ஸன் என்பவருக்குத் தெரிவித்தார். இவர் 160ஆவது படைப்பிரிவின் தளபதி மேஜர் ஜெனரல் ஷீயா என்பவரை அழைக்கவே அவர் குதிரையின் மீது விரைந்து வந்தார். டேவிட் கோபுர வாயிலுக்கு வெளியே[3] காத்திருந்த மேயரின் குழுவினர், உற்சாகத்துடன் 'அவர்கள் வந்துவிட்டார்கள்' என்று கத்தினார்கள்.

அமெரிக்கக் காலனியைச் சேர்ந்த பெர்த்தாஸ்பார்டு என்பவர் ஜெனரல் ஷீயா அமர்ந்திருந்த குதிரையின் சேணத்தில் தொங்கும் கால்வளையத்தை முத்தமிட்டார். ஜெனரல் ஷீயா ஜெனரல் அல்லன்பையின் பெயரில் சரணடைதலை ஏற்றுக்கொண்டார். ஜாபாவுக்கு அருகில் தன்னுடைய கூடார முகாமில் அரேபிய லாரென்சுடன் அல்லென்பை உரையாடிக் கொண்டிருந்தபோது அவருக்கு இந்த செய்தி கிடைத்தது.

அல்லென்பை என்னும் எருது

ஜெனரல் சர் எட்மண்ட் அல்லென்பை, ஜாபா சாலை வழியாக ஜாபா வாயிலுக்குத் தன் குதிரையில் சென்ற நேரத்திலும் துப்பாக்கிகளின் ஓசை கேட்டுக்கொண்டே இருந்தது. தன் குதிரைச் சேணத்திலிருந்த பையில், லாய்ட் ஜார்ஜ் அவருக்குப் பரிசாக அளித்த ஆடம்

ஸ்மித் எழுதிய 'புனித பூமியின் வரலாறு சார்ந்த புவியியல்' என்னும் நூலை வைத்திருந்தார். லண்டனில் பிரதம மந்திரியும் மிகவும் மகிழ்ச்சியடைந்தார். சில நாட்களுக்குப் பின் இவர், ஜெருசலேமைக் கைப்பற்றியது நாகரிக உலகம் முழுவதிலும் ஒரு நல்லெண் ணத்தையும் தாக்கத்தையும் ஏற்படுத்தியிருப்பதாகப் பெருமையுடன் பேசிக்கொண்டார். 'பல நூற்றாண்டுப் போராட்டத்திற்குப் பின் உலகின் மிகச்சிறந்த புனித நகரம் பிரிட்டிஷ் இராணுவத்தின் கைகளில் வீழ்ந்திருக்கிறது. கிறிஸ்துவர்களுக்கு எதிராக இந்த நகரைத் தக்க வைத்திருந்தவர்களின் கைகளுக்கு மீண்டும் போகாது. ஜெருசலேமின் ஒவ்வொரு குன்றும் புனிதமான நினைவுகளைக் கொண்டிருக்கிறது.' இவ்வாறு பிரதமர் குறிப்பிட்டார்.

புனித நகருக்குள் நுழையும்போது கெய்ஸர்களைப் போல் ஆடம்பரத்துடனோ அல்லது இயேசுவைப் போன்ற பாவனை யிலோ நுழைவதைத் தவிர்க்கும்படி அல்லென்பைக்குப் பிரிட்டிஷ் அயல் நாட்டுச் செயலகம் தொலைபேசி மூலம் அறிவுறுத்தியிருந்தது. குறிப்பாக குதிரையின் மீதமர்ந்து செல்லாமல் இறங்கி நடந்து செல்லுமாறு அறிவுறுத்தப்பட்டது. அமெரிக்க, பிரெஞ்சு, லத்தீன் கிறிஸ்துவ சமய குருமார்களுடன் அல்லென்பை நடந்தே சென்றார். இந்தக் காட்சியை இனக்குழுத் தலைவர்களும் யூத சமயகுரு மார்களும் மப்டிகளும் அயல்நாட்டு வணிகத்தூதர்களும் கண்டு களித்தனர். ஏழாவது முறையாக ஜெருசலேமை ஒப்படைத்த நகர மேயர் இவர்களை வரவேற்று வாழ்த்தினார்; பலர் ஆனந்தத்தில் கண்ணீர் சிந்தினார்கள். அந்நியர்கள் ஒருவரையொருவர் பாராட்டிக் கொண்டு வாழ்த்துக்களைப் பரிமாறிக்கொண்டார்கள்.

அல்லென்பையுடன் சமீபத்தில் அதிர்ச்சிக் காயமடைந்து தப்பிப் பிழைத்த அரேபிய லாரென்சும் வந்தார். கடந்த நவம்பர் மாதம் சிரியாவிலுள்ள டீரா பகுதியில், பிறர் துன்பத்தில் இன்ப மடையும் துருக்கிய ஆளுநர் ஹசீம்பே என்பவர் இவரைச் சிறை பிடித்து தன் வீரர்களைக் கொண்டு இவரைச் சுயபால் உறவு முறையில் கற்பழிக்கச் செய்தார். லாரென்ஸ் அங்கிருந்து தப்பி விட்ட போதிலும் மீளமுடியாத மனச்சிதைவுக்கு ஆளானார். இந்தக் கொடூர நிகழ்ச்சியினால் உறுப்பிழந்தவரைப் போலவும் நிறைவற்ற வராகவும் பாதிமனிதராகவும் இவர் தன்னை உணர்ந்தார். இங்கிருந்து தப்பி லாரென்ஸ் அகபாவுக்கு வந்த நேரத்தில் ஜெருசலேமும் கைப்பற்றப்பட்டிருந்தது. அல்லென்பையும் இவருக்கு அழைப்பு விடுத்திருந்தார்.

ஜாபா வாயிலில் நிகழ்ந்த கொண்டாட்டச் சடங்கில் கலந்து கொள்ள லாரென்ஸ் வழக்கமாக அணியும் அரேபிய நாடோடிகளின் ஆடையைத் துறந்து, ஒரு கேப்டனின் சீருடையை இரவலாகப் பெற்று அணிந்துகொண்டார். 'அறிவுடைமையின் ஏழு தூண்கள்' என்ற நூலில் இவ்வாறு குறிப்பிட்டுள்ளார்: 'ஜாபா வாயிலில் நடந்த கொண்டாட்ட நிகழ்ச்சிக்கு நான் அழைக்கப்பட்டது போரின் உச்சகட்டமாகும். வரலாற்றுக் காரணங்களுக்காக, பூமியில் நிகழ்ந்த மற்றனைத்தையும் விட இது என்னைக் கவர்ந்தது'.

இருப்பினும் ஜெருசலேம் நகரானது அழுக்கடைந்த ஹோட்டல் பணியாளர்களின் நகரமென்ற கருத்தையே இன்னமும் கொண்டிருந்தார் இவர். ஆனால் தற்போது இந்த இடத்தின் தெய்வீகத் தன்மையைப் பணிந்து வணங்கினார். வாசீப் இந்த நிகழ்ச்சியைக் கூட்டத்தில் ஒருவராக நின்று பார்த்துக்கொண்டிருந்தார்.

தன்னுடைய வலிமையாலும் மேன்மையாலும் தோற்றப் பொலிவினாலும் 'கிளர்ச்சிமிக்க எருது' என்ற புனைபெயரால் அல்லென்பை அழைக்கப்பட்டார். பிரெஞ்சு நாட்டு மன்னன் சார்லிமேனின் அரசவையிலிருந்த பன்னிரண்டு செயல்வீரர்களில் இவர் கடைசியானவர் என்று சிறப்பித்துக் கூறப்பட்டார்.

ஜமால் பாஷாவே இவருடைய சுறுசுறுப்பையும் விவேகத்தையும் அறிவுத்திறனையும் புகழ்ந்திருக்கிறார். பயிற்சியற்ற இயற்கை ஆர்வலராயிருந்த இவர் விருந்துகளில் ராபர்ட் புருக்கின் அறிமுகமற்ற கவிதைகளை மேற்கொள் காட்டிப் பேசக்கூடியவர். இவர் சிக்கலானதொரு நகைச்சுவையுணர்வு உடையவர். இவர் தனது குதிரைக்கும் வளர்ப்புத் தேளுக்கும் 'ஹிண்டன் பர்க்' என்று ஜெர்மன் தலைமைப் படைத்தளபதியின் பெயரைச் சூட்டியிருந்தார். பூதாகரமான உடல் அமைப்பையும் சிவப்பு நிறத்தையும் கொண்டு எப்போதும் மகிழ்ச்சியுடனிருக்கும் இவரை ஒழுக்க நெறி சார்ந்த வகையிலும் ஓர் உயர்ந்த மனிதரென்று லாரென்ஸ் மதித்துப் போற்றினார்.

ஆசிர்வதிக்கப்பட்ட ஜெருசலேம் பற்றிய தன் அறிக்கையைப் படிக்க அல்லென்பை மேடை மீதேறினார். இது பிரெஞ்சு, அரேபிய, எபிரேய, கிரேக்க, ரஷ்ய, இத்தாலிய மொழிகளிலும் படிக்கப்பட்டது. ஒவ்வொருவர் மனதிலும் பதிந்திருந்த சிலுவைப்போர் என்ற வார்த்தை மிகவும் கவனத்துடன் இந்த அறிக்கையில் தவிர்க்கப்பட்டிருந்தது. ஆனால் மேயர் ஹுசைன் நகரின் சாவிகளை ஒப்படைக்கும் நேரத்தில் அல்லென்பை 'சிலுவைப் போர்கள்

தற்போது முடிவடைந்துவிட்டன'. என்று கூறியதாகக் கூறப்படு கிறது. இதனால் மேயரும் மப்டியும் இரண்டு ஹுசைன்களும் கோபத்துடன் வெளியேறினார்கள். ஆனால் அமெரிக்கக் காலனியின் எண்ணம் வேறுவிதமாக இருந்தது. 'கடைசி சிலுவைப் போரின் வெற்றியைப் பார்ப்பதாகவே நாங்கள் கருதுகிறோம்' என்று அமெரிக்கக் காலனியைச் சேர்ந்த பெர்த்தா ஸ்போர்டு கூறினார். ஒரு கிறிஸ்துவ நாடு பாலஸ்தீனத்தை வெற்றி கொண்டிருக்கிறது என்றும் தெரிவித்தார்.

அல்லன்பையின் உரையைக் கவனித்துக்கொண்டிருந்த லாரென்ஸ்ஸின் எண்ணங்களை யாராலும் புரிந்துகொள்ள முடிய வில்லை. கோபுரத்தின் அருகில் அல்லென்பையுடன் நின்றுகொண்டி ருப்பது லாரென்சுக்கு விநோதமான நிகழ்ச்சியாகவே தோன்றியது. சில நாட்களுக்குப் பின் பாலியல் சார்ந்த வன்முறையில் தன்னைச் சீரழித்த ஹாசீமின் முன் தான் நின்றுகொண்டிருந்த காட்சியே இவர் மனதில் நிழலாடியது. பின்பு அல்லென்பை ஜாபா வாயிலுக்கு வெளியே சென்று ஹிண்டன் பர்க் என்ற நீர்மூழ்கிக் கப்பலில் திரும்பிச் சென்றார்.[4]

ஜெருசலேம் எங்களை மகிழ்ச்சியுடன் வரவேற்றது. இது கண்ணைக் கவரும் ஒரு காட்சியாக இருந்ததென்று லாரென்ஸ் குறிப்பிடுகிறார்.

ஆனால் துருக்கியர்கள் இன்னமும் எதிர்தாக்குதல் நடத்திக் கொண்டிருந்தனர். அவர்களது துப்பாக்கிகள் முழங்கியதுடன் அவர் களது விமானங்களும் எங்கள் தலைக்கு மேலே வட்டமிட்டன. ஜெருசலேம் இதுவரை இவ்வளவு எளிதாகக் கைப்பற்றப்பட்டு பணியவைக்கப்படவில்லை என்று லாரென்ஸ் தெரிவித்தார். இருப்பினும் இந்த வெற்றியினால் லாரென்ஸ் வெட்கமடைந்த வராகவே காணப்பட்டார்.

பின்பு ஜெனரல் ஷியாவின் தலைமையிடத்தில் ஒரு விருந்து நடந்தது. இந்த விருந்தில் கலந்துகொண்ட பிரெஞ்சுத் தூதர் பிகாட் ஜெருசலேமைப் பிரான்சும் பங்கிட்டுக்கொள்ள வேண்டுமென்ற கோரிக்கையை முன் வைத்ததால் சலசலப்பு ஏற்பட்டது. மேலும் இவர் அல்லென்பையிடம் 'தளபதி அல்லென்பை அவர்களே! இந்த நகரின் உள்நிர்வாக அரசு ஒன்றை நிறுவ நாளையே நான் முயற்சி களை மேற்கொள்வேன்' என்று உரத்த குரலில் கூறினார். இவ்வாறு கூறியதும் விருந்தில் அமைதி நிலவியது. விருந்தில் கலந்துகொண்ட வர்கள் தங்கள் வாயிலிருந்த சுவைமிக்க உணவை மெல்லமுடியாமல் திகைத்தனர். கோபத்தால் முகம் சிவந்த அல்லென்பை, 'தலைமைத்

தளபதி என்ற முறையில் எதையும் முடிவு செய்யக்கூடிய அதிகாரம் பெற்றவன் நான்தான்!' என்று தெரிவித்தார்.

லாரென்ஸ் பைசலுடன் ஷெரிபியன் ஒட்டகப் படைப்பிரிவில் இணைய திரும்பிச் சென்றார். கல்லறைப் பகுதியின் பாதுகாப்புப் பணிக்குப் பிரெஞ்சுக்காரர்களும் இத்தாலியர்களும் அனுமதிக்கப் பட்டார்கள். ஆனால் தேவாலயத்தைப் பூட்டும் பணியையும் திறக்கும் பணியையும் பரம்பரையாக நியுசெய்பெக்குகள் குடும்பத்தினர்[5] செய்து வந்தனர். தேவாலயத் திருமலை காவலுக்கு அல்லென்பை இந்திய முஸ்லிம்களை நியமித்தார்.

லண்டனில் ஐந்தாம் ஜார்ஜ் மன்னரைச் சந்தித்த பின் யூத தாயக இயக்க செயலுரிமை பெற்றவராய் வெய்ஸ்மேன் வெள்ளை உடையில் ஜெருசலேமுக்கு வந்தார். இவருக்கு உதவியாக தேசிய வாதியும் சிறந்த அறிஞருமான விலாடிமிர் ஜபோட்டின்ஸ்கை என்பவர் ஒடிசாவிலிருந்து வந்தார். விளாடிமிர் யூதப்படுகொலை களைத் தடுக்க ஒடிசாவில் ஒரு படையைத் தோற்றுவித்திருந்தார்.

அல்லென்பை ஜெருசலேமிற்கு வடக்கே முன்னேறிச் செல்வது தடுக்கப்பட்டது. துருக்கியர்கள் பாலஸ்தீனத்தில் முற்றிலுமாக ஒழிக்கப்பட்டுவிட்ட போதிலும், தன் படைகளை ஒருங்கிணைத்து மீண்டும் தாக்குதலைத் தொடங்க அல்லென்பைக்கு ஓராண்டு காலமானது. எனவே ஜெருசலேம் முன்னணி நகரமாயிருந்ததால் இங்கு பிரிட்டிஷ் படையினரும் காலனி நாடுகளின் படையினரும் நிரம்பியிருந்தனர். மிகப் பெரியதொரு தாக்குதலுக்குத் தயாரா னார்கள். ஜபோட்டின்ஸ்கையும் மேஜர் ஜேம்ஸ் டி ரோத்ஸ்சைல்டும் இவர்களுடன் இணைந்து பணியாற்ற ஒரு யூதப் படைப்பிரிவைத் தோற்றுவித்தனர். இதே நேரத்தில் லாரென்ஸ், இளவரசர் பைசல் ஆகியோர் தலைமையில், பிரெஞ்சுக்காரர்களின் ஆசையைத் தகர்த்து டமாஸ்கஸ்ஸைக் கைப்பற்றும் வாய்ப்பிற்காக ஷெர்பியன்கள் காத்திருந்தார்கள்.

ஜெருசலேம் வெறும் பகட்டு நகரமாயிருந்தது. 1914ஆம் ஆண்டு 55,000 ஆக இருந்த இந்த நகரத்தின் மக்கள் தொகை தற்போது 30,000 ஆகக் குறைந்துவிட்டது. இன்னமும் பசியாலும் மலேரியா காய்ச்சலாலும் பால்வினை நோய்களாலும் பலர் இறந்து கொண்டிருந்தார்கள். எந்த நேரமும் ஐந்நூறு யூத இளம்பெண்கள் விலை மகளிர்களாக தெருக்களில் அலைந்துகொண்டிருந்தனர். மூவாயிரம் யூதர்கள் அநாதைகளாயினர். வெய்ஸ்மேனும் லாரென்ஸைப் போலவே குப்பைக் கூளமாயிருந்த நகரைக் கண்டு அருவெருப்படைந்தார்.

‘புனிதமானவற்றைக் களங்கப்படுத்த எவற்றையெல்லாம் செய்ய முடியுமோ அவற்றையெல்லாம் செய்தனர். இங்கு பொய்யுரைகளும் போலித்தனமும் இறை நம்பிக்கைக்கு எதிரானவைகளும் கற்பனைக்கெட்டாத வகையில் மிகுந்திருந்தன.’

மேற்குச் சுவரைத் தனக்கு முன் மாண்ட்டிஃபையரும் ரோத்ஸ்சைல்டும் விலைக்கு வாங்க முயற்சித்தது போல் இவரும் 70,000 டாலர்களுக்கு மப்டியிடமிருந்து விலைக்குப் பெற முயற்சித்தார்.

மாக்ரிபிஸ் இனத்தவர்கள் இதில் ஆர்வம் காட்டியபோதிலும் ஹுசைனின் குடும்பத்தினர் விற்பதைத் தடுத்துவிட்டார்கள். ஜெருசலேமின் துணை போலீஸ் தலைமை அதிகாரியாகவும் படைத் துறைக் காவலர் குழுவின் தலைவராகவும் மாண்ட்டிஃபையரின் உடன்பிறந்தாரின் மகன் ஒருவரை நியமித்தார் அல்லென்பை. இவர் யூதராக இல்லாவிடில் தலைமை அதிகாரியாகவே நியமிக்கப்பட்டிருப்பார். ஜெருசலேம் பகுதியில் பால்வினை நோய்கள் அதிக அளவில் பரவியிருந்ததாக மேஜர் ஜியோபெரே சிபாக் மாண்ட்டிஃபையர் தெரிவித்தார். இவர் புனித இடங்களைச் சுற்றிக் காவலர்களை நிறுத்திவைத்தார். இவர் ஒழுங்கீன செயல்கள் நடைபெற்ற விடுதிகளையும் வீடுகளையும் சோதனையிட்டு நடவடிக்கை எடுத்தார். இந்த விடுதிகளில் ஆஸ்திரிய இராணுவ வீரர்களே உள்ளூர் பெண்களுடன் உல்லாசமாக இருந்தனர். ஜெருசலேம் நகரில் பால்வினை நோயைத் தவிர வேறெதுவும் குறிப்பிடத்தக்க வகையில் இல்லையென மேஜர் சிபாக் மாண்ட்டிஃபையர் அறிக்கை அனுப்பினார்.

ஜாபா வாயிலில் உள்ள சிற்றுண்டிச் சாலைகளில் யூதர்களும் அரேபியர்களும் பாலஸ்தீனத்தின் எதிர்காலம் பற்றி விவாதித்துக் கொண்டிருந்தார்கள். யூதர்களுக்குள்ளேயே யூத தாயக இயக்கத்தைப் புனிதத் தன்மைக்குக் களங்கம் விளைவிப்பதாகக் கருதிய பழமைப் பற்றாளர்களும், மத்திய கிழக்குப் பகுதியில் அரேபிய ஆளுகையின் கீழ் யூதர்கள் ஒருங்கிணைக்கப்பட வேண்டுமென்ற கருத்தினைக் கொண்டவர்களும், பெரும்பான்மையாக இருக்கும் அரேபியர்களை அடக்கியாளும் வல்லமை படைத்த ஒரு யூத தனி அரசு அமைக்க வேண்டுமென்ற கொள்கையுடைய தீவிரவாதிகளும் இருந்தார்கள்.

அரேபியர்கள் யூதர்களை வெளியேற்றும் எண்ணம் கொண்டிருந்தனர். ஆனால் ஜனநாயக முற்போக்குவாதிகள் அரபு அரசு அமைக்க யூதர்களின் உதவியை வரவேற்றார்கள். அரேபிய

அறிஞர்கள் பாலஸ்தீனம் சிரியாவின் ஒரு பகுதியா? அல்லது எகிப்தின் ஒரு பகுதியா? என்று விவாதித்துக்கொண்டிருந்தார்கள். போரின்போது ஜெருசலேமைச் சேர்ந்த இக்ஷான் துர்ஜ்மேன் என்னும் இளைஞன், எகிப்திய பாலஸ்தீனத்திற்கும் ஹெஜாஜ் பகுதிக்கும் அரசனாயிருக்க வேண்டுமென்று எழுதினான். பாலஸ்தீனத்தை சிரியாவுடன் இணைக்கும் கருத்துருவுக்கு ஆதரவு அதிகமாக இருப்பதைக் கலீல் சகாகினி அறிந்துகொண்டார்.

ரகேப் நஷாஷிபி சிரியாவுடன் சேரவிரும்பி ஒரு இலக்கியக் கழகத்தைத் தோற்றுவித்தார். ஹுசைனிக்கள் அரேபியச் சங்கத்தைத் தோற்றுவித்தனர். இருவருமே பால்பரின் அறிக்கையை எதிர்த்தார்கள். 1917ஆம் ஆண்டு டிசம்பர் 20ஆம் தேதி சர் ரோனால்டு ஸ்டோர்ஸ் ஜெருசலேமின் இராணுவ ஆளுநராகப் பொறுப்பேற்றார். இவர் தன்னை பாண்டியுங் பிளேட்டுக்கு இணையானவராகக் கூறிக்கொண்டார்.

கீழை நாட்டு ஜெனரல் பார்ட்டன் ஸ்டார்ஸ்: மக்கள் நலன் கருதும் ஒரு சர்வாதிகாரி

அலங்காரமான வெள்ளை ஆடைகளையே விரும்பும் ஸ்டோர்ஸ் ஜெருசலேமில் எல்லாப் பொருள்களுக்கும் தட்டுப்பாடு ஏற்பட்டிருப்பதையும் ரேஷன் முறையில் வழங்கப்படுவதையும் கண்டார்.

உலகிலுள்ள நகரங்களில் தனித்தன்மை வாய்ந்ததாக இருக்கும் ஜெருசலேமில் தான் நிகழ்த்திய சாகச வீரச் செயல்கள் குறித்து இவர் பெருமைப்பட்டுக் கொண்டார். தட்டுப்பாட்டையும் பொருள்கள் ரேஷன் முறையில் வழங்கப்படுவதையும் யூதர்கள் வழக்கம்போல் தங்களுக்குச் சாதகமாகப் பயன்படுத்திக் கொண்டார்கள். இருப்பினும் கத்தோலிக்கத் திருச்சபையிலிருந்து பிரிந்து சென்ற பலரைப் போல் இவரும் தேவாலயத்தின் நாடகப் பாங்கான செயல்பாடுகளை விரும்பவில்லை.[6]

திருக்கோயில் மலையை இத்தாலிய நகரின் பொதுச் சதுக்கம் சான்மார்கோவும் டிரினிட்டியிலுள்ள கேம்பிரிட்ஜ் கல்லூரியும் இணைந்திருக்கும் ஒரு சிறப்பான இடமென்றே கருதினார். ஸ்டோர்ஸ் தன்னை ஜெருசலேமை ஆளப்பிறந்தவரென்றும், தவறுகளைத் திருத்தவும் களங்கத்தைப் போக்கவும் திறமையை வளர்க்கவும் வந்த ஒருவர் என்றும் நம்பினார். அரிஸ்டாட்டில் கூறிய மக்களின் நம்பிக்கையைப் பெற்ற, மக்கள் நலம் புரியும் சர்வாதிகாரியாகவே தன்னைக் கருதிக்கொண்டார்.

ஸ்டோர்ஸ் ஒரு நடுத்தர அரசு அதிகாரியல்ல. இவர் ஒரு மத குருவின் மகன்; கேம்பிரிட்ஜில் பயின்ற பண்டைய லத்தீன் கிரேக்க நூல்களின் நடையைப் பின்பற்றும் உலகப்பொது நோக்கம் கொண்ட ஓர் ஆங்கிலேயர். மற்ற ஆங்கிலேய அதிகாரிகள்மீது வெறுப்பு கொண்ட லாரென்ஸ்கூட இவரைப் பற்றி, கீழ்த்திசையிலுள்ள அறிவும் ஆற்றலும் மிக்க ஆங்கிலேயரென்று குறிப்பிடுகிறார்.

ஸ்டோர்ஸ் உலகின் அழகான சிற்பங்கள், ஓவியங்கள், அச்சு வேலைப்பாடுகள் ஆகியவற்றில் ஆர்வமுடையவர். இசையிலும் வாசிப்பிலும் நாட்டமுடையவர். வேக்னர், டிபஸ்ஸி ஆகியோரை அரேபி, ஜெர்மன், பிரெஞ்சு மொழிகளில் விமர்சித்து விவாதிக்கக் கூடியவர். ஆனால் இவர் வெற்றி பெறுவதற்காகப் பணிந்து போக மாட்டார். எகிப்தில் இவரது சூழ்ச்சித்திறன் மிகுந்த செயல்கள் 'கீழ்த்திசையின் ஸ்டோர்ஸ்' என்ற பெயரைப் பெற்றுத் தந்தது. சீர் குலைந்திருந்த ஜெருசலேமைப் பல்வேறு வகைப்பட்ட தன் அலுவலகப் பணியாளர்களின் உதவியுடன் புனரமைக்க முயன்றார்.

ஜெருசலேம் நகரின் வண்ணக்காட்சிகள், அணிகலன்கள், சிறப்பு ஒப்பனைகள் ஆகியவற்றில் ஸ்டோர்ஸ் மகிழ்ச்சியடைந்தார். இவர் தொடக்கத்தில் ஹுசைனிக்களுடனும் வெய்ஸ்மேனுடனும் ஜபோட்டின்ஸ்கீயுடனும் நட்பு கொண்டிருந்தார்.[7]

ஜபோட்டின்ஸ்கீயை விட சிறந்த பண்பட்ட, கவர்ச்சிமிக்க அதிகாரி வேறு யாருமில்லையென்று நம்பினார். ஜபோட்டின்ஸ்கீ மற்ற யூதர்களைப் போலன்றி கவர்ச்சியானவராகவும் நன்கு பேசக் கூடியவராகவும் ஒரு வீரப் பெருந்தகைக்குரிய குணநலன்களுடன் இருந்தார் என்பதை வெய்ஸ்மேனும் ஒப்புக்கொள்கிறார். யூத தாயக இயக்கத்தின் தந்திர உத்திகள் ஓர் அச்சுறுத்தும் கொடும் கனவாக 'அழாத பிள்ளைக்குப் பால் கிடைக்காது' என்ற துருக்கியப் பழமொழியை நினைவூட்டுவதாக, ஸ்டார்ஸ் தெரிவிக்கிறார்.

யூத தாயக இயக்கத்தவர்களும் இவருக்குத் தங்கள்மீது அனுதாபமில்லை என்று சந்தேகித்தனர். இராணுவ வீரர்களைப் போல் பச்சைநிற இடுப்புப் பட்டையணிந்து ஜெருசலேமில் திரியும் ரஷ்ய யூதர்களையும் ஜபோட்டின்ஸ்கீயையும் பல ஆங்கிலேயர்கள் வெறுத்தார்கள். பால்பரின் அறிக்கை செயல்படுத்த இயலாத ஒன்றெனக் கருதினார்கள். ஒரு பிரிட்டிஷ் ஜெனரல் வெய்ஸ்மேனுக்கு 'யூத முதியவர்களின் தெய்வ ஆட்சி மரபொழுங்கு முறை'[8] என்னும் நூலைப் பரிசளித்தார். வெய்ஸ்மேன் முதன்முதலாக இந்த நூலைப் பற்றி அறிந்துகொள்ளும் வாய்ப்பைப் பெற்றார். இந்த நூலைப்

பல பிரிட்டிஷ் அதிகாரிகள் தங்கள் உணவுப்பையில் வைத்திருந் தார்கள். இந்த நூல் இன்னமும் போலி ஆவணம் என்பது வெளிப் படுத்தப் படாததாலும், பிரிட்டன் யூத தாயக இயக்கத்தை ஆதரிப் பதாலும், பொதுவுடமைக் கொள்கையைக் கொண்ட ரஷ்ய அரசில் பொறுப்பாளர்களாக யூதர்கள் ஆதிக்கம் இருந்ததாலும் இந்த நூல் உண்மையில் சாத்தியமானதென்றே கருதப்பட்டது.

ஸ்டோர்ஸ் நுட்பமானவர் என்று வெய்ஸ்மேன் கூறினார். யாவருக்கும் இவர் நண்பராயிருந்தார். ஆனால் ஆளுநர், தன்னைப் படுகொலை செய்துவிடுவார்கள் என்று கூறி எதிர்ப்பு தெரி வித்தார்.

பால்பர் அறிக்கையால் அரேபியர்கள் எச்சரிக்கை அடைந்த போதிலும் இரண்டாண்டுகளாக ஜெருசலேம் அமைதியாகவே இருந்தது. ஜெருசலேமின் சுவர்கள், கவிகை மாடம் புனரமைக்கப் பட்டதையும், தெரு விளக்குகள் பொருத்தப்பட்டதையும், ஜெருசலேம் 'சதுரங்கச் சங்கம்' தோற்றுவிக்கப்பட்டதையும், ஜாபா வாயிலில் இருந்த அப்துல் ஹமீதின் கண்காணிப்புக் கோபுரம் தகர்க்கப் பட்டதையும் ஸ்டார்ஸ் நேரில் மேற்பார்வையிட்டார். ஜெருசலே மிற்கு மறு பெயரிடும் அதிகாரம் தனக்கிருப்பதை எண்ணி மகிழ்ச்சி யடைந்தார்.

பாஸ்ட் ஹோட்டல், அரசன் சாலமன் பெயரால் அழைக்கப்பட வேண்டுமென்று யூதர்களும் சுல்தான் சுலைமான் பெயரால் அழைக்கப்பட வேண்டுமென்று அரேபியர்களும் விரும்பினார்கள். பாதி மக்கள் இதை ஏற்றுக்கொள்ளாததால் அல்லென்பை பெயரால் அழைக்கப்படலாம் என்ற கருத்தும் தெரிவிக்கப்பட்டது.

ஸ்டார்ஸ், கிறிஸ்துவ கன்னிமார்களுக்காகத் திருக்கோயிலில் பாடல் குழுப் பகுதி ஒன்றை ஏற்படுத்தி, அதைத் தானே முன்னின்று இயக்கினார். தேவாலயத்தில் கிறித்துவர்களிடையே ஏற்பட்ட பூசல்களையும் சமரசம் செய்து வைத்தார். பழமைப்பற்றாளர்கள் இதை ஏற்றுக்கொண்டபோதிலும் கத்தோலிக்கர்கள் வெறுப்படைந் தனர். ஸ்டார்ஸ் வாட்டிகனுக்குச் சென்ற போது, புனிதமற்ற சினிமா வையும் 500 விலைமாதர்களையும் நகரில் அனுமதித்து ஜெருசலேம் நகரின் புனிதத்தைக் கெடுப்பதாக அவர்மீது போப்பிடம் குற்றம் சாட்டினர் பழமைவாதிகள். பிரிட்டிஷ்காரர்களால் குறுங்குழுச் சண்டைகளுக்குத் தீர்வுகாண இயலவில்லை.⁹

பிரெஞ்சுப் பழங்குடியினர் ஜெருசலேமிற்கு உரிமை கோரிய பிரச்சனையை பிகாட் மீண்டும் கிளப்பினார். ஜெருசலேமைக்

கைப்பற்றியதில் பிரெஞ்சுக்காரர்கள் எவ்வளவு மகிழ்ச்சியடைந்தார்கள் என்பதை பிரிட்டிஷார் கருத்தில் கொள்ளவில்லையென பிகாட் தெரிவித்தார். இதற்கு ஸ்டார்ஸ், 'ஜெருசலேமைக் கைப்பற்ற நாங்கள் செய்திருப்பதை எண்ணிப் பாருங்கள்' என்று பதிலளித்தார். பின்பு பிகாட் தேவாலயத்தில் காலைத் துதிப்பாடல் குழுவுக்குத் தலைமை யேற்று சிறப்பு ஆசனத்தில் அமர்ந்து, 'கத்தோலிக்கர்களைப் பாது காக்கும் பொறுப்பு பிரெஞ்சுக்காரர்களுக்கு வழங்கப்படவேண்டும்' என்ற திட்டத்தை முன்வைத்தார். தூய திரு பிரான்சிஸ் துறவு மடத்தைச் சேர்ந்தவர்கள் மறுப்பு தெரிவித்ததால் இந்தத் திட்டம் நிறைவேறவில்லை.

எதிர்பாராதவிதமாக மேயர் நுரையீரல் காய்ச்சலினால் இறந்து போனார். இறந்த மேயரது சகோதரர் மூசா காசிம்–அல் ஹுசைனியை மேயராக நியமித்தார் ஸ்டார்ஸ். இவர் அனடோலியாவிலிருந்து ஜாபா வரையுள்ள துருக்கிய மாகாணங்களில் ஆளுநராகப் பணி புரிந்தவர். படிப்படியாக யூத தாயக இயக்கத்திற்கெதிரான தலை வராக மாறினார். ஒரு பெரும் நிலப்பரப்பைக் கொண்ட சிறந்த சிரியப் பேரரசை லாரென்ஸின் நண்பரான இளவரசர் பைசல் ஆள வேண்டுமென்பது ஜெருசலேமிலிருந்த அரேபியர்களின் விருப்ப மாயிருந்தது. முஸ்லிம் மற்றும் யூதர் சங்கங்களின் கூட்டம் ஜெருச லேமில் நடந்தது. இதில் கலந்துகொண்ட உறுப்பினர்கள் பைசலின் ஆளுகைக்கு உட்பட்ட சிரியாவில் சேர விரும்பம் தெரிவித்து வாக்களித்தனர்.

யூத தாயக இயக்கத்தவர்கள் தொடர்ந்து பிடிவாதமாகவே இருந் தார்கள். பெரும்பாலான அரேபியர்கள் தங்கள் குடியேற்றப்பகுதி குறித்து சமரசம் செய்துகொண்டு, மற்றவர்களின் அச்சத்தைப் போக்கினார்கள். பிரிட்டிஷ் அரசு இரு தரப்பினருக்கும் நேசக்கரம் நீட்டியது. வெய்ஸ்மேன் தலைமை மப்டியைச் சந்தித்து அவருக்கு ஒரு தொன்மையான திருக்குரான் நூலைப் பரிசளித்து, யூதர்கள் அரேபியர்களின் நலனுக்கெதிராகச் செயல்படமாட்டார்கள் என்று உறுதியளித்தார்.

1918ஆம் ஆண்டு வெய்ஸ்மேன், அகாபாவில் முகாமிட்டிருந்த பைசலை சந்திக்க லாரென்ஸுடன் பாலைவனப் பகுதியைக் கடந்து சென்றார். இந்த சந்திப்பு வெய்ஸ்மேனுக்குத் தன் ஆயுள் வரை நீடித்திருக்கக்கூடிய ஒரு நட்பை ஏற்படுத்திக் கொடுத்தது. நாட்டின் முன்னேற்றத்திற்கு யூதர்கள் பிரிட்டிஷ் பாதுகாப்புடன் உதவியாக இருப்பார்களென்று வெய்ஸ்மேன் பைசலிடம் தெரிவித் தார். லாரென்ஸ் குறிப்பிடும் பாலஸ்தீன யூதர்களுக்கும் காலனி

யூதர்களுக்கும் இடையே அதிக வேற்றுமையிருப்பதாக பைசல் கருதினார். காரணம், பாலஸ்தீன யூதர்கள் அரேபிய மொழியைப் பேசுபவர்கள். காலனி (குடியேற்ற யூதர்கள்) இட்டிஷ் மொழி பேசுபவர்கள். சிரியா அரசை நிறுவ ஷெர்பியன்களும் யூதர்களும் ஒத்துழைப்பார்கள் என்று பைசலும் லாரென்சும் நம்பினர். நாட்டில் ஊடுருவி அதன் உள்ளிருந்து அதனை மாற்றும் மேற்கத்திய நாடு களின் தந்திரத்தை யூதர்கள் இயல்பாகவே கீழ்த்திசை நாடுகளுக்குக் கொண்டு வருவார்களென லாரென்ஸ் தெரிவித்தார்.

லாரென்சும் யூத தாயக இயக்கத்துடன் நல்லுறவு கொண்டிருந்தார். யூதர்களுக்கென்று ஒரு தாயகம் அமைவது அரேபியர் களின் நலனுக்கு உகந்ததென லாரென்ஸ் கருதினார். பாலைவனச் சோலை மாநாட்டில் பாலஸ்தீனத்தில் ஒரு பகுதியைக் கோரும் யூதர்களின் எதிர்கால உரிமையைப் பைசல் ஏற்றுக்கொண்டார். பின்பு இந்த மூவரும் லண்டனில் சந்தித்துக்கொண்டபோது, அரேபிய விவசாயிகளின் உரிமைகளுக்குப் பாதிப்பின்றி நாற்பது அல்லது ஐம்பது லட்சம் யூதர்களைப் பாலஸ்தீனம் ஏற்றுக்கொள்ள முடியுமென்பதை பைசல் ஒப்புக்கொண்டார். பாலஸ்தீனத்தில் நிலப்பஞ்சம் இருப்பதை இவர் எண்ணிப் பார்க்கவில்லை. தனக்கு சிரியாவின் அரசுரிமை வழங்கப்பட்டால் பாலஸ்தீனத்தில் யூதர்கள் பெரும்பான்மையினராக இருப்பதில் தனக்கு ஆட்சே பணை இல்லையென்று பைசல் தெரிவித்தார். பைசல் சிரியாவைத் தனக்குப் பரிசாகப் பெற்றுக்கொண்டு இத்தகையதொரு சமரசத் திற்கு உடன்பட்டார்.

வெய்ஸ்மேனின் ராஜதந்திரம் முதலில் பலனளித்தது. ‘ஒரு பல்கலைக்கழகம் இல்லாத யூதநாடு, சூதாட்ட விடுதியில்லாத பிரான்சின் தெற்குக் கடற்கரை பகுதியிலுள்ள மொனாகோ நகரைப் போலாகும்’ என்று வெய்ஸ்மேன் வேடிக்கையாகக் குறிப்பிட்டார்.

1918இல் ஜூலை 24ஆம் தேதி வெய்ஸ்மேனைத் தன்னுடைய ரோல்ஸ்–ராய்ஸ் காரில் ஸ்கோபஸ் மலைப்பகுதிக்கு அழைத்துச் சென்றார். அங்கு எபிரேயப் பல்கலைக்கழகத்திற்கு முப்டி, ஆங்கிலேய பிஷப், இரண்டு யூத குருமார்கள், வெய்ஸ்மேன் ஆகியோர் அடிக்கல் நாட்டினார்கள். விருந்தினர்கள் ‘கடவுள் அரசனைக் காப்பார்’ என்று பண்ணிசைக்க ‘ஹட்டிக்வாஹ்’ என்ற வாழ்த்துப் பாடலும் பாடப்பட்டது. ஜெருசலேம் நமது கட்டுப்பாட்டின் கீழே இருக்கிறதென்று வெய்ஸ்மேன் மகிழ்ச்சியுடன் கூறினார்.

பாலஸ்தீனத்தில் இன்னமும் துருக்கியர்கள் போரிட்டுக் கொண்டிருந்தார்கள். மேற்கு முனையில் வெற்றிக்கான அடையாளம்

எதுவும் காணப்படவில்லை. இந்த மாதங்களில் ஸ்டோர்ஸின் பணியாள் அரேபிய நாடோடி ஒருவர் காத்திருப்பதாக அவ்வபோது அவரிடம் தெரிவிப்பார். ஸ்டார்ஸ் வெளியே வரும்போது லாரென்ஸ் அவருடைய புத்தகங்களைப் படித்துக்கொண்டிருப்பார். பின்பு இந்த ஆங்கிலேய நாடோடி திடீரென மறைந்துவிடுவார். மே மாதத்தில் ஸ்டார்ஸ் லாரென்சை அமெரிக்கப் பத்திரிகையாளர் லோவெல் தாமஸ் என்பவருக்கு அறிமுகப்படுத்தினார். லோவெல் தாமஸ் லாரென்சை உயிர் பெற்றுவந்த இளம் புனிதர்களில் ஒருவராகவே கருதினார். அரேபிய லாரென்ஸ் என்ற கற்பனைக் கட்டுக்கதையை லோவெல் தாமஸ் உருவாக்கினார்.

1918 செப்டம்பரில் அல்லென்பை மீண்டும் தாக்கத் தொடங்கி, மெகிடோ என்னுமிடத்தில் நடந்த போரில் துருக்கியர்களைத் தோற் கடித்தார். ஆயிரக்கணக்கான ஜெர்மன் துருக்கிய கைதிகள் ஜெருசலேம் நகரின் தெருக்களில் அழைத்துச் செல்லப்பட்டனர்.

சிரியாவின் நியமிக்கப்பட்ட அரசர் பைசலையும் லாரென்சையும் அவர்களது ஷெர்பியன் படைகளைக் கொண்டு டமாஸ் கஸை விடுவிக்க அல்லென்பை அனுமதித்தார்.

லாய்ட் ஜார்ஜ் ஜெருசலேமைத் தக்க வைத்துக்கொள்ள விரும்பினார். பிரதம மந்திரி தன்னுடைய சொந்த குன்றுப்பகுதிகளைப் போல் ஜெருசலேமின் மீது ஆர்வம் கொண்டிருப்பதாக கர்ஸான் பிரபு கூறினார். இறுதியாக ஜெர்மனி பின்வாங்கிய போதிலும், முன்பே ஆதரவு தேடும் படலம் தொடங்கியிருந்தது. போர் நிறுத்த ஒப்பந்தம் கையெழுத்தான நவம்பர் 11ஆம் நாளன்று நெ. 10 டவுனிங் தெருவில், லாய்ட் ஜார்ஜ் அழுதுகொண்டு பைபிள் படித்துக் கொண்டிருப்பதை அவரைச் சந்திக்க முன் அனுமதி பெற்றிருந்த வெய்ஸ்மேன் காண நேரிட்டது. லாரென்ஸ் லண்டனில் உள்ள அதிகாரிகளிடம் அரேபியர்களுக்கு ஆதரவு கோரினார். பைசல் தன் கோரிக்கையைப் பிரெஞ்சுக்காரர்களிடம் முன்வைப்பதற்காக பாரிசுக்குச் சென்றார். கீழ்த்திசை நாடுகளைப் பிரிப்பது பற்றி பிரெஞ்சுக்காரர்களும் பிரிட்டிஷ் அதிகாரிகளும் மோதிக்கொண்டனர். லாய்ட் ஜார்ஜ், 'பிரிட்டன்தான் ஜெருசலேமைக் கைப்பற்றியதென்றும் மற்ற அரசுகள் நாங்கள் புனிதக் கல்லறையைத் திருடிவிடாமலிருக்க நீக்ரோக்களைக் காவலர்களாக நியமித்தவர்கள் என்றும் எதிர்ப்பு தெரிவித்தார்.

குறிப்புகள்:

1. அல்டர் லெவைன் என்னும் யூத ஒற்றரைத் தன் வீட்டில் மறைத்து வைத்திருந்த சகாகினி என்பவரின் வீட்டை துருக்கிய ரகசிய போலீசார் சோதனையிட்டு, இருவரையும் கைது செய்து டமாஸ்கஸிற்கு நடத்தியே அழைத்துச் சென்றார்கள். சகாகினி, அல்டர் லெவைனுக்குப் புகலிடம் அளித்த நிகழ்ச்சி பழைய துருக்கி அரசுப்பகுதியில் யூதர்களுக்கும் அரேபியர்களுக்கும் இடையே நிலவிய சகிப்புத் தன்மைக்கு உதாரணமாக உள்ளது.

2. அமெரிக்க காலனியில் உள்ளவர்கள் பழைய ஆளுநர் இஸ்ஸாட்பேவுக்கு இரவலாகக் கொடுத்த கோச்சு வண்டியையோ அல்லது அதன் மதிப்பிற்கு நிகரான பணத்தையோ திருப்பிக் கொடுக்குமாறு இராணுவ ஆளுநர் ஸ்டார்ஸ்க்குக் கடிதம் எழுதினார்கள். அதில் 1917ஆம் ஆண்டு டிசம்பர் மாதம் 8ஆம் தேதியன்று எண்ணெய் நிரப்பப்பட்ட வண்டியையும், துணி உறை ஸ்பிரிங் இருக்கை, சாட்டை, இரண்டு குதிரைகள் ஆகியவற்றை இரவலாகப் பெற்றுச் சென்றதாகக் குறிப்பிட்டிருந்தார்கள்.

3. அரேபியச் சிறுவன் கைகளிலிருந்து தவறி விழுந்த படுக்கைவிரிப்பு வெள்ளைத் துணி துடைப்பக் கொடியை ஸ்வீடன் நாட்டுப் புகைப் படக்காரர் திருடிக்கொண்டார். பிரிட்டிஷ்காரர்கள் இவரைக் கைது செய்யப்போவதாக அச்சுறுத்தியதும் அந்தக் கொடியை இவர் அல்லென்பை யிடம் ஒப்படைத்துவிட்டார். அல்லென்பை இந்தக் கொடியைப் பேரரசின் போர் அருங்காட்சியகத்திற்குக் கொடுக்க அது இன்றுவரை அங்குள்ளது.

4. அல்லென்பையிடம் பணிபுரிந்த அதிகாரிகளில் ஒருவராயிருந்த சர் மோசஸ் மாண்ட்டிஃபையரின் உடன்பிறந்தாரின் மகனாகிய கேப்டன் வில்லியம் செபேக் மாண்ட்டிஃபையர் என்பவரை ஓர் அழகான அரேபியப் பெண் ஜெருசலேமிற்கு அருகிலிருந்த ஒரு குகைக்கு அழைத்துச் சென்றதாகவும், அங்கிருந்த துருக்கிய அதிகாரிகளைத் தான் கைது செய்ததாகவும் தெரிவித்தார்.

5. நியுசிபெக்குகள் அல்லென்பைக்குத் தேவாலயத்தைச் சுற்றிக்காட்டிய போது, அல்லென்பை தேவாலயத்தின் சாவிகளைக் கேட்டதாகக் கூறு கிறார்கள். அல்லென்பை சாவிகளை அவர்களிடம் திரும்பவும் கொடுத்து இவ்வாறு கூறினார்: 'தற்பொழுது சிலுவைப் போர்கள் முடிந்துவிட்டன. நான் இந்தச் சாவிகளை உங்களிடம் ஒப்படைக்கிறேன். நீங்கள் சாவியைப் பெற்றுக்கொள்வது ஓமரிடமிருந்தோ அல்லது சாலடினிடமிருந்தோ அல்ல. அல்லென்பையிடமிருந்து பெற்றுக்கொண்டிருக்கிறீர்கள்.'

6. ஸ்டார்ஸ் தேவாலயத்தினுள் ஆச்சர்யகரமான ஒன்றைக் கண்டுபிடித்தார். தேவாலயத்தின் தெற்குப்புறக் கதவருகில் சிலுவைப்போர் வீரர் ஒருவரின் கல்லறையைக் கண்டார். இந்தச் சிலுவைப் போர்வீரர் மாக்னாகார்ட்டா உரிமை சாசனத்தில் கையெழுத்திட்டவர் என்பதுடன், இவர் மூன்றாம் ஹென்றிக்கு ஆசானுமாவார். பிலிப்–டி–அஃவ்பெனி என்னும் பெயருடைய இவர் மூன்று சிலுவைப் போர்களில் பங்கேற்றவர்; இரண்டாம் பிரடெரிக்

ஆட்சிக் காலத்தில் 1236ஆம் ஆண்டு இவர் ஜெருசலேமில் இறந்து போனார்; இவரது கல்லறையைப் பாதுகாக்க ஸ்டார்ஸ் காவலர்களை நியமித்தார்.

7. ஹுசைனிகள் தற்போது வளம் பெற்றவர்களாக இருந்தார்கள். பாலஸ்தீனத்தில் 12,500 ஏக்கர் நிலத்திற்குச் சொந்தக்காரர்களாக இருந்தார்கள். மேயர் ஹுசைனி அரேபியர்களிடமும் யூதர்களிடமும் செல்வாக்குப் பெற்றிருந்தார். ஸ்டார்ஸ், மப்டி கமீல் அல் ஹுசைனியை விரும்பினார். மப்டி இஸ்லாமிய 'ஹனபி' பிரிவின் நிகரற்ற தலைவராக இருந்தார். துருக்கியர்கள் இந்தப் பிரிவையே ஆதரித்தார்கள். இதைப்போன்று நான்கு பிரிவுகள் இருந்தன. இந்த நான்கு பிரிவுகளுக்கு மட்டுமின்றி பாலஸ்தீனம் முழுவதிற்கும் ஸ்டார்ஸ், மப்டிக்கு தலைமை மப்டியாகப் பதவி உயர்வளித்தார். தன்னுடைய இளைய சகோதரர் அமீன் அல் ஹுசைனி டமாஸ்கஸிலுள்ள இளவரசர் பைசலுடன் சேர்ந்துகொள்ள மப்டி அனுமதி கேட்டார். ஸ்டார்ஸ் இதற்கு ஒப்புதல் அளித்தார்.

8. யூத முதியவர்களின் 'தெய்வ ஆட்சி மரபொழுங்கு' ஆங்கிலத்தில் பதிப்பிக்கப்பட்டவுடன், பிரிட்டனிலும் அமெரிக்காவிலும் வரவேற்பைப் பெற்றது. அமெரிக்காவின் ஹென்றி போர்டு இதற்கு ஆதரவளித்தார். 1921ஆம் ஆண்டு ஆகஸ்டு மாதம் இந்த நூல் போலியானதென்பதை லண்டன் 'டைம்ஸ்' பத்திரிகை வெளிப்படுத்தியது. 1919ஆம் ஆண்டு இது ஜெர்மனியில் வெளியிடப்பட்டது. யூதர்களைப் பற்றிய உண்மைகளை இந்நூல் தெரிவிப்பதாக ஹிட்லர் நம்பினார். ஹிட்லர் தன்னுடைய 'மெயின் கேம்ஃப்' சுயசரிதையில், இந்நூல் போலியானதென்று கூறப்படுவதே இது உண்மையானது என்பதற்குச் சான்றாகுமெனக் குறிப்பிடுகிறார். 1925ஆம் ஆண்டு இது அரேபிய மொழியில் வெளியிடப்பட்ட போது, ஜெருசலேமின் திருச்சபை முதல்வர் தன் உறுப்பினர்களுக்கு இந்த நூலைப் பரிந்துரை செய்தார்.

9. கன்னியின் கல்லறையைப் பங்கிடுவது பற்றி கிரேக்கர்கள் ஆர்மீனியர்களுடன் வாதிட்டார்கள். யூத மலையில் உள்ள கல்லறை பற்றியும் தேவாலயத்திலுள்ள புனிதர் நிக்கோடெமஸ் உட்கோயிலின் உரிமை பற்றியும் ஆர்மீனியர்கள் சிரியன் ஜாக்கோபைட்டுகளுடன் சண்டையிட்டனர். பழைமைப் பற்றாளர்களும் கத்தோலிக்கர்களும் கல்வாரியில் (இயேசு நாதரைச் சிலுவையில் அறைந்த இடம்) வடபுறமுள்ள படிக்கட்டுகளைப் பயன்படுத்துவது குறித்து சண்டையிட்டுக் கொண்டனர். கீழ்ப்புற வளைவுக்கு அருகில் லத்தீன் உட்கோயிலுக்கு இடையேயுள்ள ஒரு வெற்றிடம் பற்றியும் பூசல் ஏற்பட்டது. பிரதான நுழைவு வாயிலுக்குக் கீழ்ப்புறமிருந்த படிக்கட்டுகள் குறித்து ஆர்மீனியர்கள் மரபு வழுவாத பழமைப்பற்றாளர்களுடன் சண்டையிட்டனர். இந்த இடத்தை யார் துப்புரவு செய்வதென்பதிலும் பூசலிருந்தது. காப்ட் எனப்படும் பண்டைய எகிப்திய மரபு கிறிஸ்துவர்கள், எத்தியோப்பியர்கள் கூரையின்மீது துறவிமடம் எழுப்பியதை ஆட்சேபித்தார்கள்.

☆

47

வெற்றியாளர்களும் வெற்றியின் ஆதாயங்களும்

1919-20

வெர்ஸெய்லெஸ்-இல் உட்ரோ வில்சன்

சில வாரங்களுக்குப் பின் லாய்ட் ஜார்ஜும் பிரெஞ்சு பிரதம மந்திரி ஜார்ஜ் கிளமென்சும் லண்டனில் சந்தித்து மத்திய கிழக்குப் பகுதி பற்றி உரையாடினார்கள்:

கிளமென்ஸ்: உங்களுக்கு என்ன வேண்டுமென்பதை என்னிடம் கூறுங்கள்.

லாய்ட் ஜார்ஜ்: எனக்கு மொசூல் வேண்டும்.

கிளமென்ஸ்: பெற்றுக்கொள்ளுங்கள். வேறு ஏதாவது உண்டா?

லாய்ட் ஜார்ஜ்: ஜெருசலேமையும் பெற நான் விரும்புகிறேன்.

கிளமென்ஸ்: நீங்கள் பெற்றுக்கொள்ளலாம்.

1919ஆம் ஆண்டு ஜனவரி மாதம் லாய்ட், கிளமென்ஸ் ஆகியோரை சமரசம் செய்துவைக்க அமெரிக்கக் குடியரசுத் தலைவர் உட்ரோ வில்சன் வெர்ஸெய்லெஸ்க்குச் சென்றார். தன் பதவிக் காலத்தில் அமெரிக்காவை விட்டு வெளியே சென்ற முதல் குடியரசுத் தலைவர் இவர் என்பது குறிப்பிடத்தகுந்தது.

வெற்றியாளர்களின் ஆதரவைப் பெறுவதற்காக பைசல், லாரென்ஸ் ஆகியோரோடு மத்திய கிழக்குப் பகுதி ஆதரவாளர்கள் வந்திருந்தனர். இவர்கள் சிரியா, பிரெஞ்சு ஆதிக்கத்திற்குள் செல் வதைத் தடுக்க முயற்சித்தார்கள். வெய்ஸ்மேன் பிரிட்டிஷ் அரசை பாலஸ்தீனத்தில் வைத்துக்கொண்டு பால்பர் அறிக்கைக்கு உலக நாடுகளின் அங்கீகாரத்தைப் பெற விரும்பினார். பைசலின் ஆலோசகர் என்ற முறையில் லாரென்ஸ், பிரிட்டிஷ் இராணுவ சீருடையணிந்து அரேபியர்களைப்போல் தலைப்பாகை அணிந்திருந்தது பிரெஞ்சுக் காரர்களுக்கு எரிச்சல் மூட்டியது. லாரென்ஸை மாநாட்டில் கலந்துகொள்ளாமல் தடுக்க பிரெஞ்சுக்காரர்கள் முயற்சித்தார்கள்.

வெர்ஜினியாவில் பேராசிரியராக இருந்து ஜனநாயக அரசியல் வாதியாக மாறிய உட்ரோ வில்சன் தற்போது அனைத்து நாடு களுக்கும் சமாதான நடுவராயிருந்தார். இந்தப் போரினால் ஏற்பட்டி ருக்கும் எல்லைப் பிரச்சனைகளை அந்தப் பகுதியில் வசிக்கும் மக்களின் நலன்களைக் கருத்தில் கொண்டே தீர்வு காணவேண்டுமென்று உட்ரோ வில்சன் தெரிவித்தார். பேரரசு மத்தியக் கிழக்குப் பகுதியை வெட்டி ஒட்டிப் பிரிப்பதை உட்ரோ வில்சன் ஏற்றுக்கொள்ள வில்லை. மூன்று ஆளுநர்களுக்கிடையிலும் மனக்கசப்பு ஏற்பட்டது. லாய்ட் ஜார்ஜ் நழுவிச் செல்லும் குணமுடையவர் என்று கருதி நியாயமாக நடந்துகொள்ள விரும்பும் வில்சன், நில அபகரிப்பு வேட்கை கொண்ட லாயிட் ஜார்ஜ் ஆகிய இருவருக்குமிடையே சிக்கிக்கொண்ட கிளமென்ஸ் இவ்வாறு கூறினார்: 'இயேசு கிறிஸ்து வுக்கும், நெப்போலியன் போனபார்ட்டிற்கும் இடையே நான் இருக் கிறேன்.' வேல்ஸ் பகுதியைச் சேர்ந்த லாயிட் ஜார்ஜ் அமெரிக் கரான வில்சனுடன் சுமூகமாக நடந்துகொண்டார். லாயிட் ஜார்ஜ், வில்சனின் கோட்பாட்டைப் புகழ்ந்துரைத்தார் என்றாலும் பிரிட்டன் விரும்பியதைப் பெறுவதில் முனைப்புடன் இருந்தார்.

பாரிஸ் நகரத்தின் மரவேலைப்பாடு மிக்க அறையின் புத்தக வரிசைகளுக்கு இடையே இருந்த அந்த மூவரும் உலகத்திற்குப் பண்டைய கிரேக்க தெய்வங்களைப்போல் உரு கொடுக்க உள்ளார்கள். எதிலும் குற்றம் கண்டு எளிதில் எரிச்சலடையும் இயல்புடையவரான பால்பர், அதிக அதிகாரமும் அதிக அறியா மையும் கொண்ட மூவர் உலகை வெட்டி ஒட்டி உருவாக்க முயலு வதாகக் கருதினார்.

லாயிட் ஜார்ஜின் பேராசையைப் போலவே கிளமென்ஸின் பேராசையும் வெட்கங்கெட்டதாக இருந்தது. லாரென்ஸைச் சந்திக்க ஒப்புக்கொண்ட கிளமென்ஸ், சிலுவைப் போர்கள்

காலத்தில் பாலஸ்தீனம் பிரெஞ்சு ஆளுகைக்கு உட்பட்டிருந்ததைச் சுட்டிக்காட்டி தன் கோரிக்கையை நியாயப்படுத்தினார். சிலுவைப் போர்கள் தோற்றுப்போனவைதாம் என்பதை நினைவூட்டினார் லாரென்ஸ்.

அமெரிக்கக் குடியரசுத்தலைவர், பால்பரின் அறிக்கையை ஏற்றுக்கொண்டார். 'சமய குருவின் மகனான நான் புனிதபூமியை அதன் மக்களிடம் திருப்பி ஒப்படைக்க உதவவேண்டும்' என்று வில்சன் கூறினார். கத்தோலிக்க திருச்சபையிலிருந்து பிரிந்து சென்ற எபிரேய சமயக் கோட்பாடும், கெண்டக்கியைச் சேர்ந்த வில்சனின் யூத ஆலோசகர் லூயிஸ் பிராண்டெய்ஸ் என்பவரும் வில்சனின் கொள்கை முடிவுகளுக்குக் காரணமாக இருந்தனர். வில்சன் தன் ஆலோசகர் பிராண்டெய்ஸை உச்ச நீதிமன்றத்துக்கு நியமித்தார். பொதுப்பணியில் லஞ்சத்திற்கு வளைந்து கொடுக்காத, மக்கள் பக்கம் நிற்கக்கூடிய, அறிவார்ந்த வழக்கறிஞர் என்று பெயர் பெற்றவர் பிராண்டெய்ஸ். 1914ஆம் ஆண்டு முப்பது லட்சம் அமெரிக்க யூதர்களில் 15,000 யூதர்களே இவரது அமெரிக்க யூத தாயக இயக்கக் கூட்டமைப்பில் உறுப்பினர்களாக இருந்தனர். ஆனால் 1917ஆம் ஆண்டில் ஒரு லட்சம் யூதர்கள் இந்தக் கூட்ட மைப்பில் தங்களை இணைத்துக்கொண்டனர்.

கத்தோலிக்க திருச்சபையிலிருந்து பிரிந்து சென்ற சபையின் உட்கிளை கிறிஸ்துவர்கள் யூத தாயக இயக்கத்திற்கு ஆதரவு அளித்தார்கள். முன்னாள் குடியரசுத் தலைவர் டெட்டி ரூஸ்வெல்ட் சிறுவனாயிருக்கும்போது தன் பெற்றோர்களுடன் புனித நகரமான ஜெருசலேமிற்குச் சென்றிருக்கிறார். இவரும் ஜெருசலேமைச் சுற்றி யூத தாயக நாடு அமைவதை ஆதரித்தார்.

யூத தாயகத்திற்கும் அரேபியர்களின் சுய நிர்ணயக் கொள்கைக்கும் இடையே முரண்பாடுகள் இருப்பதாகக் கருதினார் வில்சன். ஒரு கட்டத்தில் பிரிட்டன் அமெரிக்க மேலிடக் கட்டளை அல்லது ஆணையுரை என்னும் புதிய வார்த்தையை முன்னிறுத்தியது. இது ஒரு காவல் அரசுக்கும் மாகாண ஆட்சிக்கும் இடைப்பட்டது என்று அதற்கு விளக்கம் கூறினர்.

வில்சன் அதற்கான சாத்தியக்கூறுகளை ஆராய விரும்பினார். ஆனால் ஆங்கிலேயர்களும் பிரெஞ்சுக்காரர்களும் பாலஸ்தீனத் தையும் சிரியாவையும் கைப்பற்றிக்கொள்ள விரும்பியதால் வில்சன் அரேபியர்களின் விருப்பங்களை அறிந்துகொள்ள ஓர் அமெரிக்க பொறுப்பாண்மைக் குழுவான 'கிங் கிரேன் பொறுப்பாண்மைக்

குழு'வை அனுப்பினார். இந்தக் குழுவிற்கு சிகாகோ 'வால்வ்' உற்பத்தி யாளரும் ஒபெர்லின் கல்லூரித் தலைவருமானவர் தலைமை வகித்தார்.

பெரும்பாலான பாலஸ்தீனர்களும் சிரியாவின் அரேபியர் களும் பைசலின் பேரரசில் அமெரிக்கப் பாதுகாப்புடன் இருக்க விரும்புவதாக இவர் அறிக்கை அளித்தார். வில்சன் தன் கூட்டணி நாடுகளைக் கட்டுப்படுத்த இயலாதிருந்ததால் இந்த அறிக்கை முடிவுகள் அர்த்தமிழந்தன. இரண்டாண்டுகளுக்குப் பின் பிரிட்டன் பாலஸ்தீனத்தையும் பிரான்ஸ் சிரியாவையும் பெற்றுக்கொள்ளு மென சர்வதேச சங்கம் உறுதிப்படுத்தியது. லாரென்ஸ் இதை 'அமெரிக்க மேலிடக் கட்டளை அல்லது ஆணையுரை மோசடி' யெனக் குறிப்பிடுகிறார்.

1920ஆம் ஆண்டு மார்ச் 8ஆம் நாள் பைசல் லெபனான், பாலஸ்தீனம் ஆகிய பகுதிகளை உள்ளடக்கிய சிரியாவின் அரசராக அறிவிக்கப்பட்டார். ஜெருசலேமைச் சேர்ந்த சையத் அல் ஹுசைனி அயல் நாட்டு அமைச்சராக நியமிக்கப்பட்டார். மப்டியின் சகோதரர் அமீன் சிலகாலம் அரசவையில் பணியாற்றினார். புதிய அரசு தோற்றுவிக்கப்பட்டதால் ஏற்பட்ட எழுச்சியால் யூத தாயக இயக்கத்தின் அச்சுறுத்தலைச் சந்திக்கும் துணிவைப் பெற்றனர் அரேபியர்கள். இதனால் தொல்லைகள் ஏற்படும் என்ற வெய்ஸ் மேனின் எச்சரிக்கைகளைப் பற்றி ஸ்டார்ஸ் கவலைப்படவில்லை.

ஸ்டார்ஸ்: நபி முசா கலவரங்கள்

1920ஆம் ஆண்டு ஏப்ரல் 20ஆம் நாள் ஞாயிற்றுக்கிழமை காலை ஜெருசலேம் அமைதியிழந்து காணப்பட்டது. யூத, கிறிஸ்துவ புனிதப் பயணிகள் ஒருபுறமும், ஹுசைனிகளின் தலைமையில் 60,000 அரேபியர்கள் ஒருபுறமும் நபி முசா திருவிழா கொண்டாடக் கூடி யிருந்தார்கள். அரசர் பைசலின் உருவப்படத்தைப் பிடித்துக் கொண்டிருந்த மப்டியின் இளைய சகோதரர், 'நம்முடைய அரசர் ஹஜ் அமீன் அல் ஹுசைனி! பாலஸ்தீனம் நம்முடைய பூமி! யூதர்கள் நம்முடைய நாய்கள்!' என்று கூறி கூட்டத்தினரைத் தூண்டி விட்டார். ஊர்வலம் பழைய நகரத்தை நோக்கிச் செல்லும் வழியில் ஒரு முதிய யூதரைக் கழிகளால் தாக்கியது.

பற்றார்வம் கொண்ட அக்கூட்டம் வெறிபிடித்த கூட்டமாக மாறியதென்று கலீல் சகாகினி தெரிவிக்கிறார். பலர் கத்திகளை உருவிக்கொண்டும் கட்டைகளை ஏந்திக்கொண்டும், 'இந்த மதம்

வாளின் துணையோடு முகமதுவால் நிறுவப்பட்டது' என்று கூளு ரைத்துக் கூச்சலிட்டார்கள். நகரம் போர்க்களமாக மாறியதென ஜவஹரிய்யா குறிப்பிடுகிறார்.

'யூதர்களைக் கொலை செய்வோம்' என்று கூட்டத்தினர் குர லெழுப்பி அச்சுறுத்தினார்கள். சகாகினியும் வாசீப்பும் வன்முறையை வெறுப்பவர்கள் என்றாலும், யூத தாயக இயக்கத்தவர்கள் மீதும் பிரிட்டிஷ்காரர்கள் மீதும் வெறுப்பு கொண்டிருந்தார்கள். ஆங்கிலேய தேவாலயத்தில் காலை வழிபாட்டை முடித்துக்கொண்டு வந்த ஸ்டார்ஸ் ஜெருசலேம் நகரின் கட்டுப்பாடு கை நழுவி விட்டதைக் கண்டார். யாரோ ஒருவர் தன் இதயத்தில் வாளைப் பாய்ச்சியது போன்ற உணர்வுடன் ஸ்டார்ஸ் ஆஸ்திரிய பயணியர் விடுதியிலுள்ள தன் தலைமையிடத்திற்கு விரைந்தார். ஜெருசலேமின் பாதுகாப்புக்கு 188 காவலர்கள் மட்டுமே இருந்தனர்.

மறுநாள் கலவரம் தீவிரமடைந்ததால் நாம் அழித்தொழிக்கப் படுவோம் என்று யூதர்கள் அஞ்சினர். வெய்ஸ்மேன் உதவிக்காக ஸ்டார்ஸின் அலுவலகத்திற்குச் சென்றார். ஜபோட்டின்ஸ்கீயும் ரூட்டன்பெர்க்கும் தங்கள் கைத்துப்பாக்கிகளைப் பற்றிக்கொண்டு ரஷ்ய எல்லைக்குள்ளிருந்த காவல் தலைமையிடத்திற்குச் சென்று இருநூறு பேரை ஒன்று திரட்டினார்கள். ஸ்டார்ஸ் இதைத் தடை செய்தவுடன் பழைய நகருக்கு வெளியே சென்று எதிர்பட்ட அரேபிய வீரர்கள் அனைவரையும் துப்பாக்கியால் சுட்டார். அவர்களும் திருப்பிச் சுட்டார்கள். இந்த நாளின் துப்பாக்கிச் சண்டை அங்கிருந்து தான் முதன்முதலாகத் தொடங்கியது.

பழைய நகரில் யூதர்களின் குடியிருப்புத் தெருக்களை முற்றுகை யிட்டு, அரேபியர்கள் சிலர் யூதப் பெண்களைக் கற்பழித்தனர்.

பிரிட்டிஷ் காவலர்கள் புனிதத்தீ சடங்கிற்குப் பாதுகாப்பளிக்க முயற்சித்தார்கள். சிரியாவைச் சேர்ந்த ஒருவன் தேவாலய அரியணையை அகற்றியவுடன் அமளி ஏற்பட்டது. இந்த அமளியில் தேவாலயத்தின் கதவுகள் தீப்பற்றி எரிந்தன. புனிதக் கல்லறையுள்ள தேவாலயத்திலிருந்து ஒரு பிரிட்டிஷ் அதிகாரி வெளியேறியபோது, ஓர் அரேபியச் சிறுமிமீது துப்பாக்கிக்குண்டு பாய்ந்ததால் ஜன்னல் மீதிருந்து கீழே விழுந்தாள்.

ஜபோட்டின்ஸ்கீயின் படையைச் சேர்ந்த நெகிமியா ரூபிட் ஜோவ் என்பவரும் மற்றுமொரு தோழரும் பாதுகாப்பு ஏற்பாடு களைச் செய்ய தங்கள் துப்பாக்கிகளை ஒரு மருத்துவரின் வெள்ளை அட்டையில் மறைத்துக்கொண்டு, ஒரு ஆம்புலன்ஸ் வண்டியில் பழைய நகருக்குள் நுழைந்தார்கள்.

உக்ரைனில் பிறந்த ரூபிட் ஜோ தன் பெயரை, ராபின் என்று மாற்றிக்கொண்டு பென்–குரியன் யூதப் படையணியில் சேர்த் திருந்தார். அச்சமடைந்திருந்த யூதர்களுக்கு இவர் ஆறுதல் அளித்த துடன், ரஷ்யாவிலிருந்து புதிதாக வந்திருந்த ரெட் ரோசா கோகென் என்னும் முன்னாள் ரஷ்யப் பொதுவுடமை பெண் புரட்சி யாளரையும் பாதுகாத்தார். இவர்கள் பின்னர் காதல் வயப்பட்டு திருமணம் செய்துகொண்டார்கள்.

ஹெர்பெர்ட் சாமுவேலின் ஒரே பாலஸ்தீனம்

கலவரத்தின் உச்சத்தில் ஐந்து யூதர்களும், நான்கு அரேபியர்களும் இறந்துவிட்டனர். 216 யூதர்களும் 23 அரேபியர்களும் காய மடைந்திருந்தனர். நபிமுசா கலவர வழக்கில் 39 யூதர்களும் 161 அரேபியர்களும் வழக்கை எதிர்கொள்ள வேண்டியிருந்தது. வெய்ஸ்மேன், ஜபோட்டின்ஸ்கி ஆகியோரது வீடுகளைச் சோதனை யிட ஸ்டார்ஸ் உத்தரவிட்டார். துப்பாக்கிகளை மறைத்து வைத் திருந்த குற்றத்திற்காக ஜபோட்டின்ஸ்கீக்குப் பதினைந்து ஆண்டுகள் சிறை தண்டனை வழங்கப்பட்டது. கலவரத்தைத் தூண்டிய இளைய அமீன் ஹுசைனிக்குப் பத்து ஆண்டுகள் சிறை தண்டனை விதிக்கப்பட்டது. ஆனால் இவர் ஜெருசலேமிலிருந்து தப்பிச்சென்று விட்டார். ரஷ்யாவிலிருந்து வந்த யூதப் பொதுவுடமைப் புரட்சிக் காரர்களே வன்முறைக்குக் காரணமென்று பிரிட்டிஷ் அரசு கருதிய போதிலும் மூசா காஜெம் ஹுசைனியின் மேயர் பதவியைப் பறித்தார் ஸ்டார்ஸ்.

முற்போக்குவாதியான வெய்ஸ்மேனும், சமதர்மக் கொள்கை யாளராக இருந்த பென்குரியனும் அரேபியர்களுடன் சேர்ந்து வாழும் வகையில் நாளடைவில் யூதத் தாயகம் ஒன்று ஏற்பட்டு விடுமென்ற நம்பிக்கையில் இருந்தார்கள். அரேபியர்களுக்கென்று ஒரு தனி தேசியம் என்பதைப் பென்குரியன் ஏற்றுக்கொள்ளவில்லை. யூத தொழிலாளர்களும் அரேபியத் தொழிலாளர்களும் நட்புணர் வுடன் ஒருங்கிணைந்து அமைதியாக வாழ வேண்டுமென்று பென் குரியன் விரும்பினார்.

சில சமயம் 'இந்தப் பிரச்சனைக்குத் தீர்வு எதுவும் கிடையாது! நாடு எங்களுடையதாக வேண்டும்' என்றும் கூறினார். ஆனால் அரேபியர்களோ நாடு தங்களுடையதாக வேண்டுமென்று விரும்பி னார்கள். யூத தாயக இயக்கத்தவர்கள் 'ஹாஸ்ஹோமர்' என்றழைக்கப் பட்ட தங்கள் பழைய காவல் படையை வலுப்படுத்தி செயல்திறன் மிக்க 'ஹக்நாக்' எனப்படும் பாதுகாப்புப் படையாக மாற்றி யிருந்தார்கள்.

ஒவ்வொரு வன்முறைச் செயலும் இருதரப்பு தீவிரவாதிகளின் இனவெறிக்கும் இரைபோட்டது. அரேபியர்களின் தனித் தேசிய மென்பது யூத தாயக இயக்கத்தைப் போன்றே அமைந்தாக வேண்டிய உண்மையென்று கருதினார் ஜபோட்டின்ஸ்கீ. ஜோர்டானின் இரு கரைகளையும் உள்ளடக்கிய யூத தாயகத்தையே தான் விரும்பு வதாகவும், ஆனால் இதற்குக் கடுமையான எதிர்ப்பு இருக்குமென்றும் ஓர் 'இரும்புச் சுவர்' வைத்துத்தான் இதைப் பாதுகாத்துக்கொள்ள முடியுமென்று தான் நம்புவதாக ஜபோட்டின்ஸ்கீ தெரிவித்தார். எனவே ஜபோட்டின்ஸ்கீ 'யூத தாயக இயக்கச் சீராய்வாளர்களின் கூட்டமைப்பு' என்ற இளைஞர் பிரிவைத் தோற்றுவித்து, அதற்கு 'பெடார்' என்று பெயரிட்டார். இதன் உறுப்பினர்கள் சீருடை யணிந்து அணிவகுப்புகளையும் நடத்தினார்கள். வெய்ஸ்மேன் போன்றவர்களின் மென்மையான அணுகுமுறையைச் சாராமல் ஒரு புதிய செயல்வீரம் கொண்ட யூதர்களை உருவாக்க முயன்றார்.

ஜபோட்டின்ஸ்கீ வல்லாண்மை ஆட்சி முறையில் நம்பிக்கை யுடையவர் என்று வெய்ஸ்மேன் கூறினார். பென்குரியன் ஜபோட்டின்ஸ்கீக்கு 'இரண்டாம் வல்லாட்சியாளர்' என்று புனை பெயரிட்டார்.

சிரியாவைக் கைப்பற்றுவதில் பிரெஞ்சுக்காரர்கள் தீவிரமாக இருந்ததால் அரேபிய தேசியவாதிகளின் நம்பிக்கை நட்சத்திர மாயிருந்த பைசல் செயலற்றுப்போனார். அரசரை வன்முறை மூலமாக வெளியேற்றிவிட்டு அவரது சீர்குலைந்திருந்த படை யையும் அழித்தனர் பிரெஞ்சுக்காரர்கள். இதனால் லாரென்ஸின் திட்டங்கள் தகர்ந்து போயின. ஒருங்கிணைந்த அகன்ற சிரியா திட்டம் தோல்வியடைந்ததும், பின் நிகழ்ந்த கலவரங்களும் பாலஸ்தீனியர்களைத் தேசிய உணர்வு கொள்ள வைத்தது.[2]

1920ஆம் ஆண்டு ஏப்ரல் 24ஆம் நாள் நடந்த சான்ரெமோ மாநாட்டில் பால்பர் அறிக்கையின் அடிப்படையில் பாலஸ் தீனத்தை ஆளுவதற்கான உத்தரவை லாயிட் ஜார்ஜ் ஏற்றுக்கொண்டு சர் ஹெர்பர்ட் சாமுவேலை முதல் கமிஷனராக நியமித்தார். இவர் வெள்ளைச் சீருடையில், தலைக்கவசமணிந்து, கையில் வாளுடன் பதினேழு துப்பாக்கிகள் முழங்கி வணக்கம் தெரிவிக்க ஜூன் 30ஆம் தேதி ஜெருசலேம் நகருக்கு வந்தார். சாமுவேல் யூதராகவும் யூத தாயக இயக்கத்தைச் சேர்ந்தவராகவும் இருந்தாலும் இனவுலகில் சஞ்சரிப்பவரல்ல.

இவர் முத்தினைப் போல் களங்கமற்றவர் என்றும் தன் பணியை எந்த நேரத்திலும் மறக்காதவர் என்றும் ஒரு பத்திரிகையாளர்

இவரைப் பற்றிக் குறிப்பிடுகிறார். லாயிட் ஜார்ஜ் இவரை உணர்ச்சிகளை வெளிக்காட்டாத விருப்பு வெறுப்பற்றவரெனக் கருதினார். சாமுவேல் வேடிக்கையாகப் பேசக்கூடியவர். இவர் இராணுவ ஆளுநரிடமிருந்து பாலஸ்தீனத்தின் பொறுப்பேற்றுக்கொண்ட போது, 'மேஜர் ஜெனரல் சார்லஸ் ஜெ.போல்ஸ் கேசிபி அவர்களிடமிருந்து தவறுகளும் விடுபட்டவைகளும் தவிர, ஒரேயொரு பாலஸ்தீனத்தை முழுமையாகப் பெற்றுக்கொண்டேன்' என்று எழுதிக் கொடுத்தார்

நபிமுசா கலவரத்திற்குப் பின், சாமுவேலின் அமைதியான அணுகுமுறை தொடக்கத்தில் பாலஸ்தீனத்திற்கு ஆறுதல் அளிப்பதாக இருந்தது. சாமுவேல் ஆலிவ் மலையிலுள்ள அகஸ்டா விக்டோரியாவை அரசு செயலகமாக வைத்துக்கொண்டார். இவர் ஜபோட்டின்ஸ்கீயை விடுதலை செய்ததுடன், அமீன் ஹுசைனிக்கும் மன்னிப்பு வழங்கினார். தற்காலிகமாக யூதர்களின் குடியேற்றத்தைக் கட்டுப்படுத்தி அரேபியர்களுக்கு நம்பிக்கையூட்டினார். பாலஸ்தீனத்தைப் பொறுத்து பிரிட்டிஷ் அரசின் விருப்பங்கள் 1917ஆம் ஆண்டு இருந்ததைப்போல் இல்லை. அயல்நாட்டுச் செயலராயிருந்த கர்ஸான் யூத தாயக இயக்கத்தைப் பிரிட்டன் கண்மூடித்தனமாக ஆதரிப்பதை எதிர்த்ததுடன், பால்பர் அறிக்கையையும் நீர்த்துப் போகச் செய்தார்.

யூதர்களுக்குத் தாயகம் ஒன்று இருக்கும். ஆனால் இப்பொழுதும் எப்பொழுதும் தனிநாடு இருக்காதென்று இவர் தெரிவித்தார். வெய்ஸ்மேன் தான் வஞ்சிக்கப்பட்டதாகக் கருதினார். இந்த அறிவிப்பையும் அரேபியர்கள் மோசமானதென்றே கருதினார்கள். 1921ஆம் ஆண்டு 18,500 யூதர்கள் பாலஸ்தீனத்திற்கு வந்தார்கள். அடுத்த எட்டு ஆண்டுகளில் 70,000 யூதர்களைப் பாலஸ்தீனத்திற்கு வர அனுமதித்தார். 1921ஆம் ஆண்டு காலத்தில் சாமுவேலின் உயர் அதிகாரியும், குடியேற்ற நாடுகளின் செயலராகவுமிருந்த வின்ஸ்டன் சர்ச்சில் தன் ஆலோசகர் அரேபிய லாரென்சுடன் ஜெருசலேமிற்கு வந்தார்.

சர்ச்சில் நவீன மத்திய கீழ்த்திசை நாட்டைத் தோற்றுவித்தார்: லாரென்ஸின் ஷெரிபியன் தீர்வு

'நான் வின்ஸ்டன் சர்ச்சிலை மிகவும் விரும்புகிறேன். அவர் மீது அதிக மரியாதை வைத்துள்ளேன்' என்று பின்னாளில் லாரென்ஸ் குறிப்பிட்டார். முரட்டுத்தனமான சாகசச் செயல்கள் மூலமாகவும்,

அதனால் கிடைத்த வெற்றிகளையும் கொண்டு பொது வாழ்க்கையில் தன்னைத்தானே உயர்த்திக்கொண்டவர் சர்ச்சில், அவரது நாற்பதுகளின் பின்பகுதியில் தண்டனை அளிப்பதற்காக ரத்தம் சிந்த வேண்டியிருப்பதையும் ஒரு புதியப் பேரரசிற்குப் பாதுகாப்பளிக்க வேண்டிய பொறுப்பையும் ஏற்க நேர்ந்தது.

பிரிட்டிஷ் ஆட்சிக்கு எதிராக ஈராக்கில் முன்பே கிளர்ச்சி ஏற்பட்டிருந்தது. பிரிட்டிஷ் மேலாதிக்கத்தின் கீழிருக்கும் அரேபிய ஆளுநர்களுக்குச் சில அதிகாரங்களை வழங்க விரும்பிய சர்ச்சில் கெய்ரோவில் ஒரு மாநாட்டைக் கூட்டினார். ஈராக் புதிய பேரரசை பைசலுக்கு அளிக்க வேண்டுமென்ற கோரிக்கையை லாரென்ஸ் முன்மொழிந்தார்.

1920ஆம் ஆண்டு மார்ச் பன்னிரண்டாம் நாள் சர்ச்சில் அரேபியாவைப் பற்றி அறிந்த அரசியல் அறிஞர்களை செமிராமிஸ் ஹோட்டலில் ஒருங்கிணைத்தார். சர்ச்சிலின் கால்களுக்கடியில் இரண்டு சோமாலிய சிங்கக்குட்டிகள் விளையாடிக்கொண்டிருந்தன. பாலைவனப் பகுதிகளின் வெப்பத்தை அனுபவிக்க விரும்பாத சர்ச்சில் இந்த ஆடம்பரத்தை விரும்பினார். ஆனால் இந்த ஆடம்பரத்தை வெறுத்த லாரென்ஸ் இவ்வாறு எழுதினார்: 'நாங்கள் சலவைக் கற்களாலும் வெண்கலத்தாலும் நேர்த்தியாக உருவாக்கப்பட்ட விலையுயர்ந்த ஆடம்பரமான இடத்தில் தங்கியிருந்தோம். அந்த இடம் என்னை ஒரு பொதுவுடமைக் கொள்கையாளனாக மாற்றியது.'

'நாம் ஒரு மகிழ்ச்சியான குடும்பம்; மத்திய கிழக்குப் பகுதியைச் சேர்ந்த ஒவ்வொருவரும் இங்கிருக்கிறோம். முக்கியமான விஷயங்களை நாம் ஒப்புக்கொண்டிருக்கிறோம். நாளை மறுதினம் நாம் ஜெருசலேமிற்குச் செல்வோம்.' இவ்வாறு கூறிய சர்ச்சில் ஷெரிபியன் தீர்வை ஏற்றுக்கொண்டார். ஷெரிப்புக்கும் அவரது மகன்களுக்கும் பிரிட்டிஷ் அரசு கொடுத்த வாக்குறுதிகளை நிறைவேற்றத் தவறியதற்கு ஈடுசெய்யும் வகையில் பிரிட்டிஷ் அரசு நடந்து கொண்டிருப்பதாக லாரென்ஸ் கருதினார். பழைய ஷெரீப் ஹேஜாஜ் அரசர் ஹுசைன், சௌதி தலைவர் இபின் சாட்[3] தலைமையின் கீழ் இயங்கும் வகாபி போர் வீரர்களுக்கு இணையானவரல்ல. அரசரின் மகன் அப்துல்லா 1350 வீரர்களுடன் சௌதியர்களை எதிர்க்க முயன்று தோற்றுப் போனார். அப்துல்லா கூடாரத்தின் பின் வழியாக, தன் உள்ளாடையுடன் ஓடி தப்பிப்பிழைத்தார். இவர் தப்பிப் பிழைத்ததே அதிசயம்.

பைசல், சிரியாவையும் பாலஸ்தீனத்தையும் ஆள்வதென்றும் அப்துல்லா ஈராக்கின் அரசராக இருப்பதென்றும் இவர்கள் திட்ட மிட்டிருந்தார்கள். தற்போது பைசல் ஈராக்கைப் பெற்றுக் கொண்டார். அப்துல்லாவுக்கு எதுவும் கிடைக்கவில்லை. எனவே அப்துல்லா முப்பது அதிகாரிகளுடனும் இருநூறு அரேபிய நாடோடி களுடனும் தன்னுடைய சிறிய நில உரிமைப் பகுதியைக் கைப்பற்றிக்கொள்ள இன்றைய ஜோர்டான் பகுதிக்கு விரைந்தார். இவரது இச்செயல் பிரிட்டிஷ் உத்தரவின் அடிப்படையில் நிகழ்ந்த தாகக் கூறப்பட்ட போதிலும், இதுபற்றி கர்ஸான் பிரபு, 'ஒரு சிறிய சாணக்குவியலைக் கிளறும் பெரிய சேவல்' என்று கூறினார். அப்துல்லாவின் துடுக்குத்தனமான நடவடிக்கை பற்றி சர்ச்சிலுக்குத் தெரிவிக்கப்பட்டது. ஆனால் அவர் இதை ஒரு முடிந்துபோன செயலாகவே கருதினார். அப்துல்லாவை ஆதரிக்கும்படி சர்ச்சிலுக்கு லாரென்ஸ் ஆலோசனை கூறினார். இளவரசர் அப்துல்லாவை அழைத்துவந்து, தன்னை ஜெருசலேமில் சந்திக்கும்படி சர்ச்சில் லாரென்ஸை அனுப்பி வைத்தார்.

மார்ச் மாதம் 23ஆம் தேதி நள்ளிரவில் சர்ச்சில் தன் மனைவி கிளைமெண்ட்டைனுடன் புகைவண்டியில் ஜெருசலேமிற்குப் புறப் பட்டார். காஜா பகுதியில் நுழைந்தபோது உற்சாகத்துடன் ஒரு கூட்டம், 'அமைச்சர் வாழ்க! யூதர்கள் வீழ்க! அவர்களது கழுத்து களை வெட்டுங்கள்!' என்று ஆர்ப்பரித்து சர்ச்சிலை வரவேற்றது. எதையும் புரிந்துகொள்ளாமல் சர்ச்சில் மகிழ்ச்சியுடன் கைகளை அசைத்தார்.

ஜெருசலேமில் இவர் அகஸ்டா விக்டோரியா கோட்டையில் தங்கியிருந்தார். மிதவாதியாகவும் நட்புடனுமிருந்த அப்துல்லாவை, சர்ச்சில் நான்குமுறை சந்தித்தார். அப்துல்லாவும் டிரான்ஸ் ஜோர்டான் பகுதியைப் பெற்றுக்கொள்ளலாமென்ற நம்பிக்கை யுடன் இருந்தார். இந்த சந்திப்புகளின்போது லாரென்சும் உடனிருந் தார். ஹாஸ்கிமெயிட் பேரரசை நிறுவும் நம்பிக்கையுடனிருந்த அப்துல்லா, யூதர்களும் அரேபியர்களும் தன்னுடைய ஆளுகையின் கீழ் (சிரியா பகுதியையும் சேர்த்து) ஒன்றாக இருக்கலாமென்று எண்ணினார். பிரிட்டிஷ், பாலஸ்தீனத்தையும் பிரெஞ்சு, சிரியா வையும் ஏற்றுக்கொண்டால் டிரான்ஸ் ஜோர்டான் பகுதியை அப்துல்லாவுக்கு வழங்க சர்ச்சில் சம்மதித்தார். அப்துல்லா தயக்கத்துடன் இதற்கு ஒப்புக்கொண்டவுடன், சர்ச்சில் ஒரு புதிய நாட்டைத் தோற்றுவித்தார். ஜெருசலேமில் ஒரு ஞாயிற்றுக்கிழமை

மதியம் அமீர் அப்துல்லாவை டிரான்ஸ் ஜோர்டானில் அரசராக நியமித்தது நினைவுக்கு வருவதாகப் பின்னாளில் சர்ச்சில் தெரிவித்தார்.

பைசலையும் அப்துல்லாவையும் தனித்தனியாக இரண்டு அரியணைகளில் அமர்த்தும் லாரென்ஸின் திட்டம் நிறைவேறியது.[4]

யூதர், உலகில் எங்கிருந்தாலும் யூதரே! பல நாடுகளில் இவர்கள் அழிவுக்குக் காரணமாக இருந்திருக்கிறார்கள். யூதர்கள் உலகைத் தங்கள் கட்டுப்பாட்டிற்குள் கொண்டுவர விரும்புகிறார்கள். இவ்வாறான காரணங்களைக் குறிப்பிட்டு பாலஸ்தீன அரேபியர்கள் சர்ச்சிலுக்கு மனு அனுப்பினார்கள். சர்ச்சில் ஜெருசலேமிய அரேபியர்களை முன்னாள் மேயர் மூசா காசிம்–அல்–ஹுசைனி யுடன் சந்தித்தார். யூதர்களுக்கு ஒரு தாயகம் அமைய வேண்டு மென்பது சரியான முடிவென்பதுடன், வரலாற்றின் கட்டாய மென்றும் சர்ச்சில் அவர்களிடம் தெரிவித்தார்.

சர்ச்சிலின் தந்தை[5] யூதர்களைப் பற்றிப் புகழ்ந்துரைத்து யூதர் களைப் பற்றி ஒரு நல்லெண்ணத்தை சர்ச்சிலிடம் தோற்றுவித் திருந்தார். யூத தாயக இயக்கமென்பது இரண்டாயிரம் ஆண்டுகள் யூதர்கள் பட்ட துன்பங்களால் ஏற்பட்டதென்று சர்ச்சிலின் தந்தை அவருக்குப் போதித்திருந்தார். லெனின் சோவியத் ரஷ்யாவையும் அச்சத்தையும் உருவாக்கியபோது, பொதுவுடமைப் புரட்சி இயக்கம் யூதர்களின் இயக்கமாகவே இருந்தது. தன்னை அகில உலக யூதரென்று கூறிக்கொண்ட ஒரு பூச்சாண்டி மனிதர் மோசமான கேலிக்குரிய இந்த இயக்கத்தை நடத்திவந்தார். எனவே இந்தப் பொதுவுடமைப் புரட்சி இயக்கத்துக்கு யூத தாயக இயக்கம் சரியான மாற்று மருந்தாயிருக்குமென சர்ச்சில் கருதினார்.

சர்ச்சில் ஜெருசலேமை நேசித்தார். இங்குள்ள ஸ்கோப்பஸ் மலையில் பிரிட்டிஷ் இராணுவக் கல்லறையைத் திறந்து வைத்த போது காலிப்புகள், சிலுவைப் போர் வீரர்கள், யூத இளங்கோக்கள் ஆகியோரின் புழுதி இந்த மண்ணில் படிந்திருப்பதாகக் குறிப் பிட்டார். அவர் திருக்கோயில் மலைக்கு அழைத்துச் செல்லப்பட்டார். சமயம் வாய்க்கும்போதெல்லாம் சர்ச்சில் அங்கு சென்றார். இங்கிலாந்துக்குத் திரும்புவதற்கு முன்பு ஆலிவ் மலையிலிருந்து அரசு நிர்வாகத்தை நடத்தி வந்தார். சர்ச்சில் இங்கிருந்தபோது எதிர் பாராதவிதமாக மப்டி இறந்து போனார்.

முன்பே ஸ்டார்ஸ், மேயர் ஹுசைனியைப் பதவியிறக்கம் செய்திருந்தார். மீண்டும் இந்தக் குடும்பத்திற்கு சோதனைகளை

சைமன் சிபாக் மாண்ட்டிஃபையர் ೪ 713

ஏற்படுத்த விரும்பாததால் ஜெருசலேமின் மப்டி என்ற பதவியை முற்றிலுமாக ஒழித்துவிட சர்ச்சில் விரும்பவில்லை. மேலும் பிரிட்டிஷ் காரர்கள் இங்கிலாந்திலுள்ள தங்கள் உயர்குடி வகுப்பினரைப் போல், செல்வாக்கும் சமூகத்தில் மதிப்பும் பெற்றிருந்த அரேபிய உயர்குடி வகுப்புக் குடும்பங்களை விரும்பினார்கள். எனவே சாமுவேலும் ஸ்டார்சும் ஜெருசலேமில் முன்னணியிலிருந்த இரண்டு வேறுவேறு உயர்குடிக் குடும்பங்களிலிருந்து மேயரையும் மப்டியையும் நியமித்தார்கள். இவர்களது வழிவழி குடிமரபுப்பகை ஜெருசலேமில் மாண்டேகுகளையும் கேப்புலெட்டுகளையும் உருவாக்கு மென ஆங்கிலேயர்கள் நம்பினார்கள்.

குறிப்புகள்:

1. 1917ஆம் ஆண்டு ரஷ்யப் பொதுவுடமைவாதியும் புரட்சிக்காரருமான ரூட்டென் பெர்க்கை, கெரென்ஸ்கி பெட்ரோட்கிரேட்டின் துணை ஆளு நராக நியமித்தார். டிராட்ஸ்கியின் சிவப்புக் காவலர்களால் குளிர்கால மாளிகை தாக்கப்படுவதற்கு முன்பே ரூட்டென் பெர்க் அதன் பாதுகாப்பு பொறுப்பில் இருந்தார். கனத்த உடலமைப்பைப் பெற்ற இவர் மிகுந்த திறமைசாலி. எப்போதும் கறுப்பு ஆடைகளையே அணிந்திருப்பார். இவர் மெல்லிய குரலில் அச்சுறுத்தும் வகையில் பேசக்கூடியவராகவும், கவர்ச்சி கரமான அறிவாளியாகவும் இருந்தவர். அனைத்தையும் அறிந்தவர் என்றாலும் வன்முறை சார்பாளர். எனவே ஸ்டார்ஸ், ரூட்டென் பெர்க்கை வர வழைத்தார். 1922ஆம் ஆண்டு பாலஸ்தீனத்திலுள்ள நீர்மின் நிலையங்கள் அமைக்க பொறியாளரான ரூட்டென் பெர்க்கை ஆதரித்தார் சர்ச்சில்.

2. 'பாலஸ்தீனியன்' என்ற வார்த்தை அரேபிய நாட்டைக் குறிக்கவே ஏற்பட்டது. இருபதாம் நூற்றாண்டின் முற்பாதியில் இங்கிருந்த யூதர்கள் பாலஸ்தீனியர்கள் அல்லது பாலஸ்தீன யூதர்கள் என்று அழைக்கப் பட்டனர். இங்கிருந்த அரேபியர்கள் பாலஸ்தீனிய அரேபியர்கள் என்று அழைக்கப்பட்டனர். 1949ஆம் ஆண்டு பதிப்பிக்கப்பட்ட தன் நினைவுக் குறிப்புக்களில் வெய்ஸ்மேன் பாலஸ்தீனியன் என்ற வார்த்தையை யூதர் களைக் குறிப்பிடவே பயன்படுத்துகிறார். யூத தாயக இயக்கத்தின் செய்தித் தாள் 'பாலஸ்டைன்' என்றும் அரேபிய செய்தித்தாள் 'பிலிஸ்ட்டின்' என்றும் அழைக்கப்பட்டன.

3. சேக்ஸ்பியரின் அரசன் லியரைப் போல அரேபியாவின் லியராக இருந்தார் வயது முதிர்ந்த ஹுசைனி. இவரது மகன்களின் நன்றி கெட்ட பண்பும், பிரிட்டிஷ்காரர்களின் நயவஞ்சகமும் இவரை ஆட்டிப் படைத்தன. இவர் வாழ்க்கையில் கசப்புற்றிருந்த நிலையில் ஆங்கிலோ–பிரெஞ்சு கூட்டாட்சி தலைமையுடன் சமரசம் செய்துகொள்ள வற்புறுத்துவதற்காக லாரென்ஸ் அனுப்பி வைக்கப்பட்டார். ஹுசைனி இசையாவிட்டால், பிரிட்டிஷ் நிதியுதவி நிறுத்தப்படும் என்று அவருக்குத் தெரிவிக்கப்பட்டது. கோப மடைந்து அழுதார் என்றாலும் சமரசத்திற்கு ஒப்புக்கொள்ள மறுத்து விட்டார்.

4. கோலோராடாவைச் சேர்ந்த 25 வயதுள்ள அமெரிக்கர் லோவெல் தாமஸ் அரேபிய லாரென்ஸின் சாகசச் செயல்களை விளக்கி ஒரு நடமாடும் கண்காட்சியை நடத்தியதன் மூலம், இறுதி சிலுவைப் போரை நிகழ்த் தியவர் என்ற பெயரினைப் பெற்று, தன்னை வளப்படுத்திக் கொண்டார். இவரது கண்காட்சியை லண்டனில் பத்து லட்சம் மக்கள் கண்டனர். லாரென்ஸ் ஐந்து முறை இந்தக் கண்காட்சியைப் பார்த்தார். 'நான் உங்கள் கண்காட்சியைப் பார்த்தேன். விளக்குகள் அணைந்துவிட்டன. கடவுளுக்கு நன்றி சொல்லவேண்டும்' என்று லாரென்ஸ் எழுதினார். ஒரு சினிமா நடிகருக்கு ஆடை அணிவித்து ஒரு மாயத் தோற்றத்தை ஏற்படுத்தி யிருக்கிறார் என்றும் என்னைப்பற்றிய உண்மைகளைவிட பொய்களையே நான் விரும்புகிறேன் என்றும் குறிப்பிட்டார். பல தவறுகள் இருந்த போதிலும் இது ஒரு சிறந்த படைப்பென்று 'அறிவுடைமையின் ஏழு தூண்கள்' என்ற தன் நூலைப்பற்றி லாரென்ஸ் குறிப்பிடுகிறார். பின்பு லாரென்ஸ் தன் பெயரை மாற்றிக்கொண்டு விமானப்படையில் சேர்ந்து ஓய்வு பெற்றார். 1935ஆம் ஆண்டு ஒரு மோட்டார் சைக்கிள் விபத்தில் இவர் இறந்து போனார்.

5. உயர்குடி வகுப்பினர்களின் நண்பராயிருப்பது ஒழுக்கத்திற்கு ஊறு விளை விப்பது என்று கருதப்பட்டபோதிலும், ரண்டோல்ப் சர்ச்சில் ரோத்ஸ் சைல்டுகளுக்கும் மற்றவர்களுக்கும் நண்பராயிருந்தார். ரண்டோல்ப் சர்ச்சில் ஒரு விருந்தில் கலந்துகொள்ளச் சென்றார். அங்கு இவருக்கு வணக்கம் தெரிவித்த ஒருவர், 'ரண்டோல்ப் உன் யூத நண்பர்களை அழைத்து வரவில்லையா?' என்று கேட்டார். அதற்கு சர்ச்சில் இங்குள்ளவர்களால் அவர்களை மகிழ்ச்சியடையச் செய்ய முடியாதென்று பதிலளித்தார்.

☆

48

பிரிட்டிஷ் அரசாணை
1920-36

மப்டியும் மேயரும்: அமீன் ஹுசைனியும் ராகேப் நாஷஷிபியும்

மேயராகத் தேர்ந்தெடுக்கப்பட்ட நபர் அடிக்கடி நகரில் வலம் வருபவராக இருந்தார். ராக்கேப் நஷாஷிபி ஜெருசலேமில் அமெரிக்க கார் வைத்திருந்த முதல் மனிதர். இவர் எப்பொழுதும் கையில் சிகரெட்டுடனும் ஒரு பிரம்புடனும் காணப்படுவார். இனிய முகத்துடன் இருக்கும் நஷாஷிபி ஆரஞ்சுத் தோட்டங்களையும் பல மாளிகைகளையும் பெற்று சமீபத்தில் செல்வச் செழிப்பாக உள்ள ஒரு குடும்பத்தின் வாரிசு.[1]

பிரெஞ்சு, ஆங்கிலம் ஆகிய மொழிகளைச் சரளமாகப் பேசக் கூடியவர். துருக்கி பாராளுமன்றத்தில் இவர் ஜெருசலேமின் பிரதிநிதி யாக இருந்தவர். யாழிசைக் கலைஞர் வாசீப் இவரது விருந்துகளை முன்னின்று நடத்துவதுடன், இவரது காமக்கிழத்திக்கு யாழி சைக்கவும் கற்பித்தார். மேயரானவுடன் இவர் ஓர் ஆண்டில், நண்பர் களுக்காக ஒரு விருந்தையும் ஹை கமிஷனருக்காக ஒரு விருந்தையும் கொடுப்பது வழக்கம். யூத தாயக இயக்கத்திற்கு எதிரான போராளியாயிருந்த இவர், பாலஸ்தீன உயர்குடிமகன் என்ற முறை யிலும் தலைவர் என்ற முறையிலும் தன் பணியை முக்கியமான தாகக் கருதினார்.

தலைமை மப்டியாகத் தேர்ந்தெடுக்கப்பட்ட ஹாஜ் அமீன் ஹுசைனி, நஷாஷிபியின் உடன் பிறந்தவராவார். செல்வ வள மிக்கவரும் நபிமுசா கலவரங்களைத் தூண்டியவருமான இவரை ஸ்டார்ஸ் ஹை கமிஷனருக்கு அறிமுகப்படுத்தினார். ஹுசைனி அழகான முடியையும் நீலநிறக் கண்களையும் சிவப்பு தாடியையும் புன்சிரிப்புடன் கூடிய முகத்தையும் பெற்றவர். இவர் அறிவுடைய வராகவும், கற்றறிந்தவராகவும், நல்ல ஆடைகளை அணிவதில் விருப்பம் உடையவராகவும், நகைச்சுவையுணர்வு கொண்டவராகவும் இருந்தார்.

மப்டி தேர்தலில் ஹுசைனி வெற்றிபெறவில்லை. ஜரல்லா என்பவர்தான் வெற்றி பெற்றார். ஹுசைனி தேர்தலில் நான்காவது இடத்தையே பெற்றார். தங்களை நற்செயல்கள் புரியும் சர்வாதி காரிகளாகக் கருதிக்கொண்ட பிரிட்டிஷ்காரர்கள், தேர்தலை ரத்து செய்துவிட்டு ஹுசைனியை மப்டியாக நியமித்தார்கள். ஹுசைனிக்கு அப்போது வயது 26 என்பதும், கெய்ரோவில் மேற்கொண்ட சமயக் கல்வியை முறைப்படி முடிக்கவில்லை என்பதும் குறிப்பிடத்தக்கது. புதிய உயர்நிலை முஸ்லிம் கவுன்சிலின் தலைவர் தேர்தலில் சாமுவேல், ஹுசைனியை ஆதரித்து இவரது செல்வத்தையும் அரசியல் செல்வாக்கையும் இரட்டிப்பாக்கினார்.

ஹுசைனி, இஸ்லாமிய மரபில் வந்தவர். நஷாஷிபி துருக்கிய மரபில் வந்தவர். இருவருமே யூத தாயக இயக்கத்தை எதிர்த் தார்கள். ஆனால் நஷாஷிபி பிரிட்டிஷ் அதிகார மையத்துடன் அரேபியர்கள் பேச்சுவார்த்தை நடத்தி முடிவு செய்துகொள்ள வேண்டுமென்ற கருத்துடையவராக இருந்தார். ஹுசைனி தன் பொது வாழ்வில் ஒரு சுற்றுப்பாதையில் பயணித்து கொள்கைப் பிடிப் புடைய அரேபிய தேசியவாதி என்ற வகையில் எதையும் விட்டுக் கொடுக்காமல், சமாதான பேச்சுகளை எதிர்ப்பவராக இருந்தார்.

தொடக்கத்தில் ஹுசைனி பிரிட்டிஷ்காரர்களுக்கு பணிந்து நடக்கும் நண்பராயிருந்தார். பின்பு இவர் மற்ற அரேபியர்களை மிஞ்சும் வகையில் செமிட்டிய இனத்திற்கெதிரான போராளியாக உருவெடுத்து, ஹிட்லரின் யூதப் பிரச்சனைக்கான இறுதித் தீர்வுக் கொள்கையைத் தழுவினார். யூத தாயக இயக்கத்திற்கும் பிரிட் டனுக்கும் எதிரியாயிருந்த ஹுசைனியை அரசியல் ரீதியாக உயர்த்தியது சாமுவேலின் சாதனையாகும். உண்மையில் ஹுசைனி தன் மக்களைப் பிளவுபடுத்தித்தான் யூத தாயக இயக்கத்திற்கு உதவி யிருக்கிறாரென்று வாதிடுபவர்கள் உண்டு.

மப்டியும் சுவர்ச் சண்டையும்

பிரிட்டிஷ் மாகாண துணை முதல்வர்களின் முதல் தலைமுறையினர் ஜெருசலேமை அடக்கிப் பணிய வைத்துவிட்டதாகத் தங்களைப் பாராட்டிக் கொண்டார்கள். சட்டம், ஒழுங்கு சீர்குலைந் திருந்த நிலை மாறிவிட்டதென்று அறிவித்துவிட்டு, 1925 ஜூன் மாதம் சாமுவேல் லண்டனுக்குத் திரும்பிச் சென்றுவிட்டார். ஓராண் டிற்குப் பின் சைப்பிரஸைற்கும், பின்பு வடக்கு ரோடேஷியாவிற்கும் ஆளுநராகப் பதவி உயர்வு பெற்ற ஸ்டார்ஸ் அழகும் அமைதியும் நிறைந்திருந்த ஜெருசலேம் நகரை விட்டுப் புறப்பட்டுச் சென்றார். இவர், ஜெருசலேமிற்கு அடுத்து பதவி உயர்வு எதுவும் இல்லையென்று கூறி பெருமூச்செறிந்தார். வால்ரஸ் மீசை வைத்திருந்த பீல்டு மார்ஷல் விஸ்கவுண்ட் புளூமர் புதிய ஹை கமிஷனராகப் பதவியேற்றார். நிதிக் குறைப்பினால் சாமுவேலைவிட குறைந்த அளவிலேயே வீரர்களையும் பணியாளர்களையும் இவர் வைத்துக் கொள்ள வேண்டியிருந்தது. இவர் தனி மனிதனாக ஜெருசலேம் நகரைச் சுற்றிவந்து மக்களிடையே மகிழ்ச்சியையும் அமைதியையும் ஏற்படுத்த முயன்றார். அரசியல் சார்ந்த அதிர்வுகளைப் பற்றி இவரிடம் தெரிவிக்கும் நேரத்தில் இவர் நெருப்புக் கோழியைப்போல் முகத்தைப் புதைத்துக்கொண்டு, ‘அரசியல் அதிர்வுகள் எதுவுமில்லை; ஓர் அரசியல் சூழலை நீங்களே உருவாக்காதீர்கள்’ என்று கூறுவார்.

புளூமர், வயது முதிர்வின் காரணமாக ஓய்வுபெற்றார். புதிய கமிஷனர் இன்னமும் வரவில்லை. இந்த நேரத்தில் புதிய அரசியல் சூழல் உருக்கொள்ளத் தொடங்கியது. 1928ஆம் ஆண்டு கோல் நிட்ரி எனப்படும் யூதர்களின் கழுவாய் தேடும் திருநாளன்று யூதத் திருக்கோயிலின் பணியாளர்கள் மேற்குச் சுவரில் யூத சமயச் சட்டப்படி வழிபாடு இயற்ற வரும் ஆண்களையும் பெண்களையும் பிரிப்பதற்காக ஒரு சிறிய திரையை வைத்தார்கள். முந்தைய ஆண்டு களில் வயது முதிர்ந்தவர்களுக்குத் திரையும் நாற்காலிகளும் போட்டுக் கொள்ள அனுமதி வழங்கப்பட்டிருந்தது. ஆனால் நடைமுறையை மாற்றுவதாகக் கூறி மப்டி இதற்கு எதிர்ப்பு தெரிவித்தார்.

முகமதுநபி இரவுப் பயணத்தின்போது புராக் என்றழைக்கப் பட்ட மனிதத்தலை கொண்ட தன் குதிரையை இந்தச் சுவரில் கட்டி வைத்திருந்தார் என்ற நம்பிக்கை முஸ்லிம்களுக்கு இருந்தது. ஆனால் 19ஆம் நூற்றாண்டில் இந்த மேற்குச் சுவருக்கு அருகிலிருந்த ஒரு நிலவறைப் பகுதியைத் துருக்கியர்கள் கழுதைத் தொழுவமாகப் பயன்படுத்தி வந்தனர்.

லாடினின் மகன் அப்தால் காலத்திலிருந்து இந்த இடம் சட்டப் படி அபுமைதான் அறக்கட்டளைக்கு (வக்ப்) சொந்தமாக இருந்தது. எனவே இது முஸ்லிம்களின் சொத்தாகும். இந்தச் சுவருக்குச் சென்றுவர யூதர்களை அனுமதித்தால் இஸ்லாமியர்களின் புனித மான வளாகத்தில் மூன்றாவது திருக்கோயிலான யூத ஹார் ஹாபையிட் உருவாகுமென முஸ்லிம்கள் அஞ்சினார்கள்.

இந்தச் சுவரும் கோட்டல் பகுதியும் யூதர்களுக்குப் புனிதமான இடங்களென்றும், பிரிட்டிஷ்காரர்கள் விதித்த கட்டுப்பாட்டி னாலும், முஸ்லிம்களின் அடக்கு முறையாலும் தொழுகைக்கு இடநெருக்கடி ஏற்பட்டுள்ளதால் யூத தாயக இயக்கத்திற்கு ஒரு தேவை இருப்பதாக பாலஸ்தீன யூதர்கள் நம்பினர். யூதர்களின் புனித நாட்களில் 'ஷோபார்' என்றழைக்கப்படும் ஆட்டுக் கொம்பி னாலான ஊதுகொம்பைப் பயன்படுத்துவதையும் பிரிட்டிஷார் தடை செய்தனர்.

ஸ்டார்ஸ்க்குப் பின் ஆளுநராகப் பதவியேற்ற எட்வர்டு கெய்த் ரோச் தன்னை ஜெருசலேமின் பாஷா என்று அழைத்துக்கொண்டார். ஆண்டிலேயே மிகவும் புனிதமானதாகக் கருதப்படும் யோம் கிப்பூர் வழிபாட்டு நாளன்று ஆளுநர் ரோச் இந்தச் சுவரை முற்றுகை யிட்டுக் கைப்பற்றுமாறு தன் காவலர்களுக்கு உத்தரவிட்டார். வழிபாடு செய்துகொண்டிருந்த யூதர்களை அடித்தும் முதியவர் களின் நாற்காலிகளைப் பிடுங்கியெறிந்தும் அத்துமீறி செயல் பட்டனர் காவலர்கள். யூதர்கள், முஸ்லிம்களால் கற்களாலும் கழிகளாலும் கடுமையாகத் தாக்கப்பட்டார்கள். ஜபோட்டின்ஸ்கீயின் பெடார் எனப்படும் இளைஞர் படையும் சுவருக்குச் செல்ல வேண்டு மெனப் போராட்டம் நடத்தியது. யூதர்களின் குடியேற்றமும் அதிக அளவில் அவர்கள் நிலங்களை வாங்கியதும் அரேபியர்களுக்குக் கவலை யளித்தன.

பால்பர் அறிக்கைக்குப் பின் 90,000 யூதர்கள் பாலஸ்தீனத்தில் குடியேறினர். 1925ஆம் ஆண்டில் மட்டும் பல குடும்பங்களிலிருந்து 44,000 ஏக்கர் நிலங்களை யூதர்கள் விலைக்கு வாங்கினர். யூத தேசிய ஆர்வலர்களில் ஒரு சிறிய பகுதியினர் மூன்றாவது திருக் கோயிலை ஏற்படுத்த விரும்பினார்கள். ஆனால் பெரும்பாலான வர்கள் தங்களுக்குச் சொந்தமான புனிதமான சிறிய இடத்திலேயே வழிபட விரும்பினார்கள். ஷேக்ஸ்பியரின் நாடக நடிகரையொத்த அழகுடைய புதிய ஹை கமிஷனர், ஒரு சுற்றுக்கட்டு முற்றத்தைக் கட்டிக்கொள்ளும் வகையில் யூதர்களுக்கு சுவரை விற்றுவிடும்படி மப்டியைக் கேட்டுக்கொண்டார். ஆனால் மப்டி இதற்கு மறுத்து

விட்டார். கோட்டெல் யூதர்களின் வழிபாட்டு சுதந்திரத்திற்கான புனித அடையாளச் சின்னமாயிருந்தது.

அரேபியர்களின் தேசிய உணர்வுக்கும் எதிர்ப்பிற்கும் புராக் ஒரு அடையாளச் சின்னமாக இருந்தது. வரவிருக்கும் தீமைக்கான அறிகுறியும், வெளியேற்றப்படுவோம் என்ற அச்சமும் நகரைச் சூழ்ந்தது. ஜெருசலேமில் வசிக்கும் இளம் ஹங்கேரி யூத தாயக இயக்கத்தவரும் ஜபோட்டின்ஸ்கீயின் பத்திரிகை ஆசிரியருமான ஆர்த்ர் கொய்ஸ்ட்லர், பாலைவனத்தில் தனிமைப்பட்டு சுவரால் சூழப்பட்ட மலைக்குள் இருக்கும் கோட்டையின் துன்பவியல் நாடகத்திற்கு முடிவேயில்லையென்று எழுதினார். துன்பம் தோய்ந்த அழகும் மனித நேயமற்ற சூழலும் ஜெருசலேமை வருத்தம் மிகுந்த நகரம் என்று கொய்ஸ்ட்லரைக் குறிப்பிட வைக்கிறது. இவர் டெல் அவிவ் பகுதியிலுள்ள கிட்ஸ்ச் பகுதிக்குத் தப்பித்துச் செல்ல விரும்பினார்.

1929ஆம் ஆண்டு கோடைகாலத்தில் யூதர்களின் சுவரில் மப்டி ஒரு வாயிலை அமைத்தார். இதனால் இந்த இடம் வழிப்போக்கர்களுக்கும், கழுதைகளுக்கும் பொதுப்பாதையாக மாறியது. யூதர்களின் வழிபாட்டிற்கு இடையூறு விளைவிக்கும் வகையில் வேண்டுமென்றே முஸ்லிம்களைத் தொழுகைக்கு அழைக்கும் ஓசையும், சுபி ஓதும் ஓசையும் அதிகப்படுத்தப்பட்டன. அருகிலுள்ள குறுகிய சந்துகளில் யூதர்கள் தாக்கப்பட்டார்கள். பாலஸ்தீனம் முழுவதிலும் ஆயிரக்கணக்கான யூதர்கள் 'சுவர் எங்களுடையது' என்ற முழக்கத்துடன் போராட்டம் நடத்தினார்கள்.

ஹை கமிஷனர் நகரில் இல்லாதபோது வரலாற்றாளர் ஜோசப் கிளெவ்ஸ்னர் (இஸ்ரேலிய எழுத்தாளர் அமோஸ் ஆஸ் என்பவரின் மாமன்) தலைமையில் பெடார், யூத இளம் படையினருடன், பிரிட்டிஷ் காவலர்களின் பாதுகாப்புடன் அமைதியாக சுவர்ப் பகுதிக்கு ஊர்வலம் சென்று, அங்கு யூத தாயகக் கொடியை ஏற்றி, வழிபாட்டுப் பாடல்களைப் பாடினார்கள். மறுநாள் வெள்ளிக்கிழமை தொழுகைக்குப் பின் அல்அக்ஸா பகுதியிலிருந்து வந்த 2,000 அரேபியர்கள் வழிபாடு செய்துகொண்டிருந்த யூதர்களை அடித்து சுவர்ப்பகுதியிலிருந்து விரட்டினார்கள்.

17ஆம் தேதியன்று ஒரு யூத சிறுவன் உதைத்து விளையாடிய கால்பந்து ஓர் அரேபியனின் தோட்டத்தில் விழுந்தது. இதை எடுப்பதற்காகச் சென்ற சிறுவன் கொலை செய்யப்பட்டான். இவனது இறுதிச் சடங்கின்போது யூத இளைஞர்கள் முஸ்லிம் குடியிருப்புப்

பகுதியைத் தாக்கினார்கள். 23ஆம் தேதி வெள்ளிக்கிழமை தொழுகைக்குப் பின் ஆயிரக்கணக்கான முஸ்லிம்கள், மப்டியின் தூண்டுதலின் பேரில் அல்அக்ஸாவிலிருந்து யூதர்களைத் தாக்க ஓடி வந்தார்கள். மப்டியும் அவரது நஷாஷிபி எதிரிகளும் வெவ்வேறு வகையில் கூட்டத்தினரைக் கட்டுப்படுத்தவும் தூண்டிவிடவும் முயன்றார்கள். துணிவுமிகுந்த அரேபியர்கள் சிலர் இந்தக் கூட்டத்தை எதிர்த்து நின்றும் பயனில்லை. வெறி கொண்ட இந்தக் கூட்டம் யூதர்களின் குடியிருப்புப் பகுதியையும் மாண்ட்டிபையர் சுற்றுபுறப் பகுதிகளையும் புறநகர் பகுதிகளையும் கண்மூடித்தனமாகத் தாக்கி, 31 யூதர்களைப் படுகொலை செய்தது.

ஜெருசலேமில் ஒரே குடும்பத்தைச் சேர்ந்த ஐந்து பேர் படுகொலை செய்யப்பட்டனர். ஹெப்ரானில் 59 யூதர்கள் கொல்லப் பட்டனர். ஹாகாநாக் என்னும் யூத தாயக இயக்கப்படை திருப்பித் தாக்கியது. பாலஸ்தீனம் முழுவதிலுமே 292 பிரிட்டிஷ் காவலர்கள் மட்டுமே இருந்தனர். எனவே கெய்ரோவிலிருந்து பிரிட்டிஷ் துருப் புக்கள் வரவழைக்கப்பட்டன. இந்தக் கலவரங்களை அரேபியர்கள் தாவ்ரத்–அல்–புராக் (புராக் அதாவது புரட்சி) என்றழைத்தனர். இந்தப் புரட்சி பிரிட்டிஷ் அரசைத் திகைக்க வைத்தது. கடவுளைத் தவிர வேறு யாரும் பாலஸ்தீனத்தில் நல்ல ஹை கமிஷனராக இருக்க முடியாதென்று ஹை கமிஷனர் தன் மகனிடம் கூறினார்.

1930 அக்டோபரில் குடியேற்ற நாடுகளின் செயலராயிருந்த பாஸ் பீல்டு பிரபு யூதர்களின் குடியேற்றத்தைக் கட்டுப்படுத்தியும், யூத தாயக இயக்கக் கொள்கையிலிருந்து பின்வாங்கும் வகையிலும் ஒரு வெள்ளை அறிக்கையைத் தாக்கல் செய்தார். யூத தாயக இயக்கத்தவர்கள் விரக்தியடைந்தனர். 'புராக்' கிளர்ச்சி இருதரப் பிலும் தீவிரவாதத்திற்குத் தூண்டுகோலாக இருந்தது.

வன்முறையும் பாஸ்பீல்டின் வெள்ளை அறிக்கையும் வெய்ஸ்மேனின் ஆங்கிலேய மோகத்தைக் குலைத்தது. இனியும் ஆங்கிலேயர்களைச் சார்ந்திருக்க விரும்பாத யூத தாயக இயக்கத் தவர்கள் ஜபோட்டின்ஸ்கையின் தீவிரவாத கொள்கைக்குத் தாவினார்கள். பாஸ்பீல்டின் வெள்ளை அறிக்கையை மாற்றும்படி பிரிட்டிஷ் பிரதமர் மாக்டோனாலின் ஆதரவைக் கோரிய வெய்ஸ் மேனைப் பதினேழாவது யூத தாயக இயக்க மாநாட்டில் ஜபோட் டின்ஸ்கீ தாக்கிப் பேசினார்.

மாக்டோனால்டு வெய்ஸ்மேனுக்கு ஒரு கடிதம் எழுதினார். பால்பர் அறிக்கையை உறுதிசெய்தும் யூதக் குடியேற்றத்தை மீண்டும் அனுமதிப்பதாகவும் இந்தக் கடிதத்தில் குறிப்பிட்டிருந்தார். இந்தக்

கடிதம் பிரிட்டிஷ் பாராளுமன்றத்தில் வாசிக்கப்பட்டது. அரேபியர்கள் இந்தக் கடிதத்தைக் கறுப்புக் கடிதம் என்று குறிப்பிட்டனர். ஆனால் வெய்ஸ்மேனைக் காப்பாற்ற முடியவில்லை. யூத தாயக இயக்கத் தலைவர் பதவியிலிருந்து இவர் விலக்கப்பட்டார். இதனால் மனதளவில் காயம்பட்ட வெய்ஸ்மேன், தற்காலிகமாகத் தன் அறிவியல் பணிக்குத் திரும்பினார்.

ஹகாநாக் படை கிராமப்புறப் பகுதிகளிலுள்ள யூத குடியேற்றப் பகுதிகளுக்கு ஆயுதம் தாங்கிய பாதுகாப்பு அளித்தது. யூதர்களுக்கு எதிரான கட்டுப்பாடுகளினால் வெறுப்படைந்த தீவிர தேசியவாதிகள் ஜபோட்டின்ஸ்கீயின் ஆதரவுடன் பிரிந்து சென்று, தேசிய இராணுவ சங்கத்தை நிறுவி 'இர்குன் ஜவாய் லியுமி' என்ற பெயர் சூட்டிக் கொண்டனர். இந்த சங்கம் மிகவும் சிறியதாக இருந்தாலும், பாலஸ்தீன யூத இளைஞர்கள் மத்தியிலும் கிழக்கு ஐரோப்பா யூதர்களிடமும் ஜபோட்டின்ஸ்கீ மிகுந்த செல்வாக்கு பெற்றிருந்தார். கலவரத்தைத் தூண்டும் வகையிலிருந்த இவரது பேச்சுக்களுக்காக இவர் பாலஸ்தீனத்தை விட்டு வெளியேற்றப்பட்டார். ஆனால் ஜபோட்டின்ஸ்கீயால் வெய்ஸ்மேனின் இடத்தை நிரப்ப முடியவில்லை. மறுபுறம் மப்டி அரேபியர்களின் வலிமையுள்ள தலைவராக இருப்பதைப் போல் பென்குரியன் யூதர்களின் தலைவராக உருவெடுத்தார்.

1931ஆம் ஆண்டு டிசம்பர் மாதம் திருக்கோயில் மலையில் நடந்த உலக இஸ்லாமியர்களின் மாநாட்டுக்குத் தலைமையேற்ற மப்டி முஸ்லிம்களின் ஏகபோகத் தலைவராக உலக அரங்கில் நுழைந்தார். பாலஸ்தீனத்தில் யூதக் குடியிருப்புகள் அமைவதை இவர் எதிர்த்தார். ஆனால் இவரது விரோதிகளான நஷாஷிபிக்களும், டாஜானிஜ்களும் கலிடிஸ்களும் சமரசத் தீர்வே அரேபியர்களுக்கும் யூதர்களுக்கும் நன்மை பயக்குமென்று வாதிட்டனர். எதிர்ப்பையோ, விமர்சனத்தையோ விரும்பாத மப்டி, தன் விரோதிகளைத் துரோகிகள் என்றும் நஷாஷிபிக்களின் உடலில் யூத ரத்தம் ஓடுவதாகவும் கடுமையாகத் தாக்கிப் பேசினார். நஷாஷிபி முஸ்லிம்களின் உயர்நிலைக் குழுவிலிருந்து மப்டியை விலக்க முயற்சித்து தோல்வியுற்றார். எனவே மப்டி தன் கட்டுப்பாட்டிற்குள்ளிருந்த அமைப்புகளிலிருந்து தன் விரோதிகளை விலக்கினார்.

பிரிட்டிஷ் அரசு, நலிந்த, மிதவாதிகளின் பக்கம் நிற்பதற்குப் பதிலாக, அடிப்படை மாற்றத்தை விரும்பும் தீவிரவாதிகளுக்கு ஆதரவாக இருந்தது. 1934ஆம் ஆண்டு புதிய ஹை கமிஷனரான வாச்சோப், நஷாஷிபிக்கு அளித்த ஆதரவை விலக்கிக்கொண்டு மேயர்

தேர்தலில் கலிடிஸ்களில் ஒருவரை ஆதரித்து மேயராக்கினார். எனவே ஹுசைனிகளுக்கும் நஷாஷிபிகளுக்கும் இடையேயான பகை அதிகரித்தது.

உலகம் இருளடைந்து வரும்போது போட்டி மனப்பான்மையும் உயர்ந்து வருகிறது. வல்லாண்மை ஆட்சிக் கொள்கை வலுப் பெற்றுவரும் சூழலில் சமரசமென்பது நலிந்த கொள்கையாகவும், வன்முறையானது ஏற்றுக்கொள்ளக்கூடியதாகவும் கவர்ச்சிகர மாகவும் ஆகிவிட்டது. 1933ஆம் ஆண்டு ஜனவரி மாதம் 30ஆம் நாள் ஹிட்லர் ஜெர்மனியின் வேந்தராக நியமிக்கப்பட்டார்.[2]

இரண்டு மாதங்களுக்குப் பின் மார்ச் மாதம் 31ஆம் நாள் ஜெருசலேமிலிருந்த ஜெர்மனியின் உயர் பொறுப்பாளர் ஹெய்ன்ரிச் வோல்ஃப் என்பவரை மப்டி ரகசியமாகச் சந்தித்து பாலஸ்தீனத் திலுள்ள முஸ்லிம்கள் புதிய ஆட்சியை வரவேற்பதாகத் தெரிவித் தார். ஜெர்மனியில் யூதர்கள் ஒதுக்கி வைக்கப்படுவார்கள் என தான் நம்புவதாகவும் தெரிவித்தார். ஐரோப்பிய யூதர்கள் ஹிட்லரைக் கண்டு அதிர்ச்சி அடைந்தார்கள். மிகவும் குறைந்துவிட்ட யூதர் களின் குடியேற்றம் மக்கள்தொகை சமநிலை அடையும் வகையில் அதிகரித்தது.

1933ஆம் ஆண்டில் 37,000 யூதர்களும், 1934ஆம் ஆண்டில் 45,000 யூதர்களும் பாலஸ்தீனத்திற்கு வந்தார்கள். 1936ஆம் ஆண்டில் ஒரு லட்சம் யூதர்கள் ஜெருசலேமில் இருந்தார்கள். முஸ்லிம்களும் கிறித்துவர்களும் அறுபதாயிரம் மட்டுமே ஜெருசலேமில் இருந் தார்கள். நாஜி ஆக்ரமிப்பும் செமிட்டிய இன எதிர்ப்பும் ஐரோப் பாவை அச்சுறுத்தியதுபோல், பாலஸ்தீனத்திலும் பதட்டத்தை ஏற்படுத் தியது. பிரிட்டிஷ்காரர்களுக்குச் சிறிது காலம் பொற்காலமாக விளங்கிய பகுதியின் தலைநகராயிருந்த புதிய ஜெருசலேமின் தலை வராக[3] சர் ஆர்தர் வாச்சோப் இருந்தார்.

வாச்சோப்பின் ஆளுகையில் தலைநகர்

வாச்சோப் பிறரை வரவேற்று மகிழ்ச்சிப்படுத்துவதில் விருப்ப முடைய, திருமணமாகாத பணக்காரர். இறகுகளால் ஆன தலைக் கவசமும், சீருடையும் அணிந்த காவலர்கள் இருவர் கையில் கோல் களுடன் நிற்க, வாச்சோப் விருந்தினர்களைத் தன் புதிய அரசு இல்லத் திற்கு வரவேற்றார். தீய ஆலோசனைக் குன்றில் இடைநிலைக்கால கூர்மாடக் கட்டட பாணியிலும் இஸ்லாமிய பாணியிலும் பெருங் குடியினருக்குரிய வகையில் இந்த மாளிகை அமைந்திருந்தது.

தொங்கும் சரவிளக்குகள் ஒளி உமிழ்ந்து கொண்டிருந்தன. இவற்றைத் தவிர உணவறைகளும், பில்லியட்ஸ் விளையாட்டு அறைகளும், தனித்தனிக் குளியலறைகளும் இந்த மாளிகையில் அமைந்திருந்தன. பிரிட்டன், நாய்களை விரும்புவர்களின் நாடென்பதால் நாய்களுக் கான கல்லறை ஒன்றும் இந்த மாளிகையில் இருந்தது குறிப்பிடத் தகுந்தது. விருந்தினர்களும் மேலங்கியுடன் சீருடை அணிந்திருந் தார்கள். பணமும் மதுவும் தண்ணீராய் ஓடியதென ஒருவர் குறிப்பிடுகிறார். வாச்சோப்பின் மாளிகை நவீன ஆங்கிலேயர்களால் ஜெருசலேமின் அணிகலனாக விளங்கியது.

ஸ்கோபஸ் மலையில் ஹடசாக் மருத்துவமனைக்கு அருகில் எபிரேய பல்கலைக்கழகத்தைத் திறந்துவைக்க பழைய பால்பர் கோமகன் வந்திருந்தார்.

இளைஞர் கிறிஸ்துவ மன்றத்திற்காக (YMCA) கட்டடம் உருவாக்கப்பட்டது. சுவர்களுக்கு வடக்கே இடைக்கால கூர்மாடக் கட்டட பாணியிலும் இஸ்லாமியக் கலப்பின பாணியிலும் ஓர் அருங்காட்சியகத்தை ராக்பெல்லர்கள் உருவாக்கினார்கள். ஐந்தாம் ஜார்ஜ் அவின்யூ என்றழைக்கப்பட்ட பகுதி சிறப்பான வணிக வளாகங்களையும் விடுதிகளையும் உணவகங்களையும் உயர்ந்த சரவிளக்குகளையும் கொண்டிருந்தது.

அமோஸ் ஆஸ் என்னும் ஜெருசலேம் நகர இளைஞன் (பின்னாளில் புகழ்பெற்ற இஸ்ரேல் எழுத்தாளர்) இந்தப் பகுதி திரைப்படத்தில் தான் கண்ட லண்டன் நகரின் காட்சியை நினை வூட்டுவதாகவும், இங்கு கலாச்சாரத்தைத் தேடும் யூதர்களும் அரேபியர்களும் பண்பட்ட ஆங்கிலேயர்களுடன் கலந்துறவாடுவ தாகவும், நீண்ட அழகான கழுத்துடைய பெண்கள் தங்கள் மாலை நேர ஆடைகள் காற்றில் பறக்க வீதிகளில் சென்று கொண்டிருப் பதாகவும் குறிப்பிடுகிறார்.

ஜெருசலேம் ஜாஸ் இசையின் (அமெரிக்க நீக்ரோக்களின் ஆரவார இசை) யுகமாயிருந்தது. மரபுவழி ஆடைகளை வெறுத்த இளம் பெண்கள் விரைவாகச் செல்லும் கார்களையும் விவிலிய நற்செய்தி விளக்கக் கூட்டங்களையும் ஒரே தரத்தில் கருதினார்கள். 'போஸ்டன் ஹெரால்டு' பத்திரிகை பெர்தாஸ்பார்டு என்பவரை நேரடி பேட்டி கண்டபோது, அவர் கூறியது: "ஜெருசலேமில் அந்தப்புர அழகிகள் போர்டு கார்களை ஓட்டிச் செல்கிறார்கள். இவர்கள் பிளிவ்வர்ஸ் அமெரிக்க கார்களை ஜெருசலேமில் துருக்கியர் களுக்கு அறிமுகப்படுத்தியுள்ளனர். யூதர்களை பாலஸ்தீனத்திற்குத் திருப்பி அனுப்புவது கடவுள்தானே தவிர பால்பர் அல்ல."

இன்னமும் ஜெருசலேம் ஒரு பெரிய நகருக்குள்ள வசதிகள் இல்லாமலிருந்தது. 1930ஆம் ஆண்டு முதன் முதலாக உலகத்தரம் வாய்ந்த பிரம்மாண்டமான 'கிங் டேவிட் ஹோட்டல்' கட்டப் பட்டது. இந்த ஹோட்டல் செல்வவளம் மிகுந்த எகிப்திய யூதர்கள், ஆங்கிலோ–யூத நிதி அதிபர் பிராங் கோல்டுஸ்மித் (சர் ஜேம்ஸின் தந்தை) ஆகியோர் ஆதரவுடன் நடத்தப்பட்டது.

ஹோட்டல் பைபிள் ஒழுங்கைப் பின்பற்றியது. சுற்றுலா வந்த ஓர் அமெரிக்கப் பயணி, இந்த ஹோட்டலைப் புதுப்பிக்கப்பட்ட சாலமனின் கோயிலென்று எண்ணிக்கொண்டார். ராக்கேப் நஷாஷிபி ஒவ்வொரு நாளும் இங்கு வந்து சிகையலங்காரம் செய்து கொண்டார்.

லெபனான், எகிப்து நகரைச் சேர்ந்த பணக்கார அரேபியர் களுக்கும், தற்போது செல்வவளம் குன்றியிருக்கும் அரச குடும்பத் தினருக்கும் 'கிங் டேவிட் ஹோட்டல்' உல்லாசமாகப் பொழுது போக்கும் இடமாக இருந்தது. டிரான்ஸ் ஜோர்டானின் அமீர் அப்துல்லா வழக்கமாக இங்கு வந்து தங்குவார். இவரது ஒட்டகங் களுக்கும் குதிரைகளுக்கும் இந்த ஹோட்டலில் இடவசதி இருந்தது. 1934ஆம் ஆண்டு அக்டோபர் மாதம் சர்ச்சில் தன் மனைவியுடனும், நண்பர் மொய்ன் பிரபுவுடனும் இங்கு வந்து தங்கினார். மப்டியும் தன் பங்கிற்குத் தொன்மையான மமீல்லா கல்லறையிருந்த இடத்தில் 'பேலஸ்' என்ற பெயரில் யூத கட்டட ஒப்பந்தக்காரர்களைக் கொண்டு ஒரு ஹோட்டலைக் கட்டினார்.

முன்னாள் செவிலியரான, யூதப் பெண்மணி ஒருவர் முதன் முதலாக 'அழகு நிலையம்' ஒன்றைத் தொடங்கினார். இந்த அழகு நிலைய ஜன்னலில் நிறுத்தப்பட்டிருந்த காட்சிப் பெண் பொம் மைகள் தங்களிடம் பேசுவார்களென்று அப்பாவி ஏழை விவசாயிகள் உற்றுப் பார்த்துக்கொண்டு நின்றனர். பௌலாஸ் சையித் (அறிஞர் எட்வர்டின் தந்தை) ஜாபா வாயிலருகில் சிறந்த புத்தகக் கடை ஒன்றை நடத்திவந்தார்.

ஹிட்லருக்குப் பயந்து ஜெர்மனியிலிருந்து ஓடிவந்த குர்ட்மே தம்பதியர் மிகச்சிறந்த ஆடைகள் தயாரிக்கும் வணிக மையம் ஒன்றை நடத்தி வந்தார்கள். 'மே' என்ற அந்த நிறுவனத்தின் பெயர் வாயிற்கதவுக்கு மேலே ஹீப்ரு, ஆங்கிலம், அரேபி ஆகிய மொழி களில் எழுதப்பட்டிருந்தது. இவர்கள் தங்கள் நிறுவனத்தை ஜெர்மனி யிலிருந்து இறக்குமதி செய்யப்பட்ட பொருள்களைக் கொண்டு அலங்கரித்து அழகுபடுத்தியிருந்தனர்.

விரைவிலேயே பணக்கார யூத தொழிலதிபர்களின் மனைவி களும் ஆங்கிலேய துணை ஆளுநர்களும் உயரதிகாரிகளும் இவர் களது வணிக நிறுவனத்தை நாடி வரத் தொடங்கினார்கள். ஜோர் டானின் அப்துல்லாவும் பேரரசர் கெய்லி செலாச்சியும் அவர்களது பரிவாரங்களுடன் ஒருமுறை வந்து வணிக நிறுவனத்திலிருந்த அனைத்துப் பொருள்களையும் எடுத்துக்கொண்டார்கள். மே தம்பதியர்களை யூத தாயக இயக்கத்தவர்களென்று கூறுவதைவிட பண்பாடுடைய ஜெர்மானியர்கள் என்றே குறிப்பிடலாம். இவர்கள் தங்கள் வணிக நிறுவனத்திலேயே வசித்தார்கள். குர்ட்மே, போரில் 'இரும்புச் சிலுவை' விருதினைப் பெற்றிருந்தார். இவர் ஆன்மீக நெறி சாராதவராகவே இருந்தார்.

இவர்களது மகள் மிரியம் பிறந்தபோது இவளுக்குப் பாலூட்டும் செவிலியாக ஓர் அரேபியப் பெண்மணியையே நியமித் தார்கள். ஆனால் மிரியம் வளர்ந்தவுடன் பக்கத்திலிருந்த போலந்து யூதர்கள் போதுமான அளவுக்குப் பண்பாடற்றவர்கள் எனக் கருதி அவர்களுடன் விளையாட அனுமதிக்கவில்லை. மிரியத்தின் தந்தை வசந்த காலத்தில் மாலை நேரங்களில் 'சைக்கிளாமன்' மலர்களைச் சேகரிக்க யூதக் குன்றுப் பகுதிகளுக்கு இவளை அழைத்துச் செல் வார். வெள்ளிக்கிழமை இரவை மே தம்பதியினர் மகிழ்ச்சியாகக் கழிப்பார்கள். மிகவும் பழமைப் பற்றாளர்களான யூதர்கள் தொழுது கொண்டிருக்கும் நேரத்தில் இவர்கள் கிங் டேவிட் ஹோட்டலில் நடனமாடிக் கொண்டிருப்பார்கள்.

பாலஸ்தீனம் பிரிட்டிஷ் பேரரசின் ஒரு மாகாணம் என்பது போலவே பிரிட்டிஷ்காரர்கள் நடந்துகொண்டார்கள். பிரிகேடியர் அன்கெஸ்மிக்நெய்ல் ராம்லி பள்ளத்தாக்கை வேட்டை நாய்களைக் கொண்டு நரிவேட்டை நடத்துமிடமாக மாற்றினார். அதிகாரிகள் சங்கத்திற்குச் செல்லும் யூத விருந்தினர்கள் வாத்துவேட்டை, சமீபத்திய போலோ விளையாட்டு, குதிரைப்பந்தயம் ஆகியவை பற்றிய பேச்சுக்களைக் கேட்க நேரிடும். ஓர் இளம் அதிகாரி தன்னுடைய சொந்த விமானத்தில் நகருக்குள் வலம் வந்தார்.

சிக்கலான உயர்குடி வகுப்பு நடைமுறைகளில் பயிற்றுவிக்கப் பட்ட ஆங்கிலேய பொதுப்பள்ளி இளைஞர்கள், ஜெருசலேம் நகரில் மதகுருமார்களின் ஆட்சியில் விருந்து களியாட்டங்களில் திளைத்தனர். குறிப்பாக இவர்கள் பொதுவிருந்துகளில் பின்பற்ற வேண்டிய ஒழுங்கினைக் கற்றுக்கொண்டார்கள். அரசு இல்லத்தில் நடக்கும் விருந்துகளில் அறிவிப்பாளர் அல்லது பாராட்டுநர், ஹை கமிஷனர், தலைமை யூத குருமார்கள், நீதிமன்ற நடுவர்கள், மேயர்கள்,

இனக்குடும்பத் தலைவர்கள் ஆகியோரை விளிக்கும்போது மேன்மை தங்கிய, மதிப்பிற்குரிய, போற்றுதலுக்குரிய, வழிபாட்டிற்குரிய போன்ற அடைமொழிச் சொற்களைப் பயன்படுத்த வேண்டு மென்பதை சர் ஹாரி லுயூக் தெரிவிக்கிறார்.

வளர்ந்து வரும் ஜெருசலேம் நகரில் 1931ஆம் ஆண்டு 1,32,661 பேர் வசித்து வந்தனர். பிரிட்டிஷ் ஆட்சியும் யூதர்களின் குடி யேற்றமும் நகரின் பொருளாதாரத்தை உயர்த்தியதுடன் அரேபியர்கள் பெருமளவு குடியேறவும் வழிசெய்தது.[4]

பத்து ஆண்டுகளில் புதிதாக 21,000 அரேபியர்களும் 20,000 யூதர்களும் ஜெருசலேமில் குடியேறினார்கள். நுஸைபெக்குகள், நஷாஷிபி போன்ற அரேபிய ஆளும் வம்சத்தைச் சேர்ந்த குடும்பங் களின்மீது பிரிட்டிஷ்காரர்கள் அனுதாபம் கொண்டவர்களாக இருந்தார்கள். பிரிட்டிஷ்காரர்கள் அமல்படுத்திய சமூக அமைதிக் கான நடைமுறை நல்ல தையல்காரர் தைத்த ஆடையைப் போல் அரேபியர்களுக்கும் யூதர்களுக்கும் பொருந்துவதாக இருந்ததென்று சாரி நுஸைபெக் என்பவர் எழுதுகிறார். பின்னாளில் இவர் பாலஸ்தீனத்தின் தத்துவ அறிஞராக விளங்கினார்.

ஆங்கிலேய அதிகாரிகள் தனிப்பட்ட முறையில் பணக்காரர் களாக இருக்கும் ரஷ்ய யூதர்களைவிட அரேபிய ஆளும் குடும்பங் களைச் சேர்ந்தவர்களையே அதிகம் விரும்பினார்கள். ஹஜெம் நுஸைபெக்கின் தந்தை இரண்டு மாளிகைகளுக்குச் சொந்தக்காரர். ஒரு மாளிகை 20 அறைகளையும் மற்றொரு மாளிகை 30 அறை களையும் கொண்டிருந்தது. ஹஜெம் நுஸைபெக்கின் சகோதரர் அன்வர் நுஸைபெக் ஜெருசலேம் நகரில் முதன் முதலாக ஒரு பியூக் காரில் வலம் வந்தார்.

சிரியா நாட்டைச் சேர்ந்த கலையுணர்ச்சியும் கேம்பிரிட்ஜ் கல்லூரித் தலைவரைப் போன்ற தெளிவான அறிவும் கொண்ட வரலாற்றாளர் ஜார்ஜ் அண்டோனியஸ், ஆண்டு முழுவதும் பல விருந்துகளையும் வரவேற்பு நிகழ்ச்சிகளையும் இங்கு நடத்தினார். செயல் துடிப்புமிக்க இவரது மனைவி கேட்டி லெபனானைச் சேர்ந்த எகிப்திய பத்திரிகை அதிபரின் மகள்.[5]

இவர்கள் 'ஷேக் ஜாராவில்லா' என்னும் மாளிகையில் வசித் தார்கள். இந்த மாளிகை மப்டிக்குச் சொந்தமானது. இந்த மாளி கையில் 12,000 புத்தகங்கள் இருந்தன. இந்த இடம் புகழ்வாய்ந்த அரேபியர்களுக்கும் பிரிட்டிஷ் அறிவாளிகளுக்கும் ஜெருசலேம் நகருக்குச் சுற்றுலா வரும் பிரமுகர்களுக்கும் மையமாகும். இந்த

மாளிகை அரபு தேசிய உணர்வாளர்கள் சந்தித்து உரையாடும் இடமாகவும் இருந்தது. இங்கு அழகிய பெண்களையும் சுவையான உணவுகளையும் அறிவு சார்ந்த உரையாடல்களையும் காண முடிந்தது.

இங்கு நடக்கும் விருந்துகளில் யாரும் கலந்துகொள்ள முடியும். ஜெருசலேம் வருபவர்கள் இந்த மாளிகையின் மகிழ்ச்சியான சூழலையும் நாசரூதீன் நஷாஷிபியையும் எளிதில் மறக்கமுடியாது. 'கேட்டி குலுக்கி மினுக்குபவள். சீருடையணிந்த ஆங்கிலேயர்கள் மீது இவளுக்கு வேட்கையுண்டு. தன் மனம் போன போக்கில் செயல்படுபவள்' என்று ஜெருசலேம் நகரைச் சேர்ந்த ஒருவர் இவளைப் பற்றிக் குறிப்பிடுகிறார். இவள் மக்களை இணைத்து வைப்பதிலும், வம்புப் பேச்சுகளில் கலந்துகொள்வதிலும், எல்லா வற்றையும் தெரிந்துகொள்வதிலும் ஆர்வமுடையவளாக இருந் தாள்.

ஜெருசலேம் நகரில் இசை நடனக்குழுவுடன் தான் அளித்த ஒரு விநோதமான விருந்தைப் பற்றி அண்டோனியஸ் தன் மகளிடம் தெரிவித்தார். இந்த விருந்துக்கு வரும் ஒவ்வொரு தம்பதியரும், தங்கள் எதிர்பால் உறுப்பினர் ஒருவரைத் தங்களுடன் அழைத்து வர வேண்டுமென்ற நிபந்தனை விதித்து, பின்பு விருந்தில் என்ன நிகழ்கிறதென்பதைத் தான் காண விரும்புவதாக அண்டோனியஸ் தன் மகளிடம் தெரிவித்தார்.

யூத தாயக இயக்கத்தின்மீது பிரிட்டிஷ் அரசு கொண்டிருந்த ஆர்வம் குன்றியதால் யூதர்கள் வெறுப்படைந்து விலகிச் சென்றனர். 'யூதர்கள் நன்றியற்றவர்கள்' என்று இந்த நேரத்தில் ஹை கமிஷனர் சர் ஜான் சான்சலர் தெரிவித்தார். யூதர்களின் குடியேற்றப் பகுதி ஒவ்வொன்றும் வேறுவேறு நாடுகளைச் சேர்ந்தவையாக இருந்தன. ரிகேவியா பகுதியில் ஜெர்மன் பேராசிரியர்களும் பிரிட்டிஷ் அதிகாரிகளும் நிரம்பியிருந்தனர். இந்தப் பகுதி அமைதியும் நாகரிகமும் உடைய விரும்பத்தகுந்த பகுதியாயிருந்தது.

பொக்ரான் பகுதி மத்திய ஆசியப் பகுதியில் இருந்தது. மியா ஷீயாரிம் பகுதி வறுமைமிகுந்த பகுதியாக பதினெழாம் நூற்றாண்டு போலந்தை நினைவூட்டுவதாக இருந்தது. யூதர்களின் ஜிக்ரோன் பகுதி பூண்டு, வெங்காயம் போன்ற உணவுப் பொருட்களின் நெடிவீசும் பகுதி. டால்பியாட் பகுதி பெர்லின் புறநகர் தோட்டப் பகுதியைப் போன்றிருந்தது என்று ஆஸ் குறிப்பிடுகிறார். இவரது சொந்த வீடு கேரெம் அவ்ராஹம் பகுதியில் ஜெருசலேமிலுள்ள வீடுகளைப் போன்றிருந்தது. இந்த வீடு பிரிட்டிஷ் உயரதிகாரி

ஜேம்ஸ் பிஃன் என்பவரின் பழைய வீட்டருகில் கட்டப்பட்டிருந்தது. செக்கோவ் என்பவருக்குச் சொந்தமான இது, ரஷ்ய பாணியில் இருந்தது.

வெய்ஸ்மேன் ஜெருசலேமை நவீன 'பேபெல்' (சீனாரில் அமைக்கப்பட்டுள்ள உயர் கோபுரம் என்று குறிப்பிடுகிறார். வன்முறையும் தீய முன்அறிகுறிகளும் ஜெருசலேம் நகரில் காணப்பட்ட போதிலும் பல்வேறு வகையான உலகங்களின் சங்கமமாய் இருந்தது. ஜெருசலேம் உலகிலேயே மிகச் சிறந்த பல்லின மக்கள் வாழும் நகரமென்று ஹாஷம் நியுஸிபெக் குறிப்பிடுகிறார். எந்த நேரத்திலும் திறந்திருக்கும் விடுதிகள்; இவற்றில் கூடும் புது வகையான அறிவாளிகள்; அகன்ற பெரிய தெருக்களில் அடிக்கடி ஊடாடு பவர்கள்; வீணாக சுற்றித்திரியும் சோம்பேறிகள் ஆகியோரையும் ஜெருசலேம் நகரில் காணமுடிகிறது.

இங்குள்ள விடுதிகளில் காபரே நடனமும், கவர்ச்சி நடனமும், ஜாஸ் இசைக்கூத்தும், பாரம்பரிய இசை நிகழ்ச்சிகளும், எகிப்திய இசை நிகழ்ச்சிகளும் நடத்தப்படுகின்றன. கலீல் சஹாகினி தன் அரசவையை நாடோடிகளின் விடுதியில் நடத்தினாரென்றே கூற வேண்டும். சோம்பேறிகளின் இளவரசனாயிருந்த இவர் இந்த விடுதியிலேயே அரசியல் பற்றியும் விவாதிப்பார். 'வாழ்க்கையில் இன்பமே சிறந்த நலம்' என்னும் தன் தத்துவத்தை வெளிப்படுத்தும் வகையில் 'நாடோடிகளின் அறிக்கை'யை இந்த விடுதியிலிருந்து வெளியிட்டார். சோம்பியிருத்தலே தன் கட்சியின் கொள்கையென்றும் இவர் அறிவித்தார். இரண்டு மணி நேரமே வேலை நேரமென்று கருதிய இவர் மற்ற நேரங்களை உண்பதிலும், மதுவருந்துவதிலும், கேளிக்கைகளில் ஈடுபடுவதிலும் செலவழித்தார். இவர் பாலஸ்தீனக் கல்வித்துறை ஆய்வாளராக நியமிக்கப்பட்டவுடன் தன் செயல்களை ஓரளவுக்குக் கட்டுப்படுத்திக் கொண்டார்.

இவரது சோம்பேறித்தனம் யாழிசைக்கலைஞர் வாசீப் ஜவஹரிய்யாவையும் பற்றிக்கொண்டது. இவரது சகோதரர் 'ஜவஹரிய்யா விடுதி' என்ற பெயரில் ஒரு விடுதியை ஜாபா சாலையில் ரஷ்யப் பகுதிக்கருகில் திறந்தார். இந்த விடுதியில் காபரே நடனமும் இசைக்கூத்தும் நடந்தது. வெள்ளைத்தாடியுடன் கூடிய ஒரு ரஷ்ய ஜார் அதிகாரியும், ஒரு இளைய எழுத்தரும், ஒரு வண்ணம் தீட்டுபவரும், உக்ரைனிலுள்ள தன் சொத்துக்களைப் பற்றி எப்போதும் பேசிக்கொண்டிருக்கும் ஒரு பெண்ணும், பல இளைஞர்களும், புதிதாகக் குடியேறிய பெண்களும் இந்த விடுதியின் வாடிக்கையாளர்களாக இருந்தார்கள் என்று விடுதிக்கு அருகிலுள்ள ஒருவர் தெரிவிக்கிறார்.

பல பிரிட்டிஷ்காரர்கள், ஜெருசலேமின் கலாச்சார சங்கமத்தை விரும்பினார்கள். சர் ஹாரி லுக் என்பவரின் குடும்பம், ஒரு ஜெருசலேம் குடும்பத்திற்கு எடுத்துக்காட்டாக இருந்தது. இந்தக் குடும்பத்தின் செவிலித்தாய் இங்கிலாந்தைச் சேர்ந்தவள். பட்லர் ஒரு வெள்ளை ரஷ்யர்.[6] குடும்பத்தின் வேலைக்காரர் ஒரு சைபீரிய துருக்கியர். சமையற்காரர் அஹமது, பெர்பெர் இனத்தைச் சேர்ந்தவர். சமையலறை உதவியாளனாக இருந்த சிறுவன் ஒரு ஆர்மீனியன். இந்தச் சிறுவன் திடீரென பெண்ணாக மாறி நம்மை திகைக்க வைப்பான். வீட்டுப் பணிப்பெண் ரஷ்யாவைச் சேர்ந்தவள். 'இவர்கள் கவர்ச்சியற்றவர்கள்; இவர்கள் அனைவரையும் நான் வெறுக்கிறேன்; இவர்கள் அனைவரும் ஒரு ஆங்கிலேயனுக்குச் சமமானவர்கள் அல்ல' என்று ஜெனரல் சர் வால்ட்டர் என்பவர் கூறுகிறார்.

பென் குரியன் மற்றும் மப்டி: இருவருக்கும் ஒரு சோபா

மப்டி உயர்ந்த மதிப்புமிக்கவராயிருந்தும் இவரால் பல்வேறு வகையான அரேபியர்களின் எண்ண ஓட்டத்தைக் கட்டுப்படுத்த இயலவில்லை. இவர்களில் மேற்கத்திய தாக்கத்தைப் பெற்றிருந்த ஜார்ஜ் அண்டோனியஸ் போன்றவர்களும், பொதுவுடமை மார்க்ஸிஸ்டுகளும், மதச்சார்பற்ற தேசியவாதிகளும், இஸ்லாமிய அடிப்படைவாதிகளும் இருந்தனர். பெரும்பாலான அரேபியர்கள் மப்டியை விரும்பவில்லை என்பதுடன், ஆயுதம் தாங்கிய போராட்டமே யூத தாயக இயக்கத்தின் வளர்ச்சியைத் தடுத்து நிறுத்துமென்று கருதினார்கள்.

1933ஆம் ஆண்டு மப்டியின் உடன்பிறந்தாரும் முன்னாள் மப்டியுமான மூசா காஜிம் ஹுசைனி ஜெருசலேமில் போராட்டங்களை நடத்தினார். இது பெரும் கலவரமாக உருவெடுத்து, முப்பது அரேபியர்கள் கொல்லப்பட்டனர். அடுத்த ஆண்டில் எல்லோராலும் மதிக்கப்பட்ட மப்டி மூசா காஜிம் இறந்துபோனார். மக்கள் அனைவரும் வேறுபாடின்றி இவரது இறப்புக்காக அழுதார்களென்று பின்னாளில் பாலஸ்தீனத் தலைவரான அகமது சுகுயாரி குறிப்பிடுகிறார். மப்டியின் இறப்பு அதிக அளவில் மக்களை அழ வைத்ததென்று கூறப்படுகிறது. பிரிட்டிஷ் ஆணையுரையின் இரண்டாவது பத்தாண்டுகளில் இரண்டரை லட்சம் யூதர்கள் பாலஸ்தீனத்திற்கு வந்தார்கள். இது முதல் பத்தாண்டுகளில் வந்த யூதர்களின் எண்ணிக்கையைவிட இரண்டு மடங்கு அதிகம்.

முன்னிலும் மேம்படுத்தப்பட்ட 'இஷ்குவ்' என்னும் யூத இயக்கத்தையும் பிரிட்டிஷ்காரர்கள் கட்டுப்படுத்தவில்லை. 1935ஆம் ஆண்டில் குடியேற்ற நடவடிக்கையின் உச்சகட்டமாக 66,000 யூதர்கள் வந்தார்கள். போர், நாட்டைத் தூய்மைப்படுத்தும் ஒரு சடங்காகக் கருதப்பட்ட காலகட்டத்தில், அறிவாளியான சஹாகினியும் கலை உணர்வுமிக்க ஜவஹரிய்யாவும் வன்முறையால் மட்டுமே பாலஸ்தீனத்தைக் காப்பாற்ற முடியுமென நம்பினார்கள். ஆயுதம் தாங்கிய கிளர்ச்சியே இதற்குச் சரியான தீர்வு என்று ஹாஜம் நுஸைபெக் எழுதினார்.

மீண்டும் யூத தாயக இயக்கத் தலைவராகியிருந்த வெய்ஸ்மேன் வயது முதிர்ந்த நிலையில் இத்தகைய சூழலை எதிர்கொள்ள வேண்டியிருந்தது. ஆனால் உண்மையில் அதிகாரம் பென்குரியன் கைகளில் இருந்தது. இஷ்குவ் அமைப்பின் நிர்வாக உயர்மட்டக் குழுவின் தலைவராக பென்குரியன் தேர்ந்தெடுக்கப்பட்டிருந்தார். இருவருமே அறிவார்ந்த எதேச்சதிகாரிகள். யூத தாயக இயக்கத் துக்குத் தங்களை அர்ப்பணித்துகொண்ட மேற்கத்திய ஜனநாயக வாதிகளாக இருந்தனர். ஆனால் இருவரும் எதிர்மாறானவர்கள். பென்குரியன் உழைக்கும் வர்க்கத்தைச் சேர்ந்த செயல்வீரராக போர்க்காலத்திலும் சமாதான காலத்திலும் திறமையுடன் செயலாற்றக் கூடியவர். பென்குரியன் வரலாற்றையும் தத்துவத்தையும் தவிர மற்றவற்றைப் பற்றி அளவோடுதான் பேசுவார்.

பென்குரியன் நகைச்சுவை உணர்வற்றவர். 'நெப்போலியனைத் தவிர மற்றெல்லோரும் உயரமாகத்தான் இருக்கிறார்களே தவிர பெரியவர்களாக யாருமில்லை' என்றார். இதுதான் பென்குரியனின் நகைச்சுவைப் பேச்சாகும். இரண்டு குழந்தைகளுக்குத் தந்தையான இவர் மண வாழ்வில் நிறைவடையாதவராகவே இருந்தார். லண்டனில் ஒரு உயரமான அழகான பெண் இவருக்குக் காதலியாக இருந்தாள். இவர் எப்போதும் தனிமையில் சிந்தித்துக்கொண்டிருப்பவர். சிந்தித்துச் செயல்படும் திறமை கொண்டவராகவும் இருந்தார். இவர் தன் குறிக்கோளுடன் ஒன்றிப் போய்விடுவார். புத்தகங் களைச் சேகரிப்பதில் ஆர்வம் கொண்டவர். தன் ஓய்வு நேரங்களைப் பழைய புத்தகக்கடைகளில் கழிப்பார். செர்வான்டிஸ், பிளாட்டோ ஆகியோரின் நூல்களைப் படிக்க விரும்பி ஸ்பானிஷ், கிரேக்க மொழிகளைக் கற்றுக்கொண்டார்.

தனி நாடு பற்றித் திட்டமிட்டபோது இவர் கிரேக்க தத்துவங் களைப் படித்தார். போர் நிகழ்த்திய காலங்களில் கிளாஸ்விட்ஸைப் படித்தார். கலிலியில் உள்ள வெப்பம் நிறைந்த பொட்டல் வெளி

விவசாயப் பண்ணைகள் இவருக்குப் பழக்கப்பட்டவையல்ல. மேஃபர் வரவேற்பறையையே இவர் விரும்பினார்.

இவரது நண்பர்களான சீயெப் குடும்பத்தினர் 'மார்க்ஸ் அண்டு ஸ்பென்ஸர்' கம்பெனியின் நிறுவனப் பங்குகளை இவருக்கு நன் கொடையாக அளித்ததால் வசதியுடன் இருந்தார். 'நீங்கள் தற்போது இஸ்ரேலின் அரசர்' என்று இவரிடம் கூறிய பென்குரியன், பின்பு கொள்கையளவில் மாறுபாடு கொண்டார். தன்னை ஒரு போராளிகளின் தலைவனுக்கு ஏற்ற வகையில் தயார் செய்து கொள்ளவில்லை என்பதை வெய்ஸ்மேன் உணர்ந்திருந்தார். ஆனால் பென்குரியனின் போர்க்குணத்தைச் சில நேரங்களில் மதிக்கவும் சில நேரங்களில் கண்டிக்கவும் செய்தார். வெய்ஸ்மென் அறுநூறு பக்கங்கள் கொண்ட தன் நினைவுக் குறிப்புகளில் இரண்டுமுறை மட்டுமே பென்குரியனின் பெயரைக் குறிப் பிட்டுள்ளார்.

வெய்ஸ்மேன் தோற்றத்தில் மட்டும் லெனினைப் போன்றிருந் தார். ஆனால் பென்குரியன் இந்தப் பொதுவுடமைப் புரட்சி யாளரின் பயனீட்டுவாதக் கொள்கையை உறுதியாகப் பின் பற்றினார். இவர் ஒரு சமதர்மவாதியாகத் தொடங்கி, தொழிலாளர் இயக்கத்தில் தன்னை வளர்த்துக்கொண்டவர். எனவே யூத உழைக்கும் மக்கள், அரேபிய உழைக்கும் மக்கள் ஆகியோரின் ஒத்துழைப்புடன் ஒரு புதிய பாலஸ்தீனத்தை உருவாக்கும் நம்பிக்கையை இழக்க வில்லை. பென்குரியன் ஒரு யூத நாட்டைப்பற்றிக் கனவு கண்டிருக் கலாம். ஆனால் இது சாத்தியமற்ற தொலைவில் இருந்தது. அரேபியர் களின் தேசிய இயக்கமும் யூதர்களின் தாயக இயக்கமும் ஒரே நேரத்தில் தோன்றியதாக பென்குரியன் குறிப்பிட்டார். அரேபியர் களையும், யூதர்களையும் கொண்ட ஒரு கூட்டிணைப்பு யூதர்களுக்கு நன்மை தருமென நம்பினார். இன்னமும் சமாதானத்திற்கு இடமிருப்பதாகக் கருதப்பட்டது. மப்டிக்கு ஆலோசகர்களாயிருந்த முஸா அல் அலாமி என்னும் வழக்கறிஞர் ஜார்ஜ் அண்டோனியஸ் என்னும் எழுத்தாளர் ஆகியோரை பென்குரியன் 1934 ஆகஸ்டு மாதம் சந்தித்தார்.

யூதர்களும் அரேபியர்களும் அரசில் பங்கேற்பது குறித்தும் டிரான்ஸ் ஜோர்டான், ஈராக் ஆகிய பகுதிகளை உள்ளடக்கிய அரேபிய கூட்டமைப்பில் யூதர்கள் ஓர் அங்கமாக இருப்பார்கள் என்ற திட்டத்தையும் முன்வைத்தார். பாலஸ்தீனம் ஒரு சோபாவைப் போன்றது. இதில் இருவருக்கும் இடமுள்ளதென்று பென்குரியன் வாதிட்டார். இந்த வாதம் மப்டியைக் கவர்ந்தபோதிலும் அவர்

பதில் அளிக்கவில்லை. மப்டியும் பென்குரியனும் ஒரே தேசியக் கொள்கையைக் கொண்டவர்கள் என்றும் ஆனால் யூதர்களின் தலைவர் வளைந்து கொடுக்கக்கூடியவர் என்றும் திறமை உள்ளவ ரென்றும் அலாமி தெரிவிக்கிறார். அரேபியர்கள் தங்களுக்கென்று ஒரு பென்குரியனைப் பெற்றிருக்கவில்லையென்று இவர் வருந்து கிறார். இந்த நேரத்தில் மப்டியும் அவரது சக உயர்குடி வகுப்பினரும் அவர்களது இயக்கத்தின் மீதுள்ள கட்டுப்பாட்டினை இழந் திருந்தனர்.

ஷேக் இஸ்ஸாத் அல் தின் காசம் என்னும் மதபோதகர் ஹைபாவிலுள்ள மப்டியின் ஷாரியா நீதிமன்றத்தில் இளநிலை அதிகாரியாக இருந்தார். 1935ஆம் ஆண்டு நவம்பர் மாதத்தில் இவர் அரசியல் சார்ந்த சமரசத்தை மறுத்து, பிரிட்டிஷ் அரசுக் கெதிராக புரட்சி செய்ய மப்டியைத் தூண்டினார். மப்டியைவிட தீவிரவாதியாக இருந்தார். உயிர்த்தியாகம் செய்து சொர்க்கத்தை அடைவதில் நம்பிக்கை கொண்டவர். அல்கொய்தா, புனிதப் போராளிகள் ஆகியோருக்கும் முன்னோடியாக இருந்த இவர் பதின் மூன்று முஸாஹீதின்களைக் கொண்ட ஒரு கொரில்லா படையை நவம்பர் மாதம் இருபதாம் தேதி மலைப்பகுதிகளுக்கு அனுப்பினார். நானூறு பிரிட்டிஷ் காவலர்கள் இவரை எதிர்த்தனர். இறுதியில் இவர் கொல்லப்பட்டார். இவரது உயிர்த்தியாகமும் வீர மரணமும் மப்டிக்கு எழுச்சி ஊட்டுவதாக இருந்தது.[7]

காசமைப் பின்தொடர்ந்து வந்தவர் நாப்ளஸ் பகுதிக்கு வெளியே 1936ஆம் ஆண்டு ஏப்ரல் மாதம் நிகழ்த்திய போராட் டத்தில் இரண்டு யூதர்கள் கொல்லப்பட்டனர். ஹிட்லருக்காகப் பணிபுரியும் நாஜி என்று கூறிய ஒரு ஜெர்மானியனை விடுதலை செய்தார்கள். இது கலவரத்தீயைத் தூண்டியது. 'இர்கன்' எனப் படும் யூத தேசியவாத அமைப்பு இரண்டு அரேபியர்களைக் கொன்றது. துப்பாக்கிகள் வெடிக்கத் தொடங்கின. இந்தச் சூழலைச் சமாளிக்க சர் ஆர்தர் வாசோப் தகுதியற்றவராக இருந் தார். இவருக்கு என்ன செய்வதென்று தெரியவில்லையென ஓர் இளம் அதிகாரி தெரிவிக்கிறார்.

குறிப்புகள்:

1. 13ஆம் நூற்றாண்டைச் சேர்ந்த மாம்லுக் ஆளுநர் 'நாசீர்–அல்–தீன்–அல்' நகாஸ்ஹிபியின் வழித்தோன்றல்கள் என்று நாஸ்காஸ்ஹிபிக்கள் கூறிக் கொண்டார்கள். இவர் ஜெருசலேம், ஹெப்ரான் ஆகிய இரு பகுதி களுக்கும் மேற்பார்வையாளராக இருந்தவர். உண்மையில் நாஸ்காஸ்

ஹிபிக்கள் 18ஆம் நூற்றாண்டில் துருக்கியர்களுக்கு வில் அம்புகளைத் தயாரித்து விற்ற வணிகர்களின் வழியில் தோன்றியவர்கள்.

2. ஜெருசலேமில் ஜெர்மனியின் புகழைக் காப்பாற்ற விரும்பிய வோன்ப் பாப்பென் 1917ஆம் ஆண்டு இவருக்கு உதவினார். முன்பே முக்கிய அமைச்சராகப் பணியாற்றியிருந்தவர். தலைவர் ஹிண்டன் பர்க்கிற்கு ஹிட்லரை நியமிக்கும்படி பரிந்துரை செய்தார். தானும் தன் உயர்குடி வகுப்பைச் சேர்ந்த சூழ்ச்சிக் குழுவினரும் நாஜிக்களைக் கட்டுப்படுத்தி விடுவதாகவும் இரண்டு மாதங்களில் ஹிட்லரை ஒரு மூலைக்கு ஒதுக்கி விடுவோம் என்றும் கூறினார். ஆனால் பார்பென் ஹிட்லரின் துணை யமைச்சர் ஆனார். விரைவிலேயே இந்தப் பணியை உதறிவிட்டு இஸ்தான் புல்லிற்கு ஜெர்மனியின் தூதுவராகச் சென்றார். இவர் நியுரெம் பர்க் விசாரணைக்கு உட்படுத்தப்பட்டு சில ஆண்டுகள் சிறையிலிருந்து, 1969ஆம் ஆண்டு இறந்துபோனார்.

3. யூதக் குடியேற்றத்தைக் கட்டுப்படுத்த பிரிட்டிஷ் அரசு கருதியபோது, ஜோசப் ஸ்டாலின் சோவியத் ஜெருசலேமை ஏற்படுத்தினார். 'ஜார் அரசு யூதர்களுக்கு நிலங்களை வழங்கவில்லை. ஆனால் நாங்கள் வழங்குவோம்' என்று ஸ்டாலின் கூறினார். யூதர்களைப் பற்றிய இவரது எண்ணம் மாறுபட்டதாக இருந்தது. நாட்டுரிமை பற்றிய 1913ஆம் ஆண்டு வெளி யிடப்பட்ட ஒரு சிறப்பான கட்டுரையில், 'யூதர்கள் ஒரு நாட்டிற்கு அல்ல; உணர்ந்துகொள்ள முடியாத வேறு ஓர் உலகிற்குச் சொந்தமானவர்கள்' என்று ஸ்டாலின் குறிப்பிட்டார். ஆனால் பதவிக்கு வந்தபின் செமிட்டிய இன எதிர்ப்பை இவர் தடைசெய்து ஒழித்தார். செமிட்டிய இன எதிர்ப்பை 'தன்னின உயிருண்ணும் பழக்கம்' என்றும் குறிப்பிட்டார். 1928ஆம் ஆண்டு, இட்டிஷ், ரஷ்ய மொழிகளை ஆட்சி மொழியாகக் கொண்டு மதச்சார்பற்ற யூத தாயகம் அமைவதை இவர் ஏற்றுக்கொண்டார். ஸ்டாலினின் யூத தாயகம் பிரோபிட்ஸ்தான் தரிசு நிலப்பகுதியில் சீன எல்லையை ஒட்டியிருந்த யூத தன்னாட்சிப் பகுதியாகும். இரண்டாவது உலகப்போருக்கும் பேரழிவிற்கும் பின்னர் இவரது அயல்நாட்டு அமைச்சராயிருந்த செஸ்லாவ்–மொலோட்டோவ்வும், மற்றவர்களும் கவர்ச்சி கரமான கிரிமியா பகுதியை மற்றுமொரு யூத தாயகப் பகுதியாக உருவாக்க ஆதரவு தந்தார்கள். இந்தப் பகுதி ஸ்டாலினின் கலிபோர்னியா எனப் பட்டது. இது ஸ்டாலினிடம் கொடிய செமிட்டிய இன எதிர்ப்பைத் தோற்றுவித்தது. 1948ஆம் ஆண்டு வரை பிரோபிட்ஸ்தானில் 35,000 யூதர்கள் இருந்தார்கள். இன்று சில ஆயிரம் யூதர்களே இருக்கிறார்கள். ஆனால் இங்குள்ள அடையாளங்கள் அனைத்தும் இட்டிஷ் மொழி யிலேயே உள்ளன.

4. 1919ஆம் ஆண்டிலிருந்து 1939ஆம் ஆண்டு வரை பாலஸ்தீனத்தில் அரேபியர்கள் எண்ணிக்கை 4,19,000 கூடியிருப்பதாகவும் யூதர்களின் எண்ணிக்கை 3,43,000 கூடியிருப்பதாகவும் 1938ஆம் ஆண்டு நியமிக்கப் பட்ட 'வுட்ஹெட் கமிஷன்' தெரிவிக்கிறது.

5. அண்டோனியஸ் லெபனானைச் சேர்ந்த ஒரு பணக்கார கிறிஸ்துவ பருத்தி வியாபாரியின் மகனாவார். அலெக்ஸாண்டிரியாவில் பிறந்த இவர், விக்டோரியா கல்லூரியிலும் கேம்பிரிட்ஜிலும் கல்வி பயின்றார்.

இவர் இ.எம். பாஸ்டரின் நண்பர். இவர் கல்வித்துறை உதவி இயக்கு நருமாக இருந்தார். 'அரேபிய விழிப்புணர்வு' என்ற தன் நூலில் அரேபியர் களின் கிளர்ச்சியையும் பிரிட்டிஷ்காரர்களின் துரோகச் செயலையும் பதிவு செய்திருக்கிறார். அண்டோனியஸ் மப்டிக்கும், பிரிட்டிஷ் ஹை கமிஷனர் களுக்கும் ஆலோசனை கூறினார். அண்டோனியஸின் மகள் சொரைய்யா இந்தக் காலகட்டத்தில் தன் பெற்றோர்களின் வாழ்க்கைச் சூழலை அடிப் படையாகக் கொண்டு, 'வேர் த ஜின் கன்சல்ட்' என்ற சிறந்த நாவலை எழுதியுள்ளார்.

6. வெள்ளை ரஷ்யர்கள் ஜெருசலேமில் நிரம்பியிருந்தார்கள். ஆனால் ஒரு மிகச் சிறந்த கோமாட்டி இறந்தபின் ஜெருசலேமிற்குத் திரும்பி வந்தார். கோமகன் செர்ஜியின் விதவை எல்லா ஒரு கிறிஸ்துவ கன்னிகாஸ்திரியாக ஆனாள். இவள் பொதுவுடமை புரட்சியாளர்களால் கைது செய்யப் பட்டாள். இவளது தலை நசுக்கப்பட்டு அலபேவெஸ்கியிலுள்ள ஒரு சுரங்க வாயிற்குழியில் உடல் வீசப்பட்ட சிலமணி நேரத்திற்குப் பின் இவளது சகோதரியையும் புரட்சிக்காரர்கள் கொலை செய்தார்கள். பேரரசி அலெக்ஸாண்டிரா, பேரரசர் இரண்டாம் நிக்கோலாஸ் அவரது குழந்தைகள் ஆகியோரும் கொல்லப்பட்டனர். எல்லாவின் உடலைத் தேடியபோது அது அழுகிப் போகாமல் இருந்தது. இவரது உடலும் இவரது சக கிறிஸ்துவப் பெண்துறவி பார்பராவின் உடலும் பீகிங், பாம்பே வழியாக 1921 ஜனவரியில் ஜெருசலேம் நகருக்குக் கொண்டுவரப்பட்டு, சர் ஹாரி லுயூக் பெற்றுக்கொண்டார். அலங்கரிக்கப்படாத இவர்களது சவப்பெட்டிகள் புகை வண்டியிலிருந்து இறக்கப்பட்டன. ஆங்கிலேய கோமான் மில்போர்டு ஹாவனும் அவரது மனைவி விக்டோரியாவும் சவப்பெட்டியைச் சுமந்து செல்ல உதவினார்கள். மில்போர்டு ஹாவன் இளவரசன் பிலிப்பின் பாட்டனார்.

7. ஹமாஸ் என்பது காஜா பகுதியிலுள்ள ஒரு பாலஸ்தீனிய அமைப்பாகும். இது ஹாசம் என்பவரால் தோற்றுவிக்கப்பட்டது. எனவே இந்த அமைப்பின் ஆயுதப் படைப்பிரிவு ஹாசம் படைப்பிரிவென்றும் இந்தப் படையின் ஏவுகணைகள் ஹாசம் ராக்கெட்டுகள் என்றும் அழைக்கப் பட்டன.

☆

49

அரேபியக் கிளர்ச்சி
1936-45

மப்டியின் பேரச்சம்

1936ஆம் ஆண்டு ஒரு குளிர்ந்த இரவில் ஜெருசலேம் நகரில் துப்பாக்கிகளின் ஓசை கேட்கத் தொடங்கியது. ஹாசம் நுஸைபெக், ஆயுதப்புரட்சி தொடங்கிவிட்டதென்பதை உணர்ந்துகொண்டார். இந்தக் கிளர்ச்சி மெதுவாகத் தீவிரமடைந்தது. அரேபியர்கள் ஜாபாவில் பதினாறு யூதர்களைக் கொன்றார்கள். பாலஸ்தீனத்தவர்கள் ஓர் உயர்நிலை அரேபியக் குழுவை மப்டியின் தலைமையில் நியமித்தார்கள். இந்தக் குழு தேசிய அளவிலான வேலை நிறுத்தத்திற்கு அழைப்பு விடுத்தது. விரைவிலேயே இந்தக் குழு யாருடைய கட்டுப்பாட்டிற்கும் உட்படாமல் இயங்கத் தொடங்கியது. மப்டி இதை ஒரு புனிதப் போராட்டமாக அறிவித்து, தன்னுடைய புனிதப் போர்ப் படையில் தன்னார்வத் தொண்டர்களாகச் சேர்ந்து, பிரிட்டிஷ்காரர்களையும் யூதர்களையும் எதிர்த்து சிரியா, ஈராக், டிரான்ஸ் ஜோர்டான் பகுதிகளில் போரிட வருமாறு அழைப்பு விடுத்தார்.

மே மாதம் பதினான்காம் தேதி யூதக் குடியிருப்புப் பகுதியில் இரண்டு யூதர்கள் சுட்டுக் கொல்லப்பட்டனர். "நம்முடைய மகன்களைக் கொன்றும் நம் வீடுகளைக் கொளுத்தியும் நம்மை நாட்டை விட்டு வெளியேற்ற யூதர்கள் முயற்சிக்கிறார்கள்" என்று மப்டி கூறினார். இதற்கு இரண்டு நாட்களுக்குப் பின் அரேபிய வீரர்கள்

எடிசன் சினிமா தியேட்டரில் மூன்று யூதர்களைச் சுட்டுக் கொன் றார்கள். யூதர்களின் 'இஷ்குவ்' யூத அமைப்பு எச்சரிக்கை அடைந்தது. ஆனால் பென்குரியன் சுயக்கட்டுப்பாட்டுக் கொள்கையைக் கடைப் பிடித்தார். ஆணையுரையைத் தற்போது பிரிட்டிஷ் அமைச்சர்கள் கேள்விக்குரியதாக்கி, முன்னாள் அமைச்சரும் கோமகனுமான பீல் என்பவரை ஆணையராக நியமித்து முழு ஆணையுரையையும் ஆய்வு செய்து அறிக்கை அனுப்பும்படி கேட்டுக்கொண்டார்கள்.

1936ஆம் ஆண்டு அக்டோபரில் மப்டி வேலை நிறுத்தத்தைத் திரும்பப் பெற்றபோதிலும் ஆணையர் பீலை ஏற்றுக்கொள்ள வில்லை. ஆனால் வெய்ஸ்மேன் ஆணையரிடம் சுமூகமாக நடந்து கொண்டார். மப்டி, அமீர் அப்துல்லாவின் வற்புறுத்தலின் பேரில், பாலஸ்தீனாகள் விடுதலையை விரும்புவதாகவும் பால்பர் அறிக்கை செல்லத்தக்கதல்ல என்றும் யூதர்களை வெளியேற்ற வேண்டுமென்றும் தெரிவித்தார்.

பாலஸ்தீனத்தின் மொத்தப் பரப்பளவில் 70 விழுக்காடு நிலப் பகுதியை அமீர் அப்துல்லாவின் டிரான்ஸ் ஜோர்டான் பகுதியுடன் அரேபியர்களுக்கும் இருபது விழுக்காடு நிலப்பகுதியை யூதர் களுக்கும் ஒதுக்குவதென்ற இரு மாநிலக் கொள்கையை பீல் தீர்வாக முன்வைத்தார். மேலும் மூன்று லட்சம் அரேபியர்களை யூதப்பகுதி யிலிருந்து வெளியேற்றுவதென்றும் ஜெருசலேம் மட்டும் தனி அங்க மாக பிரிட்டிஷ் கட்டுப்பாட்டிற்குள் இருக்குமெனவும் பீல் தெரிவித் தார். யூத தாயக இயக்கத்தவர்கள் இதை ஏற்றுக்கொண்டனர். தங்கள் பாகத்திற்கு ஜெருசலேம் கிடைக்காதென்பதை இவர்கள் உணர்ந் திருந்தனர். யூதர்களுக்கு ஒதுக்கப்பட்ட சிறிய நிலப்பரப்பினைப் பற்றி வெய்ஸ்மென் கவலைப்படவில்லை. தொன்மையான அரசன் டேவிட்டின் ஆட்சி எல்லை இதைவிடச் சிறியதாக இருந்ததாகக் கூறி வெய்ஸ்மென் ஆறுதலடைந்தார். 1919ஆம் ஆண்டிலிருந்து இன்று வரை யூதர்களுடன் ஒத்துழைப்பது சாத்தியமென்று ஓர் அரேபியர்கூட தெரிவிக்கவில்லை என்று கூறி பீல் வருத்தப்பட்டார்.

டிரான்ஸ் ஜோர்டானின் அப்துல்லா மட்டுமே பீலின் திட்டத்தை ஆதரித்து ஏற்றுக்கொண்டிருந்தார். ஆனால் அந்த நேரத்தில் ஓர் ஆங்கிலேய கோமகன் யூதர்களுக்காக ஒரு தனி நாட்டைத் தோற்று விக்கும் கருத்தை ஏற்றுக்கொள்ளாமல் பாலஸ்தீன அரேபியர்கள் அனைவரும் கொந்தளித்தார்கள். மப்டியும் அவரது எதிரியுமான நஷாஷிபியும் இந்தத் திட்டத்தை எதிர்த்தார்கள்.

மீண்டும் புரட்சி வெடித்தது. ஆனால் இந்த முறை மப்டியே வன்முறையை முன்னின்று நடத்தினார். பிரிட்டிஷ்காரர்களையும்

யூதர்களையும் கொலை செய்வதைவிட பாலஸ்தீனத்திலுள்ள தன் எதிரிகளை ஒழித்துக் கட்டுவதே மப்டியின் உண்மையான நோக்க மாயிருந்தது. ஹுசைனிக்களின் வரலாற்றாளர் இவ்வாறு தெரிவிக் கிறார்: "மப்டி தொடர்ந்து தன் அச்சமூட்டும் செயல்களின் மூலமாக பாலஸ்தீனத்தைத் தன் கட்டுப்பாட்டிற்குள் வைத்திருக்க முயன்றார். மப்டி தனக்கு விருப்பமான ஒருவகை அவரைவிதை சூப்பைக் குடித்து விட்டு, அந்தப்புரத்திலிருந்து சூடானைச் சேர்ந்த தன் மெய்க்காப் பாளர்களுடன் இறங்கிவந்து ஒரு மாபியா தலைவனைப்போல் நடந்துகொள்வார். இரண்டாண்டுகளில் இவர் பல உடன்பிறப்புக் கொலைகளை நிகழ்த்தியும் தன்னுடன் ஒத்திருந்த நியாயமான மிதவாதிகளைக்கூட கொலை செய்ய உத்தரவிட்டும் தன் விரோதி களையும் ஒழித்திருக்கிறார்."

பீலைச் சந்தித்த ஒன்பது நாட்களுக்குப் பின் மப்டி ஜெருசலேமிலிருந்த ஜெர்மன் உயரதிகாரியைச் சந்தித்து, தான் நாஜி கொள்கையின் அனுதாபியென்றும் நாஜி ஜெர்மனிக்குத் தான் ஒத்துழைக்க விரும்புவதாகவும் தெரிவித்தார். மறுநாளே இவரைக் கைதுசெய்ய பிரிட்டிஷ்காரர்கள் முயன்றார்கள். ஆனால் இவர் அல் அக்ஸாவில் புகலிடம் தேடிக்கொண்டார். புனிதமான இந்த இடத்திற்குள் நுழைய பிரிட்டிஷ்காரர்கள் விரும்பவில்லை. இதற்குப் பதிலாக, திருக்கோயில் மலையில் ஹுசைனியைக் கைப்பற்றி புரட்சியைத் தோற்றுவித்தவரென குற்றம் சாற்றினார்கள். ஆனால் எல்லா அரபுக் குழுக்களும் இவரது கட்டுப்பாட்டிற்குள் இயங்க வில்லை. ஹாசம்மின் புனிதப்போர் கொள்கையைப் பின்பற்றுபவர்கள் பிரிட்டிஷ்காரர்களுக்கு உடந்தையாக இருப்பதாகக் கருதிய அரேபியர் களையும் கொன்று குவித்தார்கள். அரேபியர்களுக்குள்ளாகவே ஓர் உள்நாட்டுப் போர் மூண்டதெனக் கூறலாம். மப்டியை ஆரம்பத்தில் ஆதரித்த ராகேப் நஷாஷிபி, மப்டியின் அச்சம் விளைவிக்கும் செயல்களையும் மோசமான போர்த் தந்திரத்தையும் எதிர்த்தார்.

நஷாஷிபியின் மாளிகை இயந்திரத் துப்பாக்கிகளால் துளைக்கப்பட்டது. இந்த வீட்டில் கால்பந்து விளையாட்டுக் காட்சியைப் பார்த்துக்கொண்டிருந்த நஷாஷிபியின் உடன்பிறந்த சிறுவன் சுட்டுக் கொல்லப்பட்டான். அவரது உடன் பிறந்தாரின் மகனான பக்ரிபே நஷாஷிபி மப்டி தன்முனைப்புடன் அழிப்புச் செயல்களில் ஈடுபடுபவரென்று குற்றம் சாட்டினார். இதற்காக இவரது மரணதண்டனை அறிவிப்பு நாளிதழ்களில் விளம்பரப் படுத்தப்பட்டு, பின்பு இவர் பாக்தாத்தில் கொலை செய்யப்பட்டார். நஷாஷிபி ஆதரவாளர்களுக்கு ஆயுதம் வழங்கி நஷாஷிபி குழுக்கள் அல்லது சமாதானக் குழுக்கள் என்ற பெயரில் மப்டியின்

ஆட்களை எதிர்த்துப் போரிடச் செய்தார். அரேபியர்களின் தலைப் பாகை புரட்சியின் அடையாளச் சின்னமாக மாறியது.

ஹுசைனியின் ஆதரவாளர்கள் 'கெஃப்பியேக்' எனப்படும் கழுத்துப் பட்டையைத் தங்கள் அடையாளச் சின்னமாக அணிந் திருந்தார்கள். நஷாஷிபியின் ஆதரவாளர்கள் 'டார்பௌஸ்' எனப் படும் துருக்கிக் குல்லாயைத் தங்கள் அடையாளச் சின்னமாக அணிந்திருந்தனர். மப்டி துரோகிகளைத் தண்டிக்க சிறப்புப் புரட்சி நீதிமன்றங்களை ஏற்படுத்தியதுடன், முத்திரைத் தாள்களையும் வெளியிட்டார். ஜெருசலேமில் புனித போர்ப்படைத் தளபதியா யிருந்த முப்பது வயதுள்ள அப்துல் காதிர் ஹுசைனி என்பவரின் தலைமையின் கீழ் புரட்சி நடந்தது. இவர் இறந்த முசா காஜம் ஹுசைனியின் மகனாவார். யூத திருமலைப் பகுதியிலுள்ள ஆங்கிலேய பிஷப் கோபாட் பள்ளியில் கல்வி பயின்றார். இவர் கெய்ரோ பல்கலைக்கழகத்தில் பயின்ற பட்டப்படிப்பை ஆங்கிலேயர்களின் நம்பிக்கை மோசடியையும் யூதர்களின் சதித் திட்டத்தையும் அம்பலப் படுத்த பயன்படுத்திக் கொண்டார். எகிப்திலிருந்து வெளியேற்றப் பட்ட பின் மப்டியின் பாலஸ்தீன அரேபியக் கட்சியை ஒருங் கிணைத்து, ஒரு நாளிதழைத் தொடங்கி அதன் பதிப்பாசிரியரானார். சிறுவர்களின் சாரணர் படை என்ற போர்வையில் ஒரு வன்முறைக் குழுவைத் தோற்றுவித்தார். இது நாளடைவில் அரேபியப் படையின் ஒரு பிரிவாக மாறியது.

வீட்டில் இவர் ஆங்கிலேயர் பாணியில் உடையணிந்து பென்சில் போன்ற மீசையுடன் சிறந்த மனிதராயிருந்த போதிலும் துப்பாக்கி களை இயக்குவதிலும் போரிடுவதிலும் வல்லவர். ஜெருசலேமைச் சுற்றியுள்ள குடியேற்ற படைகளைப் பணிய வைத்தார். 1936ஆம் ஆண்டு ஹெப்ரானுக்கு அருகில் பிரிட்டிஷ் டாங்கிகளை எதிர்த்து நடந்த போரில் காயமுற்றார். காயங்களுக்காக ஜெர்மனியில் சிகிச்சை பெற்று, திரும்பிவந்து போரிட்டார். புனிதர் ஜானின் இன் கேரெம் கிராமத்தைத் தன் இயங்கு தளமாக வைத்துக்கொண்டார். நகரில் பிரிட்டிஷ் தலைமை போலீஸ் அதிகாரி ஒருவரைக் கொலை செய்ய இவர் ஏற்பாடு செய்தார். பிரிட்டிஷ் நடத்திய பரவலான குண்டு வீச்சில் இவர் மீண்டும் காயப்பட்டார். ஹுசைனியின் ஆதரவாளர்கள் ஆடம்பரத்தை வெறுத்து ஏழை அரேபிய விவசாயிகளுடன் சேர்ந்து மதநம்பிக்கையற்ற அந்நியர்களை விரட்டப் போராடும் அரேபிய வீரப்பெருந்தகையென இவரைப் போற்றினார்கள். ஆனால் பாலஸ் தீனத்திலுள்ள இவரது எதிரிகள், இவரை மப்டியின் கொலை ஏவலை நிறைவேற்றும் மோசமான போராளியென்றும் கிராமங் களைத் தன் பலத்தினால் அச்சுறுத்துபவரென்றும் கூறினார்கள்.

1937ஆம் ஆண்டு செப்டம்பர் 26ஆம் தேதி பிரிட்டிஷ் மாவட்ட கமிஷனர் லூயிஸ் ஆண்ட்ரூஸ் என்பவர் கலீலியில் கொலை செய்யப் பட்டார். 12ஆம் தேதி மப்டி பெண் உடையணிந்து கேவலமான முறையில் ஜெருசலேமிலிருந்து தப்பிச் சென்றார். பாலஸ்தீனத்தில் இவரது அதிகாரமும் செல்வாக்கும் குறைந்தது. லெபனானுக்கு நாடு கடத்தப்பட்ட இவர், அங்கிருந்தபடியே போர் நடவடிக்கை களில் ஈடுபட்டார். இவர் தனக்கும் தன்னுடைய பிடிவாதமான கொள்கைகளுக்கும் மற்றவர்கள் பணிந்து போக வேண்டுமென்று இரக்கமின்றிச் செயல்பட்டார்.

பாலஸ்தீனத்தைத் தக்க வைத்துக்கொள்ள பிரிட்டிஷ்காரர்கள் போராட வேண்டியிருந்தது. நாப்லஸ், ஹெப்ரான், கலீலி ஆகிய பகுதிகள் கட்டுப்பாட்டை இழந்திருந்தன. பழைய நகரமும் சிறிது காலம் கட்டுப்பாட்டை இழந்திருந்தது. பிரிட்டிஷ்காரர்கள் யூதர்களின் ‘ஹாகாநாக்’ படை வீரர்களைத் துணைப் படையாகச் சேர்த்துக் கொண்டு ‘யூத குடியேற்றக் காவல்படை’ என்ற அமைப்பை உருவாக் கினார்கள். ஆனால் இந்த அமைப்பினாலும் தொலைவிலுள்ள கிராமங்களுக்குத் தகுந்த பாதுகாப்பளிக்க இயலவில்லை. யூத தாயக இயக்க தேசியவாதிகள் பென்குரியனின் மிதவாதக் கொள்கையால் வெறுப்படைந்தார்கள். இர்குன் ஜ்வாய் லியூமி தேசிய இராணுவ அமைப்பில் புரட்சியின் தொடக்கத்தில் 1500 வீரர்களையே சேர்க்க முடிந்தது. இவர்கள் அரேபியர்களின் தாக்குதல்களுக்குப் பதிலடி கொடுக்கும் வகையில் பாமர மக்களின்மீது வன்முறையைக் கட்ட விழ்த்துவிட்டார்கள். ஜெருசலேமிலுள்ள விடுதிகளில் கையெறி குண்டுகளை வீசினார்கள்.

1937ஆம் ஆண்டு ‘கறுப்பு ஞாயிறு’ நாளன்று பென்குரியனும் வெய்ஸ்மேனும் திகைக்கும் வகையில் ஒருங்கிணைந்து குண்டுகளை வீசினார்கள். இர்குன் ஜ்வாய் லியூமி அமைப்பில் அதிக அளவில் வீரர்கள் சேரத்தொடங்கினார்கள். அரேபிய மிதவாதிகள் மப்டியின் ஆதரவாளர்களால் அழிக்கப்பட்டது போல் இந்தக் கிளர்ச்சி ஜுடாமேக்னஸ் (ஹீப்ரு பல்கலைக்கழகத்தின் அமெரிக்க தலைவர்) போன்ற யூத சமரசக் குழுவினரின் நம்பிக்கையை இழந்தது. ஜுடாமேக்னஸ், யூதர்களையும் அரேபியர்களையும் கொண்ட ஓர் அரசை ஆதரித்தார். பென்குரியனின் சுயக்கட்டுப்பாடு தளர்ந்தது. பிரிட்டிஷ் அரசு அனைத்து வகைகளிலும் அரேபியர்களை நசுக்க விரும்பியது. கிராமங்களுக்குத் தண்டனை வழங்கப்பட்டது. ஜாபாவின் சுற்றுப்புறப் பகுதி அழிக்கப்பட்டது. ஆயுதம் வைத்திருப் பவர்களுக்கு மரண தண்டனை விதிக்கப்படுமென 1937ஆம் ஆண்டு ஜூன் மாதம் அறிவிக்கப்பட்டது.

கல்கத்தாவில் பதின்மூன்று ஆண்டுகள் திறமையாகப் பணி புரிந்த சர் சார்லஸ் டெகார்ட் என்னும் உயர் போலீஸ் அதிகாரி ஜூன் மாதத்தில் ஜெருசலேமிற்கு வந்தார். இவர் ஐம்பது டெகார்ட் போர்ட்ஸ் (கோட்டைகள்) எனப்படும் புறக்காவல் நிலையங்களை ஏற்படுத்தி, எல்லைக்கு வேலியிட்டார்.

அரேபியர்களை உளவறிந்து கிளர்ச்சியை ஒடுக்க அரேபிய புலனாய்வுத்துறை அமைப்பை ஏற்படுத்தினார். மேற்கு ஜெருசலேமில் சந்தேகிப்பவர்களை எப்படி சித்ரவதை செய்து விசாரணை செய்ய வேண்டுமென்பதைக் காவலர்களுக்குக் கற்பிக்க ஒரு பள்ளியை நடத்தினார். கைதியின் மூக்கினுள்ளே ஒரு காப்பிக் குடுவை மூலமாகத் தொடர்ந்து தண்ணீர் செலுத்தும் 'வாட்டர் கேன்' சித்திரவதை முறையைக் கற்பித்தார். ஆளுநர் கெய்த் ரோச்சின் தலையீட்டால் இந்த சித்ரவதை நிறுத்தப்பட்டது. ஆர்தர் ஹாரிஸ் என்னும் பிரிட்டிஷ் விமானப்படை அதிகாரியின் மேற்பார்வையில் கிளர்ச்சி நடக்கும் கிராமங்களின்மீது குண்டு வீச்சுகள் நடத்தப்பட்டன.

பின்னாளில் இவர் 'டிரஸ்டென் குண்டுவீச்சாளர்' என்று புகழ் பெற்றார். இதற்கு மத்தியில் ஹிட்லருடன் ஏற்பட்ட மோதல் ஐரோப் பாவில் பூதாகரமாக உருவெடுத்தது. எனவே பிரிட்டிஷ்காரர்கள் போதுமான படையைக் கொண்டுவர இயலாததால் யூதர்களின் உதவி அதிக அளவில் தேவைப்பட்டது. கிளர்ச்சிகளை எதிர் கொண்டு அடக்குவதில் வல்லுநராகக் கருதப்பட்ட ஆர்டி வின்கேட் ஜெருசலேமிற்கு அனுப்பப்பட்டார்.

ஹை கமிஷனர் வாச்சோப், வின்கேட்டை வரவேற்றுத் தன்னுடன் தங்க வைத்தார். வாச்சோப் எல்லோருடைய ஆலோசனை களையும் ஏற்றுக்கொள்வதாகவும் இதனால் உண்மை நிகழ்வுகளை அவரால் தெரிந்துகொள்ள முடியவில்லை என்றும் வின்கேட் தெரி வித்தார். யூத வீரர்களுக்குப் பயிற்சியளித்து கிளர்ச்சியை கிளர்ச்சிக் காரர்களிடம் கொண்டு செல்ல வேண்டுமென்று வின்கேட் பரிந் துரை செய்தார். இவர் அரேபிய லாரென்ஸைப் போல் யூதர்களின் லாரென்ஸாக மாறுவார் என்ற எதிர்பார்ப்பு இருந்தது. வெய்ஸ்மேன் இவரை யூதேயாவின் லாரென்ஸ் என்று அழைத்தார். சந்தர்ப்ப வசத்தால் இரண்டு லாரென்ஸ்களும் உடன் பிறந்தவர்கள் என்பது குறிப்பிடத்தகுந்தது.

பழைய நகர வீழ்ச்சியின்போது ஆர்டி வின்கேட்டும் மோஷிடயானும்

வின்கேட்டின் தந்தை குடியேற்ற நாட்டைச் சார்ந்த வசதிமிக்க மனிதர்; விவிலிய நற்செய்தியைப் பரப்பும் சமயக் குழுவின் துணைத் தலைவராக இருந்தார். யூதர்களை மதமாற்றம் செய்வது இவரது பணியாக இருந்ததால் பேரரசைப் பற்றியும் விவிலிய நூலைப் பற்றியும் நன்றாக அறிந்து வைத்திருந்தார். வின்கேட் அரேபிய மொழியைச் சரளமாகப் பேசக்கூடியவர். லாரென்ஸைப் போலவே இவரும் ஒழுங்கற்ற அரேபியப் படைக்குத் தலைமையேற்று புகழ் பெற்றார். சூடானிலுள்ள கிழக்கு அரேபிய படைக்குத் தலைமை ஏற்றிருந்தார். ஒரு மாணவனின் குணநலன்களும் ஒரு செயல்வீரனின் ஆற்றலும் இணைந்தவர் என்றும் லாரென்ஸை நினைவூட்டுவ தாகவும் இவரைப் பற்றி வெய்ஸ்மேன் குறிப்பிடுகிறார்.

ஜெருசலேம் நகருக்கு வந்தபின் வின்கேட் டமாஸ்கஸ் நகரில் வண்ணப் பூச்சு செய்த வாளினைப் போல் மாறினார். யூத தாயக இயக்கத்தினரின் ஆற்றல் இவரைக் கவர்ந்தது. இதேநேரத்தில் மப்டியின் அச்சுறுத்தும் தந்திரத்தையும், ஆங்கிலேய அதிகாரிகளின் செமிட்டிய இன விரோதப் போக்கையும் இவர் வெறுத்தார். வின்கேட் முற்றுகை இடப்பட்டிருந்த பிரிட்டிஷ் துருப்புகளையும் யூதர்களின் விவசாயப் பண்ணைகளையும் நேரில் பார்வையிட்டார். நடு இரவில் போர்சலினோ தொப்பியையும் கசங்கிய ஆடை களையும் பிரிட்டிஷ் பீரங்கிப் படைவீரனைப் போல் கழுத்துப் பட்டையும் அணிந்த, டெல் அவிவ் பகுதி கீழ்த்தர விடுதிகளில் காணப்படுவதைப் போன்ற, ஒரு உருவம் இவரை அடிக்கடி சந்தித்து வந்தது.

33 வயதுள்ள கேப்டன் வின்கேட் கூர்ந்து நோக்கும் நீலநிறக் கண்களுடனும், கழுகின் அலகினைப் போன்ற தோற்றக் கூறு களுடன், ஒரு துறவியினுடையதைப் போன்ற பற்றற்ற பார்வையும் கொண்டிருந்தார். ஆயுதங்களும் வரைபடங்களும் லீஎன்பீல்டு துப்பாக்கிகளும் கையெறி குண்டுகளும் நிரம்பிய ஒரு ஸ்டுடி பேக்கர் காரில் பைபிளுடன் ஜெருசலேமுக்கு வந்தார். ஆங்கிலேயர் களைவிட யூதர்கள் சிறந்த படைவீரர்களாக இருப்பார்கள் என்று கருதினார்.

இவரது தனித்தன்மையால் கவரப்பட்ட பிரிட்டிஷ் தளபதி ஆர்ச்சி பால்டு வேவெல் 1938 மார்ச் மாதத்தில் யூதர்களின் சிறப்புப் படைக்கு வின்கேட்டை பயிற்சி அளிக்கும்படியும் இரவுப் படைப்

பிரிவுகளை ஏற்படுத்தி கிளர்ச்சிக்காரர்களை கண்காணிக்கும் படியும் கேட்டுக்கொண்டார். அப்போது வேவெல்லுக்கு என்ன செய்கிறோமென்பது தெரியவில்லை. டி. இ. லாரென்சுடன் வின்கேட்டுக்குள்ள தொடர்பு பற்றி எனக்கு எதுவும் தெரியவில்லை யென பின்பு இவர் குறிப்பிடுகிறார்.

ஜாபா வாயிலுக்கு அருகிலுள்ள பாஸ்ட் ஹோட்டலைத் தன் தலைமை இடமாக வைத்துக்கொண்டார் வின்கேட். ஹீப்ரு மொழியைக் கற்றுக்கொண்டு விரைவிலேயே யூத தாயக இயக்கத்த வர்களுக்கு நண்பரானார். அரேபியர்கள் இவரைத் தங்களது எதிரி என்றும், இவரது சக பிரிட்டிஷ் அதிகாரிகள் இவரை இயல்புக்கு மாறானவர் என்றும் கருதினார்கள். அரசு வீட்டை விட்டு வெளி யேறிய இவர், தன் மனைவி லோர்னாவுடன் டால்பியாட் பகுதியில் குடியேறினார். இவரது மனைவி இளம் வயதினள். ஒரு பீங்கான் பொம்மையைப் போல் அழகானவள். இவளைப் பார்த்தவர்கள் தங்கள் கண்களை இவள் மீதிருந்து அகற்ற முடியாதென்று ரூத் டயான் தெரிவிக்கிறார். ரூத் டயானின் கணவர் மோஷிடயானும் ரகசியமாக ஹகாநாக் படையில் சேர்ந்திருந்தார். ஆனால் வெளிப் படையாக யூத குடியேற்றக் காவல் படையில் பணிபுரிந்தார்.

ஒருநாள் மாலை நேரத்தில் ஹகாநாக் படையைச் சேர்ந்த ஒருவர் அந்நியருடன் வந்தார். வின்கேட் ஒல்லியானவர். அவருக்குப் பக்கத்தில் ஒரு கனரக கைத்துப்பாக்கியும் பைபிளும் இருந்தன. இவர் எந்தவொரு செயலிலும் ஈடுபடுவதற்கு முன் செயல்படும் இடத்தைக் குறித்து பைபிளில் உள்ள பகுதியைப் படிப்பார்.

இவர் தனது இரவு நேரக் காவல்படையை நடத்திச் சென்று இரவு நேரங்களிலும் அரேபியர்களைக் கண்காணித்து வந்ததால், பாதுகாப்பான வழிகள் எதுவும் தங்களுக்கு இல்லையென்று அரேபியர்களை உணர வைத்தார். எந்த நேரத்திலும் அரேபியர்கள் திடீர் தாக்குதலுக்கு ஆளாக நேரிடலாமென்ற அச்சத்தை அவர் களுக்கு ஏற்படுத்தினார். அரேபியப் புரட்சியின் போதும், பின்பு இரண்டாம் உலகப் போரின் போதும் பிரிட்டிஷ்காரர்கள் 25,000 யூதர்களைக் கொண்ட துணைப்படைக்கு பயிற்சி அளித்தார்கள். இதேபோல் இட்ஸ் ஹாக்சடேக் என்பவரின் கீழ் இயங்கிய அதிரடிப் படைப் பிரிவுக்கும் பயிற்சி அளித்தார்கள். இட்ஸ் ஹாக்சடேக் ரஷ்ய செம்படையில் பணியாற்றி அனுபவம் பெற்றவர். பின்பு யூத ஹாகாநாக் படைக்குத் தலைமைத் தளபதியானார். ‘நீங்கள் மேக்கபீய மகன்கள்; நீங்கள் யூத இராணுவத்தின் முதல் வீரர்கள்’ என்று வின்கேட் கூறி உற்சாகப்படுத்தினார். இவர்களின் அனுபவமும்

ஆற்றலும் போர்த்திறனும் பின்னாளில் இஸ்ரேலின் பாதுகாப்புப் படைக்கு அடிப்படையாக அமைந்தது.

1938 செப்டம்பரில் பிரதம மந்திரி நெவில்லி சேம்பர்லெயினின் ம்யூனிச் ஒப்பந்தம் அடால்ப் ஹிட்லரின் ஆக்கிரமிப்பு வேகத்தைத் தணித்து செக்கோஸ்லவாக்கியாவைப் பிரித்துவிடுவிக்கவும், பிரிட்டிஷ் துருப்புகளை விடுவிக்கவும் வழி செய்தது. இதனால் 25,000 படை வீரர்கள் பாலஸ்தீனத்திற்கு வந்தார்கள். இருப்பினும் புரட்சிக் காரர்கள் துணிச்சலுடன் ஒரு எதிர்பாராத கடும்தாக்குதல் நிகழ்த்தி அக்டோபர் 17ஆம் தேதி பழைய நகரம் முழுவதையும் கைப்பற்றி னார்கள். வாயில்களில் தடை ஏற்படுத்தி பிரிட்டிஷ் துருப்புகளை வெளியே விரட்டினார்கள். அல்கொய்தா சின்னத்துடன் தபால் தலைகளையும் வெளியிட்டார்கள்.

டேவிட் கோபுரத்தில் அரேபியக் கொடி பறப்பதை ஜாபா வாயிலிலிருந்த ஜவஹரிய்யா பெருமையுடன் பார்த்தார். மேற்குப்புற சுவரில் முற்றுகையில் சிக்கிக்கொண்ட ஒரு யூத மதகுரு அரேபிய துப்பாக்கி வீரர்களால் துன்புறுத்தப்பட்டார். அக்டோபர் 19ஆம் தேதி பிரிட்டிஷ்காரர்கள் அதிரடித் தாக்குதல் நடத்தி 19 அரேபிய வீரர்களைக் கொன்று நகரைத் திரும்பவும் கைப்பற்றினார்கள். இந்தக் காட்சியையும் ஜவஹரிய்யா தன் வீட்டிலிருந்து பார்த்தார். ‘பிரிட்டிஷ் படைக்கும் அரேபியர்களுக்கும் இடையே இந்தச் சண்டை நடந்த இரவை என்னால் விவரிக்கமுடியாது. நாங்கள் தொடர்ந்து குண்டுகள் வெடிக்கும் ஓசையை மட்டும் கேட்க முடிந்தது’ என்று ஜவஹரிய்யா தெரிவிக்கிறார்.

யூதர்கள் வின்கேட்டை ஓர் மாவீரராகக் கருதியபோதிலும் இவரது செயல்பாடுகள் எதிர்மறையான விளைவுகளை ஏற்படுத்தி யதாகவே இவரது சக பிரிட்டிஷ் அதிகாரிகள் கருதினார்கள். வின்கேட் முழுநிர்வாண நிலையில் விருந்தினர்களுக்கு வீட்டுக்கதவு களைத் திறந்துவிட்டதாகவும், ஒரு யூதப் பாடகியுடன் உல்லாசமாக இருந்ததாகவும் மற்ற பிரிட்டிஷ் அதிகாரிகள் பார்த்துள்ளனர். ‘வின்கேட் இயல்புக்கு மாறானவரென்றும் இவர் முழு நிர்வாண மாக ஒரு மூலையில் அமர்ந்துகொண்டு பைபிளைப் படித்தபடி பச்சை வெங்காயத்தை மென்றுகொண்டிருப்பார்’ என்று இவரைப் பற்றி மோஷிடயான் குறிப்பிடுகிறார்.

வின்கேட்டின் படைப்பிரிவின் தளபதியாக இருந்த மேஜர் ஜெனரல் பெர்னார்ட் மாண்ட்கோமரி இவரது கவனமின்மைக் காகவும் யூதர்களைக் கண்மூடித்தனமாக ஆதரிப்பதற்காகவும்

இவரை வெறுத்தார். வின்கேட் நிலையற்ற மனநிலை உடையவ ரென மாண்ட்கோமரி, டயானிடம் கூறினார். இவருக்கு ஜெருசலே மிலுள்ள பிரிட்டிஷ் தலைமையிடத்திற்குத் திரும்புமாறு உத்தரவிடப் பட்டது.

'நீங்கள் யூதர்களா அல்லது புற இனத்தவர்களா என்பது பற்றி எனக்குக் கவலையில்லை. என்னுடைய கடமை சட்டம் ஒழுங்கை நிலைநாட்டுவது; நான் அதைச் செய்ய விரும்புகிறேன்.' இவ்வாறு மாண்ட்கோமரி இருதரப்பு பிரதிநிதிகளிடமும் கூறினார். புரட்சி ஒடுக்கப்பட்டுவிட்டது என்று மாண்ட்கோமரி அறிவித்தார். ஐந்நூறு யூதர்களும் 150 பிரிட்டிஷ்காரர்களும் கொல்லப்பட்டிருந்தனர். இந்தப் புரட்சி பாலஸ்தீன சமூகத்தில் மீளமுடியாத பேரிழப்பை ஏற்படுத்தியது. இருபது வயதிலிருந்து அறுபது வயது வரையுள்ள ஆண்களில் பத்து விழுக்காட்டினர் கொல்லப்பட்டும், காயம்பட்டும், வெளியேற்றப்பட்டும் குறைந்துவிட்டனர். 150 பேருக்கு மரண தண்டனை விதிக்கப்பட்டது. 50,000 பேர் கைது செய்யப்பட்டிருந் தனர். 5000 வீடுகள் அழிக்கப்பட்டன. நான்காயிரம் பேர் கொல்லப் பட்டிருந்தனர். இவர்களில் பெரும்பாலானவர்கள் சக அரேபியர் களால் கொல்லப்பட்டனர். இந்த நேரத்தில் பிரிட்டிஷ் துருப்பு களின் சேவை ஐரோப்பாவிற்குத் தேவைப்பட்டது. 'பாலஸ்தீனத்தை விட்டுச் செல்வதற்கு நான் வருந்துகிறேன். இந்தப் போரினால் நான் மகிழ்ச்சியடைந்தேன்'[1] என்று மாண்ட்கோமரி தெரிவித்தார்.

நெலில்லி சேம்பர்லெயினின் தந்தை, பால்பர் அறிக்கையை மாற்ற விரும்பி உகாண்டாவை யூதர்களின் தாயகமாக்கிக் கொள்வ தென்ற திட்டத்தை முன் மொழிந்தார். 'போர் மூண்டால் நாஜிகளுக்கு எதிராகப் பிரிட்டனை ஆதரிப்பதைத் தவிர யூதர்களுக்கு வேறு வழியில்லை. எனவே ஒரு பிரிவினருக்கு வருத்தம் ஏற்படுத்தக்கூடிய நிலை ஏற்பட்டால், நாம் அரேபியர்களைவிட யூதர்களுக்காக வருந்த நேரிடும்' என்று சேம்பர்லெயின் தெரிவித்தார். எனவே இவர் இரு தரப்பினரையும், அரபு அரசுகளையும் லண்டனில் ஒரு மாநாட்டுக்கு அழைத்தார். மாநாட்டின் முக்கிய பிரதிநிதியாக அரேபியர்கள் தங்கள் சார்பாக மப்டியைத் தேர்ந்தெடுத்தனர். இருப் பினும் பிரிட்டிஷ் அரசு மப்டியை ஏற்றுக்கொள்ள விரும்பாததால் அவரது உடன் பிறந்தார் ஜமால் அல் ஹுசைனி அரேபியக் குழுவை அழைத்துச் சென்றார். நஷாஷிபி மிதவாதிகளின் குழுவை அழைத்துச் சென்றார்.

ஹுசைனிக்கள் டோர்செஸ்டர் பகுதியிலும் நஷாஷிபிக்கள் கார்ல்டான் பகுதியிலும் தங்கியிருந்தனர். வெய்ஸ்மேனும் பென்

குரியனும் யூதர்களின் பிரதிநிதிகளாயிருந்தனர். 1939 பிப்ரவரி 7ஆம் நாள் புனிதர் ஜேம்ஸ் அரண்மனையில் இரண்டு முறை மாநாட்டை நடத்த வேண்டியிருந்தது. ஏனெனில் யூத தாயக இயக்கத்தவர்களும் அரேபியர்களும் பேச்சுவார்த்தையில் நேருக்கு நேராக சந்திக்க மறுத்தார்கள்.

யூதர்களின் குடியேற்றத்தை நிறுத்துவதற்கு அவர்களது ஒப்புதலைப் பெற சேம்பர்லெயின் முயன்றார். ஆனால் அது முடியவில்லை. ஹிட்லரை உடன்படிக்கையின் மூலமாகப் பணியவைக்கும் முயற்சி அர்த்தமற்றதென்பது மார்ச் 15ஆம் தேதி தெரிய வந்தது. ஹிட்லர் செக்கோஸ்லோவாக்கியாவின் பின்பகுதியை முற்றுகையிட்டார்.

இரண்டு நாட்களுக்குப் பின் குடியேற்ற நாடுகளின் செயலாளர் மால்கம் மெக்டொனால்டு ஒரு வெள்ளை அறிக்கையை வெளியிட்டார். யூதர்கள் நிலம் வாங்குவதைத் தடுக்கும் வகையிலும், ஐந்தாண்டுகளுக்கு ஆண்டொன்றுக்கு 15,000 யூதர்கள் மட்டுமே குடியேற முடியுமென்றும் ஐந்தாண்டுகளுக்குப் பின் அரேபியர்கள் யூத குடியேற்றத்தைத் தடுத்து நிறுத்தும் உரிமையைப் பெறுவார்கள் என்றும் யூதர்களுக்குத் தனியரசு கிடையாதென்றும் பத்தாண்டுகளில் பாலஸ்தீனம் விடுதலை பெறும் என்றும் வெள்ளை அறிக்கை தெரிவித்தது. இந்த அறிக்கை பிரிட்டிஷ் அரசிடமிருந்து பாலஸ்தீனர்கள் பெறும் சிறப்பான சலுகை என்றும் இருபதாம் நூற்றாண்டில் இது போன்றதொரு சிறப்பான சலுகை பிரிட்டிஷ் அரசிடமிருந்து வேறு யாரும் பெற்றதில்லை என்றும் கருதப்பட்டது.

இருப்பினும் லெபனானுக்கு நாடு கடத்தப்பட்ட மப்டி, தன்னுடைய அரசியல் தகுதியின்மையாலும் தற்பெருமைக் கோளாறினாலும் வளைந்து கொடுக்காத பிடிவாதக் குணத்தினாலும் இதை ஏற்றுக்கொள்ள மறுத்துவிட்டார்.

பென்குரியன் தன் ஹகாநாக் படையை பிரிட்டிஷ் அரசுடன் போரிடத் தயார்படுத்தினார். ஜெருசலேமில் யூதர்கள் கலவரம் செய்தார்கள். ஜூன் மாதம் 2ஆம் தேதி இர்கன் படை ஜாபா வாயிலுக்கு வெளியேயிருந்த அங்காடியில் குண்டு வீசியது. இதில் ஒன்பது அரேபியர்கள் கொல்லப்பட்டார்கள்.

லண்டனில் அமெரிக்காவின் தூதராயிருந்தவரின் மகன் ஜான் எஃப். கென்னடி என்னும் அமெரிக்க இளைஞர் கீழ்த்திசை சுற்றுலாவுக்கு வந்து, ஜெருசலேமில் தங்கியிருந்தார். ஜூன் 8ஆம் தேதியன்று இரவு இர்கன் படையினர் நிகழ்த்திய பதினான்கு குண்டு

வெடிப்பு ஓசைகளைத் தான் கேட்டதாகவும் இதனால் புனித நகரம் முழுவதும் மின்சாரம் துண்டிக்கப்பட்டதாகவும் ஜான் எஃப். கென்னடி தெரிவித்துள்ளார். யூதர்கள் அரேபியர்களைக் கொல்வதும், அரேபியர்கள் யூதர்களைக் கொல்வதும் அடுத்த ஐம்பது ஆண்டுகளுக்கு நீடிக்குமென்ற மாண்ட்கோமரியின் கருத்தைப் பலரும் ஏற்றுக்கொண்டனர்.

மப்டியும் ஹிட்லரும்: ஜெருசலேமின் உலகப்போர்

ஜெர்மன் ஆயுதப்படைகள் மாஸ்கோவை நோக்கி முன்னேறிக் கொண்டிருந்தன. அடால்ப் ஹிட்லர் முன்னேறி வருவதை, பொது எதிரிகளான பிரிட்டிஷ்காரர்களையும் யூதர்களையும் தாக்குவதற்கான வாய்ப்பாகக் கருதினார் மப்டி. பிரான்ஸ் முன்பே நிலை குலைந்திருந்தது. ஹிட்லர் தன் 'இறுதித்தீர்வு'[2] கொள்கை அடிப்படையில் அறுபது லட்சம் யூதர்களைக் கொல்லத் தொடங்கியிருந்தார். மப்டி ஆங்கிலேயர்களுக்கு எதிராக சதித் திட்டங்களை நிறைவேற்ற ஈராக்கிற்குச் சென்றார். அங்கு தோல்வி ஏற்பட்டதால் ஈரானுக்குச் சென்றார். பிரிட்டிஷ் உளவுப் படையினர் இவரைப் பின் தொடர்ந்ததால் அங்கிருந்து ஒரு சாகசக் கடற்பயணத்தின் மூலம் இத்தாலியை வந்தடைந்தார்.

1941ஆம் ஆண்டு அக்டோபர் 27ஆம் தேதி பெனிட்டோ முசோலினி ரோமிலுள்ள பிளாசோ வெனிசீயா மாளிகையில் மப்டியை வரவேற்றார். பாலஸ்தீனிய அரசை உருவாக்க இவர் ஆதரவு தெரிவித்தார். யூதர்கள் ஒரு சொந்த நாடு வேண்டுமென்று விரும்பினால் அதை அமெரிக்காவிலுள்ள டெல் அவிவ் பகுதியில் ஏற்படுத்திக் கொள்ளலாமென்று முசோலினி கூறினார். மேலும் இத்தாலியில் 45,000 யூதர்கள் இருக்கிறார்கள். அவர்களுக்கு இனி ஐரோப்பாவில் இடமில்லை என்றும் முசோலினி தெரிவித்தார். எனவே இந்தச் சந்திப்பினால் நிறைவடைந்த மப்டி, பெர்லினுக்குப் பறந்தார்.

நவம்பர் 28ஆம் தேதி மாலை 4.30 மணிக்கு பதற்றமான நிலையிலிருந்த ஹிட்லர், மப்டியை வரவேற்றார். இந்த நேரத்தில் ரஷ்யர்கள் ஜெர்மானியர்களை மாஸ்கோவின் புறநகர்ப் பகுதிகளில் தடுத்து நிறுத்தியிருந்தார்கள். மப்டியின் மொழிபெயர்ப்பாளர் அரபு வழக்கப்படி முதலில் காபி வழங்கப்பட வேண்டுமென்று ஹிட்லரிடம் கூறினார். தான் காபி குடிப்பதில்லை என்று ஹிட்லர் பதிலளித்தார். இதற்கு மப்டி 'ஏதாவது பிரச்சனையா?' என்று தன் மொழிபெயர்ப்பாளரிடம் கேட்டார். மொழிபெயர்ப்பாளர் மப்டியைச்

சமாதானப்படுத்திவிட்டு, ஹிட்லரிடம் விருந்தினர் மப்டி இன்னமும் காபியை எதிர்பார்ப்பதாகத் தெரிவித்தார். உயர்மட்டத் தலைமையில் இருப்பவர்கள்கூட என் முன்பாக காபி குடிக்கமாட்டார்கள் என்று ஹிட்லர் கூறிவிட்டுச் சென்றார்.

சிறிதுநேரம் கழித்து ஒரு எஸ்.எஸ். காவலாளி கையில் எலுமிச்சைப்பழ ரசத்துடன் வந்தான். ஹிட்லரும் திரும்பி வந்தார். பாலஸ்தீனம், சிரியா, ஈராக் ஆகிய நாடுகளின் விடுதலைக்கும் ஒற்றுமைக்கும் ஆதரவளிக்க வேண்டுமென்று ஹிட்லரைக் கேட்டுக் கொண்டார். ஜெர்மானியப் பாதுகாப்புப் படையுடன் சேர்ந்து போரிட ஓர் அரேபியப் படையை உருவாக்க வேண்டுமென்றும் மப்டி ஹிட்லரைக் கேட்டுக்கொண்டார். உலகின் எஜமானனாகக் கருதப்பட்ட ஹிட்லரின் முன்பு மப்டி பாலஸ்தீனத்திற்காக மட்டும் கோரிக்கை வைக்கவில்லை. தன்னுடைய ஆளுகைக்கு உட்பட்ட ஒரு அரேபிய பேரரசு அமைய வேண்டுமென்ற தன் ஆவலையும் ஹிட்லரிடம் தெரிவித்தார். ஹிட்லரின் எதிரிகளே மப்டியின் எதிரி களாகவும் இருந்ததால், ஹிட்லர் மிகவும் மகிழ்ச்சியடைந்தார்.

யூதர்களின் அரணாக இருந்த பிரிட்டன், சோவியத் யூனியன் ஆகிய இரு நாடுகளுடன் ஜெர்மனி வாழ்வா சாவா என்றதொரு போராட்டத்தில் ஈடுபட்டிருந்தது. எனவே பாலஸ்தீனத்தில் ஒரு யூத அரசு இருக்க முடியாதென்பது இயல்பாகிவிட்டது. யூத பிரச்ச னைக்குத் தன்னுடைய இறுதித்தீர்வு பற்றியும் ஹிட்லர், ‘ஒவ்வொரு ஐரோப்பிய நாட்டையும் யூதப் பிரச்சனையைப் படிப்படியாகத் தீர்வு செய்துகொள்ள கேட்டுக்கொள்வதென ஜெர்மனி முடிவு செய்துள்ளது. ஜெர்மானியப் படைகள் காகாஸியாவின் தெற்கு வழியை அடைந்தவுடன், அரேபியப் பகுதியிலுள்ள யூதர்களை அழிப்பதே ஜெர்மனியின் நோக்கமாக இருக்கும்’ என்று தெரி வித்தார்.

ரஷ்யாவும் பிரிட்டனும் தோற்கடிக்கப்படும் வரை, மத்திய கிழக்குப் பகுதிக்காக மப்டி காத்திருக்க வேண்டும். ஹிட்லர், தான் சிந்தித்துக் கவனமாகப் பேச வேண்டியிருப்பதாகவும், மத்திய பிரான்ஸ் விஷியில் ஜெர்மனியின் ஆதரவு அரசு இருப்பதால் நான் அவர்களைப் புண்படச் செய்யக்கூடாதென்றும் தெரிவித்தார். ‘உங்கள் வாழ்க்கையின் கதை எனக்குத் தெரியும். உங்களது நீண்ட ஆபத்தான அரசியல் பயணத்தை நான் ஆர்வமுடன் கவனித்து வந்திருக்கிறேன். நீங்கள் தற்போது எங்களுடன் இருப்பதில் நான் மகிழ்ச்சியடைகிறேன்.’ இவ்வாறு ஹிட்லர் மப்டியிடம் கூறினார்.

பின் ஹிட்லர், மப்டி ஹுசைனியின் நீலநிறக் கண்களையும் சிவப்புநிறத் தலை முடியையும் புகழ்ந்துரைத்து மப்டியின் ரத்தம் ஆரிய இன ரத்தமாயிருக்க வேண்டுமென்று எண்ணிக்கொண்டார். 1943ஆம் ஆண்டு கோடைகாலத்தில் நாஜிப் படையினர் முன்பே முப்பது லட்சம் யூதர்களைக் கொன்றுவிட்டதாக ஹெய்ன்ரிச் ஹிம்லர் மப்டியிடம் தெரிவித்தார். ஜெர்மனி வெற்றி பெற்றால், யூதர்கள் பாலஸ்தீனத்திலிருந்து சுவடின்றி ஒழிந்துவிடுவார்கள் என்பதால் தான் நாஜி ஜெர்மனியை ஆதரிப்பதாக மப்டி பெருமையுடன் கூறினார்.[3]

பல நாடுகளுக்குரிய ஜெருசலேமிலிருந்து நெடும்பயணம் செய்து, தான் பெர்லினுக்கு வந்திருப்பது யூதர்களை உற்சாகமிழக்கச் செய்யு மென மப்டி கருதினார். ஆனால் அரேபிய தேசியவாதிகள் அனை வரும் ஹிட்லரை ஆதரிக்கும் செமிட்டிய இன விரோதிகள் என்பது தவறு. யூதர்களின் ஜவஹரிய்யா தன் நாட்குறிப்பில் இவ்வாறு எழுதியுள்ளார்: 'ஜெருசலேமிலிருந்த அரேபியர்கள் பிரிட்டனின் நியாயமும் நேர்மையுமற்ற செயல்களுக்காகவும், பால்பர் அறிக்கைக் காகவுமே பிரிட்டிஷ்காரர்களை வெறுத்தார்கள். போரில் ஜெர்மனி வெற்றி பெறும்.' இவர் ஜெர்மனி வெற்றி குறித்த தலைப்புச் செய்தி களைக் காண ஆவலுடன் காத்திருந்தார். ஆனால் அது இங்கிலாந்துக்கு நற்செய்தியாக இருந்ததால் வருத்தமடைந்தார்.

ஆனால் போர்க்காலத்தில் முன்பு எப்போதும் இல்லாத வகையில் ஜெருசலேமில் அமைதி நிலவுவது ஆச்சரியமானதென்று ஹாசம் நுஸைபெக் தெரிவிக்கிறார். பிரிட்டிஷ்காரர்கள் யூதப்படை களைக் கட்டுப்படுத்தி இருந்தார்கள். மோஷிடயானையும் அவரது ஹகாநாக் படைத் தோழர்களையும் கைது செய்து அக்கர் கோட்டையில் சிறை வைத்திருந்தனர். 1941ஆம் ஆண்டு மே மாதம் வடக்கு ஆப்பிரிக்க, அச்சு நாடுகள் படையும் (இத்தாலி–ஜெர்மனி–ஜப்பான் கூட்டுப்படைகள்) சிரியாவிலிருந்த விஷி பிரான்ஸ் படை களும் இருபுறத் தாக்குதல் நடத்தி, பிரிட்டிஷ் பாலஸ்தீனத்தைக் கிடுக்கிப்பிடியில் சிக்க வைத்தன. பிரிட்டிஷ்காரர்கள் வின்கேட், சடேக் ஆகியோரிடம் பயிற்சி பெற்று போரிடத் தயாராக இருக்கும் யூத வீரர்களைக் கொண்டு பிரிட்டிஷ்காரர்கள் ஒரு சிறு அதிரடிப் படையைத் தோற்றுவித்தார்கள். இந்த அதிரடிப்படைக்கு 'பால்மாச்' எனப் பெயரிடப்பட்டது.

மோஷிடயான் சிறையிலிருந்து விடுவிக்கப்பட்டு, பிரிட்டிஷ் சார்பில் லெபனானையும் விஷி சிரியாவையும் முற்றுகையிட அனுப்பப்பட்டார். தெற்கு லெபனானில் நடந்த துப்பாக்கிச்

சண்டையின்போது மோஷிடயான் பிரெஞ்சுப்படையின் நிலையைக் கண்டறிய, அவரது தொலைநோக்கியால் பார்த்துக்கொண்டிருந்தார். இந்த நேரத்தில் ஒரு துப்பாக்கிக்குண்டு அவரது தொலைநோக்கியைத் தாக்கவே அதிலிருந்து சிதறிய உலோகத்துண்டு மோஷிடயானின் கண்ணில் புதைந்தது.

எனவே இவர் கண்ணுக்குக் கறுப்புத் திரையணிந்து கொள்ள வேண்டியிருந்தது. திரையணிந்து கொள்வதை வெறுத்த இவர், தன்னை ஊனமுற்றவரைப்போல் உணர்ந்தார். எனவே இவர் வெளியில் சென்று மக்களைச் சந்திப்பதைத் தவிர்க்க வீட்டிலேயே முடங்கிக்கிடந்தார். சிகிச்சை பெறுவதற்காக தன் இளம் மனைவியுடன் ஜெருசலேமிற்குச் சென்றார். பழைய ஜெருசலேம் நகரைச் சுற்றி வருவதையும் குறிப்பாக, அதன் குறுகலான பாதைகளிலுள்ள சுற்றுச் சுவர்களின்மீது நடந்து செல்வதையும் விரும்பினார். ‘புதிய நகரம் தனக்கு விநோதமாகத் தோன்றியதென்றும் பழைய நகரம் என்னைக் கவர்ந்ததென்றும்’ இவர் குறிப்பிடுகிறார். ஜெர்மனி பாலஸ்தீனத்தைக் கைப்பற்றும் நிலை ஏற்பட்டால், பிரிட்டிஷ் உதவியுடன் தலைமறைவு இயக்கமாக மாறுவதென்று ஹகாநாக் முடிவு செய்தது.

ஜெருசலேம் நாடு கடத்தப்பட்ட அரசர்களுக்குப் புகலிடமாக இருந்தது. கிரீஸின் இரண்டாம் ஜார்ஜ்; யூகோஸ்லோவியாவின் பீட்டர்; எத்தியோப்பாவின் பேரரசர் ஹெய்லி செலாச்சி ஆகியோர் கிங் டேவிட் ஹோட்டலில் தங்கியிருந்தனர். பேரரசர் ஹெய்லி செலாச்சி வெறுங்கால்களுடன் நடந்துசென்று தன் மணிமுடியைக் கல்லறையின் கீழ் வைத்துப் பிரார்த்தித்து மீண்டும் அரியணை ஏறினார்.[4]

எகிப்தியர்கள், லெபனானியர், ஷெர்பியன்கள், கிரேக்கர்கள், எத்தியோப்பிய இளவரசர்கள், உயர்குடி வகுப்பினர்கள், மோசடிக் காரர்கள், அரசவை உறுப்பினர்கள், நாடோடிகள், தொழிலதிபர்கள், திரைப்பட நடிகர்கள், நேச நாட்டுப் படையினர், அச்சு நாட்டுப் படையினர், யூத தாயக அமைப்பு ஒற்றர்கள், அரேபிய ஒற்றர்கள், பிரெஞ்சு பிரிட்டிஷ் ஆஸ்திரேலிய உயர் அதிகாரிகள் போன்ற பல்வேறு தரப்பட்ட கும்பலில் கிங் டேவிட் ஹோட்டல் தாழ்வாரமும், மதுக்கூடமும் சதா நிரம்பி வழிந்தபடியே இருந்தன.

1942ஆம் ஆண்டு ஒரு புதிய விருந்தினரின் வருகை கிங் டேவிட் ஹோட்டலை மேலும் சுறுசுறுப்பாக்கியது. இவர் அந்நாளில் புகழ் பெற்றிருந்த ஒரு திரைப்பட நடிகை. அஸ்மாகான் என்ற பெயரில் இவர் ஹோட்டலின் பாடகியானார். ஆபத்தான இவள் எவரும்

எதிர்கொள்ள இயலாத பெண். சிரியாவிலுள்ள லெபனான் மலைகளில் வசிப்பவர்களுக்கு கவர்ச்சி இளவரசி. எகிப்திய திரைப்பட நடிகை; அரேபியப் பாடகி; அனைவருக்கும் உளவாளி என பல்வேறு பரிமாணங்களைக் கொண்ட இவள் ஒரு பேரழிவு சக்தி. சிரியாவின் லெபனான் மலைப்பகுதியில் பிறந்த இவள், 'அமால்–அல்–அல்டிராஷ்' என்ற பெயரை வைத்துக்கொண்டு 1918ஆம் ஆண்டு எகிப்துக்கு ஓடிப் போனாள். 14 வயதிலேயே ஓர் இசைப் பாடகியால் அறிமுகமானாள். 16 வயதில் இவளது பாடல் முதன் முதலாக பதிவு செய்யப்பட்டது. இவளது தாடையிலுள்ள ஓர் அழகான மச்சம் இவளுக்கு விசேச அடையாளம் கொடுத்தது. 1933ஆம் ஆண்டு இவள் முதல் முறையாக ட்ரூஸ் மலைப்பகுதி அமீரான தன் உடன் பிறந்தாரின் மகனைத் திருமணம் செய்துகொண்டார். (இரண்டு முறை இவரைத் திருமணம் செய்து விவாகரத்து செய்தாள்.)

மலைப்பகுதியிலுள்ள தன் அரண்மனையிலும் கட்டற்ற மேற்கத்தியப் பெண்களைப் போலவே வாழ்ந்தாள். ஆனால் இவள் பெரும்பாலான நேரங்களை கிங் டேவிட் ஹோட்டலில் செலவிட்டாள். பிரிட்டிஷ் உளவுப்படை இவளைத் தேர்ந்தெடுத்து சிரியாவின் தலைவர்களை மயக்கியும் லஞ்சம் கொடுத்தும் நேச நாடுகளை ஆதரிக்கச் செய்ய, விஷி – டமாஸ்கஸ்க்கு அனுப்பியது. நேச நாட்டுப் படைகள் சிரியாவையும் லெபனானையும் மீண்டும் கைப்பற்றியவுடன் ஜெனரல் சார்லஸ் டிகாலே இவளுக்கு நேரில் நன்றி தெரிவித்தார்.

தன்னுடைய இசைத்திறன், வெற்றிகொள்ள முடியாத கவர்ச்சி, தணிக்கமுடியாத பாலுணர்ச்சி உந்துதல் (இருபால் உறவிலும் விருப்பமுடையவள்) இவற்றைப் பயன்படுத்தி பெய்ரூட்டிலிருந்த பிரெஞ்சு, பிரிட்டிஷ் தளபதிகளை ஒருவருடன் ஒருவர் மோதவைத்து இருவரிடமிருந்தும் பணம் பெற்று வந்தாள். சர்ச்சிலின் தூதுவர் ஜெனரல் லூயிஸ் பியர்ஸ் இவள்மீது ஆழ்ந்த மோகம் கொண்டவர். நான் பார்த்த பெண்களில் இவள் எப்போதும் அழகாக இருப்பவளென்றும், இவளது ஆழ்ந்த கண்கள் சொர்க்கத்திற்குச் செல்லக் கடக்க வேண்டிய கடலைப் போல் பச்சை நிறத்தில் இருந்ததாகவும், இவள் ஓர் இயந்திரத் துப்பாக்கியைப் போல் விரைவாக இலக்கு வழுவாமல் பிரிட்டிஷ் அதிகாரிகளை வீழ்த்தினாள் என்றும் சாதாரணமாக அவளுக்குப் பணம் தேவைப்பட்டுக்கொண்டே இருந்ததென்றும் ஜெனரல் லூயிஸ் பியர்ஸ் அவளைப் பற்றித் தெரிவித்துள்ளார்.

இவளது காதலராக இருக்கும் ஒருவர், இவளது தனியறையில் தனித்திருப்பதென்பது இயலாத ஒன்றாகும். இவளது படுக்கையில்

ஒரு தளபதி இருப்பார்; படுக்கையின் அடியில் மற்றொரு தளபதி இருப்பார்; காதலன் பியர்ஸ் கொத்துச் சரவிளக்கில் தொங்கிக் கொண்டிருப்பார் என்று வேடிக்கையாக இவளைப் பற்றிக் கூறப் படுகிறது.

பிரிட்டிஷ்காரர்கள் உடனடியாக அரேபியாவுக்கு விடுதலை வழங்குவதாக வாக்களித்துவிட்டு, பின்னர் ஏமாற்றியதால் கோப மடைந்த இந்த இளவரசி, தன் பிரிட்டிஷ் காதலன் ஒருவனிடமிருந்து இராணுவ ரகசியங்களைத் திருடி ஜெர்மனிக்குக் கொடுக்க முயன்றாள். துருக்கி எல்லையில் இவளைத் தடுத்து நிறுத்திக் கைது செய்த அதிகாரியை இவள் கடித்துவிட்டாள். பிரெஞ்சுக்காரர்கள் இவளுக்குக் கொடுத்துவந்த ஊதியத்தை நிறுத்தியவுடன் இவள் ஜெருசலேமிற்குச் சென்றாள்.

24 வயதுடைய இவள், கிங் டேவிட் ஹோட்டலில் பெரிதும் பேசப்படுபவளாக இருந்தாள்; இரவு முழுவதும் தனக்கு விருப்ப மான விஸ்கியை அருந்திக்கொண்டு பாலஸ்தீன முக்கிய பிரமுகர் களையும் பிரிட்டிஷ் அதிகாரிகளையும் (அவர்களது மனைவிகளையும்) இளவரசன் அலிகானையும் தன் காம வலையில் வீழ்த்தினாள். இவள் முற்றிலும் ஒரு பெண்ணாகவே இருந்தாளென்று பிரெஞ்சு நண்பர் ஒருவர் இவளைப் பற்றிக் குறிப்பிடுகிறார். இவளது குடும்பப் பெயர் அல்டிரேஷ் என்றிருந்ததால், ஆங்கிலேயப் பெண்கள் இவளை இளவரசி டிரேஷ் என்றே அழைத்தார்கள்.

தன் வயதுக்கு மீறிய அனுபவத்தைப் பெற்றிருந்தாள். திரைப் படத்தில் தோன்றியதன் மூலம் இவளது 'ட்ருஸ்' தோழர்களை இவள்மீது வெறுப்படையச் செய்தாள். எனவே இவளது முதல் திரைப்படம் திரையிடப்பட்டபோது அவர்கள் திரையை நோக்கிச் சுட்டார்கள். இவள் மட்டுமே இவளுக்கு எதிரியாயிருக்க முடியும். அரச குடும்ப அலுவல் உயரதிகாரி ஒருவருடன் சேர்ந்து தங்கி யிருக்க விரும்பிய இவள், கிங் டேவிட் ஹோட்டலில் சிறந்த அறைத் தொகுதியில் தங்கியிருந்த எகிப்திய ராஜமாதா நாஸ்லியை ஹோட்ட லிருந்து வெளியேற்ற முயன்றாள்.

யூத தாயக இயக்கத்தை ஓர் ஆரவார இயக்கமாகவே இவள் கருதினாள். இவளுக்கும் மற்றொரு எகிப்திய நாட்டியப் பெண் ணுக்கும் ஏற்பட்ட போட்டியில் இருவரின் ஆடைகளும் கிழிந்தன. ஜெருசலேமிலிருந்த மென் மயிர்த்தோல் வாணிகம் செய்பவர்களின் உதவியால் ஒருவர் குறுமென்மயிர் ஆடையைப் பெறமுடியும். இவள் ஜெருசலேம் நகருக்கு வந்த ஓராண்டிற்குப் பின் ஓர் எகிப்திய உல்லாசப் பிரியனை மூன்றாவது கணவனாக மணந்துகொண்டாள்.

1944ஆம் ஆண்டு 'காதலும் பழிவாங்குதலும்' என்ற திரைப்படத்தில் நடிக்க எகிப்துக்குச் சென்றாள். ஆனால் இந்தத் திரைப்படம் முடிவடைதற்கு முன்பாக திட்டமிடப்பட்ட ஒரு கார் விபத்தில் சிக்கி நைல் நதியில் மூழ்கி இறந்துபோனாள். இவள் ஏற்றுக்கொள்ள மறுத்த அரசர் பாரூக் அல்லது இவளது எதிரியும் எகிப்திய முன்னணிப் பாடகியுமான உம் குல்த்தும் ஆகிய இருவரில் ஒருவர் இவளது இறப்பிற்குக் காரணமாக இருக்கலாமென 'கெஸ்டோபோ' உளவுப் படைப்பிரிவு கருதியது.

இவளுடைய சகோதரன் பாரித், அரபு உலகின் சினட்டிரா (அமெரிக்க நடிப்பிசை மன்னன்) என்றால் இவள் அரபு உலகின் மர்லின் மன்றோவாக இருந்தாள். ஒரு தேவதை போல் அஸ்மா கான் பாடிய 'வியன்னாவின் மாய இரவுகள்' என்ற பாடல் இன்றும் மக்களால் விரும்பிக் கேட்கப்படுகிறது.

ஜெருசலேமின் தெருக்களில் ஆஸ்திரேலிய இராணுவ வீரர்களும் நிரம்பியிருந்தார்கள். ஜெருசலேமின் பாஷா என்று தன்னை அழைத்துக்கொண்ட ஆளுநர் எட்வர்ட் கெய்த் ரோச்சுக்கு ஆஸ்திரேலியர்களைக் கட்டுப்படுத்துவது பெரும் பிரச்சனையாக இருந்தது. புதிய நகரின் நடுப்பகுதியிலுள்ள பழைய 'ஹென்ஸ்மேன்' ஹோட்டலில் ஜெய்நாப் என்னும் பெண்மணியின் தலைமையில் ஒரு விபச்சார விடுதி திறக்கப்பட்டிருந்தது. மருத்துவப் பரிசோதனைகள் பால்வினை நோய்களைக் கட்டுப்படுத்தவில்லை. எனவே கெய்த் ரோச் ஜெய் நாப்பையும் அவளது குழுவினரையும் மாவட்டத்தை விட்டு வெளியேற்றினார்.

1942ஆம் ஆண்டு ஜெர்மானியர்கள், காக்கசஸ் உள்ளே நுழைந்தார்கள். இதே நேரத்தில் ஜெனரல் ரோம்மலின் ஆப்பிரிக்கப் படை எகிப்தில் முன்னேறியது. பாலஸ்தீனத்தில் 'இஷ்குவ்' படை நெருக்கடியில் சிக்கியிருந்தது. மத்திய தரைக்கடல் பகுதி முழுவதிலும், கிரீஸிலும் வால்ட்டர் ராப் தலைமையில் ஆப்பிரிக்காவிலும், பாலஸ்தீனத்திலும் உள்ள யூதர்களை அழிக்கும் பணி ஒப்படைக்கப்பட்டது. ஜெர்மானியர்கள் டோபிரக்கை அடைந்தவுடன் யூதர்களின் முகங்கள் அச்சத்தாலும், வருத்தத்தாலும் உறைந்தனவென்று வாசீப் ஜவஹரிய்யா பதிவு செய்துள்ளார்.

ஓர் அரேபிய மணல் விற்பனையாளர், மணலின் பெயரை 'ராமெல்' எனக் கூவி விற்றார். இதை 'ரோம்மல்' என்று புரிந்துகொண்ட யூதர்கள், ஜெர்மானியர்கள் அணுகிவிட்டதாக எண்ணி அச்சமடைந்தனர். யூதர்கள் கதறிக்கொண்டு ஓடத்தொடங்கினார்கள் என்று வாசீப் தெரிவிக்கிறார். வாசீப்பின் மருத்துவர் ஒரு யூத

ரென்பதால் நாஜி படையினர் வந்தால் இந்த மருத்துவரையும் அவரது குடும்பத்தினரையும் மறைத்து வைக்க வாசீப் முன் வந்தார். வாசீப் பின் மருத்துவர் தனக்காகவும் தன் மனைவிக்காகவும் இரண்டு ஊசி பீச்சுக் குழல்களில் விஷம் நிரப்பி வைத்திருப்பதை வாசீப் பிடம் காட்டினார்.

1942ஆம் ஆண்டு அக்டோபரில் ஜெனரல் மாண்ட்டிகோமரி, ஜெர்மானியர்களை எல் அலாமெய்னில் தோற்கடித்தார். இந்த அற்புத நிகழ்வு சென்னா ஷெரிப் ஜெருசலேமிலிருந்து மர்மமான முறையில் பின்வாங்கியதற்கு இணையானதென்று வெய்ஸ்மேன் குறிப்பிட்டார். ஆனால் நவம்பர் மாதத்தில் 'பேரழிப்பு' பற்றிய கொடுமையான செய்தி ஜெருசலேம் நகரை வந்தடைந்தது. போலந்து யூதர்கள் கூட்டம் கூட்டமாகக் கொல்லப்பட்டார்கள் என்று 'பாலஸ்தீன் போஸ்ட்' செய்தித்தாள் தெரிவித்திருந்தது. யூத ஜெருசலேம் மூன்று நாட்கள் துக்கம் அனுசரித்து சுவரருகே வழிபாடு நடத்தியது.

யூதக் குடியேற்றத்தைத் தடுக்கும் வகையில் 1939ஆம் ஆண்டு வெளியிடப்பட்ட வெள்ளை அறிக்கை தவறான நேரத்தில் வெளியிடப்பட்டது. ஐரோப்பாவில் நாஜிப்படையினர் யூதர்களைக் கொன்று குவித்துக்கொண்டிருந்த வேளையில் பிரிட்டிஷ் படையினர் திக்கற்ற அகதிகளின் கப்பல்களைத் திருப்பி அனுப்பினார்கள்.

அரேபியர்களின் புரட்சியும் ஹிட்லரின் இறுதித்தீர்வும் வெள்ளை அறிக்கையும், பிரிட்டனிடம் யூத தாயகம் பெறுவதற்கு வன்முறையே வழி என்ற முடிவுக்குப் பல யூத தாயக இயக்கத்தவர் களைத் தூண்டியது. இரண்டாயிரம் சிறப்பு படைவீரர்களைக் கொண்ட 'ஹாக்நாக்', யூதர்களின் கட்டுப்பாட்டில் பெரும் படைப் பிரிவாக இயங்கியது. 'பால்மாக்' யூதப்படை பிரிட்டிஷ்காரர்களால் பயிற்றுவிக்கப்பட்ட 25,000 வீரர்களைக் கொண்டிருந்தது. பென்குரியன் தற்போது யூதர்களின் ஒரே தலைவராக இருந்தார். இவர் குள்ள மான தடித்த உருவமுடையவர். அடர்ந்த கண் புருவங்களையும் அகன்ற தட்டையான மூக்கையும் பழைய காலக் கடலோடிகளைப் போல் துருத்திக்கொண்டிருக்கும் தாடையையும் பெற்றிருந்தார் என்று அமோஸ் ஒஸ் இவரைப் பற்றித் தெரிவிக்கிறார். இவர் இலக்கை எய்தும் ஆற்றல்பெற்ற மனவுறுதிமிக்க விவசாயி. இந்த ஆற்றல்மிக்க தலைவரின்கீழ் போர்க்குணம் கொண்ட 'இர்கன்' யூதப்படை பிரிட்டிஷ்காரர்களுடன் போரிடத் தொடங்கியது.

குறிப்புகள்:

1. வின்கேட் பாலஸ்தீனத்தில் தனக்கென ஒரு நல்ல பெயரை ஏற்படுத்தியிருந்தார். சர்ச்சில் இவரைப் புகழ்ந்துரைத்ததுடன் இவரது ஆதரவாளராகவும் இருந்தார். வின்கேட்டின் படை எத்தியோப்பியாவை இத்தாலியர்களிடமிருந்து மீட்டது. மேஜர் ஜெனரல் என்ற முறையில் நேசநாடுகளின் சிறந்த படைப்பிரிவுகளை இவர் இயக்கினார். ஜப்பானியர்களுக்குப் பின்னிருந்து பர்மாவில் போரிட்டார். 1944ஆம் ஆண்டு இவர் ஒரு விமான விபத்தில் இறந்து போனார்.

2. ஜெருசலேமுடன் தொடர்பு கொண்டிருந்த கிரீஸ் இளவரசி துணிவுடன் யூதர்களைக் காப்பாற்றிய புறசமயத்தைச் சேர்ந்தவர்களில் ஒருவராவார். கிரீஸ் இளவரசி ஆண்ட்ரு, பேட்டன் பெர்க்கில் பிறந்தவர். இவர் விக்டோரிய அரசியின் கொள்ளுப் பேத்தியாவார். இவர் 60,000 கிரேக்க யூதர்கள் கொல்லப்பட்டபோது தன் உயிரைப் பணயம் வைத்து, கோகென் குடும்பதை ஒளித்து வைத்துக் காப்பாற்றினார். 1947ஆம் ஆண்டு அரசு கடற்படையில் தளபதியாக இருந்த இவளது மகன், இளவரசன் பிலிப் நான்கு ஆண்டுகளுக்குப் பின் அரியணையேறிய இளவரசி எலிசபெத்தை மணந்து கொண்டார். பின்னாளில் இளவரசி ஆண்ட்ரு கிறிஸ்துவ கன்னியாஸ்தீரியாக மாறி தனக்கென ஒரு தனி சமயப்பிரிவை ஏற்படுத்திக்கொண்டார். இவளுடைய அத்தை கோமாட்டி எல்லாவைப் பின்பற்றியே இவள் கிறிஸ்துவ துறவியானாள். லண்டனில் வசித்தபோதிலும் தான் ஜெருசலேமில் புதைக்கப்பட வேண்டுமென முடிவு செய்தாள். ஆனால் இவளது மகள் ஜெருசலேம் அதிக தொலைவில் இருப்பதால் இறுதிச் சடங்கில் பங்கேற்பவர்களுக்கு கஷ்டங்கள் ஏற்படுமென்று ஆட்சேபித்தாள். அதற்கு ஆண்ட்ரு இவ்வாறு பதிலளித்தாள்: 'நான்சென்ஸ்! இஸ்தான்புல்லில் இருந்து ஜெருசலேமிற்கு நல்ல பஸ் வசதியுள்ளது'. இவள் 1969ஆம் ஆண்டில் இறந்தபோதும், 1988ஆம் ஆண்டுவரை மேரிமெகாடாலின் தேவலாயத்திற்கு அருகிலுள்ள இவளது அத்தை எல்லாவின் கல்லறைக்கு அருகில் புதைக்கப்படவில்லை. 1994ஆம் ஆண்டு இளவரசர் பிலிப் (எடின்பெர்க் கோமகன்) ஜெருசலேமில் யாட் வாஸ்கெம் பகுதியில் நடந்த 'பேரழிவு நினைவுச்சின்னம்' சடங்கில் கலந்துகொண்டார். இந்த நினைவுச் சடங்கில் இளவரசரின் தாயார் உலக நாடுகளிலுள்ள நியாயமானவர்களில் ஒருவரென பாராட்டப்பட்டார்.

3. நாஜிக்களின் யூதர்களைப் பற்றிய குற்றம் சார்ந்த மூளைக்கோளாறு மப்டியையும் தொற்றிக்கொண்டதென பேராசிரியர் கில்பர்ட் அச்கார் என்பவர் 'அரேபியர்களும் பேரழிவும்' என்ற தன் நூலில் குறிப்பிட்டுள்ளார். மனித இனத்திற்கெதிரான குற்றங்களில் இது மிகவும் மோசமானதென்றும் யூதர்களுக்கெதிரான அகில முஸ்லிம் நாடுகளின் வெறியே, மப்டியை நாஜிக்களின் செமிட்டிய இன எதிர்ப்புக் கொள்கையை ஏற்றுக்கொள்ளச் செய்தது என்றும் குறிப்பிட்டுள்ளார். 1943ஆம் ஆண்டு பால்பர் அறிக்கையின் ஓராண்டு நிறைவு விழா பேச்சில் மப்டி இவ்வாறு கூறினார்: 'யூதர்கள் மக்களிடையே சுரண்டிவாழும் புல்லுருவிகளாய், மக்களின் ரத்தத்தை உறிஞ்சி அவர்களை அறநெறி பிரளச் செய்கிறார்கள். ஜெர்மனி, யூதப் பிரச்சனைக்கு ஒரு முடிவினை ஏற்படுத்த முடிவு செய்துள்ளது. இதனால்

யூதர்களைப் பற்றிய அச்சம் உலகிலிருந்து அகற்றப்படும். இவர் லெபனானில் நாடு கடத்தப்பட்ட நிலையில் இருந்தபோது எழுதிய நினைவுக் குறிப்புகளில், இரண்டாவது உலகப்போரில் யூதர்களுக்கு முப்பது விழுக்காடு இழப்பும் ஜெர்மனிக்குக் குறைந்த அளவிலேயே இழப்பு ஏற்பட்டதாகவும் தெரிவிக்கிறார். இவர் 'பேரழிவுச் செயலை' நியாயப்படுத்துவதுடன் யூதர்களைச் சீர்திருத்த வேறு வழியில்லையென்றும் குறிப்பிடுகிறார்.

4. ஹெய்லி செலாச்சி அரியணை ஏறுவதற்கு முன் 'ராஸ் டாபார்' என்று அறிமுகமாகியிருந்தார். ஜமைக்காவில் தோன்றிய ராஸ்டாபேரியன்களின் குழு வெய்லி செலாச்சியைக் கடவுளாகக் கருதியது. பாப் மார்லி என்னும் புகழ்பெற்றிருந்த இசைப்பாடகர், ஹெய்லி செலாச்சியை யூதேயாவின் சிங்கமென்றும் இயேசுவின் இரண்டாவது வருகையென்றும், எத்தியோப்பியாவும், ஆப்பிரிக்காவும் புதிய யூத தாயகமென்றும் குறிப்பிடுகிறார். 1974ஆம் ஆண்டு டெர்குவில் மார்க்சிஸ்டுகளால் கொல்லப்பட்டார்.

✯

50

மோசமான போர்

1945-47

மெனாச்செம் பிகின்: கறுப்பு வார ஓய்வுத் திருநாள்

பிரெஸ்ட், லிட்டோவெஸ்கில் பிறந்த இந்தக் குழந்தை போலந்திலுள்ள ஜபோட்டின்ஸ்கீயின் பெடார் இயக்கத்தில் சேர்ந்தது. நாளடைவில் இந்த இயக்கத் தலைவரின் மென்மையான அணுகு முறையை விரும்பாமல் தனக்கென ஒரு யூத தாயக இயக்க இராணுவக் கொள்கையை ஏற்படுத்திக்கொண்டார். தன் கோரிக்கைகளை விட்டுக் கொடுக்காமல், சமய உணர்வுகளைத் தட்டியெழுப்புவது என்ற அடிப்படையில், 'நம் முன்னோர்களின் நிலத்தை வைத்திருக்கும் எதிரிகளுடன் விடுதலைப் போரை நடத்துவதே' அவரது நோக்கம். நாஜிப் படையினரும் சோவியத்தினரும் இரண்டாம் உலகப்போரின் தொடக்கத்தில் போலந்தை உருவாக்கிக்கொண்ட பின் பிகினை ஸ்டாலினின் NKVD படை கைது செய்து, பிரிட்டிஷ் ஒற்றரெனக் கூறி கட்டாயப்பணி முகாமுக்கு அனுப்பியது. விரைவிலேயே பிரிட்டிஷ் அரசு பிகினின் தலைக்குப் பெரும் தொகையை விலையாக அறிவித்தது. இப்போது, 'பிரிட்டிஷ் ஒற்றர் என்னவானார்?' என்று வேடிக்கையாகக் கேட்டார் பிகின்.

*1941*ஆம் ஆண்டு ஸ்டாலின் போலந்து தலைவர் ஜெனரல் சிக்கோர்ஸ்கையுடன் ஒப்பந்தம் செய்து கொண்டபின் பிகின் விடுதலை செய்யப்பட்டார். பின்பு இவர் போலந்து இராணுவத்தில்

சேர்ந்தார். போலந்து இராணுவம் இவரைப் பெர்ஷியா வழியாக பாலஸ்தீனத்திற்குக் கொண்டு வந்தது. ஹிட்லரின் கொலைக்கள மாகவும் ஸ்டாலினின் தசை அரைக்கும் இயந்திரமாகவும் இருந்த இந்த இருண்ட கண்டத்தில்தான் இவர் தன் பெற்றோரையும் சகோதரரையும் இழந்திருந்தார்.

வெய்ஸ்மேனையும் பென்குரியனையும்விட இவர் கடுமையான தீவிரவாதி. மாசாடாவில் அல்ல மோடினில்தான் மெக்கபீக்கள் (பண்டைய இளம் யூதப்படையினர்) தங்களுடைய புரட்சியைத் தொடங்கினார்கள் என்று இவர் கூறினார். மாசாடா யூதேய பாலை வனத்தில் சாக்கடலை எதிர்நோக்கியுள்ள மலைக்கோட்டை. இதை கி.பி 73இல் ரோமானியர்கள் கைப்பற்றியபோது அங்கிருந்த யூதர்கள் அனைவரும் கூட்டமாகத் தற்கொலை செய்துகொண்டார்கள். இதுவே யூதப் புரட்சியின் அடையாளச் சின்னமாகியுள்ளது. 1940ஆம் ஆண்டு ஜபோட்டின்ஸ்கீ மாரடைப்பால் இறந்தபின் பிகின் 600 வீரர்களைக் கொண்ட இர்கன் யூதப்படைக்குத் தலைமைப் பொறுப் பேற்றார். பழைய யூத தாயக இயக்கத்தவர்கள் இவரைக் குறுகிய நோக்குடைய மாகாணவாதி என்றும் நாகரிகமற்றவர் என்றும் கருதினார்கள். இவர் காதுப்பிடியில்லாத கண்ணாடியை அணிந் திருந்தார். இவர் மிருதுவான சுறுசுறுப்பான கைகளையும், மெலிந்த தலை முடியினையையும் ஈரமான உதடுகளையும் பெற்றிருந்தார்.[1]

புரட்சிக்காரர்களின் மதியூகியான இவர், போலந்து நாட்டுப் புறப் பள்ளி ஆசிரியரைப் போலவே தோற்றமளித்தார். இருப்பினும் கண்ணி வைத்து காத்திருக்கும் ஒரு வேட்டைக்காரனின் பொறுமை இவருக்கிருந்தது.

நாஜிக்களுக்கு எதிரான போரில் இர்கன் யூதப்படை நேச நாடுகளின் படையுடன் சேர்ந்திருந்தது. இருப்பினும் தீவிரவாதிகள் சிலர் ஆப்ரகாம் ஸ்டேன் என்பவரின் தலைமையில் பிரிந்து சென்றனர். 1942ஆம் ஆண்டு ஸ்டேன் பிரிட்டிஷ் படையால் கொல்லப் பட்டார். 'லெகி' என்றழைக்கப்பட்ட இவரது படையினர், இஸ்ரேல் விடுதலைப்படை வீரர்கள் என்ற பெயரில் 'ஸ்டேன் குழு' என்று தங்களை அழைத்துக்கொண்டு, பிரிட்டிஷ் படைக்கு எதிராகப் புரட்சி செய்தார்கள். நேச நாடுகளின் வெற்றி சாத்தியமானதென்று கருதப்பட்ட நிலையில், பிரிட்டிஷ்காரர்களின் முடிவை அறிந்து கொள்ள பிகின் விரும்பினார்.

1929ஆம் ஆண்டு கழுவாய் தேடும் திருநாளன்று ஷோபார் எனப்படும் ஆட்டுக் கொம்பினாலான ஊது கொம்பு ஒலிக்கும் சடங்கை பிரிட்டிஷ் அரசு தடை செய்திருந்தது. ஆனால்

ஜபோட்டின்ஸ்கீ ஒவ்வொரு ஆண்டும் இந்தத் தடையை மீறினார். 1943ஆம் ஆண்டு அக்டோபரில் ஷோபார் ஊதும் சடங்கை நிகழ்த்த பிகின் உத்தரவிட்டார். வழிபாடு செய்துகொண்டிருந்த பிரிட்டிஷ் போலீஸ் யூதர்களைத் தாக்கியது. ஆனால் 1944ஆம் ஆண்டில் பிரிட்டிஷ் அரசு எதுவும் செய்யாமல் ஒதுங்கியிருந்தது. பிகின் இதை பிரிட்டிஷ் அரசின் பலவீனமாக எடுத்துக்கொண்டார்.

வன்முறையைத் தோற்றுவிக்க விரும்பிய பிகின் 1944 செப்டம்பரில் இர்கன் படையைக் கொண்டு ஜெருசலேமிலுள்ள பிரிட்டிஷ் காவல் நிலையங்களைத் தாக்கினார். ஒரு மத்திய புலனாய்வுத்துறை அதிகாரி தெருவில் நடந்து சென்றபோது கொல்லப் பட்டார். பிகின் முப்பது வயதுடையவராக இருந்தபோதும் பென் குரியனைப் போல் பெரியவர் என்றே அழைக்கப்பட்டார். பிகின் தலைமறைவானார். இவர் ஒரு யூத வேத விற்பன்னரைப்போல் மாறுவேடத்தில் பல இடங்களில் மாறிமாறி இருந்து வந்தார். இவரை உயிருடனோ, பிணமாகவோ கொண்டு வருபவருக்கு 10,000 டாலர்கள் வெகுமதி அளிப்பதாக பிரிட்டிஷ் அரசு அறிவித்தது. யூதர்களின் செயலாண்மைக்குழு இக்கொடுங்கோன்மையைக் கண்டனம் செய்தது.

நேசநாட்டுப் படைகள் ஜெர்மனியின் வசமுள்ள ஐரோப்பாவில் முற்றுகையைத் தொடங்கியது.[2] யூத ‘லெகி’ படை பிரிட்டிஷ் தூதுவர் ஹெரால்டு மேக் மைக்கேலை ஜெருசலேம் தெருவில் கொல்ல முயன்றது. நவம்பர் மாதத்தில் கெய்ரோவில் இவர்கள் வால்டர் கெயின்னஸ், லார்ட் மொய்ன் ஆகியோரைக் கொன்றார்கள். சர்ச்சிலின் நண்பரும் எகிப்தின் அமைச்சருமான லார்ட் மொய்ன் கிழக்கு பிரெஷ்யாவை யூத அரசாக ஏற்றுக்கொள்ளும்படி பென் குரியனிடம் தெரிவித்திருந்தார்.

சர்ச்சில், யூத தாயக இயக்கத் தீவிரவாதிகளை வெறுக்கத்தக்க கொள்ளைக்காரர்கள் என்று குறிப்பிட்டார். யூதர்கள் நிகழ்த்திய கொலைகளை பென்குரியன் கண்டித்தார். இவர் 1944–45ஆம் ஆண்டில் யூதத் தீவிரவாதிகளை வேட்டையாட பிரிட்டிஷ்காரர் களுக்கு உதவி செய்தார். முந்நூறு வன்முறைக் கிளர்ச்சியாளர்கள் கைது செய்யப்பட்டனர். 1945ஆம் ஆண்டு மே மாதம் 8ஆம் தேதி ஐரோப்பாவில் நேச நாடுகளின் வெற்றி ஜெருசலேமில் கொண்டாடப் பட்டது. பீல்டு மார்ஷல் விஸ்கவுண்ட கோர்ட் கிங் டேவிட் ஹோட்டலுக்கு வெளியே அணிவகுப்பு மரியாதையை ஏற்றுக் கொண்டார். இவர் யூத, அரேபிய அரசியல் கைதிகளுக்கு அரசியல் குற்ற மன்னிப்பு வழங்கினார். ஆனால் மறுநாளே வகுப்புவாதக்

கிளர்ச்சி தலை தூக்கியது. யூதர்களும் அரேபியர்களும் போராட்டம் நடத்தினார்கள். இவர்கள் முன்பே மேயரை பகிஷ்காரம் செய்திருந்தார்கள்.

பிரிட்டனில் நடந்த பொதுத் தேர்தலில் சர்ச்சில் தோற்கடிக்கப் பட்டார். புதிய பிரதம மந்திரி கிளைமெண்ட் அட்லி, வில்லியம் பிளேக்கின் கவிதையைத் தன் தொழிற்கட்சியின் தேர்தல் பிரச்சாரப் பாடலாகத் தேர்ந்தெடுத்திருந்தார். இவர் ஒரு புதிய ஜெருசலேமை உருவாக்குவதாக வாக்குறுதி அளித்தார். ஆனால் பழைய ஜெருசலே மையே இவரால் ஒழுங்காக ஆளமுடியவில்லை.

பிரிட்டிஷ்காரர்கள் வரவிருக்கும் போராட்டத்திற்குத் தங்களை வலுப்படுத்திக் கொண்டார்கள். ஒரு லட்சம் யூதர்களையும் 34,000 முஸ்லிம்களையும் 30,000 கிறிஸ்துவர்களையும் கொண்ட ஜெருசலேம் நகரம் மேக் மைக்கேலின் கருத்துப்படி பிரிட்டிஷ் ஆளுகைக்கு உட்பட்ட நகரமாயிருப்பதா? அல்லது கோர்ட்டின் கருத்தின்படி புனித இடங்களை மட்டும் தனியாகப் பிரித்து பிரிட்டிஷ் ஆளுகைக்கு உட்படுத்துவதா? என்ற சர்ச்சை எழுந்தது.

எப்படி இருப்பினும் பிரிட்டிஷ்காரர்கள் பாலஸ்தீனத்தில் யூத குடியேற்றத்தைத் தடுத்து நிறுத்தவே முடிவு செய்தார்கள். யூத அகதி களில் பலர் ஹிட்லரின் மரண முகாமிலிருந்து தப்பி எஞ்சியிருப் பவர்கள் என்பது தெரிந்தும் அவர்களைக் கொடுமைப்படுத்தியது. இரக்கமற்ற பிரிட்டிஷ்காரர்கள் மீண்டும் இவர்களை ஜெர்மனி யிலுள்ள முகாம்களுக்குத் திருப்பி அனுப்பினார்கள். மிதவாதிகளா யிருந்த யூதர்களும் இந்தச் செய்கையை நெறிமுறைகளுக்கு எதிரா னதாகவே கருதினார்கள்.

பென்குரியனும், பிகினும், லெகிப் படைப்பிரிவும் ஒரு எதிர்ப்புக் கூட்டமைப்பை ஏற்படுத்த உடன்பாடு கண்டார்கள். இந்த அமைப்பு ஐரோப்பாவிலுள்ள யூதர்களைக் கடத்திவரவும், பிரிட்டிஷ் அரசுக்கெதிரான போராட்டத்தை ஒருங்கிணைக்கவும், நாடு முழுவதிலுமுள்ள புகைவண்டிகள் விமானத் தளங்கள் இராணுவத் தளங்கள் காவல் நிலையங்கள் ஆகியவற்றைத் தகர்க் கவும் திட்டமிட்டது.

மிதவாத இயக்கமான ஹாக்நாக்கிற்கு இரண்டு சிறிய குழுக்கள் மட்டுமே ஆதரவளித்தன. ரஷ்ய சுற்றுச்சுவர் பகுதி அதனுள் இருந்த மேன்மையான விடுதிகள் காவல்துறையின் உறுதிமிக்க இடங்களாக மாற்றப்பட்டிருந்தன. இந்த இடம் இர்கன் படையின் தாக்குதல் இலக்காயிருந்தது. டிசம்பர் 27ஆம் தேதி பிரிட்டிஷ் குற்றப்புலனாய்வுத்

துறையின் தலைமையிடத்தை அழித்தார்கள். இந்த இடம் முன்பு நிக்கோலாய் பயணியர் விடுதியாக இருந்தது. தன்னுடைய திட்டம் நிறைவேறியிருப்பதைப் பார்வையிட பிகின், டெல் அவிவ் பகுதி யிலிருந்து ஜெருசலேமிற்குப் பேருந்தில் சென்றார். ரஷ்ய சுற்றுச் சுவருக்குள்ளிருந்த சிறைச்சாலையை இர்கன் படை தாக்கியது. இந்த இடம் முன்பு பெண் பயணியர்களுக்கான மேரியன்ஸ்கயா விடுதியாக இருந்தது.[3] இந்தத் தாக்குதல்களால் பாதிக்கப்பட்ட பிரிட்டிஷ் அரசு அமெரிக்காவையும் இந்தப் பிரச்சனையில் நுழைக்க விரும்பியது.

அமெரிக்காவிலிருந்த யூத சமூகத்தினர் யூத தாயக இயக்கத்தை ஆதரிப்பவர்களாக இருந்தார்கள். ஆனால் ஜனாதிபதி ரூஸ்வெல்ட் வெளிப்படையாக ஒரு யூத அரசு அமைவதை ஆதரிக்கவில்லை. யால்ட்டாவில் ரூஸ்வெல்டும் ஸ்டாலினும் பேரழிவைப் பற்றி விவாதித்தார்கள். அப்போது 'நான் யூத தாயக இயக்கவாதி' என்று ரூஸ்வெல்ட் கூறினார். கொள்கையளவில் நானும் யூத தாயக இயக்கவாதிதான் என்று ஸ்டாலின் பதிலளித்தார்.

யூதர்களுக்காக ஒரு தாயகத்தைத் தான் பிரோவிட்ஸ்தானில் ஏற்படுத்திக் கொடுக்க முயன்றதாகவும் ஆனால் இரண்டு அல்லது மூன்றாண்டுகளில் அங்கிருந்த யூதர்கள் சிதறி பல இடங்களுக்குச் சென்றுவிட்டதாகவும் ஸ்டாலின் தெரிவித்தார். நடுத்தர வர்க்கத் தினரும், கொள்ளை லாபம் அடைபவர்களும், புல்லுருவிகளுமே செமிட்டிய இன எதிர்ப்பு இயக்கத்தின் முக்கிய உறுப்புகளாக இருப்ப தாகவும் ஸ்டாலின் தெரிவித்தார். யூதர்களின் தனிநாடு சோவியத் ரஷ்யாவின் கட்டுப்பாட்டிற்குள் இயங்கும் பகுதியாயிருக்கவேண்டும் என்பது ஸ்டாலினின் ரகசிய விருப்பமாக இருந்தது.

பிராங்ளின் டி ரூஸ்வெல்ட் 1945 ஏப்ரல் மாதத்தில் இறந்து போனார். இவருக்குப் பின் பதவியேற்ற ஹாரி.எஸ்.ட்ரூமன் பேரழி விலிருந்து தப்பி எஞ்சியிருக்கும் யூதர்களைப் பாலஸ்தீனத்தில் குடியேற அனுமதிக்க வேண்டுமென பிரிட்டிஷ் அரசைக் கேட்டுக் கொண்டார். ஹாரி.எஸ்.ட்ரூமன் முழு நீராட்டுச் சடங்கு தீக்கைக்கு அவசியமெனக் கருதும் கிறிஸ்துவப் பிரிவைச் சேர்ந்தவர். இவர் முன்பு விவசாயியாகவும், வங்கி எழுத்தராகவும், கன்சாஸ் நகரில் சிறுபொருள் விற்பவராகவும், மிசௌரி சட்டமன்ற மேலவை உறுப் பினராகவும் இருந்தவர். வரலாற்றுணர்வு மிக்க இவர் யூதர்களிடம் அனுதாபம் கொண்டவராக இருந்தார். 1945ஆம் ஆண்டு குண்டு வெடிப்பினால் பாழ்பட்டிருந்த பெர்லினைப் பார்வையிடச் சென்றார். மூன்று புயுனிக் போர்களால் பாழ்படுத்தப்பட்ட கார்தேஜ்

நாடும் பால்பெக்கும் ஜெருசலேமும் ரோமும் அட்லாண்டிசும் ஹாரி.எஸ்.ட்ரூமனின் நினைவுக்கு வந்தன.

இவரது நெடுநாள் யூத நண்பரும் சிறுபொருள் விற்பனையாளருமான எடி ஜாக்கோப்சனின் நட்பாலும், தொன்மை கால வரலாற்றையும் பைபிளையும் படித்ததாலும் இவர் யூத தாயக இயக்கத்தின் ஆதரவாளராக இருந்தாரென்று இவரது ஆலோசகர் கிளார்க் கிளிப்போர்ட் தெரிவிக்கிறார்.

யூதர்களுக்கு ஆதரவு தேடும் பேச்சு வார்த்தைகள் அடிக்கடி நடந்ததால் வெளியுறவுத்துறை எரிச்சலடைந்தது. எனவே ட்ரூமன் வெளியுறவுத்துறையின் எதிர்ப்பையும் சமாளிக்க வேண்டியிருந்தது. எனவே தாழ்ந்த நிலையிலிருந்த யூதர்கள் எதிர்த்துப் போராடும் நிலைக்கு உயர்ந்ததும் ஓர் அச்சத்தை ஏற்படுத்தியது. இயேசு கிறிஸ்து வால்கூட யூதர்களைத் திருப்திப்படுத்த முடியாதென்று ட்ரூமன் தெரிவித்தார். ஆனால் இவர் ஓர் ஆங்கிலேய அமெரிக்க விசாரணை கமிஷனை நியமிக்க ஒப்புக்கொண்டார்.

விசாரணை கமிஷன் குழுவினர் கிங் டேவிட் ஹோட்டலில் தங்கியிருந்தார்கள். இந்த ஹோட்டலில் தனியார் துப்பறியும் நிபுணர்களும் யூத தாயக இயக்கத்தவர்களும் அரேபியர்களும் நிரம்பியிருந்தார்கள். எனவே கிங் டேவிட் ஹோட்டலின் சூழல் மோசமாக இருந்ததென தொழிற்கட்சியின் பாராளுமன்ற உறுப்பினர் ரிச்சர்டு கிராஸ்மேன் என்பவர் குறை கூறினார்.

இரவு நேரத்தில் அரபு உயர்குடியினரும் பிரிட்டிஷ் தளபதிகளும் கேட்டி அண்டோனியஸ் மாளிகையில் தங்கினார்கள். கேட்டி அண்டோனியஸ் இப்போது தனியாக இருந்தாள். அரேபிய புரட்சி தொடங்கியபோதே இவளது திருமண வாழ்க்கையும் சீர்குலைந் திருந்தது. கேட்டி உடல்நிலை சரியில்லாதிருந்த தன் கணவரை விவாகரத்து செய்தாள். சில வாரங்களில் இவளது கணவர் இறந்து விட்டார். இவரது உடல் யூத மலையில் புதைக்கப்பட்டது. இவரது கல்லறையில் 'அரேபியர்கள் எழவேண்டும்! விழித்தெழவேண்டும்!' என்று எழுதப்பட்டது. கேட்டியின் புகழ்பெற்ற சமூக விருந்துகள் தொடர்ந்து நடந்து வந்தன. மாலைநேர ஆடைகளையும் சிரிய உணவையும் மதுவையும் விரும்பிய கிராஸ்மேன் இரவில் சலவைக் கல் தரையில் நடனமாடி பொழுது போக்கினார். விருந்து கொடுப்பதில் அரேபியர்கள் சிறந்தவர்கள் என்றும் இவர் கூறினார்.

பிரிட்டிஷ்காரர்கள் யூதர்களைவிட உயர்குடி அரேபியர்களை விரும்பியதை நம்மால் புரிந்துகொள்ள முடிகிறது. கல்வியறிவு பெற்ற

அரேபியர்கள் பிரெஞ்சுக் கலாச்சாரத்தைத் தழுவி மகிழ்ச்சியூட்டு பவர்களாகவும் நாகரிகமானவர்களாகவும் உல்லாசமாயிருக்கக் கூடியவர்களாகவும் இருந்தனர். இவர்களுடன் ஒப்பிடும்போது யூதர்கள் நடுத்தர வர்க்கத்தினராகவும் இறுக்கமானவர்களாகவும் மத்திய ஐரோப்பியர்களாகவும் இருந்தனர்.

யூதர்களுக்கு எதிரான தன் கொள்கைகளை ட்ரூமன் ஆதரிப் பார் என்று அட்லி நம்பினார். ஆனால் ஆங்கிலோ அமெரிக்க விசாரணைக்குழு, பிரிட்டன் ஒரு லட்சம் யூத அகதிகளை உடனடி யாக அனுமதிக்க வேண்டுமென்று பரிந்துரை செய்தது. ட்ரூமன் வெளிப்படையாகவே இந்தப் பரிந்துரையை ஆதரித்தார். அட்லி அமெரிக்காவின் தலையீட்டை விரும்பவில்லை. யூத செயலாண்மைக் குழு பேரழிவில் தப்பிய அகதிகளை ரகசியமாகக் கடத்தி வந்தது. மூன்றாண்டுகளில் 70,000 யூதர்களைக் கடத்தி வந்து குடியேற வைத்தது. பால்மாக் யூதப்படை பிரிட்டிஷ்காரர்களுக்கு தொல்லை கொடுத்தது. இதன் உச்சகட்டமாக 'பாலங்களின் இரவு' என்னும் வன்முறை நிகழ்ச்சி அரங்கேறியது.

பிரிட்டிஷ்காரர்கள் முன்பு அரேபியர்களை நசுக்கி இருந் தார்கள். இப்போது யூதர்களை நசுக்க வேண்டியிருந்தது. தற்போது பீல்டு மார்ஷலாயிருந்த மாண்ட்கோமரி ஜெருசலேமிற்கு வந்தார். ஜெருசலேமில் பிரிட்டிஷ்காரர்களின் ஆட்சி பெயரளவில் நடப் பதாகவும், உண்மையில் யூதர்களின் ஆட்சியே நடப்பதாகவும் இவர் வருத்தத்துடன் கூறினார். 'நீங்கள் எங்களைத் தொடமுடியாது!' என்பது யூதர்களின் முழக்கமாயிருந்தது. இருப்பினும் மாண்ட் கோமரி கூடுதல் படைகளை ஜெருசலேமிற்கு அனுப்பினார். ஜூன் 29ஆம் தேதி சனிக்கிழமையன்று 'அகதா நடவடிக்கை' என்ற பெயரில் தளபதி ஈவ்லின் பார்க்கர் யூத அமைப்புகளைத் தாக்கினார். இவர் 3,000 யூதர்களைக் கைது செய்தார். பென்குரியன் பாரீஸில் இருந்த தால் அவரைக் கைது செய்ய முடியவில்லை.

பார்க்கர் ஜெருசலேம் நகரில் மூன்று பாதுகாப்பு அரண்களை ஏற்படுத்தினார். ரஷ்ய சுற்றுச்சுவர் பகுதியை ஒரு கோட்டையாக மாற்றினார். யூதர்கள், பிரிட்டிஷ் வெளியுறவுச் செயலர் எர்னெஸ்ட் பெவின் பெயரால் இந்தப் பகுதியைக் கேலியாக 'பெவின்கிரேட்' என்றழைத்தார்கள். யூதர்கள் இந்த நடவடிக்கையை 'கறுப்பு ஓய்வுத் திருநாள்' என்றழைத்தனர். பார்க்கரை பிரிட்டிஷ் அடக்குமுறையின் சின்னமாகக் கருதி வெறுத்தார்கள். இவர் கேட்டி அண்டோனியஸின் விருந்துகளில் தவறாமல் கலந்துகொள்வார். விருந்தளிப்பவரின் இல்லத்தரசி இவரது காமக் கிழத்தியாக மாறினாள். இவருடைய

காதல் கடிதங்கள் வெறியூட்டுபவையாகவும், பிரிட்டிஷ் இராணுவ ரகசியங்களை வெளிப்படுத்துவதாகவும், யூதர்களைக் கடுமையான வார்த்தைகளால் சாடுவதாகவும் இருந்தன. 'யூதர்களை வெறுப்பதை வெளியில் சொல்ல ஏன் நாம் பயப்படவேண்டும்?' என்று கேட்டார் பார்க்கர்.

யூதர்களின் 'லெகி' படையமைப்பு ஒரு குழந்தையின் தள்ளு வண்டித் தொட்டிலில் ஒரு வெடிகுண்டை மறைத்து வைத்து பார்க்கரைக் கொலை செய்ய முயன்றது. உலகம் முழுவதும் எதிரொலிக்கும் வகையில் பிகினின் இர்கன் படை லெகி படையின் உதவியுடன் 'கறுப்பு ஓய்வுத் திருநாள்' நடவடிக்கைக்குப் பதிலடி கொடுக்க திட்டமிட்டது. ஹாக்நாக் அமைப்பு இந்தத் திட்டத்தை ஏற்றுக் கொள்ளவில்லை என்ற போதிலும் பென்குரியனும் யூத செயலாண்மைக் குழுவும் இந்தத் திட்டத்தை ஏற்றுக்கொண்டனர். கிங் டேவிட் ஹோட்டல் ஜெருசலேமின் மதச் சார்பற்ற கோயிலாயிருந்தது. இதன் ஒரு பகுதி பிரிட்டிஷ் நிர்வாகப் பிரிவிற்கும், உளவுப் படைக்கும் தேவையாக இருந்தது. 1946இல் ஜூலை 22ஆம் தேதி இர்கன் படையினர் அரேபியர்களைப் போலவும் ஹோட்டல் பணியாளர்களைப் போலவும் மாறுவேடத்தில் சென்று மோர் கடையும் இயந்திரங்களில் 500 பவுண்டு வெடி மருந்துகளை நிரப்பி வைத்தனர்.

மாண்ட்கோமரியின் கடுமையான நடவடிக்கை

இர்கன் படை, கிங் டேவிட் ஹோட்டலுக்கும் 'பாலஸ்டைன் போஸ்ட்' பத்திரிகைக்கும் பிரெஞ்சு தூதரகத்திற்கும் அனாமதேய அழைப்புகளை விடுத்து, விரைவில் நிகழப்போகும் தாக்குதல் குறித்து தெரிவித்து, ஹோட்டலில் உள்ளவர்களை அப்புறப்படுத்துமாறு எச்சரித்தது. ஆனால் இந்த அழைப்புகளை ஹோட்டல் நிர்வாகம் பொருட்படுத்தவில்லை. இந்த எச்சரிக்கையைத் தவறாகக் கையாண்டது தற்செயல் நிகழ்வா? அல்லது திட்டமிட்ட ஒன்றா? என்பது தெரியவில்லை.

நிகழப்போவதைக் காண ஹோட்டலுக்கு அருகிலேயே காத்திருந்தார் பிகின். ஒவ்வொரு நிமிடமும் ஒரு நாளாகக் கழிந்தது. 12.31; 12.32; உரிய நேரமும் நெருங்கியது. 12.37 மணிக்கு நகரம் முழுவதுமே குலுங்கியதுபோல் தோன்றியது. வெடிகுண்டுகள் ஹோட்டல் முழுவதையும் சேதப்படுத்தியதுடன் பிரிட்டிஷ்காரர்கள், யூதர்கள், அரேபியர்கள் உட்பட 91 பேர் கொல்லப்பட்டனர்.[4] ஐந்து எம்.15 படையினரும் கொல்லப்பட்டனர். 'லண்டன் பெண்கள்'

என்னும் ரகசிய உளவுப்படை மட்டும் தப்பியது. இவர்கள் தலையில் புழுதியும் இடிபாடுகளின் குப்பையும் சேர்ந்திருந்தால் கடவுளின் கோபத்திற்கு ஆளானவர்கள் போல் தோன்றினர்.

பென்குரியன் இந்தக் குண்டுவெடிப்பு சம்பவத்தைக் கண்டித்ததுடன், பிகின் யூதர்களுக்கு ஆபத்தை விளைவிக்கக் கூடியவர் என்று கருதினார். யூத செயலாண்மைக் குழு கூட்டு எதிர்ப்புத் தலைமையை விட்டு விலகியது. இக்குண்டு வெடிப்பு பிரிட்டிஷ் அரசின் எதிர் தாக்குதலைத் தீவிரப்படுத்தியதுடன், பிரிட்டிஷ்காரர்கள் பெற்றிருந்த ஆட்சிக்கட்டளை உரிமையிலிருந்து பின்வாங்குவதைத் துரிதப்படுத்தியது. ஜெருசலேமில் யூதர்களும் அரேபியர்களும் கலந்துறவாடுவது நின்றுபோனது. ஏதோ ஒரு சக்தி எல்லோரையும் இயக்குவதுபோல் உணரப்பட்டதாக அமோஸ் ஆஸ் தெரிவிக்கிறார். ஒவ்வொருவரும் போர் வருமென்பதை முன்னறி வித்தார்கள். ஜெருசலேமை ஒரு திரை தனியாகப் பிரித்தது. படு கொலைகள் நிகழப் போவதாக உலவிய வதந்திகளால் யூதர்கள் அச்சமுற்றிருந்தனர். படைத்துறை சாராத அரசாங்க அலுவலர்கள் ஜெருசலேமை விட்டு வெளியேற்றப்பட்டனர்.

அக்டோபரில் இர்கன், ரோமிலிருந்த பிரிட்டிஷ் தூதரகத்தைத் தாக்கியது. நவம்பரில் மாண்ட்கோமரி மீண்டும் ஜெருசலேமிற்கு வந்தார். மாண்ட்கோமரியைக் கேட்டி அண்டோனியசின் விருந்தில் பார்த்ததாக நஜ்ஜிருதீன் நஷாஷிபி தெரிவிக்கிறார். பீல்டு மார்ஷல் மாண்ட்கோமரி, இர்கன் தாக்குதலுக்குக் கடுமையான முறையில் பதிலடி கொடுக்க விரும்பினார். காவல் தலைமை அதிகாரி நிக்கோல் கிரே, முன்னாள் காவலர்களையும் முன்னாள் சிறப்புப்படை யினரையும் ஒருங்கிணைத்து ஒரு கிளர்ச்சி எதிர்ப்பு சிறப்புப் படையைத் தோற்றுவித்தார். அயர்லாந்து SAS அதிரடிப்படை தலைவராயிருந்த பாரன் என்பவர் இந்தச் சிறப்புப் படையின் தலைவரானார்.

ஜெருசலேமிற்கு வந்த பாரன் ரஷ்யச் சுற்றுச்சுவர் பகுதியைப் பார்வையிட்டு, பின்பு கிங் டேவிட் ஹோட்டலில் நடந்த விருந்தில் கலந்துகொண்டார். கண்டதும் சுடுவதென்பதில்லாமல் சந்தேகப் படுபவர்களை மட்டும் விசாரிக்க இவரது சிறப்புக்குழு நகரை வலம் வந்தது. இந்தக் குழுவிற்கு மறைந்திருந்து தாக்கும் நடவடிக் கைகளில் அனுபவம் கிடையாது. இவர்களுக்கு உள்ளூர் மொழியும் தெரியாது.

1947 மே மாதம் 6ஆம் தேதி தன் குழுவுடன் ரேஹாவிய பகுதிக்குச்சென்ற பாரன் நிராயுதபாணியாக இருந்த அலெக் ஸாண்டர் ரூபோ விட்ஸ் என்னும் பள்ளிச் சிறுவன் லெகி சுவரொட்

டிகளை ஒட்டிக்கொண்டிருப்பதைக் கண்டார். பாரன் இந்தச் சிறுவனைக் கடத்திச் சென்றார். இந்த அமளியில் பாரன் என்று எழுதப்பட்டிருந்த அவரது மென்மயிர் தொப்பியை இங்கு தவற விட்டுவிட்டார்.

இந்தச் சிறுவனை அச்சுறுத்தி லெகிப்படையின் முக்கிய மானவர்களை மடக்கலாம் என்று பாரன் எண்ணினார். எனவே இந்தச் சிறுவனை ஜெருசலேமிற்கு வெளியே ஜெரிக்கோ சாலை வழியாக மலைப்பகுதிகளுக்கு அழைத்துச் சென்று, ஒரு மரத்தில் கட்டி வைத்து ஒரு மணிநேரம் சித்ரவதை செய்துவிட்டு ஒரு பாறை யால் அவனது தலையைச் சிதைத்து, நரிகளுக்கு இரையாக்கினார்.

காணாமல் போன சிறுவனை யூதர்கள் ஜெருசலேம் முழுவதும் தேடினார்கள். மேஜர் பாரன் கட்டமோனிலிருந்த காவலர் உணவு விடுதியில் தன் உயர் அதிகாரிகளிடம் சிறுவனைக் கொன்றதைத் தெரிவித்துவிட்டு திடீரென ஜெருசலேம் நகரைவிட்டு ஓடிப்போனார். முதலில் இந்த நிகழ்ச்சி மூடி மறைக்கப்பட்டாலும் யூதர்களின் கூக்குரல் உலகம் முழுவதும் எதிரொலித்தது. பாரன் ஜெருசலே மிலுள்ள அல்லென்பி பிரிட்டிஷ் காவல்படை குடியமைப்பு வரிசைக்குத் திரும்பி வரும்வரை லெகி அமைப்பு கண்ணில் பட்ட பிரிட்டிஷ் படை வீரர்களைக் கொல்லத் தொடங்கியது. 1947 ஆம் ஆண்டு அக்டோபர் முதல் தேதியன்று டால்பியக்கில் உள்ள இராணுவ நீதிமன்றத்தில் தகுந்த பாதுகாப்புடன் பாரன் விசாரிக்கப் பட்டு ஏற்றுக்கொள்ளத்தக்க சாட்சியம் இல்லையென்று விடுதலை செய்யப்பட்டார்.

ரூபோவிட்ஸின் உடல் கடைசிவரை கண்டுபிடிக்கப்பட வில்லை. பாரன் பாதுகாப்புக் கவசத்துடன் கூடிய காரில் இரவோடு இரவாக காஜா பகுதிக்குக் கொண்டு செல்லப்பட்டார். லெகி அமைப்பு பாரனைக் கொல்ல முடிவு செய்திருந்தது. 1948 ஆம் ஆண்டு ஆர். பாரன் என்று விலாசமிட்ட சிப்ப அஞ்சல் ஒன்று அனுப்பப்பட்டது. இந்த சிப்ப அஞ்சலைத் திறந்த பாரனின் சகோதரர் குண்டுவெடித்துச் சிதறினார்.[5]

பிரிட்டிஷ் அதிகாரிகள் வன்முறையில் ஈடுபட்ட தீவிரவாதி ஒருவருக்கு மரண தண்டனை விதித்தார்கள். இதற்குப் பதிலடியாக பிகின் கோல்ட்ஸ்மித் இல்லத்திலிருந்த அதிகாரிகள் சங்கத்தைக் குண்டு வைத்து தகர்த்தார். இதில் 14 பேர் கொல்லப்பட்டனர். அக்கர் சிறைச்சாலையும் உடைக்கப்பட்டது. தன்னுடைய குழுவினரைச் சாட்டையால் அடித்தபோது இவர் திருப்பி பிரிட்டிஷ் இராணுவ வீரர்களைச் சாட்டையால் அடித்தார். பயங்கரவாதச் செயல்

களுக்காக இவரது வீரர்கள் அக்கர் சிறைச்சாலையில் தூக்கிலிடப் பட்டபோது இவர் இரண்டு பிரிட்டிஷ் இராணுவ வீரர்களை ஹீப்ருக்களுக்கு எதிரான நடவடிக்கைகளுக்காகத் தூக்கிலிட்டார்.

எதிர்கட்சித் தலைவராயிருந்த சர்ச்சில், யூதர்களுக்கு எதிரான அட்லியின் இழிந்த, அறிவற்ற போரைக் கண்டனம் செய்தார். பாலஸ் தீனத்தை அரேபியர்களுக்கு வழங்குவதற்காக நடத்தும் இந்தப் போரில் யார் பாலஸ்தீனத்தை அடையப் போகிறார்கள் என்பது கடவுளுக்குத்தான் தெரியுமென்றும் சர்ச்சில் குறிப்பிட்டார்.

பாலஸ்தீனத்தில் இருக்கும் பிரிட்டிஷ் உயர்மட்ட நிர்வாகிகள் மீதும் மற்றவர்கள் மீதும் செமிட்டிய இன எதிர்ப்புக்காக நடவடிக்கை எடுக்க வேண்டுமென்று சர்ச்சில் விரும்பினார். ஆனால் தற்போது இர்கன், லெகி படைகளின் வன்முறைகளும் மரபு வழியிலான அரேபிய செமிட்டிய இன எதிர்ப்பும் பிரிட்டிஷ் அரசை யூதர்களுக்கு எதிராக மாற்றியிருந்தது. பிரிட்டிஷ் இராணுவத்தைப் புறக்கணித்துச் சென்றவர்கள் அரேபியப் படைக்கு உதவி செய்தார்கள். புதிய ஹை கமிஷ்னர் ஜெனரல் சர் ஆலன் கன்னிங்காம் தனிப்பட்ட முறையில் யூத தாயக இயக்கம் யூதர்களின் உளவியலைச் சார்ந்ததொரு தேசியக் கோட்பாடாக இருப்பதாகவும், இது இயல்பான ஒன்றாக இல்லை என்பதால் இதை அறிவுசார்ந்த முறையில் அணுகுவது பயன ளிக்காது என்றும் தெரிவித்தார்.

ஜெனரல் பார்க்கர், பிரிட்டிஷ் துருப்புகள் யூதர்களின் உணவு விடுதிகளுக்குச் செல்லக்கூடாதென தடை விதித்தார். யூத இனத்தைத் தண்டிப்பதற்கு அவர்களது வருமானத்தைக் குறைப் பதே சிறந்த வழியென்றும் இதை யூதர்கள் விரும்ப மாட்டார்கள் என்றும் பார்க்கர் தெரிவித்தார். பிரதமர் பார்க்கரைக் கண்டித்தார். ஆனால் பார்க்கரின் யூத இன வெறுப்பு தற்போது வெளிப்படை யாகத் தெரிந்தது. பார்க்கர், கேட்டி அண்டோனியசுக்கு எழுதிய காதல் கடிதத்தில் இவ்வாறு குறிப்பிட்டிருந்தார்: ‘அரேபியர்கள் அதிக அளவில் யூதர்களைக் கொல்வார்களென்று நான் நம்புகிறேன். யூதர்கள் வெறுக்கத்தக்கவர்கள் கேட்டி! நான் உன்னை மிகவும் நேசிக்கிறேன்.’

1947 பிப்ரவரி 14ஆம் நாள், ரத்தம் சிந்துவதைத் தவிர்க்க, பாலஸ்தீனத்திலிருந்து வெளியேறுவதுதான் ஒரே வழியென்பதை அட்லி ஒப்புக்கொண்டார். ஏப்ரல் 2ஆம் நாள் இவர் பாலஸ் தீனத்தின் எதிர்காலத்தைத் தீர்மானிக்க ஒரு குழுவை நியமிக்கும்படி புதிதாக உருவாகியிருந்த ஐக்கிய நாடுகள் சபையைக் கேட்டுக் கொண்டார். நான்கு மாதங்களுக்குப் பின் பாலஸ்தீனத்தை இரண்டு

நாடுகளாகப் பிரிப்பதென்றும் ஜெருசலேம் உலக நாடுகளின் பொறுப் பாண்மையில் ஐக்கிய நாடுகளின் ஆளுநரால் நிர்வகிக்கப்படும் என்ற தீர்மானத்தை UNSCOP குழு முன் வைத்தது. இதன் எல்லைகள் நடை முறைக்கு ஒவ்வாததாயிருந்த போதிலும் பென்குரியன் இதை ஏற்றுக்கொண்டார். ஜெருசலேம் யூதர்களுக்கு இதயம் போன்ற பகுதியாக இருந்தது. ஆனால் இதை இழப்பது தனிநாடு பெறுவ தற்குக் கொடுக்கும் விலையாகுமென்று பென்குரியன் கருதினார்.

ஈராக், சவூதி அரேபியா, சிரியா ஆகிய நாடுகளின் ஆதரவு பெற்ற அரேபிய உயர்மட்டக்குழு பாலஸ்தீனப் பிரிவினையை ஏற்றுக் கொள்ளாமல் ஒருங்கிணைந்த சுதந்திர பாலஸ்தீனத்தையே பெற விரும்பியது. நவம்பர் 29ஆம் தேதி இந்தத் தீர்மானத்தின் பேரில் ஐ.நா. சபையில் ஓட்டெடுப்பு நடந்தது. நள்ளிரவுக்குப் பின் ஜெருசலேம் நகரில் உள்ளவர்கள் அனைவரும் அமைதியாக முடிவைத் தெரிந்து கொள்ளும் ஆர்வத்துடன் தங்கள் வானொலிப் பெட்டியின் எதிரில் அமர்ந்திருந்தார்கள்.

அபுத் அல் - காதிர் ஹுசைனி: ஜெருசலேம் போர்முனை

“தீர்மானம் எண் 181 ஓட்டெடுப்பில், அமெரிக்கா சோவியத் யூனிய னுடன் சேர்ந்து 31 நாடுகள் ஆதரவாகவும், பதின்மூன்று நாடுகள் எதிராகவும் வாக்களித்திருந்தன. பிரிட்டன் உட்பட பத்து நாடுகள் வாக்கெடுப்பில் கலந்துகொள்ளவில்லை. சில நிமிடங்கள் ஜெருசலேம் நகரம் அதிர்ச்சியில் உறைந்திருந்தது. தாகத்தால் தவிப் பதைபோல் உதடுகள் விரிந்தன. கண்கள் அகலமாகத் திறந்து கொண்டன. தொலைவிலுள்ள வடக்கு ஜெருசலேமிலிருந்த தெரு ஒன்றில் மக்கள் முழங்கும் ஓசை கேட்டது. இது மகிழ்ச்சியால் எழுந்த ஓசை அல்ல; அச்சத்தால் தோன்றிய வீழ்ச்சிக்குரிய ஓசை யாக இருந்தது. பின்பு மகிழ்ச்சி ஆரவார ஓசையும் கேட்டது. திகைத்து நின்றிருந்த ஆங்கிலேயக் காவலர்களின் கைகளை யூதர்கள் முத்த மிட்டார்கள்.” இவ்வாறு அமோஸ் ஒஸ் இந்த நிகழ்ச்சியை நினைவு கூர்கிறார்.

ஐக்கியநாடுகள் சபைக்கு நாட்டைப் பிரிக்கும் அதிகாரமில்லை என்று கூறி அரேபியர்கள் இந்த முடிவை ஏற்றுக்கொள்ளவில்லை. இன்னமும் 12 லட்சம் பாலஸ்தீனர்கள் 94 விழுக்காடு நிலங்களுக்கு உரிமையாளர்களாக இருந்தனர். ஆறு லட்சம் யூதர்கள் இருந் தார்கள். இரு தரப்பினரும் சண்டையிடத் தயாராக இருந்தார்கள். ஆனால் யூத தீவிரவாதிகளும் அரேபிய தீவிரவாதிகளும் காட்டு மிராண்டித்தனமான போட்டியை நடத்திக்கொண்டிருந்தார்கள்.

அரேபியர்கள் நகருக்கு நடுவே கூடி எதிர்பட்ட யூதர்களைச் சுட்டுக் கொன்றும், அவர்களது கடைகளைச் சூறையாடியும், யூதர்களைக் கொல்லுங்கள் என்று முழக்கமிட்டுக் கொண்டும் இருந்தார்கள்.

பல ஆரஞ்சுத் தோட்டங்களுக்கும் மாளிகைகளுக்கும் சொந்தக் காரரான கேம்பிரிட்ஜ்ஜில் கல்விபயின்ற வழக்கறிஞர் அன்வர் நுஸைபெக் ஜெருசலேம் நகரில் புழுதியும், சப்தமும், அமளியும் நிறைந்திருப்பதை வருத்தத்துடன் பார்த்துக்கொண்டிருந்தார். பேராசிரியர்களும் மருத்துவர்களும் கடைக்காரர்களும் மக்களிடம் அனல் கக்கும் வார்த்தைகளைப் பரிமாறிக்கொண்டார்கள். முன்னர் இவர்கள் ஒருவருக்கொருவர் விருந்தினராக இருந்திருப்பார்கள். டிசம்பர் 2ஆம் தேதி பழைய ஜெருசலேம் நகரில் மூன்று யூதர்கள் கொல்லப்பட்டனர். 3ஆம் தேதி துப்பாக்கிகளை ஏந்திய அரேபியர்கள் மாண்ட்டிபையர் பகுதியைத் தாக்கினார்கள். ஒரு வாரத்திற்குப் பின் யூதக் குடியிருப்புப் பகுதியில் 1500 யூதர்கள் அச்சத்துடன் காத்திருந்தனர். ஜெருசலேம் சுவர்களுக்குள் 22,000 அரேபியர்கள் கூடியிருந்தனர். யூதர்களும் அரேபியர்களும் கலந்திருந்த பகுதிகளை விட்டு இருவரும் வெளியேறினார்கள். இர்கன் அமைப்பு டிசம்பர் 13ஆம் தேதி டமாஸ்கஸ் வாயிலுக்கு வெளியேயிருந்த பேருந்து நிலையத்தில் குண்டு வீசியது. இதில் ஐந்து அரேபியர்கள் கொல்லப் பட்டனர்; பலர் காயமடைந்தனர். அன்வர் நுஸைபெக்கின் மாமன் இந்த இர்கன் குண்டு வீச்சில் தப்பிப் பிழைத்தார். இவர் சுவரில் ஒரு மனிதனின் கை, கால் உறுப்புகள் மட்டும் தொங்கிக் கொண்டிருப் பதைக் கண்டார். ஒரு வாரத்திற்குள்ளாக 74 யூதர்களும் 71 அரேபியர் களும் 9 பிரிட்டிஷ்காரர்களும் கொல்லப்பட்டிருந்தனர்.

பென்குரியன், ஹை கமிஷனரைச் சந்திக்க டிசம்பர் 7ஆம் தேதியன்று டெல் அவிவ்வில் இருந்து சென்றார். இவருடைய பாதுகாப்புக்குழு சாலையில் திடீர் தாக்குதலுக்கு உள்ளானது. ஹாக்நாக் அமைப்பு 17 வயதிலிருந்து 25 வயது வரையுள்ள யூதர்கள் அனைவரையும் இந்தப் படையில் சேர அழைப்பு விடுத்தது. அரேபியர் களும் போருக்குத் தயாரானார்கள். முறையான படைப்பிரிவுகள் எதிலும் சேராதவர்கள், முன்னாள் அரேபிய தேசியவாதிகளாக இருந்த ஈராக், லெபனான், சிரியா, போஸ்னியன் பகுதியைச் சேர்ந்தவர் களும் ஜிகாத் அடிப்படைவாதிகளும் தன்னார்வத் தொண்டர் களாக அரேபியப் படையில் சேர முன் வந்தார்கள்.

அரேபிய விடுதலைப்படை 5,000 வீரர்களைப் பெற்றிருந்தது. ஏழு அரபு நாடுகளின் முறையான இராணுவமும் தங்கள் ஆதரவைத் தெரிவித்திருந்தன. பாலஸ்தீனத்தை விட்டு வெளியேறி இருந்த

ஜெனரல் பார்க்கர், யூதர்கள் அழிக்கப்படுவார்கள் என்பதை, தான் ஓர் இராணுவ வீரன் என்ற முறையில் கூறுவதாக, கேட்டி அண்டோனியசிடம் தெரிவித்தார். உண்மையில் சுதந்திரமான அரபு நாடுகளின் படை 1945ஆம் ஆண்டுதான் உருவாக்கப்பட்டது. இந்தப் படையும் எல்லைகளைப் பெறும் பேராசையினாலும் இவர் களுக்குள் நிலவும் ஆளும் வம்ச சச்சரவுகளினாலும் பிளவு பட்டிருந்தது. ஜோர்டானின் ஹாஸ்கிமைட் அரசராக புதிதாக உருவாக்கப்பட்டிருந்த அப்துல்லா இன்னமும் பாலஸ்தீனத்தை தன் ஆட்சிப்பகுதிக்குள் கொண்டுவர விரும்பினார். டமாஸ்கஸ் சிரியாவைப் பெற விரும்பியது. எகிப்தின் அரசர் பாரூக் அரேபி உலகிற்குத் தலைவராயிருக்கும் உரிமை தனக்கு மட்டுமே இருப் பதாகக் கூறி, ஜோர்டான், ஈராக் ஹாஸ்கிமைட்டுகளை வெறுத்தார். இவர்கள் அரேபியாவிலிருந்து தங்களை வெளியேற்றிய அரசர் இபின் சவுத்தை வெறுத்தார்கள். அரேபியத் தலைவர்கள் ஒருவரும் அவரை நம்பாத நிலையில் எகிப்துக்குத் திரும்பிய மப்டி பாலஸ் தீனத்தின் தலைவராக விரும்பினார்.

லஞ்சமும், துரோகமும், திறமையின்மையும் நிலவினாலும் அருஞ்செயல் அரேபிய வீரர்களைப் போருக்கு வழங்கியது ஜெருசலேம். தொடர்ந்த வஞ்சகச் செயல்களையும் வீழ்ச்சிகளையும் கண்டு மனம் வெறுத்த அன்வார் நுஸைபெக், ‘ஆயுதம் வாங்க, ஹெராடு வாயில் குழு’ ஒன்றினை ஏற்படுத்தினார். இந்தக் குழுவில் காலிடிஸ், தஜானிஸ் அரபு வம்சத்தவர்களையும் உறுப்பின ராக்கினார்.

ஹுசைனி அரேபிய அருஞ்செயல் வீரராக உருவெடுத்தார். இவர் வழக்கமாக அரேபிய பாணியிலான தலை அணியும், காக்கி ஆடையும், இடுப்புக் கச்சையும் அணிந்திருந்தார். இவர் அரேபிய உயர்குடி வகுப்பைச் சேர்ந்த புரட்சிக்காரர். வேதியியல் பட்டதாரி, கவிஞர், செய்தித்தாள் பதிப்பாசிரியர், துணிவுமிக்க போர்வீரர் என்னும் பல பெருமைகளையும் பெற்றிருந்தார். குழந்தையாக இருந்த போதே இவர் வீட்டிலிருந்து குடியிருப்புப் பகுதியொன்றுக்கு தனி யாக வந்துவிட்டார் என்று இவரது ஒன்றுவிட்ட சகோதரர் ஸைத்–அல் ஹுசைனி தெரிவிக்கிறார். இவரது கவர்ச்சியும் நெஞ்சுரமும் அருஞ்செயல் ஆர்வத்துடிப்பும் இறுதி மூச்சுவரை நீடித்த தாகத் தெரிவிக்கிறார்.

இவர் அனைத்து வகுப்பினராலும் புகழப்பட்டார். காஜா விலிருந்த யாசர் அராபத் என்னும் இளம் வயதுடைய மாணவன்

தன் தாய் ஹுசைனிக்களின் உறவினன் என்று சொல்லிக்கொள் வதில் பெருமைப்பட்டான். இவன் அபுத்–அல்–காதிரின் அலுவல கத்தில் பணியாளாக இருந்தான்.

யூத குடியிருப்புப் பகுதியிலிருந்த யூத துப்பாக்கி வீரர்கள் திருக் கோயில் மலையின்மீது சுட்டார்கள். கட்டமோனிலிருந்து அரேபி யர்கள் சாதாரண யூதகுடி மக்கள் மீது சுட்டார்கள். ஜனவரி 5ஆம் தேதி யூத ஹாக்நாக் படை கட்டமோனைத் தாக்கி 'செமிராமிஸ்' ஹோட்டலை அழித்தது. இதில் பதினொரு அப்பாவி அரேபியக் கிறிஸ்துவர்கள் கொல்லப்பட்டனர். இந்தக் கொடுஞ்செயல் அரேபியர்கள் நகரிலிருந்து வெளியேறுவதைத் துரிதப்படுத்தியது. பென்குரியன் ஹாக்நாக் படைக்குப் பொறுப்பேற்றிருந்த அதிகாரியை விலக்கினார். யூதர்களுக்குப் பொருட்கள் அனுப்புவதைத் தடை செய்துவந்த அரேபியர்களின் புறக்காவல் படையை இரண்டு நாட் களுக்குப் பின் இர்கன் படை தாக்கியது.

பிப்ரவரி 10ஆம் தேதி ஹுசைனிக்களின் 150 வீரர்கள் மாண்ட்டி பையர் பகுதியைத் தாக்கினார்கள். ஹாக்நாக் திருப்பித் தாக்கியது. கிங் டேவிட் ஹோட்டல் அருகில் மறைந்திருந்த பிரிட்டிஷ் படையினர் ஹாக்நாக் படையினரை நோக்கிச் சுட்டார்கள். இதில் ஒரு இளம் யூத வீரர் கொல்லப்பட்டார். பிரிட்டிஷ் ஆளுகை காலத்தில் நான்கு மாதங்களே எஞ்சியிருந்தன. ஆனால் ஜெருசலேம் முன்பே செப்பமை வற்ற முழுப்போரில் மூழ்கியிருந்தது. முந்தைய ஆறு வாரங்களில் 1060 அரேபியர்களும் 769 யூதர்களும் 123 பிரிட்டிஷ்காரர்களும் கொல்லப்பட்டிருந்தனர். ஒவ்வொரு நிகழ்வையும் தொடர்ந்து இரண்டு மடங்கு பழிவாங்குதல்கள் நடந்தேறின.

ஜெருசலேமில் யூத தாயக இயக்கத்தினர் தாக்குதலுக்குள்ளாகக் கூடியவர்களாக இருந்தனர். டெல் அவிவ் பகுதியிலிருந்து செல்லும் சாலை 30 மைல் தூரத்திற்கு அரேபிய எல்லையைக் கடந்து செல்ல வேண்டியிருந்தது. மப்டியின் புனிதப் போர்ப்படையைச் சேர்ந்த 1000 வீரர்களைக் கொண்ட படைப்பிரிவு அபுத்அல்–காதிர் ஹுசைன் தலைமையில் இந்தச் சாலைப் பகுதியில் அடிக்கடி தாக்குதல்களை நடத்தியது. ஜெருசலேமிலிருக்கும் 90,000 யூதர்களை மூச்சுத்திணறச் செய்து பணிய வைக்கவேண்டும் என்பது அரேபியர்களின் திட்டம் என்று, 'பால்மாக்' யூதப்படையின் ஜெருசலேமில் பிறந்த அதிகாரி யான இட்ஸ்ஹாக் ராபின் தெரிவிக்கிறார். விரைவிலேயே இந்தத் திட்டம் செயல்படத் தொடங்கியது.

பிப்ரவரி முதல் நாள் ஹுசைனியின் வீரர்கள் பிரிட்டிஷ் படையைப் புறக்கணித்த இரண்டு பிரிட்டிஷ் வீரர்களின் உதவி யுடன் 'பாலஸ்டீன் போஸ்ட்' பத்திரிகை அலுவலகத்தைத் தகர்த்

தார்கள். 10ஆம் தேதி இந்தப் படை மாண்ட்டிபையர் பகுதியை மீண்டும் தாக்கியது. ஹாக்நாக் படை ஆறுமணி நேரம் துப்பாக்கிச் சண்டை நிகழ்த்தி இந்தத் தாக்குதலை முறியடித்தது. மாண்ட்டி பையர் பகுதியைப் பாதுகாக்க பிரிட்டிஷ்காரர்கள் புறக்காவல் நிலையம் ஒன்றை ஜாபா வாயிலுக்கு அடியில் நிறுவியிருந்தார்கள். 13ஆம் தேதி பிரிட்டிஷ் படை நான்கு ஹாக்நாக் வீரர்களைக் கைது செய்து அவர்களை நிராயுத பாணிகளாக ஓர் அரேபியக் கும்பலிடம் ஒப்படைத்தனர். இந்த அரேபியக் கும்பல் நால்வரையும் கொன்றது.

22ஆம் தேதி ஹுசைனி பிரிட்டிஷ் படையைப் புறக்கணித்த வீரர்களை அனுப்பி பென்யேகுடா தெருவைக் குண்டுவீசி தகர்த் தார். இதில் 52 அப்பாவி யூத பாமரர்கள் கொல்லப்பட்டனர். இதற்குப் பதிலடி கொடுக்கும் வகையில் இர்கன் படை பத்து பிரிட்டிஷ் இராணுவ வீரர்களைச் சுட்டுக் கொன்றது. ஜெருசலேமில் அரேபியப் பகுதிகளைப் பாதுகாக்கும் பணி என்பது, ஓட்டைகள் விழுந்து பழுதுபட்ட ஒரு தண்ணீர் குழாயைச் சரிசெய்வது போன்ற பணியென்றும், ஓரிடத்தைச் சரிசெய்தால் இரண்டு இடங்களில் வெடிக்கும் என்றும் நுஸைபெக் குறிப்பிடுகிறார். ஹாக்நாக் நுஸை பெக்கின் பழைய மாளிகையைக் குண்டுவைத்து தகர்த்தது. முன்னாள் அரேபிய மேயர் கலிடி ஜெருசலேமின் நிலையைப் பற்றி இவ்வாறு கூறுகிறார்:

'ஒவ்வொருவரும் நகரை விட்டு வெளியேறிக் கொண்டிருக் கிறார்கள். என்னாலும் நீண்ட நாட்கள் தாக்குப் பிடிக்க முடியாது. ஜெருசலேமை இழந்துவிட்டோம். கட்டமோனில் ஒருவரும் இல்லை. ஷேக் ஜாராவும் காலி செய்துவிட்டார். கையில் சிறிதளவு பணம் வைத்திருந்தவர்கள் எகிப்துக்கும் லெபனானுக்கும் டமாஸ்கஸிற்கும் சென்றுவிட்டார்கள்.'

அரேபியப் புறநகர் பகுதிகளில் இருந்த அரேபிய அகதிகள் வெளியேறினார்கள். கேட்டி அண்டோனியஸ் எகிப்துக்குச் சென்று விட்டாள். இவளது மாளிகையில் பார்க்கர் இவளுக்கு எழுதிய காதல் கடிதங்களைக் கைப்பற்றிய பிறகு ஹாக்நாக் படையினர் மாளிகையை வெடிகுண்டு வைத்துத் தகர்த்தனர். அபுத்அல்–காதிர் ஹுசைன் யூதர்களின் மேற்கு ஜெருசலேம் பகுதியைக் கடற்கரைப் பகுதியிலிருந்து வெற்றிகரமாகத் துண்டித்துவிட்டார்.

யூதர்களும், அரேபியர்களைப் போலவே ஜெருசலேம் நகரை இழந்துவிட்டதாகவே கருதினார்கள். 1948ஆம் ஆண்டு தொடக் கத்தில் பழைய நகரிலுள்ள யூதர்களின் குடியிருப்புப் பகுதி முற்றுகை

யிடப்பட்டது. போரில் ஈடுபடாத பழைமைப் பற்றுடைய யூதர்களைக் கொண்டு முற்றுகையை முறியடிப்பது கடினமாகவே இருந்தது. மார்ச் மாதம் 28ஆம் தேதி டெல் அவிவ் பகுதியிலுள்ள தலைமை இடத்திலிருந்து, 'ஜெருசலேம் என்ன ஆயிற்று?' என்று தன் தளபதிகளைக் கேட்டார் பென்குரியன். இது முடிவைத் தீர்மானிக்கும் போராக இருந்தது. ஜெருசலேமின் வீழ்ச்சி இஷ்குவ் அமைப்புக்கு மரண அடியாக இருக்கும். தளபதிகள் 500 வீரர்களை மட்டுமே வழங்கக்கூடிய நிலையில் இருந்தார்கள்.

ஐக்கிய நாடுகள் சபையில் ஓட்டெடுப்பு நடந்த பிறகு, யூதர்கள் தற்காப்பு நடவடிக்கையே மேற்கொண்டிருந்தனர். பென்குரியன் 'நாக்ஷான்' நடவடிக்கை என்ற பெயரில் தாக்குதல் வியூகமாக மாற்றி ஜெருசலேம் செல்லும் பாதையில் எதிரிகளை அகற்றி வழியேற்படுத்தினார். ஐ.நா சபை வழங்கிய யூதப் பகுதியையும் மேற்கு ஜெருசலேமையும் மீட்க 'D' திட்டம் உருவாக்கப்பட்டது. இந்தத் திட்டம், எதிர்க்கும் அரேபிய கிராமங்களை அழித்து இங்கு வசிப்பவர்களை வெளியேற்றுவதை வெளிப்படையான நோக்கமாகக் கொண்டிருந்ததென வரலாற்றாளர் பென்னி மோரிஸ் தெரிவிக்கிறார். ஆனால் இந்த ஆவணத்தில் பாலஸ்தீனத்தில் வசிக்கும் அரேபியர்களை வெளியேற்றுவது பற்றி எதுவும் குறிப்பிடப்படவில்லை. சில இடங்களில் பாலஸ்தீனியர்கள் தம் வீடுகளில் தங்கியிருந்தனர். சில இடங்களில் வெளியேற்றப்பட்டார்கள்.

காஸ்டெல் கிராமம் கடற்கரையிலிருந்து ஜெருசலேமிற்குச் செல்லும் முக்கிய பாதையைத் தன் கட்டுப்பாட்டிற்குள் வைத்திருந்தது. ஏப்ரல் 2ஆம் தேதி வலிமைமிக்கதாயிருந்த இந்தப் பகுதியை ஹாக்நாக் தாக்கி கைப்பற்றியது. ஆனால் ஈராக்கிலிருந்து வந்திருந்த போர்முறை பயிற்சியற்ற வீரர்களை ஒருங்கிணைத்து ஹுசைனி இந்தப் பகுதியை மீட்டார். கூடுதல் பாதுகாப்புப் படைகள் தேவையென்பதை இவரும் அன்வர் முஸைபெக்கும் உணர்ந்தார்கள். பீரங்கிப் படையைப் பெறுவதற்காக இவ்விருவரும் டமாஸ்கஸிற்குச் சென்றார்கள். ஆனால் அரேபியப் படைத் தளபதிகளின் திறமையற்ற அலட்சியப்போக்கு இவர்களுக்கு எரிச்சலூட்டியது. 'காஸ்டெல் வீழ்ந்துவிட்டது. இதைத் திரும்பப் பெறவேண்டியது உங்களுடைய வேலை' என்று ஈராக் தளபதி கூறினார். 'ஆயுதங்களை எங்களுக்குக் கொடுங்கள்; காஸ்டெலை நாங்கள் மீட்டுக்கொள்வோம் என்று ஹுசைனி கோபத்துடன் பதிலளித்தார். பீரங்கி எதுவும் இல்லையென்று பதிலளித்த தளபதி எதையும் கொடுக்க முன்வரவில்லை.

‘நீங்கள் துரோகிகள்! நீங்கள் பாலஸ்தீனத்தை இழந்து விட்டீர்கள் என்பதை வரலாறு பதிவு செய்யும். காஸ்டெலை நான் மீட்பேன் அல்லது என் முஸாஹீதின்களுடன் போரிட்டு மடிவேன்’ என்று கூறிவிட்டு, ஹுசைனி வேகமாக வெளியேறினார். இவர் பின்னாளில் பாலஸ்தீன யாசர் அராபத்தின் அமைச்சரவையில் ஜெருசலேமின் அமைச்சராகப் பதவியேற்ற, அப்போது ஏழு வயதுள்ள தன் மகனுக்கு இந்தக் கவிதையை எழுதினார்:

வீரமிக்க இந்த பூமி நம் முன்னோர்களுடையது
யூதர்களுக்கு இந்த பூமியில் உரிமையில்லை.
பகைவன் இதை ஆளும்போது நான் எப்படித் தூங்குவது?
ஏதோவொன்று என் நெஞ்சை சுட்டெரிக்கிறது
என் தாயகம் என்னை அழைக்கிறது.

தளபதி ஹுசைனி ஜெருசலேமிற்குத் திரும்பி வந்து தன் வீரர்களை ஒருங்கிணைத்தார்.

ஏப்ரல் 7ஆம் தேதி அபுத்அல் – காதிர் முந்நூறு வீரர்களுடனும் இரண்டு பிரிட்டிஷ் படையிலிருந்து விலகிய வீரர்களுடனும் காஸ்டெலை நோக்கிச் சென்றார். அன்று இரவு 11 மணிக்கு காஸ்டெல் கிராமத்தைத் தாக்கினார்கள். இந்தத் தாக்குதல் முறியடிக்கப் பட்டது. மறுநாள் அதிகாலையில் ஹுசைனி காயமடைந்த வீரர்களுக்குப் பதிலாக புதிய வீரர்களைக் கொண்டு சென்றார்.

புகை மூட்டத்தில் வரும் புதிய ஆட்களை இனங்கண்டு கொள்ளமுடியாத ஹாக்நாக் காவலன், யூதப் படைவீரர்கள் வருவதாக நினைத்துக்கொண்டு ‘பையன்களே! நான் இங்கிருக்கிறேன்’ என்று கொச்சை அரேபிய மொழியில் விளித்தான். இதற்கு ஹுசைனி ‘ஹலோ பாய்ஸ்’ என்று ஆங்கிலத்தில் பதிலளித்தார். யூதர்கள் எப்போதும் அரேபிய மொழியைத்தான் பயன்படுத்துவார்கள். ஆங்கிலத்தைப் பயன்படுத்துவதில்லை. எனவே இதனால் ஆபத்தை உணர்ந்துகொண்ட ஹாக்நாக் காவலன், ஒரு குண்டை வீசினான். இந்தக் குண்டு ஹுசைனியைத் தாக்கியது. கீழே விழுந்து, ‘தண்ணீர்! தண்ணீர்!’ என்று முணகிக்கொண்டிருந்த ஹுசைனியைத் தரையில் விட்டுவிட்டு அவருடைய தோழர்கள் சென்றுவிட்டனர்.

ஒரு யூத மருத்துவர் சிகிச்சையளித்தும் பலனின்றி ஹுசைனி இறந்துபோனார். அவர் அணிந்திருந்த தங்கக் கடிகாரமும் யானைத் தந்தத்தினாலான கைப்பிடியைக் கொண்ட கைத்துப்பாக்கியும் இவர் ஒரு முக்கிய தலைவரெனத் தெரிவித்தது. ஆனால் யார் இவர் என்பதை அடையாளம் காண முடிவில்லை.

களைப்படைந்திருந்த ஹாக்நாக் பாதுகாப்புப் படைவீரர்கள், இழந்த தலைமைத் தளபதியின் உடலைத் திரும்பப் பெறவேண்டு மென்ற அரேபியப் பேச்சை ரேடியோவில் ஒட்டுக் கேட்டார்கள். இந்தப் பணிக்கு இறந்தவரின் சகோதரர் காலட் தலைமையேற்றார். இந்தச் செய்தியை அறிந்த அரேபிய வீரர்கள் பேருந்துகளிலும் கழுதைகளிலும் வண்டிகளிலும் பயணித்து இந்தப் பகுதிக்கு விரைந்து வந்து, காஸ்டெல் கிராமத்தைக் கைப்பற்றி அங்கிருந்த பால்மாக் துருப்புகளை அவர்கள் இருந்த நிலையிலேயே கொன்றார்கள். அவர் களது உடல்களையும் சிதைத்தார்கள். அரேபியர்கள் ஜெருசலேமின் திறவுகோலாயிருந்த இந்தக் கிராமத்தையும் ஹுசைனியின் உடலையும் மீட்டுக்கொண்டார்கள்.

'என்னவொரு துயரமான நாள்! ஹுசைனியின் உயிர்த்தியாகம் ஒவ்வொருவரையும் வருத்தமடையச் செய்தது' என்று வாசீப் ஜவஹரிய்யா குறிப்பிடுகிறார். அரேபிய உயர்குடியின் நாட்டுப்பற்று மிகுந்த போர்வீரர் கொல்லப்பட்ட, ஏப்ரல் 9ஆம் தேதி வெள்ளிக் கிழமையன்று வீடுகளில் யாருமில்லை. அவரது இறுதி ஊர்வலத்தில் ஒவ்வொருவரும் நடந்து வந்தனர். வாசீப்பும் இறுதிச் சடங்கில் கலந்துகொண்டார். ஜோர்டானிலிருந்து வந்த படைவீரர்களும், விவசாயிகளும், அரேபிய குடும்பங்களும் இவரது இறுதிச் சடங்கில் கலந்துகொண்டனர். திருக்கோயில் மலையில் தந்தை மற்றும் புகழ் பெற்ற இவரது வம்சத்தினரின் கல்லறைகளுக்கு அருகிலேயே உடல் அடக்கம் செய்யப்பட்டது. பதினொரு பீரங்கிகள் முழங்க இவருக்கு இறுதி மரியாதை செலுத்தப்பட்டது.

காஸ்டெல் தாக்குதலில் இறந்தவர்களைவிட இந்த இறுதிச் சடங்கில் கொல்லப்பட்டு இறந்தவர்கள் அதிகமென்று நேரில் கண்ணுற்ற ஒருவர் தெரிவிக்கிறார். இந்தக் கூட்டம் மாபெரும் போர் ஒன்று நிகழப்போவதை உணர்த்துவதாக இருந்தது. தேவாலயங் களில் மணிகள் ஒலித்தன. பழிக்குப்பழி என்ற கூக்குரல் எங்கும் ஒலித்தது. யூத தாயக இயக்கத்தினர் தாக்குதலை மீண்டும் தொடங்கக் கூடுமென்ற அச்சம் நிலவியது. அனைத்து அரேபிய வீரர்களும் ஹுசைனியின் இறுதிச் சடங்கில் கலந்துகொள்ள விரும்பியதால் காஸ்டெல் கிராமத்தில் காவல்படைகள் எதையும் இவர்கள் நிறுத்தி வைக்கவில்லை. எனவே வலுமிக்கதாயிருந்த இந்தப் பகுதியைப் 'பால்மாக்' படை அழித்தது.

ஹுசைனியின் உடல் அடக்கம் செய்யப்படும் நேரத்தில் இர்கன், லெகி பிரிவுகளைச் சேர்ந்த 120 வீரர்கள் ஜெருசலேமிற்கு மேற்கேயிருந்த டெய்ர் யாசின் என்ற அரேபிய கிராமத்தைத் தாக்கி னார்கள். வெட்கக்கேடான முறையில் யூதர்கள் கொடுஞ்செயல்

நிகழ்த்தினார்கள். இந்தக் கிராமத்தில் நுழைந்ததும், எதிர் தாக்குதலில் நான்கு யூத வீரர்கள் கொல்லப்பட்டனர்; பலர் காயமடைந்தனர்.

டெய்ர் யாசின் கிராமத்தில் நுழைந்ததும் யூத போர் வீரர்கள் ஒவ்வொரு வீட்டிலும் கையெறி குண்டுகளை வீசி ஆண்கள், பெண்கள், குழந்தைகள் அனைவரையும் கொன்றார்கள். பெண்களுக்கும் குழந்தைகளுக்கும் கைதிகளுக்கும் தீங்கிழைக்கக் கூடாதென உத்தரவிடப்பட்டிருந்தது. பல குடும்பங்கள் முழுவதுமாக அழிக்கப்பட்டன. எஞ்சியிருந்தவர்களை ஒரு டிரக்கில் ஏற்றி ஜெருசலேம் நகருக்குக் கொண்டு சென்று, பின்பு விடுதலை செய்தார்கள். இது போன்றதொரு பெரும் அழிப்புச் செயல் அரேபிய மக்களை அச்சுறுத்தி அவர்களைப் போரிடத் தூண்டுமென்பதை ஹாக்நாக், லெகி படைப்பிரிவுகளும் உணர்ந்திருந்தன.

பிகின் இந்த அழிப்புச் செயலை மறுக்கவில்லை. மாறாக டெய்ர் யாசினில் நடந்தது வீரச்செயல்; ஆறு பெரும் படைப்பிரிவுகள் நிகழ்த்திய சாதனைக்கு ஒப்பானதென்று பெருமிதமடைந்தார். ஆனால் பென்குரியன் இந்த நிகழ்வுக்கு அப்துல்லாவிடம் மன்னிப்பு கோரினார். அப்துல்லா அதை ஏற்கவில்லை.

அரேபியர்கள் விரைவிலேயே பழிவாங்கும் நடவடிக்கையில் இறங்கினார்கள். ஏப்ரல் 14ஆம் தேதியன்று ஸ்கோபஸ் மலையிலுள்ள ஹடஸ்ஸாக் மருத்துவமனைக்கு ஆம்புலன்ஸ் வண்டிகளும் உணவு வண்டிகளும் பாதுகாப்புடன் சென்றன. அமெரிக்கன் காலனிப் பகுதியிலுள்ள கள்ளிச்செடிப் புதர்களில் 150 புரட்சிக்காரர்கள், பழங்காலத் துப்பாக்கிகள், பொறியூட்டி இயக்கப்படாத துப்பாக்கிகள், நவீன ஸ்டேன் துப்பாக்கிகள், பிரெஞ்ச் துப்பாக்கிகள் ஆகிய பல விதமான ஆயுதங்களுடன் மறைந்திருந்ததைப் பெர்த்தாஸ் ஃபோர்ட் பார்த்தார். இவர்களது முகங்கள் வெறுப்பினாலும் பழிவாங்கும் வெறியோடும் துடித்துக்கொண்டிருந்தன. பெர்த்தாஸ் ஃபோர்ட் வெளியே சென்று இவர்களைச் சந்தித்து, அமெரிக்க காலனியில் ஒளிந்திருந்து தாக்குவதும் ஒரு பள்ளிவாசலில் இருந்து தாக்குவதும் ஒன்றாகும் என்று இவர்களிடம் கூறினார். அறுபது ஆண்டு காலம் மனித இனப்பற்றாளராக பிறர் நலனுக்காக உழைத்த இவரது வேண்டுகோளை ஏற்க மறுத்ததுடன், இந்த இடத்தை விட்டுப் போகாவிடில் அவரைக் கொன்றுவிடுவதாக அச்சுறுத்தினார்கள். பிரிட்டிஷ்காரர்கள் தலையிடுவதற்கு முன்னதாகவே 77 யூதர்கள் கொல்லப்பட்டனர். கொல்லப்பட்டவர்களில் பெரும்பாலானவர்கள் மருத்துவர்கள், செவிலியர்கள் என்பது குறிப்பிடத்தகுந்தது.

இராணுவத்தின் தலையீடு இல்லாமலிருந்தால் ஒரு யூதப் பயணிக்கூட எஞ்சியிருக்க மாட்டாரென்று அரேபிய உயர்மட்டக் குழு அறிவித்தது. அரேபிய துப்பாக்கி வீரர்கள் இறந்தவர்களின் உடல்களைச் சிதைத்து அதனருகில் நின்று ஒவ்வொருவரும் புகைப் படம் எடுத்துக்கொண்டார்கள். பின்பு இந்தப் புகைப்படங்கள் அஞ்சல் அட்டைகளாக ஜெருசலேம் நகரில் விற்கப்பட்டன.

டெய்ர் யாசின் நிகழ்வு, போரின் ஒரு முக்கிய அங்கமா யிருந்தது. அரேபியர்களின் ஊடகங்கள் யூதர்களின் அட்டூழியங்களை மிகைப்படுத்தியிருந்தன. எதிர்ப்பையும் பாதுகாப்பையும் வலுப் படுத்துவற்காக செய்யப்பட்டபோதிலும், முன்பே போர் நடந்து கொண்டிருக்கும் நாட்டில் இது வரப்போகும் தீமையின் முன்னறி விப்பாக மக்களை அச்சத்தில் ஆழ்த்தியது.

டெய்ர் யாசின் நிகழ்வுக்கு முன்பே மார்ச் மாதத்தில் 75,000 அரேபியர்கள் தங்கள் வீடுகளை விட்டு வெளியேறியிருந்தனர். இரண்டு மாதங்களுக்குப் பின் 3,90,000 பேர் வெளியேறியிருந்தனர். கிங் டேவிட் ஹோட்டலுக்கருகில் தன் மனைவி குழந்தைகளுடன் வசித்து வந்த வாசீப் ஜஹரிய்யா தன் எண்ணங்களையும் செயல் களையும் தன் நாட்குறிப்பில், ‘நான் மிகவும் மோசமான நிலையி லிருந்தேன். நான் மனதளவிலும் உடலளவிலும் சோர்வடைந் திருந்தேன். என் பணியைத் துறந்து, என்ன செய்வதென்று முடிவு செய்ய முயன்றவாறு வீட்டிலேயே முடங்கிக் கிடந்தேன். இறுதி யாக என் வீட்டை விட்டு வெளியேற முடிவு செய்தேன். எங்கள் வீடு மிகவும் ஆபத்தான நிலையிலிருந்தது. ஜாபா வாயிலிலிருந்து அரேபியர்களும், மாண்ட்டிஃபையர் பகுதியிலிருந்து யூதர்களும், பெவின்கிரேடு பாதுகாப்புப் பகுதியிலிருந்து பிரிட்டிஷ்காரர்களும் துப்பாக்கிச் சூட்டை நடத்திக்கொண்டிருந்தனர். இரவு பகலாக தொடர்ந்து துப்பாக்கிச் சூடு நடந்ததால் வீட்டிற்குள் செல்லவே முடியவில்லை. அரேபியர்களுக்கும் யூதர்களுக்கும் இடையேயான சண்டையும் கட்டடங்களைத் தகர்ப்பதும் எங்களைச் சுற்றி இரவும் பகலும் நடந்துகொண்டிருந்தது. பிரிட்டிஷ்காரர்கள் மாண்ட்டி பையரிலுள்ள சர்மோசஸ் காற்றாலையின் மேற்பகுதியைத் தகர்த்தும் எந்தவித பயனும் ஏற்படவில்லை. மாண்ட்டிஃபையர் பகுதியிலுள்ள யூதப் படையினர் மறைந்திருந்து சாலையில் நடந்து செல்பவர்களை நோக்கிச் சுட்டார்கள். நாங்கள் உயிர்பிழைத்தது ஓர் அதிசயமாக இருந்தது’ என்று பதிவு செய்துள்ளார்.

வாசீப் தன்னுடைய பீங்கான் கலைப் பொருட்களையும், டைரி களையும், யாழ் இசைக்கருவியையும் எப்படி பாதுகாப்பதெனக்

கவலைப்பட்டார். இவருடைய உடல்நிலையும் மோசமாகிக் கொண்டிருந்தது. எனவே இவரது மருத்துவர் இவரை இங்கிருந்து வெளியேறிவிடும்படி கூறினார். பிரிட்டிஷ் ஆளும்காலம் முடிவடைந்ததும் என்ன நடக்கும்? நாம் யூதர்களின் கீழ் இருப்போமா? அல்லது அரேபியர்களின் கீழ் இருப்போமா? என்று வாசீப்பின் குடும்பம் விவாதித்தது. வாசீப்பின் வீட்டிற்குப் பக்கத்திலிருந்த பிரெஞ்சு தூதுவர் இவரது வீட்டையும் பொருட்களையும் பாதுகாப்பதாக வாக்களித்தார். நாம் இங்கு திரும்பி வராவிட்டாலும், நாம் நம்முடைய குழந்தைகளையும் நம்மையும் காப்பாற்றிக்கொள்ள, நமது பொருட்களோடு வீட்டை விட்டு வெளியேறுவதுதான் சிறந்த வழியென்று வாசீப் தன் மனைவியிடம் தெரிவித்தார்.

இரண்டு வாரங்கள் வரை வெளியேறாமல் இருப்பதென்றும், ஏழு அரேபியப் படைகள் வந்தாலும் நகரை வசப்படுத்திக்கொள்ள மாட்டார்கள் என்றும், திரும்பவும் நகரை மக்களிடமே ஒப்படைப்பார்கள் என்றும் வாசீப் நம்பினார். பிரிட்டிஷ் ஆளுகை முடிவடையும் கடைசி நேரத்தில் வாசீப் வெளியேறினார். பின்பு இவர் ஜெருசலேமிற்குத் திரும்பவேயில்லை. வாசீப்பின் கதையே பாலஸ்தீனர்களின் கதையாயிருந்தது.

சிலர் வன்முறையால் வெளியேற்றப்பட்டார்கள். சிலர் போரைத் தவிர்க்க, திரும்பி வரும் எண்ணத்துடன் வெளியேறினார்கள். பாதிபேர் தங்கள் வீடுகளிலேயே பாதுகாப்பாக இருந்தனர். பின்பு இவர்கள் யூத தாயகத்தில் இஸ்ரேலிய அரேபியர்களாகவும், யூதரல்லாத குடிமகன்களாகவும் மாறினார்கள்.

ஆறு லட்சத்திலிருந்து ஏழு லட்சத்து ஐம்பதாயிரம் பாலஸ்தீனர்கள் வீடுகளை இழந்து வெளியேறினார்கள். இத்துன்பவியல் முடிவு நக்ஃபா எனப்பட்டது. பசியால் வாடும் ஜெருசலேமிற்குப் பொருட்களை எப்படி அனுப்புவதென முடிவுசெய்ய, பென்குரியன் ஜெருசலேமின் அவசரகால குழுத்தலைவர் பெர்னார்டு ஜோசப் என்பரை டெல் அவிவ் நகருக்கு வருமாறு அழைத்தார். ஏப்ரல் 15ஆம் தேதி ஜெருசலேமிற்கு உணவுப்பொருட்கள் கொண்டு செல்லப்பட்டன.

ஏப்ரல் 20ஆம் தேதி பென்குரியன் இஸ்ரேலர்கள் எகிப்தியர்களிடம் இருந்து விடுதலை பெற்றதைக் கொண்டாடும் யூதர் திருவிழாவைத் தன் படைவீரர்களுடன் கொண்டாட விரும்பினார். பால்மாக் படையின் தலைமைத் தளபதி ராபின், பென்குரியன் பயணித்த பாதுகாப்பு கவசப் பேருந்து அரேபியர்களால் தாக்கப்

பட்டது. இருபது பேர் கொல்லப்பட்டாலும் பென்குரியனும் உணவுப் பொருட்களும் பாதுகாப்பாக ஜெருசலேமை அடைந்தன. தனக்கே யுரிய வகையில் 'இருபது விழுக்காடு மக்கள் இயல்பானவர்கள் என்றும், இருபது விழுக்காடு சிறப்புரிமை பெற்றவர்கள் என்றும், அறுபது விழுக்காடு மக்கள் விதியைச் சார்ந்து வாழும் நாட்டுப்புற வாசிகள்' என்றும் பென்குரியன் குறிப்பிடுகிறார்.

தற்காலம் பிரிட்டிஷ் ஆளுகையின் கடைசி நாட்களாயிருந்தது. ஏப்ரல் 28ஆம் தேதி ராபின் அரேபிய புறநகர் பகுதி 'ஷேக் ஜாராக்' (அரேபிய உயர்குடி குடும்பங்களின் உறைவிடமாயிருந்த பகுதி) பகுதியைக் கைப்பற்றினார். பிரிட்டிஷ்காரர்கள் இந்தப் பகுதியைத் திருப்பி ஒப்படைக்கும்படி ராபினை வற்புறுத்தினார்கள். பிரிட்டிஷ் காரர்கள் இறுதி மரியாதையை ஏற்றுக்கொண்டபோது நகரின் மேற்குப்பகுதி யூதர்களின் வசத்திலும், பழைய நகரமும் கிழக்குப் பகுதியும் அரேபியர்களின் வசத்திலும் இருந்தன. மே மாதம் 14ஆம் நாள் காலை எட்டு மணிக்கு ஆங்கிலேய கடைசி ஹை கமிஷனர், அரசு மாளிகையை விட்டு வெளியேறி முழுச்சீருடையில் அணி வகுப்பு மரியாதையை ஏற்றுக்கொண்டு, பாதுகாப்புடன் கூடிய அவரது டைம்லர் காரில் ஏறி, கிங் டேவிட் ஹோட்டலில் இருந்த தன் துருப்புகளைப் பார்வையிடச் சென்றார்.

குறிப்புகள்

1. இந்த விவரிப்பு ஆர்தர் கொய்ஸ்லருடையது. இவர் ஓர் எழுத்தாளர். யூத இயக்கத்தில் மாற்றமைவு விரும்பும் உறுப்பினராக இவர் 1928ஆம் ஆண்டு ஜெருசலேம் நகருக்கு வந்தார். விரைவிலேயே இவர் திரும்பிச் சென்றுவிட்டார். கொய்ஸ்லர் விடுதலைப்போரைப் பற்றிய செய்திகளைச் சேகரிக்க 1948ஆம் ஆண்டு மீண்டும் ஜெருசலேம் வந்தார். இவர் பிகினையும் பென்குரியனையும் நேரில் பேட்டி கண்டார்.

2. அந்தக் கோடை காலத்தில் நேசநாடுகளின் மாநாட்டை ஜெருசலேமில் கூட்ட வேண்டுமென்று சர்ச்சில், ஸ்டாலினுக்குக் கடிதமெழுதினார். ஸ்டாலின் சிறப்புப் புகைவண்டியில் தகுந்த பாதுகாப்புடன் மாஸ்கோவி லிருந்து ஜெருசலேமிற்கு வர முடியுமென்றும், பிரிட்டிஷ் பிரதமர் இவர் வரும் வழியைத் தீர்மானித்துப் பாதுகாப்பு வளையம் அமைத்துக் கொடுப்பாரென்றும் தெரிவிக்கப்பட்டிருந்தது. மாஸ்கோ, திலிசி, அங்காரா, பெய்ரூட், ஹைபா, ஜெருசலேம் என்று இவர் வரும் வழி தீர்மானிக்கப் பட்டிருந்தது. இதற்குப் பதிலாக ஸ்டாலின் ஜனாதிபதி ரூஸ்வெல்ட்டை யால்ட்டாவில் சந்தித்தார்.

3. இது தற்போது ஓர் அருங்காட்சியாகமாக உள்ளது. யூதர் எதிர்ப்பு படையினர் இங்கு சிறை வைக்கப்பட்டிருந்தார்கள். 1200 புனிதப்

பயணிகள் தங்கும் வகையில் நிக்கோலாய் விடுதி இறுதியாக ரஷ்யாவால் கட்டப்பட்டது. இதை ரோம நோவ் இளவரசர் நிக்கோலாய் 1903ஆம் ஆண்டு திறந்து வைத்தார்.

4. சூலியஸ் ஜாக்கோப் என்பவர் கொல்லப்பட்டவர்களில் ஒருவர். இவர் இந்நூலாசிரியரின் பெற்றோருக்கு உடன்பிறந்தாரின் மகனாவார். இவர் பிரிட்டிஷ் அரசு ஊழியராயிருந்த யூதர்.

5. பாரன் பிரிட்டிஷ் பாதுகாப்புப் படையின் அருஞ்செயல் வீரராக இருந்தார். 1949ஆம் ஆண்டு கன்சர்வேடிவ் கட்சியின் பாராளுமன்ற வேட்பாளராக நின்று தோல்வியுற்று, பின்பு கனடாவுக்குச் சென்றுவிட்டார். இங்கு இவர் ஒரு விவசாயப் பண்ணையை நிறுவி, நிர்வகித்து வந்தார். இங்கு இவர் அல்பெர்ட்டா சட்டசபைக்குத் தேர்ந்தெடுக்கப்பட்டு தொலை பேசித்துறை அமைச்சராகவும், அரசு வழக்கறிஞராகவும் பணிபுரிந்து, 2006ஆம் ஆண்டு தன் 86வது வயதில் இறந்தார். ஜெருசலேமில் கிழக்கு டால்பியாட் பகுதியிலுள்ள ஒரு தெருவிற்கு சமீபத்தில் 'ரூபோவிட்ஸ்' என்று பெயரிடப்பட்டது.

☆

51

யூத விடுதலை, அரேபியர்களின் இழிவான முடிவு
1948-51

பிரிட்டிஷ் வெளியேற்றம்; பென்குரியன்: நாம் நிறைவேற்றினோம்!

சில அரேபியக் குழந்தைகளைத் தவிர வேறு யாருமற்ற வெறிச் சோடிய தெருக்களின் வழியாக, ஜெனரல் கன்னிங்காம் ஜெருசலேம் நகரை விட்டு வெளியேறினார். பிரிட்டிஷ் படையினர் தெரு மூலை களில் இயந்திரத் துப்பாக்கிகளை நிறுவியிருந்தார்கள். கன்னிங் காமின் டெய்ம்லர் கார் தெருவிலிருந்த சிறுவர்களைக் கடந்து சென்றபோது, அவர்கள் கை தட்டினார்கள். ஒரு சிறுவன் மட்டும் வணக்கம் தெரிவித்தான். பதில் வணக்கம் தெரிவிக்கப்பட்டது. கலண்டியா விமான நிலையத்திலிருந்து கன்னிங்காம், ஹைபாவுக்குச் சென்றார். பின், நள்ளிரவில் புறப்பட்டு கப்பலில் இங்கிலாந்துக்குச் சென்றார்.

ரஷ்ய சுற்றுச்சுவர் பகுதியிலிருந்த பெவின்கிரேடு கோட்டை யிலிருந்து பிரிட்டிஷ் துருப்புகள் வெளியேறினார்கள். 250 இராணுவ வண்டிகளும் டாங்கிகளும் ஜார்ஜ் அரசர் அவின்யூ வழியாகச் சென்றதை யூதர்களின் கூட்டம் அமைதியாகப் பார்த்துக் கொண்டி ருந்தது. உடனடியாக ரஷ்ய சுற்றுச்சுவர் பகுதியைக் கைப்பற்ற போட்டி தொடங்கியது. இர்கன் படை நிக்கோலாய் விடுதியைத்

தாக்கியது. நகரில் துப்பாக்கிக் குண்டுகள் சீறிப் பாய்ந்துகொண்டிருந்தன. சிலுவைப் போர்களின்போது சூறையாடப்பட்ட நகரம் மறுபடியும் சூறையாடப்பட இருக்கிறது. நகரைக் காப்பாற்றக் கோரி நுஸைபெக், அம்மானுக்கு விரைந்தார். அரசர் அப்துல்லாவும் நகரைக் காப்பாற்றுவதாக வாக்குறுதி அளித்தார்.

1948 மே மாதம் 14ஆம் தேதி மாலை நான்கு மணிக்கு ராபினும் அவரது பால்மாக் படைவீரர்களும் சாலையில் வழியேற்படுத்தும் பணியால் களைத்துப் போயிருந்தனர்.

இந்த நேரத்தில் யூத செயலாண்மைக் குழுவின் தலைவர் டேவிட் பென்குரியனின் அறிவிப்பு வானொலியில் ஒலிபரப்பப்பட்டது. டெல் அவிவ் அருங்காட்சியகத்தில் ஹெர்சலின் உருவப் படத்தின் கீழ் நின்றுகொண்டு 250 பேரைக் கொண்ட கூட்டத்தில் தனிநாடு ஏற்படுத்தப்பட்டிருப்பதாகவும் அந்த அறிக்கையைத் தான் படிப்பதாகவும் தெரிவித்தார். பென்குரியனும் அவரது உதவியாளர்களும் அமையப்போகும் புதுநாட்டின் பெயரைக் குறித்து விவாதித்தார்கள். சிலர் யூதேயா அல்லது ஜியான் என்ற பெயர்களைக் குறிப்பிட்டார்கள். மற்றும் சிலர் இவ்ரியா அல்லது ஹெர்ஜிலியா போன்ற பெயர்களைக் குறிப்பிட்டார்கள். பென்குரியன் இஸ்ரேல் என்ற பெயரைக் குறிப்பிட்டார். இறுதியில் இஸ்ரேல் என்ற பெயர் எல்லோராலும் ஏற்றுக்கொள்ளப்பட்டது. இஸ்ரேல் யூதர்களின் பிறந்த பூமி என்று பென்குரியன் தன் வானொலி உரையில் கூறினார். பின்பு நம்பிக்கையென்னும் பொருள்தரும் பின்வரும் 'ஹட்டிஜ் வாக்' தேசியகீதத்தைப் பாடினார்கள்.

நம் நம்பிக்கை இழக்கப்படவில்லை.
இரண்டாயிரம் ஆண்டு நம்பிக்கை இது.
திருமலையும் ஜெருசலேமுமாகிய நம் நாட்டில்
இனி சுதந்திரமாக இருப்போம்.

பென்குரியன் செய்தியாளர்களை மகிழ்ச்சி பொங்கப் பார்த்தார். ஆனால் இவர் கொண்டாட்டம் எதையும் விரும்பவில்லை. பென்குரியன் பிரிவினைக் கொள்கையை எப்போதும் ஏற்றுக்கொண்டவர்தான். ஆனால் யூத அழிப்பு என்ற வெளிப்படையான நோக்கத்தைக் கொண்டிருக்கும் அரேபியப் படைகளின் முற்றுகையைத் தற்போது யூதர்கள் எதிர்கொண்டாக வேண்டும். இஸ்ரேல் ஒரு தனி நாடாகப் பிழைத்திருப்பதே இடர்மிகுந்த ஒன்று.

1920–30 ஆண்டுகளிலேயே சமதர்ம பாலஸ்தீனத்தைப் பங்கீட்டு முறையில் அல்லது கூட்டாட்சி முறையில் வைத்துக்

கொள்ளும் தத்துவத்தைக் கொள்கையளவில் ஏற்றுக் கொண்டிருந்தார் சூரியன். ஆனால் தற்போது ஒரு முறையான போரைச் சந்திக்க வேண்டியிருந்தது.

ஜெருசலேம் போர்முனையில் லாபினின் ஹாரெல் படை வீரர்கள், பென்குரியனின் வானொலிப் பேச்சைக் கேட்க முடியாத அளவுக்குக் களைத்துப் போயிருந்தார்கள். வீரர்களில் ஒருவன் தற்போதைய தேவை தூக்கம் என்றும், நல்ல செய்திகளை நாளை கேட்கலாமென்றும், சத்தத்தை நிறுத்தும்படியாகவும் கூறினான். ஒரு வீரன் எழுந்து வானொலியை நிறுத்தினான். எங்கும் அமைதி குடி கொண்டது. பலவிதமான உணர்ச்சிகளால் தான் செயலிழந்து ஊமையாகிப் போனதாக ராபின் நினைவு கூர்கிறார். அரேபியர்கள் மின்தடை ஏற்படுத்தியதால் பலர் பென்குரியனின் வானொலி அறிக்கை உரையைக் கேட்க முடியவில்லை.

பதினொரு நிமிடங்களில் இஸ்ரேலுக்கு அங்கீகாரம் அளிப் பதாக ஜனாதிபதி ட்ரூமன் அறிவித்தார். சட்டம் என்னவாக இருந் தாலும் நடப்பில் இஸ்ரேலை ட்ரூமன் அங்கீகரிப்பதற்குக் காரண மாக இருந்தவர் எடி ஜாக்கோப்சன். பிரிவினையை ஆதரிப்பதாக ட்ரூமன், வெய்ஸ்மேனுக்கு ரகசியமாக உறுதியளித்தார். இவர் தன் நிர்வாகக் கட்டுப்பாட்டை இழந்திருந்த நிலையில், ஐக்கிய நாடுகள் சபையின் அரசியல் தூதர்கள் பிரிவினையைத் தடுக்க முயன்றார்கள். போர்க்காலத் தலைமை அதிகாரியும் அரசுப்பணியில் மூத்த உறுப் பினரும் ட்ரூமனின் வெளியுறவுத் துறை செயலாளருமான ஜார்ஜ் மார்ஷல் இஸ்ரேலுக்கு அங்கீகாரம் அளிப்பதை வெளிப்படையாகவே எதிர்த்தார். இருப்பினும் புதிய இஸ்ரேலை ட்ரூமன் ஆதரித்தார். இஸ்ரேலை முறைப்படி அங்கீகரித்த முதல் நபர் ஸ்டாலின்.

கண் பார்வை குன்றிய நிலையில் நியூயார்க்கில் வால்டோர்ஃப் அஸ்டோரியாவிலுள்ள தன் அறையில் இருந்த வெய்ஸ்மேன், யூத விடுதலையை மகிழ்ச்சியுடன் ஏற்றுக்கொண்டார். பென்குரியனும் அவரது தோழர்களும் வெய்ஸ்மேனை முதல் ஜனாதிபதியாக இருக்கும்படி கேட்டுக்கொள்ளும்வரை அவர் மறக்கப்பட்டவராகவும் புறக்கணிக்கப்பட்டவராகவுமே இருந்தார். வெள்ளை மாளிகைக்கு வரும்படி ட்ரூமன், வெய்ஸ்மேனுக்கு அழைப்பு விடுத்தார். எடி ஜாக்கோப்சன் இஸ்ரேல் உருவாக ட்ரூமன் உதவியாக இருந்ததாக அவரைப் புகழ்ந்துரைத்தார். இதற்குப் பதிலளித்த ட்ரூமன், 'உருவாக உதவியாக இருந்தேன் என்று கூறுவதன் பொருள் என்ன? நான் சைரஸ்! நான் சைரஸ்!' என்று திரும்பத் திரும்பக் கூறினார். (சைரஸ்,

கி.மு 559-529 பெர்ஷியாவின் பேரரசாராயிருந்து ஒரு சாம்ராஜ்யத்தை நிறுவியர். மத சகிப்புத்தன்மை கொண்ட இவர், யூதர்கள் தங்கள் தெய்வங்களை வழிபடவும் கி.மு 537இல் யூதர்கள் ஜெருசலேமிற்குத் திரும்பி வரவும் அனுமதித்தார்.) இஸ்ரேலின் தலைமை யூத மதகுரு ட்ரூமனைச் சந்தித்து நன்றி தெரிவித்தபோது ட்ரூமன் அழுதுவிட்டார்.¹

மத்தியகாலக் காட்டுமிராண்டிகளின் தாக்குதலுக்குப் பின்னரும் நிலைத்து நின்ற ஜெருசலேமின் யூதக் கோயில்கள், தற்போது பாழ்படுத்தப்பட்டிருக்கலாம் என்று அஞ்சிய வெய்ஸ்மேன், இஸ்ரேலுக்குப் பயணித்தார். ஜெருசலேமில் பழைய நகரைப் பாதுகாப்பதற்கான படை வரும் வரையில் அன்வர் நுஸைபெக்கும் முன்னாள் காவல் படையினரும் காவல் பணியை மேற்கொண்டனர். இந்த சேவையால் நுஸைபெக் தொடையில் துப்பாக்கிக் குண்டு பாய்ந்து காலை அகற்ற வேண்டியிருந்தது. ஆனால் முறையற்ற போர் நின்று விட்டது.

இப்போது உண்மையான போர் தொடங்கிவிட்டது. இஸ்ரேலின் நிலை கடும் விளைவுகளை ஏற்படுத்தக் கூடியதாக இருந்தது. எகிப்து, ஜோர்டான், ஈராக், சிரியா, லெபனான் ஆகிய நாடுகளின் அரேபியக் கூட்டமைப்புப் படை யூதர்களை அழித்தொழிக்கும் நோக்கத்துடன் இஸ்ரேலை முற்றுகையிட்டது. அரேபியக் கூட்டமைப்பின் செயலாளர் அஜ்ஜாம் பாஷா, இந்தப் போர் யூதர்களை அழிக்கப் படுகொலைகளை நிகழ்த்தும் போராக இருக்குமென அறிவித்தார். மங்கோலியப் படுகொலைகளைப் போலவும் சிலுவைப் போர் படுகொலைகளைப் போலவும் இந்த அழிப்புச் செயல் வரலாற்றில் பேசப்படுமென்றும் தெரிவித்தார்.

ஆயிரம் ஆண்டுகளுக்கும் மேலாக யூதர்கள் இஸ்லாமியப் பேரரசுகளின் கீழ் தாழ்த்தப்பட்ட குடிமக்களாய், அடிக்கடி துன்புறுபவர்களாகவும், சில நேரங்களில் சகித்துப் போகிறவர்களாகவும் இருந்து வந்தனர். அரேபியர்கள் தங்களைப் போர்க்குணம் கொண்ட வலிமையான இனமாகவும், யூதர்களைக் கடைக்காரர்களென்றும் நம்பியிருந்தார்கள் என்று அரசர் அப்துல்லாவின் அரேபியப் படைத் தளபதியாயிருந்த ஆங்கிலேயர் சர் ஜான் கிளஃப் என்பவர் குறிப்பிடுகிறார். எகிப்தியர்களும், சிரியர்களும், ஈராக்கியர்களும் யூதர்களைத் தோற்கடிப்பது கடினமில்லையென்று கருதினார்கள். அரேபியர்களின் சமயம் சாராத தேசியம் என்னும் கொள்கை தற்போது புனிதப் போர் என்ற கொள்கையாக ஒன்றிப்போயிருந்தது. முறையான அரபுப் படையுடன் சேர்ந்து போரிட்ட பல ஜிகாத் குழுக்கள்,

முன்பே தீவிர செமிட்டிய இன விரோத இயக்கத்தைத் தழுவிய வையாக இருந்தன. எனவே யூதர்கள் இஸ்லாமியப் படைகளைத் தோற்கடிக்க முடியுமென்பது நினைத்துப் பார்க்க முடியாததாக இருந்தது.

எகிப்தியப் படைகளில் பாதிபேர் முஸ்லிம் சகோதரத்துவ இயக்கத்தைச் சேர்ந்த முகாஜிதீன்களாக இருந்தனர். இவர்களில் இளம் வயதுடையவராக இருந்த யாசர் அராபத்தும் ஒருவரென்பது குறிப்பிடத்தகுந்தது. அரேபியர்களின் ரத்தத்தை உறையச் செய்யும் நம்பிக்கைகளும் அரசியலில் மனித இனப் பண்பு வெறுப்பும் பாலஸ் தீனர்களுக்கு அழிவை ஏற்படுத்தக்கூடியதாக இருக்குமென்பதை விட, இதுவே எதிர்பார்த்ததைவிட ஒரு பெரிய வலுவான இஸ்ரேலை உருவாக்கக்கூடியதாக இருந்தது.

அரேபியர்களின் அறிவிப்பின்படி அரேபியப் படையில் 1,65,000 போர் வீர்கள் இருந்தனர். இந்தப் படை ஒழுங்கற்ற நிலையில் இருந்ததால் சுமார் 28,000 வீரர்களை மட்டுமே அரேபியர்களால் களத்தில் நிறுத்த முடிந்தது. இஸ்ரேலும் கிட்டத்தட்ட இதே அளவில் படைவீரர்களைக் கொண்டிருந்தது. பிரிட்டிஷ்காரர்களால் பயிற்றுவிக்கப்பட்ட 9000 வலுவான வீரர்கள் மட்டுமே அப்துல்லாவின் அரேபியப்படையில் இருந்தனர். அப்துல்லா அரேபியப் படையின் தலைமைத் தளபதியாக அதிகாரபூர்வமாக அறிவிக்கப்பட்டார். அரசர் அப்துல்லா, அல்லென்பி பாலத்தில் நின்றுகொண்டு, தன் கைத்துப்பாக்கியை வானை நோக்கிச் சுட்டு, 'முன்னேறுங்கள்!' என்று ஆணையிட்டார்.

அவசரக்கார அப்துல்லா

ஜெருசலேமில் சர்ச்சிலிடமிருந்து தன் பாலைவன நாட்டுரிமையைப் பெற்றுக்கொண்டபோது அப்துல்லாவை நாம் சந்தித்திருக்கிறோம். அப்துல்லா குள்ளமானவராகவும் கனத்த உடலுடன், குதிரையைப் போன்ற சுறுசுறுப்பு உடையவராகவும், மகிழ்ச்சியை வெளிப்படுத்தும் பழுப்புநிறக் கண்களுடன், மிருதுவான உருண்டையான முகத் தையும் மெல்லிய உதடுகளையும் நேரான மூக்கையும் பெற்றிருந்தார் என்று லாரென்ஸ் வர்ணித்துள்ளார்.

சாகசங்கள் நிறைந்த வாழ்க்கையை நடத்திய அப்துல்லா, சில நேரங்களில் தன்னுடைய மோசமான செய்கைகளால் லாரென்ஸை அதிர்ச்சியடையச் செய்திருக்கிறார். அப்துல்லா ஒரு சமயம் தன் காப்பிக் கோப்பையை அரசவைக் கோமாளியின் தலையின்மீது

இருபது கஜ தூரத்திலிருந்து மூன்று முறை வீசியெறிந்தார். இறைத் தூதரிலிருந்து தொடங்கும் ஷெரிபியன் வம்சாவழிப் பட்டியலில் இவர் முப்பத்து ஏழாவதாக வருபவர். மரபு வழியாக இஸ்லாமியச் சட்டத்திலும் சடங்குகளிலும் முறையாகப் பயிற்றுவிக்கப்பட்ட உலாமாக்களையும்கூட இவர் தொல்லைப்படுத்துவதுண்டு. ஒரு சமயம் அப்துல்லா உலாமாவைப் பார்த்து, 'ஓர் அழகான பெண்ணைப் பார்ப்பது தவறா?' என்று கேட்டார். 'அரசே! இது பாவம்' என்று உலாமா பதிலளித்தார். அதற்கு அப்துல்லா இவ்வாறு கூறினார்: 'ஒரு பெண்ணைப் பார்த்தால் உன் கண்களைத் திருப்பிக்கொள் என்று திருக்குரான் கூறுகிறது. ஒரு பெண்ணைப் பார்த்துக் கொண்டிருந்தால் தானே பார்வையை வேறுபக்கம் திருப்பமுடியும்.'

இவர் பெருமைமிகுந்த அரேபிய நாடோடியாகவும் துருக்கி சுல்தானியக் குழந்தையாகவும் இருந்தார். இளம் வயதில் படைத் தலைவராக இருந்து அரேபியப் புரட்சியின் சிறந்த மூளையாகவும் செயல்பட்டிருக்கிறார். தனது எல்லையற்ற விருப்பங்களை அவசரமாக அடைய விரும்புபவர். எனவே அவசரக்காரர் என்ற புனை பெயருடன் இவர் அழைக்கப்பட்டார். ஆனால் ஜெருசலேமை வெற்றி கொள்ளும் வாய்ப்பிற்காக இவர் நீண்டகாலம் காத்திருக்க வேண்டியிருந்தது. இவர் ஒரு போர் வீரர் மட்டுமல்லாது, அரசியல் வித்தகராகவும், பண்டைய இலக்கியங்களில் தேர்ச்சிமிக்க அறிஞராகவும் இருந்தார். இவர் சர் ரொனால்டு ஸ்டார்சுக்கு இஸ்லாமிய காலத்திற்கு முந்தைய கிரேக்க கவிதையில் நீக்கப்பட்டிருந்த ஏழு பாடல்களை இசையோடு படித்துக் காட்டியபோது ஸ்டார்ஸ் அதிர்ந்து போனார். அம்மானிலிருந்த பிரிட்டிஷ் தூதுவர் சர் அலெக் கிர்க் பிரிட்ஜ், 'ஒளிவீசும் கண்களைக் கொண்ட அரசர்' என்றே இவரை எப்போதும் குறிப்பிட்டார்.

அரசியல் வித்தகரென்ற முறையில் அப்துல்லா வேடிக்கையாகப் பேசக்கூடியவர். இவர் விரும்பாத ஓர் அரசியல் தூதுவரை எப்போது வரவேற்க விரும்புவீர்களென்று கேட்டபோது, 'என் கோவேறு கழுதை குட்டி போடும்போது' என்று பதிலளித்தார். இப்போது அவரது கோவேறு கழுதை குட்டி போட்டது. யூத தாயக இயக்கத்தவர்களின் உண்மை நிலையை உணரத் தொடங்கியிருந்தார். எனவே இவர், பின்வரும் துருக்கியப் பழமொழியைப் பின்பற்றி நடப்பதாகக் கூறினார்: 'நீ ஒரு பழுதடைந்த பாலத்தைக் கடக்கும் போது ஒரு கரடி எதிர் வருமானால் நீ அந்தக் கரடியை 'டியர் ஆன்ட்டி' என்றழைக்கவேண்டும்.'

இவரைப் பாலஸ்தீனத்தின் அரசராக ஏற்றுக்கொண்டால் யூதர்களுக்குத் தாயகத்தை ஏற்படுத்தித் தருவதாக, கடந்த காலங்களில் வெய்ஸ்மேனுடனும் யூத தொழிலதிபர்களுடனும் பேசியிருக்கிறார். இவர் அடிக்கடி ஜெருசலேமிற்குச் சென்று தன்னுடன் கூட்டு சேர்ந்திருந்த ராகேப் நஷாஷிபியைச் சந்தித்திருக்கிறார். எந்தவொரு தீர்வுக்கும் இசையாமலிருக்கும் மப்டியைப் போன்றவர்களால் யூத தாயக இயக்கம் செழித்து வளர்ந்திருப்பதாகக் கருதியதால், இவர் மப்டியை வெறுத்தார்.

ஆக்கிரமிப்பு செய்வதில்லையென ஒரு ரகசிய உடன்படிக்கையை அரசர், யூத தாயக இயக்கத்தவர்களுடன் ஏற்படுத்திக்கொண்டிருந்தார். 'இவர் அரேபியர்களுக்கு அளிக்கப்பட்ட மேற்குக்கரைப் பகுதியை வைத்திருப்பார். யூதர்கள் அரசிற்கு ஐக்கியநாடுகள் சபை நிர்ணயித்த எல்லைகளை இவர் எதிர்க்கக்கூடாது.' மேற்குக்கரைப் பகுதியை இணைத்துக்கொண்டதை பிரிட்டிஷ் அரசு ஏற்றுக்கொண்டது. அரேபியர்களை எனக்கு மேலாகச் செயல்பட அனுமதிக்கும் புது அரபு அரசை ஏற்படுத்த தான் விரும்பவில்லையென்று அப்துல்லா, யூதத் தூதர் கோல்டா மெய்ர்சனிடம் (பின்னாள் கோல்டா மெய்ர்) தெரிவித்தார். ஆனால் டெய்ர் யாசின் படுகொலைகள் யூதர்களுக்கு எதிராக இவரைப் போரிட வைத்தது. மேலும் மற்ற அரபு நாடுகள் அப்துல்லாவின் பேராசையைக் கட்டுப்படுத்த விரும்பியதுடன், பாலஸ்தீனத்தை மீட்கும் முயற்சியில் தாங்கள் கைப்பற்றும் பகுதிகளைத் தங்கள் நாட்டுடன் இணைத்துக்கொள்ள விரும்பினார்கள். ஹாஸ்கிமைட்டுகளுக்கு ஒரு நல்ல படையை உருவாக்கித் தர தன் ஆயுள் முழுவதும் பாடுபட்ட அப்துல்லாவின் தளபதி கிளஃப் பாஷா, தற்போது இடையூறு ஏற்படுவதை விரும்பவில்லை.

இவரது அரேபியப்படை யூதேய குன்றுகளின் ஊடாக ஜெருசலேமை நோக்கி கவனமாக முன்னேறியது. முறை சாரா அரேபிய விடுதலைப்படை, யூதர்களின் புறநகர்ப்பகுதிகளைத் தாக்கியது. மே மாதம் 16ஆம் தேதி இரவில் ஹாக்நாக் படை, மியாஷீயரிம் காவல் நிலையத்தையும், ஷேக்ஷாரா வட பகுதியையும், சுவர்களுக்குத் தெற்கேயுள்ள புதிய நகரையும், ரஷ்ய சுற்றுச்சுவர் பகுதியையும், ஒய்.எம்.சி.ஏ பகுதியையும் கைப்பற்றியது. 'அகஸ்டா விக்டோரியாவையும் பழைய நகரையும் தவிர ஜெருசலேம் முழுவதையும் நாங்கள் கைப்பற்றிவிட்டோம்' என்று பென்குரியன் அறிவித்தார். யூதர்கள் சுவர்களுக்கருகில் வந்துவிட்டார்கள் என்பதைத் தெரிவித்து அப்துல்லா தலையிட வேண்டுமென்று அவரைக் கேட்டுக்கொள்ள அன்வர் நுசைபெக் விரைந்தார். வரலாற்றில் தனக்கொரு

இடமுண்டு என்பதை அப்துல்லா ஒருபோதும் மறக்கவில்லை. 'கடவுளின் அருளினால் நான் முஸ்லிம்களை ஆள்பவன். ஒரு ஹாஸ்கிமைட் அரசன். என்னுடைய தந்தை அரேபியர்கள் அனை வருக்கும் அரசராயிருந்தார். அப்துல்லா தன்னுடைய ஆங்கிலேயப் படைத் தளபதி கிளப்பாஷாவிற்கு இவ்வாறு ஒரு கடிதம் எழுதினார்: 'ஜெருசலேம், அரேபியர்களுக்கும் முஸ்லிம்களுக்கும் அரேபிய கிறிஸ்துவர்களுக்கும் ஒரு முக்கியமான இடம். யூதர்களால் மக்கள் பேரிடர்களைச் சந்திப்பது நமக்கு எதிர்காலத்திலும் பல விளைவு களை ஏற்படுத்தும். எனவே நாம் புனிதமானவைகளாகக் கருதும் அனைத்தும் பாதுகாக்கப்பட வேண்டும். குறிப்பாக பழைய நகரமும் ஜெரிக்கோ செல்லும் சாலையும் பாதுகாக்கப்பட வேண்டும். நாம் இதை விரைவாக நிறைவேற்ற வேண்டும்.'

அப்துல்லாவின் ஜெருசலேம் போர்

அரசரின் படைவீரர்கள் மகிழ்ச்சியுடனும் ஆரவாரத்துடனும் இருந்தார்கள். இவர்களது வாகனங்கள் பச்சை மரக்கிளைகளாலும் சிவப்புநிற ஒலியாண்டர் பூங்கொத்துகளாலும் அலங்கரிக்கப்பட்டி ருந்தன. ஜெருசலேம் நோக்கி அணிவகுத்துச் சென்ற இந்தப் படை போருக்குச் செல்லும் படையாக இல்லாமல், ஒரு கேளிக்கை கொண்டாட்ட விழாவிற்குச் செல்லும் ஊர்வலத்தைப் போலவே இருந்ததென்று கிளஃப் தெரிவிக்கிறார்.

மே மாதம் 18ஆம் தேதி முதல் படைப் பிரிவினர் பழைய நகரின் சுவர்களைச் சுற்றி நிலை கொண்டனர். இதே இடத்தில் தான் 1900 ஆண்டுகளுக்கு முன்னர் தங்களை நோக்கி முன்னேறி வரும் டைட்டஸின் படையணிப் பிரிவினர்கள் மீது யூதர்கள் தங்கள் அம்புகளை வீசினார்கள் என்று கிளஃப் தெரிவித்தார்.

அரசர் அப்துல்லா, யூதர்கள் பழைய நகரினுள்ளும், தன் தந்தையின் உடல் புதைக்கப்பட்டிருக்கும் திருக்கோயில் மலையிலும் நுழைந்துவிடக் கூடுமென்ற கவலையிலும் அச்சத்திலும் இருந்தார். கிளஃப்பின் படைகள் இஸ்ரேலின் படைகளைத் தகர்த்துக்கொண்டு ஷேக் ஜராக் பகுதியையும் டமாஸ்கஸ் வாயிலையும் கைப்பற்றியது. பழைய நகரில் முதன் முதலாக படைமுறை சாரா வீரர்களும் பின்பு அரபுப்படை வீரர்களும் யூதர்களின் பகுதியைச் சூழ்ந்து கொண் டார்கள். இந்தப் பகுதியில் மிகவும் பழமை வாய்ந்த யூத குடும்பங் களும் யூத ஹஸிடிக் பிரிவைச் சேர்ந்த வயது முதிர்ந்த சான்றோர் களும் வசித்து வந்தனர். இவர்களைப் பாதுகாக்க போதுமான படை அனுப்பப்படவில்லை என்று ராபின் கோபமடைந்தார்.

'தங்கள் தலைநகரை பாதுகாத்துக்கொள்ள இந்த அளவுக்குத்தான் யூதர்களால் வீரர்களைச் சேர்க்க முடிந்ததா?' என்று ராபின் கோபத் துடன் ஜெருசலேம் படைப்பிரிவு தளபதி டேவிட் ஷல்ட்டியலைக் கேட்டார்.

ஜாபா வாயிலைத் தாக்கும் முயற்சியில் ராபின் வெற்றி பெற வில்லை. ஆனால் அதேநேரத்தில் மற்ற வீரர்கள் ஜாபா வாயிலின் வழியாக பழைய நகரில் நுழைந்தார்கள். ஜியான் வாயிலை இழப் பதற்கு முன் பால்மாக் யூத வீரர்கள் பாதுகாப்புப் பணியிலிருந்த வீரர்களுடன் சேர்ந்துகொண்டார்கள். ஆனால் தற்போது அரேபியப் படை கடும் வேகத்துடன் முன்னேறியது. இந்தப் போரைப் பற்றி கிளஃப் இவ்வாறு தெரிவிக்கிறார்: 'ஒவ்வொரு அறையாகச் சென்றும், இருண்ட குறுகிய பாதைகளிலும் வளைந்து நெளிந்து செல்லும் படிக்கட்டுகளிலும், முயல் பண்ணைக் குழிகளைப் போலிருந்த யூத குடியிருப்புப் பகுதிகளில், ஆயிரம் ஆண்டு பழமையான இடிமான கற்கூளங்களின் மீதும் நின்றுகொண்டு போரிட வேண்டியிருந்த தால், இந்தப் போர் மிகவும் கடுமையானதாகவும் வெறுப்பூட்டு வதாகவும் இருந்தது.' யூதர்களின் பகுதியை முற்றாக அழிக்கும்படி கிளஃப் உத்தரவிட்டார். அங்கிருந்த யூத குருமார்கள் உதவி கோரி னார்கள். பென்குரியன் வெறி கொண்டவராக, 'ஜெருசலேம் எந்த நேரத்திலும் வீழ்ந்துவிடலாம். எது நேர்ந்தாலும் கடுமையாகத் தாக்குங்கள்!' என்று கத்தினார்.

மே மாதம் 26ஆம் தேதி அரேபியப் படைப்பிரிவினர் ஹுர்வா சதுக்கத்தைக் கைப்பற்றி, சிறப்பு வாய்ந்த யூதர் திருக்கோயில்களைக் குண்டு வைத்து தகர்த்தனர். இரண்டு நாட்களுக்குப் பின் வயதாகி விட்டதால் கூன் விழுந்த முதுகைக் கொண்டிருந்த இரண்டு யூத மதகுருமார்கள், ஒரு வெள்ளைக் கொடியைப் பிடித்துக்கொண்டு ஒரு குறுகிய சந்தின் வழியாக வந்தார்களென்று கிளஃப் தெரிவிக்கிறார்.

இந்தச் சிறிய போர்க்களத்திலிருந்து சில நூறு அடிகள் அப்பாலுள்ள ஜியான் மலையிலிருந்து ராபின் ஜெருசலேம் அழிந்து சிதைந்த காட்சியைக் கண்டார். 213 யூத பாதுகாப்பு வீரர்களில் 39 பேர் இறந்துவிட்டனர். 134 பேர் காயமுற்றனர். இதனால், நான் மிகவும் அச்சமுற்றேன் என்று ராபின் தெரிவித்தார்.

'டேவிட்டின் நகரம் எதிரிகளின் கையில் வீழ்ந்துவிட்டது. நாங்கள் துக்கம் அனுசரிக்கும் நிலையில் இருக்கிறோம்' என்று பிகின் எழுதினார். கிளஃப் மிகவும் மகிழ்ச்சியுடன் இருந்தார். 'ஜெருசலேமின் மீது எனக்கு ஆழ்ந்த அன்பு உள்ளது. பைபிள் எங்கள் கண்முன்

நிற்கிறது என்று கூறிய கிளஃப், யூதர்களின் குடியிருப்புப் பகுதி யையும் 27 யூத திருக்கோயில்களில் 22 கோயில்களையும் அழித்தார். 1187ஆம் ஆண்டு முஸ்லிம்களின் மறு வெற்றிக்குப்பின் முதன் முதலாக யூதர்கள் மேற்குப்புறச் சுவருக்குச் செல்ல முடியாத நிலை ஏற்பட்டது.

மேற்கு ஜெருசலேமிற்குச் செல்லும் பாதையை மூட கிளஃப், லேட்ரன் கோட்டையைப் பயன்படுத்திக் கொண்டார். லேட்ரன் கோட்டையை எந்த விலை கொடுத்தும் மீட்கும்படி பென்குரியன் திருப்பித் திருப்பி உத்தரவிட்டும் அது இயலவில்லை. தங்கள் அறைகளில் அடங்கிக்கிடந்த யூதர்கள், இஸ்ரேல் அரசு லேட்ரன் கோட்டைக்குத் தெற்கே 'பர்மா ரோடு' என்ற பெயரில் பொருட்கள் அனுப்ப பாதை ஏற்படுத்தும் வரை பசியாலும் பட்டினியாலும் வாடவேண்டியிருந்தது.

ஸ்வீடன் அரசரின் பேரன் கோமகன் போல்கி பெர்னடோட்டி உலகப் போரின் இறுதி மாதங்களில் யூதர்களைக் காப்பாற்ற ஹிம்லருடன் பேச்சுவார்த்தை நடத்தினார். இவர் தற்போது வெற்றி கரமாக ஒரு போர் நிறுத்த ஒப்பந்தத்தை ஏற்படுத்தி, ஜெருசலேம் முழுவதையும் அப்துல்லாவுக்குக் கொடுத்துவிடுவதென்ற திட்டத்தை முன்வைத்தார். இவரது திட்டத்தை இஸ்ரேல் ஏற்க மறுத்தது. மெனாச்சின் பிகின் தன் இர்கன் படையை இஸ்ரேல் அரசுப் படையுடன் இணைத்துவிட முன்பே ஒப்புக்கொண்டிருந்தார். ஆனால் இதற்கு மாறாக தன் இர்கன் படைக்குத் தனியாக ஆயுதங்களை ஒரு கப்பலில் கொண்டுவர முயன்றார். இஸ்ரேல் இராணுவம் இந்தக் கப்பலை மூழ்கடித்தது. ஓர் உள்நாட்டுப் போரை ஏற்படுத்து வதற்குப் பதிலாக தலைமறைவாயிருந்த பிகின் வெளிவந்து முறை யான அரசியலில் நுழைந்தார். பென்குரியன் இந்தக் கலகத்தையும் வெற்றிகரமாக அடக்கினார்.

போல்கி பெர்னடோட்டி ஏற்படுத்திய போர்நிறுத்த காலம் முடிவடைந்ததும் மீண்டும் போர் தொடங்கியது. அடுத்த நாள் ஆர்வத் துடிப்புடைய ஓர் எகிப்திய வீரன் மேற்கு ஜெருசலேமில் குண்டு வீசினான். இதனால் எழுச்சியுற்ற அரேபியப் படைப் பிரி வினர் ஜியான் வாயில் வழியாகச் சென்று புதிய நகரைத் தாக்கி னார்கள். பின்பு நோட்ரிடேம் பகுதிக்கு முன்னேறிச் சென்றார்கள். இங்கிருந்து தலையைத் திருப்பினால் பாறை கவிகை மாடத்தையும் அல்அக்சாவையும் பார்க்க முடியுமென்று கிளஃப் எழுதுகிறார். 'கடவுளின் பாதையில் அவர்கள் போரிடுகிறார்கள். இஸ்ரேலியர்கள் பழைய நகரைக் கைப்பற்ற முயற்சிக்கிறார்கள்' என்றும் கிளஃப் கூறினார்.

“நாம் ஜெருசலேம் நகரைத் தக்கவைத்துக்கொள்ள முடியுமா?” என்று அப்துல்லா கிளஃப்பைக் கேட்டார்.

“அவர்கள் ஒருபோதும் இதைக் கைப்பற்ற முடியாது” என்று கிளஃப் பதிலளித்தார்.

“யூதர்கள் ஜெருசலேமை எடுத்துக்கொள்வார்களா? நீ என்ன நினைக்கிறாய்? உண்மையைச் சொல்” என்று அரசர் அப்துல்லா கேட்டுவிட்டு, “நான் அங்கு சென்று நகரின் சுவர்களின் மேல் இறப்பேன்” என்றும் கூறினார். இஸ்ரேலின் எதிர்த்தாக்குதல் தோல்வியுற்றது. ஆனால் இஸ்ரேலின் இராணுவ பலம் கூடியிருந்தது. 68,000 அரேபியர்களுக்கு எதிராக 88,000 இராணுவ வீரர்களை இஸ்ரேல் பெற்றிருந்தது. இரண்டாவது போர் நிறுத்தத்திற்குப் பத்து நாட்களுக்கு முன்பு இஸ்ரேல் லிடாவையும் ரம்லாவையும் கைப்பற்றியிருந்தது. போல்கி பெர்னடோட்டியின் திட்டத்திற்கு யூதர்களின் தீவிரமான எதிர்ப்பைக் கண்ட ஸ்வீடன், ஜெருசலேமை உலகமயமாக்கிவிட வேண்டும் என்ற திட்டத்தை முன்வைத்தது.

செப்டம்பர் 17ஆம் தேதி ஸ்வீடன் கோமகன் புனித நகருக்குப் பறந்து வந்தார். ஆனால் லெகி தீவிரவாதிகள் இட்ஷாக் ஷமீர் தலைமையில் (பின்னாளில் இவர் இஸ்ரேலின் பிரதம மந்திரியானார்) ஸ்வீடன் கோமகனையும் அவரது விமானத்தையும் அழித்து விடுவதென்று தீர்மானித்தார்கள். பெர்னடோட்டி தன் தலைமை இடமான அரசு மாளிகையில் இருந்து கட்டமோன் வழியாக ரீஹாவியாவிலிருந்த இஸ்ரேலிய ஆளுநர் டோவ் ஜோசப்பைச் சந்திக்க வந்தார்.

இவரது ஜீப், வழியிலிருந்த ஒரு சோதனைச் சாவடியில் நிறுத்தப்பட்டது. மற்றொரு ஜீப்பிலிருந்து கைகளில் துப்பாக்கிகளுடன் மூன்று பேர் இறங்கி வந்தனர். இவர்களில் இருவர் ஜீப்பின் சக்கரங்களை நோக்கிச் சுட்டார்கள். மூன்றாமவர் ஓர் இயந்திரத் துப்பாக்கியால் பெர்னடோட்டியை நெஞ்சில் சுட்டுவிட்டு ஓடிவிட்டார். கோமகன் பெர்னடோட்டி, ஹடஸ்ஸாக் மருத்துவமனையில் இறந்துபோனார். பென்குரியன் லெகி படையை அடக்கி ஒழித்தார். ஆனால் கொலைகாரர்கள் பிடிப்படவில்லை.

அப்துல்லா பழைய நகரைக் கைப்பற்றி வைத்திருந்தார். மேற்குக் கரையின் தென்பகுதியை வைத்திருந்தார். வடக்குப்பகுதியை ஈராக்கியர்கள் வைத்திருந்தார்கள். எகிப்திய முன்னணிப் படையினர் பழைய நகரையும் கவனித்துக்கொண்டு தென்பகுதியிலுள்ள புறநகர்ப் பகுதிகளையும் அடைத்து வைத்திருந்தனர். செப்டம்பர் மாத நடுவில் அரேபியக் குழு காஜாவைச் சார்ந்த பாலஸ்தீன அரசை

அங்கீகரித்தது. இந்த அரசு மப்டி மற்றும் ஜெருசலேம் குடும்பத்தினரின் ஆளுகைக்கு உட்பட்டிருந்தது.[2]

ஆனால் மீண்டும் சண்டை தொடங்கியவுடன் இஸ்ரேலியர்கள் எகிப்தியர்களைச் சுற்றி வளைத்துத் தோற்கடித்து, நெகேவ் பாலைவனப் பகுதியையும் கைப்பற்றினார்கள். இதனால் அவமானப்பட்ட எகிப்தியர்கள், மப்டியைக் கெய்ரோவுக்குத் திருப்பி அனுப்பி விட்டார்கள். இவரது அரசியல் செல்வாக்கும் அஸ்தமித்தது. 1948 நவம்பர் முடிவில் ஜெருசலேமின் இராணுவத் தலைமைத் தளபதியாக இருந்த மோஷிடயான் ஜோர்டானியர்களுடன் போர் நிறுத்தத்திற்கு ஒப்புக்கொண்டார்.

1949ஆம் ஆண்டு முதல் பாதியில் இஸ்ரேல் ஐந்து அரேபிய நாடுகளுடனும் போர் நிறுத்த ஒப்பந்தம் செய்துகொண்டது. 1949 பிப்ரவரியில் ஜெருசலேமின் ஐந்தாம் ஜார்ஜ் வென்யூவிலிருந்த யூத செயலாண்மைக் குழுக் கட்டடத்தில் நெஸ்ஸெட் யூத பாராளு மன்றம் கூடி வெய்ஸ்மேனை இஸ்ரேலின் ஜனாதிபதியாகத் தேர்ந் தெடுத்தது. 75 வயது நிரம்பிய வெய்ஸ்மேன், பிரதம மந்திரி பென் குரியனால் புறக்கணிக்கப்படுவதாக உணர்ந்தார். செயல்பட வாய்ப் பில்லாத பதவி தனக்கு அளிக்கப்பட்டிருப்பதாக விரக்தி அடைந் தார். 'நான் ஏன் ஒரு சுவிஸ் ஜனாதிபதியாக இருக்கவேண்டும்? ஏன் ஓர் அமெரிக்க ஜனாதிபதியாக இருக்கக்கூடாது?' என்று இவர் கேட்டார். ரிகோவோத் நகரில் இவர் 'வெய்ஸ்மேன் அறிவியல் கழகம்' ஒன்றைத் தோற்றுவித்திருந்தார். எனவே இவர் வேடிக்கையாகத் தன்னை ரிகோவோத்தின் சிறைக் கைதி என்று அழைத்துக் கொண்டார். இருப்பினும் இவரது அதிகாரபூர்வ இருப்பிடம் ஜெருசலேமில் இருந்தது. 'இந்த நகரைப் பற்றி எதிர் சார்பான எண்ணங்களையே நான் கொண்டிருக்கிறேன். நான் இருப்புக் கொள்ளா நிலையிலேயே இங்கிருக்கிறேன்' என்ற வெய்ஸ்மேன் 1952ஆம் ஆண்டு மரணமடைந்தார்.

1949 ஏப்ரலில் நடந்த போர் நிறுத்த உடன்படிக்கை ஐ.நா. சபையால் கண்காணிக்கப்பட்டு வந்தது. ஐ.நா. சபை கண்காணிப்புக் குழுவினர் பிரிட்டிஷ் அரசு மாளிகையில் தங்கியிருந்தனர். இவர்கள் ஜெருசலேமைப் பிரிக்கும் பணியைச் செய்தார்கள். இஸ்ரேல் மேற்குப் பகுதியில் ஸ்கோபஸ் மலையில் ஒரு தீவு போன்ற பகுதியைத் தன் பங்கிற்குப் பெற்றுக்கொண்டது. அப்துல்லா பழைய ஜெருசலேம் நகரையும் கிழக்கு ஜெருசலேமையும் மேற்குக் கரையையும் வைத்துக் கொண்டார். ஒப்பந்தப்படி சுவருக்கும் ஆலிவ் மலையிலுள்ள கல்லறைக்கும் கிட்ரோன் பள்ளத்தாக்கிலுள்ள கல்லறைகளுக்கும் சென்று வரும் உரிமை யூதர்களுக்கு வழங்கப்பட்டது. ஆனால் நடை

முறையில் இந்த ஒப்பந்த விதிகள் மீறப்பட்டன. அடுத்த 19 ஆண்டுகள் வரை யூதர்கள் சுவர்ப் பகுதியில் வழிபாடு நடத்த அனுமதிக்கப் படவில்லை.[3] இவர்களது கல்லறைப் பகுதிகளும் அழிக்கப்பட்டன.

இஸ்ரேலும் அப்துல்லாவும் ஜெருசலேமில் தங்கள் பகுதியை இழந்துவிடுவோம் என்று அஞ்சினார்கள். ஐ.நா சபை ஜெருச லேமைச் சர்வதேச மயமாக்கும் கொள்கையில் விடாப்பிடியாக இருந்தது. பழைய நகரை அப்துல்லா வைத்திருப்பதை இரண்டு நாடுகள் மட்டுமே அங்கீகரித்திருந்தன. வெய்ஸ்மேனின் தலைமை அலுவலராயிருந்த வியன்னாவைச் சேர்ந்த வெய்டன்பெல்டு என்னும் இளைஞர், சமீபத்தில் லண்டனில் பதிப்பகம் ஒன்றைத் தொடங்கி யிருந்தார். மேற்கு ஜெருசலேமை இஸ்ரேல் வைத்துக்கொள்ள வேண்டுமென்ற கொள்கைக்கு உலக நாடுகளின் ஆதரவைத் திரட்ட இவர் பிரச்சார இயக்கம் ஒன்றைத் தோற்றுவித்தார். அவசரக்காரர் அப்துல்லா அரேபிய வெற்றியாளராக இருந்தார். இவர் அரேபியக் கிளர்ச்சிக்கு 32 ஆண்டுகளுக்குப் பின் ஜெருசலேமை அடைந்தார். 'என்னைக் கொன்றாலொழிய யாரும் என்னிடமிருந்து ஜெருசலேமைப் பிரிக்கமுடியாது' என்று கூறினார்.

குறிப்புகள்:

1. ட்ரூமனின் கொள்கை ஓர் அமெரிக்க ஜெருசலேம்வாசியை வெறுப்படையச் செய்தது. தன் நடுநிலைமையை உணர்த்த அமெரிக்க காலனியில் செஞ் சிலுவைச் சங்கக் கொடி பறந்துகொண்டிருந்தது. ஜெருசலேமிலிருந்த அமெரிக்க பெர்த்த ஸ்பாபோர்ட், யூதர்கள் யூத தாயகத்துக்குத் திரும்புவது 'இரண்டாவது வருகை' என்பதை ஏற்றுக்கொள்ளாமல் யூத தாயக இயக்கத்தை எதிர்த்தார். ஜெருசலேமில் இருக்கும் அமெரிக்கர்களாகிய நாங்கள் இதற்கு எங்கள் எதிர்ப்பினை எவ்வாறு தெரிவிப்பது? அமெரிக்க அரசியல்வாதிகள் ஓட்டிற்காக எந்த வழியிலும் செயல்படக் கூடியவர்கள் என்பதற்காக நாங்கள் வெட்கப்படுகிறோம். ஜூன் மாதத்தில் ஜெருசலேமின் அரபுத்தலைவர்கள் கூட்டு அரேபியப் படைத்தளபதி ஆகியோரின் ஆதர வுடன் இஸ்ரேலுக்கு எதிராகச் செயல்பட ட்ரூமனைத் தூண்டுவதற்காக, பெர்த்த ஸ்பாபோர்ட் வாஷிங்டனுக்குச் சென்றார். ஜனாதிபதி ட்ரூமன் இவளைச் சந்திக்க மறுத்துவிட்டார்.
2. ஹுசைனின் உடன்பிறந்தாரின் மகன்களில் இருவர் வெளியுறவு அமைச் சராகவும், பாதுகாப்பு அமைச்சராகவும் பணிபுரிந்தார்கள். அன்வர் நுஸைபெக் அமைச்சரவை செயலாளராகவும், மப்டி பாலஸ்தீன தேசிய கவுன்சிலின் தலைவராகவும் இருந்தார்.
3. மதப்போட்டி மனப்பான்மையினால் அவசியம் கருதி புனிதத் தன்மையை ஏற்படுத்திக் கொண்டார்கள். யூதப் பயணிகளுக்குச் சுவருக்கு அருகில் செல்லவும், ஜியான் மலையிலுள்ள டேவிட் கல்லறையில் தொழுகை நடத்து வதற்கான உரிமையும் பறிக்கப்பட்டிருந்தது. இங்கு நாட்டின் முதல் பெருங் களப்பலி அருங்காட்சியகம் தோற்றுவிக்கப்பட்டது.

52

பிளவுபட்டது
1951-67

ஜெருசலேமின் அரசர்: திருக்கோயில் மலையில் ரத்தம்

முள்கம்பி வேலிக்குள் உள்ள ஒரு பகுதி பாதுகாப்பு அரணுக்கு உட்பட்டதாக இருந்தது. இந்தப் பகுதியில் நிலவறைகளும், துப்பாக்கிகளை இயக்கும் இடமும், கண்காணிப்பு மேடைகளும் இருந்தன என்று அமோஸ் ஆஸ் எழுதுகிறார். உறுதியான தடுப்பு எங்களை ஷேக் ஜராக் பகுதியிலிருந்தும் அரேபிய சுற்றுப் பகுதிகளிலிருந்தும் பிரித்ததென்று இவர் குறிப்பிடுகிறார். மறைந்திருந்து மக்களைச் சுடுவது தொடர்ந்து நடந்தது.

1954ஆம் ஆண்டு ஒன்பது பேர் கொல்லப்பட்டனர். ஐம்பத்தி நான்கு பேர் காயமடைந்தார்கள். இரு தரப்பினரும் ஒத்துழைத்த போதிலும் நடந்த நிகழ்வுகள் வேதனை தருவதாக இருந்தன. 1950ஆம் ஆண்டு பைபிள் மிருகக்காட்சி சாலையிலிருந்த ஒரு சிங்கம், ஒரு புலி, இரண்டு கரடிகளுக்கு உணவளிப்பதே ஒரு பிரச்சனையாக உருவெடுத்து, ஐ.நா சமரசம் செய்துவைக்க வேண்டியிருந்தது. இந்த மிருகக்காட்சி சாலை இஸ்ரேல் கட்டுப்பாட்டிற்குள் இருந்த ஸ்கோபஸ் மலையில் இருந்தது. இஸ்ரேலியச் சிங்கத்திற்கு உணவளிக்க அரேபியக் கழுதைகளை வாங்குவதற்கு இஸ்ரேல் பணம் தர வேண்டுமா? ஒரு இஸ்ரேலியக் கழுதையை இந்தச் சிங்கத்திற்கு இரையாக்க ஜோர்டான் பகுதி வழியாகக் கொண்டு செல்லமுடியுமா என்ற

பிரச்சனை எழுந்தபோது, ஐ.நா சபையின் பாதுகாப்பு வண்டியில் விலங்குகள் ஜோர்டான் வழியாக மிருகக்காட்சி சாலைக்குக் கொண்டு செல்லப்பட்டன.

முள்கம்பி வேலிக்கு அப்பால் நுஸைபெக்குகள் அரேபியர் களுக்கு ஏற்பட்ட நிலை தடுமாற்றமான அழிவுக்காக துக்கம் அனுசரித் தார்கள். ஹாசம் நுஸைபெக், தான் நரம்புக் கோளாறினால் தாக்கப் பட்டதைப் போல் அவதிப்பட்டதாக ஒப்புக்கொள்கிறார்.

ஆங்கிலேய உயர்குடியினரும், அரேபிய உயர்குடியினரும் தன்னிச்சையாகச் செயல்படும் புதிய பணக்காரர்களும், நடுத்தர வகுப்பைச் சேர்ந்த வணிகர்களும், இராணுவ வீரர்களின் தேவை களை நிறைவேற்றும் விலைமாதர்களும், கிறிஸ்துவ பிஷப்புக்களும், முஸ்லிம் மதகுருமார்களும், கறுப்பு தாடியுடனிருந்த யூத மதகுரு மார்களும், ஒரே தெருவில் கூட்டமாக நடமாடி ஏற்படுத்தியிருந்த கலாச்சாரங்களின் சங்கமத்தைக் காணும் வாய்ப்பை நான் இழந்து விட்டேன் என்று ஹாசம் நுஸைபெக்கின் உடன்பிறந்தாரின் மகன் சாரி குறிப்பிடுகிறார்.

நவம்பரில் அப்துல்லா ஓர் எகிப்திய பிஷப்பின் மூலம் அலங் கோலமான முறையில் ஜெருசலேமின் அரசராக முடிசூட்டிக் கொண்டார். இரண்டாம் பிரடெரிக்கிற்குப் பின்பு நகரின் முதல் அரசரானார். டிசம்பர் முதல் நாளன்று ஜெரிக்கோவில் தன்னைப் பாலஸ்தீனத்தின் அரசராக இவரே அறிவித்துக்கொண்டு, ஐக்கிய ஜோர்டான் அரசு என்று பெயரிட்டுக்கொண்டார். ஹுசைனிக் களும் அரேபிய தேசியவாதிகளும் அப்துல்லா ஏற்படுத்திக்கொண்ட கேடான சமரச உடன்படிக்கைகளுக்காக இவரை வெறுத்தார்கள்.

ஜெருசலேத்திலிருந்த குடும்பங்களுக்கு இது ஒரு விநோதமான மறுமலர்ச்சி காலமாக இருந்தது. அரசர் ஜெருசலேத்திற்குச் சென்று இந்தக் குடும்பங்களின் ஆதரவை நாடினார். ராகேப் நஷாஷிபிக்கு ஜோர்டானின் பிரதமர் பதவியை அளித்தார். நஷாஷிபி இந்தப் பதவியை மறுத்து ஒரு அமைச்சராயிருக்க ஒப்புக்கொண்டார். அரசர் இவரை மேற்குக் கரையின் ஆளுநராகவும் ஜெருசலேம், ஹெப்ரான் ஆகிய இரண்டு ஹாரம்களின் பாதுகாவலராகவும் நியமித்தார். இவருக்கு 'ராகேப் பாஷா' என்ற பட்டத்தை அளித்து, ஒரு ஸ்டுடிபேக்கர் காரையும் வழங்கினார். இன்னமும் ஜோர்டா னியர்கள் துருக்கியர்கள் காலத்திய பட்டங்களையே வழங்கி வந்தார்கள். இவரது உடன்பிறந்தாரின் மகன் நசருதீன் அரச குடும்ப அலுவல் உயரதிகாரியாக நியமிக்கப்பட்டார்.[1]

அரசர் தான் வெறுத்த மப்டியை அதிகாரபூர்வமாகப் பதவி நீக்கம் செய்தார். 1921ஆம் ஆண்டு மப்டி பதவி மறுக்கப்பட்ட ஷேக்–ஹுசம் அல் ஜரல்லாவுக்கு மப்டி பதவி அளிக்கப்பட்டது. அப்துல்லாவுக்கு எதிராகக் கொலை முயற்சிகள் நடப்பதாக எச்சரிக்கப்பட்டார். இதற்குப் பதிலளித்த அப்துல்லா, "என்னுடைய நாள் வரும்வரை யாரும் எனக்குத் தீங்கிழைக்கமுடியாது; அந்த நாள் வரும்போது யாரும் என்னைப் பாதுகாக்கமுடியாது" என்று கூறினார்.

தற்போது 69 வயது நிரம்பிய அப்துல்லாவை ஆபத்துகள் சூழ்ந்திருந்தபோதிலும் ஜெருசலேமின் அரசராயிருப்பதில் பெருமைப்பட்டார். இவரது பேரன் ஹுசைன் தன் பாட்டனார், 'உலகிலேயே அழகான ஜெருசலேம் நகரத்தின் அரசர்' என்று கூறுவதைப் பெருமையுடன் நினைவு கூர்ந்தார். அப்துல்லாவுக்குத் தன் மூத்த மகன் டாலாலின் செயல்பாடுகள் நிறைவினைத் தர வில்லை. எனவே தன் பேரனை அரசனாக்கப் பயிற்றுவித்தார். தன் பேரன் பள்ளிச் சிறுவனாயிருக்கும் போது தினந்தோறும் அவனுடன் சேர்ந்து காலை சிற்றுண்டி உண்பார். 'நீதான் என்னுடைய மகனென்று' பேரனிடம் கூறுவார்.

1951ஆம் ஆண்டு ஜூலை மாதம் 16 வயது நிரம்பிய ஹாரோ பள்ளிச் சிறுவனாயிருந்த தன் பேரன் ஹுசைனுடன் காரில் ஜெருசலேமிற்குச் சென்றார். இராணுவ சீருடையைப் பதக்கங்களுடன் அணிந்து வருமாறு ஹுசைனைப் பணித்திருந்தார். ஜெருசலேமிற்குப் புறப்படுவதற்குமுன் அப்துல்லா தன் பேரனிடம் இவ்வாறு கூறினார்: "என் மகனே! ஒரு நாள் நீ பொறுப்பினை ஏற்றுக்கொள்ள வேண்டும். நான் இறக்கும்போது, யாரோ ஒருவனால் தலையில் சுட்டுக் கொல்லப் பட்டு இறக்கவேண்டும்; இதுதான் எளியவழி."

ஜெருசலேம் செல்லும் வழியில் மப்டியின் உடன்பிறந்தாரின் மகன் டாக்டர் முஸா அல்ஹுசைனைச் சந்திக்க இவர்கள் நப்லெஸ்ஸில் இறங்கினார்கள். நாஜி பெர்லினில் இவர் மப்டியிடம் பணிபுரிந்திருக்கிறார். இவர் அப்துல்லாவை வணங்கி தன் நன்றியைத் தெரிவித்தார். நண்பகலுக்குச் சற்று முன் அப்துல்லா தன் பேரன், கிளஃப் பாஷா, அரச குடும்ப அலுவல் உயரதிகாரி நசுருதீன் நஷாஷிபி, அப்துல்லாவிடம் பாச உணர்வு கொண்ட முசா ஹுசைனி ஆகியோருடன் வெள்ளிக்கிழமை தொழுகைக்காக ஜெருசலேமிற்கு வந்தார்.

அங்கு கூடியிருந்த கூட்டம் வெறுப்புடனும் சந்தேகத்திற்கு இடமானதாகவும் இருந்தது. எனவே அப்துல்லாவின் அரேபியப்

படைக்காவலர்கள் பதற்றத்துடன் அதிக அளவில் கூடியிருந்தார்கள். இதைக் கண்ணுற்ற அப்துல்லா வேடிக்கையாக, 'இது என்ன இறுதிச் சடங்கு ஊர்வலமா?' என்று கேட்டார். பின்பு அப்துல்லா தன் தந்தையின் கல்லறைக்குச் சென்றுவிட்டு அல்–அக்ஸாவுக்கு நடந்தே சென்றார். தன் பாதுகாவலர்களை விலகிச்சென்று விடும்படி கூறினார். ஆனால் மூசா ஹுசைனி மட்டும் இவருக்குப் பக்கத் திலேயே இருந்தார். அரசர் பள்ளிவாசலின் புகுமுக மண்டபத்தில் நுழைந்தவுடன் பள்ளிவாசலின் ஷேக் அரசரின் கைகளை முத்த மிட்டார்.

அதேநேரத்தில் கதவுக்குப் பின்னிருந்து திடீரென கையில் துப்பாக்கியுடன் வெளிப்பட்ட ஓர் இளைஞன் அரசரின் காது களுக்கு நேராகத் தன் துப்பாக்கியின் இயங்குவிசையை அழுத்தினான். அரசர் உடனடியாக இறந்தார். துப்பாக்கிக்குண்டு அப்துல்லாவின் கண் வழியாக வெளியேறியிருந்தது. அவரது தலைப்பாகை சிதறி விழுந்து கிடந்தது. 'அங்கிருந்தவர்கள் அனைவரும் அச்சத்தில் கூன் விழுந்த பெண்களைப் போல் தரையில் படுத்துக்கொண்டார்கள்' என்று ஹுசைனி குறிப்பிடுகிறார்.

'நிலை தடுமாறிய நான் சுட்டவனை நோக்கிப் பாய்ந்தேன். நான் வெளியே தெரிந்த அவனது பற்களையும் கண்களையும் பார்த்தேன். அவன் துப்பாக்கியை என்னை நோக்கி இயக்கிய தையும் அதிலிருந்து புகை வருவதையும் கண்டேன். குண்டு என் நெஞ்சில் பாய்வதையும் உணர்ந்தேன். இறப்பு இவ்வாறுதான் இருக்குமா? என்று எண்ணிக் கொண்டேன்.' ஆனால் அவன் சுட்ட குண்டு ஹுசைனியின் உடல்மீது பாயாமல் உலோகத்தின் மீது பாய்ந்தது.

அப்துல்லா தன் பேரனைப் பதக்கங்களை அணிந்துகொள்ள உத்தரவிட்டிருந்ததால் ஹுசைனி உயிர் தப்பினார். பாதுகாவலர்கள் தாறுமாறாகச் சுட்டு சுட்டவனைக் கொன்றார்கள். இறந்த அரசரை நஷாஷிபி தன் கைகளில் தாங்கியிருந்தார். அரசரின் மூக்கிலிருந்து ரத்தம் கொட்டியது. நஷாஷிபி அரசரின் கைகளைத் திரும்பத் திரும்ப முத்தமிட்டார். அரேபியப் படைப்பிரிவினர் தெருக்களைச் சூறையாடத் தொடங்கினார்கள். கிளஃப் மிகவும் முயன்று இவர் களைக் கட்டுப்படுத்த வேண்டியிருந்தது. ஹுசைனி அரசருக்குப் பக்கத்தில் மண்டியிட்டு அவரது மேலங்கியை அகற்றிவிட்டு அவரது உடலை ஆஸ்திரிய விடுதிக்கு எடுத்துச் சென்றார். அங்கு ஹுசைனிக்கு மயக்கமருந்து கொடுக்கப்பட்டு, அவசரமாக அம்மானுக்கு விமானத்தில் அனுப்பி வைக்கப்பட்டார்.

ஜோர்டான் ஹுசைன்: ஜெருசலேமின் கடைசி அரசர்

மப்டியும், எகிப்தின் அரசர் பாரூக்கும் அப்துல்லாவின் கொலைக்குப் பின்னணியாக இருப்பதாகக் கூறப்பட்டது. மூசா ஹுசைனி கைது செய்யப்பட்டு, துன்புறுத்தப்பட்டு மற்ற மூவருடன் தூக்கிலிடப் பட்டார். இந்தக் கொலை நிகழ்ச்சி அரேபியர்களின் தோல்வியின் விளைவாகவே கருதப்பட்டது. முகமது அலியின் அல்பேனிய அரசர்களில் கடைசி அரசராயிருந்த பாரூக், முகமது நெகுய்ப் என்பவரும் கர்னல் கமால் அப்துல் நாசரும் இணைந்து 1952ஆம் ஆண்டு நடத்திய திடீர் புரட்சியால் தூக்கியெறியப்பட்டார்.

ஜோர்டான் அரசர் அப்துல்லாவிற்குப் பின் அவரது மகன் அரசர் டலால் பதவிக்கு வந்தார். இவர் அடிக்கடி மனநோயால் பாதிக்கப்பட்டார். அவரது மனநோய் சொந்த மனைவியைக் கொல்ல முயற்சிக்கும் அளவுக்கு இருந்தது. அவரது மகன் இளம் ஹுசைன் 1952ஆம் ஆண்டு ஆகஸ்ட் மாதம் 12ஆம் தேதி விடு முறை ஓய்வுக்காக ஜெனிவாவில் ஒரு ஹோட்டலில் தங்கியிருந்தார். ஹோட்டல் பணியாள் ஒருவன் 'மேன்மை தங்கிய அரசர் ஹுசைன்' என்று முகவரி இடப்பட்டிருந்த ஓர் உறையை வெள்ளித்தட்டில் வைத்து இவர் முன் பணிவாக நீட்டினான். இவரது தந்தை டலால் அரச பதவியைத் துறந்திருந்தார்.

பதினேழு வயதே நிரம்பியிருந்த ஹுசைன் அதிவேக கார்கள், மோட்டார் சைக்கிள்கள், விமானங்கள், ஹெலிகாப்டர்கள், அழகான பெண்கள் ஆகியவற்றின் மீது மோகம் கொண்டவராக இருந்தார். வாகனங்களை இவரே ஓட்டவும் செய்தார். இவர் ஐந்து பெண்களைத் திருமணம் செய்துகொண்டார். ஹுசைனின் பாட்டனார் அப்துல்லா இறுதிவரை ஒரு சிறந்த காஸ்கிமைட் பேரரசை நிறுவும் கனவை இழக்கவில்லை. இவர் எல்லாவற்றையும் பணயம் வைத்து ஜெருசலேமைக் கைப்பற்றினார். ஆனால் நாளடைவில் ஜோர்டானின் அரசராய் நீடித்திருப்பதே பெரிய சாதனை என்பதை ஹுசைன் உணர்ந்துகொண்டார்.

இங்கிலாந்து படைத்துறை பயிற்சிக் கல்லூரியில் பயிற்றுவிக்கப் பட்ட இனிய சுபாவமுடைய இந்த அரசர் மேற்கத்திய நாடுகளைச் சார்ந்திருந்தார். இவரது அரசுக்கு முதலில் பிரிட்டனும், பின்னர் அமெரிக்காவும் நிதியுதவி செய்தன. இவர் தனக்கெதிரான மனப் பான்மை கொண்டிருந்த கொடுங்கோலர்களான எகிப்தின் நாசர், ஈராக்கின் சதாம் ஹுசைன் போன்றவர்களின் மூச்சுத் திணற செய்யும்

தழுவுதலைப் பொறுத்துக்கொள்ள வேண்டியிருந்தது. தன் பாட்டனாரைப் போலவே இவர் இஸ்ரேலியர்களுடன் சுமூகமான உறவு கொண்டிருந்தார். குறிப்பாக ராபினை இவர் மிகவும் விரும்பினார்.

1951ஆம் ஆண்டு பிரதமர் பதவியைத் திரும்பப் பெற்றிருந்த எண்பது வயதான சர்ச்சில், தன் அதிகாரிகளிடம் இவ்வாறு கூறினார். 'ஜெருசலேமைப் பெற யூதர்களை நீங்கள் அனுமதித்திருக்க வேண்டும். யூதர்கள்தான் ஜெருசலேமைப் புகழ்பெற்ற நகரமாகச் செய்தார்கள்.' ஆனால் தற்போது கிழக்குப் பகுதியென்றும் மேற்குப் பகுதியென்றும் பிரிக்கப்பட்டு, தற்காலிக வேலிகளும் சுவர்களும் முள்கம்பி வேலியடைத்த பகுதிகளும் ஹீப்ரு, ஆங்கிலம், அரபி மொழிகளில் 'நில்!' 'அபாயம்!' 'எல்லைப்பகுதி மேலே உள்ளது' போன்ற அடையாளக் குறியீடுகளும் நகரெங்கும் காணப்படுகின்றன.

இரவு முழுவதும் துப்பாக்கிச் சத்தம் கேட்டுக் கொண்டிருக்கிறது. மேண்டல் பாம் வாயில் மட்டும் ஒரே நுழைவு வாயிலாக இருந்தது. இந்த இடம் பெர்லினில் இருந்த 'சார்லி' எனப்படும் சோதனைச் சாவடியைப் போல் புகழ்பெற்ற இடமாக இருந்தது. இருப்பினும் தற்போது இது வாயிலும் அல்ல; மேண்டல் பாம்களின் வீடும் அல்ல. வெகுகாலத்திற்கு முன்பே இங்கிருந்து சென்றுவிட்ட சிம்சாக், ஈஸ்தர் மேண்டல் பாம் ஆகியோரின் பெரிய வீடாயிருந்தது. இவர்கள் காலுறை தயாரிக்கும் நிறுவனத்தை நடத்தி வந்தார்கள். இந்த வீடு ஹாக்நாக்கின் உறுதி வாய்ந்த தலைமை இடமாக மாறியிருந்தது. 1948ஆம் ஆண்டு இந்த இடம் அரேபியப் படையால் குண்டு வைத்து தகர்க்கப்பட்டது. மேண்டல் பாம் சோதனைச் சாவடி ஒரு பாழ்பட்ட நிலையில் இருந்தது. இந்த முள்கம்பி வேலிகளுக்குள்தான் யூத இளைஞராயிருந்த அமோஸ்சும், பாலஸ்தீனத்தின் குழந்தையும் அன்வர் பெக்கின் மகனுமான நுஸைபெக்கும் அண்டை வீட்டுக்காரர்களாக இருந்தனர்.

அமோசும், நுஸைபெக்கும் சமய வெறியை எதிர்க்கும் சிறந்த எழுத்தாளர்கள். இருவரும் நண்பர்கள். 'நம்மைப் போன்ற குடும்பங்களுக்கு இஸ்லாம் வேறானதல்ல' என்று நுஸைபெக் எழுதினார். 'யூத சமயம் நூறடி தூரமே தள்ளியிருப்பதாகவும் இது எல்லோருக்கும் பொதுவானதாக இருப்பதாகவும்' அமோஸ் ஆஸ் எழுதினார். புதிய குடியேற்றக்காரர்களின் வருகை ஜெருசலேமை மீண்டும் மாற்றியது. அரேபியர்கள், குறிப்பாக ஈராக்கியர்கள் தங்கள் சமூகத்திலிருந்த யூதர்களைப் பழிவாங்கினார்கள். ஆறு லட்சம் யூதர்கள் இஸ்ரேலில் குடியேறினார்கள்.

ஹரிடெம் என்று அழைக்கப்பட்ட மிகவும் பழமைப் பற்றாளர் களைக் கொண்ட குழுவில் எஞ்சியிருந்தவர்தாம் ஜெருசலேமின் தோற்றத்தை மாற்றினார்கள். மறைபொருளான நம்பிக்கைகளையும் மகிழ்ச்சியான வழிபாட்டு முறையையும் கொண்ட 'மிட்டலியுரோபா' என்னும் ஓர் இனத்தின் கலாச்சாரத்தையும் ஆடைகளையும் ஜெருசலேமிற்கு அறிமுகப்படுத்தினார்கள். மியாஷியாரிமில் கறுப்பு ஆடை அணிந்த மனிதர்களைத் தான் பார்த்ததாகவும் தாடியுடன் இருந்த அவர்கள் திரும்பி இவரைப் பார்த்ததாகவும் இவர்கள் யாரென்று எனக்குத் தெரியவில்லை என்றும் சாரி நுஸைபெக் குறிப்பிடுகிறார்.

ஹாரிடிம் யூத தாயகத்தைத் தழுவியவர்களையும் அதற்கு எதிரானவர்களாயிருந்த மியா ஷீயாரிமைச் சேர்ந்த டோல்டாட் ஹரோன் பிரிவினரையும் கொண்டதாக இரண்டாகப் பிளவு பட்டிருந்தது. மியாஷியாரிமைச் சேர்ந்தவர்கள் கடவுள் மட்டுமே திருக்கோயிலை மீட்டுத்தர முடியுமென்ற நம்பிக்கை கொண்டவர்கள்.

இவர்கள் உள்மன ஆய்வு செய்பவர்களாகவும் வளைந்து கொடுக்காதவர்களாகவும் சடங்குகளில் ஊறித் திழைப்பவர்களாகவும் இருந்தனர். ஹாசிடிம்கள், லித்துவானியன்கள் ஆகிய இரு பிரிவு களுமே ஆதிமுதலாக ஏழு தோற்றுவாய்களைக் கொண்டுள்ளன. இந்த ஏழு தோற்றுவாய்கள் ஒவ்வொன்றும் அற்புதங்கள் நிகழ்த்திய ஒரு யூத மதகுருவின் வழிவந்ததாக அவரது ஆளுகைக்கு உட் பட்டிருந்தன. ஆனால் இவர்கள் எல்லோரும் பழைய ஜெர்மானியக் கலப்பு பேச்சு மொழியையே பேசினார்கள். இவர்களின் ஆதி குரு அட்மோர் என்று விளிக்கப்பட்டார். அட்மோர் என்ற இந்த வார்த்தை, சொற்களின் முதலெழுத்தைக் கொண்டு உருவாக்கப்பட்ட ஒரு சொல்லாகும். இதற்குப் பொருள் 'எங்களுடைய எஜமானனும், ஆசானும், மதகுருவும் ஆவார்' என்பதாகும். ஒவ்வொரு குழுவின் பகட்டணி உடைகளின் வேறுபாடும் மறைபொருள் நம்பிக்கை களும் இஸ்ரேலுக்கு உள் முரண்பாடுகளை ஏற்படுத்தின.[2]

இஸ்ரேல் மேற்கு ஜெருசலேமில் ஒரு நவீன தலைநகரை ஏற்படுத்தி இருந்தது.[3] இதில் மதச்சார்பற்ற நிலையும் மதச்சார் புடைய நிலையும் கலந்திருந்தது. இஸ்ரேல் சமதர்மத்தை ஏற்றுக் கொண்ட மதசார்பற்ற நாடென்று ஜார்ஜ் வெய்டென் பெல்டு குறிப் பிடுகிறார். டெல் அவிவ் பகுதியில் சமுதாயத்தின் உயர்குடியினர் இருந்தனர். இருப்பினும் ஜெருசலேம் பழைய யூத மதகுருமார்களை மையமாகக்கொண்டு சுற்றிச் சுழன்றது. ரிகேவியாவிலிருந்த ஜெர்மன் அறிவாளிகளும் உயர்ந்தோர் குழாமைச் சேர்ந்த உயர் அரசு அதிகாரி களும் மோஷிடயான் போன்ற தளபதிகளும் இரவு உணவுக்குப்

பின் சமையலறையில் கலை, அரசியல் சார்ந்த விஷயங்களைப்பற்றி உரையாடினார்கள். ஆனால் ஹாரிடிம் பிரிவினர் தனியானதொரு வாழ்க்கையை நடத்தினார்கள்.

வெய்டன்பெல்டு போன்ற மதசார்பற்ற யூதர்கள் ஜெருசலேமிலுள்ள சிறந்த உணவகங்களில் உணவருந்தினர். இவர்கள் 'பிங்' உணவகத்தில் யூத மதச் சட்டப்படி யூத மரபுணவுக்கு ஒவ்வாத, இறைச்சித் துண்டுகளையும் காய்கறிகளையும் வதக்கிச் செய்த உணவையும் மசாலா இறைச்சியையும் சுவைத்து உண்டனர். பல் வண்ணக் காட்சிக் கருவியைப் போல் அடிக்கடி வண்ணவடிவ மாறுதலுக்கு உட்படும் ஜெருசலேம் நகரை வசிப்பதற்கு ஏற்ற இடமாக அமோஸ் ஆஸ் ஏற்றுக்கொள்ளவில்லை. மீட்கப்பட்ட தொன்மைப் பொருள்களையும், நவீன அழிவுகளையும் கொண்ட ஒரு விநோதமான கலவையென்று அமோஸ் ஆஸ் குறிப்பிடுகிறார்.

'ஜெருசலேமில் ஒருவர் வீட்டிலிருக்கும் உணர்வைப் பெற முடியுமா? நூறாண்டு காலம் ஒருவர் இங்கு வாழ்ந்தாலும் இந்த உணர்வைப் பெற முடியாது,' என்று அமோஸ் ஆஸ் 'மை மைக்கேல்' என்னும் அவரது நாவலில் குறிப்பிட்டுள்ளார். 'இங்கு எழும்பியிருக்கும் கட்டடங்களின் நடுவே நின்று உன் பார்வையைத் திருப்பினால் பாறை நிலத்தையும் ஆலிவ் மரங்களையும் பாழ்பட்ட பொட்டல் வெளியையும் புதிதாகக் கட்டப்பட்டுள்ள பிரதம மந்திரியின் அலுவலகத்தைச் சுற்றி மாடுகள் மேய்ந்து கொண்டிருப்பதையுமே காண முடியும்' என்று அமோஸ் ஆஸ் குறிப்பிடுகிறார். ஆஸ் ஜெருசலேமை விட்டு வெளியேறிவிட்டார். ஆனால் இவரது நண்பர் சாரி நுஸைபெக் இங்கேயே தங்கியிருந்தார்.

1961ஆம் ஆண்டு மே மாதம் 23ஆம் தேதி பென்குரியன் தன் இளம் உதவியாளர் இட்சாக் யாக்கோவி என்பவரைத் தன் அலுவலகத்துக்கு வருமாறு அழைத்தார். அவனை உற்று நோக்கிய பென்குரியன், 'அடோல் ஈச்மேன் என்பவரை உனக்குத் தெரியுமா?' என்று கேட்டார். யாக்கோவி எனக்குத் தெரியாதென்று பதிலளித்தான். இந்த மனிதன்தான் பேரழிவினைச் செய்த 'பெருங்களப்பலியைச்' செயல்படுத்தி, உன் குடும்பத்தை அழித்து உன்னை ஆஸ்விட்ஸ் சித்ரவதை முகாமுக்கு அனுப்பியவர் என்று பென்குரியன் பதிலளித்தார்.

யாக்கோவி பழமைப் பற்றுடைய ஹங்கேரிய பெற்றோர்களின் மகன் என்பதும் 1944ஆம் ஆண்டு இவனது பெற்றோர்கள் அடோல் ஈச்மேனால் மரண முகாமுக்கு அனுப்பப்பட்டார்கள் என்பதும் பென்குரியனுக்குத் தெரியும். சிறப்பு முகாமில் உடனடியாக நச்சுப்

புகை அறையில் எஸ்.எஸ்.டாக்டர் ஜோசப் மெங்கிலியால் கொல்லப் பட வேண்டியவர்களையும், கட்டாயப்பணி முகாமுக்கு அனுப்பப் பட வேண்டியவர்களையும் தேர்ந்தெடுத்தபோது யாக்கோவியின் இளம் பொன்னிறமான தலைமுடியும் நீலநிறக் கண்களும் இவனைக் கட்டாயப்பணி முகாமுக்கு அனுப்பி வைத்தன.

பின்பு அவன் இஸ்ரேலில் குடியேறி விடுதலைப்போரில் பங்கேற்று, காயம்பட்டு ஜெருசலேமில் நிரந்தரமாகத் தங்கியிருந்து பிரதமரின் அலுவலகத்தில் பணிக்குச் சேர்ந்தான். பென்குரியன் யாக்கோவியை நோக்கி, ‘இன்று நீ ஒரு காரை எடுத்துக்கொண்டு பாராளுமன்றத்துக்கு வந்து, என் பக்கத்தில் அமர்ந்து, ஈச்மேனை நாம் விசாரணைக்காக ஜெருசலேமிற்குக் கொண்டு வந்திருக்கிறோம் என்று நான் அறிவிப்பதை நீ கேட்க வேண்டும்’ என்று கூறினார்.

அர்ஜெண்டினாவில் ஒளிந்திருந்த ஈச்மேனை இஸ்ரேல் ரகசியப்படை ‘மொசார்ட்’ கடத்திக்கொண்டு வந்திருந்தது. ஏப்ரல் மாதத்தில் ஜெருசலேமிலுள்ள ஒரு நீதிமன்றத்தில் விசாரணை தொடங்கியது. இறுதியாக ஈச்மேன், ‘ரமலா’ சிறைச்சாலையில் தூக்கிலிடப்பட்டான்.

இஸ்ரேல் எல்லைக்கப்பால் உள்ள நகரை அரசர் ஹுசைன் தன் இரண்டாவது தலைநகரமென்று குறிப்பிட்டார். உண்மையான தலைநகரை அம்மானிலிருந்து மாற்றியது ஆட்சிக்கு ஆபத்தை ஏற்படுத்துவதாகவே இருந்தது. புனித நகரம் நடுவில் முள்கம்பி வேலிகளுடன் ஒரு மாகாண நகரமென்ற அளவிற்குத் தரம் தாழ்த்தப் பட்டிருந்தது.

இருப்பினும் ஜெருசலேம் தன் பழைய கவர்ச்சியைச் சிறிதளவு தக்கவைத்துக் கொண்டிருந்தது. அரசரின் சகோதரர் இளவரசர் முகமது மேற்குக்கரையின் ஆளுநராயிருந்தார். இவர் பதினாறு வயதுள்ள பிரியாள்–அல்–ரஷீது என்னும் அழகான பெண்ணைத் திருமணம் செய்துகொண்டிருந்தார். இளவரசி பிரியாள்–அல்–ரஷீது இவ்வாறு குறிப்பிடுகிறாா்: “நானும் என் கணவரும் டாஜனிஸ்களுக்குச் சொந்தமான அழகான சிறிய பங்களாவில் ஆறு மாதங்கள் தங்கி யிருந்தோம். என் கணவர் பழைமைப் பற்றாளர்களான கத்தோலிக்கர் களுக்கும், ஆர்மீனியர்களுக்கும் இடையே அமைதி ஏற்படுத்த பேச்சு வார்த்தை நடத்துவதில் பெரும்பாலான நேரத்தை செலவிட்டார்.”

அரசர் ஹுசைன் அன்வர் நுஸைபெக்கை ஆளுநராகவும் சரணாலயங்களின் பாதுகாவலராகவும் நியமித்தார். நுஸைபெக்குகள் முந்தைய நூற்றாண்டில் இல்லாத வகையில் செல்வாக்கையும் முக்கியத்துவத்தையும் பெற்றிருந்தனர். அன்வர், ஜோர்டானியாவின்

பாதுகாப்பு அமைச்சராகவும், இவரது சகோதரர் ஹாசெம் வெளி யுறவுத் துறை அமைச்சராகவும் இருந்தனர். இங்குள்ள குடும்பங்கள் தங்கள் பணத்தையும் ஆலிவ் தோட்டங்களையும் இழந்திருந்தன. ஆனால் பலர் ஷேக் ஜராக் பகுதியிலுள்ள தங்கள் வீடுகளில் தொடர்ந்து வசித்து வந்தனர். அன்வர் நுஸைபெக் அமெரிக்க காலனிக்கு எதிரிலிருந்த ஒரு பழங்கால பாணியிலிருந்த மாளிகை போன்ற வீட்டில் வசித்து வந்தார். இந்த வீடு பாரசீகத் தரை விரிப்பு களாலும் பொன்னிற வேலைப்பாடுகளாலும் அலங்கரிக்கப்பட்டி ருந்தது. இந்த வீட்டில் இரவு விருந்துக்குப் பின் மதுவருந்துவதற் கான படிகக் கல்லாலான மதுக் கோப்பைகளும், டென்னிஸ் போட்டியில் பெற்ற விருதுகளும் காணப்பட்டன.

நுஸைபெக் சகிப்புத் தன்மையுடன் கூடிய ஒரு பொது நடை முறையைப் பின்பற்றினார். இவர் ஒவ்வொரு வெள்ளிக்கிழமை யன்றும் அல் அக்ஸா பள்ளிவாசலில் தொழுகையில் கலந்து கொண்டார். ஒவ்வொரு ஈஸ்டர் கொண்டாட்டத்தின் போதும் தன் குடும்பத்தினருடன் தங்கச் சிலுவைகளைச் சுமந்து திருக்கோயிலை மூன்று முறை வலம் வரும் மதகுருமார்களுடன் இவரும் பங்கேற்று வருவார். இவரது மகன் சாரி, ‘நானும் என்னுடைய சகோதரரும் ஈஸ்டர் பண்டிகைக் கொண்டாட்டத்தை மிகவும் விரும்பினோம். ஏனெனில் நகரிலிருக்கும் பெண்களில் கிறிஸ்துவப் பெண்கள்தான் மிகவும் அழகானவர்கள்’ என்று குறிப்பிடுகிறார். ஆனால் திருக் கோயில் மலை அமைதியாக இருந்தது. ஹாரம் பகுதிக்கு வெகு சில முஸ்லிம்களே சென்றனர் என்று நகரை ஆய்வுசெய்த அறிஞர் ஒலெக்–கிராபர் குறிப்பிடுகிறார்.

ஆரவாரம் மிகுந்த கடைக்காரர்களையும், தங்கள் பொருள் களைக் கூவி விற்கும் முதிய பெண்மணிகளையும், விடுதிகளின் பேரிரைச்சலையும் பழைய நகரம் கொண்டிருந்ததென சாரி நுஸை பெக் குறிப்பிடுகிறார். ஜோர்டானிய ஜெருசலேம் ஒரு சிறிய உலக மாக இருந்தது. இதைப் போன்றதொரு சிறிய நகரினைத் தான் பார்த்ததில்லை என்று அமெரிக்க துணைத்தூதர் இயுஜினிபேர்டு தெரிவிக்கிறார். இதில் 150 பேரே உயர்ந்தோர் குழாமைச் சேர்ந்த வர்கள். சிலர் சுற்றுலாப் பயணிகளையே நம்பியிருந்தார்கள். ஹுசைனிகள் ஓரியண்டல் ஹவுஸ் கட்டடத்தை ஹோட்டலாக மாற்றியிருந்தனர்.

வெள்ளைத் தலைமுடியுடன் இருந்த பெர்த்தா ஸ்பார்டு தனது அமெரிக்க காலனியை ஒரு நவீன ஆடம்பர ஹோட்டலாக மாற்றி யிருந்தார். அழகிய ஆடை அணிந்து நவ நாகரிகமாக இருந்த இவளே

நகரின் ஒரு காட்சிப் பொருளாக இருந்தாள். இவள் அரேபிய லாரென்ஸ், ஜமால் பாஷா ஆகிய எல்லோரையும் தெரிந்து வைத் திருந்தாள். இவள் 'திஸ் எஸ் யுவர் லைப்' என்ற பிரிட்டிஷ் தொலைக் காட்சியில் இரண்டு முறை தோன்றியிருக்கிறாள். கேட்டி அண்டோனியஸ் ஜெருசலேமிற்குத் திரும்பி வந்து பழைய நகரில் ஓர் அனாதை இல்லத்தை ஏற்படுத்தினாள். இவளது வீட்டில் 'காட்டாகீட்' என்ற பெயரில் ஒரு சிற்றுண்டி விடுதியும் உருவானது. வம்புப் பேச்சுகளில் ஆர்வமுடைய இவள் நவீன பாணியில் ஒரு முத்துமாலையை அணிந்திருந்தாள். இவளது கறுத்த முடி குட்டை யாக வெட்டப்பட்டு அதன் நடுவில் நரைத்த முடிக்கற்றை ஒரு வெள்ளைக்கோடுபோல் காணப்பட்டது. அமெரிக்க துணைத் தூதரின் மகனும் எழுத்தாளருமான கைபோர்டு இவளைப் பாதி ட்ராகன் என்றும் பாதி காதல் உல்லாசி என்றும் வர்ணிக்கிறார்.

அரசியலில் யூதர்களுக்கு எதிரான இவளது கோபம் தணியவே இல்லை. யூதர்களின் அரசு அமைவதற்கு முன்பு ஜெருசலேமிலுள்ள பல யூதர்களை எனக்குத் தெரியுமென்றும் ஆனால் தற்போது என் அரேபிய நண்பரொருவர் யூதர்களுடன் வணிகத் தொடர்பு கொள்வதைக் கண்டால் அவரது கன்னத்தில் அறைவேனென்று இவள் கூறினாள். 'நாங்கள் முதல் சுற்றைத்தான் இழந்திருக்கிறோம்; போரை இழக்கவில்லை' என்றும் இவள் குறிப்பிட்டாள்.

அதிகாரம் பெற்ற நாடுகள் தங்கள் இனக் குழுக்களையே ஆதரித்தன. இதனால் அங்கிகளுக்குப் பின்னாலும் திருக்கோயில் பலிபீடங்களிலும் பிளவுபட்ட மற்றொரு நகரமான பெர்லின் நகரக் குறுகிய சந்துகளில் நடத்தப்பட்டதைப் போன்ற பனிப்போர் அல்லது சூழ்ச்சிப்போர் ஜெருசலேமிலும் நடத்தப்பட்டது. கோமகன் செர்ஜியின் மேரி மேக்டாலின் தேவாலயத்தின் பொன்கவிகை மாடங்களை பழுது பார்க்க 80,000 டாலர்களை வழங்கும்படி துணைத்தூதர் போர்டு சி.ஐ.ஏவுக்கு அறிவுரை வழங்கினார்.

சி.ஐ.ஏ இந்தப் பணத்தைக் கொடுக்காவிடில் கே.ஜி.பி. ரஷ்ய உளவுப்படை கொடுக்கக்கூடும். பழைமைப் பற்றாளர்கள் நியூயார்க்கில் சி.ஐ.ஏ. ஆதரவில் உள்ள தேவாலயத்தைச் சார்ந்தவர்களாகவும், மாஸ்கோவில் கே.ஜி.பி. ஆதரவுடன் இயங்கும் சோவியத் தேவால யத்தைச் சேர்ந்தவர்களாகவும் என்று இரண்டு பிரிவுகளாகப் பிளவுபட்டிருந்தனர். ஜோர்டானியர்கள் அமெரிக்காவைச் சார்ந்தவர் களாக இருந்ததால் இவர்களுடைய ரஷ்ய தேவாலயங்களைப் பொது வுடமை எதிர்ப்பு தேவாலயத்திடம் ஒப்படைத்தனர். இதேபோல் இஸ்ரேலியர்கள், ஸ்டாலின் முதன் முதலாக இஸ்ரேலை அங்கீ கரித்ததால் ரஷ்ய சொத்துகளைச் சோவியத்திடம் ஒப்படைத்தார்கள்.

சோவியத் யூனியன் மேற்கு ஜெருசலேமில் ஒரு சமயக்குழுவை அமைத்தது.

முன்னாளில் வடக்கு கொரியாவின் ஆலோசகராயிருந்த கே.ஜி.பி கர்னல் உண்மையில் இந்தக் குழுவின் பாதிரியாராக இருந்தார். இன்னமும் ஹுசைனிகள், நஷாஷிபிகள், இஸ்லாமிய அறிஞர்கள், கிறிஸ்துவ பிஷப்புகள் ஆகியோரின் ஆதிக்கத்திற்கு உட்பட்டிருந்த நாகரிகத்தில் பின்தங்கிய இடத்தையும் அகதிகள் முகாம்களையும் நீக்கிவிட்டுப் பார்த்தால் ஜெருசலேம் எதுவுமே நடக்காத ஒரு நகரினைப் போலவே தோற்றமளிக்கிறது என்று சாரி நுஸைபெக் எழுதினார். இனக்கலப்பு ஜெருசலேம் நகரம் தற்போது அச்சத்தின் பிடியில் இருந்தது. எகிப்தின் ஜனாதிபதி நாசர் ஒரு பெரும் சக்தியாக உருவெடுத்து எல்லாவற்றையும் மாற்றியிருந்தார். அரசர் ஹுசைன் ஜெருசலேமைத் தக்கவைத்துக் கொள்வதற்கும் ஆபத்து ஏற்பட்டது.

குறிப்புகள்:

1. ராகேப் நஷாஷிபி புற்றுநோயால் அவதிப்பட்டு வந்தார். அரசர் இவரை அகஸ்டா விக்டோரியா மருத்துவனையில் சென்று பார்த்தார். இந்தக் கட்டடத்தில்தான் 1921ஆம் ஆண்டு வசந்த காலத்தில் முதன் முதலாக வின்ஸ்டன் சர்ச்சிலைத் தான் சந்தித்ததாக அரசர் அப்துல்லா தெரிவித்தார். 1951ஆம் ஆண்டு ஏப்ரல் மாதம் நஷாஷிபி மரணமடைந்தார். இவரது வீட்டிற்கருகில் ஒரு சிறிய கல்லறையில் இவரது உடல் அடக்கம் செய்யப்பட்டது. பின்பு இந்த இடம் அம்பாசிடர் ஹோட்டல் கட்டுவதற்காக இடிக்கப்பட்டது.

2. மிகவும் பெரிய மன்றமாயிருந்த 'ஜெர்' போலந்திலுள்ள ஒரு கிராமத்தின் பெயரால் அழைக்கப்பட்டது. இது ஆல்ட்டர் குடும்பத்தின் ஆளுகைக்கு உட்பட்டிருந்தது. இவர்கள் மென்மயிர் தொப்பிகளை அணிந்திருந்தார்கள். உக்ரைனிலுள்ள பெல்ஜர்கள் கேப்டன் எனப்படும் நீண்ட அங்கியை அணிந்துகொண்டு மென்மயிர் தொப்பிகளை அணிந்திருந்தார்கள். பிரேஸ்லேவர்கள் மறைபொருளான நடனத்துடன் ஆடிப்பாடி வழிபடுவார்கள். இவர்கள் ஹாபஸிடிக் ஹிப்பிகள் என்று அழைக்கப்பட்டனர்.

3. 1957ஆம் ஆண்டில் 'யாட் வாஷ்கெம்' என்பது ஓர் இடமும் பெயருமாகவே இருந்தது. இது பெருங்களப்பலியில் இறந்த அறுபது லட்சம் யூதர்களுக்கு நினைவுச் சின்னமாக ஹெர்சல் மலையில் ஏற்படுத்தப்பட்டது. புதிய பாராளுமன்றத்தைத் தொடர்ந்து 1965ஆம் ஆண்டு இஸ்ரேல் அருங்காட்சியகம் தொடங்கி வைக்கப்பட்டது. அல்லென்பியின் படையில் யூதப் படைப்பிரிவினைத் தோற்றுவிக்க உதவிய ஜேம்ஸ் டி ரோத்ஸ்சைல்டு இந்த இரண்டிற்கும் நிதியுதவி செய்தார்.

☆

53

ஆறு நாட்கள்
1967

நாசர் மற்றும் ஹுசைன்: போருக்கான நாட்கள் எண்ணப்படுதல்

அரேபிய அரசியல் மேதைகளுக்கு முன்மாதிரியான நாசருடைய பிறப்பைப்பற்றி நாம் தெளிவாக அறிந்துகொள்ள முடியவில்லை. 1948ஆம் ஆண்டு இஸ்ரேல் படைகள் சுற்றி வளைத்தபோது போரில் பங்கப்பட்ட அரபுப் பெருமையை மீட்டு நிலைநிறுத்த முடிவு செய்தார். மக்களிடையே செல்வாக்குப் பெற்ற அரேபியத் தலைவராக இருந்தார். அதே சமயம் ரகசியக் காவல் படையின் உதவியுடன் ஆட்சி நடத்திய சர்வாதிகாரியாகவும் இருந்தார். இவரது காவல்படை 'இஸ்ராய்ஸ்' என்றும் நாஸர் அதன் தலைவர் என்றும் அழைக்கப்பட்டார். உலகு தழுவிய அரபு சமதர்ம அரசியல் கொள்கையை வெளியிட்டார். இதனால் இவரது மக்கள் மேற்கத்திய ஆதிக்கத்தையும் யூத தாயக இயக்க வெற்றியையும் எதிர்க்கத் தொடங்கியதுடன், தங்களுடைய தோல்விக்குப் பழிவாங்க விரும்பினார்கள்.

இஸ்ரேலுக்கு எதிரான பாலஸ்தீன தாக்குதல்களையும் நாசர் ஊக்குவித்தார். நாசரின் தலைமையில் எகிப்து ஒரு சக்திவாய்ந்த நாடாகி, இஸ்ரேலுக்கு எச்சரிக்கை விடுத்தது. நாசர் ஆங்கிலோ–பிரெஞ்சு மேலாதிக்கத்திற்கு எதிராக சூயஸ் கால்வாயைத் தேசியமயமாக்கினார். இவர் பிரான்சுக்கு எதிரான ஆர்மீனியக் கிளர்ச்சி

யாளர்களையும் ஆதரித்தார். லண்டனும் பிரான்சும் நாசரை ஒழிக்க பென்குரியனுடன் ரகசிய ஒப்பந்தம் செய்துகொள்ள முடிவு செய்தன. இஸ்ரேல் தலைமை படைத்தளபதி மோஷி டயான், சினாயைத் தாக்கியது பிரிட்டனுக்கும் பிரான்சுக்கும் எகிப்தைத் தாக்க ஒரு வாய்ப்பாக அமைந்தது. அண்டை நாடுகளான எகிப்தையும் சினாயையும் பிரிக்கும் நோக்கத்துடன் செயல்பட்ட பிரிட்டனும் பிரான்சும் இந்த நோக்கத்தைச் செயல்படுத்த இயலாத நிலையில் இருந்தன.

அமெரிக்காவும் இவர்களைப் பின்வாங்குமாறு வற்புறுத்தியது. இந்த நேரத்தில் அரசர் ஹுசைன் தன் தலைமைப் படைத்தளபதி கிளஃப்பைப் பதவியிலிருந்து விலக்கினார். மத்திய கிழக்கு நாடுகளில் பிரிட்டிஷ் பேரரசின் செல்வாக்குச் சரியத் தொடங்கி, அமெரிக்காவின் கை ஓங்கியது.

ஹுசைனின் நிலைமை மோசமானது. ஒரு பக்கம் நாசரின் எகிப்தும் சிரியாவும், மறுபக்கம் அரேபியாவும் இஸ்ரேலும் இவருக்கு நெருக்கடியைத் தோற்றுவித்தன. இவரது அரச வம்சம் சார்ந்த பேராசைக்களம் இவருக்கு எதிராக இருந்தது. தங்களுக்குத் துரோகம் இழைத்துவிட்டதாக பாலஸ்தீனர்களும் இவர்மீது கசப்புணர்வு கொண்டிருந்தனர். நாசர் இவரைப் பதவியிறக்கம் செய்ய முயற்சித்ததால், ஜெருசலேமும் மேற்குக்கரையும் அடிக்கடி ஹாஸ்கிமைட்டுகளுக்கு எதிரான புரட்சியில் ஈடுபட்டன.

1948ஆம் ஆண்டு போரில் அனுபவம் பெற்றிருந்த யாசர் அராபத்[1] ஒரு போராளிகளின் இயக்கத்தை 1959ஆம் ஆண்டு 'பேட்டா' என்ற பெயரில் தோற்றுவித்திருந்தார். 1964ஆம் ஆண்டு இவர் கெய்ரோவில் நடத்திய உச்ச அரசியல் மாநாடு ஒரு ஐக்கிய அரசு ஒன்றியத்தைத் தோற்றுவித்தது. இஸ்ரேலுக்கு எதிராக வரப்போகும் போரை முன்னிட்டு ஐக்கிய அரபு ஒன்றியத் தலைமை அகமத் அல் சுகியாரி முன்னிலையில் பாலஸ்தீன விடுதலை இயக்கத்தைத் தொடங்கியது. அந்த ஆண்டு மே மாதம் இந்த இயக்கத்தை மனமின்றி, தயக்கத்துடன் அரசர் ஹுசைன் தொடங்கி வைத்தார். இதைத் தொடர்ந்து ஜனவரி மாதத்தில் அராபத்தின் 'பேட்டா' ஜோர்டானிலிருந்து இஸ்ரேல் மீது சிறிய தாக்குதல் ஒன்றை நடத்தியது. இது ஒரு பேரிடராகவே முடிந்தது. இதில் பாலஸ்தீன கொரில்லா ஒருவர் ஜோர்டானியர்களால் சுட்டுக் கொல்லப்பட்டார். ஆனால் 'பேட்டா'வின் இந்தச் செயல் அரேபியர்களிடையே விழிப்புணர்வை ஏற்படுத்தி, பாலஸ்தீனப் பிரச்சனையை உலகின் கவனத்திற்குக் கொண்டு சென்றது.

கையில் துப்பாக்கியுடன் காக்கி உடையும் அரேபிய பாணி கழுத்துப் பட்டியும் அணிந்திருந்த 'பேட்டா' அடிப்படை தீவிர வாதிகள், வலுவான அரேபிய உயர் குடும்பங்களையும், மப்டியையும் 1948ஆம் ஆண்டு வாக்கில் மதிப்பிழக்கச் செய்திருந்தார்கள். சாரி நுஸைபெக்கின் மகன் அன்வர் நுஸைபெக்கும் காலத்திற்கேற்ப பேட்டா இயக்கத்தில் சேர்ந்தார்.

பாலஸ்தீனர்கள் ஹுசைன் மீது நம்பிக்கை இழந்திருந்தனர். அரசரின் உத்தரவை மறுத்த ஆளுநர் நுஸைபெக் பதவி நீக்கம் செய்யப்பட்டு, அவருக்குப் பதிலாக ஒரு ஜோர்டினியன் நியமிக்கப் பட்டார். தன் பாட்டனாரை அடியொற்றி நடந்துவந்த ஹுசைன் 1965 செப்டம்பரில் இஸ்ரேல் வெளிநாட்டு அமைச்சர் கோல்டா மெயரை ரகசியமாகச் சந்தித்தார். ஆயுதங்களை ஒதுக்கி வைத்து விட்டு ஜெருசலேமில் நமக்குள் அமைதியை ஏற்படுத்திக்கொள் வோம் என்று கோல்டா மெயர் இவரிடம் தெரிவித்தார்.

1963ஆம் ஆண்டு பிரதமர் பென்குரியன் ஓய்வுபெற்றார். இவரைத் தொடர்ந்து 67 வயதுள்ள லெவி இஷ்கோல் பிரத மரானார். இவர் கீவ் பகுதியில் பிறந்த கண்ணாடி அணிந்த ஒரு கடும் உழைப்பாளி. இஸ்ரேலில் தண்ணீர் பயன்பாட்டுத் திட்டத்தை அமல்படுத்தியது இவரது மிகப் பெரிய சாதனை. இருப்பினும் இவர் பென்குரியனைப் போன்றவரல்ல. 1967ஆம் ஆண்டு வடக்கு இஸ்ரேலை சிரியா தாக்கியது. எனவே இஸ்ரேல் ஒரு விமானப் போரில் ஈடுபட வேண்டியிருந்தது. இஸ்ரேலின் விமானப்படை டமாஸ்கஸில் பெரும் அழிவை ஏற்படுத்தியது. இஸ்ரேல் மீதான பாலஸ்தீன தாக்குதல்களை சிரியா ஊக்குவித்தது.[2]

இஸ்ரேல் தாக்கக்கூடுமென்று சோவியத் யூனியன், நாசரை எச்சரித்தது. இந்தத் தவறான எச்சரிக்கையால் இஸ்ரேல் சிரியா வைத் தாக்கத் திட்டமிட்டது. சோவியத் யூனியன் ஏன் தவறாக நாசரை எச்சரித்ததென்பதும், இந்த எச்சரிக்கையை விசாரித்தறிந்து கொள்ளாமல் ஏன் நாசர் சோவியத் யூனியனை நம்பினாரென்பதும் இன்றுவரை புதிராகவே உள்ளது. எகிப்தின் வலிமை, நாசரின் சிறந்த தலைமைப் பண்பு, உலகம் தழுவிய அரேபியக் கூட்ட மைப்பின் செல்வாக்கு ஆகியவை நாசருக்கு அனுகூலமாக இருந்த போதிலும், இஸ்ரேலின் பதில் தாக்குதல்களினாலும், சிரியா போரில் நுழையாமல் ஒதுங்கி நின்று ஊடாடியதாலும் நாசர் சிறுமைப் பட்டார். சிரியாவின்மீது தாக்குதல் நடத்துவதைப் பொறுத்துக் கொள்ள முடியாதென்பதைத் தெரிவிக்க நாசர் தன் படையைத் தீபகற்பத்திற்கு அனுப்பி வைத்தார்.

மே மாதம் 15ஆம் தேதி சுதந்திர தின அணிவகுப்பிற்கு முன் பிரதமர் இஷ்கோலும் தலைமைப் படைத்தளபதி ராபினும் கிங் டேவிட் ஹோட்டலில் சந்தித்தார்கள். நாசரின் அச்சுறுத்தலுக்கு எதிர்ச்செயல் எவ்வாறிருக்க வேண்டுமென்று இருவரும் ஆலோசித்தார்கள்.

மறுநாள் ஐ.நா. சபையின் அமைதிப்படையைச் சினாயிலிருந்து விலக்கிக்கொள்ளும்படி எகிப்து கேட்டுக்கொண்டது. நாசர் உண்மையில் போரைத் தவிர்த்து இஸ்ரேலுக்கு நெருக்கடி தருவதை அதிகரிக்கவே விரும்பினார். இதனால் இவரது செயல்கள் அலங்கோலமாகவும் விவேகமின்றியும் இருந்தன. அரேபியத் தலைமையும் பொதுமக்களும் வரப்போகிற யூதர்களின் அழிவைப் பற்றிப் புகழ்ந்து பேசத் தொடங்கினார்கள். இதனால் பிரதமர் இஷ்கோல் செய்வதறியாது நடுக்கமடைந்தார். தீங்கின் முன்னறிவிப்பும், எஞ்சியிருப்போமா என்ற அச்சமும் இஸ்ரேல் முழுவதும் பரவியிருந்தது. ராபின் காபியை மட்டும் குடித்துக்கொண்டு ஒரு நாளைக்கு எழுபது சிகரெட்டுகளைப் புகைத்துக்கொண்டிருந்தார். இஸ்ரேல் எஞ்சியிருப்பது தன் கைகளில் இருக்கிறதென்பதை உணர்ந்து ராபின் மனச் சோர்வடைந்தார்.

போருக்கு முன் நிகழ்ந்த சீர்குலைவு

நாசர் தனது அமைச்சரவையைக் கூட்டி, தனது இனிய நண்பரும் துணைத் தலைவரும் இராணுவ உயர்நிலைத் தளபதியுமான பீல்டு மார்ஷல் அப்துல்–ஹக்கீம் அல் அமருடன் தீவிர ஆலோசனை நடத்தினார்.

நாசர்: தற்போது நம் படைகளை சினாயில் ஒருமுனைப்படுத்தியிருக்கிறோம். ஐம்பது விழுக்காடு போருக்கு வாய்ப்புள்ளது. நாம் டிரான் கடல் கால்வாயை மூடிவிட்டால் போருக்கான வாய்ப்பு நூறு விழுக்காடு ஆகிவிடும். நம்முடைய படைகள் போருக்குத் தயார் நிலையில் உள்ளதா?

அமர்: எனது நேரடிக் கட்டுப்பாட்டில் எல்லாம் முதல் தரமாக உள்ளது பிரபு!

மே மாதம் 23ஆம் நாள் இஸ்ரேலின் முக்கிய துறைமுகமாக இய்லாட்ச் செல்லும் கடல் வழியை நாசர் மூடினார். சிரியாவும் போருக்குத் தயாரானது. அரசர் ஹுசைனும் தன் படைகளைச் சீராய்வு செய்தார். ராபினும் மற்ற தளபதிகளும் முன்னதாகவே எகிப்தைத் தாக்க வேண்டுமென்றும் இல்லாவிடில் அழிவைச்

சந்திக்க நேரிடுமென்றும் பிரதமர் இஷ்காலுக்கு அறிவுரை கூறினார்கள். மாற்றுக் கருத்துகளைப் பரிசீலிக்கும் வரை இஷ்கால் இந்த அறிவுரையை ஏற்க மறுத்தார். இவரது வெளியுறவுத்துறை அமைச்சர் அப்பா இபான் போரைத் தவிர்க்க தன்னால் இயன்ற வரை முயன்றார். அது முடியாத நிலையில் போருக்கு ஆதரவு திரட்டவும் தயாராயிருந்தார். இஸ்ரேலைப் பாதுகாக்கத் தேவையான வற்றைத் தான் செய்யவில்லை என்ற குற்றவுணர்வு ராபினுக்கு இருந்தது.

“சரியோ! தவறோ! நான் இந்தக் குற்றவுணர்வைப் பெற்றுள்ளேன். எல்லாவற்றையும் நானே செய்திருக்க வேண்டும். நான் ஒரு நெருக்கடி நிலையில் இருக்கிறேன். ஒன்பது நாட்களாக நான் உண்ணவும், தூங்கவுமில்லை. ஆனால் நிறுத்தாமல் தொடர்ந்து புகைபிடித்துக் கொண்டிருக்கிறேன். இதனால் நான் மிகவும் சோர் வடைந்துவிட்டேன்.” இவ்வாறு ராபின் தெரிவித்தார்.

சூழ்நிலைகளுக்குப் பணிந்துபோகும் ஒரு பிரதம மந்திரி, மயக்க நிலையிலிருக்கும் ஒரு தலைமைத் தளபதி, கலகம் செய்யும் நிலையில் இருக்கும் தளபதிகள் ஆகியோரைக் கொண்ட அச்சத்தால் இஸ்ரேல் அச்சத்தில் உறைந்திருந்தது.

வாஷிங்டனில் ஜனாதிபதி எல்.பி. ஜான்சன் இஸ்ரேலின் தாக்கு தலை ஆதரிக்க மறுத்தார். மாஸ்கோவில் பிரதமர் அலெக்ஸி கோசிஜின் போரிலிருந்து பின்வாங்குமாறு நாசருக்கு அறிவுரை வழங்கினார். ஆனால் கெய்ரோவில் பீல்டு மார்ஷல் அமர், இந்த முறை போரை நாம் தொடங்க வேண்டுமென்றும் நெகெவ் பகுதியைக் குறித்த நேரத்தில் தாக்கத் தயாராக இருப்பதாகவும் பெருமையுடன் அறிவித்தார். நாசர் இவரை அடங்கி இருக்கும்படி உத்தரவிட்டார்.

அம்மானில் அரசர் ஹுசைனுக்கு நாசருடன் சேர்ந்து கொள்வ தைத் தவிர வேறு வழியில்லை. எகிப்து தாக்குதலைத் தொடங் கினால் இவர் அரேபிய சகோதரர்களையே ஆதரிக்கவேண்டும். இல்லையெனில் எகிப்து தோல்வியடைந்தால் இவரை துரோகி என்பார்கள். மே மாதம் 30ஆம் தேதி ஹுசைன் பீல்டு மார்ஷலின் சீருடையில் கையில் ஒரு மேக்னம் துப்பாக்கியுடன் தன் விமானத்தைத் தானே ஓட்டிக்கொண்டு கெய்ரோவுக்குச் சென்று நாசரைச் சந்தித்தார்.

நெடிதுயர்ந்த உருவம் கொண்ட நாசர், தன்முன் தாழ்ந்து நின்ற அரசர் ஹுசைனை நோக்கி, “உங்கள் கெய்ரோ பயணம் ரகசிய

மானதாக இருப்பதால், நாங்கள் உங்களைக் கைது செய்தால் என்ன நடக்கும்?'' என்று கேட்டார். "இது சாத்தியமானதென்று என் மனதில் தோன்றவில்லை" என்று அரசர் பதிலளித்தார். 56,000 வீரர்களைக் கொண்ட தன் படையை எகிப்திய தளபதி ரியாட் பொறுப்பில் ஒப்படைக்க அரசர் சம்மதித்தார். எல்லா அரேபியப் படைகளும் இஸ்ரேலைச் சூழ்ந்துகொள்ளும் என்றும் இஸ்ரேல் மும்முனைகளில் போரைச் சந்திக்க வேண்டியிருக்கும் என்றும் இவர் தெரிவித்தார்.

மே மாதம் 28ஆம் தேதி இஸ்கோலின் நிகழ்த்திய வானொலி பேச்சு தொடர்பற்றதாய் மனம்போன போக்கில் இருந்தது. இது இஸ்ரேல் மக்களின் கவலையை அதிகரிக்கவே செய்தது. ஜெருசலேமில் குண்டு வீச்சிலிருந்து பாதுகாத்துக்கொள்ள பதுங்கு குழிகள் தோண்டப்பட்டன. விமானத் தாக்குதல் ஒத்திகைப் பயிற்சிகள் நடந்தன. இஸ்ரேலியர்கள் தாங்கள் அழிக்கப்படுவோம் என்றும் மற்றுமொரு பெரும் களப் பலியைச் சந்திக்க நேரிடும் என்றும் அஞ்சினார்கள்.

இபான் தன் அரசியல் செயல்நலப் பண்பினை இழந்திருந்தார். அரசியல்வாதிகளும் மக்களும் இஷ்கோல் மீது நம்பிக்கை இழந்துவிட்டனர். இஸ்ரேல் மிகவும் மதித்துப் போற்றிய இராணுவ வீரரை அழைக்கும்படி இஷ்கோலை வற்புறுத்தினார்கள்.

மோஷிடயான்: ஆணையை ஏற்கிறார்

ஜூன் மாதம் முதல் நாள் மோஷிடயான் பாதுகாப்பு அமைச்சராக பதவிப்பிரமாணம் செய்து வைக்கப்பட்டார். மெனாச்சம் பிகின் இலாக்கா இல்லாத அமைச்சராக தேசிய அரசில் சேர்ந்தார். மோஷிட யான் தன் அடையாளச் சின்னமான கறுப்புநிறக் கண்திரையை அணிந்திருந்தார். பென்குரியனின் சீடரான இவர் இஷ்கோலை வெறுத்தார். இஷ்கோல், மோஷிடயானுக்கு ரகசியமாக 'அபுஜில்டி' என்னும் அரேபியக் கொள்ளைக்காரனின் பெயரைப் புனை பெயராகச் சூட்டியிருந்தார்.

வின்கேட்டின் மாணவரான மோஷிடயான் சூயஸ் போரின் போது தலைமைத் தளபதியாகவும் இருந்தார். தற்போதைய பாராளு மன்ற உறுப்பினரும் ஆவார். மாறுபட்ட குண நலன்களைக் கொண்ட இவர் ஓர் அகழ்வாராய்ச்சியாளர்; புராதன கலைப்பொருள்களைச் சேகரிப்பவராக இருந்தார். சகிப்புத் தன்மையோடு சேர்ந்து வாழ் வதில் நம்பிக்கையுடையவர்; அரேபியர்களை அழிப்பவராகவும்,

அதேசமயத்தில் அரேபிய கலாச்சாரத்தை விரும்புபவராகவும் இருந்தார். இவரது நண்பர் ஷிமோன் பிரெஸ் இவரைப் பற்றி, 'இவர் சிறந்த அறிவாளி. இவரது மூளை சுறுசுறுப்பானது. இவர் முட்டாள்தனமாக எதையும் சொல்வதில்லை' என்கிறார்.

இவரது சக தளபதியான ஏரியல் ஷெரான், 'டயான் நூறு கருத்துருக்களுடன் படுக்கையிலிருந்து எழுவார். இவற்றுள் 95 ஆபத்தானவை; மூன்று மோசமானவை. பாக்கி இரண்டும் பயனுள்ளவையாக இருக்கும். பலரை வெறுத்த போதிலும் அதை மறைக்க முயற்சிப்பதில்லை' என்று கூறுகிறார்.

இவர் குருட்டுத்தனமான கொள்கை ஈடுபாடும் சாகசச் செயல்களில் நாட்டமும் கொண்டவரென்று இவரது விமர்சகர்கள் குறிப்பிடுகிறார்கள்.

'ஒன்றை நினைவில் வைத்துக்கொள்ளுங்கள்! நான் நம்பிக்கைக்கு உரியவனல்ல' என்று இவரே பிரெஸிடம் ஒப்புதல் கூறியுள்ளார்.

'டயான் மக்களைக் கவர்ந்ததற்குக் காரணம் விதிகளைப் பின்பற்றி நடப்பதற்காக அல்ல. மாறாக, விதிகளைப் புறக்கணித்து ஆற்றலுடனும் துடிப்புடனும் செயலாற்றுபவர் என்பதால் அவரை மக்களுக்குப் பிடித்திருந்தது' என்றும் பிரெஸ் இவரைப் பற்றிக் குறிப்பிடுகிறார். இவர் பொய் உரைப்பவர், தற்பெருமைக்காரர், எளிதில் உணர்ச்சிவசப்படக் கூடியவர் என்றாலும் புகழத்தக்கவராக இருந்தாரென்று இவரது பள்ளித்தோழர் ஒருவர் குறிப்பிட்டுள்ளார். இவருக்கு நண்பர்கள் யாரும் கிடையாது. தனித்திருக்கும் இயல்புடைய பெண்பித்தராக இருந்தார். பைபிளில் உருவகப்படுத்தப்பட்டுள்ள டேவிட் அரசன் மற்றும் அட்மிரல் நெல்சனைப் போன்றவர் இவரெனக் கருதிய பென்குரியன் இவரது குறைகளை மன்னித்து இவரை ஏற்றுக்கொண்டார். டயானின் மனைவி ரூத்திற்கு ஆறுதல் கூற விரும்பிய பென்குரியன் அவளிடம் இவ்வாறு கூறினார்: 'சிறந்த மனிதர்களின் தனிப்பட்ட வாழ்க்கையும் பொது வாழ்க்கையும் இரண்டு இணை நேர்கோடுகள். இவை ஒருபோதும் சந்திப்பதில்லை. எனவே டயானுடன் வாழ உன்னைப் பழக்கப்படுத்திக் கொள்ளவேண்டும்.'

அமெரிக்கா இஸ்ரேலின் இராணுவ நடவடிக்கையை ஏற்றுக்கொள்ளாது என்றும் ஆனால் அதைத் தடுக்கவும் முயற்சிக்காது என்றும் இபான் தெரிவித்தார். எனவே டயான் அரசியல் சூழலை உணர்ந்துகொண்டார். ஜோர்டானுடன் நேருக்கு நேர் மோதுவதைத்

தவிர்த்து, உடனடியாக எகிப்தின் மீது தாக்குதலைத் தொடங்க வேண்டுமென்று டயான் வற்புறுத்தினார். இவரது ஜெருசலேம் தளபதி உஜி நர்கிஸ் இதை எதிர்த்தார்.

ஸ்கோபஸ் மலையை ஜோர்டான் தாக்கினால் என்ன செய்வதென்று நர்கிஸ் டயானைக் கேட்டார். 'உன் உதட்டைக் கடித்துக் கொண்டு நீ இருக்குமிடத்தைப் பாதுகாத்துக்கொள்' என்று டயான் வெறுப்பாகப் பதிலளித்தார்.

ரத்தம் சிந்தாமல் வெற்றி பெற்றுவிட்டதாக நாசர் நம்பினார். ஆனால் எகிப்தியர்கள் சினாயில் தாக்குதலைத் தொடரத் திட்டமிட்டார்கள். ஈராக் படைப்பிரிவு ஒன்றின் துணையோடு 'டாரிக் நடவடிக்கை' என்ற பெயரில் யூதர்களின் மேற்கு ஜெருசலேமைச் சுற்றிவளைக்கத் திட்டமிட்டார்கள். அரேபிய உலகம் இதுவரை இல்லாத அளவிற்கு ஒருங்கிணைந்து ஐந்து லட்சம் வீரர்களையும், ஐயாயிரம் டாங்கிகளையும், தொள்ளாயிரம் விமானங்களையும் களத்தில் நிறுத்த தயாராக இருந்தது. 'நம்முடைய அடிப்படைக் கொள்கை இஸ்ரேலை அழிப்பதென்று' நாசர் கூறினார். 'நம்முடைய இலக்கு உலக வரைபடத்திலிருந்து இஸ்ரேலை அகற்றுவது' என்று ஈராக் ஜனாதிபதி அரெப் கூறினார். இஸ்ரேல் இரண்டு லட்சத்து எழுபத்தி ஐயாயிரம் வீரர்களையும் ஆயிரத்து நூறு டாங்கிகளையும் இருநூறு விமானங்களையும் களத்தில் இறக்கத் தயாராக இருந்தது.

ஜூன் 5ஆம் தேதி காலை 7:10 மணிக்கு இஸ்ரேல் விமானிகள் ஆச்சரியப்படத்தக்க வகையில் எகிப்திய விமானப்படைத் தளத்தை அழித்தொழித்தார்கள். காலை 8:15 மணிக்கு சினாய் மீது தாக்குதல் தொடங்க இஸ்ரேல் பாதுகாப்புப் படைக்கு டயான் உத்தரவிட்டார். ஜெருசலேமில் தளபதி நர்கிஸ், தாக்குதலுக்கு இலக்காகக் கூடியதாயிருந்த ஸ்கோபஸ் மலையை அரேபியர்கள் கைப்பற்றிக்கொண்டு, மேற்கு ஜெருசலேமிலிருக்கும் 1,97,000 படை வீரர்களைச் சுற்றி வளைத்துக்கொள்வார்கள் என்ற அச்சத்தில் பதற்றமாக இருந்தார். எகிப்திய போரில் ஜோர்டானின் பங்கேற்பு குறிப்பிடத்தக்க அளவிற்கு இருக்காதென்று நர்கிஸ் நம்பிக்கொண்டிருந்தார்.

காலை எட்டு மணிக்குப் பின் விமானத் தாக்குதல் எச்சரிக்கை சங்கொலி தொடங்கியது. சாக்கடல் சுருள் சுவடிகள் பாதுகாக்கப் பட்டன. சேமப்படை வீரர்கள் பணிக்கு அழைக்கப்பட்டனர். அமெரிக்க உள்துறை அமைச்சகம், ஜெருசலேமிலுள்ள ஐக்கிய நாடுகள் சபை, பிரிட்டிஷ் வெளியுறவுத்துறை ஆகியவற்றின் வழியாக ஜோர்டான் அமைதியாக இருந்தால் இஸ்ரேல் ஜோர்டானைத் தாக்காது என்று அரசர் ஹுசைனுக்கு மூன்று முறை எச்சரிக்கை

விடுக்கப்பட்டது. ஜோர்டான், இஸ்ரேலை எதிர்க்கும் எண்ணத் துடன் செயல்பட்டால் இஸ்ரேல் முழுபலத்துடன் ஜோர்டானுக்குப் பதிலடி கொடுக்குமென்றும் அரசர் ஹுசைனுக்குத் தெரிவிக்கப் பட்டது. காலை 8:50 மணிக்கு அரசர் ஹுசைனின் மெய்க்காப் பாளர், எகிப்தை இஸ்ரேல் தாக்கத் தொடங்கிவிட்டதை அரசர் ஹுசைனுக்குத் தெரிவித்தார். அரசர் தொலைபேசி மூலம் தலைமை யிடத்தைத் தொடர்புகொண்டு பீல்டு மார்ஷல் அமெர் இஸ்ரேலியப் படைகளுக்கு எதிராக வெற்றிகரமான பதில் தாக்குதல் நடத்து வதைத் தெரிந்துகொண்டார்.

ஒன்பது மணிக்கு ஹுசைன் தலைமை இடத்துக்குச் சென்று அவரது எகிப்திய தளபதி ரியாட் இஸ்ரேலின் இலக்குகளைத் தாக்கவும் தெற்கு ஜெருசலேமிலுள்ள அரசு இல்லத்தைக் கைப் பற்றவும் உத்தரவிட்டிருந்ததைத் தெரிந்துகொண்டார். எகிப்தின் வெற்றியையும் இஸ்ரேலின் விமானப்படை அழிக்கப்பட்டதையும் உறுதி செய்துகொள்ள நாசரும் தொலைபேசியில் தொடர்பு கொண்டார். காலை 9:30 மணிக்கு விளக்கம் குன்றியிருந்த கிளர்ச்சி யற்ற நிலையிலிருந்த அரசரும், 'பழிவாங்கும் நேரம் வந்திருக்கிறது' என்று தன் மக்களிடம் தெரிவித்தார்.

1967 ஜூன்: ஹுசைன், டயான், ராபின்

11:15 மணிக்கு ஜோர்டானின் பீரங்கிப்படை 6000 வெடி மருந்துக் கலம் கொண்ட குண்டுவீச்சுத் தாக்குதலை யூத ஜெருசலேமிற்கு எதிராக நிகழ்த்தி யூத பாராளுமன்றத்தையும், பிரதம மந்திரியின் வீட்டையும், ஹட்சாக் மருத்துவமனையையும், மவுண்ட் ஜியானி லிலுள்ள டார்மிஷன் தேவாலயத்தையும் தாக்கியது. டயானின் உத்தரவின்படி இஸ்ரேல் படை லகு வகை ஆயுதங்களைக் கொண்டே பதிலடி கொடுத்தது. 11:30 மணிக்கு ஜோர்டானின் விமானப்படையைத் தாக்க டயான் உத்தரவிட்டார். அரசர் ஹுசைன் தன் மூத்த மகனுடன் (எதிர்கால அரசர், இரண்டாம் அப்துல்லா) தன் மாளிகையின் கூரையிலிருந்து தனது விமானங்கள் அழிக்கப்படும் காட்சியைக் கண்டார்.

ஜெருசலேமில் போர் நிறுத்தம் செய்ய இஸ்ரேல் முன்வந்தது. ஜோர்டானியப் படை இதில் ஆர்வம் காட்டவில்லை. பாறை கவிகை மாடத்திலிருந்த தொழுகைக்கு அழைப்பு விடுக்கும் ஒலி பெருக்கிகள், 'உங்கள் ஆயுதங்களைக் கையில் எடுங்கள். யூதர் களால் திருடப்பட்ட உங்கள் நாட்டை மீண்டும் கைப்பற்றுங்கள்'

என்று முழங்கின. 12:45 மணிக்கு ஜோர்டான் படை அரசு இல்லத்தைக் கைப்பற்றியது. இது ஐ. நா. சபையின் தலைமையிடமாக இருந்தது. இருப்பினும் இது ஜெருசலேமின் மீது ஆதிக்கம் செலுத்தும் பகுதியாக இருந்ததால் உடனடியாக இதைத் தாக்கும்படி டயான் உத்தரவிட்டார். நான்கு மணி நேர சண்டைக்குப் பின் இந்த இடம் இஸ்ரேலின் கைக்கு வந்தது.

வடக்குப் பகுதியில் இஸ்ரேலிய பீரங்கிகளும் ஜோர்டான் படைமீது தாக்கத் தொடங்கின.

டயான் ஜெருசலேமை மதித்தார். ஆனால் அதன் அரசியல் சார்ந்த சிக்கல்கள் இஸ்ரேல் தனிநாடாக நிலைத்திருப்பதையே அச்சுறுத்துவதாக இருப்பதை டயான் புரிந்துகொண்டிருந்தார். பழைய நகரைத் தாக்குவதா? அல்லது ஜோர்டானின் தாக்குதலை மட்டும் எதிர்கொள்வதா? என்று இஸ்ரேல் அமைச்சரவை விவாதித்தது. திருமலைக் கோயிலை நிர்வகிப்பதில் பிரச்சனைகள் ஏற்படும் என்பதால், டயான் தாக்குதலுக்கு எதிரான கருத்தைக் கொண்டிருந்தார். சினாயை வெற்றி கொள்ளும்வரை நடவடிக்கைகளைத் தாமதப்படுத்தினார்.

அந்த இரவில் ஜெருசலேம் நகரம், நரகமாயிருந்தது. இரவு பகலைப் போன்றிருந்தது. விண்ணிலும் மண்ணிலும் இஸ்ரேல் ஏவுகணைகளும் விமானக் குண்டுமழையும் நகர் முழுவதையும் ஒளிப் பிழம்பாக மாற்றியிருந்தது.

ஜூன் 6ஆம் தேதி 2:10 மணிக்கு இஸ்ரேலின் விண்குடை மிதவை வீரர்கள் மூன்று குழுக்களாகப் பிரிந்து, தளபதி நர்கிஸ் கண்காணிப்பில் 48ஆம் ஆண்டு பாவத்திற்குக் கழுவாய் தேடிக் கொள்ள முயன்றனர். நர்கிஸ், நகருக்காகத் தானே முன்னின்று போரிட்டார். முதல் குழு ஒருவருக்கும் சொந்தமில்லாத பகுதியைக் கடந்து மாண்டல்பாம் பகுதியை நோக்கி விரைந்து, போர்த்தள வாடக் குன்றினைக் கைப்பற்றியது. இங்குதான் அல்லென்பி தன் படைக் கலன்களையும் ஆயுதங்களையும் வைத்திருந்தார். இங்கு நடந்த கடுமையான சண்டையில் எழுபத்தி ஐந்து ஜோர்டானியர்களும் முப்பத்தி ஐந்து இஸ்ரேலியர்களும் கொல்லப்பட்டனர். விண்குடை மிதவைப்படை வீரர்கள் ஷேக் சாராக் வழியாக விரைந்து சென்று அமெரிக்க காலனியில் உள்ள ராக்பெல்லர் அரும்பொருள் காட்சியகத்தைக் கைப்பற்றினார்கள்.

அரசர் ஹுசைன், ஸ்கோபஸ் மலைக்கும் ஆலிவ் மலைகளுக்கும் இடையிலுள்ள அகஸ்டா விக்டோரியா மருத்துவமனைப் பகுதியைப் பாதுகாத்து வைத்திருந்தார். போர் நிறுத்தம் அறிவித்து

பழைய நகரைப் பாதுகாத்துக்கொள்ள அரசர் ஹுசைன் முயன்றார். ஆனால் காலம் கடந்துவிட்டது. இஸ்ரேல் அரேபியர்களைத் தோற்கடிக்கவில்லை என்றும் பிரிட்டனும் அமெரிக்காவும்தான் தோற்கடித்தன என்றும் அறிவிக்குமாறு நாசர், ஹுசைனைக் கேட்டுக்கொண்டார்.

ஹுசைன் ஒரு ஜீப்பில் ஜோர்டான் பள்ளத்தாக்கிற்கு விரைந்து சென்று வடக்குப் பகுதியிலிருந்து பின்வாங்கி வரும் தன் படையினரைச் சந்தித்தார். பழைய நகரிலுள்ள ஆர்மீனியன் துறவியர் மடத்தை ஜோர்டானியர்கள் 1948ஆம் ஆண்டிலிருந்து தங்கள் தலைமை இடமாகக் கொண்டிருந்தனர். இங்குள்ள ஒவ்வொரு வாயிலிலும் ஐம்பது வீரர்களைக் காவலுக்கு நிறுத்திவைத்திருந்தனர். இஸ்ரேல் அகஸ்டா விக்டோரியாவைக் கைப்பற்ற எண்ணியிருந்தது. ஆனால் இவர்களது ஷெர்மன் டாங்கிகள் தவறுதலாக கிட்ரோன் பள்ளத்தாக்குப் பகுதிக்குத் திரும்பின. சிங்க வாயிலில் இவர்கள் கடும் எதிர்ப்பைச் சந்திக்க வேண்டியிருந்தது. கெத்ஸமேன் தோட்டத்துக்கு அருகில் இஸ்ரேல், ஐந்து வீரர்களையும் நான்கு டாங்கிகளையும் இழந்தது. கன்னியின் கல்லறை முன்னுள்ள பாழ் பட்ட இடத்தில் இஸ்ரேல் வீரர்கள் தங்கியிருந்தனர். பழைய நகரம் இன்னமும் சுற்றி வளைக்கப்படவில்லை. பழைய நகரை நோக்கியுள்ள ஸ்கோபஸ் மலையில் டயான், நர்கிசுடன் சேர்ந்துகொண்டார். என்னவொரு தெய்வீகமான காட்சி! கீழே தெரிந்த நகரின் காட்சியைக் கண்டு டயான் வியந்தார். தாக்குதலை அனுமதிக்க டயான் மறுத்தார். ஜூன் 7ஆம் தேதி ஐக்கிய நாடுகள் சபையின் பாதுகாப்புக் குழு போர் நிறுத்த உத்தரவை வெளியிட்டது. பழைய நகரின் மீது தாக்குதல் நடத்த அவசரமாக ஒரு உத்தரவினைப் பிறப்பிக்குமாறு மெனாச்சிம் பிகின், இஸ்கோலைக் கேட்டுக்கொண்டார். ஆனால் டயானுக்கு போதிய கால அவகாசம் இல்லை. இஸ்ரேலியர்கள் மிகவும் விரும்பிய, ஆனால் மிகவும் கடுமையான செயலை மேற்கொள்ளுமாறு போர் ஆலோசனை அறையிலிருந்த டயான், ராபினுக்கு உத்தரவிட்டார்.

'நாப்ஃபாம்' பெட்ரோல் எரிகுண்டுகளைப் பயன்படுத்தி அகஸ்டா விக்டோரியா எல்லையைத் தாக்கினார்கள். விண்குடை மிதவைப்படை வீரர்கள் ஆலிவ் மலையைக் கைப்பற்றி கீழே உள்ள கெத்ஸமேன் தோட்டத்துக்கு முன்னேறிச் சென்றார்கள். 'பழைய நகரை எதிர்நோக்கியுள்ள உச்சிப் பகுதியை நாம் கைப்பற்றி இருக்கிறோம். சிறிது நேரத்தில் பழைய நகரில் நுழைவோம்' என்று தளபதி கர்னல் மோட்டாகர் தன் படை வீரர்களிடம் தெரிவித்தார். 'நாம் பல ஆண்டுகளாகக் கனவு கண்டு பெற முயன்ற தொன்மை

யான நகரில் முதன் முதலாக நாம் நுழைகிறோம். யூதர்களின் நாடு வெற்றியை எதிர்நோக்குகிறது. பெருமைப்பட்டுக் கொள்ளுங்கள்! நன்மையே விளையும்.' இவ்வாறு கூறி மோட்டாகர் தன் படை வீரர்களுக்கு உற்சாகமூட்டினார்.

காலை 9:45 மணிக்கு இஸ்ரேலின் ஷெர்மன் டாங்கிகள் சிங்க வாயிலைத் தாக்கின. இந்த வாயிலின் முன் தடையாக நிறுத்தப் பட்டிருந்த ஒரு பேருந்தைத் தாக்கித் தகர்த்தனர். ஜோர்டானியர் களின் துப்பாக்கித் தாக்குதலை எதிர்கொண்டு சிங்க வாயிலைத் தொடர்ந்து தாக்கினார்கள். விண்குடை மிதவைப்படை வீரர்கள் வயா டோலோரோசா பகுதியில் நுழைந்தார்கள். கர்னல் மோட்டாகர் ஒரு குழுவைத் திருக்கோயில் மலைக்கு நடத்திச் சென்றார். இரண்டு நாட்கள் சண்டைக்குப் பின்பும் இவர்கள் பாதி வழியிலேயே இருந் தார்கள். ஒவ்வொருவரும் திடீரென, படங்களில் பார்த்திருந்த அகன்ற வெளியை அடைந்தார்கள். உளவுப்படை அதிகாரி அரிக் அர்க் மோன் இவ்வாறு தெரிவிக்கிறார்: 'நான் ஆன்மீகவாதி அல்ல என்றபோதிலும், இங்கு வந்தவுடன் ஒவ்வொரு மனிதனையும் ஒரு சிறப்பான உணர்வு ஆட்கொள்வதை நான் கண்டேன்.' ஏதோ சிறப்பான ஒன்று நிகழ்ந்திருப்பதாக அர்க்மோன் கருதினார். திருக் கோயில் மலை நம் கைகளில் வீழ்ந்துவிட்டதென்று கர்னல் மோட்டாகர் வானொலியில் அறிவித்தார். இவ்வாறு அறிவிப்பதற்கு முன் மோட்டாகர் ஒரு சிறு போரை நடத்த வேண்டியிருந்தது.

இடைப்பட்ட நேரத்தில் ஜெருசலேம் படைப்பிரிவின் ஒரு குழு ஜியான் வாயில் முகப்பு வழியாக, ஆர்மீனியர்களின் குடியிருப்புப் பகுதியை அடைந்து, செங்குத்தான பாறைகளைக் கடந்து, யூதர் களின் குடியிருப்புப் பகுதியில் நுழைந்தார்கள். இதே குழுவினர் 'டங்கேட்' வாயில் வழியாக உள்ளே நுழைந்திருந்தார்கள். எல்லோரும் சுவரை நோக்கி முன்னேறினார்கள். சுவருக்குச் செல்லும் வழி தளபதி மோட்டாகருக்கும் அவரது மிதவைப்படை வீரர்களுக்கும் தெரியவில்லை. ஒரு வயது முதிர்ந்த அரேபியர் இவர்களுக்கு மாக்ரெபி வாயிலைக் காட்டினார். விரைவிலேயே இவர்கள் அனை வரும் புனிதமான அந்த இடத்தில் ஒன்று கூடினார்கள். ஷோல்மோ கோரன் என்னும் தாடியுடன் இருந்த யூத மதகுரு கையில் மோசஸின் இறை நீதித் தொகுதியையும் ஆட்டுக் கொம்பிலான ஷோபார் எனப்படும் ஊது கொம்பினையும் வைத்திருந்தார். இவர் இஸ்ரேல் படையின் புரோகிதருமாவார். இவர் சுவரருகில் சென்று ஹாட்டிஷ் இரங்கல் வழிபாட்டு வாசகத்தைப் படித்தார். படைவீரர்களில் சிலர் 'பா' பாடல்களைப் பாடினார்கள்.

சிலர் கண்ணீர் விட்டு அழுதனர்; சிலர் ஆனந்தத்தில் கூத்தாடினார்கள்; சிலர் கை தட்டினார்கள்; சிலர் 'தங்க ஜெருசலேம்' என்னும் நகரின் புதிய கீதத்தை இசைத்தனர்.

பிற்பகல் 2:30 மணிக்கு ராபினும் நர்கிசும் தன் இரு மருங்கிலும் வர டயான் நகரினுள் நுழைந்தார். இவர்கள் எரிந்து கொண்டிருந்த டாங்கிகளையும் வெறிச்சோடிக் கிடந்த குறுகிய சந்துகளையும் கடந்து, நகரினுள் நுழைந்தனர். அவ்வப்போது மறைந்திருந்து தாக்கும் சில துப்பாக்கிகளின் ஓசையைத் தவிர அமைதியே நிலவியது. கோட்டெல் பகுதியை நெருங்கியதும் தன் குழந்தைப் பருவம் நினைவுக்கு வருவதால் தான் உணர்ச்சிப் பரவசமாகி இருப்பதாக ராபின் தெரிவித்தார். இவர்கள் திருக்கோயில் மலையருகில் சென்றபோது டயான் பாறை கவிகை மாடத்தின் மீது இஸ்ரேலியக் கொடி பறப்பதைக் கண்டார். அதை உடனடியாக அகற்றும்படி உத்தர விட்டார். போரினால் அலைகழிக்கப்பட்ட நிலையிலிருந்த வீரர்கள் கண்களில் நீர் கசிய நிற்பதைக் கண்ட ராபின் ஒருகணம் மூச்சடைத்து நின்றார். ஆனால் இது அழுவதற்கான நேரமில்லை. மீட்புக்கான நம்பிக்கை கொள்ளவேண்டிய தருணம் இதுவெனக் கருதினார்.

திருக்கோயில் மலையிலுள்ள பள்ளிவாசல்களைக் குண்டு வைத்து தகர்க்க ராபிகோரன் விரும்பினார். ஆனால் நர்கிஸ் அதைத் தடுத்து நிறுத்த உத்தரவிட்டார். வரலாற்றில் உங்கள் பெயர் பதிவு செய்யப்படுமென்று ராபிகோரன் கூறியதற்கு ஜெருசலேமின் வரலாற்றில் முன்பே என் பெயரைப் பதிவு செய்துவிட்டேன் என்று நர்கிஸ் பதிலளித்தார்.

'இது என் வாழ்க்கையின் உச்சக்கட்டம். யூதர்களுக்கு மேற்குச்சுவரை மீட்டுக் கொடுப்பதில் என் பங்கேற்பு இருக்க வேண்டுமென்று நான் பல ஆண்டுகளாக ரகசியமாகக் கனவு கண்டு வந்தேன். இப்போது என் கனவு பலித்துவிட்டது. இந்தச் சிறப்பான நிகழ்வில் மற்றவர்களைவிட எனக்கு ஏன் முன்னுரிமை தரப்பட வேண்டுமென்ற எண்ணமும் திடீரென எனக்குள் தோன்றியது.' இவ்வாறு ராபின் நெகிழ்ச்சியுடன் தெரிவித்தார். இந்தப் போருக்குப் பெயரிடும் சலுகை ராபினுக்கு வழங்கப்பட்டது. சுருக்கமாகப் பேசுகிறவரும் அடக்கமான சுபாவம் உடையவரும் சில சமயங்களில் மட்டும் சீறி விழக்கூடியவருமான ராபின், 'ஆறு நாடுகள் போர்' என்று எளியமுறையில் பெயரிட்டார். நாசர் இந்தப் போரை 'அல் நக்ஸா அழிவு' என்று பெயரிட்டு அழைத்தார். டயான் ஒரு சிறிய தாளில், 'இஸ்ரேல் முழுவதும் அமைதி நிலவட்டும்' என்று எழுதி, அதை

ஹெராடு கல் பாளங்களுக்கு இடையில் வைத்தார். பின்பு டயான் இவ்வாறு தெரிவித்தார்: 'நாம் நகரை ஒன்று படுத்திவிட்டோம். இஸ்ரேலின் தலைநகரை இனி இழக்கமாட்டோம்.'

டயான் அனைவராலும் சிறப்பாக மதிக்கப்பட்ட இஸ்ரேலியராக இருந்தார். அரேபியர்கள் இவரை அபுமூசா மோசஸின் மகன் என்று அழைத்தார்கள். டயான் மேலும் இவ்வாறு அறிவித்தார்: 'நம் அண்டையில் இருக்கும் அரேபியர்களுக்கு இஸ்ரேல் தன் நேசக்கரங்களை நீட்டுகிறது. மற்ற மதநம்பிக்கை கொண்டவர்களுக்கும் வழிபாடு செய்ய முழு சுதந்திரம் உண்டு என்பதற்கு உறுதியளிக்கிறோம். நாங்கள் மற்றவர்களின் புனித இடங்களை வெற்றிகொள்ள இங்கு வரவில்லை. மற்றவர்களுடன் ஒன்றுமையாக வாழவே இங்கு வந்திருக்கிறோம்.' பின்பு டயான், சுவருக்கும் மாக்ரிபி வாயிலுக்கும் இடையே பூத்திருந்த இளஞ்சிவப்பும் ஊதா நிறமும் கொண்ட சில சைக்கிளாமென் மலர்களை நீண்ட நாட்களாக நோயுற்றிருக்கும் தன் மனைவிக்குக் கொடுப்பதற்காகப் பறித்துக்கொண்டார்.

டயான் ஜெருசலேம் நகருக்குத் தன் சொந்தக் கொள்கையை உருவாக்கினார். பத்து நாட்களுக்குப் பின் டயான் அல் அக்ஸாவுக்குத் திரும்பினார். இங்கு தன் காலுறைகளுடன் அமர்ந்துகொண்டு ஹாரத்தின் ஷேக், உலுமா ஆகியோரிடம் ஜெருசலேம் தற்போது இஸ்ரேலுக்குச் சொந்தமானது என்றாலும் திருக்கோயில் மலை வக்ஃப் கட்டுப்பாட்டிற்குள் இருக்குமென்று தெரிவித்தார். இரண்டாயிரம் ஆண்டுகளுக்குப் பின் தற்பொழுது ஹார்–ஹா பேயிட் பகுதிக்கு யூதர்கள் சென்று வரலாமென்ற போதிலும் அவர்கள் இங்கு வழிபாடு நடத்தக்கூடாதென டயான் தடை விதித்தார். அரசியல் மேதையாக இருந்த டயானின் இந்த முடிவு இன்றுவரை நடைமுறையில் உள்ளது. எகிப்து ஜனாதிபதி நாசர் தற்காலிகமாகப் பதவியிலிருந்து விலகியபோதும் அதிகாரத்தை விட்டுவிடவில்லை.

இவர் தன் நண்பர் பீல்டு மார்ஷல் அமெரை மன்னித்தார். ஆனால் அமெர் ஓர் இராணுவப் புரட்சிக்குத் திட்டமிட்டார். பின்பு இவர் கைது செய்யப்பட்டு சிறையில் அடைக்கப்பட்டார். சிறையில் மர்மமான முறையில் இவர் இறந்துபோனார். அல்கொய்ட் பகுதியை ஒருபோதும் கைவிட முடியாதென்று கருதிய நாசரால் இந்தத் தோல்வியிலிருந்து மீள முடியவில்லை. மூன்றாண்டுகளுக்குப் பின் இவரது இதயத்துடிப்பு நின்று இறந்து போனார். அரசர் ஹுசைன் ஜூன் ஐந்து முதல் பத்து நாட்கள் என் வாழ்க்கையின் மோசமான நாட்களென்று ஒப்புக்கொண்டார். ஜெருசலேமிற்கு விலையாக ஹுசைன் தன் ஆட்சிப்பரப்பில் பாதியை இழந்

திருந்தார். தனிப்பட்ட முறையில் இவர் அல்கொய்ட்க்காக அழுதார். என் காலத்தில் ஜெருசலேமை இழந்ததை என்னால் ஏற்றுக்கொள்ள முடியவில்லை என்றும் இவர் தெரிவித்தார்.

குறிப்புகள்:

1. அராபத் ஜெருசலேமில் பிறந்தவரென்று கூறப்படுகிறது. இவரது தாய் ஒரு ஜெருசலேம் வாசி. உண்மையில் இவர் கெய்ரோவில் பிறந்தார். 1933ஆம் ஆண்டு இவருக்கு நான்கு வயதாயிருந்தபோது சுவருக்கு அருகிலுள்ள மேக்ரெபி பகுதியிலுள்ள தன் உறவினர்களுடன் நான்காண்டுகள் தங்கியிருந்தார்.

2. கிளர்ச்சி ஓங்கியிருந்த நிலையில் ஒரு முதியவர் கடைசிமுறையாக ஜெருசலேம் நகருக்கு வந்தார். இந்த முதியவர் லெபனானுக்கு நாடு கடத்தப்பட்டிருந்த முன்னாள் மப்டி ஹாஜ் அமீன் ஹுசைனி ஆவார். இவர் அல் அக்ஸாவில் தொழுகை நடத்திவிட்டு மீண்டும் லெபனானுக்குத் திரும்பி, அங்கு 1974ஆம் ஆண்டு மரணமடைந்தார்.

★

முடிப்பு

ஒவ்வொருவருக்கும் இரண்டு நகரங்கள் உள்ளன. ஒன்று அவருடைய சொந்த நகரம்; மற்றொன்று ஜெருசலேம்.

– டெட்டி கொல்லெக்

ரோமின் பேரரசர் ஜெருசலேமை அழித்தது ஒரு வரலாற்றுப் பேரழி வாகும். யூதர்கள் தாயகத்திலிருந்து சிதறிச்சென்ற நாடுகளின் நகரம் ஒன்றில் பிறந்தவன் நான். ஆனால் என்னை ஜெருசலேமின் குழந்தை யாகவே கருதிக்கொள்கிறேன்.

– எஸ். ஒய். அக்னான்
நோபல் பரிசு ஏற்புரையில் கூறியது.

இறைத் தூதர்களின் மணங்கமழும் ஜெருசலேம் பூமிக்கும் சொர்க்கத் திற்கும் இடையேயுள்ள குறுக்குவழி... அனுபவ படிப்பினையைப் பெற்ற தாழ்ந்த கண்களைக் கொண்ட குழந்தை.

ஓ ஜெருசலேம்! என் துயரமிக்க நகரமே
உன் விழிகளில் கண்ணீர்த் துளிகள்.
ரத்தம் தோய்ந்த உன் சுவர்களை யார் தூய்மைப்படுத்துவார்?
என் அன்புக்குரிய ஜெருசலேமே!
நாளை எலுமிச்சை மரங்கள் பூக்கும்
ஆலிவ் மரங்கள் ஆனந்தமடையும்
உன் கண்கள் களிநடம் புரியும்
புனிதமான உன் கோபுரங்களுக்குப் புறாக்கள் திரும்பிவரும்.

– நிஜார் க்யாபாணி, ஜெருசலேம்.

3000 ஆண்டுகளுக்கு முன் யூதர்கள் ஜெருசலேமில் கட்டடங்களைக் கட்டிக் கொண்டிருந்தார்கள். இன்றும் யூதர்கள் ஜெருசலேமில் கட்டடங்களைக் கட்டிக் கொண்டிருக்கிறார்கள். ஜெருசலேம் ஒரு குடியேற்றப் பகுதியல்ல. இது நம்முடைய தலைநகர்.

– பின்யாமின் நேட்டான்யாகு – பேச்சு 2010.

மீண்டும் ஜெருசலேம் உலகின் சூறாவளி மையமானது. ஏதென்சும் ரோமும்கூட இந்த அளவிற்கு உணர்ச்சிக் கொந்தளிப்புக்களை ஏற்படுத்தியதில்லை. ஜெருசலேமிற்கு முதல் முறையாக வரும் யூதருக்கு இது முதல் வருகையல்ல; வீடு திரும்பும் நிகழ்வாகும்.

– இலி வெய்ஸ்செல்
பராக் ஒபாமாவுக்கு எழுதிய திறந்த கடிதம் (2010).

ஜெருசலேமில் காலைப்பொழுது அன்றும் இன்றும்

ஜெருசலேமின் வெற்றி, மீட்பாளர் நம்பிக்கையாலும், கடவுளின் அருள் வெளிப்பாட்டாலும், சூழ்ச்சித் திறனாலும், தேசிய உணர்வாலும் நிகழ்ந்ததாகக் கருதப்பட்டது. இந்த வெற்றி ஜெருசலேமை உயர்த்தியபோதிலும் சிக்கல்களையும் தோற்றுவித்தது. இந்தப் புதிய பார்வை வெளிப்பாடு இஸ்ரேலையும், பாலஸ்தீனர்களையும் மத்திய கிழக்கு நாடுகளையும் மாற்றியது. இந்த வெற்றி திட்ட மிடப்படாத, அச்ச உணர்வில் ஏற்பட்ட ஒன்றாகும். இந்த வெற்றி அழிவின் விளிம்பிலிருந்து திருடிக் கொள்ளப்பட்ட ஒன்றாகும். இது நம்பிக்கை அற்றவர்களையும், நம்பிக்கையாளர்களையும், ஏதோ ஒன்றில் நம்பிக்கை கொள்ள முயலுபவர்களையும் மாற்றியது. அந்த நேரத்தில் இது தெளிவற்றிருந்தது. மரபு வழியாக மதச் சார்பற்ற தாகவும் சமதர்மக் கொள்கையுடையதாகவும் நவீனமயமாகவுமிருந்த ஜெருசலேமின் ஆளுமைப் பண்பினை ஜெருசலேமை வெற்றி கொண்ட இந்த நிகழ்வு படிப்படியாக மாற்றியது. யூதேய அகழ் வாராய்ச்சி வரலாற்று அறிவியலும் பழமையான யூத சமயமும் அரசின் மதமாயிருந்தது.

ஜெருசலேமைக் கைப்பற்றியது மதச்சார்பற்ற யூதர்களையும் மகிழ்ச்சியடையச் செய்தது. யூத தாயக வேட்கை தொன்மையான தாகவும் ஆழ்ந்ததாகவும் பாடல்களிலும் வழிபாட்டிலும் மக்களின் பழங்கதைகளிலும் ஒன்றியிருந்தது. சுவற்றிலிருந்து நெடுங்காலம் விலக்கி வைக்கப்பட்டிருந்தது யூதர்களுக்கு வேதனை தருவதாக இருந்தது. இங்குள்ள தெய்வீகத்தால் கவரப்பட்ட உலகிலுள்ள மத வெறுப்புடைய யூதர்கள் ஒரு பரவச நிலையை அடைந்தார்கள்.

நவீன உலகில் பெறமுடியாத ஒரு தெய்வீக உணர்வை இங்கு பெறு கிறார்கள். ஆயிரக்கணக்கான ஆண்டுகளுக்கு முன் பாபிலோனி லிருந்து கார்டோபாவுக்குச் சென்ற யூதர்களின் வாரிசுகள், இந்த வெற்றி வரப்போகும் மீட்பரால் அருளப்பட்ட விடுதலையாகவும், மீட்புக்கும் விடுதலைக்கும் அடையாளச் சின்னமாகவும், விவிலிய நூலில் கூறப்பட்டுள்ளவை நிறைவேறுவதாகவும் நம்பினார்கள்.

யூத தாயக இயக்க தீவிரவாதிகளும் ஜபோட்டின்ஸ்கீயின் வாரிசு களும் இந்த வெற்றி அரசியலையும் போர்த்திறனையும் சார்ந்ததாகக் கருதினார்கள். டேவிட்டின் நகரிலுள்ள மீட்கப்பட்ட திருக்கோயிலுக்கு நாடு கடத்தப்பட்ட நிலையிலிருந்து திரும்புவதாகக் கருதினார்கள். இந்த வெற்றியை பாதுகாப்பான எல்லைகளுடன் கூடிய அகன்ற இஸ்ரேலைப் பெற கடவுள் அருளிய வாய்ப்பாகவும் கருதினார்கள். மதச்சார்புடைய யூதர்களும் தேசியவாதிகளும் பழைய ஜெருசலேமை மீண்டும் உருவாக்கி, யூத ஜெருசலேமாகவே எப்போதும் தக்க வைத்துக்கொள்ள விரும்பினார்கள்.

1970ஆம் ஆண்டுகளில் மீட்பாளர் சார்ந்த நம்பிக்கை உடையவர் களும், தங்களுக்கு வேண்டியதைப் போராடிப் பெற விரும்பியவர் களும் செயல் துடிப்புடன் இருந்தார்கள். மதச் சார்பற்ற முற்போக்குக் கருத்துகளைக் கொண்டிருந்த பெரும்பாலான இஸ்ரேலியர்கள் புனித நகரைப் பொருட்படுத்தாமல் ‘டெல் அவிவ்’ பகுதியையே தங்கள் வாழ்க்கையின் மையமாகக் கருதினார்கள். ஆனால் தேசிய மீட்புத்திட்டம் கடவுளின் அவசர முடிவாயிருந்தது. இந்த இறை யாணை விரைவாகவே இஸ்ரேலின் தோற்ற அமைப்பையும் மாற்றக் கூடியதாக இருந்தது.

யூதர்கள் மட்டும் பாதிக்கப்படவில்லை

செல்வாக்குப் பெற்றிருந்த பெரும்பாலான இவான்செலிஸ்ட் கிறிஸ்துவர்கள், குறிப்பாக அமெரிக்காவில் இருந்தவர்கள் கடவுள் அருள் வெளிப்பாட்டு பேரின்ப உணர்வினை அனுபவித்தார்கள். கிறிஸ்துவர்கள் இறுதித் தீர்ப்பு நாள் சார்ந்த இரண்டு முன் நிபந்த னைகள் நிறைவேறிவிட்டதாகக் கருதினர்கள். ஒன்று, இஸ்ரேல் மீட்கப்பட்டு ஜெருசலேம் யூதமயமானது. இரண்டு, மூன்றாவது திருக்கோயிலை மீண்டும் கட்டுவது. எனவே ஏழாண்டு இன்னல்கள் மட்டும் எஞ்சியிருந்தன. இதைத் தொடர்ந்து புனிதர் மைல்கேல் ஆலிவ் மலையில் தோன்றி திருக்கோயில் மலையில் கிறிஸ்துவுக்கு எதிரானவர்களுடன் இறுதிப்போரை நடத்த வருவாரென்றும், இறுதி முடிவு யூதர்களின் மதமாற்றம் அல்லது அழிவாக இருக்குமென்றும்,

கிறிஸ்துவின் இரண்டாவது வருகையும் அவரது ஆயிரமாண்டு ஆட்சியும் நிறைவேறுமென்றும், கிறிஸ்துவர்கள் நம்பினார்கள்.

அரேபிய எதேச்சதிகாரத்திற்கு உதவிய சோவியத் ஆயுதப்படை பிரிவுகளைச் சிறிய ஜனநாயக நாடான இஸ்ரேல் வெற்றிகொண்டது. இதனால் ஆபத்தான அண்டை நாடுகளைக் கொண்ட சூழலில் பொதுவுடமை ரஷ்யாவுக்கு எதிரான தங்கள் நடவடிக்கைகளில் இஸ்ரேல் நட்பு நாடாயிருந்து உதவுமென்று அமெரிக்கா நம்பியது. நாசரின் தீவிரவாதத்திற்கு எதிராகவும் இஸ்லாமிய அடிப்படை வாதிகளுக்கு எதிராகவும் இஸ்ரேல் செயல்படுமென்றும் அமெரிக்கா நம்பியது.

ஒரு தெய்வீக அருளால், ஜனநாயக அடிப்படையில் தோன்றிய நாடுகள் என்று அமெரிக்காவுக்கும் இஸ்ரேலுக்கும் இடையே ஒரு ஒற்றுமை இருந்தது. ஒன்று புதிய சியான் நகரின் மலையின் மேலுள்ள நகரம்; மற்றொன்று திரும்பப் பெறப்பட்ட பழைய சியான். அமெரிக்க யூதர்கள் முன்பே இஸ்ரேலை ஆதரித்தனர். தற்போது அமெரிக்க கிறிஸ்துவர்களும் இஸ்ரேல் கடவுளால் ஆசிர்வதிக்கப் பட்ட ஒன்றாகுமென்பதை நம்பத் தொடங்கிவிட்டார்கள். நாற்பது விழுக்காடு அமெரிக்கர்கள் ஜெருசலேமில் இரண்டாவது வருகை நிகழுமென்று நம்புவதாக வாக்கெடுப்பு தெரிவிக்கிறது. இது மிகைப் படுத்தப்பட்டது என்றாலும் அமெரிக்க கிறிஸ்துவ யூத தாயக இயக்கத் தவர்கள் ஜெருசலேமிற்குத் தங்கள் ஆதரவை அளித்தார்கள். இஸ்ரேல் இதற்கு நன்றி தெரிவித்தது.

மேற்கு ஜெருசலேமில் இருந்த இஸ்ரேலியர்களும் மற்ற நாடுகளில் சிதறியிருந்த யூதர்களும் சுவரைத் தொடுவதற்கும் தொழுவ தற்கும் பழைய ஜெருசலேம் நகரில் கூடினார்கள். இந்த நகரை வசப்படுத்தியது மயக்கமூட்டக் கூடியதென்றால், இதை விட்டுக் கொடுப்பதென்பது பொறுத்துக்கொள்ள முடியாததாகவும் நினைத்துக் கூடப் பார்க்க முடியாததாகவும் இருந்தது. எனவே தேவையான அளவு வள ஆதாரங்கள் திரட்டப்பட்டன. ஒரு செயலில் பயனை எதிர்பார்க்கும் இயல்புடைய பென்குரியனும் அமைதியை ஏற்படுத்திக் கொள்ள மேற்குக்கரையையும் காஜாவையும் விட்டுக் கொடுத் தாலும், ஒருபோதும் ஜெருசலேமை விட்டுக் கொடுக்க முடியாதென்று தெரிவித்தார்.

இஸ்ரேல் இரண்டு பகுதிகளையும் அதிகாரபூர்வமாக இணைத்து நகராட்சி அமைப்பின் எல்லைகளை விரிவாக்கிக்கொண்டது. நகரமைப்பின் எல்லைக்குள் 2,67,800 குடிமக்கள் இருந்தனர். இவர் களில் 1,96,800 பேர் யூதர்கள்; 71,000 பேர் அரேபியர்கள். ஜெருசலேம்

நகரம் தன் வரலாற்றில் இதுவரையில்லாத வகையில் தன் எல்லைகளை விரிவாக்கிக் கொண்டிருந்தது. துப்பாக்கிகளின் ஓசை நிற்பதற்கு முன் சலாடினின் மகன் அஃப்டலால் ஏற்படுத்தப்பட்ட மாக்ரெபி குடியிருப்புப் பகுதியிலிருந்த அரேபியர்கள் வேறு புதிய இடங்களில் குடியமர்த்தப்பட்டார்கள். இந்தப் பகுதியிலிருந்த இவர்களது வீடுகள் இடிக்கப்பட்டு முதன்முறையாக சுவருக்கு முன்னுள்ள பகுதி திறந்த வெளியாக்கப்பட்டு சுவர்ப்பகுதி விரிவாக்கப்பட்டது. பல நூற்றாண்டுகளாக ஒன்பது அடி நீளமேயுள்ள காற்றும் வெளிச்சமும் இல்லாத நெருக்கமான இடத்திலேயே யூதர்கள் வழிபாடு நடத்தி வந்தார்கள். யூதர்களின் தலைமைத் திருக்கோயிலுக்கு முன் திறந்த விசாலமான வெளியிடம் அமைந்ததே யூதர்களுக்கு விடுதலையாயிருந்தது.

சிதைந்துபோயிருந்த யூதக்குடியிருப்புப் பகுதிகள் சீரமைக்கப்பட்டன. இடிக்கப்பட்ட கோயில்கள் மீண்டும் கட்டப்பட்டு புனிதத் தன்மை ஏற்றப்பட்டன. அழிக்கப்பட்டிருந்த சதுக்கங்களும் குறுகிய பாதைகளும் தளவரிசை செய்யப்பட்டு புதுப்பிக்கப்பட்டன. பழமையான யூதமதக் கல்விக் கூடங்கள் பழுது பார்க்கப்பட்டன. புதிய கல்விக் கூடங்களும் தோற்றுவிக்கப்பட்டன. இந்தக் கட்டடங்கள் பொன்னிறக் கற்களால் அமைக்கப்பட்டு வண்ணமயமாக இருந்தன.

அறிவியலுக்கும் ஆக்கம் அளிக்கப்பட்டது. ஒன்று சேர்க்கப்பட்ட நகரில் தொல்பொருள் ஆராய்ச்சியாளர்கள் ஆய்வு மேற்கொண்டனர். நீண்ட மேற்குப்புற சுவரில் மாக்ரெபி வாயிலுக்கு வடக்கேயுள்ள பகுதியில் தொழுகையும் வழிபாடும் ஒழுங்குபடுத்தப்பட்டு யூத மத குருமார்களின் கட்டுப்பாட்டிற்குள் இருந்தது. தெற்குப் பகுதியில் மட்டுமே அகழ்வாராய்ச்சிப் பணிகள் மேற்கொள்ளப்பட்டன. இதன் விளைவாக ஆச்சரியப்படத்தக்க வகையில் புதையல்கள் கண்டுபிடிக்கப்பட்டன.

கனான் காலத்திய பாதுகாப்பு அரண்கள்; யூதேய முத்திரைகள்; ஹெராட் காலத்திய அஸ்திவாரங்கள்; மேக்கபியன், பைஜாண்டைன், ரோமன் காலத்திய தெருக்கள்; அரண்மனைகள்; அய்யூப்பிட் வாயில்கள்; சிலுவைப்போர் தேவாலயங்கள் ஆகியவை கண்டறியப்பட்டன. இந்த அறிவியல் கண்டுபிடிப்புகள் மக்களின் அரசியல் ஆன்மீக உணர்வுகளுடன் ஒன்றிப்போவதாக இருந்தன. ஹெசிக்கியா சுவரிலிருந்தும் ஹெராடின் சுவர்களிலிருந்தும் ரோமானிய வீரர்களால் பெயர்த்தெடுக்கப்பட்ட கற்களைக் கொண்டு ஹேட்ரியனின் கார்டோ அமைக்கப்பட்டது. இந்தக் கற்கள் மீட்கப்பட்ட பழைய நகரில் காட்சிப் பொருள்களாக வைக்கப்பட்டன.

மேற்கு ஜெருசலேம் மேயர் டெட்டி கொல்லேக் ஒன்றுபட்ட நகரின் மேயராகத் திரும்பவும் தேர்ந்தெடுக்கப்பட்டு இருபத்தி யெட்டு ஆண்டுகள் பதவியில் இருந்தார். இஸ்ரேலிய முற்போக்கு வாதியான இவர், அரேபியர்களுக்கு மீண்டும் உறுதியளிக்கும் வகையில் நகரை ஒன்றுபடுத்தினார். அரேபிய ஜெருசலேமையும் இவர் மதித்தார்.[1]

ஆணை உரிமையின்கீழ் இயங்கிய ஜெருசலேம் வளமுடைய தாக இருந்ததால் மேற்குக்கரையிலிருந்த அரேபியர்களையும் கவர்ந்தது. இவர்களுடைய எண்ணிக்கை பத்தாண்டுகளில் இரண்டு மடங்கானது. இஸ்ரேலின் வெற்றியினால் எல்லா அரசியல் கட்சி களைச் சார்ந்தவர்களும், தேசியவாதிகளும், யூத தாயக மீட்பாளர் களும் வெற்றியை உறுதி செய்துகொள்ளும் வகையில் அரேபிய கிழக்கு ஜெருசலேமைச் சுற்றி புதிய யூதக் குடியிருப்புப் பகுதிகளைத் தோற்றுவித்துக் கொண்டார்கள்.

முதலில் இதை எதிர்த்த அரேபியர்கள் அமைதியானார்கள். பாலஸ்தீனர்கள் பலர் இஸ்ரேலிலும் இஸ்ரேலியர்களிடமும் பணி புரிந்தார்கள். ஜெருசலேமிலும் மேற்குக் கரையிலுமுள்ள பாலஸ்தீன, இஸ்ரேலிய நண்பர்களுடன் கலந்துறவாடியது என் நினைவிற்கு வருகிறது. இந்த நல்லுறவு ஒருநாள் விதிவிலக்காக மாறுமென்று நான் அப்போது நினைத்துப் பார்க்கவில்லை. ஆனால் இஸ்ரேலுக்கு வெளியே நிலைமை மாறுபட்டிருந்தது. யாசர் அராபத்தும் அவரது பேட்டா படையினரும் பாலஸ்தீன விடுதலை இயக்கத்திற்குப் பொறுப் பேற்றார்கள். பேட்டா போராளிகள் இஸ்ரேல்மீது கொரில்லாத் தாக்குதல்களை நடத்தினார்கள். மற்றுமொரு பாலஸ்தீன விடுதலை இயக்கமான மார்க்ஸிய–லெனினிய பாலஸ்தீன விடுதலை இயக்கம் புதிய பாணியில் விமானங்களைக் கடத்துவதிலும் படைத்துறையில் சேராத மக்களைக் கொல்வதிலும் ஈடுபட்டது.

திருக்கோயில் மலை தன்னுடன் அஞ்சத்தக்க ஒரு பொறுப் பையும் கொண்டு வந்துள்ளது என்பதை டயான் உணர்ந்து கொண்டார். 1969ஆம் ஆண்டு ஆகஸ்ட் மாதம் 21ஆம் தேதி ஜெருசலேம் நோய்மை[2] கொண்ட டேவிட் ரோகன் என்னும் ஆஸ்திரேலிய கிறிஸ்துவர், இரண்டாவது வருகையைத் துரிதப் படுத்தும் நோக்கத்துடன் அல் அக்ஸா பள்ளி வாசலுக்குத் தீ வைத்தார். இந்தத் தீ சலாடினால் அமைக்கப்பட்ட துர்–அல்–டின்னின் ஸ்தூபியை அழித்தது. இந்தச் செயல் திருக்கோயில் மலையைக் கைப்பற்ற யூதர்களின் சதித்திட்டம் என்ற வதந்தி பரவிய தால் அரேபியர்கள் கலகத்தில் ஈடுபட்டனர்.

‘கறுப்பு செப்டம்பர்’ என்றழைக்கப்படும் 1970ஆம் ஆண்டு நிகழ்வினால், அரசர் ஹுசைன் ஜோர்டானில் தன் ஆளுகைக்குச் சவாலாக இருந்த அராபத்தையும் அவரது பாலஸ்தீன விடுதலை இயக்கத்தையும் தோற்கடித்து வெளியேற்றினார். அராபத் தன் தலைமையிடத்தை லெபனானுக்கு மாற்றிக்கொண்டு விமானங் களைக் கடத்துவதிலும் படைத்துறை சாரா மக்களைக் கொல்வ திலும் ஈடுபட்டு உலகின் கவனத்தைக் கவர முயன்றார். 1972ஆம் ஆண்டு பேட்டா கொரில்லாக்கள் கறுப்பு செப்டம்பர் தினத்திற்குப் பதிலடி கொடுக்கும் வகையில் மூனிச் நகரில் நடந்த ஒலிம்பிக் போட்டியில் பதினொரு விளையாட்டு வீரர்களைக் கொன்றார்கள். இந்தப் படுகொலையில் ஈடுபட்டவர்களை இஸ்ரேலின் மொசாட் உளவுப்படை ஐரோப்பா முழுவதும் வேட்டையாடி ஒழித்தது.

1973ஆம் ஆண்டு அக்டோபர் மாதம் கழுவாய் திருநாளன்று அதிக நம்பிக்கையுடன் இருந்த இஸ்ரேல் ஆச்சரியப்படும் வகையில், எகிப்தின் ஜனாதிபதி அன்வார் சதாத் சிரியாவுடன் சேர்ந்துகொண்டு இஸ்ரேல்மீது ஒரு திடீர் தாக்குதலை வெற்றிகரமாக நடத்தினார். அரேபியர்களின் ஆரம்ப வெற்றியும் இஸ்ரேலியப் படையின் இரண்டு நாட்கள் பின்னடைவும் டயானை மனம் தளரச் செய்தது. இருப் பினும் அமெரிக்க விமானப்படையின் உதவியுடன் இஸ்ரேல் நிமிர்ந்து நின்று தளபதி ஏரியல் ஷெரான் தலைமையில் சூயஸ் கால்வாய் பகுதியில் பதில் தாக்குதலை நடத்தியது. பின்பு அரேபியக் கூட்ட மைப்பு பாலஸ்தீனியர்களின் ஒரே பிரதிநிதியாக பாலஸ்தீன விடுதலை இயக்கத்தை ஏற்றுக்கொள்ளும்படி அரசர் ஹுசைனை வற்புறுத்தியது.

கிங் டேவிட் ஹோட்டல் தாக்குதலுக்கு முப்பதாண்டுகளுக்குப் பின் 1977ஆம் ஆண்டு மெனாச்செம் பிகினும் அவரது லிக்குட் குழுவும், 1948ஆம் ஆண்டிலிருந்து ஆட்சியிலிருந்த தொழிற்கட்சியை அகற்றிவிட்டு ஆட்சிக்கு வந்தார்கள். தேசிய மீட்பாளர் நம்பிக்கை யுடன், ஜெருசலேம் நகரைத் தலைநகராகக் கொண்ட ஓர் அகன்ற இஸ்ரேலைத் தோற்றுவிப்பது இவர்களது கொள்கையாகும். இருப் பினும் நவம்பர் 19ஆம் தேதி துணிச்சலுடன் ஜெருசலேமுக்குப் பறந்துவந்த அன்வர் சதாத்தை, மெனாச்செம் பிகின் வரவேற்றார். அன்வர் சதாத், கிங் டேவிட் ஹோட்டலில் தங்கியிருந்து, அல் அக்ஸா பள்ளிவாசலில் தொழுகையை முடித்துக்கொண்டு, யாட் வாஷ்கெம் பகுதிக்குச் சென்றுவிட்டு, பின்பு இஸ்ரேல் பாராளுமன்றத்துக்கு அமைதிச் செய்தி அனுப்பினார். இதனால் நம்பிக்கை துளிர்த்தது. பிகின் தன் வெளியுறவுத்துறை அமைச்சராக டயானை நியமித் திருந்தார். டயானின் உதவியுடன் இவர் சினாய் பகுதியை எகிப்திடம்

ஒப்படைத்து, ஓர் அமைதி உடன்படிக்கையை ஏற்படுத்திக் கொண்டார். விரைவிலேயே டயான் பதவியிலிருந்து விலகிக் கொண்டார். டயானைப் போல் பிகின் அரேபிய உலகைப்பற்றி முற்றிலும் அறிந்தவரல்ல.

போலந்தில் ஒரு சிறிய நகரில் பிறந்த இவர், ஒரு யூத தேசிய வாதியாகவும் யூதர்களின் போராட்டத்துடனும் யூத தாயக இயக்கத் துடனும் உணர்வுபூர்வமான ஈடுபாடு கொண்டவராகவும் இருந் தார். பைபிளில் சித்தரித்த இஸ்ரேலைக் காண விரும்புபவராகவும் இருந்தார். அமெரிக்க ஜனாதிபதி ஜிம்மி கார்ட்டரின் ஆதரவுடன் இவர் சதாத்துடன் பேச்சுவார்த்தை நடத்தினார். ஜெருசலேம் எப்போதும் இஸ்ரேலின் தலைநகரமாக இருக்கவேண்டும் என்று இவர் வற்புறுத்தினார். இஸ்ரேல் பாராளுமன்றம் இதற்கு சட்ட வடிவம் கொடுத்தது. இவரது விவசாயத்துறை அமைச்சராயிருந்த ஆற்றல்மிகு ஏரியல் ஷெரான் ஜெருசலேம் இஸ்ரேலின் நிரந்தரத் தலைநகராக இருக்குமென்று அறிவித்தார். அரேபியப் பகுதிகளைச் சுற்றி ஒரு புற வளையம் அமைத்து வளர்ச்சிப் பணிகளை மேற்கொள் வதன் மூலம் ஓர் அகன்ற ஜெருசலேமை உருவாக்கும் ஏரியல் ஷெரானின் திட்டத்தை ஏற்றுக்கொண்ட மெனாச் செம்பிகின் அதை விரைந்து செயல்படுத்தினார்.

1982ஆம் ஆண்டு ஏப்ரல் மாதம் இஸ்ரேல் சேமப் படையைச் சேர்ந்த ஆலன் குட்மேன் இரண்டு அரேபியர்களைச் சுட்டுவிட்டான். அல்அக்ஸா பகுதியிலுள்ள யூதக்கோயிலை மீண்டும் கட்ட யூதர்கள் விரும்புவதாக மப்டி எச்சரித்து வந்தார். இது போன்றதொரு ரகசியத் திட்டம் இருக்கலாம் என்று அரேபியர்களும் நம்பினார்கள். ஆனால் பெரும்பாலான யூதர்கள் மீண்டும் கோயில் கட்டுவதை விரும்பவில்லை. மிகவும் பழமைப் பற்றாளர்களாக இருந்தவர்கள் கடவுளின் பணியை மனிதன் மேற்கொள்ளக் கூடாதெனக் கருதினார்கள்.

உண்மையில் இஸ்ரேலில் ஆயிரம் பேர் மட்டுமே அடிப்படை வாதிகளாக இருந்தனர். இவர்கள் திருக்கோயில் மலை விசுவாசி களைப்போல பல குழுக்களாக இருந்தார்கள். திருக்கோயில் மலையில் வழிபாடு செய்யும் உரிமையையும் அல்லது ஒரு கோயிலை நிறுவும் உரிமையையும் கோரினார்கள். இவர்கள் மூன்றாவது கோயிலுக் கான பூசை வகுப்பினருக்குப் பயிற்சியளிப்பதாக கூறிக்கொண்டார்கள். இந்தக் குழுக்களில் வெகு சிலரே பள்ளிவாசலை இடிக்கும் வெறி கொண்டிருந்தார்கள். ஆனால் இஸ்ரேல் காவல்துறை இவர்களது சதித்திட்டங்களை முறியடித்தது. ஏனெனில் இத்தகைய அழிப்புச்

செயல்கள் முஸ்லிம்களுக்கு மட்டுமின்றி இஸ்ரேலுக்கும் கேடு விளைவிக்கும்.

1982ஆம் ஆண்டு பாலஸ்தீன விடுதலை இயக்கம் இஸ்ரேலிய அரசியல் மேதைகளையும் படை சாராத மக்களையும் தாக்கியது. இதற்குப் பதிலடி கொடுக்கும் வகையில் இஸ்ரேல், அராபத் மான்ய மாக நிலவுரிமை பெற்றிருந்த லெபனானை முற்றுகையிட்டது. அராபத்தும் அவரது படையினரும் பெய்ரூட்டை விட்டு வெளி யேற்றப்பட்டு டியூனிசுக்குச் சென்றார்கள். இஸ்ரேல் பாதுகாப்பு அமைச்சர் ஏரியல் ஷெரான் தலைமையில் நடத்தப்பட்ட இந்தப் போர் இஸ்ரேலை புதைமணலில் சிக்கவைத்தது.

கிறிஸ்துவப் போராளிகள் சாப்ரா, ஷாட்டிலா முகாம்களி லிருந்த 1000 படை சாராத மக்களைக் கொன்று குவித்தார்கள். ஏரியல் ஷெரான் இந்தக் கொடும் செயலுக்குப் பொறுப்பேற்று பதவி விலக நேர்ந்தது. மெனாச்செம் பிகினின் அரசியல் வாழ்க் கையும் மன அழுத்தம், பதவி விலகல், தனிமை ஆகியவற்றில் முடிந்தது.

1977ஆம் ஆண்டு துளிர்த்திருந்த நம்பிக்கைகள் இரு தரப்பினரின் பிடிவாதக் கொள்கைகளால் தகர்ந்தன. அரேபிய தரப்பு மக்களைக் கொல்வதிலும், ஜெருசலேமிலும் மேற்குக் கரை யிலும் யூதக் குடியேற்றப் பகுதிகளை விரிவுபடுத்திக்கொள்வதிலும், இஸ்ரேல் தரப்பு ஈடுபட்டது. 1981ஆம் ஆண்டு ஜெருசலேம் நகருக்குச் சென்றதற்குத் தண்டனையாக அன்வர் சதாத் அடிப்படை தீவிர வாதிகளால் கொல்லப்பட்டார். இது இஸ்லாமிய உலகில் ஒரு புதிய அதிகார மையம் தோன்றுவதன் அறிகுறியாக இருந்தது. 1987ஆம் ஆண்டு டிசம்பரில் ஆட்சி சாரா பாலஸ்தீன எழுச்சி யொன்று தானாகவே தோன்றியது. இண்டிபேடா எனப்பட்ட இந்தக் கிளர்ச்சி காஜாவில் தலைதூக்கி ஜெருசலேமிற்கும் பரவியது.

இஸ்ரேலியக் காவல்படை, கிளர்ச்சியாளர்களுடன் சண்டை யிட்டு திருக்கோயில் மலையில் தடுத்து நிறுத்தியது. தெருக்களில் சென்ற சீருடையணிந்த இஸ்ரேல் காவல்படையினர்மீது இளைஞர்கள் கற்களை வீசித் தாக்கினார்கள். இந்த இளைஞர் படை பாலஸ்தீன விடுதலை இயக்கத்தினரை ஓரங்கட்டியவர்கள். இண்டிபேடாவின் ஆற்றல், அதிகார மையத்தில் ஒரு வெற்றிடத்தை ஏற்படுத்தியது. இந்த வெற்றிடத்தை நிரப்ப புதிய தலைவர்களும், புதிய கருத்தியல் களும் தோன்றின. அராபத்தின் பாலஸ்தீன விடுதலை இயக்க முன்னணியினர் மக்களுடனான தொடர்பையும் செல்வாக்கையும்

இழந்திருந்தனர். இஸ்லாமிய அடிப்படை தீவிரவாதிகள் நாசரின் உலகு தழுவிய அரேபியக் கொள்கையை அகற்றினார்கள்.

1987ஆம் ஆண்டு அடிப்படை மாற்றத்தை விரும்பும் இஸ்லாம் தீவிரவாதிகள் 'ஹமாஸ்' என்ற பெயரில் இஸ்லாமிய எதிர்ப்பு இயக்கத்தைத் தோற்றுவித்தார்கள். இது எகிப்தின் முஸ்லிம் சகோதரத்துவக் குழுவின் ஒரு பிரிவாக இருந்தது. இஸ்ரேலை அழிக்கும் புனிதப் போருக்குத் தங்களை அர்ப்பணித்துக்கொண்டார்கள்.

இண்டிபேடாவும் யூத ஜெருசலேமை அடிப்படை சார்ந்த நிலையில் மாற்றியதென்று கொல்லேக் ஒப்புக்கொள்கிறார். இது ஒன்றுபட்ட நகரமென்ற கனவை அழித்தது. அரேபியர்களும் இஸ்ரேலியர்களும் ஒன்று சேரும் பணி நின்றுபோனது. ஒருவர் மற்றொருவரின் பகுதி வழியாக நடந்து செல்வதில்லை. இந்த மனப் புழுக்கம் யூதர்களுக்கும் முஸ்லிம்களுக்கும் இடையே மட்டுமின்றி யூதர்களுக்குள்ளும் காணப்பட்டது. பழைமைப் பற்றாளர்களாக இருந்த யூதர்கள் மதச்சார்பற்ற யூதர்களுடன் சண்டையிட்டார்கள். இதனால் மதச்சார்பற்ற யூதர்கள் ஜெருசலேமை விட்டு வெளியேறினார்கள். கிறிஸ்துவ ஜெருசலேம் எனப்பட்ட உலகம் விரைவிலேயே சுருங்கியது. 1995ஆம் ஆண்டு 14,100 கிறிஸ்துவர்களே ஜெருசலேமில் இருந்தனர். இஸ்ரேல் தேசியவாதிகள் ஜெருசலேமை யூத மயமாக்கும் தங்கள் திட்டத்தைக் கைவிடவில்லை.

ஷெரான், அரேபியர்களைத் தூண்டும் வகையில் முஸ்லிம் பகுதியில் இருந்த ஒரு கட்டிடத்திற்குத் தன் குடியிருப்பை மாற்றிக் கொண்டார். 1991ஆம் ஆண்டு தீவிர இஸ்ரேல் தேசியவாதிகள் தொன்மையான டேவிட்டின் நகரின் அருகிலிருந்த அரேபிய சில்வான் பகுதியில் குடியேறினார்கள். ஆக்கிரமிப்பு எண்ணம் கொண்ட மீட்பாளர்களால் தன் வாழ்நாள் முயற்சி தோல்வியடைந்ததை எண்ணி கொல்லேக் வருந்தியதுடன், இதற்காக ஷெரானையும் வெறுத்தார். இவ்வாறு குடியேறியவர்களாலும் அவர்களுடைய மீட்பாளர் கொள்கையாலும் வரலாற்றில் இஸ்ரேலியர்களுக்குத் தீங்கே ஏற்பட்டதாக இவர் கருதினார்.

இண்டிபேடா, மறைமுகமாக ஆஸ்லோ அமைதிப் பேச்சுவார்த்தைக்கு வழிவகுத்தது. 1988ஆம் ஆண்டு இரண்டு நாடுகள் என்ற கருத்தியல் தீர்வை ஏற்றுக்கொண்டு, இஸ்ரேலை அழிக்கும் ஆயுதப் போராட்டத்தைக் கைவிட்டார் அரசர் ஹுசைன். ஜெருசலேமின் மீதும் மேற்குக் கரையின் மீதும் உரிமை கோரியதையும் கைவிட்டார். அராபத் அல்கொய்டைத் தலைநகராகக் கொண்டு ஒரு பாலஸ்தீன

நாட்டை ஏற்படுத்த விரும்பினார். இஷ்டாக் ராபின் பிரதம மந்திரி யாகி இண்டிபேடாவை ஒடுக்கினார். அமைதியை ஏற்படுத்த முயல் பவருக்கு இருக்க வேண்டும் என்று இஸ்ரேலியர்கள் எதிர்பார்க்கும் குணநலன்கள் ராபினிடம் இருந்தன. இவர் வெளிப்படையாகவும் கடுமையாகவும் பேசக்கூடியவர். அமெரிக்காவின் தலைமையில் மேட்ரிட்டில் நடந்த பேச்சுவார்த்தைகள் பயனின்றி முடிந்தன. இதில் பங்கேற்றவர்களுக்குத் தெரியாமலேயே பயன்தரக்கூடிய ரகசியப் பேச்சுவார்த்தையும் நடந்தது. இந்தப் பேச்சுவார்த்தை அரசியல் மதச் சார்பற்ற இஸ்ரேலிய பாலஸ்தீன அறிஞர்களுக்கு இடையே நடந்தது. பொதுவான இடமாகயிருந்த அமெரிக்க காலனியிலும், லண்டனிலும், ஆஸ்லோவிலும் அறிஞர்கள் கூடிப் பேசினார்கள். ஆரம்பத்தில் இந்தப் பேச்சுவார்த்தைகள் ராபினுக்குத் தெரியாமல் அவரது வெளியுறவுத்துறை அமைச்சர் ஷீமோன் பிரெஸ், அவரது உதவியாளர் யோஷிபெய்லின் ஆகியோரால் நடத்தப்பட்டது. 1993ஆம் ஆண்டில்தான் இதைப்பற்றி ராபினிடம் தெரிவித்தார்கள். ராபினும் ஆதரவளித்தார்.

செப்டம்பர் 13ஆம் தேதி வெள்ளை மாளிகையில் அமெரிக்க ஜனாதிபதி கிளிண்டன் முன்னிலையில் ராபினும், ஷீமோனும் ஒரு சமாதான உடன்படிக்கையை ஏற்படுத்திக்கொண்டார்கள். மேற்குக் கரையும் காஜாவும் ஒரு பகுதியாக பாலஸ்தீன ஆட்சிக் குழுவிடம் ஒப்படைக்கப்பட்டது. இந்த ஆட்சிக்குழு ஹுசைனின் பழைய மாளிகையைத் தன் தலைமையிடமாக வைத்துக்கொண்டது. 1948ஆம் ஆண்டில் அருஞ்செயல் வீரராகவும், இஸ்ரேலியர்களால் மிகவும் மதிக்கப்பட்டவரின் மகனுமான பைசல் அல் ஹுசைனி இதற்குத் தலைமைப் பொறுப்பேற்றார்.[3] ராபின் ஜோர்டான் அரசர் ஹுசைனுடன் ஒரு சமாதான உடன்படிக்கையை ஏற்படுத்திக்கொண்டு, அவரது ஹாஸ்கிமைட் உரிமையை ஏற்றுக்கொண்டு ஜெருசலேமிலுள்ள இஸ்லாமியப் புனித இடத்தின் பொறுப்பாளர் என்பதையும் உறுதி செய்தார். இந்த ஏற்பாடு இன்று வரை நீடிக்கிறது.

இஸ்ரேலிய, பாலஸ்தீன அகழ்வாராய்ச்சியாளர்கள் அமைதி உடன்படிக்கையை தங்கள் நோக்கில் ஏற்றுக்கொள்ள முதன் முறையாக இருவரும் இணைந்து செயல்பட்டார்கள். பின்னர் நடந்த பேச்சுவார்த்தைகளில் ஜெருசலேம் என்னும் புதிர் விடுவிக்கப் பட்டது. இந்த ஒப்பந்தத்துக்கு முன்பே ராபின் ஜெருசலேமில் குடியேற்றப் பகுதிகளை ஏற்படுத்தினார். ஜெருசலேமை ஒரு ஒன்று பட்ட நகர நிர்வாகத்தின்கீழ், யூதப்பகுதியை மத்திய கிழக்கு வாடிகன் நகரைப் போலவும் அரேபியப் பகுதியையும் பிரித்துக்கொள்வ

தென்றும், பழைய நகருக்குத் தனிநிலை உரிமை அளிப்பதென்றும் பெய்லினும் அராபத்தின் உதவியாளர் முகமது அப்பாசும் பேச்சு வார்த்தை நடத்தினார்கள். ஆனால் எந்த முடிவையும் எட்ட முடிய வில்லை.

ஆஸ்லோ ஒப்பந்தம் பலவற்றிற்கு முடிவு காணவில்லை. இரு தரப்பிலும் இதைக் கடுமையாக எதிர்த்தார்கள். இகுட் ஒல்மெர்ட், தேசியவாதிகள் மற்றும் தீவிர பழமைப் பற்றாளர்களின் ஆதரவுடன் 82 வயதான கொல்லேக்கைத் தேர்தலில் தோற்கடித்தார்.

1995ஆம் ஆண்டு பெய்லினும் அப்பாசும் ஜெருசலேமைப் பற்றி ஒரு முடிவுக்கு வந்திருந்த நிலையில், ராபின் ஒரு யூத வெறியனால் கொல்லப்பட்டார். ஜெருசலேமில் பிறந்த ராபின் ஜெருசலேமிலேயே ஹெர்சல் மலையில் புதைக்கப்பட்டார். அரசர் ஹுசைன் இவருக்குப் புகழாரம் சூட்டினார். அமெரிக்க ஜனாதிபதியும் இவருக்கு முன்னிருந்த இருவரும் இறுதி ஊர்வலத்தில் கலந்துகொண்டார்கள். எகிப்திய ஜனாதிபதி முபாரக் முதன்முறையாக ஜெருசலேமிற்கு வந்தார்.

இஸ்ரேல் தோற்றுவிக்கப்பட்ட பின் முதன் முறையாக வேல்ஸ் இளவரசர் அரசமுறையில் ஜெருசலேமுக்கு வந்தார். அமைதி மீண்டும் சீர்குலைந்தது. ஹமாஸ் பிரிவைச் சேர்ந்த இஸ்லாமிய அடிப்படை வாதிகள் தற்கொலைப்படைத் தாக்குதல்களை நடத்தி இஸ்ரேலியப் படைசாரா மக்களை அழித்தார்கள். ஓர் அரேபிய தற்கொலைப் படைவீரன் ஜெருசலேமில் ஒரு பேருந்தில் குண்டுவெடிக்கச் செய்தான். இதில் இருபத்தி ஐந்து பேர் கொல்லப்பட்டனர். ஒரு வாரத்திற்குப் பின் இதே பேருந்துத் தடத்தில் மற்றுமொரு தற்கொலைப் படைவீரன் குண்டு வெடிக்கச்செய்து பதினெட்டு பேரைக் கொன்றான்.

பாலஸ்தீனர்களின் வன்முறை செயல்களுக்கு இஸ்ரேலிய வாக்காளர்கள் பிரதம மந்திரி பிரெஸ்சைத் தண்டித்தார்கள். லிக்குட் கட்சியின் தலைவர் பின்யாமின் நேட்டன்யாகுவைப் பிரதம மந்திரியாகத் தேர்ந்தெடுத்தார்கள். நேட்டன்யாகு அமைதியைப் பெற நிலத்தை விட்டுக் கொடுப்பதென்ற கொள்கையை ஏற்றுக் கொள்ளவில்லை. ஜெருசலேமைப் பிரிப்பதை எதிர்த்த இவர், புதிய குடியிருப்புப் பகுதிகளைத் தோற்றுவிக்க ஆணை பிறப்பித்தார்.

1996 செப்டம்பரில் நேட்டன்யாகு ஒரு நிலவறை வழியைத் திறந்தார். இந்தத் திறந்த சுரங்கவழி சுவரிலிருந்து தொடங்கி திருக் கோயில் மலைவழியாக முஸ்லிம்களின் குடியிருப்புப் பகுதிவரை

செல்வதாக இருந்தது.[4] சில இஸ்ரேல் தீவிரவாதிகள் திருக்கோயில் மலைக்குச் செல்லும் வகையில் மேலே தோண்டினார்கள். இஸ்லாமியர்களின் வக்ப் அறக்கட்டளை அமைப்பு இந்தத் துவாரத்தை உடனடியாக அடைத்தது.

இந்தச் சுரங்கவழி இஸ்லாமிய வழிபாட்டிடத்தை அழிக்கவே ஏற்படுத்தப்பட்டிருப்பதாக வதந்தி பரவியதால் கலவரம் மூண்டது. இந்தக் கலவரத்தில் 75 பேர் கொல்லப்பட்டார்கள்; 1500 பேர் காயமடைந்தனர். எனவே அகழ்வாராய்ச்சி என்பது ஜெருசலேமைப் பொறுத்தவரை இறப்புக்கான ஒரு வழியாகவே இருந்தது. இஸ்ரேல் அகழ்வாராய்ச்சியை அரசியலாக்கவில்லை. ஜெருசலேமில் யூதர்களின் கோயில் இருந்ததை பாலஸ்தீன அகழ்வராய்ச்சியாளர்கள் ஒப்புக்கொள்ளக் கூடாதென்று பாலஸ்தீன விடுதலை இயக்கம் தடைவிதித்தது. இந்த உத்தரவை மதச்சார்பற்ற கொரில்லாத் தலைவர் அராபத் பிறப்பித்தார். இஸ்ரேலின் மதச்சார்பற்ற தேசிய திட்டமும் மதக் கொள்கையையே அடிப்படையாகக் கொண்டிருந்தது.

1948ஆம் ஆண்டு அராபத் முஸ்லிம் சகோதரத்துவ இயக்க அல்ஜிகாட், அல்முகாடஸ் வீரர்களுடன் சேர்ந்துகொண்டு இஸ்ரேல் மீது புனிதப் போரை நடத்தினார். ஜெருசலேம் நகரம் இஸ்லாமியர்களுக்கே உரிய நகரமென்ற கொள்கையை அராபத் தழுவினார். இவர் பேட்டாவின் ஆயுதந்தாங்கிய பிரிவை 'அக்ஸா புனித உயிர்த்தியாகிகள் படை' என்றழைத்தார். சலாடின், ஓமர் ஆகியோருடன் தன்னை ஒப்பிட்டுக்கொண்ட அராபத், ஜெருசலேமுடன் யூதர்களுக்கு எந்தவிதத் தொடர்பும் இல்லையென்று கூறினார். யூதர்கள் அதிக அளவில் நெருக்கடி கொடுத்ததால், பாலஸ்தீனர்கள் யூதர்களின் முதல் கோயிலையும் இரண்டாவது கோயிலையுமே மறுத்தார்கள்.

சுரங்கவழிப் பாதை கலவரங்களுக்குப் பின், சாலமனின் கொட்டிலில் ஒரு யூதக் கோயிலை அமைக்கப்போவதாக வதந்தி பரவியது. அல் அக்ஸாவிலுள்ள பழைய கட்டுமானங்களையும் படிக்கட்டுகளையும் புல்டோசர்கள் மூலம் அகற்றிவிட்டு, ஒரு நிலவறைப் பள்ளிவாசலை ஹெராடின் பகுதியில் ஏற்படுத்திக்கொள்ள இஸ்ரேல் வக்ஃப் அமைப்புக்கு அனுமதி அளிக்கப்பட்டது. இடிமானப் பொருட்கள் தூக்கி வீசப்பட்டன. இஸ்ரேலிய அகழ்வாராய்ச்சியாளர்கள் உலகிலேயே புனிதமான இடத்தை புல்டோசர் வைத்துத் தகர்த்ததைக் கண்டு அதிர்ச்சியுற்றார்கள். அரசியலுக்கும் மதத்திற்கும் இடையே நடந்த போர் அகழ்வாராய்ச்சித் துறைக்குப் பேரிழப்பானது.[5]

இஸ்ரேலியர்கள் அமைதிக்கான நம்பிக்கையை இன்னமும் இழக்கவில்லை. 2000ஆம் ஆண்டு ஜூலை மாதம் ஜனாதிபதி கிளிண்டன், புதிய பிரதம மந்திரி எகுட் பராக்கையும் அராபத்தையும் ஒன்று சேர்ந்து பேசவைத்தார். பராக் மிகவும் துணிச்சலுடன் ஓர் இறுதி அறிவிப்பை வெளியிட்டார்.

மேற்குக்கரையில் 91 விழுக்காடும், பாலஸ்தீன தலைநகராக அபுடிஸ்சையும் மற்றும் கிழக்கு ஜெருசலேமிலுள்ள அரேபிய புறநகர்ப் பகுதிகளையும் கொடுக்க முன்வந்தார். பழைய நகரம் இஸ்ரேலின் ஆளுகைக்கு உட்பட்டிருக்கும். ஆனால் முஸ்லிம் குடியிருப்புப் பகுதிக்கும், கிறிஸ்துவ குடியிருப்புப் பகுதிக்கும், திருக்கோயில் மலைக்கும் பாலஸ்தீன அரசு பாதுகாவலராக இருக்கும். புனித வழிபாட்டு இடத்திற்கு அடியில் இருக்கும் பூமியும் நிலவறைப் பாதைகளும் இஸ்ரேலைச் சேர்ந்ததாக இருக்கும். பராக்கின் அறிவிப் பின்படி யூதர்கள் குறிப்பிட்ட எண்ணிக்கையில் திருக்கோயில் மலையில் ஓரிடத்தில் வழிபாடு இயற்ற முதன்முதலாக அனுமதிக்கப் பட்டார்கள். பழைய நகரில் இராணுவம் விலக்கிக் கொள்ளப்பட்டு எல்லோருக்கும் பொதுவான இடமாக இருக்கும்.

முன்பே பழைய நகரில் பாதிப்பகுதி கொடுக்கப்பட்டிருந்த போதிலும் அராபத், ஆர்மீனியர்களின் பகுதியையும் தங்களுக்குக் கொடுக்க வேண்டுமென்று கேட்டார். இஸ்ரேலும் இதற்கு ஒப்புக் கொண்டது. பழைய நகரில் முக்கால் பங்கு கொடுக்கப்பட்டது. இதை ஏற்றுக்கொள்ளும்படி சவுதி அராபத்தை வற்புறுத்தியது. ஆனால் அராபத் ஒரு இறுதி முடிவை ஏற்படுத்திக்கொள்ளவும், இஸ்லாமியர்கள் அனைவருக்கும் சொந்தமான கவிகை மாடத்தின் மீது இஸ்ரேல் ஆதிக்கம் செலுத்துவதையும் ஏற்றுக்கொள்ள மறுத்தார்.

'நீங்கள் என் இறுதிச் சடங்கில் கலந்துகொள்ள விரும்புகிறீர்களா?' என்று அராபத், கிளிண்டனைக் கேட்டார். ஜெருசலேமையும் புனிதமான இடங்களையும் விட்டுக்கொடுக்க முடியாதென்று இவர் கிளிண்டனிடம் கூறினார். இந்தப் பேச்சுவார்த்தையின் போது, ஜெருசலேமில் யூதக்கோயில் ஒருபோதும் இருந்ததில்லை என்றும் உண்மையில் யூதக்கோயில் சமேரிய மலையில் ஜெர்சிம் பகுதியில்தான் இருந்ததெனவும் தெரிவித்து, அராபத் இஸ்ரேலியர் களையும் அமெரிக்கர்களையும் திகைப்படையச் செய்தார். யூதர்கள் ஜெருசலேம் தங்களுக்குரிய புனிதமான இடமென்று கூறுவது ஒரு நவீன கண்டுபிடிப்பு எனவும் அராபத் கூறினார். இதே ஆண்டில்

கிளிண்டன் ஆட்சியின் இறுதி வாரங்களில் நடந்த பேச்சுவார்த்தையில், திருக்கோயில் மலையின் முழு ஆளுமை உரிமையைப் பாலஸ்தீனத்திற்கு அளித்து, புனிதமான இடங்களில் மட்டும் அடையாள ரீதியான தொடர்பு வைத்துக்கொள்ள இஸ்ரேல் முன்வந்தது. ஆனால் அராபத் இதையும் மறுத்துவிட்டார்.

2000ஆண்டு செப்டம்பர் 28ஆம் தேதி லிக்குட் எதிர்க் கட்சியின் தலைவராக இருந்த ஷெரான் 'அமைதிச் செய்தி' என்ற பெயரில் இஸ்ரேல் காவல்படையின் பாதுகாப்புடன் திருக்கோயில் மலைக்கு ஊர்வலமாகச் சென்றார். இச்செய்கை இஸ்லாமியர்களின் விருப்பத்திற்கு உகந்த அக்ஸா கவிகை மாடத்திற்கு அச்சுறுத்தல் விடுப்பதாக இருந்ததுடன், பராக்கிற்கும் பிரச்சனைகளை ஏற்படுத்தியது. இது அக்ஸா இண்டிபேடா என்ற பெயரில் மீண்டும் கலவரங்களையும் கல்லெறிதல் நிகழ்ச்சிகளையும் தோற்றுவித்தது. பேட்டா, ஹமாஸ் தற்கொலைப்படைகளும், படை சாராத மக்களைக் கொன்றது. முதல் இண்டிபேடா (மக்கள் சுய எழுச்சி) பாலஸ்தீனர்களுக்கு உதவியபோதிலும், இரண்டாவது இண்டிபேடா இஸ்ரேலியர்களிடம் அமைதிக்கான நம்பிக்கையை இழக்கச் செய்தது. எனவே ஷெரான் தேர்தலில் தேர்ந்தெடுக்கப்பட்டார். இறுதியாக பாலஸ்தீனர்களுக்கு இடையேயும் பிளவு ஏற்பட்டது.

ஷெரான் பாலஸ்தீன அதிகாரக் குழுவை அடக்கி இண்டிபேடாவை ஒடுக்கி, அராபத்தைச் சிறுமைப்படுத்தினார். 2004ஆம் ஆண்டு அராபத் இறந்தபோது அவரது உடலைத் திருக்கோயில் மலையில் அடக்கம் செய்ய இஸ்ரேல் அனுமதி மறுத்தது. அராபத்தைத் தொடர்ந்து அதிகாரத்துக்கு வந்த அப்பாஸ் 2006ஆம் ஆண்டு ஹமாஸிடம் தோற்றார். சிறு போராட்டத்திற்குப் பின் ஹமாஸ் காஜாவைக் கைப்பற்றிக்கொண்டார். அப்பாஸின் பேட்டா தொடர்ந்து மேற்குப் பகுதியைத் தன் ஆளுகைக்குள் வைத்திருந்தது. ஷெரான் ஜெருசலேமில் ஒரு கான்கிரீட் பாதுகாப்புச் சுவரை ஏற்படுத்தினார். ஆனால் இது தற்கொலைப்படையின் குண்டு வீச்சுக்களில் இருந்து பாதுகாப்பு அளிக்கவில்லை.

அமைதி விதைகள் பாறையில் விழுந்து பாறையையும் நச்சுப்படுத்தியது. அமைதியை ஏற்படுத்தியவர்கள் மதிப்பிழந்தனர். ஜெருசலேம் நகரம் இன்று மனோவியாதி கொண்ட ஒரு நகரமாகவே உள்ளது. யூதர்களும் அரேபியர்களும் ஒருவர் மற்றொருவர் பகுதிக்குச் செல்லவே அஞ்சினார்கள். தீவிரப் பழைமைப்பற்றாளர்களாக இருந்த யூதர்கள், மதச்சார்பற்ற யூதர்களைத் தவிர்த்தார்கள். ஓய்வுத்திருநாளை கடைபிடிக்காத மற்றும், மதத்திற்குப் புறம்பான

ஆடைகளை அணிந்துகொண்ட மதச்சார்பற்ற யூதர்கள் மீது தீவிரப் பழைமைப்பற்றாளர்களான யூதர்கள் கல்லெறிந்தார்கள். மீட்பாளர் நம்பிக்கை கொண்ட யூதர்கள் முஸ்லிம்களுக்குத் தொல்லை விளைவிக்கும் நோக்கில் காவல்படையின் தடையை மீறி திருக்கோயில் மலையில் வழிபாடு இயற்ற முயன்றார்கள். கிறிஸ்துவக் குழுக்கள் தங்களுக்குள் சண்டையிட்டுக் கொண்டனர். ஜெருசலேம்வாசிகள் இறுக்கமான முகங்களுடன் கோபமான வார்த்தைகளையே பேசினார்கள். மூன்று வெவ்வேறு மத நம்பிக்கை கொண்டவர்களும், ஒரு தெய்வீகத் திட்டத்தை நிறை வேற்றுவதாகக் கருதிக்கொண்டு, நாளை என்ன நடக்குமென்பதை அறியாதவர்களாக இருந்தனர்.

நாளை

பூமியில் வேறெங்கும் இல்லாத வகையில், ஜெருசலேமில் சகிப்புத் தன்மையையும் பங்கிட்டுக் கொள்ளுதலையும் தாராள மனப் பான்மையையும் வழங்கவல்ல ஒருதுளி அமுதத்தைப் பெற விரும்பி, அதைத் தேடிப் பெறவே நாம் விரும்புகிறோம். இதுவே பூமியைத் தன்வசப்படுத்திக் கொள்ளும் எண்ணத்திற்கும் நச்சுத்தன்மை கொண்ட முற்சார்பு எண்ணங்களுக்கும் ஒரு மாற்று மருந்தாக இருக்க முடியும். இன்று ஜெருசலேம் ஒரு அழகான நகரமாக இல்லை. இரண்டாயிரம் ஆண்டுகளாக இது யூதர்களை அதிகமாகக் கொண்ட நகரமாகவும் இல்லை. இருப்பினும் மக்கள் நெருக்கம் மிகுந்த பாலஸ்தீன நாடாக உள்ளது.⁶ இந்த நகரின் யூதப் பண்புக்கூறு செயற்கையான கூட்டிணைப்பால் இதன் பண்பியல்பாக மாற்றிக் காட்டப்படுகிறது. இது நகரின் கடந்த காலத்தையும் நிகழ்காலத் தையும் மாற்றி வெளிப்படுத்தும் முயற்சியாகும்.

குடியேற்றதாரர்கள், அரேபியர்கள், யூதர்கள், அயல் நாட்டுக் காரர்கள் மற்றும் பலரின் கால அட்டவணையாகவே ஜெருசலேமின் வரலாறு இருந்துள்ளது. இந்த நகரின் நிலப்பரப்பு பலமுறை வளர்ந்தும் குறைந்தும் இருந்துள்ளது. ஆயிரம் ஆண்டுகளுக்கும் மேலாக, இஸ்லாமிய ஆட்சியில் சான்றோர்களும் சூஃபிக்களும் அரேபியப் புனிதப் பயணிகளும் துருக்கியர்களும் சூடானியர்களும் ஈரானியர்களும் குர்ட் இனத்தவர்களும் மேக்ரிபீஸ்களும் இந்தியர்களும் ஆர்மீனிய கிறிஸ்துவர்களும் செர்பியன்களும் ஜியர்ஜியன்களும் ரஷ்யர்களும் ரஷ்ய யூதர்களும் இங்கு குடியேறியிருக்கிறார்கள். எனவே இந்த நகரை நடுநிலக்கடலின் கிழக்குக்கரை நாடுகளைச் சார்ந்த நகரமென்று அரேபிய லாரென்ஸ் குறிப்பிடுகிறார். இதுவே இந்த நகரின் உள்ளியல்பாக உள்ளது.

சுவருக்குப் புறத்தேயுள்ள புறநகர்ப் பகுதிகளில் அரேபியர்களும் யூதர்களும் ஐரோப்பியர்களும் 1860ஆம் ஆண்டிற்கும் 1948ஆம் ஆண்டிற்கும் இடையேயுள்ள காலத்திலேயே புதிய குடியிருப்புக் களை ஏற்படுத்திக் கொண்டார்கள் என்பதை நாம் மறந்து விட்டோம். தேக்சாரா போன்ற அரேபிய குடியேற்றப் பகுதிகள் யூதர்களின் குடியேற்றப் பகுதிகளைவிடப் பழைமையானவையும் சட்ட பூர்வமானவையும் அல்ல.

முஸ்லிம்களும் யூதர்களும் மறுக்க இயலாத வகையில் வரலாற்று ரீதியாக உரிமைகளைக் கோரி வந்திருக்கிறார்கள். யூதர்கள் மூவாயிரம் ஆண்டுகளாக இந்த நகரில் வசித்து, இந்த நகரை மதித்தும் போற்றியும் வந்திருக்கிறார்கள். இங்கு குடியேறவும் வசிக்கவும் அரேபியர்களைப் போல் யூதர்களுக்கும் நியாயமான உரிமையுள்ளது. சில காலங்களில் யூதர்களின் நியாயமான குடியேற்றமும் சட்டவிரோதமானதாக்கப் பட்டது.

2010ஆம் ஆண்டு இஸ்ரேலியர்கள் ‘குர்வா’ யூதத் திருக் கோயிலைச் சீரமைத்து மீண்டும் கட்டினார்கள். இது 1948ஆம் ஆண்டு ஜோர்டானியர்களால் இடிக்கப்பட்டது. இந்த நிகழ்வு ஐரோப்பிய ஊடகங்களின் விமர்சனத்தையும் ஜெருசலேமில் கலவரத்தையும் தூண்டியது.

ஆனால் தற்போது ஜெருசலேமில் வசிக்கும் அரேபியர்கள், தாங்கள் துன்புறுத்தப்படுவதாகவும் தங்களது சொத்துகள் சந்தேகத்திற் கிடமான சட்டங்களின் மூலம் பறிக்கப்பட்டு புதிய யூத குடியிருப்புப் பகுதிகள் ஏற்படுத்தப்படுவதாகவும் கருதுகிறார்கள். இத்தகைய பணி களைத் தெய்வீகப் பணியாகக் கருதும் ஒரு பிரிவினர் ஊக்குவிப்ப தாகவும் கருதப்படுகிறது. அரேபிய குடியிருப்புப் பகுதிகளைச் சுற்றி புதிய குடியிருப்புப் பகுதிகளை அமைப்பது, நகரைப் பிரிப்பது ஆகியவை அமைதிப் பேச்சுவார்த்தையைத் தடுப்பதற்காகச் செய்யப் பட்டதென்று அரேபியர்கள் கருதினார்கள். அரேபிய குடியிருப்புப் பகுதிகளுக்கு நகர அமைப்பின்கீழ் அடிப்படை வசதிகளும் மறுக்கப் பட்டன. இது போன்ற திட்டங்கள் யூதர்களின் நல்ல திட்டங் களையும் சந்தேகிக்க வழி செய்தது.

இஸ்ரேல் இரண்டு வழிகளில் பயணிக்க வேண்டியிருந்தது. ஒன்று, மதச்சார்புடைய தேசிய அரசின் வழி. மற்றொன்று, மேற்கத்திய நாடுகளின் தாக்கத்தைப் பெற்றிருந்த டெல் அவிவ் பகுதியில் வசிக்கும் முற்போக்குவாதிகளின் வழி. ஜெருசலேமில் நிறைவேற்றப் பட்ட தேசிய திட்டங்களும் மேற்குக்கரையில் ஏற்படுத்தப்பட்ட

புதிய குடியிருப்புப் பகுதிகளும் யூத ஜெருசலேமிற்கு நன்மை விளை விப்பதற்கு மாறாக இஸ்ரேலுக்கு அதிக தீங்கையே ஏற்படுத்தியது.[7]

காலத்திற்கேற்ப கருத்துகளும் மாறுகின்றன. ஜெருசலேம் இஸ்ரேலின் தலைநகரம் இல்லையென்றாலும், மற்ற நாடுகளைப் போல் தன்னைப் பாதுகாத்துக் கொள்ளும் உரிமையும் வளமாக்கிக் கொள்ளும் உரிமையும் இஸ்ரேலுக்கு உண்டு.

வரலாற்று நோக்கில் இஸ்ரேல் இறை நம்பிக்கையாளர்களின் பாதுகாவலன் என்ற கொள்கைக்கு சில புதிய குடியேற்றப் பகுதிகள் களங்கம் விளைவிப்பதாகவே உள்ளன. வரலாற்றில் முதன்முறையாக இன்று யூதர்களும் கிறிஸ்துவர்களும் முஸ்லிம்களும் அவர்களுடைய கோயில்களில் சுதந்திரமாக வழிபட முடியுமென்று இலி வீய்ஸெல் என்பவர் 2010ஆம் ஆண்டு அமெரிக்க ஜனாதிபதி ஒபாமாவுக்கு ஒரு திறந்த கடிதம் எழுதினார். இஸ்ரேலின் ஜனநாயக ஆட்சியில் இது முற்றிலும் உண்மையாக இருக்கிறது. கி.பி 70ஆம் ஆண்டிற்குப் பின் முதன்முதலாக யூதர்கள் சுதந்திரமாக வழிபட முடிகிறது. கிறிஸ்துவர்களின் ஆட்சியில் யூதர்கள் பழைய நகரை நெருங்கவே முடியவில்லை. இஸ்லாமிய நூற்றாண்டுகளில் கிறிஸ்துவர்களும் யூதர்களும் தாழ்த்தப்பட்டவர்களாகக் கருதப்பட்டு சகித்துக் கொள்ளப் பட்டதுடன் அடிக்கடி துன்புறுத்தப்பட்டார்கள். ஐரோப்பிய அதிகார மையங்களின் பாதுகாப்பும் ஆதரவும் இல்லாத யூதர்கள், மிகவும் மோசமாக நடத்தப்பட்டார்கள். கிறிஸ்துவ ஐரோப்பா விலும் யூதர்களுக்கு இதே நிலைதான்.

இஸ்லாமியர் அல்லது கிறிஸ்துவர்களின் புனித இடங்களுக்குச் செல்லும் யூதர்கள் கொல்லப்படுவார்கள். ஆனால் யூதர்களுக்குப் புனித இடமான சுவருக்கு அருகிலுள்ள பாதையின் வழியாக யார் வேண்டுமானாலும் ஒரு கழுதையைக் கொண்டு செல்லமுடியும். இருபதாம் நூற்றாண்டிலும் யூதர்கள் சுவர் பகுதிக்குச் செல்வது பிரிட்டிஷ்காரர்களாலும் ஜோர்டானியர்களாலும் தடை செய்யப் பட்டிருந்தது. இஸ்ரேலியர்கள் குறிப்பிடும் சுற்றுச்சார்பு நிலையின் படி அனைத்து மதத்தினரும் சுதந்திரமாக வழிபட முடியுமென்ற வெய்ஸ்லினின் கூற்று முற்றிலும் உண்மையல்ல. யூதரல்லாதவர்கள் வழிபடச் செல்ல அரசு அதிகாரிகளின் அனுமதியைப் பெறும் தொல்லையைச் சந்திக்க வேண்டியிருந்தது. மேற்குக்கரையிலுள்ள பாலஸ்தீனர்கள் மேற்குக்கரைக்குச் செல்வதையும், அங்குள்ள கிறிஸ்துவ தேவாலயத்திலோ அக்ஸா பள்ளிவாசலிலோ தொழுவ தையும் கடும் முயற்சிக்குப் பின்னரே பெறவேண்டியிருந்தது.

யூதர்கள், முஸ்லிம்கள், கிறிஸ்துவர்கள் ஆகியோரிடையே வேறு பாடுகள் தோன்றாத நேரத்தில், இவர்கள் பழைய ஜெருசலேமிற்குச் சென்று, மற்றவர்கள் யாரும் இல்லாதது போல் எண்ணிக்கொண்டு தங்கள் தலைகளை நெருப்புக்கோழிகளைப் போல் மண்ணில் புதைத்துக்கொண்டார்கள். 2008ஆம் ஆண்டு யூதர்களின் புனித நாளும், முஸ்லிம்களின் ரம்ஜான் பண்டிகையும் ஒரே நேரத்தில் வந்தது. இதனால் முஸ்லிம்களும் யூதர்களும் தங்கள் புனித இடத்திலும், சுவரிலும் வழிபடக் கூடினார்கள். இந்த இடங்களுக்குச் செல்லும் குறுகிய பாதைகளில் மோசமான போக்குவரத்து நெருக்கடி ஏற்பட்டது. இதில் சிறு போராட்டங்களும் நிகழ்ந்தன. ஆனால் இவை போராட்டங்களே அல்லவென்று இதான் புரோனெர் என்பவர் 'நியூயார்க் டைம்ஸ்' பத்திரிகையில் எழுதினார்.

இந்தக் கூட்ட நெரிசலில் ஒருவருக்கொருவர் எதுவும் பேசிக் கொள்ளவில்லை. ஆனால் ஒருவரையொருவர் முந்திச் செல்ல முயன் றார்கள். இரண்டு இணையான உலகங்களைப் போல் வேறுவேறு பெயர்களைக் கொண்ட ஒவ்வொரு இடத்தையும் இரு தரப்பினரும் தங்களுடையதென உரிமை கொண்டாடினார்கள். குழுக்களாகச் சென்றவர்கள் இரவு நேரத்தில் சென்றனர்.

ஜெருசலேம் இதுவரை உலகளவில் ஒரு முக்கியத்துவத்தைப் பெற்றிருந்ததில்லை. ஆனால் இன்று மத்திய கிழக்குப்பகுதியில் சண்டைச் சேவல்கள் போரிடும் அடைப்புக் குழியாகவும், மேற்கத்திய மதச்சார்பின்மைக்கும், முஸ்லிம் அடிப்படை வாதத்திற்கும் போர்க் களமாகவும் ஜெருசலேம் மாறியுள்ளது. இஸ்ரேலுக்கும் பாலஸ் தீனத்திற்கும் இடையே நடக்கும் போர்களைப் பற்றிக் குறிப்பிடத் தேவையில்லை. நியூயார்க்கிலும் லண்டனிலும் பாரீஸிலும் உள்ள வர்கள் இறை நம்பிக்கையற்ற மதச்சார்பற்ற உலகில் வாழ்வதாகவும், இவற்றில் நம்பிக்கை உடையவர்கள் எள்ளி நகையாடப்படுவ தாகவும், இருப்பினும் ஆப்ரஹாம் மீது நம்பிக்கை கொண்ட கிறிஸ்துவர் களும், யூதர்களும், முஸ்லிம்களும் எண்ணிக்கையில் அதிகரித்திருப் பதாகவும் உணருகிறார்கள். கடவுள் அருள் வெளிப்பாட்டு நம்பிக் கையும் அரசியலும் ஏற்படுத்தக்கூடிய பின்விளைவுகள், ஜெருசலே மிற்கு அச்சமூட்டுவதாகவே இருந்தது. வளம் கொழிக்கும் அமெரிக்க ஜனநாயகம் பல்வேறு கூறுகளை உடையதாக இருந்த போதிலும் மிகப்பெரிய கிறிஸ்துவ அதிகார மையமாக இருந்தது. அமெரிக்க புராட்டஸ்டண்டு கிறிஸ்துவ உட்கிளையினர் தங்கள் இறுதி நாட்களில் ஜெருசலேமில் இருக்க வேண்டுமென்று விரும்பி னார்கள். மத்திய கிழக்குப் பகுதியில் அமைதி நிலவவும், அரேபிய அமெரிக்கக் கூட்டாளிகளுடன் நல்லுறவு தொடரவும் அமெரிக்க அரசு ஜெருசலேமை முக்கிய இடமாக கருதியது.

இஸ்ரேல் அல்கொய்ட் பகுதியை ஆண்டது, முஸ்லிம்களுக்கு ஜெருசலேமின் மீது ஆழ்ந்த அக்கறையை ஏற்படுத்தியிருந்தது. இஸ்லாமியர்களின் கோயில், பாலஸ்தீன தலைநகர் என்பதற்கு மேலாக ஒவ்வொரு ஆண்டும் கொண்டாடப்படும் 'ஜெருசலேம் நாள்' அயத்துல்லா கொய்மினியால் மிகவும் கோலாகலமாகக் கொண்டாடப்பட்டது. 'டெக்ரான்' அணுஆயுத பலத்தால் கூட்டாட்சி தலைமையைப் பெற விரும்பியது. அமெரிக்காவுடனான பனிப் போர் ஈரானிய ஷியா பிரிவினரையும் சன்னிப் பிரிவு அரேபியர் களையும் ஜெருசலேமிற்காக ஒன்றுபட வைத்தது.

லெபனானின் ஷியா ஹெஸ்போல்லாவும் காஜாவிலிருந்த சன்னிப் பிரிவின் ஹமாசும், யூத எதிர்ப்பு, அமெரிக்க எதிர்ப்பு, ஈரானிய தலைமை என்னும் மூன்று காரணங்களுக்காக ஒன்று பட்டனர். ஜெருசலேமை ஆக்கிரமித்துக்கொண்டிருக்கும் ஆட்சி, வரலாற்றின் பக்கங்களிலிருந்து மறைய வேண்டுமென்று முகமது அகமத்னி ஜாட் தெரிவித்தார். இவர் குரான் குறிப்பிடும் 'நேரம்' வந்துவிட்டதாகவும் நியாயமான மனித அல்மாடி பன்னிரண்டாவது இமாம் ஜெருசலேமை விடுவிக்க வருவாரென்றும் நம்பினார்.

இறப்பு, இறுதித் தீர்ப்பு, சொர்க்கம், நரகம் பற்றிய நம்பிக்கை கோட்பாடுகள், அரசியல் சிக்கல் இவற்றைச் சார்ந்து மூன்று வெவ்வேறு மத நம்பிக்கை கொண்டவர்களும் தேர்ந்தெடுத்துக் கொண்ட ஒரு நகரமாக ஜெருசலேம் இருந்தது. ஜெருசலேமின் கடவுள் அருள் வெளிப்பாட்டுக் கொள்கை மிகைப்படுத்தப்பட்ட தாக இருக்கலாம். ஆனால் மாறுதல்கள் அரேபிய உலகில் தாக்கத் தினை ஏற்படுத்தின. அதிகாரம், நம்பிக்கை, மக்களின் நடையுடை பாணி ஆகியவற்றை இருபத்தி நான்கு மணி நேர தொலைக்காட்சி செய்திகள் உலகிற்கு வெளிப்படுத்தின. ஜெருசலேமும் இவற்றின் தாக்கத்தைப் பெற்று மீண்டும் உலகின் மையமாக மாறியுள்ளது.

அவசரக்காரர் என்றழைக்கப்பட்ட அப்துல்லாவின் கொள்ளுப் பேரனான அரசர் இரண்டாம் அப்துல்லா, 'ஜெருசலேம் எந்த நேரத்திலும் தீப்பற்றிக் கொள்ளக்கூடிய ஒரு தீப்பெட்டி' என்று 2010ஆம் ஆண்டு எச்சரித்தார். உலகில் நம் பகுதியிலுள்ள அனைத்துப் பாதைகளும் முரண்பாடுகளும் நம்மை ஜெருசலேமிற்கே கொண்டு செல்வதாகவும் இவர் குறிப்பிட்டார். எனவே அமெரிக்க ஜனாதி பதிகளும் இரு தரப்பினரையும் ஒன்றுபடுத்தவே முயற்சித்தார்கள். இஸ்ரேலின் ஜனநாயகத்தில் அமைதியை விரும்புவர்கள் இருட்ட டிப்புக்கு உள்ளானார்கள். அரசும் வலுவற்று, பலம் பெற்றிருந்த மதச்சார்புடைய தேசியவாதிகளின் பிடியில் இருந்தது. அரேபியர் களும் சமாதானத்தை விரும்பும் ஹாமாஸ், பேட்டா மற்றும்

வன்முறை சார்புடைய இஸ்லாமியர்களையும் ஒருங்கிணைத்து ஒரு பாலஸ்தீன அரசை நிறுவ முயன்றது.

வளமிக்கதாயிருந்த மேற்குக்கரை, 'பேட்டா'வின் ஆதிக்கத்தில் இருந்தது. காஜாப்பகுதியை வைத்திருந்த செயலாற்றல் மிகுந்த அடிப்படை தீவிரவாதப் பிரிவான ஹாமாஸ் இஸ்ரேலை முற்றிலுமாக அழிப்பதைக் குறிக்கோளாகக் கொண்டிருந்தது. ஹமாஸ் படைப்பிரிவினர் அவ்வப்போது தற்கொலைப் படையின் குண்டு வீச்சுகளையும் ஏவுகணைகளையும் கொண்டு இஸ்ரேலின் தென் பகுதியைத் தாக்கி வந்தார்கள். இது இஸ்ரேலைப் பதில் தாக்குதலுக்குத் தூண்டியது.

ஐரோப்பியர்களும் அமெரிக்கர்களும் ஹமாஸ் இயக்கத்தைப் பயங்கரவாத இயக்கமாகக் கருதினார்கள். பாலஸ்தீன தேர்தல்கள் வழியாக ஒரு ஜனநாயக பாலஸ்தீன அரசை நிறுவினாலும் இரண்டு பிரிவுகளும், குறிப்பாக ஹமாஸ் பிரிவு இஸ்ரேலுடன் சமாதானம் செய்துகொள்ள முன்வருமென்று கூற முடியாது. ஒரு நேரத்தில் ஹமாஸ் வன்முறையைக் கைவிட்டு இஸ்ரேலை ஏற்றுக்கொள்ளும் சூழ்நிலை ஏற்படலாம். எகிப்து, சிரியா ஆகிய நாடுகளின் மத்திய கிழக்குப் பகுதியைப் புனரமைக்கும் புரட்சியால் ஜெருசலேம் பாதிக்கப்பட்டது.

1993ஆம் ஆண்டிலிருந்து நடந்த பேச்சுவார்த்தைகளில் உயர்வான மேன்மையான வார்த்தைகள் பேசப்பட்டன. இதற்கு மாறாக செயலளவில் நம்பிக்கையின்மையும் வன்முறை செயல்களுமே நடந்தேறின. இருதரப்பினரும் ஜெருசலேமை நிரந்தரமாகப் பிரித்துக்கொள்வதை விரும்பவில்லை என்பதையே இது தெரிவித்தது. ஜெருசலேம் தேசியம், தெய்வீக உணர்வுகள் நிரம்பிய சிக்கல்களைக் கொண்ட புதிராகவே இருந்துள்ளது. இருபதாம் நூற்றாண்டில் ஜெருசலேம் பிரச்சனைகளுக்கு நாற்பது தீர்வுத் திட்டங்கள் முன் வைக்கப்பட்டன. ஆனால் இவையனைத்தும் தோல்வியில் முடிந்தன. இன்றும் திருக்கோயில் மலையைப் பிரித்துக்கொள்ள பதின்மூன்று வெவ்வேறு வகையான திட்டங்கள் முன்வைக்கப்பட்டுள்ளன.

2010ஆம் ஆண்டு பராக்குடன் கூட்டணி வைத்துக்கொண்டு மீண்டும் பதவிக்கு வந்த நேட்டன்யாகுவை, ஜெருசலேம் குடியேற்ற அமைப்புக் கட்டடத்தைத் தற்காலிகமாக மூடி விடும்படி ஜனாதிபதி ஒபாமா கேட்டுக்கொண்டார். அமெரிக்க இஸ்ரேல் நல்லுறவு பாதிக்கப்பட்டிருந்த நேரத்திலும் ஒபாமா இரு தரப்பினரையும் ஒன்று சேர்த்துப் பேசவைத்தார். குறுகிய காலமே நீடித்த இந்தப் பேச்சுவார்த்தையில் முன்னேற்றம் எதுவும் ஏற்படவில்லை. தன்னுடைய

பாதுகாப்பிற்கும் புகழுக்கும் ஆபத்தை விளைவிக்கும் என்ற போதிலும், இஸ்ரேல் புதிய குடியிருப்புகளை ஏற்படுத்தும் கொள் கையில் உறுதியாக இருந்தது. ஆனால் இதைப் பேச்சுவார்த்தையின் மூலம் தீர்த்துக்கொள்ள முடியும். எதிர்தரப்பிலிருந்த அடிப் படைவாதிகளும் பிரச்சனைகளை ஏற்படுத்தினார்கள்.

ராபின், பராக், ஒல்மெர்ட் ஆகியோரின் ஆட்சிக்காலத்திலும் இஸ்ரேல் ஜெருசலேமையும் பழைய நகரையும் பிரித்துக்கொள்ள முன்வந்தது. 1993ஆம் ஆண்டிலிருந்து இருபது ஆண்டுகள் பேச்சு வார்த்தைகள் நடந்தும் பாலஸ்தீனர்கள் நகரைப் பங்கிட்டுக்கொள்ள ஒருபோதும் சம்மதிக்கவில்லை; இருப்பினும் நம்பிக்கை இருந்தது. 2007, 2008ஆம் ஆண்டுகளில் ரகசியப் பேச்சுவார்த்தைகளும் நடத்தப் பட்டன. இருதரப்பினரும் பேச்சுவார்த்தைகளில் விட்டுக்கொடுக்கும் தாராள மனப்பான்மையுடன் நடந்துகொண்டார்கள். இவர்கள் முயற்சியும் வெற்றிபெறும் நிலையை நெருங்கியது. ஆனால் இந்த நேரம் ஒரு தரப்பினருக்கு மோசமான நேரமாக இருந்தது. இந்த ரகசியப் பேச்சுவார்தைகள் பற்றிய செய்தி வெளியானவுடன் அரேபியர்கள் தங்களுக்குத் துரோகமிழைக்கப்பட்டு விட்டதாகக் குற்றம் சாட்டினார்கள்.

ஜெருசலேம் தற்போதுள்ள நிலையிலேயே பல ஆண்டுகள் நீடித்திருக்கமுடியும். அமைதி ஏற்பட்டால் இரண்டு அரசுகள் ஏற்படும். இஸ்ரேல் அரேபியர்களுக்கு நீதியை வழங்கி, அவர்களை மதிக்கும் ஜனநாயக நாடாக இருக்கவேண்டிய அவசியம் ஏற்படும். பாலஸ்தீன நாட்டின் உருவமைப்பு பற்றியும் பிரித்துக்கொள்ளும் ஜெருசலேமினைப் பற்றியும் இருதரப்பினரும் நன்கு அறிந்திருந்தார்கள். இரண்டு நாடுகளுக்கும் ஜெருசலேம் தலைநகராக இருக்கும். அரேபியப் புறநகர்ப் பகுதிகள் பாலஸ்தீனத்துடன் இணைந் திருக்கும். யூதர்களின் புறநகர்ப் பகுதிகள் இஸ்ரேலுடன் இணைந் திருக்கும். இவ்வாறு ஆஸ்லோ பேச்சுவார்த்தையை முன்னின்று நடத்திய ஷீமான் பிரெஸ் தெரிவித்தார்.

ஜெருசலேம் பகுதியிலுள்ள பன்னிரண்டு குடியிருப்புப் பகுதிகளை இஸ்ரேல் பெற்றுக்கொள்ளும்; கிளிண்டன் வகுத்த விதிமுறைகளின்படி இதை ஈடுசெய்ய பாலஸ்தீனர்களுக்கு வேறு பகுதியில் தன் நிலத்தை இஸ்ரேல் விட்டுக் கொடுக்கும். மேற்குக் கரையிலுள்ள குடியிருப்புப் பகுதிகளை இஸ்ரேல் அகற்றிக்கொள்ளும். இது எளிதாகத் தோன்றினாலும், பழைய நகரம் பிரச்சனையாகவே உள்ளதென்று ஷீமோன் பிரெஸ் குறிப்பிட்டார்.

நாட்டின் ஆளுமையை நாம் மதத்திலிருந்து வேறுபடுத்தி அறிந்துகொள்ளவேண்டும். ஒவ்வொருவரும் தங்கள் கோயில் களைத் தங்கள் கட்டுப்பாட்டிற்குள் வைத்துக்கொள்ள முடியும். ஆனால் ஒருவர் பழைய நகரைத் துண்டுகளாக்க முடியாது.

பழைய நகரம் இராணுவத் தொடர்பற்ற வாடிகன் நகரைப் போல் அனைத்து நாடுகளின் குழு ஒன்றினால் நிர்வகிக்கப்பட்டு, அரேபிய–இஸ்ரேலிய கூட்டு ரோந்துப்படை அல்லது உலக நாடுகளின் பொறுப்பில் இருக்கவேண்டியது. அரேபியர்கள் அமெரிக் காவை ஏற்றுக்கொள்ள மாட்டார்கள். இஸ்ரேலியர்கள் ஐக்கிய நாடுகள் சபையையும், ஐரோப்பியக் கூட்டமைப்பையும் நம்ப வில்லை. எனவே இந்தப் பணியை நேட்டோ அமைப்புதான் ரஷ்யா வுடன் சேர்ந்து செய்யமுடியும். ரஷ்யாவும் ஜெருசலேமில் மீண்டும் முக்கிய பங்கேற்க விரும்பியது.[8] திருக்கோயில் மலையையும் உலக மயமாக்கமுடியாது. ஏனெனில் திருக்கோயிலின் அடித்தளக் கல்லுக்குப் பிறர் உரிமை கோருவதை எந்த இஸ்ரேல் அரசியல் வாதியும் ஒப்புக்கொள்ளமாட்டார்கள். இதேபோல் எந்தவொரு அரேபிய ஆளுநரும் மேன்மையான தங்கள் புனித இடத்தை இஸ்ரேலின் முழு ஆளுமைக்கு விட்டுவிட்டு உயிருடனிருக்க மாட்டார்கள். மேலும் அனைத்து நாடுகளுக்கும் உரிமையுள்ளதாக ஆக்கப்பட்ட டான்ஜிக், ட்ரைஸ்டி போன்ற நகரங்களின் முடிவு மோசமானதாகவே இருந்திருக்கிறது.

திருக்கோயில் மலையைப் பிரிப்பது எளிதல்ல. ஹாரம் கோட்டெல், கவிகை மாடம், அக்ஸா, சுவர் ஆகிய அனைத்தும் ஒருங்கிணைந்த ஒரு கட்டுமானத்தின் பகுதிகளாக இருப்பவை. ஒருவரும் புனிதத்தன்மை தனக்கே சொந்தமென்று கூற முடியா தென்றும், ஜெருசலேம் ஒரு ஒளிப்பிழம்பு, இதை யாரும் பிரிக்க முடியாதென்றும் பிரெஸ் தெரிவித்தார். இது ஒளிப் பிழம்போ இல்லையோ யாரோ ஒருவர் அதற்கு இறையாண்மையை ஏற்க வேண்டும். நில மேற்பரப்பினை முஸ்லிம்களுக்குக் கொடுப்பதெனவும், இதற்கு அடியிலுள்ள நிலவறைப் பாதைகளையும் நீர்த்தேக்கங் களையும் இஸ்ரேல் எடுத்துக்கொள்வதென்றும் சில திட்டங்கள் முன்னிலைப் படுத்தப்பட்டன. இந்தத் திட்டத்தின்படி அஸ்திவாரக் கல் இஸ்ரேலைச் சேரும். சிக்கல் நிறைந்த புதிராக இருக்கும் அடி நிலக் குகைகளும் குழாய்களும் நீர்வழித் தடங்களும் ஜெருசலே மிற்கே சிறப்பாக உரியவையாகும். பூமி யாருக்குச் சொந்தம், நிலம் யாருக்குச் சொந்தம், விண்ணுலகு யாருக்குச் சொந்தம் என்பதே ஜெருசலேம்வாசிகளின் முன்னுள்ள பிரச்சனையாகும்.

ஜெருசலேமின் மற்ற இயல்புக் கூறுகளைக் கருத்தில் கொள் ளாமல் நிலைத்து நிற்கும் வகையில் எந்தவித ஏற்பாடும் செய்து கொள்ளமுடியாது. அரசியல் இறையாண்மையை வரைபடத்தில் மட்டுமே காட்ட முடியும். இந்த இறையாண்மையைச் சட்ட பூர்வமான உடன்படிக்கைகள் மூலம் வெளிப்படுத்தவும், மிக் போர் விமானங்களைக் கொண்டு அமல்படுத்தவும் முடியும். ஆனால் இத்தகைய செயல்கள் வரலாறு சார்ந்ததாகவும், உணர்வுபூர்வமான தாகவும் இருந்தாலொழிய அர்த்தமற்றதாகவும் பயனற்றதாகவுமே முடியும்.

சதாத் குறிப்பிட்டதுபோல் அரேபிய–இஸ்ரேலிய பிரச்சனை உளவியல் சார்ந்த ஒன்றாகும். ஹெராடு காலத்திய நீர்த்தொட்டிகள் பாலஸ்தீனர்களுக்கு உரியதா? இஸ்ரேலுக்குரியதா? என்பதைவிட, இதயபூர்வமான பரஸ்பர நம்பிக்கையும் மதிப்புமே உண்மையில் அமைதியை ஏற்படுத்தும். இருவருமே மற்றவர் வரலாற்றை மறுக் கிறார்கள். ஒருவருடைய தொன்மையான மரபுச் சிறப்பினை மற்றவர் ஏற்று மதிக்க இந்நூல் தூண்ட வேண்டுமென்பதே ஆசிரியரின் நோக்கமாகும். யூதர்களின் வரலாற்றை அராபத் மறுத்தது மோசமான செயலென்று அவருடைய வரலாற்றாளர்களே கருது கிறார்கள். (இவர்களும் தனிப்பட்ட முறையில் யூதர்களின் வரலாற்றை ஒப்புக்கொள்கிறார்கள்.) ஆனால் யாரும் துணிந்து அராபத்தின் கருத்துகளை மறுக்க முன்வரவில்லை.

தத்துவவாதியாக இருந்த சாரி நுஸைபெக் மட்டுமே முன்பு யூதத் திருக்கோயில் இருந்த இடத்தில்தான் தற்போது ஹாரம் அல் ஷாரிப் உள்ளதென்பதை 2010ஆம் ஆண்டில் துணிவுடன் ஒப்புக் கொண்டுள்ளார். இஸ்ரேலியக் குடியேற்ற அமைப்பின் கட்டடம் அரேபியர்களின் நம்பிக்கையைக் குலைத்ததுடன், பாலஸ்தீன அரசு அமைவதை நடைமுறையில் சாத்தியமில்லாமல் ஆக்கியிருக்கிறது. ஹமாஸ் இஸ்ரேலின்மீது ஏவுகணைகளைச் செலுத்துவது ஒரு போர்ச்செயலாகும். பாலஸ்தீனர்கள் தொன்மையான யூதர்களின் மரபுரிமையை மறுப்பதும் நவீன யூத அரசின் யூதப்பண்பினை ஏற்றுக்கொள்ள மறுப்பதும் அமைதிக்குத் தடைக்கற்களாக உள்ளன. ஒவ்வொரு தரப்பினரும் மற்ற தரப்பினர் சந்தித்த துன்ப வியல் சார்ந்த நிகழ்வுகளையும் அவர்களது அருஞ்செயல்களையும் புரிந்துகொள்ள வேண்டும். ஒருவர் மற்றவரை விரோதியாகக் கருதும்வரை இது சாத்தியமில்லை. தீவிரவாதிகள் திருக்கோயிலை எந்த நேரத்திலும் தகர்த்துவிடலாம். இச்செய்கையின் வாயிலாக உலகின் இதயத்தை நொறுங்கச் செய்து, தீர்ப்புநாள் நெருங்கி

வருவதாகவும் கிறிஸ்துவுக்கும் கிறிஸ்துவுக்கு எதிரானவர்களுக்கும் இடையே போர் தொடங்கிவிட்டதெனவும் அடிப்படைவாதிகளை மனநிறைவு கொள்ளச் செய்யலாம்.

தற்போது நெகெவ் பகுதியில் வசித்துவரும் எழுத்தாளர் அமோஸ் ஆஸ் நகைப்பிற்கிடமான ஜெருசலேமின் சூழலைப் பற்றி இவ்வாறு குறிப்பிடுகிறார்: 'புனித இடங்களிலுள்ள ஒவ்வொரு கல்லையும் அகற்றி ஸ்காண்டிநேவியாவுக்கு அனுப்பி, அங்கு நூறாண்டுகள் வைத்திருக்கவேண்டும். ஜெருசலேமிலுள்ள ஒவ்வொரு வரும் ஒற்றுமையாக வாழக் கற்றுக்கொள்ளும் வரை இந்தக் கற்களைத் திருப்பி அனுப்பக்கூடாது.'

ஜெருசலேம் நகரம் ஆயிரம் ஆண்டுகள் யூதர்களுக்கு உரியதாகவும், 1300 ஆண்டுகள் இஸ்லாமியர்களுக்கு உரியதாகவும், நானூறு ஆண்டுகள் கிறிஸ்துவர்களுக்கு உரியதாகவும் இருந்து வந்திருக்கிறது. மூன்று மத நம்பிக்கை கொண்ட இவர்களில் யாரும் வாள் படைத்துறை, கல்லுமிழ் கவண் அல்லது குட்டைரக பீரங்கி களின் துணையின்றி ஜெருசலேமை அடையவில்லை. இவர்களுடைய தேசிய வரலாறு, இவர்கள் அடைந்த தவிர்க்கமுடியாத முன்னேற்றங் களையும் வெற்றிகளையும் தோல்விகளையும் பற்றித் தெரிவிக் கின்றன. ஆனால் இவர்களது வரலாற்றில் தவிர்க்க முடியாதவை என்று எதுவுமில்லை. ஒவ்வொருவருக்கும் தெரிவு செய்துகொள்ள வாய்ப்புகள் இருந்தன. ஜெருசலேம்வாசிகளின் அடையாளமும் விதியும் தெளிவற்றதாகவே இருந்தது. ஹெராட் காலத்திலும் சிலுவைப் போர்கள் காலத்திலும் ஜெருசலேம் பிரிட்டிஷ் ஆளுகைக்கு உட்பட்டிருந்த காலத்திலும் ஜெருசலேமில் வாழ்க்கை வேறுபாடு உடையதாக இன்று நமக்கிருப்பது போலவே சிக்கல்கள் நிறைந்த தாக இருந்தது. ஒரு பக்கம் வளர்ச்சியும், மற்றொரு பக்கத்தில் நாடகப் பாங்கான புரட்சிகளும் காணப்பட்டன.

சுரங்கவெடி, இரும்பு, ரத்தம் ஆகியவை சில நேரங்களில் ஜெருசலேமை மாற்றின. சில நேரங்களில் மரபு வழியில் வந்த பாடல்களும் கதைகளும் சிற்பங்களும் வளைந்து நெளிந்து செல்லும் படிகளில் மரபுவழியில் வந்தவர்களின் செயல்பாடுகளும் அண்டை யில் இருப்பவரின் வாயிலை ஆக்கிரமித்துக்கொள்ளும் செயல் களும் ஜெருசலேமை மாற்றின. ஜெருசலேம் நேசிக்கக் கூடியதாகவும் அதேநேரத்தில் வெறுப்பூட்டக் கூடியதாகவும் இருந்தது. அழ குணர்ச்சியுடன் கூடிய எழில் நலமும் அடிக்கடி தோன்றும் அமைதிச் சீர்குலைவும் சேர்ந்தே இருந்தன. ஒவ்வொரு நாள் விடிய லிலும் மூன்று மதத்தவர்களின் கோயில்களும் அவரவர் வழியில் சுறுசுறுப்புடன் இயங்கத் தொடங்குகின்றன.

இன்று காலை

காலை *4.30* மணிக்கு மேற்குச்சுவர் மற்றும் ஏனைய புனித இடங்களின் புரோகிதரான யூத மதகுரு சாமுவேல் ராபினோவிட்ஸ் தன்னுடைய அன்றாட வழிபாட்டைத் தொடங்கி மோசஸின் இறை நீதித்தொகுதி அல்லது இறைவன் திருவுள்ள வெளிப்பாட்டைப் படிக்கிறார். இவர் யூதக் குடியிருப்புப் பகுதியின் வழியாக சுவர் இருக்கும் இடத்திற்குச் செல்கிறார். ஹெராடு காலத்திய கற்பாளங்கள் இருளிலும் ஒளி உமிழ்கின்றன. யூதர்கள் இங்கு நாள் முழுவதும் வழிபடுகிறார்கள். நாற்பது வயதான யூத மதகுரு ஏழு தலைமுறை களுக்கு முன் ரஷ்யாவிலிருந்து வந்து ஜெருசலேமில் குடியேறியவர். இவர் ஜெரெர் பகுதியிலுள்ள குடும்பத்தைச் சேர்ந்தவர். தாடியும் நீலநிறக் கண்களும் கொண்ட இவர், கண்ணாடியும் கறுப்புநிற ஆடையும் தலைக்குல்லாயும் அணிந்திருந்தார். கடுங்குளிராக இருந் தாலும் வெப்பமாக இருந்தாலும் மழையானாலும் பனிப்பொழி வானாலும் யூதக்குடியிருப்புப் பகுதி வழியாக நடந்து சென்று ஹெராடின் சுவரைக் காண இவர் தவறுவதில்லை.

உலகிலேயே மிகப்பெரிய யூதத் திருக்கோயிலை நெருங்கும் போது இவரது இதயம் துடிக்கிறது. இங்குள்ள கற்களுடன் இவருக் குள்ள தனிப்பட்ட தொடர்பை விவரிக்க இயலாது. அது ஆன்மீக மானது. ஹெராடின் கற்பாளங்களுக்கு மேலே பாறை கவிகை மாடமும், அல் அக்ஸா பள்ளிவாசலும் உள்ளது. திருக்கோயில் மலையை யூதர்கள் ஆக்கிரமித்திருப்பதாகக் கூறுவதை ஏற்றுக் கொள்ளாத இவர், 'நம் எல்லோருக்கும் இங்கு இடமுள்ளது. ஒருநாள் கடவுள் கோயிலை மீண்டும் கட்டலாம்; மனிதர்கள் இதில் தலையிட வேண்டியதில்லை; இது கடவுளின் சொந்த பிரச்சனை' என்று தெரிவிக்கிறார்.

யூத மதகுரு என்ற முறையில் சுவரைத் தூய்மையாகப் பாதுகாத்து வைத்திருக்கிறார். சுவரின் கற்களுக்கு இடையேயுள்ள இடுக்குகளில் வழிபாட்டாளர்களின் வேண்டுதல்கள் தாளில் எழுதி சொருகி வைக்கப்பட்டுள்ளன. எகிப்தியர்களிடமிருந்து விடுதலை பெற்றதைக் கொண்டாடும் யூதத் திருவிழாவின்போதும், 'ரோஷ் ஹாஸ்க நாக்' பண்டிகையின் போதும் ஆண்டிற்கு இருமுறை சுவர் இடுக்குகளில் சொருகப்பட்ட தாள்கள் அகற்றப்படுகின்றன. புனிதமானதாகக் கருதப்படும் இவற்றை மதகுரு ஆலிவ் மலையில் புதைத்து விடுகிறார்.

இவர் சுவரை அடையும் நேரத்தில் சூரியன் உதிக்கத் தொடங்கு கிறது. இவரது வருகைக்கு முன்னரே இங்கு *700* யூதர்கள்

வழிபட்டுக் கொண்டிருக்கிறார்கள். இவர் வழக்கமாகச் சந்திக்கும் 'மின்யான்' எனப்படும் வழிபாட்டுக் குழுவைச் சுவருக்கு அருகில் சந்திக்கிறார். (மின்யான் என்ற பதின்மூன்று அல்லது அதற்கு மேற்பட்ட வயதுடைய பத்து யூத ஆண்களைக் கொண்ட குழு, வழிபாடு தொடங்குவதற்கு முன்பே அங்கு இருக்கவேண்டும் என்பது பழைமையான யூத மதக் கொள்கையாகும்.) இவர் பேசும் முதல் வார்த்தை கடவுளுக்கே உரியதென்பதால் இவர் மின்யான் குழுவி னரைக் கண்டு தலையசைப்பதோ பேசுவதோ கிடையாது. பின்பு இவர் டெஃப்ளின் என்னும் கைப்பட்டையைத் தன் கைகளில் சுற்றிக் கொள்கிறார். கடவுள் அமைதியை ஏற்படுத்துவார் என்று முடியும் ஷாசாரிட் எனப்படும் வழிபாட்டு வாசகத்தை ஓதுகிறார். இதைச் செய்து முடித்தபிறகே வழிபட வந்திருக்கும் நண்பர்களுடன் பேசுகிறார். சுவர்ப்பகுதியின் ஒருநாள் இந்த நிகழ்ச்சியிலிருந்துதான் தொடங்குகிறது.

அதிகாலை நான்கு மணிக்குச் சற்றுமுன் யூதக் குடியிருப்புப் பகுதியில் யூத மதகுரு ராபினோவிட்ஸ் படுக்கையை விட்டு எழும் நேரத்தில், ஷேக்சாரா குடியிருப்புப் பகுதியிலுள்ள வாஜிக் அல் நுஸைபெக் வீட்டு ஜன்னலில் இருந்து ஒரு சிறிய கூழாங்கல் வெளிப் படுகிறது. நுஸைபெக் தன் வீட்டுக் கதவைத் திறக்கிறார். எண்பது வயதான அடெட் அல்சுதே ஒரு கனமான பன்னிரண்டு அங்குல நீளமுள்ள மத்தியகால உலோக சாவியை நுஸைபெக்கிடம் கொடுக் கிறார். அறுபது வயதுள்ள நுஸைபெக் ஜெருசலேமிலுள்ள சிறந்த குடும்பங்களில் ஒன்றின் வழிவந்தவர்.[9] மேற்கத்திய பாணியில் உடை யணிந்திருந்த இவர் டமாஸ்கஸ் வாயில் வழியாகக் கீழ்யுள்ள இயேசுவின் உடல் கிடத்தப்பட்ட புனிதக் கல்லறை தேவாலயத் திற்குச் செல்கிறார்.

நுஸைபெக் இருபத்தி ஐந்து ஆண்டுகளுக்கும் மேலாக புனிதக் கல்லறைத் தேவாலயத்தின் பாதுகாவலராக இருக்கிறார். இவர் சரியாக அதிகாலை நான்கு மணிக்கு இங்கு வந்து ரோமானிய மெலிஸெண்டாவின் முகப்பில் இருக்கும் தொன்மையான கதவு களைத் தட்டுகிறார். இதற்கு முதல் நாள் இரவு எட்டு மணிக்கு இவர் தேவாலயத்தின் கதவுகளைப் பூட்டினார். கிரேக்க, லத்தீன், ஆர்மீனிய தேவாலய மெய்க்காவல் பணியாளர்கள் ஒரு குறிப்பிட்ட நாளில் யார் திருக்கோயிலின் கதவுகளைத் திறப்பது என்பது பற்றித் தங்களுக்குள் பேசி முடிவு செய்துகொண்டிருந்தார்கள்.

மூன்று குழுக்களின் புரோகிதர்களும் தோழமை உணர்வுடன் வழிபாட்டுச் சடங்கை செய்து இரவுப் பொழுதைக் கழித்தார்கள்.

அதிகாலை இரண்டு மணிக்கு எல்லாவற்றிலும் முதலாவதாக இருக்கும் பழமைப்பற்றாளர்கள் வழிபாட்டுக் கூட்டத்தைக் கல்லறையின் முன் எட்டு புரோகிதர்களுடன் தொடங்கினார்கள். பின்பு ஆர்மீனியர்கள் 'படாராக்' வழிபாடு நடத்த அவர்களிடம் ஒப்படைத்தார்கள். வாயில்கள் திறக்கப்படும் நேரத்தில் இது நடந்தது. காலை ஆறு மணிக்குக் கத்தோலிக்கர்களுக்கு வாய்ப்பு கிடைத்தது. எல்லாக் குழுக்களும் காலை வழிபாட்டுப் பாடல்களைப் பாடினார்கள். ஒரே ஒரு பண்டைய எகிப்து மரபு கிறிஸ்துவர் மட்டுமே இரவில் இங்கு தங்கியிருக்க அனுமதிக்கப்பட்டார். இவர் பண்டைய எகிப்துக் கலப்பின மொழியில் வழிபாடு நடத்தினார்.

வாயில்கள் திறந்தவுடன் எத்தியோப்பியர்கள் கூரை மேலுள்ள துறவியர் மடத்திலும் முக்கிய வாயிலுக்கு வலது புறமுள்ள புனிதர் மைக்கேல் துணைத் திருக்கோயிலிலும் அம்ஹாரிக் (செமிட்டிக் கலப்பு மொழியில்) நீண்ட வழிபாடு நடத்தினார்கள். இவர்களது வழிபாடு நீண்ட நேரம் நடப்பதால் களைப்படைந்தவர்கள் சாய்ந்து கொள்ள வசதியாக மதத் தலைவர்களது வளைத்தடிகள் அடுக்கி வைக்கப்பட்டிருந்தன. இரவில் தேவாலயத்தில் பல குழுக்களின் செவிக்கினிய ஓசைகள் கலந்து ஒலிப்பது பாறைகள் நிறைந்த காட்டில் பல வகையான பறவைகள் ஒலி எழுப்புவதைப் போலிருந்தன.

'ஆயிரக்கணக்கானவர்கள் என்னைச் சார்ந்திருக்கிறார்கள் என்பது எனக்குத் தெரியும். ஆனால் சாவி திறக்காமல் போனாலோ வேறு ஏதாவது தவறு நடந்துவிட்டாலோ என்ன நடக்குமென்பது எனக்குத் தெரியாது' என்று நுஸைபெக் குறிப்பிடுகிறார். 'நான் முதன்முதலாக வாயிலைத் திறக்கும் பணியைத் தொடங்கிய நேரத்தில் எனக்குப் பதினைந்து வயது. அந்த நேரத்தில் இந்தப் பணி எனக்கு வேடிக்கையாகவே இருந்தது. இது ஒரு பொறுப்பு நிறைந்த பணி என்பதை இப்போதுதான் உணருகிறேன்.' போர் நடந்தாலும் அமைதி நிலவினாலும் இவர் தவறாமல் கதவைத் திறக்கவேண்டும். எனவே என் தந்தையார் தேவாலய முன் பகுதியிலேயே அடிக்கடி தூங்குவதுண்டு. பூசகர்களுக்குள் அடிக்கடி தகராறுகள் நடப்பது நுஸைபெக்கிற்குத் தெரியும். பூசகர்கள் தங்களுக்குரிய நற்பண்புகளுடன் புனிதக் கல்லறையில் அதிக நேரம் பணி செய்வதால் தோன்றும் சலிப்புக்கும் வெறுப்புக்கும் இடையே போராட வேண்டியிருந்தது. குறிப்பாக ஈஸ்டர் பண்டிகையின்போது இந்த வெறுப்பு வெளிப்படும்.

தேவாலயத்தின் பெரும்பகுதியில் கிரேக்கர்கள் ஆதிக்கம் செலுத்தினார்கள். இவர்கள் அதிக எண்ணிக்கையில் இருந்ததால்

கத்தோலிக்கர்களுடனும் ஆர்மீனியர்களுடனும் அடிக்கடி சண்டை போட்டார்கள். இறுதியில் இவர்களே வெற்றியும் பெற்றார்கள். இயேசு கிறிஸ்துவின் திருமேனியில் ஓரியல்புதான் உள்ளதென்னும் கோட்பாட்டை பண்டைய எகிப்திய கிறிஸ்துவர்களும், எத்தியோப் பியர்களும் ஏற்றுக்கொள்பவர்கள். ஆனால் இவர்கள் வஞ்சகம் மிக்கவர்கள்.

ஆறு நாள் போருக்குப் பின் இஸ்ரேல் தலையிட்டு, பண்டைய எகிப்திய கிறிஸ்துவர்களின் புனித மைக்கேல் துணைத் திருக்கோயிலை எத்தியோப்பியர்களிடம் கொடுத்தது. ஹெய்லி சலாச்சியின் எத்தி யோப்பியாவை ஆதரிக்கவும், நாசரின் எகிப்தை தண்டிக்கவும் இஸ்ரேல் இவ்வாறு செய்தது. அமைதிப் பேச்சுவார்த்தைகளில் எகிப்து, பண்டைய எகிப்திய கிறிஸ்துவர்களின் நலனைப் பாதுகாக்க முயன்றது குறிப்பிடத்தகுந்தது. புனிதர் மைக்கேல் துணைத் திருக் கோயில் எத்தியோப்பியர்களின் வசமிருந்தபோதிலும் இது பண்டைய எகிப்திய கிறிஸ்துவர்களுக்குச் சொந்தமானதென்று இஸ்ரேல் உயர் நீதிமன்றம் தீர்ப்பளித்தது. இது ஜெருசலேமிற்கே உரிய சூழலாகும்.

2002ஆம் ஆண்டு ஜூலை மாதத்தில் பண்டைய எகிப்திய கிறிஸ்துவ பாதிரியார் ஒருவர் எத்தியோப்பியர்களின் சேதமடைந் திருந்த கூரையின் மேற்பகுதிக்குச் சென்றபோது இரும்புக் கம்பி களால் தாக்கப்பட்டார். எத்தியோப்பியர்களுடைய ஆப்பிரிக்கச் சகோதரர்களை மோசமாக நடத்தியதற்குத் தண்டனையாக இந்தக் கொடுஞ்செயலைச் செய்தார்கள். எகிப்திய கிறிஸ்துவர்கள் தங்கள் தலைமைப் பாதிரியாரிடம் உதவிக்கு ஓடினார்கள். நான்கு பண்டைய எகிப்திய கிறிஸ்துவர்களும் ஏழு எத்தியோப்பியர்களும் மருத்துவமனையில் அனுமதிக்கப்பட்டார்கள்.

2004ஆம் ஆண்டு சிலுவை மேம்பாட்டுத் திருவிழா விருந்தின் போது கிரேக்க சமய ஆட்சி முதல்வர் இரினியோஸ் தூய பிரான்சிஸ் துறவு மடத்தைச் சேர்ந்தவர்களை மாயத்தோற்ற துணைத் திருக் கோயிலின் கதவுகளை மூடிவிடும்படி கேட்டுக்கொண்டார். இவர்கள் கதவுகளை மூட மறுத்துவிட்டார்கள். எனவே இரினியோஸ் தன் மெய்க்காப்பாளர்களையும் பாதிரியார்களையும் அனுப்பி லத்தீன் கிறிஸ்துவர்களைத் தாக்கச் செய்தார். இஸ்ரேல் காவல் துறையினர் தலையிட அவர்களும் தாக்கப்பட்டார்கள். காவலர்கள் மீது கல்லெறியும் பாலஸ்தீனர்களைப்போல் இவர்களும் வன்முறையைக் கடைபிடித்தார்கள்.

2005ஆம் ஆண்டு புனிதத் தீ திருநாளன்று, கிரேக்கத் தலைமை பாதிரியாருக்குப் பதிலாக ஆர்மீனியர்களின் தலைமை பாதிரியார்

புனிதத் தீயுடன் தோன்றினார்.[10] சண்டையிடும் இயல்புடைய இரினியோஸ் ஜாபா வாயிலில் உள்ள இம்பீரியல் ஹோட்டலை இஸ்ரேல் குடியேற்றதாரர்களுக்கு விற்றதற்காகப் பதவி நீக்கம் செய்யப் பட்டார். சகோதரர்கள் என்ற முறையில் இவர்களுக்குள் அடிக்கடி சச்சரவுகள் ஏற்படுகின்றன. நான் இவற்றைத் தீர்த்துவைக்க உதவு கிறேன் என்றும் ஐக்கிய நாடுகள் சபையைப் போல் இந்தப் புனித இடத்தில் அமைதியை ஏற்படுத்தி வருகிறோம் என்றும் நுஸைபெக் தெரிவித்தார். ஒவ்வொரு முக்கிய கிறிஸ்துவத் திருவிழாவின்போதும் நுஸைபெக்கும் ஜூடேவும் முக்கிய பங்கு வகிக்கிறார்கள். அதிகக் கூட்டமும் கொந்தளிப்பும் நிறைந்திருக்கும் புனிதத் தீ திருவிழாவின் போதும் நுஸைபெக் அதிகாரபூர்வ சாட்சியாக இருக்கிறார்.

இப்போது திருக்கோயில் மெய்க்காவல் பணியாளர் வலதுபுறக் கதவின் கீழ்ப்பாதியின் வழியாக ஓர் ஏணியை நீட்டுகிறார். நுஸைபெக் இந்த ஏணியை வாங்கி இடதுபுறக் கதவில் சாய்த்து வைக்கிறார். இவர் வலதுபுறக் கதவின் கீழேயுள்ள பூட்டைத் தன் கையிலுள்ள ஒரு பெரிய சாவியால் திறக்கிறார். பின்பு ஏணியின்மீது ஏறி மேல் புறமுள்ள பூட்டைத் திறக்கிறார். இவர் ஏணியிலிருந்து இறங்கி வந்ததும் பாதிரியார்கள் மிகப் பெரிய கதவைத் திறக்கிறார்கள். நுஸைபெக் 'அமைதி உண்டாகட்டும்' என்று கூறி இவர்களை வாழ்த்துகிறார். இவர்களும் அமைதி உண்டாகும் என்ற நம்பிக்கையில் திருப்பி வாழ்த்துகிறார்கள்.

நுஸைபெக்குகளும், ஜூடேக்களும் இயேசுவின் உடல் கிடத்தப்பட்ட கல்லறைத் திருக்கோயிலை 1192ஆம் ஆண்டிலிருந்து திறந்து வருகிறார்கள். சலாடின் ஜூடேக்களை திறவுகோல் பாது காவலராகவும் நுஸைபெக்குகளைக் கல்லறை தேவாலயத்தின் பாதுகாவலராகவும், வாயில் காப்பாளராகவும் நியமித்தார். கவிகை மாடத்தின் பாறைகளைத் தூய்மைப்படுத்தும் பணியும் மரபு வழியில் நுஸைபெக்குகளுக்கு அளிக்கப்பட்டது. காலிப் ஓமர் 638ஆம் ஆண்டில் தங்களுக்கு வழங்கிய உரிமையை சாலாடின் உறுதி செய்ததாக இவர்கள் கூறுகிறார்கள். 1830ஆம் ஆண்டு நிகழ்ந்த அல்பேனிய வெற்றிவரை இவர்கள் வளமிக்கவர்களாக இருந் தார்கள். ஆனால் இன்று இவர்கள் புனிதப் பயணிகளுக்கு வழி காட்டிகளாய் பணிபுரிந்து, சொற்ப வருமானத்தில் காலம் தள்ளு கிறார்கள்.

நுஸைபெக்குகளின் குடும்பத்திற்கும் ஜூடேக்களின் குடும்பத் திற்கும் பகையுள்ளது. தங்களுக்கும் நுஸைபெக்குகளுக்கும் எந்த விதத் தொடர்பும் இல்லையென்றும், நுஸைபெக்குகள் வெறும்

வாயில் காவலர்கள்தான் என்றும், 22 ஆண்டுகளாக சாவி தன்னிடமே இருப்பதாகவும் எண்பது வயதான சூடே தெரிவிக்கிறார். கதவையும் பூட்டையும் தொட சூடேக்களுக்கு அனுமதியில்லையென்று நுஸை பெக்குகள் கூறுகிறார்கள். கிறிஸ்துவர்களைப்போல் இவர்களும் தங்களுக்குள் பகைமை உணர்வு கொண்டவர்களாக இருக்கிறார்கள். வாஜிக்கின் மகன் ஒபாடா அவரது வாரிசாக இருக்கிறார்.

எட்டு நூற்றாண்டுகளாக, நுஸைபெக்கும், சூடேவும் தங்கள் முன்னோர்களைப் போல் நாளின் ஒரு பகுதியை இங்குள்ள பொதுத் தாழ்வாரத்திலேயே கழிக்கிறார்கள். ஆனால் இவர்கள் இருவரும் ஒரே நேரத்தில் இங்கிருப்பதில்லை. இங்குள்ள ஒவ்வொரு கல்லையும் தனக்குத் தெரியுமென்றும், தாங்கள் தேவாலயத்தை மதிப்பதாகவும், முஸ்லிம்களாகிய இவர்கள் முகமதுவையும் இயேசுவையும் மோசசையும் இறைத் தூதர்களென்றும் கன்னிமேரியின் புனிதத் தையும் நம்புவதாகவும், இது இவர்களுக்கு ஒரு சிறப்பான இட மென்றும் நுஸைபெக் தெரிவிக்கிறார். இவர் தொழுகை நடத்த விரும்பினால் அடுத்துள்ள கதவின் வழியாக அருகிலுள்ள பள்ளி வாசலுக்குச் செல்வார். கிறிஸ்துவர்களை வியப்படையச் செய்ய வேண்டும் என்பதற்காகவே மேன்மையான முறையில் கட்டப் பட்டுள்ள அல் அக்ஸா பள்ளிவாசலுக்கு இவர் ஐந்தே நிமிடங் களில் நடந்தே சென்றுவிடுவார்.

அடெப் அல் அன்சாரி 42 வயதானவர். இவர் ஐந்து குழந்தைகளுக்குத் தந்தையாக இருக்கிறார். இவர் ஒரு கறுப்புத் தோலினாலான மேல்சட்டையை அணிந்திருக்கிறார். தன்னுடைய ‘மாம்லுக்’ வீட்டிலிருந்து புறப்பட்டு ஐந்து நிமிடம் நடந்து வடகிழக் கிலுள்ள பாப் அல் கவான் மேக் பகுதியை அடைகிறார். இங்குள்ள சோதனைச் சாவடியை இவர் கடந்து செல்ல வேண்டியிருக்கிறது. சிரியாவிலுள்ள லெபனான் மலைகளில் வாழும் ட்ருஸ் எனப்படும் முகமதிய இனக்குழுவைச் சேர்ந்தவர்கள் அல்லது கலீலிய அரேபி யர்கள் இந்தச் சோதனைச் சாவடியில் காவலர்களாக இருக்கி றார்கள். ‘ஹாரம் அல் ஷாரிப்’ பகுதிக்குள் யூதர்கள் நுழையாமல் கவனித்துக்கொள்வது இவர்களது பணியாகும்.

புனித இடத்திற்கும் நகருக்கும் இடையேயுள்ள அகன்ற திறந்த வெளிப்பகுதி மின்விளக்குகளால் அலங்கரிக்கப்பட்டுள்ளது. எல்லா விளக்குகளையும் எரியச் செய்ய இவரது தந்தைக்கு இரண்டு மணி நேரமாகும். ஹாரத்தின் பாதுகாவலர்களுக்கு வணக்கம்

தெரிவித்துவிட்டு, அன்சாரி பாறை கவிகை மாடத்தின் நான்கு வாயில்களையும் அல் அக்ஸாவிலுள்ள பத்து வாயில்களையும் திறக்கிறார். இதற்கு ஒரு மணி நேரமாகிறது.

அன்சாரியின் குடும்பம் முகமது நபிகளுடன் மெதினாவுக்குச் சென்ற அன்சாரிகளின் மரபு வழியில் வந்ததென்றும், இவர்கள் ஹாரம் பாதுகாவலர்களாக ஓமரால் நியமிக்கப்பட்டதாகவும், பின்பு மரபு வழியிலான இவர்களது உரிமையைச் சாலடின் உறுதி செய்த தாகவும் அன்சாரி தெரிவிக்கிறார். (இவர்களது குடும்பத்தின் கருங் காலியாக இருந்த ஹாரத்தின் ஷேக், மாண்டிபார்க்கரிடம் லஞ்சம் பெற்றதாகக் கூறப்படுகிறது.)

ஒவ்வொரு நாளும் காலைத் தொழுகைக்கு ஒரு மணி நேரத் திற்கு முன்னதாகவே பள்ளிவாசல் கதவுகள் திறக்கப்படுகின்றன. ஒவ்வொரு நாளும் அன்சாரியே வாயில்களைத் திறக்க வேண்டு மென்பதில்லை. தற்போது அவரிடம் இதற்காக ஒரு குழுவே உள்ளது. இவர் பரம்பரைப் பாதுகாவலராக நியமிக்கப்படுவதற்கு முன் இந்தப் பணியைப் பெருமையுடன் செய்து வந்தார். ஆரம்பத்தில் இது இவருக்கு ஒரு பணியாகவே இருந்தது. நாளடைவில் இந்தப் பணி, பொறுப்பு வாய்ந்த குடும்பத் தொழிலாகவே மாறிவிட்டது. இந்தப் பணி மேன்மையானதாகவும் புனிதமானதாகவும் கருதப் பட்டது. ஆனால் இந்தப் பணியில் போதுமான வருமானம் கிடைக்க வில்லை. எனவே ஆலிவ் மலையிலுள்ள ஒரு ஹோட்டலில் பகுதி நேர ஊழியராகப் பணிபுரிவதாக அன்சாரி தெரிவிக்கிறார்.

ஹாரத்தின் பரம்பரைப் பதவிகள் மறைந்து வருகின்றன. 'ஷிகா பிஸ்' எனப்படும் மற்றுமொரு குடும்பம் லெபனான் அரசர்களின் மரபு வழியில் வந்ததாகக் கூறப்படுகிறது. சிறிய சுவருக்கு அருகில் வசிக்கும் இவர்கள், இறைத்தூதரின் தாடியின் பாதுகாவலர்களாக இருக்கிறார்கள். இறைத்தூதரின் தாடியும் இவர்களது பதவியும் மறைந்துவிட்ட போதிலும், இந்த இடத்தின் கவர்ச்சியால் ஷிகா பிஸ் குடும்பத்தினர் இன்றும் ஹாரத்தில் பணி செய்து கொண்டிருக்கிறார்கள்.

யூத மதகுரு சுவருக்கு நடந்து செல்வதுபோல், நுஸைபெக் தேவாலயத்தின் கதவுகளைத் தட்டுவதுபோல், அன்சாரி ஹாரம் கதவுகளைத் திறப்பதுபோல், நாஜி க்வாசஸ், பாப்–அல்–ஹாடிட் தெருவிலுள்ள 225 ஆண்டுகளாகத் தனக்குச் சொந்தமாயிருக்கும் தன் வீட்டை விட்டுப் புறப்பட்டு மாம்லுக் (முன்னாள் படை வீரர் களான அரேபிய அடிமைகள்) தெருக்களின் வழியாகப் படிக்கட்டு

களைக் கடந்து இரும்புக் கதவுகளின் வழியாக ஹாரம் பகுதிக்குச் செல்கிறார். இவர் நேராக அல் அக்ஸாவுக்குச் சென்று அங்குள்ள ஒரு சிறிய அறைக்குள் நுழைகிறார். இந்த அறையில் ஓர் ஒலி பெருக்கிக் கருவியும் சில தண்ணீர் பாட்டில்களும் உள்ளன. 1960ஆம் ஆண்டு வரை 'நாஜி க்வாசஸ்' குடும்பம் பள்ளிவாசல் தூபியையே தாங்கள் பணி செய்யும் இடமாக வைத்திருந்தனர். தற்போது இந்தச் சிறிய அறையைத் தங்கள் பணியைச் செய்ய பயன்படுத்தி வருகிறார்கள்.

இருபது நிமிடங்கள் இந்த அறையில் தன் பணியைத் தொடங்கு வதற்காகத் தன்னைத் தயார் செய்துகொள்ள ஓய்வெடுத்துக் கொண்டு தண்ணீரைக் குடிக்கிறார். பின்பு தன் முன்னிருக்கும் ஒலிபெருக்கிக் கருவியைச் சோதித்துப் பார்த்துவிட்டு சுவரிலுள்ள கடிகாரத்தைப் பார்த்துச் சரியான நேரத்தில் 'அட்கானை' (காலைத் தொழுகைக்கான அழைப்பு) தொடங்குகிறார்.

இவரது அழைப்பு பழைய நகரம் முழுவதும் எதிரொலிக்கிறது. 'க்வாசஸ்' பரம்பரையினர் மாம்லுக் சுல்தான் க்வயிட்பே காலத்தி லிருந்து தொழுகைக்கு அழைப்பு விடுக்கும் பணியைச் செய்து வருகிறார்கள். இவர் இந்தப் பணியைத் தன் மகன் பிரான்சுடனும் தன் உடன்பிறந்தாரின் மகன்கள் இருவருடனும் பங்கிட்டுக் கொள்கிறார்.

பொழுது விடிவதற்கு ஒருமணி நேரம் முன்னதாகவே பாறை கவிகை மாடம் திறந்திருக்கிறது.

முஸ்லிம்கள் தொழுகை நடத்திக்கொண்டிருக்கிறார்கள். சுவர் எந்த நேரத்திலும் திறந்திருக்கிறது; யூதர்கள் வழிபாடு இயற்றிக் கொண்டிருக்கிறார்கள். புனிதக் கல்லறை தேவாலயம் திறந்திருக் கிறது; கிறிஸ்துவர்கள் பல மொழிகளில் பிரார்த்தித்துக்கொண்டிருக் கிறார்கள். ஜெருசலேமில் சூரியன் மேலெழத் தொடங்குகிறது. இரண்டாயிரம் ஆண்டுகளுக்கு முன் ஜோசபிஸ் விவரித்துள்ளதைப் போல் சூரியனின் கதிர்கள் ஹெராடின் சுவற்றுக் கற்களைப் பனி போல் மாற்றுகிறது. சூரியனின் ஒளிக்கற்றைகள் பொன்னிற வண்ணப் பாறை கவிகை மாடத்தின்மீது பட்டு எதிரொலிக்கிறது. இதன் முன்னுள்ள புனிதமான திறந்த அகலிடத்தில் விண்ணும் மண்ணும் சந்திக்கின்றன. இங்கு கடவுள் மனிதனைச் சந்திக்கிறார். ஜெருசலேம் மனித இனத்தின் வரைபடத்திற்கு அப்பாற்பட்டதாகவே உள்ளது. சூரியனின் கதிர்கள் மட்டுமே இதைச் செய்ய முடியும். இறுதியாக சூரியனின் ஒளி ஜெருசலேமின் சிறந்த மர்மமான கட்டமைப்புகளின்

மீது விழுகிறது. இந்தச் சூரிய ஒளியில் குளித்து ஒளிவீசும் ஜெருசலேம் தூய பொன்னாலான நகரமென்ற பெயரைப் பெறுகிறது. ஆனால் ஜெருசலேமின் பொற்கதவுகள் இறுதி நாட்கள் வரும்வரை பூட்டப் பட்டிருக்கிறது.

குறிப்புகள்:

1. கொல்லெக் ஹங்கேரியில் பிறந்து வியன்னாவில் வளர்ந்தார். இவர் தியோடார் ஹெர்சல் பெயரால் அழைக்கப்பட்டார். இவர் யூதப் பேராண்மைக் குழுவிற்காக ரகசிய அரசியல் செயல்முறைத் திட்டங்களில் சிறப்பாகப் பயிற்சி பெற்றிருந்தார். இர்கென் படைக்கு எதிரான நடவடிக்கை களின் போது இவர் பிரிட்டிஷ் உளவுத் துறையின் தூதுவராக செயல் பட்டார். பின்பு இவர் ஹாக் நாக் படைக்காக ஆயுதங்களை வாங்கி வந்தார். பின்பு இவர் பென்குரியனின் அலுவலக இயக்குநராகப் பணி யாற்றினார். அமெரிக்க காலனியின் சிறப்பு பெற்ற பெண்மணியாக இருந்த பெர்த்தாஸ்போர்டுக்கு தற்போது 90 வயது. இவர் இவ்வாறு கூறுகிறார்: "நான் ஜெருசலேமில் துருக்கியர்கள், பிரிட்டிஷ்காரர்கள், ஜோர்டானியர்கள் ஆகியோரின் ஆட்சியின்கீழ் வாழ்ந்திருக்கிறேன். நான் ஒவ்வொரு வருடனும் நல்லமுறையில் பழகி வந்திருக்கிறேன். இஸ்ரேலியர்களுடனும் நான் இதேபோல் பழகிவருவேன்." இவர் 1968ஆம் ஆண்டு ஜூன் மாதம் இறந்தார். மேயர் கொல்லெக் அமெரிக்கன் காலனிக்குச் சென்றுவருவதை வழக்கப்படுத்திக் கொண்டிருந்தார்.

2. ஜெருசலேமின் மீது பைத்தியக்காரத்தனமான ஆழ்ந்த உறவு கொண்டி ருப்பவர்கள் தங்களைப் பழைய அல்லது புதிய ஏற்பாட்டில் வரும் கதாபாத்திரங்களாக மனோரீதியாக உருவகப்படுத்திக் கொள்கிறார்கள். 1) போராட்டங்கள் 2) குழுவிலிருந்து விலகிச் சென்றுவிடல் 3) கட்டா யமாக நகங்களை வெட்டிக்கொள்ளுதல் 4) துணியினால் வெள்ளைநிற நீண்ட அங்கி தயாரித்துக்கொள்ளுதல் 5) பைபிள் வாசகங்களைக் சத்தமாகப் பாடுதல் 6) ஜெருசலேமிலுள்ள ஒரு புனித இடத்திற்கு ஊர்வலம் செல்லுதல் 7) புனித இடத்தில் துதிப்பாடலைப் பாடுவது ஆகியவற்றை ஜெருசலேம் மனோவியாதிக்கு அறிகுறிகளாக வழிகாட்டிகள் கருது கிறார்கள். டெய்ர் யாசின் பகுதியிலுள்ள 'கபார் ஷாகுல்' மனநோய் மருத்துவமனை 'ஜெருசலேமனோ' நோய்க்குச் சிறப்பான சிகிச்சை அளிக் கிறது. ஒவ்வொரு ஆண்டும் இங்கு நூறு நோயாளிகள் சேர்க்கப்படு கின்றனர். உண்மையில் ஒருவர் அல்லது இருவர்தான் இந்த மனோவி யாதிக்கு ஆளாகி, தங்களைப் புனிதர் ஜான் ஆகவும் கன்னிமேரியாகவும் கருதிக்கொள்கிறார்கள்.

3. அப்து அல் காதரின் மகன் பைசல் ஹுசைன், இண்டிபேடாவின் தலைவர்களில் ஒருவராக உருவானார். பேட்டா படையின் வெடிமருந்துப் பிரிவின் வல்லுநராக இருந்த இவர், பல ஆண்டுகள் இஸ்ரேல் சிறையில் இருந்தார். விடுதலையானவுடன் இஸ்ரேலுடன் பேச்சுவார்த்தை நடத்த இவர் முன்வந்தார். தன்னுடைய வாதத்தைத் தெளிவாக எடுத்துரைக்க இவர் ஹீப்ரு மொழியையும் கற்றுக்கொண்டார். ஹுசைன் மேட்ரிட்

பேச்சு வார்த்தையில் கலந்துகொண்டார். அராபத்தின் அமைச்சரவையில் இவர் ஜெருசலேமின் அமைச்சராயிருந்தார். ஆஸ்லோ பேச்சுவார்த்தை முறிந்தவுடன் இஸ்ரேலியர்கள் இவரை 'ஓரியண்ட் ஹவுஸில்' சிறை வைத்தார்கள். இவர் 2001ஆம் ஆண்டில் இறந்தார். இவரது உடல் இவரது தந்தையைப் போல் ஹாரம் பகுதியில் அடக்கம் செய்யப்பட்டது. பாலஸ்தீனர்கள் அராபத்தின் இழப்பை ஈடு செய்யக்கூடிய ஒரே தலைவரை இழந்துவிட்டார்கள்.

4. திருக்கோயில் மலையில் மேற்குப்புறச் சுவருக்கு அருகில் இருந்த அரேபியர்களின் வீடுகளுக்கு அடியிலிருந்த நிலவறைப் பாதைகளை 1950ஆம் ஆண்டில் அகழ்வாராய்ச்சியாளர்கள் தோண்டத் தொடங்கினார்கள். தோண்டுகிறபோது சில வீடுகளின் சமையலறைப் பகுதியில் இருந்து தோண்டுபவர்கள் வெளிப்பட நேரிடுமென்று பேராசிரியர் ஒலெக்கிராபர் தெரிவிக்கிறார். இஸ்ரேலின் அகழ்வாராய்ச்சியாளர்கள் ஹெராடின் கோயிலின் அஸ்திவாரக் கற்களைக் கண்டுபிடித்தனர். இந்த நிலவறைப் பாதை யூதக்குடியிருப்புப் பகுதியையும் முஸ்லிம் குடியிருப்புப் பகுதியையும் இணைத்து ஜெருசலேமை ஒன்று சேர்த்தது.

5. இந்தப் போராட்டங்கள் இரு தரப்புக்கும் சிக்கல்களை ஏற்படுத்துவதாக இருந்தன. சில நேரங்களில் இவை இஸ்ரேலியர்களையும் அரேபியர்களையும் ஒன்று சேர்த்தன. சுவரை எதிர்நோக்கியிருக்கும் கலிடியின் வீட்டை ராபி கோரன், யூத சமயக்கல்வி அளிக்கும் பள்ளிக்காக எடுத்துக் கொள்ள முயன்றார். கலிடியின் மனைவி ஹைபா கலிடியின் சார்பாக நீதிமன்றத்தில் அம்னோன் கோகன், டான் பக்ட் என்னும் இரண்டு இஸ்ரேலிய வரலாற்றாளர்கள் வாதாடினார்கள். சிறப்புப் பெற்ற கலிடியா நூலகத்திற்கு மேலேயுள்ள தன் வீட்டில் ஹைபா கலிடி இன்றும் வசித்து வருகிறார். மதப்பற்றுடைய யூதர்கள் அகழ்வாராய்ச்சியையும், புதிய குடியேற்றப் பகுதிகளையும், டேவிட் நகரத்துக்குக் கீழேயுள்ள சில்வன் பகுதிக்கு விரிவுபடுத்த முயன்றபோது இஸ்ரேலிய அகழ்வாராய்ச்சியாளர்கள் நீதிமன்றத்தை அணுகி அவர்களைத் தடுத்து நிறுத்தினார்கள்.

6. 2009–2010ஆம் ஆண்டுகளில் அகன்று விரிந்த ஜெருசலேமின் மக்கள் தொகை ஏழு லட்சத்து எண்பதாயிரம். இதில் யூதர்களின் எண்ணிக்கை ஐந்து லட்சத்து பதினான்காயிரத்து எண்ணூறு. இதில் ஒரு லட்சத்து அறுபத்தி மூவாயிரத்து எண்ணூறு அதிதீவிர யூத பழைமைப் பற்றாளர்களும் அடங்குவார்கள். அரேபியர்களின் எண்ணிக்கை இரண்டு லட்சத்து அறுபத்தி ஐயாயிரத்து இருநூறு ஆகும். பழைய நகரில் 30,000 அரேபியர்களும், 3500 யூதர்களும் இருந்தார்கள். தற்போது கிழக்கு ஜெருசலேமில் புதிய புறநகர்ப் பகுதிகளில் இரண்டு லட்சம் இஸ்ரேலியர்கள் வசிக்கிறார்கள்.

7. வலுவற்ற கூட்டணி அரசைக் கொண்டு தடுமாறும் இஸ்ரேல் ஜனநாயகத்தில் திட்டங்கள் தீட்டுவதிலும், அகழ்வாராய்ச்சி துறையிலும் தேசிய–மதச்சார்புடைய அமைப்புகளின் ஆதிக்கமே மிகுந்திருந்தது. 2003ஆம் ஆண்டு பழைய நகரின் கிழக்கே கட்டுமானப் பணிகளைத் தொடங்கியது. இது ஒரு பாலஸ்தீன நாடு அமைய இயலாத வகையில்

மேற்குக் கரையிலிருந்து கிழக்கு ஜெருசலேமைப் பிரிப்பதாக இருந்தது. முற்போக்கு எண்ணம் கொண்ட இஸ்ரேலியர்களும் அமெரிக்காவும் கட்டு மானப் பணிகளை நிறுத்தும்படி கேட்டுக்கொண்டனர். ஆனால் அரேபியப் பகுதியைச் சுற்றியுள்ள ஷேக்சாரா, சில்வான் பகுதிகளில் யூதக் குடியிருப்புப் பகுதிகளை ஏற்படுத்தும் முயற்சி தொடர்ந்தது. தோண்டி எடுக்கப்பட்ட தொன்மையான டேவிட்டின் நகரத்துக்குப் பக்கத்தில் சில்வான் பகுதி அமைந்துள்ளது. இங்கு யூதர்களின் தேசிய–மத நிறுவனமான 'இலாட்' அகழ்வாராய்ச்சிக்கு நிதியுதவி செய்ததுடன், யூதர்களின் ஜெருசலேமைப் பற்றி மற்றவர்களுக்குத் தெரிவிக்க ஒரு சுற்றுலாப் பயணிகள் மையத் தையும் நடத்தியது. புதிய யூதக் குடியேற்றப் பகுதியை அமைக்கவும், அரசர் டேவிட் பூங்கா அல்லது அரசர் தோட்டம் அமைக்கவும் இந்த இடத்தில் இருக்கும் பாலஸ்தீனியர்களை வேறு இடத்திற்கு மாற்றத் திட்டமிட்டது. இந்தச் சூழல் அகழ்வாராய்ச்சியாளர்களின் தொழிலுக்கு ஒரு சவாலாகவே இருந்தது. வரலாற்றாளர் டாக்டர் ராபெர்ட் கிரின்பெர்க் இந்தத் திட்டத்தை மதச்சார்பற்ற அணுகுமுறையால் தடுத்து நிறுத்த முயன்றார். ஆனால் எதிர்ப்பாளர்கள் ஜெருசலேம் பற்றிய தங்கள் கருத்தியலை நியாயப்படுத்தி சட்டபூர்வமாக்க முயன்றார்கள். ஆனால் அகழ்வாராய்ச்சியாளர்கள் நேர்மையானவர்களாக இருந்தார்கள். இவர்கள் தற்போது கண்டுபிடிக்கப் பட்டிருக்கும் சுவர்கள் யூதர்களுடையதல்ல. செமிட்டிக் இனம் சார்ந்தவர் களின் சுவர்கள் என்பதை ஒப்புக்கொள்கிறார்கள். இதுவே பாலஸ் தீனியர்கள் மற்றும் இஸ்ரேலிய முற்போக்குவாதிகளின் எதிர்ப்புக்குக் காரணமாக இருக்கிறது.

8. ஜெருசலேமைப் பொறுத்து ரஷ்யாவின் கொள்கை அதனுடைய எதேச் சதிகார தேசியத்திற்கு ஏற்றவாறு நவீனப்படுத்தப்பட்டது. ரஷ்யாவுக்கு வெளியேயுள்ள ரஷ்யப் பழைமை தேவாலயத்தையும் மாஸ்கோ திருச் சபையையும் ஒன்றுபடுத்த 2007ஆம் ஆண்டில் விளாடிமிர் புடின் முயன்றார். ஆயிரக்கணக்கான ரஷ்ய புனிதப் பயணிகள் பாடிக்கொண்டு தெருக்களில் கூடினார்கள். புனிதத் தீ விமானத்தில் மாஸ்கோவுக்குத் திருப்பி அனுப்பப்பட்டது. இறைதூதர் அண்டிரியி நிறுவன கிரெம்ளின் மாளிகையில் அதிகாரம் பெற்றிருந்த ஒருவர் மூலமாக இது செய்யப் பட்டது. டேவிட் கல்லறைக்கு வெளியே ஜார் டேவிட் முழு உருவச்சிலை வைக்கப்பட்டது. முன்னாள் பிரதம மந்திரி ஸ்டீபன் செபாஸ்டின் பாலஸ்தீன சமூகத்தின் தலைவராக இருந்தார். ஜெருசலேமின் நடுவே ரஷ்யக் கொடி பறப்பது விலைமதிப்பற்றதாகும் என்று இவர் கூறினார்.

9. ஜெருசலேமில் பல குடும்பங்கள் முக்கிய பங்கு வகிக்கின்றன. பைசல் ஹுசைனியின் இறப்பிற்குப் பின் தத்துவவாதி சாரி நுஸைபெக் ஜெருசலேமின் பாலஸ்தீன பிரதிநிதியாக அராபத்தால் நியமிக்கப்பட்டார். தற்கொலைப் படை குண்டு வீச்சுகளை இவர் எதிர்த்ததால் இவரைப் பதவியிலிருந்து விலக்கினார். இதை எழுதும் நேரத்தில் அட்னான் அல் ஹுசைனி ஜெருசலேமின் பாலஸ்தீனப் பிரதிநிதியாக இருந்தார். காலிட்களைப் பொறுத்தவரை ரஷீத் காலிடி நியூயார்க் கொலம்பியா பல்கலைக்கழகப் பேராசிரியர் பராக் ஒபாமாவுக்கு ஆலோசகராக இருக்கிறார்.

10. எட்வர்டு சைய்த் தன் இறப்புக்கு முன் கடைசியாக 1992ஆம் ஆண்டு ஜெருசலேம் சென்றார். ஜெருசலேமைப் பற்றி இவர் இவ்வாறு குறிப்பிடுகிறார்: தேவாலயம் அந்நியமானதாகவும், கவர்ச்சியற்றதாகவும் உள்ளது. மத்தியகால மக்களைப் போல் அருவருக்கத்தக்க ஆடைகளை அணிந்த சுற்றுலாப்பயணிகள் நிரம்பியுள்ளனர். சிதைந்துபோன வெளிச்சமற்ற இடத்தில் ஆர்மீனியர்களும், கிரேக்கர்களும் மற்ற கிறிஸ்துவப் பிரிவினர்களும் திருக்கோயிலைச் சேர்ந்த தோட்டங்களில் வெளிப்படையாக சண்டை போட்டுக்கொள்கிறார்கள். இவர்களது சண்டைக்கு மாடி முகப்பிலுள்ள ஒரு ஏணி காரணமாக இருக்கிறது. இந்த ஏணி வலதுபுற ஜன்னலுக்கு வெளியே தேவாலயக் கட்டடத்தின் முகப்பில் உள்ளது. இந்த ஏணியை அகற்றினால் மற்ற பிரிவினர்கள் எடுத்துக்கொள்வார்கள். இந்த ஏணி மாடி முகப்பில் ஆர்மீனியர்களின் தலைமைப் பாதிரியார் தன் நண்பர்களுடன் காபி அருந்தும் இடத்திற்குச் செல்வதற்காக உள்ளது. இங்கிருந்து இவர் தன் மலர்த் தோட்டத்தையும் பராமரிப்பார். இந்த ஏணியின் உதவியால்தான் மாடி முகப்பினைச் சுத்தப்படுத்த முடியும். கட்டடத்தின் முகப்பின் வலது புறத்தில் ஒரு சிறிய சாம்பல் நிறக் கதவு உள்ளது. இந்தக் கதவு, பொருள்கள் வைப்பறையின் கதவாகும். இங்கு பெரிய உருவிலான சிலுவைகள் சேகரித்து வைக்கப்பட்டுள்ளன. இந்தச் சிலுவைகள் புனிதப் பயணிகள் வயாடோலோரோஜா வழியாகச் சுமந்து செல்ல வாடகைக்கு விடப்படும். ஈஸ்டர் திருநாளன்று இயேசு சிலுவையைச் சுமந்துசென்ற காட்சியை மீண்டும் அரங்கேற்றிக் காட்ட விரும்பும் புனிதப்பயணிகள் அதிக எண்ணிக்கையில் இருப்பதால் சிலுவைகளைப் பெற ஒருவர் காத்திருக்கவேண்டியிருக்கிறது.

★

வரைபடங்கள்

பக்கம் 858 முதல் பக்கம் 864 வரை

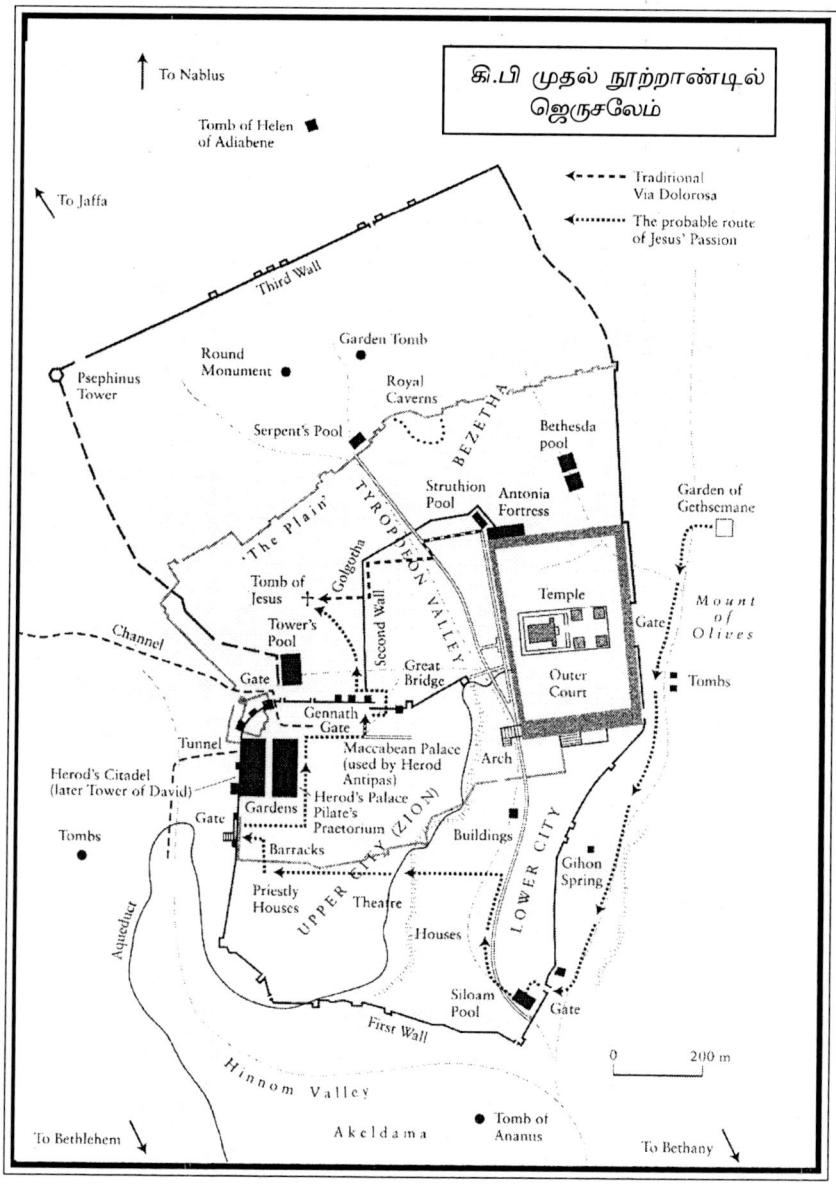

கி.பி முதல் நூற்றாண்டில் ஜெருசலேம்

சிலுவைப் போராளிகளின் ராஜ்ஜியங்கள்
Dates refer to period of Crusader rule
Crusader Kingdoms
Crusader territories
Melitene
The County of Edessa 1098–1146
Edessa
The Principality of Armenia 1189–1375
Abbassid Caliphate of Baghdad
Antioch
Aleppo
Euphrates
The Principality of Antioch 1098–1268
Famagusta
Cyprus 1192–1489
Tortosa 1102–1291
Krak des Chevaliers
The County of Tripoli 1109–1288
Mediterranean Sea
Beirut 1110–1291
Sidon 1110–1291
Damascus
Amirate of Damascus (later Sultanate of Saladin and dynasty)
Tyre 1124–1291
St Jean D'Acre 1104–1291
Sea of Galilee
Jordan
The Kingdom of Jerusalem 1098–1187 & 1229–1244
Jerusalem
Amman
Askelon
Gaza
Darum
Dead Sea
Krak des Moabites
N
W
E
S
Krak de Montreal
Fatimid Caliphate of Cairo (later Sultanate of Saladin and dynasty)
0 20 40 60 80 Miles
0 30 60 90 120 Kms

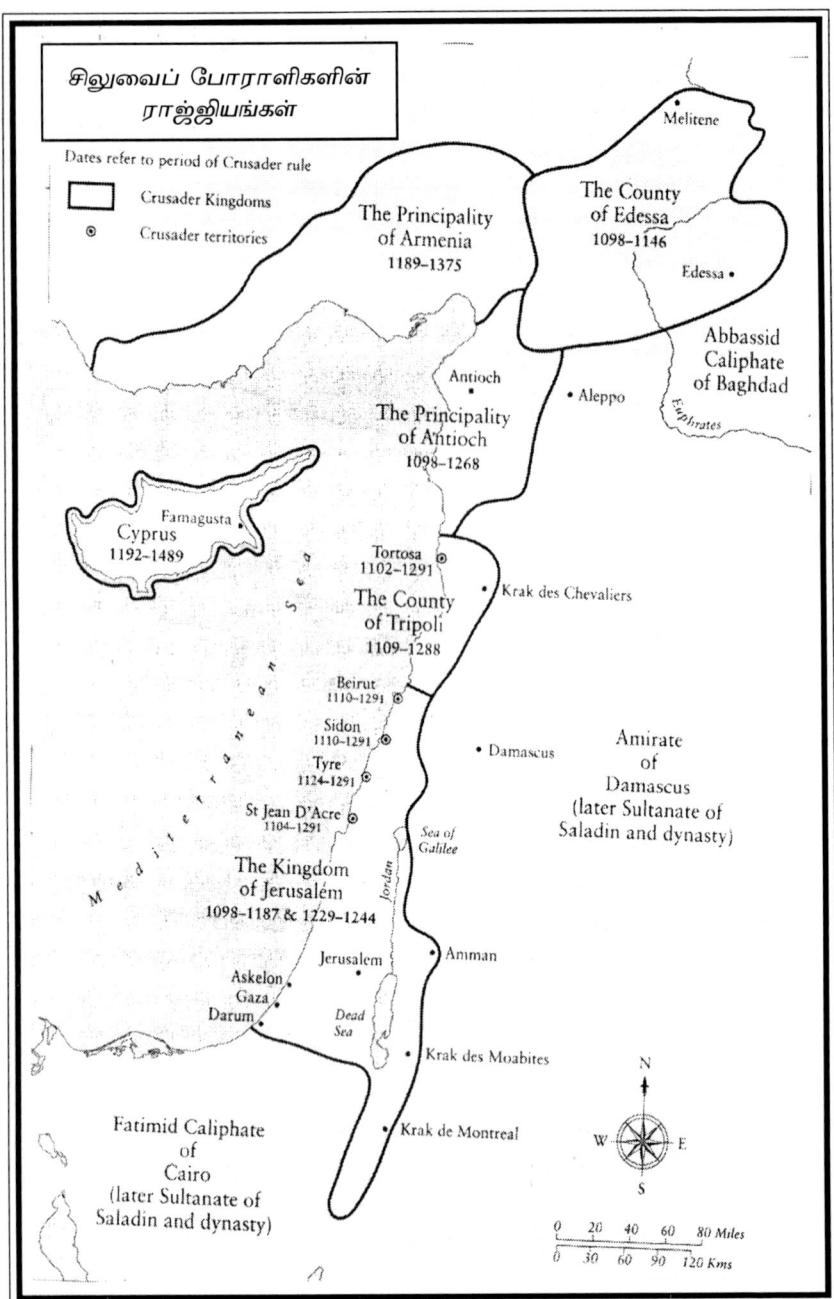

மாம்லுக் மற்றும் ஓட்டமான்
ஜெருசலேம்
City walls as restored and strengthened by Sultan Suleiman between 1539 and 1542
Principal buildings constructed during Mamluk rule
Principal buildings constructed between 1517 and 1840, during the first 500 years of Ottoman rule
The Via Dolorosa, centre of Christian pilgrimage
City gates
(Herod's Gate = Ottoman
Gate of Flowers = Mamluk)
0 100 200 Metres
Herod's Gate
Gate of Flowers
Damascus Gate
Gate of the Column
MUSLIM QUARTER
CHRISTIAN QUARTER
Al-Jawaliyya (Governor's House Praetorium)
Church of the Flagellation 1839
Lion's Gate
Gate of the Tribe
Al-Ashrafiyya
Suleiman's Fountain 1817
Dome of Suleiman Pasha 1817
Karimiyya school 1300
Church of St Saviour 1558
Serbian Monastery
Church of the Holy Sepulchre
Tannery
Majukkiya school 1359
Golden Gate (Gate of Mercy)
Bab al-Hadid (Iron Gate)
Bab al-Qattanin
Dome of the Rock (renovated 1552)
Coptic Khan 1838
Cotton merchants market
Khan Sultan
Minaret 1328
Bab es-Silsila (Gate of the Chain)
Al-Kas 1328
Jaffa Gate
Mihrab Daoud Gate
(Bab al-Khalil)
The Citadel (Tower of David) (1310–11)
Great Bridge
Al-Tankiziyya
Western Wall
Maghrebi Gate
Fahariyya school 1328
JEWISH QUARTER
ARMENIAN QUARTER
The Hurva synagogue 1699
Ramban synagogue
The four Jewish synagogues (16C.)
Women's Mosque
Al-Aqsa Mosque
Leper Colony
Dung Gate
Gates of the Moors Quarter
CITY OF DAVID
Valley of Kidron
Slaughterhouse
Zion Gate
Jewish Quarter Gate
Valley of Hinnom
Mount Zion
Chapel of the Holy Spirit

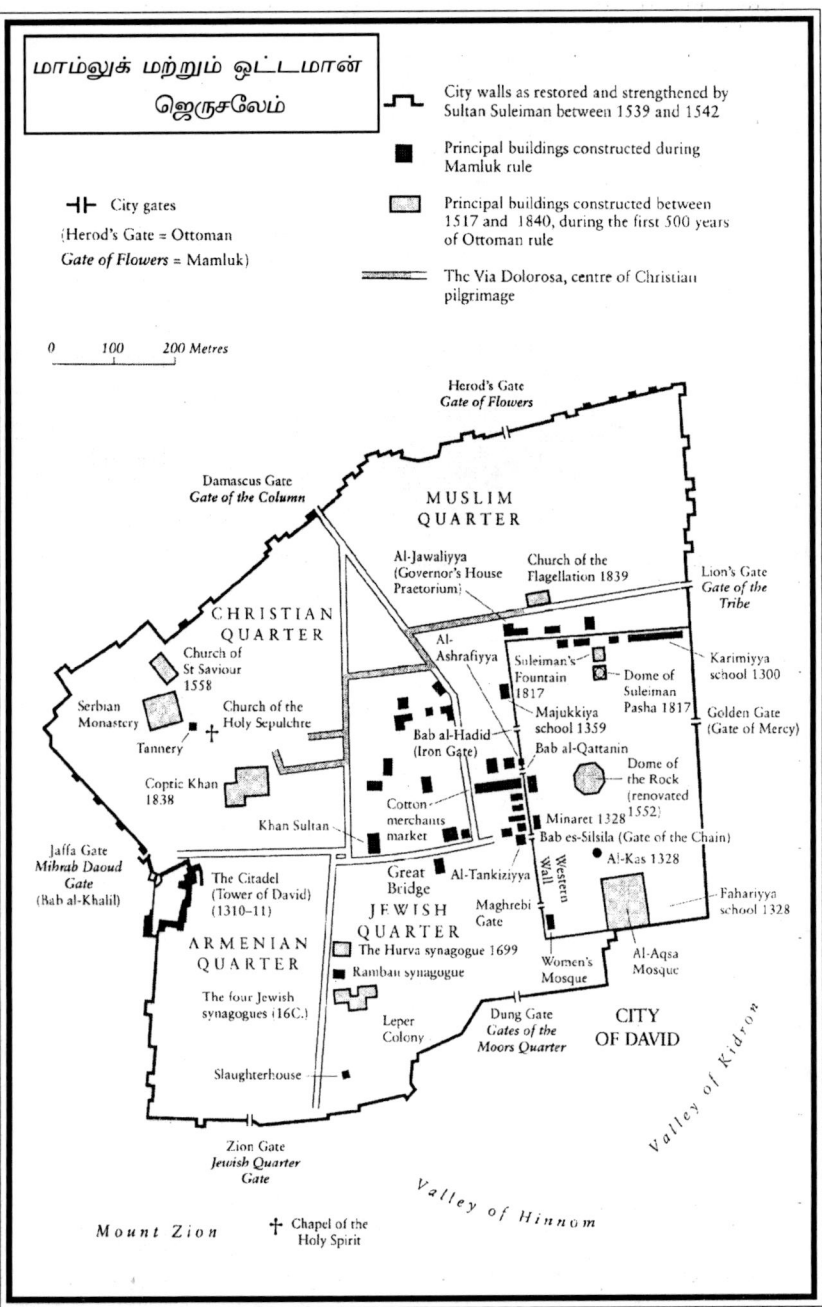

1948 முதல் இஸ்ரேல்
Under Jordanian control 1948–67
Occupied by Israel 1967, and now
partly controlled by Palestine Authority
Under Egyptian control 1948–67
Occupied by Israel 1967
Now ruled by Hamas
LEBANON
Damascus
SYRIA
Acre
Haifa
Sea of Galilee
Nazareth
Nablus
Jordan
Mediterranean Sea
Tel Aviv
Jaffa
WEST BANK
JORDAN
Amman
Jerusalem
Bethlehem
Hebron
Dead Sea
Gaza
Rafah
Beersheba
ISRAEL
EGYPT
N
W
E
S
0 10 20 30 40 Miles
0 20 40 60 Kms
Elat
Aqaba
Gulf of Aqaba

ஜெருசலேம்: பழைய நகரம்
The Temple Tunnel (opened 1996)
The underground place closest to the Holy of Holies
Wilson's Arch
Warren's Gate / the 'Cave'
Robinson's Arch
0 100 200 Metres
Herod's Gate
Damascus Gate
Church of St Anne
St Stephen's Gate (Lions' Gate)
Old City Wall
Convent of the Sisters of Zion
Church of the Flagellation
Ecce Homo Basilica
St Anne Seminary
Via Dolorosa
CHRISTIAN QUARTER
New Gate
Coptic Patriarchate
Via Dolorosa
Al-Haram al-Sharif
Solomon's Throne
Golden Gate
Greek Orthodox Patriarchate
Church of St Veronica
Dome of the Rock
MUSLIM QUARTER
Dome of the Chain
Greek Catholic Patriarchate
Church of the Holy Sepulchre
Street of the Gate of the Chain
Temple Mount
Latin Patriarchate St Saviour's Monastery
Church of St John the Baptist
Western Wall
Islamic Museum
Jaffa Gate
David's Tower
Al-Aqsa Mosque
The Citadel
Maghrebi Gate
ARMENIAN QUARTER
JEWISH QUARTER
Cathedral of St James
Dung Gate
CITY OF DAVID
Armenian Patriarchate
Valley of Kidron
Zion Gate
Valley of Hinnom
Mount Zion

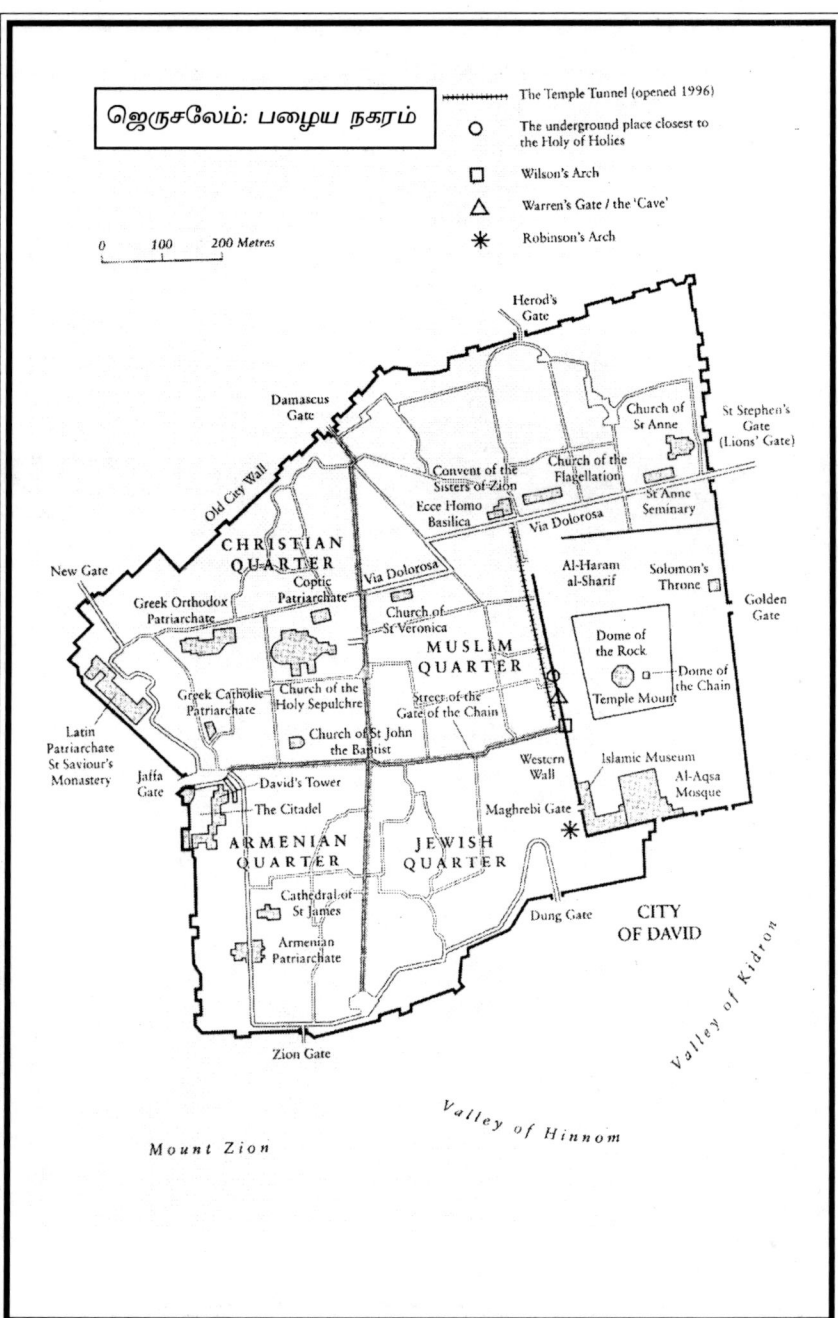

இருபதாம் நூற்றாண்டின்
ஆரம்பகால ஜெருசலேம்
N
W
E
S
0
1/2
1
0
1/2
1 Kms
To Ramallah
Hadassah
Hospital
Hebrew
University
Mount
Scopus
To Jaffa
LIFTA
ROMEMA
BOKHARAN
QUARTER
SHEIKH
JARRAH
AMERICAN
COLONY
St George's Cathedral
Jaffa Street
BEIT
HAKEREM
MAHANE
YEHUDA
Municipal
Building
Damascus
Gate
Dome of
the Rock
Lion's Gate
Mount of
Olives
Church of the
Holy Sepulchre
Augusta
Victoria
Yeshurun Synagogue
Jewish Agency Building
Hamilla Street
Jaffa Gate
King David
Hotel
Western
Wall
Citadel
Temple
Mount
Al-Aqsa Mosque
To Jericho
YMCA
REHAVIA
TALBIEH
Montefiore
Windmill
CITY OF DAVID
(Silwan)
KATAMON
GERMAN
COLONY
TALPIOT
Government
House
To Hebron
ARNONA
To Kibbutz
Ramat Rahel

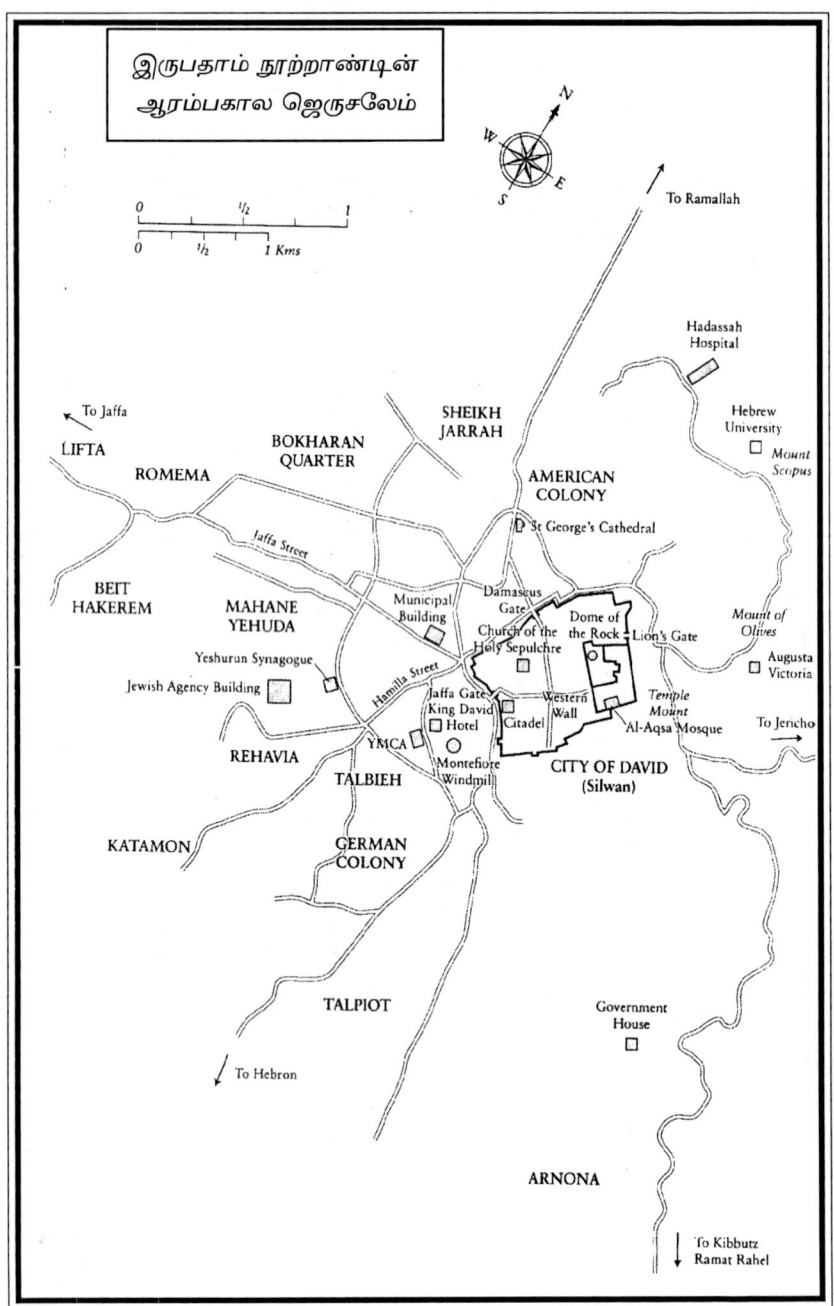